'अतिशय प्रतिभासंपन्न इतिहासकार!'

– मॅक्स हेस्टिंग्स, संडे टाइम्स

'डॅलरिंपलची लेखनशैली इतकी संमोहित करणारी आहे, की वर्णन केल्या जाणाऱ्या घटना कितीही असह्य असल्या, तरी वाचकाला पुस्तक खाली ठेवावंसं वाटत नाही. अत्यंत क्रूर किंवा हिंसक घटनांनादेखील मानवतेची आणि सुसंबद्ध तर्कसंगतीची जोड देण्यात डॅलरिंपलचा हात कुणी धरू शकणार नाही'

– डायना ॲटहिल, गार्डियन

'डॅलरिंपलचं संशोधन इतिहासकारासारखं, विचारशैली मानववंशशास्त्रज्ञासारखी आणि लेखन एखाद्या कादंबरीकारासारखं असतं'

– माया जसनॉफ

'कुठल्याही अंधुक वा विस्मरणात गेलेल्या ऐतिहासिक घटनेलाही पुनरुज्जीवित कला अवगत असलेला लेखक! आपल्या प्रत्येक पुस्तकानिशी डॅलरिंपल अधिकाधिक ज्ञानवर्धक आणि मनोरंजक बनतात'

– ॲलेक्झॅन्डर म'कॉल स्मिथ, न्यू स्टेट्समन

'उत्तम लेखनकौशल्य असलेला इतिहासाचा विद्वान अभ्यासक; एक दुर्मिळ संयोजन'

– सलमान रश्दी

'उत्कृष्ट कथाकार! ऐतिहासिक पात्रांमध्ये इतकी चेतना भरून त्यांना वाचकांसमोर सजीव करणं हे डॅलरिंपलसारखा कुशल लेखकच करू जाणे!'

– बार्नाबी रॉजरसन, इंडिपेंडन्ट

'THE ANARCHY' या इंग्रजी पुस्तकाचा अनुवाद

अराजक

द ईस्ट इंडिया कंपनी : एका व्यापारी कंपनीचा जुलमी कारभार

विल्यम डॅलरिंपल

अनुवाद

रेश्मा कुलकर्णी-पाठारे

मेहता पब्लिशिंग हाऊस

✆ +91 020-24476924 / 24460313 / Mob. No. 9545000513

Email : production@mehtapublishinghouse.com

Website : www.mehtapublishinghouse.com

- *या पुस्तकातील लेखकाची मते, घटना, वर्णने ही त्या लेखकाची असून त्याच्याशी प्रकाशक सहमत असतीलच असे नाही.*

THE ANARCHY by WILLIAM DALRYMPLE

Translated into Marathi Language by Reshma Kulkarni-Pathare

अराजक / इतिहासपर

अनुवाद : रेश्मा कुलकर्णी-पाठारे

author@mehtapublishinghouse.com

मराठी अनुवादाचे व प्रकाशनाचे हक्क मेहता पब्लिशिंग हाऊस, पुणे.

प्रकाशक : सुनील अनिल मेहता, मेहता पब्लिशिंग हाऊस,
१९४१, सदाशिव पेठ, माडीवाले कॉलनी, पुणे ४११०३०.

मुद्रक : ट्रिनिटी ॲकॅडमी फॉर कॉर्पोरेट ट्रेनिंग लिमिटेड

मुखपृष्ठ : मेहता पब्लिशिंग हाऊस

प्रथमावृत्ती : जानेवारी, २०२२

किंमत : ₹ ७९५

P Book ISBN 9789392482250

E Book ISBN 9789392482397

E Books available on : amazonkindle Apple Books Google Play Books

---

'दोनशे दशलक्ष लोकसंख्या असलेल्या देशाच्या पायात, एका व्यापारी कंपनीने गुलामगिरीच्या बेड्या घातल्या!'

– लिओ टॉलस्टॉय

(१४ डिसेंबर १९०८ रोजी एका हिंदू माणसाला लिहिलेल्या पत्रामध्ये)

'व्यापारी संस्थांना अपमान करता येतील अशी मनं नसतात किंवा शिक्षा करता येतील अशी शरीरं नसतात, त्यामुळे ते त्यांना जे पाहिजे ते करत राहतात.'

– एडवर्ड, फर्स्ट बॅरन थरलो (१७३१-१८०६);

वॉरन हेस्टिंग्सच्या महाभियोगाच्या वेळचे लॉर्ड चान्सेलर

अठराव्या शतकातील भारत

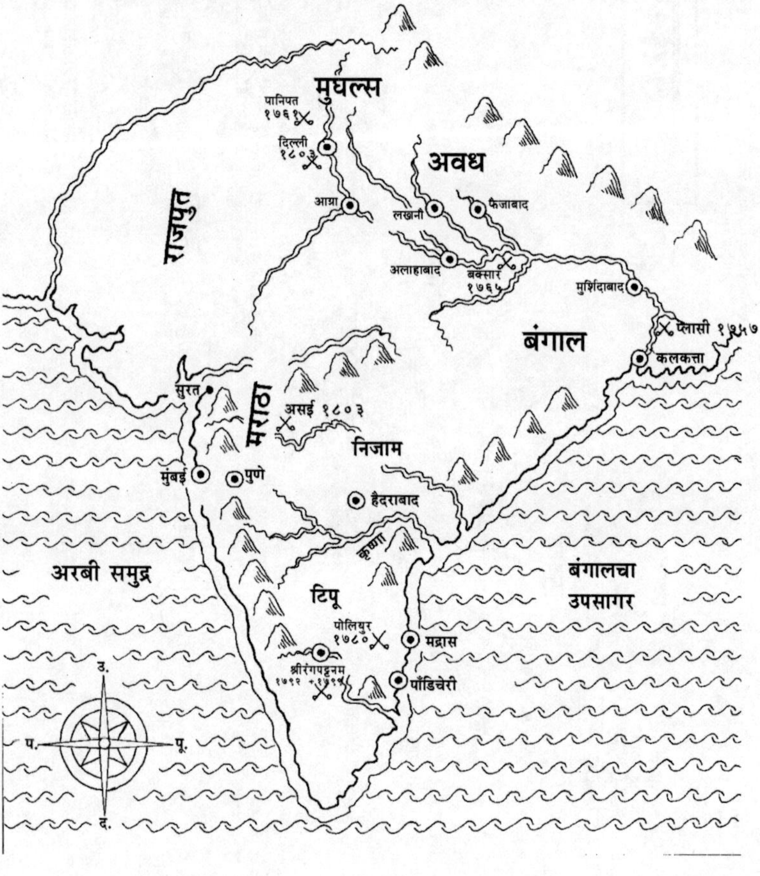

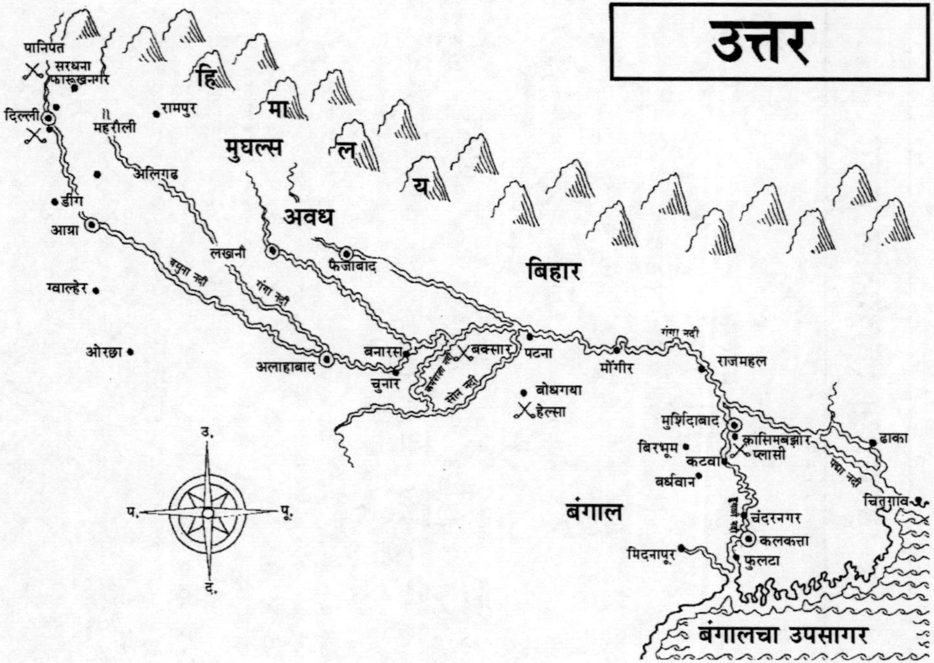
उत्तर
हि
मा
ल
य
मुघल्स
अवध
बिहार
बंगाल
पानिपत
सरधना
फारूखनगर
दिल्ली
महरौली
रामपुर
अलिगढ
डींग
आग्रा
ग्वाल्हेर
ओरछा
लखनौ
फैजाबाद
यमुना नदी
गंगा नदी
अलाहाबाद
बनारस
चुनार
बक्सार
पटना
बोधगया
हेल्सा
मोंगीर
राजमहल
मुर्शिदाबाद
कासिमबझार
प्लासी
बिरभूम
कटवा
बर्धवान
ढाका
चितगाव
चंदरनगर
कलकत्ता
फुलटा
मिदनापूर
बंगालचा उपसागर
उ.
द.
प.
पू.

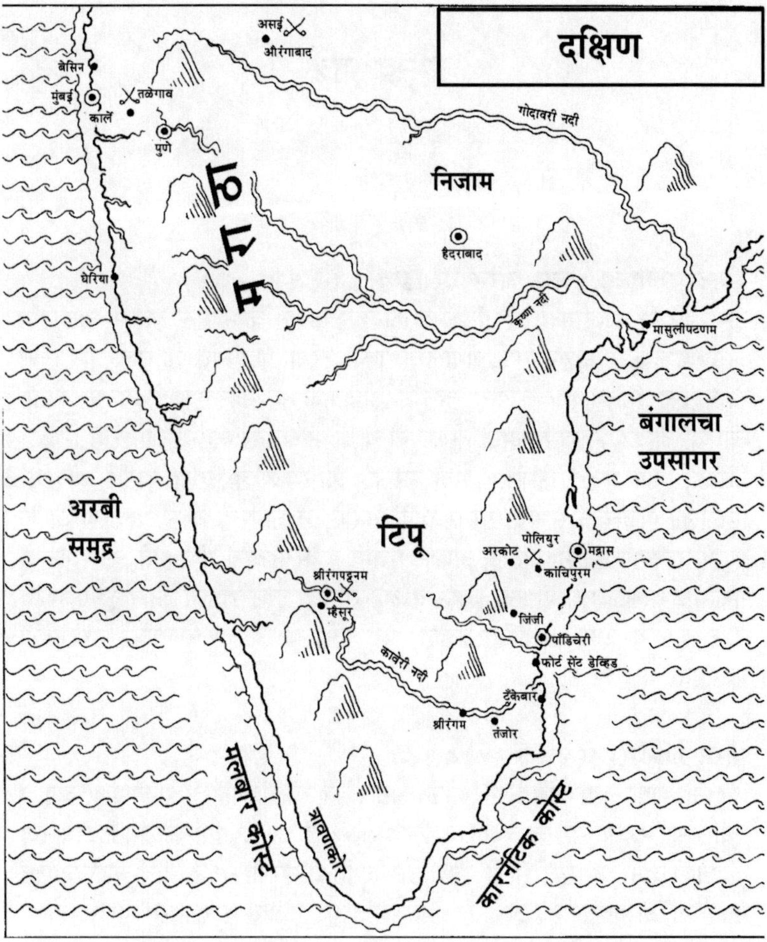
दक्षिण
असई
औरंगाबाद
बेसिन
मुंबई
तळेगाव
कार्ले
पुणे
गोदावरी नदी
निजाम
मराठा
हैदराबाद
घेरिया
कृष्णा नदी
मासुलीपटणम
बंगालचा
उपसागर
अरबी
समुद्र
टिपू
पोलियुर
अरकोट
मद्रास
कांचिपुरम
श्रीरंगपट्टनम
म्हैसूर
जिंजी
पाँडिचेरी
फोर्ट सेंट डेव्हिड
कावेरी नदी
टँकेबार
श्रीरंगम
तंजोर
मलबार कोस्ट
त्रावणकोर
कार्नाटिक कोस्ट

प्रमुख पात्रे

१) इंग्रज

रॉबर्ट क्लाइव्ह, फर्स्ट बॅरन क्लाइव्ह : (१७२५-७४)

ईस्ट इंडिया कंपनीमध्ये लेखनिक व कारकून म्हणून काम सुरू करून, आपल्या अंगभूत लष्करी कौशल्यामुळे बंगालचा राज्यपाल या पदापर्यंत पोहचला. गुबगुबीत देहयष्टीचा मितभाषी क्लाइव्ह अत्यंत आक्रमक व महत्त्वाकांक्षी मनुष्य होता. त्याच्या आक्रमक स्वभावामुळे तो कंपनी व कंपनीच्या लष्कराचा अतिशय निष्ठूर, हिंसक, पण प्रचंड कार्यक्षम नेता ठरला. प्रतिस्पर्ध्याला एका दृष्टीत जोखणे, मिळालेल्या प्रत्येक संधीचा पुरेपूर वापर करणे, न घाबरता धोका पत्करणे आणि एकूणच वागण्याबोलण्यातली अफाट मुजोरी हे क्लाइव्हचे गुण होते. या सगळ्या गुणांमुळे क्लाइव्हला बंगाल, बिहार व ओरिसामध्ये ईस्ट इंडिया कंपनीचा राजकीय व लष्करी वरचष्मा प्रस्थापित करून, पुढे येणाऱ्या ब्रिटिश राज्याची पायाभरणी करण्यात यश आलं.

वॉरन हेस्टिंग्स (१७३२-१८१८)

विद्वान; भाषातज्ज्ञ; प्रेसिडेन्सी ऑफ फोर्ट व्हिलियमचा पहिला राज्यपाल; बंगाल येथील सुप्रीम काउन्सिलचा प्रमुख; आणि १७७३ ते १७८५च्या काळात हिंदुस्थानचा पहिला गव्हर्नर जनरल. साधी राहणी, उच्च विचारसरणी या उक्तीचं चालतंबोलतं उदाहरण असलेला हेस्टिंग्स हा एक अतिशय हुशार व कामसू माणूस होता. हिंदुस्थानाबद्दल त्याला विशेष प्रेम होतं. याच प्रेमापोटी त्यानं बंगालची लूट करणाऱ्या आपल्या अनेक सहकाऱ्यांविरुद्ध उघडपणे बंड पुकारलं होतं. मात्र फिलिप फ्रान्सिसशी निर्माण झालेल्या वैरामुळे, हेस्टिंग्सवर भ्रष्टाचाराचे आरोप झाले. या आरोपांतून त्याला महाभियोगाच्या अपमानास्पद अनुभवांतून जावं लागलं.

अनेक वर्षं चाललेल्या या सार्वजनिक खटल्याच्या शेवटी १७९५ मध्ये, हेस्टिंग्सला निर्दोष घोषित करण्यात आलं.

फिलिप फ्रान्सिस (१७४०-१८१८)
आयर्लंडमध्ये जन्मलेला कारस्थानी, वादग्रस्त राजकारणी. 'द लेटर्स ऑफ जूनियस'चा लेखक असल्याचा अंदाज. वॉरन हेस्टिंग्सचा प्रमुख विरोधक व प्रतिस्पर्धी. बंगालमध्ये बोकाळलेल्या भ्रष्टाचाराच्या मुळाशी हेस्टिंग्स असल्याचा (गैर)समज बाळगून, त्याला हुसकावून स्वत: गव्हर्नर जनरल पदावर विराजमान होण्यासाठी आसुसलेल्या फ्रान्सिसने १७७४ पासून हेस्टिंग्सच्या मृत्यूपर्यंत हेस्टिंग्सचा पिच्छा पुरवला. एका द्वंद्वयुद्धाच्या वेळी हेस्टिंग्सला मारण्यात फ्रान्सिस अयशस्वी झाला. एवढंच नव्हे, तर तो स्वत:च पिस्तुलीच्या गोळीने जखमी झाला. त्यानंतर फ्रान्सिसने पुन्हा लंडनचा रस्ता धरला आणि तिथे पोहोचल्यावर, हेस्टिंग्स आणि न्यायमूर्ती एलिजाह इम्पे या दोघांवर महाभियोगाचा खटला लादण्याचे सर्वतोपरी प्रयत्न केले. पण ते दोघेही या खटल्यामधून निर्दोष मुक्त झाले.

चार्ल्स कॉर्नवॉलिस, फर्स्ट मार्केस कॉर्नवॉलिस (१७३८-१८०५)
१७८१ मध्ये उत्तर अमेरिकेतील यॉर्कटाउन येथे अमेरिकन आणि फ्रेंच लष्करासमोर शरणागती पत्करलेल्या कॉर्नवॉलिसला, ईस्ट इंडिया कंपनीने हिंदुस्थानचा गव्हर्नर जनरल म्हणून नियुक्त केलं. या कृतीमागे कंपनीचा हेतू असा होता, की तीच चूक पुन्हा हिंदुस्थानात घडू नये. अतिशय कार्यक्षम अधिकारी असलेल्या कॉर्नवॉलिसने 'पर्मनन्ट सेटलमेन्ट' कायदा निर्माण करून बंगालमधून कंपनीला मिळणारा महसूल कैक पटीने वाढवून दिला. १७८२ मध्ये त्याने टिपू सुलतानला तिसऱ्या अँग्लो-म्हैसूर युद्धामध्ये पराजित केलं.

रिचर्ड कॉली वेलेस्ली, फर्स्ट मार्केस वेलेस्ली (१७६०-१८४२)
नेपोलियनने युरोपमध्ये जितका भूभाग हस्तगत केला, त्याहीपेक्षा जास्त भूभाग हिंदुस्थानात हस्तगत करणारा गव्हर्नर जनरल. वेलेस्लीचा डंडास नावाचा मित्र होता तो 'बोर्ड ऑफ ट्रेड'चा अध्यक्ष होता. तो फ्रेंच द्वेष्टा तर होताच, पण त्याच्या मनात ईस्ट इंडिया कंपनीच्या व्यापारी प्रवृत्तीबद्दल अढीही होती. डंडासच्या सांगण्यावरून रिचर्ड वेलेस्लीने ईस्ट इंडिया कंपनीचं लष्कर व साधनसंपत्ती वापरून चौथं अँग्लो म्हैसूर युद्ध आरंभलं. या युद्धामध्ये टिपू सुलतानचा मृत्यू झाला आणि १७९९ मध्ये त्याची राजधानी उद्ध्वस्त केली गेली. त्यानंतर, वेलेस्लीने दुसरं अँग्लो-मराठा युद्ध आरंभलं. या युद्धाच्या अंताला, १८०३ मध्ये, शिंदे आणि होळकर या दोघांचाही

मोठा पराभव झाला. काळाच्या या टप्प्यापर्यंत, वेलेस्लीने एकूण एक फ्रेंच पलटणींना हिंदुस्थानातून हुसकावून, पंजाबखालच्या बहुतांशी भूभागाचा कारभार ईस्ट इंडिया कंपनीच्या हातात आणला होता.

कर्नल आर्थर वेलेस्ली (१७६९-१८५२)

म्हैसूरचा राज्यपाल; दख्खन व दक्षिण मराठा प्रदेशाचा मुख्य राजकीय व लष्करी अधिकारी. त्याने १७९९ मध्ये टिपू सुलतान, आणि १८०३ मध्ये मराठा शासकांचा पाडाव करण्यात महत्त्वाची कामगिरी बजावली. पुढील आयुष्यात त्याला 'ड्यूक ऑफ वेलिंग्टन' ही पदवी दिली गेली.

जरार्ड, फर्स्ट विस्काउन्ट लेक (१७४४-१८०८)

स्वत:ला, लान्सलॉट ऑफ द लेक या वीरपुरुषाच्या वंशावळीतून आला असल्याचं मानणाऱ्या लॉर्ड लेककडे मुत्सद्देगिरीचा पूर्ण अभाव होता. शब्द जपून वापरावे किंवा कुणाच्या सांगण्यानुसार काही करावं या गोष्टींशी आपला काही संबंध नसल्यासारखी त्याची वागणूक होती. लॉर्ड लेकबद्दल एक प्रसिद्ध किस्सा आहे, ज्यामध्ये त्याने लष्करातल्या एका हिशेबनिसाला 'चुलीत घाल तुझा हिशेब!' असं सांगितल्याचं नमूद आहे. त्या हिशेबनिसाने त्याला तोडीस तोड उत्तर देत, 'आधी आपलं लष्कर सांभाळून दाखव!' असं म्हटल्याचीही नोंद आहे. लान्सलॉट हिंदुस्थानात आला तेव्हा त्याची साठी उलटलेली होती, पण हा गृहस्थ तेव्हाही आपला तारुण्यसुलभ करिष्मा आणि उत्साह राखून होता. 'सेव्हन इअर्स वॉर' आणि 'अमेरिकन वॉर ऑफ इंडिपेन्डन्स'मध्ये महत्त्वाची कामगिरी बजावलेला लॉर्ड लेक, त्या वेळी पहाटे २ वाजता उठून दुसरा दिवस सुरू करण्याच्या पूर्ण तयारीत असे! वेलेस्लीचा उजवा हात असलेल्या या अतिशय कर्तबगार सरसेनापतीवर, १८०३ मध्ये उत्तरेला अडचणी निर्माण करणाऱ्या मराठा शासकांना वठणीवर आणण्याची जबाबदारी सोपवली गेली.

एडवर्ड क्लाइव्ह, फर्स्ट अर्ल ऑफ पोविस (१७५४-१८३९)

रॉबर्ट क्लाइव्हचा मुलगा; बेताची बुद्धी असलेला मद्रासचा राज्यपाल.

२) फ्रेंच

जोसेफ-फ्रॅन्कोवा ड्यूप्ले (१६९७-१७६४)

हिंदुस्थानातल्या फ्रेंच वसाहतींचा गव्हर्नर जनरल. तरुण रॉबर्ट क्लाइव्हसमोर

दक्षिणेमध्ये झालेल्या कर्नाटक युद्धांमध्ये पराजित झाला.

मिशेल जोआकिम मरी रेमण्ड (१७५५-९८)
हैदराबादेतील फ्रेंच पलटणीचा सेनापती.

जनरल पियरी क्विलियर-पेरॉन (१७५५-१८३४)
विणकराच्या कुटुंबात जन्मलेल्या पेरॉनने सेनाप्रमुख म्हणून, शिंद्यांच्या लष्करामध्ये, त्याच्यापेक्षा कैक पटीने कर्तबगार असलेल्या बेनॉइ द बॉइनची जागा घेतली. दिल्लीच्या दक्षिण-पूर्वेला स्थित अलिगढ़ किल्ल्यामध्ये वास्तव्याला असणाऱ्या पेरॉनने, १८०३ मध्ये इंग्रजांशी हातमिळवणी करून, स्वत:चा जीव आणि आयुष्यभराची कमाई सुरक्षित ठेवून, आपल्या माणसांना धोका दिला.

३) मुघल

आलमगीर औरंगझेब (१६१८-१७०७)
कट्टर, धर्मांध मुघल बादशहा, ज्याच्या अफाट महत्त्वाकांक्षी स्वभावामुळे मुघल सत्ता जवळ जवळ पूर्ण हिंदुस्थानात पसरली आणि मग कोसळली. आपल्या धर्मांध स्वभावामुळे देशातील हिंदूंशी – विशेषत:, राजपूत सहयोग्यांशी – वैर पत्करल्यामुळे, त्याच्या मृत्यूनंतर मुघल साम्राज्य ढासळू लागलं.

मूहम्मद शहा रंगीला (१७०२-४८)
हा कलाकार वृत्तीचा बायकी मुघल सत्ताधीश होता. त्याच्या प्रशासकीय कारभारातील हलगर्जीपणामुळे आणि युद्धकौशल्याच्या अभावामुळे १७३९मध्ये कर्नालच्या युद्धात पर्शियन योद्धा नादरकडून त्याचा वाईट पराभव झाला. नादर शहाने मुघल दिल्लीची उभीआडवी लूट केली आणि इतर असंख्य मौल्यवान वस्तूंबरोबर, कोहिनूर हिरा जडवलेलं सुप्रसिद्ध 'मयूर तख़्त' उचलून घेऊन गेला. जेव्हा नादर शहा लूट संपवून पर्शियाला गेला, तेव्हा त्याच्या मागे रिकाम्या तिजोरीचा मूहम्मद शहा रंगीला आणि दिवाळखोरीत निघालेलं ढासळतं मुघल साम्राज्य एवढंच उरलं होतं!

गाझी उद-दिन खान, इमाद उल-मुल्क (१७३६-१८००)
इमाद हैदराबादचा पहिला निझाम, म्हणजेच निझाम उल-मुल्कचा अत्यंत अहंकारी, उद्धट नातू होता. किशोरवयात सत्तेत आलेल्या इमादने १७५३मध्ये आपल्या आश्रयदात्या सफदर जंगला पराजित केलं; त्यानंतर १७५४ मध्ये त्याने बादशहा

अहमद शहाला अंध करून, कैदेत टाकून, अखेर जीवे मारून टाकलं. आपल्याजागी आलमगीर II ला सिंहासनावर बसवून, इमादने आलमगीरचा मुलगा शहा आलम याला पकडून मारून टाकण्याचा प्रयत्न केला. त्याचा तो प्रयत्न यशस्वी झाला नाही, पण मग त्याने १७५९ मध्ये बादशहा आलमगीरलाच मारून टाकलं. काही काळाने, अफगाण योद्धा नजीब उद-दौलाचा दिल्लीमध्ये प्रभाव वाढायला लागल्यावर, इमादने दिल्लीमधून पलायन केलं; त्यानंतर नजीब दिल्लीचा राज्यपाल बनला.

आलमगीर II (१६९९-१७५९)

बादशहा जहानदार शहाचा मुलगा आणि शहा आलम II चा पिता. इमाद उल-मुल्कने आलमगीरला सलाटिन पिंजऱ्यातून बाहेर काढून, १७५४ मध्ये बादशहा पदावर नियुक्त केलं. त्यानंतर चार वर्षांनी, इमादच्या आदेशानुसार, फिरोज शहा कोटला येथे आलमगीरची हत्या करण्यात आली.

शहा आलम (१७२८-१८०६)

देखणा, हुशार मुघल राजपुत्र. त्याच्या आयुष्यात सतत पराभव आणि दुर्दैवाची मालिका सुरू राहिली; पण तरीही, त्याने कधी हार मानली नाही. सगळ्या वाईट परिस्थितींमधून मोठ्या जिद्दीने वाट काढत राहिलेल्या शहा आलमने, लहानपणी नादर शहाला दिल्ली लुटताना बघितलं होतं. इमाद उल-मुल्कने त्याच्या जिवावर केलेल्या हल्ल्यातून बचावलेल्या शहा आलमने, क्लाइव्हसोबत झालेल्या अनेक युद्धांमध्ये स्वत:चा बचाव केला. त्याने पाटणा व बक्सर येथे कंपनीशी युद्ध केले, अलाहबादला क्लाइव्हला दिवाणीचे हक्क दिले, आणि वॉरन हेस्टिंग्सला धुडकावून पुन्हा दिल्लीला आला. तिथे आल्यावर, त्याने सगळ्या अडचणींवर मात करून मिर्झा नजाफ खानच्या साथीने आपल्या पूर्वजांची राजधानी नव्याने उभी केली होती; आणि मग, मिर्झा नजाफच्या अकाली मृत्यूनंतर त्या राजधानीला एखाद्या मृगजळासारखं लुप्त होतानाही बघितलं. अखेर, शहा आलम आयुष्याच्या सगळ्यात वाईट टप्प्यावर असताना, त्याच्या एकेकाळच्या अत्यंत लाडक्या, पण मानसिकरीत्या अस्थिर असलेल्या गुलाम कादिरने गंभीर हल्ला करून त्याचे डोळे फोडून टाकले. अनेकदा फसवणूक होऊनही शहा आलमने धीर सोडला नाही. त्याच्या पूर्ण हयातीत केवळ दोनदा तो काही वेळाकरिता खचला – पहिल्यांदा जेव्हा त्याचं कुटुंब उद्ध्वस्त करण्यात आलं, आणि दुसऱ्यांदा जेव्हा रोहिल्यांकरवी त्याचे डोळे फोडण्यात आले. हे दोन प्रसंग सोडल्यास, संपूर्ण हिंदुस्थानात इतकं अफाट अराजक माजलं असूनही, शहा आलमने शिक्षण, संस्कृती, व कलेचा वारसा जपत आपलं राज्य सांभाळलं. त्याच्या छत्रछायेखाली अनेक कवी, लेखक व चित्रकारांना आधार मिळाला.

४) नवाब

अलिवर्दी खान, बंगालचा नवाब (१६७१-१७५६)

अरब आणि अफ्शर तुर्की वंशावळीतून आलेल्या अलिवर्दी खानला १७४०मध्ये बंगालची सत्ता मिळाली. त्याकाळी मुघल साम्राज्यातील सगळ्यात धनवान प्रांताची सत्ता अलिवर्दी खानच्या हाती येण्यामागे, वित्तीय क्षेत्रातील बादशहा मानल्या जाणाऱ्या जगत सेठांनी खेळलेले लष्करी डावपेच कारणीभूत होते. मार्जरप्रेमी आणि निरनिराळ्या खाद्यपदार्थांचा आस्वाद घेण्याची विशेष आवड असणाऱ्या अलिवर्दी खानला उत्तम जेवण, उत्तम पुस्तके, व उत्तम कथा या तिन्हीं गोष्टींत रममाण व्हायला फार आवडत असे. मराठ्यांना पराभूत केल्यानंतर, अलिवर्दी खानने मुर्शिदाबादच्या दरबारी सशक्त आणि दिपून टाकणारं असं शिया पद्धतीचं वातावरण निर्माण केलं. तसंच इतरत्र ढासळू लागलेल्या मुघल राजवटींच्या कोलाहलात, मुर्शिदाबादला स्थिर राजकीय, आर्थिक, व सामाजिक केंद्र बनवण्यात अलिवर्दी खानचं मोठं योगदान होतं.

सिराज उद-दौला, बंगालचा नवाब (१७३३-५७)

अलिवर्दी खानचा नातू; त्याने कासिमबाजार व कलकत्ता येथे ईस्ट इंडिया कंपनीच्या कारखान्यांवर केलेल्या हल्ल्यांमुळे कंपनीने बंगालवर स्वत:चं अधिपत्य गाजवण्याची धडपड सुरू केली. त्या काळच्या पर्शियन, बंगाली, मुघल, फ्रेंच, डच, इंग्रजी यांपैकी एकाही सूत्राकडून सिराजबद्दल कधीही काही चांगलं नमूद केल्याची नोंद नाही. सिराजचा राजकीय सहयोगी असलेल्या जीन लॉच्या मते, 'त्याचं लौकिक जीवन इतकं वाईट होतं, की सांगता सोय नाही!' सिराजबद्दल सर्वांत परखड (आणि परिणामी, प्रामाणिक) व्यक्तिचित्र रंगवणारी व्यक्ती म्हणजे इतिहासकार गुलाम हुसेन खान. सिराजच्या दरबारी कर्मचारी म्हणून नियुक्त असलेला गुलाम हुसेन हा खरंतर त्याचा चुलत भाऊसुद्धा होता. परंतु उभयलिंगी लैंगिक प्रवृत्तीच्या आपल्या बलात्कारी व हिंस्र भावाच्या वागणुकीने बिथरलेल्या गुलाम हुसेनने, त्याच्या क्रूर वागणुकीसाठी 'अज्ञान आणि नीतिभ्रष्टता' यांना कारणीभूत मानलं.

मीर जाफर, बंगालचा नवाब (स. १६९१-१७६५)

नजाफ या प्रामुख्याने शियापंथी गावातून आलेला अशिक्षित अरब सैनिक. अलिवर्दी खानने मराठ्यांविरुद्ध काढलेल्या मोहिमांमध्ये महत्त्वाची भूमिका बजावलेल्या मीर जाफरने, १७५६ मध्ये सिराज उद-दौलासाठी कलकत्त्यावर यशस्वी हल्ला चढवला. त्यानंतर, जगत सेठांशी हातमिळवणी करून, सिराजला गादीवरून हुसकावून

स्वत:ला नवाब बनवून टाकलं; पण त्यानंतर लवकरच, ईस्ट इंडिया कंपनीच्या हातचं बाहुलं बनून बंगालचा शासक उरला तो केवळ नावापुरता! रॉबर्ट क्लाइव्हने त्याचं वर्णन 'अत्यंत अकार्यक्षम शासक' असं केलेलं आहे.

मीर कासिम, बंगालचा नवाब (मृ. १७६३)

मीर कासिम मीर जाफरचा जावई होता. तो त्याच्या सासऱ्यापेक्षा म्हणजेच मीर जाफरपेक्षा प्रत्येक बाबतीत वेगळा होता. मीर कासिमचा जन्म पाटणा येथील घरंदाज कुटुंबामध्ये झालेला होता. लहानशी शरीरयष्टी आणि मर्यादित लष्करी अनुभव असलेला मीर कासिम, अत्यंत हुशार, कर्तबगार, आणि जिद्दी तरुण होता. ईस्ट इंडिया कंपनीशी हातमिळवणी करून त्याने १७६० मध्ये आपल्या सासऱ्याला गादीवरून हुसकावून लावलं आणि त्यानंतर, अद्ययावत पायदळ तयार करून लष्कराचं कणखर नियंत्रण असलेलं राज्य उभारलं. पण केवळ तीन वर्षांत, कंपनीशी त्याचे खटके उडू लागले, आणि १७६५ मध्ये बक्सरच्या युद्धात त्याचा पराभव झाला. त्यानंतर मीर कासिम पश्चिमेकडे पळून गेला आणि अत्यंत गरिबीमध्ये, आग्रा येथे त्याचा मृत्यू झाला.

शुजा उद-दौला, अवधचा नवाब (१७३२-७४)

महान मुघल वझीर सफ्दर जंगचा मुलगा आणि उत्तराधिकारी. ७फूट उंच, धिप्पाड शरीरयष्टीचा शुजा भरघोस मिशा आणि शारीरिक बळासाठी प्रसिद्ध होता. १७६३ पर्यंत तो मध्यमवयीन झाला असला, तरी एका हाताने दोन माणसांना उचलण्याइतपत किंवा तलवारीच्या एका वाराने बैलाचं मुंडकं उडवण्याइतपत त्याच्यात ताकद होती. शुजाला अति महत्त्वाकांक्षी स्वभाव, आत्मप्रौढी आणि स्वत:च्या कर्तृत्वाबद्दलच्या भ्रामक कल्पना मारक ठरल्या. गुलाम हुसेन खानच्या लेखी, शुजा जितका धाडसी होता, तितकाच मूर्खदेखील. १७६५मध्ये झालेल्या बक्सरच्या युद्धात कंपनीने शुजाला पराभूत केलं; पण नंतर क्लाइव्हने त्याला पुन्हा अवधच्या गादीवर बसवलं. आपल्या आयुष्याच्या अंतापर्यंत कंपनीशी चांगले संबंध ठेवून शुजाने अवधवर राज्य केलं.

५) रोहिला

नजीब खान युसुफझाई, नजीब उद-दौला (मृ.१७७०)

एकेकाळी घोड्यांचा व्यापार करणाऱ्या युसुफझाई पश्तून व्यापाऱ्याने मुघलांकडे घोडदळाचा सेनापती म्हणून काम केलं. नंतर १७५७मध्ये हिंदुस्थानवर हल्ला

करण्यासाठी आलेल्या अहमद शहा दुर्रानीशी त्याने हातमिळवणी केली. अहमद शहाने नजीबला दिल्लीचा राज्यपाल बनवला. १७७० मध्ये मृत्यू येईपर्यंत नजीबने सहारनपूरजवळ असलेल्या नजीबाबादमध्ये वास्तव्य करून पदभार सांभाळला.

झबिता खान रोहिला (मृ. १७८५)

नजीब उद-दौलाचा मुलगा आणि गुलाम कादिरचा पिता असलेला झबिता खान हा पानिपतमध्ये लढलेला रोहिला सरदार होता. त्याने शहा आलमच्या विरोधात अनेक मोहिमा काढल्या.

गुलाम कादिर खान रोहिला (स. १७६५-१७८७)

झबिता खान रोहिलाचा मुलगा. १७७२ मध्ये घौसगढ़चा पाडाव झाल्यावर शहा आलमने गुलाम कादिरला आपल्याबरोबर दिल्लीला आणलं. कुडसिया बागमध्ये त्याची व्यवस्था करून शहा आलमने त्याला राजपुत्राप्रमाणे वाढवलं. काही सूत्रांच्या माहितीनुसार, शहा आलमला गुलाम कादिरमध्ये 'जरा जास्तच रस निर्माण झाला,' आणि बहुतेक त्याने गुलामला आपला शय्यासोबती बनवला. १७८७ मध्ये, कदाचित त्याच्यावर झालेल्या अन्यायांचा बदला म्हणून, गुलाम कादिरने दिल्लीवर हल्ला केला, लाल किल्ला लुटला, शाही घराण्यातल्या असंख्य सभासदांचा अमानुष छळ करून त्यांना मारून टाकलं, आणि शहा आलमचे डोळे फोडले. मराठा योद्धा महादजी शिंदेंनी गुलाम कादिरला अटक केली आणि त्याचा छळ करून त्याला मारून टाकलं.

६) म्हैसूरचे सुलतान

हैदर अली (मृ. १७८२)

एकेकाळी म्हैसूरच्या लष्करामध्ये अधिकारी असलेल्या हैदर अलीने म्हैसूरच्या वडियार घराण्याचा पाडाव केला आणि तो म्हैसूरचा सत्ताधीश झाला. फ्रेंच युद्धपद्धतींचा अभ्यास करून अद्ययावत लष्करी तंत्र आत्मसात केलेल्या हैदरने ईस्ट इंडिया कंपनीला जोरकस टक्कर दिली. १७८० मध्ये आपला मुलगा टिपू सुलतान याच्या समवेत हैदरने पोल्लिलूरच्या युद्धात कंपनीला पळता भुई थोडी केली.

टिपू सुलतान (१७५०-९९)

टिपू सुलतान म्हैसूरचा लढाऊ राजा होता. ईस्ट इंडिया कंपनीच्या विरोधात त्याने अनेक मोहिमा काढून त्यांना नामोहराम केलं. त्यापैकी १७८०ची पोल्लिलूरची

मोहीम विशेष लक्षणीय ठरली. आपले वडील हैदरअली यांच्या पश्चात, १७८२ मध्ये टिपू 'सुलतानपदी' नियुक्त झाला. शांतीच्या काळात अत्यंत कार्यक्षमतेने व कल्पकतेने म्हैसूरवर राज्य करणाऱ्या टिपूने, युद्धकाळात तितकंच रौद्ररूप दाखवलं. १७९२ मध्ये त्याला कॉर्नवॉलिसने मराठे व निझाम यांच्यासोबत केलेल्या तिहेरी युतीसमोर मान तुकवून स्वतःचं अर्ध राज्य गमवावं लागलं. १७९९ मध्ये लॉर्ड वेलेस्लीच्या हातून टिपूचा पराभव आणि मृत्यू झाला.

७) मराठा

छत्रपती शिवाजी भोसले (मृ. १६८०)

अतिशय कर्तबगार व प्रसिद्ध योद्धे म्हणजे छत्रपती शिवाजी राजे. त्यांनी उद्ध्वस्त झालेल्या विजापूरच्या आदिलशाही राजवटीला पराभूत करून दख्खनमध्ये स्वराज्य उभं केलं. त्यानंतर शिवाजी महाराजांनी अनेक वर्षं मुघल साम्राज्याशी लढा दिला. त्यांनी अनेक उत्कृष्ट किल्ले बांधले व स्वतंत्र नौदल उभं केलं आणि मुघल प्रदेशांवर भरपूर हल्ले केले. १६७४ मध्ये रायगडला त्यांच्या आयुष्याच्या अंतिम काळात शिवाजी महाराजांचा दोनदा राज्याभिषेक झाला आणि ते छत्रपती झाले.

नाना फडणवीस (१७४२-१८००)

पेशवे दरबारात पंतप्रधान असलेल्या नाना फडणवीसांची धूर्त आणि मुत्सद्दी राजकारणी अशी ख्याती होती- 'आता विलग असलेल्या सगळ्या भारतीय राजा-उमरावांना आपसांतले मतभेद बाजूला ठेवून एकत्र येण्याची नितांत गरज आहे, हे त्यांनी सर्वांत आधी ओळखलं होतं. हे सगळे एकत्रितपणे लढायला तयार झाले, तरच सध्या पुरेशा नेतृत्वाअभावी कमकुवत पडलेल्या परकीय शक्तीला देशाबाहेर घालवू शकू,' या विचाराने, नाना फडणवीसांनी निझाम व म्हैसूरच्या सुलतानासोबत तिहेरी युती करण्याचा प्रयत्न केला होता,पण त्यांचं हे कार्य पूर्णत्वाला जाऊ शकलं नाही.

तुकोजी होळकर (१७२३-९७)

पानिपतच्या युद्धातून बचावलेला धाडसी मराठा सरदार. नंतरच्या काळात उत्तर हिंदुस्थानामध्ये होळकर आणि महादजी शिंदे यांच्यात पराकोटीचं शत्रुत्व निर्माण झालं.

महादजी शिंदे (१७३०-९४)

१७७०पासून उत्तर हिंदुस्थानामध्ये स्वतःची सत्ता अत्यंत प्रभावशाली केलेले मराठा सरदार व योद्धे. १७६१मध्ये पानिपतच्या युद्धामध्ये गंभीररीत्या जखमी झाल्यामुळे,

महादजी पुढे आयुष्यभर पायाने अपंग राहिले आणि त्यामुळे, त्यांचं वजन खूप वाढत गेलं. पण त्यांच्या तल्लख राजकारणी डोक्याने शारीरिक उणिवांची कमतरता भरून काढली. १७७१ पासून, त्यांनी शहा आलमला आपल्या पंखाखाली घेतलं आणि मुघलांना मराठ्यांच्या हातची कळसूत्री बाहुली बनवलं. जनरल बेनॉई द बॉइनच्या नेतृत्वाखाली महादजी शिंदेंनी उत्कृष्ट लष्कर उभं केलं. मात्र तुकोजी होळकरांबरोबरचं अनेक वर्षं चाललेलं कटू वैर, आणि साळबाईच्या तहादरम्यान कंपनीसोबत झालेल्या एकतर्फी शांततेच्या करारामुळे महादजींच्या मृत्यूनंतर अवघ्या नऊ वर्षांनी कंपनीला मराठ्यांवर कुरघोडी करता आली.

दुसरे बाजीराव पेशवे (१७७५-१८५१)
मराठा साम्राज्यातील अखेरचे पेशवे; त्यांनी १७९५ पासून १८१८ पर्यंत राज्य केलं. वयाच्या एकविसाव्या वर्षी मसनदीवर बसलेला बाजीराव हा लहान चणीचा, जरासा घाबरट तरुण होता. मराठा संघराज्य एकत्र ठेवण्यासाठी लागणारा अनुभव आणि आत्मविश्वास त्याच्यात नव्हता. त्यामुळे अनेक समस्या निर्माण होत गेल्या. अखेर, बाजीरावाने इंग्रजांबरोबर केलेल्या वसईच्या तहामुळे, एकेकाळी अत्यंत सशक्त असलेलं मराठा संघराज्य कोलमडून पडलं.

दौलतराव शिंदे (१७७९-१८२७)
१७९४ मध्ये महादजी शिंदेंचा मृत्यू झाला तेव्हा त्यांचा उत्तराधिकारी दौलतराव केवळ १५ वर्षांचा मुलगा होता. त्याच्याकडे बेनॉई द बॉइनने प्रशिक्षण दिलेलं उत्कृष्ट लष्कर होतं; पण त्याचा सुयोग्य वापर कसा करावा याचं ज्ञान नव्हतं. त्यात होळकरांबरोबरचं वैरही होतं. त्यामुळे होळकर आणि शिंदे हे दोन सत्ताधीश ईस्ट इंडिया कंपनीशी लढण्यासाठी एकत्र येऊ शकले नाहीत. १८०३ मध्ये दुसरं अँग्लो-मराठा युद्ध घडलं. सदर युद्धानंतर ईस्ट इंडिया कंपनी हिंदुस्थानातील आद्यशक्ती बनली आणि ब्रिटिश राजवटीचा पाया रचला गेला.

यशवंतराव होळकर (१७७६-१८११)
यशवंतराव होळकर तुकोबा होळकरांचे अनौरस पुत्र होते. अतिशय उत्तम योद्धा असलेल्या यशवंतरावांकडे मुत्सुद्दीपणाचा अभाव होता. ईस्ट इंडिया कंपनीने त्यांच्यातील याच अभावाचा गैरफायदा घेऊन, आधी शिंदेंना पराभूत केले, मग यशवंतरावांना शरणागती पत्करायला लावून, मराठा संघराज्य खिळखिळं केलं. परिणामी, १८०३च्या शेवटी, हिंदुस्थानच्या बहुतेक भूभागांवर ईस्ट इंडिया कंपनीने ताबा मिळवला होता.

परिचय

इंग्रजी भाषेमध्ये प्रवेश केलेल्या सुरुवातीच्या काही शब्दांपैकी सगळ्यात पहिला शब्द होता-लूट. ऑक्स्फर्ड इंग्लिश डिक्शनरीच्या मते, अठराव्या शतकाच्या शेवटच्या पर्वापर्यंत हा शब्द भारतातसुद्धा उत्तर भारताच्या पठारापुढे फारसा कुणाला परिचित नव्हता. पण मग अचानक इंग्लंडमध्ये 'लूट' ही संज्ञा सर्वतोमुखी होऊ लागली. हा बदल कसा आणि का घडून आला हे समजण्यासाठी 'वेल्श मार्चेस' परिसरातील 'पोविस कॅसल'ला भेट द्यायला हवी.

तेराव्या शतकामध्ये 'ओवेन ग्रफीद ॲप ग्वेनविनविन' नावाच्या वेल्श राजपुत्रानं हा 'पोविस कॅसल' बांधला होता. आपल्या वेल्स प्रांताची सत्ता इंग्रजांच्या हाती दिल्याबद्दल, इंग्रजांनी त्याला एक मोठं वतन भेट दिलं होतं. त्याच जमिनीवर ओवेनने आपला किल्लेवजा वाडा बांधला होता. तेराव्या शतकात या वाड्याला फारसं महत्त्व मिळालं नाही; पण मग कालांतराने ईस्ट इंडिया कंपनी त्याचा वापर करू लागल्यावर 'पोविस कॅसल' अचानक प्रकाशझोतात येऊ लागला.

आजही 'पोविस'च्या खोल्यांमध्ये ईस्ट इंडिया कंपनीनं भारतातून लुटून नेलेल्या एकाहून एक मौल्यवान वस्तूंचा भरणा आहे! वेल्ससारख्या लहानशा प्रांतातल्या या खासगी घरात मुघल सल्तनीतल्या जितक्या मौल्यवान वस्तू आहेत, तितक्या दिल्लीच्या 'नॅशनल म्यूझियम'मध्ये सुद्धा नाहीत! लालसर झाक असलेल्या सोन्याची कलाकुसर केलेले हुक्के; रत्नजडित कट्यारी; टपोरे माणिक; चकाकणारे पाचू... पुष्कराज आणि नीलमने जडवलेली वाघाची मुंडकी; उत्कृष्ट विणकाम केलेल्या रेशमी झालरी; देवी-देवतांच्या मूर्ती आणि हत्तीच्या पाठींवर चढवली जाणारी झूल... अशा असंख्य संस्मरणीय वस्तू आहेत. तसंच बंगालचा नवाब सिराज-उद-दौलानं प्लासीच्या रणांगणावर टाकून दिलेली पालखी आणि म्हैसूरचा वाघ म्हणून प्रसिद्ध असलेल्या टिपू सुलताननं आपल्या मोहिमेदरम्यान वापरलेला तंबू, या दोन गोष्टीसुद्धा इंग्रजांच्या विजयाची चिन्हं म्हणून दिमाखानं मांडलेली आहेत.

या सगळ्या वस्तूंची मोहिनी इतकी प्रखर आहे, की मी स्वत: जेव्हा 'पोविस कॅसल'ला भेट द्यायला गेलो, तेव्हा या सर्व वस्तूंमध्ये एक भलंमोठं चित्र माझ्या नजरेतून निसटलं असतं. कदाचित हे चित्र चित्रकलेच्या दृष्टीनं फार महान नसेल, पण वाड्यामध्ये वरच्या मजल्यावरच्या एका खोलीच्या दरवाज्यावर लावलेल्या या चित्राची महती फार मोठी आहे; कारण त्याद्वारेच या सगळ्या बहुमोल वस्तू इथपर्यंत कशा येऊन पोहोचल्या याचा खुलासा होतो. सदर चित्रामध्ये सोनेरी जरीचे कपडे घातलेला, थकलेल्या चेहऱ्याचा एक भारतीय राजपुत्र आपल्या सिंहासनावर बसलेला आहे. त्याच्या डाव्या बाजूला त्याच्याच लष्करातले सैनिक भाले आणि कट्यारी घेऊन उभे आहेत; तर त्याच्या उजवीकडे, झगे घातलेली गोऱ्या कातडीची काही माणसं उभी आहेत. त्यातल्या एका गुबगुबीत गृहस्थाच्या हातात राजपुत्र कसलीशी गुंडाळी खुपसताना दिसतो आहे.

ऑगस्ट १७६५मध्ये, दिल्लीमधून हद्दपार झालेला आणि ईस्ट इंडिया कंपनीकडून पराभूत झालेल्या मुघल बादशहा शहा आलमने, आपल्या सगळ्यांत समृद्ध प्रदेशांचे आर्थिक व्यवहार ईस्ट इंडिया कंपनीच्या हाती सोपवले. त्याच्या हातातल्या गुंडाळीमध्ये शहा आलमने बंगाल, बिहार, व ओरिसामधल्या आपल्या मुघल अधिकाऱ्यांना बरखास्त करून, त्यांच्या जागी रॉबर्ट क्लाइव्ह निवडेल त्या इंग्रज व्यापाऱ्यांना आणि अधिकाऱ्यांना रुजू करण्याची परवानगी दिली होती! सदर हुकूमामुळं मुघलांसाठी कर व महसूल गोळा करण्याचं कार्य एका आंतरराष्ट्रीय महामंडळाच्या हाती सोपवलं गेलं. तेही अशा महामंडळाच्या हाती जिच्याकडं स्वत:चं बलाढ्य लष्कर होतं. हे चित्र त्या काळाचं आणि त्या काळातल्या घडामोडींचं द्योतक आहे.

कंपनीची स्थापना झाली तेव्हाच तिला 'गरज पडली तर युद्ध करण्याचा', परवाना दिला गेला होता. या परवानगीचा मनमानी वापर करून आणि बळ वापरून कंपनीनं आपली अनेक कामं मार्गी लावली होती. १६०२मध्ये पोर्तुगीज जहाज लुटण्यापासून या मनमानीची सुरुवात झाली होती. १६३०पासून[१] त्यांनी भारतातल्या आपल्या वसाहती भोवतालच्या लहानसहान प्रांतांवर सत्ता गाजवायला सुरुवात केली होती. अखेर १७६५ मध्ये कंपनीचा संपूर्ण कायापालट झालेला दिसला. रेशीम आणि मसाल्यांचा व्यापार करण्यासाठी म्हणून भारतात दाखल झालेली ही लहानशी कंपनी आता २५० कारकून आणि २०,००० सैनिक पदरी बाळगणारी, जगातल्या सर्वांत श्रीमंत मुघल राजवटीची सार्वभौम सत्ताधीश बनली होती! व्यापारी संस्थेपासून अतिशय आक्रमक व महत्त्वाकांक्षी वसाहतवादी शक्ती बनण्याची तिची प्रक्रिया पूर्ण झाली होती!

१८०३पर्यंत कंपनीच्या खासगी लष्करामध्ये २,००,००० सैनिक होते.

त्याद्वारे त्यांनी संपूर्ण भारतावर आपली सत्ता स्थापन केली. आश्चर्याची गोष्ट म्हणजे हा विजय मिळवण्यासाठी त्यांना जेमतेम पन्नास वर्षं लागली! बंगालमध्ये १७५६ मध्ये पहिली मोहीम सुरू झाल्यापासून पुढच्या सत्तेचाळीस वर्षांमध्ये अवघ्या भारताचं प्रशासन लंडनमधल्या एका कार्यालयामधून केलं जाऊ लागलं. अर्थातच, जुने जाणते मुघल अधिकारी या बदलामुळं नाराज होते. 'काय किंमत राहिली आहे आमची? इतकी वर्षं निष्ठेनं सेवा केल्यावर, इतका अनुभव गाठीशी बांधल्यानंतर, आज आम्हाला त्या व्यापाऱ्यांकडून आदेश घ्यावे लागत आहेत, ज्यांना अजून धड स्वतःचं ढुंगण धूता येत नाही!?' अशी त्यांची प्रतिक्रिया होती[२].

आजही आपण भारतातल्या इंग्रज राजवटीबद्दल बोलत असतो, पण त्या शब्दांमधून वा विधानांमधून त्या काळी वास्तवात किती भीषण चित्र निर्माण झालं होतं याची पुरेशी कल्पना येत नाही. आपण एक महत्त्वाची बाब लक्षात घेतली पाहिजे - अठराव्या शतकात हिंदुस्थानचे लचके तोडणारी संस्था खुद्द इंग्रज सरकार नसून, अनियंत्रितपणे कारभार चालवणारी एक खासगी कंपनी होती. लंडनच्या एका गल्लीमध्ये जेमतेम पाच खिडक्या असलेल्या एका लहानशा कार्यालयामधून हा इतका मोठा उपद्व्याप यांना जमला तरी कसा? त्याचं उत्तर त्यांनी भारताचं व्यवस्थापन ज्याच्या हाती दिलं होतं, त्या रॉबर्ट क्लाइव्हच्या धूर्त, आक्रमक, हिंसक आणि पराकोटीच्या स्वार्थी प्रशासन पद्धतीमध्ये दडलेलं होतं! केवळ आपल्या कंपनीची आणि गुंतवणुकदारांची शक्य तितकी भरभराट करता यावी, या एका हेतूनं कारभार केलेल्या क्लाइव्हनं भारताच्या राजकारणाचा चेहरामोहरा पार बदलून टाकला!

एकोणिसाव्या शतकाच्या मधल्या काळात - म्हणजे ज्याला 'व्हिक्टोरियन पीरियेड' म्हणतात त्या काळात - आपल्या पूर्वजांनी ज्या चलाख आणि जुलुमी पद्धतीनं भारतात ब्रिटिश राजवट वसवली, त्याबद्दल ब्रिटिश समाजाला स्वतःची लाज वाटू लागली. सदर काळातील लोकांच्या मतानुसार, कोणत्याही देशामध्ये बदल घडवून आणण्यात सामूहिक मतैक्यानं केलेल्या राजकारणाचा हात असावा; स्वतःचे खिसे भरण्यासाठी वाटेल त्या थराला जाऊ शकणाऱ्या खासगी मंडळांचा नाही. दुसऱ्या बाजूला, यांच्यापैकी काही लोकांनी ब्रिटिश राजवटीचं समर्थन केल्याचेही दाखले आहेत; पण ते कसं? तर, ब्रिटिशांमुळे भारतात ज्ञानाची, अभियांत्रिकी कौशल्याची आणि कलाकुसरींची नवीन कवाडं उघडी झाली या मुद्द्यांवरून. मात्र सदर समर्थक सोयीस्कररीत्या हे विसरतात की, हे 'प्रगतिशील बदल' घडवून आणण्याआधी ब्रिटिशांनी आधीच खूप समृद्ध असलेल्या भारताची यथेच्छ लूट केली होती.

'पोविस कॅसल'प्रमाणेच वर्तमानातल्या वेस्टमिन्स्टर संसदेच्या सेंट स्टीफन्स

या स्वागतकक्षामध्ये विल्यम रोथेनस्टीननं चितारलेलं एक चित्र बघायला मिळतं. या चित्राद्वारे, व्हिक्टोरियन काळातल्या लोकांनी आपल्या पूर्वजांच्या काळ्या कृत्यांना सभ्यतेचा मुखवटा चढवण्यासाठी इतिहासाची पुनर्रचना कशी केली, हे स्पष्ट होतं. भित्तिचित्रांची शृंखला असलेल्या 'द बिल्डिंग ऑफ ब्रिटन' या चित्रामध्ये इंग्लंडच्या इतिहासातील महत्त्वाचे टप्पे चितारलेले होते : ८७७ मध्ये राजा अ‍ॅल्फ्रेडनं डेन्सचा केलेला पराभव, १७०७मध्ये इंग्लंड व स्कॉटलण्डच्या संसदांचं झालेलं एकत्रीकरण इत्यादी.

याच चित्रामध्ये भारताबद्दल जे चित्रण केलं आहे, त्यात एक राजपुत्र आपल्या सिंहासनावर विराजमान झालेला दिसतो. नेहमीप्रमाणे दरबार भरलेला आहे; राजपुत्राचे सेवक व मंत्री आजूबाजूला अदबीनं उभे आहेत आणि एक इंग्रज अधिकारी सिंहासनाच्या समोर उभा आहे. मात्र यामध्ये असलेलं सत्तेचं संतुलन फार निराळं आहे.

सदर चित्रात दाखवलेला इंग्रज अधिकारी जेम्स वनने १६१४ मध्ये मुघल दरबारी दूत म्हणून पाठवलेला सर थॉमस रोए हा इसम आहे. सिंहासनावर विराजमान असलेला राजपुत्र हा त्या काळचा सत्ताधीश बादशहा जहांगीर आहे. चित्रामध्ये दर्शविलेला काळ हा मुघल साम्राज्याचा सोनेरी काळ म्हणता येईल. मुघलांच्या हातात सत्ता आणि तिजोरीत संपत्तीची लयलूट होती. जहांगीरनं आपले वडील अकबर यांच्याकडून दोन महाकाय प्रदेश वारसा म्हणून मिळवले होते. आताच्या काळातलं पाकिस्तान व बांगलादेश यांना समाविष्ट करून बनलेला त्या काळचा हिंदुस्थान आणि अफगाणिस्तान हे दोन्ही देश जहांगीरच्या अधिपत्याखाली होते. त्याच्यापेक्षा मोठं साम्राज्य फक्त चायनामधल्या मिंग घराण्याकडं होतं. जहांगीरच्या हाताखाली प्रजा म्हणून असलेल्या माणसांची संख्या ही ऑटोमन राजवटीच्या अधिपत्याखाली असलेल्या प्रजेपेक्षा पाच पट जास्त (सुमारे १०० दशलक्ष) होती. जागतिक बाजारपेठेत विकायला येणारा एक-चतुर्थांश माल हा जहांगीरच्या प्रजेनं उत्पादित केलेला असे.

अकबराच्या राजवटीमध्ये हिंदुस्थानात स्थलांतरित झालेल्या युरोपीय लोकांचा रानटीपणा घालवून त्यांना सुसंस्कृत बनवण्याचं कार्य हाती घेतलं होतं; पण लवकरच अकबरानं तो नाद सोडून दिला; कारण त्याला ते काम अशक्यप्राय वाटू लागलं. चित्रविचित्र वस्तू आणि जंगली प्राण्यांवर त्याचं निरतिशय प्रेम होतं. त्यानं तुर्कांचं स्वागत ज्या प्रकारे केलं होतं, त्याचप्रकारे सर थॉमस रोएचंही स्वागत केलं. त्यानं रोएला युरोपविषयी निरनिराळ्या विषयांवर गुंतागुंतीचे प्रश्न विचारून भंडावून सोडलं. उपरोक्त चित्र बनवण्याचं कंत्राट देणाऱ्या मंडळानं आपल्या चित्रकारांना, जहांगीर आणि रोएच्या भेटीला हिंदुस्थान व इंग्लंडच्या नातेसंबंधांची सुरुवात म्हणून चितारण्याचे आदेश दिले. वास्तविक या पुस्तकाच्या पहिल्या प्रकरणामध्ये

लिहिल्यानुसार, या दोन राष्ट्रांमधील नातेसंबंधांची सुरुवात वाटाघाटी आणि शाही दूतांच्या भेटीगाठींनी झाली नव्हती. ईस्ट इंडिया कंपनीनं धाडलेल्या कॅप्टन व्हिलियम हॉकिन्स या मद्यपी अधिकाऱ्याला पाठवून सुरू केलेल्या व्यापारी करारानं झाली होती. आग्र्याला आल्यावर बादशहानं हॉकिन्सला एक हिंदुस्थानी स्त्री पत्नी म्हणून देऊ केली. तिला घेऊन हॉकिन्स मोठ्या आनंदानं इंग्लंडला परतला होता. 'हाउस ऑफ कॉमन्स'मध्ये लावलेल्या चित्रात, इतिहासाची ही आवृत्ती सोयीस्करपणे नजरेआड करण्यात आलेली आहे.

अनेक बाबींमध्ये ईस्ट इंडिया कंपनी ही व्यापारी आणि कारभारी कार्यक्षमतेचं द्योतक ठरली. स्थापनेला शंभर वर्षं झाल्यावरही तिच्या मुख्यालयातल्या कर्मचाऱ्यांची संख्या केवळ ३५ होती! मात्र हिंदुस्थानात त्यांच्यासाठी काम करणाऱ्या कंत्राटी, हंगामी, आणि स्थलांतरित कर्मचाऱ्यांनी मिळून व्यापार क्षेत्राच्या इतिहासात 'न भूतो ना भविष्यती'च्या धर्तीवरची कामगिरी करून दाखवली हे निराळं. अर्थात या कामगिरीला गौरवास्पद म्हणणं फारसं योग्य ठरणार नाही. लष्करी मोहिमा, निरागस जनतेवर केले जाणारे निर्दयी जुलूम आणि दक्षिण आशिया प्रदेशाची केलेली निर्लज्ज लूट या सगळ्यांमुळे कंपनीची 'राजवट' इतिहासाच्या पानांमध्ये काळ्या अक्षरांत लिहिली जाणारी ठरली!

इतिहासकारांच्या मते, कंपनीच्या विस्मयकारक यशासाठी अनेक गोष्टी कारणीभूत ठरल्या : पूर्वी एकसंध असलेल्या मुघल सत्तेची छकलं केली जाणं; फ्रेडरिक द ग्रेटनं युरोपीय राष्ट्रांना देऊ केलेली अद्ययावत शस्त्रं व तंत्रं; आणि विशेषत: कंपनीनं युरोपीय प्रशासन, वित्तीय व्यवहार इत्यादींमध्ये आणलेले आमूलाग्र बदल. या सर्व गोष्टींमुळे त्यांना वेळप्रसंगी भरपूर आर्थिक पाठबळ मिळत गेलं. हिंदुस्थानातील 'गव्हर्न्मेंन्ट हाउस'मधून नवीन बांधकामं, वाघाच्या शिकारी, सैनिकांचे गणवेष इत्यादींसाठी मंजूर केलेल्या रकमांचं गणित, ईस्ट इंडिया कंपनीला होणाऱ्या फायद्या-तोट्यानुसार ठरत असे. 'लंडन स्टॉक एक्स्चेंज'मध्ये चढ-उतार करणाऱ्या त्यांच्या रोख्यांच्या किमतीचाही या गणितावर प्रभाव असे.

मात्र या सगळ्यापेक्षाही ईस्ट इंडिया कंपनीच्या यशासाठी सगळ्यांत महत्त्वाचं कारण होतं, ते म्हणजे तिला इंग्लंडच्या संसदेकडून मिळणारा पाठिंबा. अठराव्या शतकामध्ये त्यांच्यातील नातं सर्वार्थानं फुलून आलं - इतकं, की अखेर तिचं स्वरूप आजच्या काळात ज्याला 'पब्लिक-प्रायव्हेट पार्टनरशिप' म्हणता येईल, असं झालं. हिंदुस्थानातून भरपूर संपत्ती कमवून आलेले क्लाइव्हसारखे उच्चाधिकारी लंडनला परतल्यावर याच पैशांच्या जोरावर राजकारण्यांचा आधार आणि संसदेमध्ये स्वत:साठी जागा, हे दोन्ही विकत घेऊ लागले. त्या बदल्यात संसदेनं कंपनीला राज्याच्या अख्त्यातरित असणाऱ्या गोष्टींची मदत केली : फ्रेंच आणि इंग्रज ईस्ट

इंडिया कंपनीमधलं वितुष्ट टोकाला गेल्यावर इंग्रज सरकारनं आपल्या कंपनीला जहाजं व माणसं या दोन्हींची मदत केली.

कंपनीनं आपल्यासमोर दोन लक्ष्यं ठेवली होती - पहिलं, त्यांची कर्मभूमी, म्हणजेच ते प्रदेश जिथं ते व्यापार करत होते; आणि दुसरं त्यांची जन्मभूमी, म्हणजेच तो देश जिथं त्यांची पाळंमुळं रुजली होती. म्हणूनच इंग्लंडमधले त्यांचे वकील, मदत करणाऱ्या व्यक्ती, खासदार असलेले गुंतवणूकदार यांनी सातत्यानं संसदेतील सभासदांना कंपनीच्या बाजूनं वळवून, तिला फायद्याचे ठरतील असे नियम करायला भरीस घातलं. 'कॉर्पोरेट लॉबीइंग'[i] या प्रकारची जननी ईस्ट इंडिया कंपनी होती, असं म्हटलं तर ते गैर ठरणार नाही. १६९३ मध्ये म्हणजेच कंपनीच्या स्थापनेनंतर शंभर वर्षांनी ही बाब उघड झाली, की ईस्ट इंडिया कंपनी आपल्या रोख्यांद्वारे प्रभावशाली खासदारांना चक्क विकत घेत होती! कंपनीच्या बाजूनं निर्णय घेऊ शकणाऱ्या मंत्री व खासदारांना वर्षाकाठी १२०० पौंडांपर्यंत पैसे दिले जात होते. संसदेनं या प्रकरणाची चौकशी केली आणि कंपनीला लाचखोरी व वशिलेबाजीच्या मुद्यांवर दोषी ठरवलं. या चौकशीनंतर, कौन्सिलच्या लॉर्ड प्रेसिडेन्टवर महाभियोगाचा खटला चालवला गेला आणि कंपनीच्या गव्हर्नरला अटक झाली.

जरी ईस्ट इंडिया कंपनीचं व्यापारी भांडवल बहुतेक वेळा इंग्रज सरकारकडेच कर्जाऊ दिलेलं असलं, तरी वेळप्रसंगी सरकारपासून आपल्याला असलेल्या कायदेशीर मोकळिकीचा कंपनी व्यवस्थित फायदा घेत असे. उदाहरणार्थ, कंपनीनं अगदी जोरदार वाद घालून हे सिद्ध केलं, की १७६५ मध्ये शहा आलमने देऊ केलेले दिवाणीचे हक्क हे केवळ कंपनीच्या मालकीचे होते; त्यातून मिळणाऱ्या (भरघोस) रकमेवर इंग्लंड सरकारचा काहीही हक्क नव्हता. खरं तर ईस्ट इंडिया कंपनीलाही दिवाणी मिळवण्याइतपत सक्षम करण्यासाठी लागलेल्या असंख्य लष्करी व नौदल मोहिमांसाठी अनेक वर्षं सरकारनं आर्थिक मदत केली होती! या संदर्भात,संसदेमध्ये कंपनीच्या बाजूनं उभ्या राहिलेल्या खासदारांचा कंपनीच्या बाजूनं बोलण्यात वैयक्तिक स्वार्थ दडलेला होता. कंपनीमधल्या गुंतवणूकदारांपैकी एक-चतुर्थांश सदस्य संसदेतले खासदार होते. सरकारनं कंपनीवर अंमल बसवला तर तिच्या रोख्यांची किंमत कमी होऊन, त्यांचं नुकसान होणार होतं. याच कारणास्तव सदर खासदारांनी कंपनीला परकीय प्रतिस्पर्ध्यांपासून सुरक्षित ठेवता यावं म्हणून इंग्लंडच्या परराष्ट्रीय धोरणांमध्ये महत्त्वाचे बदल करून घेतले होते.

---

i व्यापारी व औद्योगिक क्षेत्रामध्ये ओळखीपाळखी व वशिलेबाजीनं आपली कामं करून घेणं.

चित्रामध्ये दाखवलेल्या घडामोडींचे विपरीत परिणाम होणारच होते! खासगी संस्था असलेली ईस्ट इंडिया कंपनी केवळ आपल्या भागधारकांना वा गुंतवणुकदारांना उत्तरदायी होती. त्यात जिथं तिची कर्मभूमी होती त्या प्रांतांच्या कल्याणाशी किंवा दीर्घकालीन उत्कर्षाशी तिचं काही देणंघेणं नव्हतं. त्यामुळे कंपनीनं केवळ आपला फायदा हे एकच लक्ष्य डोळ्यासमोर ठेवून, बंगालची निष्ठूर लूटमार सुरू केली आणि कंपनी बंगालकडून मिळणारा पैसा पश्चिमेकडे पाठवत राहिली. कंपनीच्या या धोरणात अपराधीपणाची कोणतीही भावना नव्हती.

काही काळानं सततच्या युद्धांमुळे जेरीस आलेला तो प्रांत, १७६९च्या दुष्काळामुळे आणि त्यानंतर लादल्या गेलेल्या जुलमी करांमुळे, अगदीच कंबर मोडल्यागत झाला. लोकांची आबाळ दुलर्क्षित करून वाट्टेल त्या प्रकारे शक्य तितकं धन गोळा करण्याच्या कंपनीच्या क्लृप्त्या व कृतींवर आजच्या काळात मानवाधिकार संस्थांनी जबरदस्त आक्षेप घेतला असता. मात्र त्या काळी तशी पद्धत नसल्यानं, बंगालमधला पैसा झपाट्यानं इंग्लंडच्या तिजोऱ्यांमध्ये जायला लागला आणि तिथले स्थानीय विणकर व कलाकार इंग्रज अधिकाऱ्यांचे नोकर झाले.

बंगालच्या अपरिमित लूटमारीमधला बराचसा पैसा थेट क्लाइव्हच्या खिशात गेला. बंगालमधून इंग्लंडला परतताना त्याची वैयक्तिक संपत्ती सुमारे २,३४,०००[ii] पौंड होती! 'स्वबळावर संपत्ती कमावलेल्या' युरोपमधल्या सर्वांत श्रीमंतांपैकी क्लाइव्हचा नंबर बराच वरचा होता. १७५७ मध्ये इंग्रजांनी प्लासीचं युद्ध जिंकलं; या यशासाठी लष्करी कौशल्याइतकाच विश्वासघात, बनावटी कंत्राटं, लाचखोरी आणि लोभी पेढीमालकांची मदत याही गोष्टी कारणीभूत होत्या. अशा प्रकारे जिंकलेल्या प्लासीच्या युद्धानंतर, क्लाइव्हने ईस्ट इंडिया कंपनीच्या तिजोरीमध्ये बंगालच्या पराभूत सत्ताधिशांकडून हिसकावून घेतलेली तब्बल २.५ दशलक्ष पौंडांची रक्कम जमा केली! बंगालमधून लुटलेल्या सगळ्या मौल्यवान चीजवस्तू, सुमारे शंभर नौकांमध्ये भरून मुर्शिदाबादमधल्या नवाबाच्या महालापासून कलकत्त्यातील फोर्ट विल्यमकडे गंगेद्वारे पाठवल्या गेल्या. यांतून मिळालेल्या उत्पन्नाचा काही भाग पुढे पोविसच्या पुनर्बांधणीसाठी खर्च केला गेला.

पोविसमधील क्लाइव्ह आणि शहा आलमचं चित्र काही अंशी फसवं आहे. चित्रकार बेन्जामिन वेस्ट कधी हिंदुस्थानला गेलेला नव्हता. त्याही काळी एका टीकाकारानं नमूद केलं होतं की, सदर चित्राच्या पार्श्वभूमीवर दिसणारी मशिद ही बऱ्याच प्रमाणात सेंट पॉल्स चर्चच्या इमारतीसारखी दिसत होती. वास्तविक, कुठलाही मोठा समारंभ झालेला नव्हता. सगळा व्यवहार, इंग्रजांनी मुघलांकडून

---

ii आजच्या काळातले £ २६२.५ दशलक्ष

नुकत्याच हस्तगत केलेल्या अलाहाबादच्या किल्ल्याजवळ उभारलेल्या क्लाइव्हच्या तंबूमध्ये, खासगीत करण्यात आला होता. शहा आलमचं रेशमी सिंहासन वास्तवात क्लाइव्हच्या जेवणाच्या टेबलाची खुर्ची होती! सदर समारंभासाठी या खुर्चीवर बऱ्यापैकी चादर चढवली होती, इतकंच!

इतिहासाच्या पानांमध्ये जरी या कराराला 'अलाहबादचा तह' म्हणून संबोधलं जात असलं, तरी खरंतर त्या प्रसंगी क्लाइव्हनं आपल्या आक्रमक स्वभावानुसार कलमं नमूद केली होती आणि बिथरलेल्या शहा आलमने त्यावर निमूटपणे सही केली होती. गुलाम हुसेन खाननं नमूद केल्यानुसार : 'इतक्या महत्त्वाच्या वाटाघाटी व व्यवहार करण्यासाठी हुशार दूत, वकील इत्यादींची गरज होती. पण क्लाइव्हनं या सगळ्यांना काट देऊन, आपल्या मर्जीतल्या मंत्र्यांना हाताशी धरून अक्षरश: गुरांच्या बाजारात बैल विकण्यासाठी जितका वेळ लागेल तितक्या वेळात (आणि पद्धतीनं) सगळा कारभार उरकला[३]!

अगदी थोड्याच दिवसांत ईस्ट इंडिया कंपनी पूर्ण जगावर स्वार झाली होती. जवळ जवळ एकहाती, तिनं रोमन काळापासून पश्चिमेकडून पूर्वेकडे जाणाऱ्या संपत्तीचा ओघ उलट्या दिशेनं फिरवण्याचा चमत्कार करून दाखवला होता! कंपनीनं चायनाकडे अफू नेऊन तिथे अफूचा अतिशय फायदेशीर व्यापार सुरू केला. कालांतरानं, हाँगकाँगमध्ये आपल्या या व्यापारासाठी कायमस्वरूपी सुरक्षित तळ निर्माण करून सदर व्यापारावर आपला एकाधिकार राहावा, यासाठी त्यांनी 'ओपियम वॉर्स'[iii] आरंभल्या.

दुसऱ्या बाजूला कंपनीनं अमेरिकेतील मॅसच्यूसेट्स येथे चायनामधून आणलेला चहा नेला; हा चहा बोस्टनच्या बंदरामध्ये टाकल्यामुळे 'अमेरिकन वॉर ऑफ इंडिपेन्डन्स'ची नांदी झाली. हे युद्ध सुरू होण्यापूर्वी अमेरिकेतील देशभक्तांनाही भीती होती की, ईस्ट इंडिया कंपनीनं, आपल्या सरकारच्या सांगण्यानुसार हिंदुस्थानात जसा लूटमारीचा धुमाकूळ घातला आहे, तसाच तो अमेरिकेतही घालतील. नोव्हेंबर १७७३ मध्ये देशभक्त जॉन डिकिन्सननं कंपनीच्या चहाला 'शापित कचरा' असं संबोधून, 'ईस्ट इंडिया कंपनीनं अमेरिकेत आपलं राज्य प्रस्थापित केलं, तर आपल्या देशांमध्ये उंदरांचा सुळसुळाट झाल्यासारखं होईल,' असे विचार व्यक्त केले होते. 'दिवाळखोरीत चाललेल्या ईस्ट इंडिया कंपनीनं आधीच ना ना अत्याचार करून, कट-कारस्थानं करून बंगालची दैना केलेली आहे. आता त्यांचं लक्ष अमेरिकेकडे लागलेलं आहे. आपल्या हीन विचारांमधून निघणारे क्रूर अत्याचार व जुलूम त्यांना आता अमेरिकेच्या जनतेवर लादायचे आहेत,' असं डिकिन्सनचं

---

iii अफूवरून झालेली युद्धं

म्हणणं होतं[४].

१८०३पर्यंत कंपनीनं दिल्लीवर ताबा मिळवून तिथल्या अंध बादशहाला आपल्या हातचं बाहुलं बनवेपर्यंत, त्यांच्या खासगी लष्करामध्ये २,००,०००हून अधिक माणसांची भरती झालेली होती. खुद्द इंग्रज सरकारचं लष्करही इतकं मोठं नव्हतं.

युरोपच्या एका कोपऱ्यामध्ये बसून काही मूठभर व्यापारी दिल्लीपासून आसामपर्यंत पसरलेल्या विस्तीर्ण भूभागावर सत्ता गाजवत होते. हिंदुस्थानच्या पूर्वेला असलेली बहुतेक संपूर्ण किनारपट्टी तसंच पश्चिमेला गुजरात व केप कोमोरिनच्या मध्ये असलेली अनेक मोक्याची ठिकाणं ही सगळी कंपनीच्या ताब्यात होती. जेमतेम चाळीस वर्षांमध्ये कंपनीनं ५० ते ६० दशलक्षांची लोकसंख्या असलेल्या उपखंडावर ताबा मिळवला होता. त्यांच्या अंगठ्याखाली असलेले नवाब आणि राज्यपाल, आकार व लोकसंख्येने युरोपातील कैक देशांपेक्षा मोठ्या असलेल्या प्रदेशांवर अधिराज्य गाजवत होते.

कंपनीच्या एका संचालकानं म्हटल्यानुसार, 'ईस्ट इंडिया कंपनी म्हणजे एका साम्राज्यामध्ये वसलेलं साम्राज्य होतं'; असं साम्राज्य जिच्याकडे एका चुटकीसरशी पूर्वेमध्ये कुठेही युद्ध किंवा शांती आणायची ताकद होती. काळाच्या या टप्प्यापर्यंत कंपनीनं उत्कृष्ट प्रशासकीय व नागरी सेवा निर्माण केल्या होत्या. कंपनीनं लंडनच्या डॉकलन्ड्सचा बहुतेक भाग बांधून काढला आणि इंग्लंडला मिळणाऱ्या अर्ध्याहून अधिक व्यापाराचं श्रेय स्वत:च्या नावावर लिहून घेतलं होतं. त्यामुळे साहजिकच कंपनी स्वत:ला 'विश्वातला सगळ्यात यशस्वी आणि धनवान व्यापारी समूह' मानायला लागली होती!

मात्र वर्तमानातल्या अजस्र व्यापारी संस्थांप्रमाणे ईस्ट इंडिया कंपनीदेखील जितकी बलशाली होती, तितकीच आर्थिक चढ-उतारांसमोर हतबलसुद्धा होती! दिवाणी मिळवल्यानंतर बंगालमधून येणाऱ्या अफाट पैशामुळे कंपनीच्या रोख्यांची किंमत रातोरात आभाळाला गवसणी घालू लागली होती; पण त्यानंतर जेमतेम सात वर्षांतच बंगालच्या दुष्काळानंतर कमी झालेल्या महसुलामुळे हेच रोखे जमिनीवर लोळण घेऊ लागले. कंपनीच्या डोक्यावर १.५ दशलक्ष पौंडांचं कर्ज चढलं; सरकारच्या तिजोरीत १ दशलक्ष पौंड[iv] कररकमेची थकबाकी झाली. ही बातमी कंपनीच्या व्यापारी विश्वात पसरू लागल्यावर एका मागोमाग एक करत युरोपमधल्या तब्बल तीस पेढ्या धुळीस मिळाल्या!

अखेर कंपनीला इंग्रज सरकारसमोर मान तुकवून आपल्या चुकांची कबुली द्यावी लागली व त्यांच्याकडून आर्थिक मदत मागावी लागली. १५ जुलै १७७२

---

iv आजचे £१५७.५ दशलक्ष आणि £१०५ दशलक्ष

रोजी कंपनीच्या संचालकांनी 'बँक ऑफ इंग्लंड'कडे ४,००,००० पौंडांचं कर्ज मिळवण्यासाठी अर्ज दाखल केला. त्यानंतर अवघ्या पंधरवड्यात त्यांनी अजून ३,००,००० पौंडांसाठी अर्ज केला; पण बँक त्यांना केवळ २,००,००० पौंडांची रक्कम देऊ शकली.[V] ऑगस्टपर्यंत कंपनीचे संचालक सरकारकडे अजून १ दशलक्ष पौंडांची गरज पडू शकते, असे गुप्त संदेश पाठवू लागले. एडमण्ड बर्केनं लिहिलेल्या अहवालामध्ये हे स्पष्ट नमूद केलं होतं की, ईस्ट इंडिया कंपनीच्या न संपणाऱ्या आर्थिक समस्या एके दिवशी अवघ्या देशाचा विनाश ठरतील!

पण खरं सांगायचं तर ईस्ट इंडिया कंपनीची व्याप्ती इतकी मोठी होती की, ती कोसळणं फार कठीण होतं. अखेर १७७३ मध्ये इंग्रज सरकारनं ईस्ट इंडिया कंपनीला बळकट हात दिला आणि त्या उपकाराच्या बदल्यात कंपनीवर आपलं नियंत्रण कायम केलं! इंग्लंडच्या इतिहासात असं पहिल्यांदाच घडलं होतं.

या पुस्तकामध्ये मी ईस्ट इंडिया कंपनीच्या कारभाराचा संपूर्ण इतिहास दिला असल्याचा दावा करत नाही; ना मी त्यांच्या व्यापाराच्या आर्थिक बाजूचं विश्लेषण मांडलेलं आहे. सदर पुस्तकाद्वारे मी केवळ या प्रश्नाचं उत्तर मिळवण्याचा प्रयत्न केला आहे की, अखेर लंडनमध्ये एका लहानशा कार्यालयात बसलेल्या मूठभर व्यापारी वा उद्योजकांनी इतकी शतके हिंदुस्थानवर अधिराज्य गाजवलेल्या बलाढ्य मुघल सत्तेला नेस्तनाबूत करून १७५६ ते १८०३ या कालावधीत हिंदुस्थानवर राज्य कसं केलं असेल?

या पुस्तकात कंपनीनं बंगाल व अवधचे नवाब म्हैसूरचा टिपू सुलतान व बलवान मराठा संघराज्य या सगळ्यांना पराभूत करून बादशहा शहा आलमला आपल्या अंगठ्याखाली कसं दाबून टाकलं, हे सांगणाऱ्या घटना आहेत. सुमारे पन्नास वर्षं कंपनीनं हिंदुस्थानात जुलमी राजवट मांडली आणि त्याद्वारे त्यांनी स्वतःला एका व्यापारी संस्थेमधून राजकीय महासत्तेमध्ये परिवर्तित केलं, याचा मूक साक्षीदार होणं, हेच शहा आलमचं नशीब होतं; किंबहुना शहा आलमचं आयुष्य हे या कथानकाचा कणा ठरलेलं आहे.

पूर्वीच्या इतिहासकारांनी आपल्या लेखनामध्ये अठराव्या शतकाला नेहमी 'डार्क एजेस' असं संबोधलेलं आहे. पण आता आपल्याला ही जाणीव होते आहे

V आजचे £४००,००० = £४२ दशलक्ष, £३००,००० = £३१.५ दशलक्ष, £२००,००० = £२१.५ दशलक्ष

की, त्यात फारसं तथ्य नाही. अठराव्या शतकामध्ये जरी मुघल साम्राज्याची अधोगती झाली असली, तरी त्यानंतर (आणि कदाचित त्यामुळे) हिंदुस्थानात इतर बऱ्याच ठिकाणी खूप आर्थिक समृद्धी आली[५]. अर्थात, त्यामुळे सदर काळामध्ये भयंकर अराजक मांडलं होतं, हे सत्य त्यामुळे बदलत नाही. याच कारणामुळे मुघल साम्राज्यामध्ये - विशेषतः दिल्ली व आग्र्याजवळच्या प्रांतांमध्ये – खूप उलथापालथ झाली. फकीर खैर उद-दिन इलाहबादीने म्हटल्यानुसार, 'या काळात बंडाळी आणि भ्रष्टाचार उघडपणे बोकाळू लागला; एकेकाळच्या शांत हिंदुस्थानामध्ये अराजक पसरू लागलं (दर अल-अम्न इ हिंदुस्थान दर अल-फितन गश्त). कालांतराने मुघल सत्तेमध्ये काही जोर राहिला नाही. ती केवळ नावापुरती होती.'[६]

अराजकतेच्या या पर्वाची नोंद केवळ गुलाम हुसेन खान वा फकीर उद-दिनच्या लेखनामध्येच नव्हे, तर त्या काळामध्ये हिंदुस्थानला भेट दिलेल्या प्रत्येक प्रवाशाच्या नोंदींमध्ये सापडते. याचाच अर्थ असा की, अराजकतेची पाळंमुळं खूप खोल रुजलेली होती आणि तिची फेरतपासणी व तद्नंतर फेरबदल करण्याच्या प्रक्रियेला खूप वेळ लागला असावा. लॉपासून मोदावपर्यंत आणि पोलियेरपासून फ्रॅन्कलिनपर्यंत त्या काळच्या सगळ्या साक्षीदारांनी आपल्या लेखनामध्ये वारंवार होणाऱ्या रक्तपाताचा, सामाजिक अस्थिरतेचा आणि एकूण सर्वत्र पसरलेल्या असुरक्षिततेचा सतत उल्लेख केलेला आढळतो. या सगळ्यांच्या वर्णनांमुळेच 'द ग्रेट अनार्की'च्या संकल्पनेला मूर्त स्वरूप मिळालं.

कंपनीनं आरंभलेली असंख्य युद्धं आणि बंगाल, बिहार व ओरिसाची (विशेषतः १७५० ते १७७०च्या कालावधीत) केलेली प्रचंड लूट या दोन कारणांमुळे हिंदुस्थानात अराजकतेचा प्रसार झाला. माझ्या पुस्तकाच्या शीर्षकामागची प्रेरणा हाच काळ आहे. सदर काळाचा हिंसक, रक्तरंजित लष्करी इतिहास आणि रिचर्ड बारनेट व केम्ब्रिज येथील माझे जुने प्राध्यापक ख्रिस बेली यांनी मला त्याच काळात उफाळलेल्या सामाजिक, आर्थिक व राजकीय परिवर्तनांबद्दल सांगितलेल्या गोष्टी या दोहोंमध्ये सांगड घालणं फार कठीण काम होतं. इतर कुणी या दोन परस्परविरोधी संकल्पनांवर ठोस विवेचन मांडलेलं माझ्या पाहण्यात नाही; असे विवेचन करण्याचा प्रामाणिक प्रयत्न मी या पुस्तकात केला आहे.

'अराजक' ('द अनार्की') पुस्तकामध्ये समाविष्ट असलेल्या संशोधनपर लेखनाचे संदर्भ कंपनीच्या विस्तृत नोंदींमधून घेतलेले आहेत. कंपनीच्या मुख्यालयात सापडलेली कागदपत्रं आणि हिंदुस्थानातल्या त्यांच्या कर्मचाऱ्यांकडून 'लीडन हॉल स्ट्रीट'च्या कार्यालयामध्ये वेळोवेळी पाठवलेली कागदपत्रं दोन्ही लंडनमधील 'ब्रिटिश लायब्ररी'च्या तिजोरीमध्ये आहेत. हिंदुस्थानमध्ये कंपनीचं मुख्यालय असलेल्या 'गव्हर्नमेंट हाउस' आणि कलकत्त्यातील फोर्ट विल्यममधील दस्तऐवज आज नवी दिल्लीतील 'नॅशनल

आर्काइव्हज ऑफ इंडिया' (एनएआय)मध्ये सापडतात. माझं बरंचसं संशोधन त्याच ठिकाणी झालं.

मात्र 'एनएआय'मध्ये एकोणिसाव्या शतकातील कागदपत्रे जितक्या सहजतेनं सापडतात, तेवढंच अठराव्या शतकातील नोंदी सापडणं दुरापास्त आहे. माझ्या संशोधनाचे पहिले काही आठवडे तर केवळ प्राथमिक माहिती मिळवण्यात गेले. 'एनएआय'च्या हुशार आणि हसतमुखाने मदत करणाऱ्या जया रवींद्रन व अनुमिता बॅनर्जी यांनी त्या भव्य इमारतीमधल्या आतल्या खोल्या व तळघरं वगैरे शोधून, मला पाहिजे असलेले दस्तऐवज मिळवून देण्यात जी मदत केली, ती केवळ अमूल्य आहे! त्यांच्या मेहनतीचं फळ म्हणून पुढील काही आठवड्यांमध्येच पूर्वी 'पोर्ट लोरियेन्ट'मधून निघालेला गुप्त अहवाल माझ्या हाती लागला. त्या अहवालामध्ये नमूद केलेल्या मुद्द्यांचा परिणाम म्हणून कंपनीनं राज्यपाल रॉजर ड्रेकला कलकत्त्याच्या भिंती अधिक मजबूत बांधून घ्यायचे आदेश दिले होते. या आदेशांमुळेच सिराज उद-दौला डिवचला गेला होता. याच शोधमोहिमेमुळे मला क्लाइव्हनं प्लासीच्या रणांगणावरून पाठवलेल्या पहिल्या काही संदेशांच्या मूळ प्रतिसुद्धा गवसल्या.

या पुस्तकासाठी मी दोन भाषांमधल्या नोंदींचा वापर केलेला आहे - इंग्रजी आणि पर्शियन. पर्शियन भाषेमधल्या नोंदी अठराव्या शतकातल्या अतिशय हुशार इतिहासकार, उमराव, मुनीम व लेखकांनी लिहिलेल्या आहेत. यापैकी गुलाम हुसेन खान या उत्कृष्ट मुघल इतिहासकारानं लिहिलेलं 'सेइर मुताखेरिन' नावाचं पुस्तक हे त्या काळच्या भारतीय संशोधन-साधनांपैकी सर्वोत्कृष्ट आहे. १७९० पासून हे पुस्तक इंग्रजीमध्ये उपलब्ध असल्यामुळे त्याद्वारे संशोधन करणं सोपं गेलं. पण त्या काळच्या अनेक पर्शियन पुस्तकांचा आजतागायत ना अनुवाद झालेला आहे आणि ना प्रकाशन.

माझा अनेक वर्षांचा सहकारी ब्रूस वॉनेलच्या अमूल्य अनुवाद सहयोगाने मला फकीर खैर उद-दिन इलाहबादीनं लिहिलेला 'इब्रतनामा' तसंच पानिपतच्या मोहम्मद अली खान अन्सारी-लिखित 'तारीख इ-मुझफ्फरी' अशा अनेक पुस्तकांमधली माहिती माझ्या लेखनात वापरता आली. मेहरौली येथील माझ्या शेतामध्ये तंबू ठोकून मी व ब्रूस अनेक महिने सदर पर्शियन पुस्तकांमधील संदर्भ शोधण्यात घालवले आहेत. ती प्रक्रिया आणि ब्रूसला अठराव्या शतकामधील हिंदुस्थान व एकूण इस्लामी जगताबद्दल असलेली सखोल माहिती या दोहोंमुळे माझ्या पुस्तकाला आगळी झळाळी लाभली आहे, याचं मला समाधान वाटतं. ब्रूसनं राजस्थानमधल्या टोन्क येथील 'एम.ए.ए.पी.आर.आय. रिसर्च इन्स्टिट्यूट'मध्ये मुन्ना लाल-लिखित, आजतागायत कुठेही न वापरलेलं शहा आलमचं चरित्र 'शहा आलम नामा' याचा केलेला अनुवाद आणि पॉन्डिचेरीला जाऊन जीन देलोशशी केलेल्या सखोल चर्चा

याबद्दल मी त्याचे जितके आभार मानावे तितके कमी आहेत. जीन देलोशसोबत केलेल्या चर्चांमधून, अठराव्या शतकातली असंख्य न वापरलेली आणि अनुवाद न झालेली बहुमोल संसाधने आमच्या हाती लागली. जेन्टील, मादेल, लॉ यांची संस्मरणे, आणि विशेषत: कॉम्ट द मोदाव-लिखित 'वॉयेजेस' हे अप्रतिम पुस्तक ही त्यापैकी काही उदाहरणं होय. ग्रेनोबलमधील व्हॉल्टेअरचा मित्र असलेल्या मोदावच्या पुस्तकात लेखकानं कंपनी कलकत्त्याच्या श्रीमंत पेठांपासून शहा आलमच्या कोसळणाऱ्या दिल्लीपर्यंतचे सगळे संदर्भ टिपून अतिशय मार्मिक व खुमासदार चित्र उभं केलं आहे.

कंपनीच्या इतिहासावर सहा वर्षं केलेल्या अभ्यासकाळात मी असंख्य ऋणांचा धनी बनलो. लिली टेक्सेंगचे मी कसे आणि किती आभार मानावेत, समजत नाही. मी 'इंडियन नॅशनल आर्काइव्ह्ज'मधून गोळा केलेली कागदपत्रं आणि माझी मेहुणी केटी रोवान व हरपावन मांकू यांनी लंडनमधल्या अनेक ठिकाणांहून जमा केलेल्या कागदपत्रांतील मजकूर व्यवस्थितपणे टाईप करण्यात तिची अमौलिक मदत झाली. केटी आणि हरपावनने कंपनीच्या औपचारिक नोंदी लिहिलेले ताम्रपट, तसेच क्लाइव्ह, वेलेस्ली, हेस्टिंग्स व कॉर्नवॉलिस यांचे खासगी पत्रव्यवहार हुडकून काढण्यात खूप मदत केली. त्याचप्रमाणे, आलिया नक्वी आणि केथरीन बटलर शोफील्ड यांनी शहा आलमच्या कवितांचा तरल अनुवाद करून दिला.

छपाईला पाठवायच्या आधी मी या पुस्तकाचे अनेक मसुदे लिहिले. माझ्या मित्र-मैत्रिणींनी ते सगळे मसुदे मोठ्या प्रेमानं आणि वेळात वेळ काढून वाचले; त्याबद्दल मी या सगळ्यांचा ऋणी आहे : पीटर मार्शल, रजत दत्ता, डॉबर्ट ट्रॅवर्स, नजाफ हैदर, लक्ष्मी सुब्रमण्यम, जीन-मरी ल'फॉन्त, नोनिका दत्ता, सोनल सिंग, विजय पिंच, महमूद फारुकी, यशस्विनी चंद्रा, नारायणी बासू, केथरीन बटलर शोफील्ड, माला सिंग, रोरी फ्रेझर, सॅम मिलर, जियानी दुबिनी, जेरेमी पार्किनसन, रिया सरकार, चिकी सरकार, जयंता सेनगुप्ता, अॅडम डॅलरिम्पल आणि नंदिनी मेहता.

इतरही अनेक लोकांनी मला खूप मोलाची मदत केली. भारतामध्ये बी. एन. गोस्वामी, एब्बा कोच, मोमिन लतीफ, जॉन फ्रित्झ, जॉर्ज मिशेल, शशी थरूर, चंदर शेखर, जगदीश मित्तल, डायना रोझ हाओबिजाम, नवतेज सारना, तान्या कुरुविल्ला, एस. गौतम, तान्या बानोन, आणि बशारत पीर . 'बॅन्यन' या प्रवासी कंपनीच्या लूसी डेविसनचे मला खास आभार मानायचे आहेत. माझ्या लेखनाला

पुराव्यांची जोड देणं अपरिहार्य होतं. त्यासाठी मला भारताच्या कानाकोपऱ्यात फिरावं लागलं. कर्नाटक किनाऱ्यापासून श्रीरंगपट्टणम ते टोंक, दख्खन प्रदेशामधून पुणे, आणि ऐन दुर्गा पूजेच्या काळात कलकत्ता व मुर्शिदाबाद असे अनेक दौरे काढावे लागले. हे सगळे दौरे विनासायास आणि सुकर करण्यात 'बॅन्यन'ने मला जी मदत केली आहे, त्याला तोड नाही.

पाकिस्तानमध्ये : फकीर ऐझाउद्दीन, अली सेठी, हुसेन व आलिया नक्वी, आणि 'पंजाब आर्काइव्ह्ज'चे अब्बास यांनी मला संशोधनासाठी पर्शियन आणि उर्दू दस्तऐवज मिळवून देण्यात खूप मदत केली.

अमेरिकेमध्ये : मुझफ्फर आलम, माया जसनॉफ, आयेशा जलाल, बेन हॉपकिन्स, नाईल ग्रीन, संजय सुब्रमण्यम, दुर्बा घोष, एल्ब्रुन किम्मेलमन आणि नविना हैदर.

ब्रिटनमध्ये : निक रॉबिन्स, साकिब बाबुरी, उरसुला सिम्स-व्हिलियम्स, जोन विल्सन, मालिनी रॉय, जेरी लॉस्टी, जॉन फॅल्कनर, अॅन्ड्रू टॉप्सफील्ड, लिंडा कोली, डेव्हिड कॅनाडाईन, सुझॅन स्ट्रॉन्ग, अमीन जाफर, अनिता आनंद, ईयान टूगर, रॉबर्ट मॅकफारलेन, मायकल अॅक्सवर्दी, डेव्हिड जिल्मर, रोरी स्ट्यूअर्ट, चार्ल्स अॅलेन, जॉन कीया, टॉमी वाईड, मोनिशा राजेश, आरथी प्रसाद, फारुख हुसेन, चार्ल्स ग्रीग, रोझी ल्यूवेलिन-जोन्स, रिचर्ड ब्लर्टन, अॅन बडल, सॅम मर्फी, हेन्री नोल्टी, रॉबर्ट स्केल्टन, फ्रान्चेस्का गॅलोवे, सॅम मिलर, शिरीन वकील, झरीर मसानी, तीर्थंकर रॉय, ब्रिजीड वॉडम्स, बार्नाबी व रोझ रॉजरसन, अॅन्थनी व सिल्व्ही सट्टिन, ह्यू, जॉक व रॉब डॅलरिम्पल, आणि स्वर्गीय पण आजही तितक्याच स्मरणात राहिलेले फ्रिस बेली - तीस वर्षांपूर्वी ज्यांच्या केंब्रिजमधल्या इतिहासाच्या तासांमुळे माझ्यात अठराव्या शतकातील भारताबद्दल संशोधन करण्याची मनीषा जागृत झाली.

प्रतिनिधी म्हणून डेव्हिड गॉडविन आणि प्रकाशक म्हणून 'ब्लूम्सबरी'सारखी संस्था मिळायला भाग्य लागतं. 'ब्लूम्सबरी'मधल्या काही लोकांचे आभार मानल्याशिवाय माझं मनोगत पूर्ण होऊच शकत नाही : अॅलेक्झॅन्ड्रा प्रिंगल, ट्रॅम-आह्न दोआन, लिलिध केड्रिक, एम्मा बाल, रिचर्ड चार्किन, योगेश शर्मा, मीनाक्षी सिंग, फैझा खान, बेन हायमॅन, आणि विशेषत: गेली तीस वर्षं माझ्या लेखनाचं संपादन करणारा माइक फिश्विक. इथे मला बुशे चॅस्टेलच्या वेरा मिचाल्स्की आणि इटलीमधील अडेल्फीच्या एकमेवाद्वितीयम रॉबर्टो कॅलास्सोचेही आभार मानायलाच पाहिजेत.

सहा वर्षं, रात्रंदिवस या पुस्तकामध्ये गढलो असताना माझ्या सुंदर कुटुंबानं मला प्रोत्साहन आणि आनंद दोन्ही भरभरून दिलेलं आहे. ओलिव्हिया, इब्बी, सॅम,

ॲडम... कसे आभार मानू मी तुमचे? इथं मला ओलिव्हियाचा विशेष उल्लेख करावासा वाटतो. सहा वर्षांच्या या लांब प्रवासात ती सतत माझ्या पाठीशी उभी राहिलेली आहे. वेळोवेळी तिनं मला भावनिक आधार तर दिला आहेच; त्याचबरोबर तिनं हा प्रकल्प पूर्ण करण्यासाठी अनेक प्रकारे मदत केली आहे. माझ्या प्रत्येक मसुद्याची ती पहिली (आणि सर्वोत्कृष्ट) संपादक होती. आपल्या संयमी, प्रेमळ, आणि उदार पद्धतीनं तिनं मला हे पुस्तक लिहिण्यात जे सहकार्य केलं आहे, त्याबद्दल मी आजन्म ऋणी राहीन. ओलिव्हियाशिवाय, मी अजून दोन अतिशय महत्त्वाच्या व्यक्तींचे ऋण कसे फेडू हे समजत नाही. त्या व्यक्ती म्हणजे या पुस्तकाच्या लेखनकाळामध्ये स्वर्गवासी झालेले माझे आई-वडील. विशेषत: माझ्या वडिलांना, ही खात्री होती की मी हे पुस्तक कधीच पूर्ण करू शकणार नाही. योगायोग असा, की माझी शेवटची दोन प्रकरणं लिहायची उरली असताना, नाताळाच्या एक दिवस आधी, त्यांचं निधन झालं. पण इतिहास आणि आयुष्य या दोहोंवर भरभरून प्रेम करण्याची शिकवण मला त्यांच्याकडूनच मिळाली असल्यानं हे पुस्तक मी त्यांनाच अर्पण करू इच्छितो.

विल्यम डॅलरिंपल

नॉर्थ बर्विक-चिस्विक-मेहरौली

मार्च २०१३-जून २०१९

अनुक्रमणिका

१

१५९९

२४ सप्टेंबर १५९९ रोजी विल्यम शेक्सपियर थेम्स नदीपासून जेमतेम २० मिनिटांवर सदर्कमधील ग्लोबच्या उत्तरेपासून फक्त एक मैलावर असलेल्या आपल्या घरात बसून हॅम्लेटच्या कथानकावर विचारमंथन करीत बसला होता. त्याच वेळी लंडन शहरामधली बरीच धनिक मंडळी अर्धलाकडी बांधकाम केलेल्या, मोठाल्या उंच खिडक्यांच्या काचांमधून प्रज्वलित झालेल्या एका ट्यूडॉर शैलीच्या घरामध्ये एकत्र जमू लागली होती.[१]

सदर बैठक ऐतिहासिक ठरणार होती, हे त्याही काळी स्पष्ट झालेलं होतं. लेखनिक तसेच न्यायालयीन अधिकारी आपली भलीमोठी पुस्तकं आणि लेखन साहित्य घेऊन नोंदी करण्यासाठी सज्ज बसलेली होती. मूरगेट फील्ड्सजवळच्या त्या फाउन्डर्स हॉलमध्ये लंडनचे एकाहून एक दिग्गज आसामी जमले होते.[२] आपल्या पदाधिकाराचा शक्य तितका गवगवा करत, महापौर सर स्टीफन सोम अधिकाराची तांबडी वस्त्रे घालून आपला महाकाय देह सांभाळत, दोन कनिष्ठ अधिकाऱ्यांबरोबर दालनामध्ये फिरत होते. नगरपालिकेमधल्या निरनिराळ्या उच्च स्थानांवर विराजमान झालेले अनेक अधिकारी, छातीवरच्या रेशमी शर्टावर रुळणाऱ्या आपल्या पांढऱ्या दाढ्या कुरवाळत, इथेतिथे फिरत होते.[३] त्या सगळ्यांपेक्षाही अधिक महत्त्वाची व्यक्ती कुणी असेल तर ती म्हणजे, सर थॉमस स्मिथ – पाइप

ओढणारे, डोक्यावर घट्ट टोपी बसवलेले, आणि गंभीर चेहऱ्याने वावरणारे असे लंडन शहराचे हिशेब-तपासनीस. त्यांनी, ग्रीक बेटांवरून बेदाणे आणि अलेप्पोमधून मसाले आयात करून भरपूर माया कमवली होती. ऑडिटर स्मिथ म्हणून ओळखल्या जाणाऱ्या या गृहस्थांनी, 'लेव्हन्ट कंपनी'ची स्थापना करून हा कारभार चालवला होता. आजची सभा ही त्यांच्याच सुपीक डोक्यातून निपजलेली कल्पना होती.[४]

लंडन शहरातील या दिग्गजांशिवाय, सदर सभेला अजूनही काही मंडळी आलेली होती. आपल्याकडचं धन द्विगुणित करण्याचा मानस धरून काही व्यापारी आले होते. काही महत्त्वाकांक्षी तरुण भविष्याची सोनेरी स्वप्नं डोळ्यांत साठवून आली होती. यापैकी बरीच तरुण माणसं सध्यातरी अगदी किरकोळ व्यवसायांमध्ये कार्यरत होती. कुणी लहानसं दुकान चालवत होतं, कुणी चामड्याच्या वस्तू बनवत होतं, कुणी मदिरा विकत होतं, तर कुणी चक्क मेलेल्या प्राण्यांची कातडी सोलण्याचं काम करत होतं.[५] त्याशिवाय युद्धावरून परतलेले काही शिपाई, खलाशी, वुल्विच आणि डेटफर्डच्या धक्क्यांवर उतरलेले साहसवीर आणि स्पॅनिश अर्माडाशी दोन हात करून आलेले 'सी डॉग्स' नावाच्या विशेष सैनिकी तुकडीत काम केलेले, हातात सोन्याची कडी व विजारीच्या पट्ट्यामध्ये लहानसा सुरा लपवलेले सैनिक, अशीही सगळी मंडळी तिथं जमली होती. कॅरिबियनच्या कोमट पाण्याच्या समुद्रामध्ये ड्रेक आणि रॅलेसोबत स्पेनच्या मालवाहू जहाजांवर हल्ला चढवलेल्या तुकड्यांमध्ये काम केलेली ही माणसं, आता फाउन्डर्स हॉलमधील गुळगुळीत लेखनिकाला आपण 'प्रायव्हेटियर्स'[i] आहोत, असं कुजबुजून पण प्रौढीनं सांगत होती. याशिवाय काही साहसी प्रवास करणारी माणसंही या कबिल्यामध्ये सामील झाली होती. उदाहरणार्थ आर्क्टिक बेचा शोध लावणारा विल्यम बॅफिन आज तिथं आला होता. सरतेशेवटी ईस्ट इंडीजच्या सफरींच्या काळजीपूर्वक नोंदी ठेवणारा तरुण इतिहासकार व चरित्रकार रिचर्ड हॅकल्यूतसुद्धा आपली नोंदवही घेऊन हजर झाला. स्पाइस रूटबद्दल आपल्याला जे काही समजलेलं आहे, ते इंग्रज सरकारला कळवण्यासाठी, साहसी-प्रवाशांच्या एका गटानं या रिचर्डला १,११० पौंड्सचं[ii] मानधन देऊ केलं होतं.[६]

निरनिराळ्या माणसांचा हा जत्था आज फाउन्डर्स हॉलमध्ये केवळ एका समान हेतूने एकत्र आला होता. त्याकाळी ६६ वर्षांच्या असलेल्या राणी एलिझाबेथ I समोर त्यांना एक प्रस्ताव मांडायचा होता. किंबहुना त्या प्रस्तावावर तिची परवानगी

---

i सरकारी परवानगीने, इतर देशांच्या समुद्री व्यापारावर हल्ला चढवण्याचं काम करणाऱ्या जहाजांवर काम करणारी माणसं

ii आजचे £१२००

मिळवायची होती. प्रस्ताव असा होता की, या सगळ्यांना मिळून ईस्ट इंडीज व तत्सम देशांमध्ये भरभरून उपलब्ध असलेल्या कापड, मसाले, हिरेमाणकं व इतर गोष्टींना व्यापार किंवा परस्पर फायद्याच्या देवाणघेवाणीतून ब्रिटनमध्ये घेऊन यायचं होतं; जेणेकरून त्यांच्या देशाचं खूप भलं होणार होतं.

दोन दिवसांपूर्वी स्मिथने एकशेएक व्यापाऱ्यांना गोळा करून त्यांच्याकडून १०० ते ३०००[iii] पौंडांच्या वैयक्तिक वर्गण्यांची हमी भरून घेतली. त्याकाळीही तो आकडा फार मोठा होता; पण तरीही स्मिथला तब्बल ३०,१३३ पौंडांची[iv] वर्गणी जमवण्यात यश मिळालं! सदर देणागीदारांनी स्मिथसोबत औपचारिक करार केला आणि नोंदवहीमध्ये स्वत:च्या हातानं नमूद केलं, की 'आम्ही ही रक्कम आपल्या देशाच्या उज्ज्वल भविष्यासाठी लागणाऱ्या व्यापारासंबंधीच्या कार्यवाहीसाठी स्वखुशीने देत आहोत.'

इतिहास हा विषय कधी पुढून मागे वाचण्याची चूक करू नये. आपल्याला हे ठाऊक आहेच की, भारतामध्ये अलगद पावलांनी शिरकाव केलेल्या ईस्ट इंडिया कंपनीने (ई.आय.सी.), भविष्यात जागतिक पातळीवर चालणाऱ्या सुमारे अर्ध्या व्यापाराचा ताबा घेतला आणि इतिहासाच्या पानांमध्ये वैश्विक पातळीवरची सगळ्यात भव्यदिव्य कंपनी म्हणून ही कंपनी प्रसिद्ध झाली. ईस्ट इंडिया कंपनीच्या कारभाराचा आवाका इतका अवाढव्य बनला की, ख्यातनाम राजकारणी व तत्त्वज्ञानी असलेल्या एडमण्ड बर्केने तिला 'व्यापाऱ्याच्या वेषातलं राज्य' अशी उपमा बहाल केली. अर्थात, १५९९च्या काळात या कंपनीची स्थापना होत असताना फार कमी लोकांना तिच्या यशाबद्दल खात्री वाटत होती.

त्या काळी इंग्लंड हा बहुतांशी कृषिप्रधान असलेला गरीब देश होता. त्यात, गेलं एक शतक, धर्माच्या राजकारणाला बळी पडून आपसांतच युद्ध करण्यात गुंतल्यामुळे इंग्लंडच्या वैभवाला चांगलंच ग्रहण लागलं होतं.[८] भरीस भर म्हणजे हा सगळा गोंधळ सुरू असताना, इंग्लंडने स्वत:ला शेजारच्या भव्य युरोपमधल्या सगळ्या मोठ्या संस्थांपासून विलग करून घेतलं होतं. त्यामुळे त्यांनी युरोपीय शेजाऱ्यांचा रोष तर ओढवून घेतला होताच; वर स्वत:च्या देशातल्या शहाण्यासुरत्या लोकांच्याही मनात नाराजीची भावना मिसळून टाकली होती. युरोपपासून फारकत

---

iii आजचे £१०० ते £३००० = £१०,००० ते £३०,०००

iv आजचे £३०,१३३ = सुमारे ३ दशलक्ष पौंड

घेतल्यामुळे आपल्या देशाचं दळणवळण व त्यातून येणारं उत्पन्न सुरू ठेवण्यासाठी, इंग्लंडला नव्या बाजारपेठांचा शोध घेणं अपरिहार्य होतं. या कामात त्यांनी स्वतःला एखाद्या समुद्री-लुटेऱ्याच्या उत्साहाने झोकून दिलं!

या सगळ्याची सुरुवात केली सर फ्रान्सिस ड्रेक याने. १५६०च्या काळात तो स्पेनमधून आणलेल्या रांगड्या गाढवांवरून पनामा संयोगभूमिवरच्या खाणींमधून चांदीची तस्करी करायचा. समुद्री-लुटारू असलेल्या फ्रान्सिस ड्रेकने खूप माया कमावली होती. १५७७ मध्ये 'गोल्डन हाईन्ड' या जहाजात बसून ड्रेक तीन-वर्षांच्या महत्त्वाकांक्षी पृथ्वी-प्रदक्षिणेला निघाला. समुद्रमार्गे प्रवास करून पृथ्वी-प्रदक्षिणा करणारा हा जगातला फक्त तिसरा माणूस होय. मध्यंतरीच्या काळात होकायंत्र व खगोलशास्त्राशी निगडित अभ्यासामध्ये बरीच प्रगती झाली असल्यामुळे ड्रेकची सफर आधीच्या लोकांच्या अनुभवांपेक्षा चांगली ठरण्याची शक्यता वाटत होती. ड्रेकच्या सागरी-सफरीला स्पेन आणि पोर्तुगालच्या खालावत जाणाऱ्या संबंधांचाही फायदा झाला.[९]

सोनं, चांदी, मसाले व नैसर्गिक रंगांच्या शोधात निघालेल्या ड्रेकने अधूनमधून आयबेरियाच्या जहाजांची लूटमार करून स्वतःची गुजराण सुरू ठेवली होती. कालांतराने त्याला एक मोठा हात मारायला मिळाला. पोर्तुगालच्या एका मोठ्या जहाजावर चढाई करून त्यानं तब्बल १,००,००० पौंडांच्या[V] किमतीचं सोनं, चांदी व रत्नांचा ऐवज लुटून मायदेशी आणला. या घटनेमुळे फ्रान्सिस ड्रेकची सफर ही सगळ्यांत अधिक फायदा आणणारी शोधमोहीम ठरली. दक्षिण व मध्य अमेरिकेवर नियंत्रण ठेवणाऱ्या धनाढ्य आयबेरियन साम्राज्याची लूट ही इंग्लंडच्या राणीच्या संमतीने केली जात होती. त्यामुळे एका अर्थी तो संघटित गुन्हेगारीचाच नमुना होता आणि या संघटित गुन्हेगारीच्या नाड्या व्हाइटहॉल व चॅरिंग क्रॉसमधील राजकीय लागेबांधे असलेल्या श्रीमंत व्यापाऱ्यांच्या हातात होत्या. ड्रेकचा प्रतिस्पर्धी असलेल्या सर वॉल्टर रॅलेने अशीच मोठी लूट मायदेशी परत नेल्यानंतर स्पेनच्या राजदूताने त्यांच्यावर लगेच लुटारू म्हणून शिक्कामोर्तब करून त्यांचा पाणउतारा केला होता.[१०]

स्पेनच्या राजदूताच्या नजरेत लुटारू ठरू शकणारी बरीच मंडळी, त्या दिवशी फाउन्डर्स हॉलमध्ये जमलेली होती. कंपनीमध्ये गुंतवणूक करू पाहणाऱ्या धनाढ्य मंडळींना हे माहीत होतं, की तिथं जमलेल्या समुद्री-लुटारूंना जरी लूटमार करून धनदौलत परत आणण्याचं कसब अवगत असलं, तरी त्यांच्यात आंतरराष्ट्रीय व्यापार करण्याचं वा सातासमुद्रापलिकडच्या विचित्र देशांमध्ये वसाहती स्थापन

V आजच्या काळात त्याची किंमत १० दशलक्ष पौंड इतकी असेल.

करण्याचं कौशल्य नव्हतं. त्याबाबतीत, आपल्या युरोपीय शेजाऱ्यांच्या तुलनेत, इंग्रज लुटारू बऱ्यापैकी गावंढळच होते.

त्या काळच्या सुप्रसिद्ध मसाल्याच्या भूमीकडे वायव्येकडून जाणाऱ्या मार्गाच्या शोधार्थ निघालेली सफर ठरल्याप्रमाणे मोलुक्कासला न पोहोचता, अत्यंत बिकटपणे आर्क्टिक सर्कलच्या बर्फाळ प्रदेशात जाऊन थांबली होती. तिथं त्यांची पुरती गाळण उडाली होती. त्यांची जहाजं बर्फात थिजून अडकली होती; बर्फाच्या खडकांचा मारा होऊन जहाजांना भलीमोठी भोकं पडली होती; जहाजांवरच्या कर्मचाऱ्यांवर पोलार बेअर ह्या अजस्त्र प्राण्याकडून सतत हल्ले होत होते.[११] याच सुमारास आयर्लण्डमध्ये नुकतीच केलेली लागवडही संकटात सापडली होती. त्याचबरोबर कॅरेबियन बेटांवर चालणाऱ्या गुलामबाजारावर आपली सत्ता गाजवण्याचे इंग्लंडचे प्रयत्न तोंडघाशी पडले होते आणि उत्तर अमेरिकेमध्ये ब्रिटिश वसाहत स्थापन करण्याच्या त्यांच्या मनसुब्याचाही पार धुव्वा उडाला होता.

१५८४मध्ये सर वॉल्टर रॅलेनं चेसास्पीक बेच्या दक्षिणेकडे असलेल्या रोआनोक बेटावर प्रथम ब्रिटिश वसाहत स्थापन केली. आपल्या सम्राज्ञीच्या सन्मानार्थ त्यानं त्या बेटाचं नाव ठेवलं 'व्हर्जिनिया'. मात्र ही वसाहत निव्वळ वर्षभर तग धरू शकली. १५८६च्या जून महिन्यापर्यंत तिथल्या सगळ्या रहिवाशांनी पळ काढला होता. नव्या रहिवाशांनी भरलेलं जहाज जेव्हा त्या बेटावर पोहोचलं, तेव्हा तिकडे एकाही माणसाचा वा घराचा मागमूस उरला नव्हता. एका झाडाच्या बुंध्यावर 'क्रोएटन' असं नाव कोरलेलं होतं – या बेटावर काही काळापर्यंत रॅलेनं आणलेले ९० पुरुष, १७ बायका व ११ मुलं राहत होती याचा तो एकमेव पुरावा होता. त्या माणसांसोबत राहायला आलेल्या नव्या रहिवाशांच्या डोळ्यांसमोर मात्र आता केवळ भकास जमीन, रिकामी घरं आणि इतस्ततः भिरकावलेल्या काही गृहोपयोगी वस्तू इतकंच उरलं होतं![१२]

लंडनमधून साहसी सागरी सफरी केलेल्या असंख्य लोकांपैकी सगळ्यांत अनुभवी असलेली जी दोन माणसं त्या दिवशी फाउन्डर्स हॉलमधल्या सभेला आली होती, त्यांनाही आपल्या सफरींमधून सुरस कथांपेक्षा अधिक मोलाचं काहीच परत आणता आलं नव्हतं. ना त्यांच्यासोबतचं सामान परत आलं होतं, ना कामगार.

त्यापैकी पहिला माणूस होता रॅल्फ फिच. ऑडिटर स्मिथच्या नव्यानं उभारलेल्या लेव्हन्ट कंपनीनं १५८३मध्ये रॅल्फ फिचला 'टायगर' या जहाजावर घालून पूर्वेच्या सफरीवर धाडलं होतं. मात्र मसाल्यांच्या शोधात निघालेला फिच, अलेप्पोद्वारे लेव्हन्टाईन किनाऱ्यावरून होरमझला पोहोचतो नाही, तोच त्याला पोर्तुगालमध्ये हेर असण्याच्या संशयावरून अटक केली गेली. तिथं त्याला बंदिवान करून थेट

गोव्याला धाडलं गेलं. फिचनं आपण हेर असल्याचं कबूल करावं, यासाठी त्याला 'स्ट्रॅप्पॅडो' या छळ-प्रकाराची धमकी दिली गेली. या प्रकारामध्ये माणसाला दोरखंडाने बांधून एका उंच कड्यावरून ढकलून दिलं जात असे. आजच्या काळातल्या 'बंजी जम्पिंग' या साहसी खेळासारखा काहीशा असलेल्या या छळ-प्रकारामध्ये माणसाची कुठली हाडं तुटतील वा कोणते सांधे निखळून येतील हे सांगता यायचं नाही. इंग्रज लोकांच्या 'रॅक्स' या छळ-प्रकारापेक्षा 'स्ट्रॅप्पॅडो' कैक पटीने भयावह होता.

फिचचं नशीब जोरावर होतं. गोव्यामध्ये बरीच वर्षे स्थायिक झालेल्या फादर थॉमस स्टीव्हन्स या इंग्रज जेस्यूइट पाद्र्यानं त्याची हमी घेतल्यामुळे फिचची सुटका झाली. मग त्यानं आपला प्रवास पुन्हा आरंभला आणि अतिशय श्रीमंत अशा दख्खन सल्तनतीवरून सोळाव्या शतकातील मुघलांची राजधानी असलेल्या आग्रा शहरावरून प्रवास करत तो पुढे बंगाल आणि मग तिथून मोलुक्कासला पोहोचला.[१३] तीन वर्षं प्रवास करून तो जेव्हा लंडनला परतला, तेव्हा फिच फारच प्रसिद्ध झालेला होता. इतका की, शेक्सपियरनं आपल्या 'मॅक्बेथ'मध्येही त्याचा उल्लेख केला होता. मात्र परत येताना फिचनं आपल्या प्रवासाच्या त्यात भेटलेल्या चित्र-विचित्र माणसांच्या आणि त्यानं पाहिलेल्या मसाला बाजारांच्या सुरस कथा सोबत आणल्या असल्या तरी प्रत्यक्षात त्यानं मसाल्याची साधी पुरचुंडीही सोबत आणली नव्हती![१४]

त्यानंतर १५९१मध्ये लेव्हन्ट कंपनीनं पुन्हा एकदा मसाल्याच्या व्यापारामध्ये मुसंडी मारायचं ठरवलं आणि त्यानुसार सर जेम्स लान्कास्टरला हिंद महासागराच्या सफरीवर धाडलं गेलं. केपद्वारे पूर्वेला प्रवास करण्याचा हा इंग्रजांचा पहिलाच अनुभव होता. लान्कास्टर तब्बल चार मोठी जहाजं घेऊन निघाला होता. चारही जहाजांसाठीचा सगळा निधी ऑडिटर स्मिथच्या लेव्हन्ट कंपनीनं दिला होता. मात्र चौघांपैकी फक्त एकच जहाज – एडवर्ड बोनावेंचर – इंडीजवरून परत आलं आणि तेसुद्धा अगदी मोडकळीला आलेल्या अवस्थेत. त्या जहाजावर काम करणाऱ्या असंख्य कामगारांपैकी उरलेले पाच पुरुष आणि एक मुलगा, कसाबसा जीव मुठीत धरून पोर्तुगालच्या एका जहाजामधून लुटलेल्या मिरीच्या खोक्यांवर बसून परत आले होते. खुद्द लान्कास्टर आपल्या काही कामगारांबरोबर कोमोरो बेटावर अडकला होता. एका जबरदस्त चक्रीवादळामध्ये त्याचं जहाज मोडून पडल्यानंतर लान्कास्टर आणि त्याचे साथीदार या बेटावर अडकून बसले होते. त्यांना मायदेशी परत यायला १५९४ साल उजाडलं. परतीच्या वाटेवर लान्कास्टरला असंख्य समस्यांचा सामना करावा लागला. ते सगळे 'डोल्ड्रम' या विचित्र प्रकारच्या वादळांमध्ये अडकले, त्याला स्कर्वी नावाच्या त्वचेच्या रोगाची लागण झाली. त्याची तीन जहाजं मोडकळीस आली, आणि निरनिराळ्या बेटांवरच्या आदिवासींनी

त्याच्या बहुतेक कामगारांची निर्दयी हत्या केली. कसाबसा स्वत:चा जीव वाचवून लान्कास्टर इंग्लंडला परत येऊ शकला होता. लेव्हन्ट कंपनीचे खिसे चांगले गरम होते म्हणून ठीक; नाहीतर इतक्या आपत्तींच्या मालिकेनंतर एखाद्या कंपनीला कुलूप लागलं असतं तर नवल नव्हतं.[१५]

इंग्लंडच्या अपयशी समुद्री-लुटारूंच्या तुलनेत पोर्तुगाल आणि स्पेनमधले समुद्री-लुटारू फारच यशस्वी आणि धनाढ्य होते. गेल्या शतकभरात त्यांनी पूर्ण जगामध्ये आपल्या उद्योगाचं जाळं पसरलं होतं. सोन्याच्या आयातीमुळे स्पेन हा युरोपमधला सर्वांत श्रीमंत देश बनला होता. पोर्तुगालला पूर्वेकडच्या मसाले व समुद्री व्यापारावरचा ताबा मिळाल्यामुळे, तो दुसऱ्या स्थानावर पाय रोवून उभा होता. आश्चर्याची गोष्ट म्हणजे या सर्व रथी-महारथींसमोर हॉलण्ड नावाचा टीचभर देश छाती काढून उभा ठाकला होता! इंग्लंडच्या तुलनेत अर्धी लोकसंख्या असलेला हा नव्याने निर्माण झालेला देश १५७९मध्ये स्पेनचं अधिराज्य मोडीत काढून आता आयबेरियासमोर शिंग उगारून उभा राहिला होता.

हॉलण्डमधील डच जनतेच्या आश्चर्यकारक यशामुळेच आज लंडनची ही मंडळी एकत्र आली होती. झालं असं होतं की, तीन महिन्यांपूर्वी १९ जुलै रोजी डच कोम्पॅनी व्हॅन व्हेरेचे उच्चाधिकारी असलेले ॲडमिरल जेकब कोर्नेलिझून इंडोनेशियाची अतिशय यशस्वी अशी सफर पूर्ण करून आले होते. परत येताना त्यांनी आपल्यासोबत ८०० टन मिरी, २०० टन लवंगा आणि भरपूर दालचिनी व जायफळाचा साठा आणला होता. त्यांच्या या सफरीमुळे डच कंपनीला ४००टक्क्यांचा घवघवीत नफा झाला होता. सदर कंपनीच्या विजयाचा पगडा इतका भारी होता की, लेव्हन्ट कंपनीतील एका मत्सरी उच्चाधिकाऱ्याने शेरा मारला होता : 'यापूर्वी तर कधी हॉलण्डच्या धक्क्यांवर इतका ऐवज पोहोचला नव्हता! आता अशी काय जादू झाली बुवा?'[१६]

ऑगस्ट महिना आला तसा हॉलण्डच्या या यशाला आपल्याकडे पुनरावृत्त करता येईल का, याबद्दल इंग्रज व्यापारी आपसांत खलबतं करू लागले. पूर्व मध्य प्रांतातल्या दलालांकडून तिप्पट किंमतीला मसाले घेण्यापेक्षा स्वत:ची एक कंपनी स्थापन करून थेट पूर्वेला जाऊन अल्पदरात मसाले आणून त्यांचा व्यापार करता येईल का, असा विचार दिवसेंदिवस जोर धरू लागला. या व्यापाऱ्यांच्या जथ्थ्याचं नेतृत्व करणारी काही माणसं ऑडिटर स्मिथच्या लेव्हन्ट कंपनीतलीच होती. त्यांच्या चाणाक्ष नजरेतून हे सुटलं नव्हतं की, डच लोकांनी पूर्वेच्या व्यापाऱ्यांशी चालवलेल्या थेट देवाणघेवाणीमुळे त्यांच्या स्वत:च्या अलेप्पोमधल्या कारभारानं आपटी खायला सुरुवात केली होती.[१७]

मात्र डच लोकांनी आपल्या पुढच्या मोहिमांसाठी नवीन जहाजं विकत घ्यायला

खुद्द लंडनलाच आपली माणसं धाडल्यानंतर हा विषय आणखी खदखदू लागला. कारण त्यामुळे इंग्रजांच्या अहंकाराला मोठीच ठेच लागली. ॲम्स्टरडॅमहून जहाज खरेदीसाठी आलेली लोकं जेव्हा हॅमबर्ग कंपनीच्या ओल्ड स्टीलयार्डमध्ये जहाजं बघायला आली तेव्हा त्यांना सांगितलं गेलं की, आमच्या व्यापाऱ्यांना सगळी जहाजं पाहिजे आहेत. डच व्यापाऱ्यांना देण्यासाठी आमच्याकडे एकही जहाज शिल्लक नाही. आता यापुढे आम्हीही थेट पूर्वेशी व्यवहार करायला निघणार आहोत.[१८] फाउन्डर्स हॉलमधली सभा ही याच शेऱ्याचं पुढचं पाऊल होती. इंग्रज व्यापाऱ्यांच्या जथ्थ्यानं राणी एलिझाबेथच्या प्रिव्ही कौन्सिलला दिलेल्या अर्जात सांगितल्यानुसार डच लोकांनी इतक्या कमी वेळात आपल्या इवल्याशा देशाचा केलेला फायदा बघून, आपल्यालाही आपल्या मायभूमीसाठी काहीतरी चांगलं करावंसं वाटत होतं, आणि तेच करण्यासाठी त्यांना राणीकडून पूर्वेला आपल्या कारभाराचं जाळं फेकण्यासाठी परवानगी हवी होती.[१९]

सदर जमावामधले सफरीसाठी उत्सुक असलेले तब्बल एक-चतुर्थांश लोक आणि मूळ प्रभारी मंडळाचे पंधरापैकी सात संचालक हे लेव्हन्ट कंपनीतील उच्चाधिकारी होते. आपण लवकरच ठोस पावलं उचलली नाहीत, तर डच मंडळी आपला मसाल्यांचा उरलासुरला धंदाही गिळंकृत करतील, अशी त्यांना भीती होती-आणि एका अर्थी ती रास्तही होती. या दृष्टीनं इंग्लंडच्या व्यापाऱ्यांच्या सफरी लवकरात लवकर सुरू व्हाव्या या हेतूनं, या मंडळींनी सुरुवातीच्या गुंतवणुकीत एक तृतीयांश वाटा तर उचललाच; सोबत सतत चालणाऱ्या बैठकींसाठी आपली कार्यालयं व जहाजंही देऊ केली. अशा प्रकारे 'द कंपनी ऑफ मर्चंट्स ट्रेडिंग टू द ईस्ट इंडीज' ही मुख्यत्वे लेव्हन्ट कंपनीचाच एक नवा भाग म्हणून प्रस्थापित झाली. त्यानुसार त्यांच्या वर्तमानातल्या भागधारकांना समुद्रामार्गे पूर्वेकडे आपला व्यापार पसरवण्यासाठी व अधिक भांडवल उभं करण्यासाठी उत्तम मार्ग गवसला.[२०]

हा हिशेब डोक्यात ठेवून स्मिथ व त्याच्या सहकाऱ्यांनी लेव्हन्ट कंपनीमधून पुढचा कारभार सुरू ठेवण्याऐवजी नवीन कंपनी स्थापन करून त्याद्वारे भांडवल उभं करण्याचा घाट घातला. असं करून त्यांना लेव्हन्ट कंपनीमध्ये असलेल्या उणिवा भरून काढण्याची नामी संधी मिळाली होती. उदाहरणार्थ लेव्हन्ट कंपनीच्या मंडळावर सुरुवातीला दाखल झालेल्या ५३ मंडळींनंतर नियमानुसार पुढची भरती अशक्य करून ठेवली होती. मात्र ईस्ट इंडिया कंपनीला सुरुवातीपासूनच 'जॉइन्ट स्टॉक कॉर्पोरेशन'चा दर्जा दिल्यामुळे त्यामध्ये वाटेल तेवढ्या गुंतवणूकदारांना शिरकाव करणं शक्य झालं होतं. स्मिथ आणि त्याच्या सहकाऱ्यांच्या मतानुसार दूर देशांवर पसरू पाहणाऱ्या या उद्योगाला पाण्यासारखा पैसा लागणार होता व त्यात धोक्याची पातळीही तितकीच अधिक होती. हातभर लोकांच्या गुंतवणुकीवर

सुरळीत चालू शकणारा हा व्यवहार नव्हे; याचा आवाका फार मोठा आहे आणि त्यासाठी शक्य तितक्या गुंतवणूकदारांचा हातभार लागणं गरजेचं आहे, हे त्यांना उमजलं होतं.[२१] त्यांना जो माल खरेदी करायचा होता, त्याच्या किमती अस्मानाला गवसणी घालणाऱ्या होत्या. एवढ्या दूरच्या देशांमध्ये जाण्यासाठी लागणारी महाकाय जहाजं, त्यावर काम करण्यासाठी लागणाऱ्या असंख्य कामगारांचे पगार, माल सुरक्षितरीत्या परत आणण्यासाठी लागणारी सुरक्षाव्यवस्था या सगळ्यांसाठी अतिशय मोठी रक्कम गुंतवावी लागणार होती. भरीस भर म्हणजे सदर गुंतवणुकीवर लागलीच नफा मिळणार नव्हता; नफ्याचं टोक दिसायला लागेपर्यंतही काही वर्षं जावी लागणार होती.

उपरोक्त परिस्थितीवर कडी करण्यासाठी 'जॉइन्ट स्टॉक कॉर्पोरेशन'ची रचना केली जावी, ही कल्पना 'ट्यूडॉर इंग्लंड[vi]'च्या काळात निपजलेली सर्वांत श्रेष्ठ अशी म्हणायला हवी. या कल्पनेचा उगम झाला मध्ययुगीन हस्तकलाकार समाजाच्या व्यापार पद्धतींवरून. त्या काळात बहुतांशी माणसं गरीब असल्यामुळे सगळे व्यापारी व कलाकार आपापली तुटपुंजी साधनसंपत्ती एकत्र करून सगळ्या समाजाचं भलं होईल, असे काहीतरी उपक्रम करायचे. 'जॉइन्ट स्टॉक कॉर्पोरेशन'ची संकल्पना तर याच्याही एक पाऊल पुढे होती. सदर व्यवसायामध्ये अशाही गुंतवणूकदारांना आपला पैसा लावता येणं शक्य होतं; जे प्रत्यक्षात त्या कंपनीच्या कारभारामध्ये काडीचा हातभार लावणार नव्हते. त्यांनी केवळ आपला पैसा लावून भागधारक बनावं आणि कंपनीला मिळणाऱ्या नफा-तोट्यानुसार स्वतःचं नशीब आजमावून पाहावं इतका सरळसोपा व्यवहार होता.

या कॉर्पोरेशनची रचना इतक्या हुशारीनं केली गेली होती की, त्याला कायद्याची मान्यताही होती आणि नियंत्रित भागधारकांच्या महतीला तडा देण्याची परवानगीही होती. कायदे पंडित विल्यम ब्लॅकस्टोनने म्हटल्यानुसार, 'थेम्स नदी जशी एक असली तरी तिला बनवणारे भाग सतत बदलत असतात, तसं काहीसं ईस्ट इंडिया कंपनीच्या बाबत झालं होतं.'[२२]

चाळीस वर्षांपूर्वी १५५३मध्ये आधीच्या पिढीतल्या काही लंडनमधल्या व्यापाऱ्यांनी जगातली पहिली अशी सनदी जॉइन्ट स्टॉक कंपनी प्रस्थापित करण्याचा घाट घातला होता. मस्कोवी कंपनी असं थोडक्यात म्हटलं जाणाऱ्या या कंपनीचं खरं नाव होतं : 'द मिस्टरी ॲण्ड कंपनी ऑफ द मर्चंट ॲडवेंचरर्स फॉर द डिस्कव्हरी ऑफ रीजन्स, डॉमिनियन्स, आयलण्ड्स, ॲण्ड प्लेसेस अननोन'![२३] त्या काळच्या भूगोल तज्ज्ञांनी असा दावा केला होता की, संपूर्ण पृथ्वी एक बेट असून, तिच्या

---

vi १४८५ ते १६०३मधल्या इंग्लंडचा काळ

सभोवताली समुद्र आहे. या विचाराची कास पकडून मस्कोवी कंपनीच्या मालकांनी असा कयास बांधला की, आयबेरियाच्या शत्रूंपासून बचाव करत पूर्वेला व केपच्या बाजूला असलेल्या मसाले व सोन्याच्या साठ्याकडे पोहोचण्यासाठी उत्तरेकडून एक रस्ता असेल आणि त्याद्वारे गेलं तर आपल्याला भरघोस फायदा होईल.

पुढील काही काळात मस्कोवी कंपनीच्या मालकांना हे लक्षात आलं, की असा कुठला मार्ग अस्तित्वात नाही; पण त्यांची शोधमोहीम वाया गेली नाही. उत्तरेकडचा रस्ता सापडला नसला, तरी त्यांना रशियामार्गे पर्शियाकडे जाण्याचा मार्ग गवसला आणि त्याद्वारे त्यांनी भरघोस व्यापार आरंभला. १५८०मध्ये ऑटोमन तुर्की राजवटीने तो मार्ग बंद करेपर्यंत, मस्कोवी कंपनीने इस्फाहन व त्या भागातल्या इतर मोठ्या बाजारपेठांकडे सहा व्यापारी जहाजं भरून माल पाठवून भरघोस नफा कमावला होता.[२४]

१५५५मध्ये, मस्कोवी कंपनीला आपली सनद मिळाली होती. त्या सनदीमध्ये त्यांच्यावरच्या जबाबदाऱ्या आणि त्यासाठी मिळणारे विशेषाधिकार व्यवस्थित नमूद केले गेले होते. १५८३पर्यंत त्यांनी आपल्या सनदी व्यापाराचं जाळं व्हेनिस व तुर्कीपर्यंत नेलं होतं. १५९२मध्ये या सगळ्या लहान कंपन्यांना एकत्र करून लेव्हन्ट कंपनीची स्थापना केली गेली. त्याच वर्षी गुलामांचा सौदा करणारी सियेरा लियोन कंपनीही स्थापित केली गेली. थोडक्यात ईस्ट इंडिया कंपनीची पावलं योग्य त्या दिशेने वळत होती, आणि तिला आपली सनद मिळवण्यासाठी त्रास पडेल, असं काही चिन्ह नव्हतं. त्यात राणीलाही शहरातल्या दिग्गजांना आपल्या पक्षात ठेवणं श्रेयस्कर वाटत होतं; अर्ल ऑफ एसेक्स असलेल्या गुंड प्रवृत्तीच्या रॉबर्ट डिव्हरूने आधीच बंडाचा इशारा दिला असल्याने, राणीला स्वत:चं स्थान बळकट करण्यासाठी सदर थोरामोठ्यांची मदत होणार होती.[२५]

मात्र अचानक कुणाच्या ध्यानीमनी नसताना प्रिव्ही कौन्सिलच्या कायदे-विभागाकडून कंपनीची स्थापना आणि सफरीची तयारी या दोहोंवर स्थगिती आणली गेली! झालं असं होतं की, १५९८मध्ये राजा फिलीप II चा मृत्यू झाल्यानंतर स्पेनशी सुरू झालेल्या शांततेच्या वाटाघाटींमध्ये चांगली प्रगती होऊ लागली होती. त्यामुळे संबंधित अधिकाऱ्यांना असं वाटू लागलं की, एकमेकांना शह-काटशह देत बसण्यापेक्षा समजुतीने घेण्यात सगळ्यांचा फायदा होता. त्यानुसार इंग्लंडनं स्वत:चा व्यापार आंतरराष्ट्रीय किनाऱ्यावर नेण्याचा कार्यक्रम रद्द करण्यात आला.

ईस्ट इंडिया कंपनीमध्ये स्वारस्य असलेले व्यापारी राजघराण्यातले नव्हते. अर्थातच त्यांच्या शब्दाला राजदरबारामध्ये काही मान नव्हता. त्यामुळे घडल्या प्रसंगानंतर वाट पाहत बसण्यापलीकडे त्यांच्याकडे इतर कुठलाही पर्याय नव्हता.

असे बारा महिने लोटले. कंपनीचा गाडा जिथल्या तिथं अडकून राहिला होता.

बहुतांशी इंग्रज व्यापाऱ्यांनी आशा सोडायला सुरुवात केली होती. उघड्या डोळ्यांनी आणि वेड्या मनाने आपण बघितलेलं हे एक अशक्यप्राय स्वप्नं होतं असं समजून सगळं विसरून जाण्याच्या तयारीत असताना परिस्थितीला पुन्हा नवी कलाटणी मिळाली.

१६००च्या दरम्यान तोवर स्पेनशी सुरू असलेल्या वाटाघाटींमध्ये जेव्हा वितुष्ट येऊ लागलं, तेव्हा प्रिव्ही कौन्सिलने आपल्या निर्णयाचा फेरविचार केला. समुद्राला भौगोलिक बंधनं लादता येत नाहीत आणि समुद्राच्या पाण्यावर प्रत्येकाचा समान हक्क असतो, असा युक्तिवाद लढवून त्यांनी २३ सप्टेंबर १६०० रोजी इंग्लंडच्या व्यापाऱ्यांना आंतरराष्ट्रीय बाजारपेठांमध्ये जाण्यासाठी समुद्रात आपली जहाजं घालण्याची औपचारिक परवानगी दिली.[२६]

३१ डिसेंबर १६०० रोजी 'गव्हर्नर अँण्ड कंपनी ऑफ मर्चंट्स ऑफ लंडन ट्रेडिंग टू द वेस्ट इंडीज' असं भलंमोठं नाव धारण केलेल्या २१८ व्यक्तींच्या जथ्थ्याला राणीकडून शाही सनद मिळाली.[२७] अपेक्षेपेक्षा कैक पटीनं अधिक हक्क व सत्ता देऊ करणारी सनद मिळाल्यावर साहजिकच हा गट आनंदित झाला. पहिल्या सहा सागरी सफरींवर सीमा शुल्कापासून दिल्या गेलेल्या सुटीशिवाय पुढची पंधरा वर्षं या गटाला इंग्लंडद्वारे केल्या जाणाऱ्या आंतरराष्ट्रीय व्यापारावर एकाधिकार दिला गेला होता. हा व्यापार नेमका कसल्या वस्तूंचा असेल, हे त्या वेळी स्पष्ट केलं गेलं नसल्यामुळे भविष्यात त्यात केप ऑफ गुड होप व स्ट्रेट ऑफ मॅगेलनमध्ये चालणाऱ्या सर्व व्यापाराचा व देवाणघेवाणीचा समावेश झाला. तसंच त्यांना या प्रांतांवर अधिराज्य गाजवण्यासाठी व सुरक्षायंत्रणा उभी करण्यासाठीही मुभा दिली गेली. उपरोक्त सनदीमध्ये वापरली गेलेली भाषा इतकी संदिग्ध होती, की त्याचाच गैरफायदा घेऊन ईस्ट इंडिया कंपनीच्या कित्येक अधिकाऱ्यांनी पुढे आशिया खंडातील असंख्य गोष्टींवर आपला स्वैर अधिकार घोषित केला. जुने कायदे रद्द करताना, नवे कायदे तयार करताना, वाटेल तशी लाचलुचपत करताना, दरबार भरवताना, शिक्षा सुनावताना, वसाहती उभारताना ... थोडक्यात, जे मनाला येईल ते करताना, या माणसांनी नेहमी १६००मध्ये जाहीर केलेल्या सनदीचा मुक्तहस्ताने वापर केला. पुढील काळात ईस्ट इंडिया कंपनीवर जी टीकेची झोड उठली, की तिला जगाच्या दोन-तृतीयांश भागावर व्यापारी अंमल बसवण्यासाठी मुक्तहस्ताने मक्तेदारी मिळाली होती, ती निश्चितच रास्त होती.[२८] ईस्ट इंडिया कंपनीला मिळालेल्या सनदीतील संदिग्ध भाषेमुळे त्यांना जगातल्या असंख्य व्यक्तींवर

आणि प्रांतांवर हुकूशाही गाजवण्याचा परवाना मिळाला होता, हे उमजण्यासाठी तब्बल अडीच शतके जावी लागली![२९]

असो. तर मधल्या एक वर्षात जेव्हा सनद मिळण्याची काही आशा दिसत नव्हती, तेव्हा इंग्लंडमधले व्यापारी व उद्योजक काही स्वस्थ बसून राहिले नव्हते. त्यांनी डेटफोर्डला जाऊन निरनिराळ्या जहाजांची पाहणी करायला सुरुवात केली होती. त्यापैकी एक जहाज – मे फ्लॉवर – हे नंतर विरुद्ध दिशेला केल्या गेलेल्या सागरी सफरीसाठी खूप प्रसिद्ध झालं होतं.[३०] हे व्यापारी चार जुनी जहाजं बरोबर घेऊन आले आणि त्यांच्या डागडुजीसाठी त्यांनी काही कामगारांना कामाला लावलं. हाती घेतलेलं काम विलंबाशिवाय व्हावं यासाठी त्यांनी कामगारांना प्रति दिवस बियरचा एक ड्रम अशी आगळी हमाली कबूल केली! पूर्वी कंपनीने स्पेनच्या कॅरिबियनमधल्या मोहिमांवर धाड टाकण्यासाठी म्हणून घेतलेल्या ९००-टन वजनाच्या 'स्कूर्ज ऑफ मलाईस' नावाच्या जहाजाला आता 'रेड ड्रॅगन'असं जरासं कमी जहाल नाव देऊन पुन्हा उभं करण्यात आलं.[३१]

केवळ जहाजांवर न थांबता आता हे व्यापारी तितक्याच जोमानं इतर सामानाच्या खरेदीलाही लागले. शिडाची डोलकाठी, नांगर, मजबूत दोरखंड, तसंच बंदुकी, त्यासाठी लागणाऱ्या गोळ्या, तोफांसाठी लागणारं सगळं सामान इत्यादी सर्व गोष्टींची उत्साहानं खरेदी होऊ लागली. त्याचसोबत सुकी मासळी, बिस्किटं, डुकराचं मांस, तांदूळ व बियर ठेवण्यासाठी भलीमोठी पिंप मागवली गेली.

व्यापारी हे सगळं खरेदी करत असताना त्यांच्यातल्या गुंतवणुकदारांनी दूरदृष्टीनं विचार करून ३०,००० पौंड[vii] किंमतीच्या सोन्या-चांदीच्या विटा विकून आंतरराष्ट्रीय बाजारपेठेमध्ये किंमत येईल, अशा वस्तूंचा साठा करायला सुरुवात केली. उपरोक्त रक्कम गुंतवून त्यांनी लोखंड, पत्रा व इंग्लंडचे कापड विकत घेतले. त्यांना आशा होती की, या वस्तूंच्या बदल्यात त्यांना दुसऱ्या बाजारपेठांमधील मिरी, जायफळ, दालचिनी, लवंगा व रत्नं परत आणता येतील.[३२]

प्रिव्ही कौन्सिलने मान्यता देण्यापूर्वी अजून एक अडथळा निर्माण झाला होता. फेब्रुवारी १६०१मध्ये कंपनीचा 'मेंदू' असलेल्या ऑडिटर स्मिथला अर्ल ऑफ अॅसेक्सच्या बंडाच्या कटामध्ये गुप्तरीत्या साह्य केल्याच्या आरोपावरून काही काळापुरता टॉवर ऑफ लंडनच्या तुरुंगामध्ये डांबण्यात आलं.[३३] मात्र तरीही औपचारिक सनद मिळाल्यानंतर जेमतेम दोन महिन्यांत १३ फेब्रुवारी १६०१ रोजी डागडुजी केलेली 'रेड ड्रॅगन' थेम्स नदीवर जमलेल्या धुक्यामधून वाट काढत प्रवासाला लागली. तिच्यामागे 'द हेक्टर', 'द सुझॅन' आणि 'द असेन्शन' ही

---

vii आजच्या काळातले सुमारे ३ दशलक्ष पौंड.

तीन लहान जहाजंसुद्धा होती. सर्व जहाजांचं नेतृत्व सर जेम्स लान्कास्टर करत होते. पूर्वीइतक्याच करड्या स्वभावाच्या लान्कास्टरचा फाजील आत्मविश्वास मात्र आता बराच आटोक्यात आला होता. मागच्या खेपेला आलेल्या अनुभवांमधून त्यानं स्कर्वीपासून वाचण्यासाठी लिंबाच्या रसापासून वाटेत भेटू शकणाऱ्या शत्रूशी सामना करायला ३८ मोठ्या बंदुकींपर्यंत सगळी जय्यत तयारी केली होती.[३४]

मात्र या प्रवासाची सुरुवात काहीशा गमतीशीर पद्धतीने झाली. थेम्स नदीमधून बाहेर पडत असताना अचानक वारा थांबला आणि पुढचे दोन महिने सगळ्या जहाजांचा ताफा अगदी बापुडवाणा होऊन जागच्या जागी थांबून राहिला! डोव्हर प्रांत समोर दिसूनसुद्धा वाऱ्याच्या अभावी जहाजांना पुढे जाणं अशक्य होऊन बसलं. अखेर दोन महिन्यांनंतर हा तिढा सुटला आणि सप्टेंबरपर्यंत सगळी जहाजं केपपर्यंत पोहोचून रसद भरण्यासाठी थांबली. लान्कास्टरनं तिथल्या स्थानिक लोकांशी मुद्दाम फर्ड्या इंग्रजीमध्ये संभाषण केलं. तसं करून त्याला इंग्लंडचा वरचष्मा दाखवायचा मानस होता. केपमधून पुढे सरकत सगळा ताफा मॉरिशियसकडे गेला. मॉरिशियसच्या किनाऱ्यावर त्यांना दगडावर कोरलेल्या काही नोंदी सापडल्या. त्यामध्ये लिहिलेला मजकूर इंग्रजांसाठी फारसा आनंददायक नव्हता. जेमतेम पाच महिन्यांपूर्वी काही डच जहाजांनी तिथं येऊन आपला ठसा उमटवला होता.[३५]

जून १६०२मध्ये अखेर लान्कास्टरची जहाजं ॲचेहला पोहोचली आणि त्यांनी खऱ्या अर्थाने व्यापार सुरू केला. ॲचेहच्या सुलतानाशी त्यांनी मसाल्यांसाठी सौदा सुरू केला. त्याच सुमाराला लान्कास्टरच्या माणसांना पोर्तुगालचं एक जहाज दिसलं. लान्कास्टरच्या वरिष्ठांनी त्याला स्पेन किंवा पोर्तुगालच्या लोकांशीही सलोख्याने व्यवहार करायला सांगितलं होतं; पण तशीच वेळ आली किंवा नामी संधी दिसली तर 'लुटालूट करायला मागेपुढे पाहू नकोस' असंही सांगितलं होतं. तेच म्हणणं प्रमाण धरून लान्कास्टरने आपल्या माणसांना पोर्तुगालचं जहाज मनमुराद लुटण्याचा इशारा दिला.

एक वर्षाच्या कालावधीनंतर सुमारे १ जून १६०३ रोजी फ्रान्सद्वारे लंडनमध्ये बातमी पसरू लागली की, लान्कास्टरची जहाजं सुरक्षितरीत्या मायदेशी परतली आहेत. प्रत्यक्षात मात्र या बातमीची प्रचिती यायला ६ जून १६०३ उजाडला.[३६] त्या दिवशी लान्कास्टरने डाऊन्सच्या किनाऱ्यावर आपली चारही जहाजं आणून लावली. असंख्य समस्या व धोक्यांमधून वाट काढत आपण चारही जहाजं व्यवस्थित परत आणू शकलो, याबद्दल लान्कास्टरने देवाचे आभार मानले. त्यानं केवळ व्यवस्थितच नाही तर अगदी दुथडी भरून ती जहाजं परत आणली होती. पोर्तुगालच्या जहाजावरून लुटलेली ९०० टन मिरी, दालचिनी व लवंगांशिवाय ॲचेहमधून आणलेल्या अजून मसाल्यांमुळे कंपनीला ३००% इतका घवघवीत

नफा कमावता आला. पुढील पंधरा वर्षांमध्ये ईस्ट इंडिया कंपनीने काढलेल्या पंधरा मोहिमांपैकी ही पहिली होती.

मात्र इंग्लिश चॅनलच्या दुसऱ्या बाजूला डच लोक चालवत असलेल्या तुफानी व्यापाराच्या तुलनेत इंग्रजांनी मिळवलेला नफा अगदीच तुटपुंजा होता. मार्च १६०२मध्ये लान्सकास्टर मोलुक्कासमध्ये असताना निरनिराळ्या डच ईस्ट इंडिया कंपन्यांनी हातमिळवणी करून एकच मोठी द डच ईस्ट इंडिया कंपनी – द व्हीओसी (व्रिनीश ओस्तिनडिश कोम्पॅनी) स्थापन केली होती. या कंपनीला पूर्वेतील देशांशी व्यापार करण्यासाठी एकाधिकार मिळाला होता. त्यांच्या हिशेबनिसांच्या दिलेल्या नफ्याच्या आकड्यानुसार ब्रिटिश ईस्ट इंडिया कंपनीच्या तुलनेत व्हीओसीने तब्बल दसपट नफा कमावला होता आणि म्हणून ते आपल्या गुंतवणुकदारांना ३६००पौंडांचा घसघशीत लाभांश देऊ शकत होते![३७]

व्हीओसीच्या तुलनेमध्ये ब्रिटिश कंपनी पुढची बरीच वर्षं अगदी माफक महत्त्वाकांक्षा असलेली लहानशी कंपनी म्हणून ओळखली गेली. फाउन्डर्स हॉलमध्ये झालेल्या त्या पहिल्या सभेमधला उत्साह जरी फसफसता असला, तरी प्रत्यक्षात त्या वेळी गुंतवणूक म्हणून जेमतेम ६८,३७३ पौंडांची[viii] रक्कम गोळा होऊ शकली होती. तुलनेने डच कंपनीने सुरुवातीलाच ५,५०,००० पौंडांची[ix] रक्कम उभी केली होती. भरीस भर म्हणजे डच कंपनीमध्ये होणारी गुंतवणूक पावलोपावली वाढत होती; मात्र इंग्रजांना आपल्याला मोठ्या तोंडाने हमी भरणाऱ्या मूळ गुंतवणुकादारांकडून पुढे एक-एक पै मिळवायला अफाट कष्ट पडत होते.

कंपनीच्या ऑक्टोबर १५९९च्या नोंदीमध्ये पहिल्यांदा 'गुंतवणुकदारांकडून होणाऱ्या हलगर्जीबद्दल' टीका झालेली दिसते. सदर गुंतवणुकदारांनी दिलेला शब्द न पाळल्यामुळे कंपनीला अनेक समस्यांचा सामना करावा लागत आहे असं सांगून, पुढील काही महिन्यांत अशा बेजबाबदार गुंतवणुकदारांवर अधिक कठोर कारवाई केली जाण्याचा इशारा दिला गेला. त्यानुसार ११ जानेवारी १६०० रोजी आपला शब्द न पाळलेल्या अप्रामाणिक गुंतवणुकदारांना तुरुंगावासाची शिक्षा सुनावली जाण्याचा फतवा काढला गेला. पुढे काही दिवसांनंतर चार लोकांवर खरोखरीच अशी कारवाई केली गेली. जर त्यांनी चार दिवसांत ठरलेली रक्कम भरली नाही तर त्यांना मार्शलसीच्या तुरुंगात आजीवन कारावासाची शिक्षा दिली जाईल, अशी तंबी भरण्यात आली.

मात्र हे सगळे उपाय केले जात असले, तरी सरतेशेवटी त्यामधून कंपनीला

---

viii £६८,३७३ = आजचे £७११९,१६५

ix £५५०,००० = आजचे £ ५१ दशलक्ष

आर्थिक फायदा काही होत नव्हता. अशा पद्धतीने दरडावून, धमक्या देऊन कितीसा पैसा मिळणार होता? परिणामी, इंग्रजांची ईस्ट इंडिया कंपनी ही पुढे कित्येक वर्षं अतिशय मोजकी जहाजं असलेली, लहानसहान मोहिमांसाठी कशाबशा मिळणाऱ्या तुटपुंज्या गुंतवणुकीवर खुटूरूटू चालणारी कंपनी बनून राहिली होती. काही केल्या इंग्रजांकडे पैसा येत नव्हता. भरीस भर म्हणून की काय,ज्या धनदांडग्या लोकांनी सुरुवातीला ईस्ट इंडिया कंपनीमध्ये गुंतवणूक करण्यासाठी उत्साह दाखवला होता, त्यांचा रोख आता व्हर्जिनिया आणि द न्यू वर्ल्ड[x]कडे वळू लागला. ईस्ट इंडिया कंपनीच्या दहा रोख्यांसाठी १२० पौंड[xi] खर्च करण्यापेक्षा, व्हर्जिनियातील १०० एकर जमिनीच्या तुकड्यासाठी १० शिलिंग खर्च करणं त्यांना अधिक स्वस्त, सोईस्कर आणि सुरक्षित वाटू लागलं. आणि का नाही? ज्या रोख्यांमधून आपल्याला आपली गुंतवणूकसुद्धा परत मिळण्याची हमी नसेल, त्यापेक्षा आपण एखाद्या सुरक्षित ठिकाणी आपले पैसे गुंतवावे असा विचार करण्यात गुंतवणुकदारांची तरी काय चूक होती म्हणा? अशा सर्व समस्यांमुळे प्रस्थापित झाल्यानंतरचा बराच काळ ईस्ट इंडिया कंपनीने जगातल्या सर्वांत मोठ्या व धनाढ्य आणि स्पर्धात्मक बाजारपेठेतील एक अतिशय नगण्य भाग असल्याच्या अनुभवाखाली घालवला.[३८]

कंपनीला निव्वळ गुंतवणुकीचीच समस्या होती, असं नव्हे तर या कंपनीमध्ये नोकरी करून फारसा पगार मिळणार नाही, हे माहीत असल्यामुळे चांगली माणसं तिथं कामाला रुजू व्हायला तयार नव्हती. म्हणून मग कंपनीला चक्क न्यूगेट तुरुंगामधून सुटलेले कैदी कामगार म्हणून घेणं भाग पडत होतं. कंपनीच्या एका अधिकाऱ्यानं लिहिलेल्या एका तक्रारवजा पत्रात म्हटलं होतं की, 'आधीच आपल्याकडे न्यूगेटमधून सुटलेले कैदी कामाला आहेत. बरं, त्यांना कसंबसं शिस्त लावण्याचं काम बरं चालतं न चालतं तोच, आता चक्क बेडलॅममधल्या वेड्यांच्या इस्पितळातून सुटलेले लोक आपल्याकडे रुजू होऊ लागली आहेत!'[३१] या पुढच्या काही पत्रांमध्ये कंपनीचे बरेचसे कर्मचारी दारू व बाईबाजीच्या आहारी गेल्याचं नमूद केलं होतं, तर एका पत्रामध्ये थेट संचालकांना अशी विनंती केली गेली होती की, त्यांनी व्यसनी आणि वाईट प्रवृत्तीच्या लोकांऐवजी चांगल्या सुशिक्षित आणि सोज्वळ माणसांना कामावर ठेवावं.[४०]

सतराव्या शतकाच्या सुरुवातीच्या काळात ईस्ट इंडिया कंपनीद्वारे बऱ्याच सागरी मोहिमा काढल्या गेल्या. त्यांपैकी बहुतांशी मोहिमांमधून माफक नफासुद्धा

---

x अमेरिकेतील नव्याने उभारले जाणारे प्रदेश

xi £१२० = आजचे £ १२,६००

झाला. मात्र डच लोकांच्या ईस्ट इंडियामेन या भल्यामोठ्या जहाजांवरून भरपूर आरमार व उत्तम वित्तीय मदतीने काढल्या गेलेल्या मोहिमांसमोर त्यांचं पारडं फार हलकं होत असे. डच लोकांच्या यशामुळे इंग्रज जनतेच्या मनात इतका मत्सर भरला होता की, कधी एकदा या आगाऊ माणसांचं नाक ठेचलं जातंय, असं त्यांना झालं होतं.[४१] नाक ठेचलं गेलं; पण डच लोकांचं नव्हे – तर खुद्द इंग्रजांचं. १६२३मध्ये मोलुक्कासमधल्या ॲम्बोइना येथील इंग्रजांच्या कारखान्यावर व्हीओसीच्या शिपायांनी हल्ला केला. त्या हल्ल्यात दहा इंग्रजांना अटक करण्यात आली. त्यांचे हाल करून त्यांना ठार केलं गेलं.

सदर घटनेमुळे इंग्लंड आणि हॉलण्डमधलं पुढे कैक दशकं चालणारं शत्रुत्व सुरू झालं. या कालावधीत इंग्रज आणि डच सतत एकमेकांवर हल्ले चढवत राहिले. अधेमध्ये इंग्रजांना यश येत असलं, तरी बहुतेक वेळा त्यांना डच लोकांसमोर पराजयाची धूळ चाखावी लागत होती. एक वेळ तर अशी आली की, डच जहाजं थेट थेम्सपर्यंत येऊन ठेपली आणि त्यांनी 'शीयरनेस' या शहरावर हल्ला चढवून 'चॅटहॅम' आणि 'रोचेस्टर' येथील गोदींमधली जहाजं नष्ट केली.[४२]

अशा बऱ्याच चकमकी झाल्यावर अखेर ईस्ट इंडिया कंपनीच्या संचालकांनी असा निर्णय घेतला की, आपण 'स्पाइस आयलण्ड' व तिथं उपलब्ध असणाऱ्या भरघोस मसाल्यांचा व्यापार डच लोकांच्या स्वाधीन करून त्यातून होऊ शकणाऱ्या भरघोस नफ्यावर पाणी सोडावं. त्यापेक्षा आपण कमी स्पर्धा असलेल्या; पण नीट पावलं उचलली तर भविष्यात चांगला फायदा करून देऊ शकणाऱ्या अशा आशिया खंडातील तीन गोष्टींवर लक्ष केंद्रित करावे – ते म्हणजे उत्तम प्रतीचे सुती तागे, नीळ, आणि चिंट्झ प्रकाराचं कापड.

या तिन्ही गोष्टी एकत्र मिळविण्याचं एकच ठिकाण होत–ते म्हणजे भारत!

२८ ऑगस्ट १६०८ रोजी कॅप्टन विल्यम्स हॉकिन्स या उद्धट व आत्मप्रौढी मिरवणाऱ्या व्यक्तीने सुरतच्या किनाऱ्याजवळ 'हेक्टर' या जहाजाचं नांगर टाकून खऱ्या अर्थाने ईस्ट इंडिया कंपनीचे पाय भारतामध्ये रोवले.[४३]

त्याकाळी भारताची लोकसंख्या सुमारे १५० दशलक्ष होती. जागतिक लोकसंख्येचा एक-पंचमांश भाग भारतामध्ये स्थायिक होता. जागतिक पातळीवरचं एक-चतुर्थांश औद्योगिक उत्पादनदेखील भारतामध्येच होत होतं. यामध्ये विशेषत: कापड-निर्मिती उद्योगाचा मोठा समावेश होता. म्हणून कापड व्यवसायाशी निगडित असलेल्या कित्येक इंग्रजी शब्दांचा उगम भारतीय भाषांमधून झालेला दिसतो –

उदाहरणार्थ : कॅलिको, खाकी, डंगरी, कमरबंद, टॅफेटा इत्यादी.[४४] त्या काळच्या कापड व्यवसायामध्ये भारताचा इतका मोठा हातभार होता की, भारतामधून आयात केलेल्या उत्कृष्ट प्रतीच्या कापडामुळे मेक्सिको देशातला कापड उद्योग पार लयाला गेला होता.[४५]

इंग्लंडची लोकसंख्या भारताच्या जेमतेम ५ टक्के होती. जागतिक औद्योगिक पातळीवरच्या उत्पादनाचा जेमतेम ३ टक्के वाटा इंग्लंडमधून येत होता. त्या ३ टक्के उलाढालीतून येणाऱ्या नफ्याचा मोठा वा आग्रा येथील मुघल सल्तनतीच्या तिजोऱ्यांमध्ये येत असे.[४६] त्यामुळे अर्थातच सुमारे १०० दशलक्ष पौंडांची[xii] कमाई असलेला मुघल बादशहा हा जगातला सर्वांत श्रीमंत राजा म्हणवला जात असे.

त्या काळच्या मुघल राजवटींच्या राजधान्यांचा थाट काही औरच असे. जेस्यूइट फादर अँटोनियो मोनसेरातने नमूद केल्यानुसार सदर शहरांसारखी शहरं आशिया वा युरोप खंडांमध्ये इतरत्र सापडणं अशक्य होतं. त्यांच्यात राहणाऱ्या लोकांची संख्या, त्यांच्या तिजोऱ्यांमध्ये वाहणारा पैसा आणि त्यांचा एकूण आवाका – मुघल राजधान्या सर्व बाबतीत एकमेवाद्वितीय होत्या. एकाहून एक सरस अशा कलाकुसरी तिथं सापडत असत. जगभरातले व्यापारी आणि उद्योजक या राजधान्यांमध्ये येऊन व्यवसाय करण्यास इच्छूक असायचे. १५८६ व १६०५च्या दरम्यान सदर मुघल बाजारपेठांमध्ये वर्षाला १८ मेट्रिक टनच्या हिशेबानं घवघवीत प्रमाणात युरोपीय चांदी आणली गेली असल्याची नोंद आहे.[४७] युरोपीय व्यापारी संपत्तीसाठी कायम वखवखलेले असायचे. साधीसाधी कलाकुसर केलेले कपडे हीच त्यांची आभूषणं होती. त्यांच्या तुलनेत खरी हिरेमाणकं व रेशमी वस्त्र लेवून रुबाबात फिरणारे मुघल म्हणजे श्रीमंती व सत्तेचे प्रतीक बनून गेले. आजही एखाद्या धनाढ्य सत्ताधाऱ्याचं वर्णन करताना त्याला 'मुघल (इंग्रजी भाषेत – मोगल)' असं संबोधलं जातं. इतका त्यांच्या श्रीमंतीचा पगडा पडला होता.

सतराव्या शतकाच्या सुरुवातीपर्यंत युरोपीय लोकांना इतरांवर लष्करी विजय मिळवण्याची सवय झाली होती. जणू १५२०च्या दशकात स्पेनने एकेकाळी अवाढव्य असलेल्या अॅझटेक साम्राज्याच्या सेनेचा धुव्वा उडवून टाकला होता. नंतरच्या काळात मोलुक्कास येथील स्पाइस आयलण्ड्समध्ये ज्या सत्ताधीशांशी इतकी वर्षं व्यापार केला, त्यांच्यावरच डच लोकांनी तोफा डागायला सुरुवात केली. आपल्या डच पाहुण्यांचं स्वागत करण्यासाठी लहानशा कॅनू बोटींमधून बाहेर पडणाऱ्या मोलुक्कासच्या प्रजेवर त्यांनी बेछूट हल्ले केले, त्यांची शहरं

---

xii £१०० दशलक्ष

जाळून टाकली आणि त्यांच्या बंदरांवर बिनदिक्कतपणे ताबा जमवला! लोन्तोर या एकाच बेटावरच्या तब्बल ८०० लोकांना गुलाम बनवून त्यांना जावा येथे नव्याने उभारलेल्या मसाल्यांच्या शेतांवर कामाला लावलं गेलं. मोलुक्कासमधल्या ४७ गाव-प्रमुखांचा छळ करून त्यांना मारून टाकण्यात आलं.[४८]

मात्र चाणाक्ष कॅप्टन हॉकिन्सच्या हे लवकरच लक्षात आलं की, असले प्रकार युरोपनं मुघल सल्तनतीवर करण्यात अर्थही नव्हता आणि तशी शक्यताही नव्हती. मुघलांकडे तब्बल ४ दशलक्ष सैनिकांची भारदस्त फौज होती.[४९] १६३२मध्ये जेव्हा मुघल बादशहाला या गोष्टीचा सुगावा लागला, की बंगालमधल्या हुगली येथे पोर्तुगीज लोक विनापरवानगी भव्यदिव्य बांधकामं करीत आहेत आणि मुघलांचे नियम उल्लंघून लोकांना जबरदस्तीने ख्रिश्चन धर्म स्वीकारायला लावत आहेत, तेव्हा त्यानं तातडीनिशी पोर्तुगीज वसाहतीवर हल्ला चढवून त्यांना बाहेर हुसकावून लावण्याची कारवाई सुरू केली.

निव्वळ काही दिवसांत पोर्तुगीजांनी मुघलांसमोर नांगी टाकली. काही लोकांनी गंगेच्या पात्रात उड्या मारून जीव वाचवण्याचा प्रयत्न केला होता, पण मुघलांनी आधीच नदीच्या पात्रात असे काही अडथळे टाकून ठेवले होते की, त्यांचे प्रयत्न अपयशी ठरले. ४०० पोर्तुगीज बंदीवानांना बादशहाची माफी मागण्यासाठी आग्र्याला धाडलं गेलं. 'पादशहानामा'मध्ये नमूद केल्यानुसार ज्यांनी माफी मागायला नकार दिला त्यांना निरनिराळ्या अमीरांकडे गुलाम म्हणून पाठविण्यात आलं किंवा त्यापैकी काहीजणांना तुरुंगात डांबून, छळ करून मारून टाकण्यात आलं. गोव्यामध्ये असलेल्या पोर्तुगीज व्हाइसरॉयला मूग गिळून बघत बसण्याशिवाय काहीही करता आलं नाही![५०]

हे सगळं लक्षात घेऊन कंपनीनं असं धोरण अंगीकारलं की, जर आपल्याला मुघलांशी व्यापार करायचा असेल, तर आपल्याला मुघल बादशहाशी उत्तम नातं बांधायला हवं – जेणेकरून आपल्याला व्यापारासाठी परवानग्या आणि भागीदार, दोन्ही विनासायास मिळू शकतील. हॉकिन्सला आग्र्याला पोहोचायला एक वर्ष लागलं; त्यानं अफगाणी पेहराव करून बादशहाच्या दरबारात स्वत:ला स्थान मिळवण्याचा प्रयत्न केला. बादशहाशी तुर्की भाषेत बोलून त्यानं थोडीफार मेहेरनजर कमावली सुद्धा; पण मग बादशहा जहांगीर या विचित्र इंग्रज माणसाला लवकरच कंटाळला आणि त्यानं भारतात आल्यावर केलेल्या अर्मेनियन ख्रिस्ती पत्नीसोबत बादशहाने हॉकिन्सला परत धाडून दिलं. थोडक्यात या मोहिमेमधून फारसं काही निष्पन्न झालं नाही.

त्यानंतर ईस्ट इंडिया कंपनीने सर हेन्री मिडलटनच्या देखरेखीखाली आपल्या जहाजांचा अजून एक ताफा सुरतकडे धाडला. मात्र सुवाली बंदरावर ती जहाजं

लागतात न लागतात तोच तिथल्या स्थानिक प्रमुखाने, तिथल्या पोर्तुगीज रहिवाशांकडून मिळत असणाऱ्या धमक्यांबद्दल सावधान करून मिडलटनला परत जाण्याचा इशारा दिला.[५१]

या अनुभवानंतर कंपनीने राजा जेम्स याला भारताकडे एखादा राजदूत पाठवण्याची विनंती केली. त्यानुसार सर थॉमस रोए या अतिशय नावाजलेल्या दूताला भारताला पाठवण्याचा निर्णय घेतला गेला. इंग्लंडच्या दरबारातला नावाजलेला दरबारी, खासदार, ॲमेझॉनचं खोरं पालथं घातलेला साहसवीर, सब्लाईम पोर्टचा राजदूत आणि एकूणच 'खास व्यक्तिमत्त्व' म्हणून ख्याती असलेले सर थॉमस रोए १६१५मध्ये अजमेर शहरात दाखल झाले.[५२] त्यांनी आपल्याबरोबर इंग्लिश मॅस्टिफ्स आणि आयरिश ग्रेहाऊन्ड्स अशा दोन उत्कृष्ट प्रतीच्या कुत्र्यांचा ताफा भेट म्हणून सोबत आणला होता. त्याशिवाय एक शानदार बग्गी, मॅनरिस्ट शैलीमध्ये रंगवलेली काही चित्रं, इंग्लिश व्हर्जिनल नावाचं एक खास तंतुवाद्य आणि जहांगीरला विशेष आवडणाऱ्या लाल वाइनचे अगणित खोकेही आणलेले होते. मात्र इतक्या सगळ्या भेटवस्तू आणूनही रोएला जहांगीरची भेट मिळवण्यासाठी अपार कष्ट पडले. अखेरीस जेव्हा त्याच्या प्रतीक्षेला यश आलं, तेव्हा रोएने वेळ न दवडता थेट व्यापार व सीमा-शुल्काच्या विषयांना हात घातला. पण जहांगीरला या सर्व रुक्ष विषयांमध्ये मुळीच रस नसे. हळव्या मनाच्या हुशार जहांगीरला व्यापारापेक्षा जगातल्या उत्तमोत्तम कलाकुसरी व तत्सम गोष्टींमध्ये अधिक रस होता. व्हेनेशियन तलवारींपासून, सफाविद रेशमापर्यंत आणि जेडच्या गुळगुळीत दगडांपासून नारव्हल माशाच्या दातांपर्यंत नानाविध, चित्रविचित्र गोष्टी गोळा करून त्यांचा अभ्यास करण्याची आवड असलेल्या जहांगीरने, भारतातील मुघल सल्तनतीमध्ये कैक शतकं चालत असलेल्या कला व ज्ञानाच्या वारशांत खूप भर टाकली होती. व्यापाराच्या गोष्टींमध्ये त्याला फारशी रुची नसली, तरी जहांगीरने राज्यकारभार अगदी उत्तम चालवला होता. त्याचसोबत त्यानं आपले निरनिराळे छंदही जोपासले होते. बकऱ्या व चित्ते यांचं प्रजनन, औषधशास्त्र, खगोलशास्त्र अशा अनेक विषयांमध्ये जहांगीर मनापासून रस घेत असे.

अर्थातच, अशा कलात्मक मनाच्या बादशहाशी व्यापार आणि शुल्कांसारख्या रुक्ष विषयांवर संभाषण साधणं म्हणजे तारेवरची कसरत होती. रोएला ही कसरत पुढचे कित्येक महिने चालू ठेवावी लागली. सुरतमध्ये इंग्रजांना कारखाना टाकता यावा आणि त्यासाठी येणाऱ्या कर्मचाऱ्यांना पक्क्या स्वरूपात काम व वसतिस्थान मिळावं यासाठी लागणारे फर्मान मिळवण्याची रोएची धडपड चालली होती. मात्र रोएच्या संभाषणाची गाडी उद्योग, व्यापार, वा दोन्ही देशांमधल्या नातेसंबंधांवर वळू लागली की, जहांगीर त्याला त्याच्या देशातल्या सुंदर हवामानाबद्दल व

तिकडच्या चित्रकलेतील प्रगतीबद्दल विचारत असे. रोए आपल्या वरिष्ठांना वेळोवेळी देत असलेल्या अद्यातनांमध्ये असं सांगत असे, की जहांगीरला व्यापारामध्ये मुळीच रस नाही. त्याला फक्त उंची रत्ने, चित्रकलेचे नमुने व इतर महागड्या गोष्टी गोळा करण्यात रस आहे. तो मला सतत विचारत असतो की, आपण त्याला अजून काय भेटवस्तू देऊ शकतो?[५३]

सदर प्रश्नावर आपण जहांगीरला काय उत्तर दिलं, हे आपल्या वरिष्ठांना सांगताना रोएने लिहिलं :

> 'मी जहांगीरला समजावले की, सध्या इंग्लंड आणि भारतामधले संबंध फार नवे आणि अपरिपक्व आहेत. जर आमच्या व्यापाऱ्यांना व कर्मचाऱ्यांना जहांगीरकडून सुरक्षित व्यापार व वसाहतीची हमी मिळाली तर आमच्या राजदरबाराकडून त्याला निश्चितच अनेक अमौलिक भेटवस्तू पाठवल्या जातील. त्यावर जहांगीरने मला विचारलं की, या भेटवस्तू नेमक्या कोणत्या असतील? हिरे, माणिके व तत्सम रत्नं असतील का? त्यावर मी त्याला नकारार्थी उत्तर देऊन हे समजवलं, की त्याच्याच देशामधून आणलेल्या वस्तू पुन्हा त्यालाच भेट म्हणून द्याव्यात, हे इंग्रजांच्या शिष्टाचारात बसत नाही. त्याऐवजी आम्ही त्याला आमच्या देशात अमौलिक समजल्या जाणाऱ्या भेटवस्तू देऊ. त्यावर जहांगीरने माझ्याकडे इंग्रज घोड्याची मागणी केली आहे. सदर संभाषणानंतर त्यानं मला आपल्या देशातल्या चित्रकला व इतर कलाकुसरींबद्दल अनेक प्रश्न विचारले. त्यापुढे त्याची गाडी माझ्या स्वतःच्या मदिरापानावर वळली. मी रोज नेमकं किती मदिरासेवन करतो, काय पितो, बियर हे पेय काय असतं, ते कसं बनवलं जातं, भारतात ते बनवता येईल का, असे एक अन् अनेक प्रश्न विचारून जहांगीरने मला भंडावून सोडलं. मात्र मी त्याच्या प्रत्येक प्रश्नाचं व्यवस्थित उत्तर दिलेलं आहे...'[५४]

प्रसंगी रोए मुघल राज्यकारभारावर नाक उडवत असे – धर्म अनेक, कायदे नगण्य अशी मुघल राजवट असल्याचं त्याचं मत होतं. मात्र तरीही मुघल राजवटीतल्या शाही थाटमाटानं त्याचे डोळे दिपून गेलेच! उदाहरणार्थ १६१६मध्ये मध्य भारतातील मांडू येथील एका सुंदरशा टेकडीवरच्या जुन्या पण टुमदार राजमहालामध्ये साजऱ्या केल्या गेलेल्या जहांगीरच्या वाढदिवसाबद्दल इंग्लंडचा भावी राजा चार्ल्सला व्हाइटहॉलला धाडलेल्या पत्रामध्ये रोएने लिहिलं होतं :

'एका भल्यामोठ्या, हिरवीगार झाडं असलेल्या बगीच्यामध्ये बादशहाचा वाढदिवस साजरा केला गेला होता. चहूबाजूंनी शोभिवंत फुलं व हिरव्याकंच झाडांनी मढलेल्या एका टेकाडावर बादशहाचं वजन करण्यासाठी अस्सल सोन्याची तुला ठेवली गेली होती. या तुलेवर बादशहाला बसवून त्याच्या वजनाचे हिरे, माणिके व इतर रत्नं लोकांमध्ये वाटण्यात येणार होती. कार्यक्रमाचा थाट तर काय वर्णावा! आहाहाऽऽ! बादशहाच्या आगमनासाठी आतुर असलेले घरंदाज पाहुणे, आजूबाजूला पसरलेल्या रेशमी गालिच्यांवर पहुडले होते. बादशहाचं आगमन झाल्यावर मला क्षणभर असा प्रश्न पडला, की त्यानं अंगावर काही कपडे घातले आहेत, की नुसतेच हिरे-माणिकं चढवली आहेत? मी अतिशयोक्ती करत नाहीये. खरोखरीच बादशहाच्या डोक्यापासून पायांपर्यंत सर्वत्र फक्त हिरे, मोती, माणिके आणि इतर अमौलिक रत्नं दिसत होती. त्याच्या डोक्यावर, छातीवर, मानेवर, हातांवर, बोटांवर, मनगटांवर... जिथं पाहू तिथं अक्रोडाएवढ्या गोलाईची माणिकं, चमचमणारे हिरे आणि डोळे विस्फारून पाहावे अशा मोत्यांच्या सरी, कड्या, अंगठ्या आणि इतर नानाविध प्रकारच्या दागिन्यांची लयलूट होती. जहांगीरला या अमौलिक रत्नांचं असलेलं वेड मला त्या दिवशी खऱ्या अर्थाने प्रत्यक्षरीत्या दिसलं.'[५५]

दुसऱ्या बाजूला मुघलांनाही इंग्रजांबद्दल कुतूहल होतं; पण ते त्यांना आपल्यापेक्षा कमी लेखत असत. आपले डोळे दिपावे असं काही इंग्रजांकडे असेल असं मुघलांना मुळीच वाटत नव्हतं. नाही म्हणायला, रोएकडे असलेल्या एका 'मिनियेचर' प्रकारच्या चित्रानं जहांगीरचं लक्ष वेधून घेतलं होतं खरं. रोएच्या मैत्रिणीचं–लेडी हंटिंग्टनचं – असलेलं ते चित्र पाहून जहांगीरचं कुतूहल जागं झालं होतं;[५६] पण मग लागलीच त्यानं असं घोषित केलं की, आमच्याकडचे निष्णात चित्रकार या चित्राची हुबेहूब प्रत काढू शकतील, आणि त्यामुळे सदर चित्रात वाखाणण्यासारखं काही विशेष नाही! रोएने आणलेल्या बग्गीचंही बऱ्यापैकी कौतुक झालं, पण मग जहांगीरने आतल्या बाजूचं ट्यूडॉर पद्धतीचं, जरासं जुनकट दिसणारं, कापड काढून त्याजागी मुघल कारागिरांनी बनवलेलं सोन्याचे धागे असलेलं कापड चढवलं व आपल्या कामगारांना कामाला लावून, त्याच बग्गीची हुबेहूब प्रत बनवून नूरजहाँ या आपल्या लाडक्या राणीलाही तशीच बग्गी मिळवून दिली आणि आमचे मुघल कारागीर किती निष्णात आहेत, हेही रोएला दाखवून दिलं!

मुघल लोक आपलं भरभरून स्वागत करतील, या विचाराने आलेल्या रोएच्या आशेवर सुरुवातीपासूनच पाणी पडलं होतं. मुघलांना इंग्रजांची काहीच चाड दिसत

नव्हती. रोए आणि त्याच्या सोबत्यांना राहण्यासाठी कारावानसेराईच्या जेमतेम चार खोल्या दिल्या गेल्या होत्या. त्या खोल्याही अगदी टीचभर आणि कमी उजेड असणाऱ्या होत्या. इतक्याशा जागेमध्ये इतकी माणसं आणि त्यांचं सामान ठेवता-ठेवता रोएच्या तोंडाला फेस आला.[५८] भरीस भर म्हणून की काय, त्यांच्यानंतर आलेल्या पोर्तुगीज पाहुण्यांनी बादशहासाठी ज्या रत्नजडीत भेटवस्तू आणल्या त्यांच्या तुलनेत रोएच्या भेटवस्तू अगदी फिक्या पडल्या.[५९]

अखेर तीन वर्षं डोकेफोड करून रोए इंग्लंडला परतला. येताना त्यानं जहांगीरकडून सुरतला कारखाना उभारण्यासाठी परवानगी मिळवली होती. तसेच बादशाही अंमलात आपल्या कर्मचाऱ्यांना विनासायास काम करण्याची व राहण्याची मुभा मिळावी, आणि मुघल अधिकाऱ्यांकडून त्यांना कोणता त्रास होऊ नये, यासाठी लागणारे फर्मानही त्यानं सोबत आणले होते. मात्र हे सगळे किरकोळ फर्मान सोडल्यास, जहांगीरने रोएला मोठे असे कुठलेच व्यापारी अधिकार देऊ केले नव्हते. कदाचित तसं करणं जहांगीरला त्याच्या प्रतिष्ठेला बाधा आणणारं वाटलं असावं.[६०]

मुघल दरबारामध्ये इंग्रजांचं स्थान किती कनिष्ठ होतं, हे दाखवण्यासाठी जहांगीरच्या दरबारातल्या सर्वांत नावाजलेल्या बिचित्र या चित्रकारानं काढलेलं चित्र फार बोलकं आहे. सदर चित्रामध्ये जहांगीर किती देवभोळा आहे आणि त्याला इतर राजा-राजपुत्रांपेक्षा सूफी संत वा संन्याशांच्या पायाशी बसायला कसं आवडतं, हे दाखवलं गेलं होतं. अर्थात, यात खोटं काही नव्हतं. रोएने नमूद केल्यानुसार एकदा त्यांचा कबिला कुठल्याशा ठिकाणी प्रवास करत असताना, जहांगीरने तब्बल एक तासभर वाटेत भेटलेल्या संन्याशाशी गप्पागोष्टी केल्या होत्या.

> वाटेत आम्हाला एक गरीब, खंगलेला संन्यासी भेटला. फाटके, मळके कपडे आणि डोईवर पिसांची टोपी घातलेल्या त्या माणसाशी बादशहाने इतक्या प्रेमाने व सलोख्याने संभाषण केलं, की राजघराण्यातल्या माणसांमध्ये माणुसकी नसते, या माझ्या मताला चांगलाच तडा गेला. आपल्या उंची रेशमी कापडांवर त्या माणसाच्या कित्येक दिवस अंघोळ न केलेल्या अंगावरची घाण लागत आहे, याची पर्वा न करता जहांगीरने त्याला आपल्या छातीशी कवटाळलं आणि त्याला अदबीने 'बाबा' असं संबोधलं. एरवी फारसा धार्मिकपणा न दाखवणाऱ्या जहांगीरच्या या वागणुकीकडे आम्ही सगळे आ वासून बघत बसलो!'[६१]

बिचित्रने काढलेल्या चित्रामध्ये, बादशहाला एका अवाढव्य सिंहासनावर बसलेलं दाखवलं आहे. त्याच्या डोक्यामागून चमकणाऱ्या सात्त्विक विचारांचं वलय इतकं

तेजोमय दिसत आहे, की शेजारी उभ्या असलेल्या पुत्ती[xiii]ला आपले डोळे झाकून घ्यावे लागले आहेत. इतरत्र दोन पुत्ती, आपल्या लहानशा हातांनी 'अल्लाहू अकबर! आमच्या बादशहाला उदंड आयुष्य लाभू दे!' असं लिहिण्यात मग्न आहेत. ऑटोमन सुलतानाला डावलून जहांगीर एका सूफी संताच्या हातात पवित्र कुराणग्रंथ सुपूर्द करीत आहे. सफेद वस्त्रे व रत्नजडीत टोपी घातलेल्या जेम्स I ला जहांगीरच्या पायाशी बसलेलं दाखवलं आहे! त्याच्या वरच्या बाजूला बिचित्रने स्वतःची तस्बीर रेखाटली असून, जेम्स I ची आकृती तीन-चतुर्थांशच काढलेली आहे. मुघल चित्रकलेमध्ये कमी दर्जाच्या माणसांची चित्रं काढताना हे माप वापरलं जातं.[६२] आपल्याला जहांगीरच्या पायाशी बसवलं गेल्याबद्दल जेम्स I चेहऱ्यावर आंबट भाव घेऊन वावरत असल्याचं दाखवलेलं आहे.

रोएनं आपल्या नोंदींमध्ये जहांगीरबद्दल इतकं भरभरून लिहिलेलं असलं, तरी जहांगीरनं आपल्या रोजनिशीत रोएबद्दल एकही गोष्ट नमूद केलेली दिसत नाही! त्यांच्यादृष्टीने कौशल्यहीन व असभ्य असलेल्या या पाश्चात्त्य व्यापाऱ्यांना मुघलांनी गंभीरपणे घेण्यासाठी पुढचं शतक जावं लागलं.

थोडक्यात, रोए आणि जहांगीरची भेटगाठ अगदी भरतमिलाप म्हणावी अशी ठरली नाही. पण तरीही, याच भेटीमुळे ईस्ट इंडिया कंपनी आणि मुघलांमध्ये पुढे वाढत गेलेल्या नातेसंबंधांचा श्रीगणेशा झाला होता. पुढच्या दोनशे वर्षांत ईस्ट इंडिया कंपनीच्या चतुर कारभाऱ्यांनी पर्शियन भाषा, मुघल दरबारातले शिष्टाचार व लाचखोरी करण्याच्या नानाविध पद्धती बारकाईने शिकून मुघलांच्या गोटात स्वतःचं स्थान पक्कं केलं. या सगळ्या क्लृप्त्या वापरूनच त्यांनी पोर्तुगीज, डच, व फ्रेंच लोकांचा मुघलांवर असलेला अंमल पुसून टाकला.[६३] इतिहासकार संजय सुब्रमण्यमने म्हटल्यानुसार, अवघ्या काही दशकांमध्ये ईस्ट इंडिया कंपनीने स्वतःची पाश्चात्त्य ओळख त्यागून मुघलांना आवडेल अशी भारतीय-पर्शियन वंशाची ओळख अंगीकारली. ते स्वतःला 'कंपनी बहादूर' म्हणून ओळखू लागले.[६४]

लंडनला परत आल्यानंतर वरिष्ठांसमोर आपला अहवाल सादर करताना रोएनं हे निक्षून सांगितलं की, मुघलांवर चढाई करून त्यांना आपल्याशी व्यापार करण्याची सक्ती करण्यात काहीही अर्थ नाही. तसंच त्यानं हेही नमूद केलं की, आपण तिथं पोर्तुगीजांसारख्या भव्यदिव्य वसाहती उभारून त्यांच्या देखरेखीमध्ये पाण्यासारखा

---

xiii गोंडस मूल

पैसा खर्च करू नये. 'मुघलांनी स्वत:हून जरी आपल्याला वसाहत बनवण्यासाठी एखादा किल्ला देऊ केला, तरीही मी तो घेणार नाही. माझं असं ठाम मत आहे की, जर आपल्याला भारताशी दीर्घकालीन व्यावसायिक नातं बांधायचं असेल, तर आपण समुद्रामार्गे व्यापार करावा आणि तोही, अगदी शांततेत. कुठलाही उठाव अथवा युद्ध न करता.'[६५]

सुरुवातीच्या काळात कंपनीने रोएचे मुद्दे उचलून धरले. ईस्ट इंडिया कंपनीच्या सुरुवातीच्या काळातले अधिकारी, पोर्तुगीजांप्रमाणे इतर देशांच्या बंदरांवर हल्ला न चढवता, शांतपणे औद्योगिक वाटाघाटी करून व्यापार करण्यात तरबेज होते. त्यांची ही खेळी कंपनीला उत्कृष्ट नफा मिळवून देत होती. ज्यावेळी रोएला जहांगीरला गळ टाकण्यासाठी धाडलं गेलं होतं, त्याच सुमारास कंपनीनं कॅप्टन हिप्पॉन नावाच्या अधिकाऱ्याला, 'ग्लोब' नावाच्या जहाजानं पूर्वेला असलेल्या कोरोमॅन्डल किनाऱ्यावर पाठवलं होतं. कोरोमॅन्डल किनाऱ्यावरील मासुलीपटणमला दुसरा कारखाना उघडून तिथं कंपनीच्या वतीनं कापडाचा व्यापार चालू करण्याच्या इराद्यानं, हिप्पॉन कोरोमॅन्डलला येऊन पोहोचला होता. मुघलांचे कट्टर शत्रू असलेल्या दख्खनी गोलकोंडा सल्तनतीच्या अधिपत्याखाली मासुलीपटणमचं बंदर होतं. गोलकोंड्याचा सुलतान आपल्याकडील हिऱ्यांच्या साठ्यासाठी सुप्रसिद्ध होता. मासुलीपटणमच्या बंदरावर भारतातील सर्वांत सुंदर रत्नं व चिंट्झ कापड मिळत असे.[६६] हिप्पॉनच्या मोहिमेनंतर काही कालावधीतच बंदुकीच्या दारूसाठी लागणाऱ्या सोरामिठाचा व्यापार करणारा एक कारखाना पाटणा येथे उभारण्यात आला. कंपनीनं भारतात उभारलेला हा तिसरा कारखाना होता.

रत्नं, मिरी, कापड आणि सोरामिठाच्या व्यापारामधून इंग्रज इतका भरघोस नफा कमवू लागले, की थोड्या अवधीतच त्यांनी डच लोकांच्या मसाल्याच्या व्यापाराला मागं टाकलं. १६३०पर्यंत ईस्ट इंडिया कंपनी भारतातून १ दशलक्ष पौंड* किंमतीची मिरी आयात करत होती. गंमत म्हणजे, शतकानुशतकांच्या प्रथेला तडा देऊन आता इंग्रज आपल्या लेव्हन्ट कंपनीद्वारे इटली आणि मध्यपूर्व देशांना मिरीची निर्यात करू लागले. तीस वर्षांनंतर ते भारतामधून सुमारे २,५०,००० कापडाचे तागे आयात करू लागले; त्यापैकी अर्ध्याहून अधिक कापड कोरोमॅन्डलवरून येत होतं.[६७] मात्र एवढं सगळं असूनही कंपनीच्या नुकसानीचं दुष्टचक्र संपलेलं नव्हतं. १६०१ आणि १६४०च्या कालावधीत कंपनीनं १६८ जहाजं पूर्वेच्या निरनिराळ्या मोहिमांवर धाडली होती. त्यापैकी फक्त १०४ जहाजं परत आली होती.[६८] पण दुसऱ्या बाजूला व्यापार जोर पकडू लागला तसा कंपनीचा ताळेबंद बाळसं धरू लागला. इतक्या वर्षांत प्रथमच कंपनीचे रोखे घेण्यासाठी युरोपमधले गुंतवणूकदार पुढे येऊ लागले. १६१३मध्ये कंपनीच्या 'फर्स्ट जॉइन्ट स्टॉक'ने

४,१८,००० पौंडांची रक्कम गोळा केली. चार वर्षांनंतर १६१७मध्ये 'सेकंड जॉइन्ट स्टॉक'ने १.६ दशलक्ष[xiv] इतकी घसघशीत रक्कम कमावली! सदर यशामुळे पहिल्यांदाच ईस्ट इंडिया कंपनीची मोठी कंपनी म्हणून नोंद घेण्यात आली.[६९] या यशामुळे केवळ लंडनमधल्या गोदीच नव्हे, तर नव्यानं सुरू केला गेलेला शेअर बाजारसुद्धा तेजीत आला. त्या शतकाच्या मध्यापर्यंत 'कोर्ट ऑफ ॲल्डरमेन ऑफ द सिटी ऑफ लंडन'च्या कारभारी मंडळावर निवडल्या जाणाऱ्या महत्त्वाच्या व्यक्तींपैकी अर्धेजण लेव्हन्ट कंपनीतील व्यापारी किंवा ईस्ट इंडिया कंपनीचे संचालक किंवा दोन्ही असे होते.[७०] कंपनीचा सदस्य व एक नावाजलेला आर्थिक तज्ज्ञ असलेल्या थॉमस मनने नमूद केल्यानुसार इंग्लंडच्या औद्योगिक आणि आर्थिक प्रगतीचा मुख्य मापदंड म्हणून आता ईस्ट इंडिया कंपनीच्या नफ्याकडे बारकाईनं बघितलं जायला लागलं.[७१]

१६२६मध्ये, कंपनीनं भारतामध्ये आपला पहिला भक्कम पाया उभारला. पुलिकटच्या उत्तरेला, मध्य कोरोमॅन्डल किनाऱ्यावरील आर्मागॉनवर, तटबंदी व बारा बंदुकींनी लपेटलेला असा हा तळ बांधण्यात आला. मात्र घाईघाईनं बांधलेला हा तळ सैन्याच्या दृष्टीनं कमकुवत ठरला आणि म्हणूनच अवघ्या सहा वर्षांनंतर, १६३२मध्ये कंपनीनं त्याचा त्याग केला. अधिक नुकसान होण्यापेक्षा वेळीच पावलं उचललेली बरी, या धोरणानं कार्य करत असणाऱ्या कंपनीला आपल्या कृत्याचा पश्चात्ताप झाला नाही.[७२]

दोन वर्षांनंतर कंपनीनं पुन्हा प्रयत्न करून बघितला. आर्मागॉन येथील कारखान्याचा प्रमुख असलेल्या फ्रॅन्सिस डे यानं, दाक्षिणात्य विजयनगर साम्राज्याचे जे काही अवशेष उरले होते, तिथं कंपनीचा नवीन बालेकिल्ला उभारण्याची परवानगी मिळवण्यासाठी तेथील स्थानिक प्रमुखाशी चर्चा सुरू केल्या. सॅन थॉमेमधील पोर्तुगीज वसाहतीच्या उत्तरेकडे असलेल्या मद्रासपटणम या लहानशा मासेमाऱ्यांच्या गावामध्ये त्यांना आपला बालेकिल्ला उभारायचा होता. गंमत म्हणजे, सदर ठिकाण निवडण्यामागे कोणतंही व्यापारी अथवा लष्करी कारण नव्हतं. सगळा मनाचा कारभार होता. मद्रासपटणमच्या थोडं पुढे असलेल्या एका अजून लहान गावात एक स्त्री राहत होती, जिच्यावर फ्रॅन्सिस डेने जीव ओवाळून टाकला होता. त्या स्त्रीशी आपल्या भेटीगाठी सोप्या आणि निर्विघ्न व्हाव्यात या हेतूने डेने फोर्ट सेंट जॉर्जसाठी सदर ठिकाण निवडलं होतं.[७३]

या वेळी मात्र कंपनीला यश आलं. मद्रास नावाने ओळखल्या जाणाऱ्या या

---

xiv £१ दशलक्ष = आजचे £१०५ दशलक्ष, £४,१८,००० = आजचे £४४ दशलक्ष, £१.६ दशलक्ष = आजचे £१६२ दशलक्ष

नव्या वसाहतीला सुगीचे दिवस आले. ज्या नाईकाने डेला आपली जमीन भाडेतत्त्वावर दिली होती, त्याला तिथं चांगले दिवस आलेलं बघण्याची घाई सुटली होती. त्यामुळे त्यानं डेशी करार करताना इंग्रजांना जवळ जवळ मुक्त हस्ताने उद्योग, व्यापार करण्याची व वसाहती बांधण्याची सूट देऊन ठेवली होती. मुघलांनी इंग्रजांना असले विशेषाधिकार देऊ करण्यासाठी अजून एक शतक जावं लागलं.

सुरुवातीला मद्रासच्या वसाहतीमध्ये केवल एक फ्रेंच पाद्री आणि सहा मासेमार इतकीच मंडळी येऊन राहू लागली. इथली जनसंख्या वाढावी म्हणून असं घोषित करण्यात आलं की, पुढची तीस वर्षं कुठलाही सीमा-शुल्क आकारला जाणार नाही. तसं झाल्यावर काही विणकर, व्यापारी आले. भविष्यात कंपनीनं वसाहतीच्या अवतीभवती भिंत बांधायला घेतली तशी अजून माणसं येऊ लागली; कारण त्यांना आता इथं राहण्यात सुरक्षितता दिसू लागली.[७४]

असं करत करत मद्रास हे भारतातलं पहिलं इंग्रज वसाहती शहर ठरलं. सुमारे ४०,००० माणसांची वस्ती असलेल्या आणि स्वत:चं छोटेखानी नागरी प्रशासन असलेल्या या शहराला नगरपालिकेचा किताब बहाल करण्यात आला. १६७०पर्यंत तर मद्रास आपली स्वत:ची सोन्याची 'पागोडा' नाणीदेखील छापत होतं. एका बाजूला मंदिराचं आणि दुसऱ्या बाजूला हनुमानाचं चित्रं असलेल्या या नाण्याचं रूप पूर्वीच्या विजयनगरच्या नाण्यांशी मिळतंजुळतं होतं.[७५]

कंपनीला भारतातली दुसरी मोठी वसाहत मिळाली ती थेट इंग्लंडच्या राजघराण्याकडून. इंग्रजांना पोर्तुगीज राजघराण्याकडून लग्नाची भेट म्हणून दिली गेलेली ही वसाहत म्हणजे टॅन्जियर बंदराच्या मार्गावर असणारं 'बंबे' हे बेट. १६६१मध्ये कॅथरीन ऑफ ब्रगॅन्झा या पोतुर्गीज राजकन्येचं जेव्हा चार्ल्स II या इंग्रज राजपुत्राशी लग्न झालं तेव्हा तिच्या हुंड्याचा भाग म्हणून बंबे बेट इंग्रजांना दिलं गेलं. गंमत म्हणजे कॅथरीनच्या लग्नकरारासोबत जोडलेला बंबेचा नकाशा मध्येच कुठेतरी हरवून गेल्यानंतर लंडनमधल्या लोकांना हे समजेना की, हे बंबे बेट नेमकं आहे कुठे? त्या काळी लॉर्ड हाय चान्सेलर असं म्हणाला होता की, बहुतेक ते ब्राझीलच्या आसपास कुठेतरी असल्याचं ऐकलंय![७६]

हा घोटाळा सहजासहजी सुटला नाही. इंग्रजांना बंबेचं नेमकं भौगोलिक स्थान समजण्यासाठी आणि त्याहीपुढे औपचारिकरीत्या त्याचा ताबा मिळवण्यासाठी बराच वेळ जावा लागला. कारण जरी पोर्तुगीजांनी इंग्रजांना बंबेची भेट दिली असली, तरी तिथल्या आपल्या स्थानिक राज्यपालाला सदर बेट इंग्रजांच्या हवाली करण्याच्या सूचना दिल्या नव्हत्या. त्यामुळे साहजिकच राज्यपाल आपल्या बेटाला इंग्रजांच्या स्वाधीन करायला तयार होईना. सप्टेंबर १६६२मध्ये जेव्हा सर अब्राहम शिपमन ४५० कामगारांना घेऊन बंबेवर ताबा घेण्यासाठी तिथं पोहोचले, तेव्हा

त्यांचं स्वागत बंदुकधारी शिपायांकरवी करण्यात आलं. इंग्रजांना बंबेचा ताबा मिळवण्यासाठी पुढची तीन वर्षं झगडा द्यावा लागला. दुर्दैवानं ती तीन वर्षं दक्षिणेकडच्या एका ओसाड बेटावर राहून काढणाऱ्या शिपमन व एक सोडून इतर सगळ्या अधिकाऱ्यांचा अति उष्णतेमुळे किंवा तापामुळे मृत्यू झालेला होता. १६६५मध्ये जेव्हा त्यांना अखेरीस बंबेला येण्याची परवानगी मिळाली, तेव्हा फक्त शिपमनचा सचिव, दोन सैनिक आणि १११ तरुण सेनाधिकारी एवढेच उरले होते. त्या सर्वांनी मिळून 'बंबे ऊर्फ बॉम्बे' हे बेट इंग्रज राजघराण्याच्या वतीने औपचारिकरीत्या ताब्यात घेतलं.[७७]

खडतर पद्धतीने सुरू झालेलं हे नातं पुढे इंग्रजांसाठी फार उज्ज्वल भविष्य घेऊन येणारं ठरलं. दक्षिण आशियामधील सर्वांत उत्कृष्ट असं नैसर्गिक बंदर असलेलं हे ठिकाण, काही वर्षांतच कंपनीसाठी हे आशियामधलं सर्वांत महत्त्वाचं नौसेना तळ बनलं. विशेष म्हणजे हा एकच असा 'ड्राय डॉक' होता; जिथं कंपनीच्या जहाजांना भर पावसाळ्यातही डागडुजीसाठी उभं करता येत असे. पुढच्या काही वर्षांत कंपनीसाठी पश्चिम किनाऱ्यावरील महत्त्वाचं बंदर म्हणून बॉम्बेनं सुरतला मागे टाकलं. तसंही दिवसागणिक बेधुंदपणे वागणाऱ्या इंग्रज अधिकाऱ्यांचा सुरतमधील लोकांना वीट येत चालला होता. ईस्ट इंडिया कंपनीच्याच एका अधिकाऱ्यानं इंग्लंडमधील आपल्या वरिष्ठांना लिहिलेल्या एका पत्रात म्हटल्यानुसार : 'आपली माणसं दिवसेंदिवस फार बेछूट वागू लागली आहेत. वाटेल तशी बाईबाजी करत, मद्यधुंद अवस्थेत गल्लीबोळांमध्ये फिरून आरडाओरडा करत आणि मनाला येईल तशी दुकानं आणि गोदामं लुटत त्यांनी सुरतच्या रयतेला जेरीस आणलं आहे. त्यामुळे सदर लोकांच्या मनातली आपली प्रतिमा डागाळली जात आहे. सुरतवासी आपल्या माणसांना अगदी उघडपणे 'बान-चुद', 'बेटी-चूद' अशा अतिशय अर्वाच्य शिव्या घालू लागली आहेत.' या अशा परिस्थितीमुळे इंग्रजांनी बॉम्बेला वाढतं प्राधान्य देणं हे सुरतवासीयांच्या पथ्यावर पडू लागलं.[७८]

तीस वर्षांच्या कालावधीमध्ये इंग्रजांनी बॉम्बेमध्ये उभारलेल्या वसाहतींची लोकसंख्या ६०,०००च्या वर गेली. 'मलबार हिल'च्या टुमदार टेकाडापासून समुद्रकिनारी वसलेल्या राज्यपालांच्या निवासस्थानापर्यंत चर्च, बंगले, न्यायालय, कारखाने इत्यादींची भर पडू लागली. इतकंच नव्हे तर १७व्या शतकातील देवभोळ्या प्रोटेस्टंन्ट समाजाच्या दृष्टीने फार गरजेचा असा एक स्तंभही उभारला होता, ज्यावर 'दुष्ट चेटकिणींना' बांधून त्यांना आपला गुन्हा कबूल करण्याची अखेरची संधी दिली जात असे.[७९] याशिवाय कोकोच्या वनाची देखरेख करणारे ३०० इंग्रज शिपाई, ५०० स्थानिक शिपाई, आणि ३०० भंडाऱ्यांनी परिलुप्त अशी लहानशी शिबंदीही उभारली गेली होती. १६८०पर्यंत इंग्रजांच्या ईस्ट इंडीजमधील

व्यापारासाठी सर्वांत महत्त्वाचं स्थान म्हणून मद्रासची जागा बॉम्बेनं बळकावली होती.[८०]

दुसऱ्या बाजूला लंडनमधल्या ईस्ट इंडिया कंपनीच्या उच्चाधिकाऱ्यांना प्रथमच हे लक्षात येत होतं की, आपण आता किती बलशाली व प्रभावी झालेलो आहोत. १६९३मध्ये कंपनीच्या स्थापनेला एक शतकही पूर्ण झालेलं नसताना कंपनीला स्वत:चे रोखे वापरून संत्र्यामंत्र्यांची मेहेरनजर कमावता येऊ लागली होती. त्याकाळी सांसद आणि मंत्र्याची मर्जी राखण्यासाठी कंपनी वर्षाला सुमारे १२०० पौंड खर्च करत होती. सॉलिसिटर जनरल साहेबांना २१८ पौंड, तर अॅटर्नी जनरलला ५४५ पौंड[xv] एवढी लाच मिळत होती. भविष्यात जेव्हा जगात पहिल्यांदाच झालेल्या या औद्योगिक क्षेत्रातल्या लाचखोरीबद्दल संसदेकडून कसून चौकशी केली गेली, तेव्हा त्यामध्ये ईस्ट इंडिया कंपनीला लाचखोरी व गैरमार्गाने केलेल्या अंतर्गत व्यापाराच्या आरोपांखाली दोषी ठरवण्यात आलं होतं. सदर आरोपाखाली कौन्सिलच्या लॉर्ड प्रेसिडेन्टवर गंभीर गुन्हे दाखल करण्यात आले तर कंपनीच्या राज्यपालांना अटक करण्यात आली.

सतराव्या शतकात केवळ एकदा कंपनीनं मुघलांच्या विरोधात आपला प्रभाव दाखवण्याची घोडचूक केली, आणि त्यांना त्याचे अत्यंत वाईट परिणाम भोगावे लागले. १६८१मध्ये सर जोसायाह चाइल्ड नावाच्या एका बेदरकार आणि आक्रमक माणसाला कंपनीच्या संचालकपदी बसवण्यात आलं होतं. पोर्ट्समथ येथील नौसेनेला बियर पुरवण्याच्या धंद्यामध्ये नव्याने श्रीमंत झालेला हा चाइल्ड, रोजनिशिकार जॉन ईव्हलिनच्या नोंदीनुसार, 'एक गर्विष्ठ, स्वार्थी आणि हावरट नवश्रीमंत मनुष्य' होता.[८१] असा हा माणूस जेव्हा संचालकपदी रुजू झाल तेव्हा बंगालमध्ये कुरबुरी वाढू लागल्या होत्या. स्ट्रेश्नम मास्टरनं लंडनमधील वरिष्ठांना लिहून कळवलं होतं की, तिथला प्रत्येक मुघल अधिकारी त्यांच्यावर दादागिरी करून वाटेल तसे पैसे काढत होता. 'मुघलांच्या नजरेत आपल्यासाठी सतत तुच्छता दिसत असते. आपला पाणउतारा करण्याची एकही संधी ते गमवत नाहीत.' त्याचं म्हणणं खरं होतं. बंगालचा नवाब असलेल्या शाईस्तेखानला इंग्रजांचा प्रचंड संताप होता. शहेनशहा औरंगजेब या आपल्या भाच्याला पत्र लिहताना शाईस्तेखानने म्हटलं होतं की, मी आजतागायत या इंग्रजांसारखी गावंढळ भांडखोर आणि बेशिस्त जमात बघितलेली नव्हती.[८२]

चाइल्डच्या कानावर या गोष्टी पोहोचल्या तशा, त्यानं हातघाईवर येऊन

XV £१२०० = आजचे £१२६,०००, £२१८ = आजचे £२२,२९०, £५४५ = आजचे £५७,२२५

मुघलांना धडा शिकवण्याचा विडा उचलला. आपण नेमकं कोणाशी दोन हात करायला जात आहोत, त्यांची ताकद काय आहे, या कोणत्याच गोष्टीचा विचार करण्याची चाइल्डनं तसदी घेतली नाही. लीडनहॉल स्ट्रीटवरच्या कंपनीच्या न्यायालयामधून त्यानं जे पत्र धाडलं त्यामध्ये चाइल्डनं भारतातल्या आपल्या इंग्रज अधिकाऱ्यांना फर्मान सोडलं की, आपल्यासमोर दुसरा पर्याय उरलेला नाही. एकतर आपण आपल्या व्यापाराचा गाशा गुंडाळून सरळ इंग्लंडला परत यावं किंवा मग आपल्या जमातीच्या झालेल्या अपमानाचा बदला घेण्यासाठी, राजघराण्यानं आपल्याला जे लष्करी अधिकार देऊ केले आहेत, त्यांचा वापर करावा.[८३] माझं असं प्रामाणिक मत आहे की, आपण दुसरा पर्याय निवडावा आणि भारतामध्ये उभारल्या गेलेल्या इंग्रज साम्राज्याचा मान परत मिळवावा. त्यानुसार १६८६मध्ये लंडनहून १९ युद्धनौका, २०० तोफा, आणि ६०० सैनिकांचा ताफा बंगालमध्ये येऊन धडकला.[८४]

मात्र जगाच्या पाठीवरील सर्वांत श्रीमंत राज्याच्या राजाशी युद्धारंभ करण्यासाठी चाइल्डला याच्यापेक्षा वाईट मुहूर्त शोधून सापडला नसता! मुघलांनी नुकतंच बिजापूर व गोलकोंडा या दोन अवाढव्य दख्खनी साम्राज्यांना धूळ चारली होती. त्याचसोबत त्यांनी मराठ्यांनाही त्यांच्या दऱ्याखोऱ्यांमध्ये परतवून लावलं होतं. यशाच्या धुंदीत विहरत असलेल्या आणि तलवारीला रक्ताची चटक लागलेल्या मुघल सेनेला आता कधी एकदा या नव्या शत्रूचा खात्मा करतो, असं होऊन बसलं. हलवायानं मिठाईवर बसलेल्या माश्या माराव्यात इतक्या सहजतेनं मुघलांनी इंग्रजांचा धुव्वा उडवला. अवघ्या काही काळात ईस्ट इंडिया कंपनीनं हुगली, पाटणा, कासिमबाजार, मासुलीपटणम आणि विशाखापट्टणम येथे उभारलेले कारखाने मुघलांनी आपल्या ताब्यात घेतले आणि इंग्रजांना बंगालमधून सपशेल हाकलून लावलं! सुरतमधल्या कारखान्याला टाळा लावण्यात आला, तर बॉम्बेमधील कारखान्यावर बंदी लादण्यात आली.

ईस्ट इंडिया कंपनीला नाक मुठीत धरून मुघलांचे पाय पकडण्यावाचून पर्याय उरला नाही. आपले कारखाने परत केले जावेत आणि आपल्याला पूर्वीसारखा शांततेनं व्यापार करता यावा, यासाठी त्यांनी मुघलांसमोर गयावया करायला सुरुवात केली. तसंच अमानुष पद्धतीनं सुरतच्या किल्ल्यात व ढाक्याच्या लाल किल्ल्यामध्ये कैद करून ठेवलेल्या वा साखळदंडानं बांधून तळपत्या उन्हात रस्त्यांवरून फिरवत नेल्या जाणाऱ्या आपल्या कर्मचाऱ्यांना सोडण्यात यावं, यासाठीही इंग्रज अधिकारी मुघलांसमोर नाक घासू लागले. आमच्या लोकांना खुनी आणि दरोडेखोरासारखं वागवू नका असं सांगू लागले.[८५] औरंगजेबच्या कानावर जेव्हा इंग्रजांनी मांडलेल्या या आकांताची वार्ता गेली, तेव्हा त्यानं लगेच कोणतीही पावलं न उचलता १६९०पर्यंत इंग्रजांना तसंच ताटकळत ठेवून मग अखेर त्यानं

त्यांना माफ करण्याची 'दानत' दाखवली.

हा सगळा प्रकार घडून गेल्यानंतर जॉब चारनॉक नावाच्या तरुणानं नेस्तनाबूत केलेले इंग्रज कारखाने पुन्हा नव्यानं बांधण्यासाठी बंगालमध्ये पुन्हा तळ ठोकायचं ठरवलं. २४ ऑगस्ट १६९०ला धो-धो पडणाऱ्या पावसामध्ये कालिकाता व सुतानुतीच्या मध्ये असणाऱ्या पाणथळ भागामध्ये चारनॉकनं नवी वसाहत बनवायला घेतली. एका छोटेखानी अर्मेनियन बाजाराच्या शेजारी आणि नदीसमोर अजून एक लहानसा पोर्तुगीज बाजार असणाऱ्या भागामध्ये चारनॉकनं आपली वसाहत बांधायला घेतली.

स्कॉटीश लेखक अॅलेक्झॅन्डर हॅमिलटनच्या मते, चारनॉकनं केवळ एका भल्यामोठ्या वृक्षाची सावली पाहून, पुढे ज्याचं रूपांतर 'कलकत्ता' शहरात होणार होतं, त्या वसाहतीचं स्थान पक्कं केलं होतं. वास्तविक चारनॉकनं निवडलेली जागा ही हुगली नदीच्या काठाला असलेलं सगळ्यात गलथान ठिकाण होतं.[८६] हॅमिलटननं लिहिलेल्या 'न्यू अकाउन्ट ऑफ द ईस्ट इंडीज'मध्ये असं म्हटलं आहे की :

> 'या देशामध्ये मूर्तिपूजेला मोठं स्थान आहे. तसंच इथं नवरा मेल्यानंतर स्त्रियांना जीवे जाळण्याची प्रथाही प्रचलित आहे. श्री. चारनॉक एकेवेळी आपल्या शिपायांसोबत फेरफटका मारायला गेले असता, त्यांनी एका विधवेला या प्रथेमध्ये सामील होताना बघितलं. ते तिच्या सौंदर्यावर इतके मोहित झाले की, त्यांनी आपल्या शिपायांकरवी त्या विधवेला तिला आगीत ढकलू पाहणाऱ्या नराधमांच्या तावडीतून उचलून आणलं आणि तिला स्वत:च्या घरी घेऊन गेले. त्या दोघांनी पुढची बरीच वर्षं सुखाचा संसार केला. त्यांना खूप मुलं झाली. पुढे चारनॉक नव्यानं उभारलेल्या कलकत्त्यात स्थायिक झाले; त्यानंतर काही काळानं त्यांच्या पत्नीचा मृत्यू झाला. मात्र त्यांनी तिला ख्रिस्ती धर्म स्वीकारण्याची बळजबरी न करता; उलट तिच्या इच्छेला मान देऊन धर्मांतर करून स्वत: मूर्तिपूजनाचा स्वीकार केला होता. सरतेशेवटी चारनॉकमध्ये ख्रिस्ती धर्माचा एकच अंश शिल्लक राहिला होता. आपली पत्नी मेल्यावर त्यांनी तिच्यासाठी थडगं बांधलं आणि आपल्या आयुष्याच्या अंतापर्यंत दरवर्षी तिथं एका कोंबड्याचा बळी देत राहिले. हे मात्र त्यांनी मूर्तिपूजकांच्या प्रथेला साजेसं काम केलं.'[८७]

नव्याने उभारलेल्या कलकत्त्यात सौ. चारनॉक या एकट्या बळी गेल्या नव्हत्या.

जेमतेम वर्षभरात तिथं राहणाऱ्या १००० माणसांपैकी तब्बल ४६० लोकांचा मृत्यू झाला होता.[८८]

या सगळ्या समस्या असूनही वसाहतीतले लोक बंगाल सोडायला तयार नव्हते. फ्रेंच पर्यटक फ्रॅन्कॉइस बर्नियरने म्हटल्यानुसार, बंगाल हा भारतातला सर्वांत सुजलाम् सुफलाम् प्रदेश होता. ॲलेक्झॅन्डर डोच्या मते, बंगालसारखा दुथडी भरून वाहणारा प्रांत इतरत्र सापडणं विरळच होतं. कुशल विणकरांनी[xvi] परिलुप्त असलेल्या या भागामध्ये उत्कृष्ट प्रतीचं रेशीम व मलमली कापड मिळत असे. सतराव्या शतकाच्या अखेरपर्यंत आशियामधून युरोपकडे जाणाऱ्या एकूण एक महत्त्वाच्या वस्तूंचा साठा बहुतांशी बंगालमधून जात होता. त्यामुळे अर्थातच बंगाल हा मुघल साम्राज्यातील सर्वांत श्रीमंत प्रांतांपैकी एक बनून गेला. अठराव्या शतकाच्या सुरुवातीच्या काळात डच व इंग्रज ईस्ट इंडिया कंपनीनं बंगालमध्ये वर्षाला सुमारे ४.१५ दशलक्ष पौंडाच्या किंमतीचा ऐवज व्यापारासाठी म्हणून पाठवला. त्यापैकी ८५ टक्के चांदीचं सामान होतं.[८९]

कंपनीचं एकमेव लक्ष्य होतं, पैसा कमावणं आणि त्यासाठी बंगालहून सरस जागा मिळणार नाही, हे एव्हाना त्यांच्या लक्षात आलेलं होतं.

१७०७मध्ये झालेल्या औरंगजेबाच्या मृत्यूनंतर कंपनीचं नशीब खऱ्या अर्थाने पालटू लागलं. पित्याच्या प्रेमाअभावी वाढलेला औरंगजेब हा भविष्यात अत्यंत दुराग्रही, असहिष्णू आणि कट्टर इस्लामपंथी व्यक्ती बनला. राजकारणी व सेनापती म्हणून अत्यंत कावेबाज आणि धूर्त असलेल्या औरंगजेबाच्या जिभेवर लोकांना मंत्रमुग्ध करण्यासाठी लागणारी साखरपेरणी करायला देव विसरला होता! तो जसजसा वयानं आणि हुद्यानं मोठा होत गेला, तसतसा त्याचा राज्यकारभार अत्याचारी आणि असहाय्य बनू लागला. त्याचे पणजोबा असलेल्या अकबरानं त्यांच्याकाळी हिंदूंविषयी दाखवलेली सहिष्णुता आणि सढळपणावर बोळा फिरवत, औरंगजेबानं उलट इस्लाममधला शरिया कायदा अधिक कडकपणे रुजू करण्याचा हुकूम सोडला. त्यानुसार राज्यातल्या उलेमां[xvii] नी मदिरापान, हाशिशसेवन आणि अगदी गाण्या-बजावण्यावरही बंदी आणली. तसंच तोपर्यंतच्या मुघल राजांनी हिंदूंकडून अंगीकारलेली लाल किल्ल्यातील झरोक्यामधून प्रजेला रोजचं दर्शन

---

xvi त्यापैकी केवळ ढाक्याचेच २५,००० विणकर होते.

xvii धार्मिक विद्वानांनी

देण्याची पद्धतही औरंगजेबाने मोडीत काढली. भारतातली डझनभर मोठी मंदिरं उद्ध्वस्त करण्यात आली. १६७२मध्ये, तोपर्यंत हिंदूंना देऊ केलेल्या जमिनी परत घेण्याचा फतवा काढून, त्यानं यापुढे फक्त मुसलमानांना जमिनी दिल्या जातील अशी घोषणा केली. १६७९मध्ये, अकबराने त्याच्या काळात रद्द केलेला जीझिया कर पुन्हा एकदा हिंदू व इतर मुसलमान नसलेल्या माणसांच्या माथी थोपवला. इतक्यावरच न थांबता, त्यानं शीख लोकांचे नववे धर्मगुरू असलेल्या गुरू तेग बहादूरांना देहदंडाची शिक्षा दिली.[१०]

औरंगजेबाच्या जटिल आणि हटवादी व्यक्तिमत्त्वाबद्दल खूप लेखन व मंथन झालेलं आहे. या सगळ्यामध्ये एक निर्विवाद सत्य प्रखरपणे उभं राहतं ते असं की,औरंगजेबाने आपल्या धर्मांध दृष्टिकोनामुळे भारताच्या उरावर ज्या जखमा दिल्या त्या आजतागायत पूर्णपणे भरून आलेल्या नाहीत.[xviii]

औरंगजेबाचा कुणावर विश्वास नव्हता. त्याच्या पूर्वजांनी हिंदूंशी बंधूभाव व धार्मिक सलोखा राखून जे इतकं अजस्त्र राज्य उभारलेलं होतं, त्यावर आता औरंगजेब आपल्या दुराग्रही गुर्मीत चालून त्याच्या विरोधात उभं राहणारं प्रत्येक बंड चिरडून टाकत होता. खरं तर तोपर्यंत मुघलांना भारतातल्या निडर राजपूत योध्यांकडून खूप मदत मिळाली होती. मुघल साम्राज्य मोठं करण्यात राजपुतांचा मोलाचा वाटा होता. मात्र औरंगजेबाच्या कडव्या वागणुकीमुळे शतकानुशतकांच्या या नात्यावर असह्य ताण पडला आणि तिथंच मुघल साम्राज्याच्या ताठ कण्यावर पहिला घाव बसला. औरंगजेबाच्या मृत्यूनंतर मुघल साम्राज्याचा वाकलेला कणा पूर्णपणे मोडायला वेळ लागला नाही.

अतिमहत्त्वाकांक्षी औरंगजेबाने नको इतक्या वेगाने आपलं साम्राज्य विस्तारण्याचा घाट घातला होता. त्याच खुमारीमध्ये त्यानं दख्खनमध्ये घुसखोरी करून बिजापूर

---

xviii लेखकाचं मनोगत : 'कैक विद्वान इतिहासकारांनी औरंगजेबाबद्दल आपापल्या परीने अभ्यास व विवेचन केलेलं आहे. त्यापैकी बऱ्याच जणांचे लेख मी माझ्या संशोधनासाठी वाचले आहेत. त्या सर्व लेखांचं सार म्हणून मी मला समजलेला औरंगजेब तुमच्यासमोर मांडू इच्छितो. औरंगजेब हे व्यक्तिमत्त्व सामान्य माणसाच्या समजुतीपलीकडे असलेलं गुंतागुंतीचं आणि विचित्र असं होतं. त्यानं सुरुवातीच्या काळात ब्राह्मणांना आश्रय दिला होता, हिंदू संस्थांना मदत केली होती... इतकंच काय तर, तो स्वत: अनेक हिंदू ज्योतिष व वैद्यांचे सल्ले घेत असे. पण हे सगळं करून दुसऱ्या बाजूला तो तितकाच क्रूर, निर्दयी आणि कटू माणूस होता. त्यानं आपलं साम्राज्य वाढविण्यासाठी अतोनात कष्ट घेतले, पण त्याच्या व्यक्तिमत्त्वात असलेल्या आक्रमकतेमुळे व उद्धटपणामुळे त्याच्या सगळ्या चांगल्या कामांवर पाणी फिरलं गेलं.

व गोलकोंडा या शिया मुसलमान राज्यांवर चढाई केली होती. सदर मोहीम मुघल सल्तनतीसाठी फार भारी पडली. औरंगजेबाने मुघल सल्तनतीच्या घशामध्ये अति मोठा घास कोंबला होता; त्यामुळे ठसका लागणं साहजिक होतं. भरीस भर म्हणजे औरंगजेबाच्या नकळत त्याला धडा शिकवण्यासाठी एक नवीन, पण तगडा शत्रू समोर येऊन ठाकला. बिजापूर व गोलकोंड्याच्या सेनांमध्ये कार्यरत असलेले मराठा सैनिक व सरदार खाल्ल्या मिठाला जागून, औरंगजेबाशी दोन हात करायला तयार झाले. १६८०मध्ये मुघलांनी बिजापूर व गोलकोंडा काबीज केल्यावर शिवाजी भोसले या मर्दमराठा हिंदू सरदाराच्या अधिपत्याखाली गनिमी काव्यात तरबेज असलेले मावळे, दख्खनवर तळ ठोकून बसलेल्या मुघल सैन्यावर अक्षरशः तुटून पडू लागले. मुघलांबद्दल विशेष कणव असलेल्या एका विद्वानाने नमूद केल्यानुसार,

'मराठा सैन्यातली बहुतांशी माणसं अतिशय सामान्य आणि गरीब घरांमधून आलेली होती. कुणी शेतकरी, तर कुणी सुतार अशा नानाविध सामान्य कामं करणाऱ्या ऐऱ्यागैऱ्यांनी हे सेना तयार झाली होती.'[११]

मात्र मराठ्यांची सेना कितीही सामान्य माणसांची असली, तरी त्यांना आपल्या मुलखाची आणि त्याचं रक्षण करण्यासाठी कोणत्या पद्धतीने लढा द्यायचा, याची नेमकी जाण होती.

पश्चिम दख्खनच्या ओसाड प्रदेशापासून सुरू करत, शिवाजी महाराजांनी मुघल व त्यांच्या अत्याचारी कर-अधिकाऱ्यांविरुद्ध कैक वर्षं चालणारा लढा आरंभला. भाले घेऊन हल्ला करणारे मराठा घोडेस्वार आपल्या विजेसारख्या चपळाईसाठी आणि मुघलांचा डोळा चुकवून त्यांच्यावर आकस्मिक हल्ला करण्याच्या पद्धतीसाठी लवकरच प्रसिद्ध होऊ लागले. मराठा घोडदळातले शिपाई एका दिवसात ५० मैलांचं अंतर लीलया पार करू शकत, कारण ते आपल्यासोबत, शस्त्र सोडल्यास, इतर कोणतंही सामान न घेता प्रवास करत असत. शिवाजी महाराजांनी त्यांना एक नियम घालून दिला होता. कुठे लूटही करायची नाही किंवा कुठे खर्चही करायचा नाही.[१२] त्यानुसार, हे शिपाई अगदी सुटसुटीत प्रवास करत असत. ईस्ट इंडिया कंपनीसाठी कार्यरत असलेल्या डॉ. जेकब फ्रायर या जेकोबियन प्रवाशाने नमूद केल्यानुसार : 'शिवाजी महाराजांनी गोळा केलेले हे उघडेनागडे, भुकेजलेले शिपाई केवळ अणकुचीदार भाले व पातळ पातीच्या तलवारींनी लढा देत असत. इतक्याशा सामग्रीने कदाचित मोठं युद्ध जिंकणं त्यांना शक्य झालं नसतं; पण हे शिपाई, अचानक हल्ला करण्यात तरबेज होते.'[१३]

फ्रायरच्या म्हणण्यानुसार, शिवाजीच्या मावळ्यांनी आपली कुवत व नैपुण्य नीट ओळखून, मुघलांशी समोरासमोर युद्ध न करता, एकेक करून त्यांच्या

बलस्थानांवर आघात करून, त्यांना पोकळ बनवून टाकलं. मुघलांची आर्थिक व्यवस्था कोलमडली, की त्यांचा सगळा ताठा संपून जाईल हे शिवाजी महाराजांच्या निष्णात डोक्याने बांधलेलं गणित होतं. १६६३मध्ये, खुद्द शिवाजी महाराजांनी, मुघलांसाठी महत्त्वाचं तळ असलेल्या पुण्यात जाऊन, दख्खनचा राज्यपाल आणि औरंगजेबचा मामा असलेल्या शाइस्ताखानचे कुटुंब संपवले. त्याच हल्ल्यादरम्यान, त्यानं शाइस्ताखानची बोटंही कापून टाकली.[९४] १६६४मध्ये, शिवाजी महाराजांच्या मावळ्यांनी मुघलांच्या अधिपत्याखाली असलेलं सुरतचं बंदर लुटलं. तिथली भरगच्च भरलेली गोदामं लुटून आणि तिथल्या श्रीमंत सावकारांकडून भरपूर दौलत उकळून, त्यांनी मुघलांच्या तोंडाला फेस आणला. १६७०मध्ये सुरतवर पुन्हा तसाच हल्ला केला गेला. १६७७मध्ये तिसरा हल्ला झाला तेव्हा, तर मुघलांनी शिवाजी महाराजांना विरोध करण्याचा बारीकसा प्रयत्नही केला नाही.

१६७० आणि १६७७च्या हल्ल्यांदरम्यान, शिवाजी महाराजांचे वाराणसीतले विद्वान पंडित गागाभट्टांद्वारे राज्याभिषेक करण्यात आला.६ जून १६७४ला रायगडच्या किल्ल्यावर झालेल्या नेत्रदीपक सोहळ्यामध्ये गागाभट्टांनी शिवाजी महाराजांना छत्रपती म्हणून घोषित करून त्यांच्यावर साम्राज्यपदही बहाल केलं. सदर सोहळ्यानंतर अजून एक तांत्रिक राज्याभिषेक करण्यात आला. शिवाजी महाराजांच्या अनुयायांमते, या विधीमुळे शिवाजी महाराजांना कोकणातल्या दऱ्याखोऱ्यांमधल्या तीन शक्तिशाली देवींचा आशीर्वाद आणि बल दोहोंचा लाभ झाला.

> ‘सिंहासन मांडल्या गेलेल्या कक्षामध्ये शिवाजी महाराजांनी प्रवेश केला आणि त्यांनी लोकपालांना रक्ताचा अभिषेक केला. थोड्या वेळाने इतर दरबाऱ्यांना कक्षाच्या बाहेर जाण्यास सांगितलं गेलं आणि मग संगीत व मंत्रांच्या गजरात शिवाजीच्या शरीरावर निरनिराळे टाक लावण्यात आले. अखेरीस, ‘जय भवानी जय शिवाजी’च्या जल्लोषात, जेव्हा शिवाजी आपल्या सिंहासनावर विराजमान झाले तेव्हा त्यांची काया, दहा विशेष विद्यांच्या प्रकाशाने तेजोमय झालेली दिसत होती. त्यांच्या तेज:पुंज मुखकमलासमोर जेव्हा आरती ओवाळली गेली, तेव्हा शिवाजी ब्रह्मदेवासमान भासत असल्यासारखे वाटत होतं.’[९५]

औरंगजेबाने सुरुवातीपासून जरी शिवाजी महाराजांची ‘रेगिस्तानका चुहा’ म्हणून हेटाळणी केली असली, तरी १६८०ला झालेल्या त्यांच्या मृत्यूपर्यंत शिवाजी महाराज हे औरंगजेबाला जबरदस्त टक्कर देणारे बलशाली शत्रू ठरले होते. ५०० वर्षांच्या मुघल राजवटीनंतर पुन्हा एकदा हिंदू राजवटीला सोन्याचे दिवस दाखवणारा

शूरवीर राजा म्हणून शिवाजी महाराजांची जी ख्याती सर्वदूर पसरली, तिचा महिमा आजही तितकाच टिकून आहे. कित्येक पिढ्यांमधल्या मराठा लेखक व कवींनी शिवाजी महाराजांच्या जाज्वल्य कर्तृत्वाच्या गाथा आपल्या लेखणीमधून अजरामर केल्या आहेत. उदाहरणार्थ कविराज परमानंदांनी लिहिलेल्या 'शिवभारतात,' शिवाजी महाराजांना भगवान विष्णूचा अवतार म्हणून गौरविलेलं आहे :

मी भगवान विष्णू
सर्व देवत्वाचे सार
या पृथ्वीवर मनुष्यरूपात जन्मलो
कमी करायला पृथ्वीवरचा भार!
मुसलमान हे सैतानाचं रूप
आले आहेत पृथ्वीचा विनाश करण्यासाठी
आपल्या धर्मद्वारे
आपला सुवर्ण हिंदवी धर्म वृद्धिंगत करण्यासाठी
मीच उच्चाटन करणार आहे, या सैतानरूपी मानवांचं
ज्यांनी रूप घेतलं आहे मुसलमानाचं.[९६]

खरंतर, सुरुवातीची बरीच वर्षं मुघलांनी मराठ्यांशी टक्करीचा लढा दिला होता. जसजसे मराठा त्यांच्यावर चढाई करत तसतसे मुघल एकामागोमाग एक करत दखखनी टेकाडांवरचे किल्ले काबीज करत होते. एक वेळ अशीही आली होती की, सगळ्यांना वाटू लागलं जसं मुघलांनी कंपनीला धूळ चारली तसेच ते मराठ्यांनाही नाक मुठीत धरून आपल्यापुढे उभं करणार. १६८९मध्ये जेव्हा मुघलांनी कंपनीचा अहंकार ठेचला, त्याच वर्षीच्या ११ मार्च रोजी औरंगजेबाने शिवाजी महाराजांचा मुलगा, संभाजी महाराज यांना बंदिवान केलं. दुर्दैवी संभाजी महाराजांवर अनेक निर्दयी अत्याचार करण्यात आले. सर्वप्रथम त्यांना एक विचित्र टोपी चढवून, उंटावर बसवून औरंगजेबाच्या दरबारात आणलं गेलं. त्यानंतर पुढचा एक आठवडा त्यांचा अमानुष छळ करण्यात आला. त्याचे डोळे खिळ्यांनी फोडले गेले. त्यांची जीभ छाटण्यात आली. वाघनखांनी त्यांच्या अवघ्या अंगावर ओरखडे काढून, त्यांना रक्तबंबाळ अवस्थेत ठेवण्यात आलं. त्यानंतर त्यांना तितक्याच क्रूरपणे मारून, त्यांचं धड कुत्र्यांना खिलवण्यात आलं, तर त्यांच्या शिरामध्ये भुसा भरून दख्खनच्या शहरांमध्ये मिरवणूक काढण्यात आली. सरतेशेवटी दिल्ली गेटवर संभाजी महाराजांचं शीर टांगलं गेल्यावर त्यांची अवहेलना एकदाची संपली.[९७] १७००पर्यंत औरंगजेबाने मराठ्यांची राजधानी असलेलं सातारा काबीज

केलं होतं. सदर विजयानंतर असं वाटू लागलं होतं की, औरंगजेबाला इतक्या वर्षांनंतर अखेरीस मराठ्यांवर अंमल बसवता आला होता. ख्यातनाम मुघल इतिहासकार गुलाम हुसेन खानने म्हटल्यानुसार, 'साताऱ्याच्या लढाईनंतर असं वाटू लागलं होतं की, मुघलांनी मराठ्यांना आपल्याच घरातून बेघर करून बिळांमध्ये लपायला भाग पाडलेलं आहे.'[९८]

मात्र औरंगजेबाच्या आयुष्याच्या शेवटच्या पर्वामध्ये या विजयाची धुंदी सरसर उतरायला लागली. मराठ्यांच्या घोडदळाने पुन्हा गनिमी कावा सुरू करून मुघल सैन्याची रसद ठिकठिकाणी वाटेत तोडत, त्यांना उपासमारीने मरायला किंवा औरंगाबादच्या त्यांच्या मुख्य तळाला परत जायला भाग पाडू लागले. भरमसाट सामान घेऊन फिरणाऱ्या मुघल सैन्याला हे चपळ घोडेस्वार करत असलेल्या आकस्मिक हल्ल्यांमधून सावरणं, दिवसेंदिवस अशक्य होऊ लागलं. आपल्या उतार वयातही औरंगजेब एकेक किल्ला काबीज करत फिरत राहिला; पण त्याची पाठ फिरते ना फिरते तोच, त्याच्या सैन्याचा पराभव झालेला असायचा. 'शेवटच्या श्वासापर्यंत या कार्यापासून मला मुक्ती नाही!' असे हताश उद्‌गार काढत कालांतराने औरंगजेबाच्या आयुष्याचा अंत झाला.[९९]

तोपर्यंत मुघल साम्राज्य पार काबुलपासून कर्नाटकपर्यंत पसरलेलं होतं; मात्र अचानक सगळीकडे ऐक्यभंग होऊ लागला. चित्र-विचित्र समस्या उभ्या राहू लागल्या. १६८०च्या सुमारास केवळ मराठे नव्हे, तर गंगेजवळच्या दोआबमधील जाट आणि पंजाबमधील शीख शेतकरीही मुघलांच्या विरोधात छाती काढून उभे ठाकले होते. साम्राज्याच्या कानाकोपऱ्यांमध्ये मुघलांनी लावलेल्या अवास्तव करांच्या विरोधात तसंच आपल्या गावातल्या खासगी गोष्टींमध्ये मुघलांच्या अति वाढलेल्या हस्तक्षेपाविरोधात जमीनदार, शेतकरी आणि सामान्य जनता एकजूट करून उभी राहत होती. सगळीकडे बेछूट लूटमार सुरू झाली. १६९०च्या मध्याला भारतात आलेल्या जियोवानी जेमेली कॅरेरी या इटालियन प्रवाशाने केलेल्या वर्णनात नमूद केल्यानुसार 'मुघलांच्या भारतामध्ये प्रवाशांना चोरांपासून फार सावध राहावं लागतं.'[१००] हे सगळे बंड आणि उठाव कमी होते म्हणून की काय, औरंगजेबाचा मुलगा राजपुत्र अकबर याने मुघलांची साथ सोडून राजपुतांचा हात पकडला! साहजिकच त्यामुळे मुघलांविरुद्ध चाललेल्या असंतोषाला अजून खतपाणी मिळालं.

या सगळ्या बंड व उठावांमुळे मुघल तिजोरीमध्ये भरघोस प्रमाणात येणाऱ्या भाडी, कर व शुल्कांमध्ये कमालीचा तुटवडा पडला. मुघलांच्या कैक शतकांच्या इतिहासामध्ये प्रथम असं घडू लागलं की, त्यांच्याकडे आपल्या कर्मचाऱ्यांचे पगार देण्यासाठी वा राज्यकारभार सांभाळण्यासाठी पैसा उरला नव्हता. त्यात लष्करी खर्च अवाढव्य वाढू लागल्यावर तर मुघल सल्तनीत आपसांत पडलेल्या भेगा

मोठ्या होऊन त्यांची भगदाडं होऊ लागली. 'अहकम-ई-आलमगिरी'या नंतरच्या काळात लिहिल्या गेलेल्या पुस्तकात नमूद केल्यानुसार खुद्द बादशहानं हे कबूल केलं होतं की, असा एकही प्रांत अथवा विभाग उरलेला नाही जिथं बंडखोरांनी उच्छाद मांडला नसेल. बंडखोरांची संख्या आणि बळ दोन्ही इतकं वाढलं आहे, की त्यांच्यावर नियंत्रण ठेवणं अशक्य झालेलं आहे. संपूर्ण देशाचा चेहरामोहरा बदलून गेला आहे. काही ठिकाणी जनतेला बंडखोरांची सवय तरी झालेली आहे किंवा त्यांनी त्यांच्याशी जुळवून तरी घेतलेलं आहे.'[१०१]

आपल्या अखेरच्या दिवसांत औरंगजेबाने 'आझम' या आपल्या मुलाला लिहिलेल्या पत्रात स्वतःच्या दुष्कृत्यांबद्दल कबुली देत खेद व्यक्त करत म्हटलं होतं :

> 'मी एकटा जन्मलो होतो आणि आता विधात्याचं बोलावणं आल्यावरही एकटाच जाणार आहे. मला कुणी मित्र नाही; कुणी सोबती नाही. मी सगळ्यांसाठी परकाच राहिलो. अनेक वर्षं उपभोगलेल्या सत्तेने मला अतीव दुःखाशिवाय इतर काही दिलेलं नाही. मी माझ्या साम्राज्याचा रक्षणकर्ता वा आधारस्तंभ बनू शकलो नाही. देवानं दिलेलं हे अमौलिक आयुष्य मी वाया घालवलं. देव माझ्या हृदयात वसलेला होता; पण मी दुर्दैवी व अंध मनुष्य... मला तो कधी दिसलाच नाही! आयुष्य किती क्षणभंगूर असतं, याची जाणीव मला आज होते आहे. माझा भूतकाळ संपलेला आहे आणि भविष्यकाळासाठी माझ्या काही आशा नाहीत. अधिक खेदाची गोष्ट म्हणजे आपल्या साम्राज्याच्या लष्कराची अवस्थाही माझ्यासारखी झालेली आहे. ते सर्वही माझ्यासारखेच भेदरलेले, भविष्याबद्दल अनिश्चित, देवाच्या छत्रछायेपासून दूर गेलेले आणि पुढे काय वाढलं आहे, या भीतीनं ग्रासलेले आहेत. माझा देवाच्या दयाळूपणावर विश्वास असला, तरी मागं वळून पाहिल्यावर मी केलेल्या हीन कृत्यांची आठवण माझ्या मनाला सतत डागण्या देत राहते.'[१०२]

२० फेब्रुवारी १७०७ रोजी औरंगजेबाचा मृत्यू झाला. त्याला एका छोट्या व साध्याशा कबरीमध्ये दफन करण्यात आलं. एकेकाळी इतक्या मोठ्या साम्राज्यावर अधिराज्य गाजवलेल्या औरंगजेबाला त्याच्या मृत्यूनंतर आग्रा किंवा दिल्लीमध्ये न पुरता दख्खनी पठारावरच्या ज्या खुल्दाबादला त्यानं वश करण्याचे अनेक असफल प्रयत्न केले, तिथं चिरनिद्रा देण्यात आली.[१०३] औरंगजेबाचा मृत्यू झाल्यानंतर मुघलांचं साम्राज्य विखरून जाऊ लागलं. आधी दख्खन प्रांतामध्ये आणि मग बाजीराव या शूर लढवय्याच्या नेतृत्वाखाली मराठ्यांनी मध्य व पश्चिम भारताकडे

कूच केल्यावर त्याही ठिकाणी मुघलांची सत्ता कमकुवत बनू लागली.

मुघलांमध्ये आपसांत वाढत चाललेले मालमत्तेच्या संदर्भातले विवाद आणि एका मागोमाग एक सिंहासनावर बसणाऱ्या दुबळ्या राजांमुळे मुघलांची ताकद झपाट्यानं कमी होत गेली. अशा या मालिकेतल्या तीन राजांचे खून करण्यात आले (त्यापैकी एकाचे डोळे गरम खिळ्यांनी फोडून मग त्याला मारण्यात आलं). एका राजाच्या आईचा गळा घोटण्यात आला; तर अजून एका राजाला हत्तीवर बसवून त्या हत्तीसकट उंच कड्यावरून ढकलून देण्यात आलं. १७१९ हे वर्ष तर मुघल राजांसाठी विशेष वाईट ठरलं. त्या एका वर्षात दिल्लीच्या मयूर तख्ताने चार बादशहांचे उदय आणि अस्त बघितले. मुघल इतिहासकार खैर-उद्दिन-इलाहबादीच्या मते, मुघल बादशहांच्या कित्येक पिढ्यांनी मराठा साम्राज्याला समूळ नष्ट करण्यासाठी अगणित वर्षं आणि पाण्यासारखा पैसा खर्च केला. पण त्यापैकी कुणालाच हा मानस पूर्ण करता आला नाही.

> बाबरपासून औरंगजेबापर्यंत हिंदुस्थानातील मुघल बादशाही प्रबळ होत गेली. पण नंतर त्यांच्या पुढच्या पिढ्यांमध्ये आपसांत भांडणं आणि चढाओढ सुरू झाली. बादशहाचा अतिसंशयी स्वभाव, आपल्या कोणत्याही मंत्र्यावर विश्वास न ठेवण्याची त्याची वृत्ती आणि केवळ तात्पुरत्या फायद्यांसाठी कपट करून आपल्या कर्तव्याचा परीघ धुडकावून नको तिथं नाक खुपसणाऱ्या सेनापतींच्या कारवायांमुळे परिस्थिती अजून बिघडत गेली. लाचखोरी आणि अनाचाराचा सुळसुळाट होऊ लागला तशी एकेकाळची शांतताप्रिय भारतभूमी अराजकतेची खाण बनली![१०४]

मराठे जोमात होते. मुघल सत्तेखाली असणाऱ्या प्रत्येक गावामध्ये घुसून ते तिथं धुमाकूळ घालू लागले. गनिमी काव्यानं केल्या जाणाऱ्या या हल्ल्यांचा वेग आणि क्रौर्य दोन्ही जिवाचा थरकाप उडवणारे असत. अशाच एका धाडीनंतर औरंगाबादजवळून जाणाऱ्या एका युरोपियन प्रवाशाने नमूद केल्यानुसार :

> 'आम्ही गावाच्या वेशीवर पोहोचलो आणि बघतो तर काय? सर्वत्र आग आणि तलवारींचा तांडव होऊन गेल्याच्या खुणा होत्या. आम्हाला त्या रात्री तिथं थांबण्यावाचून पर्याय नव्हता. पूर्णपणे राख झालेल्या त्या गावाच्या वेशीवर आम्ही माणसं व प्राण्यांच्या जळणाऱ्या मृतदेहांकडे बघत बसलो होतो. मृतदेहांची दुरवस्था उघड्या डोळ्यांनी पाहताना आम्हाला मरणयातना होत होत्या. उभ्या उभ्या जाळल्या गेलेल्या पुरुषांची वेडीवाकडी

झालेली शरीरं, आपल्या लहानग्यांना उराशी कवटाळलेल्या भयभीत स्त्रिया... कुणाचे हात-पाय जळलेले, तर कुणाचं शीर आणि धड विलग केलेलं! काही मृतदेह अर्धे जळलेले होते, तर काही पूर्णपणे जळून काळेठिक्कर पडलेले होते. ज्या तीन गावांमधून आम्ही प्रवास करत गेलो तिथं आम्ही सुमारे ६००हून अधिक मृतदेह बघितले असतील. यापेक्षा भयंकर दृष्य असूच शकत नाही!'[१०५]

मात्र युद्धप्रसंगी अत्यंत निष्ठुर बनणारे मराठे एरवी मृदू मनाचे शासक होते.[१०६] एका फ्रेंच प्रवाशाने लिहून ठेवल्यानुसार :

'आपल्या शत्रूंवर अत्यंत क्रूरपणे तुटून पडणारे मराठे आपल्या मित्रांशी मात्र फार प्रेमळ संबंध राखून असतात. ते आपल्या स्वत:च्या प्रांतांमध्ये शेती व व्यवसायाला चांगला वाव देतात. बाहेरून बघता त्यांच्या शासनाची पद्धत लूटमारीला वाव देणारी वाटेल पण निरखून पाहिलं, तर त्यांचं शासन तसं मृदू आणि काळजीवाहू आहे. किंबहुना मराठ्यांच्या अधिपत्याखाली गेलेली सर्व राज्ये आज मोठ्या गुण्यागोविंदानं नांदत आहेत.'[१०७]

अठराव्या शतकाच्या सुरुवातीच्या काळात मराठ्यांनी मध्य व पश्चिम भारतातील बऱ्याचशा भागांवर आपला अंमल बसवला होता. पाच प्रमुखांनी मिळून मराठा संघराज्य स्थापन केलेलं होतं. या पाच प्रमुखांनी मराठ्यांच्या सत्तेखालच्या निरनिराळ्या प्रांतांमध्ये आपली स्वत:ची सत्ता स्थापन करायला घेतली. या संघराज्याचे प्रमुख असलेल्या पेशव्यांनी[xix] महाराष्ट्रावर आपला अंमल बसवला. त्यांनी आपल्या सर्व प्रादेशिक राज्यपालांशी जोमानं पत्रव्यवहार सुरू ठेवून आपलं अधिपत्य राखलं होतं. भोसल्यांना ओरिसा दिलं गेलं. गायकवाडांना गुजरातवर अंमल बसवायला सांगितला गेला. होळकरांना मध्य भारत दिलं गेलं, तर शिंद्यांना राजस्थान व उत्तर भारतात वाढत्या संख्येने मराठ्यांच्या अधिपत्याखाली येणाऱ्या राज्यांवर सत्ता गाजवायला सांगितलं गेलं. मराठ्यांनी मुघलांच्या राज्यपद्धतीनुसार आपला राज्यकारभार चालवायला घेतल्यामुळे आपल्यावरचे सत्ताधारी कधी आणि कसे बदलले हे जनतेला जाणवलंच नाही. हे परिवर्तन अगदी तलम आणि हळुवार पद्धतीनं करण्यात आलं.[१०८]

दुसऱ्या बाजूला मराठ्यांच्या वाढत्या सत्तेमुळे उघड्यावर पडलेले प्रादेशिक

---

xix पेशवा हा शब्द मूळत: पर्शियन भाषेतून येतो. त्याचा अर्थ होतो 'प्रधानमंत्री.' १४व्या शतकात इथं आलेल्या बहामनी सुलतानांनी सदर शब्द भारतामध्ये प्रस्थापित केला होता.

राज्यपाल व गावप्रमुख असे काही वागू लागले की, जणू आपणच सर्वेसर्वा आहोत. १७२४मध्ये औरंगजेबाच्या विशेष मर्जीत असलेल्या सेनापती चिन किलिच खान निझाम-उल्-मुल्कने मूहम्मद शहा या तरुण बादशहाच्या परवानगीशिवाय दिल्ली सोडली आणि पूर्व दख्खन प्रांतात जाऊन मूहम्मद शहाने नेमलेल्या प्रादेशिक राज्यपालाला हटवून स्वत:ला तिथला राज्यपाल म्हणून घोषित करून टाकलं. हळूहळू तो हैदराबादमध्ये स्वत:चा पाया भक्कम करू लागला. असाच प्रकार अवध[xx] मध्येही व्हायला लागला. पर्शियामधून आलेल्या शिया मुसलमान धर्माच्या नवाब स'आदत खान व त्याचा भाचा तसेच जावई असलेल्या सफ्दर जंगने अवधवर आपला जम बसवायला सुरुवात केली. निशापूरमध्ये जन्मलेला सफ्दर जंग हा भविष्यात स'आदत खानचा उत्तराधिकारी बनला. मामा-भाच्यांनी मिळून गंगेनजीक असलेल्या फैझाबादमध्ये आपला तळ बनवून उत्तर भारतात आपल्या सत्तेचा व शब्दाचा चांगलाच अंमल बसवला.[१०९]

या दोन्ही राज्यपालांची मुघल सल्तनतशी असलेली घसट आणि बादशहासाठी असलेले ईमान हे त्यांच्या स्वत:च्या फायद्याच्या दृष्टीनं आणि केवळ त्यांच्याच मर्जीनुसार राखलेल्या गोष्टी होत्या. तोपर्यंत ते जरी मुघल सल्तनतीच्या छत्रछायेखाली आणि वेळप्रसंगी कामं करवून घ्यायला बादशहाचं नाव घेऊन कार्यरत असले, तरी वास्तविक त्यांचा कल केवळ स्वत:ची पोळी भाजून घेण्याकडे वाढत होता आणि त्यासाठी ते दिवसागणिक आपल्या प्रांताचे अनभिषिक्त सम्राट म्हणून कारभार करू लागले होते. सल्तनतीचे सामूहिक नियम धाब्यावर बसवून हे राज्यपाल रयतेवर आपल्या मर्जीनुसार नियम लादत होते.

या सगळ्याला एका ठिकाणी अपवाद होता – तो म्हणजे बंगालमध्ये. मूळचा ब्राह्मण असलेल्या; पण सक्तीनं इस्लाम धर्म स्वीकारायला लावलेल्या मुर्शिद कुली खान या राज्यपालाने बादशहाशी ईमान राखले होते आणि तो दरवर्षी बंगाल प्रांतामधून मिळणाऱ्या महसुलामधून अर्ध्या दशलक्ष पौंडांची रक्कम इमानेइतबारे दिल्लीला पोहोचती करत होता. १७२०च्या दशकापर्यंत मुघल सरकारच्या केंद्रीय तिजोरीमधली सर्वाधिक महसूल बंगाल प्रांतामधून येत होता आणि आपल्याकडून ही रक्कम कमी होऊ नये, यासाठी मुर्शिद कुली खाननं आपल्या प्रजेकडून अधिकाधिक कर गोळा करता यावा म्हणून त्यांच्यावर वाटेल ते नियम लादले होते. कर न भरणाऱ्यांना मुर्शिदाबाद या राज्यपालाच्या नव्या राजधानीत बोलावून अन्नपाण्याशिवाय तुरुंगात डांबलं जात असे. कडकडत्या हिवाळ्यामध्ये या कैद्यांना उघडं करून त्यांच्यावर थंडगार पाण्याचे फवारे मारले जात. कधी त्यांना चामड्याच्या

---

xx आता या प्रांताला उत्तर प्रदेश म्हणून ओळखलं जातं.

विजारी चढवून आतमध्ये जिवंत मारकुट्या मांजरांना सोडलं जाई. चाबकाचे फटके मारून जमीनदारांच्या पायाची कातडी सोलली जात असे. यापैकी कोणताच उपाय चालला नाही, तर कर न भरणाऱ्या 'गुन्हेगारांना,' मानवी विष्ठेने भरलेल्या खड्ड्यांमध्ये ढकललं जात असे. अनेक दिवस सडवलेल्या त्या विष्ठेचा दर्प आणि त्यामध्ये वळवळणाऱ्या जीवजंतूंमुळे माणसाचा प्राण जायची पाळी येत असे![११०]

देशामधली अराजकता वाढीला लागल्यावर दिल्लीला आपला महसूल सुरक्षितरीत्या पोहोचता करण्यासाठी मुर्शिद कुली खाननं निरनिराळ्या क्लृप्त्या लढवायला सुरुवात केली. रस्त्यानं गाड्यांद्वारे सोनेरी विटांच्या रूपात महसूल पोहोचवणं धोकादायक होऊ लागलं, तसं मुर्शिद खाननं मारवाडी-ओसवाल, जैन या वित्तपुरवठा करणाऱ्या कुटुंबांची मदत घ्यायला सुरुवात केली. जोधपूर येथील नागर राज्यामधून आलेल्या या ओसवाल-जैन कुटुंबांवर १७२२मध्ये बादशहानं 'जगतसेठ' (संपूर्ण जगाला वित्तपुरवठा करणारे) हा किताब बहाल केला होता. मुर्शिद खानशी लागेबांधे सांधले गेल्यावर मुर्शिदाबादमधल्या आपल्या राजेशाही घरात बसून ओसवाल-जैन कुटुंब मुर्शिद खानच्या वतीनं महसूल गोळा करणं आणि तो दिल्लीला पोहोचता करण्याची जबाबदारी पेलू लागले. अर्थातच अवघ्या काही काळात ओसवाल-जैनांचं महत्त्व राज्यपालासमान झालं. युरोपमधील एकोणिसाव्या शतकात रोथ्सचाइल्डचं महत्त्व जसं वाढीला लागलं तसंच ओस्वाल-जैनांच्या बाबतीत झालं. इतिहासकार गुलाम हुसेन खाननं नमूद केल्यानुसार सदर काम सुरू केल्यानंतर ओस्वाल-जैनांकडची समृद्धी इतकी अचाट आणि अफाट वाढली की, तिचं वर्णन करण्यासाठी शब्द कमी पडू लागले. एका बंगाली कवीनं असंही म्हटलं की, गंगा नदी ज्याप्रमाणे शंभर तोंडांनी समुद्रामध्ये पाणी ओतते, त्याच प्रकारे ओस्वाल-जैनांच्या तिजोरीमध्ये दौलत येत होती.[१११] ईस्ट इंडिया कंपनीतल्या अधिकाऱ्यांनीही 'जगतसेठ'ची श्रीमंती पाहून तोंडात बोटं घातली होती! बंगालबद्दल विशेष आत्मीयता असलेल्या इतिहासकार रॉबर्ट ओर्मेनं 'जगतसेठ'ला 'जगातील सर्वांत धनाढ्य सराफ आणि पेढीमालक' म्हणून वर्णिलं होतं.[११२] १७४७-४८दरम्यान बंगालमधल्या कारभाराबद्दल लिहिताना कॅप्टन फेन्विकनं असं म्हटलं होतं की, 'महताब राय जगतसेठ हे नवाबाच्या सर्वांत जवळचे आणि लंडनमधल्या लोम्बार्ड स्ट्रीट येथील सगळ्या पेढीधारकांना मागे टाकतील, असे सराफ व पेढीमालक आहेत.'[११३]

चाणाक्ष ईस्ट इंडिया कंपनीनं हे लवकर ओळखलं होतं की, भारताच्या विस्कळीत राजकीय परिस्थितीमध्ये त्यांना जगतसेठांची खूप मदत होऊ शकते, कारण कुठे ना कुठे दोघांचं लक्ष्य सारखंच होतं. ईस्ट इंडिया कंपनीनं वेळोवेळी अगदी दिलखुलासपणे जगतसेठ देत असलेल्या पत सुविधांचा फायदा घ्यायला

कुचराई केली नाही. १७१८ व १७३०च्या दरम्यान कंपनीनं जगतसेठांकडून वर्षाकाठी रु. ४,००,०००ची रक्कम उसनी घेतली होती. मारवाडी पेढीमालकांनी इंग्रजांना याप्रकारे देऊ केलेल्या आर्थिक मदतीमुळेच भारताच्या इतिहासाचा प्रवाह काही काळानंतर नाट्यमय पद्धतीने बदलणार होता.[११४]

मुघलांच्या सत्तेला उतरती कळा लागल्यामुळे शतकभरानंतर आता इंग्रजांना भारतामध्ये आपल्या पद्धतीनं जम बसवता येणार होता. औरंगजेबाच्या शेवटच्या दिवसांमध्ये हे स्पष्ट होऊ लागलं होतं, की इंग्रज मुघलांना पूर्वीसारखा मान देत नव्हते. एकेकाळी मुघल सत्ताधाऱ्यांसमोर हाजी-हाजी करणारे इंग्रज औरंगजेबानंतर मुघलांना कस्पटासमान बघू लागले होते. १७०१मध्ये नव्याने काबीज केलेल्या कर्नाटकचा राज्यपाल असलेल्या दाऊद खानने अशी तक्रार केली होती की, मद्रास कौन्सिल त्याचा वारंवार अपमान करत होती. आपल्या कारभारांमध्ये ते त्याचा शब्द मुळीच ग्राह्य धरत नव्हते. आपल्याला सुरुवातीला या प्रांतांमध्ये व्यापार करण्याची परवानगी मिळाली म्हणून आज आपण इतके श्रीमंत झालो आहोत हे मद्रास कौन्सिल बहुधा विसरली आहे, हे दाऊद खाननं इंग्रजांच्या लक्षात आणून दिलं. दाऊद खाननं हेही नमूद केलं होतं की, आपण या प्रांताचे राज्यपाल आहोत आणि आपल्याला इंग्रजांच्या कारभाराची व मदिरा, सुपारी, तंबाखू इत्यादींचा व्यापार करून ते कमवत असलेल्या महसुलाबद्दलची इत्थंभूत माहिती राज्यपालाला कळवली गेली पाहिजे. पण इंग्रजांना याचाही विसर पडलेला दिसतोय हे त्यानं इंग्रजांच्या लक्षात आणून दिलं.[११५]

उत्तरादाखल कंपनीचा दूत म्हणून आलेल्या आणि मद्रासमध्ये डॉक्टर म्हणून काम करणाऱ्या निकोलाओ मॅनुक्कीने सांगितलं की, ओसाड पडलेल्या समुद्रकिनाऱ्याला इंग्रजांच्या दूरदृष्टीमुळे आज मोठ्या बाजारपेठेचं स्वरूप लाभलंय. दाऊद खाननं जर स्वत:चीच टिमकी मिरवत कंपनीच्या कारभारामध्ये अडथळा आणायचा प्रयत्न केला, तर कंपनी आपला गाशा गुंडाळून इतरत्र बस्तान बसवायला मागेपुढे पाहणार नाही. तसं केल्यास नुकसान कंपनीचं नव्हे, तर कंपनीशी चालत असलेल्या व्यापारामुळे लाखो रुपये कमवणाऱ्या स्थानिक व्यापाऱ्यांचं व कलाकारांचं होणार आहे.

मॅनुक्कीची ही धमकी ऐकून दाऊद खान गप्प बसला.

याप्रकारे, ईस्ट इंडिया कंपनीने त्या क्लृप्तीचा पायंडा घातला जी आज तीनशे वर्षांनंतरही कित्येक अजस्र कंपन्या आपल्यावरचा कराचा बोजा कमी करण्यासाठी स्थानिक सरकारांशी वाटाघाटी करताना वापरतात : आमच्याशी नीट वागा; नाहीतर आम्ही आमचं बस्तान हलवू.

मात्र इंग्रजांविरोधात सूर लावणारा दाऊद खान काही शेवटचा शासक नव्हता.

काळ पुढे सरकत गेला तशा या तक्रारीही वाढत गेल्या.

नऊ वर्षांनंतर ईस्ट इंडिया कंपनीची हिंमत आणखी बळावली. जिंजीच्या मुघल किल्लेदाराने दोन इंग्रज अधिकाऱ्यांना कैद केल्यानंतर मद्रासजवळच्या फोर्ट सेंट डेव्हिडमधल्या इंग्रज कर्मचाऱ्यांनी चक्क हत्यारं उचलली! १७१०मध्ये ते कडलोर येथील आपल्या वसाहतीमधून निघाले आणि त्यांनी मुघलांच्या छातीवर पाय देऊन कोरोमॅन्डल किनाऱ्यानजीकच्या ५२ गाव-शहरांची पूर्णतः नासाडी केली. कित्येक निरागस रहिवाशांचा जीव गेला. हजारो किलोंच्या भातशेतीची नासधूस झाली. भारतातील सामान्य जनतेविरुद्ध इंग्रजांनी केलेल्या सशस्त्र उठावाचा हा पहिलाच प्रसंग होता. या प्रसंगानंतर ईस्ट इंडिया कंपनी आणि स्थानिक मुघल सरकारमध्ये सलोखा व्हायला पुढची दोन वर्षं लागली. पॉन्डिचेरीच्या फ्रेंच राज्यपालांच्या मध्यस्थीमुळे हा समेट घडून आला. लंडनमध्ये बसलेल्या कंपनी संचालकांना आपल्या कारभाऱ्यांनी केलेल्या कडक कारवाईचं कोण कौतुक वाटलं! 'आपल्या कर्मचाऱ्यांनी दाखवलेल्या धाडसामुळे भारतातील लोकांनाही जरब बसेल, की आम्ही इंग्रज, मूकपणे सहन करणारी जमात नाही. आमच्यातल्या धाडसामुळे आम्ही आमच्या तत्त्वांना जागून सर्वांत बलशाली राजा-महाराजांशीही सामना करू शकतो, हा निरोप आता सर्वत्र पोहोचण्याची वेळ आलेली आहे.'[११६]

इंग्रजांच्या या वाढत्या अरेरावीमुळे बंगालमध्ये मुर्शिद कुली खान अत्यंत जेरीस आला होता. त्यानं दिल्लीला पत्र लिहून आपल्या भावना स्पष्टपणे मांडत म्हटलं :

> 'सरड्याप्रमाणे रंग बदलणाऱ्या घृणास्पद इंग्रजांबद्दल मी तुम्हाला जितकं सांगावं तितकं कमी आहे. सुरुवातीला जेव्हा ते आपल्या देशात आले, तेव्हा त्यांनी विनम्रतेची पराकाष्ठा करत सरकारकडे कारखाने बांधण्यासाठी 'जराशा जमिनीची' मागणी केली. त्यांच्या गोड आर्जवांवर विश्वास ठेवून सरकारनं त्यांना जमिनी दिल्यावर इंग्रजांनी आपले खरे रंग दाखवायला सुरुवात केली. मिळालेल्या जमिनीवर त्यांनी नुसते कारखाने नव्हे, तर भलेमोठे किल्ले बांधायला सुरुवात केली. किल्ल्यांच्या भोवती खड्डे खणून आपल्या लोकांना तिथं चटकन पोहोचता येणार नाही, याची खातरजमा करून घेतली. एवढ्यावर न थांबता त्यांनी आपल्या किल्ल्यांवर सशस्त्र शिपाईसुद्धा नेमले. त्यानंतरची त्यांची खेळी तर अजब आहे. आपल्या देशातल्या धनाढ्य व्यापाऱ्यांशी सलोख्याचे संबंध बांधून आपण त्यांना सुरक्षा देऊ आणि त्याबदल्यात त्यांनी आपल्याला वर्षाकाठी रु. १,००,०००च्या आसपास किंमत मोजावी अशी सोय करून ठेवली

आहे. व्यापार करण्यासाठी म्हणून आपल्याकडे शिरकाव केलेले हे कावेबाज इंग्रज आता सगळीकडे बेधडकपणे लूटमार करतात आणि कित्येक भारतीय लोकांना गुलाम म्हणून सोबत घेऊन जातात.'[११७]

मुर्शिद कुली खाननं पोटतिडीकेनं लिहिलेलं पत्र दिल्लीला पोहोचलं खरं; पण तोपर्यंत दिल्ली सरकारच्या डोक्याला निराळेच ताप लागले होते.

१७३७मध्ये दिल्लीची लोकसंख्या सुमारे २ दशलक्ष होती. लंडन आणि पॅरिस एकत्र करून जितका परिसर बनेल त्याहीपेक्षा मोठं असलेलं हे शहर ऑटोमन इस्तंबूल आणि टोक्योतील शाही एडोपर्यंत पसरलेल्या परिसरातलं सर्वांत श्रीमंत आणि तालेवार असं होतं. मात्र हळूहळू जसजसं दिल्लीभोवतालची मुघल सल्तनत लयास जायला लागली तसतशी त्या रुबाबदार शहराचीही विटंबना होऊ लागली. पिकलेल्या आंब्याप्रमाणे वरून रसरशीत दिसणारं ते शहर आतून पोखरलं जाऊ लागलं.

शहरामध्ये दिवसागणिक वाढणाऱ्या असंतोष आणि बंडाच्या मध्यात अजूनही त्यावर लाल किल्ल्यातून राज्य करणाऱ्या बादशहाचा हुकूम चालत असे. बादशहाच्या अमलाखाली असलेल्या विस्तीर्ण परिसरातल्या जनतेनं कसं वागावं, कसं राहावं हे अद्यापही बादशहाच्या नियमांनुसार होत होतं. तसंच दिल्ली शहराकडे भारतीय-इस्लामी कलाकुसरीचं माहेरघर म्हणून बघितलं जात होतं. दक्षिण आशियामधील सर्वांत सुंदर आणि अभिरुचीपूर्ण शहर म्हणून ओळखल्या जाणाऱ्या या ठिकाणाबद्दल बोलताना मूर्तझा हुसेन या प्रवाशानं १७३१मध्ये म्हटलं होतं : 'शहाजहानाबादचा थाट काय वर्णावा?! आहाहाऽऽ! संध्याप्रहरी माणसाला चांदनी चौक किंवा स'आदुल्ला खान चौकामध्ये एक गजदेखील एकट्याने चालता येत नाही; कारण तिथं जमणाऱ्या हुशार, कुशल लोकांची जी गर्दी जमते त्यामध्ये आपण रमून गेल्यावाचून राहू शकत नाही.' दरबारी विचारवंत असलेल्या आनंद राम मुख्लिसनं दिल्लीला 'चिवचिवाट करणाऱ्या बुलबुल पक्ष्यांनी भरलेला पिंजरा' असं वर्णिलं होतं,[११८] तर, मुघल कवी हातिमने लिहिलं होतं :

'दिल्ली हे शहर नसून, गुलाबाची बाग आहे,
तिच्यातल्या ओसाड जमिनीवर फिरतानाही, फळांनी लगडलेल्या बागांमध्ये
फिरून मिळणार नाही एवढं सुख मिळतं.
दिल्लीच्या चमचमणाऱ्या बाजारांमध्ये फिरणाऱ्या सुंदर, लाजाळू स्त्रिया
त्या बाजारांची शान वाढवतात,

सर्वत्र हिरवळ आणि शोभिवंत सायप्रसचे वृक्ष असलेल्या या शहरामधून, पाय निघत नाही हेच खरं.'[११९]

तर अशा या सुशोभित पण नाजूक वळणावर असलेल्या शहराची शासकीय नाडी, तशाच नाजूक आणि काहीशा बायकी बादशहाच्या हातात होती. मूहम्मद शहा या त्या काळच्या बादशहाला 'रंगीला' किंवा 'मस्कऱ्या' असंही म्हटलं जात असे. मूहम्मद कलाकार वृत्तीचा मनुष्य होता. संगीत आणि चित्रकलेत विशेष रुची असलेल्या या राजाला बायकी पोषाख आणि दागिने घालण्याची विचित्र चाड होती. मूहम्मद शहानं सतार व तबल्याला लोककलेच्या परिघामधून बाहेर आणून आपल्या दरबारामध्ये मानाचं स्थान देऊ केलं. औरंगजेबाने अडगळीत टाकलेल्या मुघल कलाकुसरींना जीवनदान देऊन त्यानं आपल्या राजदरबारातल्या निरनिराळ्या देखाव्यांना व प्रसंगांना मुघल चित्रकारांना आपल्या लघुशैलीमध्ये रंगवण्यासाठी प्रोत्साहित केलं. मूहम्मद शहाच्या या पुढाकारामुळे लाल-नारिंगी रंगांत न्हाऊन निघालेल्या राजदरबारातल्या रंगपंचमीचं चित्र, यमुनेकाठी फेरफटका मारणाऱ्या वा आपल्या दरबाऱ्यांशी सल्लामसलत करत बसलेल्या बादशहाचं चित्र अशा निरनिराळ्या कलात्मक गोष्टी निर्माण होऊ शकल्या.[१२०]

अशा या सुकुमार प्रवृत्तीच्या राजानं इंग्रजांसमोर तग कशी धरली असेल, असा प्रश्न पडणं रास्त आहे. त्याचं उत्तर अगदी सोपं आहे. मूहम्मद शहानं आपण हुकूमत गाजवण्याचा किंवा राज्य करण्याचा प्रयत्न करत आहोत, याची साधीशी झलक देणंही थांबवलं! त्याचे सगळे दिवस हत्तीच्या किंवा कोंबड्यासारख्या असलेल्या पार्ट्रिज पक्ष्याच्या लढती बघण्यात, अथवा निरनिराळ्या जादूगारांचे वा इतर कलाकारांचे प्रयोग बघण्यात जात असत. राज्याचा कारभार मंत्रिमंडळावर सोपवून मूहम्मद शहा आपलं आयुष्य मजेत घालवण्यात व्यग्र होता. अर्थात त्यामुळे जे होणं अपेक्षित होतं, तेच झालं. स्थानिक नवाबांवर मूहम्मद शहाचं थेट नियंत्रण न राहिल्यामुळे त्याच्या नकळत त्याची सत्ता लयास जाऊ लागली. आर्थिक, राजकीय, सुरक्षा व इतर महत्त्वाच्या बाबींबद्दल सगळे नवाब आपापल्या परीने स्वतंत्र निर्णय घेऊ लागले.

फ्रेंच सैनिक आणि प्रवासी असलेल्या जॉन-बतीस्त जेन्टीलनं नमूद केल्यानुसार : 'राजपुत्राला सलीमगढ किल्ल्यामध्ये अतिशय नाजूक आणि काळजीपूर्वक पद्धतीनं वाढवलं गेलं होतं. अशा या हळव्या मनाच्या राजपुत्राच्या हातात आता एका अस्ताव्यस्त आणि विस्कळीत राज्याच्या कारभार चालवण्याची जबाबदारी येऊन पडली होती.

'राजपुत्र तरुण होता; अननुभवी होता. आपल्या डोईवरचा मुकुट खरंतर बळी जाणाऱ्या प्राण्याला बांधला जाणारा दोरखंड आहे, हे त्याच्या निरागस नजरेला दिसलंच नाही. कवी मनाच्या, तलम, मृदू स्वभावाच्या राजपुत्राकडे राज्यकारभार चालवण्यासाठी लागणारी जरब आणि कणखरपणाचा पूर्ण अभाव होता. विशेषत: बंडाळी माजलेल्या राज्याचा कारभार वठणीवर आणण्यासाठी तर या दोन स्वभाववैशिष्ट्यांची विशेष गरज असते. दुर्दैवानं राजपुत्राकडे त्या दोहोंचा लवलेश नव्हता आणि म्हणून त्याच्या पदाचा व नावाचा वापर करून, नको ती स्वार्थी माणसं वाटेल तसा स्वार्थ साधून जाऊ लागली. राजपुत्र केवळ नावापुरता प्रमुख उरला. त्याच्या तव्यावर इतरांची पोळी भाजली जाऊ लागली. कालांतरानं त्याला हे सगळं समजू लागलं, पण त्याविरोधात काही सशक्त पावलं उचलणंही त्याच्या स्वभावात बसेना. आपल्या पदाची कळसूत्री बाहुली केली जाताना आपल्या नावावर वाटेल तशी दौलत हडप केली जाताना, आणि सरतेशेवटी आपली सत्ता मोडित काढली जाताना बघण्याचं दुर्दैव त्याच्या नशिबी लिहून ठेवलं होतं.'[१२१]

बार-ले-द्यूकमधून आलेल्या जोसेफ द वोल्टॉनने पॉन्डिचेरीमधल्या फ्रेंच कंपनीच्या भारतीय मुख्यालयाला पत्र लिहून दिल्लीमधल्या वाढत्या गोंधळाबद्दल सांगताना म्हटलं होतं :

'इथलं सरकार कोणत्याही क्षणी कोसळू शकतं. आपापला स्वार्थ पुढे करण्यासाठी सगळे कायदे धाब्यावर बसवलेल्या मूठभर स्वतंत्र सत्ताधाऱ्यांच्या अराजकतेमुळे या सुंदर शहराला बजबजपुरीचं रूप आलेलं आहे. मूहम्मद शहा हा त्यांचा कागदोपत्री असलेला सत्ताधीश व्यक्तिमत्त्वाने इतका दुर्बल आहे की, एखादं लहान मूलसुद्धा त्याच्यापेक्षा खंबीर असेल! त्यात निरनिराळ्या बाजूंनी हल्ला करणाऱ्या बंडखोरांमुळे दिल्ली कमकुवत बनलेलं आहे. उदाहरण द्यायचं झालं तर एकेकाळी लहानसं सैन्यगट असलेले दख्खन पठारावरचे मराठा आता इतके भरभक्कम बनलेले आहेत की, ते दिल्लीवर हल्ला करून भरपूर लूटमार करून गेले. मराठ्यांना ज्या सहजतेने बंड पुकारता आलं त्यावरून हे स्पष्ट होतं की, दिल्लीवर चढाई करण्यासाठी लहानातल्या लहान शत्रूलाही सहजसोपं आहे. कोणत्याही शत्रूशी दोन हात करण्याची दिल्ली सरकारमध्ये ना ताकद उरलेली दिसते आणि ना इच्छा.'[१२२]

द वोल्टॉनने केलेलं वर्णन अगदी खरं होतं. मराठा सैन्य जसजसं उत्तरेकडे कूच करू लागलं, तसतशी दिल्ली अधिकाधिक ढासळू लागली. ८ एप्रिल १७३७ रोजी बाजीराव या मराठा संघराज्याच्या एका तरुण, धडाडीच्या सेनापतीच्या नेतृत्वाखाली मराठ्यांच्या चपळ तुकडीनं आग्र्यावर धाड टाकली. दोन दिवसांनंतर त्यांनी दिल्लीकडे आपला मोर्चा वळवला. ६०० वर्षांपूर्वी भारतात आलेल्या पहिल्या इस्लामी जेत्यांच्या सन्मानाप्रीत्यर्थ बांधलेल्या कुतुबमिनारच्या जवळ तळ ठोकून मराठ्यांनी दिल्लीनजीक असलेली माल्छा, ताल कटोरा, पालम आणि मेहरौलीसारखी गावं लुटायला घेतली. अवधवरून नवाब स'आदत खान आपली सेना घेऊन युद्ध पुकारायला येत आहे, असं समजल्यावर मराठ्यांनी अखेर माघार घेतली; पण तरीही हा हल्ला मुघलांच्या इभ्रतीला आणि आत्मविश्वासाला मोठा तडा देणारा ठरला.[१२३]

गोष्टी फारच रसातळाला गेलेल्या आहेत, याची जाण आल्यावर बादशहानं निजाम-उल-मुल्कला दिल्लीचं रक्षण करण्यासाठी पाचारण केलं. गुलाम हुसेन खाननं नमूद केल्यानुसार औरंगजेबाच्या काळापासून कार्यरत असलेल्या या शूर सेनापतीचा अनुभव अतिशय दांडगा होता.[१२४] निधड्या छातीच्या निजाम-उल-मुल्कनं बादशहाच्या हाकेला उत्तर देत, मराठ्यांचा सामना करण्यासाठी सेना गोळा करायला घेतली; मात्र लवकरच त्याला लक्षात आलं की, औरंगजेबाच्या काळी आपण ज्या मराठा सेनेला ओळखत होतो, तिचं बळ आता दुप्पट झालं होतं. त्यानं स्पष्टपणे बादशहाला या वस्तुस्थितीची जाण करून देत, पुढे असंही सांगितलं की, 'एकीकडे आपल्या शत्रूचं बळ दुणावलं गेलेलं असताना आपली शक्ती मात्र पूर्वीच्या तुलनेत अर्धी झालेली आहे. आपल्या राज्यात सर्वत्र अनाचार पसरलेला आहे. शत्रूसमोर आपण किती काळ तग धरू शकू,याबद्दल मी साशंक आहे.'[१२५]

निजाम-उल-मुल्कच्या म्हणण्याला मुघल हिशेबनिसांकडून दुजोराच मिळाला असता. १७३०पर्यंत मराठा सैन्य केवळ एका माळवा प्रांताकडून सुमारे रु. १ दशलक्षांचा महसूल कमवत होतं. अर्थात, मुघलांची तिजोरी किती झपाट्यानं रिकामी होत चालली होती, हे सुज्ञास वेगळं सांगणं न लागे.[१२६]

निझाम-उल-मुल्कची भीती खरी ठरली. ७ जानेवारी १७३८ रोजी बाजीरावाच्या मराठा सैन्यानं भोपाळमध्ये घुसून निजामाला घेराव घातला. सदर मोहिमेची जराशीही माहिती नसणाऱ्या निजामाला या घटनेमुळे चांगलाच धक्का बसला. खरंतर आधी बाजीरावाला या गोष्टीची शाश्वती वाटत नव्हती की, आपण निजामासारख्या मुरब्बी सेनापतीला कचाट्यात पकडू शकू; पण अखेर त्यानं ते करून दाखवलं. बंदी बनवलेल्या निजाम-उल-मुल्कनं बाजीरावला माळवा प्रांताचं राज्यपाल पद

देऊ केलं. तसं करून त्याचा मराठ्यांना मुघलांच्या बाजूनं आणण्याचा मनसुबा होता. पण हे सत्य कुणीच दुलर्क्षित करू शकत नव्हतं, की तरुण बाजीरावानं मात्तब्बर निजाम-उल-मुल्कला पाणी पाजलं होतं! आपल्या अपमानाच्या जखमा कशाबशा सावरत निजाम दिल्लीला परतला; मात्र तोपर्यंत दिल्लीवर वेगळं संकट येऊन ठेपलं होतं. पर्शियन खोरासानमध्ये जन्मलेला नादर शहा अफ्शर हा एका गरीब मेंढपाळाचा मुलगा होता. मात्र आपल्या हुशारीच्या जोरावर तो पर्शियाच्या सफाविद सैन्यामध्ये भराभर यशाच्या पायऱ्या चढत गेला. जितका मूहम्मद शहा हळवा आणि कमकुवत होता, तितकाच नादर शहा कडक, निष्ठुर आणि कार्यक्षम होता. भविष्यात नादर शहाचा खासगी वैद्य झालेल्या फ्रेंच जेस्यूइट पेरे लुई बाझिननं नादर शहाचं वर्णन करताना असं म्हटलं होतं की, आपल्याला इतक्या कर्तृत्ववान माणसाची सेवा करायला मिळाली याबद्दल त्याला जितका आनंद होत असे, तितकीच त्याला नादर शहाची भीतीही वाटत असे. गरीब घरातून आलेल्या नादर शहाला बहुधा राजा बनण्यासाठीच जन्माला घातलं गेलं होतं. निसर्गानं उत्तम राजामध्ये आवश्यक असणारे सर्व पैलू नादरशहामध्ये घातले होते.

> 'डोक्यावरच्या पांढऱ्याशुभ्र केसांशी पूर्णत: विसंगत असलेली काळीभोर दाढी, उंच व धिप्पाड शरीरयष्टी, निमुळत्या चेहऱ्यावर अनेक हिवाळे-पावसाळे झेलून राकट झालेली त्वचा, धारदार नाक, भरीव ओठ... त्याचे डोळे मण्यांसारखे लहानसे होते; पण त्यातून डोकावणारी नजर अतिशय भेदक असे. एरवी आसमंत भारून टाकणारा त्याचा भसाडा आवाज, स्वत:चा स्वार्थ साधण्यासाठी किंवा एखाद्याला जरब बसवण्यासाठी अगदी मुलायम होत असे.
>
> नादर शहाला स्वत:चं असं ठरावीक घर नव्हतं. जिथं त्याच्या सैन्याचा तळ, तिथं त्याचं घर असे. एखाद्या तंबूमध्ये तो आपल्यासाठी 'राजमहाल' उभा करत असे. शस्त्रांनी वेढलेल्या सिंहासनावर बसून तो तिथूनच सगळा कारभार चालवत असे. शस्त्र हे नादर शहाचे सगळ्यात जवळचा मित्र होते, आणि त्याचे सगळ्यात शूर सैनिक हे त्याचे आप्तेष्ट. अत्यंत धडाडीचा असा हा सेनापती माणूस इतर राजांसारखा दुरून लढाई न बघता थेट आत घुसून सगळ्यात बलाढ्य शत्रूंशी सामना करायला खुद्द सज्ज होत असे. मात्र दुसऱ्या बाजूला नादर शहा तितकाच लोभी व स्वार्थी होता. वेळप्रसंगी स्वत:च्या माणसांवरही वाटेल ते जुलूम करायला त्याचे हात थरथरत नसत. त्याची हाव आणि क्रौर्य या दोन्हींमुळे अत्यंत वीट येऊन एकेकाळी नादर शहाला डोक्यावर मिरवणाऱ्या पर्शियन

जनतेला नंतर त्याच्याबद्दल इतका द्वेष वाटू लागला, की एकाच व्यक्तीला इतक्या समान प्रमाणात आदर, प्रेम आणि तिरस्कार कसा मिळू शकतो, याचा विचार करून आश्चर्य वाटतं.'[१२८]

१७३२मध्ये नादर शहानं लष्करी हल्ला चढवून पर्शियाच्या गादीवर स्वत:चा हक्क गाजवला. त्यानंतर लवकरच त्यानं शेवटच्या सफाविद राजपुत्राला जीवे मारून २०० वर्षांचं सफाविद राज्य संपुष्टात आणलं. त्यानंतर सात वर्षांनी, १७३९मध्ये त्यानं अफगाणीस्तानवर हल्ला चढवला. त्यानं इस्फाहन सोडण्याआधीच अशा चर्चा रंगू लागल्या की, नादर शहाचं खरं लक्ष्य होतं मुघल दिल्लीतल्या दुथडी भरून वाहणाऱ्या खजिन्यावर आणि विशेषत: मयूर तख्तावर. त्या अप्रतिम सुंदर तख्तामधली सोनेरी पिसं ओरबाडून काढण्याच्या इराद्यानं, नादर शहा भारताकडे मोर्चा वळवणार असल्याची चर्चा दिवसागणिक जोर धरू लागली.[१२९]

२१ मे रोजी नादर शहा ८०,००० सैनिकांची फौज घेऊन मुघल साम्राज्याच्या हद्दीला भेदून काबुलमध्ये शिरला. पुढची दोन वर्षं त्यानं जे भारतावर सतत हल्ले चढवले, त्याची नांदी या दिवशी झाली होती. जूनच्या अखेरीस काबुलच्या बाला हिसारनं नादर शहासमोर शरणागती पत्करली. त्यानंतर नादर शहा खैबरची खिंड उतरू लागला. अवघ्या तीन महिन्यांत तो दिल्लीपासून उत्तरेला १०० मैलांवर वसलेल्या कर्नालमध्ये येऊन ठेपला आणि तब्बल १ दशलक्ष सैनिकांचा भरणा असलेल्या तीन एकत्र आलेल्या मुघल सैन्यपथकाला त्यानं 'दे माय, धरणी ठाय' करून सोडलं! एकाहून एक तरबेज लढवय्ये असलेल्या या मुघल सैन्याला हरवण्यासाठी नादर शहाची जेमतेम १,५०,००० सैनिकांची फौज पुरेशी ठरली. चापाच्या बंदुकी चालवणारे कुशल सैनिक आणि किझिलबाश घोड्यांवर बसून कवच-भेदी जझैर (अद्ययावत तंत्राच्या फिरत्या बंदुकी) चालवणारे घोडेस्वार यांच्यामुळे हा विजय फार सोपा झाला.

त्यात मूहम्मद शहाचे दोन प्रमुख सेनापती, स'आदत खान आणि निजाम-उल-मुल्क यांमध्ये विस्तव जात नसल्यानं, ते नादर शहाच्या पथ्यावर पडलं. निजामाने तळ ठोकल्यानंतर बऱ्याच दिवसांनी, स'आदत खान अवधवरून तिथं दाखल झाला. इतक्या मोठ्या प्रवासानं शिणलेल्या आपल्या सैनिकांना आराम करायला एक दिवसही न देता, तो थेट युद्धामध्ये घुसला. १३ फेब्रुवारी रोजी निजामानं आपल्या फौजेचं रक्षण करण्यासाठी उभारलेली हद्द पार करून, स'आदत खाननं शत्रूशी दोन हात करण्यासाठी बाहेर पडला. अनुभवी निझामाने त्याला अडवायचा खूप प्रयत्न केला; पण आपल्या अहंकाराच्या गुर्मीत असलेल्या स'आदत

खानने निजामाकडे सपशेल दुर्लक्ष केलं.[१३०] खरंतर निजाम योग्य सल्ला देत होता; स'आदत खान नादर शहानं हुशारीनं लावलेल्या सापळ्यात चालून जात होता.

जुन्या पद्धतीच्या लांब पातीच्या तलवारींनी लढणारं घोडदळ घेऊन जेव्हा स'आदत खान पर्शियन फौजेसमोर येऊन ठाकला, तेव्हा नादरच्या घोडेस्वारांची पहिली फळी, पडदा सरकवला जावा, तशी अलगदपणे बाजूला झाली आणि त्यांच्यामागे जझैर घेऊन सज्ज असलेल्या सैनिकांनी आपल्या बंदुका मुघल सैन्यावर रोखल्या. स'आदत खानला धक्का बसला! पण त्याला वा त्याच्या फौजेला काही समजण्याआधी, नादर शहाच्या सैनिकांनी हल्ला केला आणि अवघ्या काही मिनिटांत खुद्द स'आदत खान धारातीर्थी पडला! काश्मिरी अभ्यासक अब्दुल करीम शारिस्तानीने म्हटल्यानुसार 'हिंदुस्थानची फौज जिगरीनं लढली, पण अद्ययावत प्रकारच्या शस्त्रांसमोर त्यांचा टिकाव लागणं कठीण होतं.'[१३१]

मुघलांच्या सेनापतींना बाजूला सारून मग नादर शहानं खुद्द मुघल बादशहाकडे आपला मोर्चा वळवला. त्यासाठी त्यानं अस्त्राऐवजी डोक्याचा वापर केला. बादशहाला जेवायला बोलावून, त्यानं त्याला परत जाण्याची बंदी केली.[१३२] आनंद राम मुख्लिसनं लिहिल्यानुसार : 'या एका प्रसंगामुळे बादशहा, त्याचे प्रमुख मंत्री, असंख्य घोडेस्वार आणि १ दशलक्षाचं सैन्य, सगळं नादर शहाच्या नियंत्रणाखाली आलं. मुघल साम्राज्याचा अस्त जवळ आला होता.'[१३३] मराठ्यांचा राजदूत म्हणून त्या काळी मुघल दरबारात असलेला एक मनुष्य, कसंबसं नादर शहाच्या नजरेखालून निसटून जंगलामधले आडमार्ग धरून, कसाबसा दिल्लीला परत येऊ शकला. मात्र आपण तिथं फार काळ राहणं योग्य नव्हे हे लक्षात येऊन, त्यानं लगेच दक्षिणेकडे पलायन केलं. पुण्यामधील आपल्या वरिष्ठांना लिहिलेल्या पत्रात त्यानं म्हटलं : 'देवाची कृपा म्हणून मी स्वत:चा जीव आणि स्वाभिमान, दोन्ही वाचवून, नादर शहाच्या तावडीतून निसटू शकलो. पण एक मात्र खरं : मुघल साम्राज्याचा अंत आलेला आहे. आता त्यांच्या जागी पर्शियन साम्राज्य उभं राहणार.'[१३४]

नादर शहाचं सैन्य दिल्लीमध्ये येऊन जेमतेम एक आठवडा झाला होता. २९ मार्च रोजी डच व्हीओसीसाठी कार्यरत असलेल्या एका कर्मचाऱ्यानं नादर शहाच्या अघोरी जुलूमांबद्दल आपल्या वरिष्ठांना पत्र लिहिताना म्हटलं : 'गेल्या आठवड्याभरात नादर शहानं सुमारे १,००,००० लोकांची उघडपणे कत्तल केलेली आहे. त्याला कोणत्याही प्रकारे विरोध करणाऱ्या व्यक्तीची तो गय करत नाही. त्यामुळे दिल्लीमध्ये सध्या रक्ताचा पाऊस पडत असल्यासारखं वाटत आहे. रस्त्याकडेच्या नाल्यांमधून रक्ताचे पाट वाहू लागले आहेत.[१३५] नादर शहापेक्षा अधिक रानटी आणि घृणास्पद मनुष्य मी आजतागायत बघितलेला नाही!'

गुलाम हुसेन खाननं नमूद केल्यानुसार : 'नादर शहानं इशारा देताक्षणी त्याचे सैनिक घरांच्या छतांवर चढून, आत घुसून लूटमार सुरू करायचे. दिसतील त्या वस्तूंची तोडफोड करून हाताला लागतील त्या आयाबहिणींना जबरदस्तीनं सोबत नेऊन, समोर येईल त्या माणसाची हत्या करायचे. त्याकाळी हजारो घरं जाळली गेली...उद्ध्वस्त केली गेली...!'[१३६]

दिल्लीमधल्या कित्येक स्त्रियांना बंदिवान करून गुलाम बनवण्यात आलं. जामा मशिदीभोवतालची सगळी वस्ती जाळून खाक केली गेली. किती लोकं मेली याची मोजणी उरली नाही. आपल्या घराच्या छतावरून ही नासाडी पाहणाऱ्या आनंद राम मुख्लिसनं लिहिल्यानुसार : 'पर्शियन सैन्याला 'थांबणं' हे जणू माहीतच नव्हतं. ते कुणालाही मारून टाकत, कुणालाही उचलून नेत. सोनं, चांदी, कपडे, दागिने... लूटमार करून त्यांच्या हाती जे काही लागेल ते सगळं घेऊन ते भरधाव निघून जायचे. दिल्ली या एकेकाळच्या सुंदर शहराची पार राखरांगोळी झाली होती. निगुतीनं वाढवलेली झाडं, काळजीपूर्वक बांधलेले सुबक रस्ते या सगळ्यांची जी वाताहात लागली होती, ती भरून यायला पुढची किती वर्षं लागणार होती देव जाणे!'[१३७]

फ्रेंच जेस्यूइट अभ्यासकांनी नमूद केल्यानुसार पर्शियन हैवानांची टोळधाड एकदाची संपल्यावर, पुढचे आठ दिवस दिल्ली शहर सतत धगधगत होतं. त्यामध्ये त्यांची दोन चर्चही भस्मीभूत झाली होती.

हा प्रकार असह्य होऊन अखेर निजाम-उल-मुल्क आपली पगडी उतरवून, हात बांधून, नादर शहासमोर नाक घासायला गेला. त्यानं नादर शहाला कळवळून सांगितलं की, त्यानं आपल्यावर काय वाटेल ते जुलूम करावेत पण दिल्ली शहराला अजून वेठीस धरू नये. नादर शहानं निजामाचं म्हणणं मान्य केलं आणि शिपायांना आपले अत्याचार थांबवण्याचा इशारा दिला. निजामाच्या विनंतीनुसार नादरनं मग त्याच्यावर जुलूम सुरू केले खरे; पण ते शारीरिक नसून आर्थिक जुलूम होते. आपल्याला निजामाने रु. १०० कोटीची खंडणी देण्याचं कबूल केलं तरच आपण दिल्ली सोडू, अशी त्यानं अट घातली. दुसरा कोणता पर्याय समोर न दिसता निजामाने जड अंत:करणानं नादर शहाची अट मान्य केली. त्यामुळे दिल्लीच्या जनतेचा छळ थांबला; पण निजामावर आपल्याच शहराची लूटमार करण्याची पाळी आली.[१३८]

पुढील काही दिवसांमध्ये निजामाने दिल्लीचे पाच भाग अधोरेखित केले आणि प्रत्येक भागाकडून ठरावीक रक्कम आली पाहिजे, असा दंडक घालून दिला. आनंद राम मुख्लिसने लिहिल्यानुसार, 'सदर घडामोडींमुळे दिल्लीच्या लोकांचा शारीरिक छळ थांबला असला, तरी आता त्यांचा मानसिक आणि आर्थिक छळ

होऊ लागला. खेदाची गोष्ट म्हणजे, हा छळ करणारा माणूस त्यांच्यातलाच होता. नादर शहानं खंडणी म्हणून मागितलेली रक्कम इतकी अवाढव्य होती की, दिल्लीमधली लाखो कुटुंबं बेघर झाली; आपल्याकडचा साठवलेला शेवटचा दमडा देऊन खंक बनली. आपलं पुढचं आयुष्य आता किती भीषण होईल, या विचारानं त्यापैकी कित्येक लोकांनी आत्महत्या केल्या... कुणी विषप्राशन करून, तर कुणी स्वत:ला चाकू भोसकून आयुष्य संपवलं. थोडक्यात ३४८ वर्षं दिल्लीमध्ये साठवल्या गेलेल्या भरघोस श्रीमंतीवरून अवघ्या काही दिवसांत नांगर फिरला!'[१३९]

दिल्लीहून त्यांच्याकडे पोहोचवली जाणारी माया बघून पर्शियन लोकांचे डोळे पांढरे पडायची वेळ आली! तोपर्यंत त्यांनी इतकं वैभव कधीच एकत्र बघितलेलं नव्हतं. नादर शहाच्या दरबारातला इतिहासकार मिर्झा महदी अस्तराबादी तर चक्रावून गेला होता! 'आमच्यासमोर मोती-पोवळ्यांचे सागर ओथंबून वाहत होते. रत्नजडित वस्तू, सोन्या-चांदीची भांडी व पेले, हिरे-माणकांनी मढवलेल्या कलात्मक गोष्टी या सगळ्यांचा अक्षरश: खच येऊन पडला होता. आमच्या हिशेबनिसांना प्रश्न पडला होता की, एवढ्या सगळ्या संपत्तीचा आढावा नेमका घ्यायचा तरी कसा?'

> अस्तराबादीच्या नोंदींनुसार 'नादर शहाकडे आलेल्या खंडणीमध्ये त्या अप्रतिम सुंदर मयूर तख्ताचाही समावेश होता. मयूर तख्ताच्या कलाकुसरीमध्ये वापरलेले अमौलिक हिरे, माणकं व इतर रत्नं पाहून सगळ्यांचे डोळे दिपून जात असत. तब्बल रु. २ कोटी किमतीची रत्नं जडवलेला तो तख्त आता नादर शहाच्या तिजोरीमध्ये दाखल झाला होता. आम्ही दिल्लीमध्ये असताना मुघल तिजोरीमधून करोडो रुपये आमच्याकडे पोहोचते केले गेले होते. मुघल राज्यातले जमीनदार, लष्करी अधिकारी, धनाढ्य गावप्रमुख, स्वतंत्र राजे आणि इतर श्रीमंत लोकांनी आमच्याकडे करोडोंच्या किमतीत मोडणारी सोन्याची नाणी, दागिने, रत्नं व रत्नजडित वस्तू जमा केल्या होत्या.'[१४०]

नादरला भारतावर राज्य करण्याची मुळीच इच्छा नव्हती. त्याला फक्त या श्रीमंत देशाकडून जमेल तितकी कमाई करून, त्याचे खरे वैरी असलेल्या 'रशियन' आणि 'ऑटोमन' राज्यांशी दोन हात करायचे होते. मुघलांनी २०० वर्षांच्या राज्यामध्ये एकेक करून जमा केलेले अमौलिक ऐवज लुटून न्यायला नादर शहाला जेमतेम ५७ दिवस लागले. या सामानामध्ये जहांगीरच्या मयूर तख्ताचाही समावेश होता. या तख्तामध्ये भारताचा प्रसिद्ध कोहिनूर हिरा व तिमूर माणिकही जडलेले होते. नादर शहाने आपल्यासोबत जगातला सर्वांत मोठा हिरा म्हणून

प्रसिद्ध असलेला द ग्रेट मुघल डायमंड तर नेलाच; वर कोहिनूरची बहीण मानल्या गेलेल्या जराशा मोठ्या, गुलाबी दरिया-ए-नूर हिऱ्यालाही लुटून नेलं. त्याशिवाय त्यानं ७०० हत्ती, ४००० उंट व १२,००० घोड्यांच्या पाठीवर मावतील इतकं सोनं, चांदी व अमौलिक रत्नं भरलेली पोती सोबत नेली. त्या काळच्या चलनानुसार या सगळ्यांची किंमत सुमारे ८७.५ दशलक्ष पौंड[xxi] इतकी भरली असती.

तर अशा रीतीने एकच घाव घालून नादर शहानं मुघल साम्राज्याची कंबर मोडली होती. मूहम्मद शहा रंगीला अजूनही बादशहा म्हणून गादीवर बसला होता; पण त्याच्या हातात ना सत्ता उरली होती, आणि ना त्याच्या शब्दाला काही वजन. आपल्याला कुणी विचारत नाही, हे लक्षात आल्यावर मूहम्मद शहा जनसंपर्क टाळू लागला. त्यानं लोकांमध्ये जाणं सोडलं. तो दिल्लीमधून फारसा बाहेरही पडेना. मुघल इतिहासकार वारिदने घोषित केलं :

> 'मुघलांवर आलेल्या भयंकर परिस्थितीमुळे अत्यंत उदास झालेले मूहम्मद शहा कधी आपल्या बगींच्यामधली झाडंफुलं बघण्यात मन रमवायचे, तर कधी शिकारीसाठी जंगलात निघून जायचे. त्यांचे वझीरही कधी दिल्लीबाहेर वसलेल्या तलावांमध्ये उमललेली कमळं पाहायला जात, तर कधी दीड-दोन महिने, दिल्लीबाहेरील पठारांवर तंबू ठोकून शिकार वा मासेमारी करत बसत. या बाबतीत बादशहा आणि वझीर दोघे एकसमान होते. दोघांनाही राज्यकारभाराचा, महसूल गोळा करण्याचा, लष्कराच्या गरजांचा वगैरे पार विसर पडत असे. जनतेमध्ये इतकं दुःख, दारिद्र्य आणि अस्थिरता पसरली असताना, हे दोघं विनापर्वा सगळं सोडून लुप्त होत असत!'[१४१]

जाणत्या मुघल विचारवंतांना हे लक्षात यायला वेळ लागला नाही की, त्यांनी बघितलेल्या गौरवशाली मुघल साम्राज्यावर सूर्यास्त होण्याची वेळ येऊन ठेपली होती. कवी हातिमने आपल्या एका कवितेत म्हटलं होतं :

> *'जमीनदारांना गवत कापून गुजराण करायची वेळ आलेली आहे,*
> *महालात राहणाऱ्यांना आता डोक्यावर लहानसं छप्परही उरलेलं नाही.*
> *दिल्लीचे वारे न्यारे वाहू लागले आहेत,*
> *धनाढ्यांनी शहरामधून पळ काढायला सुरुवात केली आहे.*

---

xxi आजचे सुमारे £९२०० दशलक्ष.

एकेकाळी राजपुत्रांच्या ऐशोआरामाची सोय असलेल्या राजमहालांमध्ये, आता जंगलातली घुबडं येऊन बसलेली आहेत.'

मुघलांवर आलेल्या या अत्यंत दयनीय अवस्थेची जबाबदारी सरदार शकीर खानने मूहम्मद शहाच्या निष्काळजी राज्यकारभारावर आणि त्यामध्ये फोफावलेल्या भ्रष्टाचार व बेभान वागणुकीवर टाकली. बादशहाच्या विलासवादी कारभाराला कंटाळून शकीर खाननं इस्लाममध्ये सांगितलेल्या साधेपणाचा स्वीकार केला होता. बादशहाच्या ढगळ कारभाराबाबत लिहिताना शकीर खान म्हणतो :

'मूहम्मद खानच्या राजवटीची सुरुवात झाल्यापासून दरबारामध्ये नाच-गाणं, जादूगार, मस्करे, आणि वेश्यांचा सुळसुळाट होऊ लागला. दिवसच्या दिवस राज्यकारभाराला सुट्टी देऊन हास्यविनोद, चेष्टामस्करी, बायकी चाळे आणि छेडाछेडीला ऊत आलेला असायचा.

> दरबारात सगळ्या सुखसोयी हजर केल्या जात असत – मग त्या इस्लामने मान्य केलेल्या असोत, वा वर्ज्य. सुखलोलुपतेच्या ढगांवर तरंगत असणाऱ्या या विलासी लोकांना अर्थातच, धार्मिक विचारवंतांचे आवाज कसे ऐकू जाणार? अनैतिकतेला इतका ऊत आला की, माणसांना आपण काय होतो आणि काय झालो आहोत, हे बघण्याचाही विसर पडू लागला. आपल्याच धुंदीत मदमस्त होऊन फिरणाऱ्या या लोकांना हे समजलंही नाही की, मुघल साम्राज्यावर किती मोठं संकट येऊन ठेपलं होतं! जेव्हा ते समजलं, तेव्हा फार उशीर झाला होता. त्यांनी सगळंच गमावलेलं होतं.
>
> राजमहाल व धनिकांच्या भल्यामोठ्या कोठ्यांमधली प्रत्येक वस्तू विकायची वेळ आली. शाही कोठ्या, शाही शिलेखाना, शाही मूदपाकखाना, शाही वाचनालये... या आणि इतर कित्येक ठिकाणांमधली भांडी, पुस्तकं, वाद्यं, लोड-तक्के, कपडे... असेल नसेल ते सगळं सामान बाजारात विकून जेमतेम सैनिकांचे पगार देता येतील इतके पैसे गोळा करण्यात आले.'[१४२]

याच सुमारास निजाम-उल-मुल्क आणि सफ्दर जंग या दोन महत्त्वाच्या स्थानिक प्रमुखांनी दिल्लीला महसूल पाठवणं बंद केलं. दिवाळखोरीच्या टप्प्यापर्यंत येऊन पोहोचलेल्या मुघल साम्राज्यासाठी ही बाब कणा मोडणारी होती. कारभारी आणि सैनिकांचे पगार देणं अशक्य होऊन बसल्यावर साम्राज्याकडे आता उरलं काय होतं? आपल्यावरचं दिल्लीचं नियंत्रण संपलं, हे लक्षात आल्यावर स्थानिक

प्रमुखांनी आपापली स्वतंत्र सत्ता गाजवायला सुरुवात केली. १५० वर्षांवर बांधलं गेलेल्या मुघल साम्राज्याची ठिकरं झाली आणि त्याच ठिकऱ्यांमधून नव्यानं उभ्या राहणाऱ्या अनेक लहानशा स्वतंत्र राज्यांचा प्रकाश परावर्तित होऊ लागला.

ओसंडून वाहणाऱ्या तिजोरीमधून पोसल्या जाणाऱ्या राष्ट्रीय लष्कराचे दिवस संपुष्टात आले. त्यांच्या जागी स्वतःच्या सुरक्षेचा विचार करून आपापल्या परीने अनेक लहान सैन्यतुकड्या निर्माण करणाऱ्या राज्यपालांची संख्या वाढू लागली. यामुळे भारत हा एक विकेंद्रित, विस्कळीत, पण सशक्तपणे लष्करीकरण झालेला देश बनू लागला. आता प्रत्येकाकडे हत्यार दिसू लागलं; प्रत्येक जण स्वतःला सैनिक समजू लागला. हिंदुस्थानामध्ये लवकरच अतिशय सशक्त लष्करी बळ असलेली बाजारपेठ उभी राहिली.[१४३] जो कुणी सर्वाधिक किंमत मोजू शकेल, त्याच्या दिमतीला भारतातले हे शूर सैनिक हजर राहत. परिणामी, लढाई ही एक दुर्दैवी वा अप्रिय घटना न उरता एक मोठा फायदेशीर धंदा बनला! अठराव्या शतकाच्या अंतापर्यंत कैक शेतकरी घरातल्या तरुणांकडे स्वतःची हत्यारं होती आणि ते बऱ्याच ठिकाणी भाडोत्री सैनिक म्हणून काम करू लागले होते. वर्षाचा अर्धा भाग तरी ते या कामात घालवत असत. कालांतराने जिथं भाडोत्री सैनिकांना अधिक मागणी मिळू लागली, तिकडे हे लोक आपल्या कुटुंबासमवेत स्थलांतर करू लागले. दुसऱ्या बाजूला ज्या स्वतंत्र राजांसाठी ही माणसं काम करत होती, त्यांचे पगार देण्यासाठी व एकूणच आपल्या सुरक्षेसाठी उभारलेलं लष्कर नीट चालू ठेवण्यासाठी या राजांना आपली तिजोरी सतत भरलेली ठेवणं भाग होतं. त्यासाठी त्यांनी मुघल राज्यातही नव्हते इतके कर आणि नियम आपल्या जनतेवर लादायला सुरुवात केली.[१४४]

अठराव्या शतकातील भारतामधल्या काही मोजक्या संवेदनशील आणि विचारवंत इतिहासकारांपैकी अग्रगण्य असलेल्या गुलाम हुसेन खानने सदर परिस्थितीचा आढावा घेत असं म्हटलं होतं :

> ‘दिवसागणिक, समाजातलं अराजक आणि अन्याय वाढत चालला होता. लोकांमध्ये अत्यंत असंतोष पसरत चालला होता. न्याय व समानतेला बिनदिक्कत तिलांजली दिली गेली होती. या सर्वांचा व्हायचा तोच परिणाम होऊ लागला. अज्ञान, अविचार, हिंसा आणि गृहकलह हीच आपल्या समाजाची ओळख बनू लागली.
>
> रयतेच्या कल्याणासाठी गादीवर बसलेल्या राजांचं लक्ष आता फक्त अधिकाधिक पैसा कमवण्याकडे लागलं होतं. लोकांना काम मिळावं, राज्यातल्या संसाधनांमध्ये वाढ व्हावी यासारख्या ‘क्षुल्लक’ गोष्टींकडे

लक्ष द्यायला त्यांच्याकडे वेळ नव्हता! उलट आपल्या हाताखाली असलेल्या रयतेच्या जमिनी ओरबाडून त्यांना आपण सुरक्षित ठेवत आहोत, असा भास निर्माण करून अरेरावी करण्यात हे राजे धन्यता मानू लागले. परिणामी एकेकाळी सुजलाम् सुफलाम् असलेला प्रदेश आता विवंचनांचं व खदखदत्या रोषाचं माहेरघर बनलं.

दीनदुबळ्यांची साधनसंपत्ती ओरबाडून आपल्या तिजोऱ्या भरायचं काम सोपं आहे, हे लक्षात आल्यावर एका मागोमाग एक अशा गावगुंडांची फळी निर्माण व्हायला लागली. 'सर्वे भवन्तु सुखिन:' या उक्तीच्या महतीला अडगळीत टाकून नीतिमत्ता आणि सद्‌गुणांच्या कल्पनांना बिनदिक्कत धुडकावून बल आणि सत्तेच्या जोरावर बेधुंद अन्याय करणं चालू झालं.

खेदाची गोष्ट अशी की, त्याकाळी सुरू झालेला हा समाजघातक रतीब आजही तसाच सुरू आहे फक्त मतलबाचा विचार करणाऱ्या लोभी, स्वार्थी कारभाऱ्यांच्या हातात भारताची कास गेल्यामुळे सर्वत्र अनागोंदीचा अंधकार पसरलेला आहे.'[१४५]

मात्र सदर घडामोडींमुळे दिल्लीमध्ये जरी एक महान पर्व संपुष्टात आल्याचं दुःख पसरलं असलं, तरी देशाच्या इतर भागांमध्ये याच शाही केंद्रीकरणाचा अंत झाल्यामुळे स्थानिक हुकूमत व ओळखीला वाव मिळू लागला. १७०७नंतर हिंदुस्थानच्या मुख्य भागामध्ये जरी गोंधळ आणि ऱ्हासाची नांदी झाली असली तरी अवतीभवतीच्या राज्यांमध्ये उलट भरभराट आणि प्रगती होताना दिसू लागली. लुटून आणलेल्या धनामुळे व वाढत चाललेल्या महसूलरूपी कमाईमुळे पुणे आणि आजूबाजूच्या मराठा प्रांतांना सोन्याचे दिवस आले. मुघल साम्राज्याच्या अधिपत्याखालून बाहेर पडून रोहिला अफगाण, पंजाबचे शीख आणि डीग व भरतपूरचे जाट यांनी आपली स्वतंत्र राज्यं उभारायला सुरुवात केली.

जयपूर, जोधपूर, उदयपूर व इतर राजपूत राज्यांसाठी मुघलांचं जोखड मानेवरून उठणं ही बाब त्यांच्या सशक्तीकरणाची व पुनरुत्थानाची द्योतक ठरली. मुघलांना भरघोस कर व महसूल पोहोचवण्याचा रतीब थांबल्यामुळे, ते आता तो पैसा आपल्या राज्यांत नवं बांधकाम करण्यासाठी खर्च करू लागले. अवधमध्ये निजामाने हैदराबादमध्ये बांधलेल्या राजमहालाला फिकं पाडेल, असा फैजाबादचा महाल बांधण्यात आला. पुस्तकालयं, संगीतशाळा, कला-दालनं हे सर्व उभारण्यासाठी मुक्त हस्ताने खर्च होऊ लागला. परिणामी, ही राज्यं लवकरच कला व संस्कृतीसमृद्ध बनली.

धार्मिक अभ्यास व शिक्षणाचं माहेरघर समजल्या जाणाऱ्या बनारस या तीर्थक्षेत्राला

आता वित्त-वाणिज्याचं महत्त्वाचं ठिकाण म्हणूनही संबोधलं जाऊ लागलं. बंगालमध्ये नादिया हे शहर संस्कृतचा अभ्यास करण्यासाठी उत्तम ठिकाण आणि हिंदुस्थानी शास्त्रीय संगीत व स्थापत्यशैलीचं उत्कृष्ट उदाहरण म्हणून प्रसिद्ध होऊ लागलं.

काही काळानं मराठ्यांनी काबीज केलेल्या तंजोर या तमीळ प्रांतामध्ये कर्नाटकी शास्त्रीय संगीताला खूप वाव मिळू लागला.

उत्तरेकडे हिमालयाच्या पायथ्याशी वसलेली पंजाबी गावं-शहरं कलाकुसरीनं बहरू लागली; तर इतर लहान खेडेगावांमधली मुघल कलाप्रकारांमध्ये पारंगत असलेल्या कुटुंबांमध्ये लहानाची मोठी झालेली माणसं निरनिराळ्या कलांचे नमुने सादर करून बघणाऱ्याला आश्चर्यचकित करू लागली. गुलेर आणि जसरोटासारख्या लहानशा ठिकाणी जेव्हा ही कलात्मक आणि सांस्कृतिक भरभराट होऊ लागली, तेव्हा तिकडच्या राज्यकर्त्यांनाही त्याबद्दल कुतूहल वाटू लागलं. आपल्या प्रांतांमध्ये एवढे गुणी कलाकार आहेत तर आपण त्यांना योग्य तो वाव दिला पाहिजे, अशा उदात्त विचारसरणीचा अवलंब करून सदर राज्यकर्त्यांनी या कलाकारांना राजाश्रय द्यायला सुरुवात केली.

मात्र या सर्वांपेक्षाही अधिक ज्या दोन सत्तांनी मुघल साम्राज्याच्या अंताचा सर्वाधिक फायदा करून घेतला, त्या मुळात भारतीय नव्हत्याच. पॉन्डिचेरी व मद्रासमध्ये दोन युरोपीय कंपन्या होत्या. मुघलांची सत्ता ढासळलेली आहे आणि भारतावर एकत्रितरीत्या अंकुश ठेवणारी एकही सत्ता आता अस्तित्वात नाही, हे त्या कंपन्यांनी फार लवकर ओळखलं. संधीचा फायदा घेऊन त्यांनी स्वत:च्या अधिपत्याखाली खासगी सुरक्षा बल तयार केलं आणि त्यामध्ये स्थानिक तरुणांना सैनिक म्हणून भरती करून घेतलं.

ईस्ट इंडिया कंपनीचा कर्मचारी असलेल्या विल्यम बोल्ट्स या लेखकानं नमूद केल्यानुसार पर्शियासारख्या लहानशा देशाला भारतावर कुरघोडी करणं किती सहजशक्य झालं, हे पाहून युरोपीय लोकांची डोकी त्या दिशेनं चालू लागली. थोडक्यात नादर शहानं युरोपीय सत्ताधीशांमध्ये भारतावर आपला अंकुश गाजवण्याचं स्फुल्लिंग जागृत केलं.

मद्रासच्या दक्षिणेकडच्या उष्ण कोरोमॅन्डल किनाऱ्यावर नुकत्याच वसलेल्या फ्रेंच वसाहतीमध्ये राहणारे जोसेफ-फ्रॅन्कोवा ड्यूप्ले, नादर शहाच्या भारतातील कारवायांवर बारीक नजर रोखून होते. कोम्पॅनी द इंदेसचे नव्यानं नियुक्त झालेले हे मुख्य कार्यकारी अधिकारी फार महत्त्वाकांक्षीच नव्हे तर दूरदृष्टीचेही होते. ५ जानेवारी

१७३९ रोजी नादर शहा कर्नालला पोहोचण्यापूर्वी ड्यूप्लेनं लिहून ठेवलं होतं : 'भारताचा इतिहास झपाट्यानं रंग बदलणार आहे आणि आपण त्याचे साक्षीदार असणार आहोत.'

> 'मुघल राजवटीची झालेली दयनीय अवस्था पाहून, नादर शहाला भारतामध्ये आपली सत्ता स्थापन करायला विशेष कष्ट पडतील असं वाटत नाही. ही राज्यक्रांती घडून आलीच, तर व्यापारविश्वामध्ये खळबळ होऊ शकते; पण युरोपियांना त्या खळबळीचा झाला तर फायदाच होईल.'[१४६]

ऐन तारुण्यात भारतामध्ये दाखल झालेला ड्यूप्ले हा त्याच्या कंपनीच्या प्रगतीसोबत स्वत:ही वरच्या पायऱ्या चढत गेला होता. खरंतर, भारताशी व्यापार करण्यात किती फायदा आहे याची जाण व्हायला फ्रेंच लोकांना बऱ्यापैकी उशीर झालेला होता. ईस्ट इंडिया कंपनीला शह देण्यासाठी कोम्पॅनी द इंदेस स्थापन करायला त्यांनी १६६४पर्यंत वेळ घेतला. त्यानंतर आठ वर्षांनी त्यांनी पॉन्डिचेरी वसाहतीची स्थापना केली होती. मराठ्यांनी कर्नाटकातल्या मोहिमा करताना पॉन्डिचेरीला धक्का लावू नये यासाठी त्यांनी मराठा राज्यप्रमुखांना भरपूर लाच दिली होती.

सुरुवातीला, कोम्पॅनीला भरपूर नुकसान सहन करावं लागलं; पण मग, १७१९मध्ये जॉन लॉ द लॉरिस्टन या हुशार वित्तीय तज्ज्ञाच्या मदतीनं कोम्पॅनी पुन्हा नव्यानं उभारण्यात आली. एका मोठ्या भांडणानंतर लंडनहून फ्रान्सला पळून आलेला लॉरिस्टन, आपल्या बुद्धीच्या जोरावर भविष्यात रीजंट ओर्लीन्सचा सल्लागार झाला होता. तर कोम्पॅनीचं नशीब पुन्हा बलशाली करण्याच्या कामावर नियुक्त केलेल्या लॉरिस्टननं, दोन लहान दिवाळखोर कंपन्यांना एकत्र आणून, या नव्या रूपातल्या कोम्पॅनी द इंदेसला चालवण्यासाठी पुरेसं भांडवल जमा केलं. मात्र तरीही कोम्पॅनीचं नाणं काही केल्या पुढे सरकेना. मूळ समस्या अशी होती, की जिथं ईस्ट इंडिया कंपनी असंख्य भागधारकांच्या भांडवलावर चालत होती, तिथं फ्रेंच कोम्पॅनी मात्र फ्रान्समधल्या उमरावांच्या खासगी गुंतवणुकीवर चालत होती; आणि या उमरावांना व्यापारापेक्षा राजकारणामध्ये अधिक रस होता.

ड्यूप्ले मात्र या नियमाला अपवाद निघाला. त्याला दोन्ही गोष्टींत समान रस होता – राजकारण आणि व्यापार.[१४७]

१७४२मध्ये, सुमारे पन्नाशीचा ड्यूप्ले, बंगालमधल्या चंदरनगरमधून दक्षिणेकडे स्थलांतरित झाला. त्याला पॉन्डिचेरीचा राज्यपाल आणि कोम्पॅनीचा मुख्य कार्यकारी अधिकारी नेमलं गेलं होतं. सगळ्यात आधी, त्यानं मुघल राजदरबारातला आपला प्रतिनिधी असलेल्या द वोल्टॅनला, मुघलांनी आपल्याला नवाबचा किताब देऊन

५००० घोडे आणि पॉन्डिचेरीमधल्या फ्रेंच लोकांना स्वत:चं चलन छापण्याची परवानगी या दोन्ही गोष्टी देऊ करण्याचा अर्ज करायला सांगितला. मुघलांनी या दोन्ही मागण्या तडक मान्य केल्यावर, ड्यूप्लेला लक्षात आलं, की नादर शहानं मुघलांची कंबर पार ढिली करून टाकली होती.[१४८]

वेळ न दवडता, ड्यूप्लेनं कोम्पॅनीचं लष्करी बळ वाढवायला घेतलं. त्यानुसार त्यानं तामीळ, तेलुगू आणि मल्याळी स्थानिक लोकांना अद्ययावत युरोपीय युद्धकलांचं शिक्षण देऊन त्यांना कोम्पॅनीच्या लष्करामध्ये भरती करायला सुरुवात केली.[१४९] १७४६पर्यंत फ्रेंच पद्धतीनं लष्करी शिक्षण घेतलेल्या सशस्त्र, गणवेषधारी शिपायांच्या दोन तुकड्या तयार झाल्या होत्या. या लष्कराचा सेनापती म्हणून ड्यूप्लेनं चार्ल्स-जोसेफ पॅतिसिएर मार्की द बुसी या कुशल तरुणाला पाचारण केलं होतं. सदर नेमणुकीनंतर चार्ल्स-जोसेफ इल-द-बोरबॉन (आताचं मॉरिशियस)मधून पॉन्डिचेरीमध्ये दाखल झाला होता. चार्ल्स-जोसेफ व ड्यूप्लेनं मिळून युरोपीय व्यापारी कंपन्यांना भारतातल्या राज्यकारभारामध्ये गुंतवण्याचा पायंडा पाडून दिला.

पॉन्डिचेरीला येईपर्यंत ड्यूप्लेनं भरपूर पैसा कमावला होता; पण त्याला अधिक कमाई करायची इच्छा होती. त्यासाठी इंग्रज कंपनी अधिकाऱ्यांप्रमाणे त्यानंही भारतीय व्यापारी व सावकारांशी संधान बांधून खासगी पातळीवर अनेक व्यापार सुरू केले. नोकरीमधून मिळणाऱ्या पगाराशिवाय ड्यूप्लेला या खासगी व्यापारामधून बराच नफा होत होता. त्यामुळे युरोपमध्ये अॅन्ग्लो-फ्रेंच युद्धाचे वारे वाहायला लागले तसं दोन्ही कंपन्यांनी तटस्थ भूमिका घेण्याकडे ड्यूप्लेचा कल वाढू लागला.

१७४०पर्यंत फ्रान्सची अर्थव्यवस्था ब्रिटनपेक्षा दुप्पट मोठी होती. फ्रान्सची लोकसंख्याही ब्रिटनपेक्षा तिप्पट होती आणि तिचं लष्कर हे युरोपमध्ये सर्वांत मोठं होतं. मात्र ब्रिटनकडे खूप मोठं नौदल होतं; त्या नौदलाद्वारे ते समुद्रावर सशक्त सत्ता गाजवू शकत होते. तसंच १६८८च्या ग्लोरियस रेव्होल्यूशननंतर ब्रिटनकडे डच नैपुण्याचा आधार घेऊन उभारलेल्या बऱ्याच वित्तीय संस्था हजर होत्या, ज्यांच्याद्वारे युद्धासाठी लागणारं अर्थसाह्य उभं करणं खूप सोपं झालं होतं.

या सर्व मुद्यांमुळे दोन्ही देशांना खात्री होती की, युद्ध झालं तर ते आपणच जिंकणार. ड्यूप्लेला मात्र कुठल्याही कारणानं आपला फायदेशीर धंदा बंद पडायला नको होता. म्हणून जेव्हा युरोपमधून ही बातमी आली की, ब्रिटन आणि फ्रान्स 'वॉर ऑफ ऑस्ट्रियन सक्सेशन'मध्ये एकमेकांच्या विरोधात उभे राहिले आहेत, तेव्हा ड्यूप्लेनं सर्वांत आधी मद्रासमध्ये ईस्ट इंडिया कंपनीचे प्रमुख असलेल्या राज्यपाल मोर्सकडे धाव घेतली आणि त्याला हा विश्वास दिला, की पॉन्डिचेरीतले फ्रेंच आक्रमक बनणार नाहीत.

एरवी मोर्सला हे ऐकून आनंद झाला असता; पण मोर्सला ड्यूप्लेला वास्तवाची जाणीव नाही हे माहिती होतं : रॉयल नेव्हीच्या एका तुकडीला आधीच पूर्वेकडे रवाना करण्यात आलं होतं. म्हणून मोर्सनं ड्यूप्लेला सांगितलं की, त्याच्याकडे असे काही करार करण्याचे अधिकार नाहीत.

फेब्रुवारी १७४५ला रॉयल नेव्हीची ती तुकडी भारतात येऊन पोहोचली आणि तिनं तातडीनिशी हल्ला करून अनेक फ्रेंच जहाजं ताब्यात घेतली. त्यापैकी एका जहाजामध्ये ड्यूप्लेची बरीच गुंतवणूक होती.[१५०]

ड्यूप्लेनं मद्रासकडून नुकसानभरपाई मागण्याचा प्रयत्न केला; पण मद्रासने त्याला दाद न दिल्यावर ड्यूप्लेनं आपला हक्क ओरबाडून घेण्याचा निर्णय घेतला. त्यानं इल-द-बोरबॉनमधील फ्रेंच नौदल तळामधून एक तुकडी मागवून घेतली. मग त्याच्याकडे मुख्य अभियांत्रिकी म्हणून काम करणाऱ्या पॅराडी या स्विस भाडोत्री सैनिकाला त्यानं मद्रासची पाहणी करण्यासाठी धाडलं. महिन्याभरानंतर त्यानं मॉरिशियसला पत्र लिहून कळवलं की, मद्रासची सुरक्षा यंत्रणा, शिबंदी, आणि राज्यपाल तिन्ही सारख्याच स्थितीत आहेत – दयनीय! मग ड्यूप्लेनं स्वत:च्या पैशाने पॉन्डिचेरीच्या भिंतींची डागडुजी करायला घेतली. त्याचा सचिव असलेल्या आनंदा रंगा पिल्लेने जेव्हा याबद्दल कुरकुर सुरू केली, तेव्हा ड्यूप्लेने त्याला सांगितलं की, काळजी करू नकोस. इंग्लिश कंपनी कायमची बसण्याच्या मार्गावर आहे. त्यांच्याकडे काही पैसा उरलेला नाही. बघ तू, माझी भविष्यवाणी खरी ठरते की नाही![१५१]

सप्टेंबरच्या सुरुवातीला ड्यूप्लेनं मागवलेले ४००० सैनिक (ज्यामध्ये युद्धकलेमध्ये पारंगत असलेल्या आफ्रिकन गुलामांचाही समावेश होता), अद्ययावत शस्त्रास्त्रे भारतात येऊन पोहोचली. ते आल्यावर ड्यूप्लेमध्ये उत्साह संचारला. भारतातील सैनिकांची एक तुकडी आणि मॉरिशियसहून आलेल्या सैनिकी तुकड्यांना आठ गटनेत्यांसोबत मद्रासकडे धाडलं गेलं. मद्रासच्या दक्षिणेला असलेल्या सेंट थॉमस माऊन्टजवळ उतरून हे सैनिक शहराची पाहणी करायला आत शिरले. ईस्ट इंडिया कंपनीला त्यांनी ज्या दिशेनं येणं अपेक्षित होतं, त्याच्या विरुद्ध दिशेनं जाऊन त्यांनी ईस्ट इंडिया कंपनीच्या सैनिकांना गारद केलं. १८ सप्टेंबर रोजी फ्रेंच सैन्याने सुरू केलेल्या उखळी तोफांचा मारा इतका जबरदस्त होता की, ईस्ट इंडिया कंपनीचा बंदूकधारी तुकड्यांचा प्रमुख असलेला स्मिथ, हृदयविकाराचा झटका येऊन जागीच मृत झाला.

मद्रासकडे जेमतेम ३०० माणसांची शिबंदी होती. त्यातले अर्धे भारतीय-पोर्तुगीज सैनिक होते, ज्यांना आपल्या इंग्रज मालकांसाठी प्राणाची आहुती देण्यात मुळीच रस नव्हता. उर्वरित अर्धे सैनिक हे गुबगुबीत गुलाबी गालांचे मूळचे ब्रिटिश

व्यापारी होते; ज्यांना लष्करी प्रशिक्षणाचा जराही गंध नव्हता. पुढच्या तीन दिवसांत त्याचे बहुतांशी शिपाई मैदान सोडून पळून गेल्याने, राज्यपाल मोर्सला शरणागती पत्करण्याशिवाय दुसरा पर्याय नव्हता. २० सप्टेंबरला ईस्ट इंडिया कंपनीचे जेमतेम सहा सैनिक मृत्यूमुखी पडल्यावर (आणि संपूर्ण फ्रेंच सेना सुरक्षित राहिलेली असताना), मद्रासने फ्रान्ससमोर शरणागती पत्करली. आनंदा रंग पिल्लेनं आपल्या रोजनिशीमध्ये या प्रसंगांचं वर्णन काहीशा अतिरंजित पद्धतीनं करत म्हटलं होतं :

'सिंह जसा हत्तीच्या कळपावर तुटून पडतो, त्याच पद्धतीनं फ्रेंच सेना मद्रास सैन्यावर तुटून पडली. त्यांनी किल्ल्याचा ताबा घेतला तटबंदीवर ठिकठिकाणी स्वत:चे झेंडे रोवले आणि संपूर्ण जगाला स्वत:च्या किरणांनी प्रकाशमय बनवणाऱ्या सूर्याप्रमाणे फ्रेंच साम्राज्याचा सूर्य मद्रासवर तळपू लागला.'[१५२]

मात्र सदर युद्धाशी निगडित असणारी सगळ्यात महत्त्वाची घटना मद्रासच्या शरणागतीनंतर एक महिन्यानं घडली. कर्नाटकचा मुघल नवाब अन्वर-उद-दिन आपल्या आज्ञा धुडकावून मद्रासवर चाल करून गेलेल्या ड्यूप्लेवर भयंकर संतापला. भरीस भर म्हणजे ड्यूप्ले आता अन्वर-उद-दिनला मद्रासचा ताबा द्यायलाही तयार होईना. एका य:कश्चित व्यापारी कंपनीनं आपला इतका अपमान करावा, ही बाब असह्य होऊन अन्वरनं आपला मुलगा महफूझ खान याच्या नेतृत्वाखाली कर्नाटकच्या मुघल सैन्याला फ्रेंच लोकांना धडा शिकवण्यासाठी धाडून दिलं.

२४ ऑक्टोबर १७४६ रोजी अद्यार नदीच्या उगमाजवळ महफूझ खानने पॅराडीच्या नेतृत्वाखाली असलेल्या ७०० फ्रेंच सैनिकांचा मार्ग अडवण्याचा प्रयत्न केला. १०,००० सैनिकांची मुघल फौज आणि समोर जेमतेम ७०० फ्रेंच सैनिक. अर्थातच, मुघलांचा विजय होणं साहजिक होतं; पण... तसं झालं नाही! अद्ययावत बंदुकींनी सज्ज असलेली लहानशी फ्रेंच सेना मुघल फौजेवर तुटून पडली. सदर चकमकीचा प्रत्यक्ष साक्षीदार असलेल्या आनंदा रंग पिल्लेनं नमूद केल्यानुसार :

> 'पॅराडीने चतुरपणा दाखवला. त्यानं समुद्रकिनाऱ्याजवळील पामच्या झाडांमागे आपल्या सैनिकांना बसायला सांगितलं. या प्रकारे चार तुकड्यांमध्ये विभागलेले सैनिक व शिपाई झाडांमागे आपल्या बंदुका घेऊन लपून बसले. आधी मुघलांनी त्यांच्यावर तोफगोळे डागायला सुरुवात केली; पण त्यांचे प्रयत्न व्यर्थ गेले. सगळे तोफगोळे पाण्यात जाऊन पडले. मग फ्रेंच सेना सज्ज झाली आणि त्यांनी मुघलांवर बेछूट गोळीबार सुरू केला. मुघल सैन्य अवाक् झालं! ते आपली हत्यारं टाकून सैरावैरा पळू लागले. कित्येक सैनिक जागीच ठार झाले. महफूझ खान कसाबसा स्वत:चा जीव वाचवत आपल्या हत्तीजवळ पोहोचला आणि तो व त्याचे

उरलेसुरले शिपाई पार कुनतूर येईपर्यंत जे पळत सुटले, की त्यांनी एकदाही मागे वळून बघायचं धाडस केलं नाही!'[१५३]

कर्नाटक नवाबाच्या दरबारातल्या इतिहासकाराने सदर प्रसंगाचं लिहून ठेवलेलं वर्णन अगदी निराळं आहे. त्याच्या म्हणण्यानुसार, फ्रेंच सैन्यानं रात्री हल्लाबोल केला आणि अंधारामध्ये काही स्पष्ट दिसत नसल्यानं, नवाबाची फौज या चकमकीत कमी पडली.

काहीही असलं तरी एक गोष्ट तितकीच सत्य होती की, अड्यारची ही लढाई भारताच्या इतिहासाला कलाटणी देणारी ठरली. या प्रसंगी केवळ दोन फ्रेंच सैनिकांचे प्राण गेले होते, पण मुघल फौजेने ३००हून अधिक माणसं गमावली होती. या युद्धामुळे पहिल्यांदाच प्रशियामध्ये विकसित करून फ्रान्स व फ्लॅन्डर्सच्या रणांगणांवर चाचणी केलेली अठराव्या शतकातील अद्ययावत युरोपीय शस्त्रास्त्रं भारतामध्ये वापरली गेली होती. मुघलांना हे लक्षात आलं की, या नवीन प्रकारच्या शस्त्रांचा सामना करण्यासाठी आपल्याकडे काहीच नाही!

आपण मुघलांच्या तुलनेत रणनीती आखण्यात श्रेष्ठ आहोत, याची युरोपीय लोकांना जाण होती; पण १६८७पासूनच्या काळात आपल्याकडची शस्त्रास्त्रे किती प्रगत झालेली आहेत आणि त्यामुळे आपल्याला किती मोठा फायदा होऊ शकतो, हे त्यांच्या नेमकं लक्षात आलेलं नव्हतं. पन्नास वर्षांपूर्वी औरंगजेबाच्या लष्कराने जोसायाह चाइल्डच्या नेतृत्वाखाली चाल करून आलेल्या सैन्याला लीलया हरवलं होतं; कारण त्यांच्याकडची शस्त्रास्त्रं मुघलांकडच्या शस्त्रांसमोर तग धरू शकली नव्हती. पण मग सतराव्या शतकाच्या नंतरच्या काळात युरोपमध्ये शस्त्र व रणनीतीच्या पद्धती या दोहोंमध्ये अचानक खूप प्रगती झाली होती. फ्लिन्टलॉक मस्केट्स (चापाच्या बंदुकी) आणि सॉकेट बेयोनेट (संगीनयुक्त बंदुकी) यांसारख्या अस्त्रांमुळे शत्रूवर कुरघोडी करणं सोपं जाऊ लागलं. तसंच संपूर्ण फौजेला बटालियन, रेजिमेन्ट, आणि ब्रिगेड अशा निरनिराळ्या संख्येच्या तुकड्यांमध्ये विभागून वेगवेगळ्या पद्धतीनं हल्ले चढवून शत्रूला चक्रावून टाकणंही सोपं बनलं. आताशा युरोपीय लोकांची रणनीती सुमारे अशी होऊ लागली : सुरुवातीला तोफा डागायच्या, मग निरनिराळ्या प्रकारच्या बंदुका बाळगणाऱ्या सैनिकांच्या तुकड्यांकरवी एकेक करून सतत गोळ्या मारायच्या आणि मग सरतेशेवटी, संगीन-बंदुकी बाळगणाऱ्या सैनिकांना तोपर्यंत अर्धमेल्या झालेल्या शत्रूवर थेट हल्लाबोल करायला लावायचा. तोफांना स्क्रू लावण्याची सोपी क्लृप्ती कामी येऊ लागल्यावर तर युरोपीय लोकांना खूपच फायदा होऊ लागला. त्यांच्या तोफगोळ्यांचा नेम अधिक चांगला बनला आणि घोडदळ घेऊन चाल करणाऱ्या शत्रूवर मात करणं त्यांना सोपं जाऊ लागलं.

अद्यारच्या लढाईमध्ये भारतात प्रथमच या सगळ्या क्लृप्त्या वापरल्या गेल्या आणि त्यामुळे बलशाली मुघल सैन्य अस्ताव्यस्त विखुरलं गेलं.

मात्र मिळालेला धडा विसरतील तर ते भारतीय कुठले? पुढच्या शतकात कार्यरत असलेल्या भारतीय लष्कराने 'फाइल-फायरिंग मस्केट' व 'क्विक फायरिंग ग्रेप अॅण्ड कॅनिस्टर शॉट'सारख्या अद्ययावत शस्त्र व तंत्रज्ञानाने कित्येक महत्त्वाच्या लढाया सर करून दाखवल्या.[१५४]

अद्यारची लढाई होण्यापूर्वीच आनंदा रंगानं ड्यूप्लेला सांगितलं होतं की, नुसत्या तोफा आणि सुरुंगाच्या आधारावर १००० फ्रेंच सैनिक अवघ्या दक्षिण भारतावर कुरघोडी करू शकतात. त्यावर ड्यूप्लेनं उत्तर दिलं होतं की, त्याच्या अर्ध्या मनुष्यबळाच्या आणि फक्त दोन तोफांच्या जोरावरही हे काम फत्ते होऊ शकेल.

पुढील काळात दोन्ही माणसांना आपापले अंदाज तपासून पाहाण्यासाठी बऱ्याच प्रसंगांना सामोरं जावं लागलं.

१७४९मध्ये युरोपमधून बातमी येऊन ठेपली की, वॉर ऑफ ऑस्ट्रियन सक्सेशन संपुष्टात आलेलं आहे आणि आईक्स-ल-चॅपेलच्या तहामध्ये हे मंजूर करण्यात आलं आहे, की मद्रास प्रांत पुन्हा ईस्ट इंडिया कंपनीकडे सुपूर्द केला जावा.

मात्र ही प्रक्रिया कागदोपत्री वाटली तितकी सहजसोपी झाली नाही. युद्धाची चटक लागलेल्या सैनिकांना इतक्या सहजपणे शांत होणं मानवेना. ड्यूप्लेनं सैनिकांच्या पलटणींना मोडीत काढण्याऐवजी त्यातले शिपाई/सैनिक आपल्याशी सलोखा असणाऱ्या भारतीय राजांच्या दिमतीला लावून त्यांच्याकडून आर्थिक व राजकीय फायदा करून घेण्याची नामी शक्कल लढवली.

मद्रासचा नवा राज्यपाल बनलेल्या चार्ल्स फ्लोयरने पुढच्या वर्षी केलेल्या नोंदीमध्ये म्हटल्यानुसार : 'युद्ध संपलं असलं तरी शांतीची नांदी होण्याऐवजी, उलट युद्धकाळीही जितकी गुंतागुंत झाली नव्हती, तितकी आता निर्माण झालेली आहे. ड्यूप्लेला इंग्रजांबद्दल इतका पराकोटीचा द्वेष वाटतो की, इंग्रजांचं नुकसान होण्यासाठी तो वाटेल त्या थराला जायला तयार असतो.'[१५५] ईस्ट इंडिया कंपनीच्या लंडनमधील संचालकांनीही हे मान्य केलं की, आपल्याला गाफील राहून चालणार नाही. आपल्याला वेळोवेळी हा अनुभव आलेला आहे की,

> फ्रेंच लोक मुघलांच्या नियमांना धाब्यावर बसवून स्वत:च्या फायद्यासाठी वाट्टेल ते करायला तयार होतात. फ्रेंच लोकांकडे गमवण्यासारखं मुळातच

> फार काही नसल्यामुळे ते लूटमार करण्यासाठी कोणतेही नियम वा कायदे धुडकावून लावू शकतात. तुम्ही स्वतःला तिथं सुरक्षित ठेवण्यासाठी जी योग्य वाटतील, ती सर्व पावलं उचलू शकता. तुम्हाला आमचा व आपल्या आदरणीय राजघराण्याचा पूर्ण पाठिंबा आहे; कारण आज जरी फ्रान्स आणि आपल्यात शांततेचा तह झाला असला तरी हा तह त्यांच्याकडून कधी तोडला जाईल, याची खात्री देता येत नाही. मद्रासमध्ये जसं मुघल सैन्य फ्रान्सच्या आकस्मिक हल्ल्यानं चक्रावून गेलं, तशी गत आपली व्हायला नको म्हणून आपण आतापासूनच योग्य ते संरक्षणात्मक उपाय केलेले बरे.[१५६]

त्यानंतर फ्रेंच आणि इंग्रज दोघेही दक्षिण भारतातल्या निरनिराळ्या राज्यांशी पैसा, जमीन वा राजकीय वरदहस्ताच्या बदल्यात लपूनछपून लष्करी मदत देण्याचे करार करत सुटले. १७४९मध्ये ईस्ट इंडिया कंपनी पहिल्यांदाच स्थानिक राजकारणामध्ये सक्रिय भाग घेताना दिसली. निमित्त होतं तंजोरमधल्या मराठा राजवटीत उभ्या राहिलेल्या उत्तराधिकार विवादाचं. या प्रसंगी इंग्रजांनी आखलेला हल्ला अगदी तोंडावर आपटला!

ड्यूप्लेला मात्र लष्करी उद्योजक म्हणून भरभरून यश मिळत होतं. ड्यूप्ले पुरवत असलेल्या युरोपीय शस्त्र व सैनिकांच्या बदल्यात त्याच्या शाही गिऱ्हाइकांना जमिनी वा फ्रेंच कोम्पॅनीला फायद्याच्या ठरतील, अशा विविध परवानग्या या प्रकारे परतफेड करावी लागत होती. अद्ययावत शस्त्रे व पारंगत सैनिक पुरवल्याबद्दल ड्यूप्लेने मोठ्या हुशारीने फ्रेंच कोम्पॅनीला आपलं स्वतःचं लष्कर राखण्याची परवानगी तसंच युरोपमधून चलन आयात न करता भारतीय चलनाने वित्तपुरवठा करण्याची परवानगी असे बरेच महत्त्वाचे फायदे पदरात पाडून घेतले. ड्यूप्लेने प्रथमच भाडोत्री सैनिक पुरवले ते कर्नाटकच्या गादीवर आपला अधिकार गाजवू पाहणाऱ्या एका राजपुत्राला. त्यानंतर त्यानं निझाम-उल-मुल्कच्या मृत्यूनंतर हैदराबादेत त्याच्या मुलांमध्ये सुरू झालेल्या उत्तराधिकार विवादामध्ये एका पक्षाला मदत करण्यासाठी मार्की द बुसीला धाडून दिलं. त्याच्या या सेवेसाठी ड्यूप्लेला ७७,५०० पौंडांचं[xxii] रोख बक्षीस, ७००० घोड्यांनिशी दिला जाणारा मन्सब हा उच्च मुघल किताब[xxiii], मासुलीपट्‌णमचं बंदर, आणि २०,००० पौंड[xxiv] किंमतीची

---

xxii आजच्या काळातले सुमारे ८ दशलक्ष पौंड

xxiii युरोपीय संज्ञेत ज्याची तुलना ड्यूक या किताबाशी होते

xxiv आजच्या काळातले सुमारे २ दशलक्ष पौंड

जहागीर दिली गेली. ड्यूप्लेच्या चाणाक्ष डोक्याला हे लगेच लक्षात आलं की, कापड व्यापारापेक्षा प्रशिक्षित भाडोत्री सैनिक पुरवण्याचा उद्योग त्याला कैक पटीने अधिक फायदा मिळवून देऊ शकतो.

ड्यूप्लेचा सेनापती असणाऱ्या मार्की द बुसीनेही भरपूर माया कमावली. खरंतर आपण घेऊन आलेल्या भाडोत्री सैनिकांच्या टीचभर तुकडीमुळे एवढा बदल घडून येईल, असं त्याला स्वप्नातही वाटलं नव्हतं. १७५२मध्ये ड्यूप्लेला लिहिलेल्या एका पत्रात मार्की द बुसी म्हणाला :

'मी बरोबर घेऊन आलेल्या हातभर सैनिकांमुळे कैक राजे सिंहासनावर बसलेले आहेत, तर कैकांना त्याच सिंहासनांवरून पायउतार व्हावं लागलं आहे. माझ्या लहानशा सेनेमुळे मोठमोठी लष्करं शरणागत आलेली आहेत. कित्येक गावं-शहरांनी गुडघे टेकलेले आहेत आणि मला कित्येक शांतता तहांच्या प्रक्रियेमुळे मानाचं स्थान मिळालेलं आहे. माझ्या देशाची मान उंचावली आहे! अवघ्या युरोपमध्ये फ्रान्सचा गवगवा होतो आहे, आणि कोम्पॅनीला आपल्या अपेक्षेपेक्षा कैक पटीने जास्त यश मिळत आहे, हे पाहून माझा ऊर अभिमानाने भरून येत आहे!'[१५७]

अतिशयोक्तीपूर्ण कौतुक बाजूला सारलं तर ही सगळी दुतर्फा देवाणघेवाण होती. युरोपीयांच्या लष्करी सेवांच्या बदल्यात मुघल राजवट कोसळल्यानंतर सत्ताधीश झालेले; पण कमकुवत असणारे राजे त्यांना जमिनी किंवा भरघोस महसूल देत असत. भाडोत्री सैनिकांच्या मदतीने केल्या गेलेल्या लढाया बहुतांशी लुटुपुटुच्या म्हणाव्या, अशा असंबद्ध आणि अनिर्णयात्मक ठरत असत. पण यामुळे एक गोष्ट प्रखरपणे लक्षात आली ती अशी की, भारतीय घोडेस्वारांपेक्षा युरोपच्या बंदूकधारी सैनिकांची मागणी अधिक होती; आणि मुघल साम्राज्याच्या अस्तानंतर विस्कळीत झालेल्या भारतामध्ये जरासा धुरळा उठवण्यासाठी मूठभर भाडोत्री सैनिकही पुरेसे ठरत होते.

पुढच्या दशकभरावर चाललेल्या कर्नाटकातल्या युद्धांमुळे भारतासाठी फारसं काही निष्पन्न झालं नसलं, तरी मूळत: उद्योग-व्यापार करण्यासाठी इथं आलेल्या कंपन्यांचा मुजोर लष्करी संस्थांमध्ये कायापालट झाला. कापड व्यापारी म्हणून सुरुवात केलेल्या या कंपन्या हळूहळू मिरीचे व्यापारी, महसूल गोळा करणारे दलाल, जमिनी विकत घेणारे ठेकेदार आणि अखेर भाडोत्री सैनिक पुरवणारे लष्करी उद्योजक कधी बनले, हे भारताला समजलंच नाही!

इंग्रज लोक ड्यूप्लेचं यश पाहून दिपले होते. कर्नल मिल्स या इंग्रज सैनिकाने नमूद केल्यानुसार 'मुघलांची धोरणं फार चुकीची आहेत. त्यांच्या लष्करामध्ये काही अर्थ उरलेला नाही; त्यांच्याकडे नौदल तर नाहीच. ज्याप्रकारे स्पॅनियार्ड्सने अमेरिकन इंडियन्सवर लीलया चढाई केली तसंच काहीसं मुघल भारताबद्दल होण्याची दाट शक्यता आहे.'[१५८]

मद्रासचा नवीन राज्यपाल असलेल्या थॉमस सौन्डर्सनेही तेच मत प्रदर्शित केलं. तो म्हणाला, "मुघल किती दुर्बल बनलेले आहेत हे आता जगजाहीर आहे. त्यामुळे कुठल्याही क्षणी कोणतंही युरोपीय राष्ट्र आपलं लष्करी बळ कामाला लावून भारतावर नांगर फिरवू शकतं.'[१५९]

दशकभर चाललेल्या कर्नाटकच्या युद्धानंतर पन्नास वर्षांनी कॉम्ट द मोदावने आपल्या युरोपीय वर्चस्व आणि ॲन्लो-फ्रेंच युद्ध भारतभूमिवर आणल्याबद्दल स्वत:च्या फ्रेंच बांधवांवर कठोर ताशेरे ओढले. तसंच ड्यूप्ले आणि बुसीच्या पराकोटीच्या आत्मकेंद्रित कारभारामुळे दीर्घकाळात भारतासोबत व्यापार करून फ्रान्सला होऊ शकणारा फायदा धुळीला मिळाला, याबद्दलही खेद व्यक्त केला. 'इंग्रजांनी तोपर्यंत भारताशी व्यापार करून भरपूर साधनसंपत्ती जमा केली होती. आमच्या मूठभर फ्रेंच लोकांच्या तात्पुरता विचार करण्याच्या पद्धतीमुळे इंग्रजांच्या या साधनसंपत्तीला धोका निर्माण झाला आणि मग अर्थातच, इंग्रजांनी त्याचं रक्षण करण्यासाठी हत्यारं उचलली. आपल्या आयुष्याच्या अखेरीस फ्रान्सचं नेमकं काय चुकलं याबद्दल चिंतनात्मक लेखन करताना, कॉम्ट म्हणाला, "औरंगजेब हयात असेपर्यंत त्यानं मुघल साम्राज्य एकसंघ जोडून ठेवलं होतं. त्याच्या मृत्यूनंतरही काही वर्षं ते साम्राज्य तसंच अबाधित राहिलं होतं; कारण त्यानं घालून दिलेल्या कायद्यांचा अंमल पुढील काही वर्षं कायम राहिला." पण मग मात्र, सुमारे चाळीस वर्षांपूर्वी, मुघल साम्राज्यामध्ये प्रचंड अराजकता पसरली. औरंगजेबने आपल्या राज्यामध्ये उद्योग-व्यापाराच्या प्रसारासाठी ज्या काही चांगल्या गोष्टी केल्या होत्या, त्या सगळ्या धुळीत मिळाल्या. अति-महत्त्वाकांक्षी युरोपीयांची हाव, मुघल साम्राज्याला फार प्रकर्षाने नडली. युरोप व अमेरिकेमध्ये आपल्या स्वार्थाचा तांडव करून दमले नाहीत म्हणून की काय, या लोकांनी आशियामध्ये शिरकाव केला. अनिर्बंधित हिंसा आणि अन्यायकारक फतवे यांचा वापर करून, ते बिनदिक्कतपणे स्वत:चा स्वार्थ साधत राहिले.

त्या काळच्या मुघल साम्राज्याचा व्यापार हा दोन देशांमध्ये विभागलेला होता : इंग्लंड आणि फ्रान्स. डच लोक या शर्यतीमधून बाहेर पडले होते. एकेकाळी फ्रान्सला यथेच्छ लुटून, त्यांच्याकडून मिळालेल्या सोनं व मसाल्यांच्या ढिगावर बसून, ती डच बेडकं आता करपट ढेकर देत बसली होती!

इथं, भारतामध्ये अजून काही थातुरमातूर विजय मिळवल्यावर, फ्रेंच लोकांच्या डोक्यात हवा शिरू लागली. विजय मिळवताना विजयाबरोबर आपण काय गमावतो

आहोत याकडे कानाडोळा करत, फ्रेंच आता भारताचा अख्खा व्यापार काबीज करण्याची स्वप्नं बघू लागले. मात्र त्यांचं हे स्वप्न सत्यात उतरणं फार कठीण होतं. एक तर, ब्रिटिशांच्या तुलनेत फ्रेंच लोकांचं नौदल फार कमकुवत होतं; त्यांची कंपनी भ्रष्ट कर्मचाऱ्यांनी बजबजलेली होती; खालच्या कर्मचाऱ्यांमध्ये काय सुरू आहे याबाबत वरिष्ठ अधिकारी अनभिज्ञ होते; आणि या सर्वांचा एकत्रित परिणाम म्हणून ते समुद्रामार्गे करत असलेले सगळे व्यापार बुडीतखात्यात निघत होते. एवढं सगळं असूनही फ्रेंच आपली महत्त्वाकांक्षी दिवास्वप्नं बघण्याचा उद्योग काही थांबवेनात. एकवेळ त्यांनी जर आपल्या चुका किंवा कमतरता वेळीच सुधारल्या असत्या, तर कदाचित त्यांची स्वप्नं खरी झालीही असती. पण महत्त्वाकांक्षेच्या जोडीला फाजील आत्मविश्वास असणं, हे त्यांना चांगलंच नडलं. हळूहळू त्यांच्याकडे जे होतं तेही नाहीसं झालं, आणि नवीन काही मिळवण्याची त्यांची कुवत उरली नाही.

त्या काळी इंग्रजांचा केवळ भारतातल्या आपल्या तळांवरून स्वत:चा उद्योग-व्यापार वाढवण्याचा मनसुबा होता. आपण नेमक्या कोणत्या कारणासाठी भारतात आलेलो आहोत, याचा विसर ब्रिटिश संचालकांनी स्वत:ला आणि आपल्या कर्मचाऱ्यांना पडू दिला नव्हता. पण मग, कालांतराने फ्रेंच लोकांच्या दुराचारी, कारस्थानी महत्त्वाकांक्षांचा परिणाम इंग्रजांवरही होऊ लागला. त्यांना फ्रेंच लोकांबद्दल पराकोटीचा मत्सर वाटू लागला आणि त्यांच्यासारखी कमाई आपल्यालाही करता यावी, अशी हावदेखील सुटली.

फ्रेंच लोकांनी उघड्या डोळ्यांनी बघितलेलं स्वप्नं हे त्यांच्यासाठी सत्यात उतरवणं अत्यंत महागडं ठरलं आणि अशक्यसुद्धा. इंग्रजांनी मात्र 'पुढच्यास ठेच, मागचा शहाणा' या उक्तीला अनुसरून आपण फ्रेंच लोकांसारखी घिसाडघाई न करता संयमानं घेतलं, तर खूप नफा कमवू शकू असं गणित मांडलं. त्यांचं गणित योग्य होतं. फ्रेंच लोकांनी तोऱ्यात येऊन उगीच घाई केली होती. कुठलाही विचार न करता, वाटेल तिथं नको इतके पैसे ओतले होते. पण इंग्रज मात्र धोरणी होते. नीट विचार करून, पाहिजे तितकाच पैसा गुंतवून त्यांनी अखेर फ्रेंच लोकांनी पाहिलेलं स्वप्न स्वत:साठी सत्यात उतरवलं.[१६०]

इंग्रजांना प्रथम संधी मिळाली ती १७५०च्या मध्याला, जेव्हा कर्नाटकचं युद्ध कोणत्याही ठोस निर्णयाशिवाय संपुष्टात येत होतं. कारण अॅन्लो-फ्रेंच वितुष्ट केवळ भारतापुरता सीमित नव्हतं. अगदी अमेरिका आणि न्यू फ्रान्स[XXV] पर्यंतही त्यांच्यातल्या वादाचा धुरळा पसरला होता.

२१ जून १७५२ रोजी फ्रेंच साहसवीर चार्ल्स लॅन्लेडने २४० फ्रेंच इंडियन्सच्या

XXV आताचं कॅनडा.

एका तुकडीसमवेत लेक एरी पार करून लेक हुरॉनतर्फे आणि त्याही पुढे जाऊन नव्याने स्थापन झालेल्या ब्रिटिश ओहायोच्या शेतकरी वस्तीवर चाल केली. हुरॉनमधलीच बायको असलेल्या या लॅन्लेडचा सेनेका, इरोक्वो आणि मिकमॅकमध्ये चांगलाच दबदबा होता. तर अशा या लॅन्लेडने पुढे सरकून पिकाविलानीच्या ब्रिटिश वसाहतीवरही अचानक हल्ला केला. टोमाहॉक नावाची कुऱ्हाडीसारखी शस्त्रं घेऊन जेव्हा लॅन्लेडच्या सैनिकांनी ब्रिटिश रहिवाशांवर हल्ला केला, तेव्हा ते अक्षरश: जीव मुठीत घेऊन सैरावैरा पळत सुटले. यापैकी २० माणसं लॅन्लेडच्या हाती लागली. वेदनेपेक्षा मृत्यू बरा वाटला असता, अशा एकाहून एक भयंकर यातना देत लॅन्लेडने त्यांचा विषय निकालात लावला. एकाच्या टाळूवरची कातडी सोलण्यात आली, तर एकाला रटरटत्या पाण्याच्या पातेल्यात जिवंत उकळून नंतर त्याच्या शरीराचे तुकडे करून शिजवून खाण्यात आले![१६१]

लॅन्लेडच्या या अत्यंत हिंसक छाप्यांमुळे पार न्यूयॉर्क आणि व्हर्जिनियामधल्या ब्रिटिशांच्या मनातही कापरं भरलं. पुढील काही महिन्यांत सरकारच्या सेवेत असलेले फ्रेंच सैनिक, काही वाटाडे, मदतनीस आणि इंडियन लढवय्यांसोबत ओहायो व्हॅलीमध्ये जात असल्याच्या चर्चा रंगू लागल्या. १ नोव्हेंबर रोजी व्हर्जिनियाच्या राज्यपालाने एका २१ वर्षीय सैनिकाला अधिक पाहणी करण्यासाठी उत्तरेकडे धाडलं. त्या तरुणाचं नाव होतं जॉर्ज वॉशिंग्टन. इथून नांदी झाली सेव्हन इअर्स वॉरची; जिला अमेरिकेमध्ये आजही 'फ्रेंच ॲण्ड इंडियन वॉर' म्हणून संबोधलं जातं.[१६२]

हे युद्ध खरोखरीच मोठ्या पातळीवरचं, अनेक खंडांतील देशांचा सहभाग करून घेणारं युद्ध ठरलं. या युद्धाचे पडसाद ओहायोपासून फिलिपिन्स, क्यूबापासून नायजीरिया आणि क्यूबेकपासून प्लासीपर्यंत सगळीकडे जाणवले.

पण जगातला एक भाग जो या घटनेमुळे सर्वाधिक प्रभावित झाला, तो होता भारत!

२

अमान्य करता न येणारा प्रस्ताव

नोव्हेंबर १७५५मधील एके दिवशी एका अज्ञात मनुष्याने स्कॉर्फच्या बर्फाळलेल्या पात्राकडे आपली दूरदर्शक दुर्बीण लावून ब्रिटनीमधल्या पोर्ट लोरिएन्टवर स्थित असलेल्या फ्रेंच जहाज-कारखान्यांवर नजर रोखली. बंदरावरच्या गोदामांकडे अथवा धक्क्याकडे लक्ष न देता तो माणूस एकटक, उंच डोलकाठ्या असलेल्या ११ जहाजांकडे निरखून पाहत होता. बळकट दोरखंड वगैरेंनी सज्ज असलेल्या युद्धनौका आणि त्यांसोबत पाच फ्रेंच ईस्ट इंडिया कंपनीची जहाजं या धक्क्याजवळ लाटांवर डौलात डोलत उभी होती.

या सर्व जहाजांवर भरपूर धावपळ सुरू होती. फ्रेंच सैनिक एका ओळीमध्ये धक्का व जहाजांमध्ये टाकलेल्या लाकडी फळीवरून चालत पाणी, अन्न, वाइन आणि इतर जीवनोपयोगी वस्तू असलेल्या मोठाल्या पिंपामध्ये जागा धरून उभे राहत होते. त्याच वेळी भलीमोठी लाकडी बकयंत्रे भरभक्कम तोफांना जहाजांवर आणून सोडत होती.

पाहणी करणारा माणूस अगदी बारकाईने या सगळ्याचा आढावा घेत होता. किती जहाजं आली आहेत, किती माणसं चढत आहेत, किती तोफा आल्या आहेत... फार काय तर, जहाजं नेमक्या किती खोल पाण्यात तरंगत आहेत याचीही नोंद घेत तो ते सगळं आपल्या वहीमध्ये उतरवून घेत होता.

यामधून ईस्ट इंडिया कंपनीच्या संचालकांसाठी तयार झालेला गुप्त माहितीपर अहवाल आज 'नॅशनल अर्काइव्हज ऑफ इंडिया'च्या ताब्यात आहे.[१] स्वाभाविक कारणांसाठी सदर अहवालाच्या लेखकाची ओळख कधीच उघड करण्यात आली नाही. तो कदाचित बंदरावरचा एखादा कर्मचारी असावा किंवा तिसऱ्या एखाद्या देशातून आपला माल विकण्यासाठी आलेला व्यापारीसुद्धा पण अहवालामध्ये ज्या बारकाईने टिप्पण्या केल्या गेल्या होत्या, त्यावरून तो कुणी सहज पाहणी करणारा सामान्य माणूस असेल असं वाटत नाही किंवा तो अगदी ब्रेस्ट (फ्रान्समधील शहर) रोशफोर्ट आणि क्विबेरॉन बे या फ्रेंच सैन्याने वेढलेल्या त्यांच्या नौदल तळामधून ब्रिटनीला जाण्याचं फाजील साहस करणारा इंग्रज असेल, असंही वाटत नाही. हा कुणीतरी बंदरावरचा आतल्या गोटातलाच माणूस असावा, ज्याला तिथल्या नावाड्यांकडून अथवा गोदामातील कामगारांकडून सहजतेने माहिती मिळवण्याची हातोटी माहिती असेल, आणि ज्याला त्या प्रतिबंधित क्षेत्राच्या एवढ्या जवळ जाण्याची परवानगी असेल.

त्यानंतर काही आठवड्यांनी १३ फेब्रुवारी १७५६ रोजी ईस्ट इंडिया कंपनीचे संचालक लांब चेहरे करून 'लीडनहॉल स्ट्रीट'वरच्या त्यांच्या कौउन्सिल चेंबरमध्ये त्या अहवालावर चर्चा करत होते. अहवालामध्ये लिहिलेल्या घडामोडींमुळे आपल्यावर काय विपरीत परिणाम होईल, याची त्यांना अतिशय चिंता लागलेली होती. एका गोष्टीवर त्या सगळ्यांचं एकमत झालं : ती ही की, फ्रेंच लोकांनी अमेरिकेत दाखवलेल्या बेदरकारीनंतर आता त्यांच्या डोक्यात युद्धाचं भूत नाचत होतं, हे नक्की! अहवाल सादर करणाऱ्या माणसाला दिसलेली जहाजं ही रम्य भारताच्या पर्यटनासाठी निघालेली नसून, फ्रेंच लोक भारतामध्ये नक्कीच काहीतरी मोठं करायला जात होते, हे उघड होतं. संचालकांना भीती होती की, व्हर्सेल्स आता त्या गोष्टीची तयारी करत होतं, जिची कल्पना पूर्वी ड्यूप्लेच्या सुपीक डोक्यातून निपजली होती–ब्रिटिश ईस्ट इंडिया कंपनीचं भारतातून उच्चाटन करून आपल्या कोम्पॅनीला त्या ठिकाणी रुजू करावं. काही झालं तरी फ्रेंच लोकांचा हा मनसुबा पूर्ण होऊ द्यायचा नाही, अशी सगळ्या संचालकांनी अटकळ बांधली.

त्यासाठी आपल्यासमोर काय-काय पर्याय उपलब्ध आहेत, याची चाळणी करून त्यांनी अखेर कलकत्ता येथील फोर्ट विल्यममध्ये राज्यपाल असलेल्या रॉजर ड्रेकला आपल्याकडच्या अहवालाची प्रत पाठवली. संचालकांनी ड्रेकला सावध केलं की, फ्रेंच जहाजं भारताकडे निघाली असून, ती इंग्रजांचा अधिक प्रभाव असणाऱ्या कलकत्ता किंवा मद्रास यांपैकी एके ठिकाणी हल्ला करतील. पुढे त्यांनी ड्रेकला हेही सांगितलं की, अशी युद्धजन्य परिस्थिती निर्माण झाल्यास त्यानं आपली सुरक्षा-यंत्रणा अगदी तैनात ठेवावी; दशकभरापूर्वी जे मद्रासमध्ये

झालं ते पुन्हा होता कामा नये. तसं जर झालं, तर त्याची दखल कंपनीकडून फार गांभीर्याने घेतली जाईल.

संचालकांनी ड्रेकला सूचित केलं की, जर इंग्रजांवर हल्ला झालाच तर कंपनीला ते भारी पडेल; कारण गेल्या अनेक वर्षांत त्यांनी स्वत:साठी भारतामध्ये विशेष लष्करी सोयी करून ठेवल्या नव्हत्या. बंगालला या हल्ल्याची झळ सर्वाधिक बसण्याची भीती होती. त्यामुळे गरज पडल्यास कंपनीची साधनसंपत्ती, माणसं आणि हक्क या तिघांचं रक्षण करण्यासाठी त्यांनी ड्रेकला जी योग्य वाटतील ती सगळी पावलं उचलण्याची मुभा दिली. त्याचसोबत त्यांनी ड्रेकला अहवालामध्ये नमूद केलेले सगळे बारकावे समजावून सांगत म्हटलं :

> 'सहा अवाढव्य जहाजं निघालेली आहेत; प्रत्येकीत निरनिराळ्या प्रकारच्या सुमारे ६० बंदुकी आणि त्यांना लागणारा दारूगोळा आहे. उरलेल्या पाच जहाजांमध्ये त्यांच्या सैन्याच्या निरनिराळ्या तुकड्या आहेत. याही पूर्वी त्यांनी अजून चार जहाजं रवाना केली होती, ज्याची बातमी आपल्यापर्यंत वेळेत पोहोचली नाही. असो. तर एकूण त्यांची पंधरा जहाजं रवाना झालेली आहेत आणि त्यापैकी एकही जहाज चीनकडे जाणार नाही, हे नक्की. याचाच अर्थ त्यांचा रोख कोरोमॅन्डल किंवा बंगालकडेच आहे.'

त्यापुढे आपल्यावरचं संकट टाळण्यासाठी संचालकांनी ड्रेकला काही ठोस सूचना दिल्या :

> 'सतत सतर्क राहा; आपल्या वसाहतीवर सतत करडी नजर असू दे. जराही धोका वाटू लागला तर सुयोग्य पावलं उचलायला लाग; आणि वेळ पडल्यास भारतातल्या आपल्या इतर राज्यपालांकडून मदत मागायला कुचराई करू नकोस. आपली शिबंदी लवकरात लवकर सबळ बनवली पाहिजे; जेणेकरून हल्ला झाला तर आपण नीट प्रत्युत्तर देऊ शकू. सिलेक्ट कमिटी ऑफ फोर्ट जॉर्ज (मद्रास), बॉम्बेला सूचित करून त्यांच्याकडून शक्य तितके शिपाई मागून घे. तसंच कमान्डर ऑफ हिज मॅजेस्टी नेव्हल ॲण्ड लॅन्ड फोर्सेसला आपल्या परिस्थितीचा नीट आढावा दे आणि आपल्याला कुठल्याही क्षणी त्यांची मदत लागू शकते, असं त्यांना सूचित करून ठेव.
>
> याशिवाय बंगालचे नवाब अलिवर्दी खान यांना बंगालमधल्या इंग्रज व फ्रेंच नागरिकांमध्ये वादविवाद अथवा भांडणं होणार नाहीत, याची सर्वतोपरी

काळजी घ्यायला सांग. आपल्या सुरक्षिततेमध्ये त्यांचाही खूप फायदा आहे, त्यामुळे ते आपल्या राज्यात शांतता राखण्यासाठी सर्वतोपरी प्रयत्न करतील, हे नक्की.’

सरतेशेवटी संचालकांनी ड्रेकला हा सगळा कारभार अत्यंत गोपनीय ठेवण्याची तंबी देत सांगितलं :

‘सगळ्यात महत्त्वाची गोष्ट म्हणजे आपण ही जी काही पावलं उचलत आहोत, त्याबद्दल अत्यंत कटाक्षानं गोपनीयता पाळली गेली पाहिजे. चुकूनही याबद्दल कोणतीही माहिती फ्रेंच लोकांच्या कानी पोहोचता कामा नये. तसं झालं तर आपल्यावर किती भयानक संकट ओढवू शकतं, हे तुला वेगळं सांगण्याची गरज नाही. त्यामुळे लहानातली लहान गोष्टसुद्धा अत्यंत काळजीपूर्वक कर.’[२]

मात्र एवढी सगळी खबरदारी घेऊनसुद्धा नेहमी अशा अति-गुप्त अहवालांच्या बाबतीत होतं तसं, या अहवालामध्ये सुद्धा एक मोठी चूक झालेली होती. इतर सगळे बारकावे व्यवस्थित टिपलेल्या या अहवालानं फ्रेंच जहाजं भारताकडे यायला निघाली असल्याचा जो दावा केला होता, तो सपशेल चुकीचा होता. १७५५मध्ये फ्रान्सनं बंगालतर्फे कुठलंच जहाज सोडलं नव्हतं; किंबहुना डिसेंबर १७५६ रोजी जेव्हा त्यांनी एक जहाज भारताच्या दिशेने रवाना केलं, तेव्हा त्याचं मुक्कामस्थान कलकत्ता नसून पॉन्डिचेरी होतं.[३]

असो. पण ही एक (मोठी) चूक वगळता इतर बाबतींत तो अहवाल बऱ्यापैकी चोख होता. त्याला पोर्ट लोरिएन्टवरून तातडीनिशी लंडनला धाडलं गेलं आणि लंडनवरून तो लागलीच कलकत्त्याला पोहोचता झाला. हातात अहवालाची प्रत आल्यावर रॉजर ड्रेकनं विनाविलंब बंगालच्या अवतीभवती संरक्षणात्मक भिंती उभारायला घेतल्या. बंगालच्या नवाबानं त्याला तसं न करण्याबद्दल निक्षून सांगितलं असतानाही, ड्रेकनं नवाबाकडे दुर्लक्ष केलं आणि आपल्या संचालकांनी दिलेली आज्ञा पडत्या फळाप्रमाणे मान्य केली. मात्र त्याच्या या कृतीमुळे पुढे ज्या घटना घडल्या त्या बंगालमधल्या भारतीयांसाठी आणि एकूण भारतातल्या फ्रेंच लोकांसाठी फार घातक ठरल्या.

सदर अहवाल लोरिएन्टवरून कलकत्त्याला पोहोचण्याच्या काही महिने अगोदर एका तरुण राजकारण्याला ईस्ट इंडिया हाउस कौन्सिल चेंबरमध्ये भेटण्यासाठी बोलावलं गेलं होतं. तोपर्यंत एका लहानशा मतदारसंघासाठी खासदार असलेल्या

या तरुणाला निवडणुकीदरम्यान अनैतिक व्यवहार केल्याबद्दल खासदारपदावरून बरखास्त करण्यात आलं होतं. चाणाक्ष संचालकांनी वेळ न दवडता त्या मितभाषी पण अत्यंत महत्त्वाकांक्षी तरुणाला लगेच आपल्या कार्यालयात भेटायला बोलावलं. जुजबी बोलणी करून त्यांनी रॉबर्ट क्लाइव्हसमोर अतिशय घसघशीत प्रस्ताव ठेवला.

कंपनीचं मुख्यालय नुकतंच जॉर्जियन स्थापत्यशैलीत पुन्हा बांधून घेतलं गेलं होतं, पण तरीही रस्त्यापासून जरा मागच्या बाजूला असलेली ती जेमतेम पाच खिडक्यांची दुमजली इमारत चटकन कुणाच्या नजरेत भरण्यासारखी नव्हती. ही बाब कुणालाही आश्चर्यकारक वाटावी अशीच होती. जगातल्या सर्वांत मोठ्या बलाढ्य आणि श्रीमंत कंपन्यांपैकी एक... जिच्या मुख्यालयामध्ये बसणारी माणसं ही जगातल्या कित्येक देशांमध्ये आपल्या एका शब्दासरशी उलथापालथ घडवून आणू शकत होती... तिची इमारत इतकी सामान्य का बरं ठेवली असावी?

हे सगळं जाणूनबुजून केलं गेलं होतं. भारतामध्ये आपला थाट मिरवत फिरणाऱ्या ईस्ट इंडिया कंपनीनं, अतिशय विचारपूर्वक लंडनमधले आपले कारभार कुणाच्या नजरेत भरणार नाहीत, अशी सोय केली होती. अगदी १६२१ पर्यंत – म्हणजे कंपनी स्थापन होऊन दोन दशकं लोटल्यानंतरही – सगळे कर्मचारी सर थॉमस स्मिथ या कंपनीच्या जनकाच्या घरातून काम करत असत! बरं, त्या कर्मचाऱ्यांची संख्या तरी किती असावी? तर, केवळ सहा![४] १६४८मध्ये अखेर कंपनी 'लीडनहॉल स्ट्रीट'वरच्या आपल्या मुख्यालयामध्ये स्थलांतरित झाली. ती इमारतसुद्धा अगदी साधी, सामान्य होती. निमुळत्या दरवाज्याचं एकमजली घर असलेल्या त्या कार्यालयाच्या पहिल्या मजल्याच्या भिंतीवर समुद्रप्रवास करणाऱ्या जहाजांची चित्रं रंगवली होती. १६९८मध्ये समोरून जाणाऱ्या एका वाटसरूने जेव्हा असं विचारलं की, 'इथं नेमकं कुणाचं कार्यालय आहे?'; तेव्हा त्याला सांगितलं गेलं : 'खोल खिसे आणि भन्नाट महत्त्वाकांक्षा असणाऱ्या काही माणसांचं!'[५]

कालांतराने ईस्ट इंडिया हाउसला सुशोभित केलं गेल्यानंतर १७३१मध्ये एका पोर्तुगीज प्रवाशानं आपल्या टिपणात असं म्हटलं होतं की, नव्याने सुशोभित केलेलं ईस्ट इंडिया कंपनीचं मुख्यालय (न्यू ईस्ट इंडिया हाउस) अजूनही तितकंच साधं वाटतं. अजूनही त्याचा मुख्य दरवाजा निमुळता आणि चटकन लक्षात न येण्यासारखा आहे. त्याच्या दगडी भिंती फारच रुक्ष दिसतात. आतमध्ये अत्यंत सुंदर कक्ष, कोठारं, संमेलन कक्ष वगैरे असणाऱ्या या कार्यालयाकडे वरकरणी बघून अजिबात लक्षात येत नाही की, त्या निस्तेज भिंतींआड जगातील सर्वांत मोठ्या आणि श्रीमंत कंपनीतली सर्वांत हुशार आणि कर्तबगार माणसं काम करत आहेत![६]

ईस्ट इंडिया कंपनीनं गाजवलेल्या सत्तेप्रमाणे तिच्या कार्यालयाची इमारतही तशीच होती – चकवा देणारी!

स्वागत कक्षामधून आत गेलात की, कंपनीचा मुख्य प्रशासकीय भाग येत असे. तिकडच्या अनेक खोल्यांमधल्या अनेक कप्प्यांमध्ये असंख्य पत्रं, नोंदी, पुराभिलेख व नोंदणीपुस्तकं रचून ठेवलेली होती. त्यांच्यामध्ये बसून, ३०० तपासनीस, हिशेबनीस व लिपीक मन लावून काम करत असत. कार्यालयामध्ये बरेच छोटे-मोठे संमेलन कक्षही होते. त्यापैकी सर्वांत दिमाखदार होता तो म्हणजे संचालकांचा संमेलन कक्ष; ज्याला कौन्सिल चेंबर म्हणत असत. सगळ्या महत्त्वाच्या चर्चा वा बैठका इथेच घेतल्या जात असत. भारताकडे धाडल्या जाणाऱ्या पत्रांचा मजकूर कंपनीकडून वर्षाला सुमारे ज्या तीस समुद्री मोहिमा काढल्या जात, त्यांसोबत जाणाऱ्या सामानाची यादी आणि सगळ्यात महत्त्वाचं म्हणजे आपल्या मालाची किती विक्री झाली[i] याचा हिशेब, हे सगळं सुद्धा त्याच कक्षात होत असे.

१७५०पर्यंत या कक्षांमधून चालणाऱ्या व्यापाराचा व्याप इतका मोठा होता की, ब्रिटनच्या ८ दशलक्ष पौंडांच्या आयात उद्योगापैकी १ दशलक्ष पौंड तर केवळ ईस्ट इंडिया कंपनीमधून येत होते. त्यापैकी अर्धी रक्कम तर केवळ चहाच्या आयातीमधून येत होती. त्याशिवाय, सोरामीठ, रेशीम, सुंदर कलाकुसर असलेल्या चादरी आणि उत्तम प्रतीचा भारतीय कापूस वा सुती कापड यांच्या व्यापारामधून बरीच रक्कम येत असे.[७] १७०८मध्ये ईस्ट इंडिया कंपनीमधली एकूण गुंतवणूक ३.२ दशलक्ष पौंडांची होती, जिला उभी करण्यासाठी ३००० भागधारकांनी वर्षाला ८% या हिशेबाने भाग मिळण्याच्या बोलीवर आपले पैसे गुंतवले होते. दरवर्षी ईस्ट इंडिया कंपनीचे सुमारे १.१ दशलक्ष पौंडांच्या किमतीचे रोखे खरेदी वा विक्री केले जात असत.[८] कंपनीचे खिसे खोल होते म्हणून बाजारातली त्यांची पत मोठी होती. तिचाच वापर करून कंपनी आपला व्यापार वाढविण्यासाठी बाजारातून भरघोस कर्ज घेत असे. १७४४मध्ये कंपनीच्या डोक्यावर ६ दशलक्ष पौंडांचं[ii] कर्ज होतं. ते दरवर्षी सरकारला सीमा-शुल्क म्हणून १ दशलक्ष पौंडांचा सुमारे एक-तृतीयांश भाग भरत असत. दोन वर्षांपूर्वी १७५४ मध्ये त्यांनी सरकारला(च) १ दशलक्ष पौंडांचं कर्ज देऊन त्या बदल्यात कंपनीसाठी

---

i हा आकडा वर्षाला सुमारे १.५ ते २ दशलक्ष पौंड इतका असे.

ii आजच्या काळात £१.२५ दशलक्ष आणि £२ दशलक्ष = £१३० दशलक्ष आणि £२१० दशलक्ष, £१ दशलक्ष = £१०५ दशलक्ष,
£८ दशलक्ष = £८४० दशलक्ष, £३.२ दशलक्ष = £३३६ दशलक्ष
£१.१ दशलक्ष = £११५ दशलक्ष, £६ दशलक्ष = £६३० दशलक्ष.

१७८३पर्यंत – म्हणजे अजून तीस वर्षं – आशिया खंडामध्ये व्यापार करण्याची मक्तेदारी मिळवून घेतली. अठराव्या शतकाच्या दृष्टीने विचार करता ईस्ट इंडिया कंपनी ही जगातली सर्वांत अग्रगण्य अशी भांडवलशाही संस्था होती, असं म्हटलं तर अतिशयोक्ती ठरणार नाही.[९]

तर अशा या कंपनीच्या संचालकांनी २५ मार्च १७५५ रोजी त्या वेळी जेमतेम ३० वर्षांचा असलेल्या रॉबर्ट क्लाइव्हशी दुसऱ्यांदा करार केला. बऱ्याच लोकांसाठी ही घडामोड आश्चर्यकारक ठरली; कारण जेमतेम दीड वर्षांपूर्वी वयाच्या अठ्ठाविशीला भारतातून भरपूर कमाई करून क्लाइव्हनं कंपनीच्या सेवेतून निवृत्ती घेतली होती. भारतातून कमवलेली संपत्ती वापरून एक चांगलसं घर घ्यायचं आणि लंडनच्या राजकारणात शिरकाव करायचा, असा विचार करून क्लाइव्ह परतला होता. मात्र तसं काही घडलं नाही. त्यानं घर तर घेतलं; पण तो जिथून निवडणुकीसाठी उभा होता त्या मतदारसंघामध्ये त्यानं काही आक्षेपार्ह व्यवहार केल्याच्या आरोपांवरून क्लाइव्हला 'हाउस ऑफ कॉमन्स'मधून चक्क हाकललं गेलं. क्लाइव्हच्या विरोधात २०७ मतं आणि त्याच्या बाजूने १२३ मतं होती.[१०] त्यामुळे अर्थात तो हरला होता. भारतातून कमावलेला बराचसा पैसा इथपर्यंत येण्यासाठी कित्येक लोकांना लाच देण्यात खर्च झाला असल्याने, क्लाइव्हच्या मनात लाज, राग आणि हतबलता या सगळ्या भावनांचं मिश्रण झालं होतं. त्यात त्याचे खिसेही बऱ्यापैकी रिकामे झाले होते. अखेर आपल्याला पैसा कमावण्याचा नामी मार्ग म्हणजे कंपनीच्या सेवेत पुन्हा रुजू होणं, हे मान्य करून क्लाइव्हनं आपली राजकीय स्वप्नं मागे सारून कंपनीचा प्रस्ताव स्वीकारला.

कंपनीलाही क्लाइव्हला परत आणण्यात विशेष रस होता. त्याचं कारण असं की, साधासा हिशेबनीस म्हणून भारतात गेलेल्या क्लाइव्हनं, इतर बऱ्याच महत्त्वाच्या बाबींमध्ये आपलं कौशल्य दाखवलं होतं. कुठलंही लष्करी प्रशिक्षण नसताना जेमतेम विशी उलटलेल्या या तरुणानं कर्नाटकच्या युद्धांमध्ये असाधारण कामगिरी बजावली होती. ड्यूप्लेसारख्या महाकाय व्यक्तिमत्त्वाला न घाबरता शह देऊन क्लाइव्हनं त्याचे ईस्ट इंडिया कंपनीला भारतातून बाहेर काढण्याचे मनसुबे मोठ्या हुशारीने हाणून पाडले होते. आता फ्रेंच कंपनीनं पुन्हा उत्तर अमेरिकेकडे आपला मोर्चा वळवला होता आणि परिणामी, ब्रिटन आणि फ्रान्स दोघेही नव्या चकमकीच्या शक्यतेच्या तयारीला लागले होते. म्हणून कंपनीला क्लाइव्हसारख्या निपुण माणसाला त्यानेच उभ्या केलेल्या, प्रशिक्षित केलेल्या आणि युद्धात नेलेल्या शिपायांच्या तुकडीचं नेतृत्व करण्यासाठी भारतात परत पाठवण्याची इच्छा होती.

रॉबर्ट क्लाइव्हचा जन्म २९ सप्टेंबर १७२५ रोजी 'मोरटन से' या लहानशा गावामधल्या स्टिच हॉलमध्ये झाला होता. गावाकडच्या कुलीन घराण्यात जन्मलेला

क्लाइव्ह लहानपणापासून अतिशय आक्रमक आणि हट्टी मुलगा म्हणून (कु)प्रसिद्ध होता. क्लाइव्ह सात वर्षांचा असताना क्लाइव्हच्या एका काकानं आपल्या या गरम डोक्याच्या पुतण्याबद्दल काळजी व्यक्त करत म्हटलं होतं : कसं होणार या भांडखोर मुलाचं? असं सगळीकडे अरेरावी करून स्वत:चं म्हणणं खरं करता येत नाही. कित्येक प्रसंगी आपल्याला सलोख्यानं आणि मुत्सुद्देगिरीनं काम करून घ्यावं लागतं. मी माझ्या परीनं या तापट स्वभावाच्या पोराला संयम, विनम्रता आणि परोपकाराचं महत्त्व सतत समजावत असतो. देव करो, कधीतरी हे सद्‌गुण त्याच्या अंगी वसो.[११]

पण बिचाऱ्या काकांची प्रार्थना आणि प्रयत्न दोन्ही व्यर्थ गेले. रॉबर्ट क्लाइव्ह तसाच हटवादी आणि हेकेखोर राहिला. किंबहुना वयात आल्यावर तर त्यानं 'मार्केट ड्रेटन' भागामध्ये अक्षरश: उच्छाद मांडला. दुकानदारांकडून 'सुरक्षा कर' या गोंडस नावाखाली तो चक्क खंडणी गोळा करत असे. जे दुकानदार त्याच्या धमक्यांना बधत नसत, त्यांच्या काचा फुटू लागायच्या![१२]

रॉबर्ट १७ वर्षांचा होईपर्यंत त्याचे वडील रिचर्ड यांना लक्षात आलं की, आपला मुलगा चर्चमध्ये जाऊन शांत होण्यासारखा नाही आणि तो कायद्याचा बडगा दाखवून घाबरणाऱ्यातलाही नाही. नशिबानं रिचर्ड क्लाइव्ह ईस्ट इंडिया कंपनीच्या एका संचालकांना ओळखत होते. त्यांनी त्या संचालकांना आपल्या नाठाळ मुलाला शिस्त लावण्याच्या दृष्टीनं त्याला कंपनीमध्ये काहीतरी छोटंमोठं काम देण्याची गळ घातली. त्यानुसार, १५ डिसेंबर १७४२ रोजी रॉबर्ट रिचर्ड क्लाइव्ह हा तरुण मुलगा, 'कारकून' या सर्वांत कनिष्ठ पदावर कंपनीत रुजू झाला. तीन महिन्यांनंतर मार्च १७४३मध्ये रॉबर्ट क्लाइव्ह जहाजात बसून भारताकडे रवाना झाला.

भारताकडचा क्लाइव्हचा प्रवास फारसा सुखद नव्हता. ब्राझीलजवळ जहाज पोहोचत असताना, त्याचं बहुतांशी सामान चोरीला गेलं. मग एकदा तो जहाजावरून वाकून बघत असताना समुद्रात पडला! नशीब बलवत्तर म्हणून त्याला एका नाविकाने बघितलं आणि तो वाचला. मद्रासमध्ये पोहोचल्यावर क्लाइव्हचं काहीच स्वागत झालं नाही. कनिष्ठ पदावर सामान्य कर्मचारी म्हणून मद्रासला धाडल्या गेलेल्या पोराचं कोण स्वागत करणार? त्याच्याकडे ना कंपनीकडून कुठलं शिफारसपत्र होतं, आणि ना त्याची कोणती औपचारिक ओळख कळवली गेली होती. आधीच रागीट स्वभावाचा असलेला क्लाइव्ह आता अजूनच चिडखोर आणि एकलकोंडा झाला. त्याचा पारा कुणावर कधी चढेल याचा नेम नव्हता. एकदा क्लाइव्ह फोर्ट सेंट जॉर्जमधल्या सचिवाशी इतकं तुसडं वागला की, राज्यपालानं त्याला बोलावून घेऊन सचिवाची औपचारिक माफी मागायला लावली. क्लाइव्ह एकटा पडला

होता. त्याला आपल्या घराची, देशाची सतत आठवण येत होती. तरुण वयात दूरच्या अनोळखी देशात भोगलेल्या या एकलपणामुळे क्लाइव्हच्या मनात भारताबद्दल जी अढी बसली, ती कायमचीच.

इथं येऊन त्याला जेमतेम एक वर्ष होतं न होतं तोच, क्लाइव्ह गंभीररीत्या निराशेच्या गर्तेत शिरला. 'या देशात आल्यापासून माझ्या आयुष्याचा एकही दिवस आनंदात गेला नाही,' असं लिहून ठेवणाऱ्या क्लाइव्हनं अखेर अत्यंत नैराश्यात स्वत:वरच शारीरिक अत्याचार करायला सुरुवात केली आणि मग एके दिवशी त्यानं आत्महत्येचा प्रयत्न केला.

त्या काळात मद्रासहून आपल्या घरच्यांना पाठवलेल्या असंख्य पत्रांमध्ये क्लाइव्हने भारतातल्या असंख्य चांगल्या गोष्टींबद्दल काडीचाही उल्लेख कलेला नाही. आपण कोणती प्रेक्षणीय स्थळं बघितली किंवा नव्या भाषेमधले कोणते सोपे शब्द शिकलो इत्यादींबद्दल तो काहीही बोलत नाही. याला कारण असं होतं की, क्लाइव्हच्या मनात भारताबद्दल इतकी घृणा बसली होती की, त्यानं इथल्या संपन्न संस्कृतीमध्ये अथवा उत्कृष्ट निसर्गसौंदर्यामध्ये जराही रममाण होण्याचा प्रयत्न केला नव्हता. तसंच त्यानं भारताचा इतिहास वा धर्मसंस्कृती समजून घेण्याचाही कुठला प्रयत्न केला नाही. स्थानिक लोकांशी बोलताना गरज पडेल म्हणून तिथली भाषा शिकण्यातही त्यानं काही रस दाखवला नाही. १७४५मध्ये इंग्लंडमधल्या आपल्या घरच्यांना लिहिलेल्या पत्रात क्लाइव्ह म्हणाला होता की, माझ्या डोक्यात सतत आपल्या सुंदर इंग्लंड देशाचे विचार फिरत राहतात. भारतातल्या गावंढळ, आळशी, मूर्ख आणि भित्र्या लोकांशी कोणत्याही प्रकारचं नातं जुळवण्याची मला इच्छा नाही.[१३]

जात्याच आक्रमक असलेल्या क्लाइव्हला एका नजरेत समोरील विरोधकाचं गांभीर्य आणि बळ ओळखण्याची कला अवगत होती. संधी आली की, ती दोन्ही हातांनी कशी बळकवायची हेही त्याला व्यवस्थित अवगत होतं. त्याशिवाय धोका पत्करण्याची बिनधास्त वृत्ती आणि स्वभावातला उपजत उद्धटपणा व धैर्य, या सगळ्यांमुळे अंगी अनेक दुर्गुण असलेला क्लाइव्ह इतरांवर सहजतेनं छाप पाडून त्यांचा नेता बनू शकत असे.

१७४६मध्ये झालेला फ्रेंच हल्ला आणि मद्रासचा पाडाव या प्रसंगांमध्ये क्लाइव्हमधील नेतृत्वाचे गुण प्रथम ठळकपणे झळकले. ड्यूप्लेच्या सैन्यानं मद्रासला घेराव घातला तेव्हा क्लाइव्ह तिथेच होता. आपण फ्रेंच सैन्यावर शस्त्र उचलणार नाही, असा वायदा करण्याचं नामंजूर करत एके रात्री क्लाइव्ह वेष पालटून शहरातून निसटला. गस्त घालत असलेल्या फ्रेंच शिपायांना हुलकावणी देऊन तो चालत ब्रिटिशांच्या अधिपत्याखाली असलेल्या कोरोमॅन्डल किनाऱ्यावरच्या फोर्ट

सेंट डेव्हिडला पोहोचला. इथं त्याला भेटला स्ट्रिंगर लॉरेन्स – एक अनुभवी माणूस, ज्यानं पूर्वी फॉन्टनेरॉयमध्ये फ्रान्सशी झालेल्या लढतीत भाग घेतला होता. दणकट बांध्याच्या गावरान लॉरेन्सनं क्लाइव्हला लढाईबद्दल खूप गोष्टी शिकवल्या. दोघंही मितभाषी व उद्धट माणसं एकमेकांचे दोस्त बनले. आपल्या अनुभवी नजरेनं लॉरेन्सनं क्लाइव्हमधले गुण लवकर ओळखले. १७४०च्या अंतापर्यंत जेव्हा ड्यूप्ले भारतातल्या नवाबांना आपल्याकडचे सैनिक भाडेतत्त्वावर देऊ करत असताना, क्लाइव्ह इंग्रजांच्या लष्करामध्ये भराभर वर चढू लागला होता. त्या टप्प्यापर्यंत क्लाइव्ह इंग्रज पायदळामध्ये लेफ्टनंट बनला होता आणि न घाबरता धोका पत्करण्याच्या त्याच्या वृत्तीबद्दल त्याचा गवगवा होऊ लागला होता.

लवकरच लॉरेन्सच्या मार्गदर्शनाखाली मद्रासमधले अधिकारी फ्रेंच लोकांचं अनुकरण करून स्वत: शिपायांना प्रशिक्षण देऊ लागले. सुरुवातीला त्यांनी फक्त तेलुगू-भाषिक युवकांना प्रशिक्षण द्यायला सुरुवात केली. त्यांचं शिक्षण झाल्यावर त्यांना अद्ययावत युरोपीय शस्त्रास्त्रं हातात देऊन, इंग्रजांच्या पायदळामध्ये सामील करण्यात येऊ लागलं. मात्र सुरुवातीची अनेक वर्षं या शिपायांकडे साधे गणवेषही नव्हते आणि त्यांची संख्याही काही शेकड्यांमध्येच सीमित होती. युद्धामधील त्यांचं कसबही जेमतेमच होतं. १७५०च्या मध्यावर क्लाइव्हनं कनार्टकच्या युद्धांबद्दल बोलताना हे मान्य केलं होतं की, त्या वेळी आमच्याकडे असलेलं लढाईचं कसब फार अपरिपक्व आणि सामान्य होतं.

२६ ऑगस्ट १७५१ रोजी क्लाइव्हनं दाखवलेल्या असाधारण कामगिरीमुळे खऱ्या अर्थानं त्याचा गवगवा व्हायला सुरुवात झाली. कनार्टकच्या नवाबांची राजधानी असलेल्या आर्कोटला फ्रेंच लष्करानं वेढा घातला होता. मुसळधार पावसाची तमा न बाळगता केवळ २०० युरोपीय आणि ३०० भारतीय सैनिकांना बरोबर घेऊन क्लाइव्हनं फ्रेंच लोकांवर अचानक हल्ला करून, त्यांना सळो की पळो करून सोडलं. क्लाइव्हच्या या विजयामुळे हे स्पष्ट झालं की, ईस्ट इंडिया कंपनी आता भारतामध्ये यशस्वीरीत्या लष्करी मोहीम बजावू शकते – मग ती आतापर्यंत त्यांचा पराजय करत आलेल्या भारतीयांविरुद्ध असो, वा तोपर्यंत भारतीयांच्या मोठाल्या सैन्यांवर आपल्याकडच्या अद्ययावत शस्त्रास्त्रांनी सहज मात करणाऱ्या फ्रेंचच्या विरोधात असो. सदर यशामुळे कंपनीचा आत्मविश्वास वाढण्यामध्ये महत्त्वाचा हातभार लागला.[१४]

अनुभवी लष्करी अधिकाऱ्यांनी क्लाइव्हच्या विजयावर त्रोटक आणि काहीशा मत्सरी प्रतिक्रिया दिल्या. युद्धशास्त्रात पारंगत नसलेल्या या युवकानं केवळ नशिबानं साथ दिल्यामुळे ही मोहीम जिंकली असं त्यांचं मत होतं.[१५] पण क्लाइव्हच्या तोपर्यंतच्या इतर यशांचा आलेख स्वयंसिद्ध होता. सैनिक म्हणून वेग आणि

आश्चर्य या दोन गोष्टींचा वापर करणं, हीच क्लाइव्हची रणनीती होती. एरवी अठराव्या शतकातली युद्धं ही अगदी औपचारिक पद्धतीनं रणनीतीच्या ग्रंथांमध्ये लिहिलेल्या नियमांनुसार लढली जात. आक्रमकरीत्या हल्ला करण्यापेक्षा बुद्धिबळात खेळल्या जाणाऱ्या चालींना अनुसरून या लढाया लढल्या जात. उघडपणे चढाई करण्यापेक्षा चर्चा करून, लाचलुचपत देऊन आणि समोरच्या कंपूमधली माणसं फोडून ही युद्धं लढली जात. क्लाइव्हचा या कल्पनांना विरोध नव्हता. साम, दाम, दंड, भेद यांपैकी वेळोवेळी जे योग्य वाटेल त्या सगळ्यांचा वापर करणं त्याला मान्य होतं. पण अशा संथ, निष्क्रिय पद्धतीपेक्षा त्याचा मनस्वी कल नेहमी सक्रिय हल्ले करून शत्रूला गारद करण्याकडे असे. कशाचीही वा कुणाचीही पर्वा न करता, आपल्या सैनिकांना मुसळधार पावसामध्ये ताबडवत नेत, रात्रीच्या वेळी हल्ले करून किंवा शत्रूच्या लक्षातही येणार नाही, अशा पद्धतीनं घात करणं याकडे क्लाइव्हचा ओढा अधिक होता.

क्लाइव्हचा सर्वाधिक बोलबाला झाला तो म्हणजे १७५२मध्ये जेव्हा त्यानं मद्रासवर येऊ घातलेल्या संकटाला निडरपणे परतवून लावलं. क्लाइव्ह आणि स्ट्रिंगर लॉरेन्सनं 'आलं अंगावर, घेतलं शिंगावर' या उक्तीला अनुसरून बिनधास्तपणे हल्ले करत कर्नाटकच्या भोवताली अनेक मोहिमा जिंकल्या आणि त्याबदल्यात ब्रिटिश व त्यांच्या अधिपत्याखाली असलेल्या नवाब मूहम्मद अलीसाठी आर्कोट व त्रिचिनोपोली ही शहरं मागून घेतली. दुसरीकडे फ्रेंच लोकांकडचा पैसा संपू लागला होता; इतका की, त्यांना आपल्या सैनिकांचे पगार देणंही कठीण जाऊ लागलं.[१६] १३ जून १७५२ रोजी फ्रेंच कोम्पॅनीच्या मालकाचा भाचा असलेल्या सेनापती जॅक्स लॉ याने श्रीरंगमच्या सुंदर देवळाजवळ क्लाइव्ह व लॉरेन्ससमोर शरणागती पत्करली. परिणामी, ७८५ फ्रेंच व २००० कोम्पॅनी सैनिकांना युद्धकैदी म्हणून अटक करण्यात आलं.

ड्यूप्लेसाठी ही बातमी म्हणजे सर्वनाशाची नांदी होती. आनंदा रंगा पिल्लेनं नमूद केल्यानुसार, ड्यूप्लेपर्यंत ही बातमी पोहोचल्यावर त्याची झोप उडाली. त्याला अन्नपाणी गोड लागेना. फ्रेंच शरणागत झाल्यावर अवघ्या काही आठवड्यांतच, ड्यूप्लेला अपमानास्पदरीत्या कामावरून काढून टाकून, अटक करून, फ्रान्सला परत पाठवण्यात आलं.[१७] क्लाइव्ह मात्र मद्रासला एखाद्या वीरपुरुषाच्या थाटात परतला. तो आता 'हिरो' ठरला होता. मग क्लाइव्हच्या वडिलांनी त्याला पत्र पाठवून सल्ला दिला की, भारतामध्ये शक्य तितका पैसा कमवून घे. सध्या तिथं तुझ्या नावाची खूप चर्चा आहे, ही संधी दवडू नकोस. तुझ्या लोकप्रियतेचा हुशारीनं वापर कर आणि कायमचा भारत सोडण्याआधी आयुष्यभराची दौलत साठवून घे.[१८]

क्लाइव्हनं पडत्या फळाची आज्ञा मानत, वडिलांचा शब्द जशाचा तसा पाळला. फ्रेंच लोकांचं नाक ठेचल्याबद्दल कंपनीनं त्याच्यावर कौतुकाचा आणि इनामांचा वर्षाव केला होता. त्याला लष्कराच्या शिधाविभागाचा क्वार्टरमास्टर बनवला गेला. या फायदेशीर पदावर असताना क्लाइव्हनं अतिशय थोड्या काळात निव्वळ वरकमाईमधून ४०,००० पौंडांची[iii] घसघशीत रक्कम कमावली.

या सगळ्या यशाच्या धुंदीत वावरत असताना १८ फेब्रुवारी १७५३ रोजी क्लाइव्हनं अचानक मार्गरेट मास्कलीन या कणखर स्त्रीशी फोर्ट सेंट जॉर्जमधल्या सेंट मेरीज येथे लग्न केलं. मार्गरेट ही शाही खगोलशास्त्रज्ञ नेव्हिलची बहीण होती.[iv]

२३ मार्च रोजी हे नवविवाहित दांपत्य बॉम्बे कॅसल जहाजावरून इंग्लंडकडे रवाना झालं. त्यांना पुन्हा भारतात येण्याची मुळीच इच्छा नव्हती. लंडनला आल्यावर क्लाइव्हनं आपल्या कुटुंबीयांच्या डोक्यावर असलेली कर्जं पटापट फेडून टाकली आणि राजकरणामध्ये जाण्यासाठी आपला मार्ग सुकर व्हावा, म्हणून अनेक मोठ्या लोकांना लाच देण्याचं सत्र सुरू केलं. मात्र त्याच्या राजकीय महत्त्वाकांक्षांवर लवकरच पाणी पडल्यामुळे, अवघ्या दीड वर्षानंतर क्लाइव्हला पुन्हा भारतात जाण्याशिवाय पर्याय उरला नाही.

फ्रान्सकडून पुन्हा हल्ला होण्याची शक्यता दाट होऊ लागली, तशी कंपनीला क्लाइव्हच्या मदतीची अधिकाधिक गरज वाटू लागली. पण पुन्हा सेवेत रुजू झालो तर कंपनीच्या नागरी विभागामध्ये पद घ्यायचं की लष्करी, या दुविधेत असणाऱ्या क्लाइव्हनं अखेर मद्रासचा उपराज्यपाल म्हणून पदभार स्वीकारला आणि वर, त्याला शाही सेनेमध्ये लेफ्टनन्ट कर्नलचाही मान दिला गेला. मात्र त्याला मिळालेलं लष्करी पद हे फक्त भारतात लागू राहणार होतं; इंग्लंडमध्ये नव्हे.[१९]

---

iii आजच्या काळात £४ दशलक्षपेक्षा अधिक.

iv रेव्हरंड नेव्हिल मास्कलीन यांना डावा सोबलने आपल्या 'लॉन्जिट्यूड : द स्टोरी ऑफ अ लोन जिनियस हू सॉल्वड द ग्रेटेस्ट सायंटिफिक प्रॉब्लेम ऑफ हिज टाइम' या प्रसिद्ध पुस्तकामध्ये खलनायक म्हणून रंगवलं आहे. एका टीकाकाराने म्हटल्यानुसार या पुस्तकामध्ये मास्कलीनला 'केंब्रिज शिक्षित, उच्चभ्रू, रटाळ व मत्सरी धर्माधिकारी म्हणून रंगवला आहे. त्याचं पात्र आपल्या उच्चभ्रू राहणीमान व खगोलशास्त्राबद्दल असलेल्या ठाम कल्पनांमुळे 'यॉर्कशायर'मध्ये जन्मलेल्या व 'लिंकनशायर'मध्ये वाढलेल्या प्रमुख पात्र जॉन हॅरिसनला सतत खाली दाखवत राहतं. या पुस्तकातील मास्कलीनचं पात्र मत्सरी, स्वार्थी, अप्पलपोटी आणि इतरांच्या कामांत अडथळे आणणारं असं दाखवलं आहे.

ईस्ट इंडिया कंपनीमध्ये वैयक्तिकरीत्या मोठी गुंतवणूक केलेल्या खासदारांना फ्रान्स हल्ला करू शकतो, अशी कुणकुण लागल्यावर दरदरून घाम फुटू लागला! भारतामध्ये उद्योग-व्यापार करणाऱ्या अजस्र कंपनीशी सलोखा ठेवणं हे खासदारांच्या राजकीय आणि वैयक्तिक फायद्याचं होतं. पण जर फ्रान्सनं हल्ला केला, तर इंग्लंडकडे त्याचा सामना करण्याचं बळ नाही, हे माहीत असलेल्या राजकारण्यांच्या तोंडचं पाणी पळालं होतं. घसघशीत लाभांशाशिवाय कंपनीचे संचालक आणि कर्मचारी अजून एक फार महत्त्वाची गोष्ट देऊ करू शकत होते. ती म्हणजे संरक्षण/आश्रय. यामुळे भारतातील उच्च पदांवर नेमणूक होऊन राजकारण्यांशी वैयक्तिक संधान साधणे सोपं जाणार होतं. हासुद्धा एक महत्त्वाचा मुद्दा होता. ज्यासाठी ईस्ट इंडिया कंपनीला पाठिंबा देण्यासाठी आणि ब्रिटनचं नौदल व लष्कर त्यांच्या मदतीसाठी तैनात करायला तत्पर असत. भारतामध्ये अतिरिक्त रस घेणाऱ्या लॉर्ड होल्डरनेस या मंत्र्यानं त्याचा सहकारी असलेल्या लॉर्ड ॲल्बेमार्लला सांगितलं की, आपल्या सरकारने कोणत्याही परिस्थितीत फ्रान्सच्या अधिपत्याखाली जाण्यापासून स्वत:चा बचाव करावा. नाहीतर आपल्यापैकी कुणाचं काही खरं नाही.

इंग्लंडनं निर्णय घेण्यात फारसा वेळ दवडला नाही. ॲडमिरल वॉटसनच्या नेतृत्वाखाली शाही नौदलाच्या अनेक युद्धनौका आणि इंग्लंडमधल्या लष्कराच्या काही तुकड्या, ईस्ट इंडिया कंपनीनं भारतात उभारलेल्या खासगी लष्कराला मदत करण्यासाठी रवाना झाल्या.[२०] त्यानंतर एका महिन्याने क्लाइव्ह भारताकडे रवाना झाला. त्याला भारतातल्या पूर्ण लष्कराची जबाबदारी घेण्याची शाही परवानगी दिली गेली होती.

क्लाइव्हची राजकीय स्वप्नं जरी फार क्षुल्लक आणि योगायोगाच्या घटनांमुळे विखुरली गेली असली, तरी त्यामुळे क्लाइव्हचं कंपनीकडे परतणं या त्या काळी साध्या वाटणाऱ्या घटनेचे नंतर अतिशय दूरगामी परिणाम झाले. क्लाइव्हच्या आक्रमक आणि उद्दाम वृत्तीमुळे जागतिक इतिहासातल्या काही अजब घटनांपैकी एक घटना घडली – एका लहानशा शहरातल्या छोट्याशा इमारतीतून आपलं कार्यालय चालवणाऱ्या व्यापारी कंपनीनं एकेकाळी अर्ध्या विश्वावर अधिराज्य गाजवणाऱ्या मुघल साम्राज्याला नेस्तनाबूत करून टाकलं!

कलकत्त्यातील काही वर्षांच्या वास्तव्यानंतर क्लाइव्हनं एका पत्रामध्ये त्या शहराचं वर्णन करताना म्हटलं होतं : कलकत्ता हे जगातल्या अतिशय घातक अशा

ठिकाणांपैकी एक म्हणावं लागेल; ज्याचा लहरीपणा आणि विलासी वृत्ती भल्याभल्यांना वेड लावणारी आहे.[२१]

१७५५मध्ये जेव्हा क्लाइव्हचं स्ट्रेट्हम जहाज बंगालच्या किनाऱ्यावर येऊ लागलं, तेव्हा जॉब चारनॉकने निव्वळ साठ वर्षांपूर्वी उभारलेल्या लहानशा, खेडवळ शहराचा इतका कायापालट झाला होता की, खुद्द त्यालाही आपलं शहर ओळखता आलं नसतं![२२]

चारनॉकच्या मृत्यूनंतर कंपनीच्या आंतरराष्ट्रीय व्यापारासाठीच्या महत्त्वाच्या तळांपैकी कलकत्ता हे शहर फार महत्त्वाचं ठरलं होतं. भारतातला त्यांचा सर्वांत मोठा व्यापारतळ आणि विशेषत: कापड आयातीसाठी अत्यंत महत्त्वाच्या अशा या ठिकाणाहून कंपनीची सुमारे ६०% निर्यात कलकत्त्याहूनच होत असे.[२३] या सर्व निर्यातीसाठी कंपनी दरवर्षी बंगालला १,८०,००० पौंडांची रक्कम पाठवत असे. त्यापैकी ७४% रक्कम सोनं व चांदीच्या विटांच्या स्वरूपात असे.[२४]

अशा रीतीने पैशाची गंगा वाहू लागल्यामुळे कलकत्त्याचा कायापालट झाला नसता तरच आश्चर्य होतं. ठिकठिकाणी गोदामं, कोठारं आणि संरक्षणात्मक भिंती उभ्या राहू लागल्या. शहराच्या मध्यवर्ती भागापासून थेट सुंदरबनवनापर्यंत हे दिसायला लागलं. रिकाम्या दिसणाऱ्या आभाळाच्या पार्श्वभूमीवर नव्यानं उभ्या राहणाऱ्या इमारतींची टोकं दिसू लागली. ग्रीक स्थापत्यशैलीमध्ये बांधल्या गेलेल्या या इमारतींमध्ये राज्यपाल रॉजर ड्रेकचं घर, एक शाळा, एक इस्पितळ, प्रोटेस्टान्ट चर्च, आर्मेनियन चर्च, तुरुंग, पाण्याची टाकी आणि स्मशानभूमी या सगळ्यांचा समावेश होता.

तोपर्यंत कलकत्त्याची लोकसंख्या सुमारे २,००,००० झाली होती, ज्यापैकी अर्धे लोक युरोपीय होते. बंदरं तितकीच भरलेली होती, आणि तिकडचे निरनिराळे बाजारही तितकेच भरलेले होते. हुगलीला पूर्वी लागणाऱ्या मुघलांच्या जहाजांपेक्षा दुप्पट प्रमाणात आता कलकत्त्यात जहाजं येत होती. देशी दारूचे गुत्ते जहाजांवर काम करणाऱ्या तरुण माणसांनी ओथंबून वाहत होते. एकमेकांच्या संगतीनं दारू पीत, भारतातला एकटेपणा कमी करण्यासाठी मग हे तरुण जवळच्याच वेश्यावस्तीचा रस्ता धरत.

नदीकिनारी वसलेली युरोपीय अधिकाऱ्यांची घरं छान ऐसपैस असायची. पांढऱ्या रंगाची, मोठ्या व्हरांड्यांची, प्रशस्त बगीचे असलेली ती हवेशीर घरं, खूपच सुंदर असत. पण शहराची मांडणी मात्र पूर्वनियोजनाचा पार अभाव असलेली, अशी होती. कोणतेही रस्ते कुठेही जोडलेले, कुठलीही वस्ती कुठेही फोफावणारी, जिथं जागेचा तुकडा मिळेल तिथं आपापल्या आवडीनुसार चित्र-विचित्र पद्धतीनं बांधली जाणारी घरं, असं अस्ताव्यस्त रूप असणारं ते शहर होतं मात्र

फार श्रीमंत.[२५]

कलकत्त्याच्या व्यापारामधून कंपनीला होणारी कमाई अजूनही भरघोस होती; पण भारतीयांना या कंपनीनं बांधलेल्या शहराकडे आकृष्ट करणारं मोठं कारण म्हणजे तिथं वाटणारी सुरक्षितता. १७४०च्या संपूर्ण दशकामध्ये दक्षिणेकडे कर्नाटकच्या युद्धांनी धुमाकूळ घातला होता, मराठ्यांनी बंगालवर हल्लाबोल करून तब्बल ४,००,००० माणसांची खांडोळी केली होती.[२६] १७५०साली, भोसल्यांचा सेनापती असलेल्या भास्कर पंडितने २०,००० घोडेस्वार सैनिकांनिशी पुन्हा बंगालवर चढाई केली. रात्रीच्या वेळी हल्ला करून त्यांनी नवाबाच्या छावणीचा पार धुव्वा उडवला होता आणि त्यांच्याकडे येणारी रसदही तोडली होती. तत्कालीन मराठ्यांची सेना एका विशिष्ट पद्धतीनं काम करत असे. ज्या प्रांतावर हल्ला करायचा आहे, त्याच्या आजूबाजूच्या सगळ्या गावांमध्ये आग लावत ते आत घुसत असत; जेणेकरून त्यांच्या शत्रूला अन्नधान्य मिळू शकणार नाही. नवाबाच्या सैनिकांचीही तीच गत झाली. अन्न आणि इतर रोजच्या उपयोगाच्या सामानाशिवाय ते काही दिवसांतच हतबल झाले.

ईस्ट इंडिया कंपनीचे अधिकारी आपल्या लंडनमधल्या वरिष्ठांना पत्र लिहिताना, मराठ्यांच्या या पद्धतीचं सविस्तर वर्णन करत असत.[२७] बर्दवान महाराजाच्या दरबारी पंडित असलेल्या वनेश्वर विद्यालंकारनं लिहिलं होतं : 'मराठा सैनिक म्हणजे दयेला कवडीचुंबक; वृत्तीनं शूर; लूटमार करण्यात तरबेज; गरोदर स्त्रिया, ब्राह्मण, लहान मुलं वा गोरगरिबांना बिनदिक्कत मारू शकणारे, अशा पापी स्वभावाची माणसं होय. एखाद्या धूमकेतूनं यावं आणि सर्वत्र विनाश करावा, तशी मराठ्यांनी बंगालची गत केली आहे.'[२८]

बंगाली कवी गंगा रामनं आपल्या 'महाराष्ट्र पुराण' या कवितेमध्ये मराठ्यांनी बंगालच्या हृदयात रुजवलेल्या प्रचंड भयाविषयी अधिक भरीव वर्णन केलेलं आहे. 'पृथ्वीतलावर अनाचार फोफावला होता. लोकांनी राम-कृष्णाची[v] भक्ती करणं सोडून दिलं होतं. दिवसरात्र पुरुष इतरांच्या बायकांचा उपभोग घेण्यात रममाण झाले होते. नीतिमत्तेचा पार ऱ्हास झाला होता. हे सगळं पाहून शिवानं नंदीला आज्ञा दिली की, त्यानं मराठा राजा शाहूच्या शरीरात प्रवेश करावा आणि पृथ्वीवर बोकाळलेल्या या पापांना आटोक्यात आणावं.[२९] त्यानंतर :

> 'बर्गी (मराठे) गावंच्या गावं लुटून नेऊ लागले. लोक भयभीत होऊन इतस्ततः पळू लागले. पोथ्यापुस्तकं घेऊन ब्राह्मण पळत सुटले; तराजू

---

v कर्म-धर्माच्या तत्त्वांना अनुसरून वागणं

आणि वजनं घेऊन दुकानदार व सोनार पळत सुटले; मच्छीमार आपली जाळी घेऊन पळत सुटले. सगळे भरकटले; वाट फुटेल तिथं धावू लागले.

बर्गी येत आहेत म्हटल्यावर जो-तो जीव वाचवून धावू लागला. कधी रस्त्यावर आपली नाजूक पावलं न ठेवलेल्या कुलीन स्त्रिया, बर्गींचं नाव ऐकून डोक्यावर टोपल्या ठेवून पळत सुटल्या. तलवारीच्या धाकावर अमाप जमिनी बळकावलेले राजपूत आपल्या तलवारी टाकून पळत सुटले. साधू-भिक्खू आपल्या कुटुंबीयांच्या डोक्यावर सामान लादून गाव सोडून पळत सुटले. आपल्या बैलांच्या पाठीवर नांगर व बियाणांची पोती लादून शेतकरी धावत सुटले. गरोदर स्त्रिया जसं जमेल तसं आपलं शरीर सावरत बाहेर पडू लागल्या. कधी रस्त्यातच त्यांची प्रसूती होत असे किंवा कधी त्यांचा जीवनप्रवास मध्येच संपत असे.

काही लोक गोंधळलेल्या चेहऱ्यांनी रस्त्याच्या मधोमध उभे राहून विचारू लागले की, हे बर्गी नेमके कोण आहेत? उत्तरादाखल सगळे त्यांना सांगू लागले की, आम्ही त्यांना प्रत्यक्षात बघितलेलं नाही; पण इतर सगळे पळत आहेत म्हणून मीही पळत आहे.

मग एके दिवशी अचानक मोठा आरडाओरडा करत बर्ग्यांच्या टोळ्या तिथं येऊन ठेपल्या. त्यांनी इतर सगळं सोडून, फक्त सोन्या-चांदीची लुटालूट सुरू केली. कुणाचे हात कापले तर कुणाचे पाय. कुणाचे नाक-कान कापले तर कुणाला थेट मारून टाकलं. निसटू पाहणाऱ्या सगळ्या सुंदर स्त्रियांना त्यांनी बंदिवान केलं; त्यांच्या हातात व मानेमध्ये बेड्या अडकवल्या. अनेक बर्गी एका स्त्रीवर तुटून पडू लागले. तिच्या किंकाळ्यांकडे दुर्लक्ष करत, ते तिचे लचके तोडू लागले. सर्व प्रकारचे क्रूर चाळे आणि पापं करून झाल्यावर त्यांनी त्या स्त्रीला भिरकावून दिलं.

शेतजमिनींची नासधूस करून झाल्यावर बर्गींनी आपला मोर्चा गावांकडे वळवला. मंदिरं, बंगले, झोपड्या कशाचीही तमा न बाळगता, ते सगळ्याला आग लावत सुटले. कुठलाही विचार न करता, त्यांनी जे समोर दिसेल त्याची लूट सुरू केली. काही माणसांचे हात बांधले तर काहींचे पाय. काहींना जमिनीवर लोळवून त्यांना यथेच्छ तुडवलं. 'पैसा काढ! पैसा काढ!' असं त्यांना सतत धमकावून बर्गी त्या लोकांना खूप त्रास देऊ लागले. जो कुणी पैसा देत नसे, त्याला पाण्याच्या टाकीत बुडवून किंवा नाकपुड्यांमध्ये पाणी सोडून मारलं जात असे. ब्राह्मण, वैष्णव, पवित्र

> गोमाता... कुणाची वा कशाची तमा न बाळगता जो समोर येईल, त्याचा ते मुडदा पाडू लागले.[३०]

बंगालचं दुःस्वप्न ईस्ट इंडिया कंपनीसाठी सुवर्णसंधी ठरली. त्यांची अद्ययावत शस्त्रं आणि प्रशिक्षित सैनिकांसमोर मराठा लष्कर कमकुवत ठरलं.[३१] इंग्रजांनी पूर्वी दूरदृष्टी दाखवून कलकत्त्याच्या भोवताली जे मोठे खंदक खणले होते, ते पार करणं मराठा घोडदळासाठी अशक्य ठरलं. इतर ठिकाणांपेक्षा आपल्याला कलकत्त्यात अधिक सुरक्षितपणे जगता येईल, हे लक्षात घेऊन गावोगावचे लोक कलकत्त्यात निवारा घेऊ लागले. सतत येत राहणाऱ्या या लोंढ्यांमुळे अवघ्या एका दशकात कलकत्त्याची लोकसंख्या तिप्पट फुगली. त्या काळी बंगालला भेट दिलेल्या अब्दुल करीम या काश्मिरी सैनिकानं नमूद केल्यानुसार, 'मराठ्यांना युरोपियन लोकांच्या शक्तीचा पूर्ण अंदाज होता. त्यांनी इतके हल्ले केले; पण कधी हुगलीनजीकच्या युरोपियन वसाहतींना हात घातला नाही. युरोपचा व्यापार बराचसा कलकत्त्यात केंद्रित होता; तिथं राहणारी युरोपियन माणसं तशी संख्येनं कमी असली, तरी त्यांचं तोफा आणि चापाची बंदूक चालवण्याचं कसब नीट माहिती असलेले मराठे कधी त्यांच्या नादी लागले नाहीत.'[३२]

मराठा आक्रमणादरम्यान कलकत्त्यामध्ये निर्वासित म्हणून आलेल्या काही माणसांनी भविष्यात जगाच्या नकाशावर कलकत्त्याचं नाव प्रसिद्ध करणारी घराणी प्रस्थापित केली. उदाहरणार्थ, नबकृष्ण देब आणि रामदुलाल डे.[३३]

कलकत्त्याला येण्यामागचा प्रथम हेतू जरी सुरक्षा हा असला, तरी त्यानंतर बरीच माणसं इतरही कारणांसाठी तिथं जमू लागली. स्वतःचा उद्योग-व्यापार चालवण्यासाठी उत्तम ठिकाण म्हणून कलकत्त्याची ख्याती वाढू लागता, केवळ इतर ठिकाणचे बंगाली सावकार व कापड व्यापारीच नव्हे, तर पार्शी, गुजराती आणि मारवाडी व्यापारीदेखील आपलं नशीब आजमावण्याच्या तयारीत तिथं येऊन धडकू लागले.[३४] यापैकी बरेच लोक असे होते की, ज्यांना आपापल्या शहरांमध्ये नवाबानं लावलेल्या अत्याचारी कर नियमांपासून सुटका करून आपला व्यापार वाढवण्याची संधी पाहिजे होती. काही लोक असेही होते ज्यांना इंग्रजांच्या जहाजी ताफ्याचा फायदा करून घेऊन पर्शिया, गल्फ आणि स्ट्रेट ऑफ मलाकाद्वारे चीनमध्ये आपला उद्योग पसरवायची महत्त्वाकांक्षा होती.[३५] कलकत्त्याची कायदेप्रणाली इंग्रजांकडून भेट मिळालेली सुसंबद्ध व्यापारी-कायद्यांची उपलब्धता आणि राज्याद्वारे कायदेशीररीत्या लागू केलेली व्यावसायिक कराराची पद्धत या सर्वांमुळे तिथं उद्योग करणं फार सुकर झालं होतं. याच कारणानं आशियाभरातले व्यापारी व सावकार कलकत्त्यात येऊन व्यापार करायला उत्सुक झाले होते.[३६]

या सगळ्याचा परिणाम असा झाला की, १७५६ पर्यंत कलकत्त्यामध्ये इतकी सांस्कृतिक व लौकिक विविधता दिसू लागली की, सगळ्या शहराची कायाच बदलून गेली. बंगाली, हिंदू व जैन, मारवाडी सावकारांशिवाय अनेक चित्रविचित्र कौशल्ये असलेले पोर्तुगीज, अर्मेनियन, पर्शियन, जर्मन, स्वीडिश आणि डच लोकांचाही तिथं भरणा होऊ लागला. त्यापैकी कुणी उत्तम सोनार होतं, तर कुणाला उत्कृष्ट केक बनवता यायचे; कुणी चांगला रंगारी होता, तर कुणाकडे केसाचे कल्पक टोप बनवण्याचं कौशल्य होतं.

असंख्य मंदिरे, मशिदी आणि बाजार असलेला कलकत्त्याचा ब्लॅक टाउन[vi] हा भाग व्हाइट टाउन[vii] पेक्षा कैक पटीने गलिच्छ आणि गलथान होता; मात्र तरीही आशिया खंडातल्या निरनिराळ्या ठिकाणांहून येणारे प्रवासी, आपल्या लेखानामध्ये कलकत्त्याचं खूप गुणगान करत असत. अब्दुल लतीफ शुस्तारी या पर्शियन प्रवाशाने आपल्या लेखनात नमूद केल्यानुसार :

कलकत्त्यानं आता हुगली बंदराला मागे टाकलं आहे. आता हुगलीवर फक्त डच लोकांची जहाजं येतात. व्हाइट टाउनमध्ये अनेक दुमजली-तिमजली घरं बघायला मिळतात. दगड किंवा विटांनी बांधलेल्या या घरांना संगमरवरासारखा रंग दिलेला असतो.

> रस्त्यालगत असलेल्या या बैठ्या घरांच्या खिडक्यांमधून बाहेरून जाणारे वाटसरू सहज आत डोकावून बघू शकतात. रात्रीच्या वेळी सगळ्या खोल्यांमध्ये जळणारे मंद दिवे पाहून मन प्रसन्न होतं. इथं ना चोरांची भीती आहे ना लुटारूंची. कुणीही तुम्हाला असं विचारत नाही की तुम्ही कुठून आला आहात, कोणत्या जातीपातीचे आहात. हे स्वातंत्र्य फार छान वाटतं. युरोप, चीन अशा निरनिराळ्या देशांमधून कलकत्त्याच्या बंदरावर सतत जहाजं येत असतात. तलम कापड, मखमल, सॅटिन, काचेचं सामान, चिनीमातीची भांडी या सगळ्यांची रेलचेल लागलेली असते! कलकत्त्यामधला व्यापार किती मोठ्या प्रमाणात चालतो याची ग्वाही मिळवायची असेल, तर एकदा बंदरावर फेरफटका मारून यावा. एकावेळी सुमारे हजार लहान-मोठी जहाजं तिथं लागलेली असतात किंवा येत-जात असतात...'[३७]

---

vi कृष्णवर्णीय रहिवाशांचा भाग

vii श्वेतवर्णीय रहिवाशांचा भाग

इंग्रजांबद्दल लिहिताना शुस्तारी म्हणतो की,

एरवी त्यांच्यात कितीही त्रुटी असो; पण एक गोष्ट मात्र खरी की इंग्रज उगाच कुणाला लहानसहान कारणांवरून कामावरून काढत नाहीत. एखाद्यानं स्वत:हून राजिनामा दिल्याशिवाय किंवा त्याचं निवृत्तीचं वय झाल्याशिवाय, प्रत्येक चांगल्या माणसाला कामावर आदरानं राखलं जातं आणि त्याची उघडपणे कदर केली जाते. कौतुकाची गोष्ट म्हणजे इंग्रज अधिकारी इथल्या हिंदू आणि मुसलमान जनतेच्या प्रत्येक सणामध्ये वा कार्यक्रमामध्ये भाग घेतात. ते इथल्या लोकांना विशेषत: विद्वानांना खूप मान देतात.

कलकत्त्यामध्ये आंतरजातीय विवाह आताशा वाढू लागले आहेत असं सांगून, शुस्तारी पुढे म्हणतो, "पण युरोपीय नवरे करणाऱ्या भारतीय स्त्रियांना त्यांच्या कुटुंबांकडून अवहेलना झेलावी लागते. अर्थात, असा टोकाचा निर्णय घेणाऱ्या स्त्रियाही तशाच कुटुंबातील असतात; जिथले वडीलधारे कुणी लाचखोर मुसलमान किंवा अनाचारी हिंदू असतील. त्या स्त्रियांना माहिती असतं की, आपल्या वडीलधाऱ्यांच्या कर्तृत्वामुळे आपल्या समाजात आपल्याला चांगला नवरा मिळणं शक्य नाही. त्यामुळे वाटेल तो नवरा स्वीकारून उरलेल्या आयुष्याची माती करण्यापेक्षा ते युरोपीय जोडीदार स्वीकारणं श्रेयस्कर मानतात. त्यांचे हे आंतरराष्ट्रीय कूळमुळाचे नवरे त्या स्त्रियांना कुठल्याही गोष्टीची सक्ती करत नाहीत – ना आपला धर्म बदलण्याची आणि ना पडदा पाळण्याची. सदर विवाहांमधून जन्माला येणारी मुलं सुमारे ४ वर्षांची झाली की, त्यांना इंग्लंडच्या एखाद्या वस्तीशाळेत शिकण्यासाठी पाठवलं जातं."

> इंग्रज आपल्या दाढी-मिशा छाटून आपल्या लांब केसांची लहानशी वेणी बांधतात. केसांना पांढरा रंग लावून तरुण आणि वृद्ध माणसं एकाच पद्धतीची दिसण्याचा प्रयत्न करत आहेत. युरोपीय स्त्रियांची शरीरं तर रेशमासारखी मुलायम वाटतात. त्यांच्या हाता-पायांवर केस नसतात; आणि असले तरी अगदी तलम, दिसतील ना दिसतील अशा तांबूस रंगाचे.
>
> स्त्रिया पडद्यात राहत नसल्यामुळे आणि मुला-मुलींच्या शाळा वेगळ्या नसल्यामुळे प्रेमात पडणं आणि प्रेमविवाह करणं ही सामान्य बाब आहे. पुरुष व स्त्रिया दोघांना प्रेमगीतं रचण्यात आणि गाण्यात खूप रस असतो. माझ्या ऐकण्यात असंही आलं आहे की, प्रसंगी कुलीन मुली खालच्या थरातल्या युवकांच्या प्रेमात पडतात आणि मग त्यांच्या घराण्यावर इतकी नामुष्की ओढवली जाते की, सांगता सोय नाही! पण या प्रेमात आकंठ

> बुडालेल्या तरुणींवर ना धाकाचा उपयोग होतो आणि ना शिक्षेचा. अखेर नाइलाजाने त्यांच्या वडिलांना त्यांना घराबाहेर काढण्याशिवाय पर्याय नसतो. कलकत्त्यातल्या कित्येक रस्त्यांवर अशा वाळीत टाकलेल्या सुंदर मुली बघायला मिळतात.
>
> वेश्यागृहांच्या खिडक्यांवर देखण्या मुलींची चित्रं टांगलेली असतात. त्याखाली त्यांचा एका रात्रीचा दर लिहिलेला असतो. वेश्यांची संख्या आणि त्यांच्याकडे गिऱ्हाइक म्हणून येणाऱ्या पुरुषांची संख्या दोन्ही वाढत चालली असल्यामुळे लैंगिक संबंधांतून निपजणारे आजारही तितकेच वाढत चालले आहेत. गरीब, श्रीमंत, हिंदू, मुसलमान... कशाचा निर्बंध न ठेवता हे आजार बोकाळत चालले आहेत.'[३८]

कलकत्त्यामध्ये आलेल्या युरोपियनांच्या मूळ हेतूंबद्दल केवळ शुस्तारीच साशंक होता असं नव्हे, हळूहळू भारतीयांनाही ही शंका येऊ लागली की, युरोपीय माणसं भारतात केवळ एकच हेतू मनात धरून आले आहेत, तो म्हणजे जमेल तितका पैसा कमावणे! त्यांना भारताच्या संस्कृतीमध्ये रस नाही आणि इथल्या लोकांमध्ये मनापासून समरस होण्यातही रस नाही. भारतामध्ये सैनिक किंवा कनिष्ठ कर्मचारी म्हणून यायला जे युरोपीय तयार होत, ते बहुतेक करून १७४५च्या जेकोबाईट चकमकीमध्ये स्वत:चं घर वगैरे गमावलेले तरुण किंवा एकेकाळी श्रीमंत असलेले; पण आता सगळं लुटून बसलेले ॲन्लो-आयरिश सावकार किंवा मूळात घरचे गरीब असलेल्या पाद्र्यांची वगैरे मुलं असत. स्वत:च्या देशात अत्यंत हलाखीच्या परिस्थितीत आयुष्य व्यतीत करणारी ही मुलं भारताच्या – विशेषत: कलकत्त्याच्या– उष्णतेशी व गलथानपणाशी जुळवून घेत काम करायला तयार होत असत; कारण जर तिथल्या नैसर्गिक परिस्थितीमुळे लवकर मृत्यू ओढवला नाही, तर अवघ्या काही वर्षांत लक्षाधीश बनण्यासाठी भारताइतकी सुकर जागा इतरत्र नव्हती!

कलकत्त्यामध्ये चालणाऱ्या व्यापाराचा आवाका इतका अवाढव्य होता की, एखाद्याला तिथं अवघ्या काही महिन्यांत लाखो रुपये कमावणं सहज सोपं होतं. मग ते पैसे त्यानं घरी न्यावे किंवा जुगाराच्या अड्ड्यावर उडवून पुन्हा पहिले पाढे पंचावन्न करावे, ही ज्याची त्याची इच्छा! रोगराई किंवा वाईट सवयींमुळे अकाली मृत्यू होणं ही सामान्य बाब होती. कंपनीच्या कर्मचाऱ्यांपैकी दोन-तृतीयांश लोक या कारणांमुळे मायदेशी परत येत नसत. वर्षाकाठी कंपनीच्या लष्करातले सुमारे २५% सैनिक मृत्युमूखी पडत असत.[३१] आजूबाजूला सतत होणारे मृत्यू पाहून माणसं निबर बनत चालली होती. ही माणसं दोन घटका आपल्या सहकाऱ्यांसाठी अश्रू ढाळून लगेच त्याच्या घोडे, बग्ग्या, स्थावर सामान; एवढंच काय तर

त्याच्या बंगाली रखेलीसाठी बोली लावायला हिरिरीने तयार होत![४०]

कलकत्त्यात सर्वाधिक संख्या तरुणांची होती. उदाहरणार्थ राज्यपाल नेमला गेला तेव्हा रॉजर ड्रेक फक्त ३० वर्षांचा होता!

मात्र दुसऱ्या बाजूला राहणीमानाच्या दृष्टीनं कलकत्ता तसं महागडं शहर होतं. बऱ्यापैकी घर चालवायला वर्षाकाठी सुमारे १००० पौंडांचा[viii] खर्च यायचा. त्यामुळे बरेच युरोपीय हे भारतीय सावकारांकडून कर्ज घेऊन गुजराण करत असत.[४१] ३ जानेवारी १७५४ला नॉर्थ बर्विककडून आलेल्या स्टेयर डॅलरिम्पलने इंग्लंडमध्ये खासदार असलेल्या सर ह्यू या आपल्या वडिलांना लिहिलेल्या पत्रात म्हटलं होतं की, आपल्या देशाच्या तुलनेमध्ये इकडे सगळ्या गोष्टी दुप्पट किमतीला मिळतात. त्यामुळे कितीही नाही म्हटलं, तरी अतिरिक्त खर्च होतोच. इथं येण्यापूर्वी बऱ्याच लोकांनी मला या गोष्टीची कल्पना दिली होती; पण प्रत्यक्षात किमती आणि खर्च यांचा समन्वय साधताना खरोखरीच तारांबळ उडते आहे. माझ्या वार्षिक कमाईमधून मला फार तर सहा महिन्यांचा खर्च उचलता येईल, असं चित्र दिसत आहे.

काही महिन्यांपूर्वी लिहिलेल्या पत्रामध्ये याच डॅलरिम्पलनं लिहिलं होतं, 'माझा इथं पंधरा-वीस वर्षं राहण्याचा इरादा आहे. त्या काळात मला बहुधा राज्यपाल बनवलं जाईल; किंवा काही नाही, तर मला चांगल्या हुद्द्यावर तरी नक्कीच पदोन्नत केलं जाईल. एवढ्या कालावधीत मला भरपूर पैसा कमावून थाटामाटात राहता येईल असं दिसतंय.'[४२]

तर या सगळ्या आर्थिक बाबींकडे लक्ष देत असताना रॉजर ड्रेकच्या सरकारला हा विसर पडत चालला होता की, शहराभोवती बांधलेल्या भिंती हळूहळू ढासळत चालल्या होत्या; बंदुकांवर गंज चढू लागला होता आणि संरक्षणात्मक भिंतीच्या पल्याड उंच इमारती बांधल्या जाऊ लागल्या होत्या, ज्यापैकी बऱ्याचशा इमारतींमधून शहराभोवतालच्या भिंतीवरून डोकावून पाहता येत होतं. थोडक्यात सुरक्षा व्यवस्था कमकुवत होत चालली होती. त्यात जर कुणी हल्ला केलाच तर जेमतेम २६० सैनिक आणि मूठभर अधिकारी एवढ्याच माणसांचं लष्कर उरलं होतं. त्यापैकी फक्त २५% माणसं इंग्रज होती. बाकी सगळे पोर्तुगीज, इटालियन, स्विस, आणि स्कॅन्डिनेव्हिन मूळ असलेले भाडोत्री सैनिक होते. मद्रासमध्ये जसं स्थानिक युवकांना प्रशिक्षण देऊन सैनिक बनवलं गेलं होतं, तसं अद्याप कलकत्त्यात केलं गेलं नव्हतं. कॅप्टन डेव्हिड रेनीनं नमूद केल्यानुसार :

'कलकत्त्यामध्ये लष्करी सैनिकांइतकाच साठ्याचाही अभाव आहे. आमच्याकडे

---

viii आजचे सुमारे £१०५,०००

> चांगल्या बंदुकी नाहीत आणि इतर काही सामानही नाही. मागच्या वर्षी कंपनीनं संबंधित अधिकाऱ्यांना सूचित केलं होतं की, त्यांनी आपल्या लष्कराचं बळ वाढवावं; पण त्यासाठी पुरेसा पैसा नव्हता आणि योग्य ते अभियंतेही नव्हते. आम्ही भारतात कर्ज काढून तात्पुरती सोय करू शकतो; पण कंपनीच्या संचालकांना कर्ज काढण्याची कल्पना मुळीच रुचणार नाही, हे मला ठाऊक आहे. आमच्याकडच्या शस्त्रास्त्रांची स्थिती अतिशय वाईट आहे. काडतुसांचा अभाव आहे; जी काही थोडीफार काडतुसं उरली होती त्यांना कीड लागलेली आहे. बंदुकीच्या दारूच्या साठ्याला ओल लागलेली आहे... काय करायचं काही समजत नाहीये!'[४३]

फ्रेंच लोकांना इंग्रजांच्या या दयनीय परिस्थितीची पूर्ण कल्पना होती. क्लाइव्हनं कर्नाटकच्या युद्धप्रसंगी ज्या जॅक्स लॉला नामोहराम करून सोडलं होतं, त्याचा भाऊ जीन लॉ हा बंगालमधील मुर्शिदाबादमधल्या कासिमबाजार येथील फ्रेंच कारखान्याचा संचालक होता. त्यानं आपल्या लेखनामध्ये ही सगळी परिस्थिती नमूद केली होती.[४४]

लंडनमध्ये बसलेल्या संचालकांना या सगळ्याची जाणीव नव्हती असं मुळीच नव्हे; किंबहुना त्यांना या गोष्टीची चांगलीच काळजी वाटत होती. म्हणून फ्रान्ससोबत पुन्हा युद्ध होण्याची शक्यता दिसू लागताच, त्यांनी कलकत्त्याला ५९ तोफा पाठवून दिल्या आणि सोबत, कौन्सिलला लवकरात लवकर शहराची डागडुजी करण्याचे आदेशही जाहीर केले. १७५६मध्ये त्यांनी ड्रेकला पत्र पाठवून सदर कामाची प्रगती कुठपर्यंत झाली आहे, याबद्दल सखोल चौकशी केली आणि सोबत नवाब अलिवर्दी खानच्या परवानगी व सहकार्यानिशी सगळी कामं शक्य तितक्या लवकर करण्याचे हुकूम दिले. तसं करण्यात संचालकांच्या मनात फक्त फ्रेंच हल्ल्याची भीती नव्हती. तोपर्यंत बरेच वृद्ध झालेले नवाब अलिवर्दी खान यांना कुठल्याही क्षणी देवाज्ञा होण्याची चिन्हं दिसत होती. तसं झालं तर राज्यामध्ये खूप गोंधळ माजण्याची लक्षणं होती आणि तसं होईपर्यंत इंग्रजांचं स्थान आणि सुरक्षा व्यवस्था दोन्ही भक्कम करण्याची त्यांना गरज वाटत होती.[४५]

हे पत्र पोहोचल्यानंतर काही आठवड्यांनी १७५६मध्ये सदर काम प्रत्यक्षात सुरू झालं. मात्र ड्रेकने अलिवर्दी खानची परवानगी घेण्याची तसदी घेतली नाही. आपल्या संचालकांचे हुकूम बाजूला सारून त्यानं कासिमबाजारचा इंग्रज कारखाना चालविणाऱ्या विल्यम वॉट्सचा सल्ला घेतला. वॉट्सनं ड्रेकला सांगितलं की, अलिवर्दी खान आपण करत असणाऱ्या कामाचा आढावा घेण्याची पर्वा करणार नाहीत; आणि जर केली, तर परवानगी देण्यासाठी आपल्याकडून मोठी रक्कम

मागतील. त्यापेक्षा त्यांना काही न सांगता थेट काम सुरू केलेलं बरं...'[४६]

पण ड्रेक आणि वॉट्स या दोघांनी नवाबाच्या हेरखात्याला गंभीरपणे न घेण्याची घोडचूक केली होती. नवाब अलिवर्दी खानला इंग्रजांच्या मनसुब्याची बातमी लागताच त्याला हे जाणवलं की, इंग्रज आता आपला अधिकार डावलून स्वत:ची मर्जी रेटायला पाहत आहेत. त्यांना वेळीच आवर घातला नाही, तर ते आपल्या छातीवर नाचायला कमी करणार नाहीत. म्हणून इंग्रजांना वेळीच आवर घालण्यासाठी त्यानं आपला नातू व उत्तराधिकारी असलेल्या शूर तरुणाला पाचारण केलं. त्या तरुणाचं नाव होतं, सिराज उद-दौला!

पूर्वीच्या मुघल बंगालची राजधानी असलेलं मुर्शिदाबाद शहर हे भागीरथी नदीवर वसलेलं होतं. कलकत्त्यापासून तीन दिवस बोटीचा प्रवास करून मुर्शिदाबादला पोहोचता येत असे. ढाक्यातील वीणकाम केंद्रासोबत, १७५६मध्ये मुर्शिदाबाद आणि कलकत्ता ही दोन्ही शहरं बंगालमधली दोन महत्त्वाची शहरं मानली जायची. खरं तर मुर्शिदाबाद कलकत्त्यापेक्षाही मोठं मानलं जायचं. काही अंदाजांनुसार मुर्शिदाबादची लोकसंख्या लंडनच्या आसपास होती. तर अशा या शहरामधून नवाब अलिवर्दी खान मुघल साम्राज्याचं एकेकाळचं सर्वांत धनाढ्य राज्य चालवत होते. अर्थात तोपर्यंत त्या राज्याची आर्थिक स्थिती अगदीच मोडकळीस आलेली होती. १७४०च्या दशकामध्ये मराठा सैन्यानं केलेल्या हल्ल्यांनंतर नवाबानं दिल्लीला महसूल देण्याचं जे थांबवलं ते कायमचंच.

अरब आणि अफ्शर तुर्कमन कुळातून जन्मलेल्या अलिवर्दी खानला १७४०मध्ये झालेल्या लष्करी हल्ल्यानंतर सत्ताधीश बनवलं गेलं होतं. सदर हल्ला बंगालच्या अर्थकारणाच्या नाड्या पकडलेल्या जगतसेठांनी घडवून आणला होता. बंगालमध्ये राजापेक्षाही वरचढ कुणी असेल, तर ते जगतसेठ होते; कारण 'ज्याच्या हाती तिजोरीची चावी, तोच चालवी दुनिया सारी' या उक्तीला अनुसरून व या पार्श्वभूमीवरून तेच बंगालचं राजकारण चालवत असत. कुणाला काढायचं, कुणाला सिंहासनावर ठेवायचं इत्यादी सगळे निर्णय हेच लोक घेत असत. तर १७४०च्या हल्ल्यानंतर जगतसेठांनी अलिवर्दी खान या सुसंस्कृत, लोकप्रिय, आणि शूर शासकाला सिंहासनावर बसवायचा निर्णय घेतला. त्यांचा निर्णय अतिशय चपखल होता. आपल्या उपजत हुशारी, शौर्य आणि लष्करी कार्यकुशलतेद्वारे अलिवर्दी खानला जे जमलं, तोपर्यंत ते कोणत्याच मुघल शासकाला जमलं नव्हतं ते साधता आलं. त्यानं मराठ्यांचे हल्ले परतवून लावण्याचा सपाटा लावला. कधी निव्वळ लष्करी

युक्त्यांद्वारे तर कधी-प्रसंगी छल-कपट करून त्यानं मराठ्यांना पाणी पाजलं. उदाहरणार्थ १७४४मध्ये अलिवर्दी खाननं भास्कर पंडित व त्याच्या अधिकाऱ्यांना वाटाघाटी करण्यासाठी आमंत्रित केलं आणि मग ज्या तंबूमध्ये वाटाघाटी करण्याचं ठरलं होतं, तिथं मुस्तफा खान या आपल्या अफगाण सेनापतीला पाठवून त्यानं संपूर्ण मराठा ताफ्याला नेस्तनाबूत केलं.

मुर्शिदाबादच्या दरबारामध्ये अलिवर्दी खाननं एक सशक्त शिया संस्कृती उभी केली. तसंच त्यानं आपल्या राज्यामध्ये राजकीय, आर्थिक आणि सामाजिक स्थैर्य आणलं, जे गेली कित्येक वर्षं मुघल प्रांतांमधून लुप्त झालेलं होतं आणि जे परत आणण्याची नितांत गरज होती. कित्येक प्रतिभाशाली शासक, सैनिक, गायक, नर्तक आणि कलाकार, शहाजहानाबादसारख्या हिंसक शहरांपासून स्थालांतरित होऊन मुर्शिदाबादमध्ये निवारा घ्यायला आले. परिणामी अलिवर्दी खानच्या राज्यामध्ये मुर्शिदाबाद हे एक अग्रेसर सांस्कृतिक केंद्र बनलं.[४७]

दिल्लीमधले नावाजलेले चित्रकार दीप चांद व निधा मल यांनी मुर्शिदाबादमध्ये या स्थलांतरित कलाकारांसाठी कार्यशाळा सुरू केली; ज्यामुळे त्या सगळ्या कलाकारांची एक विशिष्ट चित्रशैली तयार झाली. आपल्या सगळ्या चित्रांमध्ये कुठेतरी संथ वाहणाऱ्या गंगा नदीचं पात्र दाखवणारे ते चित्रकार लवकरच चोहीकडे नावाजले जाऊ लागले. मंदिर-मशिदींच्या छत्रछायेखाली नदीकाठी वसलेली टुमदार गावं, आंबा व कदंबाच्या वृक्षांनी नटलेले रस्ते, खांद्यावर नांगर घेऊन आनंदाने शेती करायला निघालेले शेतकरी, साधू-संतांसमोर भक्तिभावाने नतमस्तक झालेली प्रजा, पालखीतून जाणारे शाही पाहुणे आणि नौकेत बसून भागीरथी नदीतून खुशबाग येथील अप्रतिम सुंदर मुघल बगीचे बघायला जाणारी माणसं, असे रम्य देखावे दाखवणारी ती चित्रं लवकरच फार लोकप्रिय बनली.[४८]

मिनिएचर शैलीतल्या या चित्रांपैकी १७५५च्या सुमारास काढलेल्या चित्रामध्ये अलिवर्दी खानचा जावई शहमत जंग हा दिल्लीतल्या नावाजलेल्या घरंदाज संगीतकारांचा कार्यक्रम ऐकत असल्याचं दाखवलं गेलं आहे. 'कलावंत' म्हणून संबोधल्या जाणाऱ्या या कलाकारांना स्वत:च्या मनोरंजनासाठी आमंत्रित करणं, ही मानाची बाब मानली जात असे. त्यामुळे सदर चित्रावरून (ज्यामध्ये दिल्लीच्या चार अत्यंत नावाजलेल्या नर्तकीही चितारलेल्या दिसतात) शहमत जंगच्या रुबाबाची कल्पना येते.[४९]

दिल्लीमधून मुर्शिदाबादला स्थलांतरित झालेल्या हजारो लोकांपैकी अलिवर्दी खानचा चुलत भाऊ आणि भविष्यात अतिशय नावाजलेला इतिहासकार गुलाम हुसेन खानचाही समावेश होता. गुलामसाठी अलिवर्दी खान म्हणजे एक आदर्श होता. अठराव्या शतकातल्या भारताबद्दल लिहिलेल्या 'सेइर मुताखेरिन' या ऐतिहासिक

ग्रंथामध्ये अलिवर्दी खानबद्दल लिहिताना गुलाम हुसेनचं कलम थकत नाही. मांजरींबद्दल विशेष प्रेम असलेल्या अलिवर्दी खानला उत्तमोत्तम पदार्थ चाखायला आवडत असत. त्याच्यासाठी संध्याकाळ म्हणजे उत्कृष्ट पदार्थ, पुस्तकं आणि गप्पांमध्ये व्यतीत करण्याची वेळ असे. 'अलिवर्दी खानला आपल्या राज्यातल्या शेतकऱ्यांना आणि गोरगरिबांना सांभाळून ठेवण्याची इतकी तळमळ असे की, त्यांना कदाचित आपल्या आईवडिलांच्या कुशीतही कधी इतकं सुरक्षित वाटलं नसेल.

> आपल्या राज्यात नेहमी सुख,शांती आणि समृद्धी नांदावी याकडे अलिवर्दी खानचा कटाक्ष असे. त्यांना अनेक कलांची उत्तम जाण होती, आणि म्हणून एखाद्या चांगल्या कलाकाराची योग्य कदर न होता तो अलिवर्दी खानच्या दरबारातून परत गेला आहे, असं कधी झालं नाही. त्यांना गप्पा मारण्याची खूप आवड होती. त्यांच्याकडे तितकंच संभाषणकौशल्यही होतं. तल्लख बुद्धिमत्ता आणि अंगी असलेलं जबरदस्त शौर्य या दोहोंच्या संगमामुळे अलिवर्दी खान हे फार परिपूर्ण शासक ठरले.
>
> ते धूम्रपान करत नसत; पण त्यांना कॉफी पिण्याची (आणि इतरांना पाजायची) खूप आवड होती. काम संपल्यावर तासभर गप्पा मारत एखादी चांगली गोष्ट ऐकत किंवा चांगल्या कवितांचा आस्वाद घेत वेळ घालवायला त्यांना खूप आवडत असे. जगातले उत्तमोत्तम पदार्थ चाखण्याची आवड असलेल्या अलिवर्दी खानच्या मुदपाकखान्यात अनेकदा पर्शिया किंवा तत्सम दूरदेशावरून आलेल्या कुशल आचाऱ्यांची हजेरी लागत असे. त्यांनी बनवलेल्या पदार्थांची पाककृती काय आहे, हे समजून घेण्यातही अलिवर्दींना खूप रस असे.
>
> कधी ते निरनिराळे मसाले, मांस, भाज्या इत्यादी सामग्री मागवून घेऊन आपल्या आचाऱ्यांना स्वत:कडे नोंदवलेली पाककृती बनवून बघायला लावत. जेवण झाल्यानंतर ते नेहमी एक वामकुक्षी घेत; त्यांना झोप येईपर्यंत दरबारातले कथाकार त्यांना सुरस कथा सांगत बसत.[५०]

'या रसग्राही शासकाला ज्या अनेक गोष्टींचा छंद होता, त्यात एक खास छंद होता तो म्हणजे शुभ्र पर्शियन मांजरींचा. कापसाच्या गोळ्यासारख्या दिसणाऱ्या या लुसलुशीत शरीराच्या मांजरी म्हणजे अलिवर्दी खानच्या विशेष आवडीच्या होय. त्यामुळे त्यांच्याकडून कुठल्याशा महत्त्वाच्या कामासाठी परवानगी घ्यायची झाल्यास, फ्रेंच व इंग्रज अधिकारी न चुकता त्यांच्यासाठी एखादी सुंदर पर्शियन मांजर भेट म्हणून घेऊन जात असत. काही प्रसंगी[५१]अलिवर्दींनी युरोपीय कंपन्यांना मराठा

आक्रमणाविरुद्ध बंगालचं रक्षण करण्यासाठी आर्थिक मदत करायचे हुकूम दिले होते. सदर कंपन्यांनी जराशा नाराजीनेच ते हुकूम पाळले होते; पण त्यामुळे अलिवर्दींच्या राज्यात शांती आणि समृद्धी नांदत आहे आणि आपल्यालाही व्यवस्थित उद्योग चालवता येत आहे, याबाबत त्यांचं एकमत होतं. दुसऱ्या बाजूला चाणाक्ष अलिवर्दींना या गोष्टीची पुरेपूर जाणीव होती की,उद्योग-व्यापार फोफावला की कुठल्याही राज्याचं भलं होतं. त्यामुळे ते एक शासक म्हणून हरप्रकारच्या उद्योग-व्यापाराला सक्रिय हातभार लावत असत.[५२]

एके प्रसंगी अलिवर्दी खानने आपले ज्येष्ठ सेनापती असलेल्या मीर जाफर खानला समजावलं, 'युरोपियन म्हणजे पोळ्यात राहणाऱ्या मधमाश्यांसारखे आहेत. ते निर्माण करत असलेल्या मधामुळे आपला फायदाच होणार आहे; पण त्यांना जर डिवचलं गेलं, तर ते तुम्हाला जीवे मारल्याशिवाय राहणार नाहीत!'[५३] इंग्रजांबद्दल उघडपणे असं मत बाळगणाऱ्या अलिवर्दी खाननं आपल्या लष्करी प्रमुखांना वेळोवेळी इंग्रजांना उगाच डिवचण्यापासून वंचित केलं. 'इंग्रजांनी माझं असं काय घोडं मारलं आहे की, मी त्यांच्यामागे हात धुऊन लागावं?' असा त्यांचा स्पष्ट प्रश्न असे. इंग्रजांबाबत दुराग्रही भूमिका घेणाऱ्या आपल्या एका हेकेखोर अफगाण अधिकाऱ्याला अलिवर्दी खानने समजावलं, 'समोरच्या पठारावर उगवलेल्या हिरवळीकडे बघ. जर तू तिथं आग लावलीस तर काय होईल? ती फक्त पसरत जाईल आणि वाटेत येईल त्या सगळ्याचा नाश करत जाईल आणि मग या सगळ्याचा शेवट व्हायचा कधी आणि कुठे? आणि जेव्हा कधी तो शेवट होईल, तेव्हा तोपर्यंत झालेल्या प्रचंड नुकसानीची जबाबदारी घ्यायची तरी कोणी? माझं ऐक इतका दुराग्रही दृष्टिकोन ठेवू नकोस. त्यातून केवळ वाईटच निपजणार आहे, बाकी काही नाही.'[५४]

भविष्यकाळामध्ये अलिवर्दी खानच्या हुकूमतीची शेवटची वर्षं ही बंगालसाठी खऱ्या अर्थानं 'सोनेरी काळ' असल्याचा दावा आजही कित्येक बंगाली लोक करतात. १७२०पासूनच्या काळात बंगालच्या तिजोरीत भरलेला महसूल तब्बल ४० टक्क्यांनी वाढला होता. मुर्शिदाबादजवळच्या एका बाजारपेठेतूनच वर्षाकाठी ६,५०,००० टन तांदूळ येत होता![५५] जगभरातल्या बाजारपेठांमध्ये बंगालच्या बाजारातून निर्यात केली जाणारी साखर, अफू, नीळ आणि कापड यांना तुफान मागणी मिळत होती. भरीस भर म्हणजे मराठ्यांचा पडाव केल्यानंतर कित्येक वर्षांनी त्या प्रांतात शांती नांदू लागली होती. १७५३मध्ये एका इंग्रज माणसानं नमूद केल्यानुसार 'बंगालमध्ये इतकं सुरक्षित वातावरण निर्माण झालं होतं की, व्यापारी केवळ एखाद-दुसऱ्या शिपायासमवेत सोन्या-चांदीच्या विटांची ने-आण करू शकत.'[५६]

गुलाम हुसेन खान आणि इतर काही दरबाऱ्यांच्या मते,या सगळ्या सुखी समाधानी चित्रावर एक काळा ढग काजळी धरू पाहत होता. तो म्हणजे, सिराज उद्दौला.

त्या काळाबद्दल लेखन करणाऱ्या कुठल्याही धर्म-जातीच्या इतिहासकारानं सिराजबद्दल चांगला शब्द काढल्याची नोंद उपलब्ध नाही-मग तो बंगाली असो, वा पर्शियन, फ्रेंच, मुघल, डच किंवा इंग्रज!

सिराजबद्दल जीन लॉनं केलेल्या लेखनानुसार :

'त्यावेळी जेमतेम २४-२५ वर्षांचा असलेल्या या मध्यम बांध्याच्या तरुणाला सगळ्या प्रकारचे वाईट नाद होते. त्यात क्रौर्य तर त्याच्या नसानसांत भिनलं होतं. त्या काळच्या कुलीन हिंदू स्त्रिया गंगा नदीच्या पात्रामध्ये अंघोळीला जात असत. सिराजनं आपल्या काही गुंडांना गंगेच्या किनाऱ्यावर ठिकठिकाणी पेरून ठेवलं होतं. कुणी सुंदर स्त्री दिसली की, ते गुंड लगेच आपली लहानशी नौका काढून पाण्यातूनच त्या स्त्रीला उचलून नेत! कित्येक प्रसंगी गंगेच्या पात्राला पूर आला आणि एखादी नौका त्यात अडकली असली, तर सिराज मुद्दाम आपली नौका त्या पाण्यात घालून दुसऱ्या नौकेला धडका देत. त्यामुळे आत बसलेले लोक प्रचंड घाबरून जात किंवा त्यांची नौका तुटून ते पाण्यात गटांगळ्या खाऊ लागत. पाण्यात बुडताना हतबल आक्रोश करणारी लहान मुलं, स्त्रिया व पुरुष पाहून सिराजला फार आनंद होत असे!

एखाद्या उमरावाला किंवा मंत्र्याला शिक्षा द्यायची असेल तर सिराज ते काम स्वत:कडे मागून घेत असे. मरणाऱ्या माणसाच्या किंकाळ्या असह्य होणारे अलिवर्दी खान अशा वेळी आपल्या महालाबाहेर जाऊन एखाद्याच्या घरात किंवा बगीच्यात जाऊन बसत. सिराजच्या नावानं लोकांना घाम फुटत असे. क्रूरपणाबद्दल त्याची ख्याती इतकी वाईट होती, की त्याला लोकांच्या मनात कधी मानाचं स्थान मिळवता आलं नाही. अलिवर्दी खानचा वरदहस्त डोक्यावर असूनही सिराज उद्दौला कधीच चांगला शासक बनू शकला नाही. लोकांमध्ये स्वत:बद्दल प्रचंड भय निर्माण करून त्यांना आपले हुकूम पाळायला लावणं, अशी राज्यपद्धती बाळगणारा सिराज स्वत: मात्र अत्यंत भित्रा माणूस होता!

सिराज स्वभावानं आततायी होता; पण त्याच्यात धिटाईचा अभाव होता. तो तितकाच हट्टी आणि दुराग्रही होता. अनेकदा एखाद्या क्षुल्लक गोष्टीवरून त्याचा राग इतका पराकोटीनं वाढायचा की, सांगता सोय नाही! मग त्या

रागाच्या भरात तो कुठले टोकाचे निर्णय घेईल, याची कुणाला कल्पना करता येत नसे. मूळत: घाबरट स्वभावाचा, डोक्यानं कावेबाज आणि कुणावरही विश्वास न ठेवू शकणाऱ्या वृत्तीचा हा माणूस, कधीही आपल्या दिल्या शब्दाला जागत नसे. लहानपणापासून राजा बनवला जाण्याची स्वप्नं दाखवलेल्या सिराज सिराज उद्दौला ना आपलं शिक्षण पूर्ण करण्याची गरज वाटली आणि ना स्वत:चे दुर्गुण दुरुस्त करण्याची चाड![५७]

सिराज उद्दौलाचं भीषण व्यक्तिचित्र रंगवणारे अनेक होऊन गेले; पण त्यात अग्रेसर कुणी असेल तर तो त्याचा चुलत भाऊ, इतिहासकार गुलाम हुसेन खान. सिराजचा पगारी कर्मचारी असलेल्या गुलाम हुसेन खाननं आपल्या लेखनामध्ये लैंगिक दुर्वर्तनाचा कळस करणाऱ्या (आणि त्याच्या लेखी, मानसिक संतुलन बिघडलेल्या) आपल्या या भावावर कडाडून टीका केली होती.

'सिराज उद्दौलाचं व्यक्तिमत्त्व म्हणजे अज्ञान आणि नीतिभ्रष्टतेचं ठळक प्रतीक होय. त्याच्या अश्लील भाषेमुळे आणि वर्तनातल्या सहज क्रौर्यामुळे सिराजच्या अधिकाऱ्यांच्या मनात त्याच्याबद्दल मोठी अढी निर्माण झाली होती. कोणताही पुरुष किंवा स्त्री सिराजच्या लैंगिक वासनेपासून सुरक्षित नव्हती. ज्या व्यक्तीला तो लैंगिकरीत्या भक्षण करू शकत नव्हता, तिला त्याच्या पराकोटीच्या संतापाची किंवा क्रौर्याची (किंवा दोन्हींची) झळ झेलावी लागत असे. अलिवर्दी खानच्या काळापासून राज्यसेवेमध्ये असलेल्या ज्येष्ठ अधिकारी वा सेनापतींचा अत्यंत अश्लील शब्दांमध्ये पाणउतारा करताना सिराजची जीभ कचरत नसे. एकेकाळी आपल्याला ज्या दरबारात इतका मान-सन्मान मिळाला, तिथं कुणीतरी कालचा पोरगा येऊन आपला वाटेल तसा अपमान करतो हे पाहून, ती ज्येष्ठ माणसं इतकी बिथरून जात, की सिराजला आपली चूक जाणवून द्यायच्या भानगडीत न पडता, ते त्याच्या हुकूमतीचा अंत कधी होईल याकडे डोळे लावून बसत. अर्थात, यापैकी कुणी जर सिराजला सल्ले द्यायचा प्रयत्न केला असता, तर त्याचा परिणाम काय झाला असता हे त्यांना व्यवस्थित ठाऊक होतं. स्वत:ला इतर सगळ्यांपेक्षा श्रेष्ठ समजणारा सिराज कधीच कुणाचा सल्ला मागत नसे, आणि घेत नसे.

खरंतर सिराज अतिशय अज्ञानी मनुष्य होता. जगात काय चाललं आहे यात तो कधी रस घेत नसल्याकारणानं, काळाची पावलं ओळखून निर्णय घेण्याची कुशलता त्याच्या अंगी कधी बाणवली गेलीच नाही.

समंजसपणे, तर्कशुद्ध पद्धतीनं राज्यकारभार चालवण्याऐवजी, तो आपल्या तारुण्याच्या आणि हातात सहजपणे मिळालेल्या सत्तेच्या नशेत ज्या बेधुंदपणे शासन करायचा, त्यामुळे लवकरच त्याला चांगलं-वाईट, योग्य-अयोग्य यामधला फरक कळेनासा झाला. कालांतरानं सिराजचा अविवेक इतका पराकोटीचा गेला, की ऐन मोहिमेच्या मधोमध तो आपल्या सगळ्यात ज्येष्ठ आणि अनुभवी सेनापतींना अत्यंत अपमानास्पद वागणूक देऊन इतकं दु:खी करून टाकत असे, की पुन्हा ती माणसं कधी त्याच्याबद्दल चांगला शब्द उच्चारताना दिसली नाहीत. सिराजचं एकूण व्यक्तिमत्त्व इतकं घृणास्पद होतं, की त्याला एकदा भेटलेला माणूस, 'देवा, ही भेट शेवटची असून दे रे बाबा!' अशीच प्रार्थना करत असे.'[५८]

आपल्या उन्मत्त आणि उद्धट स्वभावाला अनुसरून सिराजनं अनेक चुका केल्या; पण त्याची सगळ्यात मोठी चूक ठरली ती जगतसेठांचं मन दुखावणं. जगतसेठांच्या प्रभावामुळेच मुळात अलिवर्दी खानला सिंहासन मिळालं होतं, आणि ज्या कुणाला बंगालमध्ये आपलं प्रस्थ वाढवायचं असे, ते न चुकता जगतसेठांच्या मर्जीमध्ये राहण्याचा अतोनात प्रयत्न करत. पण सिराजनं मात्र उलटच केलं! त्या काळी 'जगतसेठ' हा किताब ल्यायलेल्या महताब राय आणि त्याचा चुलत भाऊ स्वरूपचंद (ज्याला अलिवर्दी खाननं 'महाराज' हा किताब बहाल केला होता), या दोघांच्या तो पार वाकड्यात शिरला. सिराजला आपल्या शासनाच्या सुरुवातीच्या काळात पुर्नियामधल्या आपल्या एका चुलत भावावर हल्ला करण्यासाठी, स्वत:चं लष्कर बलशाली करण्याची इच्छा होती. त्यासाठी त्यानं जगतसेठांना रु. ३०,०००,००० देऊ करण्याची मागणी केली. त्यानं मागितलेली रक्कम इतकी विचित्ररीत्या अवाढव्य होती, की महताब रायनं त्याला तोंडावर नकार दिला. संतापलेल्या सिराजनं महताब रायच्या तोंडात मारली![५९] गुलाम हुसेन खानच्या म्हणण्यानुसार, 'खरं सांगायचं, तर सिराज महताब रायला नेहमीच पाण्यात पाहत आला होता. यामागचं कारण कधी स्पष्ट झालं नाही, पण काही प्रसंगी त्यानं महताब रायला, त्याचा सुंता करण्याची धमकी देण्याचाही प्रमाद केला होता. अखेरच्या प्रसंगामुळे तर सिराज जगतसेठ समूहाच्या आणि विशेषत: महताब रायच्या नजरेतून पुरता उतरला.[६०] ही चूक त्याला फार महागात पडली.'

आश्चर्याची गोष्ट म्हणजे सिराजमध्ये इतके अवगुण असूनही, तो आपल्या आजोबांचा नेहमी फार लाडका राहिला. अलिवर्दी खानला स्वत:चा मुलगा नव्हता. त्याला केवळ तीन मुली होत्या; आणि सिराजच्या मोठ्या भावाचा कांजिण्यांमुळे मृत्यू झाल्यापासून, अलिवर्दी खाननं आपल्या सगळ्या आशा-आकांक्षा सिराजवर

स्थिर केल्या होत्या. खरंतर, दोन्ही पुरुषांच्या व्यक्तिमत्त्वात जमीन-आस्मानाचा फरक होता. अलिवर्दी अतिशय रसग्राही, संयमी आणि विचारी शासक होता, तर सिराजच्या दुराग्रही आणि अज्ञानी वृत्तीला सीमा नव्हती. पण तरीही, अलिवर्दींचं सिराजविषयी असलेलं प्रेम कधीही कमी झालं नाही; किंबहुना गुलाम हुसेन खाननं नमूद केल्यानुसार, १७५०मध्ये जेव्हा सिराजनं खुद्द आपल्या आजोबांवर बंड पुकारून पाटणा शहर ताब्यात घेतलं, तेव्हाही अलिवर्दी खाननं त्याला 'लहान मुलाच्या वेडेपणा'चं नाव देऊन माफ करून टाकलं होतं. वर त्यांनी सिराजला पत्र लिहून अशी विनंती केली होती, की झालं-गेलं विसरून जाऊन त्यानं आपल्या या वृद्ध आजोबांची भेट घ्यायला यावं. उतारवयामध्ये आपल्या लाडक्या नातवाशी फारकत होणं त्यांना सहन होण्यासारखं नव्हतं![६१]

काही काळापुरती जनतेच्या मनात अशी आशा जागृत झाली होती, की अलिवर्दी खान सारासार विचार करून नवाजिश खान या आपल्या उदार मनाच्या आणि लोकप्रिय जावयाला स्वतःचा उत्तराधिकारी नेमतील. नवाजिश खानचा विवाह घसिटी बेगम या अलिवर्दी खानच्या ज्येष्ठ मुलीशी झालेला होता. मात्र लोकांच्या आशांवर पाणी फिरवत, १७५४मध्ये अलिवर्दी खाननं सिराज उद्दौला औपचारिकरीत्या आपला उत्तराधिकारी नेमून टाकला.

१७५५पर्यंत सदर निर्णयाची झळ अधिक प्रखरपणे जाणवू लागली; कारण तोपर्यंत ८० वर्षांचे नवाब अलिवर्दी खान जलोदरानं ग्रस्त झाले होते आणि त्यांचा अंत आता जवळ होता. ईस्ट इंडिया कंपनीच्या अधिकाऱ्यांना दिवसेंदिवस चिंता सतावू लागली, कारण त्यांनी गेले कैक वर्षं सिराजला डावलून नवाजिश खानशी सलोखा वाढवला होता. आता कोणत्याही क्षणी सिंहासनावर येऊ घातलेल्या सिराजला, नवाजिश आणि त्याची पत्नी घसिटी बेगमबद्दल किती द्वेष होता हे ठाऊक असलेल्या इंग्रजांच्या तोंडचं पाणी पळालं होतं. फ्रेंच लोकांनी मात्र याच्या अगदी उलट खेळी केली होती; त्यामुळे, जीन लॉला आशा होती, की अलिवर्दी खान निवर्तल्यावर, सिराजकडून फ्रेंच लोकांना खूप फायदा होईल. इंग्रज मात्र आपल्या या संकल्पनेला धरून राहिले होते, की जनतेच्या मनात अत्यंत अप्रिय असलेला सिराज कधीच सुभेदार होऊ शकणार नाही.

> 'म्हणूनच, इंग्रजांनी कधी सिराजसमोर मैत्रीचा हात पुढे करण्याची किंवा त्याची मदत मागण्याची तसदी घेतली नव्हती; किंबहुना त्यांनी शक्य तितकं त्याच्याशी संपर्क करण्याचं टाळलं होतं. कित्येकदा, इंग्रजांनी सिराजला आपल्या कासिमबाजारमधील कारखान्यांमध्ये किंवा आपल्या उच्चाधिकाऱ्यांच्या घरामध्ये प्रवेश करण्याची परवानगी नाकारली होती.

त्यामागचं कारणही तसंच सबळ होतं. अविवेकी आणि पुंडाई करण्यात तरबेज असलेल्या सिराजला, कुणाच्याही घरात आवडलेली वस्तू उचलून नेण्याची (आणि ती त्याला न मिळाल्यास, तोडून टाकायची) हीन सवय होती. इंग्रजांनी आपल्याला दिलेली ही वागणूक, सिराजच्या डोक्यात घोर अपमान म्हणून कोरली गेली होती; आणि अपमान विसरेल तर तो सिराज उद्दौला कसला?! अलिवर्दी खानचा मृत्यू होण्यापूर्वीच सिराजनं इंग्रजांवर खार खाल्ला होता.

दुसरीकडे त्यानं फ्रेंचांविषयी उघडपणे पक्षपातीपणा सुरू केला. धूर्त वृत्तीच्या फ्रेंच लोकांना सिराजची मर्जी राखण्यात स्वत:चा किती मोठा फायदा आहे, हे वेगळं सांगायची गरज नव्हती. ते त्याला वेळोवेळी आपल्या कारखान्यांमध्ये सादर आमंत्रित करून, त्याच्या मागेपुढे गोंडा घोळत बसायचे. वर, ते सिराजवर एकाहून एक सुंदर भेटवस्तूंचा वर्षाव करत राहिले. त्यामुळे अर्थात, सिराज आणि फ्रेंच लोकांचे संबंध भक्कम होत गेले.[६२]

मार्च १७५६मध्ये, अलिवर्दी खानची तब्येत पार ढासळून गेली. पक्षाघाताच्या झटक्यामुळे त्यांचं अर्ध शरीर लुळं पडलं. त्याच सुमाराला अलिवर्दीच्या हातात एक अहवाल पडला; ज्यामध्ये इंग्रजांनी पाच वर्षांपूर्वी कर्नाटक युद्धावेळी कसं वर्तन केलं होतं, याची सखोल माहिती होती. मुघल नवाबांच्या हुकूमांनुसार वागण्याऐवजी, इंग्रज स्वत: कळसूत्री बाहुल्यांचा खेळ मांडल्यागत राजकारण कसे खेळले होते, याबद्दलची सगळी माहिती त्या अहवालामध्ये होती. या माहितीचा अलिवर्दी खानच्या मनावर मोठा परिणाम झाला. गुलाम हुसेन खाननं नमूद केल्यानुसार, 'अलिवर्दी खानला या गोष्टीची पूर्ण जाणीव होती, की सिराज उद्दौलामध्ये त्यांच्यातल्या संयम आणि विचारीपणाचा अभाव होता. त्यांना हेही माहीत होतं, की सिराज कुठल्या प्रकारे राज्यकारभार सांभाळणार आहे, लष्करी अधिकाऱ्यांशी त्याचं नातं किती नाजूक बनलेलं आहे आणि कलकत्त्यातील इंग्रज लोकांशी त्याचे संबंध किती ताणलेले आहेत. अलिवर्दी खान हे उघडपणे बोलून दाखवत असत, की त्यांच्या मृत्यूनंतर भारताचा कानाकोपरा काबीज करण्यात इंग्रज क्षणाचाही विलंब करणार नाहीत.'[६३]

म्हणूनच मग, काही काळानतंर जेव्हा ईस्ट इंडिया कंपनीनं नवाबाच्या परवानगीशिवाय चालवलेल्या डागडुजीच्या आणि काही ठिकाणी कलकत्त्याभोवती उभारलेल्या भिंतींच्या पुनर्बांधणीच्या बातम्या येऊ लागल्या, तेव्हा अलिवर्दीनं सिराजला बोलावून घेतलं आणि फ्रेंच व इंग्रज दोघांनाही कडक शब्दात तंबी

देऊन, तत्काळ सगळी कामं बंद करण्याचा हुकूम फर्मावला. हुकूमाच्या पत्राला फ्रेंच अधिकाऱ्यांनी मुत्सद्दी उत्तर पाठवलं आणि मग, चंदरनगरमधल्या मुघल अधिकाऱ्यांना लाच चारून, स्वत:चं कमीत कमी नुकसान करवून, त्यांनी बांधलेल्या भिंती तोडून घेतल्या. मात्र खरंतर इंग्रजांनी केलेलं बांधकाम तुलनेनं बरंच कमी असूनही, राज्यपाल ड्रेकनं सिराजच्या पत्राला पाठवलेलं उत्तर अपमानास्पद ठरवण्यात आलं. आपल्या प्रजेचा सांभाळ करायला नवाब सक्षम नाहीत आणि कर्नाटकमध्ये धुमाकूळ घालून आता इंग्रज आपली फ्रेंच लोकांसोबतची लढाई बंगालमध्ये आणू पाहत आहेत, अशी काहीशी चित्रं ड्रेकच्या पत्रामधून प्रतीत होत होती.

सिराजनं केलेल्या मागण्या आपण पूर्ण करणं अशक्य आहे, असं स्पष्टपणे सांगत ड्रेकनं आपल्या उत्तरात लिहिलं होतं :

> 'मागचं एक शतक, आम्ही नवाबांच्या अधिपत्याखाली भारतात उत्तम व्यापार करत आलेलो आहोत. आम्हाला प्रोत्साहन आणि संरक्षण देणाऱ्या कित्येक राज्यपालांशी आमचे सलोख्याचे संबंध आहेत. त्यांनी आम्हाला वेळोवेळी केलेले निर्देशही आम्ही व्यवस्थित पाळत आलेलो आहोत. आता मात्र असं दिसत आहे, की आमच्या कुणी हितशत्रूनं नवाब अलिवर्दी खान साहेबांचे आमच्या विरोधात कान भरले आहेत. आम्ही असं कोणतंच नवं बांधकाम करत नाही आहोत. नवाबसाहेबांना हे माहितीच आहे, की फ्रेंचांनी मद्रासवर ताबा मिळवल्यावर आमच्या कंपनीचं अतिशय नुकसान झालेलं आहे. आता पुन्हा तसं नुकसान झेलण्याची आमची ताकद नसल्याकारणानं, आम्ही केवळ त्या भिंतीची डागडुजी करत आहोत; ज्या नदीकाठी आहेत आणि कोसळण्याची भीती आहे. पण आम्ही त्यांच्या परवानगीशिवाय एकही नवं बांधकाम करत नाही आहोत, याबद्दल खात्री असावी.'[६४]

ड्रेकच्या या उत्तरावर, अलिवर्दीनं पुन्हा शांततेचा मार्ग अवलंबत, नारायण सिंग या त्याच्या अधिकाऱ्याला ड्रेककडे पाठवून इंग्रजांचं भारतामध्ये (विशेषत: मुघल साम्राज्यामध्ये) व्यापारी म्हणून मानाचं स्थान असलं, तरी त्यांना भारताच्या राजकीय कारभारात पडू नये; त्यांनी भारतीय सत्ताधीशांच्या शिस्तीचं नीट पालन करावं; आणि तसं न केल्यास त्यांच्यावर कडक कारवाई करण्यात येईल, हे सगळं नीट समजावून सांगितलं.

आपल्या आयुष्याच्या शेवटच्या दिवसांमध्ये अलिवर्दी खानचा बराचसा वेळ कोंबड्यांची झुंज पाहण्यात आणि सिराजला मुत्सद्दीपणाचं महत्त्व समजावून देण्यात

जात असे. 'राज्याची भरभराट ही एकात्मता आणि परस्पर सहकार्यावर अवलंबून असते; वितुष्ट आणि विरोधामुळे केवळ विनाश ओढवतो. तुला जर दीर्घकाळ आपल्या प्रजेकडून आणि मित्रांकडून संमती आणि आज्ञापालन मिळवायचं असेल, तर मी सांगतो तसं कर. सगळीकडे भडक डोक्यानं काम घेऊन चालत नाही; अन्यथा तू जोपर्यंत सशक्त आहेस, तोपर्यंत लोक तुझं ऐकतील, पण एकदा का तुझं बळ कमी झालं किंवा तुझ्या हातची सत्ता गेली, की मग तू दुखावलेली माणसं तुझे लचके तोडायला कमी करणार नाहीत. त्याहीपेक्षा महत्त्वाची गोष्ट म्हणजे, वाद आणि वितुष्टानं राज्यात अशांती आणि अस्थिरता माजेल आणि तसं झाल्यास, तिथं फक्त दु:ख आणि पश्चात्तापाचा प्रादुर्भाव होईल.'[६५]

९ एप्रिल १७५६ रोजी पहाटे ५ वाजता अलिवर्दी खान यांना देवाज्ञा झाली. त्यांना 'खुशबाग'मध्ये आपल्या आईच्या थडग्याशेजारी पुरलं गेलं. त्याच संध्याकाळी, सिराज उद्दौलानं त्याची मावशी असलेल्या घसिटी बेगमच्या महालावर हल्ला चढवला. तिच्या सगळ्या कर्मचाऱ्यांना मारून टाकलं आणि तिच्याकडचे सगळे दागिने आणि पैसाआडका आपल्या ताब्यात घेतला!

त्याच्या पुढच्या महिन्यात, २२ मे रोजी सिराज ५०० हत्ती व हजारो सैनिकांचा ताफा घेऊन, पुर्नियामधल्या आपल्या चुलत भावाला भिडण्यासाठी निघाला. स्वत:च्या सत्तेला या चुलत भावापासून धोका आहे, असं डोक्यात घेतलेला सिराज पुर्नियाकडे जात असताना, वाटेत त्याला नारायण सिंग भेटले. कलकत्त्याहून अतिशय अपमानित होऊन बाहेर फेकल्या गेलेल्या सिंगनं सिराजकडे तक्रार केली, की त्यांना कोणत्याही पूर्वकल्पनेशिवाय आणि राज्यपाल ड्रेकशी बोलण्याची संधीही न देता कलकत्त्यामधून हद्दपार केलं गेलं होतं. 'स्वत:ची ढुंगणं धड धुवायला न शिकलेले हे कालचे व्यापारी आज आपल्याच देशात बसून इथल्या राजाच्या उच्चाधिकाऱ्याशी असं वर्तन करू लागल्यावर आपला काय मान राहिला, सांगा बरं?'

नारायण सिंगचा हा शेरा ऐकून, सिराजच्या तळपायाची आग मस्तकात गेली! त्यानं तत्काळ आपला काफिला मागे वळवण्याचा हुकूम दिला आणि एका रात्रीत इंग्रजांच्या 'कासिमबाजार'च्या कारखान्यामागे येऊन उभा राहिला![६६]

अचानक येऊन ठेपलेलं संकट पाहून इंग्रज गडबडले. त्यांनी कारखान्याचे दरवाजे बंद करून घेतले आणि सिराजच्या लष्करावर तोफा डागू लागले; पण मुघल सैन्य काही मागे हटण्याची चिन्हं दिसेना. पाहता-पाहता त्यांनी कारखान्याला घेराव घातला. पहिल्या दिवशी फक्त ३०० मुघल घोडेस्वार येऊन ठाकले होते, पण प्रत्येक दिवसागणिक त्यांच्या संख्येमध्ये भर पडू लागली होती. आपल्याकडे मर्यादित शस्त्रास्त्रांनी आपण मुघलांसमोर किती काळ तग धरू शकू, याबद्दलचा इंग्रजांचा आत्मविश्वास आटत चालला होता. पण शरणागती पत्करायची तर

स्वाभिमान आड येत होता! मात्र ३ जून रोजी जेव्हा खुद्द सिराज उद्दौला ३०हजार सैनिकांची फौज घेऊन 'कासिमबाजार'ला येऊन उभा राहिला, तेव्हा इंग्रजांच्या लक्षात आलं, की आपल्या २०० सैनिकांचा खात्मा करायला सिराजला वीस मिनिटंही लागणार नाहीत![६७] अखेर कारखान्याचा मुख्य अधिकारी असलेल्या विल्यम वॉट्सनं, बंगालमध्ये असलेल्या आपल्या अनेक मित्रांचा सल्ला घेऊन नवाबासमोर शरणागती पत्करणं, हीच सदर स्थितीत सगळ्यात समंजस गोष्ट असल्याचं मान्य केलं. मनगटांना हातरुमाल बांधून नवाबासमोर दाखल झालेल्या वॉट्सनं आपल्या कृतिद्वारे हे कबूल केलं, की तो सिराजचा गुन्हेगार, बंदिवान आणि गुलाम होता.[६८] पण केवळ असल्या समर्पक कृतीवर समाधान मानेल तर तो सिराज कसला? त्यानं वॉट्सला आपल्या पायावर डोकं घासून त्याच्याकडून वदवून घेतलं : 'तोमार गुलाम, तोमार गुलाम' (मी तुमचा गुलाम आहे, मी तुमचा गुलाम आहे).

> 'कारखान्याचे दरवाजे उघडताक्षणी, शत्रूनं आत मुसंडी मारली आणि कोठारांच्या किल्ल्यांची मागणी केली. आतमध्ये ठेवलेल्या शस्त्रं व दारूगोळ्यांवर त्यांनी झडप घातली. ज्या कुणी त्यांना विरोध करण्याचा प्रयत्न केला, त्यांना अत्यंत हीनपणे अपमानित करून त्यांचे नाक, कान कापण्याच्या किंवा चाबकाचे फटके मारायच्या धमक्या दिल्या गेल्या. शेवटी, सिराजनं सर्व युरोपियनांना कारखान्याबाहेर उभं करून आपल्या शिपायांना त्यांना अटक करायचा हुकूम सोडला. सगळ्या बंदिवानांना मुर्शिदाबादच्या तुरुंगामध्ये नेण्यात आलं. काहींच्या हातापायांत तर लोखंडाच्या साखळ्या बांधून नेण्यात आलं.'[६९]

त्या बंदिवानांपैकी एक २४-वर्षांचा तरुण मजूर होता; ज्याचं नाव होतं वॉरन हेस्टिंग्स.

कैद केलेल्या शिबंदीचा प्रमुख लेफ्टनन्ट ईलियटला आपला व आपल्या माणसांचा झालेला हा अपमानास्पद पराभव आणि कैद असह्य झाली. त्यानं बंदुकीनं स्वत:चं डोकं उडवून आत्महत्या केली.[७०]

२८ मे रोजी ही मोहीम सुरू असताना सिराज उद्दौलानं एका अर्मेनियन मध्यस्थाला ड्रेककडे कलकत्त्याला धाडलं होतं. इंग्रजांना एक अखेरची संधी देण्याच्या दृष्टीनं त्यानं मध्यस्थाकरवी ड्रेककडे काही मागण्या लिहून पाठवल्या होत्या. 'इंग्रजांना जर आमच्या देशात राहायचं असेल, तर आम्ही त्यांनी बांधलेले सर्व किल्ले पाडून टाकू, त्यांनी खणलेले सगळे खंदक बुजवून टाकू आणि त्यांना आमच्याशी

त्याच अटींनुसार व्यापार करावा लागेल, ज्या नवाब मुर्शिद कुली खानच्या वेळी लागू होत्या. यापैकी कुठली अट इंग्रजांना मान्य नसेल, तर मी त्यांना आमच्या देशातून हाकलून लावायला मागेपुढे पाहणार नाही.'[७१] वास्तविक सिराजला इंग्रजांनी तसंच विनम्रपणे कारभार करायला हवा होता; जसे अर्मेनियन लोक इतकी वर्षं करत आले होते. त्याला इंग्रजांनी देशाच्या राजकारणात लक्ष न घालता केवळ आपल्या उद्योग-व्यापाराकडे लक्ष देऊन आणि आपल्या संरक्षणासाठी स्वत: बांधकाम करण्याचा आगाऊपणा न करता मुघलांवर अवलंबून राहायला हवं होतं.

ड्रेकनं या पत्राचं उत्तर देण्याचीही तसदी घेतली नाही. म्हणून मग 'कासिमबाजार'ची मोहीम फत्ते केल्याच्या दुसऱ्याच दिवशी सिराज उद्दौला ७०हजार सैनिक घेऊन इंग्रजांचं नाक ठेचण्यासाठी कलकत्त्यावर चाल करून गेला.

एकीकडे सिराज उद्दौला कंपनीला धडा शिकवण्यासाठी निघाला असताना १हजार मैल दूर अजून एक तरुण मुघल राजपुत्र दिल्लीपासून सुमारे १०० मैलांवर असलेल्या 'हंसी' या प्रांतावर आपलं अधिराज्य प्रस्थापित करण्याचा प्रयत्न करू लागला होता. ऐन तिशीतल्या या तरुणाचं नशीब भविष्यात ईस्ट इंडिया कंपनी आणि रॉबर्ट क्लाइव्हशी धोकादायकरीत्या बांधलं जाणार होतं. कॉम्ट द मोदावने 'चांगल्या मनाचा, सोज्वळ, साहित्यप्रेमी आणि विचारी वृत्तीचा तरुण' म्हणून वर्णन केलेल्या या राजपुत्राला सिराजसारखी हिंसा व क्रौर्य दाखवून आपलं लक्ष्य साध्य करता येईल, असं दिसत नव्हतं.[७२]

सिराजमध्ये पूर्ण अभाव असलेली संवेदनशीलता, मोहक वागणूक आणि सुशिक्षितपणानं परिलुप्त असलेला राजपुत्र अली गौहर शहा आलम याला लष्करी कौशल्यांपेक्षा कविता करणे, चांगल्या साहित्याचं रसग्रहण करणे यामध्ये अधिक रस होता. खरंतर तो उत्तम तलवारबाजी करत असे; तो वृत्तीनं शूरही होता. पण शक्य तितकं सामंजस्यानं समस्या सोडविण्याकडे कल राखणारा हा राजपुत्र नेमका याच बाबतीत सिराज उद्दौलापेक्षा वेगळा होता.

> सिराजवर कठोर टीका करणाऱ्या जीन लॉनं शहजादा शहा आलमवर स्तुतिसुमनं उधळत म्हटलं होतं : 'सावळ्या रंगाचा, मध्यम बांध्याचा आणि मोहक चेहरेपट्टीचा हा शहजादा, त्याला मिळालेल्या उत्कृष्ट शिक्षणामुळे अत्यंत सभ्य आणि संयमी वर्तन करतो. इतिहास, प्राच्य भाषा तसंच अरबी, हिंदुस्थानी, पर्शियन आणि तुर्की भाषा या सगळ्यांवर

> त्याचं प्रभुत्व आहे. शहजाद्याच्या मनात नित्यनवीन गोष्टींबद्दल कुतूहल असतं. तो आपल्या उच्चाधिकाऱ्यांशी व मित्रपरिवाराशी अनेकदा बौद्धिक चर्चा करण्यात गुंतलेला असतो. स्वभावानं लाघवी आणि मनमिळाऊ अशा या राजपुत्राच्या दरबारात मलाही अनेकदा मानाचं स्थान मिळण्याचं भाग्य लाभलेलं आहे.'[७३]

अशा या संवेदनशील राजपुत्राचं हे दुर्भाग्य होतं, की तो अशा काळात जन्मला होता जेव्हा संयम आणि सलोख्यापेक्षा क्रौर्य आणि बळजबरीनं कामं अधिक यशस्वीरीत्या पूर्ण होत होती. शहजाद्याने स्वतःच नमूद केल्यानुसार :

> 'आज आपल्या राज्यातल्या उमराव व सावकारांच्या कपट आणि विश्वासघातकी वृत्तीमुळेच आपल्याकडे इतकं अराजक माजलेलं आहे. जो-तो स्वत:ला आपल्या लहानशा प्रदेशाचा सर्वेसर्वा समजू लागला आहे; त्यामुळे कुणाचा पायपोस कुणात उरलेला नाही. आपल्या देशाची ही दयनीय स्थिती बघून बादशहांच्या मनाची अतिशय घालमेल होते आहे. कुणावर विश्वास ठेवावा आणि कुणावर नाही, हे सांगणं आता बादशहांनाही कठीण होऊ लागलं आहे.'[७४]

दोन दशकांपूर्वी मूहम्मद शहा रंगिलाच्या अनर्थकारक राजवटीपासून मुघल साम्राज्याचा जो ऱ्हास सुरू झाला होता, त्याचे परिणाम अजूनही शहाजहानाबाद आणि आजूबाजूच्या परिसरांवर दिसत होते. तिथलं प्रत्येक गाव जणू काही स्वतंत्र शासन झालं होतं. आपसांत लढाया करत, छल-कपट करून एकमेकांचा घात करत स्वत:ची सत्ता वाढवण्याचे असाध्य प्रयत्न केले जात होते. मुघल सत्ताधीश या गावांना कोणतीही मदत पुरवत नसल्यामुळे, त्या गावांनी मुघल तिजोरीमध्ये कर भरणं बंद केलं होतं. 'शहा आलम नामा'नुसार शहजादा शहा आलमचं काम होतं आज्ञापालन न करणाऱ्या राजांना व बंड पुकारण्याऱ्या सावकारांना कडक सूचना देऊन वठणीवर आणणे.[७५] पण प्रत्यक्षात तसं होऊ शकलं नाही. शहजाद्यानं जेव्हा 'हंसी' शहराला कर भरण्याबद्दल ताकीद दिली, तेव्हा त्यांनी चक्क त्यांच्या शहराचे दरवाजे बंद करून घेतले, आणि वर शहजाद्याच्या तळावर आक्रमण करून तिथला ऐवज लुटून नेला!

बादशहा बहादूर शहा I यांचा नातू असलेल्या शहा आलमचा जन्म लाल किल्ल्यामध्ये झाला होता. त्याचं पालनपोषण व शिक्षण याच 'सोनेरी पिंजऱ्यात' झालं होतं. राजपुत्रांसाठी सगळ्या सुखसोयी असणाऱ्या; पण त्यांना अजिबात

कोणतंही स्वातंत्र्य न देणाऱ्या लाल किल्ल्याला 'सोनेरी पिंजरा' म्हणून संबोधलं जात असे. नादर शहानं दिल्ली लुटून नेली तेव्हा शहा आलम १२ वर्षांचा होता. आपल्या साम्राज्यानं पर्शियन, मराठा आणि अफगाण हल्ल्यांदरम्यान किती गमावलं आहे, याची जाण असलेल्या शहा आलमला ती गेलेली सगळी रया परत आणायची होती. पण १७५३मध्ये मुघलांनी एकत्र येऊन शत्रूंविरुद्ध लढा पुकारण्याऐवजी एका यादवी युद्धामध्ये स्वत:चाच घात करून घेतला होता. त्यामुळे शहा आलमचं स्वप्न पूर्ण होण्याची काही चिन्हं दिसेनात.

स्वत:च्या दरबाऱ्यांनी त्याच्याविरुद्ध केलेल्या कटानंतर अवधचा नवाब असलेल्या वझीर सफ्दर जंगनं आपला १६ वर्षीय शिष्य इमाद उल-मुल्कशी दिल्लीच्या रस्त्यांवर लढाई आरंभली होती. हा किशोरवयीन सत्तापिपासू मुलगा निझाम-उल-मुल्कचा नातू होता. मार्च ते नोव्हेंबर असे नऊ महिने चाललेल्या या युद्धामध्ये जुन्या व नव्या दिल्लीमध्ये फूट पडत गेली. शहराच्या दोन्ही भागांचं अतोनात नुकसान झालं. कवी सौदानं नमूद केल्यानुसार कुठल्याही क्षणी आपल्यावर हल्ला होईल या भीतीत, शहाजहानाबादमधली माणसं मुशायऱ्याला जातानाही काठ्या, चाकू वगैरे सोबत घेऊन जायची; जणू ते एखाद्या सांस्कृतिक कार्यक्रमाला न जाता, लढाईवर चालले असावेत. तो म्हणतो, 'काय वेळ आली आहे पाहा! लांडगे मोकाट फिरत आहेत आणि मेंढपाळ मात्र बेड्यांमध्ये अडकले आहेत!'[७६]

इमादचं बालपण गाझी उद-दीन या त्याच्या कर्मठ वडिलांच्या सान्निध्यात गेलं होतं. कडक शिस्तीत आणि साधेपणानं आयुष्य व्यतीत करण्याची शिकवण लहानपणापासून मिळालेला इमाद, शिक्षक व मुल्लांच्या देखरेखीखाली मोठा झाला होता. वडिलांनी त्याच्याभोवती लावलेला बंदोबस्त इतका कडक होता, की इमादला शुक्रवारच्या नमाजसाठी मशिदीत जाता यायचं ते फक्त हिजड्यांच्या सोबतीनं. त्याला आपल्या वयाच्या मुलांशी खेळण्याची अथवा नाचगाण्याचा कार्यक्रम बघण्या-ऐकण्याची मुळीच परवानगी नव्हती. परिणामी इमाद अत्यंत हुशार तरुण म्हणून मोठा झाला; पण त्याचसोबत पराकोटीची महत्त्वाकांक्षा आणि नीतिमत्तेचा पूर्ण अभाव हे दोन्ही दुर्गुणही त्याच्या व्यक्तिमत्त्वाला डागाळून टाकण्यासाठी हजर झाले.त्याच्या या दोषांची सगळ्यात प्रथम झळ बसली ती त्याचाच आश्रयदाता असलेल्या वझीर सफ्दर जंगला!

इमादच्या वडिलांचा मृत्यू झाल्यानंतर इमादला त्यांच्या मालमत्तेवरचा पूर्ण हक्क मिळावा यासाठी सफ्दर जंगनं अतोनात प्रयत्न केले. इमाद जेमतेम १६ वर्षांचा असूनही, सफ्दर जंगनं कोणताही आपमतलबीपणा न दाखवता इमादची शाही खजीनदार म्हणून नेमणूक केली.[७७] जीन लॉनं नमूद केल्यानुसार 'वरकरणी इमाद अतिशय राजबिंडा, सुसंस्कृत आणि मनमिळाऊ तरुण वाटत असे. सफ्दर

जंग तर त्याला स्वत:च्या मुलाच्या स्थानी पाहत होता; पण सफ्दर जंगला माहीत नव्हतं, की त्यानं सापाच्या पिल्लाला दूध पाजलं होतं!

> इमादनं आपल्या स्वाभाविक लाघवीपणामुळे व बुद्धिद्वारे फार कमी वेळात बादशहाचं मन जिंकलं होतं. पण स्वत:चा स्वार्थ साध्य करण्याची वेळ आली, की इमाद साम, दाम, दंड, भेद यांपैकी जे वापरता येईल ते बिनदिक्कत वापरत असे. त्याला ना समोरच्याच्या वयाची पर्वा असे, ना नात्याची. याच स्वभावामुळे वेळ आली तेव्हा आपल्या आश्रयदात्याच्या पाठीत खंजीर खुपसताना त्याचे हात जराही थरथरले नाहीत. वरकरणी मोहक वाटणारा इमाद मनानं अतिशय कपटी आणि क्रूर होता. त्याची वागणूक बरीचशी औरंगजेबाशी मिळतीजुळती होती. औरंगजेबाप्रमाणे इमादच्याही हातात सतत जपाची माळ असे; पण मनात मात्र पराकोटीचं कपट आणि स्वार्थ भरलेला असे. वझीर म्हणून नेमणूक होताक्षणी इमाद सर्वप्रथम आपल्या जवळच्या सगळ्या व्यक्तींना कसं नामोहरम करता येईल, याचा विचार करू लागला.'[७८]

सुरुवात झाली ती सफ्दर जंगचा बालेकिल्ला असलेल्या पुराना किल्ल्याजवळचा परिसर लुटण्यापासून. गुलाम हुसेन खाननं नमूद केल्यानुसार 'शहाजहानाबादपेक्षाही श्रीमंत आणि अधिक लोकसंख्या असलेली 'पुरानी दिल्ली' इतक्या निर्दयीपणे लुटली गेली, की ठिकठिकाणी मृतदेहांचे खच दिसू लागले; गल्लोगल्ली विधवा स्त्रिया आणि अनाथ मुलं फिरू लागली...[७९] सफ्दर जंगच्या मनावर या हल्ल्याचा आणि विशेषत: इमादनं केलेल्या प्रतारणेचा इतका मोठा आघात झाला, की पुढे तो कधी त्यातून सावरलाच नाही! खचलेल्या मनानं तो अवधला गेला आणि वर्षभराच्या आत तिथंच त्याचा मृत्यू ओढवला.'[८०]

अवघ्या सोळाव्या वर्षी आपल्या उपकारकर्त्याला धुळीत मिळवल्याच्या गुर्मीत असलेल्या इमादनं पुढच्या वर्षी खुद्द बादशहाला पदच्युत करण्याचा घाट घातला! इमादनं हल्ला केला तेव्हा बादशहा अहमद शहा गुर्गानी आणि त्यांची आई कुद्सिया बेगम दोघे लाल किल्ल्यातील रंग महालासमोरच्या बागेमध्ये लपलेले सापडले. इमादनं त्यांना तुरुंगात डांबलं आणि गरम सळयांनी दोघांचे डोळे फोडण्याचा हुकूम दिला! मग त्यानं ५५-वर्षांच्या आलमगीर-IIला अहमद शहाच्या जागी सिंहासनावर बसवलं. राज्यकारभारामध्ये काडीचा अनुभव नसलेला आलमगीर आपली कळसूत्री बाहुली बनून राहील, हे चाणाक्ष डोक्याच्या इमादनं ओळखूनच त्याला बादशहा बनवलं होतं.[८१]

सदर घडामोडींमुळे २६ वर्षांचा शहा आलम, आलमगीर-IIचा ज्येष्ठ पुत्र असल्याकारणानं, ढासळत्या मुघल साम्राज्याचा उत्तराधिकारी नेमला गेला. आपल्या 'सलाटिन पिंजऱ्या'[ix] मधून अनपेक्षितपणे बाहेर काढला गेलेल्या शहा आलमला अचानक 'अली गौहर'सारखे भारदस्त किताब देऊन, राजकारणाच्या रिंगणात ढकललं गेलं; मात्र तरीही शहा आलमचं साहित्यावर कायम पहिलं प्रेम राहिलं. 'आफ्ताब' या टोपणनावाखाली त्यानं उर्दू, पर्शियन आणि पंजाबी भाषेत भरपूर लेखन केलं. विशेष म्हणजे, शहा आलमला ब्रज भाषाही तितकीच सुरेख अवगत होती आणि त्यानं त्या भाषेमध्ये श्रीकृष्ण, शंकर, महाकाली आणि सरस्वतीदेवीच्या स्तुतिपर खूप लेखन केलं होतं. शहा आलमचं बरंचसं लेखन त्याच्या विनंतीनुसार 'नदिरत-ए-शाही' नावाच्या संकलनामध्ये संग्रहित केलेलं आहे. भविष्यात शहा आलमनं 'अजैब-अल-कसास' या नावानं प्रेमकाव्याचंही संकलन काढलं होतं.[८२] शहा आलमचा सूफी पंथाच्या शिकवणींकडे विशेष ओढा होता. औरंगजेबाच्या पंथावर आयुष्य व्यतीत केलेल्या आपले वडील बादशहा आलमगीर II यांच्या कर्मठ विचारसरणीला झुगारून शहा आलमचा या तत्त्वावर विश्वास होता, की देव केवळ मशिदीत सापडत नाही; तो सर्वत्र असतो.

'मशीद आणि काबाजवळ आपला मौल्यवान वेळ घालवत बसू नकोस,
अरे मुल्ला!
आपल्या विश्वात्म्याच्या पाऊलखुणा सर्वत्र पसरलेल्या दिसतील तुला'

शहा आलम मेहरौलीजवळ समाधी घेतलेल्या सूफी संत कुतुबुद्दिन बक्तियार खाकी यांचा अनुयायी होता. मुघलांच्या पावसाळी सुट्टीचं प्रिय ठिकाण असलेल्या मेहरौलीजवळ समाधी घेतलेल्या आपल्या गुरूला स्मरून, शहा आलमनं पावसाळ्यात वाटणारा आनंद आणि त्यात उमलून येणारं विविधरूपी प्रेम यांची सूफी शिकवणींशी सांगड घालून फार तरल लेखन केलेलं सापडतं. पावसाळा हा कदाचित शहा आलमचा आवडता ऋतू असावा; कारण संगीतातला त्याचा प्रिय रागसुद्धा पावसाळ्याची महती सांगणारा आणि पावसातच गायला जाणारा (आता लोप पावलेला) राग

---

ix लाल किल्ल्यामध्ये जन्मलेल्या शाही घराण्यातल्या मुलांना बाहेरच्या जगात मिसळण्याची मुभा नसे. त्यांचं बरंचसं – किंवा प्रसंगी संपूर्ण आयुष्य लाल किल्ल्याच्या कडेकोट बंदोबस्तामध्ये व्यतीत होतं. कदाचित, राजघराण्याचा वंश नीट जपला जावा या हेतूने केलेली ही पद्धत असावी. अशा प्रकारे वाढलेल्या मुलांना 'सलाटिन पिंजऱ्यात वाढलेली मुलं' म्हणून संबोधलं जातं.

गौंड होता.

'माझ्या प्रियेला भेटण्याचा ऋतू आलेला आहे,
बेडकी, लांडोर, कोकिळा आनंदाने चित्कारत आहेत
नभाला पाण्याच्या धारा लागल्या आहेत;
आकाशात ढगांची गर्दी झालेली आहे
आपल्या नयनांना एकमेकांना साठवून घेण्याची ओढ लागलेली आहे,
विजेचा लखलखाट,
ढगांचा गडगडाट माझ्या अंगांगाला थरथरवून सोडत आहे,
प्रिये, तुला तरी झोप येते का गं?[८३]
हिरव्या पाचू ल्यायल्यासारखी नटलेली पृथ्वी पाहून मन उचंबळून येत आहे,
हा दीन मनुष्य कुतुबुद्दिनच्या पायाशी बसण्यासाठी जात आहे.'[८४]

तर असा हा हळव्या मनाचा शहा आलम आपल्या वडिलांना सत्ताधीश बनवणाऱ्या इमाद उल-मुल्कबद्दल दिवसागणिक अधिकाधिक भीती बाळगू लागला होता. त्याला कारणही तसंच होतं. शहा आलमपेक्षा दशकभरानं लहान असणारा इमाद उल-मुल्क वडिलांच्या स्थानामुळे आपोआप उत्तराधिकारी बनलेल्या शहा आलमचा उघडउघड द्वेष करत असे. 'शहा आलम नामा'मध्ये नमूद केल्यानुसार, 'जन्मत: मनामध्ये मत्सर आणि द्वेष घेऊन आलेल्या इमादला कधीच कुणाचं यश बघवत नसे. शहा आलमनं आपल्या तरल स्वभावामुळे कमावलेली लोकप्रियता इमादच्या मनात सतत सलत असे. शहा आलमबद्दल इमादच्या मनात असलेला आकस दिवसेंदिवस निष्कारण वाढू लागला आणि अखेर, इमादने शहा आलमचा काटा काढण्याच्या कारवाया सुरू केल्या. इमादच्या हालचालींमुळे काही काळातच मुघल साम्राज्यामध्ये जो पराकोटीचा गोंधळ माजला, त्याची कल्पना खुद्द इमादनेही केली नसेल!'[८५]

एप्रिलच्या मध्यावर, रमझान सुरू असताना, एके दिवशी इमादनं शहा आलमसाठी निरोप पाठवला. शहा आलमवर कौतुकाचा वर्षाव करणाऱ्या त्या पत्रामध्ये इमादनं त्याला 'हंसी'मधली आपली मोहीम सोडून, तत्काळ लाल किल्ल्याला यायला फर्मावलं होतं. 'मला तुझा सत्कार करायचा आहे,' असा इमादचा निरोप मिळता, शहा आलम खूश होण्याऐवजी चिंताग्रस्त झाला होता. त्यानं काळजी करण्याचं कारण केवळ महसूल आणि कर होतं, असं नव्हे. आताशा इमादच्या अरेरावीला कंटाळलेल्या बादशहानं, इमादच्या विरोधात बोलणाऱ्या लोकांना आपल्या जवळ केलं होतं. काही महिन्यांमध्येच इमादच्या बाजूचे आणि इमादच्या विरोधातले

असे दोन पक्ष निर्माण झाले होते आणि राज्यात असंतोष खदखदू लागला होता. या सगळ्याची वार्ता इमादला लागली की काय, याची शहा आलमला चिंता वाटू लागली.

> 'बादशहानं शहा आलमला लाल किल्ल्यामधून रजा देऊन, काही ठोस कारणानं 'हंसी'ला धाडलं होतं. 'हंसी' व आसपासच्या प्रदेशांमध्ये कर व महसूल गोळा करण्याचा एकाधिकार पुन्हा आपल्याकडे यावा आणि त्या प्रदेशांमधल्या आपल्या बाजूनं असलेल्या माणसांना गोळा करून इमाद उल-मुल्कच्या विरोधात सेना उभी करावी, या दोन हेतूंनी बादशहानं सदर निर्णय घेतला होता.'[८६]

इमादचं बोलावणं आल्यावर शहा आलमनं दिल्लीकडचा प्रवास सुरू केला; पण त्याचं चित्त थाऱ्यावर नव्हतं. वाटेत अनेक ठिकाणी लागलेल्या मुघल बगीच्यांमध्ये फेरफटका मारत आणि मेहरौलीमधील आपल्या गुरूंच्या समाधीचं दर्शन घेऊन शहा आलम दिल्लीकडे प्रयाण करत होता. आधीच इमादच्या हेतूबद्दल साशंक असलेल्या शहा आलमला त्याच्या अनेक मित्रांनी पार हरियाणापासून प्रवास करून वाटेत गाठून सावध केलं, की त्यानं इमादवर विश्वास दाखविण्याचा भोळसटपणा करू नये आणि त्याच्या प्रत्येक कृतीवर व शब्दावर बारीक लक्ष ठेवावं. काही मित्रांनी तर शहा आलमला थेट सांगितलं, की इमादला त्याचा सत्कार वगैरे करण्याचा कोणताही मानस नसून; उलट त्याला कायमचं आपल्या सलाटिन पिंजऱ्यामध्ये कोंडून ठेवण्याचा इरादा आहे. शहा आलमकडे हे सगळे सावधानतेचे निरोप येत असताना, दुसऱ्या बाजूला इमादनं त्याच्यावर मोहिनी टाकण्याचा अगदी सपाटा लावला होता. मैत्रीचे संदेश असलेली पत्रं पाठवणं, सुरस पदार्थांचे थाळ पाठवणं, एकाहून एक उत्कृष्ट फुलं वा निगुतीनं तयार केलेले विडे पाठवणं... या आणि अशा अनेक गोष्टींचा त्यानं शहा आलमवर मारा करून, आपण त्याची लाल किल्ल्यावर किती आतुरतेनं वाट पाहत आहोत, याची ग्वाही देत बसला होता.[८७] पण शहा आलम भावुक मनाचा असला, तरी तितकाच हुशार होता. इमादचा हेतू शुद्ध नाही हे जाणून, त्यानं थेट लाल किल्ल्याला न जाता शहराच्या उत्तरेला असलेल्या अली मर्दन खानच्या भव्यदिव्य महालामध्ये आसरा घेतला. या महालाच्या एका भागात पूर्वीच्या काळी सूफी राजपुत्र दारा शुकोचं वाचनालय असे.[८८]

खैर-उद-दिननं नमूद केल्यानुसार, 'शहा आलमनी इमादला पहिला पोबारा दिल्यानंतरही, इमाद चिडला नाही. त्यानं शहा आलमला भेटवस्तू आणि कौतुकपर

पत्रं पाठवण्याची सरबत्ती सुरू ठेवली. अखेर, शहा आलमनं असं ठरवलं की, आपण इमादच्या देखाव्याला भुललो असल्याचं नाटक करून त्याच्या मनात नेमकं काय आहे, हे हुडकून काढावं.

त्यानुसार, इमादनं सांगितल्याप्रमाणं, शहा आलमनं आपल्या काही सैनिकांना आजूबाजूच्या काही प्रदेशांमधून महसूल व कर गोळा करण्यासाठी पाठवून दिलं. पण इमादच्या नकळत, त्यानं आपल्या सगळ्यात विश्वासू सैनिकांना मात्र स्वत:जवळ थांबवून ठेवलं. पायदळातील आणि घोडदळातील उत्तम सैनिकांना त्यानं अली मर्दनच्या महालाभोवती सज्ज केले. तसंच महालाच्या प्रवेशद्वाराशी काही पहारेकरी आणि आग्निबाण चालवू शकणारे सैनिक तैनात केले. महालाच्या तटबंदीवर, चापाच्या व संगिनीच्या बंदुकी चालवण्यात तरबेज असलेले सैनिक तैनात केले.

पुढचे पंधरा दिवस इमाद उल-मुल्ककडून मैत्रीचे संदेश येत राहिले. मग एके दिवशी इमादनं घोषित केलं की, तो कदम शरीफमधील पैगंबरांच्या समाधीचं दर्शन घेण्यासाठी जात आहे. ही समाधी, अली मर्दनच्या महालापासून जवळच होती. इमाद उल-मुल्क समाधीपाशी आला आणि तिथून जुमना नदी पार करत, बाजाराच्या रस्त्यानं अली मर्दनच्या महालाजवळ येऊन पोहोचला. तिथं आल्यावर इमादनं अली मर्दनच्या महालाला चहूबाजूनं घेराव घातला आणि आपल्या सैनिकांना आत बसलेल्या शहा आलमला अटक करून आणण्याचा हुकूम सोडला. इमादची आज्ञा मिळताच त्याच्या सैनिकांनी अली मर्दनच्या महालावर हल्लाबोल केला. कुणी भिंत फोडून आत घुसले, तर कुणी छतावरून उड्या मारून घरात शिरले. शहा आलमच्या सैनिकांनी या हल्ल्याचा प्रतिकार करण्याचा आटोकाट प्रयत्न केला; पण शत्रूसमोर त्यांचं बळ कमी पडलं.[८९]

गुलाम हुसेन खाननं नमूद केल्यानुसार :

‘शहा आलमची माणसं पूर्ण जिवानिशी लढली. त्यांचं बळ कमी असलं तरी निश्चय ठाम होता. घोडदळातील सैनिक महालाच्या मागच्या बाजूला गेले. तिकडच्या एका भिंतीमध्ये पडलेल्या भगदाडामधून, ते मागच्या बाजूला असलेल्या नदीकडे दौडू लागले. हल्ल्याला अचानक मिळालेल्या प्रत्युत्तरामुळे इमादनं तिथं उभे केलेले सैनिक गडबडले. संधी साधून, शहा आलमच्या सैनिकांनी त्यांच्यावर अंकुश मिळवला. लवकरच, शत्रूच्या

सैनिकांचे मुडदे पडू लागले. खुद्द शहा आलमही आपल्या घोडदळाला सामील झाला आणि त्यानं दोन सैनिकांना मारून टाकलं. शहा आलम इतक्या धैर्यानं लढला, की एरवी त्याच्या हळव्या स्वभावाशी ओळख असलेल्या व्यक्तींने, त्याचं ते रूप बघून तोंडात बोटं घातली असती! आपलं सावज आपल्यावर शिरजोर झालेलं पाहिल्यावर, शत्रूपक्षामध्ये शरमेची लाट पसरली. उरलेले सैनिक स्वत:ला कसंबसं सावरत शहा आलमच्या टोळीमागे धावले. पण शहा आलमच्या सैनिकांचा दुसरा कावा तयार होता. ते मध्येच थबकले, आणि तलवारी उंचावून मागे फिरत, शत्रूवर धावून गेले! या आकस्मिक आघातामुळे तर इमादच्या सैनिकांची पुरती गाळण उडाली. त्यापैकी बहुतेकजण तिथंच मृत्यूमुखी पडले.'[१०]

पण तरीही, सैनिकांच्या संख्येचा विचार करता, इमाद शहा आलमपेक्षा अजूनही बलशाली होता. संध्याकाळपर्यंत जिथं शहा आलमची फक्त ४०० माणसं उरली होती, तिथं इमादकडे अद्यापही १५०० सैनिक होते. भरीस भर म्हणजे इमादच्या सैनिकांकडे युरोपीय पद्धतीच्या बंदुकी होत्या. तलवार, भाले, आणि बाणांनी लढाई करणारे शहा आलमचे सैनिक त्यांच्यापुढे किती तग धरू शकणार होते, याचा अंदाज लावणं कठीण होतं.[११]

मग मीर जाफर आणि अली आझम खानने शहा आलमला धीर दिला. त्यांनी त्याला समजावलं :

'आपण आता काही विचार न करता, थेट शत्रूवर तुटून पडूया. यशस्वी झालो तर शत्रूला नामोहराम करू; नाही झालो, तर इतिहासात या कारणासाठी तरी अमर होऊ, की आपण चुरशीची टक्कर दिली. शहा आलमला या दोन अनुभवी सेनापतींचं म्हणणं पटलं आणि त्याच्यात नव्यानं चेतना जागी झाली. आपल्या सगळ्याच शूर सैनिकांना घेऊन, तो पुन्हा लढाईत शिरला. मृत्यूचा तांडव सुरू झाला. रक्ताच्या चिळकांड्या उडू लागल्या; करुण किंकाळ्या ऐकू येऊ लागल्या; पण शहा आलमचं सैन्य मोठ्या धीरानं लढलं. या सगळ्या गोंधळामधून सपासप वार करत वाट काढत, ते बाहेर पडण्यात यशस्वी झाले.'

दुर्दैवानं महालापासून बाहेर जाणाऱ्या गल्लीच्या तोंडाशी येतात तोच शत्रूच्या सैन्याने त्यांना घेराव घातला आणि राजपुत्राच्या घोड्याला जखमी केलं. त्यानंतर, ते शहा आलमवर हात टाकणार; इतक्यात अली आझम

खान मध्ये पडला आणि त्यानं राजपुत्राला सांगितलं, 'शहा आलम, आपल्या प्रजेला तुझी नितांत गरज आहे. तुझं आयुष्य माझ्या आयुष्यापेक्षा कैक पटीनं अधिक मौल्यवान आहे. तू पुढे जा; मी इथं यांना बघून घेतो. मी मेलो तरी चालेल; पण तू सुरक्षित अंतर पार करेपर्यंत, मी इथं लढत राहीन. जा, जा लवकर!' असं म्हणून, अली आझम आपल्या घोड्यावर स्वार झाला आणि सिंहासारखी डरकाळी फोडून शत्रूवर तुटून पडला. निधड्या छातीनं लढणाऱ्या या वीरानं अनेक वार सहन केले, आणि अखेर धारातीर्थी पडला; पण तोपर्यंत शहा आलमला बरंच अंतर पार करण्यात यश आलं होतं.

आपल्या शत्रूच्या तावडीतून सुटून, शहा आलम आपला मराठा मित्र अथिल रावच्या लष्करी तळाकडे पोहोचला. अथिल रावनं राजपुत्राच्या वीरतेचं तोंडभरून कौतुक करून आपल्या सैन्याला शहा आलम व त्याच्या माणसांसाठी राहण्याची व्यवस्था करण्याचे आदेश दिले. काही दिवस आपल्या मित्राचं आदरातिथ्य घेऊन, शहा आलम फारुखाबादकडे निघाला. अथिल रावनं तिथपर्यंत शहा आलमची सोबत केली आणि त्याला सन्मानार्थ रु. ३ लाखांची रक्कमही देऊ केली. त्यानंतर शहा आलम रोहिल्यांच्या प्रदेशात गेला; तिथंही त्याचं खूप छान आदरातिथ्य केलं गेलं.[१२]

आपल्याला अजून कुणी साथीदार येऊन मिळतो आहे का, याची वाट बघत शहा आलम पुढचे काही दिवस फारुखाबादला थांबून राहिला. इमाद उल-मुल्कला आता आपल्या प्राणाची चटक लागली आहे, आणि तो आपल्याला हुडकून काढल्याशिवाय स्वस्थ बसणार नाही हे जाणून, शहा आलमनं दिल्लीला न जाता पूर्वेकडच्या बंगाल व बिहार (पूरब) या धनाढ्य प्रांतांकडे आपला मोर्चा वळवला.[१३] तिथल्या नवाब राज्यपालांनी दिल्लीकडे महसूल देणं बंद केलं असल्यामुळे शहा आलमनं ते प्रांत आपल्या ताब्यात घेण्याच्या हालचाली सुरू केल्या. विश्वाच्या बगीच्यातले काटे उपटून काढून आपल्या प्रजेसाठी केवळ सुवासिक फुलं मागे ठेवण्याचा हेतू बोलून दाखविणारा हा संवेदनशील राजपुत्र आपल्या कृतीमधून सतत तेच परावर्तित करत राहिला.[१४]

ऐन तारुण्यात नशिबी आलेल्या दु:खद आणि यातनामय वनवासामध्ये शहा आलमनं देवावरचा आपला विश्वास डगमगू दिला नाही. त्याला आपल्या आयुष्याची फारशी शाश्वती उरली नव्हती; पण जितके दिवस जगू तितक्या दिवसांमध्ये आपला वारसाहक्क मिळवण्याचा पुरेपूर प्रयत्न करायचा त्याचा मानस होता.

शहा आलमनं इमादविरुद्ध दाखवलेल्या शौर्याचे किस्से दिल्लीमध्ये गाजू लागले. लोकांना हे समजू लागलं, की एक तरुण, लोकप्रिय आणि चांगल्या मनाचा राजपुत्र पूर्वेकडे प्रवास करून अर्ध्या शतकभराचा अनाचार मिटवून आपलं साम्राज्य नव्यानं उभं करण्याचा प्रयत्न करत आहे. त्यामुळे अवघ्या हिंदुस्थानातून लोक या 'नव्या अकबर'ला साथ देण्यासाठी पूर्वेकडे जाऊ लागली!

हळूहळू राजपुत्राच्या समर्थकांची संख्या प्रचंड प्रमाणात वाढली. राजपुत्राला काही समजायच्या आत, अर्ध्या शतकभरातल्या नागरी युद्धांमुळे आपली धन-दौलत गमावून बसलेली असंख्य मुघल कुटुंबं त्याच्या साथीला उभी राहिली. गुलाम हुसेन खाननं लिहून ठेवल्यानुसार, शहा आलमनं दिल्ली सोडल्याच्या अवघ्या काही महिन्यांतच त्याच्या दिमतीला ३० हजार सैनिकांची फौज उभी राहिली. राजपुत्राच्या मदतीला आलेल्या अनेक लोकांपैकी एक खुद्द गुलाम हुसेनचे वडील होते. त्यांना शहा आलमच्या आईनं – झीनत महलनं – लाल किल्ल्यामधून गुपचूप बाहेर काढून आपल्या मुलाचा सल्लागार बनण्यासाठी धाडलं होतं.

अशा रीतीनं शहा आलमकडे अनेक अनुभवी आणि समंजस माणसं गोळा झाली, जी त्याच्याच इतक्या यातना व दु:ख भोगत होती.

गुलाम हुसेन म्हणतो :

> 'राजपुत्र शहा आलम शहाजहानाबादमधून बाहेर पडल्यावर त्याची आर्थिक व राजकीय स्थिती इतकी बिकट होती, की कुणी त्याला मदत करण्याची हिंमत करेना. त्यात वझीर इमाद उल-मुल्कचा रोष ओढवून घेण्याची भीतीही वाटत होती. पण मग माझ्या वडिलांनी आपला अनुभव व इभ्रत या दोहोंच्या मदतीनं शस्त्र व दारूगोळ्याचा साठा तयार केला आणि आपल्याला सामील होण्यासाठी अनेक मुघल सैनिकांचं मन वळवलं. शहा आलम बंगाल व बिहारला मोहिमा काढणार आहे आणि त्याचा पहिला मुक्काम पटणा येथील अझीमाबादला असणार आहे अशी बातमी मिळताच, त्याच्या पूर्वजांच्या उत्तम शासनामध्ये राहिलेल्या सर्व लोकांनी राजपुत्राच्या विजयासाठी प्रार्थना आरंभल्या. वास्तविक, खुद्द शहा आलमकडून त्यांना तोपर्यंत कुठलाही थेट फायदा झाला नव्हता. पण त्याच्या पूर्वजांची महती आणि शहा आलमच्या चांगुलपणाची ख्याती त्याला इतक्या सगळ्या लोकांचा विश्वास संपादन करण्यासाठी खूप उपयोगी ठरली.'[९५]

पण दैव कसं विचित्र असतं पाहा! एवढ्या सगळ्या लोकांच्या प्रार्थनांवर आणि मदतीवर भिस्त ठेवून बंगालला निघालेल्या शहा आलमला खूप उशीर झाला

होता. तो ज्या बंगालकडे निघाला होता, ते आधीच भारतीय राजकारणातल्या नव्या अध्यायामध्ये शिरलं होतं. हा अध्याय ईस्ट इंडिया कंपनी आणि विशेषत: रॉबर्ट क्लाइव्हद्वारे लिहिला जात होता.

३

लूटमारीचं साम्राज्य!

सिराज उद्दौलाचं सैन्य वाऱ्याच्या वेगानं कलकत्त्यामध्ये येऊन पोहोचलं. एरवी कोणतंही मुघल सैन्य त्यांच्याकडे असणाऱ्या सामानामुळे दिवसाला ३ मैलांपेक्षा अधिक अंतर पार करू शकत नसे. पण जूनमधल्या बंगालची अतीव उष्णता सहन करून, सिराजचं सैन्य अक्षरश: वाघ पाठीमागे लागल्यासारखं दहा दिवसांत १३० मैलांचं अंतर सर करत कलकत्त्याला पोहोचलं.

सिराजनं 'कासिम बाजार'चा कारखाना ताब्यात घेतल्यानंतरही राज्यपाल ड्रेकला फोर्ट विल्यमवर हल्ला चढविण्याची सिराजची धमकी पोकळ वाटत होती. ड्रेकचं हेर-खातं इतकं कमकुवत होतं, की सिराजचं सैन्य कलकत्त्याच्या हद्दीवर पोहोचलं तरी ड्रेकला त्याचा पत्ता लागला नाही. कलकत्त्यातील कंपनी कौन्सिल 'जर असा हल्ला झालाच, तर आपली रणनीती काय असावी,' असा विचार करायला लागेपर्यंत १३ जून रोजी सिराजच्या सैन्याची पहिली तुकडी डमडमनजीकच्या गावांकडे येऊन मराठा डिच नावाच्या खंदकाकडे मोर्चा वळवत असल्याची बातमी येऊन ठेपली!

ड्रेक केवळ कुचकामी नव्हे, तर लोकांमध्ये अप्रियही होता. कलकत्त्यातील नागरी सेनेमध्ये स्वयंसेवक बनलेल्या विल्यम टूकनुसार ड्रेकची शासनपद्धती इतकी विभाजक होती, की सगळ्यांना एकत्र आणून एक ठोस रणनीती आखणं हे

त्याला कधी जमलंच नसतं. 'मागील काही वर्षांमधली ड्रेकची वागणूक फार तिरस्करणीय होती... बहिणीबरोबरच्या त्याच्या विचित्र प्रेमप्रकरणामुळे तर ड्रेकची वैयक्तिक छबी इतकी डागाळून गेली, की चांगल्या घरची माणसं त्याला टाळू लागली. परिणामी, तो वाईट संगतीच्या खोल गर्तेमध्ये अधिकाधिक रुतू लागला आणि त्याची वागणूक दिवसेंदिवस राज्यपालाच्या पदाला शोभेनाशी होऊ लागली.'[१]

ड्रेकचं व्यावसायिक कौशल्यही प्रश्नार्थक बनत चाललं होतं. त्यानं निवडलेला सेनापती कर्नल मिन्चिन याच्याबाबत लोकांना भरवसा वाटत नव्हता आणि त्याला कारणंही तशीच होती. ड्रेक आणि मिन्चिन, दोघांचीही निर्णयक्षमता आणि समस्या सोडवण्याच्या पद्धती याबाबत कुणालाच विश्वास वाटेना.[२]

वॉट्सच्या अंदाजानं, सिराज सुमारे ७०हजार सैनिकांची फौज घेऊन कलकत्त्याकडे येत होता. त्याच्याशी दोन हात करण्यासाठी ड्रेककडे जेमतेम २६५ प्रशिक्षित कंपनी सैनिक, आणि २५० अप्रशिक्षित स्थानिक माणसं, अशी एकूण ५१५ सशस्त्र माणसांची धेडगुजरी फौज होती![३] त्यापैकी १०० अर्मेनियन माणसं तर पुरती नालायक होती. काही तरुणांना तर चापाची बंदूक धड नीट पकडताही येईना. थोडक्यात, अधिकारी धरून, ड्रेककडे उपयोगाची अशी जेमतेम २५० मंडळी होती![४] खरंतर, अशा परिस्थतीमध्ये ड्रेकनं सिराजसमोर नमतं घेऊन चर्चेनं विषय सोडवणं अधिक योग्य ठरलं असतं. पण ड्रेकनं तसं न करता; उलट मराठा डिचच्या भोवती सैनिकांच्या तुकड्या तैनात केल्या.

फोर्ट विल्यमच्या परिसरामध्ये नव्यानं उभ्या राहिलेल्या इमारती तोडून टाकण्याचाही प्रस्ताव समोर आला होता; पण त्याची अंमलबजावणी झाली नाही. ॲडजुटन्ट जनरल कॅप्टन ग्रँटच्या अनुसार 'एकूण प्रसंगाचं गाभीर्य इतकं कमी होतं, की इतके गंभीर उपाय करण्याची गरज वाटली नव्हती.

> ग्रँट म्हणतो, "नवाबाच्या हालचालींबद्दल आमचं हेर खातं देत असलेली माहिती फार त्रोटक आणि बरीचशी चुकीची होती. अर्थात, हे आम्हाला त्या वेळी समजलं नाही; पण चुकीच्या माहितीमुळे नवाबाच्या योजनांचं गांभीर्य लक्षात यायला आम्हाला फार उशीर झाला. आम्हाला कधी वाटलंच नाही, की तो आमच्या सैन्य-तुकड्यांना भेदून जाण्याचा प्रयत्न करेल. आम्हाला असं वाटलं होतं, की नवाब फारतर आमची रसद तोडेल आणि मग पुढचे प्रश्न चर्चेनं सुटतील.
>
> अगदी नवाबानं प्रत्यक्षात हल्ला करण्याच्या एक दिवस आधीसुद्धा आम्ही सगळे आरामात होतो. जर कुणी फोर्ट विल्यमला अजून सुरक्षित बनवण्याची कल्पना बोलून दाखवली, तर आम्ही त्याला हसत होतो. अर्थात, तसं

> करण्यासाठी आजूबाजूच्या इमारती तोडण्याची वेळ आली असती, तरी ते काम करण्यासाठी आमच्याकडे पुरेसा दारूगोळाही नव्हता आणि वेळही!'[५]

प्रकरणाचं गांभीर्य खऱ्या अर्थानं लक्षात यायला १६ जूनचा दिवस उजाडावा लागला. त्या दिवशी सिराज उद्दौलानं आपल्या भूदलाला फोर्ट विल्यमवर तोफांचा मारा करण्याचा आदेश दिला. मुघलांचे खंदक सर करण्याचे दोन प्रयत्न इंग्रज फौजेनं कसेबसे हाणून पाडले; पण त्यामुळे झालेली जीवितहानी फार मोठी असल्याकारणानं, संध्याकाळपर्यंत जेव्हा मुघल सैन्यानं तिसरा प्रयत्न केला, तेव्हा त्यांना रोखण्यासाठी फारशी माणसंच उरली नाहीत. परिणामी, ब्लॅक टाउनच्या भोवतालचं खंदक पार करण्यात मुघलांना यश आलं.[६]

दुसऱ्या दिवशी 'ब्लॅक टाउन' पूर्णपणे लुटलं गेलं! टोळधाड पडल्यागत मुघल सैन्य 'ब्लॅक टाउन'मध्ये घुसलं आणि समोर दिसेल ते जाळत, लुटत... माणसांची विनापर्वा कत्तल करत... त्यांनी इंग्रजांना मूर्च्छित पाडलं.[७] इंग्रज अधिकाऱ्यांनी 'ब्लॅक टाउन'चं रक्षण करण्याचा किंवा भीतीनं थरकाप उडालेल्या रहिवाशांना आधार देण्याचा जराही प्रयत्न केला नाही. परिणामी दुसऱ्या दिवशी त्यांच्या सैन्यातल्या एकूण एक स्थानिक तरुणानं त्यांची साथ सोडून दिली. आता इंग्रजांकडे बंदुकी चालवायला पुरेसे सैनिक नव्हते, दारूगोळा वाहून नेण्यासाठी हमाल नव्हते आणि अधिकाऱ्यांना खाऊ घालण्यासाठी स्वयंपाकीही नव्हते.

१८ जूनच्या सकाळी फोर्ट विल्यमच्या उत्तरेकडे चालत येणाऱ्या मुघल सैन्याला रोखण्यासाठी इंग्रजांच्या बाजूची माणसं अक्षरशः रस्त्यावर उतरली; पण सिराजच्या फौजेनं त्यांना माशी मारल्यासारखं लीलया बाजूला सारलं. दुपारी ३ वाजेपर्यंत सुमारे सहा तास मुघलांशी व्यर्थ लढा देऊन थकलेल्या इंग्रज फौजेला मागे परतावं लागलं. संध्याकाळपर्यंत मुघलांनी ग्रेट टॅन्कजवळच्या इंग्रज तुकड्यांनाही मोडीत काढलं होतं. अखेर, इंग्रजांच्या फौजेला स्वतःचा बचाव करण्यासाठी आता खुद्द फोर्ट विल्यममध्ये लपण्यापेक्षा अजून कोणताही मार्ग उरला नव्हता.

कॅप्टन ग्रँटने नमूद केल्यानुसार,

> 'आमची परिस्थिती फार बिकट बनली होती. कुणालाच अंदाज आला नाही की मुघल फौज आम्हाला इतक्या सहजतेनं हाणून पाडू शकेल. शत्रूनं फोर्ट विल्यमच्या आसपासच्या घरांचा आणि आमच्या चर्चचा ताबा घेतला, तर आमच्या समस्या दुप्पट होणार होत्या. खरंतर, किल्ल्याच्या आतमध्ये आमच्याकडे वाळूच्या पिशव्या होत्या. किल्ल्याच्या कमी उंचीच्या

तटबंदीवर त्यांना मांडून आम्ही काही अंशी आमचं रक्षण करू शकलो असतो. पण आमचे बरेचसे कामगार आम्हाला सोडून गेले होते आणि जे उरले होते ते इतके थकले होते, की त्यांच्याकडून कुठली अपेक्षा करणं फोल होतं.'[८]

त्या रात्री कंपनी अधिकाऱ्यांनी घाई-गडबडीनं घेतलेल्या सभेमध्ये असं निष्पन्न झालं, की इंग्रजांकडे जेमतेम तीन दिवस पुरेल एवढा दारूगोळा उरलेला होता. तसंच त्यांच्याकडे उरलेल्या सैनिकांपैकी अर्ध्याहून अधिक सैनिक अत्यंत थकलेले किंवा दारूच्या नशेत गुंग झालेले होते. रसद, माणसं आणि दारूगोळ्याच्या अभावी शत्रूनं वेढलेल्या अवस्थेत बसले असताना इंग्रजांना खऱ्या अर्थानं भीती या शब्दाचा महिमा लक्षात आला![९]

नागरी सेनेचा भाग असलेल्या डेव्हिड रेनीनुसार,

'आमची परिस्थती अत्यंत वाईट होती. आम्ही सगळे फोर्ट विल्यममध्ये भीतीनं गारठून बसलो होतो. सोबत सुमारे दोन हजार बायका व मुलं होती. त्यात आमच्या घरच्यांना कारखान्यामध्ये प्रवेश दिल्याशिवाय आम्ही शत्रूशी लढणार नाही, असा फतवा काढलेल्या सैनिकांमुळे कंपनी अधिकारी पुरते हतबल झाले होते. बाहेरच्या बाजूनं शत्रूनं हळूहळू किल्ल्यावर हल्ला चढवायला सुरुवात केली होती. आमची शिबंदी त्रासलेली आणि अत्यंत दमलेली होती. त्यात, त्यापैकी काही जणांना दारूचा साठा सापडला. मनसोक्त दारू पिऊन झिंगलेली ही माणसं अखेर बंदुकी घेऊन एकमेकांवर आणि आपल्या अधिकाऱ्यांवर बेछूट गोळीबार करू लागली. एकच गलका उडाला! अखेर, असा निर्णय घेतला गेला, की स्त्रिया व लहान मुलांना होड्यांत घालून, पाण्यामार्गे गुपचूप बाहेर काढलं जावं. रात्री १२ वाजता अशी बातमी आली, की मुघल सैन्य 'फोर्ट विल्यम'च्या आत येण्यासाठी भिंतीलगत शिड्या उभारत आहेत. आम्ही लगेच खिडक्यांपाशी जाऊन डोकावून बघितलं; बातमी खरी होती. अधिकाऱ्यांनी आपल्या सैनिकांना तत्काळ हल्ला चढवण्याचे हुकूम दिले. पण त्यातील कुचकामी अर्मेनियन आणि पोर्तुगीज सैनिक चक्क किल्ल्याच्या आतल्या भागांमध्ये लपण्यासाठी पळून गेले! आमच्यासारखे जे काही लोक उरले होते, त्यांनी शत्रूवर हातबॉम्ब फेकायला सुरुवात केली; पण त्याचा काही उपयोग झाला नाही.'[१०]

१९ जून रोजी, म्हणजेच दुसऱ्या दिवशी प्रतिकाराची जागा गोंधळानं घेतली. नवाबाचा लष्करप्रमुख मीर जाफर अली खाननं हल्ल्याची तीव्रता वाढवली. आतमध्ये बसलेल्या कौन्सिल अधिकाऱ्यांनी आपल्याकडे जेमतेम दोन दिवसांचा दारूगोळा उरला आहे हे लक्षात आल्यावर गुपचूप फोर्ट विल्यम सोडून, नदीकाठी लागलेल्या नौकांनी पलायन करणं कसं श्रेयस राहील, यावर चर्चा आरंभली. दुपारचे २ वाजले, तरी त्यांची चर्चा कोणत्या ठोस निष्कर्षाला पोहोचेना. तितक्यात बाहेरून एक तोफगोळा आला आणि चर्चा रंगली होती त्याच ठिकाणी येऊन आदळला! झालं! सर्वत्र आरडाओरडा, गडबड आणि गलका माजला![११] इंग्रज सेनेचा उरलासुरला धीर चेपला आणि सगळे 'फोर्ट विल्यम'च्या बाहेर पळून जाण्यासाठी गर्दी करू लागले.

किल्ल्यावर आगीच्या बाणांचा वर्षाव होत असताना, मागच्या बाजूला उभी केलेली 'डूडाली' नावाची नौका आपल्यावर बाण पडू नये, म्हणून पाण्यामध्ये जराशी आत सरकली. तिच्या मागोमाग अजून काही नौका आत सरकल्या. ते दृश्य पाहून, किल्ल्यामधल्या स्त्रिया व मुलांमध्ये घबराट पसरली. या सगळ्या नौका आपल्याला न घेता निघाल्या आहेत, असा त्यांनी गलका करायला सुरुवात केली. बघता-बघता, पळापळ होऊ लागली. लोक एकमेकांच्या अंगावर उड्या मारून किनाऱ्याकडे धावून नौका, जहाज जे मिळेल त्यात उड्या टाकू लागली. क्षमतेपेक्षा अधिक माणसं भरली गेल्यानं कैक नौका उपड्या होऊ लागल्या.

त्याच वेळी ज्या पुरुषांनी असं ठरवलं होतं, की इतर सगळी माणसं सुरक्षितरीत्या जहाजांमध्ये बसल्यावरच आपण 'फोर्ट विल्यम' सोडू त्यांनाही घबराट होऊ लागली. पुढचामागचा विचार न करता त्या पुरुषांनी कारखान्यात ठेवलेल्या लहान नौका काढल्या आणि जहाजांकडे पलायन केलं! यापैकी अग्रेसर होते राज्यपाल ड्रेक आणि कर्नल मिन्चिन! या दोन प्रमुख अधिकाऱ्यांच्या भ्याडपणामुळेच पुढे होऊ घातलेल्या गोंधळ आणि दुर्दैवाची नांदी झाली.[१२]

पुढच्या तासाभरात सगळ्या नौका आणि जहाजं सुंदरबनचं जंगल आणि त्या पलीकडील किनाऱ्याच्या मार्गावर लागले.

गुलाम हुसेन खाननं लिहिल्यानुसार,

> 'ड्रेकनं सर्वांत कठीण प्रसंगी आपल्या माणसांची साथ सोडली. त्याचा हा प्रमाद माफीच्या लायक नव्हता. आपल्या जवळच्या काही मंडळींसमवेत त्यानं एका जहाजावर आसरा घेतला आणि तो कुठे गायब झाला, हे कुणाला समजलंच नाही. आपल्या म्होरक्यानं आपली साथ सोडल्याचं लक्षात आल्यावर लोक त्यांना जमतील तसं आल्या संकटाला सामोरं

> जाऊ लागले. काहींनी मृत्यूला कवटाळलं तर काही मुघल सेनेचे युद्धकैदी बनले.'[१३]

इथं फोर्ट विल्यमवर अजूनही काही सैनिक मागे उरले होते. सकाळ झाली की नदीवर उरलेल्या 'प्रिन्स जॉर्ज' या जहाजात बसून आपण पलायन करू, असा विचार करत बसलेली ती मंडळी जेव्हा सकाळी किनाऱ्यावर पोहोचली तेव्हा त्यांच्या लक्षात आलं, की ओहोटीमुळे जहाज किनाऱ्यावर रुतून बसलं आहे! आपल्यासमोर आता कोणताच पर्याय उरलेला नाही, हे लक्षात आल्यावर ती माणसं परत फोर्ट विल्यमला आली आणि अक्षरशः अंगात वारं शिरल्यागत शत्रूशी जमेल तसा लढा देत बसली![१४]

झेपानिया हॉलवेलच्या नेतृत्वाखाली ही उरलेली १५० माणसं अजून एक सकाळ लढत बसली. पण मीर जाफरने 'फोर्ट विल्यम' भोवतालच्या इमारतींवर आपले जेझाइल[i]-धारी सैनिक तैनात केले. त्यांनी आत कोंडलेल्या इंग्रज फौजेवर बेछूट मारा सुरू केला. असंख्य सैनिक आणि अधिकारी मारले गेले; काही गंभीररीत्या जखमी झाले. दुपारपर्यंत जिवंत उरलेल्या इंग्रज फौजेपैकी सगळे अतिशय दमले होते.[१५] सुमारे ४ वाजता, मुघलांनी त्यांना अजून प्रतिकार न करण्याचा इशारा दिला. परिस्थितीचं गांभीर्य ओळखून हॉलवेलनं आपल्या माणसांना शस्त्र खाली ठेवायला सांगितली.

> हॉलवेलचा आदेश ऐकू जाताच, मुघल सैन्य 'फोर्ट विल्यम'च्या भिंतीनजीक आलं आणि दरवाजे-खिडक्यांजवळ मांडलेल्या कापडाच्या ताग्यांना आग लावू लागलं! त्यांच्या सैन्याची एक तुकडी आग लावत असताना दुसरी तुकडी भिंतीवरून सरसर चढत आत शिरली. अचानक झालेल्या या घातामुळे इंग्रज सैन्य बिथरलं! काहीजण मागच्या दरवाज्याकडे धावू लागले. त्यांनी तो दरवाजा उघडताच, उरलेल्या लोकांनीही त्या दिशेनं पळ काढला आणि किनाऱ्यावर रुतलेल्या जहाजाला धक्के मारून नदीत नेण्याचा केविलवाणा प्रयत्न करू लागले.[१६]

तिथं फोर्टच्या आतमध्ये सिराजच्या सैनिकांनी यथेच्छ लूटमार आरंभली. जॉन कुकच्या आठवणीनुसार, 'अवघ्या काही मिनिटांमध्ये कारखान्यात सर्वत्र शत्रूची माणसं दिसू लागली. त्यांनी क्षणाचाही विलंब न करता, जे हाताला येईल ते

---

i अफगाणी प्रकारची हस्तनिर्मित बंदूक

लुटण्याचा सपाटा लावला. कारखान्यातलं सामान काय, अगदी आमच्या अंगावरचे बिल्ले, बटणं, घड्याळं वगैरेसुद्धा लुटली गेली! कारखान्याच्या आवारात छोट्याशा घरांमध्ये राहणाऱ्या अधिकाऱ्यांची घरंही धुऊन नेण्यात आली. त्यांच्या घरातले कपडे, स्वयंपाकाचं सामान, किमती ऐवज सगळं लुटण्यात आलं. नशीब एवढंच की आमचे जीव वाचले!'[१७]

कलकत्त्याला पुरेपूर लुटून झाल्यानंतर त्या संध्याकाळी, सिराज उद्दौलानं 'फोर्ट विल्यम'मध्ये आपला दरबार भरवला[१८] आणि आता कलकत्त्याचं नाव बदलून 'अलिनगर'[ii] केलं जाण्याची घोषणा केली. मग त्यानं आपला एक हिंदू दरबारी राजा माणिकचंद याला 'अलिनगर'चा कारभारी म्हणून नेमलं आणि 'फोर्ट विल्यम'च्या आत बांधलेलं 'गव्हर्मेंट हाउस' तोडून टाकण्याचा आदेश दिला. वास्तविक सिराजला 'गव्हर्मेंट हाउस'ची रचना फार आवडत असे, पण ती इमारत ड्रेकचं खासगी निवासस्थान असल्याचा गैरसमज करून घेऊन सिराजनं सदर आदेश दिला.[१९]

इंग्रजांचे किती सैनिक किल्ल्यावर उरले आहेत, याचा जेव्हा सिराज उद्दौलानं आढावा घेतला, तेव्हा त्याला इतकी कमी प्रमाणातली शिबंदी पाहून फार आश्चर्य वाटलं. मग त्यानं ड्रेकची चौकशी केली; ड्रेकनं ज्याप्रकारे आपल्या माणसांची साथ सोडून पलायन केलं होतं ते ऐकून, सिराजच्या तळपायाची आग मस्तकात गेली. मग हॉलवेलला त्याच्यासमोर हजर करण्यात आलं. हात बांधून आणलेल्या हॉलवेलनं जेव्हा सिराजकडे आपले हात सोडले जाण्याची विनंती केली, तेव्हा सिराजनं ते मान्य केलं आणि हॉलवेलला शब्द दिला, की त्याला वा त्याच्या उरलेल्या सैनिकांना मुघलांकडून कोणताही त्रास होणार नाही.[२०] त्यानंतर सिराजनं युद्धामध्ये मिळालेल्या विजयाबद्दल देवाचे आभार मानले आणि आपल्या तंबूकडे निघून गेला.

इंग्रजांना सिराजच्या वागणुकीचं आश्चर्य वाटत होतं. एरवी मुघलांच्या तावडीत सापडलेल्या शत्रूची स्थिती फार दयनीय होत असे. पण सिराजनं त्यांच्यासोबत असा कोणताच व्यवहार केला नव्हता. इंग्रजांचा छळ झाला नाही, त्यांना गुलाम बनवण्यात आलं नाही किंवा मुंडकीही छाटली गेली नाहीत.

पण मग, काही दिवसांनी जसं सिराजने कलकत्ता सोडलं, तसा खरा गोंधळ सुरू झाला.

कंपनीच्या शिबंदीमधली काही माणसं आपल्या अपयशाच्या दुःखात अजूनही दारूच्या नशेत झिंगलेली होती. एके दिवशी त्यातल्या एका तरुण सैनिकाला

---

ii हे नाव, शिया पंथाचे धर्मगुरू इमाम अली यांच्यावरून निवडलं गेलं होतं.

मुघल सैनिक लुटत असताना त्या तरुणाचं मस्तक फिरलं आणि त्यानं आपलं पिस्तुल काढून समोरच्या मुघल सैनिकाला मारून टाकलं! या प्रसंगानंतर सगळं चित्र पालटलं! सगळ्या इंग्रज सैनिकांना १८ ×१४ फुटांच्या खोलीमध्ये एकत्र डांबलं गेलं. हवा येण्यासाठी एक लहानशी खिडकी आणि जराशा पाण्याची सोय असलेल्या त्या खोलीला अगदी योग्य नाव दिलं गेलं होतं – 'ब्लॅक होल' (कृष्ण विवर). युसूफ अली खान या मुघल इतिहासकाराच्या नोंदींनुसार 'मुघल अधिकाऱ्यांनी तिथं सुमारे शंभर इंग्रजांना डांबून ठेवलं. पुरेशा हवेच्या अभावी ती सगळी माणसं घुसमटून मृत्यूमुखी पडली.'[२१]

सदर घटनेच्या संदर्भात प्रस्तुत केलेल्या आकड्यांबद्दल आजही एकमत झालेलं नाही. 'ब्लॅक होल'च्या विदीर्ण घटनेचं अतिरंजित वर्णन करताना पुढे हॉलवेलनं असं नमूद केलं होतं, की मुघलांनी एक स्त्री आणि १४५ कंपनी कर्मचाऱ्यांना आत डांबलं होतं. त्यापैकी १२३ लोकांचा मृत्यू झाला.[२२] नजीकच्या काळात सदर घटनेबद्दल झालेल्या पुनर्तपासणीत असं आढळू आलेलं आहे, की ६४ लोकांना आत डांबलं गेलं होतं, आणि त्यापैकी २१ जिवंत राहिले. 'ब्लॅक होल'च्या बाहेर न येऊ शकलेल्या व्यक्तींपैकी एक होता १९ वर्षांचा स्टेयर डॅलरिम्पल, ज्यानं अवघ्या दोन वर्षांपूर्वी लिहिलेल्या पत्रात कलकत्त्यातील महागाईबद्दल कुरकुर केली होती आणि सोबत एके दिवशी राज्यपाल होण्याचीही स्वप्नं रंगवली होती.

आकडेवारी काही असो – 'ब्लॅक होल'च्या घटनेने भारतातल्या इंग्रजांमध्ये अफाट हाहाकार माजवून दिला. या घटनेचा परिणाम इतका खोल झाला होता, की दीडशे वर्षांनंतरही ब्रिटिश शाळांतील इतिहासाच्या पुस्तकात या घटनेची नोंद असे, आणि त्याकडे निर्देश करून भारतातले लोक किती रानटी होते आणि म्हणूनच इंग्रजांनी त्यांच्यावर केलेलं राज्य किती गरजेचं आणि महत्त्वाचं होतं, हे ठासून सांगितलं जात असे. पण पूर्वीच्या नोंदींमध्ये 'ब्लॅक होल'च्या घटनेला फारसं महत्त्व दिलेलं दिसत नाही. अगदी गुलाम हुसेन खानसारख्या इतिहासकारांच्या नोंदींमध्येही सदर घटनेचा उल्लेख दिसत नाही. ईस्ट इंडिया कंपनीच्या दृष्टीने बोलायचं झालं, तर आपल्या हातभर कर्मचाऱ्यांच्या दुर्दैवापेक्षा आपण कलकत्त्यासारखं अत्यंत महत्त्वाचं ठिकाण गमावल्याचं दुःख तिच्या संचालकांना कैक पटीने अधिक होतं.[२३]

कलकत्ता गमावल्यामुळे निर्माण होणाऱ्या अफाट संकटांचं प्रमाण लक्षात यायला

कंपनीला जरा वेळच लागला; पण खरंतर सगळंच बदलू लागलं होतं.

पुढील काळात कंपनीचा पगारी इतिहासकार म्हणून रुजू झालेल्या रॉबर्ट ऑर्मेला विल्यम लिंडसेनं लिहिलेल्या पत्रात असं म्हटलं होतं : 'इथं सर्वत्र विनाश आणि विपत्ती दिसू लागली आहे. भारतातल्या प्रत्येक इंग्रजालाच नव्हे, तर खुद्द इंग्लंडला या घटनेमुळे किती नुकसान पचवावं लागणार आहे, याचा विचार करूनसुद्धा माझ्या जिवाचा थरकाप होतो. आपल्याकडे उरलेलं मनुष्यबळ आणि मालमत्ता इतकी कमी आहे, की त्याच्या जोरावर आपण पुन्हा नव्यानं सगळं सुरू करणं केवळ अशक्य दिसतं! खरं सांगायचं तर आपण त्याच पदाला परत आलो आहोत, जिथून आपण भारतातला आपला प्रवास सुरू केला होता.'[२४]

ईस्ट इंडिया कंपनीच्या संचालकांची झोप केवळ भारतात गमावलेल्या मनुष्यबळ व इभ्रतीमुळे उडालेली नव्हती. तिथं अचानकरीत्या सहन करावा लागणारा अपमान व आघात, यासोबत कंपनीच्या आर्थिक स्थितीला लागलेलं ग्रहण, यामुळे ते मूळापासून हादरून गेले होते! कंपनीला झालेलं नुकसान इतकं गंभीर होतं, की त्यांच्या रोख्यांची किंमत कायमची घरंगळत जाण्याची शक्यता दिसत होती. त्या काळी कॅप्टन रेनीनं आपल्या एका लेखनात नमूद केल्यानुसार,

> 'या दुःखद प्रसंगामुळे कंपनीनं काय गमावलं आहे, याची यादी आता काढून उपयोग नाही; कारण आता जरी आपल्याला फक्त आर्थिक व मनुष्यबळाचं नुकसान दिसत असलं, तरी भविष्यकाळात सदर घटनेचे परिणाम खूप खोलवर जाणवणार आहेत आणि ते परिणाम निरनिराळ्या प्रकारचे असतील.
>
> इंग्लंडहून येणारा माल आता विकला जाणार नाही. तो माल घेऊन येणारी जहाजं बंदरावर उभी राहतील, त्यामुळे त्यांचा वाढीव दरानं विलंबशुल्क द्यावा लागेल. सोरामीठ आणि रेशीम यांनी बनलेल्या वस्तूंची आम्हा इंग्रजांना एवढी सवय झालेली आहे, की आता त्या वस्तू चढ्या भावाने डच, फ्रेंच, प्रशियन आणि डॅनिश व्यापाऱ्यांकडून घ्याव्या लागतील. तीच बाब आहे ढाका मलमलीची. त्यामुळे पुन्हा नुकसान...
>
> कलकत्त्याच्या घटनेची झळ भारतातल्या इतर प्रांतांनाही बसेल, यात दुमत नाही; किंबहुना भारताशिवाय इतर काही देशांचंही नुकसान होणार आहे. कोरोमॅन्डलची किनारपट्टी, मलबारची किनारपट्टी, गल्फ ऑफ पर्शिया आणि रेड सी... अगदी मनिला, चीन, आफ्रिका यांसारखे देशसुद्धा आपल्याकडील मिरी, कापड, फळं, पत्रा इत्यादींचा व्यापार करण्यासाठी कलकत्त्यावरच अवलंबून आहेत. तसंच कलकत्त्याहून त्यांच्याकडे जाणाऱ्या

रेशमाच्या वस्तू, अफू, सुती कापड, आलं, तांदूळ, हळद इत्यादी गोष्टींचा तुटवडा पडला की त्यांचं कसं होणार, देव जाणे!'[२५]

'कासिमबाजार'चा पराजय आणि लष्करी मदतीची पहिली विनंती या दोन्ही गोष्टी मद्रासला पोहोचल्या १४ जुलै रोजी. त्यानंतर महिनाभरानं १६ ऑगस्ट रोजी सिराज उद्दौलानं 'फोर्ट विल्यम'वर ताबा मिळवल्याची बातमी तिथं जाऊन पोहोचली. एरवी असा काही प्रसंग उद्भवला असता, तर मद्रासनं आपल्याकडचं एक प्रतिनिधी मंडळ मुर्शिदाबादला रवाना केलं असतं. त्यांनी आपल्या लोकांच्या वतीनं माफी मागितली असती. वाटाघाटी केल्या असत्या. नुकसानभरपाई दिली असती आणि व्यापार पुन्हा सुरळीत झाला असता.

पण सदर प्रसंगी नियोजनात झालेल्या दिरंगाईमुळे आणि कदाचित नशिबामुळे त्यांच्यासमोर दुसरा पर्याय उभा राहिला.

नशिबाचा भाग असा, की त्याच सुमाराला रॉबर्ट क्लाइव्ह कोरोमॅन्डल किनाऱ्यावरच्या फोर्ट सेंट डेव्हिडला येऊन पोहोचला होता. मद्रासच्या दक्षिणेकडे स्थित असलेल्या या किनाऱ्यावर ॲडमिरल वॉटसनच्या जहाजावरून येताना क्लाइव्ह आपल्याबरोबर शाही तोफखान्याच्या तीन सशस्त्र तुकड्या घेऊन आला होता. खरंतर क्लाइव्हला बंगालच्या नवाबाशी सामना करण्यासाठी पाठवलंच नव्हतं; त्याला फ्रेंच सेनेच्या अपेक्षित हल्ल्यापासून कंपनीच्या साधनसंपत्तीचं रक्षण करण्यासाठी धाडलं गेलं होतं. किंबहुना, बंगालमध्ये नुकत्याच घडून गेलेल्या 'ब्लॅक होल'च्या घटनेनंतरही मद्रासमधल्या कंपनी कारभाऱ्यांनी असा निर्णय घेतला, की पोर्ट लोरिएन्टवरून कोणत्याही क्षणी युद्धनौका येत असल्याची बातमी आहे; त्यामुळे क्लाइव्हनं आणलेल्या जहाजांना कोरोमॅन्डलवरच थांबवून ठेवावं. नुकतंच एक अतिशय मोठं बंदर गमावल्याचं नुकसान सहन करून दुसरं बंदरही गमावणं कंपनीला नेस्तनाबूत करेल, असा विचार करून मद्रास कौन्सिलनं हा निर्णय घेतला होता. त्यात इंग्लंडच्या राजघराण्याचा निष्ठावंत सेवक असणाऱ्या ॲडमिरल वॉटसनला स्थानिक बंडखोरांपेक्षा आंतरराष्ट्रीय वैऱ्यांपासून आपल्या देशाच्या हिताचं रक्षण करणं अधिक श्रेयस्कर वाटलं.

पण क्लाइव्ह ही संधी सोडणार नव्हता! त्याच्या चाणाक्ष डोक्यानं या लहान दिसणाऱ्या घटनेमध्ये दडलेलं गांभीर्य लगेच ओळखलं. तसंही, त्यानं बंगालमध्ये आणि कंपनीच्या रोख्यांमध्ये केलेली आर्थिक गुंतवणूक बुडित खात्यात गेली असल्याकारणानं क्लाइव्ह चिडला होता. त्यानं मद्रास कौन्सिलसमोर बंगालला जाणं किती गरजेचं आहे, याचा लकडा लावला. आपल्या आक्रमक पद्धतीनं युक्तिवाद करत त्यानं ॲडमिरल वॉटसन आणि काउन्सिलच्या सदस्यांना अखेर

आपलं म्हणणं पटवून दिलंच. शेवटी वॉटसन आपली जहाजं घेऊन बंगालला यायला तयार झाला. फक्त त्याची एक अट होती, की त्यांनी ऑक्टोबरपर्यंत धीर धरावा; कारण पावसाळा संपल्यानंतर मोकळ्या वातावरणात आपल्या युद्धनौका टाकायला फ्रेंच धजावणार नाहीत. म्हणून बंगालमध्ये इंग्रज अधिपत्य नव्यानं प्रस्थापित करताना कोरोमॅन्डलची चिंता लागून राहणार नाही, असा वॉटसनचा हिशेब होता.[२६]

पुढील काही आठवड्यांत क्लाइव्हनं मोठ्या आनंदात आपल्या वडिलांना पत्र लिहून सांगितलं : 'ही मोहीम जर माझ्या इच्छेनुसार यशस्वी झाली, तर भविष्यात माझा फार मोठा फायदा होईल. आजतागायत मी ज्या काही गोष्टी केल्या आहेत, जे काही निर्णय घेतले आहेत, त्या सगळ्यांपेक्षा हे पाऊल अत्यंत मोठं आणि महत्त्वाचं आहे. मी फार मोठ्या सत्तेनिशी आणि अपेक्षांसोबत हे पाऊल उचलत आहे.'

लीडनहॉल स्ट्रीटवरच्या आपल्या वरिष्ठांना पाठवलेल्या पत्रात मात्र क्लाइव्हनं अधिक नरमाईनं आणि मोजूनमापून पद्धतीनं लिहिलं :

> 'आदरणीय सज्जनहो, आतापर्यंत तुम्ही कलकत्त्याला घडलेल्या दुर्दैवी प्रसंगाबद्दल सगळं जाणत आहातच. ज्या हीन पद्धतीनं मुघलांनी आपल्या इमानदार कर्मचाऱ्यांची विटंबना केली, आणि आपल्या कंपनीचं जे नुकसान झालं आहे, त्याचा विचार करून आज आपल्यापैकी प्रत्येकाचं हृदय अतीव दु:ख, भय आणि संतापानं उसळून येत असेल, यात दुमत नाही. बंगालमध्ये तो तिरस्करणीय प्रसंग घडत असताना आदरणीय राज्यपाल व कौन्सिलने मला मद्रासच्या मोहिमेसाठी बोलावून घेण्याचा मान दिला. तिथली मोहीम पूर्ण केल्यानंतर, बंगालमध्ये आपल्या माणसांवर झालेल्या अन्यायाला सडेतोड उत्तर देण्यासाठी मी स्वत:हून माझी सेवा देऊ केली. दयाळू कौन्सिलनं अखेर माझं म्हणणं मान्य केलं आहे. त्यानुसार मी आपल्या शाही युद्धनौकांद्वारे, उत्तमरित्या प्रशिक्षित सशस्त्र युरोपीय सैनिकांसोबत बंगालला प्रयाण करत आहे. मला खात्री आहे की, माझ्या या मोहिमेमुळे इंग्रजांच्या अपमानाचा बदला तर घेतला जाईलच; पण त्याहीपुढे जाऊन मी कलकत्ता पुन्हा इंग्रजांच्या अधिपत्याखाली आणून ईस्ट इंडिया कंपनीचा व्यापार अधिक उंचीवर नेऊन ठेवीन. हा माझा विश्वास आहे आणि प्रतिज्ञासुद्धा!'[२७]

तोपर्यंत, मद्रास कौन्सिलदेखील क्लाइव्हची री ओढू लागलं होतं. त्यांनीही ऑक्टोबरमध्ये

लंडनला पत्र लिहून कळवलं, की आपण केवळ पुन्हा कलकत्त्यावर ताबा मिळवण्यात फारसा अर्थ नाही. तसं करण्यात केवळ आपल्या अहंकाराचा विजय असेल, अजून काही नाही. एवढा मोठा खर्च करून आपण आपला अवाढव्य शस्त्रसंभार बंगालला पाठवत आहोत, तर आपल्याला त्याचा पुरेपूर वापर करायला हवा. ईस्ट इंडिया कंपनीचे सगळे कारखाने व वसाहती पुन:प्रस्थापित केले जावे. आतापर्यंत आपलं जे नुकसान झालेलं आहे, त्याची पुरेपूर भरपाई मिळवायला हवी. तसंच आपल्याला आधी मिळत असलेले सगळे विशेषाधिकार पुन:प्रस्थापित केले जाऊन यापुढे आपल्याला व्यापार करताना कोणताही त्रास दिला जाणार नाही, याची हमी मिळाली पाहिजे.'[२८]

दोन महिन्यांच्या कालावधीमध्ये इंग्रजांनी पूर्ण नियोजन केलं, जहाजांची डागडुजी करून घेतली, तोफा नीट तयार केल्या आणि भरपूर रसदीची सोय केली. १३ ऑक्टोबर रोजी ७८५ युरोपियन सैनिक, ९४० शिपाई आणि ३०० नौदलातले सैनिक असा भलामोठा जथ्था घेऊन इंग्रजांची जहाजं बंगालकडे निघाली. भारतामध्ये इंग्रजांनी एवढी मोठी फौज या आधी कधीच एकत्र आणलेली नव्हती. मात्र मोठ्या निश्चयानं निघालेल्या या आरमारी तांड्याला त्याच वाऱ्यांनी अडचणीत आणलं. या वाऱ्याबद्दल ॲडमिरल वॉटसननं आधीच कयास बांधला होता, की या वाऱ्यांमुळे फ्रेंच आपली जहाजं पाण्यात घालणार नाहीत. जोराचे मान्सूनी वारे वाहू लागले, तसा इंग्रजांचा आरमारी तांडा विखुरला जाऊ लागला. काही जहाजं तर पार श्रीलंकेपर्यंत भिरकावली गेली! खुद्द वॉटसन आणि क्लाइव्ह प्रवास करत असलेलं 'केन्ट' नावाचं जहाज बंगालच्या खाडीपर्यंत पोहोचायला पुढचे सहा आठवडे लागले.[२९]

सदर तांड्यामधल्या पहिल्या काही जहाजांना हुगलीमध्ये प्रवेश करण्यासाठी ९ डिसेंबरचा दिवस उजाडला. तोपर्यंत इंग्रजांचे अर्धेअधिक सैनिक व शिपाई स्कर्व्हीसारख्या निरनिराळ्या रोगांना बळी पडले होते. त्यानंतर सहा दिवसांनी 'केन्ट' जहाज फुल्ताला पोहोचलं. 'ब्लॅक होल'मधून बचावलेल्या इंग्रज लोकांनी तिथं आसरा घेतला होता. मलेरियाचा प्रादुर्भाव असलेल्या सुंदरबनच्या किनाऱ्यावरील फुल्तामध्ये आल्यावर आधीच अर्धमेल्या झालेल्या त्या आपद्ग्रस्तांपैकी अर्धेजण मृत्युमुखी पडले होते.[३०]

'केन्ट'च्या मागोमाग 'मार्लबरो' आणि 'कम्बरलॅण्ड' नावाची जहाजं फुल्ताला येऊन पोहोचली. त्या जहाजांमध्ये बरंचसं सैन्य आणि सामान भरलेलं होतं. मग क्लाइव्हनं 'अलिनगर'च्या राजा माणिकचंदकडे निरोप धाडला, की आपण एक मोठी सशस्त्र फौज घेऊन इंग्रजांवर झालेल्या अन्यायाचा बदला घ्यायला आलो आहोत. मात्र क्लाइव्हच्या धमकीचा काहीच परिणाम झाला नाही. गुलाम हुसेन

खाननं लिहिल्यानुसार, 'तोपर्यंत इंग्रजांकडे फक्त व्यापारी म्हणून बघितलं जात होतं. त्यांचं लष्करी कौशल्य आणि तयारी या दोहोंबाबतीत आपली लोकं बरीच अनभिज्ञ होती.'[३१]

समोरून काही उत्तर येत नव्हतं; आणि दिवसागणिक रोगराईमुळे बरेचसे सैनिक मृत्युमुखी पडत होते. अखेर आपल्याकडे वेळ थोडा आहे, हे लक्षात घेऊन २७ डिसेंबरला क्लाइव्हनं आपल्या तांड्यापैकी काही जहाजं नदीत घातली. किनाऱ्यावरील नारळाची झाडं आणि कमळाची पानं, वटवाघळं व अजस्र बंगाल वाघांनी भरलेल्या दाट पाण्यातून वाट काढत ती जहाजं कशीबशी बजबजच्या किल्ल्यापर्यंत येऊन पोहोचली. त्या किल्ल्यावर तैनात केलेल्या शस्त्रधारी सैनिकांना पार करण्यासाठी इंग्रज सैनिकांना पुढचे तब्बल सोळा तास छातीएवढ्या पाण्यामधून आणि वेळप्रसंगी भातशेतीमधून वाट काढत पायी प्रवास करावा लागला.[३२]

अखेर, संध्याकाळी जेव्हा ते सगळे किल्ल्यापर्यंत पोहोचले तेव्हा राजा माणिकचंदनं त्यांच्यावर अचानक हल्ला चढवला! जंगलामधल्या काळोख्या कोपऱ्यात आपली फौज लपवून राजा माणिकचंदनं चढवलेला हा हल्ला इंग्रजांना गारद करून गेला. ती लढाई पुढचा एक तास चालली. दोन्ही बाजूंच्या सैनिकांचं मोठं नुकसान झालं. क्लाइव्ह अगदी माघार घेण्याच्या विचारात असताना, अचानक त्याच्या सैनिकांच्या एका फळीने 'ब्राऊन बेस' नावाच्या चापाच्या बंदुकीचा मारा सुरू केला. भरीस भर, काही मोठ्या तोफासुद्धा डागल्या जाऊ लागल्या. क्लाइव्हचा भाचा, एडवर्ड मास्कलीननं नमूद केल्यानुसार, 'अचानक झालेल्या या आधुनिक शस्त्रांच्या हल्ल्यानं मुघल गडबडून गेले. आदल्या रात्री आम्ही तिथपर्यंत ओढत आणलेल्या भक्कम तोफा पाहून तर ते पार चक्रावून गेले! त्यांच्याकडचे २०० सैनिक, ४ कनिष्ठ अधिकारी व एक हत्ती मृत्युमुखी पडले. त्यापैकी काही सैनिक मारले गेले नसले तरी फार गंभीररीत्या जखमी झाले होते. त्यामुळे त्यांची वाचण्याची शक्यता नगण्य होती. खुद्द राजा माणिकचंदला त्याच्या फेट्यामधून थेट मस्तकात गोळी लागली.'[३३]

माणिकचंदचा पराभव झाल्यावर त्या रात्री वॉटसनची जहाजं फोर्ट विल्यमपर्यंत आली आणि त्यांनी बेछूट गोळीबार करून मुघलांना गप्प बसवलं. दुसऱ्या सकाळी थेट हल्ला करण्यासाठी म्हणून जहाजातल्या माणसांना उतरवलं जात असताना, दारूच्या नशेत झिंगलेल्या एका तरुण शिपायानं तितक्यात गोंधळ घातला. लडखडत किनाऱ्यापर्यंत जात, त्यानं किल्ल्याभोवतीचा खंदक पार करून, इंग्रजांच्या तोफेमुळे किल्ल्याच्या भिंतीमध्ये पडलेल्या छिद्रात डोकं घालून हवेत पिस्तुलीचे बार उडवले. 'ही जागा माझी आहे! ही जागा माझी आहे!' असं बरळत असलेल्या त्या शिपायाला खरंतर मुघलांकडून चांगलाच प्रसाद मिळाला असता; पण नशिबानं

त्याचे साथीदार मागोमाग आले आणि त्याला उचलून परत घेऊन गेले, म्हणून तो वाचला![३४]

मग तो तांडा नदीमध्ये अजून पुढे सरकत गेला; वाटेत लागलेल्या सिराजच्या दोन किल्ल्यांना त्यांनी हात लावला नाही.

२ जानेवारी १७५७च्या पहाटे इंग्रजांची एक तुकडी फोर्ट विल्यमजवळ येऊन पोहोचली. गोळीबार सुरू झाला, त्यात मुघलांची नऊ माणसं मारली गेली. राजा माणिकचंद मागे सरला. गुलाम हुसेन खाननं नमूद केल्यानुसार, 'इंग्रजांनी समोरून केलेला मारा पाहून इकडच्या घाबरट राज्यपालाचा धीर सुटला. खरंतर त्यानं इंग्रजांच्या हल्ल्याला धिटाईनं तोंड देत उभं राहायला पाहिजे होतं. पण तसं न करता राजा माणिकचंदनं चक्क पळ काढला. शत्रूला असं पळत जाताना पाहून क्लाइव्हची हिंमत अजून वाढली. त्यानं कारखान्याचा आणि किल्ल्याचा ताबा घेतला आणि बंदिस्त ठेवल्या गेलेल्या आपल्या इंग्रज कर्मचाऱ्यांना मोकळं करून टाकलं.'[३५]

सर्वत्र जल्लोष होऊ लागला; कुणीतरी एका झाडाच्या फांदीवर इंग्रजांचा झेंडा फडकवला.[३६] थोड्या वेळाने सूर्य वर आला. तेव्हा मात्र क्लाइव्हला फोर्ट विल्यमची झालेली दुर्दशा खऱ्या अर्थानं लक्षात आली. गव्हर्न्मेंट हाउस, सेंट ॲन्स चर्च आणि उच्चाधिकाऱ्यांची घरं जळून राख झाली होती. ज्या घरांचे सांगाडे उभे होते, त्यांच्यातल्या सुंदर वस्तूंची विटंबना करण्यात आली होती. इतकंच काय, तर 'फोर्ट विल्यम'वर एक लहानशी मशीदसुद्धा उभी राहिली होती.[३७]

'फोर्ट विल्यम'ची परिस्थिती खरोखरीच वाईट होती, पण तरीही २ जानेवारी १७५७च्या सकाळी हे विदीर्ण कलकत्ता शहर पुन्हा एकदा इंग्रजांच्या ताब्यात आलं होतं!

३ जानेवारी १७५७ रोजी क्लाइव्हनं कंपनीच्या वतीनं सिराज उद्दौलावर युद्ध पुकारलं. वॉटसननंही शाही घराण्याच्या वतीनं सिराजवर युद्धाचा पुकारा केला. हा पहिला प्रसंग होता, जेव्हा ईस्ट इंडिया कंपनीने एका भारतीय राजाशी युद्ध पुकारलं होतं. गुलाम हुसेन खान यानं आपल्या रियाझू-अस-सलाटिनमध्ये म्हटल्यानुसार, काळानं आपल्या द्यूताच्या पटावर नवा खेळ आरंभला होता.[३८]

आपल्या स्वभावानुसार क्लाइव्हनं आक्रमक मारा सुरू केला. ९ जानेवारीला जेव्हा त्याचे अभियंते 'फोर्ट विल्यम'ची डागडुजी करू लागले आणि इंग्रज माणसं पुन्हा नव्यानं आपली घरं बांधू लागली, तेव्हा क्लाइव्ह आणि वॉटसन 'केन्ट' जहाजात बसून सिराजच्या सगळ्यात महत्त्वाच्या अशा हुगली बंदरावर हल्ला

चढवण्यासाठी निघाले. आधी ग्रेपशॉट[iii]ने आणि मग सुमारे ४ वाजता मागून आलेल्या हातबॉम्ब फेकणाऱ्या सैनिकांद्वारे, क्लाइव्हनं बंदराभोवतीचा सगळा परिसर हादरवून टाकला. रात्री २ वाजता त्यांनी हुगलीच्या किल्ल्याभोवती ठिकठिकाणी शिड्या टाकून आत प्रवेश केला. पुढील एक तासात तिथं झोपलेल्या मुघल सैनिकांची त्यांनी बेछूट कत्तल केली, आणि मग यथेच्छ लूटमार व जाळपोळ आरंभली. सिराज इतरांवर वापरत असलेलं भयाचं अस्त्र त्याच्यावरच वापरून, इंग्रजांनी मुघलांना पळता भुई थोडी केली.[३९] मग इंग्रज सैन्याच्या तुकड्यांनी स्वत:ला विभागून घेतलं आणि निरनिराळ्या ठिकाणांहून परतीचा रस्ता धरत, वाटेत लागतील ती गावं व कोठारं जाळत संध्याकाळपर्यंत ते 'फोर्ट विल्यम'ला येऊन पोहोचले.

त्यानंतर दोन आठवड्यांनी ६० हजार सैनिकांची फौज घेऊन सिराज उद्दौला पुन्हा कलकत्त्याकडे निघाला. नेहमीप्रमाणे वेगानं येऊन तो ४ फेब्रुवारीला कलकत्त्याच्या उत्तरेला असलेल्या एका बागेत येऊन थांबला. क्लाइव्हला त्याच्या हिमतीचं आश्चर्य वाटलं. सिराजनं क्लाइव्हला धाडलेल्या निरोपानुसार क्लाइव्हनं कंपनीच्या दोन कर्मचाऱ्यांना सिराजशी चर्चा करण्यासाठी पाठवलं. पण सिराज त्यांच्याशी अतिशय उद्धटपणे वागला, आणि त्या अधिकाऱ्यांना त्यानं पुन्हा दुसऱ्या दिवशी चर्चेसाठी यायला सांगितलं.[४०] मात्र असं करण्यात सिराजचा काहीतरी कावा असेल हे ओळखून, ते अधिकारी 'फोर्ट विल्यम'ला परतले. दुसऱ्या दिवशी क्लाइव्हनं रात्रीच्या प्रहरी बेमालूम हल्ला करण्याचा आपला आवडता पवित्रा वापरला!

आपल्या अधिकाऱ्यांनी सिराजच्या वागणुकीचं केलेलं वर्णन ऐकून क्लाइव्ह तातडीनिशी वॉटसनकडे गेला आणि त्यानं त्याच्याकडे एक जहाज आणि चार-पाचशे सैनिकांची मागणी केली. वॉटसननं त्याची मागणी मान्य केली. रात्री १ वाजता हे सगळे सैनिक नवाबाच्या छावणीजवळ पोहोचले. २ वाजेपर्यंत सगळ्यांनी आपापली शस्त्रं अंगावर घेतली आणि सोबत दारूगोळ्याचा भरपूर साठा घेतला. ४ वाजता ते नवाबाच्या छावणीकडे चालू लागले.[४१]

५ फेब्रुवारी १७५७ची पहाट उजाडली तीच नदीवर धुक्याचं पांघरूण लपेटून एडवर्ड मास्कलीननं लिहून ठेवल्यानुसार, 'आम्ही अगदी मांजराच्या पावलांनी नवाबाच्या छावणीकडे निघालो. आमच्याकडे एकूण ४७० कर्मचारी सैनिक व ८०० शिपाई होते. सगळ्यांना निरनिराळी शस्त्रं चालवता येत होती.

---

iii दारूगोळ्याचे अनेक लहान गोळे आत ठासून बनवलेला लहान बॉम्ब. त्याची रचना द्राक्षाच्या घडासारखी असायची, म्हणून त्याला ग्रेपशॉट म्हणत.

पहाट फुटू लागली तसे आम्ही नवाबाच्या छावणीजवळ पोहोचलो. समोरून हल्ला सुरू झाला, पण सगळ्यात पुढे असलेल्या आमच्या शिपायांच्या फळीनं गोळीबार करून शिताफीने तो हल्ला परतवला. शत्रू शांत झाला. आम्ही पुढे जात राहिलो. पार शत्रूच्या छावणीच्या मधोमध येऊन पोहोचलो. अचानक आमच्यापासून जेमतेम ३० फुटांवर मुघलांच्या घोडदळातील ३०० सैनिक येऊन उभे राहिले. आम्ही त्यांच्यावर गोळीबार केला आणि मग एकच कालवा सुरू झाला. त्यांच्यापैकी जेमतेम १३ घोडेस्वार निसटले; पण त्यांनी पुन्हा आमच्यावर हल्ला चढवला. पुढचे दोन तास हेच सत्र सुरू राहिलं. आम्ही पुढे सरकलो, की त्यांचं घोडदळ हल्ला करत होतं; त्यांच्यावर गोळ्या झाडल्या तरी त्यांना फारसा फरक पडत नव्हता.'[४२]

अखेर सकाळी ११ वाजता इंग्रजांच्या सैन्यानं पराभव पत्करला. त्यांची १५० माणसं ठार झाली होती. यात क्लाइव्हचे खास अधिकारी व त्याच्या सचिवाचाही समावेश होता. सगळ्यात मोठी खेदाची गोष्ट म्हणजे, सिराज उद्दौला इंग्रजांच्या हाती लागू शकला नव्हता.[४३] क्लाइव्ह चांगलाच नाराज झाला. त्याच्या दृष्टीने मोहीम फसली होती. इंग्रजांचे वाटाडे धुक्यात हरवले होते. अंदाधुंद गोळीबार करत, ते आपल्याच लोकांवर हल्ला करण्यापासून थोडक्यात बचावले होते. त्यात नवाबाच्या छावणीजवळ इंग्रजांना आपली एक उत्कृष्ट प्रतीची तोफ सोडून यायला लागलं, कारण ती नदीजवळच्या गाळामध्ये रुतून बसली होती.

मात्र क्लाइव्हला जरी आपली ही मोहीम अयशस्वी झाल्यासारखी वाटली असली तरी वास्तवात, इंग्रजांच्या या आक्रमक हल्ल्यामुळे सिराज उद्दौला किती हादरला होता ते क्लाइव्हला माहीत नव्हतं. सदर हल्ल्यामध्ये खुद्द सिराज मृत्यूला हात लावून आला होता! 'काळ आला होता पण वेळ आली नव्हती,' अशा परिस्थितीत सापडलेल्या सिराजचं पायदळ मात्र त्या बाबतीत अधिक दुर्दैवी ठरलं. त्याच्या पायदळातले सुमारे १५०० सैनिक ठार झाले. तसंच ६०० घोडेस्वार आणि चार उमद्या हत्तींनीही आपले प्राण गमावले. इंग्रजांनी हा पराक्रम कसा साधला याबद्दल लिहिताना गुलाम हुसेन खान म्हणतो,

"त्यांनी आदल्या रात्री २ वाजता आपली जहाजं पाण्यात घातली आणि शत्रूच्या छावणीच्या सगळ्यात दूरच्या टोकाला येऊन शांतपणे थांबले. पहाट फुटली तसं ते छावणीच्या अगदी मागोमाग येऊन उभे राहिले आणि तोफगोळ्यांचा मारा सुरू केला. त्यामुळे मुघलांचे बरेच सैनिक

> सुरुवातीलाच जखमी किंवा ठार झाले. सिराज उद्दौलाच्या खास मर्जीतला आणि अतिशय शूर असा सेनाप्रमुख दोस्त मोहम्मद खानसुद्धा या हल्ल्यामध्ये जबर जखमी झाला. त्याच्याप्रमाणे सिराजनं इतरही बरेच महत्त्वाचे सरदार आणि अधिकारी गमावले. खरंतर इंग्रजांना सिराजला अटक करून पळवून न्यायचं होतं. पण त्याचं नशीब चांगलं म्हणून नदीवरचं धुकं इतकं दाट झालं, की एका वेळी सिराज आणि क्लाइव्ह अगदी समोरासमोर येऊनही एकमेकांना पाहू शकले नाहीत आणि सिराज निसटला! इंग्रजांनी मात्र एका ओळीत पुढे चालत जात, सतत गोळीबार चालू ठेवला आणि स्वत:च्या एकही माणसाला न गमवता अखेर आपल्या तळावर परतले.'[४४]

आपल्या पराक्रमाचा किती मोठा परिणाम झाला आहे, हे आधी क्लाइव्हला समजलंच नाही! पण रात्री झालेल्या या अकल्पित हल्ल्यामुळे सिराज मुळापासून हादरून गेला आणि त्याच सकाळी त्यानं १० मैल दूर पलायन केलं! मग त्यानं तातडीनिशी शांतीचा करार करण्यासाठी आपला एक दूत क्लाइव्हकडे धाडला. खरंतर सदर हल्ला होण्याआधीच सिराजला बंगालचं झालेलं नुकसान लक्षात आलं होतं आणि थोडी ताणाताणी करून तो कंपनीला पुन्हा एक संधी द्यायला तयार होणार होता. पण क्लाइव्हच्या हल्ल्यामुळे मुघलांचं वर्चस्व धुळीला मिळालं. ९ फेब्रुवारीला सिराज उद्दौलानं केलेल्या शांती करारामध्ये, त्यानं इंग्रजांच्या एकूण एक मागण्या विनाशर्त मान्य केल्या. 'अलिनगरचा तह' म्हणून प्रसिद्ध असलेल्या या कराराद्वारे कंपनीला त्यांना पूर्वी दिले गेलेले सगळे विशेषाधिकार परत मिळाले, त्यांचा सगळा माल करमुक्त केला गेला, त्यांना आपल्या इमारती व कारखाने पुन्हा बांधण्याची परवानगी दिली गेली आणि त्यांना आपली टांकसाळ सुरू करण्याचीही मुभा दिली गेली. सिराजनं क्लाइव्हकडे फक्त एक लहानशी मागणी केली – की त्यानं रॉजर ड्रेकला मुघलांच्या कामात लक्ष घालण्यापासून रोखावं. तसंही भ्याड ड्रेकची कंपनीतली कारकीर्द संपुष्टात आल्यात जमा होती. क्लाइव्हनं त्याला तिथल्या तिथं कामावरून काढून टाकल्याचं जाहीर केलं.[४५]

दुसऱ्या दिवशी सिराजनं निमूट मुर्शिदाबादकडे परतीचा रस्ता धरला. क्लाइव्ह आणि वॉटसनला आपल्या कामगिरीवर अजूनही विश्वास बसेना! पैसा व माणसांचं कमीत कमी नुकसान करून मोहीम फत्ते केलेल्या क्लाइव्हनं मग मद्रासला परतण्याची तयारी सुरू केली.[४६]

वॉटसन ईस्ट इंडिया कंपनीचा कर्मचारी नव्हता; त्याचे लागेबांधे थेट इंग्लंडच्या राजवटीशी होते.[४७] त्यामुळे सिराजवरची मोहीम संपण्याआधीच लंडनवरून वॉटसनसाठी

पुढच्या कामगिरीचे आदेश येऊन ठेपले होते. तोपर्यंत जगभरात सगळीकडे ब्रिटन आणि फ्रान्समधलं वैर वाढत गेलं होतं. क्यूबेकपासून सेनेगलपर्यंत आणि ओहायोपासून हॅनोवरपर्यंत ठिकठिकाणी या दोघा राष्ट्रांमधल्या चकमकी दिवसागणिक वाढत चालल्या होत्या. इंग्लंडने वॉटसनला पुढे 'सेव्हन इयर्स वॉर' म्हणून जाणल्या गेलेल्या जागतिक युद्धाच्या तयारीला लागण्याचे आदेश पाठवले होते.[४८]

त्यानुसार, वॉटसनने आता जिथं कुठे फ्रेंच सेना दिसेल तिथं हल्ला करायचा, असा पवित्रा घेतला. सुरुवात झाली बंगालमधील चंदरनगर येथील फ्रेंच वसाहतीपासून.

चंदरनगरमधील अधिकारी आणि कलकत्यातील लोकांमधलं नातं आश्चर्यकारकरीत्या सलोख्याचं राहिलेलं होतं. कलकत्त्यावर मुघलांची सत्ता आल्यावर चंदरनगरच्या फ्रेंच वसाहतींनी सिराजपासून पळ काढलेल्या इंग्रजांसाठी मोठ्या मनानं आपली दारं उघडली. त्यांचा रोष केवळ रॉजर ड्रेक व त्याच्या कार्यकारी मंडळातल्या अधिकाऱ्यांसाठी राखीव होता. फ्रेंच राज्यपाल एम. रेनॉल्टनं लिहून ठेवल्यानुसार 'ड्रेक व त्याच्या अधिकाऱ्यांनी ज्या निर्लज्जपणे आपल्या लोकांची साथ सोडून पलायन केलं, त्यामुळे अवघ्या युरोपियन लोकांची मान शरमेनं खाली झुकलेली आहे. राज्यपाल या मानाच्या स्थानी आरूढ झालेल्या ड्रेकला आज आपल्या लोकांकडून केवळ शिव्याशाप, अपमान आणि अवहेलना मिळत आहे – आणि त्याची तीच लायकी आहे! ड्रेकचं नाव इतिहासात नेहमी काळ्या अक्षरांनी लिहिलं जाईल, आणि त्याच्या सरकारला जर तो कधी सापडला, तर त्याला व त्याच्या कार्यकारी मंडळाच्या सदस्यांना फाशी दिली जावी, असं माझं प्रामाणिक मत आहे.'[४९]

असो. तर मुघलांनी कलकत्त्यावर ताबा मिळवल्यानंतर फ्रेंच लोकांनी इंग्रजांशी हातमिळवणी करून, युद्ध सुरू झालं तर एक होऊन लढा देण्याची प्रतिज्ञा केली. इंग्रजांनीही या प्रस्तावाला सकारात्मक मान्यता दिली. पण ६ मार्च रोजी सदर प्रतिज्ञेवर औपचारिक मोहोर लागण्याच्या काही तास आधी वॉटसननं मोडता घातला. जीन लॉच्या नोंदीनुसार 'वॉटसनचं असं म्हणणं पडलं, की चंदरनगरच्या फ्रेंच अधिकाऱ्यांना असा कोणताही करार करण्याचा कायदेशीर अधिकार नसल्यामुळे आपण या अशा धेडगुजरी करारावर सही करणार नाही. परंतु वॉटसनच्या या विचित्र निर्णयामागचं खरं कारण असं होतं, की त्याच दिवशी त्याला ही बातमी मिळाली होती, की त्याची दोन मोठी आणि महत्त्वाची जहाजं अखेर गंगेच्या मुखापाशी येऊन पोहोचली होती. त्यामुळे आता आपलं बळ वाढल्याचं लक्षात

आल्यावर वॉटसन आपल्या शब्दावरून फिरला आणि त्यानं आपल्या सैन्याला चंदरनगरवर चाल करून जाण्याचे आदेश दिले![५०]

८ मार्च रोजी क्लाइव्हनं २७०० सैनिकांच्या लहानशा सेनेचं नेतृत्व स्वीकारलं आणि पुढचे तीन दिवस चालत, सुमारे २० मैलांचं अंतर पार केलं. दोन दिवसांनंतर नवाबानं क्लाइव्हला पत्र लिहिलं. क्लाइव्हनं या पत्राचा अर्थ असा लावला, की नवाब आपल्याला फ्रेंच सेनेवर हल्ला करण्याची परवानगी देत आहे. त्या बदल्यात, अहमद शहा दुर्रानी या अफगाण राजानं जर बंगालवर हल्ला केला तर ईस्ट इंडिया कंपनी नवाबाची साथ देईल, अशा अटीवर त्यानं ही परवानगी दिली होती. अहमद शहा दुर्रानीनं नुकतीच दिल्लीवर धाड टाकली होती आणि आता त्याचा मोहरा पूर्वेकडच्या श्रीमंत राज्यांकडे वळणार असल्याची चर्चा होती. या दुर्रानीनं पुढील काळात उत्तर भारतावर तब्बल सतरा धाडी टाकल्या. वर्षाला एक धाड अशा रतीबानं त्यानं या मोहिमा राबवल्या. असो. तर १२ तारखेला क्लाइव्ह चंदरनगरपासून २ मैलांवर येऊन ठेपला आणि त्यानं फ्रेंच सेनेला शरणागती पत्करायला सांगितलं. त्या प्रस्तावाला फ्रेंचांनी नकार दिला.

कलकत्त्याच्या पावलावर पाऊल ठेवत नजीकच्या काळात चंदरनगर हे फ्रेंच लोकांसाठी फार महत्त्वाचं व्यापारी तळ बनलं होतं. कलकत्त्याप्रमाणेच चंदरनगरवर जमिनीवरून हल्ला करणं कठीण होतं (कारण त्यांचा फोर्ट द'ओर्लीन्स हा 'फोर्ट विल्यम'पेक्षाही सुसज्ज आणि सुरक्षित होता), पण तिथं नदीवरून हल्ला करणं बरंच सोपं होतं. रेनॉल्टला याची कल्पना होती आणि म्हणूनच इंग्रजांचा हेतू समजताक्षणी त्यानं आपल्या चार युद्धनौका साखळदंडानं बांधून फोर्ट द'ओर्लीन्सच्या कमकुवत असलेल्या पूर्व दिशेला अडथळा म्हणून घालून ठेवल्या.

२३ मार्चच्या सकाळी क्लाइव्ह सरळ आत घुसला आणि त्यानं फ्रेंच सैनिकांची पहिली फळी गारद करून टाकली. त्यानंतर वॉटसननं प्रहार सुरू केला आणि फ्रेंच सेना बघता-बघता विखरू लागली. जेमतेम ७०० माणसांनिशी सर्वत्र जाळपोळ चाललेल्या परिस्थितीत आपला किल्ला राखू पाहणाऱ्या फ्रेंचांनी शर्थीचा लढा दिला, पण अखेर जमीन व पाणी दोन्हींकडून हल्ला करणाऱ्या इंग्रजांसमोर त्यांचं बळ कमी पडलं.

एडवर्ड मास्कलीननं याही प्रसंगाचं खूप परिपूर्ण वर्णन लिहून ठेवलं आहे. त्यामध्ये तो सांगतो, 'फ्रेंच सेनेनं पाण्यामध्ये रुतवलेल्या चार जहाजांमुळे आमची 'केन्ट' व 'टायगर' ही जहाजं नदीमध्ये अडकून पडली होती.

> अखेर बऱ्याच वेळानं फ्रेंचांनी आपल्या जहाजांना लावलेले साखळदंड कापून काढल्यानंतर आमची जहाजं पुढे सरकू शकली. पण मग फ्रेंच

लोकांनी जबरदस्त गोळीबार सुरू केला. हा हल्ला काही वेळासाठी चालू राहिला आणि मग आमच्या फौजेनं दुप्पट जोमानं गोळीबार सुरू केला. अवघ्या दोन तासांमध्ये त्यांनी आपले १५० अधिकारी व सैनिक गमावले. अखेर त्यांनी शरणागतीचा इशारा दिला; पण तसं होण्याआधी आम्ही 'केन्ट'वरून आमच्या बहुतेक माणसांना सुरक्षित करण्यासाठी खाली उतरवून टाकलं. वर फक्त ॲडमिरल वॉटसन कॅप्टन स्पेक आणि जखमी झालेली किंवा मृत्युमुखी पडलेली आमची माणसं उरली होती. या हल्ल्यामध्ये इंग्रजांचंही बरंच नुकसान झालं. 'टायगर'मधले बरेचसे नौसैनिक मारले गेले; 'केन्ट'वरचेही बरेचसे अधिकारी आणि सैनिक मारले गेले. कॅप्टन स्पेकनं आपला पाय गमावला; त्याचा मुलगा बिली याच्याही मांडीची पूर्णत: चिरफाड झाली. पेरो नावाच्या एका तरुण अधिकाऱ्याला डोक्यात गोळी लागली, आणि सेकंड लेफ्टनन्ट हेज यानंही आपला पाय गमावून अखेर मृत्यूला कवटाळलं.

आमच्यापैकी जी माणसं जमिनीवरून हल्ला करणाऱ्या गटात होती, ती बऱ्यापैकी सुरक्षित राहिली. आम्ही आमच्या गोळीबाराने शत्रूची बरीच भंबेरी उडवून दिली. पण एकूण सांगायचं झालं, तर जरी त्यांनी दोन तास शरणागती पत्करली असली, तरी फ्रेंच सैन्यानं फार धिटाईनं प्रतिकार केला. त्यांच्या धैर्याचं कौतुक करावं तेवढं कमी आहे.'[५१]

इंग्रजांच्या मते, जरी त्यांनी ही मोहीम जिंकली असली, तरी त्यासाठी त्यांना मोजावी लागलेली किंमत त्यांच्या इतर अनेक मोहिमांपेक्षा कैक पटीने जास्त होती.

जितकं नुकसान इंग्रजांच्या दोन जहाजांचं झालं होतं, तितकंच फोर्ट द'ओर्लीन्सचंही झालेलं होतं. फ्रेंच सैन्याच्या एकूण एक मोठाल्या २४-पौंडर तोफा उद्ध्वस्त झाल्या होत्या. किल्ल्याची भिंत पूर्णपणे मोडली होती. बहुतेक माणसं मृत्युमुखी पडली होती आणि जी उरली होती, त्यांच्यावर इंग्रज सैनिक शेवटपर्यंत शेजारपाजारच्या इमारतींवरून गोळ्या झाडत होते. एका दिवसात फ्रेंच सैन्यानं आपले दोन कॅप्टन आणि दोनशे माणसं गमावली होती.[५२]

चंदरनगरचा पराजय हा भारतातल्या फ्रेंच लोकांसाठी फार मोठा धक्का ठरला. जीन लॉनं नमूद केल्यानुसार 'चंदरनगरवर ताबा मिळवल्यानंतर इंग्रजांसाठी अवघा भारत उघडा पाडला गेला! आता त्यांच्या सत्तेचा व श्रीमंतीचा आलेख फक्त वर जाणार होता, यात शंका नव्हती. याच घटनेमुळे फ्रेंच कोम्पॅनीच्या वित्तीय राजधानीची दारं तिच्यासाठी बंद होऊ लागली. लवकरच सगळ्या फ्रेंच वसाहती बंद पडल्या आणि फ्रेंच माणसं देशोधडीला लागली. मीसुद्धा त्यापैकी एक होतो.'[५३]

युद्ध सुरू असताना सिराज उद्दौला वेगळ्याच कात्रीत अडकला होता. आपण इंग्रजांच्या विरोधात फ्रेंच सैन्याला मदत करून कंपनीचा रोष पत्करावा, की मग काही न करता निमूट बसून कंपनीनं आपल्याशी केलेल्या शांती कराराला धक्का लागू न द्यावा, अशा संभ्रमात सिराज पडला होता. मध्येच त्यानं फ्रेंच सेनेच्या मदतीसाठी चंदरनगरला छोटासा ताफा धाडला; मग ते वाटेत असताना त्यांना मागे फिरण्याचा आदेश दिला. दुसऱ्या दिवशी इंग्रजांनी युद्ध जिंकल्यावर सिराजनं लगेच क्लाइव्हकडे त्याच्या विजयावर अभिनंदन करणारं स्तुतिपर पत्र आणि सोबत एक 'छानशी भेटवस्तू' पाठवून दिली.

रियाझू-अस-सलाटिननं नमूद केल्यानुसार, 'सुरुवातीला दाखवलेला बेदरकारपणा आता सिराजला महाग पडत होता, आणि त्यालाही ते लक्षात येत होतं. म्हणून आता तो या ना त्या प्रकारे क्लाइव्हची मनधरणी करण्याचा प्रयत्न करत होता. त्याच दृष्टीनं इंग्रजांनी युद्ध जिंकल्यावर, सिराजनं क्लाइव्हकडे 'हरणं पकडण्यात तरबेज असलेले दोन उत्कृष्ट बिबटे' धाडून दिले! पण तीर कमानीमधून आधीच निघाला होता. सिराजनं उशीर केला होता.'[५४]

एप्रिलचा महिना उजाडला तसा क्लाइव्ह आणि वॉटसन आपल्या माणसांसह कोरोमॅन्डलला परतण्याच्या तयारीला लागले. इतके दिवस आपलं कोरोमॅन्डलकडे दुर्लक्ष झालं; आता तिथं पोहोचल्यावर काय चित्र पाहायला मिळेल, फ्रेंच लोकांनी तिथं काय धुमाकूळ घातला असेल या काळजीतच ते परत जाण्याच्या तयारीला लागले. खरंतर बंगालची मोहीम तिथेच संपली असती, पण सिराज उद्दौलानं तोपर्यंत आपल्या दरबाऱ्यांचा आणि विशेषतः बंगालच्या बलाढ्य जगतसेठांचा इतका रोष ओढवला होता, की त्यामुळे पुढच्या घडामोडींना वेग आला.

क्लाइव्हनं अचानक केलेल्या हल्ल्याला सिराज ज्या प्रकारे घाबरला आणि त्यानंतर त्यानं ज्या लाचार पद्धतीनं 'अलिनगरचा तह' केला, त्यामुळे लोकांमध्ये सिराजबद्दल असलेलं भय पूर्णपणे नाहीसं झालं. त्यात सिराजनं आपल्या आजोबांनी निगुतीनं जोपासलेल्या उत्तम माणसांना फार लवकर दुखावण्याचा प्रमाद केला होता. आताच्या इराक प्रांतातील नजाफमधून आलेल्या मीर जाफर अली खान हा अरबी सेनापती, अलिवर्दी खानच्या विशेष मर्जीतला माणूस होता. मराठ्यांविरुद्ध अनेक मोहिमांमध्ये आणि नजीकच्या काळात, कलकत्त्याच्या मोहिमेमध्ये मीर जाफरनं महत्त्वाची भूमिका बजावली होती. पण त्यानं इतका पराक्रम दाखवून सुद्धा सिराजनं अगदी बेफिकीरपणे मीर जाफरला बाजूला सारून, राजा माणिकचंद या हिंदू

माणसाला राज्यपाल म्हणून नियुक्त केलं होतं. गुलाम हुसेन खाननं नमूद केल्यानुसार :

> 'साहजिकच, मीर जाफर व त्याच्यासारख्या अनेक जाणत्या, अनुभवी वीरांना सिराजच्या हुकूमतीखाली काम करणं दिवसेंदिवस असह्य होऊ लागलं. त्यांना ठाऊक होतं, की अशी वेळ केवळ सिराजच्या मृत्यूनंतरच येऊ शकते. म्हणून मग, कुठेही सिराजच्या राजवटीविरुद्ध क्लेष उभा राहताना दिसू लागला, की ही जुनी माणसं विरोधी पक्षाकडे, सिराजचा काटा काढण्यात मदत करण्याचे आणि पुढे आजन्म त्यांची इमानदारीनं सेवा करायला तयार असण्याचे निरोप धाडत असत. भूमिगत चाललेल्या या सगळ्या खलबतांमध्ये सिराजमुळे सर्वाधिक दुखावलेला मीर जाफर अग्रेसर असे. जगतसेठांनी त्याला आर्थिक पाठबळ देण्याचीही तयारी दर्शवली होती. दोघांनी मिळून संघ तयार केला; एकेक करून त्या संघामध्ये अशी अनेक नवी-जुनी माणसं येऊन मिळाली, ज्यांना सिराजच्या आक्रमकपणाचा व अविचारीपणाचा वीट आला होता आणि ज्यांना त्याच्या तापट स्वभावाची अतिशय भीती वाटत होती.'[५५]

आधी या संघानं असं ठरवलं होतं,की घसिटी बेगमशी हातमिळवणी करून सिराजचा काटा काढायचा. पण सिराजनं इतक्या चपळाईनं तिच्याच विरोधात कट रचला की संघाची ती युक्ती फोल ठरली. मग त्यांनी असं ठरवलं,की आपण पुर्नियाच्या शौकत जंगची साथ देऊन सिराजला आडवं पाडावं, कारण हा शौकत जंग जगतसेठांच्या मर्जीतला माणूस होता. पण ऐनवेळी तो तर सिराजपेक्षाही बेभरवशाचा निघाला.[५६] अफूच्या नशेमध्ये गर्क असताना त्यानं सिराजवर हल्ला केला, पण त्याचं डोकं इतकं हवेत होतं, की चापाच्या बंदुकीमधून निघालेली एक गोळी थेट त्याच्या मस्तकात शिरली तेव्हा त्याला काडीचाही प्रतिकार करता आला नाही, आणि तो जागच्या जागी ठार झाला![५७]

अखेर, संघाला क्लाइव्हमध्ये नवीन आशा दिसली. ज्या प्रकारे ईस्ट इंडिया कंपनीनं कलकत्त्याचा ताबा परत मिळवला होता, ते पाहून संघाला असं जाणवलं, की सिराजचा काटा काढण्यासाठी आपल्याला कंपनीच्या सशस्त्र व प्रशिक्षित फौजेची चांगलीच मदत होईल. दुसरीकडे 'अलिनगर'च्या तहानंतर कासिमबाजारच्या कारखान्याला परतलेल्या विल्यम वॉट्सनं, सिराजच्या गोटात चाललेल्या असंतोषाबद्दल पहिली कुरबुर ऐकली. कुरबुरीचा जोर वाढू लागला तसं वॉट्सनं ख्वाजा प्रेट्रूस अरातून या आपल्या अर्मेनियन हेराला अधिक चौकशी करण्यासाठी पाचारण केलं. अरातूननं बातमी आणली, की जर ईस्ट इंडिया कंपनी मीर जाफरच्या

संघाला सिराजला हटवण्यासाठी मदत करायला तयार असेल, तर मीर जाफर कंपनीला अडीच कोटी रुपये द्यायला तयार आहे. अचंबित वॉट्सनं अजून खोदून चौकशी केली, तेव्हा त्याला असं समजलं, की मीर जाफरला इतरही बऱ्याच उमरावांची साथ आहे, पण मीर जाफर या सगळ्या कटाचा निव्वळ चेहरा आहे. राजकारणाचा गंध नसलेल्या एका अशिक्षित सेनापतीच्या आडून, खरा कट तर जगतसेठ रचत होते! पुढचा जो काही इतिहास रंगला ते केवळ जगतसेठांमुळे! त्यांच्या सक्रिय मदतीशिवाय इंग्रज एवढा मोठा पल्ला कधीच गाठू शकले नसते. नशिबाची चक्रं अशी काही फिरली की जगतसेठांचा मनसुबा, अखेर इंग्रजांचा झाला.[५८]

आपल्याला मिळालेली बातमी वॉट्सनं क्लाइव्हकडे पोहोचवली. तोपर्यंत चंदरनगरच्या बाहेर तळ ठोकून बसलेल्या क्लाइव्हच्याही कानावर सिराजच्या विरोधात मुघलांमध्ये चाललेल्या अंतर्गत खलबतांबद्दलच्या बातम्या आल्या होत्याच. अखेर ३० एप्रिल १७५७ रोजी क्लाइव्हनं मद्रासच्या राज्यपालाला सदर विषयाबद्दल पत्र लिहिलं. याच पत्रामुळे क्लाइव्हचं नाव इतिहासाच्या पानांमध्ये अजरामर झालं, असं म्हणायला हरकत नाही. त्यानं लिहिलं :

> 'सिराज उद्दौला अधिक हिंसक बनलेला आहे. आमच्या वॉट्सला तो सतत मारून टाकण्याची धमकी देत असतो. त्याचं हे वागणं मला काही रुचत नाही. इतरही अनेक लोक आहेत, ज्यांना सिराजच्या या घृणास्पद वागणुकीचा वीट आलेला आहे. या मुद्यावरून लक्षात आलं... सिराजच्या दरबारातली काही माणसं त्याच्या विरोधात मोठा कट रचत आहेत. त्या सगळ्यांचा म्होरक्या खुद्द जगतसेठ आहे. या सगळ्यांनी मिळून एक संघ तयार केला आहे, आणि नुकतीच त्यांनी आपल्याकडे मदतीसाठी याचना केलेली आहे. कंपनी त्यांना जी काही मदत करेल, त्याबदल्यात ते कंपनीला पाहिजे त्या सोयी-सवलती द्यायला तयार आहेत. माझ्या मते, ही आपल्यासाठी नामी संधी आहे. तसंही, जोपर्यंत सिराजसारखा राक्षस राज्य करत राहील, तोपर्यंत कुणालाच सुखासमाधानानं राहता येणार नाही.
>
> श्री. वॉट्स मुर्शिदाबादला आहेत; त्यांनी संघासोबत अनेक बैठकी केलेल्या आहेत. त्यांचं असं म्हणणं पडलं आहे, की आपण आपल्या अटी मुघलांकडे पाठवण्यात दिरंगाई करू नये. लवकरच इथं फार मोठी उलथापालथ होणार आहे, आणि ती झाली की फ्रेंच लोकांना भारतात राहणं केवळ अशक्य ठरेल!'[५९]

बंगालच्या ज्या वित्तीय महंतांनी सिराज उद्दौलाच्या राजवटीला उभं करण्यात हातभार लावला होता, त्यांनीच आता त्याच्या विरोधात जाऊन सिराजवर नाराज असलेल्या कर्मचाऱ्यांशी हातमिळवणी केली होती. या नाराज लोकांमध्ये भरपूर लष्करी कर्मचाऱ्यांचा समावेश होता. त्यात भर घालण्यासाठी जगतसेठांनी ईस्ट इंडिया कंपनीच्या भाडोत्री सैनिकांना पाचारण केलं. भारताच्या इतिहासात हे पहिल्यांदाच होत होतं : भारतातले काही वित्तीय महंत स्वत:च्या फायद्यासाठी एका आंतरराष्ट्रीय व्यापारी संघटनेला आपल्या भाडोत्री सैनिकांची फौज घेऊन एका उपद्रवी राजवटीला उलथून टाकण्याचा कट रचत होते![६०] इंग्लंडमधील शाही घराण्याला या खलबतांबद्दल कोणतीही माहिती दिली जात नव्हती. किंबहुना लंडनमध्ये बसलेले कंपनीचे संचालक आपल्या भारतातल्या कर्मचाऱ्यांना सतत हाच आदेश देत होते, की त्यांनी केवळ फ्रेंच लोकांना पराभूत करावं आणि कोणत्याही परिस्थितीत मुघलांशी नातं बिघडणार नाही, याची काळजी घ्यावी. पण भारतामध्ये चाललेल्या अंतर्गत राजकारणामधून होणारा संभाव्य वैयक्तिक आणि कंपनीचा आर्थिक फायदा कंपनीच्या भारतातील उच्चाधिकाऱ्यांच्या लक्षात आला. त्यामुळे त्यांनी सदर घडामोडींबद्दल आपल्या संचालकांना असं काही चित्र रंगवून दाखवलं, की त्यांना हे पटल्यावाचून गत्यंतर नव्हतं, की हा सगळा खटाटोप केवळ फ्रेंच लोकांना भारतातून कायमचं घालवून देण्यासाठी चालला होता![iv]

१ मे पर्यंत, कंपनीच्या बंगालमधील वरिष्ठ अधिकाऱ्यांनी एक गुप्त समिती स्थापन करून आपला या कटाला पाठिंबा असल्याचं औपचारिकरीत्या जाहीर

---

iv हा मुद्दा इथं फार महत्त्वाचा ठरतो. वाचकांनी हे लक्षात ठेवायला हवं, की तोपर्यंत ईस्ट इंडिया कंपनीनं कधीही कोणत्याही देशाच्या राजकारणात भाग घेऊन स्वत:चा फायदा करून घेण्याचा मार्ग अवलंबला नव्हता. त्यांना आपल्या कंपनीचा जो काही फायदा हवा असायचा, तो ते व्यापाराद्वारे कमवण्यात खूश असत. भारताने आपला महसूल त्यांच्या तिजोरीत टाकणं, किंवा क्लाइव्हनं बंगालचा महसूल इंग्लंडकडे आणणं या गोष्टी त्यांना चालल्या असल्या, तरी एखाद्या देशाच्या अंतर्गत विवादांमध्ये पडण्याबद्दल ते कटाक्षानं नकारात्मक भूमिका घेत, कारण त्याद्वारे आपल्याला होऊ शकणारा मनस्ताप, आर्थिक नुकसान आणि मानहानी या तिन्ही गोष्टींबद्दल ते सजग असत. मात्र लंडनमध्ये बसलेल्या संचालकांना हे ठाऊक नव्हतं, की दुसऱ्या देशांमध्ये त्यांनी धाडलेले अधिकारी, आपला वैयक्तिक फायदा करून घेण्यासाठी किंवा स्वत:ची महती वाढविण्यासाठी बेदरकारपणे लूटमार व इतर अवैध कारभारांमध्ये भाग घेत असत. ही वाईट प्रवृत्ती पार क्लाइव्ह व हेस्टिंग्सपासून कॉर्नवॉलिस व वेलेस्लीपर्यंत कायम राहिली; किंबहुना वाढत गेली.

केलं. या समितीनं एकमतानं मान्य केलं की नवाब सिराज उद्दौलाच्या शब्दावर आणि मैत्रीवर विसंबून राहण्यात अर्थ नाही, आणि त्याच्या अंतर्गत सरकारमध्ये जर बंड झालं तर ते इंग्रजांसाठी फायद्याचंच ठरेल.[६१]

त्यानंतर या समितीनं ख्वाजा पेट्रूसला मध्यस्थ बनवून मीर जाफर व जगतसेठांशी वाटाघाटी सुरू केल्या. काही दिवसांच्या चर्चांनंतर जाफर आणि जगतसेठांनी इंग्रजांना सिराजचा पराभव करण्यासाठी रु. २८ दशलक्ष व कंपनीच्या सैनिकांना पोसण्यासाठी महिन्याला रु. १लाख १० हजार अशी रक्कम कबूल केली. त्याशिवाय त्यांनी कंपनीला कलकत्त्याच्या आसपासच्या परिसराचे जमीनदारी हक्क; स्वत:ची टांकसाळ उभारण्याची परवानगी; आणि विनाशुल्क व्यापार करण्याची मुभा याही गोष्टी कबूल केल्या. १९ मेपर्यंत, मीर जाफरनं कंपनीला कलकत्ता गमावल्याबद्दल नुकसानभरपाई म्हणून रु. १ दशलक्ष, आणि अजून अर्धा दशलक्ष त्यातील युरोपीय रहिवाशांसाठी भरपाई म्हणून द्यायचं मान्य केलं.[६२]

अखेर ४ जून रोजी, सगळ्या वाटाघाटींवर एकमत होऊन अंतिम करार केला गेला. करारावर सही करण्यासाठी त्या संध्याकाळी ख्वाजा पेट्रूसनं स्त्रियांसाठी वापरली जाणारी मोठी पालखी आणली[६३] आणि त्यात वॉट्सला बसवून त्याला मीर जाफरच्या घरी पोहोचतं केलं. तिथं मीर जाफर व त्याचा मुलगा मिरन यांनी 'कुराण'ची शपथ घेऊन करारावर सह्या केल्या.[६४] ११ जून रोजी तो कागद कंपनीच्या गुप्त समितीकडे कलकत्त्याला पोहोचता झाला. त्यावर समितीच्या सदस्यांनी सह्या केल्या. दुसऱ्या दिवशीच्या संध्याकाळी शिकारीला जातोय, असा आव आणून वॉट्स व त्याची माणसं 'कासिमबाजार'मधून निघून चंदरनगरच्या रस्त्याला लागले.

१३ जून १७५७ रोजी – म्हणजेच, सिराजनं कलकत्त्यावर हल्ला सुरू केल्याला एक वर्ष होत असताना – क्लाइव्हनं सिराजला 'अलिनगर'चा तह मोडल्याबद्दल धमकीवजा पत्र पाठवलं. त्याच दिवशी, ८०० युरोपीय सैनिक, २२०० दक्षिण भारतीय सैनिक, आणि केवळ आठ तोफा घेऊन क्लाइव्हनं प्लासीकडचा आपला ऐतिहासिक प्रवास सुरू केला!

कलकत्त्यापासून मुर्शिदाबादकडे जाणारा रस्ता अगदी हिरवळीने नटलेला आणि भातशेतीनं बहरलेला असा सुजलाम् सुफलाम् प्रदेश आहे. सुंदरबन, गंगेचं मुख आणि बंगालच्या खाडीपर्यंत पसरलेला हा प्रदेश अत्यंत सुपीक आहे. तिथल्या भाताच्या शेतांमध्ये नांगरणी करणारे बैल दिसतात, शेतकरी आपल्या बकऱ्या

चरायला घेऊन जाताना दिसतात, गवताची छतं असणाऱ्या टुमदार घरांभोवती कोवळे बांबू आणि महाकाय वटवृक्ष उभे असलेले दिसतात.

वर्षातले अनेक महिने जलमय राहणाऱ्या या प्रदेशांमधून पावसाळ्याच्या अगोदरची दमट हवा झेलत, क्लाइव्ह आपल्या सैनिकांना घेऊन नुकत्याच लावलेल्या भातशेतीतल्या ओल्याचिंब पायवाटांवरून पुढे चालत होता. शेजारून जाणाऱ्या भागीरथी नदीमध्ये त्यांनी लाकूड व बांबूने बनवलेल्या एका लहानशा नौकेत आपलं सामान टाकलं होतं. या उथळ पाण्यामध्ये वॉटसनच्या युद्धनौका कामाच्या नव्हत्या. रसद व दारूगोळ्यासोबत काही युरोपियन अधिकारीही त्याच नौकेमधून चालले होते.

गेल्या आठवड्यातल्या सततच्या वाटाघाटीनंतर मूळ बंडखोरांकडून अचानक पसरलेली शांतता क्लाइव्हला भीतीदायक वाटू लागली होती. अखेर १५ जून रोजी क्लाइव्हनं जगतसेठांना पत्र लिहून आपला करार अजून ठरवल्याप्रमाणे शाबूत आहे ना, याची खातरजमा करून घेतली.

> 'नवाबानं इंग्रजांशी केलेल्या तहाची विटंबना केल्यामुळे मी आता इथपर्यंत येऊन पोहोचलो आहे. शहरात बराच गोंधळ चालू असल्याचं माझ्या ऐकण्यात आलेलं आहे; मी तिथं पोहोचल्यावर तो गोंधळ कमी होईल, अशी मला आशा आहे. आपण आता एका संघातले आहोत आणि तुमचं म्हणणं माझ्यासाठी काळ्या दगडावरची रेघ असेल. मी आता कुलन्याला पोहोचलो आहे आणि इथून दोन दिवसांत अगोवा दीपला पोहोचणार आहे. तुम्ही शहरात सुरक्षित राहाल. माझ्यावर विश्वास ठेवा, आपण ठरवल्याप्रमाणेच सगळ्या गोष्टी घडतील. माझी फौज काहीही लूटमार करणार नाही.'[६५]

क्लाइव्हच्या पत्राला उत्तर आलं नाही.

दुसऱ्या दिवशी त्यानं मीर जाफरला पत्र धाडलं. 'मी आता पटलीजवळ तांतेसौलला पोहोचलो असून पुढचं पाऊल कसं उचलावं, याबद्दल तुमच्या इशाऱ्याची वाट बघत आहे. मला तुमच्याकडून दिवसातून दोनदा तरी खबर कळू दे. तुमच्याकडून काही ठोस निरोप आल्याशिवाय मी पटलीमधून बधणार नाही.'[६६]

याही पत्राला उत्तर आलं नाही.

आता क्लाइव्ह साशंक होऊ लागला. त्यानं १७ तारखेच्या पत्रात लिहिलं : 'मी माझ्या फौजेसकट पटलीला पोहोचलो आहे; पण अद्याप तुमच्याकडून कोणतीही खबर नाही. मला आश्चर्य वाटत आहे. हे पत्र मिळाल्यावर तुमच्याकडून काहीतरी

निरोप येईल, अशी मी आशा करतो. कळावे.'[६७]

हेही पत्र निरुत्तरित राहिलं.

अखेर १८ तारखेला, पत्राचं उत्तर न येऊन सुद्धा क्लाइव्हनं कटव्याचा किल्ला काबीज करण्यासाठी सैनिकांची एक तुकडी पाठवली. कोणत्याही प्रतिकाराशिवाय तो किल्ला त्यांच्या ताब्यात आला. खरंतर पूर्वी जे ठरलं होतं, त्यानुसार कटव्याला मीर जाफर क्लाइव्हला येऊन मिळणार होता. पण त्याचा काहीच पत्ता नव्हता. आता मात्र कधी नव्हे तो, क्लाइव्हचा आत्मविश्वास डळमळू लागला. त्यानं त्याच दुपारी गुप्त समितीला पत्र लिहून सांगितलं,

'सध्या जी अनपेक्षित परिस्थिती निर्माण झालेली आहे त्यात मी नेमकं कसं वागावं, हे मला समजत नाही आहे. विशेषत: जर मीर जाफरनं अचानक आपली साथ न देण्याचं ठरवलं, तर आपण काय करायचं, हे मला खरोखरीच समजत नाहीये. सध्या नवाबाकडे जेमतेम ८ हजार माणसांचं सैन्य आहे, पण परिस्थिती आपल्या आवाक्याबाहेर गेली, तर नवाबाची फौज बळकट व्हायला वेळ लागणार नाही. आपण जर त्याच्यावर हल्ला करायचा झाला तर तो आपण एकट्यानं करावा, असं माझं मत आहे. आपली स्थिती बिकट आहे – पराभव झाला तर आपली खैर नाही, पण विजय झाला तर मात्र अवघं विश्व आपल्या पायाखाली असेल. सदर परिस्थितीत मी नेमका काय निर्णय घ्यावा, याबद्दल मी आपल्या अमूल्य निर्देशाची आतुरतेनं प्रतीक्षा करत आहे.'[६८]

त्या रात्री अखेर क्लाइव्हला मीर जाफरकडून लहानसा, पण महत्त्वाचा निरोप आला. त्यानं लिहिलं होतं : 'तुमच्या आगमनाची वार्ता ऐकून नवाब पार गलितगात्र झाले आणि त्यांनी मला आमच्या वर्षानुवर्षांच्या संबंधांची ग्वाही देऊन या कठीण प्रसंगी त्यांना मदत करायची विनंती केली. मला त्यांचं म्हणणं मान्य करण्याची इच्छा झाली खरी; पण मी शब्दाला पक्का असा मनुष्य असल्याकारणानं आपण जसं ठरवलं तसंच होईल. मी येत्या सोमवारी इथून प्रयाण करून तुमच्या येथे पोहोचेन.'[६९]

मध्यंतरी इतका काळ लोटल्यामुळे घायकुतीला आलेल्या क्लाइव्हला मीर जाफरचं काहीतरी उत्तर आलं याचाच फार आनंद झाला. सदर पत्राचं उत्तर देत क्लाइव्ह म्हणाला,

'मीर जाफर, तुमचं पत्र पाहून मला इतका आनंद झाला आहे, की

त्याच्या प्रतीक्षेत घालवलेल्या काळात मनाला झालेल्या यातना मी एका झटक्यात विसरून गेलो. असो. मी 'कटवा किल्ला' ताब्यात घेण्यासाठी एक तुकडी पुढे पाठवली आहे; उद्या मी स्वत: तिथं जाणार आहे. तिथून पुढे दोन दिवस प्रवास करून मला मोन्कुराला पोहोचण्याची इच्छा आहे, पण माझं सगळं कार्य तुमच्याकडून मिळणाऱ्या इशाऱ्यांवर अवलंबून राहणार आहे. त्यामुळे आपण पुढे कोणतं पाऊल उचललं पाहिजे, याबद्दल मला लवकरात लवकर निरोप पाठवा. आपण हाती घेतलेल्या कार्याचं यश हे आपल्या परस्पर सहकार्य आणि विश्वासावर अवलंबून आहे. त्यामुळे मला रोज एक पत्र पाठवत जा. तुमच्या बाजूला काय हालचाली चालल्या आहेत, याची मला खबर असायला हवी. मी जर नवाबाच्या फौजेला सामोरं गेलो तर मी कसं वागावं आणि तुम्ही कसं वागाल याबद्दल आपल्यात पारदर्शकता हवी. एका गोष्टीची मी तुम्हाला खात्री देतो : मला नवाबाची फौज दिसली, की २४ तासांच्या आत मी त्याच्यावर हल्ला चढवणार, हे निश्चित. मी तिथं पोहोचेपर्यंत तुम्हाला कपट व विश्वासघाताच्या आरोपाखाली अटक होणार नाही, याची काळजी घ्या.'[७०]

पण दुसऱ्या दिवशी सकाळी जेव्हा क्लाइव्हनं मीर जाफरचं पत्र पुन्हा नीट वाचलं, तेव्हा त्याला असं वाटू लागलं, की तो नक्कीच सापळ्यात अडकत चालला आहे. ही जाणीव झाल्यावर त्यानं रागवून मीर जाफरला अजून एक पत्र लिहिलं :

'मला एका गोष्टीचं आश्चर्य वाटतं... आपल्या सगळ्यांच्या (आणि विशेषत: तुमच्या) दृष्टीनं इतक्या महत्त्वाच्या बाबीमध्ये, तुम्ही फारसा गंभीरपणे रस घेताना दिसत नाही आहात. मी गेले इतके दिवस प्रत्येक टप्प्यावर माझ्या सगळ्या हालचालींची तुम्हाला व्यवस्थित कल्पना देत असूनही तुमची उत्तरं अगदी त्रोटक आलेली आहेत. खरं तर तुमचं एकच उत्तर आलं, आणि त्यातही फारसा काही अर्थ नव्हता. आजतागायत तुमच्यापैकी कुणीही मला हे सांगितलेलं नाही, की मी कोणती पावलं उचलावी? तसंच पुढे मुर्शिदाबादला गेल्यावर माझ्यासमोर काय वाढून ठेवलं असेल, याबद्दल मला तुमच्याकडून कोणताच अंदाज मिळालेला नाही. दररोज किमान एक निरोप पाठवण्याइतपत तुमच्याकडे व्यवस्था केली गेली असेलच, नाही का? खरंतर तुमच्यापेक्षा मला विश्वासू संदेशवाहक शोधणं अधिक कठीण जातं; पण तरीही मी तुम्हाला सतत

माझ्या हालचालींबद्दल सांगत असतो. असो. मीर जाफर, मला ठाऊक आहे की तुम्ही एक हुशार, समंजस, आणि विश्वासू माणूस आहात. मला तुमच्याबद्दल पूर्ण भरवसा आहे. मी अजूनही तुमच्या इशाऱ्याची वाट बघत आहे. मला असं वाटतं, की तुम्ही लवकरात लवकर इथं येऊन माझ्या सैन्याचं बळ द्विगुणित करावं. तिथं नवाब आपल्या तयारीला लागला असणार यात शंका नाही. लवकरात लवकर येऊन मला भेटा – भले प्लासीला, किंवा तुम्हाला ज्या ठिकाणी योग्य वाटेल तिथं भेटा. तुमच्या भरीव अनुभवानिशी, तुम्हाला जेवढं मोठं सैन्य घेऊन यायचं असेल ते घेऊन या. अगदी हजार घोडेस्वार घेऊन आलात, तरी चालेल. तुमचा निरोप आला, की मी लागलीच मुर्शिदाबादला पोहोचतो. शत्रूनं वार करण्याची वाट बघण्याऐवजी, मला नेहमी स्वत:हून पहिला वार करायला आवडतं.'[७१]

२१ जून रोजी क्लाइव्हनं पुढचा निर्णय घेण्यासाठी आपली लहानशी लष्करी समिती बनवून त्यांच्याशी चर्चा सुरू केली. सदर मोहीम पुढे सुरू ठेवायची की नाही, याबद्दल निर्णय घेण्यासाठी ही समिती स्थापन केली गेली होती. आता ते प्लासीपासून जेमतेम एक दिवसाच्या अंतरावर येऊन ठेपले होते. प्लासीमधील आंब्याच्या बागांमध्ये सिराज व त्याची ५० हजारची फौज आरामात वाट पाहत बसली होती. तोपर्यंत त्याच्यात व मीर जाफर व जगतसेठांशी झालेल्या पत्र व्यवहाराबद्दल क्लाइव्हनं सगळी माहिती देता, लष्करी समितीनं मोहिमेमध्ये पुढे जाण्यात अर्थ नसल्याचा संकेत दिला. क्लाइव्हनं ती रात्र तळमळत घालवली; मात्र दुसऱ्या सकाळी उठल्यावर त्याच्या मनात काय आलं कुणास ठाऊक – त्यानं पुढे जाण्याचा निर्णय घेतला. त्यानंतर थोड्याच वेळात मीर जाफरचा त्रोटक निरोप आला : 'तुम्ही पुढे निघा; जवळ आलात की मी तुम्हाला येऊन भेटतो.'

त्यावर क्लाइव्हनं अगदी तुटकपणे उत्तर पाठवलं : 'मी तुमच्या विश्वासावर सगळं पणाला लावत आहे; पण तुम्ही येणार नाही याची मला खात्री आहे. मी आज संध्याकाळी नदीच्या दुसऱ्या किनाऱ्यावर असेन. तुम्ही प्लासीपर्यंत आलात तर मी तुम्हाला मध्यावर येऊन भेटेन. ते बघून नवाबाच्या सैन्याला लक्षात येईल की, मी तुमच्या बाजूनं लढणार आहे. तुम्ही जर हे पाऊल उचलू शकलात, तर तुमची निश्चितच भरभराट होईल. काही नाही तर या सगळ्या प्रदेशांचे तुम्ही राज्यपाल तर नक्कीच व्हाल. पण जर तुमचे पाय मातीचे निघाले, तर मात्र देव साक्षी राहील,

की दोष माझा नसून तुमचा होता आणि मग मी नवाबाशी शांतीचा करार करणार हे निश्चित.'[७२]

त्या संध्याकाळी ६ वाजता मीर जाफरकडून अजून एक लहानसं आणि संदिग्ध पत्र आल्यानंतर क्लाइव्हनं लगेच त्याला उत्तर पाठवलं : 'तुमचं पत्र मिळाल्यावर माझा प्लासीला जाण्याचा निश्चय अजून दृढ झालेला आहे. माझ्या या पत्राला लवकरात लवकर उत्तर पाठवा.'[७३]

पत्र धाडून दिल्यावर क्लाइव्हनं तत्काळ आपल्या सैनिकांना प्रवास सुरू करण्याचा आदेश दिला. ओलेचिंब रस्ते आणि मासे पोहत असलेली डबकी पार करत, अखेर ते सैन्य एका गावाच्या कडेला येऊन पोहोचलं. बांबू, गवत आणि भलेमोठे वटवृक्ष यांनी घेराव घातलेल्या लहान-मोठ्या टेकाडांवर वसलेली टुमदार घरं... गावाच्या दुसऱ्या बाजूला, हुगली नदीजवळ, मुर्शिदाबादच्या नवाबासाठी शिकारीनंतर थांबा घेण्यासाठी बांधलेलं छानसं आरामगृह... पलाश वृक्षांनी मढलेल्या त्या आरामगृहामुळेच गावाचं नाव 'पलाशी' पडलं. इंग्रजांनी त्याचा अपभ्रंश केला 'प्लासी.' तर अशा या 'प्लासी आरामगृहा'मध्ये रात्री १ वाजल्यानंतर क्लाइव्हनं आसरा घेतला. त्याच्या बिचाऱ्या ओलेत्या सैनिकांना मात्र आरामगृहाच्या मागच्या बाजूला असलेल्या डेरेदार आम्रवृक्षांखाली रात्र काढावी लागली.

ती रात्र सरली, पहाट झाली... तरीही मीर जाफरकडून काहीच निरोप नव्हता. सकाळी ७ वाजता चिंताग्रस्त क्लाइव्हनं मीर जाफरला धमकीवजा निरोप पाठवला, की त्यानं अजून काही काळ असंच मौन पाळलं तर अखेर आपण नवाबाशी हातमिळवणी करायला जाऊ. 'मला जे काही करता येण्यासारखं होतं, ते सगळं मी केलेलं आहे. तुम्ही दंडपूरला आलात तर मी प्लासीवरून येऊन तुम्हाला तिथं भेटेन. पण आता जर तुमच्याकडून काही निरोप आला नाही तर, माफ करा, पण मी नवाबाशी हातमिळवणी करायला जाईन.'[७४]

मात्र जरी क्लाइव्हनं असं लिहिलं असलं, तरी प्रत्यक्षात नवाब आणि क्लाइव्हमध्ये सलोखा होणं मिनिटागणिक कठीण होत होतं; कारण नवाबाचं सैन्य क्लाइव्हच्या लहानशा फौजेला आधीच घेराव घालू लागलं होतं.

आदल्या रात्रीच्या वादळानंतर हवा स्वच्छ झाली होती; २२ जूनची ती सकाळ अगदी टवटवीत आणि ताजीतवानी उजाडली होती. आपल्यासमोरचा शत्रू नेमका किती बलाढ्य आहे, याचा अंदाज घेण्यासाठी क्लाइव्ह 'प्लासी आरामगृहा'च्या छतावर चढला. समोरचं दृश्य पाहून त्याला त्या सुंदर वातावरणात अक्षरश: घाम फुटला! अंबारी ल्यायलेले असंख्य हत्ती, तलवारीची पाती चमकत्या उमद्या घोड्यांवर बसलेले घोडेस्वार, भल्यामोठ्या तोफा ओढून आणणारे तगडे बैल... रणांगण

नखशिखांत नटलं होतं म्हणा ना!

क्लाइव्हच्या अंदाजानं नवाबाने सुमारे ३५हजार सैनिकांचं पायदळ, १५हजार सैनिकांचं घोडदळ आणि निष्णात फ्रेंच तज्ज्ञांच्या देखरेखीखालचा तोफा चालवणाऱ्या सैनिकांचा गट, अशी सगळी तयारी केली होती. पुढे नवाबाची फौज आणि मागे हुगली नदीचं पात्र, अशा स्थितीत अडकलेल्या क्लाइव्हच्या लहानशा सैन्याला पळण्यासाठी जागा उरली नव्हती. सकाळचे ८ वाजले होते. आता मीर जाफर त्यांना येऊन मिळाला किंवा नाही; क्लाइव्हला लढा देण्यावाचून पर्याय उरला नव्हता.

बरोबर ८ वाजता नवाबानं तोफांचा मारा सुरू केला. पहिल्याच फेरीमध्ये ३० माणसं गमवल्यावर क्लाइव्हनं आपल्या उर्वरित माणसांना पटापट नदीकिनारी वसलेल्या आमराईमध्ये लपण्यासाठी नेलं. त्यांना घेराव पडण्याची दाट शक्यता होती. क्लाइव्हनं आपल्या सैनिकांना सांगितलं, की आपण आजचा दिवस जमेल तितक्या धैर्याने लढा देऊ आणि रात्र झाली की इथून पळ काढू.[७५] पुढील काळात सदर घटनेचं आपल्या लेखनात वर्णन करताना क्लाइव्ह म्हणाला :

> "नवाबानं पुढचे बरेच तास आमच्यावरचा हल्ला सुरू ठेवला. आम्ही आमराईमध्ये लपण्याचा शहाणपणा केला होता म्हणून वाचलो; नाहीतर आमची काही खैर नव्हती. त्यांच्या तोफा काबीज करण्याचा विचार करणंही आमच्यासाठी मूर्खपणाचं ठरलं असतं; कारण एक तर त्यांच्या सैनिकांची संख्या भरमसाट होती, आणि दुसरं म्हणजे ते आमच्यापासून बऱ्याच अंतरावर उभे होते. आम्ही तो संपूर्ण दिवस आमराईमध्ये गुपचूप लपून काढला. रात्र पडली की कलकत्त्यासाठी पळ काढायचा किंवा जमलं तर नवाबाच्या तळावर हल्ला चढवायचा, हे दोनच पर्याय आमच्यासमोर उभे होते."[७६]

पण मग दुपारच्या वेळी चित्र अचानक पालटू लागलं! आभाळ अंधारून आलं, ढगांचा गडगडाट होऊ लागला, आणि एकदम मुसळधार पाऊस सुरू झाला. कंपनी फौजेनं प्रसंगावधान राखून आपली शस्त्रास्त्रं व दारूगोळा जपण्यासाठी आणलेल्या ताडपत्री वापरायला काढल्या. मुघल फौजेनं मात्र अशी कोणतीच तयारी केलेली नव्हती. त्यामुळे पाऊस सुरू झाल्याच्या जेमतेम दहा मिनिटांत क्लाइव्ह आरामगृहाच्या छतावर पाहणी करायला येईपर्यंत सिराजच्या तोफा थंड पडल्या होत्या!

आपल्याप्रमाणेच कंपनी फौजेच्याही बंदुका व तोफा थंड पडल्या असतील,

असा (चुकीचा) विचार करून मीर मदान या नवाबाच्या घोडदळाच्या प्रमुखानं आपल्या सैनिकांना चाल करून जाण्याचा संकेत दिला. त्याप्रमाणे ५हजार उमद्या अफगाण घोड्यांवर स्वार असलेले मुघल सैनिक पुढे चालू लागले. त्यांना पुढे येताना पाहून आतापर्यंत नियंत्रणाखाली असलेलं युद्ध खऱ्या अर्थानं पेटलं! गुलाम हुसेन खाननं या घटनेचं वर्णन करताना लिहिल्यानुसार :

'नवाबाच्या सैन्याला पुढे येताना पाहून, शस्त्रास्त्रांची धुमश्चक्री सुरू झाली. मुघल सैन्य कसोशीनं लढत होतं; पण अद्ययावत शस्त्रांच्या कौशल्यामध्ये इंग्रजांचा हात कुणीच धरू शकत नव्हतं. त्यांनी आपल्या तोफा व बंदुकींनं जो मारा सुरू केला, त्यामुळे मुघल सैन्य पार गांगरून गेलं. ढगांच्या गडगडाटामुळे बधिर झालेले कान आणि इंग्रजांच्या गोळीबारामुळे अंधुक झालेले डोळे घेऊन लढाई करणारे मुघल अखेर कमकुवत पडू लागले.'[७७]

मुघल सैन्यातली माणसं एकामागोमाग एक करत धारतीर्थी पडू लागली, पण खरा घाव बसला तो मीर मदानच्या मृत्यूमुळे. मोठ्या हिमतीनं पुढे सरसावून लढा देणाऱ्या मीर मदानला समोरून आलेला एक तोफगोळा थेट पोटात लागला आणि तो जागीच ठार झाला.[७८] हे पाहून त्याचे सैनिक गलितगात्र झाले! त्यांनी कसंबसं मीर मदानचं शव उचलून तंबूमध्ये नेलं. त्यांना मागे जाताना पाहून इतर तुकड्यांमधले सैनिकही मैदान सोडून पळत सुटले.[७९] ते पाहून क्लाइव्हचा कनिष्ठ सहकारी मेजर किलपॅट्रिक याने क्लाइव्हची परवानगी न घेता अचानक निराळाच धाडसी निर्णय घेतला. युद्धाच्या दृष्टीनं मोक्याची जी ठिकाणं सोडून मुघल पळत सुटले होते, तिथं किलपॅट्रिक आपली माणसं उभी करू लागला. आपल्याला न विचारता हा आगाऊपणा केल्याबद्दल क्लाइव्हनं किलपॅट्रिककडे अनेक सावधानतेचे संदेश पाठवले; पण खरंतर हाच त्या युद्धातला निर्णायक टप्पा ठरला. एडवर्ड मास्कलीननं लिहिल्यानुसार,

'शत्रू आपल्या मोक्याची ठिकाणं सोडून पळून जाताना पाहून किलपॅट्रिकनं असा विचार केला, की आपण त्यांच्याच ठिकाणांवरून त्यांना धडा शिकवला तर? त्यानुसार आमच्या पहिल्या पलटणीतले काही हातबॉम्ब-कुशल सैनिक, काही शिपाई आणि सैनिकांच्या चार तुकड्या, दोन तोफांनिशी पुढे गेल्या. दुसऱ्या पलटणीलाही दोन तोफा घेऊन पुढे व्हायला सांगितलं गेलं. या दोघा पलटणींनी मिळून शत्रूपासून जेमतेम

> ९०० फुटांच्या अंतरावर उभं राहून त्यांच्यावर पुन्हा जोरकस मारा सुरू केला.'[८०]

हे दृश्य पाहून, डाव्या बाजूनं पुढे येत असलेली मुघलांच्या घोडदळाची एक तुकडी मैदानावर न येताच मागे फिरू लागली! ही तुकडी मीर जाफरची होती. ऐन वेळेला माघार घेऊन त्यानं क्लाइव्हची शंका खरी करून दाखवली.

मीर जाफरला मागे वळताना पाहून, मुर्शिदाबादचे सगळेच सैनिक पळ काढू लागले. एका तुकडीनं शांतपणे माघार घेण्याची प्रक्रिया अचानक चेंगराचेंगरीत परिवर्तित झाली! घाबरलेले मुघल सैनिक वाट फुटेल तिथं पळू लागले. 'नॅशनल आर्काइव्हज ऑफ इंडिया'च्या दफ्तरामध्ये आजही संग्रही असलेल्या 'प्लासी'च्या या युद्धाबद्दल क्लाइव्हनं लिहिलेल्या प्रथम अहवालात असं म्हटलं गेलं होतं, की 'शत्रूच्या फौजेची दाणादाण उडालेली पाहून, आम्हाला अजून हिंमत आली. आम्ही पुढचे ६ मैल त्यांचा पाठलाग केला. मुघल सैन्य अक्षरशः आपली शस्त्रास्त्रं, दारूगोळा आणि विशेषतः सुमारे ४० उत्कृष्ट प्रतीच्या तोफा मैदानावर टाकून पळून गेलं होतं.

> सिराज उद्दौलानं एका उंटावरून पलायन केलं होतं. दुसऱ्या सकाळी मुर्शिदाबादला पोहोचल्यावर त्यानं जमेल तितकं सोनं, चांदी, रत्नजडीत वस्तू व इतर मौल्यवान सामान पुढे धाडून दिलं आणि केवळ दोन-तीन सेवक सोबत घेऊन मध्यरात्री खुद्द तिथून निघाला. आमच्या हिशेबानुसार या युद्धात आमची २२ माणसं मारली गेली आणि ५० जखमी झाले; पण आमच्या शत्रूनं तब्बल ५०० माणसं गमावली होती.'[८१]

दुसऱ्या दिवशी – २४ जूनला – क्लाइव्हनं मीर जाफरला एक लहानसं आणि तद्दन अप्रामाणिक कौतुकपर पत्र पाठवलं : 'मी तुमचं मनापासून अभिनंदन करू इच्छितो. हे यश माझं नव्हे, तुमचं आहे. तुम्ही तुमचा शब्द पाळलात आणि मला येऊन मिळालात, याबद्दल मी तुमचे आभार मानतो. आता अधिक वेळ न दवडता आपण आपलं हे कार्य पुढे चालू ठेवूया. मला लवकरात लवकर तुम्हाला नवाबाच्या सिंहासनावर बसलेलं बघायचं आहे.'[८२]

त्याच सकाळी, अतिशय थकलेला आणि घाबरलेला मीर जाफर इंग्रजांच्या तळाशी आला. तिथल्या शिपायांनी त्याला अभिवादन केल्याचं पाहून, मीर जाफरला

आश्वस्त वाटण्याऐवजी अजूनच भीती वाटू लागली. पण मग जेव्हा त्याला क्लाइव्हच्या तंबूमध्ये नेलं गेलं आणि क्लाइव्हनं त्याला 'या, या, बंगालचे नवे राज्यपाल' असं म्हणून स्वागत केलं, तेव्हा कुठे मीर जाफरचा जीव जरासा भांड्यात पडला. खरंतर, क्लाइव्हच्या मनात काही काळंबेरं नव्हतं. नसत्या अहंकारापोटी चांगला मोहरा गमावण्याचा मूर्खपणा करण्यातला क्लाइव्ह नव्हता. त्यापेक्षा झालं गेलं विसरून जाऊन, आता मीर जाफरला बंगालचा राज्यपाल बनवून त्याला आपल्या हातातली कळसूत्री बाहुली बनवून कंपनीचा फायदा करून घेणं, हे त्याला अधिक श्रेयस्कर वाटलं. तसं केल्यावरच क्लाइव्हचा राग खऱ्या अर्थानं शमणार होता! क्लाइव्हनं मीर जाफरला तातडीनिशी मुर्शिदाबादला जाऊन तिथला राज्यकारभार हातात घेण्याचा सल्ला दिला. त्याच्यासोबत वॉट्सला पाठवून त्याला तिजोरीवर बारीक लक्ष ठेवायचा हुकूम दिला. ते दोघे पुढे निघाले; त्यांच्यामागे सुमारे ५० मैलांचं अंतर ठेवून आपल्या मुख्य सैन्यानिशी क्लाइव्ह निघाला. मुर्शिदाबादपर्यंतचं ३० मैलांचं अंतर पार करायला क्लाइव्हला तीन दिवस लागले. वाटेत त्याला प्लासीच्या युद्धात मेलेल्या माणसांची व घोड्यांची प्रेतं, तुटलेल्या गाड्या आणि टाकून दिलेल्या तोफांचे खच दिसले.

२७ तारखेला शहरात प्रवेश करण्याचा क्लाइव्हचा विचार होता; पण जगतसेठांनी त्याला सावध केलं, की त्यानं तसं करू नये, कारण त्याच्या खुनाचा कट शिजवला जात होता. म्हणून मग क्लाइव्हनं आपला कार्यक्रम दोन दिवसांनी पुढे ढकलला आणि अखेर २९ जून रोजी, मीर जाफरने नियोजित केलेल्या वाजंत्र्यांच्या साथीनं क्लाइव्हनं मोठ्या दिमाखात मुर्शिदाबादमध्ये प्रवेश केला. ५०० शिपायांच्या तैनातीत वाद्यांचे सूर आणि रंगांच्या उधळणीत क्लाइव्ह व मीर जाफरनं हातात हात घालून प्रवेश केला. क्लाइव्हनं स्वत:च्या हाताने मीर जाफरला मसनदीवर बसवलं आणि त्याला 'राज्यपाल' असं संबोधून मानाचा मुजराही केला! मग त्यानं सगळ्या उपस्थितांसमोर असं घोषित केलं, की कंपनीला राज्यकारभारामध्ये लक्ष घालण्यात काहीच रस नाही; त्यांना केवळ आपला व्यापार नीट करता यावा, एवढीच विनंती आहे.[८३] मग मीर जाफरनं औपचारिकरीत्या महालाचा व तिजोरीचा ताबा घेतला आणि लगेच त्याला 'नवाब' म्हणून घोषित करण्यात आलं.

त्यानंतर दोघे तडक त्या माणसाचे आशीर्वाद घ्यायला गेले, ज्याच्या खंबीर साथीमुळे ही उलथापालथ शक्य झाली होती – महताब राय जगतसेठ. क्लाइव्हनं नमूद केल्यानुसार :

'त्या वित्तीय महागुरूंशी माझी सखोल चर्चा झाली. बंगाल, ओरिसा व बिहारमध्ये असलेली त्यांची स्थावर मालमत्ता आणि दबदबा, दोन्ही खूप मोठं आहे. मुघल दरबारामध्येही त्यांना खूप मान मिळतो. त्यामुळे साहजिकच, या

नव्या सरकारच्या कारभाराबद्दल सल्लामसलत करण्यासाठी त्यांच्यापेक्षा योग्य व्यक्ती सापडणं कठीण आहे. म्हणून आज सकाळी जेव्हा नवीन नवाब, मीर जाफर मला भेटायला आले तेव्हा मी त्यांना सगळ्या महत्त्वाच्या निर्णयांसाठी जगतसेठांचा सल्ला घ्यायला सांगितला. त्यांनीही माझं म्हणणं मान्य केलं.'[८४]

क्लाइव्हच्या दृष्टीनं, जगतसेठांची मर्जी राखणं फार गरजेचं होतं; कारण कंपनीच्या तिजोरीमध्ये जेमतेम दीड कोटी रुपये उरले होते, आणि क्लाइव्ह व कंपनीला आपल्या सेवेसाठी मोबदल्याची पूर्ण रक्कम मिळवायची असल्यास, त्यांना मुघलांना जगतसेठांकडून कर्ज काढायला तयार करूनच मिळवता येणार होती. खुद्द क्लाइव्हला आपल्या सेवेसाठी सुमारे २,३४,००० पौंड रोख आणि वर्षाकाठी २७,००० पौंड[v] मिळकत देणारी जागीर अशा दोन्ही गोष्टी मिळणार होत्या. त्या मिळाल्या, की वयाच्या अवघ्या ३३व्या वर्षी क्लाइव्ह हा युरोपमधल्या सगळ्यांत श्रीमंत माणसांमध्ये गणला जाणार होता. पण तसं होण्यासाठी त्याला हा सगळा पैसा प्रत्यक्षात मिळणं भाग होतं. क्लाइव्हचे पुढचे बरेच दिवस चिंतेत गेले. त्याला मीर जाफरबद्दल भरंवसा वाटत नव्हता. त्याला भीती होती, की स्वतःचं इप्सित साध्य झाल्यावर, मीर जाफर आपला शब्द फिरवणार. पुढचे कित्येक दिवस क्लाइव्ह आणि मीर जाफर जरी वरकरणी एकमेकांशी सलोख्यानं वागत असले, तरी त्यांच्यात संशयाचा एक विचित्रसा झिरझिरीत पडदा उभा राहिला होताच. त्या काळात जगतसेठ पैशाची जुळवाजुळव करण्यात मग्न होते. एक आठवडा असाच गेल्यावर, क्लाइव्हनं मीर जाफरला पत्र लिहिलं :

> 'जेव्हा कधी मी नवाब साहेबांना एखादी तक्रार करण्यासाठी पत्र लिहायला बसतो, तेव्हा माझ्या मनात चलबिचल सुरू होते. विशेषतः अशा प्रसंगी, जेव्हा मला आम्हा इंग्रजांचं हित डळमळीत होत असल्यासारखं वाटतं तेव्हा. अर्थात, मला एका गोष्टीबद्दल पूर्ण खात्री आहे – ती म्हणजे, तुमच्या चांगुलपणाची. मला माहीत आहे, की तुमच्या विचारप्रणालीमध्ये कोणत्याही गैरवर्तणुकीला जागा नाही, आणि जर आमच्यावर काही अन्याय होत असेल तर तो तुमच्यामुळे नसून, तुमच्या मंत्र्यांमुळे होतो आहे. पण खेद या गोष्टीचा वाटतो, की गेले अनेक दिवस श्री. वॉट्स आणि श्री. वॉल्श तिजोरीच्या फेऱ्या घालत आहेत. जगतसेठांच्या उपस्थितीत, नवाबसाहेब आणि इंग्रजांमध्ये जो करार झाला होता, त्याची अंमलबजावणी

---

v आजच्या काळात रु. १.५ कोटी = £२०० दशक्ष, £२३४,००० = £२५ दशलक्ष, £२७,००० = £३ दशलक्ष

करण्यासाठी हे दोघे अनेक दिवस तुमच्याकडे हजेरी लावत आहेत. पण अद्याप त्यांच्या भेटींची औपचारिक दखल घेतली गेली नसून, नवाबसाहेबांनी आपल्या कर्मचाऱ्यांना असे कोणतेही आदेश दिलेले दिसत नाहीत, ज्याद्वारे इंग्रजांना कोणत्या स्वरूपात किती रक्कम दिली जाणार आहे, याचा हिशेब होईल.

पैशाचे व्यवहार लवकरात लवकर मार्गी लावलेले चांगले असतात, असं नेहमीच माझं प्रामाणिक मत राहिलेलं आहे. पैशावरून वितुष्ट आलं, की चांगल्यातली चांगली नाती मोडकळीत निघतात, कारण त्यांच्यामध्ये पडत जाणाऱ्या दरीचा फायदा घ्यायला अनेक स्वार्थी माणसं तयार बसलेली असतात. आपल्यात तसं मुळीच होऊ नये अशी माझी कळकळीची विनंती आहे; कारण आपल्या दोघांचा अंतस्थ हेतू वेगळा नसून एकच आहे.'

सुरुवातीला प्रेमळ वाटणाऱ्या या पत्राचा शेवट करताना, क्लाइव्हनं जरासा धमकीवजा सूर लावत लिहिलं होतं :

'देव न करो पण तुम्हाला काही अपघात झाला, तर तो आमच्या कंपनीचा अस्त ठरेल. मी हे सगळे विचार लिहून पाठवण्याचं मुख्य कारण हेच आहे, की केवळ शाब्दिक रूपानं हे सगळं तुमच्यापर्यंत पोहोचविण्यासाठी हा फार नाजूक विषय आहे.'[८५]

इथं क्लाइव्ह आपल्या पैशाची वाट बघत असताना, दुसरीकडे मीर जाफरचा मुलगा मिरन याने सिराज उद्दौलाचा शोध घ्यायला सुरुवात केली. सामान्य कपडे परिधान करून केवळ आपली एक प्रिय रखेली आणि एक हिजडा सोबत घेऊन राजधानीतून पलायन केलेल्या सिराजला शोधण्यासाठी मिरननं बंगालचा कानाकोपरा पालथा घातला होता. गुलाम हुसेन खाननं आपल्या नोंदीमध्ये असं लिहून ठेवलं आहे की :

'प्लासीच्या युद्धानंतरचा एक दिवस सिराजनं आपल्या राजमहालात पूर्णत: एकट्याने घालवल्यानंतर त्याच्या मनात वादळ उठू लागलं. आज आपल्याजवळ एकही मित्र नाही, सांत्वन करण्यासाठी कुणी प्रेमळ जोडीदार नाही, या विचाराने सिराजच्या मनाची खूप तगमग झाली. त्याच मन:स्थितीत त्यानं एक निर्णय घेतला. मध्यरात्र उलटून गेल्यावर त्यानं लुत्फ-उन-निस्सा या आपल्या लाडक्या रखेलीला आणि त्यानं ठेवलेल्या अजून काही स्त्रियांना मोठ्या बग्ग्यांमध्ये बसवलं. त्याच बग्ग्यांमध्ये त्यानं जमेल

तितकं सोनं, चांदी, रत्नं इत्यादी भरलं. मग आपल्या महालातल्या जमतील तेवढ्या महागड्या वस्तू हत्तींवर लादून त्यानं पहाटे ३ वाजता तिथून पळ काढला आणि 'बागवनगोला' या ठिकाणी येऊन पोहोचला.

नशिबाने सिराजच्या आयुष्याचा खेळखंडोबा मांडला होता; पण ते त्या बिचाऱ्याला अद्याप समजलेलं नव्हतं. दोन दिवस प्रवास करून सिराज लुत्फ-उन-निस्सा, आणि त्याची मुलगी व इतर सेवक वगैरे राजमहालाच्या समोर असलेल्या किनाऱ्यावर येऊन पोहोचले. प्रवासानं खराब झालेले कपडे बदलून साधीशी खिचडी खायचा त्यांचा बेत होता. गेल्या दोन-तीन दिवसांत त्यांना पुरेसं अन्नही मिळालेलं नव्हतं. खुद्द सिराजनं खिचडी बनवायला घेतली; तितक्यात त्या गावात राहणाऱ्या एका फकिरानं सिराजला बघितलं. काही काळापूर्वी सिराजच्या हातून अत्यंत हालअपेष्टा सहन केलेल्या त्या फकिराच्या मनात आता सूड जागृत झाला. कसंही करून सिराजला इथं गुंगवून ठेवायचं आणि त्याला पकडून द्यायचं, असा बेत त्या फकिरानं आखला. त्यानुसार, फकीर पुढे झाला आणि आपल्या चेहऱ्यावर खोटं हास्य आणत त्यानं सिराजचं स्वागत केलं. मग तो त्याला खिचडी बनवण्यासाठी मदत करू लागला. सिराजचे शत्रू त्याला शोधण्यासाठी आकाश-पाताळ एक करत आहेत, हे त्याला माहीत होतं. त्यामुळे त्यानं आधीच एका मनुष्याला मीर जाफरकडे सिराजचा ठावठिकाणा सांगणारा निरोप धाडून दिला होता.

शहा दाना, म्हणजेच त्या फकिराचा निरोप त्यांच्याकडे पोहोचताक्षणी, मीर जाफरचा जावई मीर कासिम नदी ओलांडून सिराज उद्दौलासमोर येऊन उभा ठाकला. काही क्षणांपूर्वी खिचडी बनवण्यात गर्क असणाऱ्या सिराजला, अचानक एकेकाळी त्याच्याच लष्करात काम करणाऱ्या सैनिकांनी चहूबाजूंनी घेराव घातला! ज्या माणसानं आपला इतका छळ केला, त्याला आपल्या भाल्याच्या टोकावर बंदी बनवायला त्या सर्वांना अतिशय आनंद झाला. क्षणार्धात, राजपुत्र बंदिवान झाला आणि अतिशय दयनीय परिस्थितीत त्याला मुर्शिदाबादला आणलं गेलं.

महमदी बेग नावाच्या एका माणसानं सिराजला मारून टाकण्याचा विडा उचलला. सिराजला बंदी करून आणल्याच्या अवघ्या दोन-तीन तासांमध्ये महमदी बेग त्याच्याकडे पोहोचला. महमदीला आलेलं पाहून सिराजला लगेच लक्षात आलं, की त्याला आपल्याला मारण्यासाठी पाठवलेलं आहे. त्यानं तसं महमदीला विचारल्यावर, महमदीनं होकारार्थी उत्तर दिलं. सिराजला जरी या गोष्टीचा अंदाज असला, तरी प्रत्यक्षात आपला मृत्युदाता समोर उभा राहिलेला पाहून, सिराज गलितगात्र झाला. त्यानं महमदीला विनंती केली,

'मला माझ्या सगळ्या दुष्कृत्यांचा मनापासून पश्चात्ताप वाटतो आहे. माझ्यावर

कृपा कर... त्यांना जाऊन सांग, की मी यापुढे कुणालाही त्रास देणार नाही. मी त्यांच्या कोणत्याही कामात आड येणार नाही. मला फक्त त्यांनी गरजेपुरतं निवृत्ती वेतन द्यावं, मग मी एखाद्या दूरच्या अज्ञातस्थळी राहायला जाईन...'

सिराजला पुढे काही बोलताच आलं नाही; कारण तोपर्यंत महमदीनं तलवार काढली आणि तो सिराजच्या सुंदर चेहऱ्यावर सपासप वार करू लागला. अवघ्या बंगालमध्ये आपल्या देखणेपणासाठी नावाजलेल्या सिराजनं आपल्या अखेरच्या क्षणांमध्ये आपले रूप तर गमावलेच; पण प्राणही गमावले. रक्ताच्या थारोळ्यात रांगत सिराजनं अखेर मृत्यूला कवटाळलं. महमदीनं त्याच्या मृतदेहाचे असंख्य तुकडे केले आणि मग ते तुकडे गोळा करून, हत्तीच्या पाठीवरून त्यांची मिरवणूक काढली गेली.[८६]

सिराजचा मृत्यू झाला तेव्हा तो जेमतेम २५ वर्षांचा होता. अलिवर्दी खानचा वंश पुढे वाढू नये, म्हणून मिरनने त्याच्या घराण्यातील सगळ्या स्त्रियांना मृत्यूच्या जबड्यात ढकललं. सुमारे सत्तर निरागस बेगम अशा होत्या, ज्यांना एका नावेत बसवून हुगली नदीच्या मधोमध नेलं गेलं आणि तिथं त्यांना जलसमाधी दिली गेली. उरलेल्या बेगमांवर विषप्रयोग केला गेला. मग या सगळ्या स्त्रियांचे मृतदेह एकत्र आणले गेले आणि खुशबागमध्ये असलेल्या अलिवर्दी खानच्या थडग्याजवळ त्या सर्वांना चिरनिद्रा दिली गेली. एकेकाळी नांदत्यागाजत्या असलेल्या मुर्शिदाबाद शहराची खूण सांगणारं आता जे एकमेव ठिकाण उरलं आहे, ते म्हणजे हुगली समोरचं खुशबाग उद्यान.

सिराजच्या शत्रूंनी त्यांच्या घराण्यातल्या सगळ्या स्त्रियांना मारून टाकलं; पण फक्त एक सोडून – ती स्त्री होती लुत्फ-उन-निस्सा. मीर जाफर व मिरन या दोघा पिता-पुत्रांनी लावण्यवती म्हणून प्रसिद्ध असलेल्या लुत्फ-उन-निस्साशी विवाह करण्याचा प्रस्ताव पाठवला. पण तिनं मोठ्या तिरस्कारानं त्यांना उत्तर पाठवलं : 'हत्तीच्या स्वारीची सवय असलेल्या व्यक्तीला गाढवाची स्वारी करण्यात रस वाटत नाही!'[८७]

७ जुलै रोजी सिराज सिराज उद्दौलाच्या शरीराचे तुकडे शहरभरात मिरवले गेले. त्याच दिवशी इंग्रजांनी हुगली ते फुल्ता प्रवास करून गेल्याला दोनशे दिवस पूर्ण झाले. त्याच दिवशी क्लाइव्हला आपले सगळे पैसे मिळाले! उद्योग जगताच्या इतिहासामध्ये यापूर्वी कुणा एका व्यक्तीला कधीच इतकी भव्य रक्कम मिळाली नव्हती! मीर जाफरकडून इंग्रजांना तब्बल २३२ दशलक्ष पौंड मिळाले होते;

ज्यापैकी २२ दशलक्ष पौंडची घसघशीत रक्कम केवळ क्लाइव्हला मिळाली! कोणतीही दिरंगाई न करता क्लाइव्हनं तो पैसा कलकत्त्याला धाडला.

क्लाइव्हचा सहाय्यक म्हणून काम करणाऱ्या ल्यूक स्क्रॅफ्टननं नमूद केल्यानुसार- 'आम्हाला सुमारे १०० दशलक्ष पौंडांचा[vi] पहिला हप्ता मिळाल्यावरच साहेबांनी कलकत्त्याला जहाजं सोडायला सुरुवात केली.

> पुढच्या काही दिवसांत हुगलीमध्ये आमच्या एकूण तीनशे नौका, होड्या आणि जहाजं उतरली. वाजंत्र्यांच्या गजरात मोठमोठ्यानं गाणी गात असणाऱ्या आमच्या सैनिकांना घेऊन चाललेला हा तांडा, हुगलीच्या काठावर वसलेल्या डच व फ्रेंच वसाहतींमधल्या माणसांची चांगलीच जिरवत होता. आदल्या वर्षी याच सुमारास त्यांनी अनेक इंग्रजांना बंदी बनवून, कलकत्त्यातून लुटलेली धनसंपत्ती सोबत घेऊन हुगलीमध्ये आपली जहाजं घातली होती. वर्षभरात आमचं नशीब असं काही बदललं होतं, की त्या लोकांनी नक्कीच तोंडात बोटं घातली असावीत!'

१७५७मध्ये क्लाइव्हनं कमवलेलं यश हे १५७ वर्षांपूर्वी कंपनी स्थापन करणाऱ्या धाडसी लोकांच्या अनुभवाची पुनरावृत्ती करणारं होतं. क्लाइव्हनं जी संपत्ती मिळवली, त्यात त्याला स्वत:ची व कंपनीची आर्थिक भरभराट करण्यात अधिक रस होता; भारतामध्ये सत्ता काबीज करण्यात नव्हे;पण ही तर केवळ सुरुवात होती. मीर जाफरनं कंपनीला एकूण १२,३८,५७५ पौंड देऊ केले. त्यातले १,७०,००० पौंड एकट्या क्लाइव्हच्या खिशात गेले. १७५७ ते १७६५ या आठ वर्षांच्या काळात मुर्शिदाबादच्या नवाबांकडून कंपनीला 'सदिच्छा भेट' म्हणून तब्बल २.५ दशलक्ष पौंडांची कमाई झाली. क्लाइव्हच्या हिशेबानुसार हा आकडा ३ दशलक्ष पौंडांच्या[vii] जवळ जाणारा होता.[८८]

असो. तर भागीरथीमधून स्वत: कलकत्त्याकडे जात असताना क्लाइव्हनं आपल्या वडिलांना पत्र लिहून कळवलं, की 'आजपर्यंतच्या इतिहासात कधी घडली नसेल इतकी मोठी क्रांती मी घडवून आणलेली आहे!'[८९] वरकरणी जरी हा दावा जरा जास्त अहंकारी वाटत असला, तरी त्यात फारशी अतिशयोक्ती

---

vi आजचे सुमारे £१०० दशलक्ष

vii आजच्या काळात- £१,२३८,५१५ = १३० दशलक्ष पौंड, £१७०,००० = १८ दशलक्ष पौंड, £२.५ दशलक्ष = २६० दशलक्ष पौंड, £३ दशलक्ष = ३०० दशलक्ष पौंडपेक्षा अधिक

नव्हती. क्लाइव्हनं भारताच्या नकळत इतिहासामध्ये अनाकलनीय असे बदल घडवून आणले होते; आणि ते बदल दूरगामी व अत्यंत महत्त्वाचे ठरणार होते. हाच तो टप्पा होता जेव्हा एका व्यावसायिक महामंडळानं एका देशाच्या राजकारणात आपलं ठोस सत्तास्थान निर्माण केलं.[१०] प्लासीमध्ये प्रथमच कंपनीनं स्वत:ला मुघल साम्राज्यामधील बलाढ्य लष्करी गट म्हणून प्रस्थापित केलं. १७४०च्या दशकात बंगाल लुटणारे मराठे हे क्रूर आणि हिंसक म्हणून गणले जात असत. पण दशकभरानंतर कंपनीनं जरी बंगालची लूट केली असली, तरी त्यांची पद्धत इतकी शिस्तबद्ध आणि काटेकोर होती, की त्यांनी केलेलं नुकसान हे कैक पटीनं मोठं आणि धोकादायक होतं, हे लक्षात येण्यासाठी पुढची अनेक दशकं लोटली![११]

प्लासीच्या घटनेनंतर इंग्रजांनी ईस्ट इंडिया कंपनीद्वारे भारतात खुलेआम लूट माजवली.[१२] या टप्प्यानंतर कंपनी करत असलेल्या व्यापाराची पद्धत आमूलाग्र बदलून गेली. त्या शतकाच्या पहिल्या पन्नास वर्षांत सुमारे ६ दशलक्ष पौंड[viii] बाहेर पाठवले गेले होते; पण १७५७नंतर बंगालमधून फारच कमी चांदी बाहेर पाठवली जाऊ लागली. १७५७च्या आधी बंगालमध्ये फार कमी चांदी राखली जात असे; पण प्लासीच्या युद्धानंतर मात्र बहुतांश चांदी बंगालच्याच पोटात जाऊ लागली. पुढे तिचा मागमूस दिसेनासा झाला.

मुघल साम्राज्याला नेहमी बंगालमधून सर्वाधिक आणि सर्वांत सोप्या पद्धतीनं महसूल मिळत गेला होता. प्लासीमुळे ईस्ट इंडिया कंपनीला त्यातली बरीचशी रक्कम स्वत:च्या तिजोरीमध्ये ओतता आली. १८०३मध्ये मुघल साम्राज्याची राजधानी दिल्ली काबीज करेपर्यंत, वाटेत आलेल्या असंख्य लहान-मोठ्या शत्रूंना आडवं पाडण्यासाठी कंपनीला हीच रक्कम उपयोगी पडली.

आता ईस्ट इंडिया कंपनी हे केवळ एक व्यापारी महामंडळ न उरता, भारताच्या राजकारणात सक्रिय व महत्त्वाचा सहभाग घेऊ लागली होती. कंपनीच्या इशाऱ्यांनी राजाचा रंक आणि रंकाचा राजा होऊ लागला होता. अर्थातच, त्यामुळे कंपनी स्वत:च्या अखत्यारीत सत्ताधीश बनू लागली होती. केवळ एका नवाबाला सिंहासनावरून काढण्यात मदत करण्यापासून त्यांनी सुरू केलेला प्रवास, अगदी अल्प वेळेमध्ये त्यांच्या हातात भारताच्या राजकारणाचा दोरखंड सोपवून गेला होता!

आता बंगालमध्ये, कंपनी एक महत्त्वाची लष्करी आणि राजकारणी सत्ता बनली होती. लवकरच कंपनीच्या उच्चाधिकाऱ्यांना हे लक्षात येऊ लागलं, की आपण जर आपलं लष्कर अजून बळकट केलं, तर आपण भारतातील एक प्रांत नव्हे, तर समस्त भारतावर सत्ता गाजवू शकू. मग ती सत्ता थेट रूपात गाजवणं

---

viii आजचे सुमारे £६३० दशलक्ष

असो, किंवा आहेत त्या सत्ताधीशांना आपल्या हातची कळसूत्री बाहुली बनवून गाजवणं असो. आताशा बऱ्याच भारतीयांनाही हे लक्षात येऊ लागलं होतं, की अनेक प्रांतांमधले हरलेले, अपयशी किंवा असमाधानी राजे जर या चाणाक्ष इंग्रजांना जाऊन मिळाले, तर भारताची सुखशांती व स्थैर्य लवकरच धोक्यात येऊ शकते.

अर्थात, या सगळ्या पुढच्या गोष्टी झाल्या. क्लाइव्हच्या मोहिमेचा तडक परिणाम झाला तो म्हणजे बंगालवर. तीन महिन्यांनंतर सप्टेंबरमध्ये क्लाइव्हला मुर्शिदाबादला जावं लागलं. तिथं अचानक खूप गोंधळ माजू लागला होता. तिथल्या जनतेवर कंपनी लादत असलेले नियम, मीर जाफरच्या सैनिकांना देण्यासाठी ते गोळा करत असलेले पैसे, मीर जाफरच्या लष्करामध्ये वाढत चाललेले अंतर्गत विवाद आणि या सगळ्यामुळे एकूणच वाढत चाललेला असंतोष – या सगळ्यांना आळा घालण्यासाठी क्लाइव्हला मुर्शिदाबादला जावं लागलं. मीर जाफर नवाब झाल्यानंतर तिथल्या जनतेला लवकरच हे लक्षात आलं होतं, की त्यानं इंग्रजांच्या साथीनं सिराजच्या सत्तेला कितीही हलवून टाकलं असलं, तरी त्याच्यात 'नवाब' म्हणून राज्यकारभार सांभाळण्याची धमक नव्हती. तसंच स्वतःच्या धन्याला फसवून त्याच्या रक्तानं माखलेल्या सिंहासनावर बसलेल्या माणसाला लोक 'राजा' म्हणून स्वीकारायला तयार होईनात.[९३]

या टप्प्यापासून लोक नवाबांची कास सोडून कंपनी, व्यापारी, वित्तीय संस्था व मुलकी अधिकाऱ्यांना अधिक महत्त्व देऊ लागले. मूलतः क्लाइव्ह व त्याच्या साथीदारांना केवळ आपल्या कंपनीचा व्यापार सुरळीत चालावा, यासाठी त्यांच्या बाजूनं असलेला नवाब गादीवर आणण्याचा मानस होता. पण घटना ज्याप्रकारे घडत गेल्या, त्यामुळे खुद्द नवाबांच्याच महतीला गळती लागली आणि तोपर्यंत शांतपणे चाललेल्या मुघल साम्राज्याच्या अस्तित्वालाच सुरूंग लागला.[९४]

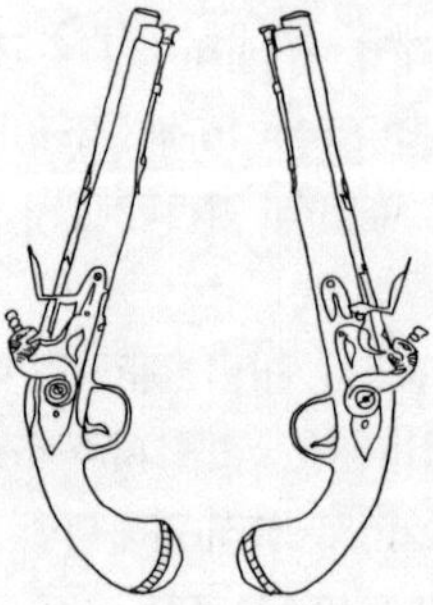

४

कुचकामी राजपुत्र

प्लासीच्या यशाचं पहिलं वर्ष साजरं करण्यासाठी मीर जाफर कलकत्त्याला आला. सेनापती म्हणून सिराज उद्दौलावर बंड पुकारल्यावर दोन वर्षांनी मीर जाफर प्रथमच कलकत्त्याला येत होता. तसंच क्लाइव्ह आपल्या राजकारणातल्या महत्त्वाकांक्षा पूर्ण करण्यासाठी लंडनला परतण्यापूर्वी, मीर जाफरनं कलकत्त्याला दिलेली ही शेवटची भेट होती. या दोन कारणांमुळे सदर भेट शक्य तितकी भव्यदिव्य करण्याचा प्रयत्न केला गेला. मीर जाफरसाठी खास नाटक सादर केलं गेलं, संगीताच्या मैफिली जमल्या, आणि विशेष म्हणजे, कलकत्त्याच्या न्यायालयामध्ये नर्तनाचा कार्यक्रमही आयोजित करण्यात आला, ज्यामध्ये उपस्थित असलेल्या मोजक्या स्त्रिया 'अगदी पायांचे तुकडे पडेपर्यंत' नाचल्या.

त्यात, शिया पंथाचा अनुयायी असलेल्या नवाबासाठी अगदी निराळं (आणि धक्कादायक) वाटणारं सुशोभीकरणदेखील करण्यात आलं. बाजा, तुताऱ्या, डफल्या इत्यादींच्या गजरामध्ये, भरीव देहाच्या अर्धनग्न 'व्हेनस स्त्रियां'च्या मेणाच्या पुतळ्यांचं अनावरण करण्यात आलं. स्क्रॅफ्टननं नमूद केल्यानुसार, 'नवाबाच्या स्वागतासाठी तयारी करण्यात आम्ही सगळे इतके गर्क झालो, की आम्हाला कित्येक दिवस कचेरीच्या एकाही कामाकडे लक्ष देता आलं नाही.[१]

पण मैत्री व सलोख्याच्या या सगळ्या देखाव्यामागे, क्लाइव्ह आणि मीर

जाफरमध्ये परस्पर अविश्वास आणि नापसंती वाढत चालली होती. मीर जाफरची भेट संपल्यावर, स्क्रॅफ्टननं म्हटलं होतं : 'नवाब साहेब निघून गेल्यावर मला इतकं बरं वाटतंय, सांगू? त्यांच्या न संपणाऱ्या मागण्या पूर्ण करता-करता मी गळून पडायचा बाकी होतो! सतत त्यांच्या सोबत राहा, सतत त्यांच्या हुजऱ्यांच्या सोबत जा... हे नवाब साहेब आपल्या निवासस्थानापासून २० फूटसुद्धा आपल्या हुजऱ्यांशिवाय जात नाहीत! आणि मला सतत त्यांच्या मागोमाग जावं लागे...[२] छे! वीट आणला होता!'

प्लासीचा अनुभव येण्यापूर्वी ज्या मीर आणि मिरन जाफरबद्दल संचालकांना पत्रं लिहिताना क्लाइव्हनं स्तुतिसुमनांची उधळण केली होती, त्यांना तो आता 'मूर्ख म्हातारा' आणि 'नालायक पोरगा' म्हणायला लागला.[३] मीर जाफरच्या शेवटच्या भेटीनंतर त्यानं आपल्या संचालकांना कळवलं, की मीर जाफर आता पूर्वीसारखा राहिलेला नाही. सत्ता त्याच्या डोक्यात गेलेली आहेच; पण त्याच सोबत, तो अतिशय सुस्त, अकार्यक्षम आणि अफूच्या नशेत वावरणारा बेफिकीर माणूस बनलेला आहे. सगळ्यात मोठा उपरोध हा आहे, की ज्या सिराजच्या उद्धट, क्रूर, आणि हावरट वागणुकीला कंटाळून मीर जाफरनं हे बंड पुकारलं होतं, तो आता स्वत:ही तसंच उद्धटपणे वागू लागला आहे. अल्पशा वेळेत त्याची प्रजा त्याच्यावर नाराज होऊ लागलेली आहे.[४]

मात्र हे सगळं जरी खरं असलं, तरी वास्तवात सगळ्यांत जास्त प्रमाणात कुणी बदललं असेल तर खुद्द क्लाइव्ह! विजय आणि धनाच्या खुमारीत वावरणाऱ्या क्लाइव्हला आता मुघलांसोबत सत्ता वाटून घेण्यातही खेद वाटत होता. आताशा तो लंडनला पाठवत असणाऱ्या पत्रांमध्ये सतत, आपल्या बलशाली बनलेल्या लष्कराच्या मदतीनं बंगालवर स्वायत्त सत्ता गाजवण्याची मनीषा बोलून दाखवू लागला. १७५८च्या अंतापर्यंत तर क्लाइव्हची पत्रं फारच बेदरकार होऊ लागली. उदाहरणार्थ, त्यानं ईस्ट इंडिया कंपनीतील संचालकांच्या अध्यक्षांना लिहिलेल्या एका पत्रात म्हटलं :

> 'मला खात्री आहे, की या सुजलाम् सुफलाम् प्रदेशावर कब्जा करण्यासाठी आपल्याला २००० प्रशिक्षित युरोपियन सैनिकांची फौजसुद्धा पुरेशी पडेल. इकडची माणसं अविचारी, विलासी, अज्ञानी आणि अत्यंत भित्री आहेत. नवाबाचे सैनिक (खरंतर त्या अडाणी माणसांना सैनिक हे बिरूद लावणंही हास्यास्पद आहे) त्याला काडीची किंमत देत नाहीत. ते फक्त त्याच्याशी इमान राखतात, जो त्यांना सर्वांत जास्त पैसा मोजतो. प्लासीच्या युद्धानंतर माझी खात्री पटली आहे, की मी फक्त हा प्रदेश नव्हे, तर संपूर्ण देश

कंपनीच्या हातात देऊ शकलो असतो. इतकंच नव्हे, तर आपल्याकडच्या लष्करी बळाद्वारे या सगळ्या माणसांच्या मनात दहशत निर्माण करून अगदी लीलया त्यांच्यावर राज्य करू शकलो असतो.

मुघल सत्तेचा कणा केव्हाच मोडलेला आहे. बंगालवरून दिल्लीला जाणाऱ्या पैशामुळे त्यांचं जेवढं चाललंय ते चाललं आहे. तुम्हाला या मुसलमानांच्या स्वभावाची पूर्ण जाणीव आहे. त्यांना कृतज्ञता कशाशी खातात, हे माहीत नसतं. त्यांची विचारसरणीही फार संकुचित असते. या देशाचं राजकारण त्यांनी बळ वा धिटाईच्या ऐवजी छल-कपटानं चालवलेलं आहे. अशा परिस्थितीमध्ये मीर जाफरसारखा कमकुवत नवाब कुठल्याही क्षणी नेस्तनाबूत होऊ शकतो, किंवा मग इतर कुणाशी हातमिळवणी करून आपल्याला धुळीत मिळवू शकतो. आपल्यावर जर अशी वेळ आली, तर मग आपण आतापर्यंत इतक्या मेहनतीनं जी साधनसंपत्ती कमवली आहे, तिचं रक्षण कसं करता येईल? आपण या सगळ्या गोष्टींचा सामायिक विचार करण्याची वेळ आलेली आहे, असं माझं प्रामाणिक मत आहे.'[५]

परस्पर अविश्वास आणि नापसंतीशिवाय, सदर पत्रामधून या दोन परस्परविरोधी संस्कृती एकत्र आल्यावर होणारा गोंधळ आणि गैरसमज प्रकर्षानं उभारून येतो. उदाहरणार्थ, मीर जाफरला असं वाटत होतं, की कंपनी हे एका ठरावीक व्यक्तीचं नाव आहे! क्लाइव्ह लंडनला निघाल्याचं समजताच, मीर जाफरनं 'कंपनी'च्या नावानं मोठंसं पत्र लिहून, 'त्याच्यासाठी' भरमसाट भेटवस्तू सोबत पाठवून दिल्या. कंपनी हा एक मनुष्य नसून अनेक माणसांनी बनवलेली संघटना आहे, ही संकल्पना त्याला समजण्याच्या पलीकडे होती. मीर जाफरने पर्शियन भाषेत लिहिलेल्या मोठ्या पत्राचा वॉरन हेस्टिंग्सनं केलेला अनुवाद :

'प्रिय कंपनी साहेब, तुमच्याबद्दल इतकं ऐकत आलेलो आहे, की तुम्हाला भेटण्याची इच्छा आता अनावर होत चालली आहे. मी तुम्हाला भेटण्यासाठी किती आतुर आहे, याचं वर्णन शब्दांत करता येण्यासारखं नाही. मी तुमच्यासमोर मैत्रीचा हात पुढे करू इच्छितो. माझे प्रिय, जिवलग मित्र नवाब साबुत जंग बहादूर (क्लाइव्ह) आपल्या मायदेशी परतत आहेत. त्यांच्यापासून विलग होणं म्हणजे माझं हृदय भग्न होणं आहे. मी आपणांस विनंती करतो, की लवकरात लवकर माझ्या या मित्राला आमच्याकडे परत पाठवा; आम्ही सगळे त्यांची वाट बघत आहोत.'[६]

इंग्रजांच्या अज्ञानाची गत फारशी निराळी नव्हती. त्याच्याच माणसांनी सिराज

उद्दौलाच्या पाठीत खंजीर खुपसून त्याचा अंत केला, ही गोष्ट कंपनीच्या संचालकांच्या समजुती पलीकडची होती. एका तरुण उच्चाधिकाऱ्याने तर, 'सर रॉजर दौलत हे खरोखरीच कुणी मोठे आसामी होते का?' असेही तारे तोडले होते![७]

एक गोष्ट मात्र इंग्रजांना व्यवस्थित समजत होती – ती म्हणजे, क्लाइव्ह आपल्यासोबत आणत असलेली अफाट मोठी लूट! सोळाव्या शतकात, हर्नान कोर्टेसनं सर केलेल्या मोहिमेनंतर प्रथमच कुणी युरोपियन माणूस इतकी मोठी लूट घेऊन मायदेशी परतत होता.

५ फेब्रुवारी १७६० रोजी, क्लाइव्ह व त्याची पत्नी मार्गरेट 'रॉयल जॉर्ज' या जहाजावरून इंग्लंडकडे रवाना झाले. क्लाइव्हचं आगमन होण्याआधीच तो किती धनदौलत सोबत आणत आहे, याबद्दल पूर्ण इंग्लंडमध्ये खुसखुशीत चर्चा रंगत होत्या. 'ॲन्युअल रजिस्टर'मध्ये एडमण्ड बर्केनं अंदाज बांधला होता, की 'क्लाइव्ह आपल्यासोबत सुमारे १२,००,००० पौंड किमतीची रोकड व दागिने आणत आहे. त्याच्या पत्नीकडे असलेल्या दागिन्यांची किंमत सुमारे २,००,००० पौंड[i] आहे. अर्थातच, आजच्या घडीला आपल्या तिन्ही राज्यांमध्ये क्लाइव्हपेक्षा जास्त श्रीमंत माणूस शोधून सापडणार नाही.'

वास्तवात, क्लाइव्हनं आणलेल्या वस्तूंची किंमत यापेक्षा कमी होती; पण तरीही, तो अतिशय श्रीमंत बनला होता यात वाद नाही. इंग्लंडमध्ये पोहोचल्यावर ३५-वर्षांच्या बंगालचा माजी राज्यपाल असलेल्या रॉबर्ट क्लाइव्हनं वॉलकॉटमधली श्रॉप्शायर ईस्टेट विकत घेतली आणि स्वत:ला राहण्यासाठी, लंडनमधल्या मेफेयर येथील बर्कली स्क्वेयर या धनिकांच्या भागामध्ये एक प्रशस्त घर भाड्यानं घेतलं. वर्षभरानंतर, क्लाइव्हनं २५,००० पौंड खर्च करून डचेस ऑफ न्यू कासलकडून क्लेयरमॉन्ट ईस्टेट विकत घेतली. तसंच एशरला एक सुंदर घर आणि आजूबाजूची जमीन घेऊन, ४३,००० पौंड[ii] खर्च करून त्या दोन जागांना एकत्र करून नवीन बांधकाम उभारलं. क्लेयर काउन्टीमध्ये त्यानं अजूनही भरपूर जमीन विकत घेतली आणि त्या भागाचं बॉलीकिल्टी हे नाव बदलून 'प्लासी' हे नाव ठेवलं! क्लाइव्हच्या बेबंद खरेदीबद्दल होरेस वॉलपोल या चिडखोर राजकारण्यानं आपल्या रोजनिशीमध्ये लिहिलं : 'क्लाइव्ह इथं आल्यापासून इंग्लंडच्या लोकांचे राहणीमान फारच उच्चभ्रू आणि खर्चिक झालेलं आहे. क्लाइव्ह तर चार हातांनी पैसा उधळताना दिसतो

---

i आजच्या काळात £१,२००,००० = १२६ दशलक्ष पौंड, आजच्या काळात £२,००,००० = २१ दशलक्ष पौंड

ii आजच्या काळात £२५,००० = २,६२५,००० पौंड, आजच्या काळात £४३,००० = ४,५१५,००० पौंड

आहे. जमीन, घरं, आणि हिरेमाणकं यांच्या खरेदीचा त्यानं सपाटा लावलेला दिसत आहे. क्लाइव्हनं अल्पावधीतच इतकं वैभव गोळा केलं आहे, की त्याला एखाद्या भिकाऱ्याने भीक घालण्याची विनंती केली तर तो म्हणतो, "माफ कर मित्रा; तुला देण्यासाठी माझ्याकडे लहानसे हिरे वगैरे नाहीत!" याला अतिशयोक्ती म्हणावं की सत्य, माहीत नाही; पण त्याच काळी 'सॅलिस्बरी जर्नल'ने असं म्हटलं होतं, की मार्गारेट क्लाइव्हच्या पाळीव मुंगुसाच्या गळ्यात २५०० पौंड[iii] किमतीचा हिऱ्याचा हार घातला आहे.[८]

क्लाइव्ह इंग्लंडला राजेशाही थाटात राहत असताना, तो सोडून आलेल्या बंगालमध्ये मात्र पुरता अनाचार माजला होता.

मुर्शिदाबादला कंपनीचा रेसिडेन्ट (दूत) म्हणून स्थायिक झालेल्या वॉरन हेस्टिंग्स या तरुणानं सगळ्यात आधी काळाची पावलं ओळखून क्लाइव्हला त्यानं बंगालमध्ये मोकाट सोडलेल्या अनाचाराला सावरून, मगच इंग्लंडला जाण्याची विनंती केली होती. विशेषतः मुर्शिदाबादच्या दरबारामध्ये सुरू झालेल्या प्रचंड गोंधळाचं उदाहरण देऊन, हेस्टिंग्स परोपरीनं क्लाइव्हला अजून थोडा वेळ थांबण्याची विनंती करत होता. क्लाइव्ह इंग्लंडला परतण्याच्या अगदी काही दिवस अगोदर, मीर जाफर आपल्या सैनिकांना, तेरा महिने थकलेल्या पगारापैकी जेमतेम तीन महिन्यांचे पगार देऊ शकला होता. पैशाच्या चणचणीमुळे अर्थातच हे सैनिक बंडखोर बनत चालले होते. हेस्टिंग्सनं क्लाइव्हला सांगितलं होतं, की असंख्य सैनिक आणि त्यांचे कुटुंबीय हलाखीच्या परिस्थितीत खितपत पडले आहेत. त्यांच्याकडे पुरेसं अन्न शिल्लक राहिलेलं नाही. त्यांच्या घोड्यांचे तर सापळे झालेले दिसतात. उच्च पदावरच्या अधिकाऱ्यांचीही गत काही चांगली नाही. त्यापैकी कित्येकांच्या अंगावर मी फाटकी वस्त्रं पाहत आहे.[९]

प्लासीनंतर जेमतेम तीन वर्षांत, एकेकाळचं नांदतंगाजतं मुर्शिदाबाद पार भिकेला लागलं होतं.

अर्थात, क्लाइव्हइतकाच मीर जाफरसुद्धा या दुर्दशेसाठी कारणीभूत होता. क्लाइव्हप्रमाणे, प्लासीनंतर मीर जाफरनेही भरपूर माया कमवली होती. आपल्या भुकेजलेल्या सैनिकांसमोर आपल्या संपत्तीचं प्रदर्शन करताना त्याला काहीच लाज वाटत नसे. गुलाम हुसेन खाननं नमूद केल्यानुसार : 'मीर जाफरला आधीपासून

---

iii आजच्या काळात £२५०० = २६२,००० पौंड

दागिने, हिरेमाणकांची आवड होती. नवाब झाल्यानंतर तर तो सतत दागिन्यांनी मढलेला असायचा. मनगटावर सहा-सात रत्नजडित कडी, गळ्यामध्ये उत्कृष्ट पाणीदार मोत्यांचे सर, असे नाना दागिने घालून तो बिनदिक्कत मिरवत असे... हत्तीवर स्वार होऊन, गाण्याच्या मैफिली व नर्तिकांची नृत्यं पाहायला जात असे...'[१०]

मीर जाफरची वागणूक पाहून जनतेला लवकरच लक्षात आलं होतं, की तो बंगालवर राज्य करण्यासाठी पूर्णत: असमर्थ आहे. अर्थात, अशिक्षित अशा या अरब सैनिकाकडे राज्यकारभार सांभाळण्यासाठी लागणारं कौशल्य आणि राज्याची तिजोरी भरलेली ठेवण्यासाठी लागणारं कसब असेल, अशी अपेक्षा करणंच चुकीचं होतं. इंग्लंडला रवाना होताना क्लाइव्हनं थंडपणे नमूद केलं होतं, की मीर जाफर फार अकार्यक्षम राज्यकर्ता असून, लोकांचं प्रेम व विश्वास संपादन करण्याचं कौशल्य त्याच्यात नक्कीच नाही. त्याच्या अनिर्बंध कारभारामुळे पूर्ण देश अराजकतेकडे जाणार आहे.[११] १७६०पर्यंत मीर जाफरच्या हाताखाली असलेल्या मिदनापूर, पुर्निया व पाटणा या तीन प्रांतांमध्ये बंडाळी सुरू झाली. सिराज उद्दौलाला पाडण्यासाठी मीर जाफरनं कंपनीला इतकी मोठी रक्कम देऊन टाकली आणि आता आमच्या पोटापाण्याचा काही विचार करत नाही, या असंतोषाखाली वावरणाऱ्या मुघल सैनिक व अधिकाऱ्यांनीही बंडं पुकारली होती.

चाणाक्ष जगतसेठांना हे लवकरच लक्षात आलं, की कधी नव्हे तो त्यांच्याकडून माणूस ओळखण्यात चूक झाली होती. आता या मूर्ख माणसावर अधिक पैसा वाया घालवण्यात अर्थ नाही, हे उमजून जेव्हा मीर जाफर त्यांच्याकडे उपरोक्त बंडांना उत्तर देण्यासाठी पैसे मागायला आला, तेव्हा त्यांनी त्याला सपशेल नकार दिला. वर, मीर जाफरनं आपल्यामागे अधिक लकडा लावू नये, यासाठी त्यांनी आपल्या कुलदेवता पारसनाथच्या दर्शनासाठी सहकुटुंब झारखंडच्या डोंगराकडे जाण्याचा बेत आखला. नवाबाला जेव्हा त्यांचा हा मनसुबा समजला, तेव्हा त्यानं आपल्या सैनिकांकरवी जगतसेठांची वाट आडवण्याचा प्रयत्न केला; पण जगतसेठ त्याच्यापेक्षा वरचढ ठरले आणि त्यांनी आपला प्रवास सुरू ठेवला.

जगतसेठ निघून गेल्यानंतर, मीर जाफरची कोंडी व्हायला लागली. त्याची तिजोरी रिकामी व्हायला लागली; लष्कर थिजून गेलं. दरबारामध्ये नाना अफवा उठू लागल्या; आणि या सगळ्यामुळे, त्याचा मुलगा मिरन फार आक्रमक आणि हिंसक बनू लागला. मिरनला जवळून ओळखणाऱ्या गुलाम हुसेन खाननं लिहिल्यानुसार : 'मिरन आधीपासूनच गरम डोक्याचा होता. त्यात, या समस्या उभ्या राहिल्यावर तर त्याचा तोल अजून ढळायला लागला. आपल्या विरोधात जाणाऱ्या माणसांचा छळ करण्यात मिरनला काहीच वाटत नसे. कुणीही आपल्या विरोधात जाताना दिसलं, की त्याला वेळीच ठेचण्यासाठी त्याची कत्तल करणं हा एकच उपाय

योग्य मानणाऱ्या मिरनच्या मनात, दया वा माफीला जागा नव्हती.[१२]

आपल्याविरुद्ध अजून बंड पुकारली जाऊ नयेत, म्हणून मिरननं सर्वांत आधी अलिवर्दी खानच्या उर्वरित कुटुंबीयांना मिटवून टाकलं. अलिवर्दी खान व सिराज उद्दौलाच्या जनानखान्यातील स्त्रिया व मुलांना मारून टाकण्यासाठी त्यानं आधीच आपली माणसं धाडली होती. त्यानंतर त्यानं आपला रोख वळवला सिराज उद्दौलाच्या पाच जवळच्या नातेवाइकांकडे. मिर्झा मेहदी या सिराजच्या चुलत भावाला तर अत्यंत क्रूरपणे मारण्यात आलं. त्या काळी उच्च प्रतीच्या शाली व इतर महागड्या वस्तू नीट जपून ठेवण्यासाठी त्यांना 'तख्ताह' असं संबोधल्या जाणाऱ्या लाकडी फळ्यांमध्ये बांधून ठेवत असत. किशोरवयीन मिर्झाला दोन तख्ताहांमध्ये झोपवून, त्यावर दोरखंड बांधून, ते दोरखंड दोन्ही बाजूंनी घट्ट आवळून, त्याच्या देहाचा कुस्करा करून त्याला मारण्यात आलं होतं![१३] आपल्या कृत्याबद्दल जराही पश्चात्ताप न झालेल्या मिरननं लेखक सा'दीनं लिहिलेल्या एका सुभाषिताचा आसरा घेतला होता, ज्यामध्ये त्यानं म्हटलं होतं, की सापाला मारून त्याच्या पिल्लाला जिवंत ठेवणं हे हुशार माणसाचं लक्षण नव्हे.

जुन्या दरबारातले अनेक विश्वासू मंत्री आणि त्याच्या स्वतःच्या दरबारातले दोन वरिष्ठ मंत्री यांना मिरननं खंजीर खुपसून किंवा विषप्रयोग करून मारून टाकलं. मिरन आपल्या खिशात सतत एक वही ठेवत असे, ज्यामध्ये तो आपल्या विरोधात जाऊ शकणाऱ्या माणसांची यादी लिहीत असे. मिरनच्या मनातली भीती जसजशी वाढत गेली, तसतसं त्या यादीमध्ये तीनशेहून अधिक नावांचा समावेश झाला.[१४] सिराजच्या कुटुंबीयांच्या हत्येबद्दल समजल्यावर, हेस्टिंग्सनं लंडनला पत्र लिहून कळवलं, की इतकी घृणास्पद कृत्यं करणाऱ्या माणसाला मी तरी कधी माफ करू शकणार नाही. लहान तोंडी मोठा घास घेतो आहे, पण आपण या अशा सैतानाला मदत करत आहोत, हे मला फारसं रुचलेलं नाही.[१५]

वास्तवात, कंपनी मीर जाफरला मदत करण्याऐवजी, त्याचे खिसे भरणाऱ्या बंगाली अर्थव्यवस्थेला आपल्या बाजूनं वळवण्यात गर्क होती. बंगालच्या बाजारपेठेत कमाई करायला भरपूर वाव आहे, हे समजलेले अनेक खासगी, अनियंत्रित व्यापारी तिथं आपली दुकानं थाटू लागले होते. सिराज नवाब असताना असं काही करणं त्यांना कदापि शक्य झालं नसतं. असो. तर, १७६२पर्यंत यापैकी किमान ३३ व्यापाऱ्यांनी त्या प्रदेशातील चारशेहून अधिक इंग्रज बाजारपेठांमध्ये आपले व्यापार थाटले. त्यांची मगरूरी आणि मुजोरपणा वाढीला लागला होता. स्थानिक कर अधिकाऱ्यांच्या आदेशांचं ते बिनधास्तपणे उल्लंघन करत होते. ते कोणत्याही मालावर कर, शुल्क, वा जकात भरायला तयार होईनात. तसंच त्यांना ज्या प्रदेशांमध्ये किंवा भागांमध्ये व्यापार करायला परवानगी नव्हती, तिथेही ते बिनदिक्कत

घुसखोरी करून व्यापार करू लागले होते. असे सगळे प्रकार करून ते बंगालच्या अर्थव्यवस्थेला वाळवीप्रमाणे खाऊ लागले होते.[१६]

हेस्टिंग्सचा मित्र असलेल्या आणि क्लाइव्हनंतर बंगालचा राज्यपाल बनलेल्या हुशार पण दुर्बल हेन्री वॅन्सिटार्टनं हे सगळे गैरव्यवहार रोखण्याचा बराच प्रयत्न केला; पण त्याचे प्रयत्न विफल ठरत होते. 'व्यापारी फार मुजोर झाले होते. परवानगी नसलेल्या वस्तूंची विक्री करणं, बंगालच्या राजकारणामध्ये मध्यस्थी करणं असे नानाविध प्रकार करून ते आपला पाया भक्कम करू पाहत होते,' असं वॅन्सिटार्टने लिहून ठेवलं होतं. नवाब या सगळ्या गैरप्रकारांबद्दल सतत वॅन्सिटार्टकडे तक्रार करत होता.[१७] पण त्याचा काही उपयोग होईना. १७६२-६३पर्यंत गोष्टी अशा थराला पोहोचल्या, की आर्चिबाल्ड केइरसारखे धनाढ्य व्यापारी १२,००० टन मिठाची निर्मिती करण्यासाठी १३,००० कामगार लावू शकत होते. विशेष म्हणजे, मीठनिर्मिती आणि विक्रीचा कारभार हा फक्त नवाबाच्या अखत्यारित होता; पण केइरसारखे व्यापारी आता या बंधनांना जुमानत नव्हते.[१८]

बरं, फक्त ईस्ट इंडिया कंपनीचेच कर्मचारी या परिस्थितीचा फायदा घेऊन वरचा मलिदा कमवत होते असं नव्हे. परवानग्या, वशिल्याच्या चिठ्ठ्या आणि शिपाई यांपैकी प्रत्येक गोष्ट चढ्या दरात खुलेआम उपलब्ध होती. मीर जाफरनं एका विशिष्ट फ्रेंच व्यापाऱ्याबद्दल वारंवार तक्रारीचा सूर लावला होता. हा व्यापारी अवैध पद्धतीनं कंपनीचे दस्तक (परवानगीचे पत्र) आणि शिपाई मिळवून, आसामच्या लोकांवर क्रूरपणे जोरजबरदस्ती करून, त्यांना आपला माल विकत घ्यायला लावत होता.[१९] एम. शेवालियर नावाचा हा व्यापारी मीठ व इतर अनेक वस्तू घेऊन आसामच्या धनाढ्य प्रदेशामध्ये विकायला नेत असे. इंग्रज कंपनीचे शिपाई आणि दस्तक हाताशी असल्यामुळे त्याला कुठेही अडवणूक होत नसे. आसामच्या बाजारामध्ये आपला माल उतरवला, की तो त्या शिपायांना तिथल्या सगळ्यात श्रीमंत रहिवाशांच्या घरात जाऊन, हिंसेची भीती घालून, त्यांना आपला माल तो म्हणेल त्या किमतीला उचलण्याची जबरदस्ती करत असे.[२०] शेवालियरच्या या तिरस्करणीय वागणुकीबद्दल लेखन केलेल्या कॉम्ट द मोदावनं हेही नमूद केलं होतं, की कलकत्त्यापासून पुढे जाऊ लागलात की सगळीकडे अशीच परिस्थिती दिसून येते. त्या भागांमध्ये काम करणारे कंपनीचे कर्मचारी तर निव्वळ डाकू आहेत! व्यापाराच्या नावाखाली वाटेल ते जुलूम करताना त्यांना मुळीच लाज वाटत नाही. इंग्रजांनी नेहमी माणुसकी व चांगुलपणाचं समर्थन केलेलं आहे; पण भारतातले त्यांचे कर्मचारी या गुणांना पायदळी तुडवत आहेत.

ज्या देशानं नेहमी नीतिमत्तेवर भर दिला आहे आणि ज्यामुळे त्यांची मान

नेहमी उंच राहिलेली आहे, त्यांचीच माणसं इतकं पराकोटीचं गैरवर्तन करताना पाहून, बघणाऱ्यांचं मन जड होतं. स्वत:चे खिसे भरण्यासाठी इंग्रज सैनिक व व्यापारी बिनदिक्कत सगळे नियम उल्लंघत असतात. आपल्याला शिक्षा होणार नाही, अशी आता त्यांना खात्री झालेली दिसते जणू. स्वत:चे हीन स्वार्थ साधण्यासाठी त्यांनी माणुसकीची कास सोडून दिलेली दिसते. मी स्वत: काही इंग्रज अधिकाऱ्यांना काही भारतीयांना बेदम मारहाण करताना बघितलेलं आहे. त्या भारतीयांचा गुन्हा काय, तर ते त्या अधिकाऱ्यांना पैसे द्यायला नकार देत होते; ते पैसे जे त्या अधिकाऱ्यांना मुळात मागायचाच हक्क नव्हता.

या देशात अराजक बोकाळू लागलं आहे. कायदे धाब्यावर बसवले जात आहेत. नीतिमत्तेला कीड लागलेली आहे. लोकांवर वाटेल ते अन्याय केले जात आहेत, आणि त्याबद्दल कुठे तक्रार करण्याची त्यांना सोय उरलेली नाही. हीच तर खरी समस्या आहे – गोष्टी इतक्या खालच्या थराला पोहोचल्या आहेत, कारण आताच्या राज्यकर्त्यांकडे खरी सत्ताही नाही आणि सत्ताधीश बनण्याचे गुणही नाहीत. त्यामुळे अर्थातच, देशात अफाट गोंधळ माजलेला आहे. ही एकेकाळची सुजलाम् सुफलाम् भूमी हळूहळू वाळवंट बनत चालली आहे. आता एखादा चमत्कार, नाहीतर किमानपक्षी एखादी मोठी क्रांती झाली, तरच हा देश पूर्वपदाला येऊ शकेल.[२१]

पुन्हा एकदा, सदर अवैध कारभारांबद्दल आवाज उठवण्याची जबाबदारी मुर्शिदाबादमध्ये बसलेल्या वॉरन हेस्टिंग्सवर येऊन पडली. सगळीकडे बोकाळलेल्या लाचखोरी आणि गैरव्यवहारांबद्दल त्यानं हेन्री वॅन्सिटार्टला पत्र लिहून विनवलं :

'कृपा करून या सगळ्या प्रकारांना वेळीच आळा घाला. जर हे गैरप्रकार वाढत गेले, तर कंपनी आणि नवाबामधले संबंध कायमचे बिघडून जातील. आपले कर्मचारी चुका करत आहेतच; पण आता तर कंपनीचं नाव घेऊन इतरही अनेक स्वार्थी माणसं गोरगरीब जनतेला लुटू लागली आहेत. स्वत:ला कंपनीचा शिपाई किंवा गुमास्ता सांगून, ते या लोकांकडून पैसा उकळतात किंवा त्यांच्यावर जुलूम करतात. इंग्रजांच्या मोठ्या कंपनीची भीती मनात बाळगणारी ही जनता, आपल्याकडे तक्रार करायला येत नाही. त्यामुळे ना त्यांच्यावरचा अन्याय थांबतो आणि ना आपल्याला त्याबद्दल वेळीच कल्पना मिळते. हे असंच चालू राहिलं तर कंपनीचं

नाव खूप खराब होईल.

मी स्वत: हुगलीवरून जाताना अनेक ठिकाणी इंग्रजांचे झेंडे फडकताना बघितले आहेत; नदीमध्ये सुद्धा अनेक अशा नौका दिसतात ज्यावर आपला झेंडा लावलेला दिसतो. अर्थात, तुम्हाला हे वेगळं सांगायची गरज नाही, की आपल्या नावाचा व अधिकाराचा गैरवापर करून, दुसरंच कुणीतरी मलिदा खात आहे. अशानं नवाबाची तिजोरीही भरणार नाही आणि आपलं नावही चांगलं राहणार नाही.[२२]

नवाबाची सत्ता आणि आपल्याला मिळालेले हक्क या दोहोंमध्ये ठळक लक्ष्मणरेखा आखली जाईपर्यंत आपण कधीच या गैरप्रकारांच्या मुळाशी जाऊन त्यांचं उच्चाटन करू शकणार नाही.'[२३]

ईस्ट इंडिया कंपनीच्या बंगालमधल्या कारभाराची धुरा आता हेस्टिंग्सवर सोपवली गेली होती. लहानपणापासून हेस्टिंग्सनं अनाथ आयुष्याचा अनुभव घेतला होता. त्याची आई त्याला जन्म देताना दगावली होती, आणि त्यानंतर त्याचे वडील बारबाडोसला पळून गेले होते, जिथं त्यांनी दुसरं लग्न केलं होतं आणि मग लगेच मृत्युमुखी पडले होते. वॉरनला त्याच्या आजोबांनी वाढवलं होतं. ग्लूस्टरशायर येथील डेल्सफोर्ड गावामधल्या धर्मादाय शाळेमध्ये, अतिशय गरीब मुलांच्या संगतीत, वॉरनचं शिक्षण झालेलं होतं. भविष्यात, एका काकानं त्याच्यावर दया करून, त्याला लंडनच्या 'वेस्टमिन्स्टर' शालेय संस्थेमध्ये शिकायला पाठवलं होतं. असं म्हटलं जातं, की तिथं हेस्टिंग्सची गट्टी जमली एडवर्ड गिब्बन[iv]सोबत; ते दोघे 'वेस्टमिन्स्टर'ला क्रिकेट खेळत असत. हेस्टिंग्स अभ्यासात हुशार होता; पण तो १६ वर्षांचा असताना त्याचे काका मरण पावले आणि शाळेचे पुढचे शुल्क भरायला हेस्टिंग्सकडे पैसा नसल्यामुळे, त्याला आपलं शिक्षण मध्यात सोडावं लागलं. मग त्याचं तात्पुरतं पालकत्व स्वीकारलेल्या व्यक्तीनं हेस्टिंग्सला ईस्ट इंडिया कंपनीमध्ये नोकरीला लावलं. 'रायटर' या सर्वांत कनिष्ठ पदावर रुजू झालेल्या हेस्टिंग्सला लगेच बंगालला धाडण्यात आलं. तिथं पोहोचल्यावर अवघ्या काही काळात, १७५६च्या 'कासिम बाजार'च्या उठावामध्ये सिराज उद्दौलाच्या

---

iv भविष्यात, एडवर्ड गिब्बन एक सुप्रसिद्ध इतिहासकार बनला. रोमन साम्राज्याच्या उगम आणि अस्ताबद्दल त्यानं केलेलं लेखन जगप्रसिद्ध आहे. मात्र, १७३२ साली जन्मलेल्या हेस्टिंग्सपेक्षा, १७३७ साली जन्मलेला गिब्बन पाच वर्षांनी लहान होता. त्यामुळे त्यांच्या मैत्रिची कहाणी कितपत खरी होती,याबद्दल शंका आहे.

शिपायांनी हेस्टिंग्सला बंदी बनवलं.[२४]

उर्दू आणि बंगाली भाषा अवगत केलेल्या आणि पर्शियन भाषेमध्ये प्रभुत्व मिळवू पाहणाऱ्या हेस्टिंग्सला मुर्शिदाबादच्या बाजारामध्ये रेशमी ताग्यांची खरेदी करताना बंगालच्या (आणि भारताच्या) प्रेमात पाडलं होतं. भविष्यात हेस्टिंग्स नेहमी म्हणत असे की, आपल्या मायदेशापेक्षा त्यानं भारतावर नेहमीच काकणभर अधिक प्रेम केलं. साध्या कपड्यांतला, लहानसा, हसरा चेहरा आणि टक्कल पडत असलेल्या या तरुणाच्या ओठांवर सदैव मिश्किल हास्य रुळत असे. तो लिहीत असलेल्या पत्रांमधून सुद्धा एका साध्या, संवेदनशील आणि आत्मनिग्रही माणसांचं दर्शन होतं. हेस्टिंग्स भल्या पहाटे जागा व्हायचा. थंड पाण्यानं अंघोळ करून, हातावर आपला लाडका ससाणा घेऊन तो तासभर घोड्याची रपेट करायचा. एकलकोंड्या स्वभावाच्या या युवकाला आपली संध्याकाळ जरासं मद्यपान करत, वाचन करत, गिटार वाजवत आणि पर्शियन भाषेचा अभ्यास करत घालवायला आवडत असे. तो इंग्लंडला पाठवत असलेल्या पत्रांमध्ये नेहमी निरनिराळी पुस्तके पाठवण्याच्या विनंत्या असत.[२५]

सुरुवातीपासून, प्लासीनंतर फोफावलेल्या शोषणकर्त्या गुमास्त्यांविरोधात इथल्या गरीब बंगाली जनतेच्या बाजूनं उभं राहण्यात हेस्टिंग्स अग्रेसर असे. त्यानं एका लेखनात नमूद केल्यानुसार : ‘हे गुमास्ते करत असलेले जुलूम पाहून, मला अजून एक क्षणही त्यांच्या बाजूनं बोलणं अशक्य झालेलं आहे. माणुसकी म्हणून एक गोष्ट असते, हे त्यांना ऐकून तरी ठाऊक आहे की नाही, देव जाणे! त्यांच्याबद्दल तक्रार तरी कुणाकडे करायची? ते लोकसुद्धा दया, न्याय आणि लाज या गोष्टींबद्दल अनभिज्ञच आहेत!’[२६]

तल्लख बुद्धी, मेहनती स्वभाव, आणि भाषांवर प्रभुत्व असलेल्या हेस्टिंग्सला लवकरच पदोन्नत करून मीर जाफरच्या दरबारामध्ये कंपनीचा रेसिडेन्ट (दूत) बनवलं गेलं. जनतेच्या मनातलं स्वतःचं स्थान गमावून बसलेल्या नवाबाचे कारभार सांभाळायची जबाबदारी हेस्टिंग्सवर सोपवली गेली.

हेस्टिंग्स नसता तर कदाचित मीर जाफरचं साम्राज्य केव्हाच कोसळलं असतं. कर आणि महसूल तिजोरीमध्ये येत नसल्यामुळे, त्याच्या आर्थिक विवंचना वाढत चालल्या होत्या. तिजोरी रिकामी असल्यामुळे सैनिक, शिपाई व कर्मचाऱ्यांचे पगार दिले जात नव्हते. त्यामुळे समाजात असंतोष वाढीला लागला होता. पोटाची खळगी भरणं कठीण जाऊ लागलं, तशी ही माणसं कायदा आपल्या हातात घेऊ लागली. भरीस भर म्हणजे, मीर जाफरच्या साम्राज्यात माजलेल्या या गोंधळामुळे, त्याच्याशी सलोख्याचे संबंध ठेवलेले अनेक धनिक व्यापारी त्याच्यापासून दूर जाऊ लागले. बंगालमध्ये बदलत चाललेल्या या सत्ता समीकरणाचा पहिला बळी

ठरला, मीर अश्रफ नावाचा काश्मिरी व्यापारी. पाटण्यातील धनाढ्य व्यापारी राजघराण्यातल्या मीर अश्रफ, आपल्या कुटुंबीयांप्रमाणे, बिहारमध्ये मुबलक मिळणाऱ्या खनिजांमधून बनणाऱ्या सोरामिठाची निर्मिती आणि व्यापार करून श्रीमंत झाला होता. बंदुकीच्या गोळ्यांमध्ये वापरलं जाणारं हे सोरामीठ, मुघल पेयांमध्ये मुक्त हस्तानं वापरलं जात असे. त्यामुळे अर्थात, त्याची खूप मागणी होती.

मीर अश्रफच्या कुटुंबीयांचे मुर्शिदाबादच्या दरबाराशी उत्तम संबंध होते. प्लासीचं युद्ध होईपर्यंत, नवाबांकडे त्यांच्याकडचंच सोरामीठ मागवलं जात असे. या गोष्टीचा इंग्रजांना फार राग येत असे. मीर अश्रफ आपले वैयक्तिक संबंध वापरून सोरामिठाच्या व्यापारावर मक्तेदारी गाजवून आमच्यावर अन्याय करत आहे, असंही म्हणायला त्यांनी कमी केलं नाही.

प्लासीचं युद्ध होईपर्यंत, इंग्रज जेव्हा अलिवर्दी खानकडे मीर अश्रफची तक्रार घेऊन येत, तेव्हा तो त्यांना सरळ उडवून लावत असे. पण मग सिराज उद्दौलाचा पाडाव झाल्यानंतर निव्वळ दोन महिन्यांत, पाटण्यातील कंपनीच्या कर्मचाऱ्यांनी मीर अश्रफच्या व्यापारावर अतिक्रमण करायला सुरुवात केली. एवढंच नव्हे, तर ते शस्त्रांचा धाक दाखवून त्याचा सोरामिठाचा साठा पळवून नेऊ लागले. ऑगस्ट १७५७मध्ये तर पॉल पियर्क्स या इंग्रज अधिकाऱ्यानं कंपनीचा पाटण्यामधला कारखाना सुरक्षित ठेवण्यासाठी लावलेल्या १७० शिपायांना हाताशी धरून, अश्रफच्या गोदामांवर चक्क धाड टाकली! (मीर जाफरने नोंदवलेल्या अनेक तक्रारींमध्ये पॉल पियर्क्सचं नाव आढळतं.) विचारणा झाल्यावर त्यानं निलाजरेपणानं ही सबब दिली, की मीर अश्रफ आपल्या गोदामांमध्ये फ्रेंच माल साठवत असल्याची बातमी मिळाली असल्यानं, त्यानं चौकशीसाठी ही धाड टाकली होती. पियर्क्सनं अश्रफकडचं सगळं सोरामीठ स्वत:च्या ताब्यात घेतलं आणि पाटण्यातील इंग्रज अधिकाऱ्यांनी मध्यस्थी केल्यावरही तो ते मीठ परत द्यायला तयार होईना. अखेर मीर अश्रफनं क्लाइव्हला विनंती केल्यावरच पियर्क्सनं अश्रफचं मीठ परत केलं.[२७]

अशा सगळ्या घटना घडू लागल्यामुळे, १७६०पर्यंत मीर अश्रफ आणि जगतसेठ दोघे नवाबाच्या विरोधात जाऊन मुघल बादशहा शहा आलमला पत्रांवर पत्रं लिहू लागले; कारण तो त्यांना या परिस्थितीतून बाहेर काढणारा तारणहार वाटत होता. दिल्लीमधून बाहेर पडल्यावर गंगेच्या पठारावर फिरत, पुन्हा आपल्याला कुठे सत्ता गाजवायला मिळते का, या शोधात असणारा शहा आलम नव्यानं साथीदार गोळा करायला लागला होता. त्याला पुन्हा मुघल साम्राज्य स्थापन करण्याची इच्छा होती.[२८]

९ फेब्रुवारी १७६० रोजी क्लाइव्हला भारत सोडून जेमतेम चार दिवस झाले असताना, शहा आलमनं मीर जाफरच्या अधिपत्याखाली येणाऱ्या कर्मानसाची हद्द

ओलांडली आणि आपल्या अनुयायांसमोर घोषणा केली, की बंगालची सत्ता आपल्या हातात खेचून आणण्याची वेळ आलेली आहे. शहा आलमचं प्रमुख लक्ष्य होतं इमाद उल-मुल्क व तत्सम नतद्रष्ट माणसांना खाली पाडण्यासाठी लागणारं आर्थिक पाठबळ गोळा करणं.[२९]

पण त्यापूर्वी हिंदू बैराग्यांना हाताशी धरून आपले निरोप शहा आलमकडे पोहोचविणाऱ्या मीर अश्रफच्या पाठिंब्यानं, शहा आलमला मीर जाफरच्या राज्यात वाढत चाललेल्या अराजकतेचा फायदा घेऊन, पाटण्यावर स्वारी करायची होती. पुढच्या काही दिवसांत, मीर जाफरशी बांधलेला सलोखा तोडून अनेक मुघल उमराव शहा आलमशी हातमिळवणी करायला पुढे आले. सगळ्यांच्या डोळ्यांत एकच स्वप्न होतं : आपलं मुघल साम्राज्य नव्यानं उभं करायचं.[३०]

मुर्शिदाबादची परिस्थिती खालावत असताना मुघल साम्राज्याची राजधानी असलेल्या दिल्लीचंही वाटोळं लागत होतं. सतत होत जाणाऱ्या हल्ल्यांमुळे दिल्लीची रया पार खालावली होती; पण तरीही उरल्यासुरल्या साधनसंपत्तीचे लचके तोडण्यासाठी दक्षिणेकडची मराठा आणि उत्तरेकडची अफगाण गिधाडं घिरट्या घालतच होती.

या सगळ्या कोलाहलात भग्न होत चाललेल्या दिल्लीमध्ये अजूनही इमाद उल-मुल्क सत्ता टिकवून होता. मराठ्यांच्या पाठिंब्यानं शहा आलमचे वडील कणाहीन आलमगीर-II यांना कळसूत्री बाहुलीप्रमाणे नाचवत, इमाद त्याच्या आडून अद्यापही राज्य करतच होता. कधी तो त्यांच्याकडे दुर्लक्ष करायचा, तर कधी त्यांना धाक दाखवून हवं तसं वागायला लावायचा. अखेर अहमद शहा दुर्रानी या अफगाण योद्ध्यानं आक्रमण केल्यानंतर, इमादनं आपल्या डोक्यावर वावरणारं हे 'आलमगीर' नावाचं संकट कायमचं पुसून टाकण्याचा निश्चय केला. इमादच्या भीतीमागचं मुख्य कारण असं होतं, की अहमद शहा हा आलमगीरचा जावई होता, आणि इमादला खात्री होती, की तो आपल्या सासऱ्याच्या बाजूनं उभा राहणार! म्हणून त्यानं या सगळ्या समस्येचं मूळ उपटून काढायचं ठरवलं.[३१]

'इब्रतनामा' या आपल्या पुस्तकामध्ये लेखक खैर उद-दिन इलाहबादीनं सदर घटनेचं वर्णन करताना लिहिल्यानुसार :

> 'इमाद उल-मुल्कचा आलमगीरवर अजिबात विश्वास नव्हता; तसंच त्याला आलमगीरचा विश्वासू मंत्री खान-ए-खननवर देखील भरवसा नव्हता. २९ नोव्हेंबर १७५९ रोजी चौदाव्या शतकातल्या फिरोझ शहाच्या

कोटल्यामध्ये, दुपारच्या वेळेला इमादनं आपला डाव साधला. आधी त्यानं प्रार्थनेसाठी बसलेल्या खान-ए-खननचा खून केला. मग त्यानं 'आलमगीर'कडे खोटा निरोप पाठवला, की फिरोझ शहाच्या कोटल्यामध्ये कंदाहारमधून एक मोठा सूफी संत आलेला आहे. त्याचे चमत्कार फार प्रसिद्ध आहेत. धार्मिक वृत्तीच्या 'आलमगीर'ला निरनिराळ्या बाबा, फकिरांना भेटण्याची नेहमी ओढ असायची. त्यात हा फकीर अहमद शहा दुर्रानीच्या प्रांतातून आलेला आहे, म्हटल्यावर आलमगीर त्याला भेटल्याशिवाय राहणार नाही, हेही इमादला ठाऊक होतं. झालंही तसंच. आलमगीरच्या कानावर ही बातमी आल्यापासून त्याला एक क्षण थांबवेना. तो तडक फिरोझ शहाच्या कोटल्याकडे निघाला. तिथं पोहोचल्यावर, मोठ्या अदबीनं त्याच्या हातातली तलवार काढून घेण्यात आली. मग त्याला एका दालनामध्ये नेऊन, तिथले पडदे बंद करण्यात आले. त्या क्षणी आलमगीरसोबत आलेल्या (आणि बाहेरच्या दालनात थांबलेल्या) मिर्झा बाबरला पुढ्यात वाढून ठेवलेल्या संकटाची जाणीव झाली. त्यानं लागलीच आपली तलवार उचलली; पण इमादच्या शिपायांनी त्याला घेराव घातला आणि लाल किल्ल्याच्या सलाटिन तुरुंगामध्ये बंदी म्हणून घेऊन गेले.

इथं आतल्या दालनात गेलेल्या आलमगीरसमोर अचानक काही भेसूर चेहऱ्याचे मुघल सैनिक येऊन ठाकले. त्याला काही समजण्याच्या आत, त्या सैनिकांनी आपले सुरे काढून आलमगीरवर वेडेवाकडे वार करायला सुरुवात केली. अखेर तो वृद्ध राजा जमिनीवर कोसळला आणि काही क्षणांतच त्याचा मृत्यू झाला. मग त्या सैनिकांनी आलमगीरचा मृतदेह पायानं ओढत नेऊन, मागच्या बाजूला असलेल्या यमुना नदीच्या किनाऱ्यावर नेऊन ठेवला. त्याचे कपडे आणि अंतर्वस्त्रे काढून टाकण्यात आली. काही वेळ आलमगीरचा नग्न मृतदेह तिथंच ठेवून, अखेर त्याला हुमायूनच्या कबरीजवळ पुरण्यात आलं.'[३२]

आपल्या वडिलांच्या हत्येची बातमी शहा आलमला पोहोचेपर्यंत पुढचे तीन आठवडे गेले. त्यावेळी शहा आलम पूर्वेच्या प्रांतात अनुयायी आणि साथीदार शोधत फिरत होता. 'शहा आलम नामा'मध्ये म्हटल्यानुसार, शहा आलम गंगेच्या पठारावर फिरत आपल्याला भक्कम करू शकतील, अशा माणसांना चांगली पदं, जागीर इत्यादींचे वायदे करत स्वत:ची बाजू पुन्हा मजबूत करू पाहत होता. आताच्या काळात जसे होतकरू राजकारणी आपल्या मतदारसंघात फिरून साधू-फकिरांचे

आशीर्वाद घेत, जेवणावळी घालत, थोरामोठ्यांच्या भेटी घेत फिरत असतात, तसंच काहीसं शहा आलम त्या काळी करू लागला होता.[३३]

खरंतर शहा आलमकडे लोकांना द्यायला काहीच पैसा किंवा जमीनजुमला नव्हता. पण त्याच्या मधाळ वाणीनं, देखण्या रूपानं आणि बोलण्यातल्या अदबीनं तो लीलया सगळ्यांची मनं जिंकून घेऊ शकत असे. स्वत:च्या राज्यामध्ये अद्याप ज्याला प्रवेश करायला बंदी होती असा हा माणूस, जरी केवळ नावानं 'विश्वसम्राट' उरला असला, तरी लोकांचा त्याच्यावर विश्वास बसायला वेळ लागला नाही.[३४] शहा आलमच्या रूपानं आपला तारणहार आला असल्याच्या अविर्भावात सगळी जनता वावरू लागली होती. आपण एकेकाळी उपभोगलेल्या शाही सन्मानाबद्दल आणि पूर्वीच्या काळी असलेल्या भरभराटीच्या व समाधानी मुघल राजवटीबद्दल भरभरून बोलत, शहा आलम लोकांना पुन्हा एकदा तेच दिवस परत आणण्यासाठी आपली मदत करण्याची विनंती करत होता. अशा प्रकारे, त्याला तब्बल २६,००० अनुयायी गोळा करण्यात यश आलं; त्यापैकी कित्येक माणसं पूर्वीच्या मुघल लष्करामध्ये सेवा केलेले, पण आता पार भिकेला लागलेले जुने सैनिक होते. एकूण काय, तर शाही तिजोरी रिकामी झाली असली तरी तिला पूर्वीसारखं पुन्हा भरून टाकण्याचं स्वप्न आता केवळ शहा आलमचं राहिलं नव्हतं. ते त्याच्या अनुयायांच्याही डोळ्यांत उतरलेलं होतं.

शहा आलमकडे केवळ पैशाची चणचण होती असं नव्हे. त्याच्याकडे अद्ययावत शस्त्रं आणि ती चालवू शकणाऱ्या प्रशिक्षित माणसांचाही अभाव होता. इमादनं उभारलेली सशक्त तटबंदी फोडून आत घुसण्यासाठी शहा आलमला या सगळ्यांची नितांत गरज पडणार होती. हे सगळं कसं जुळवून आणायचं, याचं उत्तर शहा आलमला त्याच्या वडिलांच्या मृत्यूची वार्ता मिळण्याच्या अवघ्या काही दिवस आधी गवसलं. फरार झालेला एक तडफदार फ्रेंच सेनापती, जीन लॉ द लॉरिस्टन शहा आलमला येऊन मिळाला. झालं असं, की चंदरनगरचा पाडाव आणि प्लासीचं युद्ध या दोन घटना घडल्यावर, पूर्व व उत्तर भारतामध्ये फ्रेंच लोकांची फार दुर्दशा झाली होती. बरेचसे फ्रेंच युद्धकैदी म्हणून खितपत पडले होते; पण जीन लॉसारखे काहीजण पळून जाण्यात यशस्वी झाले होते. कंपनीच्या तावडीतून दूर पळत असताना, जीन लॉ आणि शहा आलमची भेट झाली. मोहक व्यक्तिमत्त्वाच्या या महत्त्वाकांक्षी राजपुत्राला भेटल्यावर जीन लॉ खूश झाला आणि त्यानं शहा आलमला सर्वतोपरी मदत करण्याचं वचन दिलं.

आपल्या मोकळ्याढाकळ्या स्वभावाला अनुसरून, शहा आलमनं जीन लॉला आपली परिस्थिती अगदी स्पष्टपणे वर्णन करून सांगितली. 'मी जिथं जातो तिथं मला अगदी आळशी किंवा ढोंगी माणसं भेटत आहेत. बरेचसे नवाब व राजे

आपल्या चुकीच्या कल्पनांना कवटाळून बसले आहेत, कारण त्यांना स्वत:ला अधिक तोशिश करून घेण्याचा आळस जडला आहे. माझ्याकडे त्यांच्या तुटपुंज्या आधाराशिवाय आणखी काही नाही. देवानंच काही चमत्कार दाखवला, तर मी माझं इप्सित साध्य करू शकेन. बंगालमध्ये प्रचंड गोंधळ माजलेला आहे. आता देवानं मला साथ दिली, तर मी या गोंधळातून नवीन राज्य उभारू शकेन किंवा मग यात माझाच अंत होईल. वाट पाहण्याखेरीज माझ्याकडे अजून कोणताही पर्याय नाही.'[३५]

शहा आलमनं केलेल्या शाही स्वागतामुळे जीन लॉ भारावून गेला होता; पण स्वभावानं व्यवहारी असलेल्या जीन लॉला शहा आलम नेमकं किती साध्य करू शकेल, याबद्दल दाट शंका होती. तो ज्या मुघल सत्ताधीशांवर अवलंबून होता ते त्याला कितपत मदत करतील, याबद्दलही तो साशंक होता. त्यानं इतिहासकार गुलाम हुसेन खानला सांगितलं,

'मी बंगालपासून दिल्लीपर्यंत अनेक प्रांत फिरलेलो आहे, पण सगळीकडे मला फक्त लुटालूट आणि जुलूम एवढंच दिसलेलं आहे.

> जेव्हा कधी मला असं वाटायचं, की अवधचे वझीर शुजा-उद्दौला किंवा इमाद उल-मुल्क किंवा तत्सम सत्ताधीशांनी इंग्रजांच्या विरुद्ध आवाज उठवून बंगालचा कारभार सुरळीत करण्याचं मनावर घ्यावं, तेव्हा माझी नेहमी निराशाच झालेली आहे. त्यांना आपल्या कृत्यांचा कधीही पश्चात्ताप झालेला नाही किंवा लाज वाटलेली नाही. नीतिमत्ता, शब्द, विश्वास इत्यादी गोष्टींबद्दल ते अगदी अनभिज्ञ आहेत. माझ्या मते, भारतातले सत्ताधीश हे अत्यंत गलथान व धरसोड वृत्तीची माणसं आहेत, ज्यांना आपल्या प्रजेच्या हितापेक्षा त्यांच्यावर जुलूम करण्यात अधिक आनंद मिळतो.'[३६]

जीन लॉसोबत उत्तर भारतात उरलेले शेवटचे शंभर फ्रेंच सैनिक आणि दोनशे प्रशिक्षित शिपाई होते. आल्या प्रसंगांमुळे अत्यंत थकलेले पण तितक्याच निश्चयानं पुढे जाणारे हे सैनिक व शिपाई आता जीन लॉनं शहा आलमला देऊ केले. शहा आलमनं त्याचे उपकार मोठ्या कृतज्ञतेनं स्वीकारले.

२३ डिसेंबर १७५९ रोजी अलाहबादजवळच्या गोठौलीमध्ये आपल्या वडिलांच्या मृत्यूचा तीन दिवस शोक करून शहा आलम शाही तंबूमधून बाहेर पडला.

त्या दिवशी, शहा आलमला औपचारिकरीत्या बादशहा म्हणून गादीवर बसविण्यात आलं. त्याच्या नावानं नवीन नाणी व सार्वजनिक ठिकाणी खुत्बा (प्रवचनं) करण्याची

परवानगी देण्याची सुरुवात झाली.[३७]

त्यानंतर शाही चित्रकार मिहीर चांदनं शहा आलमचं बादशहाच्या रूपातलं चित्र काढलं आणि शहा आलमची भेट घेण्यासाठी येणाऱ्या अधिकारी व सैनिकांना त्याच्या नावानं छापलेल्या नाण्यांचं वाटप केलं जाऊ लागलं. जीन लॉला 'मीर आतिश' (मुघल तोफखान्याचा प्रमुख) या किताबानं गौरविण्यात आलं. 'खरंतर माझ्याकडे कुठल्याच मोठ्या बंदुकी व तोफा नव्हत्या, तरीही मला या महत्त्वाच्या किताबानं सन्मानित करण्यात आलं. पण आता शहा आलमच्या लष्कराकडे असलेली सगळी शस्त्रास्त्रे माझ्या अधिकाराखाली होती. माझ्यानंतर अनेक अधिकाऱ्यांना निरनिराळे किताब बहाल करण्यात आले. नौबत व तोफांच्या सलामीनं दणका उडालेल्या उत्साही वातावरणात सदर समारंभ पार पडला.

> या सुमाराला संपूर्ण देशात असंतोष आणि रोष पसरला होता. गटबाजी आणि पक्षपातीपणाला ऊत आला होता; त्यांचे आपसांतले वाद वाढीला लागले होते. शहाच्या लष्कराच्या सैनिकांमध्ये तर अजून तेढ माजली होती. त्या सगळ्यांना मिळून एका विशिष्ट सेनापतीखाली नेमण्यात आलं नसल्याकारणानं, गोंधळ अजूनच वाढत चालला होता. त्यात त्यांना कित्येक महिन्यांत पगार दिले गेले नव्हते. पैशाच्या तंगीसोबत शस्त्रास्त्रांचाही तुटवडा होता. मी काही संगिनीच्या बंदुकी बनवून घेतल्या आणि त्यांना लांब दांडुक्यांना जोडून, आमची सोबत करणाऱ्या ३०० कोळी आदिवासींना त्या चालवायला शिकवल्या. माझ्या प्रशिक्षित सैनिकांसोबत हे कोळी सैनिक आमचे बळ वाढवू लागले. त्यात मी अजून १५ मुघल घोडेस्वारांची भर घातली. या सोयी फार काही उत्तम नव्हत्या; पण आता मी शहा आलम बादशहासारखाच मीर आतिश होतो – आणि आम्हाला, जे काही उपलब्ध आहे त्यांतून शक्य तितका उत्कृष्ट परिणाम साधणं भाग होतं.'[३८]

बंगालला ताब्यात घेण्याची शहा आलमची मोहीम चांगल्या पद्धतीनं सुरू झाली. बादशहानं कर्मानसामध्ये यशस्वीरीत्या प्रवेश केला आणि तिथली प्रजा, सावकार, जमीनदार आणि लहान सत्ताधीशांना 'आपल्या कानात घातलेले अज्ञानरूपी कापसाचे बोळे बाहेर काढून' आपल्या स्वत:च्या मुघल बादशहाला साथ देण्याची औपचारिक आज्ञा केली. पुढच्या तीन दिवसांत पश्चिम हुगलीमधले तीन मोठे जमीनदार

आणि मीर जाफरचे दोन महत्त्वाचे सेनापती, शहा आलमला साथ देण्यासाठी पुढे आले. त्या दोन सेनापतींनी तर आपले सैनिकसुद्धा बरोबर आणले होते.[३९]

आपल्याकडचं बळ वाढलेलं पाहून शहा आलमनं मुर्शिदाबादवरून मिरन आणि त्याचा सेनापती मेजर जॉन केलॉड लढा द्यायला येण्यापूर्वी, स्वत: हल्ला करायचा निर्णय घेतला. त्यानुसार ९ फेब्रुवारी रोजी बादशहाचे लष्कर पुढे निघाले आणि पाटण्याजवळच्या मासुमपूरला, पाटण्याचा राज्यपाल असलेल्या राजा राम नारायणच्या अधिपत्याखाली असलेल्या कंपनी सैनिकांना जाऊन भिडले. देहवा नदीच्या काठावर हे युद्ध सुरू झालं. गुलाम हुसेन खाननं सदर युद्धाचं वर्णन करताना लिहिल्यानुसार,

> 'इंग्रज सैनिकांनी तोफगोळ्यांचा वर्षाव सुरू केला, पण शहा आलमचे सैनिक तितक्याच जिगरीनं प्रतिकार करत होते. लवकरच, इंग्रज सैनिक घाबरून मागे फिरू लागले. इंग्रजांचा गोळीबार थंड पडल्यावर, शहा आलमचा सेनापती कामगार खान, हत्तीवर बसलेल्या राम नारायणवर धावून गेला. कामगार खानला आपल्या दिशेनं धावत येताना पाहून, राम नारायणजवळ उभे असलेले सैनिक बिथरले आणि इस्तत: पळू लागले. राम नारायणच्या माहुतानं हत्तीला मागे फिरण्याचा आदेश दिला; तसा तो फिरलाही. पण कामगार खाननं जोरकसपणे आपला भाला राम नारायणच्या दिशेने भिरकवला, आणि त्यामुळे तो जबर जखमी झाला. नशीब इतकंच, की ज्या अंबारीमध्ये राम नारायण बसला होता, त्याच्या कडांना मोठ्या फळ्या लावल्या होत्या. त्यामुळे तो मरता मरता वाचला. पण तरी आपल्या मालकाला बेशुद्ध पडलेलं पाहून, माहुतानं हत्तीला पळवत बाहेर नेलं. राम नारायणला युद्धभूमी सोडून पळताना पाहून शहा आलमला अनावर आनंद झाला. त्यानं आपल्या सैनिकांना जल्लोष सुरू करायला सांगितलं. पण त्यानं एक चूक केली; जल्लोष करण्याची घाई न करता त्यानं शत्रूच्या मागे जायला हवं होतं.'[४०]

गुलाम हुसेन खाननुसार अवेळी स्वत:ला विजयी मानून शहा आलमनं शत्रूला परत येण्यासाठी कवाडं उघडी ठेवली. 'जर शहा आलमनं आपल्या सैनिकांना शत्रूच्या मागे जायला सांगितलं असतं, तर त्या दिवशी पाटणा काबीज करण्यापासून त्यांना कुणीही रोखू शकलं नसतं. त्यांनी शत्रूच्या लष्करातल्या प्रत्येक सैनिकाचा खात्मा करून पाटणामधली साधनसंपत्ती लुटून राम नारायणलाही मारून टाकण्यात यश मिळवलं असतं. पण दैवाला तसं होणं मान्य नव्हतं. कामगार खाननं खुद्द

पाटणा शहराला हात न घालता, केवळ बाहेरच्या बाजू लुटण्यात समाधान मानलं.'[४१]

शहा आलम पुढे येत नाही हे पाहून शत्रूला आयती संधी गवसली. पाटण्यातली अर्ध्याहून अधिक इंग्रज माणसं जलमार्गानं निसटून गेली. राम नारायणचं लष्कर पाटण्याच्या भक्कम भिंतींमागे सुरक्षित राहिलं; कारण पाटण्याचे दरवाजे बंद झाले व तिथल्या भरभक्कम भिंती भेदून आत घुसण्यासाठी लागणारी सामग्री आणि ताकद हे दोन्ही शहा आलमकडे नव्हते.

इथं शहा आलमच्या विजयाची वार्ता मुर्शिदाबादच्या दरबारी पोहोचल्यावर तिथला दरबार बिथरून गेला. आता आपल्या राजवटीचं काही खरं नाही, हे उमजून खुद्द मीर जाफर तर निराशेच्या गर्तेत लोटला गेला.[४२] मात्र शहा आलमचा हा विजय अल्पायुषी ठरला. आठवड्याभरानं मेजर केलॉड व मिरन पाटण्याला पोहोचले. त्यांनी तिथल्या तोफखान्याचा ताबा घेतला आणि थेट शहा आलमला भिडायला निघाले. केलॉड एका तुकडीचं नेतृत्व करत होता; मिरनच्या नेतृत्वाखाली उरलेली फौज होती. त्याच्या घोडदळाच्या हल्ल्यामुळे बादशहाचं यश खऱ्या अर्थानं धोक्यात आलं.

केलॉडनं नंतर या प्रसंगाचं वर्णन करताना लिहिल्यानुसार,

'खरंतर आमचा शत्रू तसा बलाढ्य होता. निरनिराळ्या तुकड्या करून ते एका मागोमाग एक आमच्यावर येऊन आदळत होते.'[४३]

सुरुवातीला या माऱ्यामुळे मिरनची फौज बिथरून गेली होती. गुलाम हुसेन खाननं नमूद केल्यानुसार,

'आपलं पद वगैरे सगळं विसरून, मिरन चक्क मागे पळू लागला. त्याचे सैनिक त्याच्या मागे जाऊन, मिरनला पुन्हा रणांगणावर येण्याची विनंती करत होते. पण तो ऐकायला तयार होईना. थोड्याच वेळात बादशहाच्या निष्णात बाणधारी शिपायांनी मिरनच्या हत्तीला घेराव घातला आणि त्याच्यावर बाणांचा वर्षाव करू लागले. एक बाण त्याच्या दातांवर लागला; त्या माराने बिथरून मिरननं आपला हात दाताकडे नेला असता, दुसरा बाण त्याच्या मानेत घुसला.'

शत्रू भारी पडत असूनही, केलॉडच्या प्रशिक्षित आणि शिस्तबद्ध कंपनी सैनिकांनी धीर सोडला नाही. त्यांनी विचारपूर्वक स्वत:ला एका चौकोनात आखलं आणि आपल्याकडच्या अद्ययावत शस्त्रांनी मुघल फौजेवर पुढून व मागून धडाधड गोळ्यांचा वर्षाव करायला सुरुवात केली. इतक्या जवळून इतक्या जोरानं मारा होऊ लागल्यावर मुघल फौज हादरली. त्यांचे शेकडो लोक धारातीर्थी पडले. आता बादशहाच्या फौजेवर पळण्याची वेळ आली!

पण शहा आलमसुद्धा कच्च्या गुरूचा चेला नव्हता. आपण दिल्लीवरून इतक्या दूरवर हरण्यासाठी आलेलो नाही हे घोकत, त्यानं जीन लॉसोबत आपलं

सगळं सामान छावणीकडे पाठवून दिलं आणि मग एक धाडसी निर्णय घेतला. कामगार खानच्या नेतृत्वाखाली त्यानं आपलं लहानसं घोडदळ गोळा केलं आणि पूर्वेच्या दिशेनं प्रवास करू लागला. गुलाम हुसेन खाननं नमूद केल्यानुसार-

'शहा आलमनं शत्रूच्या मधून वाट काढत दऱ्या-डोंगरांमधून पुढे जात, मुर्शिदाबादवर हल्ला करायचं ठरवलं. तिथं जाऊन थेट मीर जाफरला आपल्या पायाशी लोळण घ्यायला लावून त्याची तिजोरी ताब्यात घेण्याचा शहा आलमचा मानस होता.'[४४]

शहा आलमच्या लहानशा फौजेनं ज्या धिटाईनं व चपळाईनं हालचाली केल्या ते पाहून कंपनीचं सैन्य गारद झालं. बादशहानं नेमकं काय केलं हे केलॉडच्या लक्षात यायला मध्ये काही दिवस लागले.

'तारीख-ए-मुझफ्फरी'मध्ये नमूद केल्यानुसार केलॉडनं वाया घालवलेल्या तीन दिवसांमध्ये बादशहा व कामगार खानने सगळ्यात वेगानं ज्या रस्त्यानं जाता येईल तो धरण्याचं नियोजन केलं. तो रस्ता फार कठीण होता. तरीही डोंगर, दऱ्या व खाचखळग्यांनी भरलेला तो रस्ता चपळाईनं पार करत ते दक्षिण दिशेनं प्रवास करत बंगालच्या पठारांवरून बिरभूमवरून अखेर बर्दवानला पोहोचले. त्या प्रांताचा राजा कामगार खानचा काका होता; त्यानं आधीच शहा आलमला सहाय्य करण्याचा वायदा करून मीर जाफरच्या विरोधात शस्त्र उचलण्याची तयारी दर्शवली होती.[४५]

तर मुर्शिदाबाद आणि कलकत्त्याच्या मध्यावरच्या या ठिकाणी पोहोचल्यावर बादशहाच्या फौजेनं तीन दिवस विराम घेण्याची चूक केली. त्या ठिकाणी थांबून बादशहाच्या फौजेनं थोडा आरामही केला आणि तिथं राहणाऱ्या बंगालच्या दुखावलेल्या उमरावांकडून अधिक पैसा, रसद, सैनिक आणि शस्त्रं या सगळ्याचीही सोय करून घेतली.

केलॉडनं नंतर नमूद केल्यानुसार, 'कदाचित त्यांच्यात एकमत झालं नसेल म्हणून किंवा त्यांच्या सेनापतींमध्ये वाद झाले असावेत म्हणून... शहा आलमनं दोन्ही सैन्यं एकमेकांपासून दूर असतानाच नवाबावर हल्ला न करण्याचा मोठा आणि गंभीर परिणाम घेऊन येणारा गुन्हा केला. सुरुवातीला इतक्या सुंदर पद्धतीनं आखलेली त्याची मोहीम या एका चुकीमुळे पार धुळीस मिळाली!'[४६]

शहा आलमनं वेळ वाया घालवल्यामुळे त्याच्या शत्रूला नव्यानं विचारविनिमय करून आपली रणनीती सुधारण्याची नामी संधी मिळाली. शहा आलमनं आपल्या

जराशा मोठ्या बनलेल्या फौजेला बर्दवानपासून उत्तरेकडे प्रवास सुरू करण्याचा संकेत देईपर्यंत, मिरन आणि केलॉडनं आपला प्रवास सुरू केला आणि वाटेतच त्यांना गाठून मुर्शिदाबादकडचा रस्ता अडवून टाकला.

आता मीर जाफरचं सैन्य दामोदर नदीच्या किनारी वसलेल्या मोंगलकोटला येऊन स्थिरावलं. तिथली मोक्याची ठिकाणं काबीज करून त्यांनी बादशहाला उत्तरेकडे काही मैल पुढे जाऊन शहरावर ताबा मिळवण्यापासून यशस्वीरीत्या रोखलं. बर्दवानकडे न जाता जर शहा आलम थेट मुर्शिदाबादकडे वळला असता, तर त्याला कोणीच रोखू शकलं नसतं. पण आता मीर जाफरची फौज पुढे ठाकली होती आणि पुढील आठवड्याभरात मीर जाफरला अजून सैनिक मिळणार होते.

> शत्रूची फौज इतकी बलाढ्य झालेली पाहून, शहा आलमला चिंता वाटू लागली. दामोदर नदीच्या दुसऱ्या किनाऱ्यावर मीर जाफरची फौज तैनात झालेली पाहून बादशहाच्या लक्षात आलं, की त्याला पाटण्याला परतण्यावाचून दुसरा पर्याय नव्हता. शहा आलमला मागे वळताना पाहून मीर जाफरला चेव चढला. त्यानं आपल्या एका सैन्य तुकडीला बादशहाच्या मागे पाठवलं. पण कामगार खान व त्याच्या शूर सैनिकांनी लढा देत-देत मागे परतत, त्या सैनिकांना रोखून धरलं. कसंबसं शहा आलम व त्याची फौज आपली शस्त्रं वगैरे घेऊन अखेर पाटण्याला पोहोचले आणि जीन लॉच्या सैनिकांना येऊन मिळाले.[४७]

मोहीम फार धाडसी आणि कल्पक होती; पण तिचा पाहिजे तेवढा परिणाम होऊ शकला नाही. ज्या बिहारी जनतेनं काही महिन्यांपूर्वी शहा आलमचं जंगी स्वागत केलं होतं, त्यांना आता त्याच्या एवढ्या मोठ्या पण बेशिस्त आणि अयशस्वी फौजेचे लाड पुरवणं जड जाऊ लागलं होतं. गुलाम हुसेन खानच्या म्हणण्यानुसार-हा बादशहा आपल्याला पुन्हा चांगले दिवस दाखवेल, अशा आशेत असलेल्या त्या जनतेला, काही काळातच त्याच्या सैनिकांकडून होणाऱ्या जुलमांचा आणि सतत द्याव्या लागणाऱ्या खंडणीचा वैताग येऊ लागला होता. दुसरीकडे ते इंग्रज अधिकारी व सैनिकांमध्ये असलेली कडेकोट शिस्त पाहत होते. त्यांचे शिपाई व सैनिक कसे प्रकर्षानं आपल्या अधिकाऱ्याच्या सूचनांचं पालन करतात, कुणालाही नाहक त्रास होणार नाही, याची काळजी घेतात हे सगळं पाहून त्यांना शहा आलमबद्दल असलेला कळवळा झपाट्यानं कमी होऊ लागला. इतका, की जेव्हा शहा आलम दुसऱ्या मोहिमेसाठी तिथं पोहोचला, तेव्हा जनता त्याला उघडपणे शिव्या घालत इंग्रजांचा विजय व्हावा, अशा इच्छा करताना दिसली.'[४८]

अनेक महिने पळून जाणारे सैनिक आणि आटत जाणारा पैसा, या दोन मोठ्या समस्यांचा सामना करत कसाबसा उभा राहिलेल्या शहा आलमला सर्वांत मोठं आणि निर्णायक अपयश आलं ते १५ जानेवारी १७६१ला बोधगयाला झालेल्या हेल्साच्या युद्धामध्ये. या युद्धात इंग्रज सैन्यानं बादशहाच्या फौजेला पुरता घेराव घातला.

सदर युद्ध सुरू होण्याच्या आदल्या रात्री, जीन लॉनं बादशहासोबत शेवटचं जेवण घेतलं. 'हे आमच्यातलं मैत्रीपूर्ण जेवण होतं; त्यात औपचारिक असं काही नव्हतं. वातावरण चांगलं होतं, आणि आम्हाला एकांतात खूप गप्पा मारता आल्या. मी बादशहाला स्पष्टपणे सांगितलं, की आपली परिस्थिती खूप वाईट होती. बादशहानं सुद्धा माझ्यासमोर आपलं मन मोकळं केलं; त्याच्यामागे लागलेली सगळी शुक्लकाष्ठं त्यानं मला स्पष्टपणे वर्णन करून सांगितली. मी त्याचं मन वळवण्याचा खूप प्रयत्न केला, की त्यानं स्वतःच्या मनःशांती आणि सुरक्षेसाठी अजूनही बंगालचा नाद सोडून द्यावा. पण त्याने माझा सल्ला मानला नाही. इतक्या शेवटच्या क्षणी जर आपण मागे फिरलो, तर आधीच आपल्याबद्दल मनात राग भरलेली प्रजा आपल्याबद्दल काय विचार करेल, या भीतीनं शहा आलम आपल्या निर्णयाला चिकटून बसला.'[४९]

दुसऱ्या दिवशी सकाळी कंपनी सैन्यानं हल्ला सुरू केला. झपाझप पुढे येऊन त्यांनी तोफगोळ्यांचा मारा सुरू केला. १२-पौंड वजनाचा एक गोळा बादशहाच्या हत्तीच्या माहुताला येऊन लागला. दुसरा गोळा खुद्द हत्तीला लागला आणि तो जोरजोरात भेलकांडू लागला.[५०] दुसरीकडे, आपल्या जुन्या सवयींना अनुसरून मीर जाफरनं कामगार खानला भरपूर लाच देऊन आपल्या बाजूनं वळवून घेतलं.

फ्रेंच सैनिक जॉन-बतीस्त जेन्टीलनं नमूद केल्यानुसार, 'कामगार खानशिवाय, मीर जाफरनं अजूनही काही महत्त्वाच्या लष्करी अधिकाऱ्यांना आपल्या बाजूनं करून घेतलं. त्यानंतर शहा आलमचा पाडाव झाला नसता तरच आश्चर्य होतं! मीर जाफरच्या बाजूनं वळलेल्या अधिकाऱ्यांनी आपापल्या तुकड्या घेतल्या आणि भर मैदानात शहा आलमची साथ सोडून शत्रूच्या बाजूनं पळून गेले! बादशहाच्या तोफखान्याचं नेतृत्व करणाऱ्या लॉरिस्टन साहेबांनी त्यांना थांबवण्याचा खूप प्रयत्न केला; पण त्यांचे सगळे प्रयत्न व्यर्थ गेले आणि उलट त्यांनाच अटक केली गेली.'[५१]

बादशहा एकटा पडलेला पाहून लॉरिस्टननं त्याला वाचवण्याचे जे शर्थीचे प्रयत्न केले, त्याचं हृदयद्रावक वर्णन करताना गुलाम हुसेन खाननं लिहिलं आहे :

'आपल्या हाताशी असलेली मूठभर माणसं आणि काही शस्त्रांनिशी लॉरिस्टननं अत्यंत धडाडीचा लढा दिला. काही वेळापुरता संख्येनं अतिशय बलाढ्य असलेल्या इंग्रज फौजेला रोखून धरण्यात त्याला यश आलं सुद्धा. पण मग, शहा आलम

निघून गेल्यामुळे गोंधळलेल्या आणि इतके महिने भटकंती करत घालवलेल्या सैनिकांना पुढे लढत बसण्यात अर्थ दिसेना. म्हणून मग थोड्या वेळानं ते सगळे मागे वळून पळू लागले. तरीही लॉरिस्टन बधला नाही. आपण एकटे पडलो आहोत, हे माहीत असूनसुद्धा, तो झुंजत राहिला.'[५२]

समोरून सगळा प्रकार पाहत असलेला इंग्रजांचा सेनापती जॉन कार्नाक, लॉरिस्टनच्या शौर्यानं अचंबित झाला! रणनीतीच्या सगळ्या नियमांना धाब्यावर बसवून, त्यानं आपले काही वरिष्ठ अधिकारी सोबत घेतले आणि पायी चालत काही अंतर पुढे आला. मग त्या सगळ्यांनी मिळून आपल्या टोप्या हवेत उंचावून लॉरिस्टनला सलामी दिली आणि त्याला विनवलं : 'एखाद्या शूरवीर पुरुषाला साजेसं असं तू सगळं केलेलं आहेस. तुझं नाव इतिहासात अजरामर होईल, यात दुमत नाही. पण आता मी तुला विनंती करू इच्छितो, की तलवार खाली टाक आणि आमच्यासोबत ये.'

त्यावर लॉरिस्टननं जॉन कार्नाकला उत्तर दिलं : मी तुमचं म्हणणं मान्य केलं असतं; पण तुम्ही जी शर्त घातलेली आहे ती मला मान्य नाही. तलवार ही एक सच्च्या शिपायाचा दागिना असतो; त्याचा आत्मसम्मान असतो. माझा आत्मसन्मान मागे ठेवून तुमच्यासोबत येण्याचा गुन्हा माझ्या हातून घडणं कदापि शक्य नाही. त्यासाठी तुम्ही माझा शिरच्छेद केलात तरी बेहत्तर!'

इतक्या बिकट प्रसंगीही स्वत:चा आत्मसन्मान कसोशीनं जपणाऱ्या लॉरिस्टनबद्दल इंग्रजांच्या मनातला आदर द्विगुणित झाला. त्यांनी त्याचं म्हणणं मान्य केलं आणि त्याला आपल्या तलवारीसकट स्वत:सोबत येण्याची विनंती केली. जॉन कार्नाक आणि लॉरिस्टननं एकमेकांशी हस्तांदोलन केलं; त्या क्षणी दोघांच्या मनातलं उरलंसुरलं किल्मिषही निघून गेलं.'[५३]

मात्र कार्नाकनं लॉरिस्टनला आपल्यासोबत आणल्यानंतर इंग्रज कंपनीमधील मुर्शिदाबादच्या सैनिकांनी प्रदर्शित केलेली वर्तणूक अत्यंत असभ्य होती. त्यांनी लॉरिस्टनपाठी लकडा लावला, 'काय मग? आता श्रीमती लॉरिस्टन कुठे आहेत? त्यांना नाही का आणलं आपल्यासोबत?'

> कार्नाकच्या कानावर जेव्हा ही वार्ता गेली, तेव्हा त्याच्या तळपायाची आग मस्तकात गेली. त्यानं मुर्शिदाबादच्या सगळ्या सैनिकांना आपल्यासमोर हजर केलं आणि त्यांना म्हणाला, 'हा माणूस जरी आपल्या शत्रूच्या कंपूमधला असला, तरी तो ज्या शौर्यानं लढला आहे, त्याची कदर करण्याचं सोडून तुम्ही त्याची खिल्ली कशी काय उडवत आहात? हे असले असभ्य प्रकार तुमच्या राज्यात चालत असतील; पण आमच्याकडे

ते कदापि मान्य होऊ शकत नाहीत. आपल्याला शरण आलेल्या शत्रूला कोणत्याही प्रकारे दुखवण्याची आमची सभ्यता नाही. पुन्हा मला असं काही घडत असल्याचं समजलं तर माझ्याहून वाईट कोणी नसेल!'

या सगळ्या सैनिकांचा म्होरक्या असलेल्या मुघल सेनापतीला कार्नाकचे शब्द सर्वाधिक झोंबले. मान खाली घालून तो तिथून निघून गेला. त्यानंतर एकाही सैनिकानं त्याला कधी सलाम केला नाही, की तो आल्यावर अदबीनं उठण्याची तसदी घेतली नाही.

सदर घटनेनंतर गुलाम हुसेन खाननं एरवी आपल्या मायदेशाचे कट्टर वैरी म्हणून हिणवणाऱ्या इंग्रजांचं कधी नव्हेतो कौतुक केलं. तो म्हणाला :

'इंग्रजांनी आपल्यावर अनेक अन्याय केले आहेत; पण त्यांच्या ज्या काही मोजक्या गोष्टी कौतुकपात्र आहेत, त्यामधली ही एक गोष्ट आहे, की त्यांचं युद्धामधलं आचरण कधीच नीतिमत्तेला सोडून नसतं. ऐन युद्धात असो, वा विजयाच्या जल्लोषात वावरताना असो, ते कधीही आपल्या शत्रूशी कायद्याच्या पलीकडे जाऊन गैरवर्तणूक करत नाहीत.'[५४]

२ जुलै १७६१ रोजी मीर जाफरचा जुलमी बदफैली आणि घृणास्पद मुलगा मिरन याचा मृत्यू झाला. शहा आलमच्या विरोधातल्या मोहिमेवरून परतत असताना, त्याच्यावर वीज कोसळली आणि तो जागीच ठार झाला. जॉन केलॉडने लिहून ठेवल्यानुसार-'रात्रीच्या वेळी नवाब आपल्या तंबूमध्ये झोपला होता. अचानक वादळवारा सुरू झाला आणि मध्येच एक विजेचा मोठा लोळ येऊन, कसा कोण जाणे नवाबाच्या तंबूवरून आत शिरत त्याच्या छातीवर येऊन आदळला! नवाब झोपला होता त्या ठिकाणी केवळ त्याच्या राखेचा ढिगारा उरला!'[५५]

रोचक गोष्ट अशी, की मिरनचा मृत्यू त्याच तारखेला झाला, ज्या तारखेला त्यानं सिराज उद्दौलाचा जनानखाना अत्यंत क्रूरपणे संपवून टाकला होता. पुढे बरीच वर्षं असं मानलं गेलं, की मिरनचा मृत्यू हा दैवी प्रतिशोधाचा प्रकार होता. काहींच्या मते, मिरनचा खून झाला होता. मिरनच्या अत्याचाराला बळी पडलेल्या एका स्त्रीची बहीण, त्याच्या जनानखान्यात अडकून पडली होती. संधी साधून तिनंच त्याच्या तंबूला आग लावल्याचं बोललं जात असे.[५६]

मिरनच्या मृत्यूमुळे असंख्य लोकांचा आनंद गगनात मावेनासा झाला; पण

मीर जाफरचं मात्र कंबरडं मोडलं. कंपनी त्याच्याकडून आपली देणी मागत असताना आणि त्याचे सैनिक व प्रजा त्याच्या विरोधात गेले असताना, वृद्ध मीर जाफरला या सर्वांना तोंड देण्यासाठी मिरनचाच आधार होता. तो गेल्यावर मीर जाफर कोलमडून पडला. गुलाम हुसेन खाननं लिहून ठेवल्यानुसार :

'मीर जाफर फारसा कधीच डोक्यानं काम घेत नसे. पण मिरनच्या मृत्यूनंतर त्याच्यातला उरलासुरला विवेकही संपून गेला. तो भिरभिरल्यासारखं वागू लागला. सरकार आणि लष्कराच्या संदर्भातली कामं वाऱ्यावर पडली. अर्थातच, त्यामुळे सर्वत्र अनागोंदीचं राज्य पसरलं.'[५७]

पण मीर जाफरला एक जावई होता – मीर कासिम. आपल्या अशिक्षित आणि गावंढळ सासऱ्यापेक्षा अगदी निराळा असलेला हा मीर कासिम मूळचा पर्शियन होता. पाटण्याजवळ जन्मलेला मीर कासिम अंगापिंडानं लहान, वयानं तरुण आणि अनुभवानं कोवळा असला तरी अतिशय तल्लख, कर्तबगार आणि महत्त्वाकांक्षी होता.[५८]

सर्वांत पहिले मीर कासिममधले गुण ओळखले ते वॉरन हेस्टिंग्सनं. तसंच बंगालमध्ये अराजक पसरायला नको असेल, तर लवकरात लवकर मुर्शिदाबादमध्ये सत्तापरिवर्तन व्हायला हवं, हेही सर्वांत आधी हेस्टिंग्सनंच ओळखलं. त्यानं आपल्या वरिष्ठांना पत्र लिहून कळवलं, की मीर कासिमचं शिक्षण तो जिथं जन्मला त्या कुटुंबाचा वारसा आणि इतक्या लहान वयात त्यानं अनेक प्रसंगी बजावलेली उत्तम कामगिरी पाहता, मला मुर्शिदाबादसाठी त्याच्याहून लायक व्यक्ती दिसत नाही. मीर कासिमनं वेळोवेळी आपल्या कुशाग्र बुद्धीची, उत्कृष्ट व्यवहारज्ञानाची आणि शब्द पाळण्याच्या वृत्तीची ग्वाही दिलेली आहे. त्याच्या प्रांतातले वरिष्ठ अधिकारी आणि उमराव, मीर कासिमचे गुणगान करत असतात. मी खुद्द बिहारच्या मोठ्या जमीनदारांनी मीर कासिमला लिहिलेली कौतुकपर पत्रे बघितलेली आहेत. त्या पत्रांमध्ये त्यांनी अनेकदा मीर कासिमच्या सत्तेखाली आसरा मिळण्याची इच्छा व्यक्त केलेली दिसते.'[५९]

थोड्या दिवसांनी, मीर कासिमला राज्यपाल हेन्री वॅन्सिटार्टला भेटण्यासाठी कलकत्त्याला पाठविण्यात आलं. त्या भेटीदरम्यान मीर कासिमनं कंपनीच्या आर्थिक विवंचना सोडविण्यासाठी आणि मुर्शिदाबादचं कर्ज उतरवण्यासाठी बर्दवान, मिदनापूर, व चित्तगॉन्ग हे प्रांत कंपनीच्या नावे करण्याचा मानस बोलून दाखवला. असं करून त्यांना कंपनी व मुघल लष्करांना नियमित पगार देणंसुद्धा शक्य होणार होतं. वॅन्सिटार्ट खूश झाला आणि त्यानं मीर जाफरला पराजित करून मीर कासिमला सिंहासनावर बसविण्यासाठी लागणाऱ्या मोहिमेसाठी सबळ पाठिंबा देण्याचं कबूल केलं. हा करार पक्का करण्यासाठी वॅन्सिटार्टला ५०हजार पौंड

व त्याच्या अधिकारी मंडळाला १लाख ५० हजार पौंडांचीv लाच द्यावी लागली.[६०]

दुसरीकडे, १० जुलै १७६१ रोजी मुर्शिदाबादची परिस्थिती अगदीच मोडकळीस आली. यामुळे कंपनीला मीर जाफरला काढण्याची आयती संधी चालून आली. रियाझू-अस-सलाटिनमध्ये सांगितल्यानुसार, 'गेली अनेक वर्षं आपल्याला पूर्ण पगार दिला जावा यासाठी थांबलेले सैनिक, अखेर असह्य होऊन बंडाळी करून उठले. त्यांनी मीर जाफरच्या महालाला वेढा घातला, घोडे व पालख्यांमध्ये वावरणाऱ्या अधिकाऱ्यांना खेचून काढलं, आणि ते महालाच्या भिंतींवर चढून आतमध्ये दगड-विटांचा वर्षाव करू लागले. मग त्यांनी खुद्द मीर जाफरला त्याच्याच 'चिहिल सुटुन' महालामध्ये डांबून टाकलं आणि त्याचं अन्न-पाणी बंद केलं.'

> इंग्रज व जगतसेठांशी हातमिळवणी करून मीर कासिमनं आपल्या सासऱ्याला चुचकारत राजमहालामधून बाहेर काढलं. मग त्याला एका नौकेमध्ये बसवून कलकत्त्याच्या दिशेनं धाडून दिलं. असं केलं तरच तो सुरक्षित राहील, असा त्यानं मीर जाफरला (खोटा) दिलासा दिला. सासरा निघून जाताक्षणी, मीर कासिम राजमहालात शिरला आणि मसनदीवर बसून स्वत:ला नवाब घोषित करून मोकळा झाला.[६१]

मीर जाफरला जनतेच्या रोषापासून स्वत:चं रक्षण करता यावं, म्हणून सोबत मेजर केलॉडला पाठविण्यात आलं होतं. तसंच त्याला आपला जनानखाना, दागिने इत्यादी नेण्याचीही सोय केली गेली होती.[६२] मात्र नदीमधला प्रवास सुमारे अर्ध्यावर आल्यावर मीर जाफरला लक्षात आलं, की ही सगळी योजना त्याला वाचविण्यासाठी नव्हे, तर दूर लोटण्यासाठी आखली गेली होती. गोंधळलेल्या मीर जाफरने केलॉडकडे विनंती केली, की त्याला रॉबर्ट क्लाइव्हशी संपर्क साधण्याची एक संधी दिली जावी. 'मला इंग्रजांनी मसनदीवर नेमलं होतं. तुम्ही मला खुशाल मारू शकता. तुम्ही तुमचा शब्द मोडला असला, तरी मला तसं करणं जमणार नाही. मला साबुत जंगची (क्लाइव्ह) भेट घडू द्या किंवा मग मला सरळ मक्क्याला पाठवण्याची सोय करा' असं त्यानं केलॉडला सांगितलं.[६३]

पण आता इंग्रजांसाठी निरुपयोगी झालेल्या वृद्ध नवाबाची कोणतीच मागणी मान्य करण्यात त्यांना रस उरला नव्हता. त्याऐवजी त्याला उत्तर कलकत्त्यामध्ये एक लहानसं घर दिलं गेलं. सोबत एक छोट्या रकमेचं निवृत्ती वेतनही दिलं गेलं.

---

v आजचे सुमारे £५० हजार = ५ दशलक्ष पौंडपेक्षा अधिक
£१लाख पन्नास हजार = सुमारे १६ दशलक्ष पौंड.

पुढचे अनेक महिने, मीर जाफरला नजरकैदेत ठेवलं गेलं. कंपनीनं (आपल्या कळसूत्री बाहुलीविरुद्ध) काढलेली ही दुसरी मोहीम फार सोपी आणि बिनविरोधाची ठरली.

पण त्यांनी मीर जाफरच्या जागी मसनदीवर बसवलेला माणूस लवकरच इंग्रजांना जड जाणार होता. ज्या सहजतेने त्यांनी मीर जाफरच्या नाड्या आपल्या हातात घेतल्या होत्या, तसं त्यांना मीर कासिमच्या बाबतीत करणं फार कठीण जाणार होतं. 'तारीख-ए-मुझफ्फरी'मध्ये म्हटल्यानुसार, 'फार थोड्या वेळात, मीर कासिमनं इंग्रजांपासून स्वत:ला इतकं स्वतंत्र करून घेतलं, की आजही त्याबद्दल आश्चर्य वाटल्यावाचून राहत नाही.'[६४]

मीर कासिमच्या कौशल्याचं कौतुक करणाऱ्या वॉरन हेस्टिंग्सलाही त्याच्या चपळाईबद्दल आश्चर्य वाटल्यावाचून राहिलं नाही.

नव्या नवाबानं सर्वांत आधी मुर्शिदाबादच्या बंडखोर सैनिकांना स्वत:च्या खर्चानं पैसे देऊन सेवानिवृत्त करून टाकलं. मग तो स्वत: सगळे आर्थिक गुंते सोडविण्यासाठी बसला आणि त्या विषयातल्या त्याच्या नैपुण्यानं त्यानं सर्वांना चकित करून सोडलं.

पानिपतमधील इतिहासकार मोहम्मद अली खान अन्सारीने नमूद केल्यानुसार- 'मीर कासिम खान कोणतीही बातमी अथवा गुपित हुडकून काढण्यात तरबेज होता. तसंच त्याला कोणत्याही अहवाल वा नोंदींचं उत्तम विवेचन करण्याचंही कसब अवगत होतं. मसनदीवर बसल्यानंतर अजिबात वेळ न घालवता तो बंगालमधले व्यवहार व्यवस्थित करण्याच्या कामाला लागला.

> मीर कासिमनं आपल्या राज्यातल्या हिशेबनीस व कर अधिकाऱ्यांशी सविस्तर चर्चा करून हे शोधण्याचा प्रयत्न केला, की आधीच्या सरकारमध्ये कोणी काही आर्थिक घोटाळा केला होता का? मग त्यानं राजा राम नारायणला चौकशीसाठी बोलावलं आणि बिहारच्या सगळ्या महसूल वह्या तपासणीसाठी मागवून घेतल्या. लष्कराचे पगार या नोंदीखाली गेलेल्या प्रत्येक रकमेची खातरजमा करण्यासाठी त्यानं आपल्या कर अधिकाऱ्यांना पाटण्याला पाठवून, खरोखरीच तेवढी माणसं आहेत का आणि त्यांना खरोखरीच तसे पैसे दिले गेले आहेत का, याची चौकशी करायला सांगितली. त्यानंतर राजा राम नारायणवर अनेक दावे ठोकून त्याला तुरुंगात डांबलं गेलं. राम नारायणच्या वैयक्तिक तिजोरीमधून

सुमारे रु. १५ लाखांची रक्कम आणि दागदागिने जप्त करण्यात आले.'[६५]

अशा रीतीनं बरीच देणी गोळा करूनसुद्धा, सुरुवातीला मीर कासिमला इंग्रजांचे पैसे फेडणं जड जाऊ लागलं. तो तिढा सोडविण्यासाठी त्यानं आपल्या राज्यावर बसवलेल्या कराची रक्कम, अलिवर्दी खानच्या काळात होती त्यापेक्षा दुपटीने वाढवली. तसं करून त्याला वर्षाअखेरी रु. ३० दशलक्षांची रक्कम गोळा करता आली. प्लासीपूर्व राजवटीत हा आकडा रु. १८ दशलक्ष होता.[६६] दरम्यान, तो इंग्रजांशी असलेले संबंध आपल्या परीने कसे वळवता येतील, याचाही विचार करू लागला.

बऱ्याच विचारांती मीर कासिमनं असं ठरवलं, की बंगालच्या खालच्या प्रांताचा व्यवहार इंग्रजांच्या हातात सोपवायचा; पण इतर प्रांतांवरची त्यांची पकड सैल करायला घ्यायची. तसंच त्यानं लाचखोरी करणाऱ्या सगळ्या उच्चाधिकाऱ्यांचा पैसा व मालमत्ता जप्त करून, एक सशक्त, मध्यवर्ती लष्करी राज्य बनवायला घेतलं. कुणीही त्याच्या विरोधात जात असल्याचा संशय आल्यास, किंवा कुणी आर्थिक गैरव्यवहार करत असल्याचं समोर आलं, की मीर कासिम सरळ त्या व्यक्तीची धनदौलत जप्त करून स्वत:च्या तिजोरीत टाकत असे. अशा प्रकारे, लवकरच त्याची तिजोरी दुथडी भरून वाहू लागली.[६७]

त्यानं आखलेल्या पुन:प्रस्थापनाच्या आराखड्यानुसार, कलकत्त्यावरून होणारा वाढता हस्तक्षेप सांभाळण्यासाठी मीर कासिमनं आपल्या काकावर मुर्शिदाबादची जबाबदारी सोपवली. मग त्यानं स्वत: बिहारला स्थलांतर करून, कंपनीच्या मुख्यालयामधून राज्य करण्याचा निर्णय घेतला. त्यानुसार, मीर कासिम पाटण्याला स्थलांतरित झाला आणि राजा राम नारायणच्या मोकळ्या पडलेल्या वाड्यामधून कारभार चालवू लागला. मात्र कंपनीला त्याचा हा आगाऊपणा फारसा रुचला नाही; त्यांनी विल्यम एलिस या आपल्या आक्रमक अधिकाऱ्याला मीर कासिमकडे पाठवून त्याला आपला दरबार दुसरीकडे हलविण्याची समज दिली. मग मीर कासिमनं आपला डेरा हलवला मोन्घीर या जुन्या मुघल किल्ल्याकडे; त्याला खात्री होती, की हस्तक्षेप करण्यात तरबेज असलेल्या इंग्रजांची नजर तिथपर्यंत पोहोचू शकणार नाही.

मोन्घीरला गेल्यावर, मीर कासिम पुन्हा आर्थिक घडी नीट बसवण्याच्या कामाला लागला. त्यानं जगतसेठांना त्याला साथ देण्याची आज्ञा केली, शिपाई पाठवून त्यांना मुर्शिदाबादमधून उचलून आणलं, आणि मोन्घीरमध्येच त्यांचं वास्तव्य राहील, याची तजवीज केली. जगतसेठांना आपल्या तावडीत पकडून, मीर कासिमनं त्यांना नवाबाकडून कंपनीला उरलेलं कर्ज आणि सैनिकांचे उरलेले सगळे पगार देऊन टाकण्याची तंबी भरली.

त्यानंतर, स्वत:च्या शब्दाचं बळ अजून वाढविण्यासाठी आणि कंपनीपासून स्वत:चं रक्षण करण्यासाठी मीर कासिमनं स्वत:चं लष्कर उभं केलं. कागदोपत्री जरी ९०हजार सैनिकांची भरती झाली असली, तरी वास्तवात त्याची अर्धी संख्या घेऊन मीर कासिमला आपलं लष्कर उभारावं लागलं. लाचखोर आणि अकार्यक्षम सेनापतींना कामावरुन हाकलून देऊन, त्यानं पूर्णत: नव्यानं भरती करायला सुरुवात केली. त्यानुसार, मीर कासिमच्या लष्करात १६हजार घोडेस्वार आणि युरोपीय युद्ध कौशल्यात प्रशिक्षित असलेल्या एकूण २५हजार सैनिक असलेल्या तीन पलटणींचा समावेश झाला. या सैनिकांना अजून तरबेज करण्यासाठी मीर कासिमनं दोन ख्रिश्चन भाडोत्री सैनिकांना नोकरीवर घेतलं. त्यातला एक होता वॉल्टर रीनहार्ट नावाचा भावनाशून्य, खिन्न प्रवृत्तीचा जर्मन सैनिक. 'समरू' किंवा 'सोम्बर' अशा टोपणनावानं ओळखला जाणारा हा माणूस, जर्मनीतील मोसेल या लहानशा गावात एका शेतकरी कुटुंबात जन्माला आला होता. अत्यंत गरिबीच्या परिस्थितीतून वर येत तो फ्रेंच सैन्यातील घोडदळात दाखल झाला होता. इत्तिनगेनच्या युद्धामध्ये मोलाची कामगिरी बजावून समरू हॉलण्डला पोहोचला. एके दिवशी अचानक पुढचा-मागचा विचार न करता, त्यानं हॉलण्डच्या धक्क्यावर लागलेलं, भारताला जाणारं जहाज पकडलं आणि इथं येऊन दाखल झाला. समरूचा सहकारी असलेल्या कॉम्ट द मोदावनं नमूद केल्यानुसार, 'वॉल्टरनं भारतीय पद्धती आणि सवयी इतक्या सहजतेनं अंगीकारल्या, की कुणाला खरंच वाटलं नसतं की तो तिथला मूळचा रहिवासी नाही. एवढंच कशाला, खुद्द मुघलांनाही असंच वाटायचं, की तो भारतात जन्मला आहे. वॉल्टरला अनेक भारतीय भाषा बोलता येतात; पण त्याला लिहिता-वाचता येत नाही. तरीही, आपल्या सहकाऱ्यांची मदत घेऊन तो अगदी व्यवस्थितपणे सगळ्यांशी संपर्क राखून असतो.'[६८]

मीर कासिमनं नेमलेला दुसरा सैनिक (सेनापती) होता खोजा ग्रेगरी. इस्फाहनी अर्मेनियन कुळाच्या खोजाला, मीर कासिमनं गुर्घिन खान (लांडगा) असं नाव दिलं. गुलाम हुसेन खान जेव्हा गुर्घिन खानला पहिल्यांदा भेटला तेव्हा गुर्घिन खानच्या व्यक्तिमत्त्वाचा त्याच्यावर चांगलाच प्रभाव पडला. उंच, धिप्पाड शरीरयष्टी, गोरापान रंग, अणकुचीदार नाक आणि धगधगणाऱ्या काळ्याशार डोळ्यांचा हा मनुष्य कुणाच्याही मनात भरण्यासारखाच होता.[६९]

या दोन्ही सेनापतींवर मीर कासिमनं आपल्या नवीन सैनिकांना अशा प्रकारे प्रशिक्षण देण्याची जबाबदारी सोपवली होती, की ते कंपनी सैनिकांच्या तोडीस तोड बनू शकतील. तसंच त्यानं या दोघांवर अद्ययावत चापाच्या बंदुकी आणि तोफा तयार करणारा कारखाना उभारण्याचीही जबाबदारी सोपवली. काही काळातच मीर कासिमकडे, स्वत:च्या कारखान्यात निर्माण होणाऱ्या अद्ययावत बंदुकी आणि

तोफांचा मोठा साठा तयार झाला.[७०]

आपल्या उपजत हुशारीनं नव्या नवाबानं एक उत्कृष्ट हेर-खातं निर्माण करायला घेतलं. तीन प्रमुख हेर आणि त्यांच्या हाताखाली काम करणारे असंख्य खबरी असं मजबूत जाळं निर्माण करणाऱ्या मीर कासिमनं, लवकरच आपल्या तिन्ही प्रमुख हेरांचा, विश्वासघाताच्या आरोपाखाली शिरच्छेद घडवून आणला! मीर कासिमची राजवट जितकी परिणामकारक होती, तितकीच भीतीदायक सुद्धा. मीर कासिमला अत्यंत घाबरणाऱ्या गुलाम हुसेन खाननं लिहून ठेवल्यानुसार-

'मीर कासिमचं सरकार अत्यंत संशयी होतं. त्याचा कुणावरही विश्वास नसे. त्यामुळे त्यानं लवकरच सगळ्या सामाजिक भेटीगाठींवर आळा घातला. मनाला येईल त्या कारणानं लोकांना कैद करणं, त्यांची मालमत्ता जप्त करणं या गोष्टी तो सहजपणे करत असे. अगदी खून करतानाही त्याचा हात थरथरत नसे. आप्तस्वकीयांच्या भेटीगाठींची सवय असलेले लोक आता निमूट आपल्या घरात बसून राहू लागले.'[७१]

एवढं सगळं असूनही, गुलाम हुसेन खानने मीर कासिमच्या प्रशासकीय नैपुण्याचं नेहमीच कौतुक केलेलं आहे.

> 'त्याचे जितके दुर्गुण होते, तितकेच काही अत्यंत चांगले गुणसुद्धा होते. सरकारी कारभारातले बारकावे हुडकून काढण्यात व गुंतागुंतीचे आर्थिक व्यवहार मार्गी लावण्यात मीर कासिमचा हात कुणीच धरू शकत नसे. आपल्या कर्मचारी व सैनिकांची घरं चालावीत म्हणून त्यांना वेळच्यावेळी पगार देणे, विद्वान व वरिष्ठ माणसांचा यथासांग आदरसत्कार करणे, अति नाही आणि कमी नाही पण अगदी योग्य पद्धतीनंच पैसा खर्च करणे, कुठे किती पैसा खर्च करावा, याचं अचूक गणित मांडणं या सर्व बाबतींत मीर कासिम खरोखरीच अद्वितीय होता! त्याच्या वयाच्या मनानं तो फार पुढारलेल्या विचारांचा आणि बुद्धीचा माणूस होता, यात शंका नाही.'[७२]

पण या कर्तबगार आणि हुशार नवाबाच्या राजवटीची काळी बाजू बाहेर यायला वेळ लागला नाही. अनेक माणसं अचानक गायब होऊ लागली. श्रीमंत जमीनदार व उच्चाधिकाऱ्यांना मोन्घीरवर बोलावलं जाऊन त्यांची सगळी साधनसंपत्ती जप्त करून त्यांना कैदेत डांबलं जाऊ लागलं. तिथं त्यांचा अमानुष छळ केला जात असल्याच्या बातम्या पसरू लागल्या. कुणावर लाचखोरीचा ठपका ठेवला जात असे, तर कुणाला कोणतंही कारण न देता उचलून आणलं जात असे. कित्येकांना एखाद्या लहानशा संशयाच्या ठपक्याखाली ठेवून निर्घृणपणे मारलं जात असे.

अर्थातच, अशा या कर्दनकाळ नवाबाच्या राजवटीत वावरणारी जनता लवकरच कानावर आणि तोंडावर हात ठेवून वावरू लागली. किंबहुना त्यांना आता आपल्या घरातून बाहेर पडतानाही भीती वाटू लागली. मीर कासिमच्या राज्यात कुणीच सुरक्षित नव्हतं.[७३]

हेल्साचं युद्ध संपल्यानंतर, जानेवारी १७६१च्या सुरुवातीला मुघल बादशहावर एकेकाळच्या लहानशा व्यापारी कंपनीच्या भाडोत्री सैनिकांपासून आपला जीव वाचवत पळण्याची नामुष्की ओढवली.

इंग्रज सैनिक त्याचा निरंतर पाठलाग करत होते. २४ जानेवारीला मेजर जॉन कार्नाकनं कलकत्त्यामध्ये बसलेल्या आपल्या वरिष्ठांना पत्र लिहून कळवलं, की 'आम्ही सतत बादशहाच्या मागावर आहोत. अनेकदा आम्ही त्याच्या इतक्या जवळ आलेलो आहोत, की त्याच्या छावणीमध्ये लागलेले दिवेसुद्धा आम्हाला स्पष्ट दिसतात. पण आम्हाला तो पूर्णत: एकटा सापडायला हवा. त्यामुळे आम्ही त्या घटकेची वाट बघत आहोत, जेव्हा त्याच्याजवळ स्वत:चा एकही सैनिक नसेल, आणि त्याला आपल्याला शरण येण्यावाचून गत्यंतर उरलं नसेल.'[७४]

मात्र शहा आलमला पराजित केल्यानंतर आणि त्याचं बहुतांशं लष्कर संपवल्यानंतर, इंग्रजांना शहा आलमचा आपल्या प्रजेवर असलेल्या नैतिक प्रभावाचा अंदाज येत होता. शहा आलमनं सगळं गमावलं होतं-अगदी त्याचं खासगी सामान असलेली पिशवी, लेखनाचं टेबल, आणि शाई-दौतीची डबीसुद्धा. रणांगणावर त्याचा हत्ती इतस्तत: पळू लागल्यावर त्या सगळ्या गोष्टी तिथंच भिरकावल्या गेल्या होत्या. आता आपल्या अनुयायांना द्यायला त्याच्याकडे काहीही उरलेलं नव्हतं. आणि तरीही, ते तितक्याच तन्मयतेनं शहा आलमची सेवा करत होते. सदर गोष्टीबद्दल कार्नाकनं आश्चर्य व्यक्त करत म्हटलं होतं :

'मला हे समजत नाही की, निव्वळ नावापुरता बादशहा उरलेल्या व्यक्तीची हे सगळे लोक इतक्या मनोभावे कशी सेवा करू शकतात? त्यांना ठाऊक आहे, की आपल्याला द्यायला या माणसाकडे काहीच उरलेलं नाही, पण तरी कमालीची गोष्ट अशी, की मुसलमान आणि हिंदू, दोघेही त्याची प्रेमानं सेवा करत असतात.'

सैनिक म्हणून कार्नाक जितका कुशल होता, तितकाच तो राजकारणी म्हणूनही चाणाक्ष होता. म्हणून, त्यानं हे बरोबर हेरलं होतं, की हीच तन्मयता, हेच प्रेम भविष्यात आपल्याला कामी येऊ शकतं. तोपर्यंत, या समस्येच्या मुळावर कुऱ्हाड घालायची वेळ येऊन ठेपली आहे, हे नक्की.[७५]

हेल्साच्या युद्धानंतर शहा आलमलाही कंपनीच्या संदर्भातली आपली जागा आणि महत्त्व याचं मूल्यमापन करायला वेळ मिळाला, आणि त्याला हे लक्षात आलं, की दोन्ही गटांकडे एकमेकांना देण्यासाठी बरंच काही आहे. अखेर, त्याला बंगालवर थेट राज्य करण्यात तसाही रस नव्हता. अकबरानं आपला पूर्वीचा वैरी असलेल्या राजपूत राजा जयसिंगला आपल्या लष्कराचा सरसेनापती बनवल्यापासून मुघलांना आपल्या शत्रूला मित्र बनवण्यातले फायदे दिसू लागले होते. शहा आलमच्या मनात विचार घोळू लागला, की जसं अकबरानं राजपुतांशी सलोखा केला, तसं आपणही इंग्रजांशी हातमिळवणी करून स्वत:चा फायदा करून घेतला तर? भारतीयांच्या दृष्टीनं विचार केला तर इंग्रजांना इथं राज्य करण्याचा कोणताच कायदेशीर हक्क नव्हता. तो हक्क त्यांना फक्त शहा आलम देऊ शकत होता. हातमिळवणी झाली तर कदाचित इंग्रज इमाद उल-मुल्कला मसनदीवरून हटवून शहा आलमला पुन्हा बादशहा बनवू शकतील?

२९ जानेवारीला, जॉन कार्नाकचा एक संदेशवाहक शहा आलमकडे समझोत्याचा करार घेऊन आला. मग दोन्ही बाजूंनी संदेशांची देवाणघेवाण करण्याचा सपाटा लागला; कलकत्त्यालाही अनेक संदेश धाडले गेले; आणि अखेर ३ फेब्रुवारी रोजी 'गया'मधल्या एका आंब्याच्या वनात दोन्ही पक्षांची भेट ठरली. गुलाम हुसेन खानच्या वडिलांनी इंग्रजांकडील मध्यस्थ म्हणून काम स्वीकारलं असल्यानं गुलाम हुसेनसुद्धा तिथं हजर होता. सदर घटनेचं वर्णन करताना त्यानं लिहून ठेवलं :

> 'इंग्रजांच्या छावणीच्या दिशेनं बादशहा आपल्या सैनिकांसोबत चालत जात होता. दुपारच्या प्रहरी, जॉन कार्नाक व त्याचे अधिकारी तिथं येऊन पोहोचले. आपली टोपी हातात घेऊन, तो पायी चालत बादशहाच्या हत्तीजवळ येऊ लागला; पण काही क्षणांनी बादशहानं त्याला घोड्यावरून यायला सांगितलं. कार्नाक आपल्या घोड्यावर चढला आणि बादशहाच्या हत्तीपासून काही अंतरावर येऊन उभा राहिला. माझे वडील, त्यांच्या हत्तीवरून कार्नाकच्या मागे येऊन उभे राहिले. दोघांची लष्करे आपापली शस्त्रास्त्रे घेऊन तैनात होती.
>
> दोन्ही लष्करे जिथं डेरा टाकणार होती, त्या ठिकाणी उभारलेल्या एका तंबूमध्ये कार्नाकच्या विनंतीनुसार बादशहाने प्रवेश केला. तिथं त्याचं पान, अत्तर व गुलाबपाण्यानं यथासांग स्वागत केलं गेलं. संध्याकाळी, पाहुण्यांच्या सन्मानाप्रीत्यर्थ नृत्याचा कार्यक्रम आयोजिलेला होता.'[७६]

दुसऱ्या दिवशी सकाळी दोन्ही पक्ष पाटण्याकडे निघाले. कंपनीमधल्या अनेक

लोकांनी यापूर्वी कधीच एका मुघल बादशहाला बघितलेलं नव्हतं. त्यामुळे शहा आलम येत असल्याची बातमी पसरताच, बिहारमधली अख्खी इंग्रज जमात त्याला पाहण्यासाठी रस्त्याच्या कडेवर जमा झाली. ते दृश्य काहीसं उपरोधिक होतं : गेलं वर्षभर त्यांना बाहेर काढण्याचा खटाटोप करणाऱ्या आणि त्या प्रयत्नात आपलं सर्वस्व गमावून बसलेल्या माणसाला बघण्यासाठी, विजेत्या पक्षाची माणसं डोळे लावून बसली होती. या प्रसंगी आर्चिबाल्ड स्विंटन दुभाष्याचं काम करत होता. स्विटननंच हेल्साच्या युद्धभूमीवरून शहा आलमच्या हत्तीला पळवून लावलं होतं आणि मग त्याचं इतस्तत: पसरलेलं सामान लंपास केलं होतं.[७७]

मात्र दोन्ही पक्षांना हे ठाऊक होतं की, झालंगेलं विसरून जाऊन, दोघांनी सलोख्याचा मुखवटा चढवून काम केलं तर त्यात दोघांचा फायदा आहे. गुलाम हुसेन खाननं पुढे लिहिलं :

> 'इंग्रजांनी आपला कारखाना एका हिंदुस्थानी सत्ताधीशाला शोभेशा शैलीमध्ये सजवला होता. मेजवानीसाठी लांब टेबलं लावली गेली होती; सगळीकडे महागड्या शोभेच्या वस्तू रचून ठेवल्या गेल्या होत्या. बादशहासाठी एक सिंहासनसुद्धा तयार करून ठेवलं होतं. बादशहाचं आगमन होत असल्याची वार्ता मिळताच, मेजरच्या मागोमाग सगळे इंग्रज अधिकारी त्याच्या स्वागतासाठी कारखान्याच्या दरवाज्यावर आले. बादशहा कारखान्याच्या दरवाज्यापासून पायी चालत आत गेला आणि आपल्यासाठी मांडून ठेवलेल्या सिंहासनावर स्थानापन्न झाला. सिंहासनाच्या दोन्ही बाजूंना इंग्रज अधिकारी अदबीनं उभे राहिले. मेजरनं बादशहाला मानाचा मुजरा केला आणि तो आपल्या जागेवर जाऊन बसला.'[७८]

या सगळ्या घडामोडींमुळे सगळ्यांत नाराज झालेली व्यक्ती होती, नवाब मीर कासिम. त्याला हे जाणवत होतं, की बादशहा इंग्रजांच्या तावडीत सापडल्यावर त्यापैकी कोणालाच नवाबाची गरज उरणार नाही. कदाचित इंग्रज बादशहाकडे नवाबाला हटवून स्वत:ला त्याच्या जागी नेमण्याची विनंती करायलाही मागंपुढं बघणार नाहीत, याची त्याला खात्री होती. मीर कासिमची भीती अनाठायी नव्हती. कलकत्त्यातील इंग्रज महामंडळानं हा विचार केला होता खरा; पण तात्पुरता त्यांनी तो विषय बाजूला ठेवला होता.[७९]

अखेर अशा रीतीने, मीर कासिम ईस्ट इंडिया कंपनीच्या अफूच्या कारखान्यामधल्या डुगडुगत्या सिंहासनावर बसलेल्या बादशहा शहा आलमला भेटायला आलाच. गुप्तपणे झालेल्या काही चर्चा व वाटाघाटींनंतर एक करार केला गेला. मीर

कासिमनं बादशहाला तीन वेळा मुजरा केला आणि त्याला १००१ सोन्याच्या नाण्यांचा नजराणा दिला. याशिवाय, त्यानं बादशहाला इतरही बऱ्याच महागड्या वस्तू भेट दिल्या. बादशहानं मीर कासिमच्या भेटवस्तूंचा स्वीकार केला आणि त्या बदल्यात, त्याला एक टपोऱ्या मोत्यांची माळ आणि काळ्या गरुडाच्या पिसांनी सजलेला रत्नजडित शिरपेच भेट म्हणून दिला.

मुघलांच्या रीतीनुसार ही भेट म्हणजे बादशहानं मीर कासिमला औपचारिकरीत्या बिहार, ओरिसा व बंगालची सुभेदारी बहाल केल्याचं चिन्ह होतं. याचाच अर्थ बादशहानं कंपनीच्या मागच्या दोन मोहिमांवर कायदेशीर शिक्कामोर्तब केलं होतं. त्या बदल्यात, मीर कासिमनं बंगालचा वार्षिक महसूल मुघल बादशहाला देण्याचं कबूल केलं. त्या काळी ही रक्कम सुमारे रु.२.५ दशलक्ष (म्हणजेच ३२५,०००पौंड) इतकी होत असे.

असो. दुसऱ्या बाजूला, इंग्रजांनी बादशहासाठी रु. १८००चं दैनिक वेतन मान्य करून टाकलं.[८०]

ज्या अनपेक्षित पद्धतीनं घटना उलगडत गेल्या होत्या, त्यानं दोन्ही पक्षांना आनंद झाला होता. कधी नव्हेतो शहा आलमला आर्थिकदृष्ट्या चांगले दिवस आले होते. काही आठवड्यांपूर्वी रंक बनून फिरणाऱ्या या बादशहाला आता दैनिक वेतन लागू झालं होतं. त्यामुळे अर्थातच, तो खूष होता. शहा आलमला आता फक्त एका गोष्टीबद्दल नाराजी उरली होती : त्याला अशी अपेक्षा होती, की त्याच्या नव्या मित्राने – ईस्ट इंडिया कंपनीनं – तत्काळ आपल्यासोबत सैनिकांची एक तुकडी पाठवून आपल्याला दिल्लीच्या सिंहासनावर विराजमान करावं. लष्करातल्या आणि कलकत्त्यातल्याही अनेक लोकांना शहा आलमचा दृष्टिकोन पटत होता. पण दिल्लीमध्ये अहमद शहा दुर्रानी हा अफगाण क्रूरकर्मा घालत असलेला धुमाकूळ बघून, सध्यातरी घोळात घोळ घालायची गरज नाही, असा निर्णय हेन्री वॅन्सिटार्टने घेतला होता.[८१]

या गोष्टीला तीन महिने लोटले. आपल्याला अजूनही लाल किल्ल्यावर पाठवलं जात नाही हे पाहून, शहा आलमचा धीर सुटत चालला होता. मग त्यानं अवधला जायचा निर्णय घेतला. त्याला आशा होती, की तिथला धनाढ्य आणि बलाढ्य नवाब शुजा उद्दौला त्याला काहीतरी मदत करू शकेल. बादशहा दूर गेल्यावर आपला मार्ग मोकळा होणार, या जाणिवेनं मीर कासिमनं तत्काळ त्याला प्रवासासाठी महसूल म्हणून देऊ असणाऱ्या रकमेतील अर्धी रक्कम नगद हातात ठेवली. ईस्ट इंडिया कंपनीनंही बादशहाला थांबविण्याचा प्रयत्न केला नाही. त्यांना बादशहाकडून जे हवं होतं, ते त्यांनी साध्य करून घेतलं होतं. आता बादशहा थांबला काय किंवा गेला काय, त्यांना काही फरक पडत नव्हता.

अखेर ५ जून १७६१ रोजी शहा आलमनं अवधकडचा प्रवास सुरू केला.[८२] मेजर कार्नाकनं पूर्ण लष्करी जाम्यानिम्यानिशी बादशहाला कर्मानसा नदीजवळ निरोप दिला. २१ जून रोजी बादशहा अवधला येऊन पोहोचला. तिथं त्याच्या स्वागतासाठी आलेल्या नवाब शुजा उद्दौलाला त्यानं मुघल साम्राज्याचा वझीर घोषित केला. पण इंग्रजांप्रमाणेच शुजानंही शहा आलमला दुर्रानीचा धुमाकूळ सुरू असलेल्या दिल्लीमध्ये प्रवेश न करण्याचा सल्ला दिला. त्या काळी शुजासाठी काम करत असलेल्या जॉन-बतीस्त जेन्टीलनं नमूद केल्यानुसार,

> 'नवाबानं परोपरीनं बादशहाला दुर्रानीच्या दुष्ट हेतूंबद्दल सावध करण्याचा प्रयत्न केला. दुर्रानीला 'तिमुरीद' या शाही घराण्यातल्या सगळ्या राजे व राजपुत्रांना संपवून त्यांना निर्वंश करून टाकायचं होतं. त्याचा हा हेतू बऱ्याच अंशी पूर्ण झालेला होता; अपवाद होता तो फक्त शहा आलमचा. त्यामुळे शहा आलम दिल्लीला गेला, तर दुर्रानी त्याला जीवे मारल्याशिवाय सोडणार नाही, हे उघड होतं. दुर्रानीला संपूर्ण हिंदुस्थान आपल्या अधिपत्याखाली आणायचा होता आणि त्यासाठी, एकही मुघल राजपुत्र जिवंत ठेवण्यात त्याला तथ्य दिसेना. नशिबानं शहा आलमला शुजाचं म्हणणं पटलं आणि त्यानं दिल्लीला येण्याचं दुर्रानीचं आमंत्रण साभार नाकारून टाकलं.'[८३]

दुसऱ्या बाजूला, मीर कासिम आणि इंग्रज कंपनीच्या तावडीत सापडलेल्या बंगालची परिस्थिती दिवसेंदिवस बिघडू लागली.

१७६१-६२ या पुढच्या दोन वर्षांमध्ये बंगालची दोन परस्परविरोधी सरकारं उघडपणे आपलं शत्रुत्व दाखवू लागली. या तिढ्यामागचं मुख्य कारण असं होतं, की खासगी अनिर्बंधित इंग्रज व्यापारी मीर कासिमच्या आदेशांना न जुमानता हिंसक व जुलमी पद्धती अनुसरून बंगालच्या बाजारपेठेत धुडगूस घालू लागले होते.

कंपनीचा वरदहस्त डोक्यावर असलेले हे व्यापारी, मनाला येईल तेव्हा मीर कासिमच्या अधिकाऱ्यांना बंदिस्त करून त्यांचा छळ करत असत. दुसरीकडे मीर कासिमच्या मनात निराळी भीती जोर धरू लागली. त्याला वाटू लागलं की पाटण्यातील कारखान्याचा प्रमुख असलेला विल्यम एलिस आपल्या विरोधात बंड पुकारण्याची तयारी करत आहे. १७५६च्या कलकत्त्याच्या मोहिमेमध्ये एलिसनं

आपला पाय गमावला होता. तेव्हापासून त्याला सगळ्या भारतीय गोष्टींबद्दल मनात अत्यंत चीड बसली होती आणि म्हणूनच, मीर कासिमचे आदेश झुगारून स्वत:च्या मनमर्जीनं वागण्यात त्याला विकृत आनंद मिळत असे.

हेन्री वॅन्सिटार्ट आणि वॉरन हेस्टिंग्सच्या मते, मीर कासिमनं जरी अनेक पापं केली असली, तरी त्याच्यावरही तितकाच अन्याय झाला होता हे विसरून चालण्यासारखं नव्हतं. मुर्शिदाबादमध्ये रेसिडेन्ट म्हणून उत्कृष्ट कामगिरी बजावल्यानंतर हेस्टिंग्सला वॅन्सिटार्टचा कनिष्ठ अधिकारी म्हणून नेमण्यात आलं होतं. लवकरच त्याला राज्यपाल बनवलं जाणार असल्याचीही चर्चा होती. बंगालमध्ये कंपनी व मुघलांमधले संबंध सलोख्याचे करण्यासाठी आतुर असलेल्या हेस्टिंग्सनं सर्वप्रथम मीर कासिमचं कौशल्य हेरलं होतं. म्हणून त्याला मीर कासिमबद्दल कळवळा होता आणि त्या सुरात, मीर कासिमची बाजू घेत लिहिलेल्या पत्रात त्यानं म्हटलं होतं:

'नवाब मीर कासिमपेक्षा मोकळ्या स्वभावाचा व स्थिरबुद्धीचा, मन:स्थितीचा मनुष्य अद्याप तरी माझ्या पाहण्यात आलेला नाही. त्याला जितकी शांती आणि सलोख्याची चाड आहे, त्याची अर्धी जरी आपल्याला असती, तर आपल्यातले संबंध कधी असे खालावले नसते. मीर कासिमवर आपल्या लोकांकडून दररोज अन्याय होत आहे. तो एका मोठ्या प्रांताचा नवाब आहे, याचा बहुधा सगळ्यांना विसर पडलेला दिसतो आहे; कारण त्याला कुणी तशी किंमतच देत नाही. त्याच्या आदेशांचं बेधडकपणे उल्लंघन केलं जातं; त्याच्या सैनिकांना अटक केली जाते; आणि त्याच्या किल्ल्यावर शिपाई धाडले जातात.[८४] आपल्या लोकांनी जर स्वत:ला या देशाचे सत्ताधीश आणि मालक न समजता, आपला व्यापार सचोटीनं करण्यावर भर दिला, तर आपल्याला सर्वत्र मान आणि मागणी दोन्ही मिळेल.[८५]

फ्रेब्रुवारी १७६२च्या सुरुवातीला याच एलिसने कंपनीच्या कारखान्यात काम करणाऱ्या खोजा आंतून नावाच्या एका वरिष्ठ अर्मेनियन अधिकाऱ्याला अचानक अटक केली. आंतून हा मीर कासिमच्या खास मर्जीतला माणूस होता. त्यामुळे त्याला अटक झाल्यानंतर मीर कासिमच्या तळपायाची आग मस्तकात गेली आणि त्यानं एलिसला कळवलं, की तुम्ही वारंवार माझ्या माणसांचा अपमान आणि छळ करत आलेला आहात. याबद्दल मी आतापर्यंत अनेक पत्रं लिहिलेली आहेत; पण तरीही तुमच्या कारवाया काही थांबण्याचं नाव घेत नाहीत. याचा अर्थ तुम्ही माझ्या पत्रांना काडीमोल समजता. म्हणून आता मी यापुढे तुमच्याशी पत्रव्यवहार ठेवण्याचे कष्ट घेणार नाही.[८६]

त्यानंतर मीर कासिमनं दर आठवड्याला वॅन्सिटार्टला पर्शियन भाषेत पत्र पाठवण्याचा सपाटा लावला. आपल्या प्रजेवर होत असलेले अन्याय सविस्तर वर्णन करणाऱ्या या पत्रांवर वॅन्सिटार्ट मात्र काहीच कारवाई करताना दिसेना.

व्हॅन्सिटार्ट अत्यंत मवाळ प्रवृत्तीचा राज्यपाल होता. तो काही क्लाइव्हसारखा आक्रमक आणि धाडसी मनुष्य नव्हता. त्यामुळे आपल्या सहकाऱ्यांवर – विशेषत: एलिसवर – आपली मर्जी लादण्याची त्याच्यात हिंमत नव्हती.

मे १७६२ मध्ये मीर कासिमनं व्हॅन्सिटार्टला लिहिलेल्या एका मोठ्या पत्रात म्हटलं होतं :

> 'एलिस आणि त्याच्या माणसांनी माझी राजवट हादरून सोडण्याचा चंग बांधलेला दिसतो आहे. ते सतत माझ्या माणसांचा अपमान करत असतात आणि पार कलकत्त्यापर्यंत त्यांनी खुद्द माझी अपकीर्ती पसरवलेली आहे. ही कोणती पद्धत झाली वागण्याची?
>
> तुम्ही स्वत:ला 'जंटलमन' (सभ्य) म्हणवता, पण तुमच्या लोकांची वागणूक ही कोणत्याही सभ्य माणसाला न शोभेशी असते. तुमची माणसं आमच्या देशात ठिकठिकाणी उद्रेक घडवून आणत आहेत. ते माझ्या माणसांना सतत लुटत असतात, त्यांचा छळ करत असतात. माझ्या अधिकाऱ्यांचा पाणउतारा करतात, माझ्याबद्दलही वाटेल ते वाईटसाईट बोलत असतात. कंपनीनं त्यांना दिलेल्या परवानग्यांची प्रत वापरून ते आमच्या शेतकऱ्यांवर व व्यापाऱ्यांवर जुलूम करत राहतात. त्यांनी आपल्या मालावर लावलेल्या किमतीचा जेमतेम एक-चतुर्थांश भाग देऊन, ते त्यांचा माल उचलून घेऊन जातात. तसंच आमचे लोक तुमच्या व्यापाऱ्यांकडे खरेदी करायला आले, की एक रुपया किमतीच्या गोष्टीला पाच रुपयांचा भाव लावतात.
>
> आमच्या बंदरांवर येणाऱ्या नौका व जहाजं तपासण्याचे मी दिलेले आदेश कधीही पाळले जात नाहीत. प्रत्येक चौकीला हे सांगितलं गेलं आहे, की बंदरावर उतरवल्या जाणाऱ्या सगळ्या सामानाची तपासणी केली जावी; पण इंग्रज व्यापारी व दलाल माझा हा आदेश बिनदिक्कत धुडकावून टाकतात. वर, माझ्या लोकांवर अत्याचार करत राहतात. विशेष म्हणजे, कंपनीच्या दलालांना इतके अति अधिकार देऊन ठेवले आहेत की, ते माझ्याच स्थानिक मामलेदाराला अटक करून त्याचे अधिकार हिरावून टाकतात! कहर आहे!
>
> माझ्या अधिपत्याखाली असणाऱ्या प्रदेशांमध्ये सुमारे चारशे ते पाचशे नवीन खासगी इंग्रज कारखाने उभारले गेले आहेत. माझ्या अधिकाऱ्यांना तिथं आपले अधिकार गाजवले जाऊ देत नाहीत; त्यामुळे माझ्याकडे येणारा महसूल अर्थातच अडकून पडतो. वर्षाकाठी माझं सुमारे

रु. २५लाख इतकं नुकसान होत आहे. अशा परिस्थतीत मी माझ्यावरची कर्जं कशी कमी करू शकेन? माझ्या लष्कराला व अधिकाऱ्यांना पगार कसा देऊ शकेन? किंबहुना, मी माझं स्वत:चं घर तरी कसं चालवू शकेन? सर्वांत महत्त्वाचं म्हणजे, नवाब म्हणून मी माझी कर्तव्यं पार पाडून बादशहाकडे बंगालचा महसूल कसा पाठवू शकेन? सांगा बरं?'[८७]

अशा रीतीने वाढत चाललेला तिढा आणि असंतोष कमी करण्यासाठी वॅन्सिटार्टनं हेस्टिंग्सला मोन्घीर व पाटण्याला जायला सांगितलं. वाटेत असताना हेस्टिंग्सनं अनेक पत्रं पाठवून बंगालचं नैसर्गिक सौंदर्य व त्याचसोबत कंपनीनं बंगालच्या चालवलेल्या निर्दयी लूटमारीचं सविस्तर वर्णन करून सांगितलं. मोन्घीरला पोहोचल्यावर त्यानं वाटेत बघितलेल्या आणि इंग्रजांकरवी स्थानिक लोकांवर होणाऱ्या अत्याचारांबद्दल पुन्हा वर्णन करताना हेस्टिंग्सनं लिहिलं होतं :

'इंग्रज सरकारच्या नावावर चाललेले जुलूम पाहून मला अत्यंत खेद झाला. ही परिस्थिती केवळ आपल्याच प्रांतांमध्ये असेल असं नव्हे. इतरही अनेक ठिकाणी स्वत:ला कंपनीचे कर्मचारी वा शिपाई असल्याचं सांगून स्थानिक जनतेवर अत्याचार करण्याचे प्रकार नक्कीच होत असतील. आमच्या पुढून गेलेल्या एका शिपायांच्या तुकडीची वर्तणूक पाहून मला खात्री पटली, की कुणा वरिष्ठाचं लक्ष नसताना हे लोक किती निष्ठूरपणे वागत असतील. मी रस्त्यातून जात असताना, असंख्य भारतीयांनी माझ्याकडे आपल्या लोकांच्या नाना तक्रारी केल्या. आमचा तांडा त्यांच्या गावाकडे येत असल्याची वार्ता मिळताच, गावंच्या गावं आपली दुकानं व घरं बंद करून घाबरून बसत होती. त्यांना भीती होती, की आम्हीही त्यांच्याशी तसाच हीन व्यवहार करू. इंग्रज सरकारचं चिन्ह असलेली टोपी घातलेला प्रत्येक माणूस कलकत्त्याच्या वेशीबाहेर पडला, की स्वत:ला स्वायत्त सत्ताधीश समजू लागला आहे. अशा परिस्थितीत मी जर नवाब असतो, तर माझ्या प्रजेला या जुलूमांपासून कसं सुरक्षित ठेवावं या काळजीनं माझं मन पोखरलं गेलं असतं.'[८८]

हेस्टिंग्सच्या टीकेचा विशेष रोख एलिसवर होता. त्याच्या लेखी एलिसची वागणूक इतकी असमंजस होती आणि नवाबाविषयी असलेला त्याचा रोष इतका प्रखर होता, की 'खुद्द कंपनीचे वरिष्ठ अधिकारीही अशा वागणुकीला थारा देणार नाहीत.'[८९]

ऑक्टोबरमध्ये हेस्टिंग्स पुन्हा एकदा मीर कासिमची भेट घेण्यासाठी मोन्घीरला

गेला. या वेळी त्यानं वॅन्सिटार्टलाही बरोबर चलण्याची विनंती केली; जेणेकरून वॅन्सिटार्टला स्वत:च्या डोळ्यानं परिस्थितीचा आढावा घेता यावा. वाटेत त्यांना जे काही प्रकार दिसले, त्यामुळे ते दोघेही संतप्त झाले, आणि कलकत्त्याला परतल्यावर हे सगळे अत्याचार थांबविण्यासाठी तत्काळ पावलं उचलण्याचा त्यांनी चंग बांधला. मात्र दुर्दैवानं त्यांच्या कौन्सिलनं वॅन्सिटार्ट व हेस्टिंग्सचं म्हणणं फेटाळून लावलं. उपचारात्मक उपाय करणं तर दूरच; उलट त्यांनी मीर कासिमला धडा शिकविण्यासाठी आणि कंपनीच्या कर्मचाऱ्यांना नवाबाच्या अधिकारापासून मुक्त करण्यासाठी एलिसचा मित्र जेम्स आम्यात या अजूनच आक्रमक माणसाला आपला अहवाल सादर करायला सांगितलं.

हेस्टिंग्सनं या निर्णयाला कडाडून विरोध केला! त्यानं कौन्सिलला पत्र लिहून सांगितलं :

‘आता तुम्ही आपल्या कर्मचाऱ्यांना नवाबाच्या अखत्यारीतून मुक्त करण्याचा विचार करत आहात; पण यामुळे काही चांगलं घडणार नाही. उलट आपल्या लोकांना भारतीयांवर जुलूम करण्यासाठी मुक्तहस्त मिळेल; आणि जुलूमी सत्तेखाली कुणी खूश राहू शकत नाही. आपली माणसं जुलूम करू लागली, की इथल्या जनतेच्या मनात आपल्याबद्दल केवळ द्वेष निर्माण होईल; आणि आज ना उद्या त्याचे परिणाम वाईट होतील. आणि नवाबाचं काय? आपण त्याच्या हातून अशा रीतीने सत्ता काढून घेत आहोत, हे दिसल्यावर आणि परिणामी, तो स्वत:च्या प्रजेच्या नजरेतून खाली उतरू लागल्यावर नवाब आपल्याशी असलेली युती तोडणार नाही का?’[१०]

शहरी शिष्टाचारांत वाढलेल्या जेन्टीलनं यावर अशी टिप्पणी केली होती, की नवाबाशी युती तोडताना जर इंग्रजांनी हेस्टिंग्सचं म्हणणं ऐकलं असतं, तर पुढे त्यांच्यावर येऊ घातलेलं संकट नक्कीच टळलं असतं. पण केवळ, कर्जबाजारी झालेल्या आणि परिणामांकडे लक्ष न देता स्वत:च्या तिजोऱ्या भरण्याकडे डोळा लावून बसलेल्या काही मोजक्या इंग्रज सदस्यांमुळे पुढे सगळ्या गोष्टी बिघडत गेल्या.[११]

डिसेंबर १७६२मध्ये जेम्स आम्यात कलकत्ता सोडण्याच्या मार्गावर असताना, मीर कासिमनं एक हुशार राजकीय खेळी खेळली. दोन वर्षं एलिसचे अत्याचार सहन करून नवाबानं त्याला तोडीस तोड उत्तर देण्याचा निर्णय घेतला.

इंग्रजांकडून कर आणि शुल्क वसूल करण्यात आपल्या सैनिकांना त्रास पडतो

हे लक्षात घेऊन, मीर कासिमनं आपल्या राजवटीतून संपूर्णपणे कर आणि महसूल वजा करून टाकले![९२] त्याचं असं म्हणणं होतं, की जर श्रीमंत व्यापारी कर आणि शुल्क भरत नसतील, तर ते आपल्या गरीब जनतेनं तरी का भरावेत? मीर कासिमला ठाऊक होतं, की या निर्णयामुळे आपल्या तिजोरीला मोठं भगदाड पडणार आहे, पण तरीही त्यानं हा धाडसी निर्णय घेतला; कारण त्याद्वारे त्याला इंग्रजांकरवी आपल्या स्थानिक व्यापाऱ्यांची होणारी लूट थांबवता येणार होती.

त्यानंतर लवकरच सुमारे ११ मार्च १७६३पासून मीर कासिम आणि कंपनीच्या लष्करांमध्ये चकमकी उडू लागल्या. ढाका आणि जफरगंजसारख्या ठिकाणांमध्ये नव्यानं स्थापन झालेल्या आपल्या लष्कराच्या मदतीनं, मीर कासिमचे अधिकारी इंग्रजांनी चालवलेल्या गैरव्यवहारांबद्दल आवाज उठवू लागले. त्यापैकी एका अधिकाऱ्यानं तर असा फतवा काढला, की ईस्ट इंडिया कंपनीकडून संरक्षण मागणाऱ्या कुठल्याही व्यक्तीचा शिरच्छेद केला जावा! कंपनीच्या दोन जुलूमी अधिकाऱ्यांच्या घरांवर छापे टाकले गेले; दोघांनी आपल्या घराच्या मागच्या दरवाज्यानं पोबारा केला. तसंच बंगालमध्ये दाखल होणाऱ्या इंग्रज जहाजांना बंदरावर अडवून, त्यामध्ये भरलेलं सोरामीठ, पान आणि अफूचा साठा हिसकावून यायला लागला. यामुळे कंपनीच्या व्यापाऱ्यांचं मोठं नुकसान होऊ लागलं. अशाच एका प्रसंगी आपली रोखलेली जहाजं ताब्यात घेण्यासाठी काही इंग्रज शिपाई सरसावून गेले. मीर कासिमच्या लष्करानं त्यांच्यावर शस्त्रं उचलली. पुढे झालेल्या बाचाबाचीमध्ये अनेकांना गोळ्या लागून गंभीर जखमा झाल्या. त्यानंतर युद्ध होण्याची शक्यता वर्तवली जाऊ लागली.[९३]

२३ मे रोजी मीर कासिमला आपले नियम मागे घेण्याची धमकी देण्यासाठी जेव्हा आम्यात मोन्घीरला पोहोचला, त्याच दिवशी त्याच्यासोबत आलेल्या एका नौकेला मीर कासिमच्या लष्करानं ताब्यात घेतलं. गुलाम हुसेन खाननं नमूद केल्यानुसार, त्या नौकेमध्ये भरपूर सामान होतं आणि त्या सामानाखाली ५०० चापाच्या बंदुकी लपवून आणल्या गेल्या होत्या. गुर्घिन खानला त्या बंदुकी जप्त करायच्या होत्या आणि आम्यातचं म्हणणं होतं, की आपल्या नौकेला निर्विघ्नपणे पुढे जाऊ दिलं जावं.[९४]

ही बाचाबाची बराच वेळ चालली आणि अखेर, मीर कासिमला आम्यातला कैदेत टाकावंसं वाटू लागलं. त्यानं आम्यातला सांगितलं, की तो सध्या ईस्ट इंडिया कंपनीसोबत युद्धजन्य परिस्थितीत असल्यामुळे आम्यातच्या मोहिमेबद्दल आणि एकूण हेतूंबद्दल शंका घेण्याचा त्याला पूर्ण अधिकार आहे. मात्र पुढचा अख्खा दिवस हुज्जत घातल्यानंतर, अखेर संध्याकाळी आम्यातला सोडून देण्यात आलं. इथं अजून एकही दिवस थांबण्यात अर्थ नाही, हे उमजलेल्या आम्यातनं

दुसऱ्या दिवशी कलकत्त्याला जाण्याचा निर्णय घेतला.[९५]

याचवेळी एलिसनं पाटण्याला आपल्या ताब्यात घेण्याचा कट रचला. त्याच्या लेखी वॅन्सिटार्ट व हेस्टिंग्स दोघेही कणाहीन आणि मंद माणसं होती आणि मीर कासिमच्या नाटकांवर विश्वास ठेवण्यात शहाणपणा नव्हता. त्यामुळे एलिसनं स्वत:च्या हिशेबानं मोहीम आखायचा निर्णय घेतला. मात्र एलिसच्या नकळत मीर कासिमनं पाटण्याच्या कारखान्यात पेरलेल्या हेरांनी लवकरच आपल्या मालकाला एलिसच्या कटाची कल्पना दिली. त्यानुसार, मीर कासिमनं हेस्टिंग्स व वॅन्सिटार्टला पत्र लिहून एलिसच्या हालचालींबद्दल सावध केलं. त्यानं लिहिलं :

'एलिसनं पाटण्याचा किल्ला काबीज करण्याची जोरदार तयारी आरंभलेली आहे. अगदी किल्ल्यामध्ये चढण्यासाठी शिड्या आणि फलाटंसुद्धा तयार ठेवलेली आहेत. मी तुम्हाला निरोप देण्याचं काम केलेलं आहे. आता तुम्हाला तुमच्यासाठी व कंपनीसाठी जे योग्य वाटेल, ते तुम्ही करा.'[९६]

मग त्यानं गुर्घिन खानला आपलं लष्कर तयार करण्याचा आदेश दिला.

या घडीला एलिसकडे ३०० युरोपियन सैनिक आणि २५०० शिपाई उपलब्ध होते. २३ जून – म्हणजेच, युद्ध झालं त्याच दिवशी पाटण्याच्या कारखान्यातील सर्जन ॲन्डरसननं आपल्या रोजनिशीत लिहिलं :

'कारखान्यातल्या कर्मचाऱ्यांना ही वार्ता मिळाली, की गुर्घिन खानचं घोडदळ आणि पायदळ आपल्या दिशेनं चाल करून येत आहे. अर्थात, युद्ध अटळ होतं. त्यामुळे त्यांनी गुर्घिन खाननं हल्ला करण्याअगोदर स्वत:च पाटण्याच्या कानाकोपऱ्याचा ताबा घेऊन पहिला घाव घालायचा निर्णय घेतला.'

इंग्रजांनी गुर्घिन खानवर हल्ला करण्यासाठी जे ठिकाण निवडलं, त्याच ठिकाणी निव्वळ दीड वर्षापूर्वी इंग्रजांनी शहा आलमशी एकनिष्ठ राहण्याची शपथ घेतली होती!

२४ जूनचा दिवस जय्यत तयारीमध्ये गेला. बांबूच्या शिड्या बांधल्या गेल्या, शस्त्रास्त्रांना साफ करून मांडून ठेवण्यात आलं, दारूगोळा तयार ठेवण्यात आला. तोफा उभ्या केल्या गेल्या आणि घोड्यांना तयार करण्यात आलं. मध्यरात्रीनंतर कंपनीचे सैनिक, शिपाई आणि व्यापारी खांद्यावर चापाच्या बंदुकी घेऊन कारखान्याच्या मुख्य इमारतीबाहेर पडले.[९७]

२५ जूनला रात्री १ वाजता एलिसनं कारखान्याचा मुख्य दरवाजा उघडण्याचा आदेश दिला. दरवाजा उघडला गेला; एलिस आणि त्याचं लष्कर बाहेर आलं आणि निद्राधीन झालेल्या पाटण्यावर तुटून पडलं!

कंपनी आणि मुघलांमध्ये पुन्हा एकदा युद्ध सुरू झालं.

५

रक्तपात आणि अनागोंदी

कंपनीच्या सैनिकांनी दोन गट तयार केले.

एका गटानं शिड्या लावून पाटणा किल्ल्याच्या भिंतींवर चढून, तिथल्या तटबंदीवर लहानशा तंबूमध्ये झोपलेल्या शिपायांना संगिनीनं मारून टाकलं.

एलिसच्या नेतृत्वाखाली असलेल्या दुसऱ्या गटानं आपल्या तोफा-बंदुकांसकट पाटणा बाजाराचा रस्ता धरला. मैलभर आल्यानंतर त्यांच्यावर आजूबाजूच्या हवेल्यांमधून गोळीबार केला जाऊ लागला. पण तरीही कुठेही न डगमगता ते पुढे चालत राहिले आणि सूर्योदयाच्या वेळी किल्ल्याच्या मुख्य दरवाज्यावर धडक घालून आत घुसले.

आत शिरल्यावर आधी ते दरवाजापाशी झोपलेल्या शिपायांवर अडखळले. इतिहासकार मोहम्मद अली खान अन्सारीनं लिहिल्यानुसार, 'काही सैनिक लहानशा खंदकांमध्ये बसून राहिले होते. इंग्रजांनी त्यापैकी अनेकांना मारून टाकलं; काही जण कसेबसे बचावले.'

> मग इंग्रज सैनिकांनी पश्चिमेकडचा दरवाजा उघडला आणि बाहेर थांबलेल्या आपल्या उर्वरित फौजेला आत येण्याचे संकेत दिले. मग त्यांनी स्वत:ला परत दोन तुकड्यांमध्ये विभागून दिवाणाच्या विभागामध्ये आणि तिथं

> उभारलेल्या बाजारामध्ये घुसखोरी केली. पाटण्याचा राज्यपाल किल्ल्यामध्ये होता; किल्ल्यावर उलगडत असलेल्या प्रलयाची वार्ता लवकरच त्याच्यापर्यंत येऊन पोहोचली! तो लागलीच आपल्या फौजेसकट बाहेर पडला आणि बाजाराकडे येताच, समोर इंग्रज उभे ठाकलेले दिसले. क्षणार्धात धुमश्चक्री सुरू झाली!
>
> पहिल्या काही मिनिटांतच राज्यपालाचा सेनापती लढण्यासाठी पुढे सरसावला; पण तो ग्रेपशॉटच्या माऱ्यानं जबर जखमी झाला. ते पाहून त्याच्या सैनिकांमध्ये एकच घबराट पसरली आणि ते पळून गेले. राज्यपालाकडे कोणताच पर्याय उरला नाही. पूर्वेच्या दरवाज्यातून पलायन करून, जमेल तितक्या लवकर मोन्घीरमध्ये बसलेल्या मीर कासिमकडे जाऊन या घटनेची वार्ता द्यायची, या विचारानं तो धावू लागला. त्याच्या जखमी सेनापतीनं कसंबसं स्वत:ला सावरलं आणि किल्ल्यावर स्थित असलेल्या 'चिहिल सुटून' महालामध्ये आसरा घेतला.
>
> मुघलांचे सगळे प्रमुख पळून गेल्याचं पाहिल्यावर पाटणा आता आपल्या ताब्यात आल्याची इंग्रजांना खात्री पटली. त्यांनी तेलंगण्यावरून आणलेल्या निम्न जातीच्या शिपायांनी मग तिथली दुकानं व घरं लुटायला सुरुवात केली.[१]

आपल्याला आता विरोध करायला कुणीच उरलेलं नाही, असं पाहून एलिसनं आपल्या शिपायांनाही लुटालूट करण्याची परवानगी देऊन टाकली. इंग्रज सैनिक अक्षरश: वेड्या कुत्र्यांप्रमाणे दिसेल त्या घरावर आणि दुकानावर तुटून पडले आणि जे हाताला येईल ते आपल्या खिशांमध्ये कोंबू लागले.[२] मोहीम संपल्याच्या आनंदात आणि पोटात पडलेल्या खड्ड्याची आठवण होऊन, कारखान्याचे वरिष्ठ अधिकारी नाश्ता करण्यासाठी कारखान्यामध्ये परतले.[३]

मात्र विजयाच्या उन्मादात तरंगणाऱ्या या लोकांना हे माहिती नव्हतं, की मीर कासिमचं लष्कर पाटण्यापासून जेमतेम ३ मैलांवर येऊन ठेपलं होतं! मीर कासिमच्या हेरांनी त्याला एलिसच्या कटाबद्दल आधीच सावध केलं असल्यानं, त्यानं काही दिवस अगोदर जनरल मार्करच्या नेतृत्वाखाली मोन्घीरवरून पाटण्याकडे चार पलटणी धाडून दिल्या होत्या. नवाबाला इंग्रजांच्या हल्ल्याची वार्ता देण्यासाठी धावत सुटलेल्या राज्यपालाला ही फौज रस्त्यात भेटली. गुलाम हुसेन खाननं लिहून ठेवल्यानुसार-

> 'राज्यपालाकडून बातमी समजताच, मार्करनं आपल्या सैनिकांना पटापट

> पावलं उचलायला सांगितली. नदीकडच्या रस्त्यानं येत ते शहराच्या पूर्वेकडे असलेल्या दरवाजावर पोहोचले. इंग्रजांना त्यांच्या आगमनाची खबर मिळताच, त्यांनी अगदी शांतपणे दरवाजा उघडला. शत्रूवर हल्ला करण्यासाठी त्यांनी आपल्या दोन तोफा तैनात ठेवल्या होत्या. पण मार्करच्या एका शूर सैनिकानं त्यांचा डाव हाणून पाडला! आपल्या पलटणीच्या सर्वांत पुढे जाऊन त्यानं इंग्रजांवर बंदुकी आणि आग्निबाणांचा इतका भडिमार सुरू केला, की इंग्रजांना काही समजण्याच्या आत त्यांची फळी पार तुटून गेली! गोंधळलेल्या आणि घाबरलेल्या मन:स्थितीत ते कारखान्याकडे पळू लागले. अचानक पदरात पडलेल्या यशाने धीर आलेल्या राज्यपालानं, आपल्या लष्कराला त्यांचा पाठलाग करण्याचा आदेश दिला. दरवाज्याशी घडलेला प्रकार कानावर येता, किल्ल्यावर इतर ठिकाणी तैनात केलेले इंग्रज सैनिक आपला जीव वाचविण्यासाठी सैरावैरा पळत सुटले. मीर कासिमचा विजय झाला होता! इंग्रज सैनिक सोडून गेलेल्या तटबंदी व बुरुजांवर त्याच्या सैनिकांनी लगेच स्वत:चा जम बसवला.[४]

कंपनीच्या लष्कराचं कंबरडं मोडलं होतं. त्यांच्या कारखान्याला वेढा घातला गेला होता. कारखान्याच्या आजूबाजूला शहराच्या भिंती असल्यानं एलिसला तिचं रक्षण करणं जड जाऊ लागलं. मग त्यानं तिथून आपल्या उरलेल्या माणसांसोबत पळ काढण्याची योजना आखली. नदीच्या मार्गानं पश्चिमेकडे प्रवास करून अवधकडे जाण्याचा त्याचा मानस होता.

> पण ते फार दूर जाऊ शकले नाहीत. छापऱ्याला त्यांच्या नौका पोहोचताक्षणी सारनच्या फौजदारानं त्यांच्यावर हल्ला केला. थोड्या वेळानं मीर कासिमचा सेनापती समरू (वॉल्टर रीनहार्ट) बक्सरहून आपल्याकडचे काही हजार शिपाई घेऊन तिथं येऊन धडकला. मुघल सैन्याची संख्या पाहून इंग्रजांना घाम फुटला आणि त्यांनी आपली शस्त्रं टाकून दिली. समरूनं सगळ्या इंग्रजांना बंदी बनवून मोन्घीरच्या तुरुंगात आणून डांबलं. मग मीर कासिमनं आपल्या सगळ्या वरिष्ठ अधिकारी व लष्करी कर्मचाऱ्यांना निरोप धाडला, की त्यांनी एकूण एक इंग्रजाला कैद करून आपल्याकडे घेऊन यावं.[५]

आठवडाभरात बिहारमधल्या ५ हजार इंग्रज सैनिकांपैकी ३हजार मारले गेले होते किंवा कैदेत टाकले गेले होते. काहीजण तर चक्क मीर कासिमला शरण जाऊन

त्याच्या लष्करात सामील झाले होते. मारल्या गेलेल्यांपैकी जेम्स आम्यातही एक होता. खरंतर तो निसटून मुर्शिदाबादपर्यंत व्यवस्थित पोहोचला होता. पण तिथं त्याच्या नौकेवर हल्ला केला गेला. तिथल्या स्थानिक लष्करी अधिकाऱ्यानं जेव्हा आम्यातला कैदेत घेण्याचा प्रयत्न केला, तेव्हा त्यांच्यात झालेल्या हाणामारीमध्ये आम्यात मारला गेला. खरंतर आम्यात त्या अधिकाऱ्याला वारंवार विनवणी करत होता, की आपल्याला मीर कासिमकडे पाठवलं जावं; मग तो जी शिक्षा सांगेल ती भोगायला आपण तयार आहोत. पण त्या अधिकाऱ्यानं आम्यातचं काही न ऐकता त्याला मारून टाकलं आणि त्याच्या शरीराचे बारीक-बारीक तुकडे करून फेकून दिले![६]

उद्विग्न झालेल्या मीर कासिमनं कलकत्त्याला पत्र लिहून तक्रार केली, की 'एलिसनं एखाद्या भुरट्या चोराप्रमाणे रात्रीच्या वेळी पाटण्याच्या किल्ल्यावर हल्ला केला आणि तिथली दुकानं व घरं धुऊन नेली. तसंच त्यानं आमच्या असंख्य माणसांना गंभीररीत्या जखमी केलं; अनेकांनी आपले प्राण सुद्धा गमावले. तुमच्या कर्मचाऱ्याच्या घृणास्पद वागणुकीमुळे जे नुकसान झालं आहे, त्याचा तुम्ही हिशेब दिलाच पाहिजे. आमच्या साधनसंपत्तीचं आणि मनुष्यबळाचं झालेलं नुकसान किती भयानक आहे, हे तुम्हाला शब्दांत वर्णन करता येण्यासारखं नाही. हजारो करोडो रुपयांचं नुकसान झालेलं आहे. सिराज उद्दौलाने कलकत्ता त्यागल्यानंतर तुम्ही ज्याप्रमाणे कलकत्त्याच्या पुन:प्रस्थापनासाठी निधी दिलात; तसा तो आता आम्हालाही द्यायला हवा.'[७]

पण आता या वाटाघाटी आणि नुकसानभरपाईच्या गोष्टी करण्यासाठी खूप उशीर झालेला होता. ही वेळ मागे हटण्याची नव्हती, तर समोरून सामना करण्याची होती. बिहार आणि बंगालमधले असंख्य स्थानिक उमराव आपलं मुघल साम्राज्य वाचविण्यासाठी आणि आपल्यावर परकीयांचं राज्य लादलं जाऊ नये, या ईर्षेनं मीर कासिमच्या मागे कणखरपणे उभे राहू लागले. मीर कासिमला मान्य असो अथवा नसो; आता युद्धाशिवाय दुसरं गत्यंतर नव्हतं.

आठवडाभरानंतर ४ जुलै १७६३ रोजी कलकत्त्यातील मंडळानं मीर कासिमबरोबर औपचारिकरीत्या युद्धाची घोषणा केली. मीर कासिमच्या जखमेवर मीठ चोळण्यासाठी त्यांनी त्याच्या वृद्ध सासऱ्याला मीर जाफरला पुन्हा एकदा सिंहासनावर विराजमान केलं. निवृत्त झाल्यानंतर मीर जाफरचा बहुतांशी वेळ अफूच्या गर्तेत जात असे. त्यामुळे त्याचं डोकं सदैव गोंधळलेलं असे. याच स्थितीमध्ये आधीच पैशाच्या

बाबतीत हलगर्जी असलेल्या वृद्ध नवाबानं आपल्या जावयाविरुद्ध लढण्यासाठी कंपनीला रु. ५ दशलक्ष द्यायचे कबूल केले.

कंपनी सैनिकांची एक तुकडी मीर जाफरला त्याच्या पूर्वीच्या राजधानीला घेऊन गेली. तीन आठवड्यांनंतर, २८ जुलै रोजी ८५० युरोपियन सैनिक आणि १५०० शिपायांनी पावसाळ्यापूर्वीच्या दमटपणात लपेटलेलं कलकत्ता सोडलं. जॉन-बतीस्त जेन्टीलनं नमूद केल्यानुसार, 'युद्धाची तयारी करण्यासाठी पुरेसा वेळ न मिळालेल्या इंग्रजांना, आपल्याकडच्या बंदिवान फ्रेंच माणसांना, मेजर ॲडम्सच्या हाताखाली इंग्रज फौजेत सामील होण्याची सक्ती केली. मेजर ॲडम्स तत्काळ मुर्शिदाबादकडे निघाला. प्लासीजवळच्या कटव्याला ॲडम्स आणि मुर्शिदाबादच्या सेनापतीमध्ये युद्ध सुरू झालं, पण ॲडम्सनं ते लीलया सर केलं. ऐन पावसाळ्यामध्ये राजमहालाकडे आलेल्या ॲडम्सच्या लष्कराचं भरपूर नुकसान झालं; पण तरी त्याला नवाबाची शस्त्रास्त्रे, दारूगोळा आणि रसद हिसकावून घेण्यात यश आलं. ते सगळं सामान ताब्यात घेतल्यावर ॲडम्स लागलीच राजमहालामध्ये घुसला.[८]

जेमतेम पाच वर्षांपूर्वी त्यांनीच सिंहासनावर विराजमान केलेल्या नवाबाबरोबर युद्ध पुकारणं हे कंपनीसाठी फक्त नामुष्कीच नव्हे, तर आर्थिकदृष्ट्या अत्यंत मोठ्या नुकसानाची गोष्ट होती. ल्यूक स्क्रॅफ्टननं लिहून ठेवल्यानुसार-

'कंपनीवर युद्धाच्या खर्चाचा प्रचंड भार पडत होता; इतका की अखेर त्यांना आपल्याच नोकरांकडून ८% व्याजदरावर पैसा उचलण्याची वेळ आली. एवढं करूनही, ते युरोपकडे पाठवत असलेली जहाजं अर्धी रिकामी जाऊ लागली कारण लंडनला पाठवण्यासाठी भारतातून माल विकत घेण्याइतपत पैशाची सोय होईना.[९] वाईटात चांगली गोष्ट इतकीच होती, की मीर कासिमच्या विरोधात त्यांनी सुरू केलेली मोहीम हळूहळू का होईना; पण यशस्वी होत होती.'

मीर कासिमनं नव्यानं उभारलेलं लष्कर त्यांना इंग्रजांच्या बलाढ्य आणि अनुभवी लष्कराशी लढा देता येण्याइतकं परिपक्व आणि प्रशिक्षित नव्हतं. एका बाजूला जुन्या मुघल घोडदळांशी दोन हात करताना इंग्रजांची जितकी माणसं मारली जायची, त्याच्या दुप्पट ते आता गमावत होते. पण हेही तितकंच खरं, की दोन्ही पक्ष समोरासमोर आले, की मीर कासिमचे सैनिक घाबरून पळ काढत. काटव्याला मेजर ॲडम्सनं मीर कासिमचा वरिष्ठ आणि अनुभवी सेनापती मोहम्मद ताकाला मारलं. तीन आठवड्यांनंतर घेरियाच्या चकमकीमध्ये पुन्हा कंपनीचाच विजय झाला.

मोहम्मद अली खान अन्सारीनं लिहून ठेवल्यानुसार-

> 'घेरियाच्या युद्धामध्ये अवसान गाळून बसलेले मुघल सैनिक तिथून वाऱ्यासारखे पळत निघाले आणि बिहारमधल्या 'उधुआ नल्ला' या

टेकाडावरच्या किल्ल्यावर येऊन विसावले. मीर कासिमनं, अशाच बिकट परिस्थितीच्या पूर्वतयारीत या किल्ल्याला उत्तमरीत्या सुरक्षित करून ठेवलं होतं. किल्ल्याच्या वरच्या बाजूनं काली गंगेमध्ये वाहत जाणारा पाण्याचा प्रवाह अतिशय जोरदार असे. तो प्रवाह जिथपासून गंगेला मिळत असे, तिकडे नदीचं पात्र अगदी खोल बनत असे. नदीच्या दोन्ही बाजूंना घनदाट जंगल होतं. किल्ल्याकडे ये-जा करण्यासाठी एकच रस्ता होता, जो मीर कासिमनं बांधलेल्या पुलावरून जात असे. त्याशिवाय त्यानं किल्ल्याच्या सभोवताली खोल खंदक आणि उंच भिंतीदेखील बांधून घेतल्या होत्या. खंदकावरून एकच मातीचा पूल जात असे आणि भिंतीवरून एक नागमोडी रस्ता काढला गेला होता. इतक्या कडेकोट बंदोबस्तामधून आपला हा 'उधुआ नल्ला' किल्ला सर करणं इंग्रजांना कदापिही शक्य नाही, असं मीर कासिमचं ठाम मत होतं. पण दुर्दैवानं नियतीला त्याचं हे मत मान्य नव्हतं.[१०]

'उधुआ नल्ला'ला असतानाच मीर कासिमच्या अपरिपक्व लष्करानं सगळ्यात मोठी चूक केली. पहिला महिनाभर ॲडम्सच्या दारूगोळ्याचा किल्ल्यावर काही परिणाम झाला नाही. ते पाहून इंग्रज आता आपल्यापर्यंत पोहोचू शकत नाहीत, या समजुतीनं, मीर कासिमचं २० हजार इतकं लष्कर नको इतकं बेसावध बनलं. गुलाम हुसेन खाननं नमूद केल्यानुसार-

'आपला किल्ला किती अभेद्य आहे आणि समोरच्या शत्रूला तो सर करणं किती कठीण आहे, याबाबत अवास्तव कल्पना गोंजारून ते पूर्णपणे गाफिल राहिले. स्वत:कडे थोडाफार पैसा बाळगणारे सैनिक तर रात्रभर मदिरासेवन आणि नृत्यांगनांशी शय्यासोबत करू लागले.'[११]

त्यापैकी फक्त एकच सेनापती असा होता, जो किल्ल्याच्या तळाशी दबा धरून बसलेल्या शत्रूला परतवण्याच्या शर्थीचा प्रयत्न करत होता. नुकताच इस्फाहनवरून भारतात आलेल्या या तडफदार, हुशार आणि तरुण पर्शियन घोडेस्वार सैनिकाचं नाव होतं मिर्झा नजाफ खान. भविष्यात मुघल इतिहासामध्ये अजरामर होणार असणारं ते नाव होतं. नजाफ खाननं स्थानिक वाटाड्यांना हाताशी धरून आपल्या हाताखाली असणाऱ्या सैनिकांना, जंगलाच्या वाटेतून किल्ल्याच्या तळाशी जायचा रस्ता दाखवायला सांगितलं. वाटाडे दाखवत असलेल्या रस्त्यांवरून ते रात्रीच्या वेळेला दबक्या पावलांनी खाली उतरू लागले. नदी ज्या ठिकाणी उथळ होत होती, तिथून ते दुसऱ्या बाजूला गेले. पहाट फुटतच होती; इतक्यात नजाफ खान आणि त्याच्या सैन्यानं इंग्रज छावणीवर धाड टाकली! त्यांनी इतक्या वेगानं

घुसखोरी केली, की तंबूमध्ये झोपलेला मीर जाफर खान आणि इतरत्र झोपलेले सैनिक-शिपाई, सगळ्यांना भूकंप झाल्यासारखं वाटलं.[१२]

दुर्दैवानं या हल्ल्यानंतर आठवडाभरानं, इंग्रजांनी एका वाटाड्याला बंदी बनवलं आणि ४ सप्टेंबरला त्याला त्याच मार्गावरून मेजर ॲडम्सच्या सैन्याला मुघलांच्या छावणीकडे न्यायला भाग पाडलं. अन्सारीनं नमूद केल्यानुसार-

> 'नदीमधून व्यवस्थित जाता यावं, यासाठी इंग्रजांनी आपल्याकडच्या सगळ्यात उंच सैनिकांची निवड केली. हनुवटीपर्यंत आलेल्या पाण्यातून, शस्त्रं व दारूगोळ्याच्या पिशव्या डोक्यावर धरून त्यांनी नदी पार केली आणि किल्ल्याच्या बाहेरील भिंतीकडे येऊन पोहोचले. तिथं त्यांनी मोठमोठ्या शिड्या लावल्या आणि भिंती चढून आत घुसले. आपला शत्रू कधीच इथपर्यंत येऊन पोहोचणार नाही, या गैरसमजुतीत आरामात झोपलेल्या मुघलांचा त्यांनी क्षणार्धात ताबा घेतला. सर्वत्र कोलाहल माजला. तिथल्या तिथं अनेक मुघल गंभीर जखमी झाले किंवा मारले गेले.'
>
> अर्थात, भिंतींवरून इंग्रजांची केवळ एक लहानशी तुकडी चढली होती. मुख्य दरवाज्याबाहेर मोठी फौज तयार उभी होती. दरवाजा उघडला गेला तसा टोळधाड पडल्यासारखे ते सैनिक आत घुसले! सगळीकडे चीत्कार ऐकू येऊ लागले. कित्येक मुघलांना झोपेतच मृत्यू आला; जे जागे झाले त्यांनी घाबरून किल्ल्यावरून नदीत उड्या मारल्या. मात्र जे काम शत्रूच्या बंदुकींनी केलं नाही ते नदीच्या बर्फाळलेल्या पाण्यानं केलं.
>
> त्या रात्री सुमारे १५हजार माणसांचा मृत्यू झाला आणि १०० तोफा शत्रूच्या ताब्यात गेल्या.
>
> नजाफ खानला कसाबसा स्वतःचा जीव वाचवता आला; पण त्याच्यासोबत नदीच्या दिशेनं जाणाऱ्या अनेकांचा शत्रूच्या गोळीनं अचूक वेध घेतला. नजाफ खान डोंगराच्या दिशेनं पळाला; समरू आणि त्याच्यासोबत आलेल्या सैनिकांचा गटसुद्धा कसाबसा त्याच्या मागोमाग आला. त्या सगळ्यांनी मिळून मोन्घीरचा रस्ता धरला.
>
> पहाट फुटल्यानंतर सुमारे दीड तासाने इंग्रजांनी ढोल वाजवून स्वतःला विजयी घोषित केलं.[१३]

त्या दिवशी मीर कासिम 'उधुआ नल्ला'वर नव्हता; अवघे काही तास आधी

तो मोन्घीरकडे निघून गेला होता. त्यामुळे तो बचावला. पण ‘उधुआ नल्ला’च्या हल्ल्यावरून तो पुरता कधी सावरलाच नाही. त्याच्या दृष्टीनं काहीतरी फार अकल्पित आणि आक्रित घडलं होतं. दु:खावेगानं मीर कासिमला घेरून टाकलं. तो दिवसेंदिवस झोपून राहू लागला; पलंगावर लोळत पडू लागला. अगदी त्याच्या विश्वासातल्या गुर्घिन खानचंही तो ऐकेनासा झाला.[१४] अखेर आपल्याकडचे कैदी घेऊन तो पाटण्याला परतला.

‘उधुआ नल्ला’च्या हल्ल्यानंतर आधीच संशयी स्वभावाच्या मीर कासिमनं आता खूणगाठ बांधली, की त्याच्याच माणसांपैकी कुणीतरी त्याचा विश्वासघात केला होता आणि विशेषत: त्याचे सेनापती त्याच्या वाईटावर टपले होते. अन्सारीनं लिहिल्यानुसार-

‘एरवीसुद्धा क्रौर्याचा मुक्तहस्तानं वापर करणारा मीर कासिम आता संशयरूपी भुतानं पछाडल्यामुळे अधिकच खूनशी झाला.’

> सतत येणाऱ्या अपयशामुळे खचून जाऊन मीर कासिमनं आपल्याकडची सगळी मौल्यवान साधनसंपत्ती आणि आपली सगळ्यांत लाडकी पत्नी यांना काही विश्वासू कर्मचाऱ्यांसोबत ‘रोहतास’च्या किल्ल्यावर पाठविण्याचा बेत आखला. त्याच्या जनानखान्यातील इतर सगळ्या स्त्रियांना त्यानं चक्क रस्त्यावर काढलं! त्याला येत असलेलं अपयश आणि त्यानं आपल्या जनानखान्याला दिलेली हीन वागणूक पाहून, मीर कासिमच्या कर्मचाऱ्यांना त्याच्या बाबतीत वाटणारा आदर कमी होऊ लागला. पण तरीही, मीर कासिमच्या अंगभूत क्रौर्यानं कुणाला आपलं मत व्यक्त करण्याचं स्वातंत्र्य दिलं नाही. दिवसेंदिवस त्याच्या डोक्यातली संशयाची भुतं अधिकाधिक थैमान घालू लागली. एके दिवशी त्यानं आपल्याकडच्या सगळ्या युद्धकैद्यांना जीवे मारण्याचं फर्मान सोडलं.[१५]

मीर कासिमची मानसिक स्थिती इतकी नाजूक होऊ लागली, की त्याच्यातला शंकासूर आता गुर्घिन खानकडे मोर्चा वळवू लागला. खरंतर गुर्घिन खान हा मीर कासिमच्या सर्वांत इमानदार कर्मचाऱ्यांपैकी एक होता. पण अखेर तोही मीर कासिमच्या संशयाचा बळी ठरला. नवाबाच्या या अत्यंत मोठ्या घोडचुकीचाा प्रगट साक्षीदार असलेल्या जॉन-बतीस्त जेन्टीलनं सदर घटनेबद्दल लिहून ठेवल्यानुसार-

‘पाटण्याकडे परतण्याच्या वाटेवर असताना, मीर कासिमच्या हितशत्रूंनी गुर्घिन खानविरुद्ध त्याचे कान भरायला सुरुवात केली. ते त्याला सांगू लागले, की इंग्रजांनी आपल्याकडे बंदी बनवून ठेवलेल्या भावाच्या सांगण्यावरून गुर्घिन खान

मीर कासिमला धोका देण्याचा कट रचत आहे. हलक्या कानाच्या मीर कासिमच्या मनात त्याच्याशी इतक्या प्रामाणिक राहिलेल्या कर्मचाऱ्याबद्दल लगेच भीती निर्माण झाली. कोणताही पुरावा नसताना, तो गुर्घिनकडे विश्वासघातकी म्हणून पाहू लागला. गुर्घिनला या सगळ्याची कल्पना होती; आमचे तंबू नेहमी एकमेकांशेजारी असल्यानं आम्ही बरेचदा एकत्र जेवायचो. त्यामुळे आमच्या खूप गप्पा व्हायच्या.

> एके दिवशी गुर्घिनला जेवायला यायला उशीर झाला. मला भूक लागली होती; त्यामुळे मी नवाबाच्या मुदपाकखान्यामधून आमच्यासाठी पाठवले गेलेले पदार्थ ताटात वाढून जेवायला बसलो. तितक्यात गुर्घिन तिथं येऊन पोहोचला. मी पहिला घास घेणार इतक्यात त्यानं मला थांबवलं आणि म्हणाला, "जॉन, काय करतो आहेस तू? माझ्याबद्दल काय अफवा पसरवल्या जात आहेत, तुला माहिती आहे ना? तरीही तू इतक्या बेफिकीरपणा कसा वागू शकतोस? अरे, हे जेवण शाही मुदपाकखान्यामधून आलेलं आहे. त्यात विष कालवलेलं असू शकतं. इथं माझे अनेक शत्रू आहेत; तू काळजी घे," असं म्हणून गुर्घिननं आपल्या सेवकांना ते सगळं जेवण घेऊन जायला सांगितलं आणि स्वत:च्या आचाऱ्यांनी बनवलेलं जेवण आम्हाला वाढण्याचे आदेश दिले. मोन्घीर आणि पाटण्याच्या मध्ये असताना गुर्घिनला मारण्याचा प्रयत्न केला गेला. नशिबानं त्या दिवशी तंबूमधला उकाडा अतिशय वाढल्यामुळे मी माझा पलंग गुर्घिनच्या तंबूसमोर टाकून बसलो होतो. त्यामुळे त्याच्या मारेकऱ्यांना असं वाटलं, की आपला कट उघडा पडला आहे आणि त्यांनी दुसऱ्या दिवशी प्रयत्न करण्याचा विचार केला. दुसऱ्या दिवशी गुर्घिन कुठेतरी बाहेर जाऊन आला होता. रस्ते खराब असल्याकारणानं त्याला छावणीवर परतायला बराच उशीर झाला. येताना त्यानं आपल्या माणसांना, पुढे जाऊन लगेच जेवणाची सोय करण्याचा हुकूम फर्मावला. धीम्या पावलांनी गुर्घिन आपल्या घोडदळाच्या तंबूमधून वाट काढत पुढे येत असताना, त्याच घोडदलातला एक शिपाई अचानक त्याच्या समोर आला आणि आपल्याला किती कमी पैसे दिले जात आहेत, अन्नधान्याची खरेदी करणं किती कठीण झालं आहे, याबद्दल कुरकूर करू लागला. खरंतर या माणसाला नुकताच पगार दिला गेला होता.
>
> गुर्घिनला त्या माणसाचा राग आला. त्यानं आपल्या एका सेवकाला जवळ बोलावून त्या माणसाला हटकायला सांगितलं; तसा तो माणूस जरा मागे सरला. मला उकाड्याचा भयंकर त्रास होत होता. त्यामुळे

गुर्घिन सुरक्षित असल्याचं पाहून मी थंडाव्याच्या शोधात निघालो. जेमतेम तीस पावलं पुढे गेलो असेन; इतक्यात गुर्घिनच्या सेवकाच्या आरोळ्या ऐकू आल्या. मागे वळून बघतो तर काय? तो घोडेस्वार गुर्घिनवर तलवारीचे वार करत होता!

गुर्घिन आणि त्याच्या सेवकांनी उकाड्यापासून आराम मिळावा म्हणून केवळ हलके सुती कपडे घातले होते. बाकी त्यांच्या अंगावर संरक्षणात्मक चिलखत वगैरे काही नव्हतं. त्यामुळे, अवघ्या तीन वारांमध्ये गुर्घिन कोसळला! विजेच्या चपळाईनं केल्या गेलेल्या त्या वारांपैकी पहिल्या वारात गुर्घिनची अर्धी मान छाटली गेली; दुसऱ्यानं त्याच्या एका खांद्याचं हाड कापून काढलं; तर तिसऱ्यानं त्याचं मूत्रपिंड निकामी केलं. मारेकऱ्यानं पुन्हा एक निर्दयी वार केल्यावर अर्धमेल्या झालेल्या गुर्घिनचा चेहरा कापला गेला. त्याही अवस्थेमध्ये तंबूकडे जाऊ पाहणाऱ्या गुर्घिनवर मारेकऱ्यानं शेवटचा वार केला जो थेट त्याच्या शरीराच्या आरपार गेला. त्यानंतर तो घोडेस्वार वाऱ्याच्या वेगानं पळून गेला!

अवघ्या काही क्षणांमध्ये सगळा खेळ आटोपला! घोडेस्वार पळून गेल्यावर मी भानावर आलो आणि धावत माझ्या मित्राजवळ पोहोचलो. गुर्घिनच्या सेवकांना पालखी आणायला सांगितली आणि त्याला तंबूमध्ये घेऊन गेलो. त्यानं पाणी मागितलं; पाणी दिलं तर ते त्याच्या मानेच्या जखमेमधून घरंगळत खाली आलं. मला आपल्या शेजारी बसलेला पाहून शेवटच्या घटिका मोजणाऱ्या गुर्घिनने माझ्याकडे रोखून बघितलं आणि तीन वेळा आपल्या मांडीवर थाप मारली. त्याच्या या संकेताचा अर्थ होता, की तो एका भयंकर कटाचा शिकार बनला होता आणि मी आता आपली काळजी घ्यावी.'[१६]

गुर्घिननंतर राजा राम नारायणची पाळी होती. एकेकाळी पाटण्याचा राज्यपाल असलेल्या राम नारायणनं, शहा आलमच्या विरोधात मोठ्या शौर्यानं लढा दिला होता. मुघलांकडे अनेक पिढ्या कारभारी म्हणून काम करणाऱ्या हिंदू कायस्थ जातकुळीतून आलेल्या राम नारायणला लहानपणी त्याच्या जातीतल्या इतर मुलांप्रमाणे पर्शियन शिक्षणपद्धतीच्या मदरशामध्ये शिकायला पाठवलं गेलं होतं. राम नारायणला पर्शियन कवितांची विशेष गोडी लागली आणि तो इस्फाहनवरून आलेल्या शेख मूहम्मद अली हाझिनचा खूप प्रिय शिष्य बनला. हाझिन हा अठराव्या शतकातल्या नावाजलेल्या पर्शियन कवींपैकी एक होता. पर्शियावरून हद्दपार केलं गेल्यानंतर तो बनारसला येऊन स्थायिक झाला होता.

मीर कासिमच्या हातून आपलं मरण होणं अटळ आहे, हे लक्षात आल्यावर राम नारायणनं त्याच्या उस्तादाच्या शैलीमध्ये काही हृदयद्रावक काव्यं रचली होती. पुढे अनेक वर्षं उत्तर भारतात या कविता लोकांच्या मनात घर करून राहिल्या होत्या. त्यापैकी एका कवितेत राम नारायणनं लिहिलं होतं-

'पुरे झालं आता! माझं आयुष्य वितळत चाललं आहे,
एखाद्या मेणबत्तीप्रमाणे,
शिरावर अग्नी आणि देहावर मेणाचे अश्रू ढाळत ते उभं आहे
तुझं सौंदर्य, माझं दुर्दैव... सगळं क्षणभंगूर आहे,
राजाची सकाळ, रंकाची संध्याकाळ... सगळं क्षणभंगूर आहे
बागेत येणारा प्रवासी, त्याच्याकडे पाहून हसणारी ती कोवळी कळी;
सगळं संपणार आहे,
आनंद आणि दु:ख... येत-जात संपणार आहे'[१७]

उपरोक्त कविता लिहिल्यानंतर काही दिवसांनी, मीर कासिमच्या हुकूमानुसार तुरुंगात कैद असलेल्या राम नारायणला समरूनं गोळ्या झाडून मारून टाकलं.

त्यानंतर पाळी आली जगतसेठांची. एलिस आणि त्याच्या साथीदारांना अटक झाल्यानंतर, मीर कासिमनं इंग्रजांच्या कारखान्यात सापडलेल्या सगळ्या खासगी कागदपत्रांचा जातीनं अभ्यास केला होता. त्यांमध्ये त्याला जगतसेठ महताब राय आणि त्याचा चुलत भाऊ महाराज स्वरूपचंद यांनी एलिसला लिहिलेली पत्रं सापडली. त्या पत्रांमध्ये त्यांनी एलिसला नवाबाविरुद्ध लढा पुकारण्यासाठी चिथवलं होतं; इतकंच नव्हे, तर त्या मोहिमेसाठी एलिसला आर्थिक साह्य करण्याचंही वचन दिलेलं होतं. मीर कासिमनं या दोघा भावंडांना त्यांच्या मुर्शिदाबादमधल्या घरातून मोन्घीरमधल्या एका भव्यदिव्य हवेलीमध्ये आणून ठेवलं होतं. त्या हवेलीशेजारी एक उत्कृष्ट बगीचा होता आणि हवेलीमध्ये ज्या पाहिजे, त्या सुखसोयी उपलब्ध केल्या गेल्या होत्या. जेन्टीलनं लिहून ठेवल्यानुसार-

'दोघे भाऊ अत्यंत श्रीमंत होते. इतके की त्यांच्या तिजोरीतल्या धनाची कल्पना केली तरी सामान्य माणसाचे डोळे दिपले असते. त्या काळी जगतसेठ हे हिंदुस्थानातील सर्वांत धनाढ्य आणि आद्य सावकार होते. स्वाभाविकच, त्यांच्या शब्दाचं वजन इतकं मोठं होतं, की ते दिल्लीशी आर्थिक देवाणघेवाण करून, बंगालमधल्या कुठल्याही प्रांताच्या राज्यपालाची नियुक्ती अथवा बरखास्ती घडवून आणू शकत. पैसा देऊन मनाला

येईल ते काम फत्ते करण्याची सवय असलेल्या या जगतसेठांनी एलिस, आम्यात आणि इतर अनेक उच्चाधिकाऱ्यांशी आर्थिक नाती जोडून आपले हेतू साध्य करून घेतले होते. यावेळी मात्र नशिबानं त्यांची साथ सोडली होती; ते पकडले गेले होते.

नवाबानं जगतसेठ आणि एलिसमधला पत्रव्यवहार बघितल्यावर जगतसेठांना कैद करून आणण्याचा हुकूम सोडला होता. मात्र गुर्घिन खान व राम नारायणचे मृत्यू झाल्यानंतर त्यानं जगतसेठांना शिक्षा देण्याचं ठरवलं. मी एके रात्री नवाबाच्या दरबारात गेलो असता, तिथं नवाब आणि त्याचा एक अधिकारी दोघेच हजर होते. तो अधिकारी मीर कासिमसमोर जगतसेठांनी केलेल्या गुन्ह्यांचा पाढा वाचून दाखवत होता. जगतसेठांनी मीर कासिमसमोर खूप गयावया केली. त्यानं आपला जीव आणि स्वातंत्र्य परत करावं, यासाठी ते त्याला चार कोटी रुपये द्यायलाही तयार झाले.

त्यांचा प्रस्ताव ऐकून मीर कासिम माझ्याकडे वळून उद्‌गारला, 'ऐकलंस? ही माणसं काय म्हणत आहेत ते? दोन भावांनी मिळून मला किती रक्कम देऊ करावी? तर, चार कोटी! (चार कोटी रुपये म्हणजे ४० दशलक्ष पौंड) माझ्या सेनापतींनी हे ऐकलं ना, तर बिनदिक्कत यांना मोकळं करतील आणि उलट मलाच त्यांच्या ताब्यात देतील!'

त्यानंतर, मीर कासिमनं आपल्या अधिकाऱ्याला फर्मावलं, 'इथून हलायचं नाही. समजलं?' आणि तडक समरूला पाठवून देण्याचं फर्मान सोडलं. काही मिनिटांत समरू तिथं येऊन पोहोचला. त्याला बघितल्यावर मीर कासिमनं त्याला दोन्ही जगतसेठांना मारून टाकण्याचा हुकूम दिला. तसंच समरूनं काम फत्ते झाल्याचं सांगेपर्यंत त्यानं कुणालाही तंबूबाहेर न जाण्याचीही ताकीद दिली. काही अस्वस्थ क्षणांनंतर समरूनं येऊन सांगितलं, की त्यानं साखळदंडानं बांधून ठेवलेल्या दोन्ही जगतसेठांना त्याच अवस्थेत पिस्तुलीनं गोळ्या झाडून मारून टाकलं आहे.[१८]

इतकं सगळं करूनही मीर कासिमची तगमग कमी होईना. त्यानं पुन्हा एकदा वॉरन हेस्टिंग्सला पत्र लिहिलं. १९ ऑगस्टला लिहिलेल्या या पत्रामध्ये त्यानं हेस्टिंग्सकडे, 'आपल्या राजकीय कारभारामधून रजा घेऊन मक्क्याला हज यात्रेला जाण्यासाठी,' परवानगी मागितली.[१९]

आपण आश्रय दिलेल्या माणसाची इतकी विफल स्थिती झालेली पाहून

हेस्टिंग्सला दु:ख झालं; पण त्याला हेही माहीत होतं की आता खूप उशीर झाला आहे. मीर कासिमचा त्याच्या स्वत:च्या कृत्यांपासून बचाव करणं अशक्य होतं. हेस्टिंग्सनं केलेल्या एका नोंदीनुसार-

'मीर कासिमवर झालेले अन्याय आणि त्याला झेलाव्या लागलेल्या जखमांचे व्रण खूप खोल गेले होते. भरीस भर, त्याच्या स्वभावातला घाबरटपणा आणि समोर ठळकपणे दिसणारा विनाश या दोहोंमुळे त्याची मानसिक स्थिती दिवसेंदिवस अधिकच खालावत गेली. मीर कासिम तर्कसंगत विचार करण्याची शक्ती गमावून बसला होता. त्याला असं वाटू लागलं होतं, की प्रत्यक्ष किंवा अप्रत्यक्षरीत्या त्याच्या विनाशाचं कारण बनलेल्या सगळ्या व्यक्तींना यमसदनी पाठवल्याशिवाय त्याला न्याय मिळणार नाही.'[२०]

मीर कासिमला जेव्हा हे लक्षात आलं, की त्याचा एकेकाळचा मित्र त्याची मदत करू शकणार नाही, तेव्हा त्यानं शेवटचा हुकमी एक्का बाहेर काढला. त्यानं मेजर ॲडम्सला पत्र लिहून ईस्ट इंडिया कंपनीनं घेतलेल्या निर्णयांच्या कायदेशीरपणावर शंका उभी केली. 'गेले तीन महिने तुम्ही आमच्या राज्यात उच्छाद मांडलेला आहे. हे तुम्ही कोणत्या अधिकारानं करत आहात, सांगाल का? यापुढे जर तुम्ही तुमची मनमानी करणं थांबवलं नाही तर मी एलिस आणि इतर अधिकाऱ्यांची मुंडकी छाटून तुमच्याकडे पाठवून देईन. हा माझा शब्द आहे.'[२१]

६ ऑक्टोबर रोजी मोन्घीरवर चाल करण्याच्या काही दिवस आधी ॲडम्सनं मीर कासिमच्या पत्राला उत्तर पाठवलं; ज्यात त्यानं लिहिलं होतं-

'तुमच्या कैदेत असलेल्या माझ्या एका जरी माणसाच्या केसालाही धक्का पोहोचला, तर आम्ही तुमची जराही गय करणार नाही हे ध्यानात ठेवावे. तुम्ही अद्याप आमचा खरा कोप बघितलेला नाही. तो बघावा लागेल अशी पाळी स्वत:वर आणू नका; कारण आम्ही तुमचा पृथ्वीच्या अंतापर्यंत पाठलाग करू आणि समजा आम्ही तुम्हाला पकडू शकलो नाही, तर तुम्ही नियोजिलेल्या या हीन कृत्याला देवाच्या दरबारात किती भयंकर शिक्षा मिळू शकते, याचा तरी विचार करून सामंजस्यानं वागा.'[२२]

ॲडम्सचं पत्र मीर कासिमकडे पोहोचलं, त्या संध्याकाळी त्यानं जेन्टीलला भेटायला बोलावलं. पाटण्याच्या किल्ल्यामध्ये उभारलेल्या एका तंबूमध्ये झालेल्या या भेटीबद्दल लिहिताना जेन्टील म्हणतो-

> 'मी तिथं गेलो तेव्हा नवाब एकटाच बसला होता. त्यानं मला आपल्या सिंहासनाजवळ बसायला सांगितलं आणि म्हणाला, की 'मी मेजर ॲडम्सला सावधानतेचे संकेत देणारं पत्र पाठवलं होतं; ज्यामध्ये मी त्याला सांगितलं

होतं, की त्यानं जर राजमहालच्या पुढे जाण्याची हिंमत केली, तर आपल्याकडे कैद असलेल्या त्याच्या सगळ्या माणसांची मुंडकी छाटण्यात येतील. मी तशी 'कुराण' साक्षी ठेवून शपथ घेतली आहे. पण त्यानं माझी धमकी उडवून लावलेली दिसते. कारण आता तो मोन्घीर ताब्यात घेऊन पुढे निघाला आहे. तुला काय वाटतं, मी माझी शपथ पाळावी ना? त्यांनी जर मला कैद केलं, तर तेही माझ्याशी तसंच वागतील. मग त्यापेक्षा मीच आधी डाव साधतो, कसं? तुला माझं म्हणणं पटतं आहे ना?'

मीर कासिमचं बोलणं ऐकून मला धक्का बसला! त्याच्याशी वाद घालण्यापेक्षा आपली संमती न दर्शविण्यातच शहाणपणा आहे, असंच मला वाटत होतं. पण मीर कासिम आपला लकडा सोडेना. अखेर मी त्याला माझं प्रामाणिक मत सांगितलं. मी त्याला म्हणालो, की 'हे बघ, तू जर असं काही कृत्य केलं, तर तो गुन्हा ठरेल; तोही असा निरर्थक गुन्हा, की ज्याच्यामुळे या देशात शांती नांदण्याची जी काही थोडीफार शक्यता आहे, तीही लुप्त होईल. या माणसांना जर तू रणांगणावर मारलं असतंस तर कुणी त्यावर आक्षेप घेऊ शकलं नसतं. पण आपल्याकडे कैदी म्हणून ठेवलेल्या माणसांना मारणं; तीही अशी माणसं ज्यांनी तुझ्या विरोधात थेट असा कोणताच गुन्हा केलेला नाही; अशी माणसं ज्यांनी तुझ्या माणसांनी त्यांना दिलेल्या सुरक्षिततेच्या भरवशावर आपली शस्त्रं खाली ठेवली आहेत... अशा माणसांना मारणं हा तुझा अत्यंत मोठा आणि अक्षम्य अपराध ठरेल. खरंतर ती माणसं तुझ्याकडे असताना, त्यांना कोणतीही समस्या येणार नाही; ते हरप्रकारे सुरक्षित राहतील याची तू व्यवस्था करायला पाहिजेस. तुझ्या मनात जो काही संताप आहे, तो तू त्यांच्यावर न काढता त्यांच्या देशावर काढ. कदाचित ही माणसं भविष्यात तुला उपयोगाची ठरतील, कुणास ठाऊक?''

माझ्या या बोलण्यावर नवाब म्हणाला, ''पण मी जर इंग्रजांच्या हाती लागलो, तर ते मला जीवे मारल्याशिवाय राहणार नाहीत!''

'छे! मुळीच नाही' मी म्हणालो. 'काहीतरी भ्रम पाळू नकोस. ते तुझ्याशी तसाच व्यवहार करतील, जसा त्यांनी तुझ्या सासऱ्यांशी केला; जेव्हा तुला त्यांच्या जागी बसवलं गेलं. इंग्रजांनी जर तुला बंगालच्या राज्यपालाच्या पदावरून हटवलं, तर ते तुला साजेसं निवृत्ती वेतन देतील.'

'आणि मला त्यांचा काय उपयोग होऊ शकेल?' नवाबानं विचारलं.

'त्यांच्यापैकी दोन वरिष्ठ अधिकाऱ्यांना तुझ्याकडे पाठवून ते शांततेचा

तह आखतील. त्यामध्ये तुझी मर्जी नक्कीच राखली जाईल आणि एकदा का त्यांनी हा तह केला, की ते त्यांच्या शब्दावरून फिरणार नाहीत.'

त्याच वेळी समरू तिथं आला आणि नवाबाला दुरून सलाम करून दूरच्या खुर्चीवर जाऊन बसला. मीर कासिमनं समरूला हाक मारली आणि त्याला माझ्या शेजारच्या जागेवर बसायला सांगितलं. मग माझ्याकडे पाहून वैतागलेल्या स्वरात म्हणाला, की त्याच्या मंडळामध्ये आता माझी गरज नाही!

मी नवाबाच्या तंबूमधून बाहेर पडत होतो, इतक्यात समरूही नवाबाला सलाम करून बाहेर पडला आणि कैदेत असलेल्या इंग्रजांची कत्तल करण्याची तयारी करायला गेला. समरूच्या हाताखाली काम करणाऱ्या 'शॅट्यू' नावाच्या तरुण अधिकाऱ्यानं या कत्तलीत सहभाग करायचं साफ नाकारलं. 'फ्रेंच नागरिक म्हणून मी जरी इंग्रजांच्या विरोधात असलो, तरी मी त्यांची हत्या करू शकत नाही. मी या अत्याचारामध्ये मुळीच सहभागी होणार नाही!' असं 'शॅट्यू'नं घोषित केल्यावर, समरूनं त्याच्यावर पाळत ठेवली आणि आपल्या मालकाचा अधम आदेश पूर्ण करण्यासाठी स्वत: कामाला लागला.[२३]

त्या संध्याकाळी ७ वाजता समरू आणि त्याची माणसं जिथं इंग्रजांना कैद करून ठेवलं होतं, त्या हवेलीमध्ये आली. सर्वांत आधी त्यांनी एलिस आणि लुशिंग्टन नावाच्या त्याच्या एका अधिकाऱ्याला बाहेर बोलावलं. ते आले तशी समरूनं मुक्तहस्तानं आपली तलवार चालवून त्यांचा खात्मा केला.[२४] मग इतर कैद्यांच्या खोल्या असणाऱ्या मध्यवर्ती अंगणावर लक्ष ठेवण्यासाठी त्यानं आपल्या शिपायांना वरच्या गच्चीवर उभं केलं. अंगणामध्ये मांडलेल्या लांब टेबलांवर कैदी आपलं जेवण उरकत होते.'

पुढील काळात समरूकडून सगळी घटना वदवून घेणाऱ्या कॉम्ट द मोदावनं लिहून ठेवल्यानुसार-

'समरूनं अनेकदा आरोळ्या देऊन तिथल्या कैद्यांना सावध केलं, की त्यांच्यापैकी जे कुणी पोर्तुगीज, फ्रेंच, जर्मन अथवा इटालियन असतील त्यांनी आपल्या कक्षात निघून जावं आणि केवळ इंग्रज कैद्यांनी तिथं थांबावं. पण त्यानं आपल्या आदेशाबद्दल कुठलं कारण न दिल्यानं आणि ती माणसं जेवणावर ताव मारण्यात गर्क असल्यानं, सगळ्या कैद्यांनी हसून एका सुरात उत्तर दिलं, की ते सगळे इंग्रज आहेत!'[२५]

जेवणं संपली; ताटं उचलली गेली; नोकर मंडळी आवराआवर करण्यासाठी

आत गेली. तेव्हा समरूनं आपल्या शिपायांना नेम धरायला सांगितला. क्षणार्धात, जेवणानंतर अंगणामध्ये गप्पा मारत बसलेल्या कैद्यांवर बेछूट गोळीबार सुरू झाला. अनेक कैदी जागीच ठार झाले. काही जीव वाचवायला सैरावैरा पळत सुटले; त्यांना पळताना पाहून समरूनं आपल्या काही सैनिकांना त्यांच्या मागे जाऊन त्यांना संगिनीनं ठार करण्याचे आदेश दिले. एक मनुष्य शौचकूपीखालच्या खंदकात जाऊन लपला होता; त्याला तीन दिवसांनंतर हुडकून काढून मारण्यात आलं. मारलेल्या कैद्यांच्या प्रेतांना छिन्नविछिन्न करून ते तुकडे अंगणातल्या विहिरीमध्ये फेकून दिले गेले.

असं सांगितलं जातं, की मरणाच्या दारात उभं असतानाही ते सगळे कैदी मोठ्या धीरानं लढले. दगड, काचेच्या बाटल्या, अगदी जेवताना वापरलेले काटे-चमचेदेखील आपल्या मारेकऱ्यांवर फेकून त्यांनी शक्य तितका स्वत:चा बचाव करण्याचा प्रयत्न केला.[२६] इतर ठिकाणीही कैदेत असलेल्या इंग्रजांना मोठ्या क्रूरपणे मारून टाकण्यात आलं. डॉ. विल्यम फुलरटनसारखे काही अपवादात्मक लोक नशिबाच्या जोरावर बचावले. कलाकार वृत्तीच्या डॉ. फुलरटनचा जीव वाचला तो केवळ त्याचा जुना मित्र असलेल्या इतिहासकार गुलाम हुसेन खानमुळे. त्या दोघांना असलेल्या मुघल कलाकुसरीवरच्या प्रेमामुळे त्यांच्यात घट्ट मैत्री निर्माण झाली होती. त्याच मैत्रीसाठी, गुलाम हुसेननं फुलरटनचा जीव वाचविण्याचा धोका पत्करला.

भविष्यात पाटणा हत्याकांड म्हणून कुप्रसिद्ध झालल्या या घटनेमध्ये ४५ कंपनी कर्मचाऱ्यांचा अंत झाला. याशिवाय, एरवी इंग्रजी इतिहासात ज्यांना फारसं नमूद केलं जात नाही, अशा २०० शिपायांचीही हत्या केली गेली, कारण त्यांनी मीर कासिमच्या लष्करात सामील व्हायला नकार दिला.[२७]

या घटनेनंतर दुसऱ्या दिवशी सकाळी, मीर कासिमनं अवधच्या वेशीवर असलेल्या कर्मानसाचा रस्ता धरला. शक्य तितकी साधनसंपत्ती आणि अत्यंत थकलेले असे ३०हजार सैनिक यांसोबत, ३०० हत्तींच्या पाठीवर सुमारे रु. १० दशलक्ष नगद आणि स्त्रियांसाठी वापरल्या जाणाऱ्या पालख्यांमध्ये पांढऱ्या पिशव्यांमध्ये भरलेली सोन्याची नाणी असं सगळं घेऊन मीर कासिमनं बिनबोभाट कर्मानसाचा रस्ता धरला.[२८] जेन्टीलनं नमूद केल्यानुसार, 'एक विचित्र चक्र पुन्हा फिरून आपल्या मूळ स्थानी आलं होतं. नवाबांच्या श्रीमंत प्रांतांना वाटेल तसं ओरबाडून गब्बर झालेल्या जमीनदारांकडून आता मीर कासिमनं तेच धन ओरबाडून स्वत:च्या तिजोरीत आणलं होतं!'[२९]

काही दिवस आधी, मीर कासिमनं अवधचा नवाब शुजा उद्दौला आणि त्याचा पाहुणा म्हणून राहत असलेल्या शहा आलमला पत्रं पाठवून तिघांनी एकत्र येऊन

कंपनीच्या विरोधात एक मोठी मुघल फळी तयार करण्याचा प्रस्ताव मांडला होता. मीर कासिमचं लष्कर अवधला पोहोचत असताना, शुजा उद्दौला आणि शहा आलमच्या संदेशवाहकांनी त्यांचा या प्रस्तावाला असलेला होकार आणला होता. दोन्ही राजपुत्रांनी 'कुराण'मधल्या रिकाम्या पानावर आपली मान्यता आणि या युतीप्रति प्रामाणिक राहण्याची शपथ लिहून दिली होती.[३०]

त्या दोघांचा होकार आल्यावर मीर कासिम अत्यानंदित झाला. अवधकडे जाताना सोबत घेतलेल्या जेन्टीलला मीर कासिम म्हणाला,

"मला आता माझ्याकडच्या कोणत्याही व्यक्तीवर विश्वास उरलेला नाही. त्यामुळे मला नवीन मदतनिसांची नितांत गरज होती. तू या सगळ्या लोकांकडे कधी नीट बघितलं आहेस का, जेन्टील? माझे हे सैनिक? सेनापती? माझे सेनापती सतत मला शिव्या घालत असतात; कारण मी इंग्रजांशी थेट न भिडता दोन पावलं मागे घेत असतो. पण तुला माहितेय का, मी असं का करतो ते? कारण ही सगळी माणसं विश्वासघातकी आहेत. मी जर यांना घेऊन रणांगणावर गेलो, तर ते मला इंग्रजांच्या तावडीत एकटं सोडून खुशाल पळून जातील. मी या सगळ्यांना चांगलंच ओळखून आहे. हे सगळे तत्त्वशून्य भ्याड पुरुष आहेत. मी त्यांच्यावर काय विश्वास ठेवायचा, सांग? उलट मी त्यांना नको इतका पैसा देऊन ठेवल्यामुळे ते माझ्यावर कुरघोडी करण्याइतपत बलाढ्य झालेले आहेत. पाटणा सोडल्यापासून मी त्यांना जे काही देणं लागत होतो, ते सगळे मी देऊन टाकलेले आहेत. तुला माहितेय, ती किती रक्कम आहे? तब्बल रु. २५ दशलक्ष!'[३१]

मीर कासिम ज्या युतीबद्दल इतका खूश होत होता, त्याला मीर नजाफ खानचा मात्र उघडपणे विरोध होता. नजाफ खान हा एकच सेनापती असा होता; ज्याच्यावर मीर कासिमचा अजूनही विश्वास उरलेला होता. त्यानं नवाबाला खूप समजावण्याचा प्रयत्न केला, की 'शुजा उद्दौला अजिबात विश्वास ठेवण्यालायक मनुष्य नाही आहे. आजतागायत त्यानं ज्या कुणाशी युती केली आहे, त्या सर्वांची त्यानं घोर फसवणूक केलेली आहे. तुम्ही स्वत:ला त्या विश्वासघातकी माणसाच्या हातातली बाहुली बनू देऊ नका. तुमचं कुटुंब आणि साधनसंपत्ती घेऊन रोहतासच्या किल्ल्यावर जा; इथं मी अगदी समर्थपणे युद्धकारभार सांभाळतो;'[३२] पण मीर कासिमने त्याचंही ऐकलं नाही. आपल्याला रोहतासचं पाणी मानवत नाही, असा संदेश नजाफ खानकडे पाठवून, तो १९ नोव्हेंबरला कर्मानसा नदी पार करून अवधमध्ये पोहोचला.

महान मुघल वझीर सफ्दर जंगचा मुलगा आणि त्याच्यानंतर अवधच्या सिंहासनावर नवाब म्हणून बसलेला शुजा उद्दौला हा राक्षसी शरीरयष्टीचा मनुष्य होता. ७ फूट उंच आणि गालफाडांच्या बाहेर जाणाऱ्या भरघोस मिशा असलेला हा नवाब आपल्या अफाट शारीरिक बळासाठी विशेष प्रसिद्ध होता. १७६३ पर्यंत शुजा वयानं फारसा तरुण राहिला नसला, तरी अजूनही तो तलवारीच्या एका वारामध्ये बैलाचं मुंडकं छाटण्याची अथवा एकावेळी दोन माणसांना हातात उचलून घेण्याची क्षमता राखून होता! मराठा लष्करातील एका माणसानं शुजाचं वर्णन करताना म्हटलं होतं, की तो सामान्य माणसासारखा दिसत नाही. त्याचं वर्णन करताना 'राक्षसी' हा एकच शब्द चपखल बसतो. शुजाने जर हत्तीच्या मागच्या पायावर पाय ठेवून, एका हातात त्याची शेपटी धरून ठेवली तर हत्तीला हलणं कठीण जातं.[i][३३]

जीन लॉनं शुजाचं वर्णन करताना लिहिलं होतं : 'भारतामध्ये शुजाइतका देखणा मनुष्य मी बघितलेला नाही. तो इमाद उल-मुल्कपेक्षाही धिप्पाड शरीरयष्टीचा आहे; आणि स्वभाव व वागणुकीनेही इमादपेक्षा 'जास्तच' आहे. त्याला केवळ शिकार, विलासी कृत्ये आणि क्रौर्याची परिसीमा गाठणाऱ्या गोष्टींमध्ये रस आहे.'[३४]

शुजा उद्दौला स्वभावानं मनस्वी आणि स्पष्टवक्ता मनुष्य होता. १८व्या शतकातल्या बहुसंख्य सत्ताधीशांमध्ये नसलेला एक अत्यंत महत्त्वाचा गुण त्याच्यात होता; तो म्हणजे, आपल्या अनुयायी व कर्मचाऱ्यांमध्ये स्वतःबद्दल निष्ठा जागृत करणं. अर्थात, त्याची काळी बाजूही तितकीच गडद होती. शुजा अति महत्त्वाकांक्षी होता. त्याच्या स्वतःबद्दल फार मोठ्या आणि भ्रामक कल्पना होत्या. तसंच त्याला असं नेहमी वाटत असे, की अशी एकही गोष्ट नाही जी आपण करू शकणार नाही. शहरी विद्वान असलेल्या गुलाम हुसेन खाननं शुजाच्या व्यक्तिमत्त्वाचा हा भाग अगदी चाणाक्षपणे, मोठा दोष असल्याचा ओळखला. त्यानं लिहून ठेवल्यानुसार -

---

i 'भाऊसाहेबांची बखर'मध्ये असं नमूद केलेलं आढळतं, की शुजाचा जन्म हाच एक मोठा चमत्कार होता. त्याच्या आईची कूस उजवत नव्हती. अखेर तिला एक फकीर भेटला आणि त्यानं तिला एक फळ खायला दिलं. ते मंतरलेलं फळ खाल्ल्यावर त्या स्त्रीची कूस उजवली आणि त्यातून जन्माला आलेला मुलगा हा कुमारा रामा व पोलिका रामासारखा चमत्कारिक शक्ती घेऊन जन्माला आला. सदर नोंदणी वेलचेरू नारायण राव, डेव्हिड शुल्मन व संजय सुब्रमण्यमलिखित 'टेक्श्चर्स ऑफ टाइम : राइटिंग हिस्टरी इन साउथ इंडिया १६००-१८००' यामध्ये सापडते.

> 'शुजाच्या याच गुणांमुळे तो जितका शूर होता तितकाच मूर्खही होता. त्याच्यात प्रचंड आत्मविश्वास होता; पण तो तितकाच अज्ञानीही होता. त्याला स्वत:च्या अधिकाराबद्दल अवास्तव कल्पना होत्या आणि तितकंच तो आपल्या प्रत्येक शत्रूच्या अधिकार व सक्षमतेला कस्पटासमान लेखत असे. शुजाच्या लेखी तो एकहाती बंगाल, बिहार व ओरिसा हे प्रांत काबीज करण्याचं सामर्थ्य राखून होता. हो, त्याच्याकडे अगदी उत्कृष्ट लष्कर आणि शस्त्रास्त्रांचा साठा तयार असे, पण इतकी राज्यं एकत्र काबीज करून त्यांच्यावर सत्ता गाजविण्यासाठी लागणारी हुशारी त्याच्याकडे नक्कीच नव्हती. तरीही, शुजा स्वत:ला अत्यंत हुशार समजत असे; इतका की त्याला कुणाकडूनही सल्ला घ्यायला आवडत नसे. मग सल्ला देणारी व्यक्ती अगदी जगप्रसिद्ध तत्त्ववेत्ता ॲरिस्टॉटल का असेना? विशेषत: आपण अहमद शहा दुर्रानीसारख्या योद्ध्याला लढाईमध्ये साथ देऊ शकलो याचा त्याला इतका अभिमान होता, की कुणी जर त्याला रणनीतीबद्दल चार गोष्टी सांगायला घेतल्या, तर तो त्या व्यक्तीचं बोलणं आगाऊपणे तोडून म्हणत असे, 'तू मला काही सांगायची तसदी घेऊ नकोस. मी सांगतो तसं कर!'[३५] इतका अतिरेकी अहंकार असलेला मनुष्य इतरत्र सापडणं विरळ!'

शुजाला मीर कासिमचा प्रस्ताव फार पसंत पडला होता. त्याला खात्री होती की शहा आलम, मीर कासिम आणि मुख्यत: स्वत: शुजा उद्दौला यांची युती झाली, की कंपनीला बंगालमधून सळो की पळो करून मुघल राज्य स्थापन करायला फारसा वेळ लागणार नाही. कंपनीनं पाठवलेल्या शांतिदूतांना तसं स्पष्ट सांगण्यातही शुजानं कुचराई केली नाही. वर त्यानं त्यांना हेही ठणकावून सांगितलं, की '...आणि जर कंपनीनं आपला माज बाजूला ठेवून आम्हाला विनंती केली, तर कदाचित आम्ही तुमच्यावर दया करून बंगालबाहेरच्या एखाद्या प्रांतामध्ये बाजारपेठ सुरू करण्याची परवानगी द्यायचा विचार करू. पण जर कंपनीची गुर्मी तशीच कायम राहिली, तर मात्र आमची तलवार बोलू लागेल! समजलं?'[३६]

शहा आलमनं जरी आपला होकार कळवला असला, तरी त्याच्या मनात अद्यापही चलबिचल सुरू होती. कंपनीशी त्यानं औपचारिकरीत्या निष्ठेची शपथ घेतली होती. तशी ती शुजा आणि मीर कासिमनंही घेतली होती. त्यामुळे आता कंपनीच्या विरोधात जाऊन युती करणं, हे शहा आलमच्या न्यायी मनाला बोच लावत होतं. खैर उद्दिन इलाहबादीनं नमूद केल्यानुसार, बादशहाला शुजाच्या अति महत्त्वाकांक्षेचीही फार भीती वाटत होती. त्यानं खैर उद्दिनला सांगितलं,'मी पूर्वी

बंगालमध्ये असताना इंग्रजांच्या युद्धाचं तंत्र बघितलेलं आहे. मी त्यांची रणनीती आणि राजनीती दोन्हींचा साक्षीदार आहे. त्यावरून सांगतो,

जी आग विझलेली आहे त्यावर पुन्हा जळते निखारे टाकण्यात शहाणपणा नाही. बंगालमधले जे कुणी सत्ताधीश इंग्रजांशी वितुष्ट करून बसले, त्यांना पुढे खूप त्रास झालेला आहे. त्यांच्यावर हल्ला करणाऱ्या प्रत्येकाला कंपनी लष्कराने वेळोवेळी धडा शिकवला आहे. आपल्याकडे मनुष्यबळ असलं तरी त्यांच्याकडे अद्ययावत शस्त्रं आहेत. आपण ५०हजार माणसांची फौज जमा केली, तरी त्यांच्या अद्ययावत बंदुकींसमोर आपण फिके पडतो. त्यामुळे माझं असं प्रामाणिक मत आहे, की इंग्रजांशी कोणतेही व्यवहार करताना ते जपून आणि शक्यतो, शांतीच्या मार्गाने करावेत. तसेच त्यांनी वेळोवेळी आपल्याशी केलेल्या करारांचा मान राखला आहे. त्यामुळे शांतीचा तह करण्यात सगळ्यांचं भलं होईल, यात शंका नाही.'

शुजाच्या डोक्यात मात्र सुडाच्या कल्पना रुंजी घालत होत्या. तसेच त्याला आता इंग्रजांसमोर आपला वरचष्मा दाखवायचीही खुमखुमी आली होती. 'इंग्रजांनी अजून आपली खरी ताकद बघितलीच कुठे आहे? आपण अजूनही त्यांच्याशी नरमाईनं वागत आहोत. रणांगणावर आपल्या शूरवीर सेनापतींच्या करामती बघितल्या तर ते गार पडतील! अहो, आपल्या सैनिकांनी त्यांना एक चपराक मारली तर ते जागीच बसून जातील, असं शुजाचं म्हणणं होतं.

अखेर इंग्रजांतर्फे मान्य केलेली निष्ठा आणि आपला पाहुणचार करणारा यजमान यांपैकी कुणाच्या बाजूने जावं, याबद्दल अनेक दिवस तळमळत काढल्यावर, शहा आलमनं मीर कासिमची सोबत करण्याचा निर्णय घेतला.[३७]

अवधच्या दुसऱ्या बाजूला असलेल्या बुंदेलखंडमधील 'ओर्छा' येथे शुजा आणि शहा आलम एका मोहिमेवर असताना त्यांना निरोप मिळाला, की मीर कासिमनं कर्मानसा पार केलेली आहे. फेब्रुवारी १७६४मध्ये अखेर मीर कासिम, शुजा व शहा आलमला येऊन मिळाला आणि खऱ्या अर्थानं त्यांच्या युतीला सुरुवात झाली.

नवाब वज़ीर ऊर्फ शुजा आपल्याला भेटायला येणार आहे, अशी वर्दी मिळाल्यावर मीर कासिमनं त्याच्या स्वागतासाठी लाल कापडाचे उंच तंबू उभारून त्यामध्ये

नवाब वझिराला शोभतील, अशा सिंहासनांची सोय केली.

> तंबूच्या पुढे सहा मैल अंतरापासून घोडदळ व पायदळातील सैनिक, लाल रंगाची नवीन जाकिटं धारण करून आणि हातात चकचकीत नव्या बंदुकी घेऊन नवाब वझीर शुजा उद्दौलाचं स्वागत करण्यासाठी उभे राहिले. शुजा आपल्या हत्तीवरून पायउतार झाला, तसा मीर कासिम अगत्यानं पुढे आला आणि शुजाचा हात धरून, त्याच्यासाठी मांडलेल्या सिंहासनाकडे त्याला प्रेमानं घेऊन गेला. मग मीर कासिमनं बादशहाकडे पाठविण्यासाठी म्हणून रत्नजडित वस्तू, दागिने आणि उंची वस्त्रांनी भरलेली २१ ताटं नजराणा म्हणून सादर केली. मीर कासिमकडची संपत्ती पाहून शुजाचे डोळे विस्फारले. आपल्या लोभी स्वभावाला अनुसरून त्याच्या डोक्यात लगेच इंग्रजांकडून अशीच धनदौलत उकळण्याचे कट शिजू लागले. शुजा आणि मीर कासिममध्ये बराच वेळ चर्चा झाली. शुजानं मीर कासिमवर झालेल्या अन्यायाबद्दल खेद व्यक्त केला आणि कंपनीला वेळीच आवर घालणं किती गरजेचं आहे, याबद्दलच्या त्याच्या मताला दुजोरा दिला. मग मीर कासिम आणि शुजा दोघे एका हत्तीवर बसून बादशहा शहा आलमची भेट घेण्यासाठी निघाले.[३८]

पुढचे काही आठवडे फार व्यस्त गेले. हे त्रिकूट कंपनीला धडा कसा शिकवता येईल, याबद्दल नियोजन करण्यात व्यग्र झाले. बुंदेलखंडच्या दरबाराकडून धनराशी गोळा करणं सुरू होतं; इतरही काही ठिकाणांवरून कसा आणि किती निधी गोळा करता येईल, याची आखणी सुरू होती, कारण कंपनीला बंगालमधून बाहेर काढण्यासाठी भरपूर पैसा लागणार होता. मार्च महिन्याच्या सुरुवातीला ते सगळे पूर्वेच्या दिशेनं प्रवास करू लागले. आता त्यांच्या लष्कराचं बळ वाढलं होतं; फ्रेंच युद्धकैद्यांची एक सैन्य तुकडी त्यांना येऊन मिळाली होती. रेने मादेक नावाच्या अनुभवी सैनिकानं, त्यांच्यावर अन्याय केलेल्या इंग्रज सैनिकांवर सूड घेण्यासाठी या तुकडीला तयार करून मुघल त्रिकुटाशी हातमिळवणी केली होती. हळूहळू प्रवास करत हे मोठं सैन्य अखेर १७ मार्च रोजी बनारसच्या हद्दीवर एकत्र येऊन थांबलं. शुजानं बनारसमध्ये गंगेच्या किनाऱ्यावर असंख्य नौका तयार ठेवायला सांगितल्या होत्या. त्या नौकांची संख्या पाहून सदर बहुरंगी लष्कराच्या बळाचा आढावा घेता येत होता.

बघ्यांच्या हिशेबानं मुघलांनी सुमारे १लाख५० हजार मनुष्यबळाचं सैन्य तयार केलं होतं. एकीकडे मीर कासिमनं उभारलेल्या लष्करातील उरलेली माणसं घेऊन

पाटणा हत्याकांड गाजवलेला समरू उभा होता. दुसरीकडे, शहा आलमचं तुरानी मुघल घोडदळ तैनात होतं. शुजाच्या सैन्यामध्ये तर फार वैविध्य होतं. लाल रंगाच्या टोप्या मिरवणारं पर्शियन किझिलबाश घोडदळ; कबुतरांच्या पिसांपासून बनलेले गुडघ्यापर्यंत लांब बूट घालणारे ३हजार अफगाण सैनिक (ज्यांनी अहमद शहा दुर्रानीशी दोन हात केलेले होते). घोडे आणि उंटांवर स्वारी करण्यात तरबेज असलेल्या या अफगाणी सैनिकांकडे चिलखत भेदून जाणाऱ्या मोठ्या बंदुकी होत्या. त्याशिवाय, रेने मादेकनं तयार केलेल्या सैनिकांचा गट सुद्धा होता. गंमत म्हणजे या सैनिकांनी अजूनही कंपनीचा गणवेष घातला होता, पण या सगळ्यांपेक्षा शत्रूच्या मनात सर्वाधिक भीती उभी करणारा जो लढवय्या गट होता, तो म्हणजे शुजानं तयार केलेला ६हजार हिंदू नागा साधूंचा गट. 'अनुपगिरी' आणि 'उमरावगिरी' या दोन भीतीदायक 'गोसेन' भावांच्या नेतृत्वाखाली लढणारे हे साधू, पूर्ण नग्नावस्थेत, अंगाला राख चोळून, बाण, तलवारी, सोटे यांपैकी कोणतंही हत्यार घेऊन लढायला तयार असत.[३९]

अशा प्रकारे, नाना प्रकारचे सैनिक एकत्र येऊन निर्माण झालेलं आपलं लष्कर पाहून मुघल त्रिकुटाचं मनोबल वाढलं. त्यात भर म्हणून की काय, नदीच्या दुसऱ्या बाजूला तळ ठोकून असलेल्या कंपनी सैन्यामध्ये अंतर्गत वाद आणि बंडाळी वाढत चालली असल्याच्या बातम्या धडकू लागल्यावर तर मुघल पक्ष अजूनच खूश झाला. आता आपल्याला विजयी होण्यापासून कुणीही रोखू शकणार नाही, अशा अविर्भावात शुजाने स्वत:ला बादशहाचा वझीर नेमून ईस्ट इंडिया कंपनीकडे कलकत्त्याला धमकीवजा पत्र पाठवलं. त्यामध्ये त्यानं कंपनीच्या कर्मचाऱ्यांना अत्यंत 'कृतघ्न' आणि 'बेशिस्त बंडखोरांची टोळी' असल्याचं संबोधून, पुढे लिहिलं होतं, की कोण कुठल्या दूरच्या देशातून येऊन तुम्ही आमच्या सर्वमान्य आणि कायदेशीर पद्धतीनं चाललेल्या मुघल सत्तेला आपल्या अल्पकालीन स्वार्थासाठी उलटवून टाकलंत. तुम्ही ज्या प्रांतांवर सत्ता स्थापन केलेली आहे, त्यावर तुमचा काहीही हक्क नाही. त्यामुळे बऱ्या बोलानं ते सगळे प्रांत आम्हाला परत करा आणि आमच्या राज्यकारभारामध्ये नाक खुपसणं बंद करा. स्वत:ची पायरी ओळखून वागायला लागा. आमच्या देशात व्यापारी म्हणून आला होतात; व्यापारी म्हणूनच राहा. आमच्याकडून हा तुम्हाला शेवटचा इशारा आहे; नाही ऐकलंत, तर युद्धासाठी तयार राहा.[४०]

शुजानं हे सगळं शहा आलमच्या नावानं लिहिलं असलं, तरी स्वत: कंपनीच्या बळासमोर धूळ चाखलेल्या शहा आलमला अजूनही आपल्या मोहिमेवर पूर्ण भरवसा नव्हता. तो एकटा नव्हता. एप्रिलच्या सुरुवातीला शुजानं बादशहा व मीर कासिमला शेख मूहम्मद अली हाझिन या नावाजलेल्या कवीची भेट घ्यायला नेलं.

१७२२मध्ये अफगाणांनी इस्फाहनांचा उडवलेला धुव्वा आणि १७३९मध्ये नादर शहानं दिल्लीची केलेली राखरांगोळी, या दोन्ही ऐतिहासिक महत्त्वाच्या घटनांचा साक्षीदार असलेला हाझिन, आता आपल्या वृद्धापकाळामध्ये बनारसला स्थायिक झाला होता. ७२ वर्षांच्या हाझिनला जनमानसात खूप मान होता. त्याला हे मुघल त्रिकूट भेटायला गेल्यानंतर, हाझिननं शुजाला आपल्या भेटीचं प्रयोजन विचारलं. त्यावर शुजानं मोठ्या अभिमानानं छाती फुलवून उत्तर दिलं :

'आपल्या देशात, वारूळ फुटून मुंग्या पसराव्या त्याप्रमाणे इस्ततः पसरलेल्या काफिर ख्रिश्चनांचा खात्मा करून, देवाच्या आशीवार्दानं त्यांना कायमचं आपल्या हिंदुस्थानातून बाहेर हुसकवण्याचा संकल्प करून आलो आहे.' आपला हेतू ऐकून कविवर खूश होतील, या अपेक्षेनं त्यांच्याकडे पाहणाऱ्या शुजाकडे, आपली पांढरी शुभ्र दाढी कुरवाळत उद्विग्नपणे हसून हाझिन म्हणाले की,'तुझ्याकडच्या सैनिकांनी कधी नग्न तलवार नीट बघितली तरी आहे का रे? त्यांना ढाल घेऊन पळता येतं का? मुंडकी छाटलेली, आतडं फाडून बाहेर आलेली पोटं सांभाळत जीव वाचवू पाहणाऱ्या माणसांनी भरलेली रणांगणं त्यांनी कधीतरी स्वतःच्या डोळ्यानं बघितली आहेत का? नाही ना? मग अशा अप्रशिक्षित, अननुभवी सैनिकांची फौज घेऊन तुला जगातल्या एका अत्यंत बलाढ्य आणि शिस्तप्रिय फौजेवर विजय मिळवता येईल, असा विचार तू स्वप्नात तरी कसा करू शकलास बाबा? तुला माझा प्रामाणिक सल्ला हवा असेल, तर ऐक – मला असं वाटतं, की तू जे करू पाहत आहेस ती एक मोठी घोडचूक आहे आणि त्यातून जर तुला यशाची अपेक्षा असेल, तर तुला देवसुद्धा वाचवू शकत नाही. हे फिरंगी आपल्या नियोजनात चोख असतात. त्यांच्यात अतिशय शिस्त असते, आणि एकतासुद्धा. जर त्यांच्यातली शिस्त आणि एकात्मता कोसळली, तरच तुला विजय मिळू शकतो; अन्यथा नसती स्वप्नं बघण्यात वेळ वाया घालवू नकोस.'

आपल्या 'हुशार' डोक्यामधून निपजलेल्या कल्पनेचा असा कचरा व्हावा, हे नवाब वझीरला मुळीच आवडलं नाही; पण हाझिनच्या वयाचा व पदाचा विचार करून, तो त्या वेळी गप्प बसला. थोड्या वेळानं ते तिघे जायला निघाले, तसा हाझिननं सुस्कारा सोडत त्यांना आशीर्वाद दिला : 'हे प्रभू, या सगळ्या जथ्थ्याचं रक्षण कर रे बाबा! त्यांच्या नेत्यांना समजत नाही आहे, काय योग्य आणि काय अयोग्य आहे ते!'[४१]

त्यानंतर आठवड्याभरानं २६ मार्च पर्यंत ही सगळी फौज गंगेमध्ये नौका टाकून, नदीपार होऊन पाटण्यामध्ये दाखल झाली. गुलाम हुसेन खानच्या नोंदीनुसार- 'मुघल फौज इतकी मोठी होती, की दुरून पाहता माणसांचा समुद्र जवळ येत असल्याचा भास होत होता. असं वाटत होतं, की ही फौज नाही, तर संपूर्ण शहर इंग्रजांवर चाल करून येत आहे.'[४२]

भलीमोठी मुघल फौज पूर्वेकडे चाल करून येऊ लागली तसा अवधच्या सीमेचं रक्षण करण्याची जबाबदारी दिल्या गेलेल्या मेजर जॉन कार्नाकनं आपलं सामान वगैरे तिथेच ठेवून सरळ पाटण्याचा रस्ता धरला. मुघलांवर अवधला कुरघोडी करण्यात वेळ घालविण्यापेक्षा, पाटण्याला जाऊन तयारीला लागणं त्याला अधिक श्रेयसकर वाटू लागलं. त्याच्याकडे जेमतेम १९हजार माणसांची फौज होती, आणि समोरचा शत्रू १लाख ५०हजारचं सैन्य घेऊन उभा होता. त्यात, पाटण्याला पोहोचून खंदक खोदणं, बंधारे बांधणं आणि आपली सगळ्यात अद्ययावत शस्त्रे तयार ठेवण्यासाठी कार्नाककडे धड पंधरा दिवसही उरले नव्हते.[४३]

कार्नाकच्या थकलेल्या सैनिकांमध्ये भांडणं होऊ लागली होती; पण मुघलांच्या सैन्यातही सगळं आलबेल राहिलेलं नव्हतं. नागा साधू आणि पठाणांमध्ये प्रचंड तेढ माजली होती. अगदी एकमेकांवर तलवारी काढेपर्यंत वेळ गेलेली होती. त्यात मुघल छावणीमध्ये अशी अफवा पसरू लागली होती, की बादशहा शहा आलमनं गुप्तपणे कंपनीशी बोलणी चालू केलेली आहेत. अन्सारीनं लिहिल्यानुसार- 'सुरुवातीपासूनच इंग्रजांशी युद्ध करण्यासाठी फारसा तयार नसलेल्या शहा आलमनं जरी शुजा आणि मीर कासिमची साथ दिली असली, तरी त्यानं कधी प्रत्यक्ष युद्धाबद्दलच्या चर्चांमध्ये सक्रिय भाग घेतला नाही. ऐन युद्धातही तो कधी स्वत: रणांगणावर गेला नाही. दुरूनच, आपल्या सैनिकांना लढताना पाहण्यात त्यानं धन्यता मानली.'[४४]

गुलाम हुसेन खाननं लिहून ठेवल्यानुसार-

'मुघल सैनिकांमध्ये कमालीची बेशिस्त आणि अस्वस्थता पसरली होती. कुणाच्या अधिकाराखाली काम करण्याची सवय नसलेल्या त्या माणसांमध्ये, वारंवार भांडणं आणि मारामाऱ्या होऊ लागल्या. वितुष्टाचे प्रकार इतक्या टोकाला जाऊ लागले, की हे सैनिक एकमेकांची हत्या करून, मेलेल्या माणसाचं सामान लुटून न्यायलाही पुढंमागं बघत नसत. त्यांच्यावर कुणाचं नियंत्रण नव्हतं आणि त्यांच्यासाठी कुणी नियमावलीही बनवली नव्हती. एका ठिकाणाहून दुसऱ्या ठिकाणाकडे

जाताना आपल्याच सैन्यातला माणूस मागे पडला, तर त्याला जीवे मारून लुटणारी ही टोळी होती![४५] लूटमारीची त्यांची भूक इतकी भयंकर होती, की ते जिथं तळ ठोकत, तिथपासून १० मैलाच्या परिघामध्ये पीक, संपत्ती आणि जीव या सगळ्यांचा नायनाट होत असे. सामान्य जनता हैराण झाली होती. या गुंडांना आवर कसा घालावा, काही समजत नव्हतं.'[४६]

अखेर ३ मे १७६४ रोजी हे चित्रविचित्र मुघल सैन्य पाटण्यात येऊन दाखल झालं. शुजाच्या आग्रहानुसार, त्यांनी तत्काळ युद्धाचा पुकारा केला. शुजाच्या सल्लागारांनी त्याला परोपरीनं विनंती केली, की त्यानं बादशहा शहा आलमप्रमाणे हत्तीवर बसून, दुरून युद्धाची पाहणी करावी; जेणेकरून आपल्या नेत्याला पाहून सैनिकांना लढण्यासाठी प्रेरणा मिळेल. पण नेहमीप्रमाणे, शुजानं कुणाचंच ऐकलं नाही. त्याला सल्ला देणाऱ्या लोकांना शुजानं ठणकावलं,

> 'इकडे हजर असलेल्या सगळ्या लोकांपेक्षा, मला युद्धाचा सर्वाधिक अनुभव आहे. मी एके ठिकाणी स्वस्थ बसून राहू शकत नाही; उलट मला सर्वांत वेगवान घोडा द्या, जेणेकरून जिथं माझ्या माणसांना माझी गरज असेल तिथं मी वाऱ्याच्या वेगानं पोहोचू शकेन.'
>
> मग शुजानं स्वतः आपल्या काही खास सैनिकांसमवेत, रणांगणावर मोक्याचं ठिकाण घेतलं. इतर सैनिकांना आपल्यामागे निरनिराळ्या फळ्यांमध्ये उभं केलं. मग त्यानं इंग्रज छावणीकडे आपला मोर्चा सुरू केला. सैनिकांनी आरोळी दिली आणि सगळ्यांचे घोडे दौडू लागले. लाल-काळ्या मातीचे लोट उठू लागले. त्या धुळीमध्ये इंग्रजांची छावणी धुसर दिसू लागली आणि कुणाला काही समजायच्या आत मुघलांवर बाजी पलटली! नवाब वझीरच्या सैनिकांवर इंग्रजांच्या गोळीबारीचा वर्षाव होऊ लागला आणि शिशिरात पानगळ व्हावी, तसे ते रणांगणावर गळून पडू लागले. अवघ्या काही मिनिटांमध्ये, त्यांच्या पायाखालच्या मातीचा रंग लाल होऊ लागला.[४७]

नागा साधूंना या हल्ल्याचा सर्वाधिक मारा बसला. शेकडोंच्या संख्येने मृत्यूला कवटाळत असतानाही, ते हाशिशच्या धुनकीमध्ये इंग्रजांच्या (आणि पर्यायानं, मृत्यूच्या) दिशेनं जात राहिले... दरम्यान, मीर कासिम आणि त्याचे सैनिक, शुजा उद्दौलाच्या सैन्यापासून बऱ्याच अंतरावर मागच्या बाजूला उभे राहिले. तिथून ते तटस्थपणे समोर घडणारा प्रकार पाहत बसले होते. अखेर, नवाब वझीरनं मीर कासिमला निरोप धाडला :

'मी आणि माझे सैनिक प्रत्यक्ष रणांगणावर उतरून मृत्यूशी दोन हात करण्यात गुंतलो आहोत. या क्षणी, अगदी माझ्या डोळ्यांसमोर माझी माणसं, ज्योतीवर पतंगाने प्राण सोडावा, तशी रणांगणावर आपला प्राण सोडत आहेत आणि तुम्ही आमचे सहकारी असून, स्तब्धपणे सगळं पाहत बसला आहात? पुढे येऊन आम्हाला मदत करा! तेही करणं शक्य नसल्यास, किमान समरूला शस्त्रं घेऊन आमच्याकडे पाठवा. आम्हाला मदतीची खूप गरज आहे.'

मात्र हा निरोप मिळूनसुद्धा, ना मीर कासिम आपल्या जागेवरून हलला, ना त्यानं समरूला पुढे पाठवलं.

दिवस मावळू लागला तरी गोसेन आणि नागांनी त्यांचा मारा सुरू ठेवला होता. मग नवाब वझीरनं रोहिल्यांना त्यांच्या मदतीला जाण्याचे आदेश दिले. इंग्रजांचा गोळीबार तसाच धडाक्यात सुरू होता. कवट्या फुटत होत्या, माना मोडत होत्या... अवघी युद्धभूमी रक्तरंजित झाली होती. बंदुकीमधून सुटणाऱ्या गोळ्यांचे आणि एकमेकांवर कडाडणाऱ्या तलवारींचे आवाज जसे नियतीने काळाच्या तोंडावर चपराक मारल्यावर वाटतात, तसेच भेसूर वाटत होते. मात्र या सगळ्या प्रसंगात एक मनुष्य अविचल राहिला; तो म्हणजे मेजर जॉन कार्नाक. कुठेही आपलं मनोबल न गमावता त्यानं आपला हल्ला अविरत सुरू ठेवून मुघल सैन्याला सळो की पळो करून सोडलं.

नवाब वझीरलाही दोन गोळ्या लागल्या होत्या; पण तरीही तो आपल्या जखमांकडे दुर्लक्ष करून लढतच राहिला. मध्येच त्यानं मीर कासिमकडे मदतीसाठी अजून एक निरोप धाडला. पण मीर कासिमनं त्या निरोपाला उपरोधिक उत्तर देत म्हटलं : 'दिवस मावळतीला आला आहे. आज खूप लढलो. चला, परत जाऊया. उद्या नव्यानं सुरुवात करू.'

मीर कासिमच्या उत्तरापेक्षाही अजून उपरोधिक होता तो वाऱ्याचा अचानक बदललेला प्रवाह. दिवसभर शुजाच्या सैन्यामागून इंग्रजांकडे धूळ आणि काटेकुपाटे भिरकावणाऱ्या वाऱ्यानं, आता अचानक उलट्या दिशेने आपला रोख वळवला आणि हाच वारा शुजाच्या माणसांवर धूळ, धूर आणि दारूगोळ्याच्या अवशेषांचा मारा करू लागला. अखेर शुजाला नाईलाजाने युद्ध आवरतं घ्यावं लागलं.[४८]

संपूर्ण मे महिना पाटण्याच्या मोहिमेमध्ये सरला. विरोधी पक्षाकडून झालेला कडाडून विरोध आणि भयंकर रक्तपात यांमुळे, दोन्ही पक्ष स्तंभित झाले होते. त्यामुळे ते दोघेही एकमेकांपासून फटकून राहिले होते. युद्ध जसं अनिर्णायक ठरलं, तशी पाटण्याची मोहीमसुद्धा.

दोन्ही पक्ष एकमेकांपासून घाबरत; पण तरीही एकमेकांवर कुरघोडी करण्याचा प्रयत्न करत राहिले. विशेषतः शुजा सतत कंपनीच्या सैनिकांशी कधी जवळीक, तर कधी दुरावा साधून पुढे सरकत होता. एक वेळ अशी आली, की तो कंपनी सैनिकांच्या तावडीत सापडलाच होता. पण मग युद्धकैदी बनलो तर आपली किती दयनीय गत होईल, हे ओळखून शुजानं ऐनवेळी आपला अहंकार गिळून पाऊल मागे घेतलं.[४९]

दुसरीकडे, कार्नाकची माणसं बंधारे बांधत राहिली होती. अजूनही आपण पूर्णतः सुरक्षित नाही, हे जाणून त्यांनी आत्मसंतुष्ट बनून काम थांबवलं नव्हतं.[५०] इंग्रजांना खाली पाडण्याचे शुजाचे सगळे प्रयत्न व्यर्थ ठरत होते. त्याचे सहकारी – विशेषतः मीर कासिम आगीत तेल ओतण्याचं काम करत होते. तरीही आता आपल्या सहकाऱ्यावर राग दाखवण्याची ही वेळ नाही, हे जाणून तो गप्प राहिला होता.

केवळ रेने मादेकनं शुजाला खऱ्या अर्थाने मदत केली होती. फ्रेंच लोकांवर झालेल्या अन्यायाचा बदला घेण्याची संधी मिळालेल्या मादेकनं, त्या संधीचा पुरेपूर उपयोग करून घेतला होता. सदर घटनेबद्दल मादेकनं केलेल्या नोंदीमध्ये लिहिलं होतं-

> 'आम्ही इंग्रजांच्या बंधाऱ्यावर कसोशीनं हल्ला केला. त्यांना आमच्याकडून इतका निडर हल्ला अपेक्षित नसावा; पण त्यांची तयारीही उत्तम होती. सलग वीस दिवस हल्ला करूनही आम्ही त्यांचा कणा मोडू शकलो नाही. नवाबानं मला अनेकदा स्वतःला जपण्याचा सल्ला दिला; पण माझ्या मनात बदल्याची आग भडकली होती. ज्या इंग्रजांनी माझ्या देशबांधवांना हालअपेष्टा दिल्या होत्या, त्यांना धडा शिकविल्याशिवाय मी स्वस्थ बसणार नव्हतो. मात्र मी जितके काही कसोशीचे प्रयत्न केले, त्याला इतरांची साथ नसल्यामुळे मला प्रत्येक प्रयत्नात अपयशच आलं. थोड्या वेळानं पाऊस सुरू झाला आणि त्यामुळे आम्हाला आमची मोहीम लांबणीवर टाकावी लागली.'[५१]

तीन आठवडे सातत्यानं नुकसान झेलून आणि नफा मिळण्याची कोणतीही शक्यता

समोर दिसत नसताना, १४ जून १७६४ रोजी शहरातला पुरवठा संपू लागला. शुजाच्या मुघल सैन्याला हे ठाऊक नव्हतं; पण आतापर्यंत पार थकून व मनानं हरून गेलेला कार्नाक शरणागती पत्करण्याची तयारी करू लागला होता. पण त्यानं तसं पाऊल उचलण्याआधी, तितक्याच थकलेल्या शुजानं स्वतः माघार घेतली. पावसाळा सुरू झाला तसं त्यानं आपल्या सैन्याला पश्चिमेकडे जाण्याचे आदेश दिले. मग त्या सगळ्यांनी अवधच्या वेशीवर गंगेच्या किनारी वसलेल्या 'बक्सर' किल्ल्यामध्ये आसरा घेतला. मग त्यांनी तिथं खंदक बांधायला घेतले; कारण दसऱ्यानंतर शुजा पुन्हा आपली मोहीम सुरू करणार होता. थकल्याभागल्या कंपनी कर्मचाऱ्यांना मात्र शुजाच्या या योजनेची कल्पना नव्हती. सध्याच्या मोहिमेमधून केवळ नशिबाच्या जोरावर, शरणागती आणि अटकेमधून निसटलेल्या कंपनी सैन्यानं शुजाचा पाठलाग करण्याचा विचार केला नाही.

दुसऱ्या बाजूला शुजानं जरी दसऱ्यानंतर बंगालवर हल्ला करण्याची मोठी योजना बनवली असली, तरी त्या दृष्टीनं आपल्या सैन्याला तयार करण्यासाठी वा मोहिमेची खास तयारी करण्यासाठी शुजा काही ठोस पावलं उचलेना. किंबहुना, पुढच्या काही दिवसांमध्येच, दारूगोळ्याचा साठा वा शस्त्रांची सफाई याबद्दल विचार करण्याऐवजी तो मदिरा व नृत्यांगना यांसारख्या विलासी गोष्टींमध्ये रममाण होऊ लागला. सैन्यातले वरिष्ठ अधिकारी शुजाशी महत्त्वाच्या बाबींवर चर्चा करण्यासाठी आले, की तो काहीही ऐकून न घेता, त्यांना उडवून लावू लागला. मोहीम पुन्हा सुरू केल्यावर शत्रूशी नव्यानं सामना कसा करावा, याबद्दल विचारविनिमय करण्याऐवजी, शुजाला बैठे खेळ खेळण्यात किंवा आपली पाळीव कबुतरं उडताना बघण्यात अधिक रस असे.[५२]

या काळात शुजाने केवळ एक निर्णायक कृती केली; पण ती कंपनी सैन्याच्या विरोधात नसून, आपला सहकारी मीर कासिमच्या विरोधात होती. पाटण्याच्या अपयशामागे मीर कासिमची निष्क्रियता कारणीभूत होती, अशी बातमी पसरवून त्यानं मीर कासिमला मोठा धडा शिकवायचं ठरवलं. त्यासाठी शुजानं समरूला बोलावणं पाठवून, त्याला मोठं इनाम आणि जागीर कबूल करून आपल्या बाजूनं वळवून घेतलं. मग त्यानं समरूवर मीर कासिमची सगळी दौलत काबीज करून, शुजाच्या तिजोरीत आणण्याची कामगिरी सोपवली.

शुजाला भेटून आल्यानंतर, समरूनं आपल्या सैनिकांना हाताशी धरून मीर कासिमच्या तंबूला वेढा घातला आणि त्यातल्या सगळ्या तिजोऱ्या लुटून, नवाब वझीरकडे घेऊन गेला. त्यानंतर, समरूनं नवाब वझीरच्या छावणीमध्ये स्वतःचा तळ ठोकला.

> या प्रसंगानंतर, संतापलेल्या मीर कासिमनं परिणामांचा विचार न करता, आपल्या जनता दरबारामध्ये शुजाबद्दल काही कटू उद्‌गार काढले. दरबारात सामील असणाऱ्या शुजाच्या हेरांनी ते उद्‌गार जसेच्या तसे आपल्या मालकाकडे पोहोचते केले. शुजानं तत्काळ आपल्या सैनिकांना मीर कासिमला अटक करून आपल्या छावणीवर घेऊन येण्याचं फर्मान सोडलं!
>
> दुसऱ्या सकाळी, शुजाचं सैन्य मीर कासिमच्या छावणीकडे रवाना झालं. त्यांनी मीर कासिमच्या खासगी तंबूला वेढा घातला आणि आतमध्ये घुसून, जे हाताला येईल ते सामान लुटू लागले. आता मीर कासिमचा धीर सुटू लागला. त्याला काही सुचेनासं होऊ लागलं. वेड लागल्याचं नाटक करत, त्यानं फकिरासारखा डगला घातला आणि आपल्या सिंहासनावरून उठून, तंबूच्या कोपऱ्यात ठेवलेल्या चटईवर बसून डोलू लागला. त्याचे काही खास सहकारीही मग तसंच करू लागले. डोलणाऱ्या जथ्थ्याकडे बघून, शुजाचे सैनिक फिदीफिदी हसू लागले, पण त्यांना मीर कासिमची दया मात्र अजिबात आली नाही. थोड्या वेळानं त्यातल्या एका वरिष्ठ अधिकाऱ्यानं मीर कासिमचं बखोट धरून त्याला उठवलं आणि एका हत्तीवर बसवून, स्वत:ही त्याच्यासोबत जाऊन बसला. त्यानंतर लगेच मीर कासिमला शुजाच्या छावणीकडे आणून कैदेत डांबण्यात आलं.[५३]

अवघ्या काही महिन्यांमध्ये, मीर कासिम हा भारतातल्या मोजक्या अशा बलाढ्य आणि श्रीमंत सत्ताधीशापासून, शुजा उद्दौलाच्या ताब्यातला निर्धन, सत्ताहीन युद्धकैदी बनला.

चार महिन्यांनंतर, २२ ऑक्टोबर रोजी कंपनी सैनिकांच्या काही पलटणी गंगेच्या किनाऱ्याजवळील आंब्याच्या वनांमधून 'बक्सर'कडे चाल करून येत असताना दिसून आल्या. कंपनी सैनिक व शिपायांची नवीन फळी, तसेच पायदळाची नवीन तुकडी थेट कलकत्त्यावरून पाठवली गेली होती. त्यांचं नेतृत्व करण्यासाठी ३८ वर्षांच्या धडाकेबाज, प्रभावी आणि तितक्याच निष्ठुर अशा मेजर हेक्टर मुनरोला पाठवलं गेलं होतं.

इथं शुजाच्या पायदळाचं नेतृत्व करणाऱ्या जॉन-बतीस्त जेन्टीलने त्याला

इंग्रजांच्या या प्रगतीवर तत्काळ प्रत्युत्तर देण्याची तयारी करायचा सल्ला दिला. त्यानं शुजाला सांगितलं,

'मला इंग्रजांच्या कार्यपद्धतीचा चांगलाच अनुभव आहे. तू त्यांना कमी लेखण्याची चूक करू नकोस. नसत्या वायफळ गोष्टींमध्ये मोलाचा वेळ घालविण्यापेक्षा, इंग्रजांशी सामना करायच्या तयारीला लाग; नाहीतर फार उशीर होईल.

> अजूनही आपल्याकडे थोडा वेळ आहे. अद्याप इंग्रजांनी आपल्या पलटणींची मांडणी केलेली नाही. अद्याप त्यांनी नदीमध्ये नौका घालून आपली शस्त्रास्त्रे पुढे पाठविण्याची तयारी केलेली नाही. सध्या ते तंबू उभारण्यात व्यस्त आहेत. हीच योग्य वेळ आहे त्यांच्यावर हल्ला करण्याची! त्यांच्यावर हल्ला केला तरच आपल्याला त्यांच्यावर विजय मिळवता येईल. एकदा का ते पूर्ण तयारीनिशी आपल्यासमोर उभे राहिले, की मग काही सांगता येत नाही.'
>
> मात्र जेन्टीलच्या इतकं कानीकपाळी ओरडण्याचा शुजावर काहीही परिणाम झाला नाही. त्यानं जेन्टीलच्या तोंडावर हसून शेरा मारला,
>
> 'तू रणनीती वगैरैच्या भानगडीत पडू नकोस रे, जेन्टील. ते सगळं तू माझ्या अनुभवावर सोड. मी सक्षम आहे, या टीचभर इंग्रजांना पाहून घ्यायला.'[५४]

त्या रात्री शुजानं आपल्याकडच्या सगळ्या स्त्रिया व साधनसंपत्ती काही विश्वासू शिपायांसोबत फैझाबादला पाठवून दिली. इतर सैनिकांना इंग्रजांचा हल्ला झाला, तर प्रत्युत्तर देण्यासाठी तैनात ठेवलं होतं. पण त्या रात्री हल्ला झाला नाही. आधी शुजानं खंदकांच्या आडून इंग्रजांवर हल्ला करण्याची योजना आखली होती-खुद्द इंग्रजांनी असंच पाटण्यामध्ये केलं होतं. पण दुसऱ्या दिवशी सकाळी शुजानं अचानक समोरून थेट हल्ला करण्याचा निर्णय घेतला.अन्सारीने लिहिल्यानुसार-

'त्या पहाटे मुनरोनं आपल्या पलटणींच्या फळ्या मांडून शत्रूवर तोफांचा मारा सुरू केला होता. काही वेळातच, शुजाचं बरंच नुकसान झालं होतं. म्हणून त्यानं खंदकांच्या आडून लढण्यापेक्षा, घोडदळाच्या मदतीनं समोरून प्रत्युत्तर देण्याचा निर्णय घेतला.'[५५]

ठरवल्यानुसार, शुजा आपलं घोडदळ घेऊन बाहेर पडला. मुनरोला आपल्या खबऱ्यांनी असं होत असल्याची माहिती दिली होती, पण त्याला हे खोटं वाटत होतं, कारण खंदकांमध्ये लपून लढाई करताना मिळणारा सुरक्षिततेचा फायदा सोडून तो असा थेट भिडायला येईल, हे मुनरोच्या बुद्धीला पटण्यासारखं नव्हतं.

थोड्या वेळानं मादेकनं तोफगोळ्यांचा मारा सुरू केला. इंग्रजांनीही त्याला प्रत्युत्तर देण्यासाठी आपल्या गतिमान तोफांचा मारा चालू केला. आपल्या चकाकत्या तलवारी आणि पटापट चालणाऱ्या बंदुकी घेऊन एकमेकांसमोर उभे ठाकलेले फ्रेंच व इंग्रज लढवय्या वाघांसारखे भासत होते.[५६]

९ वाजेपर्यंत दोन्ही पक्ष एकमेकांसमोर येऊन उभे राहिले. त्यांच्यामध्ये केवळ एक मोठी दलदल होती आणि मुघलांच्या डाव्या बाजूला गंगेचं पात्र होतं. मुघल सैन्याच्या उजव्या बाजूला असलेल्या नागा व अफगाण घोडदळानं दलदलीच्या भोवताली फेरी मारून इंग्रजांच्या मागच्या बाजूला जात, सर्वांत मागे उभ्या असलेल्या हातबॉम्ब फेकणाऱ्या सैनिकांवर मारा सुरू केला.

अचानक झालेल्या या हल्ल्याने कंपनी सैनिकांमध्ये गोंधळ उडाला. मुघलांचं घोडदळ पुढे सरसावून आपल्या तलवारींनी रणकंदन माजवू लागलं. पुढील काळात लेफ्टनंट गेब्रियल हार्परनं केलेल्या नोंदीनुसार : 'मुघल घोडदळानं (किमान त्यांच्यापैकी एक-दोन हजार घोडेस्वारांनी तरी) त्याच धडाक्यानं आपला हल्ला सुरू ठेवला असता तर आमची खैर नव्हती! आमच्या सैनिकांना पुढच्या पाच मिनिटांत माघार घ्यायला लागली असती.'[५७]

पण तसं झालं नाही; कारण थोड्या वेळानं, मुघल घोडदळाने चालू केलेला आपला मारा मध्येच थांबवून कंपनीच्या छावणीकडे मोर्चा वळवला आणि तिथल्या तंबूंमध्ये ठेवलेलं सामान, पैसे आणि दारूगोळा यथेच्छ लुटू लागले! तिथपासून शुजाचं त्यांच्यावरचं नियंत्रण सुटलं ते सुटलंच!

अर्थातच, शिस्तबद्ध इंग्रजांना आपल्या शत्रूच्या बेशिस्त वागणुकीचा फायदा मिळाला. मुनरो नेहमी आपल्या सैनिकांना सांगत असे, की युरोपियनांना या देशावर प्राबल्य मिळवता आलं आहे, ते केवळ शिस्तबद्धता आणि आज्ञापालन करण्याच्या वृत्तीमुळे. त्या दिवशी त्यांना मुनरोच्या बोलण्याचं महत्त्व पटलं.[५८] आपलं सामान आणि दारूगोळा हरवल्यावर, मादेक व समरूच्या हल्ल्याला तोंड द्यायला लागूनही, इंग्रजांचे सैनिक केवळ आपल्या नेत्यानं दिलेल्या हुकूमांचं पालन करत, आहे त्या ठिकाणीच उभे राहिले.

आपण विजयी झालो असल्याच्या आनंदात तरंगत असलेल्या शुजासमोर इंग्रज कैद्यांचे गट आणले जाऊ लागले. शुजानं ढोल-नगारे वाजवले जाण्याचे हुकूम सोडल्यावर, निरनिराळ्या ठिकाणी तैनात असलेले सेनापती शुभेच्छा देण्यासाठी शुजाच्या तंबूमध्ये येऊ लागले. शुजासोबत असलेल्या जेन्टीलनं पुढे घडलेल्या अकल्पित प्रसंगाचं वर्णन करताना लिहिल्यानुसार-

'असं वाटत होतं, की इंग्रज सगळंच गमावून बसले आहेत. त्यांच्याकडचा

> दारूगोळा, रसद, सामान आणि पैसा सगळंच मुघलांनी लुटून नेलं होतं. मुनरोलाही आपला पराभव समोर दिसत होता. उर्वरित सैन्य घेऊन नदीमार्गे परत फिरण्यासाठी म्हणून मुनरोनं नदीत नौका तयार करण्याचे आदेश दिले. मात्र नौका तयार करायला वाजवीपेक्षा जास्त वेळ लागत होता. नौकांमध्ये चढण्यासाठी थांबलेल्या शत्रूला उसंत मिळू न देता, मुघलांच्या घोडदळानं पुन्हा त्यांच्याकडचं उरलंसुरलं सामान लुटायला सुरुवात केली. ते दृश्य पाहून, मुनरोच्या तळपायाची आग मस्तकात गेली आणि त्यानं आपल्या माणसांचं रक्षण करण्याचा विडा उचलला![५९]

आपल्या घोड्यावर स्वार होऊन, समोरून चालू झालेला गोळीबार चुकवत, मुनरो सर्वांत पुढे गेला आणि त्याने आपल्या सैनिकांना पुन्हा रणांगणावर येण्याचा इशारा दिला. असह्यपणे केलेल्या त्या एका कृतीमुळे, काही क्षणांपूर्वी पराभूत म्हणून रणांगण सोडू पाहणारा मुनरो पुन्हा त्याच रणांगणाचा राजा झाला!'[६०]

कंपनीचे सैनिक-शिपाई पराभवाच्या जखमा कुरवाळत बसलेले असताना, अचानक आपल्या नेत्यानं दिलेला हुकूम ऐकून हबकून गेले! पण मग, आता आपल्याला लढण्यावाचून गत्यंतर नाही, हे उमजून त्यांनी पुन्हा बळ एकवटलं आणि त्यांच्या सामानाची लूटमार करण्याऱ्या पण संख्येनं कमी व फारशी मदत नसणाऱ्या मुघल सैनिकांवर अक्षरशः तुटून पडले![६१]

अचानक बदललेलं चित्र पाहून शुजा थबकला! तरीही त्यानं आपल्या सैनिकांना गोळा करून त्यांचं मनोबल वाढविण्याचा प्रयत्न केला. पण व्यर्थ! काही क्षणांपूर्वी विजयाच्या नशेत धुंद झालेल्या शुजाला अचानक आलेला पराभव सहन होईना. किंबहुना, काही क्षणांत हे चित्र एवढं बदललं कसं, हेच त्याला उमजेना! इंग्रजांना आपल्या सैनिकांवर त्वेषानं तुटून पडताना पाहून, शुजाची गाळण उडाली. तो जागीच खिळून राहिला. तितक्यात, मांडीमध्ये गंभीर जखम झालेल्या 'अनुपगिरी'नं कसंबसं पुढे येऊन शुजाला आपल्या तंद्रीमधून जागं केलं आणि लवकरात लवकर सुरक्षित ठिकाणी लपण्याचा सल्ला दिला. 'नाहक वीरश्री दाखवून मृत्यूला कवटाळण्याची ही वेळ नव्हे! आपण आज जिवंत राहिलो तरच उद्या या अपमानाचा बदला घेऊ शकू,' असं अनुपगिरीनं शुजाला समजावलं.[६२]

नशिबानं शुजाला 'अनुपगिरी'चं म्हणणं पटलं आणि तो नदीवर टाकलेल्या नौकांकडे पळू लागला. त्याच्या मागे, नागा सैनिक खूप शूरपणे लढा देत राहिले. शुजा, समरू आणि नागांचा नेता हे तिघेजण नौकेध्ये बसल्यानंतर, त्या नेत्यानं इतर सगळ्या नौका जाळून टाकण्याचा आदेश दिला.

यामुळे शुजा आणि त्याचे सहकारी सुरक्षित राहिले; पण त्यांच्यासाठी वीरतेनं

लढणाऱ्या नागा सैनिकांचे मात्र हाल झाले. त्यांनी आपला जीव वाचविण्यासाठी नदीच्या उथळ भागामधून पाण्यात शिरण्याचा प्रयत्न केला, पण तिथल्या गाळामध्ये रुतल्यामुळे ते लवकरच इंग्रज सैनिकांच्या गोळीबाराचे शिकार बनले.[६३]

आता कंपनी सैनिकांना स्वत:चे खिसे भरण्याची संधी मिळाली. गुलाम हुसेन खाननं लिहून ठेवल्यानुसार : 'वझीर आणि त्याच्या अधिकाऱ्यांचे तंबू, मौल्यवान वस्तू, खुर्च्या-टेबलं इत्यादी सगळं इंग्रजांच्या हाती लागलं. त्याशिवाय चांदी-सोन्याच्या नाण्यांनी भरलेल्या तिजोऱ्या आणि व्यापाऱ्यांनी आणलेल्या किमती सामानानं भरलेले तंबू, हेही इंग्रजांच्या तावडीत सापडलं. मात्र याहीपेक्षा मौल्यवान सामान जे मुघलांनी गमावलं ते म्हणजे उत्कृष्ट प्रतीच्या दोनशे तोफा! विचार करा, नेमकं किती महागडं सामान असेल मुघलांच्या त्या छावणीमध्ये!'[६४]

'बक्सर'चं युद्ध लहानसं पण रक्तरंजित ठरलं. इंग्रजांनी सोबत आणलेल्या ७हजार माणसांपैकी सुमारे ८५० माणसं मारली गेली, जखमी झाली किंवा बेपत्ता झाली. मुघलांचं नुकसान तर त्यापेक्षा कैक पटीने मोठं होतं. त्यांची जवळ जवळ ५हजार माणसं ठार झाली. मात्र, लहानसं असलं तरी 'बक्सर'चं युद्ध हे भारतीय इतिहासाच्या या पर्वाचं सर्वांत निर्णायक युद्ध ठरलं – अगदी सात वर्षांपूर्वी झालेल्या प्रसिद्ध प्लासीच्या युद्धापेक्षाही!

मुघल सत्तेमधील तीन बळकट शक्ती एकत्र येऊन ईस्ट इंडिया कंपनीला भारताच्या बाहेर काढण्यासाठी एकत्र झाल्या होत्या. दुर्दैवानं जेव्हा मुघल पक्षाचा पराजय झाला, तेव्हा ईशान्य भारतामध्ये कंपनीचंच वर्चस्व टिकून राहिलं. 'बक्सर'च्या युद्धामुळे कंपनीचं बंगाल व तिथल्या किनारपट्टीवर असलेलं प्राबल्य अधोरेखित झालं आणि त्यामुळे त्यांना पश्चिमेकडे आपला प्रभाव पसरवण्यासाठी वाट मोकळी मिळाली. मूठभर खासगी व्यापारी आणि समुद्री लुटेऱ्यांनी सुरू केलेली ईस्ट इंडिया कंपनी आता एक अवाढव्य आंतरराष्ट्रीय महामंडळामध्ये रूपांतरित झाली होती. कंपनीला मिळणारा नफा इतका मोठा होता, की तिच्या रोख्यांची किंमत ही जागतिक पातळीवर सर्वांत सुरक्षित चलन मानली जाऊ लागली. 'बक्सर'च्या युद्धानंतर मात्र कंपनी एका नव्या रूपात उभारून आली. भारताच्या नव्या किनारपट्टीवरून व्यापार करणाऱ्या संस्थेपासून, ती आता दक्षिण आशियामध्ये पसरलेल्या भल्यामोठ्या आणि धनाढ्य प्रदेशाची सत्ताधीश बनू लागली होती!

हाच तो क्षण, जेव्हा कंपनीनं भारतावर राजकीय सत्ता कायम करण्यासाठी पहिलं पाऊल उचललं. ओसंडून वाहणारी तिजोरी आणि इंग्लंडच्या शाही लष्करापेक्षाही अधिक मनुष्यबळ असलेलं लष्कर पदरी बाळगणारी ईस्ट इंडिया कंपनी आता २० दशलक्ष भारतीयांवर आपली सार्वभौम सत्ता गाजविण्यासाठी सज्ज झाली!

अनेक चित्रविचित्र प्रसंगांच्या परिणामांमुळे व्यापाऱ्यांचा एक लहानसा जथ्था

आता उत्तर भारताचा शासक बनला होता.[६५] तत्त्ववेत्ता ॲडम स्मिथनं ज्याला 'विचित्र परिस्थितीजन्य परिणाम' म्हणून संबोधलं असतं, असं एक 'कंपनी राज्य' तयार होऊ लागलं होतं.[६६]

सदर घटनेच्या वीस वर्षांनंतर जेव्हा थॉमस ट्वायनिंग या चहा व्यापाऱ्यानं तोपर्यंत निर्जन झालेल्या 'बक्सर युद्धा'च्या स्थळाला भेट दिली, तेव्हा त्यानं आपल्या रोजनिशीत केलेल्या नोंदीमध्ये असं लिहिलं : 'हीच ती जागा, जिथं हिंदुस्थानातल्या तोपर्यंतच्या सर्वोत्कृष्ट लष्करी शक्तींचा, इंग्रज व्यापाऱ्यांच्या हातून अंत झाला. व्यापार करून पोट भरता यावं, यासाठी हिंदुस्थानच्या किनाऱ्यांवर दुकानं थाटायला आलेल्या या माणसांनी, कालांतरानं अवघा देश आपल्या ताब्यात घेतला. इतिहासात असे फार दुर्मीळ प्रसंग आहेत, ज्याबद्दल वाचल्यावर मनात मोठा संभ्रम निर्माण होतो. एखाद्या अत्यंत लहान प्रसंगातून किंवा निर्णयातून इतका मोठा व व्यापक बदल घडून यावा, हे फार कमी वेळा होतं.'[६७]

ट्वायनिंगच्या म्हणण्यात तथ्य होतं. कंपनीनं खूप मोठी जोखीम उचलली होती – आणि ते जिंकले होते. एकेकाळी अवघ्या विश्वात गवगवा असलेलं मुघल साम्राज्य आता या इंग्रजी व्यापारी कंपनीच्या पायाशी लोळण घेत होतं.

इतिहासात एकमेवाद्वितीयम ठरलेल्या सत्तांतरासाठी मंच तयार झाला![६८]

कंपनीला विजयी बनविणाऱ्या 'बक्सर'च्या युद्धानंतर, मुघल त्रिकुटांतील तिघांची नशिबं निरनिराळ्या दिशेने गेली.

'बक्सर'वरून निघाल्यावर, शुजानं मीर कासिमला कैदेतून मुक्त केलं; पण आपली सत्ता व संपत्ती दोन्ही गमावलेला आणि तद्पश्चात, पाटणा हत्याकांडामध्ये सक्रिय भाग घेतल्याबद्दल कंपनीचा रोष ओढवून बसलेल्या या एके काळच्या सामर्थ्यवान राजाला, अठराव्या शतकातील मुघल राजकारणामध्ये पुन्हा कधीही मानाचं स्थान मिळवता आलं नाही. निरनिराळ्या ठिकाणी भटकंती करत अखेर 'आया'मध्ये त्याचा मृत्यू झाला. असं म्हटलं जातं, की तोपर्यंत मीर कासिम इतका कफल्लक झाला होता, की त्याच्या मुलांना आपल्या वडिलांचं शव झाकण्यासाठी नवीन चादर घेणंही परवडेना![६९]

आपल्या लढवय्या स्वभावाला शोभून, शुजा उद्दौलानं इंग्रजांविरुद्ध आपल्या मोहिमा सुरू ठेवल्या. मुनरोच्या पलटणी अवधमध्ये आत येऊ लागल्या तसं शुजानं अनेक गनिमी कावे आखून त्यांना टक्कर देण्याचा जिवापाड प्रयत्न केला. पण प्रत्येक प्रयत्नानिशी इंग्रजांनी शुजाला अवधच्या अधिकाधिक बाहेर ढकलून

दिलं. शुजाचे सहकारी त्याची साथ सोडून गेले; त्याचा फैझाबादचा किल्ला आता मेजरपासून जनरल झालेल्या कार्नाकचं अधिकृत निवासस्थान बनवलं गेलं. एके प्रसंगी, चुनारच्या किल्ल्याजवळ शुजा इंग्रजांच्या तावडीत सापडलाच होता; पण नशिबानं तो ऐन वेळी निसटला. त्यानंतर लगेचच त्यानं कंपनीबरोबर युद्ध घोषित केलं, पण ३ मे १७६५ रोजी 'कोरा' येथे लढल्या गेलेल्या या युद्धामध्ये शुजाचा दारूण पराभव झाला. युद्धामध्ये पराभूत झाल्यावर पुढचे अनेक महिने त्यानं इंग्रजांपासून पळत, लपून काढले. अखेर दोआबमधल्या रोहिला अफगाणांनी शुजाला आसरा दिला.

जुलैमध्ये जॉन-बतीस्त जेन्टीलनं इंग्रजांसमवेत शुजाच्या शरणागतीचा करार आखला. त्यानं इंग्रजांना समजावलं, की त्यांनी जर पराभूत शुजाला आपल्या छत्रछायेखाली घेतलं, तर तो त्यांच्यासाठी उपयोगाचा ठरू शकेल. बंगालचा समृद्ध प्रदेश आणि मराठा व अफगाण सैन्य आळीपाळीनं लुटत असलेले दिल्लीभोवतालचे प्रदेश या दोघांमध्ये एक आघातप्रतिबंधात्मक प्रदेश तयार करण्यासाठी शुजापेक्षा चांगला माणूस मिळणार नाही, असं जेन्टीलचं मत होतं.

अखेर, इंग्रजांनी शुजाचं आयुष्य आणि स्वातंत्र्य दोन्ही परत देण्याचं वचन दिल्यावर, तो आपल्या लपल्या ठिकाणाहून बाहेर पडला. एके दिवशी अचानक तो फक्त २०० घोडेस्वार सोबत घेऊन, एका पालखीमधून मुनरोच्या छावणीकडे येऊन पोहोचला.[७०] जेन्टीलनं त्या प्रसंगाचं वर्णन करताना लिहिल्यानुसार-

'दुपारचे ४ वाजले होते. मुनरो दुपारचं भोजन घेत होता. अचानक दुरून धुळीचे लोट उठताना दिसू लागले. चपापलेल्या मुनरोनं सैनिकांना आपापल्या जागा घ्यायचा आदेश दिला. पण इतक्यात दोन संदेशवाहक धावत आले आणि त्यांना नवाब वझीर शुजा उद्दौला छावणीकडे येत असल्याची वार्ता दिली.'[७१]

शुजा जसा छावणीकडे पोहोचला, तसा इंग्रज सैनिकांनी आपल्या टोप्या काढून मोठ्या आदरानं त्याचं स्वागत केलं. आपल्याशी इतक्या अदबीनं वागणारा शत्रू पाहून शुजाला काय बोलावं हे समजेना![७२] मग जेन्टीलनं केलेल्या करारानुसार, शुजाला एका लहानशा राज्याचा अधिपती घोषित करण्यात आलं. अर्थात, त्याची सत्ता फक्त कागदोपत्री होती; त्याच्या प्रत्येक कृतीवर, सोबत राहणाऱ्या इंग्रज रेसिडेन्टची बारीक नजर होती. तसंच शुजासोबत कंपनी शिपायांची एक पलटण तैनात केली गेली होती, ज्यांच्या देखरेखीसाठी त्याला(च) भरपूर पैसा खर्च करावा लागत होता. याशिवाय शुजाला युद्धाची नुकसानभरपाई म्हणून इंग्रजांच्या तिजोरीत आधीच रु. ५ दशलक्ष भरावे लागले होते.[७३]

बादशहा शहा आलमनं कंपनीशी बिघडलेले संबंध दुरुस्त करण्यासाठी प्रयत्नांची पराकाष्ठा चालवली होती. तसंही, 'बक्सर मोहिमे'च्या संपूर्ण काळात त्यानं इंग्रजांशी

आपला गुप्त संपर्क सुरू ठेवला होताच. शहा आलमच्या दृष्टिकोनातून 'बक्सरचं युद्ध' हे त्याच्या तीन सेवकांमध्ये चाललेलं युद्ध होतं. तिघांनीही मुघल सत्तेशी एकनिष्ठ राहण्याचं वचन घेतलं होतं. त्यामुळे बादशहा म्हणून त्याला या युद्धात तटस्थ भूमिका घेणं भाग होतं. तसंही शुजाच्या आक्रमक पद्धतीबद्दल सुरुवातीपासून विरोध असणाऱ्या शहा आलमनं आपली नापसंती दाखविण्यासाठी संपूर्ण युद्ध तंबूमध्ये बसून काढलं.[७४]

'बक्सरचं युद्ध' संपल्यानंतर जेव्हा शुजा व त्याचं सैन्य अवधमध्ये लढण्यासाठी निघून गेलं, तेव्हा शहा आलमनं 'बक्सर'मध्ये तळ ठोकून आपल्याला आश्रय द्यावा, यासाठी मुनरोकडे विनंतीपर संदेश धाडले. अठरा महिने अगोदर हेल्साच्या युद्धामध्ये पराभूत झाल्यानंतर जी युक्ती शहा आलमनं वापरली होती, तीच त्यानं आताही कामी आणली. कंपनीचा शत्रू बनण्यापेक्षा त्यांचा मित्र बनणं अधिक फायदेशीर आहे, हे उमजून तो आपली पावलं उचलत होता.

युद्ध संपल्यानंतर शुजानं नदीच्या दुसऱ्या बाजूकडे कूच केल्यावर, बादशहानं मुनरो, मीर जाफर व वॅन्सिटार्टकडे मौल्यवान भेटवस्तू पाठवून, आपण तहाच्या बोलणीसाठी तयार असल्याचा संकेत दिला. आपल्याला या तहामुळे होणारा फायदा माहीत असल्यामुळे, इंग्रजांनी तातडीनिशी बादशहाच्या छावणीकडे गमन केलं.[७५]

अवघ्या काही तासांमध्ये बादशहाच्या छावणीकडे पोहोचलेल्या इंग्रजांना त्यानं सर्वांत आधी हे निक्षून सांगितलं, की शुजा उद्दौला त्याचा मित्र नाही. किंबहुना, त्यानं इंग्रजांना तंबी दिली, की जर त्यांनी पुढे कधी शुजाशी हातमिळवणी केली, तर तो (शहा आलम) दिल्लीला निघून जाईल, 'मी पुन्हा त्या माणसाच्या हातात जाण्याचा विचारही करू शकत नाही. कारण त्याचे विचार आणि कृती मला किळसवाणे वाटतात.'[७६] इंग्रजांच्या दृष्टीनं विचार करता, मुनरोला शहा आलमसारखी कळसूत्री बाहुली आपल्या हातात असल्याचे फायदे ठळकपणे दिसत होते. कंपनीच्या वाढत्या महत्त्वाकांक्षांना कायदेशीर मान्यतेची मोहोर लावण्यासाठी मुघल बादशहापेक्षा मोठी व्यक्ती कोणती मिळणार होती! मुनरोने कलकत्त्याला पत्र लिहून कळवलं, की हिंदुस्थानातल्या स्थानिक राजा व उमरावांचा असंतोष झेलावा लागू नये,म्हणून आम्ही अशी सोय केली आहे, की आपली सगळी कार्यं व कृत्ये बादशहा शहा आलमच्या सही-शिक्क्यानिशी केली जातील. यामुळे आपला फायदा असा होईल, की आपण जी काही मालमत्ता विकत घेऊ किंवा जिथं कुठं युद्ध पुकारू, ते सर्व बादशहानं घडवून आणल्यासारखं दिसेल आणि आपल्यावर कुणाचा रोष ओढवणार नाही.'[७७]

कंपनीच्या संरक्षणानिशी आणि आपला पूर्वाश्रमीचा वैरी, पण आता मित्र

बनलेल्या जनरल कार्नाकच्या सोबतीनं, शहा आलम पहिले बनारस आणि मग तिथून अलाहबादला गेला. अलाहबादमध्ये कंपनीनं शहा आलमची, त्याच्याच पूर्वज असलेल्या अकबरानं यमुना-गंगेच्या संगमाजवळ बांधलेल्या एका सुंदर किल्ल्यामध्ये राहण्याची व्यवस्था केली. तिथं स्थायिक झाल्यावर, शहा आलम आता त्या व्यक्तीची वाट पाहू लागला; जिला कंपनीनं तोपर्यंत निर्माण झालेला सगळा गोंधळ सावरण्यासाठी म्हणून लंडनहून धाडलं होतं.

ती व्यक्ती म्हणजे, नव्याने उमराव बनलेला, गुबगुबीत शरीरयष्टीचा रॉबर्ट क्लाइव्ह, बॅरन ऑफ प्लासी!

फेब्रुवारी १७६४मध्ये कंपनीच्या लीडनहॉल येथील मुख्यालयाकडे ही वार्ता पोहोचली होती, की मीर कासिमच्या विरोधात युद्ध सुरू झालेले असून, बंगालमध्ये रक्तपात आणि गोंधळ वाढत चाललेला आहे. त्यानंतर लगेचच पाटणाचं हत्याकांड झालं. पराजय, लष्करावरचा वाढता खर्च आणि एकूण आर्थिक अनागोंदीबद्दल वाढत जाणाऱ्या गावगप्पांना ऊत येऊ लागला, तशी गुंतवणुकदारांमध्ये घबराट पसरू लागली आणि कंपनीच्या रोख्यांची किंमत कमी होऊ लागली. एक वेळ अशी आली, की रोख्यांची किंमत तब्बल १४% घसरली.[७८] त्यानंतर घेतल्या गेलेल्या गुंतवणुकदारांच्या सभेमध्ये, एका गृहस्थानं असा प्रस्ताव मांडला की भारतातला कारभार सुरळीत करण्यासाठी रॉबर्ट क्लाइव्हला तातडीनिशी राज्यपाल व सेनापती म्हणून बंगालला पाठवलं जावं.[७९] सर्व गुंतवणुकदारांनी हा प्रस्ताव एकमतानं मान्य केला.

इंग्लंडमध्ये परतल्यानंतर, क्लाइव्हनं अल्प काळात आपली दोन स्वप्नं पूर्ण करून घेतली होती. त्यानं संसदेमध्ये स्थान मिळवलं होतं आणि त्याचसोबत सरदारकी सुद्धा पटकवली होती. खरं तर त्याची सरदारकी इंग्लिश नव्हती, ती त्यापेक्षा कमी लेखल्या गेलेल्या आयरीश मुळाची असली, तरी त्यामुळे क्लाइव्हला वेस्टमिन्स्टर हाउस ऑफ लॉर्ड्समध्ये मानाचं स्थान मिळालं असल्यानं, तो खूश होता. इंग्लंडला आल्यानंतर, क्लाइव्हनं झपाट्यानं जमिनी विकत घेतल्या होत्या, मोठमोठाली घरं बांधली होती आणि कंपनीच्या संचालकांशी भांडणंही केली होती. मे १७६२मध्ये कार्नाकला लिहिलेल्या एका पत्रात क्लाइव्हनं म्हटलं होतं- 'आम्ही इंग्लंडमध्ये फारसे आनंदी नाही आहोत; उलट भारतातल्या तुमच्या आयुष्याचा आम्हाला हेवा वाटतो.'[८०] त्यामुळे बंगालचं राज्यपाल पद देऊ केल्यावर क्लाइव्हचा जीव भांड्यात पडला. विशेष म्हणजे, कंपनीनं क्लाइव्हला बंगाल सरकारचे कारभार

सुरळीत करण्यासाठी आणि आशियातील इतर प्रदेशांमध्ये कंपनीचे कारभार वाढविण्यासाठी एकाधिकार देऊ केले असल्याने, त्याला उत्साह वाटू लागला. ४ जून १७६४ रोजी 'केन्ट' जहाजामधून क्लाइव्हनं पोर्ट्समथवरून हिंदुस्थानाकडे प्रयाण केलं. त्यावेळी त्यानं आपल्या बायको व मुलांना इंग्लंडमध्येच ठेवलं आणि आपल्यासोबत एक फ्रेंच आचारी, चार वादक आणि शॅम्पेनची चार खोकी घेतली.[८१]

नेहमीप्रमाणे क्लाइव्हचं नशीब जोरावर होतं. एप्रिल १७६५मध्ये जेव्हा त्याचं जहाज मद्रास बंदराला लागलं, तेव्हा त्याला लगेच तीन चांगल्या बातम्या मिळाल्या. 'बक्सर'मध्ये मुनरोचा विजय झाला होता; अवध इंग्रजांच्या ताब्यात आलं होतं; आणि मीर जाफरचा मृत्यू झालेला होता. या तीन घटनांचा कंपनीच्या रोख्यांवर किती सकारात्मक परिणाम होईल, याची जाणीव असलेल्या चाणाक्ष क्लाइव्हनं, सर्वप्रथम लंडनमधल्या आपल्या गुमास्त्याकडे गुप्त भाषेत लिहिलेला संदेश धाडला. त्या संदेशात क्लाइव्हनं त्याला इंग्लंडमधली आपली सगळी स्थावर मालमत्ता गहाण ठेवून, कंपनीचे जितके जमतील तितके रोखे विकत घेण्याची सूचना केली होती.[८२] त्यानंतर त्यानं कंपनीच्या संचालकांना पत्र लिहिलं होतं. आपल्या शुष्क, मर्मभेदी पद्धतीत त्यानं संचालकांना हे समजावून दिलं होतं, की एका मागोमाग एक घडलेल्या या घटनांमुळे हिंदुस्थानचं राजकारण ढवळून निघालं होतं :

'आपण आता त्या महत्त्वाच्या टप्प्यावर येऊन पोहोचलो आहोत, ज्याबद्दल मी खूप पूर्वी भाकित केलं होतं. हा तो टप्पा आहे जिथं आपण – ईस्ट इंडिया कंपनीने – हा निर्णय घ्यायचा आहे, की आपण हिंदुस्थानातील संपूर्ण मुघल साम्राज्यावर अधिपत्य गाजवू शकतो का? किंबहुना, आपल्याला तसं करण्याची इच्छा आहे का?

> मीर जाफरचा मृत्यू झालेला आहे; त्याचा मुलगा अद्याप सज्ञान झालेला नाही. शुजा उद्दौलाचा आपण पूर्णपणे पराभव केलेला आहे. त्याच्या अधिकाराखाली असलेले सगळे प्रांत आपल्या खिशात आहेत. खरंतर, असं म्हणणं अतिशयोक्ती ठरणार नाही, की सगळं मुघल साम्राज्य आपल्याच हातात आहे. माझ्या मते, आपण आपल्या लष्कराला अजून बळकट बनवून हिंदुस्थानचं सरकार आपल्या हातात घेतलं, तर इथला कुठला स्थानिक राजा किंवा उमराव आपल्याला विरोध करू शकणार नाही आणि कुणी फ्रेंच, डच किंवा तत्सम लष्कर आपल्या वाटेला जाण्याचा विचारही करणार नाही.
>
> कंपनीने स्वत:च हिंदुस्थानातील नवाबपद भूषवावं – तेही अगदी उघडपणे.

माझं असं प्रामाणिक मत आहे, की आपण ही संधी गमावता कामा नये. कंपनीचा प्रमुख हेतू जर धन आणि स्थैर्य कमावणं असेल, तर ते कमावण्यासाठी आपल्याला यापेक्षा नामी संधी मिळणार नाही.'[८३]

३ मे १७६५ रोजी बंगालचा नवा राज्यपाल अखेर कलकत्त्यामध्ये येऊन दाखल झाला. खरंतर इतक्या लांबच्या प्रवासानं तो खूप दमला होता; पण 'बक्सर'नंतर हिंदुस्थानच्या सत्तास्थानी कोण असेल, याबद्दल निर्माण झालेली पोकळी वेळीच भरून काढणं गरजेचं आहे, हे उमजून तो तडक उत्तरेकडे निघाला. आपल्या निर्णयाबद्दल क्लाइव्हनं कार्नाकला लिहिलेल्या एका पत्रात म्हटल्यानुसार-

'बक्सर'नंतर हिंदुस्थानातील राजकारणाच्या पटलावर जी पोकळी निर्माण झालेली आहे, ती खूप अस्थिर आणि घातक अशी आहे. लवकरात लवकर या परिस्थितीचं रूपांतर घडवून आणणं गरजेचं आहे. या देशात शक्य तितक्या लवकर, स्थैर्य आणि शांती नांदायला पाहिजे. यासाठीच मी तडक तुझ्या छावणीकडे प्रस्थान करत आहे. काळजी करू नकोस, मी काही तिथं फार काळ राहणार नाही, पण लवकरात लवकर शांतीचा करार होणं गरजेचं आहे.'[८४]

त्यादृष्टीनं २५ जून रोजी क्लाइव्हनं कलकत्त्यावरून अलाहबादसाठी प्रस्थान केलं.

त्याची पहिली भेट ठरली होती शुजा उद्दौलासोबत. जेन्टीलने मांडलेला तर्क क्लाइव्हला पसंत पडला होता. जेन्टीलनं असं सुचवलं होतं, की संपूर्ण अवध प्रांत थेट कंपनीच्या अधिपत्याखाली घेण्यापेक्षा, क्लाइव्हनं पश्चात्तापदग्ध शुजाला स्वत:च्या छत्राखाली घेऊन, त्याला आपला प्रतिनिधी बनवावं. यामुळे कंपनीला स्वत:चं हक्काचं प्यादं मिळेल आणि शुजाच्या संपत्तीमधील वाटा सुद्धा.

२ ऑगस्ट रोजी शुजा आणि क्लाइव्हची भेट झाली. अवघ्या तीन महिन्यांपूर्वी सर्व गमावून बसलेल्या शुजाला आपल्याला नशिबानं इतका भक्कम हात कसा काय दिला, यावर विश्वास बसेना! क्लाइव्हच्या प्रस्तावाने आपण उपकृत झालो असल्याचं नमूद करून, शुजानं कंपनीप्रती आपली निष्ठा असल्याचं ठासून कबूल केलं. त्यानंतर काही दिवसांनी शुजाशी सकारात्मक बोलणी झाल्याच्या आनंदामध्ये क्लाइव्हनं कंपनीला पत्र लिहून कळवलं, की हिंदुस्थानामध्ये इतरत्र कमी प्रमाणात दिसणारा कंपनीविषयीचा आत्मविश्वास आणि इतर 'चांगले गुण' शुजा उद्दौलामध्ये भरघोस भरलेले आहेत.[८५]

त्यांनतर क्लाइव्हनं स्वत:च्या डोक्यानं एक वेगळीच राजकीय खेळी खेळली. त्यानं असं ठरवलं, की पूर्वी शुजाच्या हाताखाली असलेल्या अलाहबाद व कोराभोवतीच्या जागा, शहा आलमला पोसण्यासाठी वापरल्या जातील. तसंच

बादशहानं दिल्लीला परतण्याचं अनेक वर्षं बाळगलेलं स्वप्न पूर्ण करण्याचे संदिग्ध वायदे करून, त्याच्या हाताखाली असलेल्या बंगाल, ओरिसा व बिहार या तीन समृद्ध प्रांतांचं आर्थिक व्यवस्थापन आपल्या हातात घ्यायचं. मुघल राजवटीत या पद्धतीला 'दिवाणी' असं संबोधलं जात असे.

या दोन निर्णयांमुळे कंपनीच्या कारभाराला मुघलांच्या कायदेशीर परवानगीची मोहोर तर मिळणार होतीच;वर ईस्ट इंडिया कंपनीला सुमारे २० दशलक्ष भारतीयांवर कर लादून वर्षाकाठी २ ते ३ दशलक्ष[ii] पौंडांची कमाई करता येणार होती! बंगालची सुपीक भातशेती, तिथले कामसू विणकर आणि निरनिराळ्या खनिजांनी ओतप्रोत भरलेल्या खाणींवर आर्थिक अधिकार मिळविल्यामुळे कंपनीसाठी असंख्य दारं उघडणार होती आणि आशियातलं सर्वांत बलाढ्य लष्कर उभारण्यासाठी पैसाही मिळणार होता. क्लाइव्हला ठाऊक होतं, की ज्या बंगालच्या कमाईवर मुघलांच्या तिजोऱ्या ओसंडून वाहत होत्या, तो पैसा आता कंपनीकडे येऊ लागल्यावर कंपनीही मुघलांप्रमाणे अजिंक्य बनू शकेल, आणि कालांतराने कदाचित संपूर्ण भारत राष्ट्रावर आपली सत्ता गाजवू शकेल.

क्लाइव्ह आणि शहा आलमच्या सल्लागारांमधील चर्चेला १ ऑगस्ट रोजी सुरुवात झाली. ९ ऑगस्ट रोजी क्लाइव्ह अलाहबादच्या किल्ल्यामध्ये दाखल झाला, जिथं त्यानं 'किडे व माश्यांमुळे हैराण झालो असल्याच्या' तक्रारी केल्या. अलाहबादला आल्यावर पहिल्यांदाच त्याची शहा आलमशी प्रत्यक्षात भेट झाली. गंभीर प्रवृत्तीचा बादशहा शहा आलम त्याला फार दुःखात असल्यासारखा भासला.[८६]

त्यांच्यातील कराराच्या प्रमुख अटी निश्चित झाल्या असल्या, तरी पुढचे तीन दिवस त्यातील बारकाव्यांवर अजून चर्चा होत राहिल्या. शहा आलमला कंपनीकडून अधिक वेतनाची अपेक्षा होती. तो आपल्या मागणीवर आडून राहिला, तसं अखेर क्लाइव्हनं माघार घेतली. त्यानं आपल्या वरिष्ठांना कळवलं, की -

'मला असं वाटतं, की खरंतर रु. २० लाख वेतन काही कमी नाही; पण आम्हाला बादशहाचा वापर खूप महत्त्वाच्या कामासाठी करायचा आहे. आम्हाला संपूर्ण भारतातल्या महसुलासाठी त्याची सनद मिळवायची आहे. ती मिळविण्यासाठी बादशहाला खूश ठेवणं गरजेचं आहे आणि त्यासाठी रु. ६ लाख अधिक मोजावे लागले, तर त्यात आपलं विशेष नुकसान नाही.'[८७]

अखेर ११ ऑगस्टला दोन्ही पक्षांनी आपल्याला करार मान्य असल्याची घोषणा केली.

दुसऱ्या दिवशी, १२ ऑगस्ट रोजी बादशहाला क्लाइव्हच्या तंबूमधल्या

---

ii आजच्या काळात २१० ते ३१५ दशलक्ष पौंड.

जेवणाच्या टेबलावर ठेवलेल्या रेशमी आच्छादनाच्या खुर्चीवर मोठ्या थाटानं बसवलं गेलं. बादशहाला पुन्हा एकदा 'सिंहासनाधीश' बनविण्याचा सोहळा अवघ्या काही मिनिटांमध्ये संपला. एरवी या इतक्या महत्त्वाच्या प्रसंगाआधी दोन्ही पक्षांचे दूत एकमेकांना अनेकदा भेटले असते; त्यांच्यात भरपूर वाटाघाटी झाल्या असत्या. पण या वेळी असं काही झालं नाही. सगळा प्रकार उरकायला बैल बाजारामध्ये बैल विकण्यासाठी लागतो तेवढाच वेळ लागला![८८]

अर्थात, सदर सोहळ्यासाठी फारसा वेळ खर्ची झाला नसला तरी, त्यामध्ये शहा आलमला बराच 'खर्च करावा लागला.' वरकरणी साध्याशा दिसणाऱ्या या करारामुळे हिंदुस्थानाच्या भविष्याच्या दृष्टीने खूप मोठं परिवर्तन घडून आलेलं होतं. रु. २.६ दशलक्ष आणि 'आम्ही पैगंबर मोहम्मद आणि मुघल सल्तनतीच्या नियमांनुसार कारभार पाहू', या क्लाइव्हनं दिलेल्या निरुत्साही वायद्याच्या बदल्यात, बादशहाने यापुढे कंपनीच्या सगळ्या मोहिमांवर आपल्या संमतीची मोहोर उमटविण्याची शपथ घेतली आणि वर संपूर्ण ईशान्य भारतातील आर्थिक व्यवहाराचं व्यवस्थापन कंपनीकडे सुपूर्द केलं. परिणामी, ईस्ट इंडिया कंपनीचे २५० कारकून आणि २०हजार भारतीय शिपाई असलेलं लष्कर आता भारतातल्या तीन सर्वाधिक धनाढ्य प्रदेशांचे आर्थिक व्यवहार सांभाळणार होतं. सदर निर्णयामुळे गेली दोनशे वर्षं बंगालमध्ये स्वतंत्ररित्या चालणारं सरकार आता पूर्णपणे विलीन झालं. रोख्यांच्या किमतीवर डोळा ठेवून असणाऱ्या व्यापारी महामंडळासाठी हा एक अत्यंत महत्त्वपूर्ण परिवर्तनीय टप्पा होता.

कागदोपत्री जरी कंपनीचं लष्कर मुघल नियमांनुसार चालणार असलं, तरी अलाहबादच्या तहामुळे प्रत्यक्षात घडून आलेल्या बदलांची नांदी दिसायला फार वेळ लागला नाही. रियाझू-अस-सलाटिन मध्ये नमूद केल्यानुसार-

'इंग्रजांनी आता भारतातील तीन धनाढ्य प्रदेशांवर स्वत:चा जम बसवला आहे. आता त्या ठिकाणी इंग्रजांचे जिल्हाधिकारी कार्यरत असतात. ते सगळा पत्रव्यवहार पाहतात, न्यायदानाचं काम बघतात, महसूल किती येत आहे, याची खबर ठेवतात. कुणाची कुठे नेमणूक करायची, कुणाची कुठे बदली करायची आणि इतर अनेक लहान-मोठे सरकारी निर्णय तेच घेत असतात. अर्थातच, या प्रदेशांमध्ये इंग्रज सरकारचा प्रभाव आणि अधिकार दिवसागणिक वाढत चाललेला आहे. त्यांच्या लष्करातले सैनिक, सेवक म्हणून नवाबाच्या गोटात शिरून, तिथल्या कारभारांमध्ये बिनदिक्कत हस्तक्षेप करू लागले आहेत. आता लहान वाटणाऱ्या या घटनांचा भविष्यात सामूहिकरीत्या किती मोठा परिणाम होणार आहे, देव जाणे!'[८९]

परिणाम तर लगेच दिसू लागला. बंगालची लूट अगदी सरसकट आणि अधिक निर्दयीपणे होऊ लागली. बंगालच्या नवाबाला काही महत्त्व उरलं नाही; तो

केवळ नाममात्र सत्ताधीश बनून राहिला.[१०] क्लाइव्हनंच म्हटल्यानुसार, 'तो आता केवळ नावापुरता 'नवाब' उरलेला आहे. 'नवाब' म्हणून त्याच्याकडे शिल्लक आहे ते फक्त त्याचं शोभेचं पद आणि पूर्वाश्रमीच्या सत्तेच्या माफक खुणा.' नवाब व त्याच्या वंशजांना मागे सारून आता ईस्ट इंडिया कंपनी अगदी उघडपणे बंगालचा कारभार चालवू लागली. मुर्शिदाबादमधल्या कचेऱ्यांमध्ये जरी मुघल कारकून महसूल व तत्सम आर्थिक कारभार पाहत असले, तरी त्यांच्यावर अधिकार गाजविणारी आणि महत्त्वाचे निर्णय घेणारी माणसं आता डगले घालणारी, निराळी भाषा बोलणारी, परक्या देशातली माणसं होती. एक व्यापारी महामंडळ आता स्वतंत्र सरकार बनलं होतं आणि वसाहती वा प्रदेशांचं मालकसुद्धा. अगदी कायदेशीर पद्धतीनं ते नियम बनवत होते, त्या नियमांप्रमाणे न्यायदान करत होते, कर वसुली करत होते, नवी चलनी नाणी प्रचलित करत होते, संरक्षण देत होते, शिक्षा बजावत होते... अगदी युद्ध सुरू व बंद सुद्धा करत होते.

अलाहबादच्या तहानंतर बिहार, बंगाल व ओरिसामधून मिळणारा महसूल, कंपनीच्या नावे नफा म्हणून मानला जाऊन थेट कंपनीच्या तिजोरीमध्ये भरला जाणार होता. क्लाइव्हच्या नियोजनानुसार हा पैसा लंडनमध्ये निर्यात करण्यासाठी विकत घेतलेल्या मालामधली गुंतवणूक, चीनमधून आणलेल्या चहाचा खर्च आणि इतर काही लहान-मोठे खर्च भरून काढण्यासाठी खूप उपयोगी ठरणार होता. एवढंच काय, तर महसुलाची रक्कम भरघोस असल्यामुळे हे सगळे खर्च करूनही तिजोरीमध्ये चांगलीच रक्कम शिल्लक राहणार होती.

तोपर्यंत, ईस्ट इंडिया कंपनीकडून बंगालला आयात केल्या जाणाऱ्या मालामध्ये ७५% वाटा सोन्याच्या विटांचा असायचा. पण आता कंपनीला भारतातून नेल्या जाणाऱ्या सोरामीठ, मसाले व कापडाच्या बदल्यात काही द्यावं लागणार नसल्यामुळे, ही आयातदेखील थांबली होती. भारतामधून नेल्या जाणाऱ्या मालासाठी भारतामधूनच कमावला जाणारा महसूल वापरला जाणार होता! म्हणजे थोडक्यात, भारत हे इंग्लंडसाठी दुभती गाय बनलं होतं; तिच्यातून येणारा पैसा आणि तिथं पिकणाऱ्या वा निर्माण होणाऱ्या वस्तू, दोन्ही इंग्लंडला भरघोस फायदा करून देणार होतं.[११]

परिणामी, मुर्शिदाबादमध्ये नव्यानं आलेल्या कंपनी रेसिडेन्ट रिचर्ड बेचरच्या मते, 'कंपनीचा प्रथम उद्देश, भारताकडून शक्य तितका महसूल गोळा करून लंडनमधल्या आपल्या तिजोऱ्या भरणं,' हा होता.[१२]

क्लाइव्ह आणि त्याच्या गुंतवणुकदारांचं नशीब खरोखरीच जोरावर होतं. त्यानं आपला मित्र व चरित्रकार रॉबर्ट ओर्मेला लिहिलेल्या पत्रात म्हटल्यानुसार-

'भाग्यदेवता माझ्यावर खूप खूश झालेली दिसते. माझा प्रत्येक उद्देश प्रत्येक इच्छा (मग ती किती का विचित्र असेना) पूर्ण होते आहे. मी माझ्या कारकिर्दीमध्ये

वेगळ्याच उंचीला येऊन पोहोचलो आहे. कुणाचा कितीही रोष वा ईर्षा असो – अटळ सत्य हेच आहे, की ईस्ट इंडिया कंपनी आज जगातली सर्वांत मोठी आणि धनाढ्य कंपनी बनलेली आहे! आणि कंपनीला हे मान्य करण्यावाचून गत्यंतर नाही.'[९३]

क्लाइव्हचं नशीब खरंच सोनेरी बनलं होतं. पुढच्या आठ महिन्यांमध्ये कंपनीच्या रोख्यांची किंमत दुपटीनं वर गेली!

मात्र एकीकडे कंपनीच्या तिजोऱ्या भरत असताना इंग्रजांना दिल्या गेलेल्या दिवाणीमुळे बंगालमधल्या जनतेचे भयंकर हाल होऊ लागले. नवाब आता आपल्या प्रजेला काडीचं संरक्षण देऊ शकत नव्हता. त्याच्या डोळ्यासमोर त्याच्या प्रजेला कर आणि महसूल अधिकारी वाटेल तसं लुटत होते. इंग्रजांपैकी कुणालाही त्या गरीब लोकांची दया येईना. व्यापारी आणि विणकरांना अत्यंत अल्प दरात इंग्रजांसाठी काम करावं लागत होतं. त्यांनी फ्रेंच व डच गिऱ्हाइकांसाठी तयार केलेला कपडा, इंग्रज अधिकारी जबरदस्तीने उचलून नेत. कंपनीच्या अन्यायकारक नियमांना विरोध करणाऱ्या व्यापाऱ्यांना तुरुंगात डांबलं जात असे, किंवा सार्वजनिक ठिकाणी चाबकाचे फटके दिले जात किंवा सगळ्या लोकांसमोर जमिनीवर नाक घासायला लावून त्यांचा पाणउतारा केला जाई.[९४] काही वर्षांनंतर, १७६९मध्ये बेचरने लिहून ठेवल्यानुसार-

'कंपनीला दिवाणी दिली गेल्यापासून, भारतातल्या लोकांचे नितांत हाल होऊ लागले आहेत. यापूर्वी एका अत्यंत अत्याचारी आणि अनियंत्रित सरकारच्या अधिपत्याखाली असतानाही भरभराट झालेला भारत देश आता विनाशाकडे घरंगळत चाललेला आहे.[९५] सगळे आर्थिक निर्देशक याच गोष्टीची ग्वाही देत आहेत. चलनाचा तुटवडा झालेला आहे; बंगालमधील अंतर्गत व्यापार लयास गेलेला आहे; आणि दिवाणी दिली गेल्यापासून बंगालच्या तिजोरीत जेमतेम काही थेंब महसूल येतो आहे, असं म्हणणं अतिशयोक्तीचं ठरणार नाही.'[९६]

या काळाचा सर्वांत मोठा निरीक्षक असलेल्या गुलाम हुसेन खानला सदर घटनांचे काय पडसाद उमटणार आहेत, याची फार लवकर जाण आली. त्याच्या दृष्टीने सगळ्यात मोठं नुकसान होणार होतं ते त्याच्याच सामाजिक फळीचं. उत्तम घोडेस्वार म्हणून प्रख्यात असलेल्या गुलाम हुसेनसारख्या मुघल उमरावांना पूर्वीच्या राजवटीमध्ये खूप मागणी असे. पण कंपनीने त्यांना बरखास्त करून, त्यांच्याजागी हिंदू राजपूत व ब्राह्मण घराण्यातील माणसांना आपल्या लष्करामध्ये सामील करायला सुरुवात केली. त्याच्या फळीमधल्या अनेक लोकांना या निर्णयाचे किती गंभीर परिणाम होतील, हे समजण्यासाठी अंमळ वेळ लागला, पण गुलाम हुसेननं केलेलं भाकित खरं ठरू लागलं. 'एकेकाळी निस्सीम श्रीमंती उपभोगलेली

आम्हा उमरावांची घराणी, इंग्रजांच्या या निर्णयामुळे देशोधडीला लागू लागली! ज्यांनी वेळीच काळाची पावलं ओळखून देशाबाहेर स्थलांतर केलं ते बचावले; पण जे तसं करायला तयार झाले नाहीत, त्यांना आपल्या भव्य वाड्यांमध्ये उपासमारी व अत्यंतिक गरिबीशी दोन हात करत, दयनीय परिस्थतीमध्ये मरण कवटाळावं लागलं.'

सुरुवातीलाच, गुलाम हुसेननं अंदाज बांधला होता, की या बदलांमुळे बंगाल व बिहारमधील किमान ४०हजार ते ५०हजार सैनिक आपला रोजगार गमावून बसतील; तसंच हजारो व्यापारीसुद्धा नुकसानीच्या दरीत लोटले जातील. या अधोगतीचा अनेक घटकांवर परिणाम होणं साहजिक होतं. उमराव व श्रीमंत व्यापाऱ्यांच्या आश्रयाखाली स्वत:चे उद्योग चालविणाऱ्या कलाकारांचेही हाल होऊ लागले. त्यांना पुरस्कृत करणाऱ्या धनिकांना आता दोन वेळचं जेवणही महाग झालं होतं. इंग्रजांच्या दरबारी कलाकुसरींचं काही महत्त्व नव्हतं; त्यामुळे तिथं या कलाकारांचा निभाव लागणं अशक्य होतं. अखेर, कित्येक कलाकारांवर चोरी करण्याची किंवा भीक मागून गुजराण करण्याची हतबल पाळी आली! गुलाम हुसेन खाननं कलाकारांच्या दयनीय अवस्थेबद्दल लिहिताना म्हटलं आहे-

> 'इंग्रजांकडे स्वत:च्या देशातल्या उत्तमोत्तम कलात्मक वस्तू असल्यामुळे, त्यांना हिंदुस्थानातल्या कलाकारांची गरज नव्हती. त्यामुळे ते त्यांना रोजगार देण्याचा विचार करत नव्हते. परिणामी, कलाकारांना अत्यंत वाईट दिवस आले. त्यांना दोन वेळच्या अन्नाची भ्रांत पडू लागली. सुतार, लोहार, चांभार यांसारखे उद्योग करणारी माणसं सोडल्यास, चित्रकार, रत्नपारखी, सोनार यांसारख्या माणसांकडे कामं उरली नाहीत.'[१७]

भरीस भर म्हणजे, कंपनीनं आरंभलेल्या शोषणाची पद्धत हीच मुळात भारतासाठी नवीन होती. एखाद्या आंतरराष्ट्रीय महामंडळाची वसाहत बनणं आणि त्यांच्या चित्रविचित्र नियमांचं पालन करणं हे मुघल सत्तेच्या अधिपत्याखाली असण्यापेक्षा फार निराळं होतं. एकूणच सामाजिक आणि आर्थिक चित्र पालटू लागलं होतं. उदाहरणार्थ, बंगालच्या बाजारपेठेत अचानक चलनाचा तुटवडा दिसू लागला. सुरुवातीला कुणाला हे समजेना, की हे इंग्रजांनी जबरदस्तीनं अतिरिक्त कर व महसूल गोळा केल्यामुळे होत आहे, की लोकांमध्ये भिनलेल्या कंजुषीमुळे होत आहे, की दरवर्षी इंग्लंडला केल्या जाणाऱ्या चलनाच्या निर्यातीमुळे होत आहे? पण लवकरच या तुटवड्यामागचं खरं कारण स्पष्ट होऊ लागलं. दरवर्षी, किमान पाच ते सहा इंग्रज उच्चाधिकारी आपल्या भल्यामोठ्या घरांची डागडुजी करू

लागल्यामुळे भारतातून लाखो रुपये किमतीचं चलन बाहेर पाठवलं जात होतं![९८]

> मुघल राजवटीत कधीच असं काही झालं नव्हतं. स्वतः मुघल जरी परक्या देशातून आले असले, तरी भारतावर आपली सत्ता कायम केल्यानंतर त्यांनी या देशाला आपलंसं केलं. तिथंच स्वत:ची घरं बांधली, मालमत्ता गोळा केल्या. मुघलांनी भारतातल्या प्रजेलादेखील आपलं मानलं; त्यांच्या हिताचा विचार केला. त्यांनी तिथल्या नानाविध भाषा आत्मसात केल्या. प्रामुख्याने हिंदू धर्मीय माणसं असलेल्या या देशामध्ये ते दुधात साखर घोळावी तसे मिसळून राहिले; हिंदू व मुसलमानांच्या कैक पिढ्या सामाजिक ऐक्याच्या धर्तीवर गुण्यागोविंदानं एकत्र नांदल्या.[९९]

या उलट, इंग्रजांनी कधीही भारताला वा भारतीय जनतेला आपलंसं मानलं नाही. त्यांनी कधीही आपल्या सेवकांबद्दल, स्थानिक अधिकाऱ्यांबद्दल वा अगदी आपल्या सहकाऱ्यांबद्दलही आत्मीयता दाखवली नाही. म्हणूनच सुरुवातीला मोठ्या मनाने इंग्रजांचं स्वागत केलेल्या भारतीयांच्या मनात, लवकरच त्यांच्याबाबत आकस निर्माण होऊ लागला. गुलाम हुसेन खानने लिहून ठेवल्यानुसार-

> 'हिंदुस्थानच्या नव्या सत्ताधीशांना इथल्या प्रजेच्या भल्याची काहीही पर्वा नसते. ते केवळ स्वत:च्या फायद्याकडे डोळा ठेवून, हिंदुस्थानी जनतेला अगदी बिनदिक्कत लुटतात आणि छळतात. इंग्रजांनी कधीही स्वत:ला या देशात मूळ धरू दिलेलं नाही. त्यांची सगळी निष्ठा व प्रेम आपल्या मायदेशासाठी राखीव असे. हिंदुस्थानात येण्याचं त्यांचं एकमेव लक्ष्य म्हणजे इथून जमेल तितका पैसा गोळा करून आपल्या देशाची तिजोरी भरणं. त्यांचं हे लक्ष्य आणि हिंदुस्थानाविषयी त्यांची कोरडी व्यवहारी दृष्टी या दोहोंच्या संगमामुळे आपला समृद्ध हिंदुस्थान देश लवकरच विनाशाकडे वाटचाल करेल, यात शंका नाही!'[१००]

मॅकॉलेनं नंतर म्हटल्यानुसार, 'कंपनी बंगालकडे त्याच नजरेनं बघत होती, जसं समुद्री लुटेरे एखाद्या जहाजाकडे बघतात.'[१०१] ईस्ट इंडिया कंपनीने सुरू केलेल्या या कायदेशीर लुबाडणुकीचे भयानक परिणाम दिसू लागण्यासाठी पुढची पाच वर्षं जावी लागली. १७७०च्या प्रलयंकारी बंगाल दुष्काळाची नांदी सुरू झाली होती!

६

दुष्काळाचं तांडव!

१७६८च्या मॉन्सूनमध्ये ईशान्य भारतात अतिशय कमी पाऊस पडला. त्यानंतर १७६९च्या मॉन्सूनमध्ये तर अजिबात पाऊस पडला नाही; उलट उकाड्याचा तडाखा प्रखर झाला. नद्या-नाले आटू लागले आणि प्रत्येक बंगाली गावाच्या मध्यवर्ती असलेले 'पुखुर' (मासे असलेले तलाव) आटले. आधी चिखल आणि मग धूळ असं त्यांचं रूप झालं.

ग्रामीण बंगालमध्ये कामाला असलेल्या इंग्रज अधिकाऱ्यांच्या चिंता वाढू लागल्या. बंगालच्या भातशेतीमधून त्यांना भरघोस महसूल मिळत असे. पण जवळ जवळ दोन वर्षं पाऊस न पडल्यामुळे, भाताची शेतं ओस पडू लागली होती. कडकडीत झालेल्या जमिनीमध्ये शेतकऱ्यांना धड नांगर फिरवणंही दुरापास्त झालं होतं.[१]

बाजारात उपलब्ध असलेल्या तांदळाची मागणी झपाट्यानं वाढू लागली होती, पण त्या तुलनेत तांदळाचा पुरवठा होत नसल्यामुळे त्याचा भाव गगनाला गवसणी घालू लागला होता. एक वेळ अशी आली, की तांदळाचा बाजारभाव पाच पटीने वर गेला! ऑक्टोबरपर्यंत या दुष्काळाचं रूपांतर उपासमारीमध्ये झालं होतं. मुर्शिदाबादमधून सातत्यानं तुटवडा आणि टंचाईचे अहवाल येत होते.[२] नोव्हेंबरपर्यंत शेतकऱ्यांनी कापूस आणि तुतीच्या रोपांची लागवड करण्यास असमर्थता जाहीर केली. भातशेतीप्रमाणे या दोन पिकांमुळेही भरघोस पैसा मिळत असे.[३] त्यानंतर

एका महिन्यानं मुर्शिदाबादचं प्रशासन चालविणाऱ्या मोहम्मद रेझा खाननं कलकत्त्याला निरोप धाडला की परिस्थिती इतकी भयानक होऊ लागली आहे, की उपासमारीनं त्रस्त असलेले मजूर, दोन वेळच्या अन्नासाठी आपली हत्यारं आणि गाईगुरं काय, स्वत:ची मुलंदेखील विकू लागले आहेत! त्यांच्याकडचं नांगर बंद पडलं होतं आणि अनेकांवर आपलं घर सोडायची पाळी आली होती.[४]

दुष्काळाची पहिली कुऱ्हाड पडली ती कामगार, भूमिहीन मजूर आणि नावाड्यांवर. कलाकारांप्रमाणे या लोकांनाही कुणी वाली उरला नसल्यामुळे, ते लवकरच उपासमारीचे शिकार बनू लागले.[५] भूक किंवा त्यामुळे उद्भवणाऱ्या निरनिराळ्या रोगांमुळे या गटात मृत्यूचं तांडव होऊ लागलं. फेब्रुवारी १७७०मध्ये सुमारे ७०% भातशेती नासून गेली असताना आणि उपलब्ध मालाची किंमत दसपट वाढलेली असताना, बंगालमधली उपासमारी अधिक गंभीर होऊ लागली.

'राजमहाल' येथे तैनात असलेल्या जेम्स ग्रॅन्टनं आपल्या जिल्ह्यातल्या परिस्थितीबद्दल लिहिताना म्हटलं होतं-'ग्रामीण बंगालमधली शेतं ओस पडली आहेत. गावांतल्या गल्ल्यांमध्ये मृतदेहांचे खच पडताहेत. मुर्शिदाबादसारख्या काही ठिकाणी काही धर्मादाय संस्था दिवसागणिक सुमारे ७ हजार माणसांना जेऊ घालत आहेत, हे ऐकून गावांतली लोकं आपली घरंदारं सोडून तिथं झुंबड करू लागली आहेत. पण हे उपक्रम कितीही चांगले असले तरी पुरेसे नाहीत. रोगराई इतक्या वेगानं पसरत आहे, की इथल्या हवेमध्ये एक विचित्रसा दर्प दरवळत राहतो. मृत्यूचं प्रमाणही खूप वाढलंय. सगळीकडे रडारड आणि भुकेजल्या लोकांचे तळमळलेले आवाज ऐकू येतात. लहान-मोठे, स्त्री-पुरुष... मृत्यू प्रत्येकाला आपल्या जबड्यात गिळू पाहत आहे!'[६]

सर विल्यम हंटरनं लिहिल्यानुसार- '१७७०च्या संपूर्ण उन्हाळ्यात, लोक एका मागोमाग एक मरत राहिले. शेतकऱ्यांनी आपली गुरंढोरं विकली, शेतीची अवजारं विकली... धान्य आणण्यासाठी पैसा उरला नाही, म्हणून त्यांनी पेरणीसाठी आणलेल्या बिया खायला घेतल्या. त्यांच्यावर इतकी वाईट वेळ आली होती, की कालांतरानं त्यांनी चक्क आपली मुलं-मुली विकायला काढली! अखेर त्या मुलांना विकत घ्यायलाही कुणी उरलं नाही, तेव्हा ही शेतकरी कुटुंबं झाडाची पानं आणि जमिनीवरचं गवत खाऊन पोटाची खळगी भरू लागले. जून महिना उजाडेपर्यंत परिस्थिती इतकी बिकट झाली होती, की उपासमारीनं वेडी होत चाललेली माणसं, रस्त्यावर पडलेल्या प्रेतांचे लचके तोडून खाऊ लागली होती! रोगराई आणि भुकेनं पछाडलेले लोक दिवस-रात्र प्रवास करून शहरांकडे धाव घेत होते. लवकरच शहरांमधले रस्ते मरणाऱ्या आणि मृत झालेल्या लोकांनी ओथंबून वाहू लागले.'[७]

जून१७७०पर्यंत बंगालच्या संपूर्ण प्रांतामध्ये दुष्काळ, उपासमारी आणि मृत्यूने थैमान घातलं होतं. एकट्या मुर्शिदाबादच्या रस्त्यांवर दिवसागणिक किमान पाचशे माणसं

केवळ उपासमारीनं मरत होती.[८] कलकत्ता शहरामध्येही तांदळाचा तुटवडा दिसू लागला. तिथल्या रस्त्यांवर जुलै आणि सप्टेंबरच्या दरम्यान तब्बल ७६हजार लोकांचा मृत्यू झाला. एका अधिकाऱ्यानं लिहिलेल्या अहवालानुसार अधिकृत आकडे जरी विवादास्पद असले, तरी त्या एका वर्षात बंगालमध्ये सुमारे १.२ दशलक्ष माणसं मृत्युमुखी पडली. अर्थातच, या प्रांताच्या इतिहासातली ही सर्वांत मोठी शोकांतिका ठरली![९]

पूर्व बिहारसारखे काही मोजके प्रांत असेही होते, ज्यांना या दुष्काळाचा खूप मोठा तडाखा बसला नाही; पण जिथं त्याचा प्रादुर्भाव झाला, तिथल्या एकूण शेतकरी जमातीपैकी एक-तृतीयांश माणसं मृत्युमुखी पडली. तसंच मुघल उमरावांपैकी दोन-तृतीयांश आणि ग्रामीण कलाकारांपैकी अर्धी जनता दुष्काळाची शिकार झाली. हुगली नदीमध्ये टर्र फुगलेल्या मृतदेहांचे खच तरंगू लागले. ते मृतदेह किनाऱ्याला लागल्यावर कुत्रे, कोल्हे आणि गिधाडं त्यांचा फडशा पाडू लागली.[१०] क्लाइव्हनंतर राज्यपाल झालेल्या हेन्री वरल्सर्तनं सांगितल्यानुसार, न भूतो न भविष्यती अशा त्या विदीर्ण घटनेचे पडसाद पुढे खूप काळ दिसत राहिले.[११]

जुलै १७७०पर्यंत हे स्पष्ट झालं होतं, की पावसानं बंगालच्या पदरी पुन्हा एकदा निराशा टाकली होती. मोहम्मद रेझा खाननं कलकत्त्यामधील आपल्या वरिष्ठांना पत्र लिहून कळवलं, की आतापर्यंत केवळ माणसांचे मृत्यू होते, पण आता धान्याच्या रिकाम्या कोठारांना आगी लागू लागल्या आहेत. या सगळ्या कोलाहलात देवीच्या साथीने हैदोस घालायला सुरुवात केली. या साथीमध्ये मरण पावलेल्या हजारो लोकांमध्ये, सैफ उद्दौला या तरुण नवाबाचाही समावेश होता.

परिस्थिती इतकी नियंत्रणाबाहेर जाऊ लागली, की देवाचा धावा करण्याशिवाय कुणाला त्यावर काही उपाय सुचेना.[१२] खरंतर, भारतासाठी दुष्काळ हा काही नवीन पाहुणा नव्हता. गेली कित्येक शतकं पाऊस न पडल्यामुळे भारतात कुठे ना कुठे दुष्काळ होतच असे. मात्र त्या सगळ्या पर्वांमध्ये-आणि विशेषत: मुघलांच्या राजवटीत – दुष्काळाशी दोन हात करायला सरकार सज्ज असे. कोठारांमध्ये धान्य साठवून ठेवणे, पाण्याची व्यवस्था करून ठेवणे, असे अनेक उपाय तयार करून ठेवलेले असत. त्यामुळे दुष्काळ पडला तरी त्याचा परिणाम तितकासा जाणवत नसे. बंगालच्या दुष्काळामध्येही मुघल प्रशासकांनी पुढाकार घेऊन तांदळाची आयात सुरू केली आणि पेज बनवणारे सार्वजनिक मुदपाकखाने उभारून तिथून लोकांना दोन वेळचं जेवण देऊ लागले.[१३]

पाटण्याचा नवीन राज्यपाल, शिताब राय, यानं सदर बाबतीत विशेष कामगिरी बजावली. राजा राम नारायणचा सहकारी असलेला आणि मीर कासिमनं राम नारायणची हत्या केली, तेव्हा जेमतेम निसटलेल्या शिताब रायच्या कामाबाबतीत गुलाम हुसेन खानला खास कौतुक होतं. त्यानं लिहून ठेवल्यानुसार-

'लोकांची दैना पाहून कळवळलेल्या शिताब रायनं गरीब, पंगू, वयस्कर आणि भुकेजलेल्या लोकांना भरभरून मदत केली. गरिबी, भूक आणि मृत्यूचं तांडव चालत असताना जेव्हा शिताब रायला ही वार्ता मिळाली, की बनारसला थोड्या कमी किमतीत धान्य मिळत आहे, तेव्हा त्यानं पदरचे तीस हजार रुपये काढून आपल्या सेवकांना ते धान्य विकत घ्यायला सांगितलं. इतकंच नव्हे तर स्वत:कडच्या नौका आणि नावाडी कामाला लावून, त्यानं महिन्यातून तीन वेळा ते धान्य बनारसवरून पाटण्याला आणलं जाईल याची सोय केली.'

पाटण्याला उतरवलं जाणारं धान्य बनारसच्या किमतीनं विकलं जात असे. माल उतरवला, की त्या नौका लगेच बनारसला परत जाऊन नवीन माल आणत असत. या व्यवस्थापनामुळे, पाटण्यात सतत धान्य येत राहिलं. तीन नौकांना चक्री पद्धतीनं बनारस-पाटणा-बनारस अशा वाऱ्या करायला लावून, शिताब रायनं पाटण्यातील जनतेचा भुकेचा प्रश्न फार चांगल्या पद्धतीनं सोडवला. त्याचे सेवक बनारसहून बहुतेक करून मका घेऊन यायचे. तो मका कामगारांची मजुरी, नुकसान आणि दळणवळणासाठी लागणारा पैसा या सगळ्या खर्चांशिवाय, केवळ बनारसला द्याव्या लागणाऱ्या मूळ किमतीमध्ये पाटण्याला विकला जात असे. असंख्य लोकांनी या स्वस्त धान्याचा फायदा मिळवला.

पण तरीही, खूप गरीब लोक असेही होते, की ज्यांना तेवढ्या किमतीत सुद्धा धान्य घ्यायला परवडत नव्हतं. शिताब रायनं या लोकांना चार गटांमध्ये विभागून, शहरातल्या चार बगीच्यांमध्ये नेऊन ठेवलं. तिथं त्यांच्यावर पाळत ठेवण्यासाठी सुरक्षा-रक्षक तैनात केले. शिताब रायचे कारकून आणि सेवक त्या चारही ठिकाणी कामाला लागले. दररोज तिथं आश्रय दिल्या गेलेल्या माणसांची संख्या मोजून, वेळच्या वेळी त्यांना आपापल्या धर्मानुसार हिंदू किंवा मुसलमान पद्धतीचा स्वयंपाक करण्यासाठी धान्य, भांडी, सरपण इत्यादी सामान दिलं जात असे. याशिवाय, शिताब राय त्यांना काही पैसे, भांग, हाशिश, तंबाखू इत्यादी सवयींच्या गोष्टीही पुरवत असे. त्याचा हेतू हाच होता, की या सगळ्या माणसांना आपल्या पद्धतीचं आयुष्य जगता यावं. पैशाअभावी त्यांना आपली जीवनशैली बदलण्याची गरज पडू नये.

शिताब रायच्या औदार्यानं प्रेरित होऊन पाटण्यामधल्या इंग्रज आणि डच लोकांनीही त्याच प्रकारे गरीब लोकांची सोय करायला सुरुवात केली. या

> सामूहिक मदतीमुळे असंख्य जीव वाचू शकले. पण दुर्दैवानं, औदार्याची ही लाट बंगालमधल्या इतर ठिकाणांपर्यंत पोहोचू शकली नाही. काही ठिकाणी जिथं सरकारने गरीब लोकांमध्ये किमान अन्नधान्य वाटण्याच्या सोयी केल्या होत्या, तिथं सामान भरलेल्या नौका धक्क्याला लागल्या, की इंग्रज सैनिक गरीब जनतेला हाणामारी करून ते धान्य स्वत:च्या तुंबडीत भरत असत.[१४]

काही कनवाळू कंपनी अधिकाऱ्यांनी भुकेजलेल्या जनतेला मदत करण्याचा मनापासून प्रयत्न केला. बऱ्याच ठिकाणी तांदळाचा अतिरिक्त साठा करणे अथवा तांदळाची निर्यात करणे यावर यशस्वीरीत्या बंदी लावली होती.[१५] मुर्शिदाबादचा रेसिडेन्ट रिचर्ड बेचर याने तांदूळ व इतर जीवनावश्यक वस्तूंचे मोफत वाटप करण्यासाठी सहा केंद्रं उघडली होती. त्यानं कलकत्ता कौन्सिलला पत्र लिहून उपाशी जनतेला अन्नावाचून ठेवल्याचे काय गहन परिणाम होतील, याबद्दल सावधान केलं होतं. या पत्रात त्यानं हेही नमूद केलं होतं, की तोपर्यंत अतिशय सुरक्षित असलेले महामार्ग आता गरजू लोकांसाठी कमाई करण्याचं साधन बनत चालले आहेत. भुकेने वेडेपिसे झालेले लोक आता महामार्गावर दिसेल त्या प्रवाशावर हल्ला करून, त्याच्याकडे असेल नसेल ते लुटून नेऊ लागले आहेत.[१६] कलकत्त्याचा राज्यपाल जॉन कार्टियर यानंही तिथल्या जनतेचं दु:ख कमी करण्यासाठी अनेक प्रयत्न केले. उदाहरणार्थ, पुढचे काही महिने दररोज सुमारे पंधरा हजार माणसांना जेवण देता येईल, एवढ्या अन्नधान्याची त्यानं सोय करून ठेवली. परंतु दुर्दैवानं पुरवठ्याच्या तुलनेत मागणीचा आवाका इतका प्रचंड होता, की इतकं करूनसुद्धा हजारोच्या संख्येनं माणसं मरत राहिली. दिवसागणिक सुमारे १५० मृतदेह नदीमध्ये उचलून फेकून द्यावे लागत होते![१७]

मात्र ही तुरळक उदाहरणं सोडली, तर एकूण दुष्काळग्रस्तांना मदत करण्यासाठी कंपनी राबवत असलेले उपक्रम आणि विशेषत: तशी मदत करण्यासाठी कंपनी अधिकाऱ्यांचा असलेला कल, दोन्ही निराशाजनक होते. रंगपूरमधल्या जॉन ग्रोझ या वरिष्ठ कंपनी अधिकाऱ्यानं चक्क असं घोषित केलं होतं, की आम्हाला दररोज फक्त रु. ५ किमतीचा तांदूळ वाटता येईल; तेसुद्धा, तिकडची अर्ध्याहून अधिक जनता जून १७७०च्या शेवटापर्यंत मरून गेलेली असूनही![१८] सत्ताधीश म्हणून कंपनीने मोठ्या पातळीवर दुष्काळग्रस्तांना मदत करण्यासाठी कोणतीही ठोस पावलं उचलली नाहीत. त्यांनी गरीब शेतकऱ्यांसाठी कुठली कर्ज योजना राबवली नाही आणि त्यांना बी-बियाण्यांसाठी मदतही केली नाही किंवा त्यांना नांगर किंवा तत्सम उपकरणं नव्यानं विकत घेण्यासाठी हातही दिला नाही. कंपनीच्या तिजोरीत

पैसा नव्हता असं मुळीच नव्हे; उलट त्यांच्या तिजोऱ्या भरभरून वाहत होत्या. पण लष्कराचा वाढता खर्च आणि उत्पादन घटल्यामुळे कमी झालेला महसूल यामध्ये वाट काढत आहे, तो पैसा राखण्याकडे त्यांचा कल राहिला. परिणामी, जिथं शासक म्हणून त्यांनी जनतेला मदत करायला पाहिजे होती, तिथं त्यांनी जबरदस्तीनं कर वसुली करणं आणि महसूल १०%नं वाढवणं अशासारखे हीन प्रकार करून, इतिहासातील 'कॉर्पोरेट रिस्पॉन्सिबिलिटी'च्या सर्वांत मोठ्या अपयशाचा नमुना जगासमोर ठेवला!

एवढ्यावरच न थांबता, जबरदस्तीनं करवसुली करण्यासाठी कंपनीनं ठिकठिकाणी शिपायांच्या पलटणी धाडून दिल्या. कर भरण्यासाठी असमर्थता दर्शविणाऱ्या लोकांना भर चौकात उभ्या केलेल्या फाशीस्तंभावर सार्वजनिक फाशी दिली जाऊ लागली![१९] उपासमारीनं मरत असलेल्या कुटुंबांनाही कर भरण्याची सक्ती केली जाऊ लागली. माणुसकीचा पूर्ण अभाव असलेली ही वर्तणूक पाहून रिचर्ड बेचरसारख्या अधिकाऱ्यांना अत्यंत अस्वस्थता वाटू लागली. त्यानं तिरीमिरीत कलकत्त्याला पत्र लिहून विचारणा केली-

'तुम्हाला खरंच असं वाटतं का, की मी उघड्या डोळ्यांनी माझ्यासमोर दररोज घडणारे अत्याचार मूकपणे सहन करत राहावे? माझ्याकडे मोठ्या अपेक्षेनं पाहणाऱ्या गोरगरीब जनतेला कोणतीच सहानुभूती देऊ नये? आपल्या कंपनीचे अधिकारी या दीन, लाचार जनतेच्या जिवावर गब्बर बनत चालले आहेत.[२०] अशा परिस्थितीत मी काय करणं अपेक्षित आहे, कृपा करून मला सांगाल का?'

तथापि, महसूल व कर गोळा करण्याच्या अमानुष पद्धतींमुळे दुष्काळातसुद्धा कंपनीच्या तिजोऱ्या वाहत्या राहिल्या.[२१] किंबहुना, फेब्रुवारी १७७१मध्ये कौन्सिलनं लंडनच्या संचालकांना मोठ्या थाटात लिहून कळवलं, की भारतात इतका मोठा दुष्काळ होऊनसुद्धा आणि त्यामध्ये लाखो लोक आपले जीव गमावूनसुद्धा, आपल्या महसुलात अंशत: का होईना, वाढ(च) झालेली आहे.'[२२]

लष्कर राखण्यासाठी आणि बंगाल प्रांत अधिक सुरक्षित करण्यासाठी अधिक पैशाची गरज आहे असा तर्क मांडून, कौन्सिलनं त्यांच्या २२ दशलक्ष पौंडांच्या[i] वार्षिक अंदाजपत्रकातली ४४% रक्कम लष्करात नवीन भरती करण्यासाठी आणि बंगालभोवती अधिक मजबूत तटबंदी बांधण्यासाठी बाजूला काढून ठेवली. लवकरच त्यांनी आपल्या लष्करामध्ये २६हजार नवीन शिपायांची भरती केली.[२३] बंगालची एक-पंचमांश जनता भुकेनं मरत असतानाही कंपनीनं आपल्या लष्करावरचा खर्च काडीमात्रही कमी केला नाही.[२४] वर आपल्या माणसांसाठी लागणारा तांदूळ

---

i आजच्या काळातले २३१० दशलक्ष पौंड.

आणि इतर अन्नधान्यांची त्यांनी बिनदिक्कत साठवणूक करून ठेवली.

याशिवाय, कंपनीचे व्यापारी उघडपणे अन्नधान्याचा काळाबाजार करून गगनचुंबी नफा कमवत असल्याच्या बातम्या सतत येत असत. मोहम्मद रेझा खाननं कलकत्त्याला पत्र लिहून कळवलं होतं, की कंपनीचे खासगी व्यापारी तांदळाची गैरवाजवी साठवणूक करत आहेत.[२५] सदर कृत्यांबद्दल नाखूश असणाऱ्या एका अनोळखी व्यक्तीनं (बहुतेक जॉन डेब्रिट यानं) भारतातल्या सत्य स्थितीवर प्रकाशझोत टाकणारा एक मोठा अहवाल इंग्लंडला पाठवून दिला. तो अहवाल 'जंटलमन्स मॅगझीन'मध्ये छापून आला होता. सदर अहवालात असं म्हटलं गेलं होतं की :

'अनेक महिन्यांपूर्वी, पावसाळा दगा देणार असल्याची चिन्हं दिसताच कंपनीच्या सेवेत रुजू असलेल्या अनेक अधिकाऱ्यांनी – विशेषतः उच्च पदांवर किंवा मोक्याच्या ठिकाणी विराजमान असलेल्या अधिकाऱ्यांनी – शक्य तितकं अन्नधान्य विकत घेऊन साठवून ठेवायला सुरुवात केली.

> अन्नधान्याचा तुटवडा अधिक बिकट होऊ लागला, तसे इथले स्थानिक लोक मुर्शिदाबादच्या नवाबाकडे तक्रार करू लागले, की इंग्रजांनी आमचा सगळा तांदूळ व इतर धान्य हडप करून ठेवलं आहे. कलकत्त्यामधल्या नवाबाच्या मंत्र्यानं ही तक्रार आपल्या अध्यक्ष आणि कौन्सिलसमोर मांडली; पण सदर साठवणुकीतून त्यांच्या खिशाला होणारा फायदा फार मोठा असल्यामुळे त्यांनी त्या तक्रारीकडे सपशेल दुर्लक्ष केलं.
>
> अनेक ठिकाणी आपल्या अधिकाऱ्यांनी एका रुपयाला १२० ते १४० शेर तांदूळ खरेदी करून, नंतर तो भारतीय व्यापाऱ्यांना रुपयाला १५ शेरच्या किमतीनं विकला. म्हणजे त्यांनी किती घसघशीत नफा कमावला असेल, याचा विचार केला तरी भोवळ येईल! आपल्या दरबारातल्या एका कनिष्ठ अधिकाऱ्याला जिथं गेल्या वर्षी रु.१हजारची बचत करणंही दुरापास्त झालं होतं, तिथं त्यानं या वर्षी इंग्लंडला आपल्या कुटुंबाकडे तब्बल ६०हजार पौंड[ii] पाठवलेले आहेत! आता बोला!'[२६]

या माणसासारखे अजून अनेक होते. १७७०-७१ या काळात बंगालमध्ये दुष्काळानं रौद्ररूप धारण केलं असताना, कंपनी अधिकाऱ्यांनी तब्बल १०,८६,२५५ पौंड इतकी रक्कम लंडनला पाठवली होती! आजच्या हिशेबानं ही रक्कम १०० दशलक्ष पौंड इतकी होती![२७]

---

ii आजच्या काळात ६०हजार पौंड = ६ दशलक्ष पौंडपेक्षा अधिक.

१७७०मधील उन्हाळ्याच्या शेवटापर्यंत कंपनीची धोरणं इतकी भयंकर परिणाम दाखवू लागली होती, की तोपर्यंत मदनमस्त होऊन आपल्या मोठाल्या बंगल्यांमध्ये शांत बसलेल्या कंपनी अधिकाऱ्यांनाही, 'गोष्टी हाताबाहेर जाऊ शकतात,' अशी भीती वाटू लागली. डेब्रिटनं लंडनच्या वरिष्ठांना लिहून कळवल्यानुसार :

> 'मुर्शिदाबादचे नवाब आणि आणखी काही भल्या लोकांनी गरिबांसाठी मोफत तांदूळ वाटप केलं. अगदी त्यांच्या ऐपतीच्या पुढे जाऊन त्यांनी ही सेवा केली आणि त्या रकमेतून जितकं धान्य मिळू शकेल ते संपेपर्यंत त्यांनी हा भला उपक्रम सुरू ठेवला. या लोकांच्या चांगुलपणामुळे हजारो गरिबांचा फायदा झाला, पण दुर्दैवानं दुष्काळग्रस्तांचा आकडा इतका महाकाय होता, की दररोज हजारो माणसं शेतांमध्ये, रस्त्यांवर प्राण सोडत होती. सर्वत्र मृत्यूचं तांडव सुरू होतं आणि त्यात बंगालची उष्ण हवा – आम्हाला संसर्गाची भीती वाटू लागली. मृतदेह उचलून गंगेमध्ये फेकून देण्यासाठी कंपनीनं शंभर कामगार कामाला लावले होते.
>
> फार भीषण परिस्थिती होती! मी स्वत: माझ्या घराच्या खिडकीमधून एका बाजूला एकत्र मांडून ठेवलेले सुमारे चाळीस मृतदेह आणि त्यांच्या आजूबाजूला उपासमारीमुळे पोट आक्रसून विव्हळणारी, हाडाची काडं झालेली माणसं बघितलेली आहेत. काही केल्या ते दृश्य माझ्या डोळ्यांसमोरून जात नाही! मी माझ्या सेवकाला त्यांच्यापैकी काहींना उचलून ठेवण्यासाठी पाठवलं, तर त्यांनी त्या सेवकासमोर चक्क हात जोडले आणि म्हणाले, "बाबा, आमची ही गत तुमच्या देशातल्या लोकांमुळे झालेली आहे. ठीक आहे, परमेश्वराची इच्छा! मी सर्वस्वी तुमच्या हातात आहे; मला तर स्वत:ला हलता येणार नाही. तुम्हाला जे वाटेल ते करा."
>
> जून महिन्यामध्ये तर स्थिती अजूनच बिघडली. बाजारामध्ये एका व्यक्तीला फार फार तर तीन शेर तांदूळ दिला जात होता; तोही अतिशय खराब प्रतीचा. जर एखाद्याला तांदूळ मिळवण्यात यश आलं, तर तो घरापर्यंत सुखरूप नेण्यातही निराळी कसरत होती; कारण वाटेत इतर भुकेजलेले लोक तुम्हाला लुटायला सज्ज असायचे. रस्त्यातून जाताना भुकेनं कासावीस झालेली माणसं अन्नाचा किंवा मृत्यूचा धावा करताना पाहून, मन भडभडून येत असे. भूक असह्य होऊन जीव सोडलेल्या माणसांच्या प्रेतावर ताव मारणारी कुत्री, कोल्हे व गिधाडं पाहून डोकं सुन्न होत असे!
>
> स्थानिक लोकांच्या सांगण्यानुसार, एका अर्थी हे कोल्हे व कुत्री चांगलं

काम करत होती. एरवी मृतदेह सडत जाऊन अजून रोगराई पसरण्यापेक्षा, ही जनावरं त्यापैकी बऱ्याचशा मृतदेहांचा फडशा पाडत असल्यामुळे, कंपनी कामगारांना नदीत टाकण्यासाठी फारसं काही उरत नसे. पण तरी, गोष्टी इतक्याही सोप्या नव्हत्या. मी स्वत: दोन कामगारांना, एका लहानशा नौकेमध्ये वीस मुंडकी आणि अर्धवट लचके तोडलेली प्रेतं नेताना बघितलेलं आहे.

या काळात, मासे खाणं अत्यंत धोकादायक झालेलं होतं. नदीमध्ये फेकल्या जाणाऱ्या मृतदेहांमुळे माशांच्या पोटात निरनिराळे विषाणू निर्माण होत होते. त्यामुळे ते मासे खाणारी माणसंही मृत्यूला आमंत्रण देत होती. डुकरं आणि बदकंसुद्धा याच कारणानं वर्ज्य होती, कारण ते मृतदेहांचा फडशा पाडतात. त्यामुळे आमचा मांसाहार केवळ मटणापर्यंत सीमित होता. उष्णतेमुळे आणि एकूण आजूबाजूच्या परिस्थितीमुळे मटण तर सोन्यापेक्षा दुर्लभ झालं होतं. ते मिळालं तरी इतकं वातड आणि महाग असे, की विचारता सोय नाही!

तरीही, माझ्याकडे कधी मटण आणलं गेलंच, तर मी त्याचा रस्सा किंवा सूप बनवत असे. माझं जेवण होईस्तोवर, दरवाज्याशी शे-दीडशे माणसं, मी काही अन्न फेकून देतो आहे का, हे बघायला उभी असत. मग मी माझ्याकडच्या उरलेल्या मटणाचे बारीक तुकडे करून सेवकांकरवी बाहेर पाठवत असे. ते बाहेर पोहोचताक्षणी, माणसं त्यावर जनावरासारखी तटून पडायची. ज्या 'भाग्यवान' व्यक्तींना काही तुकडे मिळत, त्यांनी चोखलेली हाडं बाजूला फेकून दिली, की दुसरं कुणीतरी तीच उष्टी हाडं उचलून चोखत बसायचं. त्यानं फेकून दिलं, की तिसरी व्यक्ती त्यावर झडप घालायची...! अन्नासाठी इतकी वणवण आणि लाचारपणा कुणाच्या नशिबी येऊ नये हेच खरं!'[२८]

बंगाल दुष्काळाखाली पूर्णपणे वाकलेला होता. शेकडो एकर जमिनी ओक्याबोक्या पडल्या होत्या; कारण त्यांच्यावर नांगर फिरवायला कुणी उरलं नव्हतं! भारतात अशी भीषण परिस्थिती असताना लंडनमध्ये मात्र दिवाळी साजरी होत होती! जुलूम करून मिळवलेल्या कर आणि महसुलानं कंपनीच्या तिजोऱ्या भरलेल्या होत्या. रोख्यांची किंमत सरसर वर जात होती; किंबहुना दिवाणी मिळवण्याच्या आधी जो दर होता, त्याच्या दुपटीनं वाढ झाली होती. त्यामुळे अर्थातच, कंपनीचे

संचालक आणि गुंतवणूकदार सगळे आनंदात होते. याच आनंदात त्यांनी त्या वर्षी भागधारकांना १२.५% असा घवघवीत लाभांश घोषित केला![२९]

यश आणि वैभवाच्या खुमारीमध्ये फिरणाऱ्या कंपनी संचालकांना हे माहीत नव्हतं, की भविष्यात कधीही त्यांना इतकं यश बघायला मिळणार नाही. तसंच त्यांना हेही ठाऊक नव्हतं, की लवकरच कंपनीच्या नशिबाचं चक्र उलटं फिरायला लागून, तिला आर्थिक, लष्करी आणि राजकीय संकटांचे डोंगर पेलावे लागणार आहेत. नशिबाच्या या बदलत्या प्रवाहामुळे भविष्यात ईस्ट इंडिया कंपनीला दिवाळखोरी आणि कायमची टाळेबंदी हे दोन्ही बघावे लागणार होते!

तसंही, १७७१च्या अंतापर्यंत लंडनमध्ये कंपनीविषयी असलेला कल बदलू लागला होता. बंगालमध्ये कंपनीनं दाखवलेल्या अमानुष वागणुकीच्या वार्ता आता अधिक ठळकपणे लंडनपर्यंत पोहोचू लागल्या होत्या. अवघ्या दोन वर्षांत बंगालमध्ये जितके मृत्यू झाले होते आणि जितकी घरं उद्ध्वस्त झाली होती, त्याबद्दलचं सत्य फार काळ लपून राहणं शक्य नव्हतं. होरेस वॉलपोलच्या पत्रांद्वारे समाजामध्ये या गोष्टीची जाण वाढू लागली होती, की ईस्ट इंडिया कंपनीच्या नेत्रदीपक यशाची दुसरी बाजू लाज वाटेल इतकी काळी होती. वॉलपोलनं एका पत्रामध्ये लिहिलं होतं :

‘भारतीयांचं कण्हणं आकाशापर्यंत पोहोचलेलं आहे. ते हताश आवाज ऐकून स्वतःला स्वर्गातून अवतरल्याचं समजत असलेल्या रॉबर्ट क्लाइव्हला, ईश्वर बाहेरची वाट दाखवेल याबाबत दुमत नाही.

> मला आपल्या लोकांच्या अमानुषतेची शरम वाटते! आपण तर पेरूमधल्या स्पॅनियार्ड्सपेक्षाही हीन निघालो! किमान त्यांच्या अघोरी वृत्तीला धार्मिक तत्त्वांची सबब होती. पण आपल्या लोकांकडे काय सबब होती, की त्यांनी हे असं मानवतेला काळिमा फासणारं कृत्य करावं? बंगालच्या दुष्काळामध्ये तीन दशलक्ष माणसं मृत झाली. पण मी तर म्हणतो, “त्यांच्या मृत्यूला दुष्काळ नव्हे, तर ईस्ट इंडिया कंपनीच्या अधिकाऱ्यांचे जुलूम कारणीभूत आहेत. त्यांनी कशाचीही तमा न बाळगता, बंगालमधल्या जनतेला लुटलं, छळलं आणि बिनदिक्कत मृत्यूच्या जबड्यात ढकलून दिलं. का? तर स्वतःच्या तुंबड्या भरता याव्यात, म्हणून! माणूस माणसाशी इतका हीन कसा काय वागू शकतो?”[३०]

वॉलपोलच्या म्हणण्याला इंग्लंडच्या एका माजी पंतप्रधानाने ‘हाउस ऑफ कॉमन्स’मध्ये दुजोरा दिला. लॉर्ड चॅटहॅम ऊर्फ विल्यम पिट याचे वडील डायमण्ड पिट पूर्वीच्या काळी मद्रासचे राज्यपाल होते. त्यावेळी त्यांनी भारतामधून बक्कळ पैसा कमावला

होता. त्याच पैशावर विल्यमची राजकीय कारकीर्द बनू शकली होती. विल्यम पिटला मात्र ही बाब कधीच रुचली नव्हती; त्यामुळे आता ईस्ट इंडिया कंपनी भारतातल्या लोकांवर अत्याचार करून लंडनला गैरमार्गानं पैसा आणत आहे, याबाबत त्यानं ठळकपणे आवाज उठवला. अगदी संसदेत दिलेल्या एका भाषणामध्येही पिटनं आपले विचार स्पष्टपणे मांडण्यात कुचराई केली नाही. फरक इतकाच, की त्याचा रोख होता इंग्लंडमध्ये रुजू पाहणाऱ्या गैरवर्तणुकीकडे. तो म्हणाला,

"आशियामधलं धन आपल्याकडे वाहू लागलं आहे; पण भीती या गोष्टीची वाटते,की केवळ त्यांचं धन नव्हे, तर त्यांच्या प्रशासनाच्या (गैर)पद्धतीही आपल्याकडे मूळ धरू पाहत आहेत. कोणत्याही लागेबांध्यांशिवाय भारताच्या मातीवर अजिबात प्रेम नसताना, परक्या देशातील धन आपल्याकडे आयात करणाऱ्या लोकांनी थेट आपल्या संसदेमध्ये प्रवेश मिळवला आहे – तोही इतकी लाचलुचपत करून, की अशा पद्धती जर आपल्याकडे जम बसवू लागल्या तर आपलं भविष्य कठीण आहे, इतकंच मी म्हणेन!'[३१]

१७७२च्या सुरुवातीला 'लंडन पोस्ट' या वृत्तपत्रामध्ये कंपनीनं भारतात केलेल्या गुन्ह्यांची सचित्र वर्णनं येऊ लागली.[३२] त्याच वर्षीच्या एप्रिल महिन्यात 'जंटलमन्स मॅगझीन'मधील एका लेखात असं छापून आलं, की ईस्ट इंडिया कंपनीवर भरवंसा ठेवणं हे मूर्खपणाचं लक्षण ठरू शकतं. 'जी कंपनी केवळ आपल्या फायद्यासाठी एखाद्या परराष्ट्राच्या जनतेवर इतके अमानुष जुलूम करू शकते, तिला उद्या स्वत:च्या देशात असेच प्रकार करायला कितीसा वेळ लागणार आहे? लोभ भल्याभल्यांना आंधळं करतो. ईस्ट इंडिया कंपनीच्या उद्दाम वागणुकीला वेळीच लगाम घालायला हवा!'[३३]

हळूहळू बंगालमध्ये घडलेल्या अत्याचारांबद्दल जसजसे अधिक लेख, पत्रकं आणि पुस्तकं छापली जाऊ लागली, तसतसं लंडनमधील सामान्य जनतेसमोर ईस्ट इंडिया कंपनीचा खरा चेहरा ठळकपणे झळकू लागला. परिणामी, कंपनी तिच्या आश्रयाखाली असलेले नवाब आणि विशेषत: क्लाइव्हच्या विरोधात लंडनमधील जनतेचा आवाज तीव्र होऊ लागला.[३४] एका पत्रकामध्ये असं लिहिलं होतं, की आपल्याकडची धनसंपत्ती जाहीर करण्यासाठी भारतीयांवर लज्जास्पद जुलूम केले गेले. त्यांची गावं आणि शहरं लुबाडली गेली; त्यांच्या जागिरी हिसकावून घेण्यात आल्या – ईस्ट इंडिया कंपनीच्या 'निष्ठावान सेवकांसाठी' ही कृत्ये चक्क गौरवास्पद आणि साहजिक वाटली. त्यांना आपल्या कृत्यांचा पश्चात्ताप झालेला दिसत नाही.'[३५] वॉलपोलनं तर प्रयत्नांची पराकाष्ठा करून कंपनीची दुष्कृत्ये लंडनच्या जनतेसमोर मांडण्याचा चंग बांधला होता.[३६]

या सगळ्याचा परिणाम असा झाला, की त्या वर्षी लंडनमध्ये कंपनीवर

निरनिराळ्या माध्यमांतून ताशेरे ओढायला सुरुवात झाली. 'डिबेट्स इन द एशियाटिक असेम्ब्ली' या नावाने कंपनीवर विडंबन मालिका छापली जाऊ लागली. सर जानुस ब्लब्बर, जॉन्डिस ब्रेवेल, स्केलेटन स्केअरक्रो (भीतिदायक बुजगावणं) आणि मुख्यत: क्लाइव्हवर आयोजिलेलं 'व्हिलनस व्हल्चर' (खलनायकी गिधाड) अशी पात्रं असलेल्या या विडंबनामधून ईस्ट इंडिया कंपनीचे जुलूम, अनैतिक धोरणं, लूटमारीचं राजकारण या सगळ्यावर कडाडून टीका करण्यात आली.[३७]

जून १७७२मध्ये पिकाडिली सर्कस येथील हे मार्केट थेटरनं 'द नाबोब' नावाचं नाटक सादर केलं. सॅम्यूएल फूडनं लिहिलेल्या या नाटकामध्ये असं दाखवलं गेलं होतं, की सर मॅथ्यू माईट नावाचा एक गरीब माणूस भारतात जाऊन नवाब बनतो. नवाब म्हणून बंगालची यथेच्छ लूट करून तो मायदेशी परत येतो आणि अशा अनैतिक पद्धतीने कमावलेला पैसा वापरून स्वत:साठी धनाढ्य घराण्यातली पत्नी आणि संसदेमधली जागा मिळवू पाहतो. या नाटकात एक टप्प्यावर माइटचा साहाय्यक टचइट एक पद्धत समजावून सांगतो, ज्यामुळे माइट आणि त्याच्या मित्रांचं नशीब घडतं.

> टचइट : आपण धूर्तपणे अतिक्रमण करतो आणि हळूहळू तिथे अधिक घट्ट पाय रोवतो. आपण स्थानिकांना वरचढ ठरतो आणि त्यांच्या जमीन जुमल्यावर हक्क सांगून त्यांना त्यांच्याच जमिनीतून हद्दपार करतो.
> मेयर : मिस्टर टचइट, तुला वाटत नाही का, की हे फारच असभ्य वागणं आहे?
> टचइट : ओह, अजिबातच नाही. हे लोक तर्तार किंवा तुर्कांपेक्षा थोडेच बरे आहेत.
> मेयर : नाही मिस्टर टचइट; हे अगदी उलट आहे. उलट ते आपल्यातला तर्तारच्या तावडीत सापडले आहेत.[३८]

कालांतराने कंपनीवरचे आरोप आणि हल्ले अधिक गंभीर रूप धारण करू लागले. कुणी त्यांच्यावर नरसंहाराचा ठपका ठेवू लागले, कुणी त्यांना संसदेमध्ये अनैतिकता पसरवल्याबद्दल दोष देऊ लागले, तर कुणी त्यांच्यावर भारतातून परतलेल्या नाटकातल्या नाबोबसारख्या जमलेल्या साधनसंपत्तीबद्दल ताशेरे ओढू लागले. अनेकांनी असा मुद्द उठवला, की मुळात सरकारकडून व्यापारी एकाधिकार मिळालेल्या खासगी महामंडळानं आंतरराष्ट्रीय राजकारणात दखल देणं, हेच अवैध आहे. आर्थर यंगनं याबाबत केलेलं लेखन खूप बोलकं आहे. तो म्हणाला होता, की 'तराजू आणि तलवार कधी एका व्यक्तीच्या हाती असू नये. व्यापाऱ्यांनी केवळ

व्यापार करावा; उगाच युद्ध आणि सत्तांतरांमध्ये हस्तक्षेप करू नये.'[३९]

कंपनीवर विशेष खरमरीत अशी टीकेची झोड उठवली गेली ती तिच्याच एका अधिकाऱ्याकडून. भारतातून परतलेला ॲलेक्झॅन्डर डो हा स्कॉटिश तत्त्ववेत्ता, इतिहासकार व व्यापारी ईस्ट इंडिया कंपनीचा कर्मचारीही होता. पर्शियन ऑफ फेरिश्ताचा 'हिस्टरी ऑफ हिंदुस्थान' हा अभ्यासपूर्ण अनुवाद केलेल्या डो याने आपल्या लेखनाच्या शेवटी कंपनीच्या बंगालमधल्या दुष्कृत्यांवर कडक टीका केली होती. माणुसकीच्या सिद्धांतांना अनुसरून, अतिशय संतुलित पद्धतीनं केलेलं हे भाष्य म्हणजे एका संवेदनशील व्यक्तीनं कंपनीच्या वागणुकीतून डोकावणाऱ्या अकार्यक्षमता आणि रानटीपणावर दर्शवलेला मनस्वी रोष होता. कंपनीचा कर्मचारी म्हणून आतल्या गोटातून सगळी चक्रं फिरताना पाहिलेल्या डोनं लिहिलं होतं :

'सौम्य वातावरण, सुपीक जमीन आणि कामसू वृत्तीची माणसं या तिन्ही गोष्टींमुळे बंगाल प्रांतात नेहमी भरभराट असायची. इथल्या व्यापारामधून मिळणारा नफा क्वचितच इतरत्र कुठे मिळत असे. पण सोन्या-चांदीची रेलचेल असणाऱ्या या बाजारपेठेला आणि प्रदेशाला नंतर मात्र कंपनीची दृष्ट लागली!'

> अवघ्या सहा वर्षांत या समृद्ध राजवटीतील सहा मोठी शहरं ओस पडली. जगातल्या सर्वांत सुपीक शेतजमिनींपैकी एक मानल्या गेलेल्या प्रदेशातील शेतं नापीक बनली. पाच दशलक्ष मेहनती आणि व्यापारात तरबेज असलेली माणसं मृत्युमुखी पडली (किंवा देशोधडीला लागली). कंपनी अधिकाऱ्यांनी दाखविलेल्या क्रौर्यापेक्षाही, त्यांच्यातील दूरदृष्टीचा अभाव बंगालला कैक पटीनं अधिक महाग पडला. खिशामध्ये चार पैसे अधिक खुळखुळावे, या लोभाने सुरू केलेल्या दुष्कृत्यांनी कंपनी अधिकाऱ्यांना निरागस लोकांच्या रक्ताचा धनी बनवून सोडलं!
>
> एखादा रानटी शत्रू आपल्यासमोर लीन झालेल्या विरोधकाला मारून टाकतो; पण सभ्यतेचा मुखवटा पांघरून स्वार्थाचं राजकारण खेळणारं सरकार, तलवारीच्या मदतीशिवाय संपूर्ण राष्ट्र उद्ध्वस्त करू शकतं. व्यापाराचा एकाधिकार आणि वाजवीपेक्षा जास्त कराचा बोजा... यामुळे आधीच गरीब असलेल्या लोकांचा रोजगार आणि कमाई कमी झाली, त्यांच्यावरच्या चित्र-विचित्र मागण्यांचा बोजा वाढत गेला. परकीयांच्या सत्तेखाली जाताक्षणी बंगालला उतरती कळा लागली असं म्हणायला हरकत नाही; कारण त्या सत्ताधीशांना, बंगालच्या प्रगतीपेक्षा स्वतःचे खिसे भरण्यात अधिक रस होता. म्हणून त्यांनी केवळ तिथली साधनसंपत्ती

ओरबाडण्याची सोय केली; त्यामुळे वाढत चाललेली खळगी भरण्याचा त्यांना मुळीच मानस नव्हता.

सदर भीषण परिस्थितीबद्दल, डो तर सतत लेखन करत होताच.[४०] पण १७७२मध्ये, विल्यम बोल्ट्स नावाच्या कंपनी अधिकाऱ्यानं कंपनीच्या गैरकृत्यांबद्दल केलेलं पारदर्शक आणि परखड लेखन कंपनीसाठी चांगलंच नुकसानकारक ठरलं.[४१] वास्तविक, एकेकाळी बोल्ट्स स्वत: ईस्ट इंडिया कंपनीमधला अतिशय अप्रामाणिक कर्मचारी होता. मीर कासिमच्या राजवटीत पाटण्यामध्ये हैदोस घातलेल्या विल्यम एलिसचा तो सहकारी होता; पण नंतर क्लाइव्हशी निर्माण झालेल्या वितुष्टामुळे त्याला बेकायदेशीर व्यापार केल्याबद्दल बंगालच्या बाहेर हुसकावून काढलं होतं. आपल्यावर झालेल्या 'अन्यायाचा' बदला म्हणून लंडनला परतल्यावर बोल्ट्सनं कंपनीचे गुप्त व्यवहार जनतेसमोर उघडे करायला घेतले. 'कन्सिडरेशन्स ऑफ इंडियन अफेयर्स' या पुस्तकाद्वारे त्यानं कंपनीनं बंगालमध्ये केलेल्या सर्वांत हीन आणि अवैध कृत्यांवर प्रखर प्रकाश टाकला होता. सदर लेखाद्वारे क्लाइव्हची प्रतिमा पूर्णपणे डागाळली जावी, अशी बोल्ट्सची इच्छा होती, पण खरं तर स्वत: बोल्टसुद्धा त्यातल्या अनेक व्यवहारांमध्ये सामील होता.[४२]

आपल्या लेखनामध्ये बोल्ट्सने कुठलाही आडपडदा न ठेवता कंपनीच्या सगळ्या अत्याचारांचं सखोल वर्णन केलं होतं. उदाहरणार्थ, कंपनीचे अधिकारी कुठल्याही सबबीखाली भारतीय व्यापाऱ्यांना कैद करत असत. हिंसेचा मार्ग अवलंबून त्यांच्याकडून वाटेल तेवढा पैसा उकळत असत. आपल्याला कंपनीच्या छळछावणीमध्ये डांबून रेशमी कापड विणण्याची सक्ती केली जाऊ नये, म्हणून अनेक कुशल विणकरांनी स्वत:चे अंगठे कापून टाकले होते![४३] न्यायाला जागा उरली नव्हती. निमूटपणे छळ सोसत राहणे किंवा जिवाचं बलिदान देणं हे दोनच पर्याय भारतीयांसमोर उपलब्ध राहिले होते. पण या सगळ्यांपेक्षा बोल्ट्सनं दिवाणी पद्धतीबद्दल केलेला खुलासा हा सर्वांत स्फोटक ठरला. त्यानं सांगितलं, की आपण अलाहबादच्या तहाद्वारे दिवाणी मिळवली असल्याचा कंपनीचा दावा सपशेल खोटा होता. वास्तवात, लष्करी बळ वापरून थोपलेल्या जबरदस्तीला कागदोपत्री कायदेशीर मान्यता मिळविण्यासाठी ती क्लाइव्हनं खेळलेली खेळी होती. बोल्ट्सनं लिहिलं, की कंपनी आता एका मोठ्या आणि समृद्ध प्रदेशाची सार्वभौम सत्ता बनली आहे. तिच्या पदरी ६०हजार सैनिकांचं लष्कर तैनात आहे. बंगालचा नवाब आणि शहा आलम दोघे कंपनीच्या हातचं बाहुलं बनले आहेत. कायदा, सुव्यवस्था यांचा बोजवारा वाजला आहे; ज्याच्याकडे स्वत:ची किंवा हिसकावून घेतलेली अधिक धनसंपत्ती असेल, त्याच्या शब्दाला अधिक वजन मिळतं. मुघल साम्राज्य आणि

नियम, दोन्ही लोप पावले आहेत. कंपनी सरकार सार्वभौम मक्तेदारांचा अड्डा बनलं आहे. त्यांचे कारभार सध्या केवळ बंगालचा घात करत असले, तरी दीर्घकाळात त्यामुळे ब्रिटिशांची हानी होईल. खरंतर कंपनी अधिकाऱ्यांनी व्यापारी व कलाकारांना प्रोत्साहन दिलेल्या मुघल तत्त्वांनुसार राज्य केलं असतं तर ते सगळ्यांसाठीच चांगलं ठरलं असतं.'[४४]

सदर समस्येवर उपाय म्हणून बोल्ट्सनं अशी सूचना केली होती, की फायद्यावर डोळा ठेवून व्यवहार करत असलेल्या महामंडळाच्या हातून सत्तेची मक्तेदारी काढून, इंग्लंडच्या राजघराण्यानं बंगालला सरकारी वसाहत बनवून टाकावी. आपल्या शाही पदाचा सुयोग्य वापर करून हिंदुस्थानातील भारतीय व इंग्रज जनतेचा उद्धार करण्याची बोल्ट्सनं आपल्या पुस्तकाद्वारे इंग्लंडच्या राजाला विनंती केली होती.

कटुतेमधून निर्माण केलेले अर्धसत्य आणि धादांत खोटे आरोप यांच्या मिश्रणातून निर्माण झालेलं बोल्ट्सचं पुस्तक अनायासे फार परिणामकारक ठरलं. इंग्रज राजवटीवर टीकेची झोड उठण्याची सुरुवात झाली ती याच पुस्तकामुळे. तसंच बोल्ट्सनं आपल्या लेखनाद्वारे अशा अनेक समस्यांवर प्रकाशझोत टाकला, ज्यांच्याबद्दल त्याकाळी अनभिज्ञता असली, तरी पुढील काळात त्या उग्र स्वरूप धारण करणार होत्या. उदाहरणार्थ, स्वतःच्या देशाबाहेर हात पसरू पाहणाऱ्या खासगी कंपनीचे अधिकार किती आणि कसे असावे, यांसारख्या प्रश्नांवर बोल्ट्सनं चर्चा सुरू करून दिली. तसेच वाजवीपेक्षा जास्त सत्ता आणि संपत्ती असलेल्या एखाद्या कंपनी मालकावर, सामूहिक हिताच्या दृष्टीनं, सरकारनं कधी आणि कसं नियंत्रण ठेवलं पाहिजे? अशी व्यक्ती आपली अतिरिक्त धनसंपत्ती वापरून सरकारलाच भ्रष्ट करू लागली तर काय करायचं, या आणि अशा बऱ्याच बाबींवर बोल्ट्सनं चांगले विचार प्रस्तुत केले.

बोल्ट्सच्या पुस्तकातले मोठाले परिच्छेद 'लंडन मॅगझीन'मध्ये पुनर्मुद्रित करण्यात आले. त्या मासिकाच्या एका वार्ताहारानं वॉरन हेस्टिंग्सला सावध केलं, की सदर लेखांमधला मजकूर कितीही अतिरंजित असला तरी त्यातल्या संदेशाचा गाभा वाचकांच्या मनाला भिडणारा होता. त्यामुळे इंग्लंड सरकारनं बंगालच्या परिस्थितीमध्ये हस्तक्षेप करावा, असा सूर लंडनच्या जनतेमध्ये जोर धरू लागला होता.[४५] होरेस वॉलपोल कंपनीच्या दुष्कृत्यांबद्दल जे कयास लावत आला होता, त्याला बोल्ट्सच्या लेखनामुळे दुजोरा मिळाला. किंबहुना, बोल्ट्सनं अजून चार पावलं पुढे टाकून थेट क्लाइव्हवर आरोप करण्याची हिंमत दाखवली होती. कंपनी संचालकांचे आदेश बिनदिक्कत धुडकावणारा आणि लूटमार, खंडणी, आणि हत्येसारखे मोठे गुन्हे न कचरता करणारा नराधम म्हणून बोल्ट्सनं क्लाइव्हची यथेच्छ निर्भर्त्सना केली होती.[४६] क्लाइव्हच्या अशा बेदरकार वागणुकीमुळे बंगालच्या तीन दशलक्ष लोकांना

आपला रोजगार आणि जीव गमवावा लागला, याबद्दल कठोर भाष्य करून, बोल्ट्सनं कंपनीला तिच्या आर्थिक भविष्याबद्दलही सजग राहण्याचा इशारा दिला होता. 'प्रथमदर्शनी, ईस्ट इंडिया कंपनीचा पाया जरी भक्कम वाटत असला, तरी कुठलाही पूर्वाभ्यास न करता, मूठभर माणसांच्या खासगी संपत्तीवर बांधलेला आणि त्या माणसांच्या परस्परविरोधी मतांमुळे नकळत खचत चाललेला पाया वरून मजबूत दिसला, तरी आतून पोखरला जात आहे. कंपनीमध्ये या-ना त्या मार्गानं सहभाग असलेल्या लोकांचे दोन गट झाले आहेत. एक गट कंपनीवर वरून ताण देतो आहे, तर दुसरा त्याचा पाया कमकुवत बनवत आहे. अशा परिस्थितीत, कंपनी किती काळ तग धरू शकेल, कुणास ठाऊक?'[४७]

बोल्ट्सचं विधान, कंपनीसाठी काळ बनणारं भाकित ठरलं. अवघ्या पाच महिन्यांत कंपनीचा आर्थिक पाया इतका नाट्यमय पद्धतीनं कोसळला, की सांगता सोय नाही!

८ जून १७७२ रोजी, ॲलेक्झॅन्डर फोरडाइस नावाचा पेढी मालक, अचानक आपल्या कार्यालयातून गायब झाला. त्यानं ५लाख, ५०हजार पौंडांचं[iii] कर्ज करून ठेवलं होतं! फोरडाइस गायब झाल्यानंतर लगेचच त्याची पेढी – 'नील, जेम्स, फोरडाइस ॲण्ड डाऊन' – दिवाळखोरीत निघाली. त्याच्या पुढच्या आठवड्यात, कंपनीच्या रोख्यांमध्ये भरपूर गुंतवणूक केलेली 'डग्लस, हेरॉन ॲण्ड कंपनी' ऊर्फ आयर बँक नावाची अजून एक वित्तीय संस्था बंद पडली. या दोन मोठ्या संस्था अशा अचानक बंद पडल्यावर ब्रिटनपासून सुरू झालेलं आर्थिक संकट पूर्ण युरोपवर कोसळलं!

पुढच्या आठवडाभरात ईस्ट इंडिया कंपनीमध्ये गुंतवणूक केलेल्या अनेक डच पेढ्या बंद होऊ लागल्या. त्यानंतर लगेचच, एका पंधरवड्यात युरोपमधल्या दहा पेढ्या बंद झाल्या; पुढच्या महिनाभरात आणखी वीस पेढ्यांचे धंदे बसले; आणि त्यानंतरच्या तीन आठवड्यांमध्ये तीस पेढ्या बुडीत खात्यांत निघाल्या.[४८] अचानक सुरू झालेलं हे जागतिक मंदीचं चक्र जितकं हतबुद्ध करणारं होतं, तितकंच त्यामुळे उद्भवलेल्या आत्महत्यांचा सपाटा गरगरून टाकणारा होता. पार व्हर्जिनियासारख्या लांबच्या शहरांमध्येही सगळं गमावून बसलेली माणसं आत्महत्या करू लागली. खुद्द ईस्ट इंडिया कंपनीचा अध्यक्ष सर जॉर्ज कोलब्रूकनं वैयक्तिक दिवाळखोरी घोषित केल्यावर तर कंपनीच्या कर्मचाऱ्यांची तारांबळ

---

iii आजच्या काळात ५२ दशलक्ष पौंड.

उडाली! व्यवस्थापनामध्ये असलेल्या ठाम विश्वासाचा धुव्वा उडू लागला. 'बँक ऑफ इंग्लंड'नं हस्तक्षेप करून कंपनीच्या परिस्थितीला हातभार लावण्याचा प्रयत्न केला; पण खुद्द तिचीच स्थिती बिकट बनली होती. डेव्हिड ह्यूमनं प्रख्यात अर्थतज्ज्ञ ॲडम स्मिथला जूनमध्ये पत्र लिहून विचारलं : 'दिवसेंदिवस आमची परिस्थिती कठीण होत चालली आहे. भारदस्त संस्था एका मागोमाग एक दिवाळखोरीत निघत आहेत, कुणी कर्ज द्यायला तयार होत नाहीये, आणि एकूणच समाजात भीती व संशयाचं वातावरण पसरत चाललं आहे. या सगळ्या घटनांचा तुम्ही मांडलेल्या सिद्धांतावर काही परिणाम होईल का? का मग, यामुळे तुम्हाला तुमच्या 'वेल्थ ऑफ नेशन्स'मध्ये ठळक बदल करावे लागतील?'[४९]

महिनाभरानंतर, जुलै १७७२मध्ये, भारतातील कंपनी अधिकाऱ्यांनी लंडनच्या कार्यालयाकडे ७,४७,१९५ पौंड किमतीची बिलं पाठवून, ती चुकती करण्यासाठी पैसा पाठविण्याची विनंती केली. आधीच कंपनीचे आर्थिक व्यवहार मोठ्या संकटात होते. सदर मागणीनंतर, भारताहून आलेल्या मागणीची रक्कम १.५ दशलक्ष पौंडांवर पोहोचली होती.[५०] सध्याच्या परिस्थितीत ही मागणी पूर्ण करता येईल का, याबद्दल लंडनच्या अधिकाऱ्यांमध्ये भरपूर चर्चा झाल्या. अखेर हे पैसे पाठवले नाहीत तर बाजारातील कंपनीची पत फार खाली घसरेल, असा विचार करून त्यांनी कशीबशी सोय करून सदर रक्कम भारताकडे पाठवून दिली.

त्याच सुमाराला दुष्काळामध्ये अव्वाच्या सव्वा वाढलेला जमिनीचा महसूल अखेर बऱ्याच काळाने कमी होऊ लागला होता. दुसऱ्या बाजूला ईस्ट इंडिया कंपनीच्या महागड्या चहाचा भरमसाट साठा त्यांच्या गोदामामध्ये न विकता पडून राहिला होता. १७६२मध्ये जिथं त्यांचा १ दशलक्ष पौंड किमतीचा चहा उरलेला होता, तिथंच १७७२मध्ये हाच आकडा ३ दशलक्षांपर्यंत पोहोचला होता. भरीस भर, १७६४ ते १७७०च्या काळात लष्करावरचा खर्च दुप्पट वाढला होता आणि गुंतवणुकदारांना वर्षाकाठी मिळणाऱ्या १२.५% लाभांशामुळे कंपनीच्या तिजोरीवर १ दशलक्ष पौंडांचा[iv] अधिक बोजा पडत होता. नफा आणि खर्च यामधला समतोल दिवसेंदिवस ढासळत चालला होता.[५१] त्या वर्षी, कंपनीला आधी आपलं वार्षिक सीमाशुल्क भरता आलं नाही आणि मग 'बँक ऑफ इंग्लंड'कडून घेतलेल्या कर्जाचे हप्ते थकू लागले. कंपनीवर कोसळलेल्या संकटाची वार्ता जसजशी पसरू लागली, तसतशी तिच्या रोख्यांची किंमत घसरू लागली. एक

---

iv आजच्या काळात ७४७,१९५ पौंड = ७८,४५५,४७५पौंड, १.५ दशलक्ष पौंड = १५७ दशलक्ष पौंड, १ दशलक्ष पौंड = १०० दशलक्ष पौंड, ३ दशलक्ष पौंड = ३०० दशलक्ष पौंड.

वेळ अशी आली, की महिन्याभरात रोख्यांच्या किमतीत ६० गुणांनी घसरण झाली; परिणामी कंपनीला नाक घासत 'बँक ऑफ इंग्लंड'कडे अधिक कर्ज मागण्यासाठी जावं लागलं.[५२]

१५ जुलै १७७२ रोजी कंपनीच्या संचालकांनी 'बँक ऑफ इंग्लंड'कडे ४लाख पौंड कर्जाची विनंती केली. त्यानंतर अवघ्या पंधरा दिवसांनी त्यांनी अजून ३लाख पौंड मागितले. स्वत:सुद्धा संकटातून जात असलेल्या बँकेला त्यांना जेमतेम २लाख पौंड देता आले. कंपनीकडे असलेल्या मालमत्तेची किंमत ५ दशलक्ष पौंडांपेक्षा थोडी कमीच होती.[५३] त्या पार्श्वभूमीवर तिच्याकडे १.६ दशलक्ष पौंडांची बिलं थकलेली होती आणि ९ दशलक्ष पौंडांची इतर देणी बाकी होती. ऑगस्टपर्यंत कंपनीने सरकारशी गुप्त भेटीगाठी करून आपल्याला सरकारी तिजोरीतून १ दशलक्ष पौंडांची[v] मदत लागणार असल्याची चर्चा सुरू केली.

ईस्ट इंडिया कंपनी आधीच मोठ्या कर्जात बुडालेली होती. १७६९ ते १७७२च्या काळात त्यांनी 'बँक ऑफ इंग्लंड'कडून ५.५ दशलक्ष पौंडांचं[vi] कर्ज उचललं होतं आणि कंपनीच्या अध्यक्षाने वॉरन हेस्टिंग्सला लिहिलेल्या पत्रात म्हटल्यानुसार : 'आपल्यावरची संकटं फार झपाट्यानं वाढलेली आहेत. दिवाळखोरीमुळे बाजारातली आपली पत फार खालावली आहे, आपल्या मालाची विक्री अत्यंत मंदावली आहे, आणि एरवी आपल्याला हसत हसत कर्ज देणाऱ्या 'बँक ऑफ इंग्लंड'ने सुद्धा हात आखडता घेतला आहे.'[५४]

यानंतर थोड्या काळानं एडमण्ड बर्केनं लिहिलेल्या अहवालात असं म्हटलं होतं, की कंपनीचे कर्मचारी भारताचेही होऊ शकले नाहीत आणि इंग्लंडचेही राहिले नाहीत. कुठल्याच देशासोबत त्यांची नाळ न जुडल्याचे परिणाम आता कंपनीला भोगावे लागत आहेत. ज्या देशानं ईस्ट इंडिया कंपनीला आपल्या छातीशी कवटाळलं, तिच्या विनाशाचं कारणही कंपनीच होणार, यात शंका नाही!'[५५]

तोपर्यंत ही बाब स्पष्ट झाली होती, की इंग्लंडची दोलायमान अर्थव्यवस्था भारतातून येणाऱ्या पैशावर तरली होती आणि जर ईस्ट इंडिया कंपनी कोसळली तर संपूर्ण देश दिवाळखोरीत निघेल![५६] आर्थिक व राजकीय विचारवंत थॉमस पॉनॉलनं लिहून ठेवल्यानुसार : 'तोपर्यंत, हिंदुस्थानातल्या व्यवहाराशी आपला

---

v आजच्या काळात, ४००,००० पौंड = ४२ दशलक्ष पौंड, ३००,००० पौंड = ३१ दशलक्ष पौंड, २००,००० पौंड = २१ दशलक्ष पौंड, १.६ दशलक्ष पौंड = १६८ दशलक्ष पौंड, ९ दशलक्ष पौंड = ९४५ दशलक्ष पौंड, ५ दशलक्ष पौंड = ५२५ दशलक्ष पौंड, १ दशलक्ष पौंड = १०५ दशलक्ष पौंड,

vi ५.५ दशलक्ष पौंड = ५७७ दशलक्ष पौंड

काय संबंध, असा विचार करणाऱ्या लोकांना आता इंग्लंडच्या भवितव्याशी हिंदुस्थानाची अर्थव्यवस्था किती जवळून जोडली गेली आहे, याची कल्पना येऊ लागली आहे. हिंदुस्थानातले व्यवहार बिघडू लागले, तर आपला देश दिवाळखोरीत निघेल या भीतीने त्यांना कापरं भरू लागलं आहे. इंग्रज राजवटीचा पाया हिंदुस्थानच्या पैशावर उभा आहे, याबद्दल आता कुठे जनजागृती होऊ लागली आहे.'[५७]

इंग्लंडच्या राजाला सुद्धा आता हे सत्य मान्य करणं भाग होतं. जॉर्ज-IIIनं हे मान्य केलं, की आपल्या देशाची महती टिकवणं केवळ हिंदुस्थानातल्या वैभवावर अवलंबून आहे. आपल्या देशाला कर्जमुक्त करण्यासाठी भारताची संपत्ती आपल्याकडे आणण्याशिवाय पर्याय नाही.[५८]

२६ नोव्हेंबरला इंग्लंडच्या संसदेमध्ये ईस्ट इंडिया कंपनीच्या आर्थिक समस्यांवर सखोल चर्चा केली गेली. त्याचसोबत, कंपनीच्या कर्मचाऱ्यांवर लावल्या गेलेल्या भ्रष्टाचार आणि गैरव्यवहारांबद्दलच्या आरोपांचीही दखल घेण्यात आली. कंपनीला लागलेली गळती आणि त्या पार्श्वभूमीवर तिच्या काही कर्मचाऱ्यांनी वैयक्तिकरीत्या कमवलेली संपत्ती यामधला फरक न दिसणं हास्यास्पद होतं. अर्थात, या प्रकरणाची चौकशी व्हावी यामागे संसदेतील काही मंडळींचा वैयक्तिक हेतूसुद्धा होता. सुमारे ४०% खासदारांनी कंपनीमध्ये गुंतवणूक केलेली होती आणि सध्या तिच्या रोख्याच्या किमतीला लागलेल्या ग्रहणामुळे त्यांचं भयानक नुकसान होत होतं.

कंपनीसाठी आता असा पेचप्रसंग उभा राहिला होता, की जर सरकारने त्यांना आपली सगळी कर्जं फेडण्यासाठी १.४ दशलक्ष पौंडांची[vii] मदत केली, तर या पुढे कंपनीला आतापर्यंत करत आलेल्या स्वैर पद्धतीनं कारभार करता येणार नव्हता. इतक्या मोठ्या मदतीच्या बदल्यात आणि अर्थात भविष्यात अशा भीषण समस्या निर्माण होऊ नयेत, म्हणून ईस्ट इंडिया कंपनीला स्वायत्तता देण्यात अर्थ नव्हता. इंग्रज सरकारनं कंपनीच्या कारभारात लक्ष घातलं नाही, तर त्यांना बंगालमधून येणारा भरघोस महसूल गमावून बसण्याचा धोका होता.

खासदार विल्यम बुरेलच्या शब्दांत सांगायचं तर : 'सद्गृहस्थांनो, हा प्रश्न आता सत्ताधारी पक्ष किंवा विरोधी पक्ष यांमध्ये सीमित राहिलेला नाही. हा प्रश्न आता अख्ख्या ग्रेट ब्रिटनचा बनलेला आहे; आणि हा पेच आपण कसा सोडवतो, यावर आपला देश एक जागतिक शक्ती बनतो की नेस्तनाबूत होतो हे ठरेल!'[५९]

---

vii आजच्या काळात १४७ दशलक्ष पौंड.

१८ डिसेंबर १७७२ रोजी ईस्ट इंडिया कंपनीच्या संचालकांना संसदेमध्ये बोलावलं गेलं. तिथं जनरल जौन बरगॉईनच्या अध्यक्षतेखालच्या समितीनं त्यांना अक्षरश: फैलावर घेतलं! भ्रष्टाचार, गैरव्यवहार आणि भारतामधल्या लोकांवर केलेले अमानुष जुलूम या सगळ्यांबद्दल त्यांची कसून चौकशी करण्यात आली. अनेक कंपनी कर्मचाऱ्यांवर भ्रष्टाचाराचा ठपका ठेवला गेला. त्यापैकी 'सगळ्यात मोठा आरोपी' म्हणून रॉबर्ट क्लाइव्हवर बोट उचललं गेलं. समितीनं आपल्या अहवालामध्ये असं नमूद केलं, की १७५७ आणि १७६५च्या काळात कंपनीद्वारे बंगालमध्ये तब्बल २ दशलक्ष पौंड[viii] किमतीच्या भेटवस्तू लाच म्हणून दिल्या होत्या. तर अशा हीन वागणुकीद्वारे इंग्लंडच्या प्रतिष्ठेला बट्टा लावल्याबद्दल क्लाइव्ह व त्याच्या सहकाऱ्यांनी तेवढीच रक्कम सरकारच्या तिजोरीत भरती करावी, असं त्यांचं मत होतं.[६०]

२१ मे १७७३ रोजी क्लाइव्हनं समितीच्या अहवालाला उत्तर देत आपलं प्रसिद्ध भाषण केलं. या भाषणात त्यानं असं म्हटलं की : 'तुम्ही तर मला एखाद्या बकऱ्या चोरणाऱ्या भुरट्या चोराच्या पंगतीत नेऊन बसवलं आहे! तुम्ही हे विसरलेले दिसताहात, की प्लासीनंतर हिंदुस्थानातल्या एका पराक्रमी राजपुत्राला मी अंकित केलं. एक समृद्ध शहर माझ्या मर्जीवर चालू लागलं; तिच्यातले पेढीमालक माझी मर्जी संपादन करण्यासाठी काहीही करायला तयार होते. मी जिथून चालायचो तिथं माझ्यासमोर सोन्या-चांदीनं भरून वाहणाऱ्या तिजोऱ्या उघडल्या जायच्या. अध्यक्ष महोदय, खरंतर हे सगळं तुम्हाला सांगताना, मला मी त्यावेळी ठेवलेल्या संयमाबद्दल आश्चर्य वाटतंय.'

पुढचे दोन तास क्लाइव्ह अविरत बोलत राहिला. अखेर डोळ्यांत पाणी आणून त्यानं समितीला विनंती केली, की माझ्याकडची सगळी संपत्ती घेऊन जा, पण माझा सन्मान हिरावून घेऊ नका! एवढं बोलून तो तरातरा बाहेर पडला आणि आपल्या बग्गीत बसून घरी गेला. या भाषणानंतर आपल्याकडे चार आणे तरी उरतील की नाही, याबद्दल त्याला शाश्वती उरली नव्हती.[६१] तिथं क्लाइव्हच्या गमनानंतर संसदेमध्ये रात्रीपर्यंत चर्चा आणि वाद होत राहिले. आश्चर्याची गोष्ट म्हणजे, बहुतांशी सभासद बरगॉईनच्या विरोधात गेले! क्लाइव्हच्या वक्तृत्वानं पुन्हा एकदा जादू केली! त्याच्या भाषणामुळे हेलावून गेल्यामुळे, १५५ सभासदांनी 'क्लाइव्हनं आपल्या देशाला दिलेल्या उत्कृष्ट सेवेची नोंद घेऊन, त्याला या वेळी सर्व आरोपांतून मुक्त केलं जावं,' या बाजूनं मत दिलं. त्याच्या विरोधात केवळ ९५ सभासद असल्यामुळे क्लाइव्ह बचावला![६२]

पंतप्रधान लॉर्ड नॉर्थनं क्लाइव्हविरुद्धचा लढा हरला असला, तरी ईस्ट इंडिया

---

viii आजच्या काळात २१० दशलक्ष पौंड.

कंपनीला इतक्या सहजपणे निसटून द्यायचं नाही, असा त्यानं चंग बांधला होता. त्यानुसार, त्यानं संसदेत असं मत जाहीर केलं की : 'ब्रिटिश सरकारनं ईस्ट इंडिया कंपनीवर नियंत्रण ठेवायला हवं. सतत असे भ्रष्टाचार होणं, कंपनीच्या कर्मचाऱ्यांबद्दल गंभीर तक्रारी येणं, त्यांनी या देशात गैरव्यवहार आणि परक्या देशात हिंसेची लागण करणं, हे सगळं चांगलं नाही.'[६३] लॉर्ड नॉर्थची अशी इच्छा होती, की ईस्ट इंडिया कंपनीच्या अधिपत्याखाली असलेले सगळे हिंदुस्थानी प्रदेश आणि त्यामध्ये वास्तव्य करणारे २० दशलक्ष लोक हे सगळं इंग्रज सरकारच्या हातात यावं.[६४]

पण नॉर्थचा हा उद्देश सफल झाला नाही. कंपनीला स्थापनेच्या वेळी शाही सनद मिळाली होती आणि गुंतवणुकदारांनी त्या सनदीमुळे कंपनीला मिळणारे अधिकार उचलून धरले होते. तसंही, अनेक खासदारांची कंपनीमध्ये गुंतवणूक होती आणि कंपनी सरकारला भरत असलेली कराची रक्कम इतकी मोठी होती (वर्षाकाठी ८,८६,९२२ पौंड),[ix] की तिला बुडू देणं सरकारच्या हिताचं नव्हतं. अखेर, केवळ आपल्या अवाढव्य अवाक्यामुळे कंपनीचा बचाव झाला. इंग्लंडचा अर्धाअधिक व्यापार आपल्या नावावर असलेल्या कंपनीला बंद पाडणं, सरकारच्या हिताचं नव्हतं.

खूप विचारविनिमय करून शेवटी या सगळ्या घोळामधून असा सुवर्णमध्य काढला गेला, की कंपनी दिवाळखोरीत निघू नये, म्हणून इंग्रज सरकार तिला १.४ दशलक्ष पौंडांची[x] मदत करेल; पण त्या बदल्यात लॉर्ड नॉर्थच्या जून १७७३च्या इंडिया बिलमधल्या तरतुदींनुसार कंपनीच्या व्यवहारांवर आता संसदेची थेट नजर असेल. तसंच संसदेतर्फे आता केवळ बंगालमध्येच नव्हे, तर मद्रास आणि बॉम्बेमध्ये सुद्धा सगळ्या कारभारावर लक्ष ठेवण्यासाठी गव्हर्नर जनरल नेमले जातील.

१९ जून १७७३ रोजी ४७ मतांच्या सकारात्मक कलानं सदर बिल मंजूर करण्यात आलं. जगातल्या पहिल्या बहुराष्ट्रीय कंपनीला इतिहासातील पहिल्या मोठ्या सरकारी मदतीमुळे जीवनदान मिळालं! खासगी व्यापारी महामंडळाला दिवाळखोरीपासून वाचवण्यासाठी सरकारने हात देऊन, त्या बदल्यात त्या महामंडळावर नियंत्रणाचे हक्क मिळवण्याचं ते पहिलं उदाहरण ठरलं. तसं बघितलं, तर संसदेनं कंपनीच्या कारभारात लक्ष घालायला सुरुवात केल्यावरही कंपनीनं लगेच स्वत:चं स्वातंत्र्य सोडून दिलं असं मुळीच नाही. पण अगदीच बे-लगाम चालणाऱ्या उधळलेल्या घोड्यासारख्या वागणाऱ्या कंपनीचा लगाम खेचायला आता कुणीतरी

---

ix आजच्या काळात ९३ दशलक्ष पौंडपेक्षा जास्त.

x आजच्या काळात १४७ दशलक्ष पौंड.

अस्तित्वात होतं ही बाब कमी नव्हती. सुरुवातीच्या काळात जरी संसदेला कंपनीवर पूर्ण नियंत्रण ठेवण्यात यश आलं नसलं, तरी सदर कायद्यामुळे एक महत्त्वाचा पायंडा पाडला गेला, आणि ऐंशी वर्षांच्या संयमी प्रयत्नांनंतर सरकारला कंपनीवरची आपली पकड इतकी मजबूत करता आली, की अखेर १८५८मध्ये खासगी ईस्ट इंडिया कंपनीचं पूर्णपणे राष्ट्रीयकरण झालं.

संसदेनं आपलं प्रतिनिधित्व करण्यासाठी भारताकडे पाठवलेला पहिला गव्हर्नर जनरल होता ४१ वर्षांचा वॉरन हेस्टिंग्स. राजकारणी पार्श्वभूमीपेक्षा कंपनीच्या कारभारांची सखोल माहिती असलेल्या व्यक्तीला पाठवणं संसदेला अधिक योग्य वाटलं. त्यामुळे त्यांनी कंपनी अधिकाऱ्यांपैकी सगळ्यात हुशार, अनुभवी, पण तितकाच साधा, मेहनती आणि काटेकोर असलेल्या वॉरन हेस्टिंग्सची निवड केली. त्याच कायद्यामध्ये असलेल्या पोट-सूचनेनुसार, हेस्टिंग्सच्या कामावर लक्ष ठेवण्यासाठी संसदेतर्फे तीन सल्लागार सदस्यदेखील भारतात पाठवले गेले. त्यापैकी एक होता फिलीप फ्रान्सिस हा 'डब्लिन'मध्ये जन्मलेला; पण लंडनमध्ये वाढलेला अतिशय तल्लख, पण तितकाच महत्त्वाकांक्षी आणि काहीशा विकृत स्वभावाचा तरुण. आपण किती अपार गरिबीतून वर आलो, याचा स्वत:ला कधीही विसर न पडू देणारा फ्रान्सिस हा आपल्या प्रत्येक शब्द आणि हालचालीबद्दल कटाक्षाने सावध असे. राजकारणी डोक्याच्या या माणसाचा गुप्त खेळी खेळण्यात विशेष हातखंडा होता. त्याने जॉर्ज वर कठोर टीका करणारं लेखन १७६८ ते १७७२च्या काळात प्रकाशित करून पुढे अमेरिका व युरोपमध्ये ते प्रसिद्ध झालं होतं.[६५] भविष्यात हेस्टिंग्स आणि फ्रान्सिसमध्ये पराकोटीचं वितुष्ट निर्माण झालं. हेस्टिंग्सला काढून स्वत:ला भारताच्या गव्हर्नर जनरल पदी पाहण्याची महत्त्वाकांक्षा बाळगणाऱ्या फ्रान्सिसमुळे कंपनीला खूप समस्या झेलाव्या लागल्या. त्यामुळे पुढची अनेक वर्षं भारताचं प्रशासन विचित्र पद्धतीनं अडकून राहिलं.[६६]

सदर रेग्यूलेटिंग ॲक्ट आणि त्याभोवती निर्माण झालेल्या वादाचा अजून एक मोठी शिकार ठरला, तो म्हणजे रॉबर्ट क्लाइव्ह. संसदेनं जरी त्याला निर्दोष म्हणून सोडून दिलं असलं, तरी 'बरगॉईन समिती'नं केलेल्या अपमानातून क्लाइव्ह कधीच पूर्णपणे सावरू शकला नाही. औपचारिकरीत्या जरी तो गुन्हेगार म्हणवला गेला नसला, तरी जनमानसात त्याची 'व्हिलन्स लॉर्ड व्हल्चर'ची प्रतिमा इतकी खोल रुजली होती, की कंपनीनं केलेल्या सगळ्या गैरकृत्यांचा चेहरा अशी त्याची प्रतिमा झाली होती. लोकांच्या दृष्टीनं क्लाइव्ह हा एक क्रूर आणि कुख्यात मनुष्य ठरला होता.

रेग्यूलेटिंग ॲक्ट मंजूर झाल्यानंतर काही काळानं क्लाइव्ह आपल्या 'ग्रॅन्ड टूर'वर निघाला. फ्रान्समधून जाताना त्यानं पूर्वाश्रमीच्या कोम्पॅनी द इंदेसच्या काही प्रतिस्पर्ध्यांसोबत मेजवान्या केल्या. सुमारे वर्षभर त्यानं इटलीमध्ये निरनिराळ्या

ठिकाणी फिरून तिथली उत्तमोत्तम चित्रं व शिल्पं विकत घेतली. तसंच युरोपमध्ये फिरून त्यानं अनेक प्रभावशाली आणि आधुनिक विचारांच्या लोकांच्या भेटीगाठी घेतल्या. पण एवढं सगळं करूनही क्लाइव्हला कधीच मानसिक शांती लाभली नाही. पूर्वीपासून तसा तो निराशेकडे झुकणारा माणूस होता; तारुण्यात, नैराश्याच्या गर्तेत त्यानं दोनदा स्वत:वर गोळ्या झाडण्याचा प्रयत्न केला होता. तेव्हापासून वरकरणी कितीही आत्मविश्वासपूर्ण आणि नियंत्रित वाटला, तरी आतून तो बरेचदा अस्वस्थ असायचा. आता नैराश्याच्या सोबतीला त्याला पोटदुखी आणि संधिवात या दोन व्याधी जडल्या. अखेर या सगळ्या बाबींचा ताण असह्य होऊन २२ नोव्हेंबर १७७४ रोजी अवघ्या ४९व्या वर्षी क्लाइव्हनं आपल्या बर्कली स्क्वेअर येथील घरात आत्महत्या केली!

त्याचा जुना शत्रू होरेस वॉलपोल याने क्लाइव्हबद्दल लंडनमध्ये सुरुवातीला पसरू लागलेल्या अफवांबद्दल केलेल्या लेखनानुसार : 'क्लाइव्हला आजार जडले होते हे खरं आहे; पण इंग्रज जनतेच्या मते, त्याच्या मोडकळीला आलेल्या परिस्थितीसाठी आजारापेक्षा अजूनही मोठं काहीतरी कारणीभूत होतं. त्याचं मानसिक संतूलन बिघडत चाललं होतं. सोबतीला दिवसागणिक बळावत चाललेल्या आजारांमुळे तो सतत वेदनेत असे; विव्हळत असे. ज्या सोमवारी तो लंडनला परत आला, त्याच्या दुसऱ्या दिवशी क्लाइव्हच्या डॉक्टरनं त्याला लॉडॅनम हे औषध दिलं, पण त्याचा पाहिजे तसा परिणाम झाला नाही. कुणी म्हणतं की, डॉक्टरनं त्याला नेहमीपेक्षा दुप्पट मात्रेत औषध दिल्यामुळे क्लाइव्ह दगावला; तर कुणाच्या मते, डॉक्टर नको-नको म्हणत असतानाही, क्लाइव्हनेच त्याला औषधाची मात्रा वाढवायला सांगितली. कारण काही असो, पण परिणाम एकच झाला. वयाची अवघी पन्नास वर्षंही पूर्ण न करता एक वैभवशाली, तेजस्वी; पण तितकंच निंदनीय आयुष्य संपुष्टात आलं!'[६७]

वास्तवात, या दोन्हींपैकी कोणत्याही कारणानं क्लाइव्हचा मृत्यू झाला नव्हता. सत्य असं होतं, की क्लाइव्हनं कागद कापण्याच्या सुरीनं स्वत:च्या मानेची नस कापून आत्महत्या केली होती. त्या दिवशी क्लाइव्ह आपली पत्नी मार्गारेट, सचिव रिचर्ड स्ट्रॅकी आणि स्ट्रॅकीची पत्नी जेन यांच्यासोबत आपल्या घरी होता. सगळे पत्ते खेळत बसले असताना, अचानक क्लाइव्हच्या पोटात दुखू लागलं. आपल्याला शौचालयात जायचं आहे, असं सांगून क्लाइव्ह तिथून उठला आणि आत गेला. बराच वेळ झाला तरी तो परत येण्याचं चिन्हं दिसेना, तेव्हा स्ट्रॅकी मार्गारेटला म्हणाला, 'मला जरा काळजी वाटतेय. तुम्ही जरा आत जाऊन साहेब कसे आहेत ते बघता का?' मार्गारेट आपल्या नवऱ्याला हाका मारत आत गेली... इतक्यात, समोर पाहते तर काय? एका खोलीमध्ये क्लाइव्ह रक्ताच्या थारोळ्यात

पडलेला होता! त्याच्या मानेची नस कापलेली होती. समोरचं भयंकर दृश्य पाहून मार्गारेटला भोवळ आली! शेवटी क्लाइव्हचे सेवक तिथं गेले आणि त्यांनी त्याचं शव उचललं. पॅटी डुकारेलच्या हाताला थोडं रक्त लागलं, ते तिने चाटून पुसलं.[६८] त्याच रात्री उशिरा, क्लाइव्हचं शव बर्कली स्क्वेयरच्या घरातून त्याचं जन्मस्थान असलेल्या 'मोरटन से' येथे नेण्यात आलं. अर्ध्या दशकापूर्वी जिथं क्लाइव्हचं बारसं झालं होतं, त्याच चर्चच्या आवारामध्ये त्याच्यासाठी कबर खोदण्यात आली आणि त्याची ओळख समजेल, अशा कोणत्याही खुणा न लावता, गुप्तपणे त्याच्यावरचे अंत्यसंस्कार उरकण्यात आले.

आत्महत्या करण्याआधी क्लाइव्हनं काही चिठ्ठी वगैरे लिहून ठेवली नाही; सॅम्यूएल जॉनसननं लिहिलं : 'क्लाइव्हनं आपल्या हयातीत अफाट वैभव कमावलं; पण ते कमावण्यासाठी त्यानं इतकी गैरकृत्यं केली, की अखेर त्याच्या मनातल्या अपराधी भावनेनं क्लाइव्हला जगणं कठीण करून टाकलं!' असं लिहून संपूर्ण इंग्लंडमधल्या जनमानसातली प्रतिक्रिया व्यक्त केली होती.[६९]

१९ ऑक्टोबर १७७४ रोजी संसदेनं नेमलेले तीन सल्लागार–फिलिप फ्रान्सिस, जनरल क्लॅवरिंग आणि कर्नल मॉन्सन – अखेर कलकत्त्यात येऊन दाखल झाले. त्यांना एकवीस ऐवजी सतरा तोफांची सलामी दिली गेल्यामुळे तिघे पोहोचताक्षणी खट्टू झाले. सतरा तोफांची सलामी आणि स्वागतासाठी कुणी शिपाई, सैनिक वा अधिकारी हजर नसल्यानं त्यांना आपला घोर अपमान झाला, असं वाटू लागलं.[७०] त्यात भर म्हणून की काय, वॉरन हेस्टिंग्सनं त्यांना आपल्या घरी 'अनौपचारिक कपड्यांमध्ये' जेवायला यायचं आमंत्रण दिलं. सदर मेजवानी इतकी अप्रिय पद्धतीनं पार पडली, की वॉरन हेस्टिंग्स आपल्या पदाचा राजीनामा देण्याचा विचार करू लागला. जनरल क्लॅवरिंगनं तातडीनिशी लंडनला तक्रारीचं पत्र लिहून आपला अपमान झाल्याचं कळवलं.

इंग्रजांच्या राजकारणाचं नवीन पर्व यापेक्षा दुर्दैवी पद्धतीनं सुरू होणं शक्य नव्हतं!

मात्र ही तर केवळ सुरुवात होती. दुसऱ्या दिवशी २० ऑक्टोबर रोजी नव्याने आलेल्या सल्लागारांच्या पहिल्या सभेमध्ये त्यांनी नुकत्याच झालेल्या रोहिला युद्धाबद्दल चौकशी आरंभली, आणि सदर युद्धासाठी हेस्टिंग्सनं (कंपनीचा मित्र असलेल्या) शुजा उद्दौलाला सैनिक का पुरवले होते, याची विचारणा केली. हेस्टिंग्सचा असा हेतू होता, की शुजाला मदत करून आपण त्याच्याकरवी पश्चिमेकडची बाजू

सुरक्षित ठेवू शकू, अन्यथा आक्रमक अफगाण रोहिलांकडून हल्ल्याची भीती वाढत राहील. हेस्टिंग्सचा हा विचार जरी योग्य असला, तरी फ्रान्सिसच्या मते, हेस्टिंग्सने हे पाऊल उचलून कंपनीच्या रोजगारात असलेल्या सैनिकांना भाडेतत्त्वावर पाठवून त्यांना रोहिलांविरुद्ध वाटेल ते जुलूम करण्याची मुभा दिली होती.

हळव्या मनाच्या हेस्टिंग्सला फ्रान्सिसनं केलेली कठोर टीका काही केल्या पचनी पडेना.आपल्या लेखनातून आपल्या मन:स्थितीचं वर्णन करताना हेस्टिंग्स म्हणाला, की 'इतक्या कलुषित वातावरणात श्वास घेणंही मला जड जाऊ लागलं आहे. गंभीर आरोप, शाब्दिक हल्ले आणि संशयास्पद वागणूक या सर्व अस्त्रांशी माझी आता जवळची ओळख झालेली आहे.'[७१] दुसऱ्या बाजूला सदर सभेबद्दल लिहिताना, फ्रान्सिसनं मोठ्या आनंदात म्हटलं होतं : 'हेस्टिंग्सचा चेहरा बघण्यासारखा होता! त्याच्या तोंडावरून घाम निथळत होता, डोळ्यांतून पाणी वाहत होतं... आपल्यावरचे आरोप सहन न होऊन अखेर तो डोकं बडवू लागला आणि मग अचानक तीरासारखा धावत खोलीबाहेर पडला!'[७२] त्यानंतर काही काळानं, फ्रान्सिसनं लॉर्ड नॉर्थला हेस्टिंग्सच्या अकार्यक्षमतेबद्दल पत्र लिहिताना असं म्हटलं, की 'हेस्टिंग्समध्ये दोन-चार किरकोळ गुण आहेत... पण एखादा मोठा प्रांत सांभाळण्यासाठी लागणारी कार्यक्षमता, हुशारी, धैर्य आणि निर्णयक्षमता या सगळ्याचा त्याच्याकडे फार अभाव आहे.'[७३]

क्लाइव्हच्या शिष्यत्वाखाली राजकारणात जम बसवलेल्या फ्रन्सिसनं क्लाइव्हचा हेस्टिंग्जविषयी असलेला द्वेषही आपल्या अंगी बाणवला होता. त्यामुळे फ्रान्सिसनं आधीच ही खूणगाठ बांधली होती, की बंगालमधल्या भ्रष्टाचार आणि गैरकारभारांच्या मुळाशी हेस्टिंग्जच होता. त्यानुसार त्यानं नुकत्याच ग्रॅण्ड टूरवरून परतलेल्या आपल्या वरिष्ठाला पत्र लिहून असं कळवलं होतं, की हेस्टिंग्स एक धूर्त खलनायक आहे आणि त्याचा तो मित्र – रिचर्ड बारवेल – तो तर अत्यंत मूर्ख, खोटारडा, आणि स्वत:ला फार शहाणा समजणारा इसम आहे!'[७४]

फ्रान्सिसच्या शेवटच्या श्वासापर्यंत त्याची ही मतं अबाधित राहिली. हेस्टिंग्सबद्दल पराकोटीचा राग घेऊन कलकत्त्याचा प्रवास आरंभलेल्या फ्रान्सिसनं, हेस्टिंग्सनं बंगालमध्ये केलेली सगळी चांगली कामं मोडीत काढण्याचा निर्णय घेतला. बंगालमध्ये पोहोचल्यानंतर अवघ्या काही आठवड्यांनी फ्रान्सिसनं केलेल्या लेखनात म्हटलं होतं : 'बंगालच्या विनाशाला केवळ हेस्टिंग्स जबाबदार आहे. लवकरच आम्ही तुम्हाला इथल्या सद्य:स्थितीचा अहवाल पाठवू. तो पाहून तुम्हाला माझं म्हणणं शंभर टक्के पटेल!'[७५] समितीमध्ये फ्रान्सिसचं मतपरिवर्तन करणारं किंवा त्याला विरोध करणारं कुणी नव्हतं. त्याच्या सोबतचे सल्लागार तरुण आणि फारसे हुशार नसलेले दोन सैनिक होते. बंगालकडे येण्यासाठी केलेल्या वर्षभराच्या

प्रवासामध्ये ते फ्रन्सिसच्या व्यक्तिमत्त्वानं इतके भारावून गेले होते, की तो काही चुकीचं वागत बोलत आहे, असं त्यांना वाटतच नव्हतं.

हेस्टिंग्सला उद्विग्नता येणं साहजिक होतं. फ्रान्सिसचं आगमन होईपर्यंत हेस्टिंग्सचा अत्यंत सोज्वळ आणि शिस्तप्रिय व्यक्ती म्हणून सर्वत्र गवगवा होता. भ्रष्टाचारात सहभागी होणं तर दूर; या हुशार, संयमी आणि निष्कलंक माणसानं नेहमी कंपनीच्या अतिरेकी खर्चाबद्दल न घाबरता आवाज उठवला होता. त्याच्या प्रशासकीय कार्यकुशलतेचं नेहमीच कौतुक होत असे. वॉरन हेस्टिंग्ससोबत काही काळ प्रवास केलेल्या चित्रकार विल्यम हॉजेसनं नमूद केल्यानुसार, भरजरी वस्त्रांमध्ये फिरणाऱ्या सहकाऱ्यांमध्ये, साध्या कपड्यांतला हेस्टिंग्स नेहमी उठून दिसत असे. भारतीय जनतेपैकी कुणाशी जर त्याचा एखादा सेवक वाईट वागत असला, तर तो त्याला तिथल्या तिथं फटकारत असे. पैशाची चणचण असलेल्या कोणत्याही व्यक्तीला तो सढळ हातानं मदत करत असे; त्याचा स्वत:चा संसारही तितक्याच सढळपणे सजलेला होता. निवृत्तिवेतन देण्याच्या बाबतीत सांगायचं, तर हेस्टिंग्सनं 'कासिम बाजार'मधल्या आपल्या पहिल्या सेवकाच्या विधवेला आणि कलकत्त्यामध्ये त्याच्यासाठी छान गाणी गाणाऱ्या एका गायकालाही निवृत्तिवेतन मंजूर केलं होतं.[७६] एरवी कोणत्याही इंग्रज अधिकाऱ्याबद्दल चांगला शब्द न काढणाऱ्या गुलाम हुसेन खाननं हेस्टिंग्सबद्दल मात्र फार कौतुकपर लेखन केलेलं आहे. कंपनी सरकारच्या जुलमी राजवटीत सामान्य भारतीय जनतेला न्यायानं वागवणाऱ्या आणि आपल्या वैयक्तिक आयुष्यातही अतिशय चांगली वर्तणूक असलेल्या हेस्टिंग्सबद्दल गुलाम हुसेननं लिहिलं होतं : 'हे परमात्मा! असंख्य पीडित, गरीब भारतीयांना मनापासून मदत करणाऱ्या या राज्यपालावर तुझं कृपाछत्र सदैव राहू दे. इंग्रजांच्या निर्दयी राजवटीमध्ये तोंड दाबून बुक्क्यांचा मार सहन करणाऱ्या जनतेचं हेस्टिंग्ससारख्या सद्गृहस्थामुळे जीवन खूप सुसह्य झालं आहे, यात संदेह नाही.'[७७]

आपल्या बहुतांशी सहकाऱ्यांपेक्षा, हेस्टिंग्स कंपनीच्या अवगुणांबद्दल सतर्क होता. इतकंच नव्हे, तर त्या अवगुण आणि गैरव्यवहारांबद्दल निर्भीडपणे लिहिणाराही तो एकटाच होता.

'खासगी तिजोऱ्यांमध्ये धनाचा साठा ठेवायचा आणि आपण निव्वळ व्यापारी असल्याचा गवगवा करायचा; रयतेला कितीही दु:ख भोगावं लागलं तरी आपले खिसे गरम कसे राहतील याची चिंता करायची; जी जनता आपल्या तिजोरीत कर आणि महसूल भरते त्यांच्या संरक्षणाबद्दल काडीची काळजी न करता त्यांच्याकडून फक्त पैसा काढत राहायचा... या वृत्तींमुळे आपल्या राष्ट्रीय चरित्राला काळिमा लागल्यावाचून राहणार नाही. ही वर्तणूक केवळ गुन्हेगारीच नव्हे, तर अमानुष आहे!'[७८]

कंपनी राजवट अधिकाधिक कार्यक्षम आणि जबाबदार बनवण्याकडे हेस्टिंग्सचा

कल होता. 'कंपनी अधिकाऱ्यांना अद्याप भारतीय भाषा येत नाहीत; इथल्या संस्कृतींशी त्यांना देणंघेणं नसतं. पण तरीही त्यांच्या शिव्याशापांना विरोध करायला इथली गरीब जनता दुर्बल आहे.[७९] हे सगळं असंच सुरू राहिलं, तर या देशाच्या सरकारी पंगतीत चोर-दरोडेखोरांचा भरणा होईल, असं वाटतं!'[८०]

फेब्रुवारी १७७२ला त्याची नेमणूक झाल्यापासून फ्रान्सिस व इतर सल्लागार भारतात येईपर्यंत अडीच वर्षांच्या कालावधीत, हेस्टिंग्सनं बंगालमध्ये खूप चांगले बदल घडवून आणले होते. कलकत्त्याला आल्यानंतर त्याच्या हातात पडलेला अनागोंदीचा कारभार पाहून, हेस्टिंग्स खूप अस्वस्थ झाला होता. 'कंपनीचं नवं सरकार अनागोंदींचा कळस आहे, असं म्हणणं अतिशयोक्ती ठरणार नाही. इथल्या सरकारच्या कामकाजाबाबत कोणतीच स्पष्टता नाही. न्यायव्यवस्था कोलमडलेली आहे. पोलिसी कारवाई आणि न्यायदानाचं काम एकाच संस्थेकडे असल्यावर जे अराजक मांडू शकतं ते सर्वठायी मांडलेलं आहे.'[८१]

काही दिवस या सगळ्या गलथान कारभाराचा लेखाजोखा घेऊन, हेस्टिंग्सनं ईस्ट इंडिया कंपनीला उत्तम प्रकारची प्रशासकीय संस्था बनवण्यासाठी कंबर कसली होती. सगळ्यात आधी त्यानं सरकारचा सगळा कारभार मुर्शिदाबादहून कलकत्त्याला स्थलांतरित केला. त्यामुळे बंगालची सत्ता अजूनही नवाबाच्या हातात आहे, ही जी चुकीची धारणा लोकांच्या मनात बसली होती ती पुसली गेली. हेस्टिंग्सच्या या निर्णयामुळे बंगालची धुरा आता कंपनीच्या हातात असल्याचं स्पष्ट झालं. त्यानं लिहिलं : 'आता कलकत्ता ही बंगालची राजधानी आहे. कंपनी सरकारची सगळी कार्यालये इथून कार्यरत असतील. कंपनीला आपल्या सत्तेची, जनतेला सत्तेचं स्थलांतर झाल्याची आणि नवाबाला सत्याची जाणीव करून देण्याची वेळ आलेली आहे.'[८२] मात्र ही पावलं उचलून सुद्धा, हेस्टिंग्सनं तत्कालीन मुघल कार्यकारी पद्धती मोडीत न काढता, उलट आहेत त्या भारतीय अधिकाऱ्यांना आपल्या पदावर ठेवून केवळ नवाबाच्या जागी गव्हर्नर जनरल आणि त्याच्या कौन्सिल अधिकाऱ्यांची नेमणूक केली. त्यानं तर असाही प्रस्ताव मांडला, की कुठल्याही युरोपियन व्यक्तीनं कलकत्त्याच्या हद्दीबाहेर राहायला जाऊ नये; केवळ कलकत्त्याबाहेरच्या कारखान्यांमध्ये जेवढे युरोपियन कार्यरत असतील त्यांनी आपापल्या ठिकाणी राहावं.

१७७३च्या संपूर्ण वर्षात हेस्टिंग्सनं अचाट काम केलं. त्यानं चलन व्यवस्थेचं एकत्रीकरण केलं; हिंदू आणि मुस्लिम कायद्यांचा संग्रह तयार केला; कर आणि महसूल व्यवस्थेमध्ये महत्त्वाचे बदल घडवून आणले; शेतजमिनींच्या महसुलाच्या किमती निश्चित केल्या; आणि स्थानिक गुमास्त्यांकडून खासगी व्यापाऱ्यांवर होणारे अत्याचार थांबवले. हेस्टिंग्सनं अतिशय कार्यक्षम डाकसेवा सुरू केली. जेम्स रेनेलकरवी भारताच्या सगळ्या प्रमुख प्रांतांचे नकाशे काढून घेऊन त्यांचं

सर्वेक्षण करून घेतलं. सगळ्यांत मुख्य म्हणजे-१७७०-७१च्या दुष्काळाची पुनरावृत्ती होऊ नये म्हणून त्यानं ठिकठिकाणी सार्वजनिक धान्यभांडारं उभारली. पाटणा येथील गोला हे त्यापैकीच एक.[८३]

तिबेटी साहसवीर आणि दूत असलेल्या जॉर्ज बोग्लची या सुमारास हेस्टिंग्सशी भेट झाली होती. हेस्टिंग्सचं व्यक्तिमत्त्व आणि कार्यपद्धतीनं प्रभावित झालेल्या बोग्लनं आपल्या लेखनामध्ये त्याचं वर्णन करताना लिहिलं होतं : 'हेस्टिंग्स आपल्या उच्च पदाला सर्वदृष्टीने साजेसा मनुष्य आहे. हेस्टिंग्सचं व्यक्तिमत्त्व अतिशय संयमी आहे. तो व्यवहारचतुर आहे. तो इथल्या स्थानिक भाषा जाणत असल्यामुळे त्याला इथल्या चालीरीतीही माहिती आहेत. स्थानिक संस्कृतीत त्याला रस आहे. त्याला एकूण जागतिक घडामोडींबद्दल सखोल माहितीही आहे. या सगळ्यामुळे हेस्टिंग्सचं चारित्र्य झळाळून निघतं. हेस्टिंग्सच्या प्रशासकीय कारकिर्दीमध्ये आजतागायत कंपनीद्वारे झालेल्या अनेक चुका सुधारल्या आहेत आणि सरकारच्या अनेक विभागांमध्ये न्यायी आणि उपयुक्त नियम घालून दिले आहेत.'[८४]

हेस्टिंग्स भारतासाठी करत असलेल्या सगळ्या चांगल्या कामांमागे त्याचं या देशासाठी असलेलं आंतरिक प्रेम कारणीभूत होतं. किशोरवयापासून भारतात राहिल्यामुळे, हेस्टिंग्सला भारताबद्दल उपजत प्रेम होतं; तसं प्रेम क्लाइव्हच्या मनात कधीच निर्माण झालं नाही. राज्यपाल होईपर्यंत, हेस्टिंग्सनं बंगाली आणि उर्दू भाषेवर प्रभुत्व मिळवलं होतंच; शिवाय त्याला साहित्यिक शैलीची पर्शियन भाषाही अवगत झाली होती. क्लाइव्हच्या पत्रांमध्ये हिंदुस्थानाबद्दल द्वेष आणि निंदा दिसे, एवढंच नव्हे तर त्याच्या पत्रात भारतातल्या लोकांविषयी उघड उघड वंशद्वेष होता. पण हेस्टिंग्सच्या लेखनात 'आपल्या हिंदुस्थान व तेथील रहिवाशांबद्दल' अपार माया डोकावते. उदाहरणार्थ, आपला मित्र सॅम्यूएल जॉनसनला लिहिलेल्या एका पत्रात हेस्टिंग्सनं म्हटलं होतं : 'आपल्या हिंदुस्थानी लोकांच्या स्वभावामध्ये मानवी स्वभावातील वाईट गुणांचा बराच अभाव दिसतो. जिथं आपल्यासारखी माणसं कपट आणि स्वार्थाची कास धरून वावरतात, पण ही माणसं मात्र फारच दयाळू, निष्ठावान आणि प्रेमळ आहेत. आपल्यावर कुणी अन्याय केला तरी त्याच्यावर सूड उगवण्याऐवजी त्याला प्रेमानं आपलंसं करण्याकडे यांचा अधिक कल असतो. हिंसा आणि कायद्याचे कचाटे या दोहोंशी आपला शक्य तितका संबंध येऊ नये, अशी यांची इच्छा असते.'[८५] कंपनीचे कर्मचारी ज्याप्रकारे भारतीयांना हिडीसफिडीस करायचे, त्याचा हेस्टिंग्सला विशेष राग होता. 'कंपनीच्या कर्मचाऱ्यांमध्ये – विशेषत: कनिष्ठ कर्मचाऱ्यांमध्ये – एक प्रकारचा आक्रमकपणा आहे जो इथल्या मवाळ स्वभावाच्या बंगाली माणसांना त्रासदायक ठरतो. ते या आक्रमकपणाला तोडीस तोड उत्तर देऊ शकत नाहीत; परिणामी कंपनी कर्मचारी त्यांच्यावर अवाजवी

वर्चस्व गाजवतात.'[८६]

हेस्टिंग्सनं जितका भारतीय संस्कृतीचा अभ्यास केला, तितका त्याचा या देशाबद्दलचा आदर वाढत गेला. हेस्टिंग्सच्या आश्रयाखाली आणि पर्शियन विद्वान व प्राच्य तत्त्वज्ञानाचे पुरस्कर्ते असलेल्या सर विल्यम जोन्सच्या मार्गदर्शनाखाली १७८४मध्ये 'एशियॅटिक सोसायटी'ची स्थापना केली गेली. या संस्थेच्या अनेक प्रकल्पांपैकी एक महत्त्वाचा होता 'भगवद्गीते'चा अनुवाद. या अनुवादासाठी हेस्टिंग्सनं फार सुंदर प्रस्तावना लिहिली होती,ज्यामध्ये त्यानं म्हटलं होतं : 'गेली अनेक शतकं जागतिक पातळीवर हा (गैर)समज होता की हिंदुस्थानी माणसं संस्कारहीन आणि गावंढळ आहेत. आज या समजुतीत थोडाफार सकारात्मक बदल होताना दिसत असला, तरी त्यात अधिक भर पडण्याची नितांत गरज आहे. कारण जर आपण हिंदुस्थानी संस्कृती आणि राहणीमानाचा जवळून अभ्यास केला तर आपल्याला लक्षात येईल, की ही माणसं आपल्या नैसर्गिक स्वभावाशी एकनिष्ठ राहून जीवन व्यतीत करतात. त्यामुळे त्यांचा स्वभाव, त्यांची वागणूक, एखाद्या घटनेला ते देत असलेला प्रतिसाद हे सगळं फार निराळं आहे. मात्र जागतिक पातळीवर या वास्तवाचा साक्षात्कार तेव्हाच होईल; जेव्हा हिंदुस्थानवरची इंग्रज सत्ता इतिहासजमा होईल आणि त्यांचं स्वतःचं लेखन व साहित्य मुक्तपणे वाचलं जाऊ शकेल. खरं सांगायचं तर, स्वतःच्या देशापेक्षा माझं हिंदुस्थानवर अधिक प्रेम आहे, असं सांगायला मला अभिमान वाटतो...'[८७]

थोड्याच काळात विल्यम जोन्स आणि हेस्टिंग्सच्या मार्गदर्शनाखाली 'एशियाटिक सोसायटी' ही एक प्रोत्साहक संस्था म्हणून विकसित झाली. या संस्थेच्या माध्यमातून हिंदुस्थानबद्दल खूप सखोल आणि गंभीर अभ्यास झाला. याच संस्थेमुळे बंगालमधल्या बुद्धिवादी समूहाशी ब्रिटिशांचे ऋणानुबंध जोडले गेले आणि भारतीय इतिहास व संस्कृतीचं बहुपदरी रूप जगासमोर आलं. जोन्सनं तर असं लिहून ठेवलं आहे, की भारतीय सांस्कृतिक स्वर्गच खुला झाला. इंग्रजांनी भारतीय संस्कृतीचं कौतुक करण्याचा तो अतिशय दुर्मिळ असा काळ होता.[८८]

हेस्टिंग्सचं भगवद्गीतेमधील स्वारस्य केवळ लेखनापुरतं मर्यादित नव्हतं; आपल्या वैयक्तिक आयुष्यातही हेस्टिंग्सनं गीतेमधील शिकवण बाणवण्याचा प्रामाणिक प्रयत्न केला. 'कर्म करत राहा; फळाची अपेक्षा करू नकोस. निष्क्रियतेला बळी पडू नकोस. विचारांना निरपेक्ष कार्याची जोड मिळाली तरंच उत्तम फळ मिळतं' या गीतेमधील विचारांना तो आपल्या प्रत्यक्ष आयुष्याचा पाया म्हणून पाहू लागला.[८९]

फ्रान्सिसला मात्र हेस्टिंग्सला भारताबद्दल आणि तिथल्या 'अशिक्षित, गावंढळ लोकांबद्दल' असलेलं प्रेम मुळीच रुचेना. त्यानं मॅकॉलेचे कान भरून हिंदुस्थानातील सरकारी कारभाराची मुख्य भाषा इंग्रजी असावी, असा प्रस्ताव मांडला.[९०] 'बंगालीसारख्या

असभ्य भाषेमध्ये व्यवहार कसा करावा काही समजत नाही!' अशी कुरकुर करणाऱ्या फ्रान्सिसबद्दल अर्थातच हेस्टिंग्सच्या मनात खूप चीड होती. 'छचोर वृत्तीच्या या खोटारड्या आणि नीच माणसावर कसा विश्वास ठेवावा?' असं फ्रान्सिसबद्दल मत असलेल्या हेस्टिंग्सचं मत कितीही खरं असलं, तरी कलकत्त्याच्या कौन्सिलमध्ये त्याच्या बाजूनं बोलणारं फारसं कुणी नव्हतं. परिणामी, फ्रान्सिसचा गवगवा वाढू लागला. मी म्हणेन तीच पूर्वदिशा असा त्याचा हेका असायचा. लवकरच, बंगालबरोबर मद्रास आणि बॉम्बेमध्ये सुद्धा, हेस्टिंग्सच्या सूचनांकडे सोईस्कररीत्या दुर्लक्ष केलं जाऊ लागलं.[९१]

या वादातूनच बंगालमधला गंभीर राजकीय संघर्ष आणि सरकारी कारभारातल्या अनागोंदीची सुरुवात झाली. कंपनीच्या निर्णयप्रक्रियेबद्दल आश्चर्य व्यक्त करणाऱ्या गुलाम हुसेन खाननं सदर काळाचं वर्णन करताना, 'सरकारी कारभारामध्ये व्यत्यय आणणाऱ्या गोंधळ आणि असंतोषाचं पर्व' असं म्हटलेलं आहे. एका व्यक्तीनं इतरांवर सत्ता गाजवून निर्णय घेण्याऐवजी, चार-पाच लोकांच्या समितीकडे निर्णय घेण्याची सूट देऊन ठेवली होती. सदर लोकांमध्ये आपसांत सतत मतभेद होत असत. त्यामुळे एकमेकांविरुद्ध कट करण्यात,एकमेकांवर सरशी करण्याकडे त्यांचं अधिक लक्ष असे. एकात्मतेचा अभाव आणि स्वार्थाचा कळस झाल्यामुळे कंपनीची प्रत्येक योजना अयशस्वी ठरू लागली; प्रत्येक निर्णयाचा बोजवारा वाजू लागला.[९२] हेस्टिंग्सचं मतसुद्धा गुलाम हुसेनपेक्षा वेगळं नव्हतं. 'कंपनी सरकारकडून कुठलंही काम धड होत नाही. देशाची अर्थव्यवस्था रुतून बसली आहे,पण त्याचं कुणाला काही सोयरसुतक नाही; कारण जो-तो एकमेकांची उणीदुणी काढण्यात आणि एकमेकांचा काटा काढण्यात मग्न आहे.'[९३]

बंगालमधला राजकीय पेच प्रखर होऊ लागला तसे कंपनीच्या भारतामधल्या शत्रूंचे कान टवकारले गेले. कंपनी अधिकाऱ्यांमध्ये आपसांत माजलेल्या वितुष्टाचा आपल्याला कसा फायदा करून घेता येईल, याबद्दल दोन मोठे शत्रू गंभीरपणे विचार करू लागले. या दोघांची दक्षिणेतली पकड खंबीर होती. कंपनीला जरी उत्तर आणि पूर्व भारतावर आपलं नियंत्रण मिळवण्यात यश आलेलं असलं, तरी दक्षिण आणि पश्चिम भारतामध्ये अद्याप तिचा काही गवगवा नव्हता.

कंपनीचे पहिले बलाढ्य प्रतिस्पर्धी होते मराठे! सत्तर वर्षांपूर्वी औरंगजेबाचा मृत्यू झाल्यापासून मराठ्यांना उर्वरित मुघल साम्राज्य खिळखिळं करून हिंदुस्थानातील महत्त्वाची लष्करी शक्ती बनण्यात यश मिळालं होतं. मात्र १७६१मध्ये पानिपतच्या युद्धामध्ये मराठ्यांना खूप मोठा पराभव झेलावा लागला. मोजकी शस्त्रास्त्रे आणि गरजेपेक्षा खूप कमी रसद घेऊन निघालेल्या मराठा लष्करातल्या थकलेल्या, उपाशी आणि नाना रोगांनी पीडित सैनिकांवर मात करायला, अहमद शहा दुर्रानीच्या

तगड्या अफगाण सैनिकांना वेळ लागला नाही. कैक आठवडे चाललेल्या पानिपतच्या भयंकर लढ्यामध्ये एक-एक करत मराठ्यांचे उत्तमोत्तम सेनापती नेस्तनाबूत झाले. अफगाणी तोफगोळ्यांचा सपाटा लागला, तसे पहिले बळवंतराव मेहेंदळे, मग गोविंदपंत बुंदेले यांसारखी ज्येष्ठ, अनुभवी माणसं मृत्युमुखी पडू लागली.[९४] मग ७ जानेवारी १७६१ रोजी भुकेने कासावीस झालेल्या हतबल मराठा सैनिकांनी आपल्या छावणीमधून बाहेर पडण्यासाठी धाव घेतली. मात्र आपल्या हतबलतेमध्ये त्यांना अद्ययावत शस्त्रास्त्रे घेऊन तयार बसलेल्या अफगाणांचा विसर पडला, आणि तोच त्यांचा घात ठरला! मराठ्यांना छावणीमधून पळताना पाहून अफगाण सैन्याने त्यांच्यावर गोळ्या व तोफगोळ्यांचा वर्षाव सुरू केला. त्या हल्ल्यामध्ये मराठ्यांचे बहुतेक तरुण लढवय्ये मृत्युमुखी पडले. यामध्ये पेशव्यांच्या एकुलत्या एक उत्तराधिकारी राजपुत्राचाही समावेश होता. त्या भयावह हल्ल्यामध्ये तब्बल २८हजार मराठे ठार झाले. उरलेल्यांपैकी ४० हजार मराठ्यांनी अफगाणांच्या पायाशी लोळण घेतली. परंतु दयेची भीक मागणाऱ्या त्या मराठ्यांना अहमद शहा दुर्रानीने मृत्युदंडाची शिक्षा फर्मावली. पानिपतचा आघात सहन न झालेल्या पेशवा बाळाजीरावचा त्यानंतर काही काळातच मृत्यू झाला. आपल्या पराभवाचा जबरदस्त धक्का बसलेला हा पेशवा, अखेरच्या दिवसांत भ्रमिष्ट होऊन आपल्याच लोकांना शिव्याशाप देत बसला.[९५] त्यानंतर दशकभरानं दुर्रानीचा मृत्यू झाला आणि मराठे पुन्हा बलशाली बनू लागले. पश्चिम आणि मध्य भारताच्या बहुतांशी प्रांतांवर सत्ता स्थापन करून, ते आता कावेरीपासून सिंधूपर्यंत आपली पकड घट्ट करण्याची महत्त्वाकांक्षा बाळगून होते.

इंग्रजांचा दुसरा शत्रू तुलनेने नवा होता. १७७० पासून उभारत चाललेल्या आणि स्वत:ची मक्तेदारी सिद्ध करण्याच्या प्रयत्नात असलेल्या या शत्रूचं नाव होतं हैदर अली व त्याचा मुलगा टिपू सुलतान यांची म्हैसूर सल्तनत. पंजाबी कुळात जन्मलेला हैदर अली, म्हैसूर लष्कराच्या सेवेत रुजू होता. तिथं असताना कर्नाटक युद्धांदरम्यान फ्रेंच लोकांकडून शिकलेल्या नवनवीन पद्धती आत्मसात करून म्हैसूर लष्करामध्ये दाखल झाल्यामुळे त्याला पटापट बढत्या मिळत गेल्या. १७६०च्या सुरुवातीला त्यानं म्हैसूरच्या वडियार राजघराण्याला पराभूत करून तिथल्या प्रदेशावर सत्ता मिळवली हैदरच्या या बंडाळीमुळे म्हैसूरचं सैन्य अचानक बलशाली बनलं आणि त्यांनी आजूबाजूचे लहान प्रदेश काबीज करून तिथं स्वत:ची राजवट कायम करण्याचा सपाटा लावला.

हैदरनं आपल्या सैनिकांना प्रशिक्षण देण्यासाठी फ्रेंच अधिकाऱ्यांना पाचारण केलं. तसंच श्रीरंगपट्टणमच्या बेटावरच्या किल्ल्याची डागडुजी करण्यासाठीही त्यानं फ्रान्समधल्या अभियंत्यांना बोलावून घेतलं. हैदर आणि टिपूनं दोन अजस्र युद्धनौका, सात जहाजं आणि चाळीस साध्या नौका विकत घेऊन स्वत:चं नौदलसुद्धा स्थापन

केलं. स्टॅनेट नावाच्या युरोपियन खलाशाला या नौदलाचं प्रमुख बनवलं होतं.[९६]

कालांतरानं, मराठे आणि टिपूच्या अधिपत्याखालची मैसूर सल्तनत हे दोघेही कंपनीसाठी सर्वांत मोठे आणि आव्हानात्मक वैरी ठरणार होते. संपूर्ण भारतद्वीपावर आपला कायमस्वरूपी अंमल बसवण्याच्या इंग्रजांच्या स्वप्नामध्ये अडथळे घालण्यासाठी हेच दोन वैरी कारणीभूत ठरणार होते.

मध्यंतरीच्या काळात हिंदुस्तानानं आपल्या लष्करी पद्धतींमध्ये अचानक केलेली प्रगती पाहून काही काळासाठी इंग्लंडमधले संचालक सुन्न झाले होते. दशकभरापूर्वी मिळालेल्या प्लासीच्या युद्धासारखा सहज विजय आताशा कंपनीसाठी अधिकाधिक दुर्मिळ होत चालला होता. कंपनीच्या पूर्वीच्या यशासाठी कारणीभूत असलेले अद्ययावत लष्करी तंत्रज्ञान, नियोजन आणि शिस्तीला आपापल्या लष्करांमध्ये रुजू करण्यासाठी भारतातल्या राज्यांना सुमारे तीस वर्षं लागली. पण १७६०च्या मध्यापर्यंत सदर बाबींमध्ये इंग्रज व भारतीय लष्करांमध्ये असलेली दरी वेगानं मिटत चालल्याची लक्षणे दिसू लागली. कंपनी संचालकांनी आपल्या एका अहवालामध्ये नमूद केल्यानुसार : 'बंगाल आणि कोरोमॅन्डल येथे स्थानिक जनता ज्या झपाट्यानं आपल्या लष्करी पद्धती आत्मसात करीत आहे, ते पाहून आपल्या भवितव्याबद्दल चिंता करण्याची वेळ जवळ आलेली दिसते. ही समस्या वेळीच अटोक्यात आणायची असल्यास, कोणत्याही युरोपीय अधिकारी वा सैनिकाला सरकारच्या लष्करामध्ये नोकरी करायची परवानगी दिली जाऊ नये. असं केल्यामुळे आपण त्यांच्या लष्करी तंत्रज्ञानात होणाऱ्या प्रगतीला काही अंशी आळा घालू शकू.'[९७]

कंपनी संचालकांची भीती अनाठायी नव्हती, याची प्रचिती ऑगस्ट १७६७मध्ये आली, कारण हैदर अलीनं कंपनीवर युद्ध पुकारलं आणि ५०हजारची फौज घेऊन बेंगलूरचा घाट उतरायला सुरुवात केली. यापैकी २३ हजार घोडेस्वार होते आणि सुमारे वीस पलटणींमध्ये अत्यंत उत्तमरीत्या प्रशिक्षित २८हजार पायदळी सैनिकांचा समावेश होता. हैदरकडे इतकं मोठं आणि तरबेज लष्कर आहे, याची कंपनीला माहितीच नव्हती. पण त्याहीपेक्षा मोठी धक्कादायक बाब ही होती, की म्हैसूर सैनिकांच्या बंदुका आणि तोफा अगदी अत्याधुनिक फ्रेंच तंत्रज्ञान वापरून निर्माण केलेल्या होत्या. म्हैसूर तोफखान्यामध्ये असलेल्या तोफांचा व्यास आणि फेक, कंपनीकडे असणाऱ्या तोफांपेक्षाही वरचढ होते.

इतरही काही बाबींमध्ये म्हैसूरचं लष्कर कंपनी लष्कराच्या तुलनेत तांत्रिक व नियोजनाच्या दृष्टीने प्रगत होते. इंग्रज सैन्यानं विल्यम कॉनग्रीव्हचं रॉकेट तंत्रज्ञान

आत्मसात करण्याच्या अनेक दशकं आधी, म्हैसूर सैन्याने उंटांवरून रॉकेट सोडून समोरच्या घोडदळाला नेस्तनाबूत करण्याचं तंत्र अंगीकारलं होतं.[९८] हैदर आणि टिपूनं आपल्या प्रांतातल्या उत्कृष्ट दख्खनी बैलांना राज्यभरात आपलं पायदळ आणि त्यांच्यासाठी लागणारी रसद व शस्त्रं विखुरण्यासाठी कामाला लावलं. भविष्यात कंपनीनं स्वत:ही नावीन्यपूर्ण कल्पना अंमलात आणली.

सप्टेंबर१७६७मध्ये जेव्हा हैदर त्रिनोमलीजवळ मुख्य मद्रास सैन्याशी दोन हात करत होता, तेव्हा त्याचा १७ वर्षांचा मुलगा टिपू याने मद्रासमधील कंपनी अधिकाऱ्यांचं वास्तव्य असलेल्या भागावर थेट धाड टाकली! आपल्या घोडदळासोबत कर्नाटकच्या पठारांवरून वेगानं उतरत तो सेंट थॉमस माउन्टवरच्या स्थित मद्रास कौन्सिलच्या अधिकाऱ्यांच्या टुमदार बंगल्यांपर्यंत येऊन पोहोचला. कुणीही विरोधक समोर नसल्याचं पाहून, त्यानं ते सुंदर बंगले चक्क जाळायला आणि लुटायला सुरुवात केली. खरंतर त्या दिवशी मद्रासचा राज्यपालही टिपूच्या हातात पडला असता; पण दुर्दैवाने त्याचे सैनिक बंगल्यांमधल्या एकाहून एक अमूल्य वस्तू लुटण्यात इतके मग्न झाले, की त्यामुळे टिपूला राज्यपालाला अटक करायला वेळ मिळाला नाही.[९९]

अखेर, हैराण झालेल्या कंपनीनं हैदरसमोर शांततेचा प्रस्ताव मांडला. हैदरनं करारावर सही केली आणि मैसूरचं सैन्य घरी परतलं. पण इतकी वर्षं अजिंक्य राहिलेल्या कंपनीला आता सहजपणे पराभूत करता येतं, या जाणिवेनं पुण्यातील मराठे, हैदरची म्हैसूर सल्तनत आणि इतर अनेक दरबारांमध्ये आनंदाची लहर दौडू लागली.

१७७९ मध्ये पुण्याजवळ झालेल्या एका युद्धामध्ये कंपनीला 'प्लासी'च्या विजयानंतर बारा वर्षांनी खूप मोठा पराभव झेलावा लागला. फेब्रुवारीमध्ये हेस्टिंग्सशी विचारविनिमय न करता बॉम्बे कौन्सिलनं मराठ्यांच्या अंतर्गत राजकारणामध्ये हस्तक्षेप केला. मराठ्यांनी दुर्लक्षित केलेल्या रघुनाथराव पेशव्यांबरोबर (राघोबादादा), आम्ही तुम्हाला गादीवर बसलेल्या तरुण पेशव्याचा 'रीजेन्ट' (प्रतिनिधी) म्हणून पुन्हा पेशवाईत सामील करून देऊ, असा करार केला. २४ नोव्हेंबर रोजी कलकत्त्याकडून कोणतीही परवानगी नसलेली ही मोहीम सुरू करण्यात आली. कंपनीचे २हजार शिपाई, काही शेकडा घोडेस्वार, काही तोफा आणि राघोबादादांच्या घोडदळातील ७हजार घोडेस्वार या सर्वांनी मिळून बनलेला हा ताफा बॉम्बेवरून पुण्याच्या दिशेनं निघाला. कर्नल ईगरटन नावाचे ज्येष्ठ लष्करी अधिकारी या मोहिमेचे सेनापती होते. त्यांच्याखाली होता शहा आलमचा जुना वैरी जॉन कार्नाक;ज्याला नुकतंच बॉम्बे प्रेसिडेन्सीमध्ये मोठं पद देण्यात आलं होतं.

ईगरटनच्या गटाची प्रगती अतिशय मंद होती. दिवसाला केवळ १ मैलाचा प्रवास करत अखेर ३० डिसेंबरला ते कसेबसे घाटाच्या वरच्या बाजूला येऊन

पोहोचले. शस्त्रं आणि रसद नेण्यासाठी त्यांनी आपल्यासोबत १९हजार बैल घेतलेले होते. घाटाच्या वर पोहोचल्यावर त्यांनी केवळ ८ मैल पुढे असलेल्या कार्ल्याला जाण्यासाठी तब्बल अकरा दिवस घेतले! तिथं पोहोचेपर्यंत त्यांच्याकडची बरीचशी रसद संपलेली होती; तसंच त्यांनी मध्ये इतका वेळ घेतल्यामुळे मराठा सैन्याला तयारी करायला खूप मुभा मिळाली. कार्ल्याला पोहोचल्यावर महादजी शिंदेंच्या नेतृत्वाखाली ५०हजार मराठ्यांची फौज समोर ठाकलेली पाहून ईगरटनच्या तोंडचं पाणी पळालं![xi]

समोर उभ्या ठाकलेल्या प्रसंगाचं गांभीर्य सर्वांत आधी कार्नाकच्या लक्षात आलं. हतबल मनोवस्थेत त्यांनं बॉम्बेला पत्र लिहून कळवलं, की 'कर्नल ईगरटनला केवळ आपल्या जर्मनीमधल्या वास्तव्यादरम्यान युरोपीय शत्रूंशी दिलेल्या लढ्याचा अनुभव आहे. त्यामुळे ते त्या वेळी वापरलेली धीम्या गतीची, सावध तंत्रं वापरून युद्धाचं नियोजन करतात. मात्र या देशातल्या शत्रूशी लढा देताना विजयी व्हायचं असेल, तर वेग आणि धडाकेबाज वृत्ती यांना पर्याय नाही.

> आपण आतापर्यंत जसं धीम्या गतीनं एक-एक टप्पा पार करत पुढे जात राहिलो, तर ही मोहीम कधी संपेल काही सांगता येणार नाही. तसंच ती जेव्हा संपेल तेव्हा आपल्या हातात विजय असेल की पराजय, हेही

---

xi ४ जानेवारी १७७९रोजी कार्ल्याला ठार झालेल्या अनेक इंग्रज सैनिकांपैकी एक होता कॅप्टन जेम्स स्टूअर्ट. मराठा सैन्य कुठपर्यंत पोहोचलं आहे, हे बघण्यासाठी झाडावर चढलेल्या जेम्सला एका मराठा नेमबाजानं लांबून ठार केलं. दोनशे वर्षांनतर, इश्तुर फकडा म्हणून जाणल्या गेलेल्या या नेमबाजाला, कार्ल्यातले लोक तांत्रिक देवता म्हणून ओळखू लागले. कार्ल्यातले स्थानिक पोलिस अधिकारी इश्तुर फकडाच्या समाधीला आठवड्याकाठी रक्ताचा बळी देतात. त्याच्या सन्मानार्थ बांधल्या गेलेल्या मूर्तीच्या डोक्यामागचा दगड पूर्वी कधीतरी धडापासून विलग होऊन पडला. तो दगड आता स्थानिक पोलिस स्टेशनामध्ये, तुरुंगांच्या मागच्या बाजूला ठेवला गेलेला आहे. पोलीस स्टेशनच्या प्रमुखाने जर कधी त्या दगडाकडे दुर्लक्ष केलं, तर इश्तुर फकडा 'त्याच्या सणसणीत थोबाडीत मारतो,' असा समज आहे. मराठ्यांवर अत्यंत सखोल अभ्यास केलेल्या महान इतिहासकार उदय स. कुलकर्णी यांच्याकडून मला ही गोष्ट समजली. गोष्ट सांगितल्यावर त्यांनी मला इश्तुर फकडाचं शरीर पुरलेल्या ठिकाणी नेऊन तिथं बकरीच्या रक्तानं माखलेला दगड दाखवला. तसंच पुढे जाऊन त्यांनी मला वडगाव येथल्या पोलिस स्टेशनमध्ये असलेल्या त्याच्या मुंडक्याचंही दर्शन घडवलं.

सांगणं कठीण आहे; कारण तोपर्यंत मराठा सैन्याला भरपूर वेळ मिळालेला असेल. आधीच हा प्रांत त्यांच्या पायाखालचा आहे; इथल्या गल्ल्या, चोररस्ते हे सर्व त्यांना व्यवस्थित माहिती आहेत. आताही ते दररोज सकाळी ११ पासून ते दुपारी ३ पर्यंत आमच्यावर तोफ आणि बाणांचे हल्ले करत असतात. मला नाही वाटत कर्नल ईगरटन फार काळ तग धरू शकतील...'[१००]

९ जानेवरी १७७९ पर्यंत कंपनीचं लष्कर पुण्यापासून फक्त १८ मैलांवर असलेल्या तळेगावला येऊन पोहोचलं. तिथं आल्यावर त्यांना लक्षात आलं, की मराठ्यांनी आधीच तिकडे लूटमार करून सगळी रसद जप्त केली होती. दुसऱ्या पहाटे जेव्हा ते झोपेतून जागे झाले, तेव्हा कंपनी लष्कराला लक्षात आलं, की मराठ्यांनी त्यांना चहूबाजूंनी घेराव घालून, त्यांच्या रसदीचे सगळे मार्ग बंद करून टाकले होते! वर इंग्रजांच्या कंपूमधून थकून मागे राहिलेल्या सैनिकांना व बैलांना आपल्या ताब्यात घेऊन, वाटेत व्यापार करत फिरणाऱ्या बंजारा व्यापाऱ्यांना इंग्रजांना मदत न करण्याची सक्त ताकीद देऊन, मराठ्यांनी शत्रूपक्षाचे अजूनच वांदे करून ठेवले![१०१] भरीस भर, ईगरटन गंभीररीत्या आजारी पडला. राघोबादादांनी त्यांना कसंही करून, अक्षरश: काही मैलांचा उर्वरित प्रवास पूर्ण करण्याची कळकळीची विनंती केली. पुण्याच्या हद्दीबाहेर त्यांना आपली फौज भेटेल, असं आश्वासनही दिलं. पण तोपर्यंत, कंपनी लष्करच्या सेनापतींच्या संयमाचा बांध फुटला होता. रसदीशिवाय दोन दिवस प्रवास केल्यानंतर त्यांनी रस्त्यात लागलेल्या एका तलावामध्ये आपल्याकडच्या जड तोफा फेकून दिल्या, उरलेलं सामान जाळून टाकलं आणि मध्यरात्रीच परतीचा प्रवास सुरू केला. कुठल्याही पूर्वनियोजनाशिवाय, भुकेनं वेड्यापिशा झालेल्या तांड्याला घेऊन सुरू केलेला हा प्रवास अर्थातच विस्कळीत आणि अस्ताव्यस्त ठरला. मराठ्यांना इंग्रजांचा ठावठिकाणा लागायला वेळ लागला नाही. त्यांनी इंग्रज फौजेला रस्त्यात गाठून घेराव घातला आणि दुपारपर्यंत ३५० सैनिकांना मृत्यूची वाट दाखवली. मराठ्यांसमोर शरणागती पत्करण्याशिवाय ईगरटनकडे दुसरा पर्याय उरला नाही. जेमतेम सहा दिवसांनंतर त्यानं मराठ्यांशी अत्यंत लज्जास्पद असा वडगावचा तह केला. या तहाद्वारे त्यानं राघोबादादा आणि कंपनीच्या अनेक वरिष्ठ अधिकाऱ्यांना मराठ्यांच्या स्वाधीन केलं; तसंच कंपनीकडे असलेल्या प्रदेशांपैकी एक मोठा पट्टा, मराठ्यांच्या नावे केला.[१०२]

या प्रसंगानंतर कंपनीच्या लष्कराचा दबदबा खालावला तो कायमचाच! मात्र कंपनी लष्कराच्या मर्यादा अधोरेखित करण्यासोबत, सदर घटनेमुळे कंपनीला दक्षिण आशियाच्या राजकारणात सक्रिय हस्तक्षेप करण्याची असलेली महत्त्वाकांक्षा

प्रकर्षानं उफाळून आली. 'मराठ्यांचा मॅकियावेली' म्हणून प्रसिद्ध असलेला 'नाना फडणवीस' या अत्यंत तल्लख पंतप्रधानानं हे ओळखलं, की आता विलग असलेल्या सगळ्या भारतीय राजा-उमरावांना आपसांतले मतभेद बाजूला ठेवून एकत्र येण्याची नितांत गरज आहे. हे सगळे एकत्रितपणे लढायला तयार झाले, तरच सध्या योग्य नेतृत्वाअभावी कमकुवत पडलेल्या परकीय शक्तीला आपण देशाबाहेर घालवू शकू.[१०३]

वडगावच्या तहानंतर एक वर्षानं, ७ फेब्रुवारी १७८० रोजी नाना फडणवीसनं पुढाकार घेऊन आपला जुना शत्रू हैदर अली याच्यासमोर मैत्रीचा हात पुढे केला. आपण दोघे एकत्र आलो, तर इंग्रजांना हरवणं कठीण नाही, अशा आशयाचं पत्र लिहताना नाना फडणवीस म्हणाले :

> 'इंग्रजांची अरेरावी हाताबाहेर जात चालली आहे. गेल्या पाच वर्षांत तर ते कशाला न जुमानता, कोणत्याही तहाची तमा न बाळगता, बेलगाम आक्रमणं करत सुटले आहेत.
>
> या लोकांवर भरंवसा ठेवणं म्हणजे मूर्खपणाचं लक्षण होय. आधी ते अतिशय विनम्र पद्धतीचं वर्तन करून, स्वत:ला पाहिजे त्या गोष्टी पदरात पाडून घेतात. मग आपलं इप्सित साध्य झालं, की अत्यंत कोरडेपणानं आपल्या पाठीत खंजीर खुपसतात.
>
> आपल्या अंतर्गत सरकारांमधल्या नाराज व्यक्तींना हुडकून काढून, त्यांच्यामार्फत आपल्या राज्यकारणात घुसखोरी करून, तिथं ते सुरूंग लावतात 'तोडा आणि झोडा' अशा पद्धतीनं कारभार करणाऱ्या या परकीयांना स्वार्थाशिवाय काहीच सुचत नाही. त्यामुळे लिखित शब्द, करार, त्यामागची नैतिक भावना या सगळ्या गोष्टींना ते काडीचं महत्त्व देत नाहीत.
>
> अत्यंत आतल्या गाठीच्या या व्यक्तिसमूहाचा मुख्य हेतू काय असेल, हे तो परमेश्वरच जाणे! सध्या तरी असं दिसतंय, की त्यांना एकेक करून पुणे, नागपूर, म्हैसूर आणि हैदराबादसारख्या मोठ्या राजवटींना आपल्या अधिपत्याखाली आणायचं आहे. त्यासाठी ते एकाला दुसऱ्याच्या विरोधात उभं करून आपलं लक्ष्य बिनबोभाट साध्य करण्याची खेळी खेळत आहेत. हिंदुस्थानच्या एकात्मतेला कसा सुरुंग लावायचा, हे त्यांच्या पक्कं लक्षात आलेलं आहे. छल-कपट करून टोकाचे मतभेद निर्माण करायचे आणि राज्याची शांतात भंग करायची, असा त्यांचा कावा आहे...'[१०४]

इंग्रज डोईजड होणे म्हणजे विनाशाला आमंत्रण देणे असं मानणाऱ्या हैदर व टिपूनं नाना फडणवीसचा प्रस्ताव मान्य केला.[१०५] पुढच्या महिन्याभरात, हैदराबादचा निजामही या दोघांना सामील झाला. त्या वर्षीच्या मे महिन्यापर्यंत या तिहेरी युतीनं, इंग्रजांना भारताबाहेर हाकलून लावण्यासाठी काही ठोस योजना आखल्या. त्यानंतर महिन्याभरानं मद्रासला ही वार्ता पोहोचली, की फ्रान्समधून हैदर अलीसाठी शस्त्रं आणि लढाईसाठी लागणाऱ्या इतर सामानाचा मोठा साठा पोहोचलेला आहे. वेल्लोरमधूनही अशा बातम्या येऊ लागल्या, की बेंगलूरच्या पठारांवर हैदर आपल्यासाठी एक मोठं लष्कर उभं करत आहे.

अखेर १७ जुलै रोजी हैदर अली पुन्हा एकदा कर्नाटकचं पठार उतरून खाली आला. तेरा वर्षांपूर्वी त्याच्याकडे जेवढं मनुष्यबळ होतं, त्याच्या दुप्पट घेऊन तो या वेळी हजर झाला होता. हैदरच्या लष्करामध्ये १लाख माणसं होती. त्यापैकी ६०हजार घोडेस्वार आणि ३५हजार युरोपीय शैलीत प्रशिक्षण घेतलेले पायदळाचे सैनिक होते. त्याचसोबत, त्याच्याकडे शंभर उच्च प्रतीच्या बंदुकाही होत्या. आश्चर्याची गोष्ट म्हणजे, याही वेळेला कंपनीनं प्रत्युत्तर देण्यासाठी कोणती तयारी केलेली नव्हती. कर्नाटकमधली त्यांची जी काही थोडीफार माणसं होती, ती देशभरात निरनिराळ्या ठिकाणी इतस्तत: विखुरलेली होती. त्यांनी मालवाहू बैलांची तयारी केलेली नव्हती आणि रसदीचीही तयारी केलेली नव्हती. त्यातून, कागदोपत्री मद्रास प्रेसिडेन्सीचं रक्षण करण्यासाठी ३०हजार सशस्त्र सैनिक असल्याची नोंद असली, तरी प्रत्यक्षात जेमतेम ८हजार सैनिक तैनात होते. त्यात, हैदरचं सैन्य ज्या वेगानं पुढे येत चाललं होतं, त्या तुलनेत हा आकडा अजून कमी होत चालला होता. मद्रास प्रेसिडेन्सीमधले अनेक सैनिक आर्कोटमध्ये सहकुटुंब राहायला होते. हैदरची फौज धाड घालत आहे, असं समजल्यावर ते आपल्या बायकापोरांचं रक्षण करण्यासाठी, नोकरीची पर्वा न करता सरळ पळ काढू लागले. कंपनीनं त्यांना आश्वस्त करण्यासाठी जे काही थोडेफार प्रयत्न केले ते सगळे निरुपयोगी ठरले. शिबंदीतली माणसं हैदरसमोर शरणागती पत्करू लागली किंवा लाच घेऊन त्यांच्यासाठी दरवाजे उघडू लागली.[१०६]

बंगालमधून लष्करी मदत मागण्यासाठी कलकत्त्याकडे जहाज पाठवलं गेलं, पण तिकडची स्थिती तर मद्रासपेक्षाही बिकट होती! एकीकडे हैदर अली मद्रास, वेल्लोर आणि आर्कोटमध्ये कंपनीच्या अधिपत्याखाली असलेली गावं लुटून त्यांची रसद तोडत होता, आणि दुसऱ्या बाजूला टिपू पुन्हा एकदा सेंट थॉमस माउन्ट आणि सॅन थॉमे येथील श्रीमंतांची घरं लुटण्यासाठी आला होता. भरीस भर म्हणजे, हा सगळा गोंधळ चालू असताना, हेस्टिंग्स आणि फ्रान्सिसमध्ये गेली सहा वर्षं चाललेलं वितुष्ट आता टोकाला येऊन पोहोचलं होतं. त्यामुळे कंपनी

सरकारचा कारभारही बऱ्याच अडचणीत अडकला होता.

१४ ऑगस्ट रोजी हेस्टिंग्सनं एक अनावृत्त इतिवृत्त प्रसिद्ध केलं होतं. या इतिवृत्तात त्यानं फ्रान्सिसचा उल्लेख उघडपणे खोटारडा आणि बढाईखोर असा केला होता : 'त्यानं स्वत:ला कितीही निर्मळ मनाचं मानलं, तरी माझा त्याच्यावर काडीचा विश्वास उरलेला नाही. निर्मळता या गुणाचा त्याच्याशी दुरूनही संबंध आलेला नसेल. त्याच्या प्रत्येक कृतीमागे काहीतरी हीन राजकारण असतं, आणि त्या सगळ्या राजकारणाचा एकच हेतू असतो – तो म्हणजे,

> मी केलेल्या प्रत्येक कृतीला आणि मी घेतलेल्या प्रत्येक निर्णयाला नालायक ठरवणं! सुरुवातीपासून, फ्रान्सिसनं माझ्या प्रत्येक उपक्रमाला अपयश कसं येईल, याचाच विचार केलेला आहे. खासगीमध्ये तो माझ्याशी जितक्या अनैतिकतेनं वागला आहे, ते पाहून शितावरून भाताची परीक्षा करणं कठीण नाही. मला माहीत आहे, की मी जो आरोप करतो आहे तो फार गंभीर आहे, पण इतकी वर्षं संयमानं वागल्यानंतरही जेव्हा मला त्याच्यामध्ये काही बदल दिसेना, तेव्हा मी असं ठरवलं, की माझ्यावर झालेल्या अन्यायाला वाचा फोडणं गरजेचं आहेच; तसंच ज्या खोट्या वागणुकीमुळे जनतेचं नुकसान होत आहे, त्याबद्दल त्यांनाही सजग करणं गरजेचं आहे. कायद्यामध्ये जेव्हा अशा वागणुकीसाठी काही शिक्षा नसते, तेव्हा न्याय मिळवण्याचा एकच मार्ग उरतो – तो म्हणजे, ज्या वृत्तीमुळे सर्वांचं नुकसान होतं आहे, तिला आडपडदा न ठेवता उघडकीस आणणे!'[१०७]

दुसऱ्या दिवशी, १५ ऑगस्ट १७८० रोजी फ्रान्सिसनं हेस्टिंग्सला द्वंद्वयुद्धाचं आव्हान दिलं!

१७ ऑगस्ट रोजी सकाळी ५.३० वाजता, दोन्ही प्रतिस्पर्धी वॉरन हेस्टिंग्सच्या 'बेल्वेदर' या घराच्या पश्चिमेकडे असलेल्या जंगलवजा मैदानामध्ये भेटले. हे घर पूर्वी मीर जाफरचं उन्हाळी निवासस्थान होतं.[xii]

---

xii आजही ही इमारत अलिपूरमध्ये, ताज बंगाल हॉटेलनजीक उभी आहे. आता तिथं नॅशनल लायब्ररी ऑफ इंडियाचं कार्यालय स्थित आहे.

हेस्टिंग्सनं आदली रात्र जागून काढली होती. आपलं काही बरंवाईट झालं तर आपली प्रिय पत्नी मॅरियनला पोहोचतं करण्यासाठी त्यानं एक मोठं पत्र लिहिण्यात रात्र घालवली होती. 'हे पत्र तुझ्या हातात पडण्याची दुर्दैवी वेळ आली तर तुझ्या मनाला किती यातना होतील, याची मला कल्पना आहे. माझा मृत्यू झाला तर मी या पृथ्वीतलावर एकच सगळ्यात मौल्यवान गोष्ट गमावल्याचं मला सर्वांत जास्त दुःख होईल, ती म्हणजे तू! मी तुझ्यावर मनापासून प्रेम केलेलं आहे, माझ्या प्रिये! माझं तुझ्यावर किती प्रेम आहे, हे कदाचित मी कधीही शब्दांमध्ये वर्णन करून सांगू शकणार नाही; पण हेही तितकंच खरं, की जिवंतपणी मी तुझ्यावर जितकं प्रेम करतो तेवढंच मृत्यूनंतरही करत राहीन. मला विसरू नकोस, माझ्या लाडके! तुझा निरोप घेतो आहे, पण जातानाही माझ्या मनात केवळ तुझेच विचार आहेत. स्वतःची काळजी घे. माझी आठवण मनात जागृत ठेव. तुझाच वॉरन.'[१०८]

पत्र लिहून झाल्यावर हेस्टिंग्सनं शेजारच्या कोचावर हलकीशी डुलकी काढली. पहाटे ४ वाजता कर्नल थॉमस डीन पीयर्सनं हेस्टिंग्सला नेण्यासाठी बग्गी आणल्यावर तो झोपेतून जागा झाला.

सदर प्रसंगानंतर काही दिवसांनी लिहिलेल्या एका नोंदीमध्ये हेस्टिंग्सनं वर्णन केल्यानुसार : 'आम्ही ५.३० वाजता ठरल्या ठिकाणी येऊन पोहोचलो. दुसऱ्या बाजूनं फ्रान्सिस आणि कर्नल वॉटसनसुद्धा येऊन पोहोचले. आमच्या सहकाऱ्यांनी काही वेळ चर्चा करून असं ठरवलं, की आम्ही दोघांनी एकमेकांपासून १४ पावलांच्या अंतरावर उभं राहावं. माझ्या आठवणीनुसार, त्या दिवशी वारा वाहत नव्हता. कर्नल वॉटसननं असं सुचवलं, की दोघांवर वेळेचं बंधन न लादता, पाहिजे तितका वेळ घेऊन गोळी चालवण्याची मुभा दिली जावी.'

पीयर्सच्या नोंदीनुसार, या प्रसंगी हे आश्चर्यकारक सत्य उघड झालं, की हेस्टिंग्स आणि फ्रान्सिस या इंग्लंडमधील दोन अत्यंत हुशार व्यक्तींना साधी बंदूक चालवण्याचंही ज्ञान नव्हतं! हेस्टिंग्सनं पूर्वी कधीतरी एकदा पिस्तूल चालवून बघितली होती; फ्रान्सिसला तर तेवढाही अनुभव नव्हता. त्यामुळे अर्थातच दोघांची बंदुकीत गोळ्या भरण्यापासून तयारी होती. दोघांच्या सहकाऱ्यांनी गोळ्या भरून दिल्यावर हेस्टिंग्स आणि फ्रान्सिस समोरासमोर उभे राहिले.

शिष्टाचाराचं मूर्तिमंत उदाहरण असलेल्या हेस्टिंग्सनं फ्रान्सिसला प्रथम संधी देण्याची सभ्यता पाळली. त्यानं चाप ओढला पण गोळी बाहेर येईना. वॉटसननं नवीन गोळ्या भरून दिल्या; हेस्टिंग्स पुन्हा छाती ताणून उभा राहिला. पण परत तेच झालं. फ्रान्सिसच्या बंदुकीतल्या गोळ्यांवर दमटपणा चढला असल्यानं त्याची वारंवार फजिती होऊ लागली. अखेर हेस्टिंग्स आपल्या उभ्या जागेवरून पुढे आला आणि त्यानं त्याला आपल्याकडच्या गोळ्या देऊ केल्या! फ्रान्सिसनं पुन्हा

आपल्या बंदुकीत गोळ्या भरल्या आणि दोघे आपापल्या जागी जाऊन उभे राहिले. आता असं ठरलं, की दोघा प्रतिस्पर्ध्यांनी एकाच वेळी नेम धरायचा आणि ज्याचं नशीब बलवत्तर असेल, तो वाचेल.[१०९] हेस्टिंग्सच्या वर्णनामध्ये लिहून ठेवल्यानुसार :

'आता मी शक्य तितक्या उत्तम प्रकारे नेम घेण्याचं ठरवलं. त्याप्रमाणे मी अंदाज बांधला आणि सगळं व्यवस्थित वाटताक्षणीच गोळी झाडली.

> त्याच क्षणी फ्रान्सिसच्या पिस्तुलीमधूनही गोळी झाडल्याचा आवाज झाला. पण माझ्या अंदाजानं, मी जरा आधी चाप ओढला होता. असो. तर दोघांच्या बंदुकी झाडल्या गेल्यानंतर काही क्षणांमध्ये फ्रान्सिसच्या चेहऱ्यावर कसनुसे भाव आले आणि तो शरीरालगत आपले हात कवटाळून 'मी मेलोऽऽ' असं पुटपुटत जमिनीवर कोसळला. मी हतबुद्ध झालो होतो! त्या क्षणी खरंतर मला आनंद वाटायला पाहिजे होता, पण तसं काही झालं नाही. तितक्यात, कर्नल वॉटसन फ्रान्सिसच्या मदतीसाठी पुढे धावला. फ्रान्सिसच्या कोटाला छिद्र पडलेलं होतं खरं, पण मग तो कसाबसा उठून बसला. थोड्या वेळानं त्यानं उभं राहण्याचा प्रयत्न केला; पण त्याच्या पायात त्राण उरलेलं नव्हतं.
>
> मग कर्नल वॉटसननं आम्हाला सुचवलं, की झालं तेवढं पुरे झालं आणि आम्ही केवळ आमच्या आत्मसन्मानाचं रक्षण करायला हे द्वंद्वयुद्ध खेळत असल्याकारणानं, एकमेकांशी हस्तांदोलन करून हे प्रकरण मिटवून टाकावं. आम्हा दोघांना वॉटसनचं म्हणणं पटलं आणि आम्ही हसून एकमेकांशी हस्तांदोलन केलं. फ्रान्सिसची तब्येत फारशी बरी नव्हती; त्याला पाठीवर झोपूनच आराम वाटत होता. मला त्याची ती स्थिती पाहून वाईट वाटत होतं. अखेर, मेजर ट्रॉलीच्या घरातून एक पलंग आणला गेला आणि फ्रान्सिसला त्यावर ठेवून बेल्वेदरला नेण्यात आलं. पीयर्स आणि मी आमच्या शहरातल्या घरी परतलो. थोड्या वेळानं मी माझे खासगी वैद्य डॉ. कॅम्पबेल यांना फ्रान्सिसला तपासायला येण्याची विनंती केली.'
>
> हेस्टिंग्ससोबत डॉ. कॅम्पबेल लगेच बेल्वेदरकडे रवाना झाले. कॅम्पबेलच्या तपासणीत असं दिसून आलं, की फ्रान्सिसला झालेली जखम फारशी गंभीर नव्हती. कोटामधून आत जात, खांद्याच्या खालच्या बाजूला स्नायूंमधून आत शिरून मणक्यावरच्या कातडीमध्ये सहज दिसेल, अशा प्रकारे ती गोळी रुतून बसली होती.
>
> फ्रान्सिसची तपासणी झाल्यानंतर थोड्या वेळानं हेस्टिंग्स पुन्हा आपल्या घरी आला आणि त्यानं 'मर्खम' नावाच्या गृहस्थाला न्यायमूर्ती सर

एलिजाह इम्पेकडे पाठवलं.

'घडल्या प्रकाराबद्दल न्यायमूर्तींना वेळीच वर्दी देऊन, फ्रान्सिसला काही झाल्यास मी स्वत:ला त्यांच्या हवाली करेन, असा निरोप पाठवणं मला गरजेचं वाटलं.'[११०]

पण तशी वेळ आली नाही. फ्रान्सिसच्या छातीजवळ शिरलेली गोळी फारशी घातक ठरली नव्हती. त्याच्या बरगड्यांनी त्याला वाचवलं होतं.[१११]

सदर घटनेच्या दहा दिवसांनंतर २५ ऑगस्ट १७८० रोजी, दक्षिण भारतामध्ये कंपनीची असलेली सगळ्यांत मोठी फौज, सर हेक्टर मुनरोच्या नेतृत्वाखाली हैदरचा सामना करण्यासाठी मद्रासवरून कांचिपुरमच्या दिशेने निघाली. हाच तो मुनरो ज्यानं पंधरा वर्षांपूर्वी शुजा उद्दौलाशी 'बक्सर'ला दोन हात करून कंपनीसाठी विजय मिळवला होता. या वेळी मात्र त्याला जेमतेम ५हजार सैनिकांचं लष्कर गोळा करता आलं होतं. त्यातही, ते सैनिक बिनपगारी आणि बंडखोर असे होते आणि त्यांचा सामना होता १लाख सज्जड तयार असलेल्या लष्कराशी.

उत्तरेकडे २५ मैलांवर कर्नल विल्यम बेलीला त्याच्याकडच्या २८०० माणसांचं सैन्य घेऊन कांचिपुरमला मुनरोला भेटण्याचा निरोप धाडला गेला. त्याच्या सैन्यामध्ये बहुतेक स्थानिक शिपाई आणि काही शेकडा स्कॉटिश माणसं सामील होती. जर ही दोन सैन्यं एकत्र झाली, तर म्हैसूरच्या फौजेसमोर थोडा तरी तग धरणं त्यांना शक्य होणार होतं; पण तसं नाही झालं तर विलग राहून त्यांना हैदरच्या शिस्तबद्ध आणि प्रशिक्षित फौजेसमोर त्यांचा टिकाव लागणं अशक्य होतं.[११२] खरंतर मुनरोनं बेलीची वाट बघायला हवी होती, पण नेहमीप्रमाणे घायकुतीला येत आणि कांचिपुरममध्ये भरपूर रसद व दारूगोळा असल्याच्या बातमीवर आंधळा विश्वास ठेवून, मुनरो स्वत:ची फौज घेऊन निघाला. त्यानं केवळ एक दिवस वाट बघितली असती, तर दोन्ही सैन्यांना एकत्र येऊन लढा देता आला असता.

२५ ऑगस्टच्या संध्याकाळी बेलीनं मद्रासच्या वायव्येला असलेल्या कोर्टालैयार नावाच्या लहानशा नदीकिनारी आपला तळ ठोकला. त्या रात्री जोराचा पाऊस सुरू झाला आणि पुढचे बारा तास अविरत चालू राहिला. पहाटेपर्यंत कोर्टालैयार नदीनं समुद्रासारखं रौद्ररूप धारण केलं होतं. नदीचं पाणी ओसरायला पुढचे अकरा दिवस लागले. बेलीला अकरा दिवस आपलं सैन्य दुसऱ्या तीरावर नेता आलं नाही. त्या कालावधीत, टिपूला बेली आणि मुनरोमध्ये आपले ११हजार उत्कृष्ट

घोडेस्वार तैनात करायची संधी मिळाली.[११३] आता त्याला बेलीच्या कमकुवत सैन्यावर हल्ला करायला सोपं जाणार होतं.

६ सप्टेंबर रोजी पहिली चकमक उडाली. दोन्ही पक्षांनी एकमेकांवर तोफगोळ्यांचा वर्षाव केला. बेलीचं लहानसं सैन्य मुसळधार पावसामध्ये, कंबरेपर्यंत पाणी असलेल्या भातशेतांमधून चालत पुढे येत होतं. मात्र कुणीच समोरासमोर येऊन थेट चढाई करायला तयार होईना. उलट दोघांनीही अधिक मदतीची मागणी केली.[११४] हैदरनं आपल्या मुलाच्या मदतीसाठी अजून मोठी पलटण पाठवली, पण मुनरो मात्र कांचिपुरमच्या मंदिरामधून हलायला तयार होईना! उलट त्यानं ती जागा आता इतकी सुरक्षित करून ठेवली, की कुणी त्याला वेढा घातलाच तरी त्याचं फारसं नुकसान होणार नव्हतं.

अखेर त्यानं तोंडदेखली मदत म्हणून स्वत:कडचे १हजार सैनिक आणि दारूगोळा घेतलेले ९ उंट बेलीच्या मदतीला पाठवले आणि त्याला कांचिपुरमच्या मंदिरात यायला सांगितलं. मुनरोचं सैन्य वेगानं निघालं. त्यांच्या मागे लागलेल्या म्हैसूर घोडदळाला अंधारात चकवा देऊन, टिपूच्या सैन्याशी सामना होऊ नये म्हणून जरा लांबचा रस्ता घेऊन, त्यांनी अखेर बेलीला रस्त्यात गाठलं. मुनरोचं सैन्य येऊन मिळाल्यावर, बेलीच्या ताफ्यात ३ हजार८०० सैनिकांची गणती झाली. मुनरोनं पाठवलेल्या गटाच्या म्होरक्यानं बेलीला अंधाराचा फायदा घेऊन लवकरात लवकर कांचिपुरम मंदिरापर्यंत चलण्याची विनंती केली. पण बेलीनं त्याचा सल्ला न जुमानता, पहाटेपर्यंत आहे त्याच ठिकाणी थांबण्याचा निर्णय घेतला. हाच निर्णय त्याची घोडचूक ठरली!

पहाटे ५.३० वाजता बेलीनं आपला प्रवास सुरू केला. थोड्याच वेळात तो पोल्लिलूर नावाच्या गावापर्यंत येऊन पोहोचला. बघतो तर काय? ते गाव टिपूच्या सैनिकांनी गजबजलेलं होतं! अर्थातच, बेलीची वाट अडवली गेली. त्या सैनिकांकडे तोफांचा मोठा साठा होता. बेली या वाटेनं कसा आणि कधी येणार, याची इत्थंभूत माहिती असलेल्या टिपूच्या सैन्यानं आदल्या रात्रीच आपापल्या जागा घेतल्या होत्या. काही उघड्यावर, तर काही छुप्या जागांवरून टिपूचे सैनिक बेलीवर आपला रोख धरून होते. बेली समोर येताच, दोन्ही ठिकाणच्या सैनिकांनी त्याच्यावर तोफेचा मारा सुरू केला. दोन्ही बाजूंना भातशेतं आणि त्यापलीकडे उजव्या बाजूला नदी अशा विचित्र पद्धतीनं अडकलेल्या बेलीच्या फौजेला पुढे जाता येईना आणि मागे पळता येईना. अखेर बेलीनं त्यांना आपलं सामानासकट एकमेकांवर चढून बसण्याचा आदेश दिला! आखडलेल्या अवस्थेत विचित्र पद्धतीनं एकमेकांना पकडून बसलेल्या आणि प्रतिकार न करणाऱ्या बेलीच्या सैनिकांसाठी कांचिपुरमच्या सगळ्या वाटा अडवून

टाकायला टिपूच्या सैन्याला जेमतेम अर्धा तास लागला.

३० माणसांची टिपूची एक पलटण तोफांचा मारा करत राहिली. बेलीला एक तोफगोळा लागून त्याचा पाय जायबंदी झाला; पण तरीही तो पालखीमध्ये बसून जमेल तसे आदेश देत राहिला. थोड्या वेळानं अचानक सगळा मारा थांबला आणि अर्धा तास सुन्न शांततेत गेला. अचानक दूरवरून ढोलताशे आणि पिपाण्यांचा आवाज ऐकू येऊ लागला. सोबत मातीचे लोट उडू लागले. सगळेजण त्या दिशेनं पाहू लागले. हळूहळू, लाल रंगाचा एक तांडा जवळ येताना दिसू लागला. बेलीच्या सैनिकांना वाटलं, की मुनरो त्यांना वाचवण्यासाठी येत आहे; त्यांनी जोरजोरात टाळ्या पिटायला सुरुवात केली. पण जसा तो तांडा अधिक जवळ आला, तशी त्यांची गाळण उडाली...आपल्या मुलाला मदत करण्यासाठी खुद्द हैदर आपलं लष्कर घेऊन तिथं पोहोचला होता! शिपायांच्या ३० पलटणी आणि २५हजार घोडेस्वारांनी बनलेल्या त्या लष्करानं बेलीच्या फौजेला घेराव घातला![११५]

पुढच्या तासभराच्या धुमश्चक्रीमध्ये बेलीच्या सैन्यानं म्हैसूर घोडदळाचे तेरा हल्ले यशस्वीरीत्या परतवून लावले. अखेर हैदरनं थोडी विश्रांती घेतली आणि मग आपल्याकडच्या सगळ्यांत मोठ्या तोफा बाहेर काढल्या. सकाळी ८च्या सुमारास हैदरनं त्या तोफांचा मारा सुरू केला. सोबत ग्रेपशॉटचेही हल्ले होऊ लागले. बेलीचा धाकटा भाऊ जॉन यानं नंतर लिहून ठेवलेल्या नोंदीनुसार- 'पुढचा एक तास आम्ही जेवढे तोफगोळे झेलले, तेवढे हिंदुस्थानच्या इतिहासात कधीच कोणी झेलले नसतील.[११६] अचानक दोन तोफांनी पेट घेतला आणि बघता बघता, त्या फुटून गेल्या! दोन्ही पक्षांमध्ये प्रचंड गोंधळ उडाला; पण हैदरची फौज लवकर सावरली. आकस्मिक मिळालेल्या संधीचं चीज करत त्यांनी आधी आपलं घोडदळ पुढे घातलं आणि मागोमाग हत्तींना सोडलं.'[११७]

तोपर्यंत बेलीकडचा दारूगोळा संपत आला होता. तलवारीला रुमाल बांधून हवेत फडकवत त्यानं शरणागती पत्करण्याची तयारी दर्शवली. बेली आणि त्याचा सहकारी डेव्हिड बैर्ड या दोघांनी आपल्या सैनिकांना शस्त्रं खाली ठेवण्याचा आदेश दिला; पण काही सैनिकांना त्यांचा हा आदेश ऐकू न गेल्यामुळे, ते बंदुका चालवत राहिले. परिणामी, म्हैसूरच्या सैन्याला बेलीच्या शरणागतीमध्ये काळंबेरं दिसू लागलं आणि त्यांनी आपल्या घोडदळाला मुक्तहस्तानं तलवारी चालवण्याची आज्ञा केली.[११८]

७३व्या हायलॅण्ड तुकडीमधल्या एका लेफ्टनंटनं सांगितल्यानुसार, 'आमच्या बहुतेक सैनिकांनी तोपर्यंत आपली शस्त्रं खाली ठेवली असल्यामुळे, म्हैसूर सैन्याच्या अचानक बदललेल्या या पवित्र्यामुळे सगळे गोंधळून गेले. अर्थात, त्यांना गोंधळून जाण्यासाठीही फारसा वेळ मिळाला नाही. तलवारी आणि ढाली एकमेकांशी झुंजू

लागल्या; घोडे टाचा आपटत खिंकाळू लागले; भाले एकमेकांशी टक्कर देऊ लागले; रक्तानं माखलेल्या तलवारी उंचावत शिवीगाळ सुरू झाली; मेलेल्या शिपायांच्या खचावर जखमी घोडे आदळून पडू लागले; आणि हात-पाय गमावून, छाती-पोटावर वार झेलून अर्धमेल्या माणसांमध्ये बिथरलेले हत्ती आपल्या साखळ्यांनिशी धाव घेत जिवाचा थरकाप उडवू लागले!

> आमचे बरेचसे सैनिक मृत्युमुखी पडले होते. जे वाचले होते त्यांना धड उभं राहणंही कठीण जात होतं. काहींचा श्वास अडकला होता, तर काहींच्या अंगावर प्रेतांचा खच पडल्यामुळे त्यांना हलता येत नव्हतं. काही जण उंट, हत्ती आणि घोड्यांच्या टाचांखाली तुडवले गेले होते, तर काहींच्या अंगावरचे कपडे फाटून ते तळपत्या उन्हामध्ये अनेक तास पाण्याशिवाय राहिल्यामुळे त्यांना फार वेदनादायी मृत्यूला सामोरं जावं लागलं.'[११९]

८६ अधिकाऱ्यांपैकी ३६ जणांचा मृत्यू झाला, ३४ जखमी होऊन युद्धकैदी म्हणून अडकले; तसंच जखमी न झालेल्या १६ जणांनाही कैद करण्यात आली. बेलीनं आपला पाय तर गमावलाच; सोबत त्याला पाठीवर आणि डोक्यावरही गंभीर इजा झाली. बैर्डला डोक्यावर तलवारीचे दोन वार झेलावे लागले; त्याच्या मांडीमध्ये बंदुकीची गोळी लागली, तर हातावर भाल्याची जखम झाली. त्याचा सेनापती आणि चुलत भाऊ असलेल्या जेम्स डॅलरिम्पलला पाठीवर गंभीर जखम आणि डोक्यावर दोन वार झेलावे लागले.[xiii] सुमारे २०० लोकांना कैद झाली

---

xiii सर डेव्हिड बाइर्डच्या स्कॉटिश आईला जेव्हा हे समजलं, की टिपूने आपल्या मुलाला कैद केलं आहे आणि दोन कैद्यांना एकत्र बांधून नेलं आहे, तेव्हा ती उद्गारली, ''जो माणूस माझ्या डेव्हिडसोबत बांधला गेला आहे, त्याचं देव भलं करो!''
'टायगर ऑफ मैसूर : द लाईफ अॅन्ड डेथ ऑफ टिपू सुलतान', १९७०, पृ. क्र. ४८मध्ये डेनिस फॉरेस्टने नमूद केल्यानुसार, जेम्स डॅलरिम्पलने आपले पिता विल्यमला श्रीरंगापट्टणमच्या तुरुंगातून लपूनछपून पाठवलेलं एक पत्र आज इंडिया ऑफिसमध्ये बघायला मिळतं. जेम्सच्या अॅन्ग्लो-इंडियन नातवाने (जी वेमिस डॅलरिम्पल) लिहिल्यानुसार - 'जी चिठ्ठी एक बारीक तळकांडीच्या रूपात पिसाच्या लेखणीमध्ये सुबकपणे लपवून, एका भारतीय माणसासोबत तुरुंगाबाहेर नेण्यात आली होती. त्याच माणसाने, त्याच पिसाद्वारे रिकामा कागद आत आणला होता. त्याच लेखणीद्वारे ती चिठ्ठी लिहिण्यात आली होती.' (बी.एल., ओ.आय.ओ.सी.यु. एमएसएस, ई ३३०)

आणि ३८०० लोकांना ठार केलं गेलं.[१२०]

युद्ध संपल्यावर, म्हैसूर सैनिक शत्रूपक्षातील मेलेल्या आणि मरणाऱ्या सैनिकांच्या अंगावर जे काही सापडेल ते लुटू लागले. जखमी जॉन बेलीच्या अंगरख्यावरच्या कोटाची बटणं तोडण्यापासून सुरुवात झाली. 'त्यांना बहुतेक असं वाटलं, की ती बटणं चांदीची आहेत... मग त्यांनी माझ्या विजारीला लागलेली बटणंही काढली आणि मग माझा कोट ओरबाडून घेतला. त्यानंतर एकानं मला बंदुकीचा धाक दाखवून आडवं पाडलं आणि त्याच्या सहकाऱ्यानं माझ्या पायातले बूट काढून घेण्याचा प्रयत्न केला.

> त्यानं एक बूट नीट काढला, पण दुसरा काही त्याला काढता येईना. त्याला चीड आली आणि त्यानं आपल्या बंदुकीच्या संगिनीनं माझ्या उजव्या मांडीवर वार केला. इतक्यात बाजूनं जाणाऱ्या दुसऱ्या सैनिकाला काय वाटलं कुणास ठाऊक? त्यानं उगाच आपली तलवार काढून माझ्या डाव्या मांडीवर वार केला... मी तसाच निपचित पडलो. काही वेळानं हैदरच्या काही सैनिकांनी मला उठून बसवलं आणि पाणी प्यायला दिलं.
>
> पण काही वेळानं मी पुन्हा जमिनीवर कोसळलो. शेजारी एक मुंडकं उडालेलं प्रेत पडलेलं होतं. मी जमिनीलगत चेहरा करून तसाच पडून राहिलो. तोपर्यंत माझ्या उघड्या जखमा कडक होऊ लागल्या होत्या; त्यामुळे मला जराही हालचाल करता येईना. रक्ताळलेल्या जखमांवर माशा आणि किडे बसून माझं रक्त पिऊ लागले. डोक्यापासून पायापर्यंत ठिकठिकाणी मला दंश करत बसलेल्या माशा व किड्यांमुळे होणारी वेदना मी आयुष्यात विसरू शकणार नाही.
>
> बराच वेळ गेला. मी आता असाच निश्चल स्थितीत मरून जाणार अशी मनाची तयारी करत असतानाच, दोन फ्रेंच माणसं तिथं येऊन पोहोचली. कुणी जिवंत आहे का याची पाहणी करत ते सगळीकडे फिरत होते. तोपर्यंत रात्रीचे ८ वाजले होते. देवासारख्या धावून आलेल्या त्या दोन माणसांनी मला कसंबसं उचलून एका फ्रेंच शल्यविशारदाच्या तंबूमध्ये नेलं. त्याच्याकडे एक सुरी, एक कात्री आणि एक लोखंडी कालथा (उलथणं) याशिवाय इतर काही उपकरणे नव्हती. औषधाच्या नावाखाली त्याच्याकडे एका कळकट बरणीमध्ये घाणीनं माखलेलं कसलंसं तेलकट द्रव्य भरलेलं होतं. पण ती भली माणसं आम्हाला रोज अर्धी बाटली देशी दारू द्यायचे. त्या दारूनं आम्ही आमच्या जखमा धुवत राहायचो.

> खरंतर इतक्या असंख्य जखमी माणसांना रोज एवढी दारू देणं काही खायचं काम नव्हतं; पण त्यांनी त्या वेळी आम्हाला ती अमूल्य मदत केली खरी. काही सैनिकांच्या जखमा फारच चिघळल्या होत्या. एका माणसाच्या कानावर तलवारीचा वार केलेला होता; त्यामध्ये त्यानं दारू घातल्यावर २६ अळ्या बाहेर पडल्या![१२१]

अखेर, बेलीला हात-पाय बांधून हैदरसमोर हजर करण्यात आलं आणि इतर कैद्यांसोबत सुलतानाच्या पायाशी बसवलं गेलं. मग सुलतान एकेक करून आपल्या सैनिकांना बक्षीस देऊ लागला. जो जितक्या युरोपियांची मुंडकी किंवा मृतदेह आणेल, त्याला त्या तुलनेत बक्षीस दिलं जात होतं.

काही युरोपियांना हैदरच्या छावणीपर्यंत अर्धमेल्या अवस्थेत फरपटत आणलं गेलं होतं. रक्त आणि धुळीनं माखल्यामुळे त्यांची ओळख सांगणंही कठीण जात होतं. काही वाटेतच कोसळले होते; हैदरच्या सैनिकांनी त्यांना घोटभर पाणीसुद्धा दिलं नव्हतं.

> कैद्यांना आणत असलेले शिपाई त्यांना आपल्या बंदुकींनी मारत, झोडत पुढे ढकलत होते. अन्न-पाण्याशिवाय, जखमी अवस्थेत मार खात चाललेल्या या सैनिकांपैकी कित्येकांना सतत घेरी येऊन, अखेर वाटेतच ते प्राणत्याग करत होते. एका अर्थी ती माणसं नशिबवान ठरली; हैदरच्या सैनिकांकरवी पुढे होणाऱ्या अत्याचारांपासून तरी मुक्त झाली. माझ्या आजूबाजूला मृत्यूचं तांडव चाललं होतं. वाटेल तशी पडलेली प्रेतं, विव्हळणारी जखमी माणसं पाहून मला वाटू लागलं, की आता मी काही जिवंत राहत नाही. रात्र चढू लागली की मुसळधार पाऊस, गडगडणारे ढग आणि ती भयाण शांतता, भंग करणारी कोल्हेकुई ऐकली की अंगावर काटा यायचा!'[१२२]

इंग्रजांच्या नशिबाचा फेरा उलटा झाला होता. त्यांना आता जाणवू लागलं होतं, की पराभूत होऊन शत्रूच्या तावडीत सापडणं किती भयंकर असतं. बेलीच्या मदतीला न गेलेला मुनरो जेव्हा आपल्या भेदरलेल्या सैनिकांसोबत मद्रासला परतला तेव्हा पोल्लिलूरच्या युद्धामध्ये इंग्रजांना माती खायला लावल्याबद्दल, भर रस्त्यावर उभी राहून त्याची माणसं त्याला शिव्यांची लाखोली वाहू लागली![१२३]

समस्या अजून संपलेल्या नव्हत्या. कंपनीच्या इतक्या माणसांचे हात-पाय कापले गेले होते, की त्या तुलनेत त्यांची सेवा करण्यासाठी लष्करी वैद्यकीय

अधिकारी नव्हते. शल्यविशारद थॉमस डेव्हिसनं लिहून ठेवल्यानुसार : 'मी शक्य तितक्या लोकांचे हात-पाय शाबूत ठेवण्याचा प्रयत्न केला; पण पुरेशी उपकरणं आणि औषधांच्या अभावी, मला नाइलाजास्तव खूप लोकांचे हात-पाय कापावे लागले.'[१२४] कंपनीसोबत पुढचे काही महिने चाललेल्या द्वंद्वाच्या कालावधीमध्ये, टिपूनं इंग्रजांची ७हजार माणसं कैदेत टाकली. त्यापैकी ३०० जणांचा सुंथा करवून त्यांना जबरदस्तीने इस्लाम धर्म स्वीकारायला लावण्यात आला. मग त्या लोकांना मुसलमान नावं देऊन तसेच पेहराव देण्यात आले. त्या वर्षाअखेरीपर्यंत भारतातल्या प्रत्येकी ५ इंग्रज सैनिकांपैकी १ सैनिक टिपूच्या श्रीरंगपट्टणमच्या अद्ययावत किल्ल्यामध्ये कैद होता. इंग्रजांना अधिकाधिक हिणवण्याच्या दृष्टीने, त्यांच्या तरुण शिपायांना बायकांसारखा परकर व चोळी घालून भर दरबारामध्ये नाचायला लावण्यात येई.[१२५]

अशा पद्धतीनं दहा वर्षं कैद भोगलेला जेम्स स्करी नावाचा एक मनुष्य जेव्हा अखेर कैदेतून मुक्त झाला, तेव्हा तो खुर्चीवर बसण्याचे किंवा काटे-चमचे वापरायचे शिष्टाचार विसरून गेला होता; त्याची इंग्रजी भाषा बदलून गेली होती. त्याचा मूळचा गोरा रंग काळा पडला होता; आणि त्याला युरोपियन पद्धतीच्या पेहरावाची घृणा वाटू लागली होती.[१२६]

वसाहतवादाचा प्रचार करणारे इंग्रज आता खुद्द एका दिवास्वप्नात अडकत चालले. गुलामगिरीत बंदिवानाला (त्याला) बंदी करणाऱ्या व्यक्तीच्या पद्धती आणि विचार आपलेसे वाटू लागतात आणि तो स्वत:ची मूळ ओळख विसरू लागतो. तीच वेळ आता त्यांच्यावर आली होती.

पोल्लिलूरच्या युद्धानंतर दोन दिवसांनी मद्रासवरून कलकत्त्याला तातडीनिशी एक जहाज पाठवण्यात आलं. घडल्या प्रकाराबद्दल फोर्ट विल्यमला शक्य तितक्या लवकर वार्ता कळवण्याच्या दृष्टीनं संदेशवाहकाला खास जहाजानं तिथपर्यंत पाठवण्यात आलं होतं. २० सप्टेंबर रोजी जेव्हा वॉरन हेस्टिंग्सपर्यंत ही वार्ता पोहोचली तेव्हा या पराभवामधून निपजणाऱ्या नकारात्मक परिणामांचं चित्र त्याच्या डोळ्यांसमोर भुतासारखं नाचू लागलं. 'इतकी दशकं विजयाच्या लाटांवर तरंगत उन्मत्त झालेल्या आमच्या लष्कराला हा पराभव पचवणं अत्यंत कठीण जाणार आहे. उत्तमातल्या उत्तम सेनापतींनासुद्धा, या पराजयानंतर आपल्या सैनिकांचा आत्मविश्वास नव्याने जागा करायला फार त्रास पडणार आहे.'[१२७] लॉर्ड मकार्टने यांनीसुद्धा अशाच आशयाचं पत्र लिहिलं, ज्यामध्ये त्यांनी म्हटलं होतं- 'भारतीयांना आपल्या शस्त्रांची

भीती वाटेनाशी झाली आहे; आपल्यालाही त्यांच्या विरोधाचं फारसं काही वाटत नाही. त्यामुळे भूतकाळातल्या विजयांवरून भविष्यकाळाची सोनेरी स्वप्नं न रंगवलेलीच बरी...'[१२८]

१० दशलक्ष पौंडांचं[xiv] अचाट कर्ज डोक्यावर असलेल्या आणि स्वत:च्या कर्मचाऱ्यांचे पगारदेखील देण्याच्या परिस्थितीत नसलेल्या कंपनीसमोर आता फ्रेंच साह्य असलेली अत्यंत बलशाली हिंदुस्थानी ताकद उभी येऊन ठाकली होती.[१२९] हेस्टिंग्सच्या मते, तो एका गळक्या जहाजावर उभा होता; केवळ काही चमत्कार झाला तरच त्यांचं जहाज बुडण्यापासून वाचू शकणार होतं.[१३०]

त्याच्या म्हणण्यात तथ्य होतं; भारतामधलं कंपनीचं स्थान यापूर्वी कधीही इतकं डळमळीत झालेलं नव्हतं. खरंतर, या पोल्लिलूरमध्ये जरी इंग्रजांचा पराभव झाला असला, तरी त्या वेळी त्यांना अशा अनेक संधी मिळाल्या होत्या; ज्याचा ते फायदा करून घेऊ शकले असते. कंपनीच्या भारतातल्या बऱ्याच शत्रूंना या गोष्टीचं आश्चर्य वाटलं. एका अभ्यासू निरीक्षकाने लिहून ठेवल्यानुसार- 'जर फ्रेंच सैन्याने इंग्रजांच्या शत्रूपक्षाला वेळीच मदत पाठवली असती तर ... जर बाजूला बसून तमाशा बघत राहण्यापेक्षा मराठ्यांनी आपल्या मित्रपक्षाला मदत केली असती तर ... बेलीला नेस्तनाबूत केल्यानंतर हैदर लगेच घरी परत न जाता इंग्रजांच्या पाठी वाघ म्हणून लागला असता तर... तर इंग्रजांना हिंदुस्थानात टिकाव धरणं केवळ अशक्य झालं असतं. त्यांच्या हातातला प्रत्येक प्रदेश हैदरच्या हातात गेला असता आणि ते त्याच्या हातचं बाहुलं बनून राहिले असते!'[१३१]

पण कंपनीचं नशीब चांगलं म्हणून हैदरला त्या वेळी स्वत:च्या सैनिकांचं मनोबल अणि शारीरिक क्षमता राखून ठेवण्याची बुद्धी झाली. त्यामुळे त्यानं युद्धानंतर पुन्हा काहीतरी वाद उकरून चकमकी करत बसण्यापेक्षा, केवळ वेळोवेळी आपल्या घोडदळाच्या मदतीने कंपनीची रसद तोडत राहण्यावर भर दिला. हैदरनं जर हा मवाळ पवित्रा घेतला नसता तर कंपनीला दक्षिणेकडचं आपलं बस्तान गुंडाळण्याशिवाय पर्याय उरला नसता; पण तसं न झाल्यानं कंपनीनं कलकत्त्याकडून रसदीची सोय करून, हेस्टिंग्सच्या नेतृत्वाखाली लष्करी कारवाया आणि चाणाक्ष वाटाघाटींद्वारे तिहेरी युतीमध्ये फूट पाडण्यात यश मिळवलं. त्याचसोबत १७ मे १७८२ रोजी साळबाईचा तह करून महादजी शिंदेंना इंग्रजांच्या बाजूनं वळवून हेस्टिंग्सनं मराठा संघराज्यातही फूट पाडण्यात यश मिळवलं. कंपनीच्या शत्रूंनी फार नामी संधी गमावली होती. १७८०मध्ये कंपनीला भारतातून कायमचं बाहेर काढण्यासाठी एक लहानसा धक्काही पुरेसा ठरला असता. भविष्यात अशी संधी

xiv आजच्या काळात १हजार दशलक्ष पौंड.

मिळणार नव्हती, आणि नंतर आपण त्या वेळी ती संधी का गमावली, याचा पुणे आणि म्हैसूर दरबारांना अतिशय पश्चात्ताप होणार होता!

१७८०चं वर्ष इंग्रजांसाठी बऱ्याच दृष्टींनी आव्हानात्मक ठरलं. भारतात या सगळ्या समस्या सुरू असताना, अमेरिकेमध्ये ईस्ट इंडिया कंपनीचा चहा ब्रिटिश दराचे कर लावून विकला जात असल्याबद्दल स्वदेशी प्रगतीबद्दल जागरूक असलेल्या निदर्शकांनी 'बोस्टन टी पार्टी'चं आंदोलन घडवून आणलं. ईस्ट इंडिया कंपनीचा ९०हजार पौंड वजनाचा, त्या काळच्या हिशेबानुसार सुमारे ९६५९ पौंड किमतीचा चहा बोस्टन येथील समुद्रात फेकून देण्यापासून सुरू झालेलं हे आंदोलन, पुढे जाऊन अमेरिकन स्वातंत्र्य लढ्याचं (अमेरिकन वॉर ऑफ इंडिपेन्डन्सचं) अग्रदूत ठरलं. सदर चळवळीच्या मुळाशी केवळ आर्थिक नाराजी नव्हती. अमेरिकन जनतेला ही भीती होती, की युरोपीय अरेरावीमुळे बंगालच्या वसाहतींची जी स्थिती झाली तीच त्यांच्याही तेरा वसाहतींची होईल. जॉन डिकिन्सन नावाच्या देशप्रेमी लेखकानं अशी भीती व्यक्त केली होती, की 'हिंदुस्थानला लुटून पोखरून काढल्यानंतर आता या हावरट, जुलमी आणि भ्रष्ट युरोपियनांची दृष्टी अमेरिकेवर तेच प्रयोग करण्यासाठी वळलेली आहे...[१३२] ब्रिटिश चहाची कचऱ्याशी आणि ईस्ट इंडिया कंपनीच्या अधिकाऱ्यांची हावरट उंदरांशी तुलना करत डिकिन्सननं लिहिलं होतं- 'जवळ जवळ दिवाळखोरीत निघालेल्या या कंपनीनं स्वत:च्या देशात भ्रष्टाचाराची लागण केली; हिंदुस्थानातल्या बंगालमध्ये हिंसा, अत्याचार आणि कपटीपणाची राजवट बसवली; आणि आता त्यांचा अमेरिकेतही तसंच काहीसं करण्याचा मानस दिसतो आहे. पण देवाची कृपा की, आम्ही 'सीपॉय'ही नाही आणि मराठेही नाही. युरोपियनांचा धोका इतका वाढला आहे, की आमच्या देशात रात्रपाळी करणाऱ्या प्रत्येक पहारेकऱ्यानं दररोज रात्री १२ वाजता 'ईस्ट इंडिया कंपनीपासून सावध रहाऽऽ अशी आरोळी ठोकायला हवी!'[१३३]

असो. तर बोस्टन टी पार्टीनंतर झालेल्या भयंकर युद्धामध्ये अमेरिकन जनतेला त्यांच्यावर चहाचा कर लादण्यासाठी आलेल्या युरोपियन सरकारी अधिकाऱ्यांना पळवून लावण्यात यश मिळालं. एकीकडे मद्रासला पळणाऱ्या मुनरोच्या मागं हैदर हात धुऊन लागला असताना, दुसरीकडे अमेरिकेतील इंग्रज सैन्य वॉशिंग्टनच्या हातून यॉर्कटाउनला होणाऱ्या त्यांच्या अखेरच्या पराभवाकडे चालले होते. त्यानंतरच्या ऑक्टोबर महिन्यात इंग्रज सैन्यानं अमेरिकेसमोर शरणागती पत्करली. सगळीकडे आता हीच चर्चा होऊ लागली होती, की ब्रिटिश साम्राज्य कोलमडण्याच्या मार्गावर आहे. त्यांनी युरोपमधलं मिनोरका, अमेरिकेतील १३ प्रांत आणि दोन पेन्साकोला, वेस्ट इंडीजमधलं टोबॅगो आणि आफ्रिकेतील काही वसाहती गमावल्या होत्या.[१३४] एडमण्ड बर्केच्या मतानुसार, 'ब्रिटिश साम्राज्याचा पाया खिळखिळा झाला होता.'[१३५]

इंग्लंडचं सरकार या एका मागोमाग एक आलेल्या पराभवांबद्दल अहवाल तयार करू लागलं. कंपनी लष्करातील एका वरिष्ठ अधिकाऱ्यानं संसदेत सांगितलं, की आपल्याला कितीही वाटत असलं, की हिंदुस्थानची जनता आता आपल्या ताब्यात आहे, तरी तसा विचार करणं फार महत्त्वाकांक्षी ठरेल. इतक्या विभिन्न पद्धतीच्या माणसांना कुणा एका सत्तेनं काह्यात ठेवणं फार कठीण गोष्ट आहे. आज जरी आपला तिथं दबदबा असला, तरी हिंदुस्थानातील लोकांना हे समजायला वेळ लागणार नाही, की आपणही त्यांच्यासारखीच हाडामांसाची माणसं आहोत... मग तेव्हा काय होईल, हे वेगळं सांगण्याची गरज नाही...'[१३६]

होरेस वॉलपोलनं आपल्या ठरावीक संक्षिप्त पद्धतीत सांगितल्याप्रमाणे, 'हिंदुस्थान आणि अमेरिका दोघे आपल्या हातातून वाळूसारखे निसटू लागले आहेत.'[१३७]

७

दिल्ली उद्ध्वस्त झाली तेव्हा

१२ एप्रिल १७७१ रोजी, रणशिंगं आणि नगाऱ्यांच्या गजरात शहा आलमनं आपल्या सुशोभित हत्तीवरच्या अंबारीमध्ये बसून, अलाहबादच्या किल्ल्याच्या महाद्वारातून आत प्रवेश केला.

बारा वर्षं वनवास भोगल्यानंतर बादशहा अखेर आपल्या घरी परतत होता. त्याचा पुढचा प्रवास सोपा असणार नव्हता. अलाहबादकडे जाण्याचा त्याचा मार्ग अशा अनेक प्रांतांमधून जात होता, जिथून कैक वर्षांपूर्वी मुघल सत्तेचं उच्चाटन झालेलं होतं. त्यामुळे तिथून प्रवास करताना शहा आलमवर हल्ला होणं किंवा त्याचं अपहरण केलं जाण्याची खूप भीती होती. भरीस भर, त्याला शेवटी जिथं पोहोचायचं होतं, त्या मुघल साम्राज्याची राजधानी असलेल्या दिल्लीचीही अफगाण आणि मराठा सैनिकांनी दुर्गती केलेली होती.

मात्र शहा आलम सगळ्या तयारीनिशी येत होता. त्याच्या मागोमाग नव्यानं उभारलेलं १६हजार सैनिक व अनुयायांचं लष्करही येत होतं. एका मुघल चित्रामध्ये दाखवल्यानुसार, शहा आलमच्या सैनिकांची लांब रांग यमुनेच्या किनाऱ्यावरून पुढे सरकते आहे. सर्वांत पुढच्या बाजूला गजर करणाऱ्या वाजंत्र्यांचा तांडा आहे. त्यांच्यामागं गदाधारी शिपाई आणि सोन्याच्या खांबांवर फडकवलेल्या लाल ध्वजांवर शाही मुघल सन्मानचिन्हं मिरवणारी माणसं आहेत. त्यानंतर येतो हत्तीवर बसलेला

आणि चहूबाजूंनी सशस्त्र सैनिकांनी सुरक्षित केलेला बादशहा शहा आलम. त्याच्यामागं येतात हत्तीवर बसलेले अनेक राजपुत्र, पालखीमधून आणल्या जाणाऱ्या जनानखान्यातील स्त्रिया आणि मग चार-चार हत्तींचे गट बनवून ओढल्या जाणाऱ्या तोफा. या सगळ्यांमागे बादशहाचे शिपाई, पायदळ, घोडदळ, उंटदळ इत्यादींच्या लांबच लांब रांगा दिसत होत्या. नदीच्या किनाऱ्यावरून शेतं, मंदिरं आणि गावं पार करत चाललेल्या या वरातीचं चित्रण खूप महत्त्वाचं ठरलं.[१] कारण यामध्ये अठराव्या शतकातील एका अत्यंत महत्त्वाच्या आणि निर्णायक टप्प्याचं वर्णन केलेलं आहे. कंपनी आता आपल्याला कोणत्याही प्रकारची मदत करेल, ही आशा आता शहा आलमनं सोडून दिली होती. परिणामी, त्याला इतर सहकारी आकृष्ट करणं अपरिहार्य होतं; आणि यामध्ये त्याचे पूर्वापार शत्रू असलेल्या मराठ्यांसारख्या गटांचाही समावेश होता. कंपनीच्या भूलथापांवर विश्वास ठेवण्यात अधिक वेळ घालवण्यापेक्षा, शहा आलम आता पूर्वजांच्या मयूर तख्तावर आपला दावा करण्यासाठी कुठलाही धोका पत्करायला तयार होता.[२]

बादशहाच्या योजनांचा गंध लागला, तसा कलकत्त्यातील बिथरलेल्या कंपनी अधिकाऱ्यांनी त्याला पत्र लिहून, 'अशी बंडाळी करण्याची ही वेळ नव्हे. संपूर्ण राजवटीत असंतोष माजला असताना, आपण हा जो अविचारी उपक्रम हाती घेतला आहे, त्याला आमची मुळीच साथ नाही,' अशी धमकीवजा समज देण्याचा प्रयत्न केला.[३] बादशहानं आपल्याला अंतर देऊ नये, यासाठी त्यांनी मराठ्यांविरुद्ध त्याचे भरपूर कान भरले. 'तुम्ही शिवधनुष्य पेलत आहात, याची जाण असावी. तुम्हाला जर वाटत असेल की मराठे तुम्हाला साथ देतील, तुमचे मित्रपक्ष बनतील, तर तो तुमचा गैरसमज आहे. त्यांच्यासारख्या बनावटी आणि अविश्वासू माणसांवर तुम्ही इतके अवलंबून राहू लागतात तर मग बघायलाच नको! मराठे केवळ तुमच्या हतबल परिस्थितीचा फायदा उचलून, तुम्हाला आपल्या हातचं बाहुलं बनवतील आणि मग तुमच्या नावावर स्वतःचं सगळं इप्सित साध्य करून घेतील.'[४]

कंपनीला शहा आलमबद्दल कळवळा वगैरे काही नव्हता. खरं सांगायचं, तर शहा आलमच्या या आश्चर्यकारक पवित्र्यामुळे इंग्रज पुरते बिथरले होते. शहा आलम असं काही धाडस करू शकेल, असं त्यांना स्वप्नातही कधी वाटलं नव्हतं. शहा आलमला आपल्या हातून गमावणं कंपनीला महागात पडणार होतं. आपल्या निर्णयांवर कायद्याची मोहोर लावण्यासाठी त्यांना बादशहाची खूप गरज होती आणि जर इतर कुणी त्याच्या या विशेषाधिकारांचा स्वतःसाठी फायदा करून घेण्याचा विचार केला, तर आपलं अस्तित्व धोक्यात येईल हे जाणून कंपनी त्याला आपल्या मुठीत ठेवण्याचा सर्वतोपरी प्रयत्न करत होती. या बाबतीत त्यांना सर्वांत मोठा धोका होता तो मराठ्यांकडून. संपूर्ण पश्चिम भारत आणि मध्य

भारताचा बराचसा भाग आपल्या अधिपत्याखाली असलेल्या मराठ्यांना शहा आलमची साथ किती मोलाची ठरू शकते, याचा विचार करून कंपनी अधिकाऱ्यांची झोप उडाली होती.[५]

बादशहाचं मनपरिर्वतन करण्यासाठी कंपनीनं आपल्या उच्चाधिकाऱ्यांपैकी सगळ्यांत वरच्या थराला असणाऱ्या जनरल बार्करला शहा आलमशी चर्चा करण्यासाठी अलाहबादला धाडलं. खुद्द शहा आलमच्या सल्लागार मंडळानंही त्याला खूप समजावण्याचा प्रयत्न केला, की तो केवळ आपला अहंकार कुरवाळत बसण्याकरिता पूर्वजांच्या महालामध्ये बसण्याचा हट्ट धरून स्वत:चा फायदा करून घेण्याची संधी वाया घालवत आहे. तसंच त्यांनी बादशहाला हेही समजावून सांगण्याचा प्रयत्न केला, की विश्वासघातकी वागणूक आणि निर्दयी महत्त्वाकांक्षेद्वारे तुमच्या परिवारातील अनेक सभासदांना पूर्वी धोका दिलेल्या मराठ्यांवर इतका विश्वास ठेवण्याआधी दहा वेळा विचार करा.[६]

पण शहा आलम कुणाचंही ऐकण्याच्या मन:स्थितीत नव्हता.[७] बार्करनेही आपल्या वरिष्ठांना परत येऊन हेच सांगितलं, की शहा आलम कोणताही युक्तिवाद ऐकून घ्यायला तयार नाही. किंबहुना, कंपनीनं जर आपल्या खासगी निर्णयांमध्ये ढवळाढवळ केली, तर आपण आत्महत्या करू, अशी त्यानं धमकी दिली होती. अलाहबादमध्ये कंपनीच्या हातची कळसूत्री बाहुलं म्हणून आयुष्य ढकलणं शहा आलमला असह्य झालं होतं, आता त्याला परत आपल्या घरी जाण्याचे वेध लागले होते; मग त्यासाठी त्याला कितीही धोका पत्करावा लागला तरी चालणार होतं. शहा आलमला जवळून ओळखणाऱ्या आणि कालांतरानं त्याच्यावरचं पहिलं चरित्र लिहिणाऱ्या विल्यम फ्रॅन्कलिननं सांगितल्यानुसार- 'शहा आलमला राजधानीच्या सुखसोयी आणि अधिकाराचे वेध लागले होते.'[८]

अखेर, कोणताच उपाय कामी येत नाही हे बघितल्यावर, कंपनी कौन्सिलनं बादशहाचा निर्णय शक्य तितक्या सहिष्णूतेनं स्वीकारण्याचा निर्णय घेतला. जानेवारी १७७१ला त्यांनी लंडनमधल्या संचालक मंडळाला पत्र लिहून कळवलं, की आम्ही शहा आलमचं मनपरिवर्तन करण्याचे सर्वतोपरी प्रयत्न केले. इतके की अखेर त्याला शब्दश: बांधून ठेवून रोखण्यापलीकडे आमच्याकडे इतर कोणताही उपाय उरला नाही. अर्थात, तो उपाय प्रत्यक्षात आणणं शिष्टाचाराला धरून नव्हतं आणि माणुसकीलाही धरून नव्हतं.[९] दुसऱ्या बाजूला, बार्करनं शहा आलमला पत्र लिहून कळवलं, की बादशहा हुजूरने मराठ्यांशी संगनमत करण्याचा अविचल निर्णय घेतलाच आहे, तर मला वरिष्ठांनी आदेश दिला आहे, की या निर्णयाच्या आड यायचं नाही आणि त्याला पाठिंबाही द्यायचा नाही.[१०]

खरं सांगायचं तर शहा आलमनं इतकी टोकाची भूमिका घेण्यामागे सगळ्यांत

मोठा दोष कंपनीचा होता. सहा वर्षांपूर्वी कंपनीच्या शब्दावर विश्वास ठेवून अलाहबादला राहू लागल्यापासून, त्याला जी अपमानास्पद वागणूक मिळाली होती, त्याला कंटाळून अखेर शहा आलमनं प्राण पणाला लावून दिल्लीची मोहीम आखली. जॉन-बतीस्तनं नमूद केल्यानुसार, 'आधीच वैयक्तिक विवंचनांमध्ये अडकलेल्या शहा आलम-IIच्या दुखऱ्या मनावर, कंपनीच्या अपमानास्पद वागणुकीमुळे मीठ चोळलं गेलं. त्यात, ते ज्या ठिकाणी सतत शहा आलमचा पाणउतारा करत होते, तिथं त्याचा पूर्वज असलेल्या अकबरानं कधीकाळी सोनेरी दिवस उपभोगले होते. त्यामुळे जिथं आपल्या पूर्वजांनी वारेमाप सत्ता आणि सन्मान मिरवला, तिथेच आपल्यावर अशी वेळ यावी याचं शहा आलमला अपार दुःख वाटत असे.

> याच दुःखाला कंटाळून त्यानं आपल्या हातात जी काही थोडीफार धनदौलत उरली होती ती सगळी त्यागून, त्याच्यासाठी दिल्लीमध्ये घाईघाईनं उभारलेल्या झोपडीमध्ये जाऊन राहण्याचा निर्णय घेतला! भरीस भर म्हणजे, कंपनीनं ऐन वेळेला आपला शब्द फिरवून, १७६५मध्ये केलेल्या अलाहबादच्या तहानुसार शहा आलमला मंजूर केलेल्या २६ लाख रुपयांची पूर्ण रक्कम द्यायला नकार दिला.
>
> एके दिवशी कंपनीच्या एका कनिष्ठ अधिकाऱ्यानं शहा आलमच्या सर्वांत जुन्या आणि अनुभवी सेवकाला काही कारण नसताना, स्वतःच्या मर्जीनं अटक करून तुरुंगात डांबलं. बादशहाला ही बातमी समजताच त्यानं विनम्रपणे आपल्या सेवकाच्या वतीनं 'माफीनामा' धाडला आणि त्याला सोडून देण्याची विनंती केली. खरंतर त्या माणसानं कोणताच गुन्हा केलेला नव्हता; पण तरीही प्रकरण उगीच चिघळू नये म्हणून शहा आलमने नमतं घेतलं होतं. बादशहाच्या संदेशवाहकानं अधिकाऱ्याला बादशहाचा निरोप दिल्यावर, त्यानं बादशहाच्या सेवकाला बाहेर आणलं आणि त्याच्यावर चाबकाचे वार करत ओरडू लागला, 'माझ्याशी उर्मटपणा केला तर हीच गत होईल, लक्षात ठेवा!'
>
> या घटनेनंतर थोड्या वेळानं, राजमहालात राहत असलेल्या ब्रिगेडियर स्मिथनं बादशहाच्या वाद्यवृंदाला 'माझी झोपमोड होते' या सबबीखाली सकाळच्या प्रहरी सलामीची नौबत वाजवण्याची बंदी घातली. वादकांनी स्मिथचा आदेश मनावर घेतला नाही; ते आपलं काम करत राहिले. यामुळे स्मिथचा तिळपापड झाला. त्यानं आपल्या शिपायांना आज्ञा केली, की वादक आणि त्यांची वाद्यं, दोघांना (ते जिथं वाजवायला बसतात त्या) वरच्या मजल्यावरून खाली फेकून द्यावं. सुदैवानं, आपल्यावर

> येऊ घातलेल्या संकटाची वादकांना वेळीच चाहूल लागली म्हणून ते निसटू शकले; त्यांची वाद्यं मात्र तेवढी सुदैवी ठरली नाहीत.
>
> या अधिकाऱ्याच्या भांडखोर आणि असभ्य वर्तणुकीमुळे शहा आलमला विशेष मन:स्ताप झाला. त्यांच्यात दररोज खटके उडू लागले. अखेर ही रोजची वादावादी असह्य होऊन शहा आलमनं अलाहबादचा समृद्ध प्रदेश सोडून दिल्लीच्या उजाड प्रदेशात वास्तव्य करण्याचा निर्णय घेतला.[११]

आधीच कंपनीच्या वरिष्ठ अधिकाऱ्यांबाबत भ्रमनिरास झालेल्या शहा आलमला तिथल्या कनिष्ठ अधिकाऱ्यांकडून मिळणाऱ्या अपमानास्पद वागणुकीमुळे अजून अस्वस्थ वाटू लागलं. कंपनीनं अनेक प्रकारे आणि अनेक वेळा त्याचा विश्वासघात केला होता. तो खूप संयमानं आपल्यासाठी न्यायाची मागणी करत होता; पण क्लाइव्हसोबत झालेल्या एका वादामुळे शहा आलम विशेष खचला.

१७६६मध्ये शहा आलमने राजा जॉर्ज-IIIला पत्र लिहिलं. एक राजा म्हणून तो आपल्या समस्या आणि विचार अधिक योग्य प्रकारे समजून घेईल, असा विचार करून शहा आलमनं आपला एक विश्वासू दूत जॉर्जकडे पाठवून, 'आपल्यासारखा निर्मळ आणि प्रेमळ मनाचा सत्ताधीश मला नक्कीच मदत करेल' अशी आशा व्यक्त करत, दूताकरवी पाठवलेल्या पत्रामध्ये म्हटलं होतं, की 'तुम्ही जर मला दिल्लीच्या सिंहासनावर पुन्हा आरूढ होण्यासाठी मदत केली, तर मी तुमच्या छत्रछायेखाली राहायला तयार आहे.' मात्र शहा आलमनं राजा जॉर्जकडे पाठवलेली सगळी पत्रं आणि त्यासोबत पाठवलेला रु. १लाख किमतीच्या अमौलिक रत्नांचा नजराणा कधी जॉर्जपर्यंत पोहोचलेच नाहीत! क्लाइव्हनं शहा आलमची पत्रं मधल्या मध्येच हस्तगत केली आणि कालांतरानं स्वत: जेव्हा लंडनला गेला तेव्हा त्यानं तो नजराणा स्वत:तर्फे म्हणून इंग्लंडच्या राजासमोर सादर केला! शहा आलमचा दूत इंग्लंडला गेला; आपल्या हिंदुस्थानी बांधवांना इंग्लंडची तोंडओळख व्हावी या हेतूनं त्यानं तिथल्या अनुभवांवर 'द वन्डर्स ऑफ विलायत' असं पुस्तकही लिहिलं. सदर पुस्तकामध्ये त्यानं इंग्लंडच्या गोठवणाऱ्या थंडीचं आणि दारू पिऊन अरेरावी करणाऱ्या स्कॉटिश लोकांचं रसभरित वर्णन केलं होतं. असो. तर हा दूत बरेच महिने इंग्लंडमध्ये वास्तव्याला असूनसुद्धा, कंपनीनं त्याला एकदाही इंग्लंडच्या राजाला किंवा त्याच्या कोणत्याही सरकारी कर्मचाऱ्याला भेटता येणार नाही, याची पुरेपूर सोय करून ठेवली.[१२]

डिसेंबर १७६९मध्ये जेव्हा कलकत्त्यातील सरकारनं पुन्हा एकदा 'ही योग्य वेळ नाही,' असं सांगून शहा आलमला दिल्लीला नेण्याचा नकार दिला, तेव्हा शहा आलमनं खूणगाठ बांधली, की आता कंपनीवर अवलंबून राहण्यात अर्थ

नाही. दिल्लीला जाण्यासाठी त्याला स्वत:च धोका पत्करून, नवीन सहयोगी जमवून दिल्लीची मोहीम आखावी लागणार होती.[१३]

तोपर्यंत हिंदुस्थानच्या राजकारणात झालेल्या नाट्यमय बदलांमुळे बादशहाला स्फूर्ती मिळाली. १७६१मध्ये पानिपतमध्ये मराठ्यांचा पराभव झाला होता; त्यांची सुमारे ३५हजार माणसं (जवळजवळ एक पिढी) लोप पावली होती. मराठ्यांसारख्या बलाढ्य शक्तीची अशी वाताहत झाल्यानंतर १७६१ ते १७७० या एका दशकाच्या कालावधीमध्ये अफगाणांना हिंदुस्थानवर अंमल बसवायला नामी संधी मिळाली होती.[१४] १७६२मध्ये अहमद शहा दुर्रानीनं इमाद उल-मुल्कला लाल किल्ल्यातून हुसकावून, नजीब उद्दौला नावाच्या रोहिला अफगाणाला त्याच्याजागी राज्यपाल म्हणून नेमलं. युसूफझाई या नावानं नजीबनं घोड्याचा व्यापारी म्हणून राजघराण्याशी जवळीक साधली होती. पण आक्रमक वृत्ती व राजनैतिक कौशल्यामुळे पटापट उच्च पदांवर चढत गेला. दुर्रानीनं त्याला दिल्लीचा राज्यपाल बनवल्यानंतर पुढची नऊ वर्षं नानाविध शत्रूंच्या खेळी व हल्ले यशस्वीरीत्या परतवून लावत त्यानं उत्तम प्रकारे राज्यकारभार सांभाळला होता.[१५]

मात्र ऑक्टोबर १७७० मध्ये नजीबचा मृत्यू झाला आणि अलाहबादमध्ये अफवा उठू लागली, की नजीबचा उत्तराधिकारी असलेला त्याचा हूड मुलगा झबिता खान आता शाही जनानखान्यामध्ये शिरकाव करून तिथल्या स्त्रियांशी (अनैतिक) संबंध ठेवण्यासाठी सज्ज होत आहे. शहा आलमची बहीणसुद्धा त्याच जनानखान्यात कैद होती.[१६] मुघलांची प्रतिष्ठा धोक्यात आलेली पाहून राजमाता झीनत महलनं आपल्या मुलाला पत्र लिहून तत्काळ दिल्लीला येण्याची विनंती केली.

तोपर्यंत, उत्तर हिंदुस्थानामध्ये अफगाणी मोहिमांचा प्रमुख सूत्रधार असलेला अहमद शहा दुर्रानी आपल्या आयुष्याच्या अखेरच्या घटका मोजत होता. बऱ्याच वर्षांपासून त्याला एका भयंकर रोगानं ग्रासलं होतं. कालांतरानं त्या रोगानं दुर्रानीच्या अवघ्या शरीराला विळखा घातला होता. वेदना असह्य झाल्यावर तो मृत्यूला कवटाळण्यासाठी आपल्या मायदेशी परतला होता. अफगाणी सूत्रांनुसार दुर्रानीला कुष्ठरोग किंवा अबुर्दासारखी कसलीशी बाधा झाली होती; ज्यामुळे त्याचा चेहरा सडू लागला होता. पानिपतमध्ये देदीप्यमान विजय मिळवल्यानंतर काही काळाने रोगाचा प्रसार दुर्रानीच्या नाकापर्यंत झाला होता. अतिशय भयंकररीत्या कुरतडलेलं नाक झाकण्यासाठी, दुर्रानी आपल्या नाकावर हिरेजडित आवरण घालू लागला. १७७२पर्यंत दुर्रानीच्या रोगानं इतकी उचल खाल्ली, की त्याच्या नाकाचा वरचा भाग पूर्णत: सडून गेला आणि तो जेवायला बसला, की त्याच्या तोंडात आणि अन्नामध्ये नाकातले किडे पडू लागले. त्याच्या वेदनेवर कोणताही इलाज सापडेना.

अखेर, कंदाहरच्या उष्णतेपासून सुरक्षित राहण्यासाठी तोबा या थंड हवेच्या ठिकाणी गेल्यावर दुर्रानीनं अंथरूण धरलं.[१७] त्यामुळे तो हिंदुस्थानकडे मोहीम काढण्याच्या जराही स्थितीत राहिला नव्हता. हिंदुस्थानमध्ये स्थायिक झालेल्या त्याच्या रोहिला अफगाण जातबांधवांना आता स्वत:च स्वत:चं रक्षण करणं भाग होतं.[१८]

मे १७६६मध्ये, पानिपतच्या पराजयानंतर पाच वर्षांनी मराठ्यांनी चंबळला लहानशी मोहीम काढली. १७७०पर्यंत ते फिनिक्स पक्ष्यासारखे पुन्हा जोमाने उभे राहिले! ७५हजार माणसांची फौज घेऊन त्यांनी डीगच्या जाट राजाचा पराभव केला आणि मग आयाच्या पूर्वेला असलेल्या रोहिल्यांच्या प्रदेशावर धाड घातली.[१९] दिवसागणिक स्पष्ट होऊ लागलं, की अफगाणांचं वर्चस्व संपत चाललं होतं; सत्ता पुन्हा मराठ्यांच्या हाती जात होती.

जिथं दुर्रानीचं नेतृत्व कमकुवत होत गेलं, तिथं मराठ्यांकडे दोन तरुण निष्णात लष्करी छावे तयार झाले होते. आपला दृढनिश्चय व लष्करी कौशल्याद्वारे उत्तरेमध्ये मराठा झेंडा रोवण्याचं सामर्थ्य असणाऱ्या या दोन तरुणांपैकी एक होते महादजी शिंदे. गरीब घराण्यात जन्मलेल्या महादजींनी पानिपतच्या युद्धामध्ये सहभाग घेतला होता. त्या वेळी एका अफगाण घोडेस्वारानं त्यांच्या पायावर कुऱ्हाड मारून तशाच रक्ताळलेल्या अवस्थेत त्यांना मरणासन्न अवस्थेत सोडून दिलं होतं. महादजींना लंगडत, फरपटत सुरक्षित स्थानी जाण्यात यश मिळालं; पण पुढचं संपूर्ण आयुष्य त्यांना लंगडत काढावं लागलं. नीट चालता येत नसल्यामुळे, पुरेशा व्यायामाअभावी त्यांचं वजन वाढत गेलं. पण शरीर पुरेशी साथ देत नसल्याची कमतरता त्यांच्या डोक्यानं भरून काढली होती. महादजीसारखा हुशार, मुत्सद्दी आणि कार्यक्षम राजकारणी फार दुर्मिळ होता.[२०]

महादजींइतकेच त्यांचे शूर प्रतिस्पर्धी होते तुकोजी होळकर. त्यांनीही पानिपतमध्ये मृत्यूला हुलकावणी दिली होती; पण स्वभावानं ते महादजींपेक्षा फार वेगळे होते. आयुष्यात सगळ्या प्रकारची मौजमजा केली पाहिजे, असा दृष्टिकोन असणाऱ्या तुकोजींना मदिरासेवन आणि स्त्रियांबरोबर वेळ घालवण्याची फार आवड होती. पण महादजींसारखी हुशारी व मुत्सद्दीपणाचा अभाव असलेल्या तुकोजींची त्यांच्या प्रतिस्पर्ध्याशी नेहमी भांडणं होत राहायची. इतकी, की त्या दोघांमधलं वितुष्ट कमी करण्यासाठी पेशव्यांना सतत हस्तक्षेप करावा लागत असे. पण एरवी एकमेकांशी सहकार्य करण्याबाबत उत्सुक नसणाऱ्या महादजी आणि तुकोजींनी या वेळी मात्र एकमुखाने हे मान्य केलं होतं, की हिंदुस्थानामध्ये मराठा सत्तेला पुनरुज्जीवन देण्याची वेळ आली असून, त्यासाठी शहा आलमला त्यांच्या अधिपत्याखाली दिल्लीमध्ये प्रस्थापित करणं गरजेचं होतं.[२१] त्यांना ठाऊक होतं, की दिल्लीचं सिंहासन ज्याच्या ताब्यात, तोच हिंदुस्थानाचा खरा सम्राट!

१७७०च्या शेवटच्या पर्वामध्ये शिंदेंकडून अलाहबादला एक गुप्त संदेश पोहोचता केला गेला; ज्यात असं म्हटलं होतं, की जर शहा आलम दिल्लीला परत यायला तयार झाला, तर त्याला मराठ्यांकडून संरक्षण मिळेल. उत्तरादाखल शहा आलमनं दोन्ही मराठा नेत्यांकडे गुप्तपणे एक दूत पाठवून, आपल्यात युती होईल का याची चाचपणी केली. दोन्ही नेत्यांनी सकारात्मक उत्तरं पाठवल्यावर १५ फेब्रुवारी १७७१ रोजी मराठे व दिल्लीमध्ये शहा आलमच्या नावानं रीजेन्ट म्हणून कार्यरत असलेल्या त्याच्या मुलामध्ये एक करार केला गेला. करारानुसार असं ठरलं, की मराठे झबिता खान व त्याच्या अफगाणांना दिल्लीतून हुसकावून लावतील आणि शिंदे शहा आलमला दिल्लीला पोहोचण्यासाठी मदत करून शहा आलमचा महाल त्याच्या ताब्यात देतील. या सगळ्या कामासाठी शहा आलम मराठ्यांना रु. ४० लाखांची रक्कम देणार होता.

२२ मार्च १७७१ रोजी बादशहाने सदर करारावर आपली औपचारिक मोहोर उठवली.

उन्हाळ्याच्या मध्यापर्यंत मराठ्यांना यमुना नदी पार करून, झबिता खानच्या सैन्याला दिल्लीतून हाकलून लावून, दिल्ली स्वत:च्या ताब्यात घेण्यात यश मिळालं होतं. तिथून त्यांनी गंगा नदीचा वरचा भाग पार करून रोहिलाखंडमध्ये शिरकाव केला. वाटेत यथेच्छ जाळपोळ व लुटालूट करतच ते पुढे गेले. मराठ्यांच्या डोळ्यांदेखत, झबिता खाननं मीरटमधल्या पाथरगढ़ या आपल्या अभेद्य किल्ल्यामध्ये आश्रय घेतला. सगळ्या गोष्टी मनासारख्या घडत गेल्या.[२२]

आता केवळ एकाच मुद्द्यावर मराठे व शहा आलममध्ये निर्णय व्हायचा बाकी होता: शहा आलमच्या नवीन लष्कराचा सेनापती कोण होणार, याचा. इथं कधी नव्हेतो, शहा आलमचं नशीब जोरावर निघालं. त्यानं ज्या तरुणाची निवड केली, तो पुढील काळात शहा आलमसाठी अत्यंत निष्ठावान सेवक आणि वेळप्रसंगी, अतिशय मोलाचा मदतनीस ठरला. मिर्झा नजाफ खाननं नुकताच शहा आलमच्या लष्करामध्ये प्रवेश केला होता. उत्तम घोडेस्वार असलेल्या या पर्शियन तरुणानं यापूर्वी मीर कासिमच्या घोडदळामध्ये कंपनीच्या विरोधात उत्तम कामगिरी बजावली होती.

ऐन पस्तिशीतला हा राजबिंडा, शूर, तरुण पर्शियाच्या शाही सफाविद घराण्याचा वंशज होता. तसंच त्याच्या पत्नीच्या बाजूनं मिर्झा नजाफचं अवधचा नवाब शुजा उद्दौलाशीही नातं लागत होतं. मिर्झा नजाफ अतिशय मुत्सद्दी, राजकारणी, शूर सैनिक आणि पैशाचे व्यवहार सांभाळण्यात तरबेज असा मनुष्य होता. मीर कासिमच्या सेवेत असताना त्यानं कंपनीच्या रणनीतीचं व डावपेचांचं सूक्ष्म निरीक्षण केलं होतं. अद्ययावत युरोपियन पायदळाच्या युक्त्या व प्रगत पद्धतीच्या तोफा व

बंदुकींचं कार्य नीट शिकून घेतलं होतं. मिर्झा नजाफला भेटणारे कंपनी अधिकारीसुद्धा त्याच्या हुशारीनं प्रभावित होत. विल्यम फ्रॅन्कलिननं मिर्झा नजाफबद्दल लिहून ठेवल्यानुसार-‘तो अतिशय साहसी, उत्साही आणि हुशार तरुण होता. त्याच्या वागणुकीवरून त्याच्यावर लहानपणी झालेल्या संस्कारांची जाणीव होत असे. उद्योग-व्यापारात सूक्ष्म लक्ष घालून, मिर्झा नजाफनं आपल्या हाताखालच्या सगळ्या विभागांमध्ये सुसूत्रता आणली होती; पण या सगळ्यांपेक्षा महत्त्वाची गोष्ट म्हणजे, त्या काळी दुर्मिळ असलेला मानवतावादी दृष्टिकोन आणि चांगुलपणा हे दोन गुण मिर्झा नजाफमध्ये ओतप्रोत भरले होते...’[२३]

शहा आलम दिल्लीला सुरक्षितपणे पोहोचू शकेल याबद्दल फार कमी लोकांना शाश्वती वाटत होती. पोहोचलाच, तरी तो तिथं नव्यानं मुघल सत्ता प्रस्थापित करण्यात किंवा मराठ्यांपासून पूर्णपणे स्वायत्त होण्यात त्याला किती यश मिळेल, याबाबत तर अजूनच कमी शाश्वती वाटत होती. बहुतेक लोकांना हेच वाटत होतं, की ज्याप्रकारे कंपनीनं आपला स्वार्थ साधण्यासाठी शहा आलमचा वापर केला, तसंच मराठेसुद्धा त्याचा वापर करून वेळ आली, की त्याला बाजूला सारतील.

पण या सगळ्या आव्हानांमधून खंबीरपणे उभं राहून यशस्वी होण्यासाठी शहा आलमला मदत करणार होता – मिर्झा नजाफ खान!

इतिहासकार शकीर खाननं म्हटल्यानुसार- ‘एक शूर, निश्चयी, मुत्सद्दी मनुष्य हजार गोंधळलेल्या माणसांपेक्षा कधीही बरा!’[२४]

अलाहबादपासून २० मैल पुढे आल्यानंतर, बादशहानं अवधमध्ये प्रवेश केला आणि त्याच रात्री तो सेराई आलमचंदमध्ये पोहोचला. त्याच ठिकाणी ३० एप्रिल रोजी नवाब शुजा उद्दौला त्याला येऊन मिळाला.

सात वर्षांपूर्वी ‘बक्सर’च्या युद्धभूमीवरून पळून गेल्यानंतर ही त्यांची पहिली भेट होती. शुजानं आपल्याबरोबर त्याच युद्धामध्ये मोलाची कामगिरी बजावलेल्या आणि आता ‘हिम्मत बहादूर’ हा मानाचा पर्शियन मुघल किताब मिरवणाऱ्या साहसी नागा सेनापती, अनुपगिरी गोसेन याला आणलं होतं. इतरांप्रमाणेच शुजानंदेखील शहा आलमला दिल्लीत प्रवेश करण्यापासून रोखण्याचा खूप प्रयत्न केला; पण बादशहा आपल्या निर्णयावर अत्यंत ठाम असलेला पाहून, त्यानं अखेर शहा आलमच्या मदतीसाठी अनुपगिरीची फौज देण्याचा निर्णय घेतला. या फौजेमध्ये १०हजार गोसेन घोडे, मोठालं पायदळ, पाच तोफा,

तंबू व रसद भरलेल्या असंख्य बैलगाड्यांचा समावेश होता. याशिवाय, शुजानं शहा आलमला रोख रु. १२ लाख सुद्धा देऊ केले. मराठ्यांशी हातमिळवणी करताना बादशहाकडे पुरेशी मोठी फौज नसेल, तर तो त्यांच्या काह्यात जाईल या भीतीने शुजानं त्याला हे सगळं देऊ केलं.[२५] मात्र त्यानं स्वत: बादशहासोबत यायला नकार दिला; एवढंच नव्हे, तर सदर मोहीम यशस्वी होणार नाही, अशी भीतीही बोलून दाखवली.[२६]

जनरल बार्करचे विचारही शुजाप्रमाणेच होते. त्यानं बादशहाला पत्र लिहून सांगितलं की,

'पावसाळा तोंडाशी आलेला आहे; आता जर तुम्ही आपली आगेकूच सुरू ठेवली तर खूप मोठा पेच निर्माण होण्याची शक्यता आहे. तुम्ही जर अवधच्या पश्चिम टोकाला असलेल्या कोरा येथे थांबलात, तर कंपनी लष्कर तुम्हाला सहाय्यता करू शकेल. पण जर तुम्ही कोराच्या पुढे गेलात आणि तुमच्या पदरी अपयश आलं, तर त्यासाठी आम्ही कदापि जबाबदार राहणार नाही!'[२७]

बार्करने हा धमकीवजा सल्ला देऊनसुद्धा, शहा आलमनं आपला हट्ट सोडला नाही. पुढचे तीन आठवडे त्यानं सेराई आलमचंदला, दिवसच्या दिवस मिर्झा नजाफसोबत एका तंबूमध्ये निरनिराळ्या योजना आखत व्यतीत केले. पुढचा प्रवास कसा करायचा, आव्हानं आली तर काय उपाययोजना करायच्या इत्यादी सगळे बारकावे पिंजून काढण्यात शहा आलम आणि मिर्झा नजाफ तीन आठवडे गर्क होते. त्यांनी आपल्याकडच्या एका विश्वासू तृतीयपंथी संदेशवाहकाला रु.२.५ लाख किमतीचं सोनं घेऊन, मराठ्यांकडच्या उमरावांना आपल्या बाजूनं वळवण्यासाठी धाडून दिलं. याद्वारे त्यांना हे बघायचं होतं, की किती मराठा उमराव शहा आलमच्या हातात सत्ता यावी, या मताचे आहेत आणि लाल किल्ला पुन्हा त्याच्या हातात येण्यासाठी मदत करू शकतील.[२८]

२ मे रोजी बादशहा सेराई आलमचंदमधून निघाला. बराच वेळ प्रवास करत तो आणि त्याचं सैन्य अखेर कानपूरच्या हद्दीबाहेर असलेल्या कंपनीच्या बिठूर लष्करी छावणीकडे पोहोचलं. इथं खुद्द जनरल बार्कर बादशहाला निरोप देण्यासाठी आला. त्यानं शहा आलमच्या लष्करामध्ये असलेले आपले सगळे इंग्रज अधिकारी परत घेतले; फक्त जुन्या मैत्रीला स्मरून त्यानं शहा आलमला कंपनी शिपायांच्या दोन पलटणी आणि चार लांब नळीच्या बंदुका भेट दिल्या.[२९]

पुढच्या आठवड्यात कडक उन्हाचे चटके सोसत, शहा आलमचं सैन्य कनौज पार करून रोहिल्यांच्या प्रदेशात शिरलं. १७ जुलै रोजी मुसळधार पाऊस पडायला लागला. पावसामुळे सर्वत्र चिखल झाला आणि त्यामध्ये शहा आलमकडच्या भरीव तोफांची चाकं रुतून बसू लागली. तसंच हत्तींनाही चिखलामधून पटापट

चालणं शक्य होईना.[३०] या सर्व समस्यांना तोंड देत बादशहाची थकली-भागलेली फौज, ऑगस्टच्या शेवटाला फारुखाबादला पोहोचली. इथं बादशहासमोर त्याचं पहिलं मोठं आव्हान उभं ठाकलं.

फारुखाबादचा रोहिला नवाब, अहमद खान बंगाश, नुकताच निवर्तला होता. शहा आलमनं बादशहा म्हणून आपलं वर्चस्व प्रस्थापित करण्यासाठी अशी मागणी केली, की जुन्या मुघल रितींप्रमाणे निवर्तलेल्या नवाबाची सगळी स्थावर मालमत्ता शाही दरबारी जमा केली जावी. मात्र शहा आलमच्या या मागणीला अहमद खानच्या नातवाने कडाडून विरोध केला. त्यानं रोहिल्यांची फौज उभी करून, शहा आलमच्या छावणीवर हल्ला करण्याची तयारी केली. बिथरलेल्या शहा आलमनं महादजी शिंदेंकडे निकडीची लष्करी मदत मागितली. आता मराठ्यांच्या परीक्षेची वेळ येऊन ठेपली! शब्द दिल्याप्रमाणे ते आपल्या सहकाऱ्याच्या मदतीला धावून येतील, की हस्तक्षेप न करता बाजूला बसून राहतील?

दोन दिवसांनी रोहिला हल्ला करणार इतक्यात, हजारोंच्या संख्येने शिंदेंचे मराठे सैनिक सगळीकडे दिसू लागले. आपल्याला इतक्या मोठ्या फौजेशी लढा देणं अशक्य आहे हे उमजून, बंगाश नवाबानं शांततेचा प्रस्ताव मांडला. आपल्याला कायद्यानिशी आपला वारसाहक्क दिला जावा, यासाठी त्यानं शहा आलमला रु. ७ लाखांची पेशकश दिली. शहा आलमनं करार मान्य केला आणि मग उर्वरित पावसाळा व्यतीत करण्यासाठी, फारुखाबादच्या २० मैलांवर असलेल्या नबीगंजला राहायला गेला.[३१]

१८ नोव्हेंबर रोजी, महादजी शिंदे अखेर प्रत्यक्षात शहा आलमच्या छावणीवर आले. राजपुत्र अकबरबरोबर, लंगडत्या पायाने दरबारात प्रवेश करणाऱ्या महादजींवर सर्वांच्या नजरा खिळलेल्या होत्या. मुघल दरबाराच्या प्रथेनुसार, महादजी बादशहाला लवून कुर्निसात करतो की नाही, हे बघण्यासाठी सगळ्यांनी श्वास रोखला होता. नशिबानं, बादशहासमोर आल्यावर क्षणभर थबकून, महादजींनी प्रथेची अंमलबजावणी केली. त्यांनी बादशहाच्या पायाशी शीर झुकवल्यावर, बादशहानं त्यांना खांद्याला धरून छातीशी कवटाळलं. मग त्यांच्या दुखऱ्या पायाची काळजी म्हणून, महादजींना बादशहाच्या सुवर्ण सिंहासनासमोरच्या खुर्चीत बसायला सांगितलं गेलं.[३२] त्यानंतर महादजींनी बादशहाला अनेक किमती भेटवस्तू दिल्या. बादशहानं मोठ्या प्रेमानं त्यांचा स्वीकार केला.

दोन तासांनंतर महादजींनी बादशहाची रजा घेतली.[३३]

त्यानंतर दोन दिवसांनी महादजी पुन्हा शहा आलमच्या भेटीला आले; दोघांनी भरपूर चर्चा केल्या व योजना आखल्या... २९ नोव्हेंबर रोजी नव्यानं एकत्रित आलेलं हे लष्कर छावण्या टाकत दिल्लीकडे कूच करू लागलं.[३४]

१ जानेवारी १७७२ रोजी शहा आलम सिकंदरामधील आपल्या छावणीमधून निघाला आणि त्याच संध्याकाळी, यमुना नदीच्या पूर्वेकडे असलेल्या शहादऱ्याला पोहोचला. तिथं पोहोचल्यावर, त्याला नदीच्या दुसऱ्या बाजूला उभ्या असलेल्या त्याच्या प्रिय दिल्लीच्या भिंती आणि घुमटे दिसू लागली. शहा आलम दिल्लीच्या जवळ आला, तसं त्याचं स्वागत करण्यासाठी मराठा शिबंदी बाहेर आली. त्यांच्यासोबत राजमाता झीनत महल, रीजेन्ट राजपुत्र जवान बख्त आणि बादशहाची इतर 'किमान २७ मुलं' हजर होती.[३५] शहा आलमनं त्या सर्वांचं औपचारिक दरबारात स्वागत केलं.

त्यानंतर पाच दिवसांनी, सकाळी पावणेआठ वाजता, ढोल-ताशांच्या गजरामध्ये शहा आलमनं दिल्ली दरवाजामधून शहाजहानाबादच्या उद्ध्वस्त शहरामध्ये प्रवेश केला. ईद उल-फित्र अर्थात रमझानच्या पवित्र महिन्याचा तो शेवटचा दिवस, शहा आलमचा बझगाश्त, अर्थात घरी परतण्याचा दिवस म्हणून ओळखला जाऊ लागला.

बारा वर्षांच्या कठीण वनवासानंतर अखेर शहा आलम आपल्या पूर्वजांच्या स्थानी परत आला होता. मयूर तख्तावर पुन्हा एकदा मुघल सत्ता प्रस्थापित झाली होती.[३६]

जानेवारी १७७२ मध्ये दिल्लीला परतल्यानंतर, शहा आलमसमोर फार मोठं कार्य वाढून ठेवलं होतं. त्याच्याकडून काढून घेतलेले सगळे प्रदेश त्याला पुन्हा काबीज करायचे होते; आणि त्याची सुरुवात करावी लागणार होती दिल्लीच्या आजूबाजूच्या प्रांतांपासून.

शहा आलम आणि मिर्झा नजाफच्या डोळ्यासमोर सर्वप्रथम दोन लक्ष्य होती : डीगच्या जाट राजानं दिल्ली आणि आयामधील बरीच जागा हडप केली होती; ती त्यांना पुन्हा आपल्या ताब्यात घ्यायची होती. पण त्याहीपेक्षा महत्त्वाचं म्हणजे झबिता खान या बदमाश रोहिला नेत्याला टाचेखाली आणणं फार गरजेचं होतं. त्यानं बादशहाच्या आदेशांचं उल्लंघन तर केलं होतंच; पण त्याच्या बहिणीवरही वाईट नजर टाकली होती. अशा खल प्रवृत्तीच्या माणसाला अधिक वेळ सूट देण्यात अर्थ नव्हता.

शहा आलम व मिर्झा नजाफनं मोहीम आखली. त्यानुसार, ठरल्या दिवशी ते निघाले. आपल्या सैन्याला नदीच्या अलीकडे ठेवून शहा आलमनं राजधानीत एक आठवडा व्यतीत केला. त्या कालावधीत त्यानं ईदगाह येथे प्रार्थना केली, हुमायूनच्या

थडग्याजवळ असलेल्या स्वत:च्या वडिलांच्या कबरीला जाऊन वंदन केलं, आपल्या तरुणपणातल्या आवडत्या जागांना भेट दिली आणि अनेक वर्षं न भेटलेल्या नातेवाइकांना भेटून आला. त्यानंतर, १६ जानेवारीच्या सकाळी, तो शहादऱ्याला आपल्या छावणीकडे परत आला. त्यानंतर दुसऱ्या दिवशी सकाळी, १७ जानेवारी रोजी शहा आलम, मिर्झा नजाफ आणि महादजी शिंदे झबिता खानच्या किल्ल्यावर हल्ला करण्यासाठी निघाले.

आधी उत्तरेकडे हिमालयाच्या दिशेनं कूच करत, सहारनपूरला ते पूर्वेकडे वळले. तिथं त्यांनी चंडीघाटला गंगा नदी पार करण्यासाठी कुठे उथळ जागा मिळते का, हे शोधण्याचा प्रयत्न केला. जिथं-जिथं नदीपार जाण्याचा रस्ता होता, तिथं झबिताचे सैनिक पहारा देत उभे होते. काही सैनिक नदीच्या दुसऱ्या काठावर उभे राहून गोळीबारही करत होते. पण तोपर्यंत हिवाळा सुरू झाला होता. पावसाळ्यामध्ये दुथडी भरून वाहणारी नदी आता शांत झाली होती आणि गोठत चाललेल्या नदीला वितळण्यासाठी लागणारं तापमान अद्याप सुरू झालेलं नव्हतं. शहा आलमसोबत प्रवास करणाऱ्या एका मराठा वार्ताहारानं नमूद केल्यानुसार, २३ फेब्रुवारीच्या सकाळी, 'बादशहा शहा आलम गंगेच्या किनारी उभे राहिले आणि त्यांनी प्रार्थना केली- 'जर माझ्या नशिबी सत्ताधीश होणं लिहिलं असेल, तर मला आता रस्ता सापडू दे.' काही वेळातच, नदीपार जाण्यासाठी सुयोग्य असा रस्ता गवसला. जिथली पाण्याची पातळी जेमतेम गुडघ्यापर्यंत येत होती!'

शहा आलमचं सैन्य गुपचूप नदीच्या पार गेलं आणि पहाट फुटण्याआधी, तलवारी सरसावून शत्रूवर तुटून पडलं! उजव्या बाजूला ३ मैलांवर महादजी व त्यांच्या सैनिकांनाही नदी पार करण्यात यश मिळालं. ते वेगानं वर आले आणि कुठल्याही पूर्वसूचनेशिवाय अफगाणांवर तुटून पडले![३७]

मात्र जेव्हा मिर्झा नजाफ खानलाही नदीच्या मधल्या बाजूला असलेल्या एका टापूवर आपलं उंटदळ चढवण्यात यश आलं, तेव्हा खरा निर्णायक टप्पा आला. टापूवरच्या उंटांच्या पाठीवर बसून, मिर्झा नजाफच्या सैनिकांना आपल्या अद्ययावत फिरत्या बंदुकींनी अफगाणांवर बेछूट गोळीबार करता आला! अखेर, सूर्योदयानंतर एका तासानं झबिता खान मैदान सोडून हिमालयाच्या आश्रयाला पळाला. त्याचे अनेक वरिष्ठ अधिकारी आजूबाजूच्या झाडाझुडपांमध्ये लपलेले सापडले.[३८]

त्यानंतर, मुघल व मराठा लष्करानं झबिता खानच्या पाथरगढ़ला वेढा घातला. तिथं त्यानं आपले कुटुंबीय आणि तिजोरी सुरक्षितपणे ठेवली होती. नव्यानं बांधलेल्या त्या किल्ल्यामध्ये अनेक महिने पुरेल इतकी रसद भरलेली होती. तसं म्हटलं तर आतल्या लोकांना तिथं काही काळ वेढ्यामध्ये काढण्यात मुळीच त्रास झाला नसता; पण नजाफ खान हुशार होता. त्यानं नदीपासून किल्ल्याकडे पाणी

नेण्याचा मार्ग बंद करून टाकला! त्यानंतर चार दिवस, किल्ल्यावर सतत तोफगोळ्यांचा वर्षाव केला गेला. काही काळासाठी, अफगाणांनीही शत्रूवर तोफगोळे मारले; पण मग किल्ल्याचा एक भक्कम बुरूज कोसळला आणि तेव्हा मात्र अफगाणांचा धीर सुटला.[३९] किल्लेदारानं नजाफ खानकडे निरोप पाठवला, की त्यानं जर शिबंदीतील माणसांचा जीव आणि मान राखला, तर ते त्याच्यासमोर शरणागती पत्करायला तयार आहेत. नजाफ खाननं त्याचा प्रस्ताव मान्य केला.

१६ मार्च रोजी पाथरगढ़चे दरवाजे उघडे करण्यात आले. खैर उद्दिननं नमूद केल्यानुसार-'किल्ल्याच्या दरवाज्यापाशी मराठे उभे राहिले. सगळ्यात आधी गरीब लोक बाहेर पडले. त्यांची पूर्ण झाडाझडती घेऊन, अर्धनग्न करून त्यांना सोडून दिलं जात होतं. ते पाहून घाबरलेल्या श्रीमंतांनी आपल्याकडचे दागिने व अमौलिक रत्नं किल्ल्याच्या तटावरून खालच्या ओल्या खंदकांमध्ये फेकायला सुरुवात केली. काहींनी त्यांच्याकडची सोन्याची नाणी चक्क गिळून टाकली!'[४०]

त्यानंतर मराठे आत घुसले आणि भयभीत होऊन चित्कारणाऱ्या स्त्रिया व मुलांना जबरदस्तीने उचलून आपल्या तंबूमध्ये नेऊ लागले. झबिता खानच्या जनानखान्यातल्या स्त्रियांनाही असंच उचलण्यात आलं. त्या सगळ्या कोलाहलामध्ये, झबिता खानचे वडील नजीब उद्दौलाची कबर उघडून उद्ध्वस्त करण्यात आली आणि त्यांचे अवशेष इस्तत: भिरकावण्यात आले! हे सगळं पाहून, झबिताच्या जवळच्या कुटुंबीयांवर अत्याचार होऊ नये, म्हणून शहा आलम व नजाफनं वेळीच हस्तक्षेप केला आणि झबिताच्या कुटुंबीयांना सशस्त्र शिपायांसमवेत दिल्लीला पाठवून दिलं. इतर अफगाणांच्या ज्या कुटुंबीयांना पुन्हा आपल्या मूळ गावी जायचं होतं, त्यांना शिपायांच्या नजरेखाली जलालाबादपर्यंत पोहोचवलं गेलं.[४१] सदर मोहिमेमध्ये मुक्त केलेल्या स्त्रियांपैकी अशा अनेक मराठा स्त्रिया होत्या, ज्यांना पानिपतच्या युद्धानंतर गेली दहा वर्षं, बंदिवान करून ठेवण्यात आलं होतं.[४२]

पुढचे दोन आठवडे पाथरगढ़ची लूट सुरू राहिली. जमिनीत पुरलेले खजिने उकरून काढण्यात आले; किल्ल्याच्या तटावरून फेकले गेलेले दागदागिने शोधून काढण्यासाठी तिथलं पाणी सुकवण्यात आलं. तीस वर्षं दिल्लीचा राज्यपाल बनून नजीबनं जी माया जमवली होती तिची किंमत तब्बल रु. १५० लाखांच्या वर होती. यामध्ये केवळ सोनं-चांदी व रत्नांचाच नव्हे तर हत्ती, घोडे व बंदुकींचाही समावेश होता.

शहाजहानाबादला आणल्या गेलेल्या कैद्यांमध्ये झबिता खानचा मुलगा, गुलाम कादिर याचाही समावेश होता. शहा आलमनं गुलाम कादिरला आपलंसं केलं आणि शहाजहानाबादच्या उत्तरेला असलेल्या 'कुडसिया बाग' महालामध्ये त्याची

राहण्याची सोय करून, पुढे त्याचं उत्कृष्ट संगोपन केलं. मात्र भविष्यात शहा आलमला हा चांगुलपणा महागात पडणार होता. एकीकडे झबिता खान शहा आलमचा बदला घेण्यासाठी कट करत राहिला, तर दुसरीकडे शहा आलममुळे विनासायास मिळालेल्या विलासी आयुष्यामुळे गुलाम कादिर अत्यंत उद्धट आणि बेदरकार बनला.[४३] झबिता खानच्या हातून ज्याचा भाऊ मारला गेला होता, अशा एका पोक्त उमरावाने शहा आलमला विनंती केली, की त्यानं गुलाम कादिरला आपल्या ताब्यात द्यावं, जेणेकरून त्याचं मुंडकं उडवता येईल. पण त्या वेळी बादशहानं 'पित्याच्या कृत्याची शिक्षा मुलाला देण्यात कोणता न्याय आहे? एवढंच वाटत असेल तर झबिता खानला पकडून आणा आणि मारून टाका' असं सांगून उमरावाला उडवून लावलं.[४४]

अशा अनेक प्रसंगांमुळे आपल्या शत्रूच्या मुलावर शहा आलम इतकी माया का करत असेल, याबद्दल लवकरच चित्रविचित्र चर्चा सुरू झाल्या. कालांतरानं अशी कुजबूज होऊ लागली, की शहा आलमचं गुलाम कादिरतर्फे असलेलं प्रेम वेगळ्याच प्रकारचं आहे! त्याकाळी शाही मुघल घराण्यांमधल्या घटनांबद्दलच्या बातम्या देण्यासाठी निघणाऱ्या 'वकि'यत ई अफ्झारी' या मसालेदार पत्रकानुसार, 'बादशहा हुजूरांची नजर त्या नालायक मुलावर पडताक्षणी, त्यांच्या मनात प्रेमाचे धुमारे फुटू लागले.

> इतक्या सगळ्या गोंधळामध्ये बादशहा हुजूरनं त्या पोराला शांतपणे शहाजहानाबादला आणून 'कुडसिया बाग'मध्ये ठेवलं. त्याच्यासाठी खास पहारेकरी काय ठेवले... त्याच्यासाठी दिवसातून तीन वेळा उत्तम पदार्थ काय पाठवले जाऊ लागले...!
>
> शहा आलम अनेकदा गुलाम कादिरला आपल्या खासगी दरबारात बोलावून, त्याच्याशी गप्पा मारत असे, चर्चा करत असे. एका अर्थी पोरक्या झालेल्या त्या लहान मुलाच्या पाठीवरून हात फिरवत त्याला दिलासा देत, त्याला नीट अभ्यास करण्याचा सल्ला देत असे. शहा आलमनं गुलाम कादिरला रोशन उद्दोलाचा शाही किताब बहाल केला होता. गुलाम बरेचदा आपल्या आई-वडिलांची आठवण काढून धाय मोकलून रडत असे; अशा वेळी शहा आलम त्याला लवकरच आपल्या घरी पाठवण्याची सोय केली जाईल, असे वायदे देत असे. मात्र शहा आलमच्या दरबारातल्या काही अनुभवी उमराव व अधिकाऱ्यांच्या मते, गुलामला सोडून देणं बादशहाच्या राजकीय हिताचं नसल्यानं, तसं करणं धोक्याचं ठरू शकेल, असं त्यांना वाटे.

अशा वेळी, नाराज झालेल्या गुलाम कादिरला खूश करण्यासाठी शहा आलम त्याला अनेक सोयी-सवलती देत असे. 'माझा लाडका मुलगा' असं गुलामला संबोधणाऱ्या शहा आलमनं त्याला आपल्या खासगी कक्षांमध्येही प्रवेश दिला होता. गुलाम कादिरच्या सन्मानार्थ आयोजिलेल्या एका मेजवानीमध्ये, शहा आलमनं स्वत: त्याच्यावर रचलेली एक उर्दू कविता म्हणून दाखवली. 'आफ्ताब'(सूर्य) या टोपण नावाखाली कविता करणाऱ्या शहा आलमनं लिहिलं होतं :

'तो माझा सगळ्यात प्रिय पुत्र व इतर सगळे माझे गुलाम,
देवा, माझ्या या लाडक्याचं घर नेहमी भरलेलं ठेव
त्याच्या सगळ्या इच्छा-आकांक्षा पूर्ण होऊ दे
त्याच्या मनाच्या बगीच्यावर कधी (दु:खाचं सावट) शरदाचं चांदणं नको पडू दे
देवा, तुझी कृपा सदैव त्याला लाभू दे,
तोपर्यंत... जोपर्यंत आकाशात 'आफ्ताब' असेल,
आणि चमचमत्या चांदण्यासुद्धा!'[४५]

सदर गोष्टींना काही ठोस पुरावा नसेलही... अगदी 'अफ्झारी'मध्ये (असभ्य भाषेत) नमूद केल्यानुसार गुलाम कादिरला 'उबनाह[i]'ची लागण नसेलही. पण त्याकाळी, वरिष्ठ आणि कनिष्ठ लोकांमध्ये समलिंगी संबंध असणं ही गोष्ट नवीन नव्हती. खरंतर, ही बाब इतकी सामान्य होती की अफ्झारीनं गुलाम कादिरच्या (संभाव्य) समलिंगी वृत्तीबद्दल जो विनोद केला, तो थेट त्या प्रवृत्तीबद्दल नसून, अशा संबंधांच्या वेळी गुलाम कादिर 'खालच्या बाजूला असे की वरच्या' याबद्दलची शाब्दिक कोटी होती. मात्र सुमारे शतकभरानंतर, १८६५मध्ये लिहिलेल्या 'नजीब-उल-तवारिख' मध्ये असं म्हटलेलं होतं की, गुलाम कादिर खूप देखणा होता आणि बादशहाला असा संशय येऊ लागला होता, की जनानखान्यातल्या स्त्रिया त्याच्यावर जीव ओवाळून टाकू लागल्या आहेत. म्हणून एके दिवशी, बादशहानं गुलाम कादिरला बेशुद्ध होण्याचं द्रव पाजून, त्याचं लिंग कापून टाकलं होतं. पूर्वी ही प्रथा फार सामान्य असल्याच्या नोंदी आहेत पण नंतरच्या काळात याचा फारसा उल्लेख केलेला आढळत नाही. काही नोंदींमध्ये असंही म्हटलं गेलं आहे, की नंतरच्या काळात गुलाम कादिरनं चांगली दाढी राखलेली होती; तो जर जन्मत:

---

i गुदद्वारातील खाज – हा शब्द समलिंगी संबंधांच्या दृष्टीनेही वापरला जातो.

तृतीयपंथी असता तर त्याला इतकी भरघोस दाढी येणं शक्य नव्हतं.[ii] असो. जर शहा आलमच्या सोनेरी पिंजऱ्यामध्ये लहान वयातल्या गुलाम कादिरला बादशहाचं 'अप्रिय पद्धतीचं प्रेम' भोगावं लागलं असेल, तर त्यातून हे सिद्ध होतं, की पुढील आयुष्यात तो इतका रागीट, हिंसक व विकृत का बनला असावा.[४६]

झबिता खानशी लढा देऊन शहा आलम ज्या दिल्लीत परतला, ती त्याच्या लहानपणच्या दिल्लीपेक्षा कित्येक दृष्टीने वेगळी होती. १७३९पासून चालत आलेली सततची लुटालूट, जाळपोळ आणि चकमकींमुळे एकेकाळचं ते सुंदर शहर आता भग्न आणि ओसाड बनलं होतं.

त्या काळात दिल्लीमध्ये आलेल्या एका पर्यटकानं केलेल्या वर्णनानुसार- 'जिथपर्यंत नजर जाईल तिथं केवळ लांब भिंती, मोठ्या कमानी आणि मोठ्या इमारतींचे भग्न अवशेष पाहायला मिळतात. त्या अवशेषांकडे पाहून पूर्वी हे शहर किती अप्रतिम, सुंदर असेल याची कल्पना येते आणि मग मन उदास होतं. नदी किनारी सुमारे १४ मैल पसरलेल्या या अवशेषांमध्ये एका मोठ्या मशिदीचा समावेश आहे. त्याच्या शेजारचा चांदणी चौकसुद्धा उजाड पडलेला दिसतो. गेल्या सत्तर वर्षांमध्ये अनेक राजवटी पाहिलेला किल्ला तर इतका मोडकळीस आला आहे, की बघणाऱ्याचे डोळे पाणावतात...'[४७]

ॲन्तोइन पोलियेर या स्विस साहसवीराने सुद्धा दिल्लीचं असंच काहीसं वर्णन केलेलं आढळतं. 'आता केवळ भग्नावशेष आणि कचऱ्याचे ढीग असं दिल्लीचं रूप आहे. एकेकाळचे दिमाखदार वाडे मोडकळीला आले आहेत; कधीकाळी लाकडाचं अप्रतिम सुंदर कोरीवकाम ल्यायलेले व्हरांडे रोहिल्यांनी सरपणासाठी उद्ध्वस्त केलेले दिसतात; फैझ बाजार व चांदनी चौकामधले नाले शुष्क पडलेले आहेत.'

काही अगदी मोजकी घरं अशी होती ज्यांची बऱ्यापैकी डागडुजी केलेली

---

ii सय्यद मुस्तफा बरेलवी, गुलाम कादिर रुहेला, लाहोर; अफ्झारी; व इब्रतनामा या सगळ्यांमध्ये नमूद केलेल्या टिप्पण्यांनुसार, गुलाम कादिरने मुघल जनानखान्यातल्या स्त्रियांना अनेकदा अशा धमक्या दिल्याची नोंद आढळते, की तो त्यांना आपल्याकडे ठेवून, मनाला येईल तेव्हा आणि तसा त्यांच्यावर बलात्कार करेल. या नोंदींमुळे हे सिद्ध होऊ शकतं की, गुलाम कादिर मुळात तृतीयपंथी नव्हता.

दिसत होती; पण तशी घरं केवळ अतिशय श्रीमंत व्यापारी किंवा वित्तीय अधिकाऱ्यांची असत. [४८]

दिल्ली शहराचा एक-तृतीयांश भाग उद्‌ध्वस्त झालेला होता. पोलियेरच्या मते, दिल्लीच्या या दुरवस्थेची सगळ्यात जास्त जबाबदारी झबिता खानचे वडील नजीब उद्दौलावर होती. नादर शहा व अहमद शहा दुर्रानीनं आपल्या हिंस्र लूटमारीद्वारे दिल्लीची दुर्गती केली हे शंभर टक्के खरं असलं तरी त्यांच्या मोहिमांचा कालावधी (तुलनेने) लहान होता. नजीब उद्दौलाने मात्र दशकभरापेक्षा अधिक काळ या एकेकाळच्या सुंदर शहराचा कानाकोपरा लुटून तिला उजाड केलं होतं. [४९]

या काळात उर्दूमधला एक नावाजलेला कवी – कवी मीर – हद्दपारीची शिक्षा संपवून आपल्या प्रिय दिल्लीला परत आला. आपण दिल्ली सोडण्यापूर्वी तिची जी दैना झाली होती, तिची जागा आता सुधारणेने घेतली असेल, अशी वेडी आशा उराशी बाळगून दिल्लीमध्ये परतलेल्या कवी मीरला दिल्लीची अवस्था पाहून धक्का बसला! ओस पडलेल्या उजाड बाजारांमध्ये भिरभिरत तो आपली जुनी ओळखीची ठिकाणं शोधू लागला; पण व्यर्थ. हताश होऊन आपल्या काव्यमय पद्धतीत त्यानं लिहिलं :

'मी बाजारामध्ये हूड पोरं शोधत चाललो होतो, पण बघितलं तर बाजारच उरलेला नाही! ती देखणी तरुण मुलं उरलेली नाहीत... ती पोक्त वृद्ध माणसं उरलेली नाहीत... महाल पडलेले आहेत... रस्ते विराण झालेले आहेत...

> अचानक मी त्या मोहल्ल्यात येऊन पोहोचलो, जिथं माझं बालपण गेलं होतं – जिथं माझी अनेकांशी मैत्री झाली, जिथं मी कविता रचायला शिकलो... जिथं मी पहिल्यांदा प्रेमात पडलो आणि अनेक रात्री रडत घालवल्या... जिथं मी पुन्हा-पुन्हा प्रेमात पडत बसलो, सुंदर, गोऱ्यापान तरुणींच्या आणि त्यांच्या सौंदर्याचं वर्णन करण्यासाठी असंख्य कविता लिहिल्या...
>
> पण आता त्याच मोहल्ल्यात परत गेलो, तेव्हा एकही ओळखीचा चेहरा दिसेना. कुणाशी गप्पा माराव्या... कुणासोबत दोन घटका सुखदुःखाच्या गोष्टी कराव्या? काही समजेना! बाजारात भयावह शांतता पसरली होती. ओळखीच्या कोणत्या खुणा दिसेनात! मी तसाच फिरत राहिलो... पण ना ती गल्ली परिचयाची वाटली, ना तिथली घरं... मी सुन्न होऊन रस्त्यातच उभा राहिलो. [५०]

हीच ती जागा जिथं मातीच्या ढिगाऱ्यांवर काटेकुपाटे वाढू लागले,

त्याच ठिकाणी जिथं माझ्या डोळ्यांनी कधी फुलं उमलताना बघितली होती!
या शहरात, जिथल्या गल्ल्यांमध्ये आता धुळीचे लोट उठतात,
पूर्वी त्याच गल्ल्यांमध्ये सोन्याच्या मोहरा सापडत!
कालचीच तर गोष्ट होती, इथं घरांच्या रांगा उभ्या होत्या...
तिथेच जिथं आज केवळ तुटलेले दरवाजे आणि मोडलेल्या भिंती उभ्या आहेत!
सिख, मराठे, चोर, लुटारू, राजा व रंक... सगळे आमच्यावर तुटून पडले आहेत,
पण खरा सुखी आज तो आहे, ज्याच्याकडे काहीच दौलत शिल्लक नाही!
काळ बदललेला आहे, मीर,
सगळंच बदललं आहे... जमीन आणि आकाशसुद्धा!
पण हे समजूनही माझ्या डोळ्यांतून सतत पाणी वाहत आहे,
माझ्या दिल्लीसारखंच, माझं हृदय भग्न झालेलं आहे!'[५१]

दिल्लीची परिस्थिती अजूनही नाजूक होती. पाथरगढ़च्या मोहिमेनंतर मुघल व मराठ्यांमध्ये नव्यानं निर्माण झालेल्या सलोख्यात लगेच वितुष्ट निर्माण झालं होतं. पाथरगढ़नंतर केलेल्या लूटमारीमध्ये मिळालेला ऐवज दोघांमध्ये कसा वाटला जाणार, याबद्दल वाद सुरू झाले. बादशहाकडच्या लेखनिकानं असं नमूद केलं की, 'मराठ्यांनी झबिता खानकडून लुटलेला सगळा मोलाचा ऐवज स्वत:कडे ठेवून घेतला! सगळ्या तोफा, हत्ती, घोडे, दागदागिने, रत्नं आणि इतर अनेक मोलामहागाच्या वस्तू मराठ्यांनी लंपास केल्या. बादशहा हुजूरांच्या हातात फार किरकोळ गोष्टी राहिल्या.'[५२]

उत्तरादाखल मराठ्यांनी सांगितलं, की त्यांच्यात झालेल्या करारानुसार बादशहानं मराठ्यांनी केलेल्या मदतीसाठी रु. ४० लाख द्यायचे होते. ती रक्कम अजूनही मिळालेली नाही, हे ऐकून बादशहा चडफडला, पण त्यापेक्षा अधिक तो काही करू शकला नाही. अखेर बादशहा आणि मराठ्यांनी पाठवलेल्या दूतांमध्ये भरपूर वादविवाद झाले. अखेर, शिंदेंनी झबिता खानकडून उकळलेल्या रु. १५० लाखांपैकी शहा आलमला रु. २ लाख पाठवून दिले! शहा आलम संतापला. 'गेल्या सहा महिन्यांत माझ्या सैनिकांना पगार म्हणून एक छदाम देता आलेला नाही मला... माझ्या माणसांना तीन-चार दिवस उपाशी राहिल्यावर एक दिवसाचं अन्न मिळतंय... त्यांच्यावर उपासमारीची पाळी आलेली आहे...'[५३]

पण इतकं सगळं सांगूनही हा मुद्दा काही निकालात लागेना. डिसेंबर १७७२ पर्यंत गोष्टी इतक्या हाताबाहेर गेल्या, की १७ फेब्रुवारी रोजी मराठ्यांनी पुराना किल्ल्यामध्ये तैनात केलेल्या, शहा आलमच्या लहानशा फौजेवर थेट हल्ला पुकारला. त्या वेळी मिर्झा नजाफ खान या आपल्या मित्राच्या विनंतीला मान देऊन दिल्लीत आलेल्या आणि कामावर नव्यानं रुजू झालेल्या रेने मादेकला मांडीत गोळी लागली. नंतर मादेकनं आपल्या आत्मचरित्रामध्ये नमूद केल्यानुसार :

> 'बादशहा शांततेचा करार करायला तयार होते, पण मराठ्यांना इतक्या सहजी हातात आलेल्या या कागदी सत्ताधीशाला सोडून द्यावंसं वाटेना. त्यांनी त्याला आपल्या तालावर नाचवायला सुरुवात केली. काहीही करून शहा आलमला आपलं लष्करी बळ वाढवता येऊ नये, याबद्दल मराठ्यांचा कटाक्ष होता. त्यांना शहा आलमला नेहमी स्वत:च्या अंगठ्याखाली दाबून ठेवायचं होतं. शहा आलमला मराठ्यांवर परावलंबी बनून राहावं लागावं म्हणून मराठ्यांनी अशी अट घातली, की त्यानं केवळ आपल्या खासगी संरक्षणासाठी लागतील एवढेच शिपाई तैनात करावे. बादशहाची परिस्थिती फार दयनीय बनली होती. युद्धाच्या आधी त्याला आपल्या सैनिकांचे पगार देणं जमलं नव्हतं. युद्धानंतर पैसा आल्यावर तरी पगार देता येतील, या आशेवर राहिलेल्या शहा आलमची तीही आशा फोल ठरली होती. अर्थातच, सैनिकांमधला असंतोष दिवसेंदिवस वाढत चालला होता.'[५४]

शहा आलमसाठी अजूनही खूप समस्या उभ्या राहू शकल्या असत्या; पण नशिबानं तो ऐनवेळी बचावला. सप्टेंबर १७७३च्या सुरुवातीला पुण्यावरून अनपेक्षितरीत्या संदेश आला; नारायण राव पेशवे या तरुण पेशव्याचा अकाली मृत्यू झाला होता. त्याच्या मृत्यूनंतर मालमत्ता व गादीच्या हक्कावरून भयंकर भांडणं सुरू झाली; लवकरच या भांडणांनी हिंसक वळण घेतलं, ज्यामुळे मराठा संघराज्यातले निरनिराळे पक्ष एकमेकांविरुद्ध उभे ठाकले गेले. दिल्लीला ही वार्ता पोहोचताक्षणी, शिंदे आणि होळकरांच्या लक्षात आलं, की आपलं हित सुरक्षित ठेवण्यासाठी लवकरात लवकर पुण्याला जाणं भाग आहे. स्वहित जपण्याच्या नादात, त्यांनी पुढचा-मागचा कसलाही विचार न करता, पुढील आठवड्याभरात पुण्याचा रस्ता धरला. परिणामी, दिल्लीची संपूर्ण अबाधित सत्ता शहा आलम आणि मिर्झा नजाफ खानच्या हातात आली!

तर अशा रीतीनं, शहा आलमची दिल्लीची मोहीम अगदी अनपेक्षित निकाल

लागून सुफलित झाली. घायकुतीला आलेल्या मराठ्यांनी शहा आलमला दिल्लीच्या तख्तावर विराजमान केलं आणि पुढची अनेक वर्षं आपसांत लढण्यात व्यतीत केली. १७७३च्या पावसाळ्यापर्यंत शहा आलम कुणाच्याही हातची कळसूत्री बाहुली न उरता, अखेर अनेक वर्षांनी स्वत:च्या हक्काच्या प्रदेशाचा सम्राट बनला होता; आणि त्याच्या मदतीला होता अठराव्या शतकातला सर्वांत कुशल सेनापती समजला जाणारा मिर्झा नजाफ खान!

तोपर्यंत शहा आलम ४५ वर्षांचा झाला होता. मुघल समजुतीनुसार तो आता मध्यमवयीन झालेला होता. युद्धभूमीवरचे अनेक कडू-गोड अनुभव गाठीशी बांधलेल्या शहा आलमला, तरीही आपल्या आयुष्याकडे कृतज्ञतेनं पाहण्यासाठी बरंच काही होतं : तो इमाद उल-मुल्कच्या हातून मारला जाण्यापासून बचावला होता; कंपनीसोबत झालेल्या चार युद्धांमधून जीवानिशी निसटला होता; दिल्लीला परतून मयूर तख्तावर स्थानापन्न झाला होता; आणि त्यामुळे कुणाच्याही छत्रछायेखाली न राहता, स्वत:च्या राज्याचा कर्ताधर्ता बनला होता. इतकी वर्षं हलाखीच्या परिस्थितीत काढलेला शहा आलम कधी या टप्प्याला येऊन पोहोचू शकेल, असं कधीच कुणाला वाटलं नव्हतं; पण तसं झालं होतं खरं! खुद्द शहा आलम हे उघडपणे मान्य करू लागला, की देवाच्या असीम कृपेशिवाय हे सगळं शक्य झालं नसतं.

'नदीरत-ए-शाही', 'दिवान-ए-आफ्ताब' हा शहा आलमनं लिहिलेल्या ७०० कविता व गाण्यांचा उत्कृष्ट संग्रह आहे. १७९७मध्ये, शहा आलमच्या हुकूमानुसार बनवल्या गेलेल्या या संग्रहामध्ये, 'गझल'पासून नायिका भेदापर्यंत नानाविध काव्यमयी लेखनाचा समावेश आहे. सदर संग्रहाची सुरुवात केली गेली आहे एका गझलनं, ज्यामध्ये सत्ताधीश म्हणून शहा आलम आपली जबाबदारी किती गांभीर्यानं घेतो आणि तसंच, ही मोठी जबाबदारी खांद्यावर पडण्यामागे आपल्यावर देवाची किती कृपा आहे, याचं वर्णन केलेलं आहे :

हे परमात्मा! तू तुझी कृपादृष्टी, म्हणजेच हे राज्य, माझ्यावर सोपवलंस,
इथल्या माणसांच्या मनात, हृदयात मला जागा मिळू दे;
या जगात (आलम) आणून तू मला शहा आलम (जगाचा राजा) हे नाव दिलंस,
मी या जगावर माझ्या कतृत्वाने काहीतरी छाप सोडून जाऊ शकू दे;
तू मला या राजवटीचा तळपता सूर्य बनवलं आहेस,
माझ्या न्यायी राज्यपद्धतीमुळे ही राजवट उजळून निघू दे;
पृथ्वीवरचा राजा असलो तरी तुझ्या दरबारात मी रंक,
या रंकावर तुझी छत्रछाया कायम असू दे;
तूच सगळ्यांचा न्यायदाता, तूच सत्याची सावली,

तुझ्या चरणी लीन होतो, माझ्या राजवटीत सत्याची बाजू नेहमी उजळ राहू दे;
तुझ्याच आशीर्वादाने, मोझेसने दुष्ट फॅरो[iii] वर विजय मिळवला,
तुझ्याच कृपाप्रसादाने ॲलेक्झॅन्डर दारियस राज्याचा सत्ताधीश बनला;
जसं तू माझ्या नावाच्या सूर्याचा (आफ्ताब) प्रकाश अवघ्या विश्वात (आलम) पसरला आहेस,
तसाच, माझ्या परोपकाराचा प्रकाश प्रत्येक शत्रू-मित्राच्या मनाचा कानाकोपरा उजळू दे!

पावसाळा संपल्यावर नव्या मोहिमा हाती घ्यायच्या होत्याच; पण त्या आधी, पावसाळ्याची मौज लुटणं आणि आभारप्रदर्शन करणं सगळ्यात महत्त्वाचं होतं. मराठे पुण्याला जाण्याआधी बादशहानं त्यांना सांगितलं, की तो त्यांच्यासोबत मोहिमांवर येऊ शकणार नाही, कारण त्याला आपल्या आध्यात्मिक मार्गदर्शकाच्या मुलाच्या लग्नसोहळ्यासाठी आणि तो देवासमान मानत असलेल्या सूफी पीर बाबा, मेहरौलीचे कुत्ब उद-दिन बख्तियार खाकी यांच्या उरुसासाठी दिल्लीत राहणं भाग होतं.[५५] यापूर्वी शहा आलम आपल्या पीर बाबांच्या समाधीचं दर्शन घ्यायला गेला होता, त्या घटनेला तब्बल बारा वर्षं लोटली होती. दिल्लीवरून निसटण्याआधी त्यांचा आशीर्वाद मागण्यासाठी तो पटकन तिथं जाऊन आला होता. आता आपल्याला सुरक्षित परत आणल्याबद्दल त्याला पीर बाबांचे आभार मानायचे होते.

इतरही काही महत्त्वाची कामं करायची होती. सगळ्यात आधी त्यानं मिर्झा नजाफ खानला आपल्या औपचारिक दरबारात बोलावून घेतलं आणि आपल्या उत्कृष्ट सेवेसाठी त्याला 'पेमास्टर जनरल'[iv] हा किताब बहाल केला व हंसी आणि हिसारचे प्रांत भेट दिले.[५६] त्यानंतर शहा आलम आपल्या परतीचा आनंद ऐसपैस मुघल पद्धतीनं साजरा करण्यासाठी मेहरौली येथील आरामगृहाकडे निघाला. संगमरवरी अंगण, झुले, आमराई आणि धबधबे या सगळ्यांनी परिलुप्त असलेल्या त्या आरामगृहामध्ये शहा आलमनं अनेक दिवस वास्तव्य केलं. नंतर शहा आलमनं सूफी देवस्थानांना भेटी, संगीत, काव्यवाचन, मेजवान्या आणि हिरवळीवर टाकलेल्या तंबूंमध्ये सुंदर स्त्रियांसमवेत शय्यासोबत या सगळ्यांचा मनसोक्त उपभोग घेतला.

या काळामध्येच कधीतरी शहा आलमनं आपल्या काही सर्वोत्कृष्ट कविता

---

iii इजिप्तमधील अत्याचारी राजा

iv कर्मचाऱ्यांच्या पगाराची जबाबदारी असलेला अधिकारी

लिहिल्या असल्याचं म्हटलं जातं. आता लोप पावलेल्या 'राग गौंड'मध्ये बसवलेल्या या कवितांमध्ये पावसाळी सौंदर्याचं भरभरून कौतुक केलेलं आढळतं.[५७] तसेच त्याच मालिकेतील काही कवितांमध्ये मेहरौलीच्या पीर बाबांच्या स्तुतिपर लेखन केलेलं दिसतं.

समोरच्या टेकाडावर लांडोर केकारव करते, इतरत्र कुठेतरी बेडकांचा तांडा जमू लागतो;
फेसाळतं पाणी घेऊन कोसळणारे धबधबे आपलं चित्त वेधून घेतात!
मी तुझ्यासमोर नतमस्तक झालो आहे, स्वामी कुत्ब उद्दिन, माझ्या सगळ्या इच्छा पूर्ण होऊ दे,
मी तुझ्या चरणी लीन झालो आहे, माझी विनंती मान्य होऊ दे;
या सुंदर दिवशी इथं या... शुद्ध हवा, हिरव्याकंच बागेचा आस्वाद घ्या,
राग गौंडच्या मोहिनीने मंत्रमुग्ध होऊन जा;
या शहा आलमला सगळी सुखं लाभू दे,
तोच शहा आलम जो या क्षणी आंब्याच्या बागांमध्ये, धबधबे पाहत फिरतो आहे![५८]

शहा आलम मेहरौलीमध्ये आराम करत असताना, मिर्झा नजाफ मात्र कामात बुडालेला होता. सर्वांत आधी त्यानं बादशहाकडून मिळालेल्या हंसी प्रांतामध्ये स्वत:चा अंमल बसवून, तिथून येणाऱ्या महसुलाद्वारे आपल्या सैनिकांचे पगार द्यायला सुरुवात केली. मग त्यानं नव्या, प्रशिक्षित पलटणी उभारायला घेतल्या. या पलटणींमध्ये त्यानं पाथरगढ़च्या पराजयानंतर निराधार झालेल्या रोहिल्यांनाही समाविष्ट करून घेतलं. आपली वडिलोपार्जित राजवट परत मिळवण्याची शहा आलमला महत्त्वाकांक्षा आहे आणि तो त्या दृष्टीनं पावलं उचलत आहे, हे समजताच, देशभरातले अनेक निवृत्त सैनिक नि लष्करी अधिकारी मिर्झा नजाफ उभारत असलेल्या लष्करामध्ये रुजू होण्यासाठी दिल्लीकडे येऊ लागले.

मिर्झा नजाफला ठाऊक होतं, की पूर्व व दक्षिण भारतामध्ये अद्ययावत युरोपीय लष्करी पद्धतींचा प्रसार झालेला असला, तरी हिंदुस्थानच्या उर्वरित भागांमध्ये अद्याप घोडदळासोबत लढण्याच्या जुन्या पद्धतीच प्रचलित होत्या. फक्त काही ठरावीक जाट पलटणींमध्ये बऱ्यापैकी प्रशिक्षित सैनिकांचा समावेश केला गेला होता. ही उणीव भरून काढण्यासाठी, मिर्झा नजाफनं निवृत्त किंवा स्वतंत्ररीत्या काम करणाऱ्या युरोपीय सैनिक व अधिकाऱ्यांना आपल्या लष्कराला प्रशिक्षण

देण्यासाठी रुजू करण्याचा सपाटा लावला. परिणामी, १७७०च्या दशकात, बंगालमध्ये इंग्रज कंपनीचं राज्य पसरू लागल्यावर बेरोजगार झालेल्या अनेक फ्रेंच सैनिकांना व अधिकाऱ्यांना मिर्झा नजाफकडे काम मिळालं.[५९] यापैकी एक होता रेने मादेक; दुसरा होता, मीर कासिमचा उजवा हात बनलेला वॉल्टर रीनहार्ट ऊर्फ समरू. भविष्यात समरूनं फर्झाना नावाच्या अतिशय नावाजलेल्या आणि आक्रमक काश्मिरी नर्तकीशी लग्न केलं. कालांतरानं बेगम समरू म्हणून ओळखल्या गेलेल्या या स्त्रीनं, समरूच्या मुलावर आपल्या मायेची पाखरण केली. आपल्या शूर नवऱ्यासोबत उत्तर भारतातल्या असंख्य मोहिमांमध्ये सामील होऊन, बेगम समरूनं आपल्या कर्तृत्वाद्वारे 'अतिशय कणखर आणि शूर स्त्री' म्हणून स्वत:ची ख्याती निर्माण केली. समरू नजाफ खानसोबत मोहिमांसाठी सर्वदूर जाऊ लागला, तसं बेगम समरूनं शहा आलमनं आपल्या नवऱ्याला दिलेल्या मीरतजवळच्या सर्दानामधल्या जमीनजुमल्याच्या व्यवहारांमध्ये लक्ष घालायला सुरुवात केली.

लवकरच, या दोघांनी 'दोआब' येथे स्वत:चं एक लहानसं राज्य निर्माण केलं. कॉम्ट द मोदाव जेव्हा त्यांना भेटायला आला तेव्हा तिथल्या भव्यदिव्यतेनं त्याचे डोळे दिपून गेले. पण आपल्या त्या भेटीचं वर्णन करताना मोदावनं हेही नमूद केलं, की इतकं सगळं मिळवूनसुद्धा समरू खूश नव्हता. आपल्या हातून यमसदनी गेलेल्या लोकांच्या सतत विचारानं त्याच्या मनाची शांती ढळलेली होती. 'आता या वयात, समरू अचानक एका चांगल्या जर्मन माणसाप्रमाणे वागू लागला आहे. त्याला देवाचा लळा लागला आहे, तो नास्तिकाचा आस्तिक बनला आहे... इतकंच काय, तर एरवी ज्या गोष्टींना तो भाकडकथा म्हणून डावलत असे, त्यांच्यावर आता त्याचा पक्का विश्वास बसू लागला आहे. ख्रिस्ती धर्माच्या रीतिभाती पाळत तो ठरावीक दिवशी उपास करतो. शक्य तितक्या गोरगरिबांना मदत करतो. त्याला सैतानाची तितकीच भीती वाटते; जेवढी इंग्रजांची वाटते. त्याच्याशी बोलताना अनेकदा अशी जाणीव होते, की त्याला आपल्या जीवनशैलीची घृणा वाटते... हो, पण त्यामुळे त्यानं आपला जनानखाना राखणं सोडलेलं नाही.[६०] किंवा शस्त्रास्त्रांचा साठाही कमी केलेला नाही. किंबहुना, समरूकडे जितकी उत्तम शस्त्रं आहेत, तेवढी क्वचितच कुणाकडे सापडतील. त्याचं लष्कर उत्तमरीत्या प्रशिक्षित आहे, त्याची शस्त्रास्त्रे टापटिप स्थितीत राखलेली आहेत, आणि गरज पडेल तेव्हा ती शस्त्रे वाहून नेण्यासाठी त्यानं १२०० गुजराती बैल विकत घेऊन ठेवले आहेत.'[६१]

अशीच अजून एक व्यक्ती होती अॅन्तोइन पोलियेर – एक तरबेज लष्करी अभियंता ज्यानं सिराज उद्दौलानं उद्ध्वस्त केलेल्या 'फोर्ट विल्यम'ची पुनर्बांधणी करण्यासाठी इंग्रजांना मोलाची मदत केली होती. कालांतरानं नव्या आव्हानांच्या

शोधात असलेल्या पोलियेरनं मिर्झा नजाफला आपलं अभियांत्रिकी नैपुण्य आणि वेढा घालण्याचं तंत्र त्याच्या सेवेत रुजू करू देण्याचा प्रस्ताव दिला. मिर्झा नजाफनं तो स्वीकारला.

या सर्वांसोबत खुद्द कॉम्ट द मोदाव हा हुशार आणि सुसभ्य मनुष्य सुद्धा मिर्झा नजाफला येऊन मिळाला होता. युरोपमधल्या पूर्वायुष्यामध्ये ग्रेनोबल येथे वोलटेयरचा शेजारी असलेल्या आणि ड्यू द चोइझेल या फ्रेंच परराष्ट्रीय मंत्र्याचा खास मित्र असलेल्या मोदावला, दिवाळखोरीत निघाल्यामुळे पूर्वेचा रस्ता धरावा लागला होता. मोदावनं आपल्या खुमासदार शैलीत व मोहक फ्रेंच भाषेमध्ये अनेक पुस्तके लिहिली व अनुवादित केली. त्या काळात त्यानं अनुभवलेल्या मोहिमांची त्याच्या शब्दातली वर्णनं इतर अनेक नोंदींपेक्षा खूप भरीव व सुस्पष्ट आहेत.

कालांतरानं मिर्झाच्या लष्करामध्ये एका निराळ्या स्तरातून आलेले सैनिक मिसळून गेले. ते होते अनुपगिरी गोसेनच्या नेतृत्वाखालचे जटाधारी नागा योद्धे. अनुपगिरीनं नुकतीच शुजा उद्दौलाला सोडचिठ्ठी दिली होती आणि आपल्याकडचे ६हजार योद्धे व ४० तोफा घेऊन तो मिर्झा नजाफसमोर येऊन उभा राहिला होता. लढवय्ये म्हणून उत्कृष्ट असलेल्या या नागा योद्ध्यांचा, विशेषतः हिंदू शत्रूशी लढताना खूप फायदा होत असे. कॉम्ट द मोदावनं नोंद केलेल्या एका प्रसंगाचं उदाहरण द्यायचं झालं तर : एकदा ईस्ट इंडिया कंपनीनं या नागा योद्ध्यांनी चालवलेली लूटमार आणि हिंसा रोखण्यासाठी आपल्याकडची एक पलटण धाडून दिली. पण समोरच्या नागांवर चाल करून जाण्याऐवजी, त्या पलटणीतल्या हिंदू शिपायांनी तत्काळ आपली शस्त्रं खाली ठेवली आणि (साधू कुळातून आलेल्या) नागांसमोर चक्क लोटांगण घातलं! नागा योद्धे (संधी)साधू निघाले – कंपनी शिपायांनी ठेवलेली शस्त्रं उचलून ते तडक पुढच्या ठिकाणी लूटमार करण्यासाठी निघून गेले![६२]

तर, ऑगस्टपर्यंत या सगळ्या अनुभवी सेनापतींच्या नेतृत्वाखाली मिर्झा नजाफनं बाण व तोफांनी भरलेल्या शिपाई-सैनिकांच्या सहा पलटणी उभ्या केल्या. याशिवाय, सुमारे ३० हजार माणसं असलेलं मोठं मुघल घोडदळसुद्धा तयार केलं. आता मुघल आपली सत्ता परत मिळवण्यासाठी सर्वतोपरी तयार झाले!

मुघल सत्ता परत मिळवण्याची मोहीम, मिर्झा नजाफनं घराजवळच्या ठिकाणाहून सुरू केली. २७ ऑगस्ट १७७३रोजी त्यानं डीगचा जाट राजा नवल सिंग

याच्यावर अचानक हल्ला करून, त्याच्या राज्याच्या उत्तरेला असलेल्या मैदानगढ़ी या किल्ल्यावर सत्ता स्थापन केली. मेहरौलीपासून जराशा अंतरावर कुतूबमिनारपासून थेट दिसेल, अशा ठिकाणी सूरजमल नावाच्या जाट नेत्यानं बांधलेला हा मातीचा किल्ला आपल्या ताब्यात घ्यायला मिर्झा नजाफला फारसा वेळ लागला नाही. त्यानं तिथं तैनात असलेल्या सगळ्या शिपाई व सैनिकांवर आपली तलवार चालवली आणि किल्ला बिनविरोध ताब्यात घेतला. त्यानंतर, दिल्लीच्या दक्षिण दिशेला याच राजानं बांधलेले अनेक लहान किल्ले तो सर करत गेला.[६३]

एका बाजूला युद्धाची तयारी करत असताना, दुसऱ्या बाजूला नवल सिंग सतत शांततेचा करार करण्याची मागणी करत राहिला. तसेच नुकत्याच आपल्या उजाड राज्याकडे परत आलेल्या झबिता खान रोहिला याच्याशी शहा आलमविरुद्ध जोडीनं बदला घेण्यासाठी म्हणून मैत्रीचा हात पुढे करण्याचा नवल सिंगचा विचार होता. पण मिर्झा नजाफनं त्याला तसं काही करण्यासाठी वेळच दिला नाही. २४ सप्टेंबर रोजी मिर्झा नजाफनं आपल्या सशस्त्र लष्करासमवेत जाट राज्यामध्ये धडक मारली आणि ३० सप्टेंबरच्या संध्याकाळपर्यंत, बरसाणा येथे त्यानं जाटांच्या सेनापतीचा शिरच्छेद करून, त्यांच्या ३हजार सैनिकांच्या लष्कराला गुडघे टेकायला लावले. खरंतर जाटांचं सैन्य बंदूक चालवायचा प्रयत्न करत होतं; पण त्यांना सलग गोळ्या झाडता येईनात. त्यामुळे समोरचा शत्रू एक फैर झाडून किती वेळ थांबून दुसऱ्या फैरीसाठी गोळ्या भरतो, याचं गणित जमवलेले मिर्झा नजाफचे सैनिक, एका विशेष लांब चाललेल्या फेरीदरम्यान जमिनीवर उकिडवे बसले आणि गोळ्या यायच्या थांबल्या, तसं आपल्या तलवारी सरसावून शत्रूवर तुटून पडले! पुढच्या फैरीसाठी शत्रूला गोळ्या भरण्याचा वेळ न देता, मिर्झा नजाफच्या माणसांनी त्यांच्यावर तलवारीचे सपासप वार केले. या मोहिमेमध्ये खुद्द मिर्झा नजाफ जखमी झाला, पण जाटांची तिजोरी लुटून मिळालेल्या पैशानं मोहिमेचा पुढचा सगळा खर्च भरून निघाला, ही एक सकारात्मक गोष्ट.[६४]

मिर्झा नजाफची ख्याती जसजशी पसरू लागली तसतसं तो आपल्या दिशेनं येत आहे, हे समजणारे प्रतिस्पर्धी आधीच पळ काढू लागले! यामुळे झालं असं, की मिर्झा नजाफला एका मागोमाग एक गड-किल्ले ताब्यात घेता आले. आग्ऱ्याजवळचा बल्लबगढ़, कोटवन व फारुखनगरचे जाट किल्ले, असं करत-करत डिसेंबरपर्यंत मिर्झा नजाफनं आग्रा येथील बादशहा अकबरच्या किल्ल्याला वेढा घातला.[६५] वेढ्याचा बंदोबस्त करण्यासाठी पोलियेरला नेमून, मिर्झा नजाफ आपलं अर्धं लष्कर घेऊन रामगढ़चा मोठा किल्ला सर करायला निघाला. अचानक हल्ला करून त्यानं तो किल्ला ताब्यात घेतला आणि त्याचं नामकरण केलं – अलिगढ़.

८ फेब्रुवारी १७७४ रोजी आग्ऱ्याच्या किल्ल्यावर सुमारे ५हजार तोफगोळे

झाडल्यानंतर, अखेर पोलियेरला तिथली भिंत तोडण्यात यश आलं. थोड्या वेळाने, किल्ल्यातल्या मंडळींनी शरणागती पत्करली आणि तिथली शिबंदी समरूच्या ताब्यात देण्यात आली.[६६] २९ एप्रिल १७७६ रोजी तब्बल पाच महिन्यांच्या वेढ्यानंतर डीगचा किल्ला मिर्झा नजाफच्या हाती पडला. जाट राजानं खूप हिमतीने प्रतिकार केला होता; पण अखेर त्यानं तिथून पळ काढल्यावर आणि उपासमारीनं खंगलेल्या त्याच्या लष्कराला प्रतिकार करणं अशक्य असल्यानं, डीगच्या किल्ल्यावर मिर्झा नजाफनं सत्ता स्थापन केली. मादेकच्या नोंदीनुसार, डीगच्या पडावानंतर नवल सिंगच्या तीन राण्यांनी जनानखान्यातल्या हिजड्याकडे त्यांना मारून टाकण्याची विनंती केली. जड अंत:करणानं हिजड्यानं त्यांची विनंती मान्य केली. तिन्ही राण्या जमिनीवर उताण्या पडल्या आणि हिजड्यानं तलवारीने त्यांची मुंडकी छाटून टाकली. त्यानंतर, त्यानं त्याच तलवारीनं आत्महत्या करून घेतली.[६७] डीग शहराची अफाट लुटालूट करण्यात आली. प्रतिकार करणाऱ्यांना थेट यमसदनी धाडण्यात आलं. कॉमेट द मोदावनं लिहून ठेवल्यानुसार- 'अगदी लहान मुलं आणि स्त्रियांवरही निष्ठुरपणे तलवारी चालवण्यात आल्या. अनेक स्त्रियांवर बलात्कार केले गेले. आपल्या नशिबी ते भयंकर भोग येऊ नये, म्हणून नवल सिंगच्या राण्यांनी आधीच मृत्यूला कवटाळणं पसंत केलं. मिर्झा नजाफच्या सैनिकांनी अनियंत्रित जाळपोळ सुरू केली. अख्ख्या शहराला आग लागली. दारूगोळ्याचा साठा ठेवलेल्या कोठारांकडे आग पसरल्यावर भयंकर भडका उडाला आणि पुढचे तीन दिवस आग धगधगत राहिली. मिर्झा नजाफनं आपल्या नियंत्रणाबाहेर गेलेल्या सैनिकांवर अंकुश ठेवण्याचा खूप प्रयत्न केला, पण त्याच्या प्रयत्नांना यश यायला तीन दिवस लागले.'[६८]

डीगमध्ये घडलेल्या प्रकाराची वार्ता शहा आलमकडे पोहोचल्यावर, तो मिर्झा नजाफवर प्रचंड संतापला. त्यानं मिर्झाला बोलावून घेतलं आणि खडसावून सांगितलं : 'मी तुला राज्यकारभार मार्गावर आणण्यासाठी पाठवलं होतं; ते राज्य उद्ध्वस्त करण्यासाठी नव्हे. पुन्हा असं होता कामा नये. अटक केल्या गेलेल्या सगळ्या स्त्री-पुरुषांना तातडीनिशी मुक्त कर...'[६९]

असो. पण चार वर्षांपेक्षा कमी काळात, मिर्झा नजाफला पूर्वी मुघलांच्या अधिपत्याखाली असलेल्या बहुतेक प्रांतांवर पुन्हा मुघल सत्ता स्थापन करण्यात आणि मधल्या काळात बेदरकार झालेल्या अनेक जमीनदारांना वठणीवर आणण्यात यश आलं होतं. १७७२, १७७४, आणि १७७७मध्ये रोहिल्यांशी दोन हात करून जाटांचे सगळे बालेकिल्ले मुघलांच्या अधिपत्याखाली आणले गेले. १७७८पर्यंत शीख पंजाबला निघून गेले आणि जयपूरनं शरणागती पत्करली. अवध आणि राजपुतानाच्या काही प्रदेशांवरही मुघलांचा अंशत: अंमल बसवला गेला.

चाळीस वर्षं सतत पराभव आणि तोटा झेलून कंबर मोडलेली मुघल सत्ता आता पुन्हा बाळसं धरू लागली होती. चाळीस वर्षांनंतर पुन्हा एकदा दिल्ली एका लहानशा का होईना; पण राज्याची राजधानी बनली होती.

मिर्झा नजाफ खान युद्धभूमीवर व्यग्र असताना दिल्लीमध्ये बसलेला शहा आलम आपला दरबार नव्यानं प्रस्थापित करण्यात आणि उद्ध्वस्त झालेल्या आपल्या प्रिय शहराला पुनरुज्जीवन देण्यात व्यस्त झाला. शाही तिजोरीचं साह्य मिळू लागलं तसे लेखक, चित्रकार, कवी इत्यादी पुन्हा दिल्लीकडे येऊ लागले. कवी मीर, कवी सौदा, चित्रकार निधा मल, खैरुल्लाह व मिहीर चांद असे अनेक गुणी दिग्गज लखनऊमधून दिल्लीकडे परतू लागले.[७०]

अर्थात, जसजसा दरबार भरू लागला तसतसं दरबारी राजकारणालाही ऊत येऊ लागला. यापैकी बहुतेक राजकारणाचा रोख हा परप्रांतातून आलेल्या आणि मुख्यत्वे, पर्शियन शिया मुसलमान असलेल्या मिर्झा नजाफ खानकडे वळू लागला. शहा आलमनं नव्याने रुजू केलेला सुन्नी मुसलमान मंत्री अब्दुल अहाद खानला, मिर्झा नजाफच्या वाढत्या सत्ता आणि लोकप्रियतेबद्दल भयंकर असूया वाटू लागली. मिर्झा नजाफचा काटा काढण्याच्या दृष्टीनं त्यानं शहा आलमचे कान भरायला सुरुवात केली, की मिर्झा त्याच्याविरुद्ध मोठा कट करत आहे. शहा आलमला सिंहासनावरून खेचून काढण्यासाठी मिर्झानं शुजा उद्दौलाशी हातमिळवणी करून मुघलांच्या जागी एक नवीन शिया सत्ता स्थापन करण्याचा घाट घातला आहे, असं अब्दुल सतत शहा आलमला सांगू लागला. कॉम्ट द मोदावनं लिहून ठेवल्यानुसार-

'काश्मिरी कुळातून आलेल्या अब्दुल अहाद खाननं तोपर्यंत वयाची साठी गाठली होती; पण तरीही त्याचा उत्साह आणि ऊर्जा एखाद्या तरुणाला लाजवेल इतकी होती. मूहम्मद शहा रंगीलाच्या दरबारामध्ये मंत्री म्हणून काम केलेल्या वडिलांच्या हाताखाली वाढलेला अब्दुल म्हणजे दरबारी राजकारणातला जुना खेळाडू होता.

> वरकरणी बघितलं तर अब्दुलसारखी गोड बोलणारी आणि सभ्य व्यक्ती शोधून सापडली नसती. पण त्या सुसभ्य मुखवट्याखालचा चेहरा एका अशा कपटी व लोभी माणसाचा होता, ज्याला स्वतःच्या वैयक्तिक फायद्यासाठी कोणत्याही थराला जाताना संकोच वाटत नसे. स्वतःला

> जिथून पैसा कमावण्याची संधी मिळेल, तिथं हात मारण्यासाठी आणि इतर कुणी आपल्या पदाला धोका उत्पन्न करू शकत असेल, तर त्याला हुसकावून लावण्यासाठी अब्दुल हरप्रकारचे डावपेच खेळत असे. त्याला मिर्झा नजाफबद्दल विशेष चीड होती, कारण मिर्झा शहा आलमच्या लष्कराचा ताबेकरी होता आणि त्यातले सैनिक व अधिकारी थेट त्याला उत्तरदायी होते, ज्यामुळे मिर्झावर इतर कुणी (अर्थात, अब्दुल) अंकुश ठेवू शकत नव्हतं. याच कारणानं, मिर्झा नजाफचा खूप दबदबा होता आणि गमतीचा भाग असा, की त्यामुळे काही अंशी, खुद्द बादशहासुद्धा त्याच्यावर खार खाऊन असे![७१]

मिर्झा नजाफकडे त्याच्या विरोधात उठवल्या जाणाऱ्या आवयांबद्दल सगळ्या बातम्या पोहोचत असत; पण तो आपल्या अंगभूत समतोलपणानं त्याकडे दुर्लक्ष करून आपल्या कामावर लक्ष केंद्रित करत असे. पोलियेरला मिर्झा नजाफच्या या स्थिर वृत्तीचं खूप कौतुक वाटत असे. 'मिर्झा नजाफची सहनशक्ती आणि संयम खरंच वाखाणण्याजोगा आहे. दरबारात त्याच्याविषयी दाखवला जाणारा उद्धटपणा आणि मधात घोळून त्याच्याकडे फेकले जाणारे कडवट बाण लीलया झेलत, तो आपलं काम करत राहतो.'[७२] मोदावचं सुद्धा असंच मत होतं. त्यानं मिर्झा नजाफबद्दल केलेल्या लेखनानुसार-

'मिर्झा नजाफला त्याच्या विरुद्ध बोलल्या जाणाऱ्या गोष्टी समजत असतात; काही वेळा तर अगदी त्याच्या तोंडावरही त्याचा अपमान केला जातो. पण मला कमाल वाटते... तो ते सगळं इतक्या शांतपणे झेलतो! किती स्थितप्रज्ञ असावं माणसानं? फार कमी लोकांना इतकं स्थिर राहणं जमतं. अगदीच अति झालं तर मिर्झा आपल्या मित्रांसमोर मन मोकळं करतो आणि मित्रांना त्याच्यावर होणाऱ्या अन्यायाबद्दल राग आला तर म्हणतो, 'जाऊ दे रे, ज्यांना समोरून वार करण्याची हिंमत नसते, असली भ्याड माणसंच हे थिल्लर उद्योग करत बसतात. त्यांना आपण किती महत्त्व द्यायचं?'

> मिर्झा नजाफला घडणाऱ्या सगळ्या गोष्टींची खडान् खडा माहिती होती; पण तरी त्यानं कधी त्याबद्दल अस्वस्थता दर्शवली नाही. त्याच्याही मनात कधीतरी खळबळ माजली असेल... पण ती त्यानं कधी दाखवली नाही. शांतपणे जाटांच्या विरोधातल्या आपल्या मोहिमांवर काम करत राहिला. दिल्लीमध्ये त्याच्या शब्दाला काय वजन आहे, हे त्याला नेमकं ठाऊक होतं. त्यानं आपल्या एका विश्वासू सहकाऱ्याला हे बोलूनही

> दाखवलं होतं, की मी मनावर घेतलं तर बादशहाला क्षणार्धात सिंहासनावरून खेचून काढून, त्याच्या जागी दुसरा माणूस बसवू शकतो; पण त्या प्रकारची कट-कारस्थानं करून त्याला स्वत:ची शोभा करून घेण्यात रस नव्हता. त्यापेक्षा, आपल्यावर आदळणारे थिल्लर अपमान आणि भाकड राग झेलत तो काम करत राहिला, कारण त्याला हे माहिती होतं, की आपल्याकडे इतकं सशक्त लष्कर असताना आपल्याला कुणाची भीती बाळगण्याची गरज नाही.[७३]

दुर्दैवानं, अशा गढूळलेल्या वातावरणात काम करताना जे होतं, ते अखेर होऊ लागलंच. बादशहा आणि त्याच्या सर्वांत श्रेष्ठ सेनापतीमधलं खेळीमेळीचं व विश्वासाचं नातं हळूहळू औपचारिक व थंड पडू लागलं. पूर्वी जिथं ते दोघं एकमेकांशी मनमोकळेपणानं बोलत असत, तिथं आता त्यांच्या वागण्याबोलण्यात एकप्रकारचा दुरावा निर्माण झाला. त्यांच्यात वाढत चाललेल्या दुराव्याचं प्रतिबिंब त्यांच्या रोजच्या व्यवहारामध्ये दिसून येऊ लागलं. मोदावनं याबद्दलच्या काही प्रसंगांचं खुमासदार (आणि काही वेळा, खरमरीत) वर्णन केलेलं आहे. उदाहरणार्थ, त्या काळी दिल्लीमध्ये अशी प्रथा होती, की बादशहाच्या सन्मानाप्रीत्यर्थ त्याच्या जवळची माणसं त्याला सुग्रास जेवण करून पाठवत असत. मग बादशहासुद्धा त्यांचा मान राखण्यासाठी शाही मूदपाकखान्यातून तितकंच सुंदर जेवण परत पाठवत असे.

> 'बादशहाकडे पाठवले जाणारे जेवणाचे पदार्थ एका मोठ्या थाळावर सजवून ठेवले जातात आणि पाठवणाऱ्याचा शाही शिक्का असणाऱ्या आवरणानं झाकून पुढे पाठवले जातात. मिर्झा नजाफकडून पदार्थ आले, की बादशहा त्यांना यमुना नदीत फेकून देण्याचा हुकूम सोडे आणि बादशहाकडून मिर्झा नजाफकडे पदार्थ परत गेले, की तो मोठ्या अदबीने वाकून त्यांचा स्वीकार करत असे; पण मग बादशहाचे सेवक बाहेर गेले, की ते हलाल-ख्वारांना देऊन टाकत असे. हे हलाल-ख्वार लोकांच्या घरचे संडास साफ करत असत. अर्थात, त्यांची सामाजिक पत काय असेल आणि सदर कृत्याद्वारे मिर्झा नजाफ काय दर्शवू पाहत असेल, हे सुज्ञास वेगळे सांगणे न लागे!'[७४]

मात्र मिर्झा नजाफ आणि शहा आलममधले संबंध अलाहिदा – पोलियेर व मोदाव दोघांना शहा आलमबद्दल बरंच कौतुक सुद्धा होतं. १८ मार्च १७७३ रोजी,

पोलियेरला कामावर रुजू केल्यानंतर काही दिवसांतच, बादशहानं पोलियेरला दिवान-ए-खासमध्ये सादर आमंत्रित केलं. त्याला काश्मिरी गेटजवळ असलेल्या सफ्दर जंगच्या हवेलीमध्ये राहण्यासाठी प्रशस्त जागा देण्यात आली. याशिवाय, बादशहानं पोलियेरला एक हत्ती, एक घोडा आणि एक तलवार भेट दिली. मग त्याला स्वतःच्या हातानं फेटा बांधून, त्याच्यासाठी शाही मूदपाकखान्यामधून जेवण पाठवलं गेलं. त्यानंतर पोलियेरनं आपल्या रोजनिशीमध्ये लिहिलं-

'शहा आलम आता सुमारे पन्नाशीचा आहे, पण तरीही त्याचं शरीर मजबूत आहे; त्याची तब्येतही छान आहे. बादशहाच्या चेहऱ्यावर इतकी वर्षं भोगलेल्या दुःखांमुळे जराशी अवकळा असली, तरी एकंदरित वागण्याबोलण्यात असलेल्या गोडव्यामुळे, आपण त्याच्याकडे आकृष्ट झाल्याशिवाय राहू शकत नाही.

> जनतेसमोर असताना शहा आलम बराच गंभीर आणि संकोचलेला असतो, पण तरीही त्याची वागणूक खूप प्रेमळ आणि संवेदनाक्षम असते. आपल्या सेवकांसोबतही शहा आलम खूप मायेनं वागतो. त्यांच्या कामावर फारसे ताशेरे ओढत नाही; विनाकारण त्यांच्यावर ओरडत नाही. त्यांच्याकडून काही चुका झाल्या, तर त्यांना लगेच माफ करून टाकतो. आपल्या मुलांबरोबरही शहा आलम तितक्याच प्रेमानं वागतो; मात्र, त्या प्रेमापोटी आपली मुलं वाया जाऊ नयेत या बाबतीतही त्याचा कटाक्ष असतो. त्यांनी दरबाराच्या रीतिभाती व्यवस्थित पाळाव्या, वागणुकीत नियंत्रण राखावं याबद्दल तो नेहमी जागरूक असतो.
>
> आपल्या धर्माच्या शिकवणी व रीतिभातींचा योग्य तो मान ठेवणारा शहा आलम, आपल्या श्रद्धेचं रूपांतर अंधश्रद्धेमध्ये होणार नाही, याबाबतही जागरूक असतो. त्याला पर्शियन व अरबी भाषा उत्तम अवगत आहेत; काही हिंदुस्थानी भाषांचंही त्याला चांगलं ज्ञान आहे. त्या हिंदुस्थानी भाषांमधली गाणी ऐकायला शहा आलमला फार आवडत.
>
> 'अरे ला कारे' करण्याची वृत्ती शहा आलममध्ये नाही, हे गेली अनेक वर्षं सिद्ध झालेलं आहे. त्याच्यावर आलेल्या संकटांवर त्यानं मोठ्या संयमानं मात केली; पण काही वेळा तो एखाद्यावर नको इतका विश्वास ठेवतो. इतका भाबडेपणाही चांगला नाही. एखादी व्यक्ती आपल्याला दुसऱ्याबद्दल जे सांगते ते कोणत्या हेतूने सांगत आहे, याची खातरजमा करण्याचं त्याला सुचत नाही. यामुळे त्याच्या निरागसतेला, कानानं हलका असल्याचं समजलं जातं आणि चांगली माणसं त्याच्यापासून दुरावतात. शहा आलमचे अवगुण सांगायचे झाले, तर मी प्रामुख्याने

> दोन अवगुण सांगेन : एक म्हणजे, त्याला कुणीही हरभऱ्याच्या झाडावर चढवू शकतं, आणि दुसरं म्हणजे, तो कुणावरही डोळे झाकून विश्वास ठेवतो.
>
> परिणामी, त्याला शासक म्हणून फार उत्तम म्हणता येणार नाही; पण माणूस म्हणून शहा आलम लाखात एक आहे, याबद्दल वाद नाही!'[७५]

एरवी उपरोधिक बोलणाऱ्या मोदावनं सुद्धा बादशहाचं बऱ्यापैकी मवाळ पद्धतीनं वर्णन केलेलं आढळतं. 'बादशहा शहा आलम स्वभावानं प्रेमळ, सभ्य, सुसंस्कृत आणि हुशार आहे. त्याच्यातला चांगुलपणा वेळप्रसंगी दोष वाटावा इतक्या टोकापर्यंत जातो. शरीरयष्टीनं मजबूत आणि चेहऱ्यावर विद्वत्तेचं तेज ल्यालेल्या बादशहा शहा आलमच्या खासगी बैठकीत सामील होण्याचा मला अनेकदा मान मिळाला आहे. त्या वेळी बादशहाच्या चेहऱ्यावरचे अनेक विचार डोक्यात घोळत असणाऱ्या कर्त्या पुरुषाचे भाव तरळलेले मी बघितलेले आहेत.

> बादशहाचा अजून एक दुर्मिळ गुण म्हणजे त्याचं आपल्या मुलांवर असलेलं निरातिशय प्रेम आणि ते प्रेम सगळ्यांसमोर मुक्तपणे दाखवण्याची त्याची लाघवी पद्धत. मला सांगितलं गेल्यानुसार- बादशहाला २७ मुलगे आहेत. तो जनतेमध्ये आला, की त्यापैकी तीन-चार मुलं त्याच्यासोबत येतात. मी अनेकदा त्याला आपल्या तरुण, राजबिंड्या मुलांसोबत महालाच्या मैदानामध्ये घोडेस्वारी करताना बघितलेलं आहे. मुलंही आपल्या पित्यासमोर स्वतःचं कसब दाखवायला आणि कौतुकाची थाप मिळवायला आतुर असतात. तसंच अनेक वेळा, मी बादशहाला महालाच्या आतल्या आवारामध्ये आपल्या ३ ते ६ वयोगटांतल्या लहानग्यांसोबत फिरताना, खेळताना बघितलेलं आहे.
>
> प्रवासामुळे या राजाच्या वैचारिक कक्षा (त्याच्या बरोबरच्या इतरांच्या तुलनेत) चांगल्याच रुंदावलेल्या आहेत. फ्रेंच व इंग्रज लोकांशी त्यानं इतकी वर्षं केलेल्या व्यवहारामुळे त्याला जागतिक घडामोडींचं चांगलं ज्ञान असतं. कदाचित याच विस्तीर्ण विचारकक्षांमुळे त्यानं इतक्या महत्त्वाकांक्षी पद्धतीनं आपलं राज्य परत मिळवलेलं असावं. मात्र खेदाची गोष्ट अशी, की राज्य मिळवल्यानंतर दिल्लीमधल्या त्याच्या राज्यकारभाराचा अगदीच धुव्वा उडालेला दिसतो. विलासी सुखांच्या मागे धावताना, हा गुणी राजा आपल्या प्रजेविषयी असलेल्या जबाबदाऱ्या विसरून गेलेला आहे.

खरंतर, शहा आलमकडे खूप चांगले गुण आहेत. तो हुशार आहे, संवेदनशील आहे, त्याला वरवर दिसणाऱ्या गोष्टींच्या पलीकडे जाऊन विचार करण्याचीही कुवत आहे. पण दुर्दैवानं मध्येच कधीतरी त्याच्या मनात कसलेसे थिल्लर विचार येतात आणि मग त्याच्या सगळ्या चांगल्या वागणुकीवर पाणी फिरतं. जनानखान्यातल्या स्त्रियांसोबत भरपूर वेळ व्यतीत करत असल्यामुळे, शहा आलमला बायकी गोष्टींचा बराच नाद लागला आहे. दिवसाचे तासन्तास तो या स्त्रियांसमवेत चौपारसारखे बैठे खेळ खेळण्यात घालवतो.

शहा आलममध्ये एक विशिष्ट अवगुण आहे, जो बऱ्याच कमकुवत शासकांमध्ये दिसून येतो. तो हा, की आपल्या कुठल्या अधिकाऱ्याला बढती द्यावी लागली, की तो त्याचा दुस्वास करू लागतो. मिर्झा नजाफ खानच्या बाबतीत तर ही बाब आताशा बरीच प्रकर्षानं दिसून येत आहे. दोघांना एकमेकांवर मुळीच विश्वास नाही आणि दोघांची एकमेकांशी सतत वादावादी होत असते. खरंतर शहा आलमनं इतकी वर्षं युद्ध पाहूनसुद्धा, आणि आता तो इतक्या महत्त्वाच्या पदाला असूनसुद्धा, त्यानं आजतागायत कधी लष्करी कारवायांमध्ये रस घेतलेला नाही. त्याला अनेक जण अनेक वेळा मोहिमांवर बरोबर चलण्याची विनंती करत आले आहेत; अगदी मीसुद्धा... पण दिल्लीला परतल्यापासून, मोहिमेचा विषय निघाला की शहा आलम तो विषय टाळतो किंवा सरळ बंद करून टाकतो.

त्यात, शहा आलमचा प्रधानमंत्री अब्दुल अहाद खान हा निव्वळ सत्तापिपासू आणि पैशासाठी वेडा असलेला माणूस आहे. स्वतःच्या फायद्यासाठी तो शहा आलमला अगदी विचारपूर्वक आपल्या विश्वासू सेवक व अधिकाऱ्यांपासून तोडून, त्यांच्याजागी स्वतःची माणसं पेरत आहे. आम्हा सगळ्यांना – आणि विशेषतः मिर्झा नजाफ खानला – या दरबारी राजकारणाचा भयंकर वीट आलेला आहे! अब्दुल अहाद खानच्या नादी लागून, मिर्झा नजाफसारख्या जवळच्या माणसांवर अविश्वास दाखवून, शहा आलम स्वतःचं वाटोळं करून घेत आहे. त्याला सतत अशी भीती वाटत राहते, की त्याच्या विरोधात कट शिजतो आहे आणि त्याद्वारे आपल्याला पुन्हा त्याच तुरुंगात डांबलं जाईल, जिथं आपला जन्म झाला.'[७६]

मात्र शहा आलमच्या दरबारातलं अंतर्गत राजकारण आणि त्यातून निर्माण होणाऱ्या

पेचप्रसंगांपेक्षा सर्वांत मोठी समस्या होती, ती सतत रिकाम्या असणाऱ्या तिजोरीची. ९ सप्टेंबर १७७३ रोजी शहा आलमने वॉरन हेस्टिंग्सला पत्र लिहून बंगाल प्रांताकडून त्याला येणं असलेली रक्कम पाठवण्याची विनंती केली. त्यानं लिहिलं, की गेली दोन वर्षं आम्हाला कंपनीकडून एक रुपयाही मिळालेला नसून, आता आमची परिस्थिती फारच बिकट बनलेली आहे. त्यानं हेस्टिंग्सला आपल्यात झालेल्या कराराच्या तरतूदींची आठवण करून देत, महसुलाची रक्कम आणि कोरा व अलाहबादच्या प्रदेशांचीही मागणी केली.[७७]

पण शहा आलमची विनंती निरुपयोगी ठरली. दुष्काळादरम्यान बंगालच्या जनतेचे जे हाल झाले होते, त्यामुळे व्यथित झालेल्या हेस्टिंग्सनं 'या कुचकामी शासकाला कसली मदत करायची,' असा पवित्रा घेतला.[७८] शहा आलमच्या पत्राला उत्तर देत त्यानं म्हटलं, 'माझ्यावर या प्रांतांमधल्या लोकांची काळजी व सुरक्षिततेची जबाबदारी आहे. आज त्यांची परिस्थिती अत्यंत हलाखीची आहे. असं असताना आमच्या तिजोरीत जो काही थोडाफार पैसा आहे, तो त्यांच्या कल्याणासाठी वापरण्याऐवजी मी तुम्हाला दिला तर ते फार मोठं पातक ठरेल.'[७९] अर्थात, बंगालच्या लोकांची परिस्थिती इतकी वाईट असतानाही, आपल्या इंग्रज कर्मचाऱ्यांना मायदेशी संपत्ती पाठवण्यापासून हेस्टिंग्सनं कधी रोखण्याचा प्रयत्न केला नाही, हे विशेष.

त्यानंतर वर्षभरानं हेस्टिंग्सनं लंडनमधील संचालकांना लिहून कळवलं, की 'मला असं वाटतं की शहा आलम मराठ्यांच्या हातात असताना, आपण त्याला अजिबात पैसा देता कामा नये. माझं तर असं प्रामाणिक मत आहे, की नंतरही त्याला पैसा देताना शंभर वेळा विचार करावा. एखाद्या प्रदेशाचा महसूल, तिथल्या शोभेच्या शासकाचे लाड पुरवण्यासाठी खर्च व्हावा, हे मला मुळीच मान्य नाही. त्याहीपेक्षा जेव्हा तो आपल्या एका बलाढ्य शत्रूच्या हातचं बाहुलं असताना, त्याला पैसे देणं अधिक धोकादायक आहे. हे तर स्वतःच्या हातानं स्वतःच्या पायावर कुऱ्हाड मारून घेण्यासारखं झालं!'[८०]

जेव्हा कंपनी संचालकांनी हेस्टिंग्सला आठवण करून दिली, की कंपनीकडे बंगालचा ताबा केवळ शाही सनदीमुळे आहे, तेव्हा हेस्टिंग्सनं हा युक्तिवाद लढवला, की कंपनीला हा ताबा केवळ तलवारीच्या नैसर्गिक भयामुळे मिळाला आहे.

अखेर १७७४मध्ये, हेस्टिंग्सनं औपचारिकरीत्या शहा आलमला देणं असलेली सगळी थकबाकी रद्द करून टाकली.[८१]

या निर्णयामुळे अर्थातच, शहा आलमच्या तिजोरीचं भयंकर नुकसान झालं. त्याच्याकडे सैनिकांचे पगार देण्याइतपतही पैसे उरले नाहीत. कंपनीच्या एका

अहवालामध्ये नमूद केल्यानुसार, 'शहा आलमच्या सैन्याचा खर्च त्याच्या मिळकतीपेक्षा कैक पटीनं जास्त आहे. त्यामुळे कित्येक महिन्यांच्या थकबाकीनंतरच तो सैनिकांचे पगार देऊ शकतो; तेही बरेचदा लूटमार करून किंवा कर्ज काढून. यामुळे त्याच्या लष्करातले कित्येक चांगले सैनिक व अधिकारी नोकरी सोडत असतात.'[८२]

तरीही, मिर्झा नजाफ सेनापती असेपर्यंत जाटांकडून आणत गेलेल्या संपत्तीनं किंवा हिंदुस्थानातील इतर प्रांतांमधून महसूल गोळा करत, शहा आलमच्या लष्कराचा गाडा कसाबसा सुरू होता. खरी समस्या उभी राहिली ती मिर्झा नजाफची तब्येत बिघडू लागल्यावर. आधीच मनानं उद्ध्वस्त असलेल्या मिर्झा नजाफचं शरीरही जेव्हा आवाज देऊ लागलं, तेव्हा तो आपलं भग्न हृदय घेऊन पलंगाला खिळला.

मिर्झा नजाफ सर्वांत पहिला आजारी पडला १७७५च्या हिवाळ्यामध्ये. त्याचा आजार बळावत गेला आणि तो बरेच महिने पलंगाला खिळून राहिला. त्याच सुमारास जाटांनी बंड पुकारले; पण मिर्झा नजाफला त्यांना प्रत्युत्तर देण्याइतपत बरं व्हायला एप्रिल १७७५ उजाडला. एप्रिलमध्ये मिर्झा नजाफनं जाटांविरुद्ध मोहीम काढली आणि हरियाणामध्ये मुघल सत्ता पुन:प्रस्थापित केली.

नोव्हेंबर १७७९मध्ये एक चांगली गोष्ट घडली. इतकी वर्षं शहा आलमचं मन कलुषित करणारा अब्दुल अहाद खान अखेर बादशहाचा विश्वास गमावून बसला. पटियालामधल्या शिखांविरुद्ध अब्दुलनं काढलेल्या मोहिमेमध्ये मुघलांनी दणदणीत आपटी खाल्ल्यावर, शहा आलमचे डोळे उघडले. त्यानंतर आपली चूक सुधारण्याच्या हेतूनं, शहा आलमने अब्दुल अहादला काढून मिर्झा नजाफला त्याच्या जागी रीजेन्ट ऊर्फ वकील-ए-मुत्तलक नेमलं. मिर्झा नजाफ त्या वेळी ४२ वर्षांचा होता. खरंतर ही बढती त्याला दहा वर्षांपूर्वीच मिळायला हवी होती. सगळ्यांना दिसत होतं, की सदर पदासाठी मिर्झा नजाफपेक्षा दुसरी कोणतीही व्यक्ती लायक नाही. असो. उशिरा का होईना, बादशहानं आपली चूक सुधारली होती; पण दुर्दैवानं बादशहानं जरा जास्त उशीर केला होता. मिर्झा नजाफनं नव्या पदाचा पदभार स्वीकारल्यावर त्याची तब्येत फारच बिघडू लागली. तो अधिकाअधिक काळ तापानं फणफणून रुग्णशय्येला खिळून राहू लागला. खरंतर मिर्झा नजाफच्या हातात सरकारी कारभार गेल्यावर रयतेनं आनंदोत्सव साजरा केला होता. अनेक वर्षांनी आता आपल्याला खरोखरच न्यायी शासन लाभेल, या विचारानं त्यांना खूप हुरूप आला. पण दुर्दैवानं त्यांचा हा उत्साह फार काळ तग धरू शकला नाही.[८३]

कारण, जरी मिर्झा नजाफच्या नियुक्तीनं प्रजा खूश असली, तरी दरबारात त्याचे शत्रू अजूनही कमी झालेले नव्हते. एका परक्या देशातून आलेल्या शिया माणसाला इतका मान-सन्मान मिळावा, हे पाहून अनेकांचा पोटशूळ उठला. या द्वेषी लोकांनी मिर्झा नजाफविरुद्ध हीन अफवा पसरवायला सुरुवात केली. मिर्झा नजाफ आजारपणाचा केवळ बहाणा करत असून, खरंतर तो दिवसच्या दिवस दिल्लीतल्या नर्तकींसोबत शय्यासोबत करण्यात वेळ घालवतो, अशा आवया उठू लागल्या. खैर उद्दिन ईलाहबादीने ' इब्रतनामा'मध्ये नमूद केल्यानुसार, 'कालांतरानं, या अफवांना विश्वासार्हता मिळावी म्हणून, लताफत खान नावाचा एक हिजडा मिर्झा नजाफशी जवळीक साधू लागला. त्याच्याशी गोड गोड बोलून, त्याच्याविषयी काळजी दाखवून, लताफत खाननं मिर्झा नजाफच्या आतल्या गोटात शिरकाव केला आणि थोड्याच वेळात, त्याच्या मनावर आपल्या शब्दांची मोहिनी टाकू लागला.'

> आपण फक्त मिर्झा नजाफचं भलं चिंतीत आहोत, असा आभास निर्माण करून, लताफत खाननं मिर्झाला असं सांगायला सुरुवात केली, की मिर्झानं स्वत:चं सगळं यौवन मोहिमा, युद्ध, सेवा इत्यादींमध्ये खर्च केलं; कधी स्वत:च्या वैयक्तिक गरजांकडे लक्ष दिलं नाही. आताही वेळ गेलेली नाही, असं त्याला पटवून, लताफतनं मिर्झाला एका अनुभवी वेश्येशी गाठभेट घालून दिली. हजारो पुरुषांसोबत शय्यासोबत केलेल्या त्या धूर्त स्त्रीला, भोळ्याभाबड्या मिर्झावर आपली मोहिनी टाकायला वेळ लागला नाही. आपल्या स्त्रीसुलभ अदांनी त्या बाईनं मिर्झाला इतकं वेडं केलं, की त्यानं सगळी लाजभीड, शिष्टाचार इत्यादींना तीलांजली दिली! मिर्झा त्या स्त्रीला आपल्यासोबत सार्वजनिक ठिकाणी मिरवू लागला. तो तिच्यात पुरता गुंतलेला होता; कालांतराने तो तिचा जवळ जवळ गुलामच झाला! मिर्झा नजाफचं जसजसं अध:पतन होऊ लागलं, तसतसा लताफत खान पैशाच्या राशीवर लोळू लागला.
>
> हळूहळू मिर्झाचा सगळा वेळ त्या वेश्येसोबत जाऊ लागला. तापानं फणफणलेल्या अवस्थेत सतत मदिरापान करत, तो तिच्या पायाशी बसून तिच्या सौंदर्याचा आस्वाद घेत राही. त्याची तब्येत अधिकाधिक बिघडत गेली; पण तरीही, कोणत्याही वैद्य-हकिमांचा सल्ला न जुमानता मिर्झा तसाच वागत राहिला. अखेर जे घडायचं तेच घडलं-सगळ्या व्यसनांचा अतिरेक झाला आणि मिर्झाचा आजार उपचारांना प्रतिसाद देईनासा झाला. त्यानंतर त्या बाईच्या नादामुळे थोड्याच दिवसांत मिर्झा नजाफचा अंत ओढवला.[८४]

खरं सांगायचं, तर मिर्झाचे शेवटचे दिवस कुणा स्त्रीसमवेत शय्यासोबत करण्यात नव्हे, तर अतिशय वेदनेत, रक्त ओकतच गेले. ऑगस्ट १७८१ पर्यंत मृत्यूच्या छायेत तो पूर्णपणे अंथरुणाला खिळला होता. १७८२चे पहिले तीन महिने त्यानं जीवन हेलकावे खात काढले. एकेकाळी भरभक्कम शरीरयष्टीचा हा मनुष्य अखेर सांगाड्यासारखा दिसू लागला. त्याच्या अंगातला सगळा त्राण निघून गेला होता. खैर उद्दिननं लिहून ठेवल्यानुसार- 'खुद्द बादशहापासून ते प्रजेच्या प्रत्येक सदस्यापर्यंत, मग तो हिंदू असो वा मुसलमान, सगळ्यांना मिर्झा नजाफची काळजी सतावू लागली. वैद्यकीय उपचार थकले तसे सर्वजण देवासमोर नतमस्तक होऊन त्याच्या आयुष्यासाठी प्रार्थना करू लागले. ओखला येथील कालका देवीच्या मंदिरामध्ये मिर्झाच्या नावानं अनेक मौल्यवान वस्तू अर्पण करण्यात आल्या. नवाबानं ब्राह्मणांना व लहान मुलांना अन्नदान केलं. खाटकाकडे दिलेल्या असंख्य गाईंसाठी रोख किंमत मोजून त्यांना मोकळं सोडून दिलं; पण सगळे प्रयत्न व्यर्थ ठरले.[८५] एप्रिल महिन्याच्या शेवटी, पश्चात्तापदग्ध शहा आलम मिर्झा नजाफच्या भेटीला आला. तोपर्यंत मिर्झाची तब्येत इतकी खालावली होती, की त्याला बादशहाला धड सलाम करण्यासाठीही उठता येईना.

> मिर्झा नजाफची दुरवस्था पाहून बादशहा ढसढसा रडू लागला. सद्गदीत होऊन तो मिर्झाच्या खांद्यावर हलकेच हात ठेवून त्याला थोपटत राहिला... मिर्झा नजाफ शेवटच्या घटका मोजत आहे, ही बातमी सर्वदूर पसरली तशा त्याच्या बायका जनानखान्यातून धावत आल्या आणि ढसढसा रडत त्याच्या अवतीभवती उभ्या राहिल्या. त्यांचे आवाज ऐकून मिर्झा जरासा भानावर आला. मग त्यानं आपल्या बहिणीला जवळ बोलावून विनंती केली, की तिनं पुन्हा एकवार आपला मायेचा पदर त्याच्या डोक्यावर धरावा. अश्रू पुसत ती आपल्या भावाजवळ गेली आणि पुढच्या काही क्षणांत मिर्झा नजाफनं प्राण सोडला.[८६]

६ एप्रिल १७८२ रोजी मिर्झा नजाफ खानचा मृत्यू झाला तेव्हा तो फक्त ४६ वर्षांचा होता. गेली दहा वर्षं त्यानं शहा आलमसाठी अत्यंत सचोटीनं काम केलं होतं, मिर्झाच्या मृत्यूनंतर एका इतिहासकारानं म्हटल्यानुसार, 'मुघल साम्राज्य नव्यानं उभं राहत असल्याची आशा पल्लवित होत असतानाच, काळानं त्यावर काजळी धरली!'[८७] मिर्झा नजाफ खानला हिंदुस्थानातल्या मुघल सत्तेमधील अखेरचा शक्तिशाली नेता म्हणून ओळखलं जातं; त्यानं केलेल्या कार्याचा सन्मान म्हणून,

मिर्झा नजाफला मरणोत्तर 'झुल-फिकारुद-दौला' हा किताब दिला गेला.[८८] सफ्दर जंगच्या थडग्यापासून काही अंतरावर असलेल्या एका बगीच्यामध्ये मिर्झा नजाफ खानची लहानशी कबर बांधली गेली.[v] त्याच्या आयुष्यातल्या इतर अनेक गोष्टींप्रमाणे त्याची कबरही अर्धवट राहून गेली.

मिर्झा नजाफचा मृत्यू होताक्षणी, शहा आलमच्या दरबारामध्ये तडे जाऊ लागले. मिर्झा नजाफचे निरनिराळे कनिष्ठ अधिकारी त्याच्या पदासाठी एकमेकांमध्ये झुंजू लागले. त्यांच्यापैकी सर्वांत कार्यक्षम अधिकारी (ज्याला मिर्झा नजाफही आपला सुयोग्य उत्तराधिकारी मानत) अफरासियाब खान, हा एका हिंदू व्यापाऱ्याचा मुलगा होता. धर्मांतर केलेल्या या तरुणाला अनुपगिरी गोसेनचा भक्कम पाठिंबा होता; पण त्याच्या सामान्य पार्श्वभूमीमुळे अफरासियाबला दरबारामध्ये फारसं कुणी महत्त्व देत नसे.

अफरासियाबच्या होऊ पाहणाऱ्या प्रगतीला, मिर्झा नजाफचा नातलग असलेल्या मिर्झा मूहम्मद शफी याने मोडता घातला. शहरी सभ्यतेत वाढलेल्या मिर्झा मूहम्मदने सप्टेंबर १७८२ मध्ये अफरासियाबच्या विरोधात लष्करी मोहीम काढली. जामा मशिदीसमोरच्या रस्त्यावर दोन्ही पक्षांमध्ये घनघोर युद्ध झालं. ती संधी साधून, शहराच्या हद्दीबाहेर शीख, जाट आणि रोहिला पक्ष एकत्र आले आणि त्यांनी बंडाळी सुरू केली. शहा आलमचे दोन्ही पक्षांची युती करून त्यांना एकत्र आणण्याचे केलेले प्रयत्न पुरते फसले.[८९] पुढच्या दोन वर्षांत अफरासियाब आणि मिर्झा मूहम्मद दोघांची हत्या झाली आणि मिर्झा नजाफ खाननं कमावलेले सगळे प्रदेश मोडीत निघाले. शहा आलमची सत्ता आता थट्टेचा विषय झाली. त्याच्यावर उघडपणे विनोद केले जाऊ लागले, की शहा आलम हा सल्तनत-ए शहा आलम अझ दिल्ली ता पालम अर्थात दिल्ली ते पालम या जेमतेम १० मैल लांब प्रदेशाचाच सत्ताधीश उरलेला आहे.

या सगळ्या घडामोडींमुळे मराठ्यांच्या बातमीदाराने पुण्याला कळवलं, की 'दिल्ली पुन्हा एकदा भग्न झालेली आहे. गुज्जर डाकू रात्रंदिवस लुटालूट करत असतात. रस्त्यावरून जाणारा कुणीही वाटसरू सुरक्षित राहिलेला नाही. रात्रीच्या वेळी, चोर-डाकू सरळ घरात घुसतात आणि तिथल्या श्रीमंत व्यापारी वा दुकानदारांना उचलून त्यांच्या कुटुंबाकडे खंडणीची मागणी करतात. कुणातही हा प्रकार थांबवण्याची हिंमत उरलेली नाही.'[९०] यात भर म्हणजे, शिखांनी पुन्हा एकदा उत्तर भारतात

---

v दिल्लीच्या नैर्ऋत्येला असलेला नजाफगढ़ हा परिसर मिर्झा नजाफ खानच्या नावे बांधला गेला आहे. तसंच जोर बाघच्या दक्षिणेला असलेल्या त्याच्या थडग्याशेजारील रस्त्यालाही मिर्झा नजाफचंच नाव दिलं गेलं आहे.

जोमानं लूटमार सुरू केली. पोलियेरनं केलेल्या नोंदीनुसार, पावसाळा संपल्यानंतर शिखांनी पुन्हा जोर धरला; ते एका वेळी दहा हजार किंवा अधिक घोडेस्वार घेऊन आजूबाजूच्या गावांमध्ये घुसून आणि हाताला लागेल ते लुटून, जाळपोळ करून, वाऱ्यासारखे पसार होत![९१]

लागोपाठ तीन वर्षं दडी मारून बसलेला पाऊस आणि सुमारे एक-पंचमांश ग्रामीण जनता पुसून टाकणारा सर्वव्यापी दुष्काळ यामुळे संपूर्ण देशात गोंधळ आणि निराशेचं वातावरण पसरलं होतं.[९२] याच काळात, लखनऊमध्ये नवाब आसफ उद्दौला यानं इमामबरा शोक सभागृह बांधून घेतलं. या बांधकामामुळे नवाब सुमारे ४०हजार माणसांना रोजगार देऊ शकला; पण शहा आलमकडे असा कोणता प्रकल्प हाती घेण्याची ताकद नव्हती.[९३] कवी सौदा यानं आपल्या लेखनामध्ये शहा आलमच्या राज्यात पसरलेल्या चिंतेचं वर्णन करताना म्हटलं : 'शाही तिजोरी रिकामी झालेली आहे; महसूल येत नाही; पगाराची तर वार्ताच सोडा!

> सैनिक, शिपाई, कारकून सगळे विनारोजगार बसलेले आहेत. कुणाला पगार देण्यासाठी हुकूम लिहिलेली चिठ्ठी इतकी कुचकामी ठरते, की हकीम-वैद्य त्या कागदाच्या पुरचुंड्यांमध्ये औषधं बांधून देतात! सगळे हुकूम म्हणजे निव्वळ कागद आहेत. एकेकाळी जहागिरी असणारे आणि भल्यामोठ्या पदांवर मिरवणारे लोक आता कुठे शिपायाचं काम मिळतं आहे ते पाहत आहेत. त्यांच्या तलवारी आणि ढाली कधीच तारण म्हणून गेल्या; चुकूनमाकून तिथून त्या कधी निघाल्याच, तरी जगाच्या बाजारात त्यांची किंमत कवडीमोल असेल. एकेकाळी पैशाच्या राशीवर लोळणारी ही माणसं आज ज्या प्रकारे जगत आहेत, त्याचं वर्णन करायला शब्द सापडत नाहीत. राजाचा रंक होताना नेमकं काय होतं, हे आम्ही प्रत्यक्षात पाहत आहोत...
>
> दिल्लीच्या दुर्दशेचं मी कोणत्या शब्दात वर्णन करू समजत नाही. असं एकही घर उरलेलं नाही जिथून कोल्हेकुई ऐकू येत नाही. संध्याकाळच्या वेळी, एरवी दिव्यांनी लखलखणाऱ्या मशिदी आता अंधारात लुप्त असतात. शंभरातल्या एखाद्या घरात मिणमिणता दिवा जळताना दिसतो. एकेकाळी दिल्लीच्या आकाशाच्या पार्श्वभूमीवर दिमाखदारपणे उभ्या असणाऱ्या इमारती आता उद्ध्वस्त झाल्या आहेत. एकेकाळी कोकिळेच्या सुराने बहरून येणाऱ्या बागांमध्ये आता रानटी गवत वाढलेलं दिसतं.
>
> गावातल्या पाणवठ्यांवर घागरी भरायला येणाऱ्या तरुणींचा चिवचिवाट बंद पडला आहे. गावं ओस पडली आहेत... झाडं सुकलेली आहेत...

विहिरींमध्ये प्रेतांचे खच पडलेले आहेत...! शहाजहानाबाद, तुझ्यासारख्या सुंदर, उत्साही शहराची गत इतकी दयनीय का व्हावी?! नशिबाने तुझी अशी थट्टा का बरं मांडली असावी? तुझ्यासारख्या हास्य, प्रेम, आणि जिवंतपणानं सळसळणाऱ्या शहराला कुणाची वाईट नजर लागली बरं? पूर्वी जिथं झुंबरांचा चमचमाट असायचा, तिथं आता एक पणती लावणंसुद्धा कठीण झालेलं आहे. एकेकाळी भल्यामोठ्या वाड्यांमध्ये राहणारी माणसं आता त्याच वाड्यांच्या पडक्या भिंतींमध्ये निवारा शोधत आहेत. भविष्याच्या आशेनं उमलून येणारी असंख्य मनं आज निराशेच्या गर्तेत फिरत आहेत. अजून काय सांगू? आपण काळाच्या कृष्णविवरात अडकलेलो आहोत, असंच मी म्हणेन!'[९४]

आपल्या दरबारावर नियंत्रण ठेवण्यात अयशस्वी ठरलेल्या आणि चहूबाजूंनी शत्रूनं वेढला गेलेल्या शहा आलमनं अखेर नाइलाजानं पुन्हा महादजी शिंदेंची मदत मागितली. अकरा वर्षांनंतर दखखनवरून उत्तरेला आलेल्या महादजींना शहा आलमनं विनंती केली, की त्यांनी दिल्ली दरबारचा रीजेन्ट बनून आपल्या विस्कळीत राज्याला मार्गी लावावं.[९५] महादजींना आमंत्रित करण्यासाठी लिहिलेल्या विनंतीवजा पत्रामध्ये शहा आलमनं म्हटलं होतं :

'मी सगळं गमावून बसलो आहे – पैसा, मान आणि माझी राजवटसुद्धा. महादजी, इथं येऊन हे सगळं सावर. तुला ज्या पद्धतीनं योग्य वाटेल तसं.'[९६]

राजकारणाच्या दृष्टीनं विचार करता, महादजींची मदत मागून शहा आलमनं एक चांगली राजकीय खेळी खेळली होती, असंही म्हणायला हरकत नाही. १७७२मध्ये दिल्लीहून सोडल्यानंतर महादजींचा गवगवा चांगलाच वाढला होता. दख्खनमधले व्यवहार त्यांनी ज्या प्रकारे हाताळले होते, त्यामुळे हिंदुस्थानातील सर्वोत्तम सेनापती म्हणून आता (टिपूप्रमाणे) महादजींचाही उल्लेख व्हायला लागला होता. त्यात आता महादजींच्या सैन्याला प्रशिक्षण देण्यासाठी कॉम्ट बेनॉई द बॉइन नावाचा एक उत्कृष्ट लष्करी अधिकारी नेमण्यात आला होता. यामुळे पुढील काही काळातच, महादजींच्या सैनिकांना 'अग्नी व लोहाची भिंत उभी करून शत्रूला नामोहरम करण्याची पद्धत' अवगत होणार होती आणि त्यामुळे ते हिंदुस्थानातल्या भल्याभल्या लष्करांना पळता भुई थोडी करणार होते.[९७]

द बॉइननं शिंदेंच्या मराठा लष्कराला अद्ययावत युरोपीय शस्त्रं व शस्त्रपद्धतींमध्ये

पारंगत बनवून टाकलं. वर-खाली करता येणाऱ्या तोफा, दुर्बिणीतून नेम धरू शकणाऱ्या तोफा, एका मिनिटात तीन वेळा गोळी मारू शकणाऱ्या बंदुका इत्यादी शस्त्रांच्या तंत्रपद्धतींमध्ये मराठा लष्कराला प्रशिक्षण देऊन द बॉइननं त्यांना अजिंक्य बनवून टाकलं. एका हिशेबानुसार, मराठा सैन्यापासून जर शत्रूचं घोडदळ ३०० मीटर लांब असेल, तर ते मराठ्यांच्या जवळ पोहोचेपर्यंत त्यांच्यावर ३ हजार गोळ्या झाडल्या जातील, अशा प्रकारच्या त्या बंदुका होत्या.

तर, अशा प्रकारे उत्तम प्रशिक्षण घेतलेलं शिंदेंचं सैन्य आता हिंदुस्थानातील सर्वांत बलशाली लष्कर म्हणून ओळखलं जाऊ लागलं. त्याची तुलना थेट कंपनी लष्कराशी केली जाऊ लागली.[९८] शिंदेंच्या सैन्याचा गवगवा इतका वाढला होता, की त्यांच्याशी दोन हात करण्यापेक्षा त्यांच्यासमोर थेट शरण गेलेलं बरं, असं शिंदेंच्या राजपूत प्रतिस्पर्ध्यांचं मत झालं होतं. अजमेर, पातन आणि मर्टाच्या सैन्यांनी काही वेळ लढा देऊन, यापेक्षा अधिक नुकसान झेलण्यापूर्वी शरण गेलेलं बरं असा निर्णय घेतला होता. द बॉइनचा दबदबा तर इतका मोठा होता, की मरणशय्येवर असलेल्या एका सेनापतीनं आपल्या पत्नीला सांगून ठेवलेलं, की 'शिंदेंना प्रतिकार करा, पण द बॉइन आला तर सरळ शरणागती पत्करा.'[९९]

नोव्हेंबर १७८४ मध्ये शिंदे आणि शहा आलमची फतेहपूर सिकरीजवळच्या कनुआ येथे भेट झाली. शिंदेंनी बादशहाच्या पायावर मस्तक ठेवलं आणि त्याला १०१ सोन्याच्या मोहरा भेट देऊन मिर्झा नजाफच्या मृत्यूनंतर रिकाम्या राहिलेल्या 'वकील-ए-मुत्तलकचा' पदभार स्वीकारला. मात्र एका इंग्रज लेखकानं नमूद केल्यानुसार, 'कागदोपत्री जरी शिंदे शहा आलमचा सेवक असले, तरी प्रत्यक्षात या नेमणुकीमुळे आता ते त्यांचे मालक झाले होते.'[१००]

सदर पदभार स्वीकारण्यामागे शिंदेंचा अंतस्थ हेतू वेगळा होता; त्यांना शहा आलमचं रक्षण करण्याशी काहीच देणंघेणं नव्हतं. हळूहळू शिंदे दिल्लीदरबारी आपलं वर्चस्व दाखवू लागले. शाही निवासस्थानाला भेट देणाऱ्या काही पाहुण्यांनी नमूद केल्यानुसार, काही वेळा, शहा आलमचं कुटुंब उपाशी राहायचं; कारण त्यांच्यासाठी अन्नाची सोय केली जायची नाही.[१०१] कधी कधी शिंदे त्यांच्या भेटीला गेले, की त्यांना रेवडीसारख्या अत्यंत स्वस्त आणि टुकार गोष्टी भेट म्हणून नेत. सेवकगण आणि घोड्यांना खायला दिली जाणारी रेवडी बादशहाच्या कुटुंबासाठी नेणं हा खरंतर फार मोठा अपमान असे, पण शिंदेंसमोर बोलायची कुणाची टाप होती? शिंदेंनी बादशहाशी सल्लामसलत न करता दिल्लीतल्या खाटकांना गाई न मारण्याचा हुकूम फर्मावला.[१०२] अखेर, जानेवारी १७८६ मध्ये त्यांनी आपल्या सैन्यासहित जयपूरकडे प्रयाण केलं. महसूल गोळा करण्यासाठी व राजस्थानात मराठा सत्ता पसरवण्यासाठी त्यांनी अनुपगिरी गोसेनच्या एका

पलटणीच्या हातात लाल किल्ला सोपवून जयपूरचा रस्ता धरला.

महादजी शिंदे जयपूरमध्ये पोहोचले तेव्हा गुलाम कादिर २० वर्षांचा झाला होता. गुलाम कादिरच्या असं लक्षात आलं, की लाल किल्ला आणि त्यामधली अफाट साधनसंपत्ती आता असुरक्षित आहे. नुकताच झबिता खानचा मृत्यू झाला होता आणि गुलाम कादिर आपल्या वडिलांच्या मालमत्तेचा उत्तराधिकारी बनला होता, त्याचबरोबर त्यानं आपल्या आई व काकांच्याही मालमत्तेवर हक्क प्रस्थापित केला होता. त्या सगळ्यांना कैदेत टाकून गुलाम कादिरनं बिनदिक्कत त्यांची संपत्ती स्वत:च्या ताब्यात घेतली होती. अफ्झारीनं लिहून ठेवल्यानुसार- 'तो मूर्ख मुलगा स्वत:ला सम्राट समजू लागला होता. मोठाल्या आवाजात थिल्लर बडबड करत, वाटेल त्याला शिव्याशाप देत, तो सतत वल्गना करायचा – 'लवकरच मी शहाजहानाबादला येऊन माझ्यावर झालेल्या अन्यायाचा बदला घेणार आहे! साम, दाम, दंड, भेद... जमेल त्या पद्धतीनं मी माझा सूड घेणार आणि लाल किल्ल्याला यमुना नदीत बुडवून टाकणार!'’[१०३]

गुलाम कादिरच्या या धमक्यांमुळे लवकरच सर्वतोमुखी एकच जप होऊ लागला, की त्यांचं शहर उद्‌ध्वस्त करण्यासाठी गुलाम कादिर कुठल्याही क्षणी धाड घालेल. अखेर, जुलै १७८८च्या मध्यावर, गुलाम कादिरनं आपले शब्द खरे करून दाखवले. घोड्यावर मांड टाकून रोहिल्यांची फौज हाताशी घेऊन, त्यानं दिल्लीकडे कूच केली. आपल्या वडिलांवर झालेल्या अन्यायाचा बदला घेण्यासाठी, शहा आलमला त्याच्या पापांची शिक्षा देण्यासाठी आणि त्याला बंदी करणाऱ्या लोकांवर सूड घेण्यासाठी गुलाम कादिरनं ही मोहीम हाती घेतली होती.

१७ जुलै रोजी रोहिला फौज लाल किल्ल्याच्या समोर यमुनेच्या तीरावरच्या शहादऱ्याला येऊन पोहोचली. राजमहालामध्ये चिंतेचं वातावरण पसरलं होतं, पण शहा आलम शांत होता. गुलाम कादिरला घाबरण्याचं काही कारण नाही, असं त्याचं ठाम मत होतं. 'या लहान वयाच्या तरुण पोराला इतकं घाबरण्याचं काय कारण आहे, मला समजत नाही! गुलाम कादिर आमचा नमक परवरदा (आमच्या मिठावर जगलेला) आहे. तो आमच्याविरुद्ध कशासाठी बंडाळी करेल? या सगळ्या कुणा वाह्यात व्यक्तीनं पसरवलेल्या अफवा आहेत, कुणी त्यावर विश्वास ठेवू नये' असं सांगत, शहा आलम आपल्या प्रजेला शांत ठेवण्याचा प्रयत्न करू लागला.[१०४]

मात्र पुढच्या काही दिवसांमध्ये दोन घटना घडल्या, ज्यामुळे रोहिल्यांकडच्या

धोक्याचं गांभीर्य अधिक ठळक झालं. एक तर, गुलाम कादिरला बादशहा अहमद शहाच्या वयस्कर विधवा असलेल्या राजमाता मलिका-ए-जमानी बेगमकडून निरोप आला. गुलाम कादिरचे आजोबा नजीब उद्दौला यांच्याशी अहमद शहाचे उत्तम संबंध होते. त्या गोष्टीची गुलाम कादिरला आठवण करून देऊन बेगम साहिबानं त्याला शहा आलमला सिंहासनावरून हुसकावून स्वत:चा नातू बेदर बख्त याला त्याच्याजागी बसवण्यासाठी रु. १२ लाख देऊ केले. (खरंतर, बेदर बख्त शहा आलमचा चुलत भाऊसुद्धा होता.) दुसरी गोष्ट अशी घडली, की 'कुडसिया बाग'जवळ आपल्या छोट्याशा फौजेसमवेत वाट पाहत बसलेल्या अनुपगिरी गोसेनला, रोहिल्यांचं अजस्र लष्कर पाहून घाम फुटला आणि त्या भीतीपोटी, त्यानं २८ तारखेच्या रात्री आपल्या माणसांसमवेत तिथून पळ काढला. आपण रसद आणण्यासाठी तिथून निघालो, असं त्यानं नंतर सांगितलं असलं, तरी तो भीतीपोटी पळाला असणं अधिक संभाव्य होतं. वॉरियर ॲसेटिक्स ॲन्ड इंडियन एम्पायर्समध्ये विल्यम पिंचने अशी संभावना व्यक्त केली आहे, की अनुपगिरीने आधीच गुलाम कादिरशी हातमिळवणी केली होती.

कारण काही असो, पण २९ तारखेच्या सकाळी जेव्हा रोहिल्यांना जाग आली तेव्हा त्यांनी बघितलं, की प्रतिकार करण्यासाठी समोरच्या बाजूला कुणीच उभं नव्हतं! यमुनेचा मार्ग मोकळा होता; शहराच्या दरवाज्यांवरही कुणी पहारेकरी नव्हते! संधीचा फायदा उचलून, गुलाम कादिर आपली एक पलटण आणि भरपूर शस्त्रास्त्रं घेऊन यमुना पार करू लागला.[१०५] लवकरच तो 'कुडसिया बाग' येथील आपल्या जुन्या निवासस्थानी पोहोचला आणि मुघलांना प्रतिकार करण्याची संधी न देता, त्यानं काश्मिरी गेट ताब्यात घेतलं. पलटणीतल्या सैनिकांना छज्ज्यांवर उभं करून, उरलेलं सैन्य आणि शस्त्रं घेऊन येणाऱ्या होड्यांची वाट पाहत उभा राहिला.

२हजार रोहिला सैनिक येऊन पोहोचल्यावर गुलाम कादिरने त्यांना चालत थेट लाल किल्ल्याकडे नेलं. तिथले दरवाजे बंद असलेले पाहून, तो दिल्ली दरवाज्यासमोरच्या गोल्डन मॉस्क (सुवर्ण मशिद) जवळ उभा राहिला आणि तिथून आतमध्ये निरोप पाठवला : 'दरबारामध्ये वाढलेल्या; पण नियतीनं बाहेर काढलेल्या या गरिबाला दरबाराचा आश्रय हवा आहे. आशा आहे, दरबार त्याला नाराज करणार नाही.'[१०६]

मराठ्यांच्या लेखकानं लिहून ठेवल्यानुसार-'रोहिल्यांनी 'कुराण'ची शपथ घेऊन कबूल केलं, की त्यांच्या मनात कोणताही वाईट हेतू नाही. त्यांना केवळ बादशहा शहा आलमचा आशीर्वाद पाहिजे होता. खुद्द गुलाम कादिरनं ही शपथ घेतल्यावर, बादशहानं आपल्याकडच्या हिजड्यांकरवी त्याला संदेश पाठवला, की बादशहा

गुलाम कादिरला भेटायला तयार आहे; पण केवळ दहा-वीस अनुयायांसोबत.[१०७] बादशहाकडच्या हिजड्यांचा प्रमुख असलेला मन्सूर अली खान, यानं पाथरगढ़च्या पडावावेळी गुलाम कादिरचा जीव वाचवला होता. बादशहाच्या राजवटीत नाझेर, अर्थात किल्ल्याचा व्यवस्थापक या पदाला चढलेल्या चाणाक्ष मन्सूरला आपल्यासाठी नामी संधी चालून आल्याचं लक्षात आलं. पुन्हा एकदा गुलाम कादिरची मर्जी संपादन करण्याची संधी मिळतेय, हे लक्षात येताच त्यानं बादशहाचा हुकूम न जुमानता किल्ल्याचे दुहेरी दरवाजे उघडे करून टाकले. परिणामी, गुलाम कादिरला एका वेळी आपली संपूर्ण २ हजार माणसांची फौज किल्ल्यात आणता आली. खैर उद्दिननं नमूद केल्यानुसार, 'नाझेरनं किल्ल्याचा मुख्य दरवाजा गुलाम कादिरच्या हातात दिल्यावर अजून काय घडणार होतं? गुलाम कादिरनं आपल्या सेनापतींना किल्ल्याच्या व आतील भागातल्या सगळ्या महत्त्वाच्या रस्त्यांवर आणि दरवाज्यांवर लक्ष ठेवण्यासाठी तैनात केलं.'[१०८]

मिर्झा नजाफ खानच्या लाल पलटणीतल्या सैनिकांना गुलाम कादिरशी दोन हात करायचे होते. दुसरीकडे, शहा आलमचा मुलगा अकबर याने 'दिवान-ए-खास'मध्ये इतर मुघल राजपुत्रांना गोळा करून गुलाम कादिरवर चाल करून जाण्याची परवानगी मागितली. 'तुम्ही परवानगी दिलीत तर आम्ही सगळे या फितुरांना पळता भूई थोडी करू! मग भले या लढाईमध्ये आम्ही शहीद झालो तरी बेहत्तर!' पण शहा आलमला हे मुळीच मंजूर नव्हतं. त्याचं म्हणणं होतं : 'नियतीसमोर कुणाचं काही चालत नाही. काळ आपला वैरी बनलेला आहे. आपल्या हातात आता काहीही उरलेलं नाही.'[१०९]

गुलाम कादिरनं वेळ दवडला नाही. शाही शिपाई व पहारेकऱ्यांना लगेच नि:शस्त्र करण्यात आलं. शिपायांना किल्ल्यावरून हुसकावून लावण्यात आलं आणि राजपुत्रांना औरंगजेबनं बांधलेल्या शुभ्र संगमरवरी मोती मशिदीमध्ये कैद करण्यात आलं. मग, सगळे शिष्टाचार आणि सभ्यता पायाखाली तुडवत, गुलाम कादिर बादशहाच्या सिंहासनाजवळच्या उशांवर बसला. त्यानं बादशहाच्या खांद्यावर हात टाकला, आणि हुक्क्याचा धूर त्याच्या तोंडावर सोडत दात विचकून हसला![११०] त्या क्षणापासून भय आणि विकृतीचे जे हिडीस तांडव सुरू झालं ते पुढे नऊ आठवडे चाललं![१११]

त्या संध्याकाळी गुलाम कादिर, हयात बक्श बागेमध्ये उभारलेल्या छावणीमध्ये, आराम करण्यासाठी गेला. दुसऱ्या सकाळी, ३० तारखेला त्यानं पुन्हा बिनदिक्कत किल्ल्यात प्रवेश केला आणि थेट सरीर-ए खास (शाही सिंहासन)कडे जाऊ लागला. ते पाहून, बादशहा शहा आलमनं त्याला हळुवारपणे हटकलं आणि म्हणाला, 'मी आपल्यातल्या मौखिक करारावर विश्वास ठेवला. तू 'कुराण'ची

शपथ घेतलीस म्हणून मी तुझ्यावर जराही संशय घेतला नाही; पण अर्थात, तू मला फसवलंस!'

शहा आलम बोलत असतानाच, गुलाम कादिरनं राजपुत्र बेदर बख्तला बोलावून घेतलं. तो आला तसा गुलाम कादिरनं बादशहाच्या कंबरेला लावलेला खंजीर काढून घेतला आणि त्याला सलीमगढ़च्या तुरुंगामध्ये कैद करण्याचा हुकूम फर्मावला. मग तितक्याच शांतपणे, गुलाम कादिरनं बेदर बख्तला बादशहाच्या सिंहासनावर विराजमान केलं. ढोलताशे वाजवले गेले आणि नवीन बादशहा, बेदर शहाच्या नावानं मोहरा मुद्रित करण्याचं फर्मान निघालं.[११२] बादशहा थक्क होऊन पाहातच बसला![११३]

मराठ्यांच्या लेखकानं नमूद केल्यानुसार : 'त्यानंतर, गुलाम कादिरनं बेदर बख्तच्या आजीकडून ठरलेल्या रकमेची मागणी केली.

> मलिका-ए-जमानी बेगम आपल्या वाड्यामधून लाल किल्ल्यात आली आणि तिनं गुलाम कादिरला सांगितलं, की शाही महालामधल्या सगळ्या माणसांची – अगदी सगळ्या बेगमांचीही – झडती घेतल्यानंतर, मी तुला ठरलेली रक्कम देऊन टाकीन. तू माझ्या सल्ल्यानुसार वागलास तर तुझी भरभराट होईल. त्यावर गुलाम कादिरनं उत्तर दिलं, की लाल किल्ला आणि त्यांतील सगळ्या साधनसंपत्तीवर आता फक्त माझा हक्क आहे. तुम्ही आपला वायदा पूर्ण केलाच पाहिजे!
>
> त्यानंतर गुलाम कादिरनं शहा आलमकडचं सगळं सोनंनाणं, पैसाअडका, उत्तमोत्तम कपडे, भांडी व इतर चीजवस्तू स्वत:च्या ताब्यात घेतल्या. मग त्यानं जनानखान्यातल्या सगळ्या बेगम व राजकन्यांची झडती घेऊन, त्यांच्याकडचे सगळे भरजरी कपडे व दागिने हस्तगत केले. अगदी त्यांच्या अंगावरची वस्त्रंही सोडली नाहीत! मग त्यानं किल्ल्यामधल्या सगळ्या पुरुषांचीही तीच गत केली. यापैकी काही लोक किल्ल्यात राहणारे होते, तर काही दिल्लीमधून किल्ल्यात आसरा घेण्यासाठी आलेले होते. त्यापैकी जे लोकं सुरक्षिततेसाठी म्हणून दिल्लीला गेले होते, ते परत आल्यावर गुलाम कादिरनं त्यांना पुन्हा बाहेर काढलं आणि त्यांची सगळी मालमत्ता स्वत:च्या ताब्यात घेऊन टाकली. मग तो त्यांच्या घरातल्या फरशा उखडून टाकू लागला.
>
> हे सगळे प्रकार करण्यामागे गुलाम कादिरचं असं म्हणणं होतं, की शहा आलमनं माझं घर उद्ध्वस्त करण्याचा प्रयत्न केला. त्यानं मराठे व मिर्झा नजाफ खानच्या साथीनं पाथरगढ़ला आमच्या घराण्यातल्या स्त्रियांची

अब्रू लुटण्याचा प्रयत्न केला. आताही त्याला शिंदेंची मदत घेऊन माझं कुटुंब नेस्तनाबूत करायचं आहे. मग मी काय करावं? हातावर हात घेऊन बसून राहावं काय?'[११४]

गुलाम कादिर एवढ्यावर थांबला नाही. त्याच्या हुकमावरून सुवर्ण मशिदीच्या घुमटाला लावलेला सोन्याचा पत्रा काढून टाकण्यात आला.[११५] नाझेर मन्सूर अली खानच्या मदतीनं, गुलाम कादिरच्या अत्याचारांचा अवाका लवकरच किल्ल्याबाहेर पसरू लागला.[११६] काही काळातच, शहरातले पेढी मालक व जवाहिऱ्यांकडून रु. २५ कोटी किमतीचे दागिने व रत्नं लुटली गेली. अफ्झारीनं लिहून ठेवल्यानुसार- 'दिवसाच्या प्रहरी शहर व किल्ला लुटायचा, आणि रात्र झाली की भांग, गांजा, आणि दारूमध्ये विलीन व्हायचं हाच गुलाम कादिरचा दिनक्रम होता.'[११७]

हळूहळू, गुलाम कादिर अधिकच हिंस्र बनू लागला. बादशहानं अजून कुठे खजिना दडवून ठेवला आहे, याची माहिती काढण्यासाठी त्याच्या सेवकांना आगीवर उलटं टांगून त्यांचा छळ केला जाऊ लागला.[११८] शहा आलमच्या खास मर्जीतल्या नर्तकींना बुरख्याशिवाय गुलाम कादिरसमोर हजर करून, त्यांना दारूच्या नशेत असलेल्या धटिंगणांना शय्यासोबत करण्यासाठी जबरदस्ती केली जाऊ लागली.[११९] अगदी गुलाम कादिरची मदत करणाऱ्या मन्सूर खानचीही गय केली गेली नाही. त्याला तर संडासांमध्ये लोळवून मग खालच्या मैल्याच्या टाकीमध्ये फेकलं गेलं! 'पुढच्या दिवसभरात जर या नमक हरामानं रु. ७ लाख भरती केले नाहीत, तर याच्या तोंडात विष्ठा कोंबा!'[१२०] असं गुलाम कादिरनं आपल्या शिपायांना फर्मान सोडलं. जेव्हा मन्सूर खानने गयावया करत त्याला म्हटलं, की तू लहान असताना मी तुझा जीव वाचवला होता! तू हे विसरलास का? मग माझ्याशी असं का वागतो आहेस? तेव्हा गुलाम कादिरनं त्याला उत्तर दिलं, 'आपल्यात एक जुनी म्हण आहे – सापाला मारलं की त्याच्या पिल्लाला जिवंत ठेवू नये. तू ही म्हण विसरलास का?'

वॉरन हेस्टिंग्सकडे पाठवलेल्या एका अहवालानुसार, 'नवीन बादशहा बेदर शहाची गत फार वाईट आहे. त्याच्याकडे कपड्यांचा एकच जोड दिला गेला आहे. दररोजच्या जेवणासाठी किंवा ते जेवण आणायला पैसा मिळण्यासाठी, त्याला गुलाम कादिरकडे भीक मागावी लागते. ती भीक मागण्यासाठी, काही दिवसांपूर्वी जेव्हा बेदर शहा पायी चालत गुलाम कादिरच्या भेटीला गेला, तेव्हा त्याला ती भेट नाकारण्यात आली. नादर शहाच्या आक्रमणापूर्वी, अतिशय थाटामाटातली दिल्ली पाहिलेल्या मूहम्मद शहाच्या (रंगीला) वयस्कर राण्यांनाही त्यांच्या घरातून हुसकावून, त्यांची सगळी संपत्ती लुबाडली गेली. गुलाम कादिरनं

खुद्द शहा आलमला सात दिवसांसाठी अन्नाशिवाय, केवळ पाणी आणि सुक्या चपातीवर ठेवलं.'[१२१]

गुलाम कादिरला खात्री होती, की बादशहा अजूनही त्याच्यापासून आपली बरीच संपत्ती लपवतो आहे. म्हणूनच, १० ऑगस्ट रोजी त्यानं शहा आलम व त्याच्या मुलांना तुरुंगामधून बाहेर काढून स्वत:समोर हजर व्हायचा हुकूम दिला. खैर उद्दिननं नमूद केल्यानुसार, 'गुलाम कादिरनं आधी राजपुत्र अकबर व सुलेमान यांना, त्यांच्या नाकातोंडातून रक्त येईपर्यंत, आसुडाचे फटके मारण्याचा हुकूम सोडला. ते ऐकून शहा आलम चित्कारले, 'जे काही करायचं आहे ते मला कर! माझी मुलं निष्पाप आहेत. त्यांच्याशी तुझं काय वैर आहे?'

ते ऐकून, गुलाम कादिरनं एका अफगाण शिपायाला सांगितलं, 'या मूर्ख माणसाला उताणं पाड आणि त्याचे डोळे फोड!'[१२२]

गुलाम कादिरचं फर्मान ऐकून शहा आलमनं शांतपणे त्याच्या चेहऱ्यावर नजर रोखली आणि विचारलं, 'कुणाचे डोळे फोडायच्या गोष्टी करतो आहेस तू? माझे? तेही हे डोळे ज्यांनी गेली साठ वर्षं 'पवित्र कुराण'ची असंख्य पारायणे केलेली आहेत?'[१२३]

पण अर्थात, धार्मिक गोष्टींनी मनपालट होणाऱ्यातला तो अफगाण नव्हता!

> काही माणसांनी शहा आलमला जमिनीवर आडवं पाडलं आणि त्याच्या डोळ्यांमध्ये सुई खुपसली. काही माणसं त्याला काठीनं मारू लागली. थोड्या वेळानं, गुलाम कादिरने शहा आलमला खवचटपणे पृच्छा केली : 'काय? काही दिसतंय का?' शहा आलमनं शांतपणे उत्तर दिलं, 'काही नाही; फक्त तुझ्या-माझ्यात असलेलं कुराण.' त्यापुढची संपूर्ण रात्र, शहा आलम, त्याची मुलं व त्याच्या जनानखान्यातल्या सगळ्या स्त्रियांनी मोठमोठ्याने रडत काढली. 'मोती महाल'मध्ये वास्तव्यासाठी असलेल्या गुलाम कादिरला त्यांच्या रडण्याचा भेसूर आवाजाचा फार त्रास होऊ लागला. त्यानं आपल्या सेवकांना सांगितलं, की जो कुणी रडत असेल त्याला काठीनं बदडून ठार करा. पण तसं केलं तर देवाला काय तोंड दाखवायचं, या भीतीनं सेवकांनी ती आज्ञा अमान्य केली.
>
> दुसऱ्या दिवशी, गुलाम कादिरनं बेदर शहाला सांगितलं, 'बाहेर ये, तुला एक गंमत दाखवतो.' मग तो शहा आलमकडे गेला आणि त्याला सांगितलं, 'मला सोनं दे, नाहीतर मी तुला मारून टाकीन.' शहा आलमला गुलाम कादिरच्या विचित्र वागणुकीचा तिटकारा आला होता. त्यानं उत्तर दिलं, 'माझ्याकडे तुला देण्यासाठी काहीही उरलेलं नाही. मी तुझ्या

> हातातलं बाहुलं झालो आहे. मला मारून टाक. रोज कणाकणानं मरण्यापेक्षा एकदाच काय तो प्राण गेलेला बरा!'
>
> ते ऐकून, गुलाम कादिर संतापला! त्यानं शहा आलमला जमिनीवर आडवं पाडलं आणि कंदाहरी खान व पर्दिल खानला बोलावून, त्यांना शहा आलमचे हात घट्ट धरून ठेवायला सांगितलं. त्यांनतर, गुलाम कादिरनं कंदाहरी खानला आपल्याकडच्या अफगाणी खंजिरानं शहा आलमचे डोळे बुबुळातून उपसून काढायचा हुकूम दिला! खरंतर, प्रथेनुसार, डोळे फोडण्यासाठी सुया वापरल्या जात; पण गुलाम कादिरनं सगळ्याच प्रथा व नियम धाब्यावर बसवले होते. म्हणून शहा आलमचे डोळे फोडण्यासाठी खंजीर वापरला गेला. राक्षसी प्रकृतीच्या कंदाहरी खाननं सहजपणे शहा आलमचे दोन्ही डोळे उपसून काढले! पुढचा कितीतरी वेळ शहा आलम मान कापलेल्या कोंबडीप्रमाणे जमिनीवर तडफडत राहिला.
>
> त्यानंतर गुलाम कादिरनं हुकूम सोडला, की राजपुत्र अकबर, सुलेमान शिकोह आणि अहसन बख्तच्या डोळ्यांमध्येही सुया खुपसल्या जाव्यात. ते ऐकून, सदर राजपुत्रांच्या बायका पडद्याआडून सुसाट धावत बाहेर आल्या आणि आपल्या नवऱ्यांना सोडून द्यावं, यासाठी त्यांनी गुलाम कादिरच्या पायाशी लोळण घेतली. पण त्या दैत्याला त्यांची दया आली नाही. त्यानं त्या स्त्रियांच्या छातीत लाथा घालून त्यांना दूर भिरकावलं, आणि मग आपल्या सेवकांना म्हणाला, 'या राजपुत्रांचे हात-पाय धरा आणि त्यांची शुद्ध हरपेपर्यंत त्यांना बेदम मारत राहा. त्यानंतर त्यांना तुरुंगात फेकून द्या. पुढे बघू, यांचं काय करायचं ते!' मग, गुलाम कादिरनं शाही चित्रकाराला बोलावणं धाडलं आणि त्याला सांगितलं, 'लवकरात लवकर माझं चित्र काढ... त्यात असं दाखव, की मी शहा आलमच्या छाताडावर बसून, खंजिरानं त्याचे डोळे फोडतो आहे!' अखेर, गुलाम कादिरनं फर्मान सोडलं, की तुरुंगात टाकलेल्या शहा आलम व त्याच्या मुलांना अजिबात अन्नपाणी दिलं जाऊ नये.[१२४]

तरी त्या रात्री, बादशहाची दया येऊन, तीन सेवक व दोन पाणक्यांनी त्यांच्यासाठी पाणी नेण्याचा प्रयत्न केला. गुलाम कादिरला याचा सुगावा लागताच, त्यानं त्या पाचही जणांना तिथल्या तिथं मारून टाकण्याचा आणि धाय मोकलून रडणाऱ्या बादशहाच्या आजूबाजूला त्यांचे मृतदेह सडवत ठेवण्याचा आदेश दिला.

२५ तारखेला गुलाम कादिरनं शहा आलमच्या मुलांकडे आपलं लक्ष वळवलं. त्या काळच्या काही नोंदींनुसार ज्याप्रमाणे गुलाम कादिरला 'लैंगिक परिवर्तन'

करायला लावून त्याची अवहेलना केली गेली होती, त्यानं तोच प्रयोग शहा आलमच्या मुलांवर करायचं ठरवलं. वीस राजपुत्रांना (ज्यात भविष्यातला बादशहा अकबर शहा आणि त्याचा मुलगा बहादूर शहा जफरचाही समावेश होता) रोहिला फौजेसमोर नाच-गाणं सादर करायला लावलं गेलं. त्यांनी अनेक प्रकारे गुलाम कादिरच्या या विक्षिप्त मागणीचा प्रतिकार करायचा प्रयत्न केला, पण तो काही केल्या ऐकेना. 'गेली अनेक वर्षं मी तुमच्या नाच-गाण्याचं कौतुक ऐकत आलेलो आहे. आता मलाही दर्शन घडू द्या की तुमच्या कलेचं!' असं म्हणत, तो त्यांना डिवचत राहिला.

> थोड्या वेळानं गुलाम कादिर संतापला आणि त्यानं आपल्या सेवकांना फर्मावलं, 'या लोकांनी अजून नाटकं केली तर सरळ त्यांची दाढी कापून टाका! नव्हे, त्यांचं अख्खं शरीर गुळगुळीत करून टाका!' अखेर, राजपुत्र आणि त्याच्या मुलांचा नाइलाज झाला. ते जमेल तसं गाणी गात, कंबर व माना हलवून नृत्य करू लागले. गुलाम कादिर खूश झाला! त्यानं विचारलं, 'काय बक्षीस पाहिजे तुम्हाला?' राजपुत्रानं उत्तर दिलं, 'आमचे वडील आणि आमची मुलं उपाशीपोटी अर्धमेली झालेली आहेत. कृपा करून त्यांना अन्न-पाणी द्या.'
>
> गुलाम कादिरनं त्यांची विनंती मान्य केली. आपल्या सेवकांना शहा आलम व तुरुंगातल्या इतरांसाठी अन्न-पाणी न्यायला फर्मावलं आणि मग, आपली तलवार व खंजीर बाजूला ठेवून, राजपुत्र मिर्झा अकबर शहाच्या मांडीवर डोकं ठेवून तासभर झोपून गेला! तासाभरानं जाग आल्यावर, गुलाम कादिर उठला आणि सगळ्या राजपुत्रांच्या एकेक कानफटात मारून गरजला, 'किती नेभळट आहात तुम्ही सगळे? इतके सगळे अत्याचार मूकपणे सहन करता आणि मग म्हणता की आम्ही संपूर्ण प्रजेची जबाबदारी पेलू शकणारे शासक बनू?! हुं!! मी तुमची परीक्षा घेत होतो. तुमच्यात कणभर जरी पुरुषार्थ असता ना, तर मी झोपलो असतानाच तुम्ही ही समोर ठेवलेली तलवार उचलून माझी खांडोळी केली असती. हड्! काही अर्थ नाही तुमच्यात!' असं बोलून, गुलाम कादिरनं त्या सगळ्यांना शिव्यांची लाखोली वाहत, पुन्हा तुरुंगात डांबून टाकण्याचा आदेश दिला.[१२५]

गुलाम कादिरचा निर्णय ऐकून हताश झालेल्या काही राजपुत्रांनी किल्ल्याच्या कड्यावरून उड्या मारल्या आणि यमुनेमध्ये बुडून त्यांचा मृत्यू ओढवला. उरलेल्या

राजपुत्रांपैकी अनेकजण एकेक करून उपासमारीने मृत्यूमुखी पडले. थोड्या दिवसांनी, नमकीन ख्वाजा-सारा (हिजडा) गुलाम कादिरकडे धावत येऊन म्हणाला, 'शहा आलमचा १० वर्षांचा मुलगा अन्नपाण्याशिवाय तडफडून मेला!' हे ऐकूनही गुलाम कादिरच्या हृदयाला पाझर फुटला नाही. तो नमकीन ख्वाजा-सारावर खेकसला, 'मग मी काय करू?! तो जिथं मरून पडला आहे, तिथेच खड्डा खोदा आणि त्याच्या अंगावरच्या कपड्यांनिशीच त्याला त्यात पुरून टाका!'[१२६]

काही दिवसांनी, गुलाम कादिरनं क्रौर्य व निर्लज्जपणाच्या सगळ्या सीमा पार करत, राजघराण्यातल्या पवित्र, कडक पडदा पाळणाऱ्या स्त्रियांकडे आपला मोहरा वळवला. २९ ऑगस्ट रोजी, मलिका-ए-जमानी बेगमला संपूर्णपणे विवस्त्र करून, अन्नपाण्याशिवाय उन्हात बांधून ठेवण्यात आलं. त्याच दिवशी, अनेक तरुण राजकन्यांना विवस्त्र करून त्यांना चाबकाचे फटके मारले गेले. मग त्यांच्या शरीरातल्या 'प्रत्येक छिद्राची वाटेल तशी विटंबना करण्यात आली. त्यानंतर त्यांच्यावर अमानुष बलात्कार करण्यात आले. इंग्रजीमध्ये अनुवाद केलेल्या अनेक दस्तऐवजांमध्ये सदर घृणास्पद कृत्यांबद्दल केलेलं लेखन वगळण्यात आलेलं दिसतं; पण खैर उद्दिननं लिहिलेल्या मूळ पर्शियन नोंदीमध्ये सगळ्या घटनांचं सविस्तर वर्णन केलेलं आहे. एके संध्याकाळी, गुलाम कादिरला मिर्झा हिका व मिर्झा झाकाच्या सुंदर मुलींबद्दल सांगितलं गेलं. त्याच संध्याकाळी त्यानं त्या बिचाऱ्या मुलींना खेचत मोती महालात आणायचं फर्मान सोडलं. त्यांचे बुरखे काढून टाकण्यात आले आणि गुलाम कादिर अतिशय निर्लज्जपणे आपल्या वखवखल्या डोळ्यांनी त्यांचं सौंदर्य पीत बसला.'

> थोड्या वेळाने त्यानं आपल्याकडच्या काही निवडक विशेष हीन, क्रूर व हिंस्र सेवकांना स्वतःच्या दालनात बोलावून घेतलं आणि त्यांना या आरस्पानी सौंदर्याची 'वाट्टेल तशी मजा घेण्याची' परवानगी दिली! बेदर शहाला जेव्हा हे समजलं तेव्हा तो जोरजोरात आपलं डोकं व छाती बडवू लागला! उघडपणे घडत असलेला हा लाजिरवाणा प्रकार कसा थांबवावा, याचा विचार करून त्याचं डोकं फुटायची पाळी आली. अखेर त्यानं आपल्याकडच्या एका गदाधारी सैनिकाला गुलाम कादिरला थांबवायला जाण्याचं फर्मान सोडलं. पण, 'मी नोकर माणूस... मी काय त्यांना सांगणार?' अशी भेकड कारणं देऊन, त्या सैनिकानं पळ काढला.
>
> मग, बेदर खाननं स्वतः गुलाम कादिरच्या दालनाकडे धाव घेतली आणि तो समोर दिसल्यावर चित्कारला, "काय चालवलं आहे तुम्ही हेऽऽ?! बास झालं! पुरे करा! शत्रू झाला म्हणून काय झालं? स्त्रियांशी वागण्याची

ही कोणती पद्धत झाली? कृपा करा, बापाच्या गैरकृत्यांची शिक्षा त्याच्या मुलांना देऊ नका. तुमच्या वडिलांच्या मुलीबाळींशी शहा आलम एकदाही असं वागले नाहीत, हे विसरू नका. मी कळकळीनं विनंती करतो तुम्हाला... पुरे झालं आता हे सगळं!''

पण, उत्तरादाखल, गुलाम कादिरनं बेदर शहाकडे एक दगड भिरकावला आणि खेकसला : 'मला या सगळ्या मुली माझ्या जनानखान्यात पाहिजे आहेत! या आता माझ्या आहेत... मी त्यांच्याशी जे पाहिजे ते करायला मुक्त आहे! शहा आलमच्या वारसा ल्यायलेल्या सगळ्या मुली मी माझ्या अफगाणांच्या ताब्यात देणार आहे. त्यांच्या मीलनातून, सळसळणाऱ्या रक्ताची धडाकेबाज मुलांची नवीन पिढी तयार होईल! पाथरगढ़च्या वेळी, शहा आलमकडचे अधिकारी माझ्या वडिलांच्या सेविकांशी यापेक्षा कितीतरी भयंकर पद्धतीनं वागले होते. असं समजा की मी त्या सगळ्या अन्यायाचा सूड उगवत आहे! या सगळ्या मुली जेव्हा माझ्या अफगाण गुंडांसोबत रात्र घालवण्यासाठी खेचडत नेल्या जातील, तेव्हाच माझ्या जिवाला शांती मिळेल!'[१२७]

अफ्झारीनं म्हटल्यानुसार, 'त्या काळच्या परिस्थितीचं पानभर जरी वर्णन वाचलं ना, तर वाचणाऱ्याच्या डोळ्यांना पाझर फुटेल! राजा असो वा रंक, प्रत्येकावर केल्या गेलेल्या चित्रविचित्र अत्याचारांच्या गोष्टी ऐकल्या तर कान फुटायची पाळी येईल!'[१२८]

महादजी शिंदेंना बादशहाच्या मदतीसाठी लागणारं पुरेसं सैन्य आणि दारूगोळा तयार करण्यासाठी सप्टेंबरचा महिना उजाडला. पावसाळा सरलेला नव्हता; रस्त्यात ठिकठिकाणी पाणी साठलेलं होतं. त्यामुळे प्रवास तसा सावकाश होत होता. अखेर, २१ सप्टेंबरला मराठा सैन्य शहादऱ्याला येऊन पोहोचलं. तिथं त्यांची भेट झाली अनुपगिरी गोसेनचे योद्धे व बेगम समरूनं सरद्यानावरून पाठवलेल्या पलटणीशी. एप्रिल १७७८मध्ये वॉल्टर रीनहार्ट ऊर्फ समरूचा मृत्यू झाल्यानंतर, त्याची पत्नी सगळा कारभार पाहू लागली होती. तिनं पाठवलेल्या पलटणीसोबत जॉर्ज थॉमस नावाचा एक भाडोत्री सैनिकही होता. 'द राजा फ्रॉम टिपेरारी' म्हणून ओळखल्या जाणाऱ्या या थॉमसनं, तरुणपणी जहाजावर काम सुरू केलं होतं. एके दिवशी, त्याचं जहाज मद्रासच्या किनाऱ्याजवळ असताना, थॉमसनं समुद्रात उडी घेऊन पलायन केलं आणि कालांतरानं, तोफांची निर्मिती आणि वापर यात हातखंडा

असलेली व्यक्ती म्हणून ख्याती मिळवली.

गुलाम कादिरवर हल्ला चढवण्यासाठी शिंदेंनी आपल्याकडचे दोन सर्वांत विश्वासू सैनिक पाठवले होते. त्यापैकी एक होता राणा खान, ज्यानं सतरा वर्षांपूर्वी झालेल्या पानिपतच्या युद्धामध्ये शिंदेंना एका खड्ड्यामध्ये रक्ताळलेल्या अवस्थेत पडलेलं पाहून, त्यांना सुरक्षित स्थळी नेलं होतं. भिस्ती (मुसलमान जातीचा पाणक्या)म्हणून काम करणाऱ्या या मुसलमान व्यक्तीनं आपले प्राण वाचवल्याबद्दल, शिंदेंनी त्याला आपल्या सैन्यामध्ये सामील करून घेतलं आणि कालांतरानं, आपल्या अंगभूत शौर्य व धडाडीच्या जोरावर राणा खान शिंद्यांच्या लष्कराचा अग्रगण्य सेनापती झाला होता. गुलाम कादिरविरुद्ध लढण्यासाठी शिंदेंनी पाठवलेला दुसरा माणूस होता बेनॉई द बॉइन; ज्यानं नुकतंच शिंदेंसाठी अद्ययावत शस्त्रप्रशिक्षण घेणारं पायदळ तयार करण्याचं काम हाती घेतलं होतं.

२९ सप्टेंबर रोजी जेव्हा शिंदेंच्या पलटणीने नदी पार केली, तेव्हा त्यांना दिल्ली शहराचे दरवाजे उघडेच टाकलेले दिसले. विचित्र शुकशुकाट पसरलेल्या त्या शहराच्या भकास रस्त्यांवरून चालत, त्यांनी लाल किल्ल्याच्या आजूबाजूला जागोजागी सैनिक पेरले, जेणेकरून किल्ल्यामधून कुणी आत-बाहेर करू शकणार नाही. तिथं दबा धरून ते आपल्या शस्त्रास्त्रांची वाट बघत बसले. पाणी भरलेल्या रस्त्यांवरून शस्त्रं आणताना बराच वेळ लागत होता.

तीन दिवसांनी, २ ऑक्टोबरच्या दुपारी, शिंदेंच्या बंदुकी दिल्ली शहरात प्रवेश करत असतानाच, अचानक कसलासा भयंकर मोठा स्फोट झाला! क्षणार्धात, आकाशामध्ये धूळ व धुराचे लोट उडू लागले. भोवतालच्या घरांची दारं-खिडक्या, छतं सगळी इतस्तत: भिरकावली गेली. कागदानं बनल्या असाव्या इतक्या सहजपणे तिथल्या भरभक्कम भिंती कोसळू लागल्या. अफ्झारीनं नमूद केल्यानुसार-

> ‘किल्ल्याच्या ज्या बाजूला मी राहत होतो, तिथली अनेक माणसं मृत्युमुखी पडली. नशिबानं मी, माझे बरेचसे भाऊ, आणि आमची एक नातलग स्त्री सगळे बचावलो. पण आम्हा सगळ्यांना खूप जखमा झाल्या. आजही ते सगळं भयंकर चित्रं माझ्या डोळ्यासमोर जसंच्या तसं उभं आहे. दारूगोळ्यामुळे काळं दिसणारं आभाळ... सगळीकडे पसरलेला धूर... इतस्तत: भिरकावले जाणारे दगड, विटा, वस्तू... जोरजोरात ओरडणारी, रडणारी माणसं...आम्हाला नंतर असं समजलं होतं, की या स्फोटाचा आवाज दिल्लीपासून २० मैल दूर असलेल्या बहादूरगढ़लाही ऐकू गेला होता! जो-तो एकमेकाला विचारत होता, की नेमकं झालं तरी काय? डोक्यावरचं आभाळ तुटून जमिनीवर पडलं का?’[१२९]

हळूहळू धूर ओसरू लागला तशी जिवंत राहिलेली माणसं किल्ल्यावरून वाकून बाहेर पाहू लागली. बघतात तर काय? नदीमधून असंख्य होड्या पुढे जात होत्या आणि किल्ल्यामधून बाहेर पडलेला एक अजस्त्र हत्ती, अंगावर पोतीच्या पोती सामान घेऊन हळूहळू चालत जात होता. तीन महिने अत्याचार व हिंसेची बजबजपुरी मांडून, अखेर गुलाम कादिर दिल्लीमधून निघून जात होता. जाताना, त्यानं आपल्यासोबत, किल्ल्यामधली प्रत्येक मौल्यवान वस्तू घेतली होती; त्याचसोबत, शहा आलमच्या मुलांपैकी १९ मोठे राजपुत्र बंदी म्हणून नेले जात होते. यामध्ये राजपुत्र अकबरचाही समावेश होता. गंभीर जखमी झालेल्या शहा आलमला लाल किल्ल्यामध्येच ठेवलं गेलं होतं. गुलाम कादिरला अशी आशा होती, की निघताना त्यांनी केलेल्या स्फोटामध्ये शहा आलम छिन्नविछिन्न होऊन मरून जाईल.[१३०]

नऊ आठवड्यांपूर्वी शहा आलमची साथ सोडून पळून गेल्याची बोच लागून की काय, या वेळी अनुपगिरी सर्वांत आधी एक लहानशी पलटण घेऊन किल्ल्यात परत आला. तो शहा आलमच्या एका मुलानं किल्ल्याच्या भिंतीवरून सोडलेल्या दोरखंडाने आत चढला आणि त्यानं आपल्या पलटणीला आत आणण्यासाठी तिथले मोठे दरवाजे उघडे करून टाकले. आत येताक्षणी, अनुपगिरीची माणसं आग विझवण्याच्या कामाला जुंपली. हळूहळू जसा धूर आणि आग कमी होऊ लागले, तसतसे शहा आलमचे कुटुंबीय आपल्या लपलेल्या जागांवरून बाहेर पडू लागले. त्यांचा अवतार पाहून, सगळ्यात निर्ढावलेल्या सैनिकांच्याही हृदयाला पाझर फुटला. फाटक्या तुटक्या कपड्यांमधली, हाडाची काडं झालेली राजघराण्यातली माणसं पाहून कुणाला काही बोलायला सुचेना! धुराने काळी झालेली, रडवेली तोंडं घेऊन ही माणसं एकेक करत आपल्या बचावकर्त्यांच्या आजूबाजूला घोळका करू लागली.

शहा आलमची स्थिती तर फार दयनीय झालेली होती. त्यानं स्वत:ला कसंबसं एका लहानशा तुरुंगामध्ये दडवून ठेवलं होतं; तिथून तो बाहेर येण्यासाठी तयारच होईना! अखेर बऱ्याच प्रयत्नांती, राणा खाननं कसंबसं त्याला आश्वस्त करून बाहेर काढलं.[१३१] शहा आलमवर उपचार करण्यासाठी शल्यचिकित्सक पाठवले गेले, तेव्हा तो उपचार घ्यायला तयार होईना. शल्यचिकित्सकांनी आणलेली मलमं व औषधे जमिनीवर भिरकावून तो ओरडायला : 'मला जगायचं नाही आहे! माझी इतकी सगळी मुलं, नातवंडं उपासमारीमुळे हे जग सोडून गेली. आता मी तरी जगून काय करू?'[१३२]

अखेर राणा खाननं शहा आलम व लाल किल्ल्याचा ताबा घेतला. त्यानं शहा आलमचं अन्न-पाणी सुरू करण्यासाठी मन वळवलं; मग त्याच्यासाठी व

इतर राजपुत्रांसाठी चांगले न्हावी घेऊन आला. राणा खानची ही कामं सुरू झाली तसे बेगम समरू आणि द बॉइन गुलाम कादिर व त्यानं लुटलेल्या खजिन्याच्या शोधात निघाले. गुलाम कादिर पाथरगढ़कडे निघाला होता; पण तो जेमतेम मीरतच्या किल्ल्यानजीक पोहोचत असतानाच, १२ डिसेंबर रोजी, बेगम समरू आणि द बॉइनच्या लष्करानं त्याला वेढा घातला. इतक्या मोठ्या लष्कराशी आपण सामना करण्याच्या तयारीत नाही आहोत, हे जाणून गुलाम कादिरनं आपल्या बंदिवानांना तिथेच सोडून, स्वत: पळ काढायचा निर्णय घेतला. त्याच रात्री गुलाम कादिरनं आपल्या ५०० घोडेस्वारांसमवेत मीरतच्या किल्ल्यामधून भरधाव पळ काढला. खरंतर गुलाम कादिर वेढ्यामधूनच बाहेर पडला; पण त्याचा वेग इतका जबरदस्त होता की समरू व बॉइनच्या माणसांना त्याला पकडता आलं नाही आणि तो निसटला.[१३३]

पण तो फार दूर जाऊ शकला नाही. सिराज उद्दौलाप्रमाणे गुलाम कादिरनंही सगळ्यांचा डोळा चुकवून निसटण्याची हातोटी अवगत केली होती. मात्र खैर उद्दिनच्या नोंदीनुसार, 'या प्रसंगी, गुलाम कादिरचा डाव फसला. रात्रीच्या गुडूप अंधारात गुलाम आणि त्याच्या साथीदारांची ताटातूट झाली. तो एका दिशेला गेला आणि ते दुसऱ्या.'

> गुलामनं साथीदारांना शोधण्याचा खूप प्रयत्न केला; पण त्याला यश आलं नाही. रस्त्यावर खूप पाणी साठलं होतं आणि चिखलही होता. एके ठिकाणी गुलामच्या घोड्याचा पाय चिखलात अडकला आणि त्यामुळे तो एका डबक्यामध्ये भिरकावला गेला. रात्र अंधारी होती, वाट काटेरी झुडपांमधून जाणारी होती... नेमकं कुठे व कसं जावं, हे काही गुलामला उमजेना. अखेर पहाट फुटली तसं त्याला आजूबाजूचं दृश्य दिसू लागलं. लांबवर त्याला वस्ती दिसू लागली. तो चालत तिथपर्यंत गेला आणि जवळच्या एका घरात डोकावला. ते एका ब्राह्मणाचं घर होतं. ब्राह्मणानं गुलाम कादिरला लगेच ओळखलं आणि मोठ्या प्रेमानं त्याला आपल्या घरात घेऊन आला; पण त्याच्या या कृतीमागे आस्था नव्हे, तर सूड होता. काही दिवसांपूर्वी गुलाम कादिरच्या माणसांकडून या ब्राह्मणानं खूप अत्याचार भोगले होते. आता त्याचा गुन्हेगार अलगद त्याच्या हातात येऊन पडला होता; ब्राह्मणाकडे आपला सूड घेण्याची आयती संधी चालून आली होती आणि ती त्यानं मुळीच दवडली नाही![१३४]

गुलाम कादिरला आपल्या घरात आराम करायला सांगून ब्राह्मणानं थेट गावच्या जमीनदाराकडे धाव घेतली. जमीनदारानं लगेच महादजी शिंदेंकडे निरोप पाठवला.

दुपारपर्यंत, शिंदेंची माणसं त्या गावात आली आणि त्यांनी ब्राह्मणाच्या घराला वेढा घातला. गुलाम कादिरला खेचत घराच्या बाहेर काढून त्याला साखळदंडानं आवळून टाकत, एका पिंजऱ्यात बसवण्यात आलं. पायाला साखळ्या, गळ्यात लोखंडी पट्टा अशा दयनीय अवस्थेमध्ये बांधलेल्या गुलाम कादिरच्या पिंजऱ्याला बैलगाडीवर ठेवून, दोन पलटणी आणि हजार घोडेस्वारांच्या देखरेखीत त्याला शिंदेंच्या निवासस्थानी आणलं गेलं. तिथं पोहोचल्यावर, काही वेळासाठी गुलाम कादिरचा पिंजरा बाहेरच्या आवारात ठेवला गेला; जेणेकरून शिंदेंच्या लष्करातल्या इतर सैनिकांनाही त्याला पाहता येईल. इतके दिवस जुलमाची वावटळ उठवलेल्या क्रूरकर्म्याला पकडण्यात आपण अखेर यशस्वी झालो हे समजताच, शिंदेंचे सैनिक बेभान झाले. ते गुलाम कादिरला चिडवू लागले, शिव्या घालू लागले...![१३५] थोड्या वेळानं महादजींच्या आदेशानुसार, गुलाम कादिरचे कान कापण्यात आले. मग ते कापलेले कान त्याच्या गळ्यात बांधून, तोंडाला काळं फासून, तशाच रक्ताळलेल्या अवस्थेत त्याची गावभर धिंड काढण्यात आली.

> दुसऱ्या दिवशी गुलाम कादिरचं नाक, जीभ, आणि वरचा ओठ कापण्यात आला. ते केल्यावर, पुन्हा त्याची धिंड काढली गेली. तिसऱ्या दिवशी गुलाम कादिरला जमिनीवर झोपवून त्याचे डोळे खोबणीतून उपसण्यात आले. पुन्हा एकदा त्याची धिंड काढण्यात आली. त्यानंतर त्याचे हात, पाय, लिंग आणि सरतेशेवटी डोकं कापण्यात आलं. त्यानंतर, गुलाम कादिरच्या निर्जीव शरीराला झाडावर उलटं टांगलं गेलं. एका विश्वासू माणसानं नमूद केल्यानुसार- पुढचा बराच वेळ त्या प्रेतामधून रक्त ठिबकत राहिलं आणि एक काळा कुत्रा ते रक्त चाटत राहिला. आजूबाजूला जमलेल्या बघ्यांमधील अनेकांनी दगड मारून त्या कुत्र्याला हटवण्याचा प्रयत्न केला; पण त्यांचे सगळे प्रयत्न व्यर्थ गेले. तिसऱ्या दिवशी ते प्रेत गायब झालं आणि त्यासोबत तो कुत्रासुद्धा![१३६]

महादजी शिंदेंनी गुलाम कादिरचे कापलेले कान व उपसलेले डोळे एका डब्यात घालून शहा आलमकडे पाठवून दिले. तसेच अफगाणांसाठी किल्ल्याचे दरवाजे उघडणाऱ्या मन्सूर अली खानला हत्तीच्या पायी तुडवण्यात आलं.[१३७] खरंतर, शहा आलमला इतक्या वर्षांनंतर अखेर न्याय मिळाला होता; पण तोपर्यंत, शहा आलमचं मन या सगळ्या यश-अपयशाच्या भावनांमधून पार होत पुढे गेलं होतं. बेगम समरू जेव्हा शहा आलमची भेट घेण्यासाठी गेली तेव्हा तिनं त्याला शहा बुर्जच्या जळून काळ्या पडलेल्या अवशेषांवर बसून शांतपणे 'कुराण' वाचत

असलेलं बघितलं. त्या प्रसंगी, शहा आलमनं बेगम समरूला स्वत: लिहिलेली एक कविता वाचून दाखवली :

'आपल्यातल्या विकृतीमुळे सर्वत्र नायनाटाचे वारे वाहू लागले
आपलं राज्य आज एक क्रूर थट्टा बनून उरलेलं आहे,
एकेकाळी स्वर्गाच्या दारापर्यंत आपली सोनेरी किरणं पसरणारा हा शाही आफ्ताब,
आज विनाशाच्या गर्द अंधारात लुप्त झालेला आहे,
एका पाशवी, अनौरस अफगाणाने आपल्या शाही थाटाच्या चिंधड्या केल्या
आता आपल्याला देवाशिवाय इतर कोण आश्रयदाता?
आपण सापाच्या पिल्लाला दूध पाजलं
तो त्याच्या नैसर्गिक प्रकृतीनुसार वागला त्यात आश्चर्य वाटावं का?
या जगातला सगळा मानसन्मान व संपत्ती धोक्याचं बोट पकडून आपल्याकडे येतात
आता नशिबाने आपल्या माथी लिहिलेलं हे दुःख पुसणे नाही,
त्या अफगाणाने माझं सर्वस्व हिरावून घेतलं
आता माझा तारणहार केवळ तूच रे विधात्या!
माझ्यावर कृपा कर
जवळ घे आता,
तुझ्या या पापी लेकराला!'

८

वॉरन हेस्टिंग्सचा महाभियोग

१३ फेब्रुवारी १७७८ रोजी गुलाम कादिर दिल्लीवर हल्ला करण्याची तयारी करत असताना, लंडनमध्ये संसदेसमोर माणसांचा महापूर लोटला होता! वॉरन हेस्टिंग्सवर लवकरच होणाऱ्या महाभियोगाची कारवाई चालू करण्यासाठी हाउस ऑफ लॉर्ड्समधील ज्येष्ठ मंडळी वेस्टमिन्स्टर दालनामध्ये यायला सुरुवात झाली होती.

सदर घटनेबद्दल सामान्य जनतेमध्ये कमालीची उत्सुकता निर्माण झाली होती. दालनामध्ये बघ्यांसाठी राखीव असलेल्या काही जागांच्या तिकिटांचे दर ५० पौंडांपर्यंत[i] गेले तरी त्यांची मागणी कमी होईना. त्या दिवशी सकाळी ६ वाजल्यापासून वेस्टमिन्स्टर दालनाच्या मुख्य दरवाज्यापाशी लोक ठिय्या देऊन बसू लागले. काही स्त्रिया तर आदल्या रात्रीपासून वेस्टमिन्स्टरच्या शेजारी असलेल्या कॉफी हाउसमध्ये झोपून पहाट फुटली तशी दाराशी येऊन बसल्या होत्या.[१]

खुद्द वेस्टमिन्स्टरमध्ये १७० लॉर्ड्स (उमराव), न्यायाधीश, दोन्ही पक्षांचे वकील व हाउस ऑफ कॉमन्सचे २०० सदस्य हजर होते. हलक्या सोनेरी रंगाचा साधासा पोषाख केलेली इंग्लंडची राणी राजघराण्यासाठी राखीव असलेल्या 'रॉयल बॉक्स'मध्ये बसली होती. तिच्यासोबत तिचा मुलगा व दोन मुली, डचेस ऑफ

i आजच्या काळात ५२५० दशलक्ष पौंड.

ग्लूस्टर व ड्यूक्स ऑफ कम्बरलॅण्ड, ग्लूस्टर व यॉर्क ही सगळी मंडळीही होती. चार्ल्स जेम्स फॉक्ससोबत प्रिन्स ऑफ वेल्ससुद्धा आलेला होता. त्याशिवाय महान अभिनेत्री आणि नर्तकी सारा सिद्दन्स, चित्रकार जोशुआ रेनॉल्ड्स, लेखक फॅनी बर्ने आणि इतिहासकार एडवर्ड गिब्बन हे सुद्धा हजर होते.

हेस्टिंग्सविरुद्ध महाभियोगाचा खटला – हा जॉर्ज-IIIच्या राजवटीमधला सर्वांत खळबळजनक राजकीय तमाशा होता; यामधला एक फिर्यादी नाटककार रिचर्ड ब्रिन्स्ले शेरिदान हाही होता, पण त्याहीपेक्षा महत्त्वाचं म्हणजे कंपनीची भारतातली राजवट न्यायालयासमोर आणण्याचा हा इंग्लंड सरकारचा पहिला आणि अखेरचा प्रयत्न होता. या खटल्याचा निकाल सरकारच्या बाजूनी लागावा, यासाठी त्यांनी प्रयत्नांची पराकाष्ठा केली होती. आपल्या बाजूनं बोलण्यासाठी सरकारने इंग्लंडमधले काही विशेष उत्कृष्ट वक्ते नेमले होते. त्यापैकी एक होता आयरिश राजकारणी आणि राजकीय सिद्धांतवादी एडमण्ड बर्के आणि दुसरा होता, बर्केचा प्रतिस्पर्धी चार्ल्स जेम्स फॉक्स.

वॉरन हेस्टिंग्सवर फार गंभीर ठपका ठेवला गेला होता – बर्केने आपल्या भाषणात म्हटल्यानुसार, 'दोन राष्ट्रांमधल्या परस्पर विश्वासाचा गळा घोटून' भारतावर बलात्कार करण्याचा आरोप हेस्टिंग्सवर लावला गेला होता.

> 'खंडणी मागणे, शासकीय कारभारामध्ये गैरपद्धती पेरणे... आपल्या हातच्या सत्तेचा अन्यायी आणि बेबंद वापर करून एका संपूर्ण राष्ट्राला गरिबी आणि दुःखाच्या दरीत लोटणाऱ्या... त्या देशाची कैक शतकांची संस्कृती नष्ट करणाऱ्या... ऐकणाऱ्याचे कान बधिर होतील इतक्या वाईट प्रकारचे अत्याचार करणाऱ्या नराधमाबद्दल काय म्हणावं? लोभ, क्रौर्य, अहंकार, कपट, संताप, ताठा, उन्मत्तपणा – थोडक्यात, मनुष्याच्या आत्म्याला कीड लावणारे सगळे दुर्गुण एकत्र केले गेले, की ती व्यक्ती मनुष्य म्हणवण्याच्या लायकीची राहत नाही. कृष्णविवरासारख्या काळ्या हृदयाचा आणि आत्म्याला आतपर्यंत कीड लागलेला असाच एक इसम आज आपल्यासमक्ष उभा राहणार आहे – असा इसम, ज्याच्या नावाशी भारतात झालेले सगळे गोंधळ, सगळी हिंसा, सगळे गैरव्यवहार आणि सगळं क्रौर्य जोडलेलं आहे!'[२]

बर्केच्या मते, हेस्टिंग्स गुन्हेगार होता. बास! 'तो चोर आहे. लुटारू आहे. तो लोकांना लुबाडतो, त्यांची फसवणूक करतो, त्यांच्यावर अत्याचार करतो, त्यांच्याकडून खंडण्या गोळा करतो... हेस्टिंग्सला माणूस म्हणणं हा मानवजातीचा घोर अपमान

ठरेल.[३] तो एक उंदीर आहे, जो आपल्या बिळातून येऊन चोरी करून पळून जातो. तो अनैतिकतेच्या चिखलामध्ये वळवळणारा किडा आहे. मेलेल्या माणसाच्या टाळूवरचं लोणी चाटू पाहणारं गिधाड आहे!'[४]

वॉरन हेस्टिंग्स चांगला होता की नाही यापेक्षा, तो ज्या संस्थेचं प्रतिनिधित्व करत होता, तिच्या कारभाराकडे लक्ष देणं अधिक गरजेचं होतं. कारण शेवटी, बंगालवर राज्य करणारा खुद्द हेस्टिंग्स नव्हे, तर ईस्ट इंडिया कंपनी ही आंतरराष्ट्रीय संस्था होती. बर्केच्या मते, कंपनीची सत्ता हीच मुळी गैरवाजवी होती. 'भारतात कारभार करणारी ईस्ट इंडिया कंपनी ही केवळ एक व्यापारी संस्था आहे; ती संस्था म्हणजे इंग्लंड सरकार नव्हे. पूर्वीच्या काळी जेव्हा टारटर्स चीन व हिंदुस्थानमध्ये शिरले, गॉथ आणि वॅन्डल्स युरोपमध्ये आले, नॉर्मन्स इंग्लंडमध्ये आले, तेव्हा ते एक राष्ट्र म्हणून आले.

> पण कंपनीचं हिंदुस्थानमधील अस्तित्व एखाद्या राष्ट्रासारखं नाही. त्यांच्याकडे नोकरी करत नसलेली कुणी व्यक्ती त्यांच्याकडे जाऊ शकत नाही. ईस्ट इंडिया कंपनीला एका साच्यात टाकायचं झालं तर मी म्हणेन, की ते एक प्रजासत्ताक आहे. त्यामुळे त्यांच्या निर्णयांवर व कृतींवर नियंत्रण ठेवण्यासाठी किंवा आक्षेप घेण्यासाठी कोणतीही सोय नाही.
>
> याच उत्तरदायित्वाच्या अभावामुळे हिंदुस्थानातल्या जनतेवर बेसुमार अत्याचार केले गेले, ज्यांची सगळ्यात मोठी जबाबदारी वॉरन हेस्टिंग्स यांच्यावर ठेवली जाते. त्यांनी वारेमाप भ्रष्टाचार केला, स्वत:चे खिसे गरम केले, कायदेशीर पद्धतींऐवजी जुलूम व हिंसा वापरून स्वत:ला पाहिजे ती कामं करून घेतली आणि जनतेसाठी काम करणाऱ्या प्रामाणिक कर्मचाऱ्यांना वेळोवेळी प्रोत्साहन देऊन त्यांच्यावर सुयोग्य नियंत्रण ठेवण्याऐवजी, हेस्टिंग्सनं त्यांना वाटेल तसं वागण्यासाठी रान मोकळं करून दिलं!'[५]

यानंतर, बर्केनं नाट्यमयरीत्या आपला आवाज चढवला आणि गरजला :

> 'ही सगळी कारणं गृहीत धरून, मी वॉरन हेस्टिंग्सवर गंभीर गुन्हे व गैरव्यवहार केल्याचा आरोप करत आहे. या संसदेमध्ये जमलेल्या सर्व मान्यवर सभासदांच्या वतीने मी औपचारिकरीत्या हा आरोप करत आहे. हाउस ऑफ कॉमन्सचं उत्तम नाव मातीत मिळवल्याबद्दल मी त्यांच्या वतीने हा आरोप करत आहे. हिंदुस्थानातल्या ज्या लोकांवर अत्याचार करून त्यांचे मूलभूत अधिकार हिरावले गेले, त्या सगळ्या लोकांच्या

> वतीनं मी हा आरोप करत आहे. कायदा व सुव्यवस्थेच्या सगळ्या मूलभूत नियमांचं उल्लंघन केल्याबद्दल मी हा आरोप करत आहे. जे मानवतेचे सगळे अधिकार व हक्क निष्ठुरपणे तुडवले गेले, त्यांच्यासाठी योग्य तो न्याय मागण्यासाठी मी हा आरोप करत आहे.'[६]

बर्केच्या प्रस्तावनेच्या भाषणाला तब्बल चार दिवस लागले! सदर भाषणामध्ये त्यानं कंपनीनं हिंसा व जुलूम वापरून केलेल्या नाना गैरप्रकारांचं अगदी विस्तृत वर्णन करून, हेस्टिंग्सवर 'भौगोलिक अनैतिकते'चा आरोप लावला. बर्केच्या मते, नैसर्गिक हक्क या संज्ञेचा अर्थ असा असतो, की न्यायदानाशी निगडित काही कायदे हे कोणत्याही जात, पात, धर्म व भौगोलिक स्थानामधील फरकांना न जुमानता, सगळ्यांसाठी सारखे असतात. त्या हिशेबानं, खंडणी मागणे, हिंसेला अनुमती देणे, भ्रष्टाचाराला प्रोत्साहन देणे इत्यादी कृती जितक्या इंग्लंडमध्ये दंडनीय असतात, तितक्याच त्या हिंदुस्थान, आफ्रिका वा युरोपमध्येही आक्षेपार्ह ठरतात.[७]

बर्केच्या मते, कंपनीनं हिंदुस्थानातल्या आपल्या तोपर्यंतच्या अस्तित्वामध्ये त्या देशासाठी एकही चांगलं काम केलेलं नव्हतं. उलट, कुणाचं नियंत्रण नसल्याचा (गैर)फायदा घेऊन, कंपनी कर्मचाऱ्यांनी हिंदुस्थानातील साधनसंपत्ती यथेच्छ लुटून मायदेशी आणली होती. 'इंग्रजांनी मायदेशी नेलेल्या प्रत्येक रुपयामुळे हिंदुस्थानचं सतत नुकसान झालेलं आहे. आतापर्यंत त्या देशावर अनेकांनी सत्ता गाजवली. स्वत:च्या राजवटी चालवल्या. हे सगळे हिंदुस्थान सोडताना काहीतरी मोलाचं ठेवून गेले – किमानपक्षी, एखादं स्मारक तरी. आपण ज्या दिवशी हिंदुस्थानला कायमचा रामराम करू, त्यानंतर हिंदुस्थानातील इतिहासाच्या पानांवर आपल्या नावे काय असेल? तर, केवळ आपण त्यांना किती लुटलं, आपण त्यांच्यावर किती जुलूम केले याची वर्णनं. एखादा वाघ किंवा माकडसुद्धा यापेक्षा अधिक सक्षम व भरीव शासन करू शकेल, असं माझं प्रामाणिक मत आहे! मला तर असं वाटतं, की ईस्ट इंडिया कंपनी ही व्यापाऱ्याच्या वेषातली लुटारूंची टोळी म्हणून हिंदुस्थानात गेली![८] त्यांचं मूळ उद्दिष्ट कधी व्यापार करणं नव्हतंच! लूटमार करून स्वत:चे खिसे भरणे एवढाच त्यांचा हेतू होता.'

आपलं हे मत मांडून बर्केनं न्यायालयीन खंडपीठाला विनंती केली, की कायदा जसा गुन्हेगार असलेल्या व्यक्तीला उत्तरदायी बनवू पाहतो, तसंच त्यांनी सदर महामंडळालाही आपल्या दुष्कृत्यांसाठी जबाबदार धरावं.

बंगालमधल्या तरुण मुली व त्यांच्या मातांवर केल्या गेलेल्या भयावह जुलमांची वर्णनं ऐकून, प्रेक्षकांमधल्या असंख्य स्त्रिया घेरी येऊन पडल्या! 'त्या स्त्रियांना

आपल्या घरांमधून ओढून काढत, जमावासमोर आणलं गेलं. सगळ्या लोकांच्या समक्ष, त्यांच्या नग्न देहांना वाटेल तसे हात लावले गेले. बांबूच्या दांड्यामध्ये उभी चीर देऊन, त्यात त्यांच्या स्तनाग्रांना पकडून शरीरापासून ओरबाडून काढण्यात आलं!' मॅकॉलेनं नमूद केल्यानुसार, 'बर्के करत असलेली भयंकर सचित्र वर्णनं ऐकून, दालनात बसलेल्या असंख्य स्त्रियांना आपल्या भावनांवर नियंत्रण ठेवणं अशक्य झालं. रुमाल काढले गेले, घेरी येऊ नये म्हणून अत्तराच्या कुप्या उघडण्यात आल्या... कित्येक स्त्रिया जोरजोरात किंचाळू लागल्या... ढसढसा रडू लागल्या... मिसेस शेरिदान यांना तर आपल्या भावना इतक्या अनावर झाल्या, की त्यांची तब्येत बिघडेल की काय, अशी परिस्थिती निर्माण झाल्यामुळे त्यांना दालनातून बाहेर न्यावं लागलं.'[९]

बर्केच्या प्रस्तावनेनंतर शेरिदानचं भाषण सुरू झालं. हेस्टिंग्सविरुद्ध लावलेल्या आरोपांना पुन्हा एकदा उजाळा देऊन त्यानंही पुढचे चार दिवस, हेस्टिंग्सच्या प्रतिमेवर चिखलफेक करण्यात आणि कंपनीच्या दुष्कृत्यांवर निराळ्या शब्दांत टीका करण्यात घालवले.[१०] शेरिदाननं केलेलं भाषण हे आजही इतिहासामधल्या निवडक लक्षणीय भाषणांपैकी एक मानलं जातं. त्याच्या भाषणानं सभापतीसुद्धा गहिवरून गेले होते. अवघ्या प्रेक्षागृहाला मंत्रमुग्ध करणारं आपलं भाषण संपल्यावर, शेरिदाननं 'माय लॉर्ड्स, माझं बोलून झालेलं आहे...' असं पुटपुटून, भावनावेग असह्य होऊन स्वत:ला बर्केच्या अंगावर झोकून दिलं होतं! ते दृश्य पाहून, दालनातली सगळी माणसं डोळ्यांतले अश्रू पुसत कडाडून टाळ्या वाजवू लागली.[११] आपल्या मित्राच्या अवस्थेमुळे चिंतायुक्त झालेला गिब्बन, दुसऱ्या दिवशी त्याची विचारपूस करण्यासाठी गेला. परत आल्यावर गिब्बननं आपल्या रोजनिशीमध्ये लिहिलं, 'शेरिदान अगदी ठणठणीत आहे; काय उत्कृष्ट अभिनय केला त्यानं काल!'[१२]

सरकारी वकिलानं मांडलेले काही मुद्दे – उदा. नैसर्गिक हक्क, वैश्विक कायदे इत्यादी – हे चपखल होते.[१३] इतर बरेच मुद्दे फार अतिरंजित आणि धक्कादायक होते. मूळ समस्या ही होती, की फिलिप फ्रान्सिसनं आरंभलेल्या सूडवादी राजकारणामुळे संसदेने अत्यंत चुकीच्या माणसावर ठपका ठेवला होता.

बऱ्याच वर्षांपूर्वी संसदीय चौकशीमध्ये अडकलेल्या रॉबर्ट क्लाइव्हचं प्रतिनिधित्व केलेल्या याच बर्केनं, क्लाइव्हनं खरोखरीच असंख्य गुन्हे केले असूनही, त्याला त्या चौकशीमधून दोषमुक्त बाहेर काढलं होतं. आता त्यानं आपलं तेच नैपुण्य वॉरन हेस्टिंग्सच्या विरोधात वापरलं होतं. त्याला हे लक्षात आलेलं नव्हतं, की आपण ज्याच्यावर कंपनीच्या नावानं जुलूम व हिंसेची राजवट चालवल्याचा आरोप लावत आहोत, त्या व्यक्तीनं खरंतर कंपनीच्या कारभारामध्ये सुसूत्रता व शिस्त

आणण्यासाठी व कंपनीच्या अधिकाऱ्यांना आपल्या हातच्या सत्तेचा गैरवापर करता येऊ नये, यासाठी जितकं काम केलं होतं तितकं काम तोपर्यंत कुणीही केलेलं नव्हतं.

सुरुवातीपासून हेस्टिंग्सबद्दल प्रचंड असूया असणाऱ्या आणि त्यांच्यामध्ये झालेल्या गोळीबाराच्या सामन्याचा सूड घेण्यासाठी आसुसलेल्या फिलिप फ्रान्सिसनं आपला सगळा जोर पणाला लावून, वॉरन हेस्टिंग्सच्या नावाला बट्टा लावण्यासाठी त्याच्यावर महाभियोगाची कारवाई होईल, याची तयारी करून घेतली होती. त्यांच्यातल्या सामन्यामध्ये झालेली जखम बरी होताच, ऑक्टोबर १७८०मध्ये फ्रान्सिसनं आपल्या पदाचा राजीनामा देऊन, लगेच लंडनचं जहाज पकडलं होतं. तिथं पोहोचल्यावर, हिंदुस्थानात कमवलेला सगळा पैसा पणाला लावून त्यानं संसदेत स्वत:साठी जागा पटकवली होती आणि मग, त्या पदाचा फायदा घेऊन त्यानं हेस्टिंग्सला खाली आणण्यासाठीच्या कारवाया सुरू केल्या होत्या.

फेब्रुवारी १७८२पर्यंत फ्रान्सिसला एडमण्ड बर्केला आपल्या बाजूनं वळवून घेण्यात यश आलं होतं. बर्के कधी भारतात गेलेला नव्हता; पण ईस्ट इंडिया कंपनीमध्ये केलेल्या चुकीच्या गुंतवणुकीमुळे त्याच्या काही नातेवाइकांचं मोठं आर्थिक नुकसान झालं होतं; त्यामुळे नाही म्हटलं, तरी बर्केचा कुठे ना कुठे कंपनीवर राग होता. म्हणून त्यानं फ्रान्सिसशी हातमिळवणी करून, कंपनीनं भारतात चालवलेल्या तथाकथित अनागोंदीच्या कारभाराला जगासमोर आणण्यासाठी प्रयत्न चालू केले. खरंतर फ्रान्सिसला भेटण्यापूर्वी, बर्केला हेस्टिंग्सविषयी खूप आदर वाटत असे.[१४] मात्र आपल्या उपजत द्वेषबुद्धी व बोलण्याच्या कौशल्याद्वारे, फ्रान्सिसनं लवकरच बर्केला हेस्टिंग्सच्या विरोधात वळवलं. एप्रिल १७८२पर्यंत फ्रान्सिसनं हेस्टिंग्सच्या विरोधात तब्बल २२ अरिष्टसूचक आरोप असलेली यादी तयार केली. बर्केनं ती यादी संसदेसमोर मांडली.[१५] तेव्हापासून १७८७पर्यंत पाच वर्षं हेस्टिंग्सचं नाव आणि प्रतिमा डागाळण्यासाठी सर्वतोपरी प्रयत्न केल्यावर, बर्के आणि फ्रान्सिसनं संसदेला हे पटवून दिलं, की हेस्टिंग्सवर महाभियोगाची प्रक्रिया चालू करण्यात अधिक वेळ घालवण्यात अर्थ नाही. त्यानुसार, २१ मे रोजी लंडनला नुकत्याच परतलेल्या हेस्टिंग्सला अटक करून, त्याला न्यायालयासमोर आणलं गेलं. न्यायाधीशांसमोर गुडघे टेकवून, मान खाली घालून त्याला आपल्यावरचे सगळे आरोप ऐकून घ्यावे लागले.

अर्थात, वॉरन हेस्टिंग्स अगदीच काही देवदूत नव्हता. त्याच्या अधिपत्याखाली ईस्ट इंडिया कंपनीची राजवट पूर्वीसारखीच पिळवणूक करणारी राहिली. किंबहुना, फ्रान्सिस लंडनला परत गेल्यानंतर, हेस्टिंग्सची शासनपद्धती अधिक जुलमी आणि जुन्या वळणाची बनली - बर्केला या गोष्टीबद्दल विशेष चीड होती.[१६] त्याशिवाय,

१७८०च्या सुरुवातीच्या काळात टिपू व मराठे यांची सरशी होऊ लागल्यानंतर, कोणत्याही क्षणी कंपनीचं हिंदुस्थानातून उच्चाटन होईल की काय, अशी परिस्थिती निर्माण झाली होती. तसं होऊ नये आणि विशेषत: कलकत्ता व मद्रास त्यांच्या हातातून जाऊ नये, म्हणून हेस्टिंग्सला तातडीनिशी आपल्या लष्कराचा विस्तार करणं भाग होतं; आणि त्यासाठी त्याला लवकरात लवकर पैसा उभा करणं गरजेचं होतं. तो पैसा गोळा करण्यासाठी, हेस्टिंग्सनं कंपनीच्या बाजूनं असणाऱ्या स्थानिक राजपुत्र व उमरावांवर प्रचंड दबाव आणला. तसंच सदर कामासाठी त्यानं इतरही अनेक गैरपद्धतींचा वापर केला. उदाहरणार्थ, लखनऊचा नवाब आसफ उद्दौला याला अवधच्या बेगम असलेल्या आणि कडक पडदा पाळणाऱ्या आपल्या दोन स्त्री नातेवाइकांकडून जबरदस्तीनं त्यांची संपत्ती लुबाडण्यासाठी भाग पाडलं गेलं. बनारसचा राजा असलेल्या चैत सिंगवर हेस्टिंग्सनं अशीच दादागिरी केली; पण त्यामुळे त्याला चैत सिंगच्या प्रजेचा रोष पत्करावा लागला आणि तो कसाबसा आपला जीव वाचवून पळू शकला. हेस्टिंग्सनं इतरही काही फार चुकीचे निर्णय घेतले. नंदकुमारच्या बाबतीतला निर्णय तर विशेष वाईट ठरला. नंदकुमार हा बंगालच्या नवाबाचा पूर्वाश्रमीचा दिवाण होता. त्यानं फ्रान्सिसच्या हाती हेस्टिंग्सच्या गैरकारभारांचे खोटे पुरावे ठेवले. कालांतरानं जेव्हा हे प्रकरण उघडकीस आलं तेव्हा वेस्टमिन्स्टरच्या काळापासून हेस्टिंग्सचा जुना मित्र असलेल्या न्यायमूर्ती सर एलिजाह इम्पे यांनी नंदकुमारला फाशीची शिक्षा सुनावली. बर्के आणि फ्रान्सिसनं या प्रकरणाला वेगळीच कलाटणी दिली. स्वत:च्या चुका लोकांसमोर येऊ नयेत म्हणून त्यांना उघडकीस आणणाऱ्या एका सत्यवादी, निरागस माणसाची हत्या होऊ दिल्याबद्दल त्यांनी हेस्टिंग्सला दोषी ठरवलं!

थोडक्यात, हेस्टिंग्सवर एकाहून एक गंभीर आरोप लावण्यात आले होते. पण तरीही, कंपनीनं भारतात पाठवलेल्या इतर अनेक अधिकाऱ्यांपैकी सगळ्यात जबाबदार आणि कनवाळू इसम, वॉरन हेस्टिंग्स होता. ऐन विशीत असल्यापासून त्यानं लिहिलेल्या पत्रांमध्ये, ईस्ट इंडिया कंपनी भारतातील जनतेला देत असलेली हीन वागणूक आणि कंपनी करीत असलेली फसवणूक व लुबाडणूक, त्याबद्दल हेस्टिंग्स उघडपणे आपला राग व्यक्त करत असे. त्याचे अनेक मित्र हिंदुस्थानी होते आणि बंगालमधल्या लोकांच्या हितासाठी तो स्वत:ला वैयक्तिकरीत्या जबाबदार मानत असे. बंगालची अर्थव्यवस्था मोडकळीस आणणाऱ्या आणि एकूणच, हिंदुस्थानामध्ये लूटमार करणाऱ्या माणसं व संस्थांच्या विरोधात, हेस्टिंग्स जोमानं उभा राहत असे. हिंदुस्थान पुन्हा कसा समृद्ध बनू शकेल, हे बघण्याकडे त्याचा नेहमी कल असे. बंगालमध्ये दुष्काळाची पुनरावृत्ती होऊ नये यासाठी हेस्टिंग्सनं अनेक ठोस पावलं उचलली होती. त्याच हेतूनं पाटण्यामध्ये बांधलेला गोला

(ऊर्फ गोलघर) आजही अस्तित्वात आहे. हेस्टिंग्सनंतर बंगालमध्ये त्याच्या पदावर रुजू झालेल्या अधिकाऱ्यानं असं नमूद केलं होतं, की बंगालमध्ये हेस्टिंग्स अतिशय लोकप्रिय माणूस होता. इतर सगळ्या इंग्रज अधिकाऱ्यांपैकी, बंगालच्या लोकांना हेस्टिंग्सबद्दल विशेष आस्था होती.[१७]

हेस्टिंग्सचं वागणंबोलणं सुद्धा फार साधं आणि मृदू होतं. तो एखाद्या शासकाच्या अथवा नवाबाच्या गुर्मीत वागत नसे. अगदी लंडनच्या न्यायाधीशांसमोर उभं राहतानाही त्याच्या चेहऱ्यावर हुशारीचं तेज आणि वागण्यात शहरी सभ्यता झळकत होती. साधासा काळा पोषाख आणि करडे केस अशा अवतारातला वॉरन हेस्टिंग्स जेव्हा न्यायालयात उभा राहिला, तेव्हा तो लुटारू वाटण्यापेक्षा एखादा प्रवचनकर्ता वाटत होता. ६ फूट उंच, शिडशिडीत शरीरयष्टीच्या या टक्कल पडलेल्या माणसाचा चेहरा बोलताना मात्र तेजःपुंज होत असे.

फ्रान्सिसच्या डावपेचांमुळे, हेस्टिंग्सविरुद्ध तयार केलेल्या आरोपपत्रामध्ये एकाहून एक विचित्र आणि भयंकर आरोप भरले गेले होते. प्रेक्षकवर्गाला दूर देशी नेमकं काय घडलं याचं ज्ञान नसल्यामुळे, ते केवळ वक्त्यांच्या नाट्यमय सादरीकरणानं भारावून जात हेस्टिंग्सला दोषी मानू लागले होते. आरोपपत्राची भाषाही फार अतिरंजित आणि कायद्याची कास सोडून होती. हेस्टिंग्सनं आपल्या कारकिर्दीची सुरुवात 'बैलांचा लुबाडखोर कंत्राटदार' म्हणून अजिबात सुरू केलेली नव्हती! तसंच, चैत सिंगने त्याला 'सार्वभौमत्व देऊ केलेला राजपुत्र'ही घोषित केलेलं नव्हतं. हेस्टिंग्सने मराठ्यांवर युद्ध लादलं नव्हतं. त्यानं रोहिलांना 'समूळ नष्ट करण्याचे' आदेश दिलेले नव्हते. हेस्टिंग्सच्या सांगण्यावरून अवधच्या बेगमच्या हिजड्यांवर कधीही 'हीन प्रकारचे शारीरिक अत्याचार' केले गेलेले नव्हते.[१८]

वॉरन हेस्टिंग्सची बाजू नीट मांडता यावी यासाठी, आरोपपत्रामधल्या या आणि अशा असंख्य बाबी सुस्पष्ट करण्यातच हेस्टिंग्सच्या वकिलांना कित्येक आठवडे लागले.

हेस्टिंग्सवर ठेवलेले बिनबुडाचे आरोप अलाहिदा – सदर आरोपपत्रावरून हेही प्रकर्षाने सिद्ध झालं, की गेली तीस वर्षं ज्या भूखंडाची त्यांनी सातत्यानं लूटमार चालवली होती, त्याबद्दल इंग्लंडला अत्यंत तोकडी माहिती होती. काही आरोप तर हास्यास्पदरीत्या चुकीचे होते. उदाहरणार्थ, रोहिला अफगाण योद्धा हाफिझ रेहमत खान आणि १४व्या शतकातील पर्शियन प्रेमकविता लिहिणाऱ्या कवी हाफेझ यामध्ये बर्केनं बेमालूम गफलत केलेली दिसत होती. सदर महाभियोगाच्या वेळी कवी हाफेझचा मृत्यू होऊन किमान चारशे वर्षं लोटली होती![१९]

असो. अखेर सात वर्षांच्या प्रदीर्घ कालावधीनंतर, २३ एप्रिल १७९५ रोजी जेव्हा वॉरन हेस्टिंग्सला सगळ्या आरोपांमधून दोषमुक्त घोषित केलं

गेलं, तेव्हा कुणालाच फारसं आश्चर्य वाटलं नाही. मात्र या सगळ्या अपमानास्पद प्रकाराचा हेस्टिंग्सच्या मनावर जो विपरीत परिणाम झाला, तो त्याच्या मृत्यूपर्यंत कधीच पुसला गेला नाही. आपल्यावर केले गेलेले अत्यंत हीन आरोप, आपल्याविरुद्ध वापरली गेलेली असभ्य भाषा, आणि आपल्या विरोधात गेलेले एकेकाळचे आपले अनेक चांगले सहकारी व कनिष्ठ मंडळी पाहता, हेस्टिंग्सच्या मनाला खूप खोलवर जखम झाली. आयुष्याच्या शेवटच्या पर्वामध्ये तो नैराश्येच्या गर्तेत फिरत राहिला.[२०]

सदर खटल्याचा हेस्टिंग्सवर झालेला विपरीत परिणाम सोडल्यास, त्यातून दोन सकारात्मक गोष्टीसुद्धा निघाल्या. एक म्हणजे, कंपनी आपल्या सगळ्या निर्णयांसाठी संसदेपुढे उत्तरदायी ठरली, आणि एखाद्या खासगी कंपनीच्या हातात अनियंत्रित सत्ता दिल्यावर किती गंभीर प्रकारचे गुन्हे घडतात, याची जाण आल्यामुळे भविष्यात ईस्ट इंडिया कंपनी वा तिच्यासारख्या कोणत्याही खासगी संस्थेवर सरकारचं नियंत्रण राहील या निर्णयाला दुजोरा मिळाला. दुजोरा अशासाठी की, खरंतर ही प्रक्रिया १७७३मध्येच सुरू केली गेली होती. १७७३चा रेग्यूलेटिंग ॲक्ट आणि त्यानंतर १७८४चा पिट्स इंडिया ॲक्ट या नियमांमुळे कंपनीचे राजकीय व लष्करी व्यवहार सरकारच्या देखरेखीखाली आणले गेले होते. त्यानंतर सत्तर वर्षांनी, म्हणजे १८५८मध्ये ही प्रक्रिया ईस्ट इंडिया कंपनीचं संपूर्ण राष्ट्रीयकरण होण्यावर येऊन पोहोचली; पण एकूण, कंपनीला रान मोकळं करून देण्यात फार गंभीर धोका आहे, याची जाण १७८४ पासूनच येऊ लागली होती. १७८४मध्ये कंपनीमध्ये हायड्रोग्राफर म्हणून काम करणाऱ्या ॲलेक्झॅन्डर डॅलरिम्पलने ही बाब फार स्पष्ट आणि ठळकपणे मांडली होती : 'ईस्ट इंडिया कंपनीकडे बघण्याचे दोन दृष्टिकोन आहेत. किंबहुना, ईस्ट इंडिया कंपनीचे दोन विभिन्न भाग आहेत – एक व्यापारी, आणि दुसरा राजकीय. दोन्ही भाग एकमेकांमध्ये गुंतलेले आहेत. पण तरीही, राजकीय भागाला व्यापारी भागापासून निक्षून विलग करून त्याला व्यापारी भागाच्या दुय्यम स्थानावर ठेवलं नाही, तर कंपनीचा अस्त अटळ आहे.'[२१]

हेस्टिंग्सवर कायदेशीर खटला चालू झाल्यावर, त्याच्याजागी भारतात पाठवला जाणारा माणूस निश्चितपणे अत्यंत प्रामाणिक आणि गैरव्यवहारांचं प्रलोभन नसणारा असणं गरजेचं होतं. या विचारानं, संसदेनेच जनरल लॉर्ड चार्ल्स कॉर्नवॉलिसला हिंदुस्थानाची धुरा सांभाळण्यासाठी निवडलं. नुकताच अमेरिकेतील १३ इंग्रज वसाहती जॉर्ज वॉशिंग्टनकडे सुपूर्द करून अमेरिकेला स्वतंत्र राष्ट्राचा दर्जा देऊन मोकळा झालेल्या कॉर्नवॉलिसला, संसदेनं तत्काळ हिंदुस्थानकडे प्रयाण करण्याचे आदेश दिले.

हेस्टिंग्सच्या राज्यात झालेल्या प्रकारांची पुनरावृत्ती होऊ नये, अशी ठळक कामगिरी सोपवून कॉर्नवॉलिसला हिंदुस्थानकडे धाडलं गेलं.

ऑगस्ट १७८६मध्ये कलकत्त्याला येऊन पोहोचलेल्या कॉर्नवॉलिसच्या हातात पडलेलं बंगाल हे चौदा वर्षांपूर्वी हेस्टिंग्सच्या हाती आलेल्या दुष्काळग्रस्त, गरीब बंगालपेक्षा संपूर्णपणे निराळं होतं! आताचं बंगाल समृद्धीच्या राशीवर लोळत होतं.

विरोधाभास बघा. अवघ्या चौदा वर्षांमध्ये झालेला हा बदल बऱ्याच अंशी हेस्टिंग्सनं लागू केलेल्या सुधारणांमुळे झालेला होता. कलकत्त्याची लोकसंख्या आता प्लासीच्या वेळी होती त्यापेक्षा दुप्पट झालेली होती. चार लाख लोकसंख्या ल्यायलेलं हे शहर आता इंग्रजांकरवी 'सिटी ऑफ पॅलेसेस' आणि 'पूर्वेचं सेंट पीटर्सबर्ग' म्हणून ओळखलं जाऊ लागलं; तर, मुघल उमराव तिला 'जन्नत-ए-बिलाद' म्हणून वाखाणू लागले. कंपनीचं प्रमुख स्थान असलेलं बंगाल आता पूर्वेकडचं सर्वांत श्रीमंत, प्रशस्त आणि सुशोभित ठिकाण बनलं होतं. कलकत्त्याला नुकत्याच पोहोचलेल्या विल्यम हन्टरनं वर्णन केल्यानुसार, 'नैसर्गिक सौंदर्य आणि स्थापत्यशैलीतील सर्वोत्तम गोष्टी यांचा संगम झाल्यावर जे बनेल, ते कलकत्ता!'[२२]

शहरामध्ये झपाट्यानं प्रगती होत होती. लोक पुन्हा समृद्ध होऊ लागले होते. कमतरता होती ती केवळ योग्य नियमन व चांगल्या नियोजनाची. कॉम्ट द मोदावनं नमूद केल्यानुसार, 'नवखा मनुष्य कलकत्त्याकडे आश्चर्य आणि चीड यांच्या संमिश्र भावनांनी पाहतो. इतक्या सुंदर ठिकाणी वसलेल्या या शहराला सुयोग्य नियोजनाची जोड मिळाली असती, तर आज हे जगातल्या सर्वांत अप्रतीम शहरांपैकी एक गणलं गेलं असतं. इंग्रजांनी हे नियोजन का लागू केलं नाही, याचं मला आश्चर्य वाटतं. स्थापत्यशैलीच्या सगळ्या नियमांना धुडकावून वाटेल तशा उभ्या-आडव्या केलेल्या बांधकामाला मंजुरी का दिली गेली, हे माझ्या समजुतीपलीकडे आहे. दोन-तीन सुनियोजित रस्ते सोडल्यास, बाकी संपूर्ण शहर हे लहान, निमुळत्या बोळांचं जाळं आहे. त्याच बोळांमध्ये इतस्तत: आडवी-तिरपी बांधलेली लहान-मोठी घरं दिसतात. थोडक्यात, इंग्रजांच्या स्वातंत्र्याबद्दलच्या कल्पना जशा अनियोजित आणि गोंधळलेल्या आहेत, तीच वृत्ती इतर बाबतींतही लागू होते असं म्हणणं गैर ठरणार नाही.'[२३]

शहराच्या या प्रगतीमुळे केवळ इंग्रजांची चांदी झाली असं नाही, तर बंगाली व्यापारी आणि सावकार घराण्यांचाही खूप फायदा झाला. उदाहरणार्थ, मलिक

घराण्यानं शहरभर भव्यदिव्य कोठ्या उभारल्या आणि बाहेर फिरण्यासाठी दोन तगडे झेब्रे जोडलेल्या अलंकृत बग्ग्या घेतल्या. पण या वेळी केवळ वरच्या सामाजिक थरातल्याच नव्हे तर अगदी शेतकरी आणि मजुरांनाही भरघोस फायदा मिळू लागला. १७८०च्या अंतापर्यंत त्यांचा पगार ५०% अधिक वाढला होता.[२४]

किंबहुना, एकूणच १७४०-५०च्या दरम्यान अलिवर्दी खानच्या राजवटीत लयास गेलेली बंगालची अर्थव्यवस्था आता चांगलीच सुदृढ बनली होती. दशकाच्या अखेरी कॉर्नवॉलिसनं आपल्या वरिष्ठांना दिलेल्या अहवालानुसार, त्यांच्या तिजोरीमधील खर्चापेक्षा मिळकत २ दशलक्ष पौंडांनी अधिक होती. थकलेली देणी दिल्यानंतरही त्यांच्याकडे १.३ दशलक्ष पौंड इतकी रक्कम उरली, जी कॉर्नवॉलिसने लंडनला निर्यात करण्यासाठी लागणारा माल विकत घेण्यासाठी खर्ची केली. त्याच्या अंदाजाने, या कारभारामधून त्यांना २.४ दशलक्ष पौंडांचा नफा मिळणार होता.[२५] विनाशाच्या खोल दरीच्या टोकाशी जाऊन परत आलेली कंपनी आता पुन्हा बाळसं धरू लागली होती. त्यांना मिळणाऱ्या नफ्याचं काही श्रेय साखर, अफू व नीळ यांच्या पिकांकडे जात असलं, तरी एकूण, बंगालच्या सुजलाम् सुफलाम् भूमीमध्ये पिकणारा वारेमाप तांदूळ हा या नफ्यामागचा सर्वांत मोठा सूत्रधार होता. एकेकाळी मुघल राजवटीला पोसणारी बंगालमधल्या शेतीची मिळकत, आता कंपनी राजवटीत पाणी भरू लागली होती.[२६]

शेती आणि जमिनीचा महसूल याशिवाय व्यापारामधूनही खूप फायदा होऊ लागला होता. १७७२च्या दरम्यान दिवाळखोरीपर्यंत गेलेल्या कंपनीचा निर्यात व्यवसाय आता पाच पटींनी वाढून ५ दशलक्ष पौंडांपर्यंत[ii] गेला होता.[२७] बंगालमधील उत्कृष्ट सुती व रेशमी कापड त्यांना वर्षाकाठी सुमारे रु. २८ दशलक्षांची कमाई करून देत होतं. मालव्यातील अफू आणि गुजरातचा सुती कपडाही भरपूर पैसा आणत होते. पण या सगळ्यांपेक्षाही, कंपनीला सर्वाधिक फायदा करून देणारी जी गोष्ट होती ती म्हणजे चीनवरून येणारा चहा.[२८] १७९५पर्यंत एक दशक संपण्याआधीच, चहाची विक्री दुप्पट वाढून ९हजार टनांपर्यंत गेली होती. असं वाटू लागलं होतं, की इंग्लंडमधले लोक अन्न सोडून जेवणाऐवजी चहाच पितात.[२९] या अत्यंत फायद्याच्या सौद्यामध्ये एकच आव्हान होतं; ते म्हणजे, पुरवठ्याचं. कॉर्नवॉलिसनं नमूद केल्यानुसार, 'बंगालच्या वस्तूंची जितकी मागणी आहे, त्या तुलनेत पुरवठा केवळ अर्धाच होऊ शकत आहे.'

---

ii आजच्या काळात २ दशलक्ष पौंड = २१० दशलक्ष पौंड, १.३ दशलक्ष पौंड = १३६ दशलक्ष पौंड, २.४ दशलक्ष पौंड = २५२ दशलक्ष पौंड, ५ दशलक्ष पौंड = ५२५ दशलक्ष पौंड

असो. तर या नव्यानं आलेल्या समृद्धीमुळे, पूर्वीच्या काळी बंगालच्या अर्थव्यवस्थेला पांगळं करणाऱ्या नाणी व नोटांचा तुटवडा ही बाब इतिहासजमा झालेली होती. कलकत्त्यातील टाकसाळ आता वर्षाकाठी रु. २.५ दशलक्ष किंमतीची नाणी छापू लागली होती.[३०] परिणामी, संपूर्ण दक्षिण आशियामध्ये मुघल साम्राज्याचा धुव्वा उडाल्यानंतर, इंग्रजांनी जिथं-जिथं वसाहती उभ्या केल्या होत्या वा आपल्या व्यापाराचं जाळं पसरवलं होतं, त्या सगळ्यांमध्ये पूर्वेकडच्या बंगाल, ओरिसा व बिहार प्रांतामधून त्यांना सर्वाधिक नफा मिळायला लागला.

यामुळे, कंपनीला पुन्हा आपलं लष्कर मोठं करण्याची संधी मिळाली. आता ते आपल्या लष्कराच्या देखरेखीसाठी वर्षाकाठी ३ दशलक्ष पौंडांची[iii] भरघोस रक्कम खर्च करू शकत होते. दक्षिण आशियामधली इतर कोणतीही राजवट इतकी रक्कम पेलू शकत नव्हती.[३१]

प्लासीनंतर १७५७मध्ये कंपनीमध्ये केवळ २९०० शिपाई होते, कॉर्नवॉलिसच्या आगमनानंतर कंपनीच्या बंगालमधल्या लष्कराची गणती आता ५० हजार माणसांपर्यंत जाऊन पोहोचली होती.[३२] इतर कुणापेक्षाही जास्त आणि वेळेवर पगार देणाऱ्या कंपनीला सगळ्यात उत्तम शिपाई व सैनिक मिळू लागले. 'जन्टलमन ट्रूपर्स' म्हणून प्रसिद्ध असणाऱ्या बंगाल लष्करच्या शिपायांना वर्षाकाठी रु. ३०० पगार होता. मैसूरच्या लष्करामधले त्याच पदावरील अधिकारी वर्षाकाठी रु. १९२ कमवत होते. त्याच लष्करातला साधा शिपाई वर्षाकाठी जेमतेम रु. ४८ कमवत असे. अवधच्या लष्कराच्या सैनिकांचे पगार तर त्याहीपेक्षा कमी होते; त्यांना वर्षाकाठी जेमतेम रु. ८० मिळत होते.[३३] बर्टन स्टीननं सदर परिस्थितीचं वर्णन करताना एक खूप छान वाक्य म्हटलेलं आहे : 'कंपनीनं हिंदुस्थानचा वसाहतवाद हा जितका युद्धामुळे कमावला तितकाच पैशानंही विकत घेतला होता.'[३४]

असो. तर, कंपनीच्या उत्तमरीत्या प्रशिक्षित लष्कराला फोर्ट विल्यममधल्या उत्कृष्ट शिलेदारी आणि डमडममधील शस्त्रास्त्र कारखान्याचीही उत्तम जोड लाभली. १७८७ मध्ये हैदराबादमध्ये मंत्री असलेल्या मीर आलमनं कलकत्त्यात काही महिने घालवले, तेव्हा त्याला कंपनीचं लष्करी बळ पाहून अचंबा वाटला! विशेषत: फोर्ट विल्यममधलं शस्त्रागार पाहून तर त्यानं तोंडात बोट घातलं! 'भिंतींवर व्यवस्थितपणे, एका रांगेत टांगलेल्या तीन लाख संगिनीच्या बंदुकी... दारूगोळ्याचा भरपूर साठा... कधीही वेळ पडली तर बाहेर काढण्यासाठी तयार असलेल्या दोन ते तीन हजार तोफा आणि त्याशिवाय राखीव ठेवलेल्या आणखी पाच-सहा हजार तोफा... इतकं समृद्ध शस्त्रागार क्वचितच पाहायला मिळतं!' अशी मीर आलमची

---

iii आजच्या काळात ३ दशलक्ष पौंड = ३१५ दशलक्ष पौंड

प्रतिक्रिया होती.[३५] चाळीस वर्षांपूर्वी, १७५०मध्ये कंपनी एक लहानसं लष्कर आणि काही मोडकळीस आलेले किल्ले हातात असलेली छोटीशी व्यापारी संस्था होती. १७९०पर्यंत त्यांनी स्वत:मध्ये इतकं आश्चर्यकारक परिवर्तन घडवून आणलं होतं, की आता ते आशियातलं सर्वांत मोठं लष्कर हाती घेऊन, स्वत:चा भक्कम ताबा असलेलं व्यापारी-लष्करी राज्य चालवू लागले होते.

म्हणून जेव्हा १७९१मध्ये म्हैसूरच्या टिपू सुलतानबरोबर पुन्हा युद्ध होण्याची शक्यता दाटू लागली, तेव्हा कॉर्नवॉलिसच्या दिमतीला अतिशय मोठं व प्रशिक्षित मनुष्यबळ, भरपूर शस्त्रं आणि इतरही भरघोस मदत हजर होती.

या सगळ्यामुळे, कंपनीचे सेनापती आता आत्मविश्वासानं सदर युद्धाची वाट बघू लागले. पोल्लिलूरमध्ये बारा वर्षांपूर्वी भोगाव्या लागलेल्या अपमानास्पद पराभवाचा सूड उगवण्यासाठी आता त्यांचे हात शिवशिवू लागले!

१७८३मध्ये म्हैसूरच्या हैदर अलीचा मृत्यू झाला. पाठीमध्ये टाटलीएवढ्या मोठ्या आकाराची गाठ झाल्यामुळे अखेर हैदर अलीनं आपला प्राण गमावला. त्यानंतर लगेचच टिपू सुलताननं आपल्या वडिलांची जागा घेतली.

मद्रासच्या राज्यपालानं टिपूचं वर्णन करताना म्हटलं होतं : 'टिपूनं हैदर अलीचं उत्साही आणि धडाडीचं व्यक्तिमत्त्व घेतलं आहे, पण चांगली गोष्ट ही आहे, की त्यानं आपल्या वडिलांचे दुर्गुण आणि अत्याचारी स्वभाव दोन्ही घेतलेले नाहीत.'[३६] तोपर्यंत ३३ वर्षांचा झालेला टिपू अतिशय देखणा तरुण होता. ५फूट ७ इंचांची उंची, व्यायामानं कमावलेले पिळदार हात-पाय, पण योद्ध्यापेक्षा एखाद्या कलाकाराला शोभणारी नाजूक, निमुळती बोटं... हिंदुस्थानातल्या इतर मुसलमानांच्या तुलनेत गौरवर्णी असलेल्या टिपूचा चेहरा अगदी सौम्य आणि लकाकत्या, काळ्याशार डोळ्यांमुळे तेजस्वी दिसणारा होता.[३७]

मृत्यूशय्येवर असताना हैदरनं टिपूला पत्र लिहून चांगलं सरकार कसं चालवायचं, याबद्दल सल्ला दिला होता. त्या पत्रात त्यानं टिपूला असंही सावध केलं होतं, की ईस्ट इंडिया कंपनी सरकार त्याच्या प्रत्येक हालचालींवर बारीक लक्ष ठेवून त्याच्याकडून होणारी कोणतीही चूक आपल्या फायद्यासाठी वळवायला टपून बसली असेल. 'युरोपियांचा मत्सर हा तुझा सर्वांत मोठा वैरी असेल, हे लक्षात ठेव. आजमितीला, ते हिंदुस्थानातली सर्वांत बलाढ्य शक्ती आहेत; पण त्यांना युद्धामध्ये हरवून कमकुवत बनवणं गरजेचं आहे.'

तसं करण्यासाठी, हैदरनं टिपूला 'डिव्हाइड ॲण्ड रूल'च्या (विभाजित करून

राज्य करा) नियमानुसार वागण्याचा सल्ला दिला. 'इंग्रजांना बाहेर काढण्यासाठी लागणारं महाकाय पाठबळ आणि साधनसंपत्ती आपल्या हिंदुस्थानाकडे नाही. त्यापेक्षा, युरोपमधल्या निरनिराळ्या देशांना एकमेकांविरुद्ध उभं कर. फ्रेंच लष्कराची मदत घे; त्यांच्याकडचं प्रशिक्षण इंग्रज सैनिकांकडे नाही. युरोपियांचे डावपेच फार पक्के असतात; त्यांचे डावपेच त्यांच्याविरुद्ध वापरायला शीक.'

त्यानंतर, आपल्या मुलाचा अखेरचा निरोप घेत हैदरनं लिहिलं होतं :

> 'देवानं मला अजून आयुष्य दिलं असतं, तर तुला कदाचित ही सगळी जबाबदारी अंगावर घेण्याची वेळ आली नसती; पण तसं होणं नव्हतं. असो. देवाच्या मनात जे असेल तेच खरं. माझ्याकडे वेळ नसला, तरी माझं स्वप्न आता तू साकार करशील, यात मला तिळमात्र शंका नाही. आपल्या प्रजेचं हित तू अगदी व्यवस्थित जपशील, याची मला खात्री आहे. तुझ्या धडाडीबद्दल शंका घेण्याची तू मला कधीच संधी दिली नाहीस. खूप लहान वयापासून तू माझ्या बरोबरीनं रणांगण गाजवत आलेला आहेस; त्यामुळे त्याही दृष्टीनं तूच माझा खरा उत्तराधिकारी आहेस. मात्र एक गोष्ट कायम लक्षात ठेव – शौर्य जरी आपल्याला सिंहासन मिळवून देऊ शकत असलं, तरी ते टिकवण्यासाठी पुरेसं नव्हे. लोकांच्या भीतीचा फायदा घेऊन जरी आपण सत्ता हाती घेऊ शकत असलो, तरी त्यांच्यावर खऱ्या अर्थानं राज्य करायचं असल्यास, आधी त्यांच्या मनावर अधिराज्य गाजवणं अनिवार्य असतं. त्यामुळे, सत्ताधीश म्हणून आपल्या प्रजेचं हित जप; त्यांची काळजी घे; त्यांचं प्रेम आणि विश्वास संपादन कर.'[३८]

एक शूर, कष्टाळू आणि हुशार सेनापती म्हणून आधीच टिपूची ख्याती होती. भरीस भर, तो अभिनव उपक्रम हाती घेण्यात अग्रेसर असे. युरोपियांचे लष्करी कौशल्य व डावपेच शिकून ते त्यांच्याच विरोधात वापरायचे असं टिपूनं निश्चित केलं होतं. पूर्वी त्यानं पोल्लिलूरला अशीच क्लृप्ती लढवून स्वत:साठी विजय मिळवला होता. त्यानंतर दोन प्रसंगीसुद्धा त्यानं याच विजयाची पुनरावृत्ती केली होती : १७८२मध्ये तंजावरला झालेल्या युद्धामध्ये त्यानं कर्नल जॉन ब्रेथवेटच्या नेतृत्वाखाली लढणाऱ्या इंग्रज सैन्याला आणि त्यानंतर लगेचच, कोलेरून नदीच्या तीरावर झालेल्या चकमकीमध्ये भाग घेतलेल्या इंग्रज सैन्याला त्यानं युरोपियांचे डावपेच वापरून पराजित केलं होतं.

नवलाईची गोष्ट अशी, की टिपूनं युद्धादरम्यान जितकी कल्पकता वापरली,

तितकीच शांततेच्या काळातही वापरली. त्यानं फ्रेंच अभियांत्रिकांद्वारे औद्योगिक तंत्रज्ञान आयात करून, आपल्याकडची यंत्रं चालवण्यासाठी पाण्यातून निर्माण होणारी ऊर्जा वापरली जाऊ शकते का, याचा प्रयोग केला. दक्षिण चीनकडे खास दूत पाठवून तिकडच्या रेशमी किड्यांची अंडी म्हैसूरला आणून आपल्याकडे 'सेरीकल्चर' (रेशमी कापडाचं उत्पादन) होऊ शकतं का, याची पडताळणी केली. टिपूच्या दूरदृष्टीमुळे आज मैसूर हे भारतातलं रेशमी कापड उत्पादित करणाऱ्या राज्यांपैकी एक महत्त्वाचं ठिकाण आहे. त्यानं अनेक धरणं बांधली; सिंचनपद्धतीची मुहूर्तमेढ रोवली. टिपूनं अत्यंत कमी वेळात केलेली अफाट प्रगती पाहून त्याचे वैरी असलेल्या इंग्रजांनाही त्याचं कौतुक केल्यावाचून राहावलं नाही. म्हैसूर व बेंगलूरसारखी परिपूर्ण शहरं निर्माण करून, त्यातील रहिवाशांचा दृष्टिकोन औद्योगिकतेकडे वळवून आपलं राज्य समृद्ध केल्याबद्दल इंग्रज टिपूचं कौतुक करू लागले.

विशेष म्हणजे, टिपूनं आपल्या राज्य सरकारच्या अधिपत्याखाली येणाऱ्या व्यापारी कंपनीचीही स्थापना केली. त्या काळी स्थापन झालेल्या कार्यपद्धती आजही तितक्याच जोमानं सुरू आहेत. सदर कंपनीच्या व्यावसायिक विभागाला राज्यामध्ये चंदन, रेशीम, मसाले, नारळ, तांदूळ, गंधक व हत्तींसारख्या मौल्यवान वस्तूंची श्रीरंगपट्टणमवरून होणाऱ्या आयात-निर्यातीचा सगळा हिशेब द्यावा लागत असे. आपल्या राज्याचा व्यापार वृद्धिंगत करण्यासाठी टिपूनं म्हैसूरपासून थेट कच्छ, पॉन्डिचेरी व हैदराबादपर्यंत तब्बल तीस व्यापारी केंद्रं प्रस्थापित केली. प्रत्येक केंद्र चालवण्यासाठी नवनवीन प्रशिक्षित तरुण मंडळींची नेमणूक करण्यात येत असे. आपण प्रामाणिकपणे काम करू हे त्यांच्याकडून कबूल करून घेण्यासाठी त्या तरुणांना आपापल्या धर्माप्रमाणे देवाची शपथ घ्यावी लागत असे. व्यापारासाठी लागणारा पैसा हा राज्य सरकारकडे जमा झालेल्या महसुलामधून काढला जात असे. तसंच खासगी व्यावसायिकांना वा श्रीमंत मंडळींना सदर कंपनीमध्ये वैयक्तिक गुंतवणूक करून, ठरावीक कालावधीनंतर ठरावीक रक्कम मिळण्याचीही सोय केली गेली होती. लवकरच, टिपूने आंतरराष्ट्रीय बाजारपेठा पादाक्रांत करायला घेतल्या. मस्कत व पर्शियन गल्फच्या किनारपट्टीवर कारखाने तयार करून, त्यानं आपल्या अधिकाऱ्यांना ऑटोमन इस्तंबूलमध्ये बासरा येथील बंदराचा काही भाग आपल्या नावावर करता येईल का, याची पाहणी करायला सांगितलं.[३९] तसं झालं तर त्याला आपल्या आंतरराष्ट्रीय व्यापारासाठी लागणारी जहाजं सुरक्षित ठेवण्यासाठी एक ठिकाण मिळू शकणार होतं.

रयतेचा विश्वास व प्रेम जिंकणं महत्त्वाचं असतं हा आपल्या वडिलांचा सल्ला मानून, टिपूनं आपल्या राज्यातल्या हिंदूंची विशेष काळजी घेतली. आपल्या

शासनाच्या सुरुवातीपासून, टिपूनं त्याच्या राज्यातल्या मंदिरांसाठी भरपूर जमीन, भेटवस्तू व मानसन्मान देणं सुरू केलं. त्या काळच्या बऱ्याच अधिकृत नोंदी आता उपलब्ध नाहीत, पण ज्या काही शिल्लक आहेत त्यावरून एक उदाहरण द्यायचं झालं, तर १७८४मध्ये टिपूनं व्यंकटचला शास्त्री आणि त्यांच्यासोबतच्या ब्राह्मणांना भरपूर जमीन देऊन, आपल्या उदंड आयुष्य व समृद्धीसाठी प्रार्थना करण्याची विनंती केल्याची नोंद आहे. त्यानंतर वर्षभरानं त्यानं मेलकोटच्या मंदिराला बारा हत्ती व नगारा दान केल्याचीही नोंद आहे. याच नोंदीसोबत, टिपूनं मेलकोटच्या ब्राह्मणांकडे तुंगभद्रेच्या किनारी वसलेला ब्राह्मण समाज व मंदिरांना किती दान केलं आहे, याचं वर्णन करणारा संस्कृत श्लोक पाठवल्याचाही दाखला आहे. तर अशा प्रकारे आपल्या राजवटीवर देवाचा कृपाशीर्वाद राहावा, यासाठी टिपू वर्षाकाठी तीन ते चार मोठे दानधर्म करत असे. पैसे,घंटा,जमिनी,सोनं-चांदी, रत्नं, पुजाऱ्यांसाठी निवृत्तिवेतन वा मंदिरासाठी खास बनवून घेतलेलं 'पादशहा लिंगम' अशा नाना स्वरूपात दान दिलं जात असे.[४०]

सदर दानं निरनिराळ्या मंदिरांना दिली जात असली, तरी १९५०च्या दशकात शृंगेरीच्या मंदिरामध्ये सापडलेल्या अधिकृत दस्तऐवजांनुसार, त्या मंदिराला टिपूचा सर्वाधिक आश्रय लाभला. म्हैसूरवर झालेल्या मराठा आक्रमणादरम्यान पेंढाऱ्यांनी शृंगेरी मंदिराची केलेली नासधूस पाहून टिपूचं काळीज हादरलं असल्याची नोंद आहे. 'इतक्या पवित्र ठिकाणाची अशी विटंबना करणाऱ्या माणसांना देव कधीच माफ करणार नाही! हसऱ्या चेहऱ्यानं इतरांना दुःख देणाऱ्यांना पुढे आयुष्यभर रडावं लागतं हे बहुधा या क्रूरकर्म्यांना ठाऊक नाही; आणि देवादिकांशी अशी वागणूक करणाऱ्यांची घराणी उद्ध्वस्त होतात, हेही यांच्या गावी नाही!'[४१] असं विधान केलेल्या टिपूनं एक हजार ब्राह्मणांना जेऊ घालण्यासाठी व शारदा देवीची भग्न मूर्ती नव्यानं प्रतिष्ठापित करण्यासाठी भरपूर पैसे व धान्य दान दिलं. आपल्याला व आपलं राज्य व लष्कराला पवित्र ब्राह्मणांचा आशीर्वाद मिळावा, एवढीच त्याची इच्छा होती. थोडे दिवसांनी, टिपूनं शृंगेरी मंदिराकडे एक अजस्त्र हत्ती व त्यासोबत एक चिठ्ठी पाठवून दिली, ज्यामध्ये लिहिलं होतं : 'आपल्या गुरूंचा व पवित्र स्थानांचा अपमान करणाऱ्यांचा लवकरच विनाश होईल. ज्या लुटारूंनी तुमच्या मंदिरामधून हत्ती, घोडे, पालख्या व इतर गोष्टी लुबाडून नेल्या, त्यांना आपल्या कुकर्माची शिक्षा मिळाल्यावाचून राहणार नाही. देवीसाठी नवी वस्त्रं पाठवत आहे; कृपया त्याचा स्वीकार करावा आणि आमच्यासाठी आठवणीनं प्रार्थना करावी एवढीच विनंती.'[४२]

टिपूची ही कृती केवळ राजकारणाचा भाग नव्हती. स्वतः अगदी कट्टर इस्लामधर्मी मनुष्य असला, तरी शासक म्हणून टिपू फार धर्मनिरपेक्ष होता आणि

त्याचा हिंदू देवी-देवतांवर तर विशेष विश्वास होता. टिपूला एक सवय होती – दररोज सकाळी उठल्यावर, तो आपल्याला आदल्या रात्री पडलेल्या स्वप्नांची व्यवस्थित नोंद करून ठेवत असे. ज्या वहीमध्ये त्याच्या या नोंदी होत्या, त्यानुसार, त्याला सूफी संतांच्या स्वप्नांसोबत, अनेक हिंदू देवी-देवतांचीही स्वप्नं पडल्याचे उल्लेख आढळतात. त्यापैकी एका नोंदीमध्ये टिपूने असं लिहिलं होतं, की तो एका भग्न झालेल्या मंदिरामध्ये उभा होता आणि तिथल्या मूर्तींचे डोळे हलत होते. अचानक, त्यापैकी एक मूर्ती टिपूशी बोलू लागली आणि तिनं त्याला ते मंदिर पुन्हा बांधून घेण्याची आज्ञा केली.[४३]

इतर काही नोंदींनुसार, आपल्या ब्राह्मण सल्लागारांच्या सल्ल्यानुसार, टिपू त्याच्या लष्करातल्या हिंदू व मुसलमान सैनिक-शिपायांना पवित्र नद्यांचं स्नान करायला लावत असे. तसं केल्यामुळे त्यांच्या अंगातला भित्रेपणा धुऊन निघून, ते मराठ्यांशी अधिक धडाडीनं लढू शकतील, असा त्याचा विश्वास होता. हिंदू व मुसलमान संत व पिरांच्या दैवी शक्तींवरही टिपूचा निरातिशय विश्वास होता. १९७३मध्ये शृंगेरीच्या स्वामींना लिहिलेल्या पत्रामध्ये त्यानं म्हटलं होतं : 'तुम्ही जगद्गुरू आहात. जगातल्या सगळ्या लोकांना वाट दाखवणारे दैवी वाटाडे आहात. ज्या देशाला वा प्रांताला तुमच्या सहवासाचं भाग्य लाभेल तिथं संपन्नता व भरभराटीला सतत उधाण येईल, यात शंका नाही.'[४४]

इंग्रज जरी टिपूला एक रानटी व धर्मवेडा सत्ताधीश मानत असले, तरी प्रत्यक्षात तो अतिशय हुशार व वाचनाची गोडी असलेला सुसभ्य मनुष्य होता. टिपूच्या खासगी वाचनालयामध्ये नानाविध भाषांमधली कायदा, धर्मनिरपेक्षता व वेदान्तासारख्या विषयांवर लिहिलेली दोन हजारांहून अधिक पुस्तके होती. त्याच्याकडे निरनिराळ्या ठिकाणांहून आणलेले तापमापक व वायूभारमापकेही होती.[४५] मद्रासच्या हद्दीबाहेर काढलेल्या एका मोहिमेदरम्यान टिपूच्या सैनिकांना हिंदुस्थानातील वनस्पतिशास्त्रावरची काही पुस्तके सापडली. त्यांनी ती टिपूला आणून दिल्यावर, टिपूनं त्यांची डागडुजी करून आपल्या वाचनालयात समाविष्ट केली. म्हैसूरचा सांस्कृतिक चेहरामोहरा बदलण्यामागेही टिपूचा मोठा सहभाग होता. अर्थातच, कलकत्त्यातल्या इंग्रजांनी चितारलेल्या असभ्य, रानटी माणसापेक्षा खरा टिपू निश्चितच फार वेगळा होता. ख्रिस्टोफर बेलीने टिपूचं फार छान वर्णन केलेलं होतं : 'टिपू सुलतान हा अभिनव विचारसरणीचा तंत्रज्ञानप्रिय सत्ताधीश होय. राज्य सरकारच्या नियंत्रणाखाली राज्याची व्यापारी व व्यावसायिक भरभराट करणे, सतत नवनवीन उपक्रम राबवणे, आपल्या सैन्यासाठी फ्रेंच लष्करी तंत्रज्ञान आयात करणे आणि युरोपियांवर त्यांचेच डावपेच उलटवून त्यांना पळता भुई थोडी करणे, अशा नानाविध पद्धतींमुळे टिपू आपल्या काळातला

प्रगत आणि प्रभावशाली सत्ताधीश ठरला. कंपनीकडे त्याच्यापेक्षा जास्त साधनसंपत्ती असणे या एकाच कारणामुळे त्याचा पराभव झाला आणि कंपनी म्हैसूरपेक्षा वेगाने प्रगती करू शकली.

मात्र अतिशय उत्कृष्ट व्यक्तिमत्त्वाच्या टिपू सुलतानमध्ये प्रत्येक मनुष्यात असतात त्याप्रमाणे काही त्रुटी होत्या. वाजवीपेक्षा अधिक हिंसेचा वापर हा त्यातला मोठा दुर्गुण होय. आपल्या शत्रूंवर किंवा आपण पराजित केलेल्या लोकांवर तो गरजेपेक्षा अधिक आणि भयंकर अत्याचार करत असे. जिथं संयमानं घडी बसू शकली असती, तिथंही तो तशीच टोकाची भूमिका घेत असे. त्याच्याविरुद्ध बंडाळी करणाऱ्या लोकांना फाशीची शिक्षा सुनावली जात असेच, पण फासावर जाण्याआधी त्यांचे नाक, कान, हात व पाय कापून, त्यांचे हाल करून मगच त्यांना फाशी दिली जात असे. राज्यामध्ये बंडाळी करणाऱ्या हिंदू व ख्रिश्चन लोकांचा – मग ते भारतीय असोत वा इंग्रज – जबरदस्तीनं सुंथा करून त्यांना इस्लाम धर्म स्वीकारण्याची सक्ती केली जात असे. एरवी मंदिरांना दान करणारा टिपू, आपल्या शत्रूच्या प्रांतामधली मंदिरं व चर्च नेस्तनाबूत करून टाकत असे. मलबार, मॅन्लोर व कर्गच्या मोहिमांदरम्यान तर त्यानं या प्रकारची नासधूस अत्यंत भयंकर प्रमाणावर केल्याची नोंद आहे. टिपूच्या मोहिमांना घाबरून हजारो लोकांवर आपली घरंदारं सोडून स्थलांतरित होण्याची वेळ आली होती. केवळ एका वर्षात दक्षिण कर्नाटकमधून म्हैसूरला येणाऱ्या लोकांची संख्या साठ हजारच्या वरती होती.[४६] काही ख्रिश्चन पोर्तुगीज लोकांनी नमूद केल्यानुसार, 'ख्रिश्चन व हिंदू लोकांना नग्न करून त्यांना हत्तीच्या पायाला बांधून, मग त्या हत्तीला पळवलं जात असे. सैरावैरा धावणाऱ्या हत्तीसोबत फरपटत जाणाऱ्या त्या माणसांची शरीरं अक्षरश: चिंधाडली जात असत!'

अतिरेकी हिंसा आणि स्वत:च्या मोठेपणाबद्दल भ्रामक कल्पना जोपासणे याबरोबर टिपूमध्ये अजून एक मोठा दुर्गुण होता; तो म्हणजे, मुत्सद्दीपणाचा पूर्ण अभाव! सप्टेंबर १७८६मध्ये जेव्हा कॉर्नवॉलिस हिंदुस्थानात आला, तेव्हा टिपूची मराठा पेशवे व हैदराबादचा निझाम या दोघांसोबत युद्धं चालू होती. एकेकाळी हे दोघे त्याच्या वडिलांशी खूप चांगले संबंध राखून होते. त्याचे वडील हैदर, इंग्रजांना शह देण्यासाठी या दोन मोठ्या सत्तांशी सलोख्याचे संबंध ठेवून होते, पण टिपूच्या आक्रमक पवित्र्यामुळे निजाम व मराठे दोघे इतके हादरून गेले, की त्यांनी थेट कॉर्नवॉलिसशी हातमिळवणी करून नवीन त्रिकूट निर्माण करणं अधिक योग्य मानलं. याचाच अर्थ, आता मराठे, निजाम आणि कॉर्नवॉलिस हे तिघं एका बाजूला आणि टिपू दुसऱ्या बाजूला अशी विभागणी झाली!

आधीच त्याचे वैरी कमी होते म्हणून की काय, टिपूनं शहा आलमशीही

संबंध तोडण्याचा निर्णय घेतला! असं केल्यामुळे मुघल बादशहाचं नाममात्र सार्वभौमत्वही धुडकावून लावणारा तो पहिला सत्ताधीश ठरला. त्यानं आपल्या राज्यात असा फतवा काढला, की यापुढे शुक्रवारचा खुत्बा (प्रवचन) बादशहाच्या नव्हे, तर टिपूच्या नावानं वाचला जावा. हा निर्णय घेण्यामागचं कारण स्पष्ट करताना टिपूनं असं म्हटलं, की जुनाट प्रथांना चिकटून जी मूर्ख माणसं अजूनही बादशहाच्या नावानं खुत्बा वाचत असतील, ते हे केवळ अज्ञानापोटी करत असणार, कारण त्यांना हे ठाऊक नाही की बादशहाचं नेमकं स्थान काय आहे : आपलं स्थान, मानसन्मान व किंमत हरवून बसलेल्या, शिंदेंच्या दरबारी महिन्याचे जेमतेम रु. १५हजार पगार घेणारा सेवक बनलेल्या व्यक्तीला कोणता हुशार माणूस बादशहा मानेल? किंबहुना, अशा धर्मनिंदकाच्या घरचे उंबरे झिजवणाऱ्या आश्रिताच्या नावानं खुत्बा वाचणं हा मी देवाचा घोर अपमान समजतो!'[४७]

त्यानंतर, डिसेंबर १७८९मध्ये टिपूनं नवी मोहीम हाती घेतली. पार कोचिनपर्यंत जाणारा उत्तर मलबारचा पट्टा काबीज केल्यानंतर आता त्याला त्रावणकोरच्या राजाला आपल्या अधिपत्याखाली आणण्याचे वेध लागले. त्या राजाने स्वत:च्या राज्याचं रक्षण करण्यासाठी काही उत्तम व्यवस्था केल्या होत्या. त्रावणकोर लाइन्स म्हणून ओळखली जाणारी ४० फूट लांब तटबंदी, त्यासोबत १६-फूट खोल खंदक, आणि त्या दोघांच्या जोडीला अभेद्य असं बांबूचं वन निर्माण करण्यासोबत, त्रावणकोरच्या राजानं कंपनीसोबत संरक्षणाचा करार केला होता.

परिणामी, जेव्हा २९ डिसेंबर १७८९रोजी टिपूने आपल्या अजस्त्र तोफा आणून त्रावणकोर लाइन्समध्ये भगदाड पाडून आपल्या टायगर शिपायांना आत पाठवलं, तेव्हा त्याला आश्चर्याचा धक्का बसला! कारण, अत्यंत अनपेक्षितरीत्या टिपूच्या सैन्यासमोर केवळ त्रावणकोरची प्रजा, मराठे आणि निजामच नव्हे, तर त्याचा सर्वांत मोठा वैरी – ईस्ट इंडिया कंपनी – हेही उभे ठाकले होते!

तिसरी ॲन्ग्लो-म्हैसूर लढाईसुद्धा त्याच पद्धतीनं सुरू झाली, ज्याप्रकारे आधीच्या दोन सुरू झाल्या होत्या. टिपू अत्यंत वेगानं व आक्रमकपणे कर्नाटकमध्ये घुसला होता. डिसेंबर १७९०मध्ये त्रिचनापल्लीला पोहोचून त्यानं कंपनी लष्कराला लीलया शह दिला होता. त्यानंतर, मद्रास व पॉन्डिचेरीच्या किनारपट्टीमध्ये पोहोचून त्यानं आपल्या घोडदळाकरवी भरपूर शहरं व गावं लुटून जाळून टाकली. मध्य-जानेवारीमध्ये तिरुवन्नमलाईचं मंदिर अत्यंत निष्ठुरपणे लुबाडलं गेलं.

कंपनीला टिपूच्या वेगाशी जुळवून घेताना नाकीनऊ येत. मेजर जेम्स रेनेलनं

नमूद केल्यानुसार- 'टिपूच्या सैनिकांचा वेग आमच्यापेक्षा तिप्पट होता. त्यामुळे त्यांच्यावर हल्ला करणं कठीण होऊन जायचं. आम्ही हल्ला करण्याच्या आत, ते मोहीम फत्ते करून निसटून जात असत.'[४८] इंग्रजांच्या कमी वेगाचं एक महत्त्वाचं कारण होतं, प्रत्येक कंपनी अधिकारी आपल्यासोबत नेत असलेला भलामोठा ताफा. किमान सहा सेवक, छावणीमध्ये मांडण्यासाठी लागणारं लाकडी सामान, किमान २४ कपड्यांचा जोड, दारू, चहा, साखर, बिस्किटांचा साठा, कोंबड्या, बकऱ्या इतकं 'किमान' सामान घेऊन प्रवास करणाऱ्या अधिकाऱ्याचा वेग वाढणार तरी कसा?'[४९]

त्या तुलनेत,टिपूचं सैन्य अत्यंत कमी सामान घेऊन जात असे.

मात्र आताशा कॉर्नवॉलिसनं टिपूच्या मक्तेदारीला संपुष्टात आणण्याचा चंग बांधला होता. त्याची पाच वर्षांपूर्वी यॉर्कटाउनमध्ये जॉर्ज वॉशिंग्टनसमोर पराभव पत्करावा लागल्याची बोच अजूनही कमी झालेली नव्हती. त्याचं लष्करी कसब पणाला लागलं होतं. आता टिपूसमोर गुडघे टेकले, तर त्याची प्रतिमा छिन्नविछिन्न होणार होती. म्हणून मग कॉर्नवॉलिसनं प्रतिहल्ला करायचा निर्णय घेऊन, सदर हल्ल्याचं नेतृत्व स्वत: करायचं ठरवलं. 'आपण खूप वेळ गमावला आहे आणि आपल्या शत्रूनं खूप नाव कमावलं आहे. दोन्ही गोष्टी आपल्यासाठी वाजवीपेक्षा जास्त घातक ठरू शकतात. म्हणून, मी स्वत: या हल्ल्याचं नेतृत्व करण्याचा निर्णय घेतला आहे. बघूया, माझा अनुभव काही विशेष कामी येतो का?' असं त्यानं नमूद केलं.[५०]

त्यानुसार, फेब्रुवारी १७९१ मध्ये कॉर्नवॉलिस घोड्यावर बसून आपल्या १९ हजार शिपायांसमवेत मद्रास सोडून बाहेर पडू लागला. २१ मार्चपर्यंत तो पूर्वेकडचा घाट सर करून त्यापलीकडच्या पठारावर येऊन पोहोचला होता. वाटेत त्याला कोणताही अडसर आला नाही. या ठिकाणी पोहोचल्यावर, कॉर्नवॉलिसनं टिपूच्या अधिपत्याखाली असलेलं दुसरं मोठं शहर – बेंगलूर – ताब्यात घेतलं. इथेच त्याला मीर आलम या आपल्या हैदराबादी सहयोग्याची साथ मिळाली. मीर आलमनं आपल्यासोबत १८ हजार मुघल घोडेस्वार आणले होते.

मे महिन्यापर्यंत या दोघांनी एकत्र येऊन टिपूच्या प्रदेशामध्ये खोलवर शिरकाव करण्याचा प्रयत्न सुरू केला; आणि इथेच त्यांच्या समस्या सुरू झाल्या. कॉर्नवॉलिस ज्या रस्त्यानं जात होता तिथली जवळ जवळ सगळी शेतं व गावं टिपूनं आधीच लुटून नेली होती. त्यामुळे कॉर्नवॉलिसच्या सैन्याला वाटेत अन्न मिळणं दुरापास्त झालं. श्रीरंगपट्टणमला पोहोचेपर्यंत कॉर्नवॉलिसचे १०हजार मालवाहू बैल मृत झाले होते. उरलेले बैल उपासमारीमुळे इतके अशक्त झाले होते, की त्यांना जराही सामान ओढता येईना. परिणामी, आता कंपनीतील शिपाई व सैनिकांना

आपल्याकडचं सामान व शस्त्रास्त्रे स्वत:च्या पाठीवर घेऊन पुढचा प्रवास करणं भाग होतं! भरीस भर म्हणजे, सैनिकांमध्ये आजाराची लागण झाली होती आणि त्यात पावसाळाही लवकर सुरू झाला. त्यामुळे रसदीचं भरपूर नुकसान झालं आणि सैनिकांचे आजार बळावू लागले. परिस्थिती इतकी हाताबाहेर गेली, की खालच्या जातीतल्या शिपाई-सैनिकांवर मेलेल्या बैलांचं मांस खाऊन गुजराण करायची पाळी आली. लवकरच, कंपनी लष्करामध्ये देवीची साथ पसरली.[५१] २४ मे रोजी टिपूसोबत झालेल्या लहानशा चकमकीनंतर कॉर्नवॉलिसनं आपल्याकडची मोठी शस्त्रास्त्रे मोडून टाकायला सांगून, पाऊस व चिखल सहन करत बेंगलूरतर्फे परतीचा रस्ता धरला.

कंपनी लष्कर जेमतेम अर्धा दिवस चालून मेलकोटजवळ पोहोचलं असेल, इतक्यात त्यांना समोरून २००० घोडेस्वार येताना दिसले. सैनिकांमध्ये घबराट पसरली आणि समोरचं घोडदळ नेमकं कुणाचं आहे याची खातरजमा न करता त्यांनी बेछूट गोळीबार सुरू केला. पहिली फेर झाडून झाल्यावर त्यांना लक्षात आलं, की ते घोडदळ टिपूचं नव्हे तर कंपनीच्या नव्या मराठा सहयोग्यांचं होतं. त्यांच्या मागोमाग अजून मोठी फौज येताना दिसली; त्यांनी कॉर्नवॉलिसच्या माणसांसाठी व बैलांसाठी भरपूर रसद व इतर सामान आणलं होतं.

गेले कित्येक आठवडे रोजच्या गोष्टींसाठीही ताटकळत काढल्यावर, मराठा सैन्यानं आणलेल्या उत्कृष्ट वस्तूंची लयलूट पाहून, कॉर्नवॉलिसच्या सैनिकांचा स्वत:च्या डोळ्यांवर विश्वास बसेना! इंग्रजी कपडा, बर्मिंगहमच्या खास सुऱ्या, काश्मिरी शाली, दागिने, बैल, बकऱ्या, कोंबड्या आणि इतर अशा अनेक वस्तू पाहून कंपनी सैनिक आनंदाने नाचू लागले![५२] मराठ्यांनी बाजार लावला तसा उपासमारीनं काकुळतीला आलेले सैनिक वाटेल त्या किमतीला अन्न विकत घेऊ लागले. अधिकाऱ्यांनी शक्य तितके बैल विकत घेऊन त्यांना लगेच कामाला जुंपलं.[५३] त्यानंतर ते सगळे बेंगलूरला परत आले आणि पावसाळा संपल्यावर नव्या जोमानं हल्ला करण्याचं नियोजन करू लागले.

दोन महिने आराम केल्यानंतर, कॉर्नवॉलिसनं आपल्या सैनिकांना घाटातल्या मोक्याच्या ठिकाणी उभारलेल्या टिपूच्या किल्ल्यावर आपला वेढा टाकायचे आदेश दिले. सुरुवात केली गेली बेंगलूरच्या वरच्या बाजूला स्थित नंदी पर्वतावरच्या किल्ल्यापासून. त्यानंतर दख्खनमधल्या सगळ्यात अभेद्य समजला जाणाऱ्या 'सावनदुर्ग'ला वेढा घातला गेला. त्या वर्षाच्या अखेरीपर्यंत, कॉर्नवॉलिसनं आपल्यासाठी रसद आणणारे सर्व मार्ग सुरक्षित करून टाकले; मे महिन्यात झाली तशी फजिती पुन्हा होऊ नये, यासाठी ही सगळी काळजी घेतली गेली.

अखेर २६ जानेवारी १७९२ रोजी कंपनीचं त्रिकूट पुन्हा एकदा 'म्हैसूरच्या

वाघावर' त्याच्या बालेकिल्ल्यामध्ये हल्ला करण्यासाठी निघालं. आता कॉर्नवॉलिसकडे २२हजार शिपाई होते. त्याशिवाय १२ हजार मराठे व त्यापेक्षा थोड्या अधिक संख्येनं हैदराबादी सैनिकही होते.[५४]

टिपूकडे याहीपेक्षा मोठी फौज होती. त्याच्याकडे ५० हजार शिपाई व घोडेस्वार होते; पण टिपू हुशार होता. इतक्या बलाढ्य शत्रूवर समोरून हल्लाबोल करण्यात शहाणपणा नाही, हे त्याला ठाऊक होतं. त्याऐवजी, टिपूनं श्रीरंगपट्टणममध्ये फ्रेंच अभियांत्रिकांनी त्याच्यासाठी बांधलेल्या सुरक्षित ठिकाणी टिपूनं थांबून वाट बघणं अधिक श्रेयस्कर मानलं. तोफा व गोळ्यांचा मारा सहन करू शकणाऱ्या तटबंदी कशा बांधायच्या, यावर सेबाश्चियन द वॉबॅननं या फ्रेंच अभ्यासकानं सखोल संशोधन केलं होतं. त्यासाठी त्यानं मार्की द मॉनलेम्बर्तनं लिहिलेल्या 'ला फॉर्टिफिकेशन पर्पेंडिक्यूल्येर' या ग्रंथाचा आधार घेतला होता. तर अशा अभ्यासू पद्धतीनं शास्त्रीय बारकाव्यांची काळजी घेऊन बांधलेल्या तटबंदीमध्ये टिपू अगदी सुरक्षित होता. अठराव्या शतकातल्या सर्वांत अद्ययावत पद्धतींद्वारे बांधलेल्या या तटबंदीला, युद्धशास्त्रामधल्या सगळ्या नवनवीन पद्धतींना व तोफा, बॉम्ब इत्यादी शस्त्रांच्या माऱ्याला व्यवस्थित शह देणं शक्य होतं.[५५] इतकी मजबूत तटबंदी भेदायची कशी, हा कॉर्नवॉलिससमोर मोठा प्रश्न होता.

५ फेब्रुवारी १७९२रोजी कंपनी त्रिकूट पुन्हा एकदा श्रीरंगपट्टणमच्या मजबूत तटबंदीसमोर येऊन उभं राहिलं. टिपूला पहिला वार करायची संधी न देता, आणि अगदी आपल्या सहकाऱ्यांनाही स्वत:च्या नियोजनाची कल्पना न देता, कॉर्नवॉलिसनं अमावस्येच्या रात्रीचा फायदा घेऊन सरळ हल्ला चढवला. सुरुवात केली गेली टिपूच्या छावणीपासून; जी मुख्य टापूच्या समोरच्या बाजूला टाकलेली होती आणि कावेरी नदीवरच्या पुलांचं रक्षण करत होती. टिपूला वाटलं होतं, की कॉर्नवॉलिस आपली अख्खी फौज येईपर्यंत हल्ला करणार नाही. त्यामुळे या अचानक झालेल्या हल्ल्यामुळे तो गडबडून गेला. त्यानं दोन तास कशीबशी लढत दिली, पण मग अखेर मध्यरात्रीपर्यंत, टापूवरच्या आपल्या किल्ल्यामध्ये आसरा घेण्यासाठी निघून गेला.

टिपूची छावणी मोकळी झाल्यावर कॉर्नवॉलिसकडे आयती संधी चालून आली. टापूच्या पूर्वेकडे असलेल्या किल्ल्याच्या भागावर त्यानं दुसरी फैर झाडायला सुरुवात केली. सकाळ होईपर्यंत, 'लालबाग' नावाचा सुंदर वाडा कॉर्नवॉलिसच्या हातात होता. दुसरी फैर झाडणाऱ्या अधिकाऱ्यांमध्ये असलेल्या जेम्स कर्कपॅट्रिकने मुघल स्थापत्यशैलीत बांधलेल्या 'लालबाग'ला आदल्या दिवशीच डोळे भरून बघितलं होतं. पुढे त्यानं आपल्या वडिलांना लिहिलेल्या पत्रात म्हटल्यानुसार, 'युद्धानं त्या सुंदर महालाचा चेहरा बदलून टाकला! महालाची आतली बाजू

जखमी सैनिकांवर उपचार करण्यासाठी इस्पितळात रूपांतरित केली गेली. बाहेरच्या बाजूला असलेल्या अप्रतिम बागेतली झाडं-झुडपं अत्यंत निर्दयीपणे कापून काढण्यात आली! सफरचंद, नारिंगी, चंदन यासारखे वृक्ष आणि गुलाब व चमेलीसारखी सुगंधित फुलांची रोपटी... सगळी छाटून टाकली गेली. का? तर सामानाची ने-आण करताना त्यांचा अडसर होत होता म्हणून!'[५६]

कर्कपॅट्रिकनं पुढे म्हटलं, 'युरोपीय लष्करामध्ये एका मागोमाग एक होणारे मृत्यू व २० मैल दूरपर्यंत दर्प पसरवणाऱ्या सडलेल्या मृतदेहांचे खचसुद्धा 'लालबागे'चं सौंदर्य कमी करू शकले नाहीत! 'लालबाग' काय, ते संपूर्ण शहरच इतकं सुंदर होतं, की बेंगलूरमध्ये बघितलेल्या बागा व घरांचं सौंदर्यही त्यासमोर फिकं पडतं.'[५७]

असो. तर, दुसऱ्या दिवशी टिपूनं अनेक प्रतिहल्ले चढवले; पण जसजशी त्याची स्थिती कमकुवत होऊ लागली तसतसे त्याचे सैनिक पळ काढू लागले. अखेर टिपूकडे कॉर्नवॉलिसकडे शांतता तहासाठी संदेश पाठवण्याशिवाय गत्यंतर उरलं नाही. त्यानं अटक केलेल्या काही कंपनी अधिकाऱ्यांकरवी टिपूनं हा संदेश पाठवला. कॉर्नवॉलिसनं तह करण्यासाठी मान्यता दिली, पण त्याच्या अटी बऱ्याच कडक होत्या : टिपूनं आपलं अर्ध राज्य कॉर्नवॉलिसकडे सुपूर्द करावं, रु.३० दशलक्षांची नुकसानभरपाई द्यावी, सगळ्या युद्धकैद्यांना सोडून द्यावं आणि नुकसानभरपाईची रक्कम पोहोचेपर्यंत आपल्या दोन मोठ्या मुलांना कॉर्नवॉलिसकडे ओलीस ठेवावं. त्याशिवाय, मराठा प्रांताच्या हद्दीवरचे प्रदेश पेशव्यांना दिले जावेत, हैदराबादजवळचे प्रांत निजामाला दिले जावेत आणि टिपूच्या अखत्यारित असलेले पूर्वेकडच्या घाटामधले तसेच कूर्ग व मसाल्यांनी भरलेले मलबार प्रांत कंपनीच्या हवाली केले जावेत.

सदर तहावर टिपूनं सही केली आणि १८ मार्च १७९२ रोजी अब्दुल खालिक (८ वर्षे) आणि मुइझुद्दिन (५ वर्षे) यांना कॉर्नवॉलिसकडे ओलीस ठेवण्यासाठी सुपूर्द करण्यात आलं. दोन्ही मुलांना हत्तीवर बसवून मद्रासला नेण्यात आलं. त्यांना तो प्रवास फार आवडला; पण नंतर हॅन्डेलचा 'मसिहा ॲण्ड जुडास मॅक्बेऊस'चा प्रयोग बघणं काही त्यांना फारसं रुचलं नाही.[५८] दोन वर्षांच्या कालावधीनंतर, टिपूनं नुकसानभरपाईचा शेवटचा हप्ता भरल्यानंतर, त्या मुलांना आपल्या घरी जायला परवानगी दिली गेली. त्या दोन वर्षांमध्ये, आपल्या अंगभूत हुशारी, विनयशीलता आणि सुसभ्य वर्तणुकीनं दोन्ही मुलांनी मद्रासच्या लोकांची मनं जिंकली होती.

कॉर्नवॉलिसचा हल्ला टिपूला अतिशय महागात पडला. युद्ध सुरू असताना त्यानं ७० किल्ले व ८०० उत्तम बंदुका गमावल्या होत्या. त्याशिवाय, त्याचे

४९,३४० शिपाई वा सैनिक मृत्युमुखी पडले होते किंवा गंभीर जखमी झाले होते. आता या शांतीच्या तहामुळे त्यानं आपल्या वडिलांकडून मिळवलेला अर्धा वारसा इंग्रजांच्या ताब्यात जाण्याचा धोका निर्माण झाला होता. मात्र सदर तहावर वाटाघाटी चालू असतानाही, टिपू कधी आपल्या पराभवामुळे अगतिक वा हताश झालेला दिसला नाही.

या काळात, त्यानं हैदराबादच्या निजाम अली खानशी संपर्क साधला. निजामाला पाठवलेल्या एका पत्रात टिपू म्हणाला, "तुम्हाला या इंग्रजांची कार्यपद्धती ठाऊक नाही का? ते एखाद्या राज्यामध्ये आपली नखं रोवतात आणि मग हळूहळू वाट खरवडून राज्याच्या व्यवस्थापनामध्ये आपली जागा कायम करून घेतात."

एका मराठा हेरानं नमूद केल्यानुसार, तहावर सही होण्याच्या आदल्या रात्री टिपू गुपचूप मराठ्यांच्या छावणीकडे आला होता. आपल्याला हरिपंत फडके या मराठ्यांच्या ज्येष्ठ ब्राह्मण सेनापतीकडे न्यावं अशी त्यानं विनंती केली. फडक्यांशी भेट झाल्यावर टिपूनं त्यांना सांगितलं, 'अजूनही वेळ गेलेली नाही. तुम्ही नीट लक्षात घ्या... तुमचा खरा शत्रू मी नव्हे, हे इंग्रज आहेत. त्यांना वेळीच ओळखा.'[५९]

अनेक कारणांसाठी, १७९२ हे वर्ष, कंपनीसाठी मैलाचा दगड ठरलं. या बिंदूला पोहोचेपर्यंत कंपनी सतत असुरक्षिततेच्या भावनेत गुंतून बचावात्मक पवित्र्यानं निर्णय घेणारी संस्था होती. १७९२नंतर मात्र ते हळूहळू आपलं वर्चस्व गाजवू लागले. जमिनीची मालकी बघायचं झालं, तरी १७९२पर्यंत कंपनीचा भारताच्या एकूण ४.१७ दशलक्ष किलोमीटरपैकी केवळ ९.३% प्रदेशावर अंमल होता. त्यापैकी बहुतांशी भूप्रदेश पूर्व व उत्तर भारतातला होता.[६०]पण नंतर मात्र टिपूकडून मिळवलेल्या दक्षिणेकडच्या भूभागांमुळे कंपनी केवळ लष्करी व वित्तीय शक्ती न राहता, प्रादेशिक शक्ती बनून गेली.

कलकत्त्याला परतल्यानंतर कॉर्नवॉलिसनं सुरू केलेल्या सुधारयोजनांमुळे त्याचं स्थान अधिक बळकट झालं. अमेरिकेमध्ये, इंग्रजांना आपल्या वसाहती स्थानिक अमेरिकन लोकांना नव्हे, तर तिथं स्थलांतरित होऊन गेलेल्या युरोपियांना द्याव्या लागल्या होत्या. कॉर्नवॉलिसला भारतामध्ये या अपमानाची पुनरावृत्ती व्हायला नको होती. त्यामुळे कंपनीला डोईजड होईल, असा वसाहतकरांचा वर्ग उभा राहू नये याकडे त्याचा कटाक्ष होता. या काळापर्यंत, तीनपैकी एक इंग्रज मनुष्य भारतीय स्त्रियांसोबत वास्तव्य करू लागला होता; परिणामी, तीन

प्रेसिडेन्सी टाउन्स[iv]मध्ये मिळून ११हजार ॲन्लो-इंडियन[v] मुलं होती.[६१] आता कॉर्नवॉलिसनं अगदी उघडपणे वंशद्वेषी कायदे लादायला सुरुवात केली. भारतीय स्त्रियांपासून जन्मलेल्या इंग्रज पुरुषांच्या मुलांना कंपनीमध्ये रोजगार दिला जाऊ नये, असा कायदा रुजू करण्यात आला.

यापूर्वी १७८६मध्ये असा कायदा करण्यात आला होता, की इंग्रज सैनिक-शिपायांच्या अनाथ ॲन्लो-इंडियन मुलांना कंपनीच्या लष्करामध्ये नोकरी दिली जाऊ नये. यापुढे जाऊन, १७९१मध्ये असा कायदा करण्यात आला, दोघांपैकी एकही पालक भारतीय असलेल्या कुणालाही कंपनीच्या लष्करी, प्रशासकीय वा सागरी विभागामध्ये नोकरी दिली जाऊ नये. वर्षभरानंतर या कायद्याखाली 'कंपनी जहाजांचे अधिकारी' यांचाही समावेश करण्यात आला. १७९५मध्ये पुढील आदेश अशा प्रकारचे आले, की आई व वडील दोघांतर्फे युरोपीय वंशावळीतून न आलेल्या कोणत्याही व्यक्तीला कंपनी लष्करामध्ये 'पावा वाजवणारा, ढोल वाजवणारा, वाद्यवृंदातला वादक, वा घोड्यांची नाल बसवणारा' याखेरीज इतर कोणत्याही कामासाठी रुजू केलं जाऊ नये. अशा प्रकारे, रोजगाराची व मिळकतीची सगळी साधनं बंद पडल्यावर, ॲन्लो-इंडियन लोकांची सामाजिक पत हळूहळू ढासळू लागली. हा प्रकार पुढचं शतकभर चालला; त्यानंतर, या लोकांना कनिष्ठ कारकून, टपालवाहक, वा रेलचालक म्हणून काही नोकऱ्या मिळू लागल्या.[६२]

कॉर्नवॉलिसनं, पूर्वीच्या काळी मुर्शिदाबादच्या मुघल प्रशासकीय सेवेमध्ये रुजू असलेल्या कित्येक कर्मचाऱ्यांना नोकरीवरून काढून टाकलं. तसं करण्यामागचं कारण विचारल्यावर त्याचं उत्तर होतं, की जुलूमशाहीमध्ये इतकी वर्षं काम केलेल्या लोकांना भ्रष्टाचार केल्याशिवाय काम करता येणं शक्य नव्हतं, आणि अशी भ्रष्ट माणसं त्याला आपल्या कार्यालयामध्ये नको होती.[६३] कालांतरानं, 'फोर्ट विल्यम'मधल्या कंपनी मुख्यालयामध्ये, युरोपीय नसलेल्या कर्मचाऱ्यांना श्वेतवर्णी कर्मचाऱ्यांकडून अतिशय हीन वागणूक मिळू लागली. एकेकाळी वॉरन हेस्टिंग्सचा लष्करी सचिव असलेल्या आणि स्वत: एका मुघल राज्यकन्येशी विवाहबद्ध असलेल्या मेजर विल्यम पामरनं नमूद केल्यानुसार, 'युरोपीय नसलेल्या लोकांना जी अपमानास्पद वागणूक मिळते, ते पाहून माझं काळीज पिळवटून येतं. त्यांना आपला ठायी-ठायी होणारा अपमान समजत असतो, पण त्याबद्दल काही करण्यास ते असमर्थ असतात. पण मला खात्री आहे, की काही काळानं त्यांनाही हा अत्याचार असह्य होऊन, ते प्रतिकार करू लागतील.'[६४]

---

iv ईस्ट इंडिया कंपनीचा थेट अंमल असलेली शहरे.

v इंग्रज व भारतीय अशा संमिश्र वंशावळीची.

भविष्यात कॉर्नवॉलिसनं जमीन व कराशी निगडित कायद्यांमध्ये मोठे बदल करायला घेतले. या बदलांमागचे हेतू असे होते, की युद्ध असो वा शांती – कंपनीकडे सातत्यानं कर व महसूल येत राहिले पाहिजेत. तसंच कंपनीनं आपल्या ताब्यात घेतलेल्या जमिनींवरचा त्यांचा हक्क बळकट व्हायला पाहिजे. १७९३मध्ये रुजू झालेल्या 'पर्मनन्ट सेटलमेन्ट ॲक्ट'अन्वये जमीनदारांना जमिनीचे पूर्ण हक्क देऊ केले गेले – पण त्यात मेख अशी होती, की त्या हक्कांच्या बदल्यात, जमीनदारांना कंपनीला एक ठरावीक रक्कम कर म्हणून भरावी लागणार होती. जोपर्यंत ते ही रक्कम भरत राहतील, तोपर्यंत त्यांच्या हाती मालकी हक्क शाबूत राहणार होते. पण जेव्हा त्यांना ही रक्कम भरता येणार नव्हती, तेव्हा लगेच ती जमीन दुसऱ्या व्यक्तीला विकली जाणार होती.[६५]

सदर बदलांमुळे बंगालमध्ये अचानक बंडाळीचं वातावरण निर्माण झालं. अनेक पिढीजात ईस्टेटींची छकलं झाली. पूर्वी नोकर म्हणून काम करणारी माणसं आपल्या पूर्वाश्रमीच्या मालकांच्या जमिनीचे तुकडे विकत घेण्यासाठी सरसावू लागली. पुढच्या काही दशकांमध्ये, कॉर्नवॉलिसनं लादलेल्या कठोर कर नियमनांमुळे बंगालमधल्या सुमारे ५०% ईस्टेटींचे मालकी हक्क हस्तांतरित केले गेले. कित्येक धनाढ्य मुघल परिवार रस्त्यावर आले. एक अत्यंत असंतुलित कृषिप्रधान सामाजिक फळी निर्माण झाली. गरीब शेतकऱ्यांना रोजचं आयुष्य कठीण होऊन बसलं.

मात्र कंपनीच्या दृष्टीनं, कॉर्नवॉलिसनं केलेले बदल खूप फायद्याचे ठरले. जमिनीमधून येणारा महसूल केवळ स्थिरावलाच नाही, तर सातत्यानं वाढत गेला. कराची रक्कम पूर्ण आणि वेळेवर येऊ लागली. तसंच जुन्या जमीनदारांकडून जमिनी विकत घेतलेली बरीच भारतीय माणसं कंपनीच्या बाजूनं येऊ लागली. परिणामी, बहुतांशी हिंदू असलेल्या व इंग्रजांशी मैत्री जोडू पाहणाऱ्या बंगाली व्यापारी व वित्तीय संस्थापकांची नवीन फळी निर्माण झाली. कंपनी या लोकांकडे आपले स्थानिक व्यवहार सोपवू लागली.

म्हणजेच, कंपनीची सत्ता असणाऱ्या बंगालमध्ये पूर्वीची मुघल प्रशासकीय व उमरावांची फळी लुप्त होऊन, त्यांच्या जागी एक नवीन सुसभ्य हिंदू सेवेकऱ्यांची फळी निर्माण होऊ लागली. टागोर, देब, मलिक यांसारख्या कुटुंबांनी बनलेली ही 'भद्रलोक' नावाची फळी, कलकत्त्यामधील मध्यम स्तरातील सरकारी यंत्रणेवर आपला जम बसवू लागली. शेतकऱ्यांकडून येणारं उत्पादन व बाजारांमध्ये होणारा व्यापार यांच्यावरही भद्रलोक ताबा ठेवू लागले. कलकत्त्यासोबत होणाऱ्या नव्या प्रकारच्या नगदी पिकांच्या व्यापारामध्ये भाग घेऊन व दुसऱ्या बाजूने कंपनीला १०-१२% व्याजदराने कर्ज देऊन, ही माणसं स्वतःच्या तुंबड्या भरू लागली. उदाहरणार्थ, द्वारकानाथ टागोरनं निळेच्या व्यापाराकरवी गडगंज माया कमावली.

भद्रलोकांकडून मिळणाऱ्या कर्जांद्वारे कंपनी आपल्या लष्करावर अधिक खर्च करू लागली. नवनवीन बंदुका, तोफा, घोडे, हत्ती, बैल आणून व लष्करी कर्मचाऱ्यांचे पगार देऊन, कंपनी आता निरनिराळ्या हिंदुस्थानी राज्यांसोबत युद्ध करून, त्यात हमखास जिंकू लागली. अशा प्रकारे मिळालेल्या स्थानिक सत्ताधारकांच्या व समूहांच्या राजकीय व आर्थिक आधाराशिवाय कंपनी आपलं हिंदुस्थानातलं साम्राज्य कधीच इतकं वाढवू शकली नसती. ईस्ट इंडिया कंपनीचा उत्तुंग इमारतीचा पाया भक्कम बनला, तो त्यांनी हिंदुस्थानातील स्थानिक व्यापारी, नवाब, उमराव, राजे व शामळू वित्तीय कर्मचाऱ्यांशी ठेवलेल्या सलोख्याच्या संबंधांमुळे.[६६]

अखेर, महसूल व करांद्वारे सातत्याने येत जाणारा पैसा आणि सावकार व भांडवलदारांकडून सहज मिळत जाणाऱ्या कर्जांमुळे कंपनीचं आर्थिक पाठबळ अतिशय मजबूत झालं आणि त्यामुळे त्यांना आपल्या भारतीय प्रतिस्पर्ध्यांवर सहज मात करणं शक्य होऊ लागलं. आताशा, अद्ययावत शस्त्रास्त्रं किंवा प्रशासकीय प्राबल्याचा पूर्वीइतका गवगवा उरला नाही. केवळ, पाहिजे तितका पैसा पणाला लावून आपलं लष्कर अजिंक्य केल्यामुळे कंपनीचं श्रेष्ठत्व खूप वाढीला लागलं. लाला कश्मिरीमल, रामचंद-गोपालचंद शाहू आणि गोपालदास-मनोहरदास यांसारखे मोठे भांडवलदार कंपनीच्या लष्कराचे आर्थिक व्यवहार सांभाळू लागले. बॉम्बे, सूरत, म्हैसूर आर्थिक व्यवहार सांभाळणं व मोठ्या रकमेची नगदी कर्जं देणं यांसारख्या व्यवहारांद्वारे, कंपनीला आपल्या कर्मचाऱ्यांचे पगार वेळेवर देणं व नवनवीन शिपाई-सैनिकांची भरती करून त्यांना प्रशिक्षित करणं शक्य होऊ लागलं. सदर भांडवलदारांना आपल्या सेवांसाठी कंपनीकडून भरघोस परतावे मिळत असत. १७८२मध्ये कंपनीनं जगतसेठांच्या जागी गोपालदासला सरकारचा अधिकृत पेढीमालक जाहीर करून टाकलं. कंपनीच्या आधारामुळे गोपालदास-मनोहरदासला पश्चिम हिंदुस्थानच्या बाजारपेठेत प्रवेश करता आला. यापूर्वी त्यांना हे जमलं नव्हतं.[६७]

रजत कांता रे यांनी नमूद केल्यानुसार- 'वित्तीय बाजारपेठेमध्ये कंपनीची पत मोठी होती. एवढी मोठी आंतरराष्ट्रीय व्यापारी संस्था... वेळेवर व्याज व हप्ते भरणारी संस्था... तसेच सावकारांकडून मोठ्या रकमेची कंत्राटी कर्जं उचलताना आपल्याकडचा मोठ्या रकमेचा महसूल तारण म्हणून ठेवण्याची कुवत असणारी संस्था... या सगळ्या कारणांमुळे, कंपनीकडे भांडवलदार, सावकार व गुंतवणुकदारांची रीघ लागली नसती तरच आश्चर्य होतं!'[६८] हरी चरण दास यांनी नमूद केल्यानुसार- 'भारतीय व्यापारी व भांडवलदारांना कंपनीशी सलोखा वाटत असे. इंग्रज लोक त्यांच्या शहरांमध्ये राहणाऱ्या श्रीमंत व्यापारी, पेढीमालक, सावकार इत्यादींच्या खासगी संपत्तीमध्ये हस्तक्षेप करत नसत; उलट ते त्यांच्याशी खूप चांगुलपणानं वागत.'[६९]

जगतसेठांना चाळीस वर्षांपूर्वी झालेल्या साक्षात्कारानुसार, ईस्ट इंडिया कंपनी

भांडवलदारांना समजणारी भाषा बोलत असे आणि ते त्यांची गुंतवणूक खूप सांभाळून वापरत असत.[७०] सरतेशेवटी सगळा खेळ पैशाचा होता. त्या शतकाच्या अखेरीपर्यंत, बंगालकडून इंग्रजांना वर्षाकाठी रु. २५ दशलक्ष महसूल मिळत होता; त्या तुलनेत, शिंदेंना माळवा प्रांतामधून रु. १.२ दशलक्ष महसूल मिळवतानाही नाकीनऊ येत होते.[७१] अर्थातच, शिंदेंना चिंता वाटू लागली होती, की पुरेशा पैशाअभावी आपण लष्कर बळकट करणार कसे आणि युद्धाला सामोरं जाणार कसे?[७२]

हिंदुस्थानातल्या भांडवलदारांनी मराठा किंवा म्हैसूरच्या सुलतानाला आर्थिक साह्य करण्याऐवजी इंग्रजांना साथ देणं फायद्याचं मानलं होतं.[७३] कंपनी किती लोभी आणि चतुर आहे, हे ठाऊक असूनही त्यांनी हा निर्णय घेतला होता. १७९२पर्यंत सगळे फासे वेगळे पडले होते. मुख्य म्हणजे, टिपूचा पराभव होऊन त्यानं आपलं अर्ध राज्य गमावलं होतं. तो कितीही शूर असला, तरी आर्थिक परिस्थिती अत्यंत बळकट झालेल्या कंपनीचा पराभव करण्यासाठी त्याला एखाद्या दैवी चमत्काराची गरज पडणार होती.

दुसऱ्या बाजूला हिंदुस्थानच्या एका दिशेला सर्वाधिक जमिनीवर ताबा असणारं आणि अतिशय बलाढ्य लष्कर राखणारं मराठा संघराज्य विस्कळीत होऊ लागलं होतं. अनेक वर्षांच्या शत्रुत्वानंतर, अखेर १ जून १७९३ रोजी लखेरीच्या युद्धामध्ये महादजी शिंदेंनी तुकोजी होळकरांचा पराभव केला. शहा आलमकडे या युद्धाची वार्ता पोहोचल्यावर, तोपर्यंत पूर्णपणे अंध झालेला वृद्ध बादशहा खुदकन हसून उद्गारला, 'मराठ्यांचा उतरता आलेख सुरू झाला!'[७४] खरं होतं. त्यानंतर मराठ्यांमध्ये सुरू झालेल्या अंतर्गत चकमकींमध्ये जितका रक्तपात झाला, त्यावरून ते एखाद्या मराठा संघराज्यापेक्षा एकमेकांशी भांडणारे बोकेच वाटायला लागले होते.[७५]

या टप्प्यावरून कॉम्ट द मोदावला भारताचं भविष्य एखाद्या ज्योतिषाला दिसावं इतकं लख्ख दिसत होतं. 'पूर्वाश्रमीच्या मुघल साम्राज्यामध्ये इंग्रज स्वत:चा अलगद शिरकाव करून घेतील, आणि कालांतराने ते साम्राज्य मोगलांच्या हातातून निसटून जाईल.'

> पण जोपर्यंत ते त्यामधून भरमसाट पैसा कमवू शकतील; आणि ज्याद्वारे ते इतर युरोपीय व्यापारी राष्ट्रांपेक्षा सर्वार्थाने वरचढ ठरू शकतील, तोपर्यंतच हे राज्य त्यांच्या हातात नक्कीच राहील.
>
> त्यांना थांबवणारं आहे तरी कोण? हिंदुस्थानमध्ये निर्माण झालेल्या अनागोंदीच्या परिस्थितीमुळे काहीही चांगले निष्फळ होणार नाही. लोकांकडे चांगलं आयुष्य जगण्यासाठी इतकी साधनं असूनसुद्धा ते दीनवाणं आयुष्य

जगत आहेत. इंग्रजांना ही सगळी परिस्थिती दिसते आहे, पण ते निमूट बाजूला बसून राहिले आहेत. हिंदुस्थानी लोकांच्या दीनपणाचं भांडवल करून स्वत:च्या तुंबड्या भरून घेण्याचा त्यांचा डाव बघून, मनाची तगमग होते. काय म्हणावं या लोभाला? सत्तेच्या हव्यासाला?

सतत चालणाऱ्या चकमकी खरंतर कुणासाठीच योग्य नाहीत; इंग्रजांसाठीही नाहीत, कारण त्यांचं स्वत:चं लष्करसुद्धा या चकमकींमुळे उगाच व्यस्त राहतं. पण बंगालमधल्या इंग्रजांकडे खूप संयम आहे. आज जरी आपल्याला थोडं नुकसान सहन करावं लागत असलं, तरी भविष्यात याच चकमकींचा आपल्याला अफाट फायदा होणार आहे, हे ते व्यवस्थित जाणून आहेत. यामुळेच त्यांना हळूहळू संपूर्ण हिंदुस्थानवर ताबा मिळवता येणार आहे, हे त्या चाणाक्ष इंग्रजांना पक्कं माहीत आहे. ही त्यांची जुनी कार्यपद्धती आहे – एखाद्या प्रदेशामध्ये यादवी माजवून द्यायची, मग त्यातून मार्ग काढण्यासाठी स्वत:मध्ये पडायचं आणि मग आपलं सगळं लष्कर पणाला लावून स्वत:चा भाव वधारून घ्यायचा.

हीच पद्धत वापरून त्यांनी बंगालच्या पुढचे कित्येक प्रांत हस्तगत केलेले आहेत. असंच चालू राहिलं तर त्यांना गंगेपासून समुद्रतीरापर्यंतच्या प्रदेशाचे सार्वभौम होण्यापासून कुणी थांबवू शकणार नाही. एकही पाऊल पुढे न टाकता झरझर पुढे जात राहण्याचं त्यांचं तंत्र खरंच शिकण्यासारखं आहे! टॅकिटसच्या शब्दांत सांगायचं तर इंग्रजांनी रोमन साम्राज्याचे नियम तंतोतंत पाळलेले दिसतात – स्थानिक सत्ताधीशांना आपल्या जागी राखून, त्यांच्यातर्फे स्थानिक जनतेला आपलं गुलाम बनवून घ्यायचं.

आज इंग्रज कंपनी शिखरावर उभी आहे. त्यांचा एकच हेतू आहे – जो पूर्ण करण्यासाठी ते अत्यंत शांतपणे, धीराने व संयमाने पावलं टाकत आहेत. त्यांच्या सगळ्या योजना, मोहिमा आणि नियोजने एका हेतूवर केंद्रित आहेत. साम, दाम, दंड, भेद... सगळी आयुधं वापरून इंग्रज एकेक करून सगळ्या हिंदुस्थानी सत्ताधीशांना कमकुवत करत चालले आहेत. मला तिळमात्र शंका उरलेली नाही, की गेली कित्येक वर्षं, कंपनी ज्या काही हालचाली करत आहे, जे काही निर्णय घेत आहे, ते केवळ हिंदुस्थानवर पूर्णपणे ताबा मिळवून तिथला सगळा व्यापार स्वत:च्या घशात घालण्याच्या हेतूने करत आहे. अमेरिकेत त्यांचं जे नुकसान झालं, ते हिंदुस्थानातून भरून काढण्याची त्यांनी पूर्ण तयारी केलेली दिसत आहे. आजमितीला इंग्रजांच्या नौदल व लष्कराची ताकद बघता,

ते आपला हेतू साध्य करण्यापासून फारसे दूर राहिलेले नाहीत, हे उघड आहे.

त्यांचं सगळं नियोजन व्यवस्थित तयार असेल – अगदी सगळ्या लहानसहान बारकाव्यांनिशी! लहानशा चुकीला ते जागा ठेवणार नाहीत. योग्य वेळ आली, की अगदी अलगदपणे ते आपलं नियोजन प्रत्यक्षात उतरवतील आणि अख्खं युरोप तोंडात बोट घालेल इतक्या अप्रतिम – कदाचित चुकीचा शब्द वाटेल, पण किंबहुना अगदी कलात्मकरीत्या – ते आपला हेतू साध्य करून दाखवतील!'[७६]

मोदावच्या दृष्टीनं कंपनी आता अजिंक्य बनली होती; पण तो एक गोष्ट विसरत होता. कंपनीच्या वाटेमध्ये अडसर ठरू शकणारी एक बलाढ्य शक्ती खुद्द मोदावच्याच मायदेशी हजर होती. बंडाळीच्या वावटळीमध्ये असलेल्या फ्रान्सचं नेतृत्व करणारा कर्नल नेपोलियन बोनापार्ट यानं १ फेब्रुवारी १७९३ रोजी इंग्लंडवर युद्धाचा पुकारा केला होता. चार वर्षांनंतर डिसेंबर १७९७मध्ये, टिपूनं कंपनीच्या विरुद्ध बोनापार्टची मदत मागितली. टिपूला ठाऊक नव्हतं, की त्याला पाहिजे असलेलं लष्कर आधीच टूलॉमध्ये तयार केलं जात होतं.एप्रिल १७९८मध्ये मदतीसाठीचा निरोप घेऊन टिपूचे दूत पॅरिसमध्ये पोहोचेपर्यंत, नेपोलियन आपली १९४ जहाजं व त्यांना घेऊन जाणारे १९हजार सर्वोत्तम सैनिक यांच्यासमवेत मेडिटरेनियनपासून इजिप्तला जायला सज्ज झालेला होता. नेपोलियन आपल्या नियोजनांबद्दल अगदी ठाम होता.

१७८८मध्ये, तुर्की लष्कर पद्धतींबद्दल वाचत असलेल्या एका पुस्तकामध्ये नेपोलियननं खरडून ठेवलं होतं : 'आम्ही इजिप्तमार्गे हिंदुस्थानकडे जाऊ, सूएझचा जुना मार्ग पुन्हा सुरू करू आणि केप ऑफ गुड होपचा मार्ग बंद पाडून टाकू.'

मात्र सदर नियोजन प्रत्यक्षात उतरवण्यासाठी आपल्याला इतक्या समस्या येतील, असं त्याला कधी वाटलं नव्हतं. 'इंग्रजांच्या व्यापारी बडेजावाला खाली कोसळण्यासाठी फ्रेंच तलवारीचा एक वार पुरेसा आहे!' असं बोनापार्तेचं म्हणणं होतं.[७७]

१७९८मध्ये त्यानं टिपूच्या मदतीची विनंती करणाऱ्या पत्राला, कैरोमधून उत्तर पाठवताना म्हटलं :

'तुला माहिती असेल, की मी रेड सीच्या हद्दीपर्यंत येऊन पोहोचलो आहे. माझ्यासोबत फार मोठं आणि जय्यत तयारी केलेलं लष्कर आहे,

ज्याच्या मदतीमुळे तुझ्या मानेवरचं इंग्रजी जोखड काढणं फार सोपं जाऊ शकेल. मस्कत आणि मोकावरून माझ्याकडे आलेल्या निरोपांद्वारे मला तुझी बिकट स्थिती लक्षात आलेली आहे. तुझ्या बाजूनं कुणी हुशार व्यक्ती सुएझ किंवा कैरोपर्यंत धाडलीस तर मी त्या व्यक्तीशी चर्चा करून पुढची दिशा नीट ठरवू शकेन. देव तुझं भलं करो आणि तुझ्या वैऱ्यांचा नायनाट होवो!

तुझा,

बोनापार्ट'७८

९
हिंदुस्थानचा अंत

१७ मे १७९८ रोजी नेपोलियन नौदल टूलॉमधून बाहेर पडून मेडिटरेनियनमार्गे ॲलेक्झॅन्ड्रियाकडे प्रवास करू लागण्याच्या दोन दिवस आधी, जगाच्या दुसऱ्या बाजूला एक उंच डोलकाठीचं जहाज, सात महिन्यांच्या प्रवासानंतर हुगलीच्या बंदरामध्ये शिरकाव करत होतं. त्या जहाजामध्ये प्रवास करत असणारी व्यक्ती भविष्यात भारताचा इतिहास तितकाच बदलून टाकणार होती, जितका नेपोलियन बोनापार्ट फ्रान्सचा इतिहास बदलणार होता. जरी आज त्या व्यक्तीचं नाव काळाच्या पडद्याआड गेलं असलं, तरी त्या काळी त्यानं पुढच्या सात वर्षांत, अत्यंत अजब वेगानं, हिंदुस्थानातला अजस्र प्रदेश आपल्या अधिपत्याखाली आणला. इतक्या कमी वेळात इतक्या मोठ्या प्रदेशावर ताबा मिळवणं बोनापार्टलाही जमलं नव्हतं.

१७५६च्या डिसेंबर महिन्यामध्ये जेव्हा रॉबर्ट क्लाइव्हचं जहाज हुगली बंदराला लागलं होतं, तेव्हा बंगालमध्ये शिल्लक राहिलेले कंपनीचे कर्मचारी पराभव व आजारानं गलितगात्र झालेले होते. मलेरियानं ग्रासून अर्धमेले झालेल्या माणसांपैकी कित्येक जण फुल्ताजवळच्या सुंदरबन येथील खारफुटीमध्ये मृत्युमुखी पडत होते. कलकत्ता उद्ध्वस्त झालेलं होतं.

आता बेचाळीस वर्षांनंतर कलकत्ता हे आशियातल्या सर्वांत मोठ्या शहरांपैकी एक बनलं होतं; कंपनीनं पूर्व व दक्षिण भारतावर पकड मिळवून संपूर्ण द्विपकल्पावर

ताबा मिळवला होता. जहाजामधला 'तो' प्रवासी कुतूहलानं बाहेर डोकावून पाहत होता. त्याला कंपनीनं पूर्व हिंदुस्थानाकडे एका विशिष्ट कामासाठी पाठवलेलं होतं : कंपनीला आता आपल्या अधिराज्याचं सर्वोच्च स्थान मिळवायचं होतं.

कलकत्त्याच्या प्रथमदर्शनानं भारावून गेलेल्या या माणसानं, लगेच आपल्या पत्नीला पत्र लिहून कळवलं : 'किती सुंदर शहर आहे हे! लंडनच्या थेम्स नदीइतक्या मोठ्या असलेल्या इकडच्या हुगली नदीच्या दुतर्फा सुबक बंगले आणि आखीवरेखीव वसाहती उभारलेल्या दिसतात. शहरामध्ये उंची महाल आहेत, राजवाडे आहेत, एक भक्कम किल्लासुद्धा आहे! खरंतर इथं खूप गरम होतं; पण तरीही शहराच्या कानाकोपऱ्यात पाचूसारखी हिरवळ दिसते. इकडचे वृक्ष तर इतके डेरेदार आहेत, की युरोपमध्ये असं काही पाहिल्याचं आठवतच नाही! शहरापासून काही मैलांवर माझी आणि आर्थरची भेट झाली; किल्ल्यावर पोहोचल्यावर तसं माझं तोफांची सलामी देऊन स्वागत करण्यात आलं.'[१]

हा प्रवासी होता नवीन गव्हर्नर जनरल रिचर्ड मार्केस वेलेस्ली.[२] आर्थर त्याचा धाकटा भाऊ होता; त्यालाही नुकतंच हिंदुस्थानात नियुक्त करण्यात आलं होतं. कालांतरानं, रिचर्डला मागे टाकून आर्थरला 'ड्यूक ऑफ वेलिंग्टन' म्हणून सन्मानित करण्यात आलं. दोन्ही भाऊ मिळून युरोप आणि हिंदुस्थानचा कायापालट करणार होते!

खरंतर हे सगळं मुळीच सहज साध्य नव्हतं. ही भावंडं उमरावांच्या कुटुंबात जन्माला आली नव्हती, त्यांच्याकडे कोणती राजकीय पार्श्वभूमी नव्हती आणि त्यांच्याकडे पाण्यासारखा पैसाही नव्हता. अतिशय सामान्य अँग्लो-आयरिश कुटुंबात जन्माला आलेल्या या भावंडांचं खरं भांडवल होतं त्यांची हुशारी, प्रसंगावधान आणि प्रचंड आत्मविश्वास. राज्य कारभाराबाबत क्लाइव्हप्रमाणेच आक्रमक व हुकूमशाही पद्धतीवर विश्वास असणारे वेलेस्ली बंधू असं मानत, की समोरच्याला हल्ला करायला वेळ देण्याऐवजी स्वतःहून हल्ला करून शत्रू नामोहरम करण्यात खरा विजय असतो. डळमळीतपणा, आत्मविश्वासाचा अभाव या संज्ञा बहुधा त्यांच्या शब्दकोशात नव्हत्याच! कितीही बिकट प्रसंग आला तरी त्याला हिमतीनं सामोरं जायचं असा त्या दोघांचा स्वभाव होता.

काळाच्या या टप्प्यापर्यंत, वेलेस्ली कुटुंबामध्ये आर्थरपेक्षा रिचर्डचा दबदबा अधिक होता. अवघ्या २४ वर्षांचा असताना 'हाउस ऑफ कॉमन्स'मध्ये सामील करून घेतल्या गेलेल्या रिचर्डला, त्यानंतर लगेचच 'लॉर्ड अफ द ट्रेझरी' बनवण्यात आलं. पंतप्रधान विल्यम पिटबरोबर त्याची चांगली गट्टी जमली.

३७ वर्षांचा असताना त्याला कंपनीचा कारभार सांभाळण्यासाठी लॉर्ड कॉर्नवॉलिसच्या जागी गव्हर्नर जनरल म्हणून कलकत्त्याला नियुक्त करण्यात

आलं. उंच कपाळ, जाड भुवया, रोमन सैनिकासारखं नाक, निळेशार डोळे आणि लांब कल्ल्यांमुळे अजूनच उभारून येणारी टोकदार हनुवटी अशा रूपाचा रिचर्ड वेलेस्ली, आपलं लहानसं तोंड आणि लकाकत्या डोळ्यांमुळे जितका हुशार दिसायचा, तितकाच निर्दयीसुद्धा. त्याच्या डोळ्यांमधून सतत अविश्वास व संशयाचं सावट डोकावत असे. वयानुसार, हा दोष झाकण्यासाठी रिचर्ड वेलेस्ली अधिकाधिक उद्धट होत गेला.

त्याच्या अगोदर आलेल्या गव्हर्नर जनरलांपेक्षा रिचर्ड वेलेस्लीचा स्वभाव व वृत्ती, दोन्ही फार वेगळे होते. ज्याप्रमाणे क्लाइव्हच्या वेळचं लहानसं छोटेखानी शहर असलेलं कलकत्ता आता अंतर्बाह्य बदललेलं होतं, त्याचप्रमाणे कंपनीचाही कायापालट झालेला होता. क्लाइव्हच्या वेळी होतं त्यापेक्षा वीस पटीने मोठं लष्कर बाळगणाऱ्या कंपनीचा आता भारतामध्ये खूप दबदबा होता. मात्र विरोधाभास असा की, ज्या लंडनमध्ये कंपनीचा जन्म झाला, तिथं मात्र तिचे पंख कापण्याची प्रक्रिया सुरू झालेली होती. १७७३चा लॉर्ड नॉर्थ यांचा 'रेग्यूलेटिंग ॲक्ट' आणि तद्पश्चात १७८४चा 'पिट्स इंडिया ॲक्ट' यांमुळे कंपनीच्या हिंदुस्थानातल्या बऱ्याचशा राजकीय व लष्करी व्यवहारांवर १७८४मध्ये इंग्लंड सरकारनं स्थापन केलेल्या 'बोर्ड ऑफ कंट्रोल'चं नियंत्रण बसवलं होतं.

वेलेस्ली अगदी कट्टर 'सरकारी माणूस' होता आणि त्याच्या पूर्वीच्या गव्हर्नर जनरलांनी कधी तसं केलं नसलं, तरी वेलेस्ली मात्र 'इंडिया हाउस'मधील अधिकाऱ्यांबद्दल अगदी उघडपणे तिटकारा दाखवत असे.[३] वेलेस्लीनं जरी ईस्ट इंडिया कंपनीसाठी भलंमोठं साम्राज्य उभं केलं असलं, तरी ते करताना त्यानं कंपनीला दिवाळखोरीच्या हद्दीपर्यंत नेलं होतं, हेही तितकंच खरं. सुरुवातीपासून वेलेस्लीच्या हालचालींवरून हे स्पष्ट होतं, की जरी त्याला कंपनीचा कर्मचारी म्हणून हिंदुस्थानातून शक्य तितका नफा मिळवण्याच्या हेतूनं तिथं धाडलं असलं, तरी त्याच्या वैयक्तिक महत्त्वाकांक्षा त्यापेक्षा फार मोठ्या होत्या.

हिंदुस्थानात येताना वेलेस्लीनं आपल्या मनाशी दोन खूणगाठी बांधल्या होत्या – संपूर्ण हिंदुस्थानवर इंग्रज सरकारची सत्ता स्थापन करायची आणि हिंदुस्थानामध्ये फ्रेंच लोकांचं जे काही थोडंफार अस्तित्व उरलेलं आहे, ते संपवून टाकायचं. कंपनीच्या संचालकांना याची कल्पना नव्हती. या बाबतीत तो 'बोर्ड ऑफ कंट्रोल'चा अध्यक्ष असलेल्या हेन्री डंडासचा आदर्श मानून चालत होता. फ्रेंचबाबत तिटकारा असलेल्या डंडासनं रिचर्ड वेलेस्ली गव्हर्नर जनरल म्हणून हिंदुस्थानला रवाना करण्यापूर्वी, त्याच्याशी या विषयावर सविस्तर चर्चा केली होती. फ्रेंच प्रभावानं 'दूषित' झालेल्या हिंदुस्थानी राज्यांना 'धुऊन काढण्याचा' आदेश देऊन वेलेस्लीला हिंदुस्थानकडे रवान करणाऱ्या डंडासचा विशेष रोख होता टिपू सुलतानचं म्हैसूर,

निजामाचं हैदराबाद आणि मराठा संघराज्याकडे. या सर्वांच्या लष्करी कार्यपद्धतींवर फ्रेंच प्रशिक्षणाचा व शस्त्रास्त्रशैलींचा मोठा पगडा असल्यानं, भविष्यात ते इंग्रजांना भारी पडू शकतात, अशी डंडासला भीती होती. तसंही, इंग्लंडवर समरप्रसंग आलेला होता. एकाचवेळी फ्रान्स, हॉलण्ड व स्पेनसोबत त्यांचं युद्ध चाललेलं होतं; त्यांचा शेवटचा सहयोगी असलेल्या ऑस्ट्रियानं शस्त्रं टाकली होती; त्यांच्या नौदलातील युद्ध-जहाजांच्या पलटणीमध्ये बंडाळी उभी राहिली होती आणि नेपोलियन, इंग्लंडच्या दक्षिण किनाऱ्यावर आणि उठावाच्या तयारीत असलेल्या आयर्लण्डवर हल्ला करण्याची तयारी करू लागला. इंग्लंडवर सगळी संकटं एकत्र आल्यासारखी दिसत होती.[४]

कंपनीला मोठा धोका आहे, या वेलेस्लीच्या मताला त्याच्या भारताकडच्या प्रवासादरम्यान भेटलेल्या एका वरिष्ठ कंपनी अधिकाऱ्याकडून महत्त्वाचा दुजोरा मिळाला होता. जानेवारी १७९८ दरम्यान वेलेस्ली आणि मेजर विल्यम कर्कपॅट्रिक यांची भेट झाली. कंपनीचं जहाज काही दिवसांसाठी केपच्या बंदरावर लागलेलं असताना, वेलेस्लीची कर्कपॅट्रिकशी भेट झाली आणि या भेटीचं रूपांतर घट्ट मैत्रीत झालं. कर्कपॅट्रिकचा संधिवात बळावत चालला होता आणि तो उपचार शोधता शोधता केपला पोहोचला होता. वेलेस्लीइतकाच फ्रेंच लोकांचा द्वेष्टा असलेल्या कर्कपॅट्रिकनं हिंदुस्थानचा फार जवळून अनुभव घेतला होता. कर्कपॅट्रिक दिल्ली आणि हैदराबाद येथे गव्हर्नर जनरल होता. त्यानं आपली उमेदीची सर्व वर्षं हिंदुस्थानात काढली होती. सदर नियुक्त्यांदरम्यान त्याचा फ्रेंच भाडोत्री सैनिकांशी जवळून संबंध आलेला होता. हिंदुस्थानात आल्यावर, वेलेस्ली याच सैनिकांना हुसकावून लावण्याच्या प्रयत्नांत होता.

कर्कपॅट्रिकचा दांडगा अनुभव पाहून, वेलेस्लीनं त्याला आपल्या डोक्यात रुंजी घालत असलेल्या अगणित प्रश्नांची लेखी उत्तरं द्यायची विनंती केली. हैदराबादच्या निजामानं रुजू केलेल्या फ्रेंच सैनिकांबद्दल – विशेषत: रेमण्ड नावाच्या फ्रेंच इसमानं उभारलेल्या प्रशिक्षित, बंडखोर, शूर आणि कट्टर पलटणीबद्दल – वेलेस्लीला भरपूर प्रश्न होते.[५] कर्कपॅट्रिकनं वेलेस्लीच्या सगळ्या प्रश्नांची सविस्तरपणे उत्तरं दिली. त्याच्या उत्तरांद्वारे दिसणारा कर्कपॅट्रिकचा दांडगा अनुभव पाहून वेलेस्ली इतका चकित झाला, की त्यानं ती उत्तरं डंडासला जशीच्या तशी पाठवली आणि इंग्लंडला परत जाण्याचा मानस ठेवलेल्या कर्कपॅट्रिकला आपली योजना बदलून स्वत:सोबत कलकत्त्यात येऊन आपला लष्करी सचिव बनण्याची विनंती केली.

कर्कपॅट्रिकनं वेलेस्लीच्या विनंतीला मान दिला. केपच्या वास्तव्यादरम्यान त्यानं वेलेस्लीला फ्रेंच लोकांपासून इंग्लंडला व विशेषत: कंपनीला काय धोका आहे, याबद्दल सखोल प्रशिक्षण दिलं आणि तो धोका संपवण्यासाठी वेलेस्लीनं

काय-काय केलं पाहिजे, याबद्दलही भरपूर उपाय सुचवले. बेनॉई द बॉइन या निपुण सेनापतीनं शिंदेंच्या मराठा पलटणींना किती उत्कृष्ट प्रशिक्षण दिलेलं आहे, याबद्दल सांगून, आता जरी ते लष्कर अतिशय सामान्य कार्यक्षमतेच्या जनरल पियरी पेरॉनच्या हाती असलं, तरी बॉइननं दिलेल्या प्रशिक्षणामुळे त्यातील सैनिक तितकेच धोकादायक आहेत, हेही सांगितलं. तीन वर्षांपूर्वी मार्च १७९५मध्ये झालेल्या खार्डलाच्या युद्धात शिंदेंच्या लष्करानं हैदराबाद निजामाच्या लष्कराला पळता भुई थोडी केली होती. कर्कपॅट्रिकनं ते युद्ध स्वत:च्या डोळ्यांनी बघितलेलं होतं. त्यामुळे फ्रेंच प्रशिक्षण घेतलेलं शिंदेंचं लष्कर सर्व बाबतींत कंपनी लष्कराच्या तोडीस तोड आहे, हे त्याला पक्कं ठाऊक होतं.

वेलेस्लीला विशेष भयभीत वाटलं ते टिपू सुलतानच्या लष्कराबद्दल ऐकून. अनेक वर्षं इंग्रजांचा बलाढ्य शत्रू राहिलेल्या टिपूचं लष्कर जेमतेम ५०० फ्रेंच भाडोत्री सैनिक, अधिकारी, तंत्रज्ञ आणि सल्लागार असलेल्या बंडखोर संघाच्या हातात गेलेलं होतं. कर्कपॅट्रिकनं वेलेस्लीला सांगितलं, की मे १७९७ मध्ये टिपूच्या फ्रेंच लष्करानं श्रीरंगपट्टणममध्ये बंडखोर 'जेकोबिन क्लब'ची स्थापना केली होती. साग्रसंगीत आयोजिलेल्या मोठ्या सोहळ्यात टिपू व 'जेकोबिन क्लब'नं एकमेकांना मदत करण्याची आणि एकमेकांशी निष्ठा ठेवण्याची शपथ घेतली.[६] टिपू तर इतका भारावून गेला होता की त्यानं २३०० तोफा, ५०० बाण आणि असंख्य बंदूकींनी 'जेकोबिन क्लब'ला सलामी दिली.[७]

वेलेस्लीला भीती होती, की कंपनी आणि टिपूमध्ये युद्ध झालं, तर हिंदुस्थानात असलेल्या भाडोत्री फ्रेंच सैनिकांचे अनेक जथ्थे त्याच्या मदतीला धावून जातील. त्यानं लंडनमधल्या संचालकांना पत्र लिहून सांगितलं :

> 'हैदराबादच्या निजामाचं सरकार अतिशय कमकुवत बनलेलं आहे. अशा परिस्थितीत, त्याच्या लष्करातले फ्रेंच सैनिक टिपूच्या बाजूनं जाऊन, निजामाचं साम्राज्य स्वत:च्या ताब्यात घ्यायला कचरणार नाहीत. दुसरीकडे, फ्रेंच सेनापतीच्या अध्यक्षतेखाली कार्यरत असणारं शिंदेंचं लष्करसुद्धा टिपूच्या बाजूनं जाऊ शकतं. थोडक्यात, निजाम, शिंदे आणि टिपूच्या लष्कराशी निगडित असलेल्या फ्रेंच पलटणी पुणे व दख्खनच्या प्रांतांवर आपलं अधिपत्य प्रस्थापित करण्याचा मोठा धोका आहे.'[८]

कलकत्त्याला पोहोचताक्षणीच वेलेस्लीनं सर्वप्रथम या धोक्याशी चार हात करण्याची तयारी म्हणून, आपल्याकडची एक मोठी पलटण दक्षिणेकडे धाडून दिली. पण जेव्हा मॉरिशसचा फ्रेंच राज्यपाल एम. मलार्टिक याचा जाहीरनामा कलकत्त्याच्या

एका वर्तमानपत्रात छापून आला, तेव्हा या प्रयत्नांना अधिक गती मिळाली. सदर जाहीरनाम्यानुसार, फ्रेंच सैनिकांच्या साह्यानं इंग्रजांवर हल्ला चढवून त्यांना हिंदुस्थानातून कायमचं हुसकावून लावण्याचा टिपूचा मानस होता.[९]

तेव्हापासून वेलेस्लीच्या दृष्टीनं टिपूच्या भविष्याचा निकाल लागला होता! कोणतीही फ्रेंच लष्करी मोहीम इंग्रजांविरुद्ध उठण्याआधी, हिंदुस्थानातल्या फ्रेंच लोकांना बाहेर हाकलून लावण्याचा त्यानं चंग बांधला! जूनमध्ये त्यानं जनरल हॅरिस या मद्रासमधल्या सरसेनापतीला पत्र लिहिलं. टिपूच्या विरोधात कॉर्नवॉलिसनं काढलेल्या मोहिमेचं नेतृत्व केलेल्या हॅरिसला वेलेस्लीनं सांगितलं : 'आपल्या सर्व सहयोग्यांना एकत्र करा आणि त्या सगळ्यांची लष्करं एकत्र करून त्यांना किनाऱ्यावर तैनात ठेवा. काहीही झालं तरी टिपूला विदेशी मदत मिळण्यापूर्वी आपण त्याच्यावर आकस्मिक हल्ला केला पाहिजे.'[१०]

ऑगस्टपर्यंत वेलेस्लीचं नियोजन पूर्णपणे तयार होतं. डंडासला त्यानं आपल्या नियोजनाची पूर्ण कल्पना दिली. टिपू आणि फ्रेंच एकत्र आले तर त्यांचे सगळे प्रयत्न निष्फळ कसे ठरतील, याचा अंदाज बांधून वेलेस्लीनं जय्यत तयारी केली होती.[११]

वेलेस्लीच्या दृष्टीनं आता टिपू त्यांचा कट्टर वैरी होता; त्याच्याबाबतीत कोणताही हलगर्जीपणा केलेला चालणार नव्हता. 'एकीकडे आपल्यासोबत शांततेचे तह करून, दुसरीकडे आपल्या विरोधात कट शिजवणाऱ्या या धोकादायक शत्रूच्या कोणत्याही हालचालींकडे काणाडोळा करून चालणार नाही. आता तर मला तिळमात्र शंका उरलेली नाही, की टिपू आपल्या वाइटावर टपलेला आहे. त्याच्याबाबत कठोर निर्णय घेण्याची वेळ आलेली आहे,' असा त्यानं पत्रात उल्लेख केला होता.[१२]

पण त्या आधी, वेलेस्लीनं हैदराबादमधल्या रेमण्डच्या बंडखोर फ्रेंच पलटणीचा समाचार घ्यायचा निर्णय घेतला!

त्या काळी वेलेस्लीनं केलेल्या बऱ्याचशा लेखनामधून जरी तो कट्टर फ्रेंचद्वेष्टा असल्याचं दिसून येत असलं, तरी त्याची भीती अनाठायी नव्हती. नुकत्याच हाती लागलेल्या काही गुप्त कागदांद्वारे हे सिद्ध झालं होतं, की रेमण्ड, शिंदेंच्या सेवेत असलेल्या द बॉइनच्या फ्रेंच सैनिकांशी, तसंच टिपूसाठी श्रीरंगपट्टणममध्ये काम करणाऱ्या फ्रेंच सैनिकांशी सतत संपर्क ठेवून होता. निजामाच्या सेवेत रुजू होण्यापूर्वी, रेमण्ड स्वतः टिपूच्या लष्करात काम करत होता.

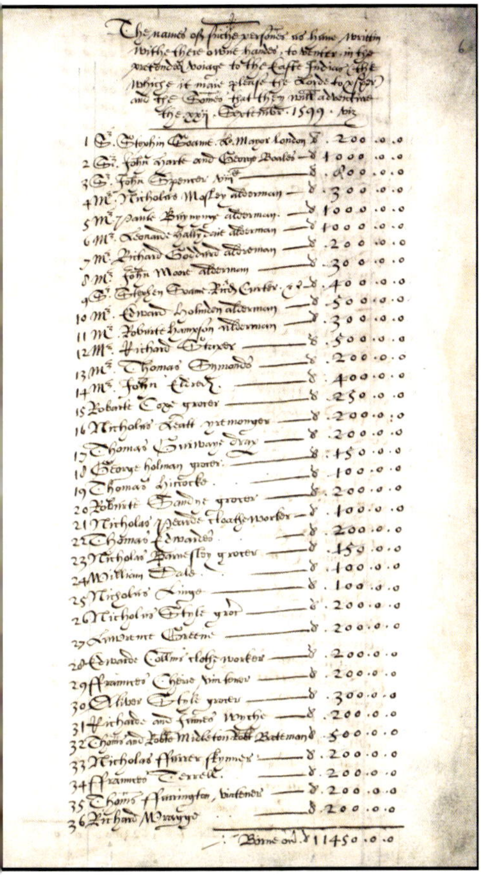

The names of suche persons as have written with there owne handes, to venter in the pretended voiage to the Easte Indias (the whiche it maie please the Lorde to prosper) and the Somes that they will adventure the xxij September 1599 viz

1	Sr. Stephin Soame Lo. Mayor London	200.0.0
2	Sr. John Harte and George Bowles	1000.0.0
3	Sr. John Spencer Knight	200.0.0
4	Mr. Nicholas Mosley alderman	300.0.0
5	Mr. Paule Banninge alderman	1000.0.0
6	Mr. Leonarde Hallydaie alderman	1000.0.0
7	Mr. Richard Goddard alderman	200.0.0
8	Mr. John Moore alderman	300.0.0
9	Sr. Stephen Soame and Ric. Cocks	400.0.0
10	Mr. Edward Holmeden alderman	500.0.0
11	Mr. Robarte Hampson alderman	300.0.0
12	Mr. Richard Staper	500.0.0
13	Mr. Thomas Symondes	200.0.0
14	Mr. John Eldred	400.0.0
15	Robarte Cope grocer	250.0.0
16	Nicholas Leate yronmonger	200.0.0
17	Thomas Smithe draper	200.0.0
18	George holman grocer	150.0.0
19	Thomas Hitcheke	100.0.0
20	Robarte Sandy grocer	200.0.0
21	Nicholas Pearde clotheworker	100.0.0
22	Thomas Edwardes	200.0.0
23	Nicholas Barnesley grocer	150.0.0
24	William Dale	100.0.0
25	Nicholas Lingo	100.0.0
26	Nicholas Style grocer	200.0.0
27	Lawrence Greene	200.0.0
28	Edwarde Collins clotheworker	200.0.0
29	Frauncis Cherie vintener	200.0.0
30	Oliver Style grocer	300.0.0
31	Richarde and Simon Wyche	200.0.0
32	Thomas and Robte Midleton Robt Bateman	500.0.0
33	Nicholas Ferrer skynner	200.0.0
34	Frauncis Terrell	200.0.0
35	Thomas Farrington vintener	200.0.0
36	Richard Wiseman	200.0.0
	Some ...	11450.0.0

ऑडिटर स्मिथने २२ सप्टेंबर, १५९९ रोजी 'पूर्वेकडे केल्या जाणाऱ्या सफरीसाठी' गोळा केलेल्या लंडनमधल्या १०१ धनिकांच्या नावांची यादी. ही यादी, मूरगेट फील्ड्समधील फाउन्डर्स हॉलमध्ये झालेल्या बैठकीच्या दोन दिवस आधी घोषित केली गेली होती.

ईस्ट इंडिया कंपनीचे संस्थापक सर थॉमस 'ऑडिटर' स्मिथ (१६१६मध्ये)

१६०१मध्ये कंपनीसाठी पहिली सफर काढणारे सर जेम्स लान्कास्टर; पाच वर्षांनंतर अयशस्वी होऊन परत आल्यानंतरचं चित्र.

जेम्स-I चे दूत असलेले सर थॉमस रोए. यांनी १६१५मध्ये भारताशी परराष्ट्रसंबंध जोडण्यासाठी पहिली औपचारिक मोहीम काढली.

सूफी संतांच्या सान्निध्यात तल्लीन झालेला जहांगीर – मुघल दरबारामध्ये इंग्रजांचं स्थान किती कनिष्ठ होतं, हे दाखवण्यासाठी जहांगीरच्या दरबारातल्या सर्वांत नावाजलेल्या 'बिचित्र' या चित्रकारानं काढलेलं चित्र. सदर चित्रामध्ये, जहांगीर किती देवभोळा आहे आणि त्याला इतर राजा-राजपुत्रांपेक्षा, सूफी संत वा संन्याशांच्या पायाशी बसायला कसं आवडतं, हे दाखवलं गेलं आहे. सदर चित्रामध्ये, बादशहाला एका अवाढव्य सिंहासनावर बसलेलं दाखवलं आहे. त्याच्या डोक्यामागून चमकणाऱ्या सात्त्विक विचारांचं वलय इतकं तेजोमय आहे, की शेजारी उभ्या असलेल्या पुत्तीला (गोंडस मुलाला) आपले डोळे झाकून घ्यावे लागले आहेत. इतरत्र, दोन पुत्ती, आपल्या लहानशा हातांनी 'अल्लाहू अकबर! आमच्या बादशहाला उदंड आयुष्य लाभू दे!' असं लिहिण्यात मग्न आहेत. ऑटोमन सुलतानाला डावलून, जहांगीर एका सूफी संताच्या हातात पवित्र 'कुराण' ग्रंथ सुपूर्द करीत आहे. सफेद वस्त्रे व रत्नजडित टोपी घातलेल्या जेम्स-Iला जहांगीरच्या पायाशी बसलेलं दाखवलं आहे! त्याच्या वरच्या बाजूला, 'बिचित्र'नं स्वत:ची तस्बीर रेखाटली असून, जेम्स-Iची आकृती तीन-चतुर्थांशच काढलेली आहे. मुघल चित्रकलेमध्ये, कमी दर्जाच्या माणसांची चित्रं काढताना हे माप वापरलं जातं. आपल्याला जहांगीरच्या पायाशी बसवलं गेल्याबद्दल जेम्स-I चेहऱ्यावर आंबट भाव घेऊन वावरत असल्याचं दाखवलेलं आहे.

अठराव्या शतकाच्या सुरुवातीला सुशोभित केल्यानंतरचं ईस्ट इंडिया कंपनीचं मुख्यालय – न्यू ईस्ट इंडिया हाउस. १७३१मध्ये एका पोर्तुगीज प्रवाशानं आपल्या टिप्पणात असं म्हटलं होतं, 'नव्यानं सुशोभित केलेलं ईस्ट इंडिया कंपनीचं मुख्यालय अजूनही तितकंच साधं वाटतं. अजूनही त्याचा मुख्य दरवाजा निमुळता आणि चटकन लक्षात न येण्यासारखा आहे. त्याच्या दगडी भिंती फारच रुक्ष दिसत आहेत. आतमध्ये अत्यंत सुंदर कक्ष, कोठारं, संमेलन कक्ष वगैरे असणाऱ्या या कार्यालयाकडे वरकरणी बघून अजिबात लक्षात येत नाही, की त्या निस्तेज भिंतींआड जगातील सर्वांत मोठ्या आणि श्रीमंत कंपनीतली सर्वांत हुशार आणि कर्तबगार माणसं काय काम करत आहेत!' ईस्ट इंडिया कंपनीने गाजवलेल्या सत्तेप्रमाणे, तिच्या कार्यालयाची इमारतही तशीच होती – चकवा देणारी!

डेटफर्ड येथे उभी असलेली ईस्ट इंडिया कंपनीची जहाजं (१६६०)

हेन्द्रिक वॉन श्चूयलेनबर्गनं रेखाटलेलं चित्र – हुगलीजवळचं डच ईस्ट इंडिया कंपनीचं मुख्यालय (१६६५)

जॉर्ज लॅम्बर्ट व सॅम्यूएल स्कॉटनं रेखाटलेलं चित्र – कलकत्त्यामधील फोर्ट विल्यम (१७३१)

औरंगजेबचा सगळ्यात बलाढ्य शत्रू ठरलेले मराठा योद्धे, छत्रपती शिवाजी महाराज. १६८०मध्ये काढलेल्या या चित्रामध्ये शिवाजी महाराज आपल्या आयुष्याच्या अस्ताकडे पोहोचलेले दिसतात. शिवाजी महाराजांनी किल्ले बांधले, नौदल तयार केलं, आणि मुघल साम्राज्याला अनेक वेळा झंझावाताप्रमाणे हलवून टाकलं. १६७४मध्ये त्यांनी बांधलेल्या रायगड किल्ल्यावर शिवाजी महाराजांवर दोनदा राज्याभिषेक करण्यात आला. त्यानंतर त्यांना छत्रपती म्हणून संबोधलं जाऊ लागलं.

कडक व कर्मठ मुघल बादशहा, आलमगीर औरंगजेब. संपूर्ण दख्खन प्रांतावर आपला ताबा असला पाहिजे, या त्याच्या महत्त्वाकांक्षेमुळे आधी हिंदुस्थानातील मुघल साम्राज्य वाढीला लागलं आणि मग कोसळलं. हे चित्र १६५३मध्ये रेखाटलेलं आहे.

पर्शियन योद्धा नादर शहा. मेंढपाळाच्या घरात जन्मलेला नादर शहा, आपल्या अंगभूत लष्करी गुणांमुळे सफाविद लष्करात पटापट यशाच्या पायऱ्या चढत गेला. कालांतरानं त्यानं त्यांच्या साम्राज्यावर स्वत:ची मोहोर उमटवली आणि मग मयूर तख्तावरून 'थोडीफार सोन्याची पिसं' खुडण्यासाठी हिंदुस्थानात येऊन पोहोचला.

स्त्रीसुलभ स्वभाव व वृत्ती दाखवणाऱ्या कलाप्रिय बादशहा मूहम्मद शहा रंगीला याच्या सोबत नादर शहा. नादर शहानं मूहम्मद शहाची संपूर्ण तिजोरी लुटली. त्यामध्ये कोहिनूर हिरा जडवलेल्या जगप्रसिद्ध मयूर तख्ताचाही समावेश होता. नादर शहाची लुबाडणूक दिल्लीचा कणा मोडून गेली. त्याच्या जाण्यानंतर, दरबाराकडे कर्मचाऱ्यांचे पगार देण्यासाठी, स्वत:ची चूल पेटवण्यासाठीही पैसा नव्हता.

नादर शहानं दिल्लीवर आक्रमण केलं त्या काळच्या या चित्रामध्ये, लाल किल्ल्याच्या गच्चीवर नर्तकींचं नृत्य पाहत बसलेला राजपुत्र दिसतो. बहुतेक तो शहा आलम असावा (१७३९).

लाल किल्ल्याचं हवाई दृश्य (१७७०)

नैनसुख या चित्रकाराने रेखाटलेलं 'एक आरामदायी रपेट' हे चित्र. मुघल दिल्लीचा पडाव झाल्यानंतर, तिथल्या दरबारातले गुणी चित्रकार कामाच्या शोधात इतस्तत: पांगले. परिणामी, हिमालयाच्या पायथ्याशी असलेल्या गुलेर व जसरोटासारख्या दरबारांमधून ही अशी रम्य चित्रं बाहेर पडली.

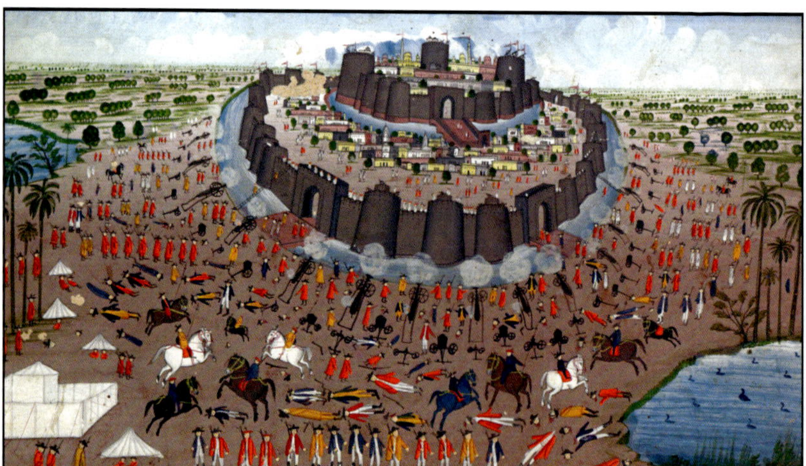

युरोपियनांनी एका शहराला घातलेला वेढा : मुघलांची सत्ता उतरणीला लागल्यावर, प्रत्येक लहान-मोठं राज्य स्वत:च्या संरक्षणाची सोय करू लागलं. परिणामी, हिंदुस्थान एक विकेंद्रित, विस्कळीत असं राष्ट्र बनलं. या राष्ट्रामध्ये, भाडोत्री युरोपियन सैनिकांना भरपूर मागणी होती; विशेषत: तोफांमध्ये कौशल्य असणाऱ्या सैनिकांना.

मुर्शिदाबादच्या समाधीजवळचं दृश्य.

मुर्शिदाबादजवळ, हुगली नदीच्या काठी.

फैझाबादचा
राजमहाल

जगतसेठांच्या अर्थसाह्यानं केल्या गेलेल्या लष्करी बंडाळीद्वारे १७४०मध्ये सत्ताधीश बनलेला अलिवर्दी खान. मांजरींवर विशेष लोभ असणारा आणि उत्तमोत्तम पदार्थांचा आस्वाद घेण्यात धन्यता मानणाऱ्या अलिवर्दी खानला संध्याप्रहरी उत्कृष्ट पुस्तकं, जेवण आणि गप्पागोष्टींमध्ये रममाण व्हायला आवडत असे. मराठ्यांचा पराभव केल्यानंतर, अलिवर्दी खाननं मुर्शिदाबादमध्ये राजकीय आणि आर्थिक स्थैर्य आणलं. इतर सगळीकडच्या मुघलसत्ता कोलमडून पडत असताना, अलिवर्दी खानच मुर्शिदाबाद नियमाला अपवाद ठरला.

वरील चित्रामध्ये अलिवर्दी खानला ससाण्याशी खेळताना दाखवलं आहे; तर शेजारील चित्रामध्ये वयस्कर झालेला अलिवर्दी खान आपल्या भाच्याला शिरपेच भेट देतो आहे. शेजारी बसलेला सिराज उद्दौला ते दृश्य निरखत आहे.

डावीकडे आणि उजवीकडे : अनेक स्त्रियांच्या सान्निध्यात असलेला सिराज उद्दौला. सिराजचा चुलत भाऊ आणि एक नावाजलेला इतिहासकार असलेल्या गुलाम हुसेन खाननं नमूद केल्यानुसार- 'आपल्या अविरत वासना शमविण्यासाठी, सिराज कोणत्याही स्त्री वा पुरुषाचं सान्निध्य पसंत करत असे.'

दिल्लीवरून आलेल्या घरंदाज कलावंतांनी सादर केलेल्या संगीताचा कार्यक्रम ऐकणारा अलिवर्दी खानचा जावई, शहमत जंग. या दरबारात घरंदाज कलावंतांची प्रचंड मागणी असायची. ते ज्या दरबाराच्या सेवेत रुजू असत, तिथं त्यांना खास स्थान आणि नावं, दोन्ही दिली जात असत. याच चित्रामध्ये मागच्या बाजूला चार लावण्यवती बसलेल्या दिसतात. दिल्लीमधून आलेल्या या नर्तकींनाही तसाच मान दिला जात असे.

युद्धाला निघालेला सिराज उद्दौला.

नावाजलेला इतिहासकार गुलाम हुसेन खान. दिल्लीच्या उद्ध्वस्त गल्ल्यांमधून आलेल्या हजारो तरुणांपैकी गुलाम हुसेनही एक होता. त्यानं लिहिलेलं 'सेइर मुताखेरिन' हे अठराव्या शतकातील हिंदुस्थानचं सत्यचित्रं दाखवणारं कदाचित सगळ्यांत पारदर्शक पुस्तक असेल.

प्लासीच्या युद्धाचं नेतृत्व करताना रॉबर्ट क्लाइव्ह (१७५७)

मीर जाफर खान. अरबी कुळातून आलेल्या या अशिक्षित शिपायाचा, अलिवर्दी खानला मराठ्यांविरुद्ध मिळालेल्या विजयामध्ये मोठा सहभाग होता. १७५६मध्ये त्यानं कलकत्त्यात असलेल्या सिराज उद्दौलाविरुद्धची मोहीम यशस्वी केली. सिराज उद्दौलाला सिंहासनावरून काढण्याच्या जगतसेठांच्या कटामध्ये सामील होऊन, मीर जाफर खान ईस्ट इंडिया कंपनीच्या हातचं बाहुलं झाला. रॉबर्ट क्लाइव्हनं त्याचं वर्णन 'अकार्यक्षम सत्ताधीश' असं केल्याचं आढळतं.

तरुणपणीचा रॉबर्ट क्लाइव्ह (१७६४). बक्सरच्या एक वर्ष आधी काढलेलं चित्र. मितभाषी पण अत्यंत महत्त्वाकांक्षी आणि आक्रमक असा हा क्लाइव्ह, आपल्या हिंसक पण प्रभावी पद्धतींमुळे लवकरच कंपनी व हिंदुस्थानातील तिच्या लष्कराचा कर्तबगार प्रमुख बनला. आपल्या प्रतिस्पर्ध्याला एका भेटीत जोखणे, हातात आलेली संधी धरून ठेवणे, आणि आपली महत्त्वाकांक्षा पूर्ण करण्यासाठी वाटेल तो धोका पत्करणे, या स्वभाववैशिष्ट्यांमुळे क्लाइव्हचा खूप गवगवा झाला.

१७५९मध्ये बादशहा म्हणून घोषित झालेला शहा आलम, आपल्या सिंहासनावर बसून गंगा नदीकडे पाहताना. शहा आलमकडे धन नव्हतं आणि काही साधनसंपत्तीही नव्हती. परंतु आपला अंगभूत प्रभाव, काव्यमय वृत्ती, आणि सुसभ्य वर्तणुकीनं त्यानं अनेकांची मनं जिंकली. आपल्या या स्वभाववैशिष्ट्यांद्वारे, शहा आलमनं २० हजारहून अधिक अनुयायी गोळा केले; त्यापैकी बहुतेक जण त्याच्यासारखेच कफल्लक होते!

शिकारीला चाललेला मीर जाफर आणि त्याचा मुलगा मिरन. मीर जाफरची सत्ता आणि संपत्ती, दोन्ही आटू लागले तसा आक्रमक आणि चिडखोर स्वभावाचा मिरन अधिकच हिंसक आणि विकृत बनत गेला. मिरनला जवळून ओळखणाऱ्या गुलाम हुसेन खाननं नमूद केल्यानुसार-'मिरनला लोकांचा छळ करण्यात विकृत आनंद मिळत असे. कुणी कुठली लहानशी चूक केली, तरी मिरन त्याला मृत्युपंथाला पोहोचवण्यासाठी आतुर होई. चूक करणाऱ्याचे प्राण हरण करूनच आपण चुकीची पुनरावृत्ती थांबवू शकतो, असं त्याचं मत होतं.

मीर जाफर (डावीकडील चित्र) आणि मीर कासिम (१७६५मध्ये). आपल्या असभ्य, अशिक्षित सासऱ्यांपेक्षा, मीर कासिम पूर्णपणे वेगळा होता. पाटण्यामध्ये राहणाऱ्या पर्शियन उमरावांच्या घराण्यात जन्मलेला मीर कासिम अंगापिंडानं लहानसा; पण डोक्यानं अतिशय तल्लख होता. त्याचा लष्करी अनुभव कमी असला, तरी त्याची कार्यक्षमता आणि जिद्द वाखाणण्याजोगी होती. त्यानं कंपनीशी हातमिळवणी करून, १७६०मध्ये मीर जाफरला सिंहासनावरून हुसकावून लावलं. पुढच्या तीन वर्षांत त्यानं आपल्या अद्ययावत लष्कराच्या मदतीनं अगदी उत्तम प्रशासन असलेलं राज्य उभं केलं; पण त्यानंतर त्याचे कंपनीसोबत खटके उडू लागले.

मीर कासिमनं खोजा ग्रेगरी नावाच्या इस्फाहनी अर्मेनियन माणसाला सेनापती नेमून, त्याचं गुर्घिन खान (लांडगा) असं नामकरण केलं होतं. त्याला पहिल्यांदा भेटलेल्या गुलाम हुसेन खानवर गुर्घिन खानच्या व्यक्तिमत्त्वाचा चांगलाच प्रभाव पडला. उंच, धिप्पाड शरीरयष्टी, गोरापान रंग, अणकुचीदार नाक आणि धगधगणाऱ्या काळ्याशार डोळ्यांचा हा मनुष्य कुणाच्याही मनात भरण्यासारखा होता.

एका नवाबाशी चर्चा करत असलेले अधिकारी – हे बहुधा डॉ. विल्यम फुलरटन आणि मीर कासिम (पाटणा, १७६०-६५) यांचं चित्र असावं. पाटणा हत्याकांडामध्ये स्कॉटिश वंशाच्या आणि कलाकार वृत्तीच्या डॉ. फुलरटनचा जीव वाचला तो केवळ त्याचा जुना मित्र असलेल्या इतिहासकार गुलाम हुसेन खानमुळे. त्या दोघांना असलेल्या मुघल कलाकुसरीवरच्या प्रेमामुळे त्यांच्यात फार दाट मैत्री निर्माण झाली होती. त्याच मैत्रीसाठी, गुलाम हुसेनने फुलरटनचा जीव वाचवण्याचा धोका पत्करला.

बंगाली चित्रकार शेख मूहम्मद अमीर ऑफ कर्राया याने रेखाटलेलं पलेडियन शैलीतील घर व बागेचं चित्र.

चित्रकार शेख मूहम्मदच्या कुंचल्यातून कलकत्ता येथील गव्हर्नमेन्ट हाउस आणि एस्प्लेनेड रोडचं चित्र. १८२७च्या सुमारास काढलेली ही दोन्ही चित्रं, मैदानाकडून दिसणाऱ्या देखाव्यानुसार काढली गेली आहेत.

मुघल साम्राज्य अनागोंदीकडे घरंगळू लागल्यावर, दिल्लीमधले दीप चंद व निधा मलसारखे लोकप्रिय चित्रकार, एका स्थिर व सुस्थित आयुष्याच्या शोधात पाटणा आणि लखनौकडे जाऊ लागले. इथं त्यांनी आपल्या चित्रकलेची एक वेगळी शैली निर्माण केली; ज्यामध्ये हमखास, गंगेचं पात्र आणि त्यामध्ये विहार करणाऱ्या नौका समाविष्ट केलेल्या असत. वरच्या चित्रामध्ये : पाटण्याचा रहिवासी असलेला शाही व्यापारी अश्रफ अली खान आणि त्याची पत्नी मुतब्बी हे युरोपीय प्रकारची वस्त्रे घालून स्वत:चं चित्र काढून घेताना. अश्रफ रीजन्सी चेअरवर बसलेला आहे आणि दोघा नवरा-बायकोनं एका लाकडी तिपाईवर आपले हुक्के ठेवलेले आहेत. खालच्या चित्रात : नदीकाठच्या महालांवरून शुजा उद्दौलाची चाललेली मिरवणूक.

बक्सरच्या युद्धानंतर, युरोपीय माणसं आणि त्यांचे शिपाई-संत्री, व्यापार करत, लढाया करत, करवसुली करत आणि महसूल व कायदा विभागांचं काम पाहत हिंदुस्थानातील निरनिराळ्या प्रांतांमध्ये पसरले. वरच्या चित्रात : चोखा, मेवाड येथे हत्तीवर बसलेला कॅप्टन (नंतर कर्नल बनलेला) जेम्स टॉड (१८१७)

हेक्टर मुनरो (१७८५). बक्सरचं युद्ध जिंकून, पोल्लिलूरच्या युद्धात पराजित झालेला मुनरो.

मद्रास पलटणीतील शिपाई (१७८०)

पालखीमधून चाललेला इंग्रज अधिकारी – वेल्लोरच्या यल्लप्पानं रेखाटलेलं चित्र.

मुर्शिदाबाद येथे ईस्ट इंडिया कंपनीचा एक लष्करी अधिकारी, (१७६५)

नथॅनियल डान्स यानं चितारलेला रॉबर्ट क्लाइव्ह (१७७०) – या चित्रामधील मध्यमवयीन क्लाइव्हला, बंगाल, बिहार व ओरिसामध्ये प्रस्थापित झालेली ईस्ट इंडिया कंपनीची राजकीय व लष्करी सत्ता जुळवून आणण्यासाठी आपल्याला किती कष्ट घ्यावे लागले होते, याची पूर्ण जाण होती. त्यानं आपला मित्र व चरित्रकार रॉबर्ट ओर्मेला लिहिलेल्या पत्रात म्हटल्यानुसार-‘भाग्यदेवता माझ्यावर खूप खूश झालेली दिसते. माझा प्रत्येक उद्देश, प्रत्येक इच्छा (मग ती किती का विचित्र असेना) पूर्ण होते आहे.’

टिली केटलने चितारलेला तरुण वॉरन हेस्टिंग्स (१७७२) – लहान चणीचा, साध्या कपड्यांतला, आणि टक्कल पडत असलेल्या या तरुणाच्या ओठांवर सदैव मिश्किल हास्य रुळत असे. तो लिहीत असलेल्या पत्रांमधून सुद्धा एका साध्या, संवेदनशील, आणि आत्मनिग्रही माणसाचं दर्शन होतं. हेस्टिंग्स भल्या पहाटे जागा व्हायचा. थंड पाण्यानं अंघोळ करून, हातावर आपला लाडका ससाणा घेऊन मग तासभर घोड्याची रपेट करायचा. एकलकोंड्या स्वभावाच्या या युवकाला आपली संध्याकाळ जरासं मद्यपान करत, वाचन करत, गिटार वाजवत, आणि पर्शियन भाषेचा अभ्यास करत घालवायला आवडत असे.

लॉर्ड क्लाइव्हला दिवाणीचे हक्क देत असताना शहा आलम–बेंजामिन वेस्टनं चितारलेल्या या चित्रामध्ये दाखवल्यानुसार-शहा आलमनं बंगाल, बिहार व ओरिसामधले महसूल खात्यातील मुघल अधिकाऱ्यांना बरखास्त करून, त्यांच्या जागी कंपनीचे संचालक आणि बंगालचा नवीन राज्यपाल असलेल्या रॉबर्ट क्लाइव्हच्या मर्जीनुसार इंग्रज व्यापारी नेमण्याचे हक्क देऊन टाकले. क्लाइव्ह आणि संचालकांचं गुणगान करणाऱ्या या दस्तऐवजामुळे नकळत हिंदुस्थानमध्ये व्यापारी खासगीकरणाचे वारे सुरू झाले, असं म्हणणं चुकीचं ठरणार नाही. दिवाणी हक्क मिळाल्यामुळे, एरवी मुघलांच्या तिजोरीत जाणारा कर गोळा करण्याचं काम एका अशा बहुराष्ट्रीय संस्थेकडे सोपवलं गेलं; जिच्याकडे स्वत:चं रक्षण करण्यासाठी खासगी लष्कर होतं.

अलाहबाद येथे ईस्ट इंडिया कंपनीच्या पलटणीसोबत आलेल्या जनरल बार्करचं स्वागत करताना मुघल बादशहा शहा आलम–टिली केटलनं रेखाटलेलं चित्र. बादशहाचं मन:परिवर्तन करण्यासाठी कंपनीनं जनरल बार्करला शहा आलमशी चर्चा करण्यासाठी अलाहबादला धाडलं होतं; पण शहा आलम कुणाचंही ऐकण्याच्या मन:स्थितीत नव्हता. अलाहबादमध्ये कंपनीच्या हातचं कळसूत्री बाहुलं म्हणून शहा आलमला आपलं आयुष्य असह्य झालं होतं आणि आता त्याला परत आपल्या घरी जाण्याचे वेध लागले होते; मग त्यासाठी त्याला कितीही धोका पत्करावा लागला तरी चालणार होतं.

अवधचा नवाब शुजा उद्दौला, त्याची चार मुलं, जनरल बार्कर, आणि काही लष्करी अधिकारी – टिली केटलनं रेखाटलेलं चित्र. महान मुघल वझीर सफ्दर जंगचा मुलगा आणि त्याच्यानंतर अवधच्या सिंहासनावर नवाब म्हणून बसलेला शुजा उद्दौला हा राक्षसी शरीरयष्टीचा मनुष्य होता. ७ फूट उंच आणि गालफाडांच्या बाहेर जाणाऱ्या भरघोस मिशांचा हा नवाब आपल्या अफाट शारीरिक बळासाठी विशेष प्रसिद्ध होता. १७६३पर्यंत शुजा वयाने फारसा तरुण राहिला नसला तरी अजूनही त्याच्यात तलवारीच्या एका वारामध्ये बैलाचं मुंडकं छाटण्याची अथवा एकावेळी दोन माणसांना हातात उचलून घेण्याची क्षमता होती! १७६५मध्ये बक्सरच्या युद्धामध्ये शुजाचा पराभव झाला होता; पण क्लाइव्हनं त्याला पुन्हा अवधच्या सिंहासनावर बसवलं. आपल्या मृत्यूपर्यंत, शुजानं ईस्ट इंडिया कंपनीचा सहयोगी म्हणून अवधवर सत्ता गाजवली.

१७७१मध्ये दिल्लीला स्वगृही येणाऱ्या बादशहा शहा आलमची शाही मिरवणूक. यमुनेच्या किनाऱ्यावरून पुढे सरकत चालणाऱ्या सैनिक-शिपायांचा ताफा. सर्वांत पुढे आहेत वादक. त्यानंतर गदाधारी शिपाई व मुघल सन्मानचिन्हे धरलेले शिपाई. त्यांच्यामागून, हत्तीवर बसलेला बादशहा शहा आलम. त्याच्या दोन्ही बाजूंना अंगरक्षकांचा वेढा आहे. त्याच्यामागे येत आहेत सगळे राजपुत्र, आणि शाही पालख्या व बग्ग्यांमध्ये बसलेल्या जनानखान्यातील स्त्रिया. सरतेशेवटी, तोफा ओढत आणणारे हत्ती दिसत आहेत. या सगळ्यांच्या मागोमाग,असंख्य सैनिक व शिपायांची रांग लागलेली दिसते.

पुण्यात स्थायिक असलेले मुत्सद्दी राजकारणी व पेशव्यांच्या दरबारातले आदरणीय मंत्री, नाना फडणवीस. 'मराठ्यांचा मॅकियावेली' म्हणून जाणल्या गेलेल्या नाना फडणवीस या अत्यंत तल्लख पंतप्रधानाने ईस्ट इंडिया कंपनीमुळे हिंदुस्थानच्या स्वातंत्र्याला मोठा धोका आहे, हे सर्वांत आधी ओळखलं होतं. हा धोका वेळीच परतवून लावण्यासाठी त्यांनी हैदराबाद व म्हैसूरच्या सत्ताधिशांसोबत तिहेरी युती करण्याचा प्रयत्न केला होता; पण त्यांचा हा प्रकल्प पूर्णत्वाला जाऊ शकला नाही.

मद्रास पायदळामधले शिपाई – वेल्लोरच्या यल्लप्पानं रेखाटलेलं चित्र

पोल्लिलूरचं युद्ध – १७८०मध्ये झालेल्या पोल्लिलूरच्या युद्धामध्ये टिपू सुलतानला नेत्रदीपक विजय मिळाला होता. आपल्या या विजयाची आठवण म्हणून त्यानं आपल्या 'दर्या दौलत बाग' महालाच्या भिंतींवर सदर युद्धातील काही दृश्यं चितारून घेतली होती. या चित्रांमध्ये, कंपनीचा दारूगोळा ठेवलेली गाडी उडवून लावणाऱ्या टिपूला पाहून चकित झालेला कर्नल विल्यम बेली दिसतो आहे. तसेच दुसऱ्या बाजूला, कंपनी लष्कराला चहूबाजूंनी वेढा घातलेलं म्हैसूरचं घोडदळदेखील दिसत आहे.

एडमण्ड बर्के : सर जोशुआ रेनॉल्ड्सनं काढलेलं चित्र – आयरिश राजकारणी आणि राजकीय सिद्धांतवादी असलेला एडमण्ड बर्के कधी हिंदुस्थानात आलेला नव्हता, पण ईस्ट इंडिया कंपनीमध्ये केलेल्या चुकीच्या गुंतवणुकीमुळे त्याच्या काही नातेवाइकांचं मोठं आर्थिक नुकसान झालं होतं; त्यामुळे, कुठे ना कुठे, बर्केचा कंपनीवर राग होता. म्हणून त्यानं फ्रान्सिसशी हातमिळवणी करून, कंपनीनं भारतात चालवलेला अनागोंदीचा कारभार जगासमोर आणण्यासाठी प्रयत्न चालू केले. खरंतर, फ्रान्सिसला भेटण्यापूर्वी, बर्केला हेस्टिंग्सविषयी खूप आदर वाटत असे. मात्र आपल्या उपजत द्वेषबुद्धी व बोलण्याच्या कौशल्याद्वारे, फ्रान्सिसनं लवकरच बर्केला हेस्टिंग्सच्या विरोधात वळवलं. एप्रिल १७८२पर्यंत, फ्रान्सिसनं हेस्टिंग्सच्या विरोधात तब्बल २२ अरिष्टसूचक आरोप असलेली यादी तयार केली. बर्केने ती यादी संसदेसमोर मांडली. तेव्हापासून १७८७ पर्यंत पाच वर्षं हेस्टिंग्सचं नाव आणि प्रतिमा डागाळण्यासाठी सर्वतोपरी प्रयत्न केल्यावर, बर्के आणि फ्रान्सिसनं संसदेला हे पटवून दिलं, की हेस्टिंग्सवर महाभियोगाची प्रक्रिया चालू करण्यात अधिक वेळ घालवण्यात अर्थ नाही.

फिलीप फ्रान्सिस : जेम्स लोन्सडेलने रेखाटलेलं चित्र (१८०६) – बंगालमध्ये बोकाळलेल्या भ्रष्टाचारासाठी वॉरन हेस्टिंग्स सर्वाधिक जबाबदार आहे, असा चुकीचा समज बाळगणाऱ्या फिलीप फ्रान्सिसला, हेस्टिंग्सला राज्यपाल पदावरून हुसकावून, स्वत:ला त्या ठिकाणी रुजू करण्याची घाई झाली होती. १७७४ पासून त्याच्या मृत्यूपर्यंत, फ्रान्सिसनं हेस्टिंग्सचा पिच्छा पुरवला. बंदुकीच्या सामन्यामध्ये हेस्टिंग्सला मारून टाकण्यात अयशस्वी झाल्यावर (आणि त्या सामन्यामध्ये स्वत: जखमी झाल्यावर), फ्रान्सिस लंडनला परतला. तिथून त्यानं हेस्टिंग्स आणि न्यायमूर्ती सर एलिजाह इम्पे यांच्या महाभियोगाची प्रक्रिया सुरू केली. अखेर दोघांनाही दोषमुक्त ठरवण्यात आलं.

वृद्धापकाळातील वॉरन हेस्टिंग्स : लेम्यूएल फ्रान्सिस ॲबटनं काढलेलं चित्र (१७९६) – हेस्टिंग्सचं वागणं-बोलणं फार साधं आणि मृदू होतं. तो एखाद्या शासकाच्या अथवा नवाबाच्या गुर्मीत वागत नसे. अगदी लंडनच्या न्यायाधिशांसमोर उभं राहतानाही त्याच्या चेहऱ्यावर हुशारीचं तेज आणि वागण्यात शहरी सभ्यता झळकत होती. साधासा काळा पोषाख आणि करडे केस अशा अवतारातला वॉरन हेस्टिंग्स जेव्हा न्यायालयात उभा राहिला, तेव्हा तो लुटारू ऐवजी प्रवचनकर्ता अधिक शोभत होता. ६ फूट उंच, शिडशिडीत शरीरयष्टीच्या या टक्कल पडलेल्या माणसाचा चेहरा बोलताना मात्र तेज:पुंज होत असे.

वेस्टमिन्स्टर सभागृहामध्ये वॉरन हेस्टिंग्सवर चाललेला महाभियोग खटला (१७८८) – महाभियोगाचा हा खटला म्हणजे जॉर्ज-IIIच्या राजवटीमधला सर्वांत खळबळजनक राजकीय तमाशा तर होताच; पण त्याहीपेक्षा महत्त्वाचं म्हणजे, कंपनीची भारतातली राजवट न्यायालयासमोर आणण्याचा हा इंग्लंड सरकारचा पहिला आणि अखेरचा प्रयत्न होता. सदर घटनेबद्दल सामान्य जनतेमध्ये कमालीची उत्सुकता निर्माण झाली होती. दालनामध्ये बघ्यांसाठी राखीव असलेल्या काही जागांच्या तिकिटांचे दर ५० पौंडांपर्यंत गेले, तरी त्यांची मागणी कमी होईना.

महादजी शिंदेंनी एका इंग्रज नौदल अधिकारी आणि एका तरुण इंग्रज लष्करी अधिकाऱ्यासाठी दिल्ली येथे खास नर्तकींचा कार्यक्रम आयोजिला असतानाचं चित्र (१७९०)

शहा आलमच्या देखरेखीखाली असताना गुलाम कादिर जिथं राहत होता, तो 'कुडसिया बाग महाल'

मयूर तख्ताच्या लाकडी प्रतिकृतीवर स्थानापन्न झालेला अंध बादशहा शहा आलम II – खैरुल्लाहनं रेखाटलेलं चित्र (१७९०), उद्ध्वस्त झालेल्या महालामध्ये बसलेला सत्तरीतला शहा आलम, आपल्या अंध डोळ्यांनी त्याच्या मनात रुजलेल्या राज्याच्या भ्रामक कल्पनेवर राज्य करत होता.

हत्तीवर आरूढ होऊन पोल्लिलूरच्या युद्धाचं नेतृत्व करणारा टिपू सुलतान.

१७९२मध्ये म्हैसूरवर झालेल्या आक्रमणानंतर टिपू सुलतानच्या मुलांना घेऊन जाताना रॉबर्ट क्लाइव्ह
चित्रकार- मॅथर ब्राऊन.

१७८२मध्ये वडिलांच्या मृत्युपश्चात सिंहासनावर बसलेल्या टिपू सुलतानने युद्ध नसताना अतिशय कार्यक्षमतेनं व दूरदृष्टीनं राज्यकारभार चालवला; युद्धाच्या वेळी मात्र तो तितकाच क्रूर व हिंसक बनला. १७९२मध्ये त्याला आपलं अर्ध राज्य कॉर्नवॉलिसनं मराठे व हैदराबाद निजामांसोबत केलेल्या तिहेरी युतीकडे सुपूर्द करावं लागलं. अखेर १७९९मध्ये लॉर्ड वेलेस्लीच्या हातून टिपू सुलतानचा पराभव आणि मृत्यू झाला.

ईस्ट इंडिया डॉक्स : विल्यम डॅनिएलनं रेखाटलेलं चित्र-(१८०८) – हे चित्र ज्या ठिकाणाचं आहे, तिथं आताही ईस्ट इंडिया डॉक (लंडन) उभं आहे. १७५० पासून अवघ्या पन्नास वर्षांमध्ये, ईस्ट इंडिया कंपनीनं एकेकाळच्या मुघल हिंदुस्थानवर पूर्णपणे स्वत:चं अधिपत्य प्रस्थापित केलं होतं. जगात इतरत्रही त्यांनी आपला ठसा उमटवला होता. अद्ययावत प्रशासकीय व नागरी सेवा सुरू करणं, लंडन डॉकलॅण्ड्सचा बराचसा भाग उभारणं, आणि इंग्लंडमधला अर्ध्याहून अधिक व्यापार निर्माण करणं या सगळ्याचं श्रेय कंपनीकडे होतं. केवळ इंग्लंडमध्ये वर्षाकाठी ८.५ दशलक्ष पौंड खर्च करणाऱ्या कंपनीचा हा वार्षिक खर्चाचा आकडा, इंग्रज सरकारच्या वार्षिक खर्चाच्या एक-चतुर्थांश होता. परिणामी, कंपनी स्वत:ला 'विश्वातील सगळ्यात भव्य व्यापारी संस्था' संबोधू लागली, यात आश्चर्य नव्हतं.

महादजी शिंदे : हे एक धूर्त मराठा राजकारणी होते. १७७१पासून त्यांनी शहा आलमला आपल्या पंखाखाली घेतलं आणि त्याद्वारे, मुघलांना मराठ्यांच्या हातचं बाहुलं बनवलं. जनरल बेनॉई द बॉइनच्या नेतृत्वाखाली, शिंदेंनी बलाढ्य आणि अद्ययावत प्रशिक्षण असलेलं लष्कर उभं केलं. मात्र महादजींच्या वृद्धापकाळात, तुकोजी होळकरांशी निर्माण झालेलं वैर आणि साळबाईच्या तहाद्वारे इंग्रजांशी केला गेलेला शांततेचा एकतर्फी तह, यांमुळे मराठ्यांच्या ऐक्याला गालबोट लागलं.

१७९४मध्ये महादजींचा मृत्यू झाला तेव्हा त्यांचे उत्तराधिकारी, दौलतराव, केवळ १५ वर्षांचे होते. बेनॉई द बॉइनद्वारे प्रशिक्षित केलेलं उत्कृष्ट लष्कर हातात येऊनसुद्धा, दूरदृष्टी व कौशल्याच्या अभावापायी, दौलतरावनं ते धन उधळून लावलं. होळकरांशी असलेलं वैर आणि परिणामी, ईस्ट इंडिया कंपनीसमोर कमी पडलेलं बळ, यामुळे १८०३च्या दुसऱ्या ॲन्ग्लो-मराठा युद्धात, शिंदे घराण्याचा जबरदस्त पराभव झाला. या घटनेमुळे, कंपनी हिंदुस्थानातील आद्य सत्ता बनली आणि तिथपासून 'ब्रिटिश राज'ची पायाभरणी केली गेली.

रिचर्ड वेलेस्लीनं हिंदुस्थानचा जितका भाग काबीज केला, तितका तर नेपोलियनला युरोपमध्येही करता आला नाही. व्यापारी संस्था असूनही, ईस्ट इंडिया कंपनीकडे असलेलं अफाट लष्कर आणि इतर साधनसंपत्ती वापरून, वेलेस्लीने चौथं ॲन्ग्लो-म्हैसूर युद्ध आरंभलं, या युद्धामुळे १७९९मध्ये टिपू सुलतानचा मृत्यू झाला आणि त्याचं साम्राज्य उद्‌ध्वस्त झालं. तसंच वेलेस्लीनं दुसरं ॲन्ग्लो-मराठा युद्धही आरंभलं, परिणामी १८०३मध्ये शिंदे आणि होळकर दोघेही पराभूत झाले. या काळापर्यंत, वेलेस्लीनं हिंदुस्थानातील उरल्यासुरल्या फ्रेंच पलटणींनाही हुसकावून लावून, पंजाबच्या दक्षिणेकडे असलेल्या हिंदुस्थानच्या संपूर्ण प्रांतावर ईस्ट इंडिया कंपनीची पकड घट्ट केली.

दख्खनच्या एका मोहिमेवर गेलेला ड्यूक ऑफ वेलिंग्टन (१८०३) – असायेच्या युद्धानंतर, वेलेस्लीच्या एका वरिष्ठ अधिकाऱ्यानं त्याला लिहिलेल्या पत्रात म्हटलं होतं : 'इतकी मोठी किंमत मोजून यश मिळवण्याची अजून कुठली संधी तुम्हाला मिळू नये, हीच इच्छा!'

आर्थर वेलेस्लीला त्याच्या मोठ्या भावानं लवकरच म्हैसूरचा राज्यपाल आणि 'दख्खन व दक्षिण मराठा प्रांताचा प्रमुख राजकीय व लष्करी अधिकारी' बनवून टाकलं. १७९९मध्ये आर्थर वेलेस्लीनं टिपूचा पराभव घडवून आणण्यात मदत केली. १८०३मध्ये त्यानं मराठ्यांच्या विरोधात कंपनीला यश मिळवून दिलं. असायेच्या युद्धामध्ये आर्थरची कर्तबगारी विशेष दिसून आली. पुढे जाऊन तो 'ड्यूक ऑफ वेलिंग्टन' म्हणून जाणला जाऊ लागला.

युद्धासाठी समोरासमोर आलेली दोन लष्करे. समोरच्या बाजूला तोफा, बाजूला घोडदळ आणि मागच्या बाजूला हत्तींचं दळ दिसत आहे.

१७९०च्या सुरुवातीला, रेमण्डनं पॉन्डिचेरीच्या फ्रेंच मुख्यालयाकडे धाडलेल्या पत्रांच्या मालिकेमधून, त्याची जाज्वल्य महत्त्वाकांक्षा आणि फ्रान्स व फ्रेंच क्रांतीविषयी असलेली निष्ठा लगेच दिसून येत होती. पॉन्डिचेरीच्या राज्यपालाला लिहिलेल्या पत्रात त्यानं म्हटलं होतं : 'मला प्राणापेक्षा प्रिय असलेल्या देशासाठी मला काहीतरी चांगलं काम करण्याची संधी मिळाली, तर मी वेळप्रसंगी स्वत:च्या प्राणाचा त्याग करायलाही पुढेमागे बघणार नाही!' मॉरिशियसच्या राज्यपालाला लिहिलेल्या पत्रात त्याचे हेतू अधिक स्पष्ट दिसत होते : 'तुमच्या कोणत्याही आज्ञेचं पालन करणं हे नेहमी माझं प्रथम कर्तव्य राहील. तुम्ही जर मला फ्रान्ससाठी कार्य करण्याची संधी दिली तर मी माझ्या रक्ताचा अभिषेक देऊन ते कार्य पूर्ण करीन. तुम्ही दिलेलं काम चोख बजावणं आणि तुमच्या मर्जीत राहणं, हे माझ्यासाठी अहोभाग्य असेल.'[१३]

हैदराबादमधला नवा इंग्रज रेसिडेन्ट – जेम्स ॲचिलिस कर्कपॅट्रिक – हा वेलेस्लीच्या लष्करी सचिवाचा धाकटा भाऊ होता. त्याच्यावर फ्रेंच सैनिक-शिपायांना हुसकावून लावण्याचं काम सोपवलं गेलं होतं. निश्चितच ते काम सोपं नव्हतं. रेमण्डची वैयक्तिक संपत्ती खूप मोठी होती. केवळ त्याच्या स्थावर मालमत्तांमधूनच त्याला वर्षाकाठी रु. ५लाखाची कमाई व्हायची. १७९८मध्ये रेमण्डनं निजामाला आपलं लष्कर अजून मोठं करण्याची गळ घातली. किमान १४हजार माणसं, त्यांच्याकडे स्वत:च्या उत्तमोत्तम बंदुकी, अद्ययावत तोफा, आणि त्या ओढण्यासाठी लागणारे ५हजार बैल असा सगळा जामानिमा रेमण्डला पाहिजे होता. रेमण्डचे सैनिक-शिपाई स्वत:च्या तलवारी, बंदुका व पिस्तुली बनवण्यात निपुण होते. त्या लष्करात ६०० घोडेस्वारसुद्धा सामील होते. भरीस भर म्हणजे हैदराबादच्या दरबारामध्ये रेमण्ड फार लोकप्रिय होता. निजामाचा उत्तराधिकारी असलेला सिकंदर जहाँ रेमण्डच्या व्यक्तिमत्त्वाने इतका भारावून गेला होता, की तो चक्क रेमण्डच्या नावानं शपथ घेत असे![१४]

यश आणि प्रगतीच्या आलेखावर असलेला रेमण्ड, २५ मार्च १७९८ रोजी आकस्मिकपणे मृतावस्थेत सापडला! मृत्यूसमयी तो फक्त ४३ वर्षांचा होता. रेमण्डच्या मृत्यूमागे दरबारातल्या कंपनी-धार्जिण्या दुष्टांचा हात असल्याची कुजबुज जोर धरू लागली. त्याच्यावर विषप्रयोग झाल्याचा संशय व्यक्त होऊ लागला.

असो. रेमण्डच्या मृत्यूमागचं रहस्य काहीही असो; त्यामुळे कर्कपॅट्रिकचं काम सोपं झालं हे निश्चित. त्यातच निजामाच्या दरबारात मंत्री असलेला मीर आलम नुकताच कलकत्त्यामधील कंपनीच्या कारखान्याला भेट देऊन गेला होता. कंपनीच्या बराकी आणि शस्त्रागार पाहून अचंबित झालेल्या मीर आलमला हे कळून चुकलं होतं, की कंपनी आता बलाढ्य बनत चालली होती. इतर मंत्र्यांनाही

मीर आलमचं म्हणणं पटत होतं. दक्षिणेकडे टिपू आणि पश्चिमेकडे मराठे अशा दुहेरी शक्तींच्या कचाट्यात वसलेल्या हैदराबादला अधिक संरक्षणाची गरज आहे, असं त्या सगळ्यांचं मत पडलं.

अखेर, सहा महिन्यांच्या अथक वाटाघाटींनंतर हैदराबाद व कंपनीमध्ये लष्करी तह झाला. सदर तहानुसार, कंपनीचे ६हजार सैनिक हैदराबादमध्ये तैनात होणार होते. निजामाला जेव्हा कधी गरज पडेल तेव्हा ते त्याच्या संरक्षणासाठी उपलब्ध होणार होते. त्या बदल्यात, निजामाकडून कंपनीला वर्षाकाठी ४१,७१० पौंडांचं[i] अनुदान मिळणार आणि निजाम आपल्या सर्व फ्रेंच सैनिक-शिपायांना बरखास्त करणार, या अटी परस्परांद्वारे मान्य केल्या गेल्या. मात्र आपल्या फ्रेंच सैनिक-शिपायांना निजाम कधी वा कसं काढून टाकणार, याबाबत त्या तहामध्ये काहीच नमूद केलेलं नव्हतं.

पुढचा महिना अस्वस्थतेत गेला; कंपनीच्या चार पलटणी शस्त्रं व तोफांसकट गुंटूरजवळच्या किनारपट्टीवरून १५० मैल वर चढून आल्या. कंपनीच्या अधिपत्याखाली असलेलं हे सर्वांत जवळचं ठिकाण असल्यानं हैदराबादकडचा प्रवास सुरू करण्यासाठी वेलस्लीनं त्यांना तिथं जमायला सांगितलं होतं.

२२ ऑक्टोबरची पहाट फुटण्याआधी, कंपनीच्या पलटणींनं फ्रेंच लष्करी छावण्यांना गुपचूप घेराव घातला. सकाळी जेव्हा छावणीतले सैनिक-शिपाई जागे झाले, तेव्हा त्यांना आश्चर्याचा धक्का बसला! कंपनीच्या सैनिकांनी त्यांना चहूबाजूनं घेरून त्यांच्यावर आपल्या बंदुका रोखल्या होत्या. सकाळी ९ वाजता कर्कपॅट्रिकनं फ्रेंच बंडखोर सैनिकांना प्रस्ताव दिला, की पुढच्या पंधरा मिनिटांत जर त्यांनी त्या ठिकाणावरून स्वत:चा गाशा गुंडाळला आणि कंपनीसमोर शरण आले, तर तो त्या सगळ्यांचे पूर्ण पगार चुकते करेल. तसं न केल्यास, त्यांनी कंपनीच्या हल्ल्याला सामोरं जाण्यासाठी तयार राहावं.[१६]

अर्धा तास गेला; फ्रेंचांकडून काही निरोप येईना. कर्कपॅट्रिक थांबून होता. फ्रेंच छावणीच्या उजव्या बाजूला २हजार घोडेस्वार उभे होते; अजून ५०० घोडेस्वार राखीव ठेवले होते. मधल्या बाजूला कंपनीचं पायदळ उभं होतं. स्तब्ध शांतता पसरली होती. अखेर ९.३०च्या सुमारास, फ्रेंच लोकांनी कर्कपॅट्रिकचा प्रस्ताव मान्य असल्याचा निरोप पाठवला. कर्कपॅट्रिकचा जीव भांड्यात पडला.

कंपनीचे घोडेस्वार फ्रेंच छावणीत आले; तिथला एकूण एक तोफा, दारूगोळा, कोठारं, गिरण्या इत्यादींचा त्यांनी ताबा घेतला. छावणीपासून अर्धा मैल अंतरावर असलेल्या ध्वजस्तंभाजवळ उभं राहण्याची फ्रेंच सैनिक-शिपायांना आज्ञा केली

---

i आजच्या काळात ४,३७९,५५. पौंड.

गेली. कर्कपॉट्रिकच्या शब्दात सांगायचं, तर आमच्यापुढे शरण येण्यासाठी निमूट ध्वजस्तंभाकडे चालत जाणारे फ्रेंच सैनिक-शिपाई पाहून मला एकाचवेळी अभिमान वाटला आणि दयासुद्धा!'[१७] अवघ्या काही तासांमध्ये १४हजार संख्येचं फ्रेंच लष्कर, त्यांच्यापेक्षा एक-तृतीयांश संख्येच्या इंग्रज लष्करासमोर नतमस्तक झालं – तेसुद्धा, एकही गोळी न मारता आणि एकाही मनुष्याचा बळी न जाता!

फ्रेंच छावणीच्या वरच्या अंगाला उभारलेल्या इंग्रज छावणीमधून फ्रेंच सैनिक-शिपायांना आपली शस्त्रास्त्रं खाली ठेवताना पाहून आपल्याला झालेला पराकोटीचा आनंद व्यक्त करण्यासाठी कर्कपॅट्रिकनं आपला भाऊ विल्यम याला लगेच पत्र पाठवलं. 'ते दृश्य माझ्या आयुष्यातल्या सर्वांत आनंदाच्या आणि अभिमानाच्या क्षणांमध्ये गणलं जाईल,' असं त्यानं लिहिलं होतं.

त्यानंतर अवघ्या दोन तासांनी, जेम्सनं विल्यमला अजून एक आनंदवार्ता कळवायला घेतली. बॉम्बेवरून नुकत्याच आलेल्या वार्तेनुसार, १ ऑगस्ट रोजी झालेल्या नाईलच्या युद्धामध्ये, ॲडमिरल नेल्सननं आबूकीर उपसागरामध्ये जवळ जवळ संपूर्ण फ्रेंच आरमारी तांड्याला जलसमाधी दिली होती! परिणामी, हिंदुस्थानवर हल्ला करण्यासाठी इजिप्तला सुरक्षित तळ म्हणून वापरण्याचा नेपोलियनचा मानस मोडीत निघाला होता. इंग्रजांचं नशीब जोरावर होतं. नेपोलियन इजिप्तच्या मोहिमेवर जात असल्याची बातमी आल्यापासून इंग्रजांना ही भीती बसली होती, की हिंदुस्थान आता फ्रेंच वसाहत बनते की काय? पण आता तो धोका बऱ्यापैकी टळला होता.[१८]

कर्कपॅट्रिकच्या कामगिरीवर वेलेस्ली खूश होता. त्यानं डंडासला महिन्याभरानंतर पाठवलेल्या पत्रामध्ये नमूद केल्यानुसार : 'माझ्या माणसांनी ज्या हुशारीनं ही मोहीम फत्ते केली आहे, तिचं वर्णन ऐकून तुम्हाला आनंद होईल.... कुतूहलाचा भाग असा, की फ्रेंच शरणागतांना ज्या ध्वजस्तंभाजवळ उभं राहण्यास सांगितलं गेलं, त्यावरचा ध्वज हिंदुस्थानला मानवंदना देणारा तिरंगा होता. हिंदुस्थानच्या प्रदेशावर असा झेंडा पहिल्यांदाच फडकवला गेला आहे. या पत्रासोबत मी तो ध्वजसुद्धा पोहोचता करीत आहे. आपली मोहीम फत्ते झाल्याची यापेक्षा मोठी पोचपावती काय असेल?'[१९]

अशाप्रकारे, हैदराबाद ताब्यात आल्यावर, आता वेलेस्लीनं आपल्या सर्वांत मोठ्या शत्रूकडे मोर्चा वळवला : टिपू सुलतान!

४ नोव्हेंबर १७९८ रोजी वेलेस्लीनं टिपूला नाईलच्या युद्धामध्ये फ्रेंच लष्कराला

भोगाव्या लागलेल्या पराजयाबद्दल एक उपरोधिक पत्र लिहिलं. 'आपल्यातल्या गेल्या इतक्या वर्षांच्या उत्कृष्ट मैत्रीनंतर, मी तुम्हाला पुढील बातमीतून मिळणाऱ्या आनंदापासून वंचित करू इच्छित नाही...'[२०] असा सूर असणाऱ्या त्या पत्रामध्ये वेलेस्लीनं फ्रेंच पराभवाचं अगदी चवीचवीनं वर्णन केलं होतं. टिपूनं त्या पत्राला तितक्याच मैत्रिपूर्ण पण उपरोधिक स्वरात उत्तर दिलं.[२१]

वेलेस्लीनं टिपूला दुसऱ्यांदा पत्र पाठवण्याचा योग येईपर्यंत कंपनीचा हैदराबादशी तह होऊन, तिथल्या फ्रेंच लष्कराची गच्छंती झालेली होती. आता गव्हर्नर जनरल साहेब आपल्या स्थानाबद्दल अधिक आत्मविश्वास बाळगून होते; त्यामुळे त्यांच्या पत्राचा सूरही तसाच बदलला होता. 'तुम्ही आणि कंपनीचे कट्टर वैरी असलेले फ्रेंच यांच्यामध्ये काय गूळपीठ जमलं आहे, याबद्दल आम्हाला तसूभरही गंध लागणार नाही असा तुमचा समज असेल, असं आम्हाला वाटत नाही. तसंच आपल्यामध्ये असलेले सलोख्याचे संबंध खराब करणारी एखादी कृती करून तुम्ही स्वतःच्या पायावर कुऱ्हाड मारून घेत आहात, याबद्दल आम्हाला किती आश्चर्य आणि दुःख वाटत आहे, हे मला तुमच्यापासून अधिक लपवावंसं वाटत नाही. जी मैत्री तुमच्या साम्राज्याचा पाया डळमळीत करू शकते, तुमच्या साम्राज्यामध्ये अराजक माजवू शकते, आणि तुम्ही मानत असलेल्या धर्माचा विनाश करू शकते, अशा मैत्रीत तुम्हाला का रस वाटावा, हे माझ्या समजुतीपलीकडे आहे!'[२२]

पण टिपू हुशार होता. वेलेस्ली आपल्याला शब्दाच्या जाळ्यात ओढू पाहत आहे, हे त्याला ठाऊक होतं. त्यामुळे त्यानं अगदी तटस्थपणे उत्तर दिलं : 'तुम्हाला माझ्याप्रती वाटणारी काळजी पाहून मी गहिवरून गेलो, आभारी आहे. सध्या मी मनःशांतीसाठी शिकारीवर जात आहे. काही दिवस तिथेच असेन. तुमची ख्यालीखुशाली कळवत राहा...'[२३]

वेलेस्ली आता आपल्या मोहिमेच्या आखणीवर शेवटचा हात फिरवण्यात मग्न होता. सदर मोहिमेसाठी लागणारं अर्थसाह्य तयार होतं; बंगालच्या मारवाडी सावकार व पेढीमालकांकडून मिळालेल्या मदतीद्वारे वेलेस्लीला मद्रास व बॉम्बेला रु. १० दशलक्ष पाठवता आले.[२४] कलकत्त्याच्या बाजारातून उचललेल्या या रकमेशिवाय युरोपमधून आलेल्या पैशाचीही खूप मदत झाली.[२५]

पुण्यामध्ये कंपनीचा रेसिडेन्ट असलेल्या विल्यम पामरला वेलेस्लीनं पत्र लिहून फर्मावलं, की त्यानं काहीही करून मराठ्यांना मैसूर दरबारशी सगळे संबंध तोडायला सांगा. त्यांना कॉर्नवॉलिसशी केलेल्या कराराचा मान राखून, टिपूच्या विरोधात कंपनीला साथ देण्यासाठी तयार करा. कालांतरानं, पेशव्यांनी जराशा अनिच्छेनेच, कंपनीला २५हजारचं सैन्य पाठवण्याची तयारी दर्शवली. अर्थात, प्रत्यक्षात मात्र पेशव्यांकडून झालेल्या दिरंगाईमुळे ते सैन्य वेळेवर पोहोचू शकलं

नाही.[२६] वेलेस्लीनं निजामालाही पत्र पाठवलं; त्यानं पाच महिन्यांपूर्वी कर्कपॅट्रिकशी केलेल्या कराराचा आदर राखून आपल्या इंग्रज सहकाऱ्यांच्या मदतीसाठी येण्याचं आवाहन केलं.

आक्रमक मुसलमान सत्ताधीशांची बदनामी करणं या इंग्रजांनी नव्यानं चालू केलेल्या उपक्रमाला वेलेस्लीनं टिपूच्या बाबतीतही जोर दिला. 'एक अतिशय क्रूर आणि निष्ठुर वैरी... जंगलातल्या प्राण्यांपेक्षाही रानटी स्वभावाचा... असहिष्णू धर्मांध... युरोपीयांबाबतीत पराकोटीचा आकस बाळगणारा... सतत जिहादच्या गप्पा करणारा... अत्याचारी व अन्यायी सत्ताधीश... रक्तपिपासू जुलूमशाह... विश्वासघातकी... जहालमतवादी...' अशा नानाविध प्रकारे वेलेस्ली टिपूची बदनामी करत सुटला.[२७]

दुसऱ्या बाजूला, त्यानं 'कोर्ट ऑफ डायरेक्टर्स'[ii]ला पत्र लिहून आश्वस्त केलं, की तो त्यांच्या जोरावर कोणतंही बढाईखोर साहस करत नाहीये : 'जरी मी तुम्हा सगळ्यांच्या लष्कराची मदत मागितली असली, तरी यामागे माझा हेतू केवळ शांतता राखणे, एवढाच आहे. विरोधाभास असा आहे, की सद्यपरिस्थितीत, शांतता राखण्यासाठी युद्धाची तयारी करून ठेवणं हा एकच उपाय आहे.'[२८]

अर्थात, या पत्राला काही अर्थ नव्हता. वेलेस्लीला शांतता राखण्यात मुळीच रस नव्हता; उलट कंपनीच्या खर्चानं फ्रेंच शक्तींविरुद्ध पूर्णतः अनावश्यक युद्ध पुकारण्यात त्याचा अहंकार सुखावत होता.

२५ डिसेंबर १७९८ रोजी लॉर्ड वेलेस्ली कलकत्त्याहून मद्रासला रवाना झाला. त्याच्या मते, दक्षिणेवरून मोहिमेची पाहणी करणं त्याला जास्त सोयीचं जाणार होतं. वर्षाच्या शेवटच्या दिवशी, वेलेस्ली मद्रासला पोहोचला. त्याचं स्वागत करायला मद्रासचा नवा राज्यपाल – एडवर्ड क्लाइव्ह – हजर होता. एडवर्ड हा रॉबर्ट क्लाइव्हचा मुलगा होता. रॉबर्ट क्लाइव्हच्या हुशारीमुळे पस्तीस वर्षांपूर्वी ईस्ट इंडिया कंपनीचं व्यापारी संस्थेपासून राजकीय व आर्थिक महासत्तेमध्ये रूपांतर सुरू झालं होतं. पण एडवर्डची बुद्धी यथातथा होती. त्यांच्या पहिल्या भेटीनंतर वेलेस्लीनं लिहिल्यानुसार : 'एडवर्ड क्लाइव्ह हा एक होतकरू, आज्ञाधारक आणि सभ्य तरुण आहे; पण त्याच्याकडे आपल्या पित्याची हुशारी, गुण, दृढनिश्चय वा करारीपणा यापैकी काही नाही. हा इथपर्यंत पोहोचला तरी कसा, देव जाणे!'[२९]

---

ii कंपनीचं संचालक मंडळ.

एडवर्ड क्लाइव्हमध्ये फारसा अर्थ नाही, हे समजल्यावर वेलेस्ली त्याच्याकडे दुर्लक्ष करू लागला. एडवर्डला सहभागी करून न घेता किंवा त्याच्याशी कुठला विचारविनिमय न करता वेलेस्ली आपल्या मोहिमेची आखणी करू लागला.

या टप्प्यापर्यंत, जनरल हॅरिसनं पाठवलेले अजस्त्र ओंडके आणि खाणकामाचं साहित्य वेल्लोरच्या किल्ल्यावर येऊन पोहोचलं होतं. म्हैसूरच्या अलीकडे अद्याप इंग्रजांच्या ताब्यात असलेला हा शेवटचा किल्ला होता. तिथं २हजार कंपनी शिपाई आर्थर वेलेस्लीच्या नेतृत्वाखाली १४०० हातबॉम्ब वापरणारे खास सैनिक आणि स्कॉटिश हायलॅण्डर्सचा एक जथ्था असे सगळेजण प्रशिक्षण घेण्यात व्यस्त होते. हॅरिस पुढच्या फर्मानाची वाट बघत थांबला होता.[३०]

टिपूकडे अतिशय उत्कृष्ट अशा हेरांचं जाळं होतं. त्यांच्याद्वारे त्याला आपल्या हद्दीबाहेर काय चाललं आहे, याची खडान् खडा माहिती मिळत होती. त्यानं आपल्या लेखनात हे नमूद केल्याचं आढळतं, की माझ्याविरोधात लष्करी कारवाया चालल्या असल्याच्या बातम्या येत आहेत.[३१] लॉर्ड वेलेस्ली आपल्या लष्करी योजनांची अंमलबजावणी करण्याची तयारी करत असताना, टिपू इतर हिंदुस्थानी स्वायत्त सत्ताधीशांना कंपनीच्या विरोधात त्याला साथ देण्यासाठी आवाहन करत होता. भूतकाळात आपल्यात जे काही वाद वा मतभेद झाले असतील, त्यांना विसरून टाकून सगळ्यांनी एकत्र येऊन या आंतरराष्ट्रीय धोक्याला सामोरं जावं असं तो त्यांना सांगत होता.

८ जानेवारी रोजी जेम्स कर्कपॅट्रिकनं हैदराबादवरून निरोप पाठवला, की टिपूनं निजामाची माफी मागून सहयोगासाठी हात पुढे केला होता. 'इंग्रजांना इथल्या सगळ्या मुसलमानांना हुसकावून लावून हिंदुस्थानवर स्वतःचा अंमल बसवायचा आहे,' असं सांगून आपल्याकडून पूर्वी ज्या काही चुका झाल्या असतील त्यांना माफ करून आपल्याशी हातमिळवणी करण्याची टिपूनं निजामाला विनंती केली होती.[३२] त्यानंतर दोन दिवसांनी वेलेस्लीच्या हेरखात्यानं पुण्याहून पाठवलेल्या गुप्त बातमीनुसार टिपूचे काही दूत मराठा दरबारामध्ये लष्करी मदत मागण्यासाठी गेले होते.[३३]

वेलेस्लीच्या हेरखात्यानं अशीही बातमी आणली होती, की टिपूनं अहमद शहा दुर्रानीचा नातू आणि अफगाणिस्तानचा सत्ताधीश असलेल्या झमन शहाशी सुद्धा संपर्क साधला होता. 'आपल्या मातीमध्ये आपली भ्रष्ट पाळंमुळं रुजवू पाहणाऱ्या काफिरांना हुसकावून लावण्यासाठी, आपण एकत्र येणं हे तुझ्यामाझ्यासारख्या धर्मनिष्ठ सत्ताधीशांचं कर्तव्य आहे. शहा आलमसारख्या आपल्या धर्माला इतकं कमकुवत बनवणाऱ्या बिनकण्याच्या बादशहाला पदच्युत करून, हिंदुस्थानात आपलं एकत्रित राज्य स्थापन कराव,' असा संदेश त्यानं दिला होता.[३४] मात्र

तोपर्यंत फार उशीर झालेला होता.

वेलेस्ली युद्धासाठी पूर्णपणे तयार होता आणि टिपूला स्वत:च्या रक्षणासाठी ज्या युती करायच्या होत्या, त्या करण्यासाठी त्याच्याकडे पुरेसा वेळ उरलेला नव्हता.[३५] खरंतर, मरणशय्येवर असताना, हैदर अलीनं टिपूला सल्ला दिला होता की कंपनीशी दोन हात करायचे असतील, तर इतर हिंदुस्थानी सत्ताधिशांशी जुळवून घेणं गरजेचं आहे. परंतु अहंकार आणि आत्मप्रौढीमध्ये गुंग झालेल्या टिपूनं तो सल्ला धुडकावून लावला होता. आता जेव्हा त्याला सहकार्याची नितांत गरज होती, तेव्हा तो पूर्णपणे एकटा पडला होता.

मनातल्या मनात टिपूला हे माहीत होतं की, तो एकटा पडला आहे : त्याच्या रोजनिशीमध्ये एका स्वप्नाची नोंद आहे, ज्यामध्ये त्यानं 'आपल्या मदतीला आलेल्या १०हजार फ्रेंच सैनिकांना बघितलं' तर दुसऱ्या (दिवा)स्वप्नात अशी नोंद आहे, की चेहऱ्याच्या जागी डुकराची मुंडकी असणाऱ्या इंग्रज ख्रिश्चन सैनिकांचं लष्कर त्याच्यावर चाल करून येत आहे.[३६] मात्र संकट कितीही मोठं असलं, तरी टिपू पराभव मानणाऱ्यातला नव्हता. उदाहरणार्थ, वेलेस्लीनं त्याच्या राज्यावर आक्रमण सुरू केल्याची वार्ता येऊन धडकल्यावर, टिपूनं असा शेरा मारल्याचं म्हटलं जातं की : 'शेळी म्हणून अनेक वर्षं जगण्यापेक्षा, सिंह म्हणून एक दिवस जगणं मला कधीही योग्य वाटेल. या काफिरांच्या हातचं बाहुलं बनून त्यांच्याकडचं निवृत्तिवेतन खात बसलेल्या लाचार राजा-नवाबांच्या पंगतीत बसण्यापेक्षा, मी वीरगती प्राप्त करणं कधीही श्रेयस्कर मानेन!'[३७]

३ फेब्रुवारी १७९९ रोजी जनरल हॅरिसला लवकरात लवकर लष्कर म्हैसूरमध्ये नेऊन श्रीरंगपट्टणमला वेढा घालण्याचे फर्मान दिले गेले. कुठून कसं जायचं, मोहीम कशी पुढे न्यायची, याबद्दल गव्हर्नर जनरलनं अगदी तपशीलवार आदेश पाठवले होते. काहीही झालं तरी आपलं लष्कर श्रीरंगपट्टणमच्या भिंतींबाहेर तैनात झाल्याशिवाय कोणत्याही वाटाघाटी सुरू करायच्या नाहीत, असा वेलेस्लीचा आग्रह होता.[३८]

१९ फेब्रुवारी रोजी कर्नल जेम्स डॅलरिम्पलच्या नेतृत्वाखाली हैदराबादमधल्या चार कंपनी पलटणी, हैदराबादच्या शिपायांच्या अजून चार पलटणी आणि १०हजार हैदराबादी घोडेस्वार हे जनरल हॅरिसच्या लष्कराला येऊन मिळाले. ५ मार्चला ३०हजार शेळ्या, भरपूर रसद आणि १लाख मालवाहू बैल अशा जामानिम्यासकट या दोन लष्करांनी म्हैसूरमध्ये प्रवेश केला.[३९] याशिवाय, त्यांच्याकडे अजून १लाख

अप्रशिक्षित माणसंही होती. वेलेस्लीच्या मते, यापूर्वी हिंदुस्थानच्या कोणत्याही युद्धामध्ये इतकं मोठं लष्कर सामील झालं नव्हतं. त्याला या गोष्टीचा खूप अभिमान होता. पण खरं सांगायचं, तर इतकं अवाढव्य लष्कर घेऊन प्रवास करणं म्हणजे तारेवरची कसरत होती. दिवसाला जेमतेम ५ मैलांचं अंतर पार करत, हा ताफा गोगलगायीच्या वेगानं पुढे सरकत होता! वाटेत आलेल्या गावांना लुटत ते पुढे सरकत होते.[४०]

१७९२मध्ये अर्ध साम्राज्य गमावलेल्या टिपूकडे कॉर्नवॉलिसच्या मोहिमेदरम्यान होती तेवढी साधनसंपत्ती उरलेली नव्हती. त्यामुळे त्यानं असा विचार केला, की आपल्याकडे जेवढे काही शिपाई-सैनिक आहेत त्यांना श्रीरंगपट्टणममध्ये एकत्र केलं जावं. तसं करून टिपूनं त्यांचे दोन गट पाडले. एका गटाला बॉम्बेवरून येणाऱ्या लहानशा इंग्रज पलटणीला कूर्गच्या डोंगरामध्ये अडवण्याची कामगिरी दिली; तर दुसऱ्या गटाला बेंगलूरजवळ हॅरिसच्या पलटणीशी सामना करण्याची कामगिरी सोपवली. या सगळ्या योजना आखून, टिपू श्रीरंगपट्टणमच्या किल्ल्यामध्ये शिरला आणि तिथली सुरक्षाव्यवस्था सबळ करायला घेतली.

टिपूकडे फक्त ३७ हजार चं सैन्य होतं; पण तरीही प्रतिस्पर्धी म्हणून तो कोणत्याही प्रकारे कमकुवत नव्हता. गेल्या तीन अॅन्ग्लो-इंडियन युद्धांमध्ये टिपूनं इंग्रजांना धूळ चारली होती, याचा विसर कुणालाच पडलेला नव्हता. विशेषत: सर डेव्हिड बैर्ड आणि त्यांचा चुलत भाऊ जेम्स डॅलरिम्पल यांनी १७८०च्या पोल्लिलूर युद्धानंतर टिपूकडे ४४ महिन्यांचा तुरुंगवास भोगला होता. त्यामुळे तो किती खमका शत्रू आहे, हे त्यांना चांगलंच माहिती होतं.[४१]

१४ मार्चपर्यंत हॅरिसच्या पलटणीनं बेंगलूर पार करून आजूबाजूला अनेक महत्त्वाच्या किल्ल्यांवर स्वत:ची सत्ता स्थापन केली होती. त्यानंतर तीन आठवड्यांनी ५ एप्रिल रोजी ती पलटण श्रीरंगपट्टणमकडे पोहोचली. ६ एप्रिलला आर्थर वेलेस्लीनं बाहेरच्या बाजूला तैनात असलेल्या शत्रूच्या लष्करावर हल्ला केला, पण त्याला यश आलं नाही. उलट १३ कंपनी शिपायांना टिपूच्या लष्करानं अटक करून त्यांचा छळ करून मारून टाकलं. ७ तारखेला वेढा घालण्याचं काम सुरू झालं.[४२]

आपल्या अंगभूत चिकाटी व हुशारीनं टिपूनं कंपनीचे शक्य तितके डावपेच हाणून पाडले. लवकरच दोन्ही बाजूंनी तोफा, बंदुकी, ग्रेपशॉट्स, हातबॉम्ब इत्यादींचा मारा सुरू झाला. १२० फ्रेंच माणसांना अटक केली गेली; त्यापैकी २० अधिकारी होते.[४३]

४५० माणसांनी बनलेली लहानशी फ्रेंच पलटण जिवापाड लढा देत होती. २२ एप्रिल रोजी ते बेटाच्या उत्तरेला असलेल्या इंग्रज छावणीजवळ हल्ला करण्यासाठी

गेले. त्यांच्यावर जबरदस्त गोळीबार झाला. काही खंदकांच्या अलीकडे ते मेले, तर काही त्याच्या जवळ.[४४]

टिपू शर्थीचा लढा देत होता. कित्येकदा असं वाटत होतं, की कंपनीला पुन्हा पराजय भोगावा लागतो की काय? एका इंग्रज अधिकाऱ्यानं नमूद केल्यानुसार 'कित्येकदा, रात्रीच्या वेळेला शत्रूकडची माणसं आमच्या माऱ्यानं मोडलेल्या भिंतींची डागडुजी करताना दिसत; दुसऱ्या सकाळी ते आमच्यावर नव्या जोमानं बंदुकी ताणून आम्हाला आश्चर्याचा धक्का देत! शत्रू अजिंक्य वाटू लागला होता; आमच्या माणसांचा धीर खचत चालला होता. अधिकाऱ्यांमध्ये एकमत होऊ लागलं, की इतक्या उत्कृष्टपणे संरक्षित केलेल्या या किल्ल्यावर ताबा मिळवण्यासाठी घनघोर रक्तपाताला पर्याय उरलेला नाही!'[४५]

वेलेस्लीकडे माणसं आणि अद्ययावत शस्त्रं दोन्ही मुबलक होतं. अजस्र मापं व शक्तीच्या तोफा वापरून वेलेस्लीला श्रीरंगपट्टणमच्या भिंती भेदायला फारसा वेळ लागला नाही. आपल्याकडच्या बंदुकींनी टिपूच्या पायदळाला गुडघे टेकायला लावणं तर वेलेस्लीसाठी हातचा मळ होता.[४६] एप्रिलच्या अंतापर्यंत, उत्तर आणि पश्चिम दिशांचं टिपूचं पायदळ पूर्णतः नेस्तनाबूत झालं. ३ मे रोजी हैदराबादच्या पलटणींनं श्रीरंगपट्टणमच्या सर्वांत कमकुवत बाजूने तोफगोळ्यांचा मारा सुरू केला. संध्याकाळपर्यंत तिथल्या भिंतीमध्ये भगदाड पडलं. हॅरिसनं दुसऱ्या दिवशी हल्ला करण्याचा मुहूर्त ठरवला.[४७]

त्या सकाळी टिपूनं आपली आन्हिकं उरकली आणि भिंतीला पडलेल्या भगदाडाची तपासणी करण्यासाठी गेला. त्यानंतर त्यानं आपल्याकडच्या ब्राह्मण ज्योतिषांचा सल्ला मागितला. त्या सगळ्यांनी टिपूला 'खूप वाईट सूचना मिळत आहेत,' असं सावध केलं. टिपूनं तातडीनिशी तीन हत्ती, दोन म्हशी, एक बैल आणि एक बकरी दान केले. याशिवाय, लोखंडाचं भांडं भरून तेलसुद्धा अर्पण केलं. टिपूनं त्या ब्राह्मणांना आपल्या साम्राज्याच्या भरभराटीसाठी मनोभावे प्रार्थना करण्याची विनंती केली; पण मनोमन त्याला ठाऊक होतं, की आपलं काही खरं नाही.[४८]

दुपारी १च्या सुमारास तळपत्या उन्हामुळे हैराण झाल्यामुळे टिपूचे सैनिक-शिपाई थोडावेळ आराम करायला गेले. संधी गवसताक्षणी, डेव्हिड बैर्डनं आपल्या ४ हजार माणसांना कावेरी नदीमध्ये घुसून समोरच्या किल्ल्याकडे कूच करायला फर्मावलं![४९] थोड्या वेळानं ती सगळी माणसं किल्ल्याकडे पोहोचली आणि किल्ल्याच्या भिंतींबाहेर असलेल्या उतरणीवरून वर चढण्याचा प्रयत्न करू लागली. चकित झालेले टिपूचे सैनिक कसंबसं त्यांना रोखण्याचा प्रयत्न करू लागले; पण फारसा उपयोग झाला नाही.

टिपूकडे या आकस्मिक हल्ल्याची बातमी पोहोचली तेव्हा तो जेवायला बसला होता. त्यानं आपलं जेवण मध्येच सोडलं आणि तो तडक आपल्या घोड्यावर स्वार होऊन, त्याच्या 'लायन ऑफ गॉड'या शूर पलटणीमधले काही अंगरक्षक सोबत घेऊन, घटनास्थळी पोहोचला. पण टिपूला यायला उशीर झाला होता. कंपनी लष्कर किल्ला सर करून आत आलेलं होतं. टिपूकडे आता लढण्याशिवाय कोणता पर्याय उरला नाही. कंपनी लष्कराचे तांडेच्या तांडे त्याच्यावर आदळत होते; पण तो लढत राहिला. टिपूला दोन गोळ्या लागल्या; डाव्या खांद्याला एक गोळी घासून गेली... पण तरीही तो लढत राहिला. त्याच्या एका अंगरक्षकानं जेव्हा टिपूला मागे सरण्याची विनंती केली, तेव्हा त्यानं उत्तर दिलं : 'वेडा झाला आहेस का? काहीतरी काय बोलतो आहेस? गप्प बस आणि मला लढू दे!'

अखेर बराच वेळ लढा देऊन, टिपू किल्ल्याच्या तटबंदी आणि पाण्याकडे उघडणाऱ्या दरवाज्याच्या मध्ये असलेल्या स्थानी येऊन लढा देऊ लागला.[५०] त्याचे इतके कट्टर शत्रू असलेल्या इंग्रजांनीही टिपूच्या या 'अत्यंत शूर कृतीचं' मनापासून कौतुक केलं. इंग्रज सैनिकांचा एक मोठा जथ्था दरवाज्यामधून आत शिरला; समोर उभ्या राहिलेल्या माणसाच्या कंबरेला लावलेलं सोन्याचं बक्कल ओढून काढण्यासाठी एका सैनिकाने हात घातला; टिपूनं त्याच्यावर चपळाईने तलवारीचा वार केला. टिपूचा तो वार अखेरचा ठरला! त्यानंतर अवघ्या काही सेकंदांनी, दुसऱ्या सैनिकानं टिपूच्या मस्तकात गोळ्यांची फैर झाडली. बत्तीस वर्षांच्या कालावधीत इंग्रजांशी चार मोठी युद्ध केलेला हा वीर योद्धा, अखेर आपली तलवार हातात धरूनच, आपल्या माणसांच्या मृतदेहांवर जाऊन कोसळला![५१]

पुढच्या काही तासांमध्ये कंपनीनं त्या शहरावर ताबा मिळवला. सूर्यास्त झाल्यानंतर टिपूच्या दरबारातल्या राजा खान नावाच्या माणसानं डेव्हिड बैर्डला टिपूच्या मृतदेहाची पाहणी करण्यासाठी नेलं. एका प्रत्यक्षदर्शी साक्षीदारानं नमूद केल्यानुसार, 'ते दृश्य फार भयंकर होतं. सर्वत्र अंधार पसरलेला होता... जिकडे तिकडे मृतदेह पडलेले होते...' त्यांना चक्क एकेक मृतदेह उलटसुलट करून चेहऱ्यासमोर दिवा धरून, नेमका टिपूचा मृतदेह कोणता याची ओळख पटवावी लागली. अखेर बैर्डला टिपूचा देह सापडला; बैर्डला ज्या ठिकाणी कैद करून ठेवलं होतं, तिथपासून जेमतेम ९०० फुटांवर टिपूचा मृतदेह पडलेला होता.[५२]

टिपू सुलतानच्या मृतदेहावर एकही दागिना उरलेला नव्हता. मृत आणि जखमी माणसांच्या ढिगाऱ्याखाली त्याचा देह पडलेला सापडला, तेव्हा त्याचे डोळे उघडे होते आणि शरीर उष्ण लागत होतं. त्याच्या शरीराची उष्णता पाहून काही क्षण बैर्डला प्रश्न पडला, की टिपू अजून जिवंत तर नाही? त्यानं जरासं

बिचकत टिपूची नाडी तपासली आणि मग तो मृत झाला असल्याचं घोषित केलं. बैर्डनं नमूद केल्यानुसार, 'टिपूचा चेहरा अगदी शांत आणि अविचल होता. त्याच्या चेहऱ्यावर अजिबात भीती किंवा इतर कोणते नकारात्मक भाव नव्हते.'[५३] दुसऱ्या एका माणसानं नमूद केल्यानुसार, 'टिपूच्या अंगावर पांढऱ्या रंगाची उंची वस्त्रं होती; खाली रेशमी फुलांची सजावट असलेली विजार होती. कंबरेला लाल-हिरव्या पट्ट्यानं बांधलेला बटवा होता. बटव्याचा पट्टा एका बाजूनं त्याच्या खांद्यावर अडकवलेला होता. टिपूच्या डोक्यावरची पगडी गायब होती[iii]; अंगावर एकही दागिना नव्हता; पण हातावर एक ताईत बांधलेला दिसत होता.' टिपूचा मृतदेह पालखीमध्ये ठेवून महालाकडे नेला गेला. तिथं बंदिवान असलेल्या त्याच्या कुटुंबीयांद्वारे औपचारिकरीत्या मृतदेहाची ओळख सिद्ध केली गेली.[५४]

कंपनी आणि हैदराबाद लष्करांच्या तुलनेत टिपूच्या लष्कराचं खूप मोठं नुकसान झालं होतं. कंपनी आणि हैदराबादनं जेमतेम ३५० माणसं गमावली होती, तर टिपूच्या लष्करातली १०हजार माणसं मृत्युमुखी पडली होती. एका इंग्रज बघ्यानं नमूद केल्यानुसार, 'चहूबाजूला विखरून पडलेली रक्ताळलेली, वेडीवाकडी कापून काढलेली प्रेतं पाहून, माझे तर शब्दच खुंटले! काय म्हणावं हिंसा आणि मृत्यूच्या या तांडवाला? किती केलं तरी ती भयावह दृश्यं माझ्या डोळ्यांसमोरून जाईना!'[५५] पण खरं सांगायचं तर ती तर भयावहतेची सुरुवात होती!

त्या रात्री सुमारे एक लाख जनसंख्या असलेल्या श्रीरंगापट्टणममध्ये लूटमार, कत्तल आणि बलात्काराचा कळस गाठला गेला! आर्थर वेलेस्लीनं नंतर आपल्या आईला सांगितल्यानुसार, 'श्रीरंगपट्टणममध्ये एकही घर असं उरलं नाही, जिथं लूटमार केली गेली नाही. नुकतंच माझ्या कानावर आलं आहे, की त्या लुबाडणुकीदरम्यान लुटली गेलेली अमौलिक रत्नं, सोनं-चांदी इत्यादी आता आमच्या सैनिक, शिपाई व कर्मचाऱ्यांमार्फत पुन्हा बाजारात विक्रीसाठी पोहोचलेली आहेत.

---

iii काही दुय्यम सूत्रांच्या मते, टिपूच्या शवाचा शोध आर्थर वेलेस्लीनं घेतला होता. परंतु ते खरं नाही. टिपूचं शव बैर्डनेच शोधून काढलं होतं. 'मॉन्टगोमेरी मार्टिन (एड.), द डेस्पॅचेस, मिनिट्स, ॲण्ड कॉरस्पॉन्डन्स ऑफ मार्केस वेलेस्ली, व्हॉ. १, पी.पी. ६८७-९'मध्ये बैर्डनं जनरल हॅरिसशी केलेला पत्रव्यवहार सापडतो, ज्यामध्ये त्यानं ही घटना स्पष्ट नमूद केलेली आहे. सदर प्रसंगामध्ये आर्थर वेलेस्लीच्या भूमिकेबद्दल काही इतिहासकारांनी निरनिराळ्या कारणांनी अवाजवी दावे केलेले आहेत. कदाचित, नंतरच्या आयुष्यात आर्थर वेलेस्लीला मिळालेले यश आणि कीर्तीमुळे त्यांनी तसं केलं असावं. पण सत्य हेच आहे, की टिपूचा पराभव हा बैर्ड आणि हॅरिसचं यश होतं.

मी ५ तारखेला इथं पदभार स्वीकारला आणि दिवसभर चाबकाचे फटके मारून फाशीच्या शिक्षा सुनावून परिस्थिती कशीबशी नियंत्रणाखाली आणली...'[५६]

त्या दिवशी दुपारी ४.३० वाजता टिपू सुलतानची अंत्ययात्रा काढली गेली. श्रीरंगपट्टणमच्या रस्त्यांवर दुतर्फा माणसं उभी राहून आपल्या सुलतानाला मूक अश्रू ढाळत श्रद्धांजली देत होती. अर्थात, ही माणसं कंपनी लष्कराच्या अत्याचारांमधून कशीबशी बचावली होती. टिपूचा मृतदेह जवळ आला तसा लोकांचा बांध फुटू लागला. कित्येकांनी छाती बडवत टिपूच्या देहावर झडप घातली![५७] अखेर शहराच्या सगळ्या मोठ्या रस्त्यांवरून फिरत ती मिरवणूक बऱ्याच वेळाने, लाल बागेमधील हैदर अलीच्या थडग्याजवळ येऊन पोहोचली. टिपूला आपल्या वडिलांशेजारी दफन करण्यात आलं. त्याच्या अनुयायांनी टिपूच्या पदाला मानवंदना म्हणून त्याला 'शहीद' घोषित करून, त्या पदाला साजेसा निरोप दिला.[५८] टिपू एक जुलमी राज्यकर्ता असल्याच्या अपप्रचाराच्या भडीमाराखाली असलेल्या इंग्रज सैनिक शिपायांना, जनतेचं आपल्या मृत सुलतानावर असलेलं प्रेम बघून फार आश्चर्य वाटलं! हिंदू असो वा मुसलमान – टिपूबद्दल सगळ्यांनाच कमालीची आस्था दिसत होती. तसंच त्यांना टिपूनं उभारलेलं सुंदर, उद्योगी शहर आणि त्यातले संपन्न व संतुष्ट रहिवासी पाहूनही खूप आश्चर्य वाटलं होतं. इंग्रजांनी कैदेत टाकलेल्या टिपूच्या अनेक हिंदू सेवकांनी त्याचं भरभरून केलेलं कौतुक पाहून इंग्रज सैनिक-शिपाई बावचळून गेले होते![५९]

दुसऱ्या बाजूला टिपू व श्रीरंगपट्टणममधून मिळालेल्या धनसंपत्तीची मोजणी करण्याचं काम असलेल्या 'प्राइझ कमिटी'ला, टिपूकडचं अफाट वैभव बघून घेरी यायची वेळ आली! 'आजतागायत आम्ही असंख्य तिजोऱ्या बघितल्या... लुटल्या...पण टिपूकडे असलेली अमौलिक रत्नं, सोनं, चांदी, उंची कापडाचे तागे, शोभेच्या नानाविध वस्तू यांची लयलूट पाहून आमचे डोळे विस्फारले!'[६०]

टिपूकडून इंग्रजांना एकूण सुमारे २ दशलक्ष पौंड[iv] किमतीच्या सोन्याच्या थाळ्या, दागिने, पालख्या, हत्यारं, शस्त्रं, रेशमी कापडं, शाली आणि इतर अनेक वस्तू गवसल्या.[६१] मात्र या सगळ्यापेक्षाही अधिक अशी जी उत्कृष्ट वस्तू मिळाली ती होती – टिपूचं सोन्याचं सिंहासन! वाघाच्या पाठीवर बसवलेल्या अंबारीप्रमाणे रचना असलेलं ते सिंहासन पूर्णपणे सोन्यानं बनवलेलं होतं. या सिंहासनात काळ्या लाकडाच्या साच्यावर चांदीच्या खिळ्यांनी बसवलेला शुद्ध सोन्याचा पत्रा होता. त्यावर नानाविध अमौलिक रत्नं जडवली होती. विशेष म्हणजे, कलाकुसरीचा उत्तम नमुना ठरेल, अशा प्रकारे त्या सिंहासनावर वाघाचे पट्टे कोरलेले होते![६२]

---

iv आजच्या काळात २०० दशलक्ष पौंड.

इतकी बहुमोल वस्तू नेमकी द्यावी कुणाला, याचा निर्णय न करता आल्यामुळे अखेर 'प्राइझ कमिटी'नं त्या सिंहासनाचे तुकडे केले! अठराव्या शतकातील हिंदुस्थानी कारागिरीचा एक दुर्मिळ नमुना अशा प्रकारे नष्ट केला गेला! आर्थर वेलेस्लीला जेव्हा 'प्राइझ कमिटी'नं केलेल्या मूर्खपणाबद्दल समजलं तेव्हा त्याला अतिशय दुःख झालं. त्यानं कंपनी संचालकांना पत्र लिहून म्हटलं : 'ते सिंहासन इंग्लंडला पाठवताना मला अतिशय आनंद आणि गर्व वाटला असता; पण हाय रे कर्मा! आपल्या लष्करातल्या अविवेकी उत्साही लोकांनी, टिपूच्या आत्मप्रौढीचं द्योतक असलेलं ते सिंहासन तोडून टाकताना जराही विचार केला नाही! अशी काही गोष्ट अस्तित्वात आहे, हे मला जरा आधी समजलं असतं तर मी असं कधीच होऊन दिलं नसतं.'[६३]

श्रीरंगपट्टणमची लूट इतकी कुख्यात ठरली, की भविष्यात विल्की कॉलिन्स नावाच्या लेखकानं त्याचा आधार घेऊन 'मूनस्टोन' नावाची रहस्यकथा लिहिली. सदर कथेची सुरुवात एका घटनेनं होते. जॉन हर्नकासल या माणसाला पूर्वीच्या काळी, चंद्राप्रमाणे दिसणाऱ्या चार-हाती देवाच्या कपाळावर असलेला दुर्मिळ 'यलो डायमण्ड' (पिवळा हिरा) सापडतो. 'मूनस्टोन' म्हणून प्रसिद्ध असलेला तो हिरा हिसकावून घेण्यासाठी, जॉनला त्या हिऱ्याच्या तीन पहारेकऱ्यांची हत्या करावी लागते. मृत्यूसमयी, तिसरा पहारेकरी जॉनला सांगतो, की त्यानं हिरा घेऊन खूप मोठी चूक केलेली आहे. 'तो एक शापित हिरा आहे आणि त्याचा शाप तुझा व तुझ्या कुटुंबाचा नायनाट करेल!' त्या पहारेकऱ्याचं भाकित कालांतराने खरं ठरू लागतं. जी कुणी व्यक्ती 'मूनस्टोन'ला आपल्या ताब्यात घेते, तिच्यावर एका मागोमाग एक संकटं कोसळत जातात. अखेर, मूनस्टोनचं रक्षण करण्याची दैवी जबाबदारी लेवून आलेले काही हिंदू रक्षणकर्ते पुन्हा त्याला आपल्या ताब्यात घेतात– दुर्दैवानं श्रीरंगपट्टणमच्या खजिन्याबाबत शेवटची बाब अद्याप खरी ठरायची बाकी आहे.[६४]

टिपूच्या खजिन्यातील अनेक उत्कृष्ट वस्तू रॉबर्ट क्लाइव्हच्या घरात जाऊन पोहोचल्या! झालं असं, की क्लाइव्हचा मुलगा एडवर्ड याची बायको हेनरियेट्टा पुढच्या वर्षी आपल्या नवऱ्यासोबत दक्षिण हिंदुस्थानचं पर्यटन करण्यासाठी येऊन पोहोचली. नुकताच मद्रासचा राज्यपाल बनलेल्या कंटाळवाण्या एडवर्डसोबत राहून हेनरियेट्टाला फार कंटाळा आला होता. एके दिवशी त्याला आपल्या कामाच्या ठिकाणी एकटं सोडून, हेनरियेट्टाने म्हैसूरला फिरायला जायचा निर्णय घेतला. म्हैसूरच्या एका लष्करी छावणीमध्ये गेल्यावर, हेनरियेट्टानं बघितलं की तिथले अनेक सैनिक, शिपाई व कर्मचारी आपल्याकडच्या वस्तू विकून रोख पैसा गोळा करत होते. खरेदी करण्याची संधी मिळाल्यावर हेनरियेट्टा खूश झाली आणि

अतिशय कमी किमतीमध्ये तिनं आपल्यासोबत इंडो-इस्लामिक शैलीची असंख्य चित्रं इंग्लंडला परत नेली. हेनरियेट्टा 'काउन्टेस ऑफ पोविस' असल्याकारणानं ही सगळी चित्रं पोविसला येऊन पोहोचली. चाळीस वर्षांपूर्वी सिराज उद्दौलाच्या मुर्शिदाबादमधल्या महालातून लुटलेल्या अमौलिक वस्तूंना आता या चित्रांची जोड मिळाली. आजतागायत त्या सगळ्या वस्तू पोविसमध्येच आहेत.

टिपूच्या मृत्यूनंतर झालेल्या राजकीय समझोत्यानुसार टिपूच्या मुलांना वेल्लोरच्या किल्ल्यामध्ये हद्दपार करून, टिपूच्या अधिपत्याखाली असलेल्या सगळ्यात चांगल्या जमिनी इंग्रज व हैदराबाद निजामांनी आपसांत वाटून घेतल्या. हैदर आणि टिपूनं ज्या वडियार घराण्याकडून म्हैसूरची धुरा हिसकावून घेतली होती, त्यांच्या हाती पुन्हा सत्ता देण्यात आली. वडियार घराण्यातला एक ५ वर्षांचा मुलगा अत्यंत दयनीय परिस्थितीत गोठ्यामध्ये राहत असलेला सापडला.[६५] इंग्रजांनी लहानसा समारंभ करून त्याला म्हैसूरचा राजा घोषित केला आणि त्याच्यावर अंमल ठेवण्यासाठी (किंबहुना, त्याच्या वतीनं राज्य चालविण्यासाठी) म्हैसूर दरबारी आपला एक रेसिडेन्ट नेमला. कालांतरानं, वडियार घराण्यानं श्रीरंगपट्टणम सोडून पुन्हा म्हैसूर शहरामध्ये आपला तळ हलवून, म्हैसूरला आपल्या राज्याची राजधानी घोषित केली. श्रीरंगपट्टणम उद्ध्वस्त झालं, ते कायमचंच!

पूर्वी जिथं टिपूचा महाल होता, त्या ठिकाणी आज एक लहानसं खेडं वसलेलं आहे. विरोधाभास असा, की फ्रेंच लोकांनी बांधलेल्या उत्तम तटबंदी व बुरूज सोडल्यास, टिपूच्या साम्राज्यातली आजही टिकून राहिलेली एकमेव मोठी इमारत म्हणजे हिंदू देवता श्रीरंगनाथ यांचं मंदिर! टिपूनं आपल्या राजधानीचं नाव ज्या देवावरून ठेवलं होतं, आणि ज्याच्या मंदिराला त्यानं लाखमोलाच्या देणग्या दिल्या होत्या, ते मंदिर इतकी शतकं असंख्य आघात सहन करूनही ठाम उभं आहे. सदर मंदिरावर चितारलेली विजयनगरी शैलीतली चित्रंही अजून शाबूत आहेत. इंग्रजांनी ज्याला सतत असहिष्णू धर्मांध म्हणून हिणवलं, त्याच्या राज्यात हिंदुत्वाचं हे पुरातन प्रतीक आजतागायत शाबूत आहे, ही बाब बरंच काही सांगून जाते.

एकेकाळची टिपूची राजधानी आज गाय-बकऱ्यांना चरण्यासाठीचं माळरान झाली आहे. हिंदुस्थानात इंग्रज सत्तेला सर्वाधिक विरोध करणाऱ्या म्हैसूरच्या वाघाचा' एकेकाळचा रुबाब सांगणारं सगळं वैभव आज लुप्त झालेलं आहे!

'लेडीज अॅण्ड जन्टलमन, आज मी हिंदुस्थानच्या मृतदेहावर ओवाळून टाकलेला

प्याला पीत आहे!'[६६]

टिपू सुलतानच्या मृत्यूची वार्ता मिळाल्यावर अत्यानंदित झालेल्या लॉर्ड वेलेस्लीनं वाइनचा प्याला उंचावून घोषित केलं!

दोन वर्षांपेक्षा कमी कालावधीत वेलेस्लीनं, तोपर्यंत अशक्यप्राय वाटलेल्या दोन गोष्टी साध्य करून दाखवल्या होत्या. हिंदुस्थानातील सगळ्यांत मोठ्या फ्रेंच सैन्याला नेस्तनाबूत करून, त्यानं तिथल्या दुसऱ्या मोठ्या लष्कराचाही धुव्वा उडवला होता. आता हिंदुस्थानच्या पूर्ण द्वीपकल्पावर इंग्रजांची सत्ता स्थापन करण्यासाठी त्याला केवळ फ्रेंच-प्रशिक्षित मराठ्यांना पराभूत करण्याची गरज होती. लवकरच संघर्ष अटळ होता.

अजूनही मराठ्यांकडे पश्चिम, मध्य आणि दक्षिण हिंदुस्थानातल्या बऱ्याच मोठ्या प्रांतांचा ताबा होता. किंबहुना मराठ्यांकडे जेवढा प्रदेश होता, तेवढा कंपनीकडेही नव्हता. मराठा सरदार व राज्यकर्त्यांनी एकत्र येऊन इंग्रजांना लढा देण्याचा निर्णय घेतला असता, तर कदाचित कंपनीला नाक मुठीत धरून त्यांना शरण जावं लागलं असतं. पण दुर्दैवानं, त्यांची आपसांतली तेढ कमी होण्यापेक्षा वाढत गेली आणि चाणाक्ष वेलेस्लीनं या संधीचं पुरेपूर सोनं केलं!

१३ मार्च १८०० रोजी 'मराठा मॅकियावेली' म्हणून प्रसिद्ध असलेल्या धूर्त आणि मुत्सद्दी नाना फडणवीसांचा मृत्यू झाल्यावर, मराठा संघराज्याच्या उरल्यासुरल्या एकात्मतेचं शेवटचं पर्व सुरू झालं.[६७] पंचवीस वर्षं मराठ्यांच्या बाजूनं उत्कृष्ट प्रशासन केलेल्या नानांना फार पूर्वी हे लक्षात आलं होतं, की आज न उद्या ईस्ट इंडिया कंपनी हिंदुस्थानातील असंख्य स्वायत्त सत्ताधिशांच्या स्वातंत्र्यासाठी धोकादायक ठरणार. हिंदुस्थानवर अशी गत होऊ नये, म्हणून त्यांनी १७८०मध्ये पहिली तिहेरी युती जुळवून आणली होती. मराठा संघराज्याचे निरनिराळे पैलू एकत्र ठेवण्यासाठीही नानांनी अपार कष्ट घेतले होते. मराठ्यांच्या दुर्दैवाने, १७६१मध्ये मराठ्यांना भोगाव्या लागलेल्या नामुष्कीनंतर त्यांना सावरण्यासाठी आलेले नाना फडणवीस हे एकमेवाद्वितीयम होते! तसंच त्यांच्या मृत्यूआधीच्या पाच वर्षांमध्ये – म्हणजेच, १७९५ ते १८०० या कालावधीत – पेशवे, शिंदे आणि होळकर या तिन्ही घराण्यांनी अनुभवी ज्येष्ठ मंडळी गमावली होती. पुण्यातील इंग्रज रेसिडेन्ट असलेल्या विल्यम पामरनं नमूद केल्यानुसार- 'नाना फडणविसांसारख्या मुत्सुद्दी राजकारणी आणि धोरणी पंतप्रधानांच्या मृत्यूनंतर, मराठा सरकारमधील सामंजस्य आणि संयम या दोन्हींचा अंत झाला आहे!'[६८]

परिणामी, वेलेस्लीला आता फारसं काही करण्याची गरज नव्हती. मराठा संघराज्याची छकलं होत असताना, तो कलकत्त्यामध्ये आरामात बसून उलगडत जाणाऱ्या घटनांचा आनंद लुटू लागला.

नानांच्या पश्चात आणि त्यांच्या घराण्यातील ज्येष्ठांच्या मृत्यूमुळे मराठा संघराज्याचे उत्तराधिकारी ठरलेले तीन तडफदार, पण अननुभवी युवक एकमेकांशी आडमुठेपणा करू लागले. दुसरे बाजीराव पेशवे, शिंदे घराण्यातील दौलतराव, आणि होळकर घराण्यातील यशवंतराव, हे तिघे एकत्र येण्याऐवजी एकमेकांविरुद्ध कट-कारस्थानं करू लागले. वेलेस्लीचं आपल्या कंपनीचं उत्तमरीत्या प्रशिक्षित, आर्थिकरीत्या सबळ, आणि आक्रमकरीत्या कार्यक्षम असं लष्कर हिंदुस्थानच्या निरनिराळ्या प्रदेशांमध्ये कार्यरत झालं होतं. त्याचवेळी मराठा साम्राज्य मात्र अंतर्गत बंडाळीच्या दलदलीत रुतत चाललं होतं. त्यांना एकत्र येण्यावाचून गत्यंतर नव्हतं; आणि नेमकं तेच होत नव्हतं! आत्मप्रौढी आणि दुराभिमानाच्या गर्तेत अडकत चाललेल्या तरुण मराठा नेतृत्वाला, स्वतःचं अस्तित्व राखण्यासाठी एकत्र येण्याची किती गरज आहे, हे लक्षातच येत नव्हतं.[६९]

उत्तर हिंदुस्थानचा राजकीय पटल, शिंदे व होळकर यांच्या पिढीजात चालत आलेल्या वैराने रंगलेला होता. काळाच्या ओघात प्रत्येक पिढीबरोबर हे वैर कमी होत जाण्याऐवजी अधिकाधिक कटू आणि हिंसक बनत गेलं होतं. १७९४ मध्ये महादजी शिंदेंचा मृत्यू झाला, तेव्हा त्याचा उत्तराधिकारी दौलतराव केवळ १५ वर्षांचा होता. त्याच्याकडे बेनॉई द बॉइननं प्रशिक्षण दिलेलं उत्कृष्ट लष्कर होतं, पण त्याचा सुयोग्य वापर कसा करावा याचं ज्ञान नव्हतं. मराठा राजकारण व राजकारण्यांवर अनेक वर्षं बारकाईनं लक्ष देत असलेल्या जनरल पामरला महादजी शिंदेंबद्दल निरतिशय आदर होता; पण त्याच्या उत्तराधिकाऱ्याबद्दल मात्र पामरचं मत फारसं अनुकूल नव्हतं :

> 'दौलतराव फार उधळ्या वृत्तीचा तरुण दिसतो. वागण्याबोलण्याची सभ्यता आणि तत्त्वनिष्ठता, या दोहोंचा त्याच्याकडे अभाव दिसतो. एकीकडे दौलतरावचं लष्कर उगाच अवाढव्य मोठं करून ठेवलेलं आहे आणि दुसरीकडे त्याची तिजोरी झपाट्यानं रिकामी होत चालली आहे. आजमितीला, दौलतराव आपल्या लष्कराला रु. १० दशलक्ष देणं लागतो. अर्थात, गादीवर बसल्यापासून त्याच्या नेतृत्वाखाली केल्या गेलेल्या निर्लज्ज जुलूम आणि लूटमारीद्वारे त्यापैकी अर्धी रक्कम त्याच्या तिजोरीत आहे, पण ती सैनिक-शिपायांपर्यंत कधी पोहोचेल, माहीत नाही. दौलतरावच्या युरोपीय अधिकारी आणि सैनिकांच्या निष्ठेमुळे अजून तरी त्याला मसनदीवरून ओढून काढलेलं नाही; पण माझ्या मते, तेसुद्धा दौलतरावला अधिक काळ वाचवू शकणार नाहीत. त्याला स्वतःचं हित कशात आहे, याची काडीमात्र समज नाही. राज्यकारभार कसा करतात, याचा त्याला गंध

> नाही. याशिवाय, दौलत रावला ना एखाद्याच्या अनुभवाबद्दल आदर असतो आणि ना कुणाच्या निष्ठेबद्दल कौतुक. स्वार्थी कर्मचारी त्याच्या या अनेक दुर्गुणांचा गैरफायदा घेऊन स्वत:ची पोळी भाजून घेत आहेत, पण त्यामुळे राज्य व जनतेचं अपरिमित नुकसान होत आहे.'[७०]

भरीस भर, नवीन दुसरे बाजीराव पेशवे हेही तितकेच लहान, अपरिपक्व, आणि अननुभवी होते. पामरने नमूद केल्यानुसार- 'दौलतराव आणि बाजीराव दोघे एका माळेचे मणी आहेत. बाजीरावला दौलतरावप्रमाणे नाठाळपणा करायचा आहे. वैयक्तिकरीत्या तो शिंदेंपेक्षा छटाकभर बरा आहे; पण एकूण या दोघा उधळलेल्या तरुणांना सांभाळताना माझ्या नाकीनऊ आले आहेत. त्यांना स्वत:चं हित कशात आहे हे समजत नाही, त्यांना दुसऱ्याच्या हक्कांची कदर नाही.'[७१]

२१ वर्षांचा बाजीराव हा लहान चणीचा, जरासा घाबरट तरुण होता. त्याच्या हातात राज्याची धुरा आल्यावर आपल्या सत्तेचा पाया असलेल्या अनेक गटांना एकत्र ठेवणं त्याला अशक्य जाऊ लागलं. त्यात बाजीराव आणि दौलतराव दोघांचंही, 'एक-डोळा असलेल्या इंदूरच्या हरामखोराबरोबर' (यशवंतरावबरोबर) असलेले संबंध बिघडतच चालले होते.

खरंतर, परंपरेनुसार, पेशव्यांचं काम होतं निरनिराळ्या मराठा योद्ध्यांना एकत्र बांधून मराठा शक्ती अजिंक्य ठेवणं. पण बाजीरावनं मात्र, विशेष कारण नसताना, होळकरांशी आधीच असलेल्या नाजूक संबंधांमध्ये नव्याने ठिणगी टाकली. यशवंतरावांचा मोठा भाऊ विठोजी याला पेशव्यांच्या सैनिकांनी अटक करून बाजीरावसमोर आणल्यावर, बाजीरावानं मुत्सद्दीपणे निर्णय घेण्याऐवजी विठोजीला साखळदंडाने बांधून आसुडाचे २०० फटके मारण्याचं फर्मान सोडलं. विठोजीला होणाऱ्या यातना पाहून खूश झालेल्या बाजीरावाला अजून चेव चढला. त्यानं विठोजीला हत्तीच्या पायाला बांधून सर्वत्र फरपटत नेण्याचा हुकूम दिला. त्यानुसार, विठोजीला हत्तीच्या पायाला बांधून पेशव्यांच्या महालामध्ये सर्वत्र फिरवलं गेलं. अतिशय यातनामय मृत्यू ओढवलेल्या विठोजीची दयनीय स्थिती पाहून, बाजीराव आपल्या महालाच्या गच्चीवर उभा राहून फिदीफिदी हसत बसला होता![७२] त्यानंतर काही काळातच, बाजीरावनं नाना फडणविसांच्या खास मर्जीत असलेल्या काही मंडळींना महालात बोलावून, त्यांच्यावर कट रचल्याचे आरोप लावून त्यांना कैदेत डांबून टाकलं.[७३]

यशवंतराव हा तुकोजी होळकरांच्या एका नायकिणीशी असलेल्या अनैतिक संबंधांतून जन्मलेला मुलगा होता. तुकोजीच्या औरस संततीकडे राज्याची धुरा सोपवली गेल्यानंतर यशवंतरावांनी बंड पुकारलं. आपल्यासारख्याच वाळीत टाकलेल्या

बंडखोरांची टोळी सोबत घेऊन, ते इंदूरच्या हद्दीबाहेरील प्रदेशामध्ये भटकत बसले. विठोजीचा मृत्यू झाल्यावर जेजुरीमधील कुलदैवताचा आशीर्वाद घेऊन आणि आपल्या जिगरबाज नेता असल्याच्या प्रतिमेचा पुरेपूर वापर करत, २०० भिल्ल पोरांना हाताशी धरून यशवंतरावांनी आपल्या भावाच्या महेश्वर येथील किल्ल्यामध्ये घुसखोरी केली आणि स्वत:ला त्याचा उत्तराधिकारी घोषित करून टाकलं.

त्यानंतर ३१ मे रोजी, यशवंतराव होळकरांनी आपल्या भावाच्या खुन्यांचा बदला घेण्याचा निर्णय घेतला. आधी त्यानं शिंदेंकडे आपला मोर्चा वळवला. शिंदेंचेच महाल व किल्ले उद्‌ध्वस्त करून, त्यांच्या हाताखालचे प्रदेश लुटून टाकण्याचा यशवंतरावाचा मानस होता. १८०१चं वर्ष या दोन प्रतिस्पर्ध्यांनी एकमेकांना शह-काटशह देत काढलं. मध्य हिंदुस्थानातील उज्जैन आणि बऱ्हाणपूरमध्ये आपापली लष्करं नाचवत त्यांनी १८०१चं वर्ष पार केलं. अर्थात, अखेर या चकमकींचा कुणालाच फायदा झाला नाही. उलट, दोघांच्या माणसांचं आणि साधनसंपत्तीचं बरंच नुकसान झालं. मुन्ना लाल या लेखकानं नमूद केल्यानुसार- 'दख्खनमधल्या अनेक ज्येष्ठ मंडळींनी होळकर व शिंदेंना समजवण्याचा खूप प्रयत्न केला, की मराठ्यांमध्ये अशी तेढ माजणं हे सगळ्यांसाठीच नामुष्कीची गोष्ट आहे. एकसंघ होऊन मोठ्या शत्रूशी लढण्याऐवजी आपण आपसांत भांडत बसलो तर सगळ्यांचं नुकसान अटळ आहे. पण त्यावेळी, दोघेही काही ऐकून घेण्याच्या मन:स्थितीत नव्हते. जुन्या जाणत्या लोकांचे सल्ले दुर्लक्षित करून आपल्यातल्या आगीवर पाणी टाकण्याऐवजी ते तेल ओतत बसले!'[७४]

अखेर यशवंतरावांनी गोदावरी पार करून दक्षिणेकडे चाल केली आणि आपल्या लष्करासमवेत पुण्याचा रस्ता धरला. एकट्या पडलेल्या पेशव्यांनी अखेर टिपूच्या मृत्यूनंतर उरलेल्या एकमेव बलाढ्य शक्तीकडे मदतीचा पुकारा केला. त्यानं इंग्रज रेसिडेन्टला बोलावणं धाडून मदतीचा करार करण्याचा प्रस्ताव मांडला.

वेलेस्लीकडे आयती संधी चालून आली! आधीच खिळखिळे झालेल्या मराठा संघराज्यामध्ये मोठं भगदाड पाडून, त्यांना पुरतं गलितगात्र करण्याच्या दृष्टीनं वेलेस्लीनं निजामासमोर ठेवलेल्या अटी बाजीराव पेशव्यांसमोर ठेवल्या. बाजीरावाच्या संरक्षणासाठी पुण्याला कंपनी शिपायांची एक पलटण कायमस्वरूपी ठेवली जाणार होती. या बदल्यात, बाजीराव कंपनीला वर्षाकाठी मोठी रक्कम देणार होते; तीही रोख. बाजीरावानं वेलेस्लीच्या अटी मान्य केल्या; पण कंपनी लष्कर त्याच्या संरक्षणासाठी पुण्याला पोहोचेपर्यंत, पेशवे आणि शिंदेंना पुण्याकडे वेगाने कूच करणाऱ्या होळकरला तोंड द्यावं लागलं.

रविवार २५ ऑक्टोबर १८०२. दिवाळीचा दिवस होता. पुण्यापासून काही मैलांवर असलेल्या हडसपूर येथील दरीमध्ये दोन्ही लष्करे समोरासमोर येऊन

ठाकली. सकाळी ९.३० वाजता युद्ध सुरू झालं. दुपारी १ वाजेपर्यंत तोफगोळ्यांचा अविरत मारा झाल्यानंतर, यशवंतरावांनी शिंदेंच्या लष्करावर आपलं घोडदळ मोकाट सोडलं! हरणांच्या कळपावर वाघांच्या जथ्थ्यानं झडप घातल्याप्रमाणे पुढच्या घटना उलगडत गेल्या. यशवंतराव जखमी झाले; पण त्याला विजय मिळाला![७५] पेशव्यांकडची ५हजार माणसं मृत्युमुखी पडून, त्यांना या युद्धात लाजिरवाणा पराभव मिळवण्याआधीच बाजीरावानं रणांगणावरून पळ काढला होता!

यशवंतरावांनी ठिकठिकाणी लावलेले पहारे चुकवत, बाजीरावांनी पुढचा एक महिना आपल्या अंगरक्षकासमवेत या किल्ल्यापासून त्या किल्ल्याकडे पळ काढला. काही काळ त्यांनी पुण्यातील सिंहगडावर आसरा घेतला; तिथून रायगडाकडे पलायन केलं. रायगडाच्या दुर्गम किल्ल्यावरच शिवाजी महाराजांवर राज्याभिषेक झाला होता. तिथूनच त्यांनी औरंगजेबला शर्थीची टक्कर दिली होती. असो. तर, अशा प्रकारे पलायन करत असताना, बाजीरावांनी कंपनीशी संपर्क कायम ठेवला होता. त्यांनी लवकरच बाजीरावांच्या सुटकेची आखणी केली.

कंपनीनं बाजीरावांना रायगडावरून समुद्रकिनारी जाऊन सुवर्णदुर्गात आसरा घ्यायला सांगितलं गेलं. काही दिवसांनी, कॅप्टन केनेडी यानं सुवर्णदुर्गाजवळ 'एच.एम.एस. हर्क्यूलियन' जहाज आणलं आणि बाजीरावांची सुटका केली. बाजीराव व त्याच्या माणसांची चांगली सोय करण्यात आली होती. त्यांना व्यवस्थित खायला-प्यायला दिलं गेलं. इतकंच नव्हे, तर त्यांना त्यांच्या वैयक्तिक खर्चासाठी रु. २ लाख किमतीचं सोनं दिलं गेलं! त्यानंतर पंधरवड्यानं, १६ डिसेंबर रोजी तोफांच्या सलामीमध्ये, ते जहाज बॅसीन (आताचं वसई) बंदरावर लावलं गेलं. बॉम्बेच्या उत्तरेकडे असलेल्या यापूर्वीच्या पोर्तुगीज व्यापारी बंदराची तोपर्यंत अगदी दयनीय अवस्था झाली होती. मोडकळीला आलेली घरं आणि चर्चनी भरलेल्या त्या ठिकाणी अखेर बाजीरावांनी कंपनीशी औपचारिक करार केला. करारानुसार, इंग्रजांची एक पलटण पुण्याला कायमस्वरूपी तैनात केली जाणार होती. परिणामी, इंग्रज आता मराठ्यांचे अधिपती बनणार, यात शंका उरली नाही.

'ट्रीटी ऑफ बॅसीन' (वसईचा तह) म्हणून प्रसिद्ध असलेल्या या ऐतिहासिक करारावर ३१ डिसेंबर १८०२ रोजी राजमोहोर लावण्यात आली. सदर कराराची वार्ता होळकरांच्या कानी पोहोचताच यशवंतराव होळकर म्हणाले, "बाजीरावांनी मराठ्यांचा विनाश ओढवून आणला आहे. आता इंग्रज टिपूशी वागले तसेच आपल्याशीही वागतील."[७६]

वसईच्या तहानंतर वेलेस्लीला खात्री पटली, की त्याला युद्ध वा रक्तपाताशिवाय, मराठ्यांना कंपनीच्या अंगठ्याखाली आणण्यात यश आलं आहे. याच पद्धतीनं त्यानं निजामाला कंपनीच्या पदराशी बांधून टाकलं होतं. मात्र त्याच्यापेक्षा ज्येष्ठ

अधिकाऱ्यांचं मत जरा वेगळं होतं. वसईच्या तहाची बातमी मिळताच, हैदराबादचा रेसिडेन्ट असलेल्या जेम्स कर्कपॅट्रिकनं तडक पत्र लिहून सावधानतेचा इशारा दिला, की पेशव्यांनी हा तह केला असला, तरी पेशव्यांचं खरं बळ असलेले मराठा सरदार निमूट बसून इंग्रजांना बाजीरावचं बाहुलं होऊ देणार नाहीत. कर्कपॅट्रिकचं मत होतं, की वेलेस्लीच्या या कृतीमुळे उलट परिणाम होईल. जे काम बाजीरावला जमलं नाही, ते हा करार साध्य करेल. अधिक विखुरण्याऐवजी मराठा संघराज्य अधिक बलाढ्य बनून कंपनीला धडक देईल.

कर्कपॅट्रिकच्या या 'आगाऊपणावर' वेलेस्ली प्रचंड संतापला. त्यानं लगेच हैदराबादला पत्र धाडून 'समज दिली' की, मराठ्यांनी एकत्र येणं ही बाब 'स्वप्नातही शक्य नसून, अशी भीती व्यक्त करून रेसिडेन्ट साहेब केवळ आपलं अज्ञान, भित्रेपणा, आणि मनातलं कपट दाखवत आहेत.' मात्र वेलेस्लीनं इतका अपमान करूनही, कर्कपॅट्रिक आपल्या मतावर ठाम राहिला. त्यानं वेलेस्लीच्या पत्राला उत्तर पाठवून त्याला पुन्हा सावध केलं, की आपल्या बोलण्याला पुराव्याची जोड असून, आपल्या हेरखात्यानं दिलेल्या माहितीनुसार 'होळकरांनी पुण्याकडे कूच करायला सुरुवात केली आहे आणि वऱ्हाडचा राजा असलेल्या रघुजी भोसलेनं त्याला तिथं भेटण्याचा वायदा केला आहे.'

कर्कपॅट्रिकची माहिती खरी होती. पुढच्या काही महिन्यांमध्ये कंपनीला पुन्हा रणांगणावर उतरणं भाग पडणार होतं; आणि या वेळी त्यांच्या समोर असणारं लष्कर हे तोपर्यंत त्यांनी बघितलेल्या लष्करांपेक्षा सर्वांत मोठं, प्रशिक्षित, आणि कणखर असणार होतं.

जुन्या पिढीतील सत्ताधीशांपैकी आता फक्त बादशहा शहा आलम उरला होता. ७५ वर्षांचा वृद्ध व आंधळा शहा आलम आपल्या भग्न राजवाड्यामध्ये, मयूर तख्ताच्या लाकडी प्रतिकृतीवर बसून आपल्या मनातल्या साम्राज्यावर राज्य करत होता.

नादर शहा, इमाद उल-मुल्क, क्लाइव्ह, कार्नाक, शूजा उद्दौला, गुलाम कादिर – शहा आलमचे सगळे शत्रू काळाच्या पडद्याआड गेले होते. पण दुर्दैवानं, शहा आलमनं मिळवलेलं ते एकच यश होतं. वृद्धापकाळात, त्याचा उत्तराधिकारी असलेल्या अकबर शहाला तो आपल्या अपयशी आयुष्याबद्दल कोणताही आडपडदा न ठेवता, सांगत राहायचा, की दिल्लीला परतल्यापासून मी फक्त नावाचा बादशहा झालो आहे. अजून स्पष्ट सांगायचं, तर मी एक प्रकारचा कैदीच आहे. तो

आपल्या मुलांनाही सतत सांगत राहायचा, की त्यांनी आपल्या घराण्याबद्दल, पदाबद्दल आणि एकूण अस्तित्वाबद्दल नको ते इमले बांधू नये.[७७]

शहा आलमच्या परिस्थितीबद्दल काही अंशी कळवळा असलेल्या महादजी शिंदेंचाही १७९४मध्ये मृत्यू झाला होता. त्याच्यानंतर गादीवर बसलेल्या दौलतरावांना आपल्या 'वकील-ए-मुत्लक' ऊर्फ वझिराच्या मुघल पदाचं काही कौतुक नव्हतं. त्याच्या साम्राज्याच्या उत्तरेला असणाऱ्या या मुघल दरबाराकडे लक्ष देण्याबाबत तर दौलतराव पूर्णपणे उदासीन होते. गादीवर बसल्यापासून दौलतरावांनी एकदाही त्या दरबाराला भेट देण्याची तसदी घेतली नव्हती. त्यामुळे जरी लाल किल्ल्यावर शहा आलमच्या संरक्षणासाठी मराठा लष्कराची एक पलटण तैनात असली, तरी एकूण सगळा मामला नावापुरता होता. मराठा सत्ताधीशांनी या वृद्ध मुघल बादशहा आणि त्याच्या कुटुंबाकडे पाठ फिरवली होती; ते सगळे अत्यंत गरिबीत दिवस काढत होते.

शहा आलमकडे रुजू असलेले बहुतेक सैनिक व शिपाई फ्रेंच होते. खुद्द शहा आलमच्या देखरेखीची जबाबदारी सांभाळणारा लूई गियोम फ्रॅन्कोया द्रूजॉ हा उमरावांच्या घराण्यातून आलेला अधिकारी होता. लूई बुक्या हा गरीब घरातून आलेला भाडोत्री सैनिक शहा आलमसाठी स्वयंपाकी म्हणून काम करत होता. या सगळ्यांवर देखरेख करण्याची जबाबदारी शिंदेंचा लष्करप्रमुख असलेल्या जनरल पियरी पेरॉनवर सोपवली होती. गरीब विणकराच्या घरात जन्मलेला पियरी पेरॉन आपल्या कर्तृत्वाच्या बळावर लष्करप्रमुख बनला होता. तो आपल्या लष्करासमवेत, दिल्लीपासून आग्नेय दिशेला १०० मैलांवर असलेल्या अलिगढ़च्या भक्कम किल्ल्यामध्ये स्थायिक होता.[७८]

'ब्रिटिश लायब्ररी'मध्ये आजही 'रोजनामचा-ए-शहा आलम', म्हणजेच त्या काळी लिहिल्या गेलेल्या रोजनिशीचे अनेक खंड उपलब्ध आहेत. साधनसंपत्तीचा ऱ्हास झाल्यावर मुघल दरबाराची काय दैना झाली होती, याचं जितकं सखोल वर्णन सदर लेखनामध्ये केलेलं आढळतं, तितकं इतरत्र क्वचितच सापडेल. एक राजपुत्र आपल्या दयनीय परिस्थितीला कंटाळून, असाद बुर्ज मनोऱ्यावर लावलेल्या उंची संगमरवराचे तुकडे आणि फरशीवर बसवलेली रत्नं फोडून काढताना पकडला गेला. बादशहानं त्याला पुन्हा तसं न करण्याची तंबी दिली. एका राजकन्येचं राजासोबत कडाक्याचं भांडण झालं. विषय काय होता, तर तिला स्वतःचे जे दागिने गहाण ठेवावे लागले, त्याचा व्याजदर. जनानखान्यातल्या एका स्त्रीवर नवाब मुबारक महालमधून दागिने चोरल्याचा आरोप केला गेला. राजपुत्र आणि शाही मुलं सतत तक्रारी करू लागली, की त्यांना आपलं वेतन मिळत नाही; काही शाही नातेवाइकांनी सततच्या उपासमारीला कंटाळून सलाटिन पिंजऱ्यामधून

पलायन करण्याचा प्रयत्न केला. या सगळ्यांना शहा आलम एकच उत्तर देत होता – किंबहुना, तो एकच उत्तर देऊ शकत होता – की 'माझा नाइलाज आहे. पुण्यातल्या आपल्या मालकांनी आपल्या खर्चासाठी जेवढी रक्कम मान्य केली आहे, तेवढ्यातच सगळ्यांनी आपापले खर्च भागवायचे आहेत.'

वृद्ध शहा आलमवर असे नामुष्कीचे अनेक प्रसंग येत गेले. एका प्रसंगाचा विशेष उल्लेख करावासा वाटतो. मराठ्यांचा एक सरदार शहा आलमच्या भेटीसाठी आला असताना, त्यानं तिथल्या दरबाराच्या जमिनीवर मूठभर नाणी भिरकावली. नाण्यांच्या खणखणाटानं दरबारातले सेवक व शिपाई इतके वेडे झाले, की त्यांनी सगळी लाजलज्जा सोडून त्या नाण्यांवर झडप घातली! दिवान-ए-आममध्ये लाथाबुक्क्यांची मारामारी होण्यापर्यंत वेळ गेली! आपल्या कर्मचाऱ्यांची ती लाजिरवाणी वागणूक पाहून शहा आलम इतका व्यथित झाला, की सांगता सोय नाही! अखेर त्याला मध्यस्थी करून त्या सगळ्या लोकांना पुन्हा असं न वागण्याची तंबी द्यावी लागली. शहा आलमच्या दरबारात हे प्रकार वाढत असताना, दुसऱ्या बाजूला त्याची जनता शहरातले गुज्जर आणि शहराबाहेरचे शीख यांच्या लूटमारीने त्रस्त झाली होती.[७९]

मराठ्यांमध्ये माजलेल्या यादवीच्या वार्ता ऐकून शहा आलम व्यथित झाला होता. एकेकाळी इतक्या बळकट असलेल्या सत्तेची ही अशी अस्थिर आणि दयनीय अवस्था केल्याबद्दल तो दौलतराव शिंदेंना दोषी मानू लागला. शहा आलमचा चरित्रकार असलेल्या मुन्ना लालनं नमूद केल्यानुसार : 'मराठ्यांमध्ये वाढत चाललेलं द्वंद्व पाहून बादशहा फार दुःखी झाले होते. 'तो नतद्रष्ट माणूस (दौलतराव) बहुधा कुणालाच आनंदानं जगू देणार नाही, असं दिसतंय! घरात धुमाकूळ घातल्यानंतर आता हा आपल्या सहयोग्यांमध्ये फूट पाडण्याचे हीन प्रकार करू पाहत आहे. या अशा दुष्ट आणि नीच वागणुकीचा परिणाम चांगला होईल असं त्याला वाटत असेल, तर त्याच्यासारखा मूर्ख दुसरा कुणी नसेल! दौलतराव बसल्या फांदीचे तुकडे करायला निघाला आहे. यामधून अपयश आणि सर्वनाश इतकंच हाती लागेल, बाकी काही नाही!' असं मत ते सतत व्यक्त करत राहायचे.''[८०]

एकूणच, जगात वाढत चाललेल्या गैरप्रकारांना कंटाळून शहा आलम आपला अधिकाधिक वेळ आध्यात्मामध्ये घालवू लागला. एकदा लाहोरमधून एक सुप्रसिद्ध फकीर दिल्लीत आल्याचं समजता, शहा आलमनं त्याचं स्वागत करण्यासाठी आपल्या राजपुत्रांना शहराच्या मुख्यद्वारापाशी पाठवलं होतं. दुसऱ्या प्रसंगी जनानखान्यातल्या एका स्त्रीनं बादशहाकडे निरोप धाडला : 'मला असं स्वप्न पडलं, की तुम्ही जर कदम शरीफची वारी केली आणि लाल रंगाच्या गाईला

बंधनातून मुक्त केलं, तर आपल्या राज्याची परिस्थिती सुधारू लागेल.' पडत्या फळाची आज्ञा मानून बादशहानं दोन्ही गोष्टी पूर्ण केल्या.[८१]

आध्यात्माशिवाय शहा आलम अजून एका गोष्टीत खूप रमत असे. ती म्हणजे, साहित्य. वयाची सत्तरी पार केल्यावर त्याचा बहुतेक वेळ आपण आयुष्यभरात लिहिलेल्या कविता एकत्र करून 'नदिरत-ए-शाही, दिवान-ए-आफ्ताब' हे पुस्तक निर्माण करण्यात गेला. तसंच त्यानं ४हजार-पानांची 'अजैब उल-कसास' ही कादंबरी, लेखकांकरवी लिहून काढली. हिंदुस्थानपासून कॉन्स्टॅन्टिनोपलपर्यंत अनेक जादुई प्रदेशांमध्ये प्रवास करणाऱ्या आणि पऱ्या व राक्षसांच्या राज्यांमध्ये आलटून पालटून भिरकावल्या गेलेल्या राजपुत्र व राजकन्येची 'दास्तान' (कथा) सांगणारं हे पुस्तक म्हणजे दिल्ली उर्दूमध्ये लिहिलेली प्रथम कादंबरी मानण्यात येते. या कादंबरीच्या राजपुत्राची हतबलता शहा आलमच्या वैयक्तिक जीवनप्रवासामधून प्रेरित झालेली दिसते, पण त्याच्या महालामधलं ऐश्वर्य हे शिंदेंच्या अंगठ्याखाली राहणाऱ्या दीनवाण्या शहा आलमच्या खऱ्या परिस्थितीची ग्वाही निश्चितच देत नाही.

दौलतरावांना वयोवृद्ध बादशहाची काळजी घेण्याचं महत्त्व वाटत नसलं, तरी वेलेस्लीला ते नक्कीच जाणवत होतं. त्याला हे माहीत होतं, की शहा आलमला कधी लष्करी यश मिळालं नसलं, तरी त्याच्या पदासोबत येणारा मान आणि त्याद्वारे त्याच्या शब्दाला असणारं कायदेशीर वजन हे दोन्ही दुर्लक्षित करण्यासारखं नव्हतं. 'आज जरी बादशहाच्या हातात सत्ता वा अधिकार नसले, तरी हिंदुस्थानातल्या प्रत्येक राज्यामध्ये आजही त्याचा खूप मान आहे. त्याच्या पदासमोर आजही सगळे लोक नतमस्तक होतात. प्रत्येक राज्याच्या चलनी नाण्यांवर शहा आलमचा शिक्का असतो... ही बाब गंभीरपणे घ्यायलाच हवी' असं वेलेस्लीचं मत होतं.[८२]

जून १८०३च्या शेवटापर्यंत शिंदे वसईचा तह स्वीकारणार नसल्याचं सिद्ध झाल्यावर, युद्ध अटळ ठरलं. त्यानुसार वेलेस्ली हिंदुस्थानावर चढाई करून तिची जुनी मुघल राजधानी आणि तिथला बादशहा या दोन्ही गोष्टी आपल्या ताब्यात घेण्याच्या योजना आखू लागला. त्यानं आर्थरला लिहिलेल्या पत्रात नमूद केल्यानुसार- 'पेरॉनचा धुव्वा उडवून झाला आहे. आता माझं लक्ष शिंदेंकडे लागलं आहे. त्यांच्या राज्यावर आक्रमण करून, मी राजपुतांशी हातमिळवणी करीन.[८३] मग आग्रा व दिल्लीवर आपलं अधिपत्य स्थापन करून, प्रत्येक मुघल व्यक्तीला इंग्रजांच्या अंगठ्याखाली आणीन.'[८४] भविष्यात, याच टप्प्यामुळे मुघल व मराठ्यांना बाजूला सारून, इंग्रज हे हिंदुस्थानचे सार्वभौम सत्ताधीश बनणार होते. पण वेलेस्लीला याची कल्पना नव्हती.

गेली अनेक वर्षं, शहा आलमच्या खास मर्जीतल्या सय्यिद रेझा खानच्या

मदतीनं इंग्रजांनी बादशहाशी गुप्त संपर्क राखला होता. आता वेलेस्लीनं रेझा खानची मदत घेऊन शहा आलमला पत्र पाठवलं, ज्यामध्ये त्यानं शहा आलमला आश्रय देण्याबद्दल आणि १७७२मध्ये त्यानं इंग्रजांची साथ सोडल्यानंतर तीस वर्षांनी पुन्हा मुघलांना कंपनीच्या पंखाखाली घेण्याबद्दल चर्चा करण्याचा प्रस्ताव दिला. आपल्या अंगभूत मार्मिकता व उपहासात्मक शैलीमध्ये पत्राची सुरुवात करत वेलेस्लीनं लिहिलं होतं-'इंग्रज सरकारला नेहमीच आपल्या व आपल्या कुटुंबीयांबद्दल जी आस्था व आदर वाटत आलेला आहे, त्याबद्दल वेगळं सांगण्याची काय गरज? बादशहाने इंग्रजांवरचा विश्वास त्यागून आपल्या संरक्षणाची जबाबदारी मराठ्यांच्या हाती सोपवल्यापासून, तुमच्या वाट्याला आलेले अपमान व त्रास पाहून आम्हा इंग्रजांना किती यातना झाल्या आहेत, याचं वर्णन शब्दांत करणं कठीण! मराठ्यांच्या ताब्यात गेल्यापासून तुमची दुःखं कमी होण्याऐवजी सतत वाढत गेलेली आहेत. तुमच्या वाट्याला फक्त अन्याय आणि अमानुषपणा आलेला आहे. आपले जुने संबंध आणि आम्हाला तुमच्याविषयी सतत वाटत आलेली काळजी यामुळे आम्ही तुम्हाला पुन्हा एकदा इंग्रजांवर भरवसा ठेवण्याची संधी देऊ इच्छितो.'

> मला या गोष्टीची नेहमी खंत वाटत आली आहे की गेल्या काही वर्षांमध्ये निर्माण झालेल्या परिस्थितीत, मराठ्यांद्वारे तुमच्यावर होत असलेले अपमान व अत्याचार याची डोळा बघूनही, आम्ही इंग्रज हस्तक्षेप करून तुमचा त्रास कमी करायला असमर्थ ठरले होतो. परंतु आता, चिघळत जाणारी स्थिती पाहता, कदाचित बादशहांना पुन्हा एकदा इंग्रज सरकारच्या सुरक्षाछत्राखाली निवारा घेण्याची संधी मिळू शकते. मी तुम्हाला खात्री देतो की मी स्वत: आपल्या राजघराण्याप्रति आम्हाला वाटणारा आदर आणि आपुलकी जतन करण्यासाठी, कसोशीने, शक्य ते सगळे प्रयत्न करेन.[८५]

वेलेस्लीनं लॉर्ड लेक या आपल्या लष्करप्रमुखाला 'बादशहाला हरप्रकारचा आदर व मान' देण्याची सक्त ताकीद दिली. तसंच 'बादशहाच्या कुटुंबीयांना कोणताही त्रास होणार नाही, आणि त्यांची हरप्रकारे काळजी घेतली जाईल,' हे बघण्याची जबाबदारीही वेलेस्लीनं लेकवर सोपवली. वरकरणी जरी वेलेस्लीची ही कृती उदार वाटली, तरी त्यामागचा हेतू निराळा होता. त्याला भीती होती, की शहा आलम दिल्ली सोडून कलकत्त्याला जाईल आणि पाटण्याजवळ असलेल्या साध्यासुध्या मोन्घीरच्या किल्ल्यात बस्तान बसवेल.[८६] पण वेलेस्लीचा दुटप्पीपणा समजण्यासाठी

फारच भोळसट असलेल्या लॉर्ड लेकनं पडत्या फळाची आज्ञा मानून बादशहासमोर स्वत:ला इतकं विनम्र केलं, की खुद्द शहा आलमच्या नजरेतून हा बदल सुटला नाही.

हिंदुस्थानच्या उत्तर आणि दक्षिण भागात तैनात असलेली कंपनीची दोन लष्करे, येऊ घातलेल्या युद्धाची तयारी करण्यात जुंपली. उत्तरेकडे लॉर्ड लेक आपल्या माणसांना कन्नौजच्या उद्‌ध्वस्त शहराकडे घेऊन जात होता. कंपनी आणि मराठ्यांच्या मध्ये पश्चिम वेशीवर असलेल्या या शहराची पार दैना झाली होती. एकेकाळी उत्कृष्ट इमारतींत सजलेल्या कन्नौजमध्ये आता केवळ भग्न अवशेष उरले होते. सगळीकडे उगवलेल्या रानटी गवतामध्ये कोल्हे, लांडगे, आणि वाघांसारख्या हिंस्र प्राण्यांचा सुळसुळाट होता.[८७]

वयाच्या सतराव्या वर्षी फ्रेडरिक द ग्रेटकडून घोड्यावर बसून हलक्या वजनाच्या बंदुका व तोफांनी लढाई करण्याचं तंत्र आत्मसात केलेल्या लॉर्ड लेकनं आता ते तंत्र आपल्या हिंदुस्थानातील लष्करामध्ये विकसित करायला घेतलं. मेजर विल्यम थॉर्ननं लिहून ठेवल्यानुसार- '६ पौंड वजनाची दोन अस्त्रं घोड्याच्या एका पलटणीला जोडली जाऊन, घोड्यांना सुसाट वेगानं पळवलं जात असे. ते तंत्र इतकं अविश्वसनीय होतं की सांगता सोय नाही! प्रत्यक्ष डोळ्यानं बघितलं नसतं, तर इतकं वजन मागे बाळगून घोड्यांची पलटण इतक्या अफाट वेगानं अचूकपणे पळू शकते, यावर माझा कधीच विश्वास बसला नसता! लॉर्ड लेकच्या या क्लृप्तीमुळे मराठ्यांवर लवकरच सळो की पळो होण्याची पाळी येणार होती!'[८८] लेक आपल्या माणसांना खूप मेहनत करायला लावायचा; पण तो त्यांची तितकीच काळजीसुद्धा घ्यायचा. युद्ध सुरू झाल्यावर आपल्याला यापैकी प्रत्येक व्यक्तीचा विश्वास आणि सहकार्याची गरज आहे, हे ओळखून तो त्यांना खूश ठेवण्यासाठी सर्वतोपरी प्रयत्न करत होता.

दक्षिणेकडे, लॉर्ड वेलेस्लीचा नुकताच पदोन्नत झालेला धाकटा भाऊ मेजर जनरल आर्थर वेलेस्ली, हासुद्धा आगामी युद्धाच्या तयारीमध्ये गुंतला होता. टिपूची जुनी राजधानी असलेल्या श्रीरंगपट्टणममध्ये आर्थर वेलेस्ली आपली माणसं आणि रसद गोळा करू लागला होता. काही काळापूर्वी, आर्थर वेलेस्लीनं टिपूची काही माणसं, तोफा आणि वाहतुकीची साधनं (३२हजार बैल आणि २लाख ५०हजार तगडी, शुभ्र म्हैसूर गाईगुरं) आपल्या लष्करामध्ये समाविष्ट करून घेतली होती.[८९] लेकप्रमाणे आर्थर वेलेस्लीनंही आपल्या माणसांसाठी कठोर प्रशिक्षण सुरू केलं.

वेगवान नदी पार करणं, टेकाडांवर पटापट चढणं, असे अनेक कठोर परिश्रम त्यांना करायला लावून वेलेस्ली त्यांना (गरज पडल्यास) आपल्यापेक्षा वीसपट अधिक लष्कराशी सामना करण्यासाठी तयार करत होता.[९०]

मार्च १८०३ मध्ये आर्थर वेलेस्ली दुसऱ्या बाजीराव पेशव्यांनी कंपनीच्या संरक्षणाखाली पुण्याचा सत्ताधीश म्हणून पुन:प्रस्थापित करण्यासाठी निघाला. अर्थात, यावेळी, गादीवर जरी पेशवे असले, तरी त्याचा बोलविता धनी कंपनी असणार होती! वेलेस्लीचा हा हेतू एप्रिलमध्येच सफल झाला; तोही, रक्तपाताशिवाय. होळकरांनी सावध पवित्रा घेत आपलं लष्कर दख्खनवरून औरंगाबादेकडे हलवलं. कंपनीच्या हातचं बाहुलं बनून उद्विग्न होण्याऐवजी खूश झालेल्या बाजीरावांनी राज्यकारभाराची चिंता त्यागून, खाणंपिणं, स्नानसंध्या, पूजाअर्चा, गप्पागोष्टी यांमध्ये स्वत:ला रममाण करून घेतलं! पेशव्यांच्या महाली रोज जेवणावळी झडू लागल्या. सुरस पदार्थांचा आस्वाद घेत राजकारणात होणाऱ्या बदलांबद्दल तावातावानं चर्चा करणं, एवढाच बाजीरावांचा राजकारणातला सहभाग उरला![९१]

थोडक्यात, वेलेस्लीला फारच सोप्या पद्धतीनं यश मिळालं; पण त्याचा दुष्परिणाम असा झाला, की तो मराठ्यांना वाजवीपेक्षा जास्त कमकुवत लेखू लागला. लेफ्टनन्ट कर्नल जॉन उलरिच कॉलिन्सनं वेलेस्लीला अनेकदा सावध करायचा प्रयत्न केला, की तुम्ही मराठ्यांना कमी समजू नका. वेळ आली की त्यांच्या माणसांचं शौर्य आणि शस्त्रांवरचा त्यांचा हातखंडा तुम्हाला आश्चर्यचकित करून सोडेल! पण यशाच्या धुंदीत असलेला वेलेस्ली काहीच ऐकून घ्यायला तयार नव्हता. हाच फाजिल आत्मविश्वास त्याला गंभीरपणे नडला. यानंतर काही काळातच, मराठे कंपनीसाठी सर्वांत बलशाली शत्रू ठरणार होते.

वेलेस्लीच्या एका अधिकाऱ्यानं लिहून ठेवल्यानुसार- 'कॉलिन्स आम्हाला वारंवार सावध करत होता; पण आम्ही त्याला गांभीर्यानं घेण्याच्या मन:स्थितीत नव्हतो. वेलेस्ली तर सतत त्याच्या 'भित्रेपणाची'टर उडवत असे. पण लवकरच, आमच्यावर रडण्याची पाळी येणार होती! कॉलिन्सची भविष्यवाणी खरी ठरणार होती.'[९२]

लष्करप्रमुख सैनिकांना प्रशिक्षण देण्यात गुंतलेले असताना वेलेस्लीही त्याच्या बाजूनं तयारी करत होता. कलकत्त्यात बसून आगामी युद्धासाठी आर्थिक आणि धोरणात्मक तयारी करण्यात गुंतला होता.

वेलेस्लीच्या नेतृत्वाखाली कंपनी लष्कर झपाट्यानं वाढत गेलं होतं. अवघ्या

काही वर्षांमध्ये, लष्करातील सैनिक-शिपायांची संख्या १लाख १५ हजार पासून १लाख ५५हजार वर गेली होती. पुढच्या दशकभरात ही संख्या १लाख ९५हजार वर जाणार होती; परिणामी कंपनी लष्कर इंग्रजसरकारच्या लष्कराच्या दुप्पट आकारमानाचं बनून, जगभरातल्या युरोपीय प्रशिक्षण असणाऱ्या लष्करांपैकी सगळ्यात अवाढव्य असण्याचा मान पटकावणार होतं. वेलेस्लीच्या अधिपत्याखाली असताना कंपनी लष्करानं उशिरा का होईना, एक नवीन घोडदळ तयार केलं होतं. यामध्ये त्यांनी उत्कृष्ट असे युरोपीय व दक्षिण आफ्रिकन जातीचे घोडे समाविष्ट केले होते. मोहिमांसाठी प्रवास करताना शत्रूच्या घोडदळानं तोफा व शस्त्रांवर हल्ला करू नये, यासाठी ही तयारी करण्यात आली होती. या हल्ल्याच्या पद्धतीत मराठे निपुण असल्यामुळे तळेगाव व पोल्लिलूरला कंपनीचं खूप नुकसान झालं होतं.[९३]

वॉरन हेस्टिंग्सच्या हातात पुरेसा पैसा नव्हता; वेलेस्लीसमोर मात्र अशी कोणती अडचण नव्हती. त्यामुळे आपल्या लष्करामध्ये इतकी माणसं समाविष्ट करूनसुद्धा, त्याला त्यांचे पगार देताना कुठली आडकाठी आली नाही. कॉर्नवॉलिसनं जमिनीशी निगडित कायद्यांमध्ये केलेल्या बदलांनंतरचा धुरळा खाली बसल्यानंतर, कंपनीला बंगालच्या महसुलामधून वर्षाकाठी सुमारे रु. २५ दशलक्ष इतका अफाट फायदा मिळू लागला. तुलनेने शिंदे सरकारला, पाण्याचा तुटवडा असलेल्या त्यांच्या माळवा प्रांतामधून जेमतेम रु. १.२ दशलक्षाचा महसूल मिळत होता. बंगालमधून मिळणाऱ्या भरघोस महसुलामुळे, कंपनीला त्या बदल्यात बाजारामधून पत मिळवणं खूप सोपं जात होतं. याचा विपरीत परिणाम असा झाला, की वेलेस्लीच्या राज्यात १७९८ ते १८०६ या कालावधीत, कंपनीच्या डोक्यावर असलेलं हिंदुस्थानातील कर्ज तब्बल तीन पटीनं वाढलं!

आपल्या हातात खेळणारा हा जास्तीचा पैसा कंपनी निरनिराळ्या प्रकारे वापरू लागली. कंपनी लष्कराकरवी संरक्षण दिले गेलेले बनारसचे पेढीमालक आणि गोपालदास-मनोहरदास हे लष्कराबरोबर आपले प्रतिनिधी पाठवून त्यांच्याबरोबर कंपनीला लष्करासाठी लागणारा रोख पैसा पोहोचते करू लागले. थोड्याच काळात, कंपनीला अशा प्रकारे वित्तीय मदत करण्यासाठी भारतातल्या अनेक पेढीमालकांमध्ये चुरस लागली. बनारसमधील मन्नू लाल आणि बेनिपरशाद या पेढीमालकांनी तर कंपनीकडून औपचारिक हमी मागून घेतली, की पुढल्या वेळी त्यांच्या लष्करासाठी पैशाची गरज पडली तर ते (सदर कर्ज घेण्यासाठी) त्यांनाच प्रथम प्राधान्य देतील![९४]

भविष्यात ईस्ट इंडिया कंपनी युद्ध जिंकली ते केवळ त्यांना मिळालेल्या भक्कम आर्थिक आधारामुळे. नवलाईची गोष्ट अशी, की इतर कोणत्याही प्रतिस्पर्ध्यांपेक्षा इंग्रजांना हिंदुस्थानातल्या नानाविध शेठ, सावकार आणि सराफांकडून कर्ज मिळवणं

नेहमीच सोपं जात राहिलं. त्यामुळे त्यांना आपलं सतत वाढत जाणारं लष्कर पोसणं कधी कठीण गेलं नाही. तुलनेनं आर्थर वेलेस्लीच्या निरीक्षणानुसार, पेशव्यांपासून अगदी कनिष्ठ घोडेस्वारापर्यंत, कोणत्याही मराठ्याच्या हातात एक दमडा दिसेना! अर्थात, त्यात आश्चर्य वाटण्यासारखं काही नव्हतं. मराठ्यांमध्ये माजलेल्या यादवीमुळे १८०१ पर्यंत, पुण्यापासून सुमारे १५० मैल परिघामध्ये येणाऱ्या गावांमध्ये अगदी दुष्काळासारखी परिस्थिती उद्भवली होती.[९५]

मुघल दरबाराची स्थितीही तितकीच दयनीय होती.[९६] शिंदे आणि होळकरांच्या डोक्यावर आधीच प्रचंड कर्ज होतं; त्यात सैनिकांच्या पगाराचा थकबाकीचा आकडा सतत वाढत चालला होता. थोडक्यात, दुष्टचक्रात अडकल्याची गत झाली होती. आधीची कर्जं फेडता येत नाहीत म्हणून अधिक कर्ज मिळेना. त्यांची गत आधीच्या काळातल्या एका पेशव्याप्रमाणे झाली होती; ज्यानं आपल्या वाईट परिस्थितीचं वर्णन करताना म्हटलं होतं की - 'मी ज्या दुष्टचक्रामध्ये अडकलो आहे, त्यातून मला बाहेरची वाट दिसेनाशी झाली आहे. देणेकऱ्यांची यादी वाढतच चालली आहे. रोज मी कुणा ना कुणाच्या पायाशी डोकं रगडून मुदतवाढीची भीक मागत असतो...'[९७]

कंपनीला सहज आर्थिकसाह्य मिळत असलं, तरी रिचर्ड वेलेस्ली केवळ या एका बाबीवर अवलंबून राहून निर्धास्त होणाऱ्यातला माणूस नव्हता. त्याच्या तिरक्या डोक्यामध्ये सतत हेच विचार रुंजी घालत असायचे, की आपल्या निरनिराळ्या प्रतिस्पर्धी व शत्रूंशी बौद्धिक खेळ खेळून त्यांना दे माय, धरणी ठाय कसं करता येईल?

त्यानुसार, मराठा लष्करातल्या नाराज सैनिकांना आपल्या बाजूनं वळवण्यासाठी लाच देण्याचा वा सरळ पैसे टाकून विकत घेण्याचा सपाटा सुरू झाला. शिंदेंचा लष्करप्रमुख असलेल्या जनरल पियरी पेरॉननं ईस्ट इंडिया कंपनीच्या रोख्यांमध्ये २लाख ८०हजार पौंड ही आपल्या आयुष्यभराची कमाई गुंतवली होती.[९८] त्यामुळे अर्थातच, शिंदेंशी प्रामाणिक राहण्यापेक्षा इंग्रजांशी हातमिळवणी करण्यात त्याला स्वतःचा फायदा दिसू लागला. इंग्रजांकडे हा निरोप पोहोचल्यावर पेरॉनबरोबर योग्य तो आर्थिक व्यवहार करून, त्याला आपल्याकडची लष्करी साधनसंपत्ती व सत्ता इंग्रजांच्या ताब्यात देण्यासाठी प्रवृत्त करण्याची जबाबदारी लॉर्ड लेकवर सोपण्यात आली.[९९]

वार्धक्यात पोहोचलेल्या आणि आता हिंमत बहादूर हे नाव धारण करणाऱ्या अनुपगिरी गोसेनलाही आपल्या जुन्या शत्रूंसमोर नमतं घेण्याची पाळी आली. त्याला आपले बुंदेलखंडातल्या शूर नागा योद्ध्यांना कंपनीच्या सेवेत रुजू करावे लागले. वेलेस्लीच्या एका वरिष्ठ अधिकाऱ्याला ही सोयरिक फारशी रुचली नव्हती.

त्यानं वेलेस्लीला वारंवार सांगायचा प्रयत्न केला, की हिंमत बहादूरवर एवढा विश्वास टाकण्यात अर्थ नाही. वारा वाहेल तसा पाठ फिरवणारा माणूस आहे तो!' पण वेलेस्लीनं हा इशारा गंभीरपणे घेतला नाही.[१००]

एकीकडे नाराज लोकांना आपल्या काह्यात घेत असताना, दुसरीकडे चाणाक्ष वेलेस्ली, 'डिव्हाइड एत एम्पेरा' (फोडा आणि राज्य करा) या जुन्या रोमन म्हणीला अनुसरून, एकमेकांशी शत्रुत्व पत्करलेल्या मराठ्या लष्करांना एकत्र येण्यापासून रोखण्याचे सगळे प्रयत्न करत होता. त्यात तो यशस्वीही झाला.

जून १८०३च्या अंतापर्यंत, होळकर आपलं संपूर्ण लष्कर घेऊन औरंगाबादेला हजर झाले; पण कंपनीशी लढण्यासाठी आपल्या भावाच्या मारेकऱ्यांसोबत हातमिळवणी करणं त्यांना अजूनही मनापासून पटेना. होळकराच्या याच द्विधा मन:स्थितीचा फायदा करून घेतला वेलेस्लीनं! त्यानं शिंदेंकडून हस्तगत केलेलं एक पत्र होळकराकडे धाडून दिलं. पेशव्यांना लिहिलेल्या त्या पत्रामध्ये शिंदेंनी म्हटलं होतं- 'सध्या आपण होळकरांशी हातमिळवणी करण्याचं नाटक करू. मग वेळ आली की चांगला धडा शिकवू त्यांना!'[१०१]

सदर पत्र होळकरांच्या हाती पडल्यावर, केवळ दोन दिवसांच्या प्रवासानंतर होळकरांनी शिंदेंकडे ठामपणे पाठ फिरवली आणि युतीमध्ये सामील न होण्याचा निर्णय घेतला. त्यानं तडक नर्मदा पार करायला घेतली आणि महेश्वरकडे परतू लागले.[१०२] ही संधी साधून, वेलेस्लीला आधी शिंदे आणि त्यांचे सहयोगी असलेले वऱ्हाडचे राजे रघुजी भोसले यांच्याशी टक्कर घेता आली. त्यानंतर त्यानं होळकरांकडे आपला मोर्चा वळवला. याच घटनेमुळे कंपनीला इतक्या बलाढ्य पण विभाजित मराठा शक्तींचा चुराडा करणं सोपं गेलं.

हे सगळे डावपेच खेळत असताना, वेलेस्ली फार भव्य विचार करत होता. त्याला आता हिंदुस्थानमध्ये कंपनीला केवळ व्यापारी संस्था या पातळीवर न ठेवता, एक राजकीय सत्ता बनवायचं होतं. हिंदुस्थानवर सर्वव्यापी अंकुश प्रस्थापित करून 'ब्रिटिश साम्राज्य' निर्माण करण्याचं महत्त्वाकांक्षी स्वप्न तो पाहत होता. वेलेस्लीच्या पूर्वी इतके अधिकारी होऊन गेले; पण यापूर्वी कुणीही एवढा भव्यदिव्य विचार केलेला नव्हता. ८ जुलै रोजी, सर जॉर्ज बार्लोनं पहिल्यांदा वेलेस्लीच्या डोक्यातल्या कल्पनेला शब्दात उतरवलं. एका अधिकृत निवेदनपत्रात, त्यांनी लिहिलं-'आता हिंदुस्थानात असं एकही राज्य राहता कामा नये, जिथं इंग्रजांची सत्ता नाही किंवा जिच्या राजकीय निर्णयांवर इंग्रजांचं नियंत्रण नाही.[१०३] हे उघडपणे दाखवण्याची वेळ आता आली आहे.' याच विचाराद्वारे संपूर्ण हिंदुस्थानवर इंग्रजी सत्ता स्थापन करण्याच्या कल्पनेनं मूळ धरलं. पुढील काळात, 'ब्रिटिश राज' म्हणून (कु)ख्यात झालेल्या या संकल्पनेनं मुघल, मराठा व इतर हिंदुस्थानी

सत्तांनाच नव्हे, तर खुद्द ईस्ट इंडिया कंपनीला इंग्रज सरकारच्या अधिपत्याखाली आणलं!

नेहमीप्रमाणे वेलेस्लीनं कंपनी संचालकांना आपल्या योजनांबद्दल कल्पना देण्याची तसदी घेतली नाही. आधीच, वेलेस्लीच्या अतिमहत्त्वाकांक्षी कार्यपद्धतीबद्दल संचालकांच्या मनात चिंता वाढत होती. लॉर्ड वॅलेन्शिया नावाचा प्रवासी जेव्हा कलकत्त्याला आला, तेव्हा वेलेस्लीची विलासी कार्यपद्धती पाहून त्याला फार अभिमान वाटला. पण आपल्या या विलासी कार्यपद्धतीसाठी वेलेस्ली ज्याप्रमाणे पाण्यासारखा पैसा खर्च करत होता, ते पाहून लंडनमध्ये बसलेल्या संचालकांना घाम फुटू लागला होता! संचालकांमधली त्याची लोकप्रियता हळूहळू कमी होऊ लागली होती; त्याला परत बोलावून घेण्याचा विचार बळावू लागला होता.[१०४] संचालकांनी वेळोवेळी पत्रं लिहून वेलेस्लीला तो करत असलेल्या खर्चाबाबत आपले विचार स्पष्ट केले होते. हिंदुस्थानातील आपल्या राजकीय कारवायांसाठी इतका भरमसाट पैसा खर्च करण्याची आम्हाला मुळीच गरज वाटत नाही आणि हे सत्र असंच चालू राहिलं, तर कंपनीची आर्थिक स्थिती बिकट होऊन जाईल, असं त्यांनी वेलेस्लीला वारंवार समजावण्याचा प्रयत्न केला.[१०५]

तरीही, अगदी १८०३च्या अंतापर्यंत लॉर्ड वेलेस्ली आपल्या वरिष्ठांच्या तोंडाला पानं पुसत राहिला! आपण पेशव्यांबरोबर परस्पर फायद्याचा करार करण्यात गुंतलो आहोत आणि मराठा सत्ताधिशांमध्ये निर्माण झालेले वाद मिटवण्यासाठी आपण सामोपचाराचे प्रयत्न करत आहोत, असं तो त्यांना सांगत राहिला.[१०६] कदाचित वेलेस्लीला अशी आशा (किंवा खात्री) होती, की आपण शिंदेंना वसईचा तह मान्य करण्यासाठी दहशत घालू शकू आणि मग निजाम आणि पेशवा बाजीरावला केलं तसं शिंदेंनाही कंपनीचं 'संरक्षण' घेण्यासाठी बळजबरी करू शकू. पण १८०३चं वर्ष मध्यावर आलं, तरी यापैकी काहीच होण्याची चिन्हं दिसेनात! शिंदेंशी चर्चा करायला पाठवलेल्या कर्नल जॉन कॉलिन्सकडून सतत नकारात्मक अहवाल येत होते. अखेर, जुलैमध्ये वेलेस्लीनं शिंदेंना धमकीवजा आज्ञा केली, की त्यानं लवकरात लवकर नर्मदेपासून मागे हटावं, अन्यथा पुढे जे होईल त्यासाठी केवळ तेच जबाबदार असतील.

मात्र दौलतराव मागे हटले नाहीत; उलट टिपूप्रमाणे त्यांनीही युद्धाची तयारी सुरू केली. १ ऑगस्ट १८०३ रोजी त्यांनी कॉलिन्सच्या हातात युद्ध घोषणेचं औपचारिक पत्र ठेवून, त्याला आपल्या दरबारामधून काढून टाकलं.

वेलेस्लीपर्यंत ही बातमी पोहोचायला एक आठवडा लागला; पण तोपर्यंत त्याचं सगळं नियोजन पूर्ण असल्यामुळे, वेलेस्लीने तडक आक्रमणाचे आदेश जाहीर केले. ओरिसा आणि गुजरात किनारपट्टीवर दोन लहान हल्ले आणि त्यासोबत,

चार महत्त्वाच्या प्रदेशांवर मोठ्या प्रमाणात हल्ले चढवून, त्यानं दख्खन प्रांत आणि मग संपूर्ण हिंदुस्थानवर कंपनीची सत्ता स्थापन करण्याची प्रक्रिया सुरू केली![१०७]

शिंदे आणि भोसल्यांना वेलेस्लीनं एक लहानशी चिठ्ठी पाठवली, ज्यामध्ये त्यानं म्हटलं होतं की -'आमचा तुमच्यावर हल्ला करण्याचा मुळीच मानस नाही. पण निजामाच्या सीमेवर मोठी फौज तैनात करून आणि मागे हटण्याच्या कोणत्याही विनंतीला मान न देऊन, तुम्ही दोघांनी आमच्यावर हल्ला करण्याचा तुमचा मानस अगदी स्पष्टपणे दाखवला आहे. आम्ही तुमच्यासमोर धरलेला मैत्रीचा हात तुम्ही बेदरकारपणे धुडकावून लावला आहे. त्यामुळे आता आम्हाला स्वरक्षणासाठी युद्ध पुकारणं भाग आहे. पण या युद्धाची संपूर्ण जबाबदारी तुमची आहे, हे ध्यानी असू द्यावं.'[१०८]

शिंदेंनी युद्ध पुकारल्याचा निरोप मेजर जनरल आर्थर वेलेस्लीकडे येईपर्यंत ४ ऑगस्टचा दिवस उजाडला. ६ तारखेला त्यानं आपली छावणी गुंडाळली आणि ४०हजार माणसांचं लष्कर घेऊन तो अहमदनगरच्या किल्ल्याकडे निघाला. शिंदेंच्या वतीनं अहमदनगरच्या किल्ल्याचं रक्षण करणाऱ्या फ्रेंच आणि अरब भाडोत्री सैनिकांना लाच खिलवून, त्यानं अगदी सहज तो किल्ला आपल्या ताब्यात घेतला. किल्ल्यावरच्या हल्ल्यामुळे त्याला शिंदेंच्या तिजोरीतील काही अमूल्य वस्तू, भरपूर दारूगोळा आणि भरघोस रसद सापडली. अहमदनगरच्या किल्ल्यामध्ये आपला तळ ठोकून वेलेस्लीनं आपल्या शिपायांना उर्वरित मराठा फौजेचा शोध घेण्यासाठी धाडून दिलं.

दुसऱ्या बाजूला शिंदे आणि भोसल्यांना आपलं लष्कर एकत्र आणण्यात यश मिळालं होतं. औरंगाबादजवळ असलेले निजामाचे प्रदेश लुटण्याच्या आणि वेलेस्लीला किल्ल्यामधून बाहेर काढण्याच्या दुहेरी हेतूंनी, त्यांनी आपल्या या संयुक्त सेनेचा मोर्चा दक्षिणेकडे वळवला. वेलेस्लीला ही बाब समजल्यावर त्यानं आपल्या लष्कराचा मोठा ताफा अहमदनगर येथे ठेवून निजामाच्या प्रदेशाचं रक्षण करण्यासाठी पूर्वेकडे कूच केली. अखेर, २३ सप्टेंबरच्या सकाळी अजंठा खिंडीच्या उत्तरेला असलेल्या एका पठारावर, दोन्ही सैन्यं एकमेकांसमोर येऊन ठाकली. वेलेस्लीच्या पलटणीनं एका रात्रीत १८ मैलांचा प्रवास केला होता; इतक्यात त्यांच्या समोर शिंदे व भोसलेंचं लष्कर येऊन उभं राहिलं होतं.

निमुळत्या अजंठा खिंडीमधून पूर्ण लष्कर पुढे नेताना गैरसोय होईल, म्हणून

आदल्या दिवशी वेलेस्लीनं आपल्या लष्कराचे दोन भाग केले होते. अर्ध लष्कर आपल्याबरोबर घेऊन, उरलेल्यांना त्यानं कर्नल स्टीवन्सनसोबत पश्चिमेकडे पाठवून दिलं होतं. त्यामुळे आता वेलेस्लीकडे ५हजार पेक्षा कमी माणसं होती – त्यापैकी अर्धे मद्रासी शिपाई होते आणि बाकीचे स्कॉटिश हायलॅण्डर्स. शिंदेंची छावणी केवळ ५ मैल दूर असताना, वेलेस्लीला आपल्या हेरांकडून निरोप मिळाला, की मराठा लष्कर आगेकूच करायला सज्ज आहे. खरंतर वेलेस्लीचे सैनिक खूप थकलेले होते; पण आता आपण वेळ दवडला, तर सावज हातातून निघून जाईल, या भीतीनं वेलेस्लीनं त्यांना आराम करायला जराही वेळ न देता; लागलीच हल्ला चढवण्याचे आदेश दिले.

थोड्या वेळानं वेलेस्लीचं लष्कर एका लहानशा टेकडीच्या टोकावर जाऊन पोहोचलं. तिथून खाली बघितल्यावर वेलेस्लीला दिसलं, की अस्साये या गावाशेजारी मराठ्यांनी आपला तळ ठोकला होता. खेळणा नदीच्या किनाऱ्यालगत सुमारे ६ मैलांपर्यंत मराठ्यांच्या कनाती व तंबू लावलेले दिसत होते. 'जुआ' या लहान ओढ्याशी खेळणा नदीचा संगम होत होता, तिथपर्यंत मराठ्यांची छावणी पसरलेली पाहिल्यावर वेलेस्लीनं अंदाज बांधला, की त्यांच्याकडे १०हजार माणसांचं पायदळ आणि त्याच्या पाचपट घोडदळ तयार होतं. पण त्यांनी आपल्या मालवाहू बैलांना ज्याप्रकारे किनाऱ्यावर चरण्यासाठी सोडलं होतं, त्यावरून मराठ्यांना आपल्यावर हल्ला होण्याची चिंता वाटत नव्हती, हे वेलेस्लीनं हेरलं.

संधीचा फायदा घेऊन आपल्याकडचं सामान व रसद मागे ठेवून, वेलेस्ली थेट नदीच्या दिशेनं निघाला. त्याच्या त्या पवित्र्यावरून असं वाटत होतं, की तो समोरून हल्ला करण्याचा विचार करत होता. पण ऐन वेळेला वेलेस्लीनं पूर्वेकडे वळण घेतलं आणि नदीमध्ये असलेल्या उथळ जागेमधून पलीकडे जाऊ लागला. टेकाडावरून दोन गावांमधलं अंतर कमी असल्याचं बघून वेलेस्लीनं हा अंदाज बांधला होता, की नदीमध्ये ही उथळ जागा असेल. त्याचा अंदाज बरोबर ठरला. त्या ठिकाणचं पाणी जेमतेम कंबरेपर्यंत येत होतं. वेलेस्लीला आपल्या सैनिकांना, त्यांचा दारूगोळा ओला न होता, नदी पार करवण्यात यश आलं. पण त्याच्या बऱ्याचशा तोफा पाण्यातल्या मातीमध्ये रुतून पडल्या; परिणामी मराठ्यांसमोर उभ्या ठाकलेल्या त्याच्या पायदळाला, मराठ्यांच्या माऱ्याला तोफांशिवाय तोंड द्यायची पाळी आली!

आर्थर वेलेस्लीला असं वाटलं होतं, की आपल्या वेगवान हालचालींमुळे मराठा सैन्य बिथरून जाईल आणि आपल्याला सहज विजय मिळेल. पण समोरचं आलेलं दृश्य पाहून वेलेस्लीला आश्चर्याचा धक्काच बसला! शिंदेंचं सैन्य नुसतं तयारच नव्हतं तर त्यानं दुसऱ्या बाजूने येणाऱ्या वेलेस्लीच्या सैन्याला तोंड

देण्यासाठी स्वत:ची दिशाही बदलून टाकली होती! खरंतर, इतक्या कमी वेळात आपल्या अख्ख्या सैन्याची दिशा बदलणं सोपं काम नव्हतं; पण शिंदेंनी ते करून दाखवल्यामुळे वेलेस्लीची गाळण उडाली नसती तरच नवल होतं!

भविष्यात आर्थर वेलेस्लीनं लढलेल्या सगळ्या युद्धांपेक्षा हे युद्ध त्याच्यासाठी सगळ्यात कठीण ठरलं. अगदी, वॉटरलूमध्ये नेपोलियनशी झालेली लढतसुद्धा वेलेस्लीला तुलनेनं सोपी वाटली होती. जॉन मॅल्कम या आपल्या मित्राला त्यानं लिहिलेल्या पत्रामध्ये म्हटल्यानुसार-'आपलं लष्कर सोडून संपूर्ण हिंदुस्थानात इतकं सुसज्ज आणि उत्कृष्ट पायदळ आजतागायत माझ्या बघण्यात आलेलं नाही! मराठ्यांचा हल्ला इतका भारदस्त होता, की एके क्षणी मी संभ्रमात पडलो... माझ्या सैनिकांना पुढे पाठवावं की नाही?! काही अर्थ आहे का उगाच त्यांचा जीव धोक्यात घालण्यात? मराठ्यांबरोबर झालेली ती लढाई हिंदुस्थानात आजतागायत झालेल्या सगळ्या लढायांपेक्षा भयंकर झाली. पण आपल्या सैनिक-शिपायांचं कौतुक केलं पाहिजे. त्यांनी अतिशय शिस्तीनं व धैर्यानं काम केलं.'[१०९]

शिंदे-भोसलेंबरोबरच्या युद्धामध्ये वेलेस्लीला अनेक धक्के मिळाले. त्यापैकी एक मोठा धक्का होता, शिंदेंकडे असलेली शस्त्रांची तयारी. कॉलिन्सनं सावध केल्याप्रमाणे, शिंदेंकडे असलेला शस्त्रास्त्रांचा साठा वेलेस्लीच्या कल्पनेपलीकडचा होता! मेजर जॉन ब्लॅकिस्टननं लिहून ठेवल्यानुसार-'शत्रूकडची शस्त्रं अतिशय अद्ययावत आणि भयावह होती. एक मैलापेक्षा कमी अंतरामध्ये, शंभर बंदुका कुशलतेनं आणि तुफान वेगाने गोळ्या बरसू लागल्या. आमचे सैनिक व शिपाई या माऱ्यासमोर तग धरू शकत नव्हते. कित्येकांनी आपली अस्त्रं टाकून जमिनीवर लोळण घेतली. कित्येकांनी पुढे जाण्यासाठी सपशेल नकार दिला. त्यांना दोष देण्यात तरी काय अर्थ होता? परिस्थितीच अशी भीषण होती, की पुढे गेले तर मृत्यू अटळ होता.'[११०] मेजर थॉर्ननं नमूद केल्यानुसार-'युरोपमध्ये फ्रेंच शस्त्रांच्या माऱ्याचा अनुभव असलेल्या आमच्या अधिकाऱ्यांनी हे कबूल केलं, की अस्सायेच्या युद्धामध्ये शत्रूकडे असलेली शस्त्रास्त्रे तुल्यबळ होती.'[१११]

या युद्धामध्ये खुद्द वेलेस्लीचे दोन घोडे मारले गेले; त्याच्या आजूबाजूला असलेल्या अनेक सैनिक-शिपायांवर जीवघेणा हल्ला झाला. ग्रेपशॉट्सच्या एका विशेष भयावह हल्ल्यामधून खेळणा नदी पार करत असणारा वेलेस्ली कसाबसा बचावला, पण त्याच्यासोबतचा घोडेस्वार तितका नशीबवान ठरला नाही. भविष्यात या भयंकर युद्धाच्या अनेक सचित्र वर्णनांमध्ये, मुंडकं छाटलं गेलेल्या घोडेस्वाराचं शरीर घोड्यावर तडफडत राहिल्याचं चित्र काढलेलं दिसतं. त्याच्या बिथरलेल्या घोड्याला आपल्या मारल्या गेलेल्या मालकाचं धड झटकून टाकायला अंमळ वेळच लागला.[११२]

वेलेस्लीच्या लष्करामध्ये मध्यावर असलेले मद्रासी शिपाई आणि उजवीकडे असलेले स्कॉटिश हायलॅण्डर सैनिक यांच्यावर विशेष हिंसक हल्ला केला गेला. ग्रेपशॉट्स आणि बेचक्यांमधून मारले जाणारे गोळे धडाधड येऊन इंग्रज लष्करावर आदळू लागल्यावर त्यांच्यात एकच पळापळ होऊ लागली![११३]

तरीही, वेलेस्लीच्या पायदळाने पराभव मानला नाही. धुरामधून वाट काढत त्यांनी मराठा लष्करावर गोळ्यांची एक फैर झाडली आणि मग सरळ आपल्या संगिनी घेऊन, शत्रूच्या छातीवर थेट प्रहार करू लागले! त्यांचं कौशल्य आणि वेग दोन्ही वाखाणण्याजोगं होतं![११४]

पण अजूनही वेलेस्लीच्या लष्करासमोर येणारी आव्हानं संपलेली नव्हती. इंग्रज लष्कर पुढे गेल्यावर, मागच्या बाजूला तोफांशेजारी 'मृत होऊन पडलेले' मराठा सैनिक-शिपाई 'अचानक जागे झाले' आणि इंग्रजांनी मागे सोडलेल्या तोफांचा ताबा घेत, त्यांनी त्यांच्यावर बेछूट मारा सुरू केला! या आकस्मिक हल्ल्यानं इंग्रज लष्कराची मती गुंग झाली! वेलेस्लीला तर काहीच कळेनासं झालं! हताश होऊन त्यानं आपल्या घोडदळाला मागे फिरून 'थडग्यातून वर आलेल्या' शत्रूवर पुन्हा हल्ला करण्याचे फर्मान सोडले. त्याचवेळी त्याचा दुसरा घोडाही मारला गेला.[११५]

गावातल्या किल्ल्यावर शेवटची चकमक झाल्यानंतर दोन तासांनी, शिंदेंचे मराठे रणांगण सोडून 'जुआ'कडे परतले. त्यांच्याकडच्या ९८ बंदुका इंग्रजांच्या हातात पडल्या; पण दोन्ही पक्षांना भरपूर जीवितहानी सोसावी लागली. मराठ्यांनी सुमारे ६हजार माणसं गमावली. तुलनेनं वेलेस्लीची कमी माणसं दगावली, पण तरीही त्याच्या एकूण लष्करामधून मृत झालेल्या माणसांचं प्रमाण चांगलंच मोठं होतं. धुराचं मळभ ओसरल्यावर, आपलं एक-तृतीयांश सैन्य समोरच्या रणांगणावर मृत होऊन पडलंय, हे वेलेस्लीच्या लक्षात आलं. वेलेस्लीच्या ४हजार ५०० माणसांपैकी १५८४ माणसांना अस्सायेच्या पठारावर दहन किंवा दफन करण्यात आलं.[११६] इंग्रजांचं लष्कर इतकं गळून गेलं होतं, की त्यांना शिंदेंचा पाठलाग करणं केवळ अशक्य होऊन बसलं. वेलेस्लीनं आपल्या थोरल्या भावाला लिहिलेल्या पत्रात म्हटल्यानुसार- 'शिंदेंकडचं फ्रेंच-प्रशिक्षित पायदळ खरोखर उत्कृष्ट होतं. त्यांच्याकडच्या तोफा, बंदुका व तत्सम शस्त्रास्त्रांचा साठा इतका भरीव होता, की आपण आपल्या शस्त्रभांडाराकडे नव्यानं बघण्याची नितांत गरज आहे. असो. या युद्धामध्ये आपली अपरिमित हानी झाली असली, तरी उपरोक्त सर्व बाबी गृहीत धरता, आपण त्यांना शर्थीची लढत देऊ शकलो, हेही नसे थोडके.'[११७] अस्सायेच्या युद्धानंतर वेलेस्लीच्या एका वरिष्ठ अधिकाऱ्यानं त्याला लिहिलेल्या 'अभिनंदनपर' पत्रात म्हटलं, की 'मी मनापासून आशा करतो, की तुमच्यावर पुन्हा इतकी मोठी

किंमत मोजून विजय मिळवण्याची वेळ येऊ नये!'[११८]

पुढील काळात आर्थर वेलेस्लीनं वॉटरलूमध्ये मिळवलेल्या विजयामुळे त्याला खूप प्रसिद्धी मिळाली. परिणामी, अस्सायेचं युद्ध हे मराठ्यांवरील मोठा विजय मानलं जाऊ लागलं. पण हे सगळं नंतर झालं. खरंतर, अस्सायेचं युद्ध व्हायच्या आधीपासून, लष्करप्रमुख लॉर्ड लेकनं मुघल राजधानीकडे आगेकूच सुरू केली होती. त्याची ही मोहीम म्हणजे इंग्रजांकरवी एकेकाळच्या मुघल साम्राज्याचा शेवटच बुरूज पाडण्याचा प्रयत्न मानला जात होता.

रिचर्ड वेलेस्लीनं लेकला लिहिलेल्या पत्रात म्हटल्यानुसार-'सदर मोहिमेचा मुख्य उद्देश पेरॉनचा पराभव होय. आपण मुघलांवर असलेला फ्रेंच प्रभाव पूर्णत: पुसून काढला पाहिजे. त्यासाठी त्या दुर्दैवी, दीन बादशहाच्या कुटुंबीयांना मानानं आश्रय देऊया. काहीही करून हे काम फत्ते व्हायलाच पाहिजे.'[११९]

स्वत:ला, 'लान्सलॉट ऑफ द लेक' या वीरपुरुषाचा वंशज मानणाऱ्या लॉर्ड लेककडे मुत्सद्दीपणाचा पूर्ण अभाव होता. शब्द जपून वापरावे किंवा कुणाच्या सांगण्यानुसार काही करावं, या गोष्टींशी आपला काही संबंध नसल्यासारखी त्याची वागणूक असे. लॉर्ड लेकबद्दल एक प्रसिद्ध किस्सा आहे, ज्यामध्ये त्यानं लष्करातल्या एका हिशेबनिसाला 'चुलीत घाल तुझा हिशेब!' असं सांगितल्याचं नमूद आहे. त्या हिशेबनिसानं त्याला तोडीसतोड उत्तर देत, 'आधी आपलं लष्कर सांभाळून दाखव!' असं म्हटल्याचीही नोंद आहे. लॉर्ड लेक हिदुस्थानात आला तेव्हा त्यानं वयाची साठी पार केली होती. पण त्यानं अजूनही आपला तारुण्यसुलभ करिष्मा आणि उत्साह राखला होता. 'सेव्हन इअर्स वॉर' आणि 'अमेरिकन वॉर ऑफ इंडिपेन्डन्स'मध्ये महत्त्वाची कामगिरी बजावलेला लॉर्ड लेक, अजूनही पहाटे २ वाजता उठून दुसरा दिवस सुरू करण्याच्या पूर्ण तयारीत असे![१२०]

युद्धघोषणा झाल्याचं समजल्यावर दुसऱ्या दिवशीच – म्हणजे ७ ऑगस्ट रोजी – लेकनं कानपूर सोडलं. खरंतर वातावरण अगदी खराब होतं. पावसाळा होता; रस्ते चिखलानं माखलेले होते. पण त्या कशाचीही पर्वा न करता, त्यानं पश्चिमेकडे अलिगढ़मध्ये असलेल्या पेरॉनच्या किल्ल्याकडे कूच केली. आपली मोहीम वेगवान करण्याच्या हेतूनं, लेकनं आपल्यासोबत फक्त १०हजार माणसांची लहानशी पण उत्कृष्टरीत्या प्रशिक्षित पलटण घेतली. त्या पलटणीमध्ये हलक्या बंदुका ल्यायलेले घोडेस्वारही होते, पण त्यानं मुद्दाम, जड तोफा वा मोठ्या बंदुका बरोबर घेण्याचं टाळलं होतं.

मात्र लेकचं उद्दिष्ट कितीही योग्य असलं तरी तोपर्यंत अनेक वर्षं हिंदुस्थानात राहत असलेल्या कंपनी अधिकारी व लष्कराला ज्या कार्यपद्धतीची सवय झाली होती, त्यामुळे त्याची कल्पना प्रत्यक्षात उतरवणं अशक्य होऊ लागलं. एकोणिसाव्या शतकाच्या सुरुवातीपर्यंत, ईस्ट इंडिया कंपनीच्या लष्कराने सेवक, मदतनीस, सहायक आणि नोकरांचा अवाढव्य ताफा तयार केला होता. प्रत्येक अधिकाऱ्यासोबत या सहकारी कर्मचाऱ्यांची लहानशी फौज जायची असं म्हटलं, तर अतिशयोक्ती ठरणार नाही. परिणामी, लेकनं तयार केलेली पलटण जरी केवळ १०हजार माणसांची असली, तरी त्यांच्यासोबत येणाऱ्या सहकारी कर्मचाऱ्यांमुळे लवकरच या ताफ्यातील माणसांचा आकडा एक लाखाच्या वर गेला! माहूत, कुली, गवत कापणारे, घोडे सांभाळणारे, बैल सांभाळणारे, धान्य गोळा करणारे, जादूगार, नर्तकी, इतर कलावंत, याशिवाय हत्ती, बैल, घोडे, कोंबड्या, बकऱ्या, शेळ्या या सगळ्यांचाही समावेश केला गेला होता. मेजर थॉर्ननं लिहून ठेवल्यानुसार- 'एखाद्या टेकाडावरून वगैरे बघितलं तर आमचं लष्कर म्हणजे तलवारधारी व बंदुकधारी शिपायांच्या गस्तीखाली मुंगीच्या पावलांनी सरकणारं अख्खं शहर असल्यासारखं दिसे!'[१२१]

मुसळधार पाऊस, चिखलानं भरलेले रस्ते आणि या दोहोंमधून, डोक्यावर दारूगोळ्याचे बस्ते ठेवून कशीबशी वाट काढत पुढे सरकणारं लष्कर अखेर तीन आठवड्यांनी मराठ्यांच्या हद्दीत येऊन शिरलं. वेळ न दवडता, त्यांनी फ्रेंच पद्धतीनं बांधलेल्या भिंती, मोठे खंदक आणि उंच बुरूज असलेल्या अलिगढ़च्या किल्ल्याकडे कूच केली.

अलिगढ़चा किल्ला हा हिंदुस्थानातील सर्वांत बलाढ्य आणि सगळ्या गरजांसाठी उत्तम तरतूद असलेल्या किल्ल्यांपैकी एक मानला जायचा. अशा भारदस्त किल्ल्याला वेढा घालायला किमान काही महिने लागले असते; पण लॉर्ड लेक हुशार होता. त्यानं ही समस्या आधीच गृहीत धरून, जनरल पेरॉनशी गुप्त चर्चा सुरू केल्या होत्या.[१२२] विश्वासू मध्यस्थांची मदत घेऊन, इंग्रजांच्या हातात अलिगढ़चा किल्ला सुपुर्द करण्यासाठी पेरॉन किती रक्कम घेईल, याबद्दलच्या वाटाघाटी आधीच सुरू झाल्या होत्या. परिणामी, लेकचं लष्कर जवळ येऊ लागलं तसं पेरॉननी काही लुटुपुटूच्या हालचाली करून निमूट माघार घेतली.

पेरॉननं आपल्या माणसांना सांगितलं, की तो रसदीची सोय करण्यासाठी दिल्ली व आयाची वारी करून येत आहे. मग कर्नल पेद्रोन या आपल्या कनिष्ठ अधिकाऱ्याला त्यानं पत्र लिहून सांगितलं की, 'सतत लक्षात राहू द्या! आपण फ्रेंच आहोत. तू फ्रेंच आहेस. तुझ्या हातून अशी कोणतीही कृती घडू देऊ नकोस; ज्यामुळे तुझ्या देशाच्या नावाला बट्टा लागेल. मी लवकर परत येतो आहे.

आल्यावर, मी त्या इंग्रज जनरलला सळो की पळो केल्याशिवाय स्वस्थ बसणार नाही. ते लोक इथं येतील तेव्हा त्यांचं स्वागत कर; कारण लक्षात ठेव, अलिगढ़ त्यांच्या ताब्यात जाण्याआधी इंग्रज लष्कर किंवा लॉर्ड लेक यापैकी एकाला तरी पृथ्वीनं आपल्या पोटात घेतलेलं असेल! तू तुझं कर्तव्य करत राहा. माझ्या अनुपस्थितीत, सगळ्यांचे डोळे तुझ्यावर लागलेले असतील. हा गड राख. तू हे करू शकतोस!'[१२३]

पेरॉनच्या या 'उत्साहवर्धक' पत्राद्वारे, त्यानं दिल्लीला पलायन करण्यापूर्वी आपल्या अजून एका कनिष्ठासोबत केलेल्या संभाषणाचं महत्त्व पुरतं झाकोळून गेलं. झालं असं, की पेरॉन दिल्लीला निघण्याच्या तयारीत असताना, त्याच्या घोडदळातील जेम्स स्किनर नावाच्या एका सैनिकानं पेरॉनसोबत मदतीसाठी म्हणून येण्याची तयारी दर्शवली. सदर प्रस्तावानं गडबडून गेलेल्या पेरॉननं, घाईघाईनं आपल्या घोड्यावर मांड टाकली आणि घोड्याला टाच मारत, स्किनरकडे मागे वळून ओरडला, 'नाही, नाही! सगळं संपलेलं आहे. घोडदळाचं वर्तन फार लाजिरवाणं होतं. तू स्वत:ला जप. इंग्रजांना शरण जा. आपल्यासाठी सगळा खेळ इथेच संपलेला आहे!'[१२४]

मराठा सैन्यातल्या ॲन्ग्लो-इंडियन सैनिक-शिपायांनीही अखेर आपल्या भल्याचा निर्णय घेतला; कारण नाहीतरी फ्रेंच लोक नेहमी त्यांच्याकडे संशयानंच बघायचे. स्किनरसहित ही सगळी माणसं शत्रूला जाऊन मिळाली. स्किनरनं लिहून ठेवल्यानुसार, 'आम्ही जनरल लेककडे जाऊन पोहोचलो. त्यानं खूप आस्थेनं आमचं स्वागत केलं.'[१२५] खरंतर पेद्रोन आणि पेरॉन आणि अनेक फ्रेंच भाडोत्री सैनिक मित्रसुद्धा इंग्रजांसमोर शरणागती पत्करायला तयार होते. त्याबदल्यात त्यांना केवळ ही हमी पाहिजे होती, की इंग्रज त्यांना आपल्या आयुष्यभराच्या कमाईसकट शांतपणे मायदेशी परतण्याची मुभा देतील. मात्र शिंदेंच्या लष्करातल्या राजपूत व मराठा अधिकाऱ्यांच्या कर्तव्यनिष्ठतेबद्दलची लेकला कल्पना नव्हती. त्यांना आपली शस्त्रं टाकण्यासाठी कोणतंही आमिष दाखवणं जमलं नाही. लेकचे सगळे प्रस्ताव अमान्य करून, ही माणसं पुन्हा अलिगढ़च्या किल्ल्यावर जाऊन हल्ल्याची तयारी करू लागली. परत आल्यावर त्यांनी पेद्रोनला तुरुंगात टाकलं आणि एका मराठा योद्ध्याला सेनापती नेमून, ते आपल्या इभ्रतीसाठी रणांगण गाजवण्याची तयारी करू लागले.

तीन दिवस लेकच्या वाटाघाटी सुरू होत्या. त्यानं निरनिराळे प्रस्ताव मांडून बघितले; वेगवेगळ्या क्लृत्या लढवल्या. पण त्याचे प्रतिस्पर्धी आपल्या निर्णयावर ठाम राहिले. लेकनं लिहून ठेवल्यानुसार-'त्या लोकांनी किल्ला सोडावा यासाठी मी शर्थीचे प्रयत्न केले. त्यांना अनेक आमिषं दाखवली; भरपूर पैसा देऊ केला.

पण ते काही केल्या बधेनात. त्यांची जिद्द पाहून अखेर मला त्यांचं कौतुक वाटू लागलं!'[१२६]

लेकसमोरचा तिढा वाढू लागला होता. त्यानं वेलेस्लीला पत्र लिहून कळवलं, की अलिगढ़चा किल्ला इतका अफाट मोठा आहे, की त्याला वेढा घालण्याचं काम त्यांचं सगळं कौशल्य पणाला लावणार आहे.[१२७] लेकमध्येही कमी त्रुटी नव्हत्या. इतक्या भव्य किल्ल्याला वेढा घालण्यासाठी लागणारा संयम त्याच्या ठायी अजिबात नव्हता आणि तसंही, वेढा घालण्यासाठी लागणारं सगळं साहित्य तो कानपूरमध्ये सोडून आलेला होता! शेवटी ४ सप्टेंबर रोजी सगळे प्रयत्न निष्फळ ठरल्यावर त्यानं शेवटचा पर्याय निवडला. शिंदेंच्या शिबंदीमधील लेफ्टनन्ट ल्यूकानला हाताशी धरून, लेकचा कनिष्ठ अधिकारी असलेल्या कर्नल मॉन्सनच्या नेतृत्वाखाली त्यानं अलिगढ़ किल्ल्यावर थेट धडक मारण्याचा आदेश दिला!

पहाट फुटण्याच्या दोन तास आधी, इंग्रज लष्करानं कूच केली. त्यांचं नशीब जोरावर होतं. मराठ्यांनी जर खंदकामागे जाऊन पूल मोडून टाकला असता, तर लेकची फजिती निश्चित होती. पण त्यांनी किल्ल्याच्या समोरच्या बाजूला पन्नास बंदूकधारी शिपाई तैनात केले होते. त्यांच्यावर मदार ठेवून मराठ्यांनी चूक केली. इंग्रजांना पूल पार करून किल्ल्यामध्ये प्रवेश मिळवणं फार सोपं झालं. स्किनरनं नमूद केल्यानुसार-'आमची एक लहानशी पलटण त्या पन्नास शिपायांना गारद करण्यासाठी पुरेशी ठरली. आमची माणसं त्यांच्यावर सिंहाच्या आवेशात तुटून पडली. कित्येकांचे गळे चिरले गेले; काही जण किल्ल्याच्या दिशेनं पळू लागले. आमची माणसं त्यांच्यामागे पळत जाऊन किल्ल्यात शिरण्याचा प्रयत्न करू लागली, पण मराठा शिपायांनी वेळीच दरवाजा बंद करून घेतला;

> पण आमची माणसं हार मानायला तयार होईनात. किल्ल्यावरून येणाऱ्या धडाकेबाज गोळीबाराला शूरपणे तोंड देत ते तिथेच थांबले. अखेर पहाट फुटल्यावर, त्यांनी १०० यार्ड (३०० फूट) माघार घेतली आणि जाताना, गस्त घालणारी मराठा पलटण मागे सोडून गेलेली ६-पौंडांची बंदूक घेऊन गेले.'[१२८]

त्यांनी अनेक वेळा त्या बंदुकीचा मारा करून किल्ल्याचा दरवाजा फोडण्याचा प्रयत्न केला, पण त्यांना यश आलं नाही. आपल्याकडच्या मोठ्या तोफा वर येईपर्यंत, त्यांनी किल्ल्याच्या भिंतींशी शिड्या लावून वर जाण्याचा प्रयत्न सुरू ठेवला. पण वरच्या बाजूला भाले घेऊन उभ्या असलेल्या मराठ्यांनी त्यांचे प्रयत्न हाणून पाडले. अखेर, महत्प्रयासानं एक १२-पौंडांची तोफ वर मुख्य दरवाज्यापर्यंत

चढवण्यात आली; पण तिच्यातून तोफगोळ्यांचा मारा सुरू करण्यापूर्वीच, पायाखालची जमीन सरकली आणि तोफ अर्धी आत, अर्धी बाहेर अशा विचित्र पद्धतीनं लटकत राहिली! इंग्रजांच्या नकळत, मराठ्यांनी त्या दरवाजासमोरच्या जमिनीखाली बोगदा खणला होता. तोफेच्या वजनामुळे बोगद्याच्या वरचा, पातळ मातीचा थर कोसळला आणि तोफ अडकून बसली.

थबकून गेलेले मॉन्सन व ल्यूकान तोफ बाहेर काढण्याच्या प्रयत्नात जुंपलेले असताना, मराठ्यांनी वरच्या बाजूने आपल्या शत्रूवर बेलगाम गोळीबार सुरू केला! थोड्या वेळानं मराठ्यांपैकी काही जण, इंग्रजांनी किल्ल्याच्या भिंतीशी लावून ठेवलेल्या शिड्या वापरून खाली उतरू लागले. एकानं, मॉन्सनच्या मांडीत संगीन खुपसून त्याला जखमी केलं; इतर चार अधिकाऱ्यांना मारून टाकलं.[१२९] या हल्ल्यामध्ये इंग्रजांनी आपली अनेक चांगली माणसं गमावली. मी असा अनुभव प्रथमच घेत होतो. ती जागा संपूर्ण कत्तलखाना झाली होती.[१३०]

छावणीमधून समोरचं दृश्य पाहत असणारा हतबल लेक अगदी हल्ला थांबवण्याचे फर्मान देण्याच्या तयारीत असताना, अचानक एक तोफगोळा तोफेतून सुटून किल्ल्याच्या मुख्य दरवाज्याकडे भिरकावत गेला आणि दरवाजा उघडा पडला![१३१] स्किनरनं नमूद केल्यानुसार,

> 'मी त्या वेळी लॉर्ड लेकच्या जवळच होतो. सगळं दृश्य आजही माझ्या डोळ्यासमोर उभं आहे. देव अखेर आमच्यावर प्रसन्न झाला होता. दरवाजा उघडलेला पाहून, आनंदानं बेभान झालेले आमचे सैनिक-शिपाई मोठ्यानं आरोळ्या ठोकत आत घुसले. राजपुतांनी आपल्या प्रतिष्ठेला साजेशी टक्कर दिली. आमची खूप माणसं मारली गेली. काही वेळानं लॉर्ड लेक आपल्या घोड्यावरून किल्ल्याकडे आले. आपल्या असंख्य उत्कृष्ट सैनिक व शिपायांना मृत पडलेलं पाहून त्यांच्या डोळ्यात पाणी तरळलं. ते आल्या पावली मागे फिरले. आता किल्ला लुटण्यासाठी मोकळा होता.'[१३२]

पुढच्या काही तासांत २हजार माणसांची कत्तल केली गेली. लेकचा क्वार्टरमास्टर असणाऱ्या जॉन पेस्टरनं लिहून ठेवल्यानुसार- 'आम्हाला आत शिरलेलं पाहून शत्रूपैकी अनेक जण खंदकामधून पोहत बाहेर जाण्याचा प्रयत्न करू लागले. मी माझ्या एका बंदूकधारी सैनिकाला नेम धरून थांबायला सांगितलं. मला अजूनही आठवतंय... एका माणसानं पाण्याबाहेर डोकं काढलं, तसं माझ्या सैनिकानं शांतपणे नेम धरला आणि त्याचं डोकं उडवलं!

खरंतर मला त्यांना मारण्याची इच्छा नव्हती. सैनिकाला तैनात राहायला सांगून मी केवळ त्यांना घाबरवू पाहत होतो. त्या माणसाला मारल्याबद्दल जेव्हा मी माझ्या सैनिकाला ओरडलो तेव्हा तो म्हणाला, की आज सकाळपासून मी माझे इतके मित्र गमावले आहेत, की त्यांच्यापैकी एका माणसाला मारल्याबद्दल मला अजिबात पश्चात्ताप होणार नाही. आणि तसंही, आपल्याला वरून आदेश आहेत – शत्रूची शक्य तितकी माणसं मारावीत. काही वेळातच, आम्ही आतून व बाहेरून अख्ख्या किल्ल्याला वेढा घातला. सगळ्या मोक्याच्या ठिकाणी आमचे शिपाई तैनात केले. अखेर, काही तासांनी शत्रूचा एकही माणूस दिसेनासा झाला. आम्ही सगळ्यांना संपवलं होतं.[१३३]

१ सप्टेंबरच्या मध्यरात्री दिल्लीमध्ये प्रचंड मोठा भूकंप झाला. त्या आघातामुळे हिंदुस्थानातील इस्लामी सत्तेचं द्योतक म्हणून बाराव्या शतकात बांधलेल्या 'कुतूबमिनार'चा वरचा मजला कोसळला. शहा आलमचा चरित्रकार मुन्ना लालनं लिहून ठेवल्यानुसार-'दिल्ली आणि आजूबाजूच्या परिसरात खूप इमारती कोसळल्या. कित्येक ठिकाणी जमिनीला तडे गेलेले दिसले. अजून काही क्षण जरी भूकंपाचं तांडव चाललं असतं, तर दिल्ली नावाची एक जागा अस्तित्वात होती याचा पुरावा केवळ इतिहासाच्या पुस्तकांमधून मिळाला असता. जुन्या जाणत्या लोकांनी या भूकंपाचा अर्थ आगामी संकटांची चाहूल म्हणून लावला.'[१३४]

शकुन-अपशकुन, पूर्वसूचना याबाबत विशेष संवेदनशील असलेल्या शहा आलमनं या भूकंपाचा जबर धक्का घेतला. त्याची अवस्था बिकट होती. पूर्ण आयुष्य त्याला मराठे किंवा कंपनी यापैकी कुणा ना कुणाच्या संरक्षणाखाली राहून काढावं लागलं होतं. दोघांनी त्याला आपल्या स्वार्थासाठी वापरून गरज संपली की, थंडपणे बाजूला फेकून दिलं होतं. पण अखेर जेव्हा शहा आलमकडे ही बातमी पोहोचली, की पेरॉननं लॉर्ड लेकसमोर शरणागती पत्करली असून, त्याला आपल्या कुटुंबासमवेत साधनसंपत्तीसहित कलकत्त्याला जाण्यासाठी मार्ग मोकळा झाला आहे, तेव्हाच त्यानं खूणगाठ बांधली, की कंपनीचं नशीब बलवत्तर ठरलं होतं. त्याला पुन्हा एकदा त्यांच्याशी वाटाघाटी सुरू करण्याची गरज होती.

खूप विचार करून शहा आलमनं हे ठरवलं, की त्यानं आपल्या फ्रेंच व मराठा रक्षणकर्त्यांच्या नकळत वेलेस्लीशी संपर्क साधून बोलणी सुरू करणं योग्य होतं. अद्याप, फ्रेंच आणि मराठे, शहा आलमच्या किल्ल्यावर चौकी

ठोकून होते. त्याच्या खासगी संरक्षणाची जबाबदारीही त्यांच्यावरच होती. म्हणून शहा आलमनं वरकरणी 'हिंदुस्थानचा आद्य शत्रू बनलेल्या इंग्रजांना या देशातून पळवून लावण्यासाठी आपला पूर्ण पाठिंबा असेल,' असं सही-शिक्क्यानिशी जाहीर केलं असलं, तरी दुसरीकडे त्यानं सय्यिद रेझा खानला लॉर्ड लेकसोबत गुप्तपणे, नव्यानं संपर्क सुरू करायची आज्ञा दिली. त्या पत्राद्वारे, शहा आलमनं लेकला असं लिहून पाठवलं, की मी जरी जाहीरपणे इंग्रजांना विरोध दाखवला असला, तरी ती कृती मला माझ्या मनाविरुद्ध करावी लागली आहे. माझी परिस्थिती अशी आहे, की मला आपल्या रक्षणकर्त्यांच्या हुकमांनुसार वागावं लागतं. माझा नाइलाज होतो. त्यामुळे कृपा करून माझं जाहीर वक्तव्य हे माझं वैयक्तिक मत मानू नये.'[१३५]

अर्थात, जरी शहा आलमला कंपनीच्या साह्याची गरज वाटत असली, तरी तो हेस्टिंग्सचा वाईट अनुभव विसरलेला नव्हता. अलाहाबादच्या तहानुसार शहा आलमला जो दिवाणीचा महसूल मिळाला पाहिजे होता, तो हेस्टिंग्सने अगदी निष्ठुरपणे कापून टाकला होता. परिणामी, या वेळी त्यानं कंपनीकडून अनेक वेळा लेखी हमी मागून घेतल्या, की त्यांच्यात जर करार झाला, तर कंपनी त्याला ठरलेली रक्कम नियमीतपणे देत राहील : 'पूर्वी आलेल्या अप्रिय अनुभवांनुसार, कंपनीचा उद्देश साध्य झाला, की ते मला विसरून जातात. त्यामुळे, लॉर्ड लेकना माझी नम्र विनंती राहील, की यापुढे माझी कोणतीही फसगत होणार नाही, याची योग्य ती काळजी घेतली जावी.'[१३६] दुसऱ्या बाजूला त्यानं शिंदेंच्या लष्कराला आपला उत्तराधिकारी असलेल्या अकबर शहाला त्यांच्यासोबत युद्धात घेऊन जाण्याबद्दल सक्त नकार दिला.

पेरॉनच्या पलायनानंतर, लाल किल्ल्याची लष्करी जबाबदारी लेफ्टनन्ट कर्नल लूई बोकीन याच्यावर येऊन पडली होती. कलकत्त्यामध्ये फटाके आणि बिस्किटं बनवण्याचं काम करणाऱ्या बोकीनला शस्त्रांपेक्षा स्वयंपाकघरातली भांडी वापरण्यात अधिक कौशल्य होतं.[१३७] पण तरीही, शिंदेंची माणसं त्याच्याशी एकनिष्ठ राहिली; त्यांना अलिगढ़मध्ये झालेल्या आपल्या सहयोग्यांच्या हत्येचा बदला घ्यायचा होता.

काही दिवसांनी अशी वार्ता आली, की लेक अलिगढ़मधून दिल्लीकडे येत आहे; त्याला बादशहाला लवकरात लवकर आपल्या 'जबाबदारीतून मुक्त करायचं होतं.' ही बातमी मिळाल्यावर, बोकीननं आपलं १९हजार माणसांचं लष्कर, लाल किल्ल्याखालच्या घाटावरून यमुनापार करून शाहदऱ्याला नेलं. तो भूभाग सपाट होता; काही ठिकाणी दलदली बनल्या होत्या. पण अखेर त्याला एक लहानशी टेकडी सापडली जिथून शहराकडे येण्याचा मार्ग स्पष्ट दिसत होता. त्या जागेवर

छावणी टाकून त्यानं हिंदन नदीजवळ सापळा रचला. हा सापळा टाकण्यासाठी त्यानं दोन नद्यांजवळच्या प्रवाहाजवळच्या दलदलीने भरलेल्या रस्त्याची निवड केली. बोकीनच्या या क्लृप्तीमुळे, अलिगढ़वरून दिल्लीकडे येणाऱ्या शत्रूला दलदलीच्या निमुळत्या जागेतून शिरणं भाग होतं. त्यानंतर बोकीननं आपल्याकडच्या शंभर मोठ्या बंदुका, टेकाडाच्या पायथ्याशी उगवलेल्या उंच गवतामागे लपवल्या आणि लेकची वाट पाहू लागला.

१० सप्टेंबरच्या दुपारी, लेकनं आपल्या माणसांना 'सिकंदरा' येथे अकबरच्या थडग्याच्या उत्तरेला थांबवून ठेवलं होतं. संध्याकाळपर्यंत त्याच्या हेरांनी बातमी आणली, की शिंदेंच्या लष्करानं यमुना पार केली होती आणि ते लेकचा रस्ता अडवण्याच्या तयारीत सज्ज होते. मात्र त्यांना शत्रूच्या लष्कराचं नेमकं ठिकाण कोणतं आहे, हे शोधून काढता आलं नव्हतं. लागलीच, लेकच्या छावणीमध्ये बातमी पसरली, की मुघल दिल्लीवर पूर्ण ताबा मिळवण्यासाठीचं अंतिम युद्ध उद्या सुरू होईल. क्वार्टरमास्टर पेस्टरनं नमूद केल्यानुसार, उद्याच्या युद्धात काय होईल याचा विचार डोक्यातून काढून टाकत, त्या रात्री ९ वाजेपर्यंत इंग्रज लष्करानं भरपूर मद्यपान करून घेतलं.[१३८] सवयीनुसार, लेकनं आपल्या माणसांना रात्री २ वाजता जागं केलं. ३ वाजता त्यांनी दिल्लीकडे कूच केली. सकाळी १० वाजता, १८ मैलांचा प्रवास केल्यानंतर, लेकनं हिंदनदीच्या किनाऱ्यावर नाश्त्यासाठी थांबण्याचा आदेश दिला. कनाती बांधल्या गेल्या, बूट काढले गेले, चुली पेटवल्या गेल्या आणि आचारी पटापट परोठे बनवू लागले.

अचानक... आकाशामध्ये काहीतरी लकाकताना दिसलं, आणि त्यानंतर लगेचच, बंदुकी व तोफांचा कानठळ्या बसवणारा आवाज ऐकू येऊ लागला. गोळीबार थांबण्याचं नाव घेईना! इंग्रजांना तर काही कळेनासं झालं! बघावं तिथं घोडे आणि माणसांच्या मृतदेहांचा सडा पडू लागला.[१३९] गंभीर जखमी होणाऱ्या पहिल्या काही लोकांमध्ये पेस्टरचाही नंबर लागला होता.[१४०]

सगळीकडे एकच हाहाकार माजला; पण मराठे आपल्या मोक्याच्या ठिकाणी पाय रोवून उभे होते. खरंतर त्यांनी पुढे येऊन, घाबरलेल्या इंग्रजी लष्कराला इतस्ततः विखुरण्यासाठी भाग पाडलं असतं, तर चांगलं झालं असतं. पण त्यांनी तसं न केल्यामुळे लेकला आपल्या उर्वरित माणसांना गोळा करण्यासाठी वेळ मिळाला. मग त्यानं शक्कल लढवली. बोकीनला आपल्या ताकदीच्या स्थानावरून बाजूला करून, लेकनं आपल्या पायदळाला पाठीमागे सरकण्याचं नाटक करायला सांगितलं. त्याप्रमाणे, पायदळ मागे सरकलं आणि उंच गवताच्या आडोशाला उभ्या राहिलेल्या घोडदळाच्या दोन पलटणींमध्ये जाऊन थांबलं. मराठ्यांना वाटलं, आपल्याला नामी संधी मिळाली. त्यामुळे ते पुढे गेले. पण बघतात तर काय? ते

लेकच्या सापळ्यात अडकले होते! संधी साधून, कंपनी पायदळ आपल्या संगिनीच्या बंदुका घेऊन मराठ्यांवर चाल करून येऊ लागलं. त्यांच्या साथीला घोडदळातली माणसं आपल्या तोफा घेऊन हजर होती. अतिशय वाईट पद्धतीनं जखमी झालेल्या पेस्टरनं नमूद केल्यानुसार-'आम्ही त्यांना यमुनेपर्यंत पळवलं. त्यापैकी शेकडो माणसं नदी पार करत असताना दगावली.

> नदीच्या प्रवाहावर आगीचे गोळे बरसत होते. पाण्यामध्ये रक्ताचे पाट वाहू लागले होते. माणसाचं मन थिजवून टाकणारं दृश्य होतं ते! काही वेळानं आम्ही आमच्या जखमी माणसांना सावरण्यासाठी माघारी फिरलो. तिकडचं दृश्य तर हादरवून टाकणारं होतं! डोक्यापासून पायापर्यंत रक्तानं माखलेले तीस शल्यविशारद, हात-पाय गमावलेल्या आमच्या दुर्दैवी माणसांवर कसेबसे शस्त्रक्रिया करत होते. मृत्यूनं तर हाहाकार माजवला होता! वेदनेनं कळवळणाऱ्या, ओरडणाऱ्या लोकांच्या किंकाळ्या जिवाचा थरकाप उडवीत होत्या. आमचे शूर सैनिक व शिपाई शक्य तितक्या धैर्यानं वेदनेचे लोळ सहन करत होते; पण अखेर अनेक जण शल्यविशारदांच्या टेबलावरच श्वास सोडत होते. कनातीच्या एका कोपऱ्यात शर्टाच्या बाह्या आणि बूट तसेच राहिलेल्या रक्ताळलेल्या हात-पायांचा खच पडला होता.[१४१]

त्या रात्री, पाच फ्रेंच लष्करप्रमुखांनी शरणागती पत्करली. लॉर्ड लेकनं वेलेस्लीला पत्र लिहून कळवलं-[१४२] 'माननीय महोदय, आपलं अफाट नुकसान झालेलं आहे. आजतागायत मी इतकी युद्धं बघितली आहेत; पण या युद्धामध्ये जेवढा गोळीबार झाला, तितका इतर कुठेच अनुभवला नाही.[१४३] या ठिकाणी, आपल्या मराठा शत्रूंचं कौतुक करावंसं वाटतं. त्यांच्या पलटणींची शिस्त, प्रशिक्षण आणि त्यांच्याकडे असलेली शस्त्रास्त्रांची तयारी केवळ विलक्षण आहे! त्यांचे शिपाई शिस्त व नियमांचं इतकं काटेकोर पालन करतात, की मी तर तोंडात बोट घातलं!

> आपली माणसं त्यांच्या छातीवर संगिनी रोखून उभी राहिली, तरी त्यांचा आपल्या शस्त्रांवरचा हात मागे सरेना. देवानं माझ्यावर अशी वेळ पुन्हा आणू नये, पण मी पुन्हा अशा परिस्थितीत सापडलोच, तर मला माझं लष्कर मराठ्यांप्रमाणे असलं पाहिजे. त्यांच्याकडचं प्रशिक्षण उत्तम आहे, लष्करासाठी खर्च करताना त्यांचा हात नेहमी सढळ राहतो, आणि एका

बंदुकीमागे आपण करतो त्यापेक्षा तीन पटीनं त्यांच्याकडे माणसांची भरती केली जाते. त्यांनी ज्या हुशारीने लढा दिला, त्याबद्दल त्यांचं करावं तितकं कौतुक कमी आहे! आम्ही प्रसंगावधान राखून प्रत्युत्तर दिलं नसतं, तर आपला पराजय निश्चित होता!'[१४४]

दिल्लीचं ते भयंकर युद्ध, इंग्रज आणि फ्रेंच शक्तींमधल्या, दक्षिण आशियातील शतकभराच्या रक्तरंजित वैराचं अंतिम पर्व ठरलं. तसंच दोन आंतरराष्ट्रीय सत्तांनी आपसांत भांडून तिसऱ्या देशाची (हिंदुस्थानची) लूट करत राहण्याच्या शतकभराच्या पर्वाचाही तो अंत ठरला. खैर उद्दिननं नमूद केल्यानुसार, 'हिंदुस्थानची भरभराट सुरू झालेली आहे. पुन्हा एकदा शांती आणि समाधानाचं वास्तव्य होऊ लागलेलं आहे. हरणाची बिबट्यासोबत मैत्री झालेली आहे; कबुतराची ससाण्याशी; आणि, चिमणीची घारीशी.'[१४५] अर्थात, खैर उद्दिनच्या लेखनाचा रोख आपल्या इंग्रज आश्रयदात्यांना खूष करण्याच्या दृष्टीनं असायचा; पण काही अंशी त्याच्या या वाक्यांमध्ये सत्य होतं. शतकाभराचं अराजक संपून, नियती आता हिंदुस्थानला पन्नास वर्षांच्या 'सुवर्ण शांती'च्या पर्वाकडे नेत होती.

सगळ्यांत महत्त्वाची गोष्ट म्हणजे, दिल्लीच्या युद्धामुळे हिंदुस्थानच्या पुढ्यात काय वाढून ठेवलं आहे, याचं चित्र स्पष्ट झालं. हिंदुस्थानमध्ये, मराठे ही एकमेव बलाढ्य सत्ता उरली होती; जी कंपनीला तोडीस तोड टक्कर देऊन तिला देशातून हुसकावून लावू शकली असती. शिंदे आणि होळकर यांनी इंग्रजांना शरण जाण्यासाठी अजून काही युद्धं व्हावी लागली, पण एकूण, अस्साये आणि दिल्लीच्या अनुभवानंतर वारे कोणत्या दिशेनं वाहत आहेत, हे स्पष्ट झालं होतं. कंपनीला नमवू शकणारी शेवटची सत्ता कमकुवत पडली होती. आता तिचा पडाव अटळ होता.

कंपनी बंगाल, मद्रास व बॉम्बे आता एकत्र येऊन काम करू लागले होते. दख्खन आणि हिंदुस्थानचा जवळ जवळ संपूर्ण प्रदेश आता कंपनीच्या अधिपत्याखाली आला होता. अशा प्रकारे, अर्धा दशलक्ष चौ.मैल आकाराच्या प्रदेशावर ताबा मिळवून, कंपनीनं पन्नास वर्षांनंतर स्थापित होणाऱ्या 'ब्रिटिश राज'ची पायाभरणी केली होती.[१४६] लवकरच, शिंदेंच्या ताब्यात असलेल्या जोधपूर, जयपूर, मछेरी व बुंदी; तसंच भरतपूरचा जाट राजा या दोघांसोबत असलेल्या तहांना कंपनीनं संपुष्टात आणलं. परिणामी, आता भारतद्वीपावरची सगळी महत्त्वाची राज्ये ही कंपनीची सहयोगी झाली, किंवा तिची अंकित झाली. सहकार्य, सह-निर्वाचन किंवा लष्करी विजय या तिघांचा वापर करून निर्माण केलेल्या प्रक्रियेद्वारे कंपनीनं अखेर हिंदुस्थानवरची आपली पकड घट्ट केलीच!

वेलेस्लीनं आपल्या भावाला कळवल्यानुसार-'तुझं नियोजन आणि आमचं

शौर्य याद्वारे आपण हिंदुस्थानची किंमत शून्यावर आणून ठेवण्यात यशस्वी झालो आहोत!'[१४७]

सुयोग्य प्रशिक्षण घेतलेले ६०० शासकीय अधिकारी कंपनीच्या वतीने हिंदुस्थानचं प्रशासन चालवणार होते. त्यांचं रक्षण करण्यासाठी १लाख ५५हजार भारतीय शिपायांना तैनात केलं गेलं होतं.[१४८] आता कंपनीचं लष्कर हे हिंदुस्थानातील आद्य सैनिकी सत्ता बनलं आणि त्या लष्करावर नियंत्रण ठेवणारा गव्हर्नर जनरल हा खरा बादशहा! इंग्लंडनं दशकभरापूर्वी उत्तर अमेरिकेत आपली जितकी माणसं गमावली होती, त्याच्या कैक पटीनं अधिक – सुमारे ५० दशलक्ष – वेलेस्लीने मिळवली होती.[१४९] त्यांच्याद्वारे त्यानं आपलं 'हिंदुस्थानातील सर्वव्यापी इंग्रज साम्राज्या'चं स्वप्न साकार करण्याची सोय करून टाकली. वेलेस्लीचे महत्त्वाकांक्षी अनुयायी हिंदुस्थानच्या राज्यांमध्ये इंग्रजी वसाहतवाद प्रस्थापित करून तिचा सर्वदूर प्रसार करण्याच्या कार्याला लागले. हा नवीन प्रकारचा वसाहतवाद अधिक शिस्तबद्ध पण तितकाच परका, कोरडा आणि अनोळखी पद्धतीचा होता. चार्ल्स मेटकाफ नावाच्या एका तरुण प्रशासकीय अधिकाऱ्यानं म्हटल्याप्रमाणे, 'आपण सार्वभौम आहोत, आणि (आपण) तसंच वागलं पाहिजे!'[१५०]

कमालीची गोष्ट अशी, की लंडनमध्ये अद्यापही या सगळ्या घडामोडींबद्दल पुरेशी माहिती नव्हती. तो देश अजूनही नेपोलियनशी झालेल्या संघर्षाबद्दल काथ्याकूट करण्यात व्यग्र होता. त्यामुळे दुसऱ्या बाजूला वेलेस्लीनं हिंदुस्थानमध्ये किती भूभाग हस्तगत केला होता व त्यामुळे तिथं किती प्रशासकीय उलथापालथ झाली होती, याबद्दल इंग्लंड अनभिज्ञ होता. इतका अनभिज्ञ, की जेव्हा एका सत्रादरम्यान, अर्ध्या रिकाम्या 'हाउस ऑफ लॉर्ड्स'मध्ये वेलेस्लीच्या हिंदुस्थानातील आक्रमक विस्तारवादी नीतिबद्दल चर्चा सुरू झाली, तेव्हा परराष्ट्रीय सचीव आणि वेलेस्लीचा थेट वरिष्ठ असलेल्या लॉर्ड ग्रेनव्हिलनं 'मला याबद्दल काहीच माहीत नाही बुवा!' असा पवित्रा घेतला.[१५१]

पण हिंदुस्थानात मात्र फार मोठा बदल घडून आल्याची चर्चा जोर धरू लागली होती. दिल्लीचा इमाम शहा अब्दुल अझीझ याच्या नेतृत्वाखाली अनेक मुसलमान हे उघडपणे म्हणू लागले, की बाराव्या शतकापासून मुघलांच्या सत्तेखाली असलेला हिंदुस्थान आता इंग्रजांच्या ताब्यात गेला आहे. १८०३मध्ये लिहिलेल्या जिहादाच्या फतव्यामध्ये शहा अब्दुल अझीझनं म्हटलं होतं-'इथपासून कलकत्त्यापर्यंत, ख्रिश्चनांचा अंमल बसला आहे. हिंदुस्थान आता दार उल-इस्लाम राहिलेला नाही.'[१५२] कंपनी अधिकाऱ्यांनाही आता आपल्या वाढलेल्या अधिकाराचा साक्षात्कार होऊ लागला. थॉमस मुनरोनं लिहिल्यानुसार-'आता आपण हिंदुस्थानचे सार्वभौम सत्ताधीश बनलो आहोत. योग्य वेळी योग्य पावलं उचलली, की ही सत्ता कुणीही

आपल्या हातून काढून घेऊ शकणार नाही.'[१५३]

इंग्रज प्रभुत्वाची पाळंमुळं रुजून घट्ट होऊ लागली होती. १८५७चं बंड सोडलं तर पुढची १४४ वर्षं हिंदुस्थान इंग्रजांच्या ताब्यात राहणार होतं. तिला स्वातंत्र्य मिळण्यासाठी १५ ऑगस्ट १९४७चा दिवस उजाडावा लागणार होता!

शहा आलम आणि त्याचे कुटुंबीय लाल किल्ल्याच्या गच्चीवरून समोर चाललेलं युद्ध पाहत होते. सगळ्यांच्या चेहऱ्यावर चिंतेचं जाळं पसरलं होतं. मात्र दुपार टळू लागेपर्यंत त्यांनी कंपनीच्या सैनिकांना मराठ्यांच्या पाठी लागून, किल्ल्याखालून वाहणाऱ्या नदीच्या किनाऱ्यावर कापून काढताना बघितलं. शहा आलमनं वेलेस्लीला तातडीनिशी अभिनंदनपर संदेश पाठवून, आपण आपल्या रक्षणकर्त्याचं स्वागत करायला आतुर आहोत, असं घोषित केलं.[१५४]

दुसऱ्या दिवशी, १५ सप्टेंबर रोजी शहा आलम नामामध्ये लिहून आल्यानुसार-

> 'जनरल लेक यांनी यमुनेच्या किनाऱ्यावर छावणी टाकून, मुघल दरबारी कंपनीचं प्रतिनिधित्व करणाऱ्या सय्यिद रेझा खानद्वारे निरोप पाठवला, की आम्ही युद्धाचं प्रेक्षक व्हावं. त्यांनी आमच्याकडे नदी पार करण्यासाठी नौकांचीही मागणी केली. बादशहा हुजूरनं, वेळ न दवडता, लगेच नौकांची तजवीज केली. जनरल साहेबांनी नदी पार केली आणि पुराना किल्लामध्ये तळ ठेवला. दुसऱ्या दिवशी, सय्यिद रेझानं बादशहांना जनरल साहेबांचं पत्र दिलं, ज्यामध्ये त्यांनी शुभेच्छा आणि आपल्या मैत्रीप्रती एकनिष्ठ राहण्याचा मानस स्पष्ट केला होता. परतावा म्हणून, बादशहा हुजूरांनी जनरल साहेबांसाठी उंची वस्त्रांची भेट पाठवली.'[१५५]

१६ सप्टेंबर रोजी बादशहाचा उत्तराधिकारी असलेल्या राजपुत्र अकबर शहाला दुपारपर्यंत लॉर्ड लेकच्या पुराना किल्ल्यामधील छावणीला भेट देण्याचं ठरलं होतं. पण नेहमीच्या बेशिस्त स्वभावाला अनुसरून, राजपुत्र दुपारी ३ वाजेपर्यंत पोहोचलाच नाही. त्याचं स्वागत करण्यासाठी तैनात केलेला मेजर विल्यम थॉर्न, पावसाळ्याच्या दमट उष्मेमध्ये घामेजून वेडा झाला! अखेर, राजपुत्राचं आगमन होऊन, सगळे औपचारिक सोपस्कार पूर्ण होऊन त्यानं पुन्हा आपल्या हत्तीवर चढेपर्यंत संध्याकाळचे ४ वाजले.

भेटण्याचं ठिकाण आणि वास्तव्याचं ठिकाण यांमध्ये ४ मैलांचं अंतर होतं; त्यामुळे लॉर्ड लेकला परत महालावर यायला सूर्यास्त झाला. रस्त्याच्या दोन्ही बाजूंना लोकांची इतकी गर्दी होती, की मिरवणूक अक्षरश: मुंगीच्या पावलाने पुढे सरकू शकत होती. असं वाटत होतं की दिल्लीची सगळी जनता त्या रस्त्यावर गोळा झालेली आहे. अगदी महालातले दरबारसुद्धा ओसंडून भरलेले होते. सगळ्यांना, पुन्हा एकदा तिमूरची राजवट येते आहे का, हे पाहण्याची उत्सुकता होती.'[१५६]

भूतकाळात, मराठ्यांनी केलेले हल्ले आणि लूटमारीच्या आठवणी दिल्लीकरांच्या मनात अद्यापही ताज्या होत्या. त्यातही, शिंदेंचं लष्कर तर विशेष कुप्रसिद्ध होतं. त्यांना जाताना पाहून कुणालाही वाईट वाटलं नाही. बादशहाला नवीन रक्षणकर्ते मिळाले होते. नव्याच्या नवलाईला अनुसरून, काही काळ मुघलांनी इंग्रजांबद्दल मोठ्या मनानं कुतूहल दाखवलं-

'बरेच तास मिरवणुकीतून वाट काढत अखेर लॉर्ड लेक शहा आलमच्या महालाकडे पोहोचले. तिथं त्यांच्यासाठी राखीव ठेवलेल्या एका निवासस्थानाकडे लेक साहेबांना नेलं गेलं. कधी काळी, या निवासस्थानाची सजावट पाहून भल्याभल्यांचे डोळे दिपून जायचे!
परंतु काळाचा महिमा कसा असतो पाहा! रंकाचा राजा आणि राजाचा रंक व्हायला एक क्षणसुद्धा पुरेसा होतो. महान अकबर व अजिंक्य औरंगजेब यांच्या वंशातून आलेल्या वंशजाचे हाल खरोखरीच दयनीय झाले होते. अंध, वृद्ध, सत्ता गमावून आणि पैसा फुकून बसलेल्या त्या 'नावाच्या सत्ताधिशाला' फाटक्या छताच्या मंडपाखाली लेक साहेबांची वाट बघत थांबलेलं पाहून, नियती एखाद्या मनुष्याच्या अहंकाराची किती माती करू शकते, याचा प्रत्यय आला. ते दृश्य ज्यांनी बघितलं, त्यांच्या मन:पटलावरून त्या दृश्यातून मिळणारी शिकवण पुसली जाणं अशक्य होतं!'[१५७]

तरीही, शहा आलम नामामध्ये नमूद केल्यानुसार, लॉर्ड लेकनं बादशहाच्या सिंहासनाला अदबीनं कुर्निसात केला आणि मग आपला सहकारी, कर्नल सर डेव्हिड ऑक्टरलोनी याच्या साह्यानं, बादशहाशी संभाषण सुरू केलं. स्कॉटिश कुळातून आलेल्या ऑक्टरलोनीचे वडील हे अमेरिकेतील मॅसच्यूसेट्सचे रहिवासी होते. अमेरिकेमध्ये झालेल्या क्रांतीनंतर, ऑक्टरलोनी कुटुंब कॅनडाला पलायन

करून गेलं. १७७७मध्ये डेव्हिडनं कंपनी लष्करामध्ये नोकरी पकडली. त्याला हिंदुस्थानबद्दल इतकं प्रेम जडलं, की त्यानं पुन्हा पश्चिमेकडे जाण्याचा विचार कायमस्वरूपी त्यागून दिला. डेव्हिड ऑक्टरलोनीनं अनेक हिंदुस्थानी स्त्रियांशी विवाह केले. आपल्या प्रत्येक बायकोला त्यानं एक हत्ती भेट दिला आणि त्यांच्याकडून उर्दू व पर्शियन भाषा शिकून घेतल्या. मुन्ना लालला द'आऊद अख्तर-लुनी बहाद्दर[v]ने स्थानिक भाषांवर मिळवलेलं प्रभुत्व आणि त्याची एकूण समज याबद्दल खूप कौतुक वाटत असे. तर बादशहा शहा आलमच्या विनंतीनुसार, डेव्हिड ऑक्टरलोनीला बादशहाशी राजकीय व आर्थिक व्यवहार करण्यासाठी त्याच दरबारी ठेवून घेतलं गेलं.[१५८]

ऑक्टरलोनीनं शहा आलमला, वेलेस्लीनं पाठवलेली पत्रं वाचून दाखवली. वेलेस्लीनं अगदी सावध पवित्रा घेऊन ती पत्रं लिहिली होती, ज्यामध्ये त्यानं 'बादशाह हुजूरला इंग्रजांच्या छत्रछायेखाली, पुन्हा सुखशांती आणि आदराचं आयुष्य देण्यासाठी आम्ही खारीचा वाटा उचलू शकलो,' याबद्दल समाधान व्यक्त केलं होतं.[१५९] मुन्ना लालनं नमूद केल्यानुसार- 'सदर पत्रांना उत्तर म्हणून, शहा आलमनं जनरल जरार्ड लेक यांना नवाब समसम अल-दौला, खान दौरान खान या किताबानं सन्मानित केलं; तसंच कर्नल ऑक्टरलोनीला 'नसीर अल-दौला[vi] मुझफ्फर जंग' हा किताब देऊ केला.[१६०] याशिवाय, दोघांना उंची भरजरी वस्त्रंही भेट दिली गेली.' परतावा म्हणून, ऑक्टरलोनीनं वेलेस्लीतर्फे शहा आलमसाठी मंजूर केलेल्या ६लाख रुपयांची भेट त्वरित देण्याचं मंजूर केलं; तसंच याशिवाय, आपल्यातर्फे, राजघराण्यातल्या सेवक व कुटुंबीयांच्या खर्चासाठी रु. ६४हजारची मासिक रक्कम घोषित केली.[१६१]

काही दिवसांनंतर लॉर्ड लेकनं मुघल उमराव व इंग्रजांशी सलोखा राखणाऱ्या काही स्थानिक शासकांशी चर्चा करण्यासाठी दरबार भरवला.[१६२] यामध्ये बेगम समरूचाही समावेश होता. मराठ्यांना मदत करण्यासाठी आपलं लष्कर पाठवल्यामुळे आणि तिच्या नवऱ्यानं पाटणा हत्याकांडात बजावलेल्या भूमिकेमुळे, बेगम समरूला इंग्रजांशी आपल्याला चांगलं नातं जोडता येईल का, याबद्दल चिंता वाटत होती. पण दरबारानंतर झालेल्या मेजवानीमध्ये, बेगम समरूच्या हुशारी व सौंदर्याने ऑक्टरलोनीला इतकी भुरळ पाडली, की थोड्याच काळात त्यांच्यात अगदी घट्ट मैत्री झाली.

त्याच मेजवानीदरम्यान बेगम समरूने लॉर्ड लेकला स्वत:चा परिचय करून दिला. या परिचयामुळे घोळ झाला. लॉर्ड लेकनं बऱ्यापैकी मद्यपान केलेलं होतं,

---

v त्यानं डेव्हिड ऑक्टरलोनीचं केलेलं नामकरण.

vi राजस्थानमधील नसीराबादचं नाव लेकच्या किताबावरून ठेवलं गेलं असावं.

आणि त्या नशेत असताना, एकेकाळी दिल्लीतली सर्वांत सुंदर नर्तकी आपल्याशी बोलायला आली आहे हे पाहून, लॉर्ड लेकचा स्वत:वरचा ताबा सुटला. स्किनरनं सदर प्रसंगाचं वर्णन करताना लिहून ठेवल्यानुसार- 'एखाद्या दाढीवाल्या पुरुषाऐवजी ही देखणी स्त्री आपल्याशी ओळख करून घ्यायला आली आहे, हे पाहून लॉर्ड लेक पाघळले. त्यांचं मदिरासेवन वाजवीपेक्षा जरा जास्त झालं होतं. त्यामुळे, आवेशाच्या भरात, त्यांनी सगळ्यांसमोर बेगम समरूला आपल्या कवेत घेऊन तिचं चुंबन घेतलं!' मुघल शिष्टाचाराचा प्रत्येक नियम मोडित काढणारी ती कृती पाहून, सगळा दरबार स्तब्ध झाला! प्रकरण खूप चिघळलं असतं; पण तसं झालं नाही ते केवळ बेगम समरूच्या प्रसंगावधानामुळे. 'थक्क होऊन पाहत बसलेल्या आपल्या सेवकांकडे वळून, बेगम साहिबाने शांतपणे समजावलं – 'काळजी करू नका. हे एका ज्येष्ठ पाद्रींनी आपल्या मुलीला दिलेले आशीर्वाद आहेत.' बेगम समरूने ख्रिस्ती धर्म स्वीकारला असल्याकारणानं, तिचं वक्तव्य ग्राह्य मानलं गेलं. अर्थात, काही अनुभवी लोकांनी, लेक साहेबांच्या रंगेलपणावर गालातल्या गालात हसून घेतलं असेलच.'[१६३]

असो. यानंतर थोड्याच काळात लेकनं आयाकडे प्रस्थान केलं. तिकडचा किल्ला जिंकून, मराठ्यांच्या धैर्याचा उरलासुरला बुरूज अंकित करून, लासवारी येथे शिंदेंवर अखेरचा विजय मिळवणं, असा त्याचा तिहेरी हेतू होता. नुकताच कंपनी रेसिडेन्ट म्हणून नियुक्त केलेल्या ऑक्टरलोनीनं एका जुन्या, मुघल इमारतीमध्ये वास्तव्य करायला घेतलं. पूर्वीच्या काळी, शहा जहानचा ज्येष्ठ मुलगा आणि सूफी राजपुत्र असलेल्या दारा शुकोचं वाचनालय असलेली, आणि नजीकच्या काळात पन्नास वर्षांपूर्वी जिथून शहा आलमनं इमाद उल-मुल्कपासून जिथून पलायन केलं, अशी ती इमारत बरंच ऐतिहासिक महत्त्व लेवून होती.[१६४] घोडदळ आणि तोफखान्यातील कर्मचाऱ्यांसाठी काश्मिरी गेटजवळ इस्पितळ व घरं बांधण्यात आली. अजमेरी गेटजवळ असलेली कमर अल-दिनची हवेली जकात चौकीमध्ये रूपांतरित झाली. कंपनीनं पटापट पावलं उचलून अनेक मोठ्या हवेल्या ताब्यात घेतल्या. तिथं आपल्या निरनिराळ्या कचेऱ्या थाटल्या.[१६५] लवकरच, दुहेरी पद्धतीचं ॲन्लो-मुघल न्यायालय उभारण्यात आलं. तद्पश्चात अनेक प्रशासकीय बाबींमध्ये या दुहेरी पद्धतीची वीण दिसू लागली.

दिल्लीवरचा विजय बऱ्याच दृष्टीनं खूप महत्त्वाचा आणि निर्णायक टप्पा ठरला. कवी आझादनं ज्याचं वर्णन 'बुद्धिबळाच्या पटावरचा राजा' असं केलेलं आहे, त्या अंध आणि सत्ताहीन शहा आलमसाठी हा विजय म्हणजे त्याच्या आयुष्यात अनेक दशके चालत आलेल्या गोंधळाचा अंत ठरला. आपल्या तिमुरिद पूर्वजांकडून मिळालेलं साम्राज्य कुठून, कसं, आणि कुणाच्या आश्रयाखाली चालवावं,

याबाबतचा त्याचा इतक्या दशकांचा गोंधळ अखेर संपुष्टात आला.[१६६] काळाच्या या टप्प्यावर पोहोचेपर्यंत शहा आलम ७७ वर्षांचा झाला होता. लहानपणी त्यानं नादर शहाला दिल्लीमध्ये हैदोस घालून, कोहिनूर हिरा जडवलेलं मयूर तख्त पळवून नेताना बघितलं होतं. इमाद उल-मुल्कनं त्याच्या जिवावर बेतलेले डाव चुकवले होते. क्लाइव्हबरोबर झालेल्या अनेक चकमकींमधून वाट काढली होती. त्यानं कंपनीसमवेत पाटणा व बक्सरला लढाया केल्या होत्या. अलाहबाद येथे क्लाइव्हला दिवाणी सुपुर्द केली होती आणि कंपनीच्या हुकूमपर विनंत्या अमान्य करून दिल्लीला परत आला होता. तिथं आल्यावर, मिर्झा नजाफ खानच्या साथीनं सगळ्या अडी-अडचणींवर मात करून, शहा आलमने आपल्या पूर्वजांची राजधानी नव्यानं उभी केली होती. त्यानंतर मिर्झा नजाफच्या अकाली मृत्यूनंतर त्या राजधानीला एखाद्या मृगजळासारखं लुप्त होतानाही बघितलं होतं. आपल्या आयुष्याच्या सगळ्यात वाईट टप्प्यावर असताना, शहा आलमवर त्याच्या एकेकाळच्या अत्यंत लाडक्या, पण मानसिकरीत्या अस्थिर असलेल्या गुलाम कादिरनं गंभीर हल्ला करून त्याचे डोळे फोडून टाकले होते. सरतेशेवटी, त्याला वेलेस्लीकडे आसरा मिळाला होता. वेलेस्लीच्या रक्षणाखाली, कंपनीकडून मिळणाऱ्या निवृत्तिवेतनाच्या आधारे, तो आता आपली शेवटची काही वर्षं, त्याच्या प्रिय लाल किल्ल्यामध्ये आरामात, आनंदात आणि काही अंशी, मानानं काढू शकणार होता.

तीन वर्षांनंतर, १ एप्रिल १८०६ रोजी लॉर्ड वेलेस्लीच्या नव्यानं बांधल्या गेलेल्या 'फोर्ट विल्यम कॉलेज'मधून प्रथम पदवीधर झालेल्यांपैकी एक आणि, त्यानंतर ऑक्टरलोनीचा कनिष्ठ अधिकारी म्हणून रुजू झालेल्या विल्यम फ्रेझरनं इन्वरनेसमध्ये वास्तव्य करणाऱ्या आपल्या वडिलांना पत्र लिहून शहा आलम आणि त्याच्या दरबाराबद्दलचे आपले विचार व्यक्त केले-

'नुकत्याच पार पडलेल्या एका मुसलमान सणादरम्यान, मी बादशहाबरोबर मशिदीमध्ये गेलो होतो. तिथं जमलेले सगळे भाविक ज्या तन्मयतेने आणि आदराने विधात्यासमोर नतमस्तक झाले होते, ते पाहून मी थक्क झालो!

> या प्रसंगादरम्यान मी सतत बादशहा हुजूरच्या सान्निध्यात होतो, आणि त्यांच्या वागण्या-बोलण्यातलं मार्दव आणि सुसंस्कार पाहून मला त्यांच्याबद्दल खूप आदर वाटू लागला आहे. त्यांचे डोळे गेले असले, तरी त्यामुळे बादशहा हुजूरच्या चेहऱ्यावर अवकळा आलेली दिसत नाही. त्यांच्या खडतर आयुष्याचा प्रवास जाणून घेतल्यावर, मला त्यांच्याबद्दल दया वाटली, पण त्याहीपेक्षा अधिक माझा त्यांच्याबद्दलचा आदर द्विगुणित झाला. बादशहा हुजूरच्या मृत्यूनंतर त्यांचं तिमूर राजघराणं पुढे चालणं

> कठीण आहे. पांगळ्यापासून सुरू होऊन, आंधळ्यावर येऊन संपलेलं घराणं अशीच त्याची ख्याती होणार आहे.'[१६७]

बादशहा म्हणून शहा आलमनं फार काही कर्तबगारी दाखवली नसली, तरी त्या काळच्या इतर मुघल सत्ताधिशांच्या तुलनेत, शहा आलमच्या व्यक्तिमत्त्वात असलेला चांगुलपणा, सभ्यता, प्रामाणिकपणा आणि प्रगतीबद्दलचा ओढा हे सगळे गुण त्याच्या प्रशासनामध्ये उतरले आहेत. विशेषत:, त्याला आपल्या आयुष्यात आलेल्या भयंकर अनुभवांनंतरही, शहा आलमनं शेवटपर्यंत जी चिकाटी आणि सकारात्मक दृष्टी दाखवली, त्याचा त्याच्या जनतेवर खूप चांगला परिणाम झाला आहे. शहा आलमचं पूर्ण जीवन म्हणजे वारंवार होत जाणारे धोके आणि सतत उपसावे लागणारे कष्ट यांची मालिका होय. अनेकदा फसवलं जाऊन, धोका खाऊनही शहा आलमनं धीर सोडला नाही. त्याच्या पूर्ण हयातीत केवळ दोन प्रसंग होते, जेव्हा तो काही काळ खचला होता – पहिल्यांदा जेव्हा त्याचं कुटुंब उद्ध्वस्त करण्यात आलं, आणि दुसऱ्यांदा जेव्हा रोहिल्यांकरवी त्याचे डोळे फोडण्यात आले. हे दोन प्रसंग सोडल्यास, संपूर्ण हिंदुस्थानात इतकं अफाट अराजक माजलं असूनही, शहा आलमनं शिक्षण, संस्कृती व कलेचा वारसा जपत आपलं राज्य सांभाळलं. त्याच्या छत्रछायेखाली अनेक कवी, लेखक, व चित्रकारांना आधार मिळाला.

याशिवाय, इतक्या वाईट परिस्थितीमध्येही, शहा आलमनं आपल्या प्रजेचा हात धरून ठेवत, मुघल सत्तेची ज्योत तेवत ठेवली. त्यानं मुघल सत्ता व प्रशासन यासाठी एक नवीन आदर्श तयार केला. या आदेशाद्वारे त्याच्या हातात नसलेल्या खऱ्या सत्तेचा अभाव, दैवी निवडणूक[vii] आणि सुसंस्कृतपणा व सभ्यतेच्या पडद्याआड झाकला गेला. या दोन्ही संकल्पना शहा आलमनं आपल्या तिमूर पूर्वजांकडून घेतल्या होत्या. विशेष म्हणजे, पन्नास वर्षांनंतर, त्याच्या नातवाच्या दरबारामध्ये याच संकल्पना इंग्रजी वसाहतवादाच्या विरोधात इतिहासातील सर्वांत मोठं बंड निर्माण होण्यासाठी कामी आल्या. सदर क्रांतीमुळे हिंदुस्थानातील इंग्रजी सत्ता कायमची संपण्याच्या मार्गावर येऊन, पुनश्च मुघल सत्तेला नवी पालवी फुटण्याची वेळ आली होती.[१६८]

इंग्रजांच्या दृष्टीनंही, काळाचा हा टप्पा फार ऐतिहासिक महत्त्व लेवून आला होता. मराठ्यांसोबत इतकी दशके चाललेला लढा अखेर संपुष्टात येऊन त्यांच्या हातून हिंदुस्थानच्या उर्वरित भागावर स्वत:ची सत्ता स्थापन करण्यात

---

vii सदर कामासाठी देवाने आपली निवड केली असल्याचा आभास.

इंग्रजांना अखेर यश आलं होतं. तसंच, लंडनच्या एका व्यापारी कंपनीनं मुघल प्रशासनामध्ये शिरकाव करण्याचा आरंभलेला प्रयत्न सफल झाला होता. त्यांनी एकेकाळच्या बलाढ्य मुघल साम्राज्याची कंबर अखेर पूर्णपणे मोडून टाकली होती! वेलेस्लीच्या हाताखाली इंग्रजांनी मुघलाईचा थाटमाटसुद्धा आपलासा केला हे इथं नमूद करावंसं वाटतं.

हिंदुस्थानमध्ये अगदी कायदेशीर पद्धतीनं आपलं सार्वभौमत्व प्रस्थापित करण्यासाठी, इंग्रजांनी मुघल बादशहाच्या दरबारामध्ये स्वत:ला रीजेन्ट घोषित करून टाकलं. इंग्रजांनी खेळलेली ही नामी चाल लक्षात येण्यासाठी पार १८३१चं वर्ष उजाडलं, जेव्हा राजा राममोहन रॉय यांनी 'इंग्रजांनी कमकुवत पडलेल्या मुघल बादशहासमोर मैत्रीचा हात धरून, त्याच्या पदाला असणाऱ्या मान व ओळखीचा फायदा करून, स्वत:ची सत्ता कशी घट्ट करून घेतली,' याबद्दल खुलासा केला.[१६९] मुघल सत्तेला पूर्णपणे उद्ध्वस्त करण्यापेक्षा किंवा पुसून टाकण्यापेक्षा, तिच्याशी जोडल्या गेलेल्या वैधतेचा उपयोग करून घेणं त्यांना अधिक फायदेशीर वाटलं.

लंडनमधील संचालकांनी जेव्हा वेलेस्लीला त्याच्या कारवायांबद्दल पृच्छा केली, तेव्हा त्यानं अगदी नाट्यमयरीत्या कानावर हात ठेवून, 'मला कंपनीला मुघलांच्या सिंहासनावर बसवण्याची हौस आहे, हा विचारच फार शिरशिरी आणणारा वाटतो,' असा पवित्रा घेतला.[१७०] पण वास्तवात, त्यानं नेमकं तेच केलं होतं. अवघ्या पन्नास वर्षांत कंपनीनं मुघल सत्तेला पुरतं मोडीत काढलं होतं. याच कालावधीत त्यांनी उत्कृष्ट अशा प्रशासकीय व नागरी सेवा निर्माण केल्या होत्या, लंडनच्या डॉकलन्ड्सचा बहुतेक भाग बांधून काढला, आणि इंग्लंडला मिळणाऱ्या अर्ध्याहून अधिक व्यापाराचं श्रेय स्वत:च्या नावावर लिहून घेतलं होतं. एकट्या इंग्लंडमध्येच कंपनीचा वार्षिक खर्च सुमारे ८.५ दशलक्ष पौंड[viii] होता. इंग्लंडच्या सरकारचा खर्चही त्यापेक्षा कमी होता![१७१] त्यामुळे साहजिकच, कंपनी स्वत:ला 'विश्वातला सगळ्यात यशस्वी आणि धनवान व्यापारी समूह' मानू लागली होती! कंपनीची पोच आणि सत्ता अवघ्या विश्वात पसरली होती. जगातल्या बहुतेक देशांपेक्षा कंपनीनं पदरी बाळगलेल्या लष्कराचा आकार अधिक मोठा होता. कंपनीचे रोखे आता जागतिक मान्यता असलेल्या चलनाच्या तोडीस तोड मानले जात होते. बर्केनं नमूद केल्यानुसार-'कंपनीची घटना व्यापारापासून सुरू होऊन साम्राज्यापर्यंत येऊन ठेपली' किंवा तिच्या एका संचालकानं म्हटल्यानुसार, 'ईस्ट इंडिया कंपनी म्हणजे एका साम्राज्यातील दुसरं साम्राज्य' बनलं होतं.[१७२]

---

viii आजच्या काळात ८९० दशलक्ष पौंड.

तसं बघायला गेलं तर कंपनीकडे भरपूर साधनसंपत्ती होती; पण वेलेस्लीनं सहा वर्षं चालवलेल्या युद्धांच्या मालिका पोसण्यासाठी, कंपनीच्या आर्थिक स्थितीवर प्रचंड ताण पडला. तोट्याचा आकडा वर्षाकाठी सुमारे २ दशलक्ष पौंडांपर्यंत[vix] गेल्यामुळे, कंपनीवर दिवाळखोरीची वेळ येते की काय, असा प्रश्न पडू लागला. वेलेस्ली हिंदुस्थानला गेला तेव्हा कंपनीच्या डोक्यावर असलेल्या कर्जाचा आकडा १७ दशलक्ष पौंडांपासून वाढत, सहा वर्षांनी ३१.५ दशलक्ष पौंडांवर[x] गेला होता! १८०० ते १८०६ या कालावधीमध्ये वेलेस्लीनं वाढवून ठेवलेली भयंकर कर्जं कमी करण्यासाठी, लंडनहून बंगालकडे ३.९ दशलक्ष पौंड[xi] किमतीची चांदी पाठवावी लागली होती.[१७३] मात्र खऱ्या अर्थानं उंटाची पाठ मोडली, ती वेलेस्लीनं कलकत्त्यामध्ये मुघल थाटात बांधायला घेतलेल्या 'गव्हर्न्मेंन्ट हाउस'मुळे. कंपनी संचालकांनी घोषित करून टाकलं, की वेलेस्लीच्या अधिपत्याखाली हिंदुस्थानचं सरकार हे हुकूमशाही व जुलूमशाहीचं मूर्तिमंत उदाहरण ठरलं होतं!

६ नोव्हेंबर १८०३ रोजी 'कोर्ट ऑफ डायरेक्टर्स'नं सरकारच्या 'बोर्ड ऑफ कंट्रोल'ला सविस्तर पत्र लिहून, आपल्याला वेलेस्लीबद्दल असलेले अनेक आक्षेप नमूद केले. त्यांचा आरोप होता की-

> 'ब्रिटिश इंडिया'च्या कारभारासाठी स्थापन केलेल्या संविधानाला वेलेस्लीनं बिनदिक्कत धुडकावून लावलं होतं. गेली अनेक वर्षं, तो करत असलेले वारेमाप खर्च थांबवण्याबद्दल वेळोवेळी सावध करूनही, त्यानं आपली मनमानी थांबवली नाही. वर, सतत खोटे वायदे देत राहिला. आम्ही त्याच्याशी जी सल्लामसलत करीत होतो, तिला बाजूला सारून त्यानं परराष्ट्रीय धोरणाच्या नावाखाली वाटेल तशी युद्धं आरंभली. या युद्धांमुळे अनेक प्रकारच्या समस्या उभ्या राहिल्या आहेत. कंपनीच्या डोक्यावरचा खर्च आणि कर्ज तर वाढले आहेतच; वर, आतापर्यंत कंपनीची असलेली चांगल्या सत्ताधिशाची प्रतिमाही डागाळून गेली आहे. यामुळे, हिंदुस्थानातील राज्ये आमच्या विरोधात जाण्याची शक्यता खूपच वाढलेली आहे.'[१७४]

---

vix आजच्या काळात २१० दशलक्ष पौंड.

x आजच्या काळात ३.३ अब्ज पौंड.

xi आजच्या काळात ४०० दशलक्ष पौंडपेक्षा अधिक.

अखेर, १८०३च्या शेवटी एक बहुप्रतीक्षित निर्णय घेतला गेला. कंपनीच्या पडद्याआड राजकारणी महत्त्वाकांक्षा राखलेल्या वेलेस्लीला परत बोलावलं गेलं.

१८०३मध्ये संचालकांना आपल्या मर्जीनुसार वागता आलं; पण अखेर कंपनीला इंग्लंड सरकारसमोर मान तुकवावी लागलीच. कंपनी जरी दिवसागणिक बळकट होत असली, तरी एकोणिसाव्या शतकाच्या पूर्वार्धापर्यंत, इंग्लंड सरकारचं तिच्यावर लक्ष आणि नियंत्रण अधिकाधिक जोर धरू लागलं. परिणामी, एका व्यापारी कंपनीनं दुसऱ्या देशामध्ये इतकी मोठी वसाहत चालवावी, ही संकल्पना रूढ व्यापारी, सामाजिक, आर्थिक आणि राजकीय तत्त्वांशी विसंगत मानली जाऊ लागली.

वेलेस्लीला परत बोलावलं गेल्यानंतर, एका अज्ञात लेखकानं (बहुतेक, जेम्स मिल) 'एडिन्बर्ग रिव्ह्यू'मध्ये लिहिलेल्या लेखात म्हटल्यानुसार- 'आजतागायत, प्रशासन या विषयाला अनुसरून अनेक चित्र-विचित्र संकल्पना व नियोजने आखली गेलेली आहेत. त्यातली काही चांगली ठरली, काही वाईट... पण, हजारो मैल दूर बसलेल्या मूठभर माणसांकरवी चालवल्या जाणाऱ्या एका व्यापारी संस्थेनं, दुसऱ्या देशामध्ये साम्राज्य उभारून चालवावं, यासारखी खुळचट कल्पना मी तरी बघितलेली नाही!'[१७५] अखेर, १८१३मध्ये संसदेने ईस्ट इंडिया कंपनीकडे पूर्वेतील देशांसोबत व्यापार करण्यासाठी दिलेला एकाधिकार काढून घेतला, आणि इतर व्यापारी व कंपन्यांना कलकत्ता व बॉम्बेमध्ये दुकान थाटण्याचा परवाना दिला.[१७६]

१८२५पर्यंत संसदेमध्ये ईस्ट इंडिया कंपनीच्या अस्तित्वाबद्दलच हरकत घेतली जाऊ लागली. एका खासदारानं नमूद केल्यानुसार-'कंपनीची सत्ता आणि प्रभाव दोन्ही इतके अफाट वाढले होते, की तिची कार्यभूमी हिंदुस्थान नसून इंग्लंड असती, तर तिच्याकडच्या धन व सत्तेमुळे इंग्लंड सरकारचं अस्तित्व आणि इथल्या जनतेचं स्वातंत्र्य, दोन्ही धोक्यात आलं असतं.' पाच वर्षांनी, अजून एका खासदारानं, राजकारण्यांनी आपल्या नाकाखाली फोफावलेल्या व्यापारी संस्थेला एखाद्या राष्ट्राच्या कल्याणाशी खेळ करू देण्याइतपत मुभा दिल्याबद्दल तीव्र निषेध नोंदवला.[१७७] संसदेमध्ये, जेम्स सिल्क बकिंगहमनं त्याही पुढे जाऊन असं भाष्य केलं- 'मूठभर गुंतवणूकदारांच्या पैशातून उभ्या राहिलेल्या एका व्यापारी संस्थेला, १०० दशलक्षहून अधिक लोकसंख्या असलेल्या भूभागाचं प्रशासन चालवायची सूट दिली जावी, ही संकल्पना सगळ्याच दृष्टीनं इतकी विपरीत, अयोग्य आणि अपमानास्पद आहे, की असं काही होण्याची ही जर पहिली वेळ नसती तर

लोककल्याण, प्रशासन, इत्यादी संकल्पनांबद्दल आजतागायत मांडल्या गेलेल्या थोर विचारांची ती घोर अवहेलना ठरली असती!'[१७८]

शेवटी, १८३३मध्ये संसदेने ठाम निर्णय घेतला. त्यांनी 'ईस्ट इंडिया चार्टर बिल'ला मंजुरी दिली. परिणामी, ईस्ट इंडिया कंपनीकडचे व्यापार करण्याचे हक्क हिरावून घेतले गेले, आणि ती केवळ एक शासकीय संस्था झाली.

एकेकाळी अनेक निरनिराळ्या व्यापारांमधून पैसा कमावणारी – ईस्ट इंडिया कंपनी आता आपल्या अस्तित्वाच्या शेवटच्या टप्प्याला येऊन पोहोचली होती. खरं तर या शेवटच्या टप्प्यावरही ती चहाच्या व्यापारामधून एक दशलक्ष पौंड**[xii]** कमावत होती. या टप्प्याला पोहोचल्यावर तिने आपलं सगळं लक्ष केवळ साम्राज्याच्या विस्तारावर केंद्रित करून टाकलं.[१७९]

१० मे १८५७ रोजी कंपनीच्या खासगी लष्करानं आपल्या मालकाविरुद्ध बंड पुकारलं. हे बंड मोडित काढण्यासाठी कंपनीला नऊ महिने लागले. नऊ महिन्यांनंतर, कंपनीनं स्वत:चा क्रूर चेहरा पुन्हा एकदा दाखवून दिला, जेव्हा त्यांनी हजारोंच्या संख्येने संशयित व प्रस्थापित बंडखोरांना गंगेच्या किनारी वसलेल्या गावोगावी जाऊन फाशी दिली किंवा त्यांची हत्या केली. ब्रिटिश वसाहतवादाच्या इतिहासामधली ती कदाचित सर्वाधिक रक्तरंजित घटना असेल. १८५७च्या बंडाला इंग्लंडमध्ये 'इंडियन म्यूटिनी' म्हणून, आणि भारतामध्ये 'द फर्स्ट वॉर ऑफ इंडिपेन्डन्स' म्हणून ओळखलं जातं – या घटनेच्या पार्श्वभूमीवर अखेर इंग्रज संसदेनं कंपनीचे सगळे हक्क आणि सगळी सत्ता तिच्या हातून काढून घेतली.

पाणी डोक्याच्या वर गेलं होतं. अतिरेक झाला होता. किंबहुना, अतिरेकानं कळस गाठला होता. एखाद्या व्यापारी महामंडळाचा न संपणारा हव्यास आणि अकार्यक्षमता या दोहोंमुळे किती भयंकर कहर माजू शकतो, याचा वेळीच अंदाज येऊन अखेर इंग्रज संसदेनं तिच्या पायात बेड्या घातल्या. कंपनीचं नौदल बंद करण्यात आलं; तिचं लष्कर इंग्रज सरकारच्या थेट अधिपत्याखाली आणण्यात आलं. १८५९मध्ये अलाहबादच्या किल्ल्यामध्ये – गव्हर्नर जनरल लॉर्ड कॅनिंगनं ही औपचारिक घोषणा केली, की हिंदुस्थानमध्ये असलेल्या कंपनीच्या सगळ्या साधनसंपत्तीचं राष्ट्रीयीकरण होऊन, तिचे सर्व व्यवहार इंग्रज सरकारच्या हातात दिले जातील. परिणामी, कंपनी संचालकांच्या जागी आता राणी व्हिक्टोरिया ही हिंदुस्थानाची सम्राज्ञी मानली जाईल. याच ठिकाणी क्लाइव्हनं दिवाणीचा करार करून कंपनीला सर्वप्रथम व्यापाराच्या परिघातून बाहेर काढून सार्वभौमत्वाची चटक लावली होती.

---

xii आजच्या काळात १०० दशलक्ष पौंडपेक्षा अधिक

त्यांची सनद संपेपर्यंत, पुढची पंधरा वर्षं ईस्ट इंडिया कंपनीनं कशीबशी लंगडत काढली. अखेर १८७४मध्ये कोणत्याही गाजावाज्याशिवाय, कंपनीनं सगळ्यांचा निरोप घेतला. आपलं संपूर्ण अस्तित्व वाजतगाजत काढलेल्या ईस्ट इंडिया कंपनीनं आपला शेवटचा निरोप कुणाच्या नकळत घ्यावा, हा किती मोठा विरोधाभास म्हणावा?[१८०]

आजमितीला, 'ईस्ट इंडिया कंपनी' हे नाव व त्यासंबंधीचे हक्क, केरळमधल्या दोन भावांच्या ताब्यात आहेत. लंडनमधील 'वेस्ट एन्ड' या उच्चभ्रू भागात त्यांनी याच नावानं मसाले व इतर खाद्यपदार्थ विकण्याचं दुकान थाटलं आहे!

उपसंहार

लॉल दगडानं बांधलेला मुघल किल्ला जिथून शहा आलमकडून दिवाणी उकळण्याची पद्धत सुरू झाली, आणि जिथं अखेर कंपनीला आपली सत्ता स्वाधीन करावी लागली, तो परिसर अजूनही लष्कराच्या ताब्यात आहे. लाहोर, दिल्ली, वा आग्रा येथे पर्यटक ज्या किल्ल्यांना जातात, त्यापेक्षा हा किल्ला कैक पटीनं मोठा आहे. मी जेव्हा या किल्ल्याला भेट द्यायला गेलो, तेव्हा तिथल्या अधिकाऱ्यांना व सुरक्षारक्षकांना पूर्वी तिथं घडून गेलेल्या ऐतिहासिक घटनांबद्दल काही माहिती नव्हती. क्लाइव्हचा तंबू ज्या ठिकाणी उभारलेला होता तिथं अद्यापही कंपनीच्या काही तोफा विखुरलेल्या आढळतात; पण त्या तोफांशेजारी पहारा देणाऱ्या शिपायांनी कधी 'ईस्ट इंडिया कंपनी'चं नाव देखील ऐकलेलं नाही!

ज्या दिवशी मी त्या किल्ल्यात गेलो, त्या संध्याकाळी मी किल्ल्याच्या तटबंदीबाहेर एक नौका भाड्यावर घेतली आणि नावाड्याला मला आजूबाजूला फिरवून आणायला सांगितलं. सूर्यास्त होण्याआधीची ती सुंदर वेळ होती! उत्तर भारतीय माणसं त्या वेळेला 'गोधुलीबेला' (गाई घरी परतण्याची वेळ) असं म्हणतात. संधिप्रकाशामध्ये यमुनेचं पाणी चमचम करत होतं – जणू तिथं मुघलाईतील रत्नांचा सडा पडला असावा! किनाऱ्यावर बगळे बसलेले होते; यमुना व गंगेचा संगम होतो तिथं अनेक भाविक पाण्यात डुबकी मारत होते. साधू व भाविकांच्या

गर्दीमध्ये उभे राहून लहान पोरं मासेमारी करत होती. निरनिराळे पक्षी अन्न शोधत घरचा रस्ता धरत होते.

चाळीस मिनिट आम्ही यमुनेमधून शांतपणे सैर करत होतो. पाण्याच्या लाटा आमच्या नावेला हेलकावे देत होत्या. त्यावरून पुढे सरकत, मी किनाऱ्यावरून दिसणाऱ्या किल्ल्याच्या अनेक बुरुजांना निरखत पुढे चाललो होतो. मुघल स्थापत्यशैली आणि कलाकुसरीचा अप्रतिम नमुना असलेला तो किल्ला पाहून, मला हे खरंच वाटेना, की इतक्या भरभक्कम, बलाढ्य आणि हुशारी व सृर्जनशीलतेचा संगम असलेल्या मुघल सत्तेला पाडण्यासाठी, दूर लंडनमध्ये बसलेली एक व्यापारी संस्था कारणीभूत ठरावी! भले ती संस्था किती का आक्रमक वा निर्दयी असेना, पण तिनं अवघ्या काही दशकांमध्ये इतक्या शतकांवर बांधल्या गेलेल्या साम्राज्याचा एवढ्या सहजपणे घास घ्यावा?

भारत व ब्रिटन, दोन्हीकडे अजूनही ब्रिटननं भारतावर राज्य केल्याची चर्चा केली जाते. मात्र सदर चर्चेमध्ये त्या परावलंबित्वामागे दडलेलं (आणि या पुस्तकामध्ये दाखवलेलं) भीषण, जटिल चित्र कधीच पुढे येत नाही. एका गोष्टीचं विशेष स्मरण ठेवलं पाहिजे : अठराव्या शतकाच्या मध्यावर, भारताचं स्वातंत्र्य हिरावून घेणारी संस्था ही इंग्रज सरकार नव्हे, तर इंग्लंडमध्ये वसलेली एक खासगी व्यापारी कंपनी होती. भारतामध्ये वसाहतवादाचं मूळ रुजण्यामागे याच व्यापारी संस्थेला, वाटेल त्या मार्गानं आपल्या गुंतवणुकदारांचे खिसे आणि स्वतःच्या तिजोऱ्या भरण्याची लागलेली लालसा कारणीभूत होती.

ईस्ट इंडिया कंपनीनं ज्या हिंसक व जुलमी पद्धती वापरून त्या काळच्या हिंदुस्थानावर आपली सत्ता स्थापन केली, तो प्रकार म्हणजे 'कॉर्पोरेट व्हायोलन्स'चा आद्य नमुना म्हणून कुप्रसिद्ध ठरू शकेल. आज जागतिक स्तरावर अशा अनेक बहुराष्ट्रीय कंपन्या आहेत, ज्यांची पोहोच आणि बळ दोन्ही अफाट आहे – मग ते एक्सॉन मोबिल असो, वॉलमार्ट असो, वा गुगल; पण लष्करी बळावर सत्ता काबीज करणाऱ्या ईस्ट इंडिया कंपनीच्या राक्षसी अवतारासमोर, आजकालची ही महामंडळं गरीब गाई शोभतील! इतिहास साक्ष आहे – एखादी खासगी संस्था वाजवीपेक्षा अधिक बळावू लागल्यावर जेव्हा तिच्या मायदेशातलं सरकार तिच्या नाकात वेसण घालू पाहतं, तेव्हा ती संस्था एखाद्या माजलेल्या बैलाप्रमाणे आपला विरोध दर्शवते!

आज आपण परत एकदा काळाच्या त्या टप्प्यावर येऊन ठेपलो आहोत, जो सर थॉमस रोएच्या भारत भ्रमणादरम्यान होता. आज पुन्हा एकदा पश्चिमेकडचं धन पूर्वेकडे येऊ लागलं आहे – तसंच जसं ते रोमन काळामध्ये ईस्ट इंडिया कंपनीचा जन्म होईपर्यंत येत होतं. आज जेव्हा एखादा पाश्चिमात्य मंत्री भारताकडे

येतो, तेव्हा तो क्लाइव्हप्रमाणे विचित्र अटी घालण्यासाठी येत नाही. किंबहुना, आताशा वाटाघाटी हा प्रकारच इतिहासजमा होत चालला आहे. उलट, तो आपल्या देशातल्या अनेक उच्चाधिकारी व उद्योजकांसोबत भारतातून काही कंत्राटं मिळतात का, याची पाहणी करण्यासाठी येतो.

ईस्ट इंडिया कंपनी नावाची ही संस्था – साता समुद्रापलीकडे पोहोच असणारी एकत्रीकृत अशी एक व्यापारी किंवा उद्योजक संस्था होती. हिची कल्पनाच मुळात फार नावीन्यपूर्ण होती. सदर संस्थेच्या जन्मासोबत युरोपनं आपल्या वसाहतवाद या दुसऱ्या अपत्यालाही जन्म दिला होता. या दोघा अपत्यांनी हातात हात घालून आशिया व युरोपमध्ये कैक शतकं धुमाकूळ घातला आणि युरोपला भन्नाट आर्थिक फायदा मिळवून दिला! विशेष म्हणजे, युरोपीय साम्राज्यवादाचा अंत झाल्यानंतरही वसाहतवादाची कल्पना तग धरून राहिली. ब्रिटिश / इंग्रज वसाहतवादानं भारताला काय-काय दिलं याबद्दल बोलताना इतिहासकार बरेचदा लोकतंत्र, कायदा, रेल्वे, चहा, क्रिकेट अशा गोष्टींचा उल्लेख करतात. पण माझ्या मते, याद्वारे केवळ हिंदुस्थानालाच नव्हे, तर पूर्ण दक्षिण आशिया खंडाला 'संयुक्त भांडवली संस्था' या संकल्पनेचं जे देणं मिळालं, त्यामुळे त्यांचा अवघा चेहरामोहरा बदलून गेला! या कल्पनेचा प्रभाव हा साम्यवाद, प्रोटेस्टन्ट ख्रिस्ती धर्म, वा अगदी लोकतंत्रापेक्षा कैक पटीने अधिक आहे, असं मला वाटतं.

आजच्या काळात भारतीय मनुष्याच्या आयुष्यात जितकं त्याच्या/तिच्या कुटुंबाचं स्थान आहे, तितकंच त्याच्या/तिच्या कंपनीचं असतं. यात आश्चर्य वाटण्यासारखं काही नाही. 'हार्वर्ड्स सेंटर फॉर बिझनेस अँण्ड गव्हर्नन्स'च्या माजी संचालिका इरा जॅक्सन यांनी नमूद केल्यानुसार, 'उद्योजक आणि ते चालवत असलेल्या महामंडळांनी आज राजकारण आणि राजकारण्यांची जागा घेतलेली आहे. आजच्या काळात एखादा देश अथवा सरकार चालवणारे खरे सत्ताधीश कोण? तर उद्योजक आणि त्यांची महामंडळे. त्यांच्या हातात देशाची कास असते.' जॅक्सन यांचं म्हणणं अगदी खरं आहे. मानवजातीचं सर्वाधिक नियंत्रण कंपन्यांच्या हातात गेलेलं आहे.

अशा या सर्वव्यापी महामंडळांच्या वागणूक व निर्णयांवर कुणी आणि कसं नियंत्रण ठेवायचं, हा प्रश्न आजही ३०० वर्षांपूर्वी होता तितकाच जटिल आहे. जी महामंडळे देशाच्या जनतेला रोजगार देतात, त्यांच्यापासून त्याच जनतेचं रक्षण कसं करायचं, या प्रश्नाचं उत्तर निश्चितच सोपं नाही. आजच्या काळातल्या कंपन्या जरी ईस्ट इंडिया कंपनीप्रमाणे हिंसा व मनमानी कारभारातून स्वत:च्या तुंबड्या भरू शकत नसल्या, तरी त्यांनी तसे प्रयत्न केले नाहीत असं नव्हे. स्वत:च्या फायद्यासाठी कित्येक बहुराष्ट्रीय कंपन्यांनी त्या त्या देशांमधल्या सरकारचं

बाहुलं बनवण्याचा प्रयत्न केला आहे.

२००७-९ या कालावधीत झालेली 'सबप्राइम क्रायसिस[i]' आणि तिचा बुडबुडा फुटल्यानंतर अनेक बँकांना लागलेलं दिवाळखोरीचं ग्रहण पाहून हे लक्षात आलं, की ही धनाढ्य महामंडळं जशी एखाद्या देशाला सोनेरी दिवस दाखवू शकतात, तशीच ती त्यांना भिकेचे डोहाळेही लावू शकतात! सदर संकटादरम्यान, युरोप व अमेरिकेतील बँकांना जानेवारी २००७ ते सप्टेंबर २००९च्या कालावधीत तब्बल १ ट्रिलियन डॉलर्सचं नुकसान झालं होतं. १७७२मध्ये बर्केला ईस्ट इंडिया कंपनीबाबत अशी भीती वाटली होती, की ती इंग्लंडला नुकसानीच्या कृष्णविवरात घेऊन जाईल. ती भीती २००८-११ या कालावधीत आइसलॅण्डच्या बाबतीत खरी ठरली. आइसलॅण्डमधील तीन सर्वांत मोठ्या खासगी बँका कोसळल्यानंतर, संपूर्ण देश दिवाळखोरीत निघाला! याचा अर्थ, एकविसाव्या शतकातही धनाढ्य व बलाढ्य उद्योग महामंडळे कोणत्याही देशाच्या सरकारला तितक्याच सहजतेने उचलू किंवा भिरकावून देऊ शकतात, जितकं ईस्ट इंडिया कंपनीनं अठराव्या शतकात बंगालच्या सरकारला केलं होतं.

सत्ता, पैसा आणि उत्तरदायित्वाचा अभाव, या तिघांचं एकत्रीकरण हा फार धोकादायक संयोग आहे. विशेषत:, गरीब देशांमध्ये अशा महामंडळांवर नियंत्रण ठेवणं कठीण असतं आणि जिथं या महामंडळांचा पैसा सगळ्या विरोधकांची तोंडं बंद करू शकतो, तिथं तर हा संयोग अगदी अनर्थकारक परिणाम घेऊन येऊ शकतो. उदाहरण द्यायचं झालं, तर २००९ ते २०१४ या काळात जेव्हा भारतामध्ये काँग्रेस पक्षाचं राज्य होतं, तेव्हा जमिनीपासून खनिजांपर्यंत प्रत्येक गोष्टीच्या व्यापारामध्ये अफाट प्रमाणात भ्रष्टाचार झालेला आढळला.

सप्टेंबर २०१५ मध्ये त्या काळी 'रिझर्व बँक ऑफ इंडिया'चे गव्हर्नर असलेल्या रघुराम राजननं आपल्या एका भाषणात, उद्योग क्षेत्रातला पैसा संसदेच्या नीतिमत्तेला काळवंडू पाहत असल्याबाबत चिंता व्यक्त केली होती : 'आज आपल्या भारत देशाची लोकशाही आणि अर्थव्यवस्था दोन्ही उत्तम परिस्थितीत असली, तरी नुकत्याच झालेल्या निवडणुकीनंतर (मला) असा प्रश्न पडला, की पूर्वी वशिलेबाजीचा पुरस्कर्ता असलेल्या समाजवादाची जागा, वशिलेबाजीच्या जोरावर चालणाऱ्या भांडवलशाहीनं तर घेतली नाही ना? अशी भांडवलशाही ज्यामध्ये श्रीमंत आणि वरपर्यंत हात पोहोचलेल्या व्यक्तींना, भ्रष्ट राजकारण्यांचे खिसे गरम केल्याच्या बदल्यात जमीन, नैसर्गिक साधनसंपत्ती व इतर अनेक 'बक्षिसं' वाटली जातात. हा

---

i पाश्चात्त्य देशांमध्ये उद्‌भवलेल्या या संकटात कर्जदाराची पतपात्रता न जोखता, वाटेल तेवढी कर्जं दिल्यामुळे, अखेर बँका दिवाळखोरीत निघू लागल्या

पक्षपातीपणा कोणत्याही अर्थव्यवस्थेच्या आरोग्यासाठी हानिकारक ठरतो. पारदर्शकता आणि निरोगी स्पर्धा यांचा गळा घोटला जातो; परिणामी, नि:पक्षपाती आर्थिक व सामाजिक प्रगतीचा ऱ्हास होतो. सामाजिक हिताऐवजी काही मूठभर खासगी हितांचा विचार होऊ लागला, तर तो लोकशाहीचा अंत ठरतो.' राजन यांनी व्यक्त केलेले काळजीयुक्त विचार हे तीनशे वर्षांपूर्वी होरेस वॉलपोल आणि तत्सम व्यक्तींनी व्यक्त केलेल्या विचारांशी बरंच साम्य राखून होते. अमर्याद धन आणि त्याद्वारे उघडपणे केल्या जाणाऱ्या भ्रष्टाचाराच्या मुळाशी असलेल्या ईस्ट इंडिया कंपनीबाबत त्या लोकांना अशीच भीती वाटली होती.

नशिबानं, आधुनिक काळात, ईस्ट इंडिया कंपनीचं कोणतंही हुबेहूब प्रतिरूप निपजलेलं नाही. मिळकतीच्या दृष्टीनं जगातल्या सर्वोच्च कंपन्यांपैकी असलेल्या वॉलमार्टकडे आण्विक पाणबुड्यांचा तांडा नाही. फेसबुक अथवा शेल कंपनीनं स्वत:च्या पदरी पायदळ बाळगलेलं नाही. मात्र तरीही, पहिली बहुराष्ट्रीय कंपनी म्हणून प्रसिद्ध झालेली (आणि मग, आपल्या अनियंत्रित कारभारासाठी तितकीच कुप्रसिद्ध ठरलेली) ईस्ट इंडिया कंपनी ही आजच्या काळातील बहुराष्ट्रीय कंपन्यांसाठी महत्त्वाचं प्रेरणास्थान आणि आदर्श मानली जाते! फक्त, ईस्ट इंडिया कंपनीच्या साच्यानुसार बांधल्या गेलेल्या आजच्या कंपन्यांना स्वत:चं लष्कर बाळगण्याची गरज उरलेली नाही. त्या ज्या देशात आपलं जाळं पसरवतात, तिथल्या सरकारांना हाताशी धरून स्वत:चं हित व्यवस्थित जपून ठेवू शकतात!

आता जरा पुन्हा ईस्ट इंडिया कंपनीकडे वळूया. पूर्वी 'लीडनहॉल स्ट्रीट'वर असलेल्या कंपनी मुख्यालयाच्या जागी आता रिचर्ड रॉजर्सनं बांधलेली लॉइड्स इमारत उभी आहे. एकेकाळी मॅकॉलेनं जिचं वर्णन 'जगातलं सर्वांत मोठं औद्योगिक महामंडळ' असं केलं होतं...एकेकाळी जिनं बलाढ्य मुघलांच्या हातून सत्ता ओरबाडून काढली होती... त्या ईस्ट इंडिया कंपनीची आठवण करून देणारा एखादा फलकसुद्धा तिथं लावलेला नाही. पण ज्या कुणाला आपल्या काही शतकांच्या अस्तित्वादरम्यान ईस्ट इंडिया कंपनीनं नेमकं काय मिळवलं, हे शोधण्यात रस असेल त्यानं केवळ 'लीडनहॉल स्ट्रीट'वर उभं राहून एकदा अवतीभवती नजर फिरवावी. त्याला नक्की उत्तर सापडेल.

या पुस्तकात व्यावसायिक आणि राजकीय सत्तांमधल्या कालानुरूप चालत आलेल्या संबंधांचा अभ्यास करण्याचा प्रयत्न केला आहे. व्यावसायिक संस्था राजकारणात काय बदल घडवून आणू शकतात, आणि राजकारण या संस्थांवर काय परिणाम साधू शकतं याचा विचार या पुस्तकात केला गेलेला आहे. तसंच सत्ता व पैसा यांचा अतिरेक झाल्यावर कोणते दुष्परिणाम होतात आणि अर्थकारण, औद्योगिकीकरण आणि वसाहतवादाचा एकमेकांशी कसा जवळून संबंध राहिलेला

आहे, यांसारख्या बाबींवर या पुस्तकामध्ये सखोल विचार मांडले गेले आहेत. पाश्चिमात्य साम्राज्यवाद आणि औद्योगिक भांडवलशाही या दोघांचा जन्म साधारणत: एकाच वेळेला झाला, आणि या दोघांच्या आधारावर आजचं आधुनिक विश्व उभं राहिलं असं म्हटलं तर ते वावगं ठरणार नाही.

ईस्ट इंडिया कंपनीनं अठराव्या शतकातल्या हिंदुस्थानामध्ये इतके महाकाय बदल घडवून आणले, की त्याबाबत बोलण्यासाठी, लिहिण्यासाठी साहित्यामध्ये एक पूर्णपणे नवीन शैली निर्माण करण्यात आली. 'इब्रतनामा' म्हणजेच, 'चुका दाखवून देणारं साहित्य'. या प्रकाराद्वारे इतिहासामध्ये झालेल्या चुकांची दखल घेऊन, काय करायला नको होतं याबाबत सविस्तर चर्चा केली जात. सदर साहित्यप्रकारामध्ये बरंच लेखन केलेल्या खैरउद्दिन इलाहबादीनं आपल्या एका लेखनामध्ये नमूद केल्यानुसार, या लेखनकार्याचा महत्त्वाचा उद्देश : 'अझ फरा-दिद-ए सर-गुझाश्त-ए गुझाश्तगन,बर खुद इब्रत पझिराद' – भूतकाळामधून धडे घेऊन आपल्या उज्ज्वल भविष्याची आखणी करा - असा होता.[१]

आज जेव्हा आपण इतिहासाची पानं चाळून ईस्ट इंडिया कंपनीचा विचार करतो, तेव्हा औद्योगिक सत्तेचा दुरुपयोग केला गेला तर काय दुष्परिणाम होतात, आणि मूठभर गुंतवणुकदारांचं हित जपण्यासाठी त्यांना खूश ठेवण्यात सरकारचं हित आहे असा आभास निर्माण केला, तर किती समस्या उभ्या राहतात, हे दोन मुद्दे ठळकपणे समोर उभे राहतात. नजीकच्या काळात, इराकमध्ये अमेरिकेनं जो हैदोस घातला त्याद्वारे हे सिद्ध झालं, की अजूनही आपल्या जगातला साम्राज्यवाद पूर्णपणे नष्ट झालेला नाही; कदाचित, तो कधी नष्ट होणारही नाही. केवळ, काळाच्या ओघात त्याचं स्वरूप बदलत गेलं आहे. आजच्या वैश्विक सत्ता मोठ्या उद्योजकांकडून देणग्या घेतात, व्यावसायिक गटबाजी करून खेळी खेळतात, बहुराष्ट्रीय वित्तीय जाळी व वैश्विक बाजारपेठा निर्माण करतात, नव्या युगातील संगणकीय चमत्कारांद्वारे स्वत:चे खिसे भरतात... इतके सगळे 'अहिंसक' मार्ग त्यांच्या दिमतीला असताना, आजच्या काळातील साम्राज्यवादाच्या पोशिंद्यांना, लष्करी बळ(जबरी) वापरण्याची गरज कुठे उरली आहे?

मात्र स्थापनेनंतर चारशे वीस वर्षांनंतरही ईस्ट इंडिया कंपनीची कथा पूर्वीइतकीच आजही तितकीच रंजक आणि प्रस्तुत आहे.

◆

Notes

Abbreviations

BL	British Library
CPC	Calendar of Persian Correspondence
IOR	India Office Records
NAI	National Archives of India
OIOC	Oriental and India Office Collections

परिचय

1 Philip Stern has shown brilliantly how much earlier than was previously understood the Company acquired real and tangible political power. See Philip J. Stern., *The Company State: Corporate Sovereignty & the Early Modern Foundations of the British Empire in India.* Cambridge, 2011.

2 'The Muzaffarnama of Karam Ali', in *Bengal Nawabs*, translated into English by Jadunath Sarkar, Calcutta, 1952, p. 63.

3 Ghulam Hussain Khan, *Seir Mutaqherin*, Calcutta, 1790–

94, vol. 3, pp. 9–10.

4 Quoted by Emma Rothschild in her unpublished essay, 'The East India Company and the American Revolution'.

5 More recent research is represented by historians like Richard Barnett's pioneering *North India Between Empires: Awadh, the Mughals and the British, 1720–1801*, Berkeley, 1980 and Christopher Bayly's *Rulers, Townsmen and Bazaars*, and Alam, who, in his *The Crisis of Empire in Mughal North India*, demonstrates economic growth in north India during the first half of the eighteenth century. There has been a considerable literature devoted to this new understanding. For collections of essays espousing these 'revisionist' views see Seema Alavi (ed.), *The Eighteenth Century in India*, New Delhi, 2002; P. J. Marshall (ed.), *The Eighteenth Century in Indian History. Evolution or Revolution*, New Delhi, 2003. See also; Stewart Gordon, *Marathas, Marauders and State Formation in Eighteenth-Century India*, Delhi, 1998; Rajat Datta, *The Making of the Eighteenth Century in India: Some Reflections on Its Political and Economic Processes*. Jadunath Sarkar Memorial Lecture, Bangiya Itihas Samiti, Kolkatta, April 2019; Karen Leonard, 'The Hyderabad Political System and Its Participants', *Journal of Asian Studies*, 30(3) (1971); Tilottama Mukherjee, *Political Culture and Economy in Eighteenth-Century Bengal. Networks of Exchange, Consumption and Communication*, New Delhi, 2013; John F. Richards, *The Seventeenth-Century Crisis in South Asia* in *Modern Asian Studies*, 24, 4,(1990), pp625-638; M. Athar Ali, *The Passing of an Empire: The Mughal Case,* Modern Asian Studies, Vol 9. No.13 (1975), pp385-396; Stewart Gordon, *Legitimacy and Loyalty in some Successor States of the Eighteenth Century. In John F Richards, Kingship and Authority in South Asia*, [New Delhi, 1998], pp327-347 Madhu Trivedi, *The Making of the Awadh Culture*, New Delhi, 2010; Stephano Pelo, '*Drowned in the Sea of Mercy. The Textual Identification of Hindu Persian Poets from*

Shi'i Lucknow in the Tazkira of Bhagwan Das 'Hindi', in Vasudha Dalmia and Munis D. Faruqui (eds), *Religious Interactions in Mughal India*, New Delhi, 2014; Sanjay Subrahmanyam, '*Connected Histories: Notes Towards a Reconfiguration of Early Modern Eurasia*', *Modern Asian Studies*, 31(3) (1997); J. F. Richards, '*Early Modern India and World History*', *Journal of World History*, 8(2) (1997), C. A. Bayly, 'Indian Merchants in a 'Traditional' Setting. Banaras, 1780–1830', in Clive Dewey and A. J. Hopkins (eds), *The Imperial Impact. Studies in the Economic History of India and* Africa, London, 1978; Philip Calkins, 'The Formation of Regionally Oriented Ruling Group in Bengal, 1700–1740', *Journal of Asian Studies*, 29(4) (1970).

6 Fakir Khair-al Din Illahabadi, Fakir, '*Ibrat Nama*, BL, OIOC, Or. 1932. f1v

प्रकरण १: १५९९

1 James Shapiro, *1599: A Year in the Life of William Shakespeare*, London, 2005, pp. 303–8.

2 Henry Stevens, *The Dawn of British Trade to the East Indies, as Recorded* in the Court Minutes of the East India Company 1599–1603, Containing an *Account of the Formation of the Company*, London, 1866, pp. 1–10.

3 Marguerite Eyer Wilbur, *The East India Company and the British Empire in the Far East*, New York, 1945, pp. 18–24.

4 Robert Brenner, *Merchants and Revolution: Commercial Change, Political Conflict, and London's Overseas Traders, 1550–1653*, Princeton, 2003, pp. 19–23, 61–4; James Mather, *Pashas: Traders and Travellers in the Islamic World*, London, 2009, pp. 4, 40–2.

5 Stevens, *The Dawn of British Trade*, pp. 1–10.

6 Sir William Foster, 'The First Home of the East India Company', in *The Home Counties Magazine*, ed. W. Paley Baildon, FSA, vol. XIV, 1912, pp. 25–7; Beckles Willson, *Ledger and Sword: The Honourable Company*

of Merchants of England Trading to the East Indies 1599–1874, 2 vols, London, 1903, vol. 1, pp. 19–23.

7 Stevens, *The Dawn of British Trade*, pp. 5–6; P. J. Marshall, 'The English in Asia to 1700', in Nicholas Canny, *The Oxford History of the British Empire*, vol. 1, *The Origins of Empire*, Oxford, 1998, pp. 267–9.

8 मुघल समृद्धीच्या तुलनेत गरीब असलेलं इंग्लंड, उत्तर युरोपच्या मापदंडाने मात्र चांगलंच संपन्न होतं. त्या काळी, इंग्लंडने नेदरलॉण्ड्समध्ये आपल्या कापड व्यापाराचा आवाका खूप विस्तारला होता.

9 Kenneth R. Andrews, *Trade, Plunder and Settlement: Maritime Enterprise and the Genesis of the British Empire, 1430–1630*, Cambridge, 1984, pp. 12, 33, 256.

10 Niall Ferguson, *Empire: How Britain Made the Modern World*, London, 2003, pp. 6, 7, 9; G. L. Beer, *The Origins of the British Colonial System, 1578–1660*, London, 1908, pp. 8–9.

11 Giles Milton, *Nathaniel's Nutmeg or, The True and Incredible Adventures of the Spice Trader Who Changed the Course of History*, London, 1999, pp. 15–20.

12 Andrews, *Trade, Plunder and Settlement*, pp. 176, 200–22, 309, 314; Ferguson, *Empire*, p. 58.

13 *National Archives of India Calendar of Persian Correspondence, intro. Muzaffar Alam & Sanjay Subrahmanyam*, vol. 1, New Delhi, 2014 (henceforth *CPC*), p. xxxi.

14 William Foster (ed.), *Early Travels in India 1583–1619*, London, 1921, pp. 1–47; G. V. Scammell, *The World Encompassed: The First European Maritime Empires*, London, 1981, p. 474.

15 Brenner, *Merchants and Revolution*, pp. 20–1; Milton, *Nathaniel's Nutmeg*, pp. 7, 42–52; Holden Furber, 'Rival Empires of Trade in the Orient, 1600–1800', in *Maritime India*, intro. Sanjay Subrahmanyam, New Delhi, 2004,p. 31, 343n.

16 Furber, 'Rival Empires of Trade in the Orient', pp. 31–2; Shapiro, *1599*, p. 303; Andrews, *Trade, Plunder and Settlement*, p. 260.

17 K. N. Chaudhuri, *The English East India Company: The Study of an Early Joint-Stock Company 1600–1640*, London, 1965, p. 11; Mather, *Pashas*, p. 40.
18 Willson, *Ledger and Sword*, pp. 19–21.
19 Stevens, *The Dawn of British Trade*, pp. 5–6.
20 Sir William Foster, *England's Quest of Eastern Trade*, London, 1933, pp. 144–50.
21 Mather, *Pashas*, p. 41.
22 Philip J. Stern, *The Company State: Corporate Sovereignty & the Early Modern Foundations of the British Empire in India*, Cambridge, 2011, pp. 6–9.
23 John Micklethwait and Adrian Wooldridge, *The Company: A Short History of a Revolutionary Idea*, London, 2003, p. 26.
24 Brenner, *Merchants and Revolution*, pp. 12–13.
25 Willson, *Ledger and Sword*, p. 31.
26 John Keay, *The Honourable Company: A History of the English East India Company*, London, 1991, p. 13; Milton, *Nathaniel's Nutmeg*, p. 77.
27 Keay, *The Honourable Company*, p. 9.
28 Stern, *The Company State*, pp. 12, 56–8.
29 Philip Stern has shown brilliantly how much earlier than was previously understood the Company acquired real and tangible political power. See stem, *The Company State*.
30 Stevens, *The Dawn of British Trade*, p. 13.
31 Ibid., pp. 14–20, 42–3.
32 Ibid., pp. 30–46, 52.
33 Sir William Foster, *John Company*, London, 1926, p. 5.
34 Milton, *Nathaniel's Nutmeg*, pp. 77–80.
35 Keay, *The Honourable Company*, p. 15; Milton, *Nathaniel's Nutmeg*, pp. 80–2.
36 Keay, *The Honourable Company*, p. 23.
37 Furber, 'Rival Empires of Trade in the Orient', pp. 38–9.
38 Marshall, *The English in Asia to 1700*, p. 268; Scammell, *The World Encompassed*, pp. 480–1.
39 Cited in H. Love, *Vestiges of Old Madras*, 2 vols, London, 1913, vol. I, p. 533, vol. II, p. 299.
40 Scammell, *The World Encompassed*, p. 479.

41 Furber, 'Rival Empires of Trade in the Orient', p. 42.

42 Ferguson, *Empire*, p. 21.

43 *CPC*, p. xxxi; Brenner, *Merchants and Revolution*, p. 49; Furber, 'Rival Empires of Trade in the Orient', p. 39; Marshall, *The English in Asia to 1700*, pp. 270–1; Andrews, *Trade, Plunder and Settlement*, p. 270.

44 रिचर्ड एम. ईटन, इंडिया इन द पर्शियनेट एज, १०००-१७६५, लंडन २०१९, पृ. क्र. ३७३

केम्ब्रिज इतिहासकार ॲन्गस मॅडिसनने दाखवून दिल्यानुसार, १७००च्या आसपास, काही काळासाठी भारताने चीनला मागे टाकून जगातील आद्य आर्थिक सत्तेचं पद बळकावण्यात यश मिळवलं होतं. तसं होण्यामागे अनेक कारणं होती : शेर शहा सूरी आणि मुघलांनी चांगले रस्ते बांधून, नदी व समुद्रमार्गे वाहतुकीच्या सोयी अद्ययावत करून घेतल्या, बंदरे बांधून घेतली आणि अनेक अवाजवी कर व जकात रद्द केले. या सगळ्यांमुळे, व्यापार तेजीत येऊ लागला. तसंच या सत्ताधीशांना असलेल्या सौंदर्याच्या वेडापायी, हिंदुस्थानी कापड व्यापाराला सुगीचे दिवस आले. १७००च्या सुमारास, फ्रॅन्कोवा बर्नियर या फ्रेंच प्रवाशानं लिहून ठेवल्यानुसार- 'जगाच्या कानाकोपऱ्यामधून हिंदुस्थानकडे सोनं व चांदी पोहोचतं केलं जातं.' सर थॉमस रोए यांनीही असंच काहीसं विधान केलं होतं. ते म्हणाले होते- 'आशिया खंड पोसण्यासाठी युरोपचं रक्त वाहत आहे.' मॅडिसननं दिलेल्या आकड्यांनुसार, १६००च्या सुमारास, जगाच्या स्थूल एतद्देशीय उत्पादनामध्ये (जी.डी.पी.) ब्रिटनचा वाटा १.८% असताना, हिंदुस्थान २२.५%चं योगदान देत होतं. १७००च्या सुमारास, हा आकडा अनुक्रमे २.८८% आणि २२.४४% इतका होता.

मात्र दुसऱ्या बाजूला, मॅडिसनने हेही दाखवून दिलेलं आहे, की १६००च्या काळापासून इंग्लंडमधील दरडोई स्थूल एतद्देशीय उत्पादन हिंदुस्थानच्या तुलनेत बरंच मोठं होतं. याचा अर्थ असा, की हिंदुस्थानकडे जरी खूप संपत्ती असली, तरी वाटणी समान पातळीवर होत नव्हती. काही ठरावीक उच्चस्तरीय राजे, उमराव, वा व्यापाऱ्यांच्या हातात अतिरिक्त धन खेळत होतं; पण जनमानसामध्ये त्या संपत्तीचं समान वाटप होत नव्हतं. अनेक युरोपीय प्रवासी-लेखकांनी आपल्या लेखनामध्ये हिंदुस्थानातील सत्ताधीश व पेढीमालक यांच्याकडे असलेली अफाट श्रीमंती व शेतकरी वर्गाकडे दिसणारी सततची गरिबी याबद्दल स्पष्ट भाष्य केलेलं आढळतं. असो. मॅडिसनच्या लेखनामध्ये हेही दिसून येतं, की सतराव्या शतकातील हिंदुस्थानमधील दरडोई स्थूल एतद्देशीय उत्पादनं तोपर्यंतचा उच्चांक गाठला होता.

इरफान हबीबच्या पर्यवेक्षणाखाली शोध-निबंध लिहिलेल्या शिरीन मूसवी यांनी १९८०च्या काळात ऐन-ए-अकबरीचा सखोल अभ्यास केला होता. त्यानुसार त्यांचं निरीक्षण असं होतं, की मुघल साम्राज्य कमालीचं शोषक होतं; आपल्या राज्यात होणाऱ्या उत्पादनाचा ५६.७% भाग ते स्वतःच्या तिजोरीत टाकत असत. मूसवी यांचं संशोधन पाच उत्तर भारतीय प्रांतांवर विशेष केंद्रित होतं-आग्रा, दिल्ली, लाहोर, अलाहबाद आणि अवध. या प्रांतांची एकत्रित लोकसंख्या ३६ दशलक्ष होती. त्यांच्या हिशेबानुसार, एका शेतकरी कुटुंबाचं वार्षिक उत्पादन ३८० 'दाम' पर्यंत होत असे. म्हणजेच, दिवसाला सुमारे १ दाम. 'दाम' हे मुघल राजवटीमधील तांब्यानं बनवलेलं चलनी नाणं होतं. ४० दाम म्हणजे १ रुपया असा हिशेब असे.

डब्ल्यू. डब्ल्यू. हंटरने १८८२मध्ये केलेल्या लेखनानुसार-१६९५मध्ये औरंगजेबाचं वार्षिक महसूल उत्पन्न सुमारे ८० दशलक्ष पौंड होतं! १८६९ ते १८७९ या काळात इंग्रजांनी हिंदुस्थानवर लादलेल्या करातून आलेलं उत्पन्न ३५.३ दशलक्ष पौंड होतं. याचा अर्थ, औरंगजेबाच्या अधिपत्याखाली असलेल्या मुघल साम्राज्यानं १७००च्या सुमारास, तसंच १८८०च्या सुमारास ब्रिटिश राजमध्ये गोळा केलेल्या महसूल रकमेची दुप्पट कमाई केली होती. विशेष म्हणजे, या दोन्ही काळांमध्ये देशाची आर्थिक स्थिती साधारणतः समान होती. डब्ल्यू. डब्ल्यू. हंटर-लिखित द इंडियन एम्पायर (लंडन, १८८२) हे पुस्तक बघा.

45 D. A. Washbrook, 'Progress and Problems: South Asian Economic and Social History c. 1720–1860', *Modern Asian Studies*, vol. 22, no. 1 (1988), pp. 57–96.

46 Angus Maddison, *Contours of the World Economy, 1–2030 ad: Essays in Macro-Economic History*, Oxford, 2007, pp. 116–20, 309–11, 379; Shashi Tharoor, *Inglorious Empire: What the British Did in India*, New Delhi, 2016, pp. 2–3.

47 Shireen Moosvi, *Economy of the Mughal Empire, c1595: A Statistical Study*, New Delhi, 1987, p. 376; Foster (ed.), *Early Travels*, p. 112; Eaton, *India in the Persianate Age*, p. 371.

48 Furber, 'Rival Empires of Trade in the Orient', p. 45.

49 ज्योफ्री पार्कर, द मिलिटरी रिव्होल्यूशन, ऑक्स्फर्ड, १९८८, पृ. क्र. १३५. आकडे कदाचित फारसे बरोबर नसतील : पार्करनं बहुधा अर्विनकडून ही माहिती मिळवलेली दिसते; अर्विननं अबु'ल फझलच्या ऐन-ए-अकबरी मधून. डर्क कॉल्फ-लिखित नौकर, राजपूत, ॲण्ड सिपॉय, लंडन, १९९२

या पुस्तकामध्ये नमूद केल्यानुसार, सदर आकडा हा अबु'ल फझलनं १५९०मध्ये बारा सुभ्यांमध्ये चालणाऱ्या 'लष्करी कामगार बाजारपेठे'चा अंदाज बांधून काढलेला आहे. संपूर्ण मुघल लष्करामध्ये असलेल्या माणसांच्या संख्येचा या आकड्याशी घोळ करू नये.

50 Milo Cleveland Beach and Ebba Koch (eds), *King of the World – the* Padshahnama: an Imperial Mughal Manuscript from the Royal Library, *Windsor Castle*, London, 1997, pp. 56–7, 58–60, 179–80; Sanjay Subrahmanyam, *The Portuguese Empire in Asia: A Political and Economic History 1500–1700*, New York, 1993, pp. 165–6, 201; Tirthankar Roy, *The East India Company: The World's Most Powerful Corporation*, New Delhi, 2012, p. 83.

51 Furber, 'Rival Empires of Trade in the Orient', p. 40.

52 The best biography is Michael Strachan, *Sir Thomas Roe 1581–1644*, Salisbury, 1989.

53 Bernard Cohn, *Colonialism and Its Forms of Knowledge*, Princeton, 1996, p. 17.

54 Sir Thomas Roe and Dr. John Fryer, *Travels in India in the 17th Century*, London, 1873, pp. 26–9, 38–9.

55 Ibid., pp. 103–4. See also Sir William Foster, *The Embassy of Sir Thomas Roe to India 1615–9, as Narrated in his Journal and correspondence*, New Delhi, 1990.

56 ३० ऑक्टोबर १६१६ रोजी रोएने लेडी हंटिन्गटन ऊर्फ एलिझाबेथ हिला 'इंड्या'मधून एक सुंदर प्रेमपत्र पाठवलं होतं. पासादेना लायब्ररी, हेस्टिंग्स कलेक्शन.

57 Roe and Fryer, *Travels in India*, p. 74. See William Pinch's brilliant essay, 'Same Difference in India and Europe', *History and Theory*, vol. 38, no. 3 (October 1999), pp. 389–407.

58 Strachan, *Sir Thomas Roe*, pp. 86–7.

59 Samuel Purchas, *Hakluytus Posthumus or Purchas His Pilgrimes, Contayning a History of the World*, 20 vols, Glasgow, 1905, part 1, IV, pp. 334–9.

60 This is certainly the argument of Beni Prasad in his *History of Jahangir*, Allahabad, 1962.

61 Roe and Fryer, *Travels in India*, pp. 83–4.

62 जहांगीर प्रिफरिंग अ शेख टू किंग्स, बाय बिचित्र, सु.१६१५-१८- अपारदर्शी जलरंग आणि सोन्याने कागदावर काढलेलं चित्र. फ्रीअर गॅलरी ऑफ आर्ट, स्मिथसोनियन इस्टिट्यूशन. बीबीसी/पीबीएस सिव्हिलायझेशन्स, एपिसोड ५ मध्ये सायमन क्षामा यांनी सदर चित्राचं जे मार्मिक विश्लेषण केलं आहे, त्याबद्दल त्यांच्याप्रति दाखवावी तेवढी कृतज्ञता कमी आहे. जहांगीरच्या स्वप्नांचा आधार घेऊन रेखाटलेली चित्रं नेहमी क्लिष्ट आणि समजायला कठीण असतात. सदर चित्रामध्ये जहांगीरचं असं एक स्वप्न चित्रित केलेलं आहे, ज्यामध्ये त्याचे 'आपण आपल्या धार्मिक विचारांशी निष्ठा राखूनसुद्धा, नव्या युगाचं सहर्ष स्वागत करण्याची वृत्ती राखणारे सत्ताधीश आहोत,' याप्रकारचे विचार मांडलेले दिसतात. या चित्राद्वारे त्यानं स्वतःला काळ व अंतरिक्षाचा अनभिषिक्त सम्राट घोषित करून, इतर मूढबुद्धी राजांपेक्षा आपण किती पुढचा विचार करतो, हे व्यक्त केलेलं आहे. तसंच सदर चित्राद्वारे जहांगीरला सूफी पंथाबद्दल वाटणारी विशेष आस्थासुद्धा दिसून येते.अ. अफ्झर मोईन यांचं उत्कृष्ट पुस्तक द मिलेनियल सोव्हरीन : सेक्रिड् किंगशिप ॲण्ड सेंटहुड इन इस्लाम, कोलंबिया, २०१४; आणि कविता सिंग यांचं तितकंच उत्तम विश्लेषणात्मक लेखन रियल बर्ड्स इन इमॅजिन्ड गार्डन्स : मुघल पेन्टिंग्स बिट्वीन पर्शिया ॲण्ड युरोप, लॉस ॲन्जिलीस, २०१७ ही जरूर वाचा.

63 C. A. Bayly, *Indian Society and the Making of the British Empire*, Cambridge, 1988, p. 16.

64 *CPC*, p. xxxiii.

65 Quoted in G. J. Bryant, *The Emergence of British Power in India 1600–1784: A Grand Strategic Interpretation*, Woodbridge, 2013, p. 4.

66 Marshall, 'The English in Asia to 1700', pp. 272–3.

67 Eaton, *India in the Persianate Age*, p. 373.

68 Rupali Mishra: *A Business of State: Commerce, Politics and the Birth of the East India Company*, Harvard, 2018, p. 6.

69 Keay, *The Honourable Company*, pp. 112–13.

70 Mather, *Pashas*, p. 53.

71 Thomas Mun, *A Discourse of Trade, from England unto the East Indes By T.M.*, London, 1621, quoted in Mishra, *A Business of State*, p. 3.

72 *CPC* 1, p. xi; Stern, *The Company State*, p. 19.

73 Stern, *The Company State*, p. 19; Keay, *Honourable*

Company, p. 68; *CPC* 1, p. xi; Furber, 'Rival Empires of Trade in the Orient', p. 71.

74 Furber, 'Rival Empires of Trade in the Orient', pp.71–2.

75 Stern, *Company State*, pp. 35–6.

76 Ibid., pp. 22–3; Keay, *Honourable Company*, pp. 130–1; Bruce P. Lenman, *Britain's Colonial Wars 1688–1783*, New York, 2001, p. 85; Roy, *East India Company*, p. 77.

77 Lenman, *Britain's Colonial Wars*, pp. 86–8.

78 Sir William Foster (ed.), *The English Factories in India 1618–1669*, 13 vols, London, 1906–27, vol. 3, p. 345.

79 Stern, *Company State*, p. 109, for the Bombay witchcraft trials.

80 Keay, *The Honourable Company*, pp. 136–7.

81 William Letwin, *The Origin of Scientific Economics*, London, 1963, p. 37.

82 Richard Carnac Temple, *The Diaries of Streynsham Master, 1675–1680*, 2 vols, London, 1911, vol. 2, p. 28; Foster, *English Factories*, vol. 4, p. 308; John R. McLane, *Land and Local Kingship in Eighteenth-Century Bengal*, Cambridge, 1993, p. 112; Jon Wilson, *India Conquered: Britain's Raj and the Chaos of Empire*, London, 2016, p. 39.

83 Bryant, *Emergence of British Power*, p. 3.

84 Wilson, *India Conquered*, p. 49.

85 Ibid., p. 47.

86 Ibid., p. 53.

87 Alexander Hamilton, *A New Account of the East Indies*, 2 vols, London, 1930, vol. 1, pp. 8–9, 312–15.

88 Wilson, *India Conquered*, p. 53; Maya Jasanoff, *Edge of Empire: Conquest and Collecting in the East, 1750–1850*, London, 2005, p. 25.

89 François Bernier, *Travels in the Mogul Empire, 1656–68*, ed. Archibald Constable, trans. Irving Brock, Oxford, 1934, pp. 437, 442; McLane, *Land and Local Kingship*, pp. 29–30; Om Prakash, *The Dutch East India Company and the Economy of Bengal, 1630–1720*, Princeton, 1985, pp. 75, 162–3.

90 Audrey Truschke, *Aurangzeb: The Man and the Myth*, New Delhi, 2017, pp. 66, 105.

91 C. A. Bayly, *Rulers, Townsmen and Bazaars: North Indian Society in the Age of British Expansion*, Cambridge, 1983, pp. 20–1; Satish Chandra, 'Social Background to the Rise of the Maratha Movement During the 17th Century', *Indian Economic and Social History Review*, x (1973), pp. 209–18.

92 Dr. John Fryer, *A New Account of East India & Persia 1672–81*, ed. W. Crooke, Hakluyt Society, 3 vols, London, 1909–15, vol. I, p. 341; Irfan Habib, 'The Agrarian Causes of the Fall of the Mughal Empire', in *Enquiry*, 2, September 1958, pp. 81–98 and *Enquiry*, 3, 3 April 1960, pp. 68–80. See also Meena Bhargava, *The Decline of the Mughal Empire*, New Delhi, 2014, p. 43.

93 Fryer, *A New Account of East India & Persia*, vol. II, pp. 67–8.

94 Truschke, *Aurangzeb*, p. 66.

95 Kaushik Roy, 'Military Synthesis in South Asia: Armies, Warfare, and Indian Society, *c.*1740–1849', in *Journal of Military History*, vol. 69, no. 3 (July 2005), pp. 651–90; V. G. Dighe and S. N. Qanungo, 'Administrative and Military System of the Marathas', in R. C. Majumdar and V. G. Dighe (eds), *The Maratha Supremacy*, Mumbai, 1977, pp. 567–8. For Shivaji's two coronation ceremonies the best source is the *Sivarajyabhicekakalpataru* (*The Venerable Wish-Fulfilling Tree of Siva's Royal Consecration*) dated 30 September 1596 Saka era (= 1674 Ad). See Bihani Sarkar, *Traveling Tantrics* and Belligerent Brahmins: the Sivarajyabhicekakalpataru and Sivaji's Tantric *consecration*, for the conference on 'Professions in motion: culture, power and the politics of mobility in 18th-century India', St Anne's, Oxford, 2 June 2017; available at www.academica.edu; James W. Laine, *Shivaji: Hindu King in Islamic India*, Oxford, 2003.

96 वेलचेरू नारायण राव, डेव्हिड शुल्मन आणि संजय सुब्रमण्यम यांच्या 'टेक्स्चर्स ऑफ टाइम: राईटिंग हिस्टरी इन साउथ इंडिया' १६००-१८००,

न्यूयॉर्क, २००३, पृ. क्र. २३२ मध्ये नमूद केल्यानुसार : इस्लामविरुद्ध ठामपणे उभ्या राहिलेल्या जिगरबाज योद्धा अशी शिवाजी महाराजांची प्रतिमा आजही जनमानसात तितकीच ठामपणे रुजलेली आहे. अगदी अलीकडच्या काळामध्ये, आधुनिक महाराष्ट्रातील - विशेषत: मुंबईतील - महत्त्वाच्या सार्वजनिक ठिकाणांना शिवाजी महाराजाचं नाव दिलेलं दिसतं. अगदी, पूर्वाश्रमीच्या 'प्रिन्स ऑफ वेल्स म्यूझियम'ला देखील आता शिवाजी महाराजांच्या नावानं ओळखलं जातं. तसंच, महाराष्ट्रामधील 'शिवसेना' हा कट्टर हिंदुत्ववादी राजकीय पक्ष - ज्याच्या नावाचा अर्थ होतो, शिवाजी महाराजांची सेना - याने सदर राज्यावर आपली पकड घट्ट केलेली आहे. १९९२मध्ये, बाबरी मशिदीच्या विध्वंसानंतर, शहरामध्ये शिवसेनेची खूप दहशत पसरली होती.

97 Truschke, *Aurangzeb*, p. 69.

98 Syed Ghulam Hussain Khan Tabatabai, *Seir Mutaqherin*, Calcutta, 1790–94, vol. 1, pp. 310–11. For Ghulam Hussain Khan see Iqbal Ghani Khan, 'A Book With Two Views: Ghulam Husain's "An Overview of Modern Times"', in Jamal Malik, ed., *Perspectives of Mutual Encounters in South Asian History, 1760–1860*, Leiden, 2000, pp. 278–97, and Kumkum Chatterjee, 'History as Self-Representation: The Recasting of a Political Tradition in Late Eighteenth Century Eastern India', *Modern Asian Studies*, vol. 32, no. 4 (1998), pp. 913–48.

99 Truschke, *Aurangzeb*, p. 120.

100 Ibid., p. 65, quoting Giovanni Gemelli Careri, *Indian Travels of Thevenot and Careri*, ed. S. N. Sen, New Delhi, 1949, p. 216. Originally published as *Giro del Mondo*, Rome, 1699.

101 *Ahkam-i Alamgiri,* f 61b quoted in Bhargava, *The Decline of the Mughal Empire*, p. 43.

102 Quoted in Waldemar Hansen, *The Peacock Throne*, New Delhi, 1986, p. 28.

103 Uday Kulkarni's *The Era of Baji Rao: An Account of the Empire of the Deccan*, Pune, 2017, is both popular and exhaustively researched and makes for an excellent introduction to this period of Maratha rule.

104 Fakir Khair ud-Din Illahabadi, '*Ibrat Nama*, BL Or. 1932. 2v.

105 Jean-Baptiste Gentil, *Mémoires sur l'Indoustan*, Paris,

1822, p. 76.

106 See Stewart Gordon, 'The Slow Conquest: Administrative Integration of Malwa into the Maratha Empire, 1720–1760', in *Modern Asian Studies*, vol. 11, no. 1 (1977), pp. 1–40. Also Andre Wink, 'Maratha Revenue Farming', in *Modern Asian Studies*, vol. 17, no. 4 (1983), pp. 591–628; Stewart Gordon, *Marathas, Marauders and State Formation in Eighteenth Century India*, Delhi, 1994.

107 *Voyage en Inde du Comte de Modave, 1773–1776*, ed. Jean Deloche, Pondicherry, 1971, pp. 400–1.

108 Roy, 'Military Synthesis in South Asia'; R. C. Majumdar et al., *An Advanced History of India*, 1978, reprint, Madras, 1991, pp. 536–46; Eaton, *India in the Persianate Age 1000–1765*, p. 354; Stewart Gordon, *The Marathas, 1600–1818*, Cambridge, 1993, pp. 127–9, 140–3.

109 Munis D. Faruqui, 'At Empire's End: The Nizam, Hyderabad and Eighteenth Century India', in *Modern Asian Studies*, 43, 1 (2009), pp. 5–43; Sanjay Subrahmanyam, 'Un Grand Derangement: Dreaming An Indo-Persian Empire in South Asia, 1740–1800', *Journal of Early Modern History*, 4, 3–4 (2000), pp. 337–78; Muzaffar Alam, *The Crisis of Empire in Mughal North India: Awadh and the Punjab 1707–1748*, New Delhi, 1986.

110 Salim Allah, *A Narrative of the Transactions in Bengal*, trans. Francis Gladwin, Calcutta, 1788; McLane, *Land and Local Kingship*, p. 72. See also Tilottama Mukherjee, 'The Co-ordinating State and Economy: The Nizamat in Eighteenth-Century Bengal', *Modern Asian Studies,* vol. 43, no. 2 (2009), pp. 389–436.

111 Ghulam Hussain Khan, *Seir Mutaqherin*, vol. 2, p. 450; J. H. Little, *The House of Jagat Seth*, Calcutta, 1956, p. 3.

112 BL, IOR, Orme Mss India, VI, f. 1455.

113 Ibid., f. 1525.

114 For the Jagat Seths the best source remains Little, *The House of Jagat Seth*. See also Sushil Chaudhury, 'The banking and mercantile house of Jagat Seths of Bengal',

in *Studies in People's History*, 2, 1 (2015), pp. 85–95; Lakshmi Subramanian, 'Banias and the British: the role of indigenous credit in the Process of Imperial Expansion in Western India in the second half of the Eighteenth century', *Modern Asian Studies*, 21, 3 (1987); Kumkum Chatterjee, 'Collaboration and Conflict: Bankers and Early Colonial Rule in India: 1757–1813', *Indian Economic and Social History Review*, vol. 30, 3 (1993); Thomas A. Timberg, *The Marwaris: From Jagat Seth to the Birlas*, New Delhi, 2014, p. 22; Lokanatha Gosha, *The Modern History of the Indian Chiefs, Rajas, Zamindars, & C.*, Calcutta, 1881. For the wider Indian economy at this time see also Rajat Datt, 'Commercialisation, Tribute and the Transition from late Mughal to Early Colonial in India', *Medieval History Journal*, vol. 6, no. 2 (2003), pp. 259–91; D. A. Washbrook, 'Progress and Problems: South Asian Economic History *c.*1720–1860', in *Modern Asian Studies*, vol. 22, no. 1 (1988), pp. 57–96; K. N. Chaudhuri, 'India's International Economy in the Nineteenth Century: A Historical Survey', in *Modern Asian Studies*, vol. 2, no. 1 (1968), pp. 31–50.

115 Sanjay Subrahmanyam, *Penumbral Visions: Making Politics in Early Modern South India*, Michigan, 2001, p. 106; Muzaffar Alam and Sanjay Subrahmanyam, *Writing the Mughal World*, New York, 2012, pp. 353–5; Niccolao Manucci, *Storia do Mogor*, *or Mogul India, 1653–1708*, trans. William Irvine, London, 1907, vol. 3, pp. 369–70.

116 *CPC* 1, p. xxi; Stern, *The Company State*, p. 176; Alam and Subrahmanyam, *Writing the Mughal World*, pp. 358–9, 394.

117 Brijen K. Gupta, *Sirajuddaullah and the East India Company, 1756–7*, Leiden, 1966, p. 44.

118 Stephen P. Blake, *Shahjahanabad: The Sovereign City in Mughal India, 1639–1739*, Cambridge, 1991, p. 162.

119 Ishrat Haque, *Glimpses of Mughal Society and Culture*, New Delhi, 1992, p. 21.

120 William Dalrymple and Yuthika Sharma, *Princes and*

Poets in Mughal Delhi 1707–1857, Princeton, 2012, pp. 4–5; Zahir Uddin Malik, *The Reign of Muhammad Shah 1719–1748*, Aligarh, 1977.

121 Gentil, *Mémoires sur l'Indoustan*, pp. 123–4.

122 Subrahmanyam, *Penumbral Visions*, pp. 15–16.

123 Sayid Athar Abbas Rizvi, *Shah Walli-Allah and His Times*, Canberra, 1980, p. 141; Gordon, *The Marathas 1600–1818*, pp. 124–5; Zahir Uddin Malik, *The Reign of Muhammad Shah*, p. 133; Michael Axworthy, *The Sword of Persia: Nader Shah from Tribal Warrior to Conquering Tyrant*, London, 2006, p. 189; Govind Sakharam Sardesai, *A New History of the Marathas*, 3 vols, Poona, 1946, vol. 2, p. 154; Bhargava, *The Decline of the Mughal Empire*, p. xv; Jadunath Sarkar, *Fall of the Mughal Empire, 1739–54*, 4 vols, New Delhi, 1991, vol. 1, pp. 2, 135.

124 Ghulam Hussain Khan, *Seir Mutaqherin*, vol. 1, p. 302; Subrahmanyam, *Un Grand Derangement,* pp. 356–7; Malik, *The Reign of Muhammad Shah*, p. 135; Blake, *Shahjahanabad*, p. 150.

125 Malik, *The Reign of Muhammad Shah*, p. 111.

126 C. A. Bayly, *Indian Society and the Making of the British Empire*, pp. 8–9.

127 Malik, *The Reign of Muhammad Shah*, p. 265; Rizvi, *Shah Walli-Allah and His Times*, p. 141; Gordon, *Marathas*, pp. 125, 128, 129, 135; Sardesai, *New History of the Marathas*, vol. 2, p. 159.

128 Pere Louis Bazin, '*Memoires sur dernieres annees du regne de Thamas Kouli-Kan et sa mort tragique, contenus dans un letter du Frere Bazin*', 1751, in *Lettres Edifiantes et Curieuses Ecrites des Mission Etrangeres*, Paris, 1780, vol. IV, pp. 277–321. This passage, pp. 314–18.

129 Willem Floor, 'New Facts on Nadir Shah's Indian Campaign', in *Iran and Iranian Studies: Essays in Honour of Iraj Afshar*, ed. Kambiz Eslami, Princeton, 1998, pp. 198–220, p. 200.

130 Anand Ram Mukhlis, 'Tazkira', in Sir H. M. Elliot and

John Dowson, *The History of India as Told by its Own Historians*, London, 1867, vol. VIII, pp. 82–3.

131 Subrahmanyam, *Un Grand Derangement*, pp. 357–8.

132 Axworthy, *The Sword of Persia*, p. 207.

133 Mukhlis, 'Tazkira', in Elliot and Dowson, *The History of India*, vol. VIII, p. 85.

134 Michael Edwards, *King of the World: The Life and Times of Shah Alam, Emperor of Hindustan*, London, 1970, p. 15.

135 Floor, 'New Facts on Nadir Shah's Indian Campaign', p. 217.

136 Ghulam Hussain Khan, *Seir Mutaqherin*, vol. 1, pp. 315–17.

137 Mukhlis, 'Tazkira', in Elliot and Dowson, *The History of India*, vol. VIII, p. 86.

138 Floor, 'New Facts on Nadir Shah's Indian Campaign', p. 217.

139 Mukhlis, 'Tazkira', in Elliot and Dowson, *The History of India*, vol. VIII, p. 87.

140 Mahdi Astarabadi, *Tarikh-e Jahangosha-ye Naderi: The official history of Nader's reign*, Bombay lithograph 1849/1265), p. 207.

141 Sarkar, *Fall of the Mughal Empire, 1739–54*, vol. 1, pp. 2–3, 4, 13.

142 BL, Add 6585, Shakir Khan, *Tarikh-i Shakir Khani*, ff. 34–6.

143 Dirk H. A. Kolff, *Naukar, Rajput & Sepoy*, Cambridge, 1990.

144 Washbrook, 'Progress and Problems: South Asian Economic and Social History *c.*1720–1860', p. 67.

145 Ghulam Hussain Khan, *Seir Mutaqherin*, vol. 3, pp. 160–1.

146 Subrahmanyam, *Un Grand Derangement*, p. 344.

147 S. P. Sen's book, *The French in India, 1763–1816*, Calcutta, 1958; Arvind Sinha, *The Politics of Trade: Anglo-French Commerce on the Coromandel Coast, 1763–1793*, New Delhi, 2002; Ferguson, *Empire*, pp. 30–2.

148 Jean Marie Lafont and Rehana Lafont, *The French & Delhi, Agra, Aligarh and Sardhana*, New Delhi, 2010, pp. 41–4.

149 The introduction of infantry drill to India occurred on a small scale before Dupleix. See David Harding's *Small Arms of the East India Company 1600–1856*, London, 1997, vol. 4, pp. 150–65, and Randolf Cooper's important essay, 'Culture, Combat and Colonialism in Eighteenth and Nineteenth Century India', *International History Review*, vol. 27, no. 3 (September 2005), pp. 534–49 esp. pp. 537–8.

150 Henry Dodwell, *Dupleix and Clive: The Beginning of Empire*, London, 1920, pp. 1–9.

151 Ferguson, *Empire*, p. 31.

152 *The Private Diary of Ananda Ranga Pillai, Dubash to Joseph François Dupleix*, ed. J. F. Price and K. Rangachari, 12 vols, Madras, 1922, vol. 3, p. 90.

153 Ibid., p. 9; Subrahmanyam, *Penumbral Visions*, p. 14; Geoffrey Parker, *The Military Revolution*, Oxford, 1988, p. 133.

154 *The Private Diary of Ananda Ranga Pillai*, p. 96; Subrahmanyam, *Penumbral Visions*, p. 14; Parker, *The Military Revolution*, p. 133; Bert S. Hall and Kelly De Vries, 'Essay Review – The "Military Revolution" Revisited', *Technology and Culture*, 31 (1990), p. 502; Knud J. V. Jespersen, 'Social Change and Military Revolution in Early Modern Europe: Some Danish Evidence', *Historical Journal*, 26 (1983), pp. 1–2; Michael Howard, *War in European History* (1976, reprint), Oxford, 1977, pp. 61, 78; Hew Strachan, *European Armies and the Conduct of War* (1983, reprint), London, 1993, p. 33; Roy, 'Military Synthesis in South Asia'.

155 Sir Penderel Moon, *The British Conquest and Dominion of India*, London, 1989, p. 19.

156 Partha Chatterjee, *The Black Hole of Empire: History of a Global Practice of Power*, New Delhi, 2012, p. 11.

157 Subrahmanyam, *Penumbral Visions*, p. 19.

158 Gupta, *Sirajuddaullah and the East India Company*, p. 36.

159 Bryant, *Emergence of British Power*, p. 9.

160 व्हॉयेज एन इन्दे, पी.पी. ६७-८. मोदावचा चांगला मित्र असलेल्या व्होल्टेयरने आपल्या मित्राच्या विचारांना पुष्टी देत म्हटलं होतं- 'चाळीस वर्षांच्या शेवटी, जगाच्या या भागात राहिलेल्या फ्रेंच लोकांच्या मनात केवळ हा पश्चात्ताप उरला, की इतका वेळ आणि अफाट पैसा खर्च करून त्यांच्या हातात अशी एक कंपनी राहिली जिच्यामधून त्यांना काडीचा नफा झाला नाही, जिच्याद्वारे त्यांना आपल्या गुंतवणूकदारांचा काहीही फायदा करता आला नाही, जिचा हिंदुस्थानातील कारभार केवळ छुप्या बंडाळींद्वारे सांभाळता आला, आणि जिला, केवळ राजानं मंजूर करून दिलेल्या तंबाखूच्या शेतीमुळे आपली थोडीफार लाज सांभाळता आली. एकूण काय, तर फ्रान्सनं हिंदुस्थानशी केलेल्या विनाशकारी व्यापारामागील निर्बुद्धपणाचा हा विलक्षण नमुना आहे, असं म्हणावं लागेल!'

161 Daniel Baugh, *The Global Seven Years War, 1754–63*, New York, 2014, pp. 52–4.

162 Ibid., pp. 59–60.

प्रकरण २. अमान्य करता न येणारा प्रस्ताव

1 NAI, Bengal Select Committee, *Letters from Court*, 25 May 1756, vol. 23 (1756–71), 13 February 1756

2 Ibid.

3 Daniel Baugh, *The Global Seven Years War*, *1754–63*, New York, 2014, p. 462

4 John Keay, *The Honourable Company: A History of the English East India Company*, London, 1991, pp. 111–12.

5 K. N. Chaudhuri, *The English East India Company in the 17th and 18th Centuries: A Pre-Modern Multinational Organisation*, The Hague, 1981, p. 29.

6 Sir William Foster, *The East India House: Its History and Associations*, London, 1924, pp. 132–3.

7 Holden Furber, 'Rival Empires of Trade in the Orient, 1600–1800', in *Maritime India*, intro. Sanjay Subrahmanyam, New Delhi, 2004, pp. 128–9; Tirthankar Roy, *East India Company: The World's Most Powerful Corporation*, New Delhi, 2012, pp. 116–17.

8 Tillman W. Nechtman, *Nabobs: Empire and Identity in Eighteenth Century Britain*, Cambridge, 2010.

9 P. J. Marshall, 'The British in Asia: Trade to Dominion, 1700–1765', in P. J. Marshall (ed.), *The Oxford History of the British Empire*, vol. 2, *The Eighteenth Century*, Oxford, 1998, pp. 267–9; Keith Feiling, *Warren Hastings*, London, 1954, p. 13; Burton Stein, 'Eighteenth Century India: Another View', *Studies in History*, vol. 5, 1 n.s. (1989), p. 20.

10 George Forrest, *The Life of Lord Clive*, 2 vols, London, 1918, vol. 1, pp. 232–3; Percival Spear, *Master of Bengal: Clive and his India*, London, 1975, pp. 62–3.

11 Mark Bence-Jones, *Clive of India*, London, 1974, p. 3; A. M. Davies, *Clive of Plassey*, London, 1939, p. 7.

12 Forrest, *The Life of Lord Clive*, vol. 1, pp. 4–5.

13 Feiling, *Warren Hastings*, p. 31.

14 Sir Penderel Moon, *The British Conquest and Dominion of India*, London, 1989, p. 29.

15 Spear, *Master of Bengal*, p. 61.

16 Bruce Lenman, *Britain's Colonial Wars, 1688–1783*, Harlow, 2001, pp.99–100.

17 Moon, *The British Conquest and Dominion of India*, pp. 30–1; Baugh, *The Global Seven Years War*, p. 67; G. J. Bryant, *Emergence of British Power in India 1600–1784: A Grand Strategic Interpretation*, Woodbridge, 2013, p. 59; Forrest, *The Life of Lord Clive*, vol. 1, pp. 194–201; Bence-Jones, *Clive of India*, pp. 65–7.

18 Forrest, *The Life of Lord Clive*, vol. 1, p. 218.

19 Ibid., p. 233.

20 P. J. Marshall, *The Making and Unmaking of Empires: Britain, India and America c. 1750–1783*, Oxford, 2005, pp. 84–5.

21 Quoted in John Keay, *India Discovered*, London, 1981, p. 21.

22 Feiling, *Warren Hastings*, p. 10.

23 Marshall, *The Making and Unmaking of Empires*, p. 148.

24 ब्रिजेन के. गुप्ता, सिराज उद्दौला ॲण्ड द ईस्ट इंडिया कंपनी,१७५६-७, लीडन, १९६६, पृ. क्र. १४. काळाच्या या टप्प्यापर्यंत, बंगालमध्ये सर्वाधिक सोनं-चांदीची आयात करणारे आशियाई व्यापारीच होते; युरोपीय नव्हे. १७५०-६०च्या दरम्यान बंगालमध्ये वास्तव्याला असलेल्या ईस्ट इंडिया कंपनीतील एका अधिकाऱ्यानं नमूद केल्यानुसार, आशियातील व्यापाऱ्यांच्या तुलनेत युरोपीय व्यापाऱ्यांचा कारभार बराच लहान होता. इतकंच नव्हे, तर आशियाई व्यापारी केवळ सोनं-चांदीच नव्हे, तर इतरही अनेक अमौलिक धातूंचा व्यापार करून धनवान बनलेले होते. ल्यूक स्क्रॅफ्टन या अजून एका कंपनी अधिकाऱ्यानंही ही बाब सत्य असल्याचं नमूद केलेलं आहे. पाहा : सुशील चौधरी, कंपनीज, कॉमर्स, ॲण्ड मर्चंट्स : बेंगॉल इन द प्री-कलोनियल ईरा, ऑक्स्फर्ड, २०१७,पी.पी. ३८९-९५. रिचर्ड ईटनच्या म्हणण्यानुसार, 'अगदी अठराव्या शतकाच्या मध्यापर्यंत, आशियाई व्यापारी - विशेषत: गुजराती, अर्मेनियन आणि पंजाबी व्यापाऱ्यांचा बंगालच्या आर्थिक उत्कर्षामध्ये मोठा हात होता. त्यांच्या तुलनेत, युरोपियांचं योगदान बरंच कमी होतं.' ईटननं असंही नमूद केलेलं आहे, की तयार कापडाच्या बदल्यात, आशियाई आणि युरोपीय व्यापारी बंगालमध्ये वारेमाप चांदी पोहोचवायचे. बंगालमधले लोक त्याची चांदीची नाणी करायचे आणि त्या नाण्यांद्वारे बंगालची अर्थव्यवस्था भक्कम बनत गेली. मुघल काळातील दस्तऐवजांचा बारकाईने अभ्यास करून, ईटननं अठराव्या शतकातील बंगालची अर्थव्यवस्था, तिथला कृषिप्रधान समाज आणि तिथल्या दुथडी भरून वाहणाऱ्या नद्यांच्या बदलत्या प्रवाहामुळे मुघलांना भातशेती करून वारेमाप पैसा कसा मिळवता आला, याचं उत्कृष्ट वर्णन केलेलं आहे. अठराव्या शतकाच्या शेवटी कंपनीच्या लुडबुडीमुळे बंगालची ही सामाजिक व आर्थिक घडी विस्कटली पाहा : रिचर्ड एम. ईटन, एसेज ऑन इस्लाम ॲण्ड इंडियन हिस्टरी, ऑक्स्फर्ड, २०००, पी. २६३.

25 Mrs. Jemima Kindersley, *Letters from the East Indies*, London, 1777, p. 17. Also very good for Calcutta at this period is Farhat Hasan, 'Calcutta in the Early Eighteenth Century', in J. S. Grewal, *Calcutta: Foundation and Development of a Colonial Metropolis*, New Delhi, 1991, and Rajat Datta, 'From Medieval to Colonial: Markets, Territoriality and the Transition in Eighteenth-Century Bengal', in *Medieval History Journal*, vol. 2, no. 1 (1999).

26 K. N. Chaudhuri, *The Trading World of Asia and the English East India Company 1660–1760*, Cambridge,

1978, p. 253.

27 Kaushik Roy, 'Military Synthesis in South Asia: Armies, Warfare, and Indian Society, *c.*1740–1849', in *Journal of Military History*, vol. 69, no. 3 (July 2005), pp. 651–90; V. G. Dighe and S. N. Qanungo, 'Administrative and Military System of the Marathas', in R. C. Majumdar and V. G. Dighe (eds), *The Maratha Supremacy*, Mumbai, 1977, pp. 567–8; Jadunath Sarkar, *Fall of the Mughal Empire, 1789–1803*, 4 vols, 1950; reprint, New Delhi, 1992, p. 85. The English factory records graphically described the anarchy: 'The Marathas are plundering Birbhum (1742) which has put a stop to all businesses, the merchants and weavers flying whenever they can.' Some of their reports are quoted in Sarkar, *Fall of the Mughal Empire*, vol. 1, p. 43.

28 Quoted in Sarkar, *Fall of the Mughal Empire*, vol. 1, p. 44.

29 Velcheru Narayana Rao, David Shulman and Sanjay Subrahmanyam, *Textures of Time: Writing History in South India 1600–1800*, New York, 2003, pp. 236–7.

30 जॉन आर. मॅकलेन, लॅण्ड अॅण्ड लोकल किंगशिप इन एटीन्थ सेंच्यूरी बेंगॉल, केम्ब्रिज, १९९३, पी.पी. १६३-५; द महाराष्ट्र पुराणा : द एटीन्थ सेंच्युरी बेंगॉली हिस्टॉरिकल टेक्स्ट, अनुवाद आणि संपादन एडवर्ड सी. डिमॉक ज्यू. आणि प्रतुल चंद्र गुप्ता, होनोलुलू, १९६५, पी.पी. २८-३२. गंगा रामच्या विधानांना पुष्टी देणारे अजून बरेच पुरावे आहेत. उदाहरणार्थ, इतिहासकार सलिमुल्लाह आणि गुलाम हुसेन खान यांनीही आपल्या लेखनामध्ये असं नमूद केलेलं आहे, की 'समाजामध्ये बर्ग्यांची भयंकर दहशत असे. ते अगदी सहजपणे लोकांचे कान, नाक व हात कापून टाकत; किंवा मग, तोंडामध्ये माती कोंबून मारून टाकणे, स्त्रियांवर वाटेल ते अत्याचार करणे, अशा अमानुष प्रकारचे छळ करत. सरकार यांनी लिहिलेल्या 'फॉल ऑफ द मुघल एम्पायर', खंड १, पृ. क्र. ४४ बघा. त्यामध्ये सरकारने विद्यालंकारच्या लेखनाचे अनेक संदर्भ घेऊन लेखन केलेलं आढळतं. चंदरनगर येथील फ्रेंच कारखाना आणि कलकत्यातील इंग्रज वसाहत यामधून पाठवल्या गेलेल्या अनेक पत्रांमध्येही समान मजकूर सापडतो.

31 Sarkar, *Fall of the Mughal Empire*, vol. 1, p. 8.

32 Francis Gladwin, trans., *The Memoirs of Khojeh Abdulkurreem*, Calcutta, 1788, pp. 147–8.

33 Roy, *East India Company*, p. 165.

34 Ibid., pp. 25, 141–2, 165–7.

35 C. A. Bayly, *Indian Society and the Making of the British Empire*, Cambridge, 1988, p. 49.

36 रॉय, ईस्ट इंडिया कंपनी, पृ. क्र. २३. हिंदुस्थानी व्यापाऱ्यांना कलकत्त्यामध्ये विशेषाधिकार किंवा करामधील सवलत मिळत असे, असं म्हणणं कदाचित अर्धवट माहिती देण्यासारखं होईल. कारण हे व्यापारी केवळ कलकत्त्यातच कारभार करत नव्हते, तर पूर्व व उत्तर हिंदुस्थानात पसरलेल्या व्यापाऱ्यांच्या व पुरवठादारांच्या विस्तीर्ण जाळ्यावर त्यांचा कारभार अवलंबून असे. कलकत्त्यामध्ये असलेलं मोठं बंदर आणि कंपनीकडे असलेल्या अफाट पैशांमुळे ते शहर व्यापाऱ्यांसाठी महत्त्वाचं केंद्र बनलं हे खरं असलं, तरी त्यांच्या भरभराटीसाठी पूर्वीच्या मुघल अर्थव्यवस्थेतील काही विशेष महत्त्वाची ठिकाणंही तितकीच कारणीभूत होती. तसंच केवळ कलकत्यामध्येच चांगली न्यायव्यवस्था होती, असं नव्हे. याबाबतीत, रॉयनं कदाचित अतिरंजित माहिती दिल्याची शक्यता नाकारता येत नाही.

37 Abdul Latif Shushtari, *Kitab Tuhfat al-'Alam*, written Hyderabad 1802 and lithographed Bombay 1847, p. 427.

38 Ibid., p. 434.

39 P. J. Marshall, *East India Fortunes: The British in Bengal in the Eighteenth Century*, Oxford, 1976, pp. 218–19.

40 See Andrew Ward, *Our Bones Are Scattered*, London, 1996, p. 8.

41 Marshall, *East India Fortunes*, p. 159.

42 Scottish Records Office, Hamilton-Dalrymple Mss, bundle 56, GD 110, folios 1021,1021. Stair Dalrymple to Sir Hew Dalrymple, 3 Jan 1754; Marshall, *East India Fortunes*, pp. 159, 215.

43 *Causes of the Loss of Calcutta 1756*, David Renny, August 1756, OIOC, BL, O.V. 19, pp. 147–61; OIOC, HM vol. 66, pp. 821–4.

44 Jean Law de Lauriston, *A Memoir of the Mughal Empire 1757–61*, trans. G. S. Cheema, New Delhi, 2014, p. 59.

45 OIOC, Bengal Correspondence, Court of Directors to the

Fort William Council, 16 January 1752; Gupta, *Sirajuddaullah and the East India Company, 1756–7*, p. 37.

46 Watts to Drake and the Fort William Council, BL, OIOC, Bengal Public Consultations, 15 August 1755; Gupta, *Sirajuddaullah and the East India Company, 1756–7*, p. 38.

47 Philip B. Calkins, 'The Role of Murshidabad as a Regional and Subregional Centre in Bengal', in Richard L. Park, *Urban Bengal*, East Lansing, 1969, pp. 25–6.

48 J. P. Losty, 'Murshidabad Painting 1750–1820', in Neeta Das and Rosie Llewellyn Jones, *Murshidabad: Forgotten Capital of Bengal*, Mumbai, 2013, pp. 82–105; J. P. Losty, 'Towards a New Naturalism: Portraiture in Murshidabad and Avadh, 1750–80', in Barbara Schmitz (ed.), *After the* Great Mughals: Painting in Delhi and the Regional Courts in the 18th and *19th Centuries*, Mumbai, 2002; J. P. Losty, 'Eighteenth-century Mughal Paintings from the Swinton Collection', in *The Burlington Magazine*, CLIX, October 2017, pp. 789–99; Tilottama Mukherjee, 'The Coordinating State and the Economy: the Nizamat in Eighteenth Century Bengal', in *Modern Asian Studies*, 43, 2 (2009), p. 421.

49 सदर मिनियेचर शैलीच्या चित्रामध्ये, दिल्लीवरून तडीपार केला गेलेला नथ्थू खान आपल्या वाद्यवृंदाचं नेतृत्व करताना दिसतो आहे. त्याच्या हातात सुंदर रबाब (अफगाणी पद्धतीचं एक वाद्य) आहे. निळ्या डोळ्यांचा देखणा तरुण मूहम्मद खान गातो आहे; त्याच्या दुतर्फा बसलेले छजू खान व दिनदार खान तंबोरा वाजवत आहेत; ताज खान पुंगी वाजवतो आहे; आणि सीताराम पख्वाजवर साथ देतो आहे. १७५५ हे शहामत खानच्या मृत्यूचं वर्ष आहे. अधिक माहितीसाठी 'एटीन्थ सेंच्युरी मुघल पेन्टिंग्स फ्रॉम द स्विंटन कलेक्शन' बघा.

50 Syed Ghulam Hussain Khan Tabatabai, *Seir Mutaqherin*, Calcutta, 1790–4, vol. 2, pp. 156–62; Mukherjee,'The Coordinating State and the Economy: The Nizamat in Eighteenth Century Bengal', p. 412.

51 Sir Jadunath Sarkar (ed.), *The History of Bengal*, vol. II, *The Muslim Period 1200 A.D.–1757 A.D.*, New Delhi, 1948, p. 448.

52 NAI, Home Dept, Public Branch, vol. 1, 9 January 1749, p. 73; Mukherjee, 'The Coordinating State and the Economy: The Nizamat in Eighteenth Century Bengal', pp. 389–436.

53 Gupta, *Sirajuddaullah and the East India Company, 1756–7*, p. 45.

54 Ghulam Hussain Khan, *Seir Mutaqherin*, vol. 2, p. 164. Another good account of this period is *Waqa-i-Mahabat Jang [The Full History of Aliverdi Khan] or Ahwal-i-Mahabat Jang of Yusuf Ali*, English translation by Sir Jadunath Sarkar, published by Asiatic Society of Bengal as *Nawabs of Bengal*, Calcutta, 1952.

55 Robert Travers, *Ideology and Empire in Eighteenth Century India: The British in Bengal*, Cambridge, 2007, p. 3; McLane, *Land and Local Kingship*, p. 6; Marshall, *East India Fortunes*, p. 34.

56 BL, OIOC, IOR, Bengal Public Consultations, 10 June 1753, Range 1, vol. 26, f. 169. Despite the overwhelming evidence from contemporary sources of Siraj behaving rather like Uday Hussain in pre-9/11 Baghdad, there have been several spirited post-Colonial attempts to resuscitate his reputation, for example see Sushil Chaudhury, who argues that Sira ud-Daula's villainous character is a misrepresentation. See Sushil Chaudhury, *The Prelude to Empire: Plassey Revolution of 1757*, New Delhi, 2000, pp. 29–36.

57 Law, *A Memoir of the Mughal Empire 1757–61*, pp. 65–6.

58 Ghulam Hussain Khan, *Seir Mutaqherin*, vol. 2, pp. 122, 183–4, 188.

59 J. H. Little, *The House of Jagat Seth*, Calcutta, 1956, p. 165.

60 Ghulam Hussain Khan, *Seir Mutaqherin*, vol. 2, p. 225. See also the excellent discussion in Lakshmi Subramanian and Rajat K. Ray, 'Merchants and Politics: From the Great Mughals to the East India Company', in Dwijendra Tripathi, *Business and Politics in India: A Historical Perspective*, New Delhi, 1991, pp. 19–45.

61 Ghulam Hussain Khan, *Seir Mutaqherin*, vol. 2, p. 95.

62 Law, *A Memoir of the Mughal Empire 1757–61*, p. 52.

63 Ghulam Hussain Khan, *Seir Mutaqherin*, vol. 2, p. 163.

64 Gupta, *Sirajuddaullah and the East India Company, 1756–7*, pp. 39, 51; S. C. Hill, Indian Records Series, *Bengal in 1756–7*, 3 vols, London, 1905, vol. 1, p. 147.

65 'The Muzaffarnama of Karam Ali', in *Bengal Nawabs*, trans. Jadunath Sarkar, Calcutta, 1952, p. 58.

66 Ibid., p. 63.

67 Gupta, *Sirajuddaullah and the East India Company, 1756–7*, p. 54.

68 *Narrative of the Capture of Calcutta from April 10 1756 to November 10 1756*, William Tooke, BL, OIOC, O.V. 19, Bengal 1756, pp. 5–46; Rajat Kanta Ray, *The Felt Community: Commonality and Mentality before the Emergence of Indian Nationalism*, New Delhi, 2003, p. 233.

69 *Narrative of the Capture of Calcutta from April 10 1756 to November 10 1756*, pp. 5–46.

70 Feiling, *Warren Hastings*, p. 21.

71 Gupta, *Sirajuddaullah and the East India Company, 1756–7*, pp. 14, 53; Hill, *Bengal in 1756–7*, vol. 1, p. 3.

72 *Voyage en Inde du Comte de Modave, 1773–1776*, ed. Jean Deloche, Pondicherry, 1971, pp. 67–8.

73 Law, *A Memoir of the Mughal Empire 1757–61*, pp. 218–19.

74 *CPC* ii, no. 1101; Sarkar, *Fall of the Mughal Empire*, vol. 2, pp. 315, 328.

75 Ghulam Ali Khan alias Bhikhari Khan, *Shah Alam Nama*, BL, Add 24080, f. 21.

76 Khurshidul Islam and Ralph Russell, *Three Mughal Poets: Mir, Sauda, Mir Hasan*, New Delhi, 1991, pp. 30, 59.

77 Sarkar, *Fall of the Mughal Empire*, vol. 1, p. 222.

78 Law, *A Memoir of the Mughal Empire 1757–61*, p. 126.

79 Ghulam Hussain Khan, *Seir Mutaqherin*, vol. 3, p. 334.

80 Law, *A Memoir of the Mughal Empire 1757–61*, p. 126; Manna Kai, 'Imad ul-Mulk', in *The Encyclopedia of Islam – Three*, ed. Kate Fleet and Gudrun Krämer, Brill, 2018, pp. 110–13.

81 Law, *A Memoir of the Mughal Empire 1757–61*, p. 125.

82 Muzaffar Alam and Sanjay Subrahmanyam, *Writing the Mughal World: Studies on Culture and Politics*, New York, 2012, pp. 434–4.

83 This section derives from a remarkable essay by Katherine Schofield and David Lunn, 'Delight, Devotion and the Music of the Monsoon at the Court of Emperor Shah Alam II', in Margit Pernau, Imke Rajamani and Katherine Schofield, *Monsoon Feelings*, New Delhi, 2018, pp. 185–218.

84 इबिद. सूफी म्हणून शहा आलम, आणि अनेक सूफी संतांशी चांगले संबंध असल्यामुळे कट्टर म्हणवले जाणारे त्याचे वडील, या दोघांमध्ये अगदी टोकाचा फरक आहे, असं मानणं फारसं योग्य नव्हे. त्यांच्यात फरक होता हे नक्की; पण नाइल ग्रीननं आपल्या लेखनाद्वारे हे सिद्ध केलं आहे, की मुघलांच्या सूफी पंथाकडे इस्लाम धर्माची विशिष्ट शाखा म्हणून न पाहता, अनेक विद्वान व पवित्र विचारांनी व मतप्रणालींनी बनलेला एक पंथ म्हणून बघितलं जावं. नाईल ग्रीन, सूफिझम : अ ग्लोबल हिस्टरी, लंडन, २०१२.

85 Ghulam Ali Khan alias Bhikhari Khan, *Shah Alam Nama*, BL, Add 24080, f. 18.

86 Fakir Khair ud-Din Illahabadi, '*Ibrat Nama*, BL Or. 1932, 17v–18r.

87 *Tarikh-i-Alamgir Sani*, BL Mss Or. 1749, f. 166 verso.

88 Ibid., f. 167 recto.

89 Fakir Khair ud-Din Illahabadi, '*Ibrat Nama*, BL Or. 1932, 17v–18r. I have added several details from the related and slightly earlier account of the same event in the *Tarikh-i-Alamgir Sani*, BL Mss Or. 1749, f. 166 verso.

90 Ghulam Hussain Khan, *Seir Mutaqherin*, vol. 3, pp. 365–8.

91 Law, *A Memoir of the Mughal Empire 1757–61*, p. 254.

92 Fakir Khair ud-Din Illahabadi, '*Ibrat Nama*, BL Or. 1932,

17v–18r. I have added a line of dialogue here from Ghulam Hussain Khan's closely related account of the same event.

93 Ghulam Ali Khan alias Bhikhari Khan, *Shah Alam Nama*, BL, Add 24080, f. 30.

94 K. K. Dutta, *Shah Alam II & The East India Company*, Calcutta, 1965, pp. 1–2.

95 Ghulam Hussain Khan, *Seir Mutaqherin*, vol. 2, pp. 286–9, vol. 3, pp. 189–90; Ray, *The Felt Community*, p. 333.

प्रकरण ३. लूटमारीचं साम्राज्य!

1 William Tooke, *Narrative of the Capture of Calcutta from April 10, 1756 to November 10, 1756*, BL, OIOC, O.V. 19, Bengal 1756, pp. 5–46.

2 John Zephaniah Holwell, quoted in John Keay, *The Honourable Company: A History of the English East India Company*, London, 1991, p. 301.

3 William Watts and John Campbell, *Memoirs of the Revolution in Bengal, Anno. Dom. 1757*, p. 14.

4 John Zephaniah Holwell, quoted in Bruce P. Lenman, *Britain's Colonial Wars 1688–1783*, New York, 2001, p. 106.

5 *An Account Of The Capture Of Calcutta By Captain Grant*, BM Add Mss 29200, f. 38.

6 Ibid.

7 *Concerning the Loss of Calcutta*, BL, OIOC, HM vol. 66, pp. 821–4.

8 *An Account Of The Capture Of Calcutta By Captain Grant*, BM Add Mss 29200, f. 39.

9 Ibid.

10 *Account of the loss of Calcutta by David Renny*, BL, OIOC, HM vol. 66, pp. 821–4.

11 *Cooke's Evidence before the Select Committee of the House of Commons,* in W. K. Firminger (ed.), *Great Britain, House of Commons, Report on East India Affairs, Fifth report from the Select Committee*, vol. III, p. 299.

12 Quoted in Sir Penderel Moon, *The British Conquest and Dominion of India*, London, 1989, p. 42.

13 Syed Ghulam Hussain Khan Tabatabai, *Seir Mutaqherin*, Calcutta, 1790–4, vol. 2, p. 190.

14 *Concerning the Loss of Calcutta*, BL, OIOC, HM vol. 66, pp. 821–4.

15 *Narrative of the loss of Calcutta, with the Black Hole by Captain Mills, who* was in it, and sundry other particulars, being Captain Mills pocket book, *which he gave me*, BL, OIOC, O.V. 19, pp. 77–92.

16 Ibid.

17 *Account of the loss of Calcutta by John Cooke Esq. who was in the Black Hole, June 1756*, in *Cooke's Evidence before the Select Committee of the House of Commons*, in W. K. Firminger (ed.), *Great Britain, House of Commons, Report on East India Affairs, Fifth report from the Select Committee*, vol III, p. 299.

18 Ghulam Husain Salim, *Riyazu-s-salatin: A History of Bengal, Translated from the original Persian by Maulvi Abdus Salam*, Calcutta, 1902, p. 366.

19 S. C. Hill, Indian Records Series, *Bengal in 1756–7*, 3 vols, Calcutta, 1905, vol. 1, p. 51, French letter from Chandernagar.

20 *Account of the loss of Calcutta by John Cooke Esq. who was in the Black Hole, June 1756*, in *Cooke's Evidence before the Select Committee of the House of Commons,* in W. K. Firminger (ed.), *Great Britain, House of Commons, Report on East India Affairs, Fifth report from the Select Committee*, vol. III, p. 299.

21 Yusuf Ali Khan, *Tarikh-i-Bangala-i-Mahabatjangi*, trans. Abdus Subhan, Calcutta, 1982, pp. 120–2.

22 John Zephaniah Holwell, *A Genuine Narrative of the Deplorable Deaths of* the English Gentlemen, and others, who were suffocated in the Black Hole in Fort William, in Calcutta, in the Kingdom of Bengal; in the Night Succeeding *the 20th June 1756*, London, 1758.

23 There is a large literature on the Black Hole. The best forensic examination of the primary evidence is to be

found in Brijen K. Gupta, *Sirajuddaullah and the East India Company, 1756–7*, Leiden, 1966, pp. 70–81. There are also good discussions in Partha Chatterjee, *The Black Hole of Empire: History of a Global Practice of Power*, Ranikhet, 2012, p. 255; Jan Dalley, *The Black Hole: Money, Myth and Empire*, London, 2006; Rajat Kanta Ray, *The Felt* Community: Commonality and Mentality before the Emergence of Indian *Nationalism*, New Delhi, 2003, pp. 235–7; Linda Colley, *Captives: Britain, Empire and the World 1600–1850*, London, 2002; Ian Barrow, 'The many meanings of the Black Hole of Calcutta', in *Tall Tales and True: India, Historiography and British Imperial Imaginings*, ed. Kate Brittlebank, Clayton, Vic., 2008, pp. 7–18. Betty Joseph has argued that the Black Hole helped the Company avoid much public and political scrutiny of the crucial shift that had taken place in its role in India, and as a result, the Company moved from being a commercial power to a territorial power and began the conquest of India without criticism. Betty Joseph, *Reading the East India Company*, New Delhi, 2006, pp. 70–1.

24 *Concerning the Loss of Calcutta*, BL, OIOC, HM vol. 66, pp. 821–4.

25 *Causes of the Loss of Calcutta 1756*, David Renny, August 1756, BL, OIOC, O.V. 19, pp. 147–61.

26 G. J. Bryant, *Emergence of British Power in India 1600–1784: A Grand Strategic Interpretation*, Woodbridge, 2013, pp. 118–21.

27 Hill, Indian Records Series, *Bengal in 1756–7*, vol. 1, p. 233, Extract of a letter from Colonel Clive to the Secret Committee, London, dated Fort St George, 11 October, 1756.

28 George Forrest, *The Life of Lord Clive*, 2 vols, London, 1918, vol. 1, p. 278.

29 Mark Bence-Jones, *Clive of India*, London, 1974, p. 94.

30 Daniel Baugh, *The Global Seven Years War, 1754–63*, New York, 2014, p. 286.

31 Ghulam Hussain Khan, *Seir Mutaqherin*, vol. 2, p. 220.

32 Bence-Jones, *Clive of India*, p. 98; Keith Feiling, *Warren Hastings*, London, 1954, p. 23.

33 Captain Edward Maskelyne, *Journal of the Proceedings of the Troops commanded by Lieutenant Colonel Robert Clive on the expedition to Bengal*, BL, OIOC, Mss Eur Orme, vol. 20, p. 19.

34 Edward Ives, *A Voyage From England to India in the Year 1754*, London, 1733, quoted in Keay, *The Honourable Company*, p. 307.

35 Ghulam Hussain Khan, *Seir Mutaqherin*, vol. 2, p. 221.

36 Ives, *A Voyage From England to India in the Year 1754*, p. 102.

37 Feiling, *Warren Hastings*, p. 23.

38 Ghulam Husain Salim, *Riyazu-s-salatin*, pp. 369–70.

39 Captain Edward Maskelyne, *Journal of the Proceedings of the Troops commanded by Lieutenant Colonel Robert Clive on the expedition to Bengal*, BL, OIOC, Mss Eur Orme, vol. 20, pp. 23–4; Watts and Campbell, *Memoirs of the Revolution in Bengal, Anno. Dom. 1757*, p. 18.

40 Watts and Campbell, *Memoirs of the Revolution in Bengal, Anno. Dom. 1757*, p. 20.

41 Clive's Evidence – First Report of the Committee of the House of Commons; Forrest, *The Life of Lord Clive*, vol. 1, pp. 354–5.

42 Captain Edward Maskelyne, *Journal of the Proceedings of the Troops commanded by Lieutenant Colonel Robert Clive on the expedition to Bengal*, BL, OIOC, Mss Eur Orme, vol. 20, pp. 28–30.

43 Forrest, *The Life of Lord Clive*, vol. 1, pp. 359–60.

44 Ghulam Hussain Khan, *Seir Mutaqherin*, vol. 2, p. 222.

45 P. J. Marshall (ed.), *The Eighteenth Century in Indian History. Evolution or Revolution*, New Delhi, 2003, p. 362.

46 Ray, *The Felt Community*, p. 244.

47 The three British players in this story – the Crown, the Company and Parliament – rarely worked as a unified force. For a good analysis of the tensions between them

see Lucy Sutherland's classic, *The East India Company in Eighteenth-Century Politics*, Oxford, 1952.

48 Baugh, *The Global Seven Years War*, p. 291. Cuba was a Spanish colony, only involved in the war at the very end, when Spain joined in.

49 Hill, Indian Records Series, *Bengal in 1756–7*, vol. 1, pp. 180–1, Letter to M Demontorcin, Chandernagar, August 1, 1756.

50 Jean Law de Lauriston, *A Memoir of the Mughal Empire 1757–61*, trans. G. S. Cheema, New Delhi, 2014, p. 87.

51 Keay, *The Honourable Company*, p. 314.

52 Quoted by Sir Jadunath Sarkar (ed.), *The History of Bengal*, vol. II, *The Muslim Period 1200 A.D.–1757 A.D.*, New Delhi, 1948, pp. 484–5.

53 Law, *A Memoir of the Mughal Empire 1757–61*, p. 98.

54 Ghulam Husain Salim, *Riyazu-s-salatin*, pp. 373–4; BL, OIOC, HM 193, p. 88.

55 Ghulam Hussain Khan, *Seir Mutaqherin*, vol. 2, p. 193.

56 Law, *A Memoir of the Mughal Empire 1757–61*, p. 66.

57 Ghulam Hussain Khan, *Seir Mutaqherin*, vol. 2, pp. 211, 213.

58 Law, *A Memoir of the Mughal Empire 1757–61*, pp. 82–3.

59 Hill, Indian Records Series, *Bengal in 1756–7*, vol. 2, pp. 368–9, Letter from Colonel Clive to Mr Pigot, dated 30 April 1757.

60 This is why the eminent Indian scholar K. M. Pannikar famously called the Battle of Plassey a 'transaction, not a battle, a transaction by which the compradors of Bengal, led by Jagat Seth, sold the Nawab to the East India Company', K. M. Pannikar, *Asia and Western Dominance*, New York, 1954, p. 100. See also Sushil Chaudhury, *Companies, Commerce and Merchants: Bengal in the Pre-Colonial Era*, New Delhi, 2015, pp. 336–52.

61 Fort William Select Committee Proceedings of May 1, 1757, in Hill, Indian Records Series, *Bengal in 1756–7*,

vol. 2, p. 370.

62 आधीच क्लिष्ट असलेल्या कथानकातली गुंतागुंत थोडी कमी करण्यासाठी, मी या काळातल्या आणखी एका पेढीमालकाची कट-कारस्थनं वगळली आहेत. अमीर चंद नावाच्या या पंजाबी पेढीमालकानं प्लासीच्या कारस्थानात महत्त्वाची भूमिका बजावली होती. कंपनी त्याला 'ओमिचंद' या नावानं ओळखत असे. तर क्लाइव्हनं या 'ओमिचंद'ला मध्यस्थ बनवून त्याच्याकडून आपलं बरंच काम करवून घेतलं होतं. फेब्रुवारीचा तह झाल्यानंतर 'ओमिचंद' वॉट्ससोबत मुर्शिदाबादलाही गेला होता. प्लासीच्या लढाईनंतर 'ओमिचंद'नं कंपनीकडे आपल्या वाट्याची मागणी केली. नवाबाच्या खजिन्याचा ५% भाग आपल्याला मिळाला नाही, तर आपण सिराजला सगळं खरंखरं सांगून टाकू, अशी त्यानं कंपनीला धमकी दिली. मात्र, जेव्हा १७ मे रोजी सिलेक्ट कमिटीची बैठक झाली, तेव्हा क्लाइव्हनं आपल्या कपटी स्वभावाला अनुसरून, मीर जाफर आणि इंग्रजांनी दुहेरी तह करावा, अशी गळ घातली. त्यापैकी एका करारामध्ये त्यानं 'ओमिचंद'ला दिल्या जाणाऱ्या रकमेबद्दल नोंद केली आणि दुसऱ्या करारामधून ती नोंद वगळून टाकली. सुशील चौधरी यांनी लिहिलेलं द प्रिल्यूड टू एम्पायर : प्लासी रिव्होल्यूशन ऑफ १७५७, पृ. क्र. १२७ बघा.

63 Letter from Petrus Arratoon to the Court of Directors, dated 25 January 1759, quoted in Forrest, *The Life of Lord Clive*, vol. 1, p. 432.

64 Watts and Campbell, *Memoirs of the Revolution in Bengal, Anno. Dom. 1757*, pp. 98–9.

65 BL, OIOC, Mss Eur Orme India XI, no. 153.

66 BL, OIOC, IOR, HM 193, no. 158.

67 Ibid., no. 159.

68 Spear, *Master of Bengal*, p. 87.

69 Forrest, *The Life of Lord Clive*, vol. 1, p. 440.

70 BL, OIOC, IOR, HM 193, no. 161.

71 Ibid., no. 162.

72 Ibid., no. 167.

73 Ibid., no. 169.

74 Ibid.

75 BL, OIOC, Orme Papers, O.V., CLXIV-A, f. 115.

76 NAI, Home Misc of Ancient Records, 1757, vol. 19, pp. 120–8, 26 July 1757.

77 Ghulam Hussain Khan, *Seir Mutaqherin*, vol. 2, pp. 230–1.

78 *The Muzaffarnama of Karam Ali*, in *Bengal Nawabs*, trans. Jadunath Sarkar, Calcutta, 1952, p. 76.

79 Ghulam Husain Salim, *Riyazu-s-salatin*, pp. 375–6.

80 Captain Edward Maskelyne, *Journal of the Proceedings of the Troops commanded by Lieutenant Colonel Robert Clive on the expedition to Bengal*, BL, OIOC, Mss Eur Orme, vol. 20, p. 30.

81 NAI, Home Misc of Ancient Records, 1757, vol. 19, pp. 120–8, 26 July 1757.

82 BL, OIOC, IOR, HM 193, no. 172.

83 Moon, *The British Conquest and Dominion of India*, p. 55.

84 Hill, Indian Records Series, *Bengal in 1756–7*, vol. 2, p. 437, Clive to Select Committee, Fort William June 30th 1757.

85 BL, OIOC, IOR, HM 193, no. 194.

86 Ghulam Hussain Khan, *Seir Mutaqherin*, vol. 2, pp. 235–42.

87 *The Muzaffarnama of Karam Ali*, p. 78.

88 P. J. Marshall, *The Making and Unmaking of Empires: Britain, India and America c. 1750–1783*, p. 150; John R. McLane, *Land and Local Kingship in Eighteenth-Century Bengal*, Cambridge, 1993, p. 150.

89 Forrest, *The Life of Lord Clive*, vol. 2, p. 35.

90 फिलिप स्टर्नने हे दाखवून दिलेलं आहे, की जनमानसात असलेल्या समजुतीपेक्षा कैक काळ आधी कंपनीनं हिंदुस्थानात आपली सत्ता स्थापन केली होती. पण अर्थात, प्लासीच्या युद्धामुळे कंपनीची ही पकड अधिक मजबूत झाली यात दुमत नाही. पाहा : फिलिप जे. स्टर्न-लिखित द कंपनी स्टेट : कॉर्पोरेट सोव्हरेन्टी अ‍ॅण्ड द अर्ली मॉडर्न फाउन्डेशन्स ऑफ द ब्रिटिश एम्पायर इन इंडिया, केम्ब्रिज, २०११

91 Ray, *The Felt Community*, pp. 245–6.

92 Keay, *The Honourable Company*, pp. 317–18.

93 Alexander Dow, *History of Hindostan*, 3 vols, Dublin, 1792, vol. 3, p. xxiv.

94 P. J. Marshall, *East India Fortunes: The British in Bengal in the Eighteenth Century*, Oxford, 1976, p. 8.

प्रकरण ४. कुचकामी राजपुत्र

1 Percival Spear, *Master of Bengal: Clive and his India*,

London, 1975, p. 97.

2 Ibid.

3 Clive to Mir Jafar, 15 July 1757, OIOC, HM 193, 180; Mark Bence-Jones, *Clive of India*, London, 1974, p. 157.

4 Clive to John Payne, 11 November 1758, National Library of Wales, Clive Mss 200 (2), pp. 102–4.

5 George Forrest, *The Life of Lord Clive*, New Delhi, 1986, vol. 2, pp. 119–22.

6 Abdul Majed Khan, *The Transition in Bengal 1756–1775*, Cambridge, 1969, pp. 10–11.

7 J. Price, *Five Letters from a Free Merchant in Bengal, to Warren Hastings Esq*, London, 1778, p. 136; Peter Marshall, *Problems of Empire: Britain and India 1757–1813*, London, 1968, p. 26.

8 Forrest, *The Life of Lord Clive,* vol. 2, p. 179; Tillman W. Nechtman, 'A Jewel in the Crown? Indian Wealth in Domestic Britain in the Late Eighteenth Century', *Eighteenth Century Studies*, 41:1 (2007), pp. 71–86, p. 74; Spear, *Master of Bengal*, p. 119.

9 Sir Penderel Moon, *Warren Hastings and British India*, London, 1947, p. 35; Abdul Majed Khan, *The Transition in Bengal 1756–1775*, pp. 28–9.

10 Syed Ghulam Hussain Khan Tabatabai, *Seir Mutaqherin*, Calcutta, 1790–94, vol. 2, pp. 262, 270.

11 Sir Penderel Moon, *The British Conquest and Dominion of India*, London, 1989, p. 62.

12 Ghulam Hussain Khan, *Seir Mutaqherin*, vol. 2, p. 241.

13 Ibid., vol. 2, p. 351.

14 Ibid., vol. 2, pp. 262, 250–1, 373; Henry Vansittart, *A Narrative of the* Transactions in Bengal from the Year 1760, to the year 1764, during the *Government of Mr Henry Vansittart*, London, 1766, vol. 1, pp. 151–3.

15 Moon, *The British Conquest and Dominion of India*, p. 86.

16 OIOC, Bengal Secret Consultations, 30 April, 25, 26, 30 July, 27 Aug 1764, Range A, vol. 5, pp. 156–61, 408–21, 444–58; P. J. Marshall, *East India Fortunes: The British in Bengal in the Eighteenth Century*, Oxford, 1976, pp.

118, 128; Bence-Jones, *Clive of India*, p. 156.

17 Vansittart, *A Narrative of the Transactions in Bengal*, vol. 1, p. 25.

18 Marshall, *East India Fortunes*, p. 120.

19 Quoted in Bence-Jones, *Clive of India*, p. 156.

20 *Voyage en Inde du Comte de Modave, 1773–1776*, ed. Jean Deloche, Pondicherry, 1971, p. 48.

21 Ibid., pp. 282–7.

22 Quoted by Vansittart, *A Narrative of the Transactions in Bengal,* vol. 2, pp. 79–84.

23 Hastings to Vansittart, 25 April 1762, OIOC, BL Add Mss 29,098, f. 7–8. See also Walter K. Firminger and William Anderson, *The Diaries of Three Surgeons of Patna*, Calcutta, 1909, p. 16.

24 Keith Feiling, *Warren Hastings*, London, 1954, pp. 1–11; Jeremy Bernstein, *Dawning of the Raj: The Life & Trials of Warren Hastings*, Chicago, 2000, pp. 32–5.

25 Feiling, *Warren Hastings*, pp. 39, 66. The portrait is now in the National Portrait Gallery, London, NPG 81.

26 Ibid., pp. 28, 41.

27 Kumkum Chatterjee, *Merchants, Politics & Society in Early Modern India Bihar: 1733–1820*, Leiden, 1996, pp.118–23. For other complaints about Pearkes see Vansittart, *A Narrative of the Transactions in Bengal*, vol. 1, p. 28.

28 For the Jagat Seths writing to Shah Alam see Forrest, *The Life of Lord Clive*, vol. 2, p. 126. For Mir Ashraf's support for Shah Alam see BL, Or. 466, *Tarikh-i Muzaffari* of Muhammad 'Ali Khan Ansari of Panipat, pp. 635–6.

29 Ghulam Ali Khan alias Bhikhari Khan, *Shah Alam Nama*, BL, Add 24080.

30 या काळाबद्दल केलेल्या ऐतिहासिक लेखनात, मुघल साम्राज्याच्या अस्ताबद्दल केल्या गेलेल्या बराचशा लेखनात तफावत आढळून येते. तशीच तफावत, प्रांतीय स्वायत्तता आणि प्रगतीबद्दल केल्या गेलेल्या संशोधनपर लेखनाशीही झालेली आढळते. शहा आलमच्या कथानकावरून केवळ त्या काळी होत असणाऱ्या विकेंद्रीकरणावर प्रकाशझोत पडत नाही, तर सदर काळात

झपाट्यानं होत जाणारे सामाजिक व राजकीय बदलांबद्दलही विशेष लक्ष वेधलं जातं.

31 Sayid Athar Abbas Rizvi, *Shah Walli-Allah And His Times*, Canberra, 1980, p. 170.

32 Fakir Khair ud-Din Illahabadi, '*Ibrat Nama*, BL Or. 1932, 20r–21v.

33 Ghulam Ali Khan alias Bhikhari Khan, *Shah Alam Nama*, BL, Add 24080.

34 Krishna Dayal Bhargava, *Browne Correspondence*, Delhi, 1960, p. 1.

35 Jean Law de Lauriston, *A Memoir of the Mughal Empire 1757–61*, trans. G. S. Cheema, New Delhi, 2014, p. 297.

36 Jadunath Sarkar, *Fall of the Mughal Empire*, 4 vols, New Delhi, 1991, vol. 2, p. 315.

37 *Tarikh-i Shakir Khani,* British Library Oriental manuscripts, Add. 6568, f. 14r.

38 Law, *A Memoir of the Mughal Empire 1757–61*, pp. 265, 280, 290–1.

39 Ghulam Ali Khan alias Bhikhari Khan, *Shah Alam Nama*, BL, Add 24080. Also John R. McLane, *Land and Local Kingship in Eighteenth-Century Bengal*, Cambridge, 1993, p. 181.

40 Ghulam Hussain Khan, *Seir Mutaqherin*, vol. 2, pp. 338–41.

41 Ibid., vol. 2, p. 342.

42 Hastings to Vansittart, BL, OIOC, Add Mss 29132, f. 103–11; also Moon, *Warren Hastings and British India*, p. 37.

43 John Caillaud, *A Narrative of What Happened in Bengal in the Year 1760*, London, 1764, p. 15.

44 Ghulam Hussain Khan, *Seir Mutaqherin*, vol. 2, pp. 344–5.

45 *Tarikh-i Muzaffari* of Muhammad 'Ali Khan Ansari of Panipat, pp. 634–6. Also McLane, *Land and Local Kingship*, p. 181.

46 Caillaud, *A Narrative of What Happened in Bengal in*

the Year 1760, p. 25.

47 *Tarikh-i Muzaffari* of Muhammad 'Ali Khan Ansari of Panipat, pp. 634–5.

48 Ghulam Hussain Khan, *Seir Mutaqherin*, vol. 3, p. 180.

49 Law, *A Memoir of the Mughal Empire 1757–61*, p. 297.

50 K. K. Dutta, *Shah Alam II & The East India Company*, Calcutta, 1965, p. 15. Shah Alam also lost some of his baggage and his writing desk, which was seized by Archibald Swinton and is now in the Royal Scottish Museum in Edinburgh.

51 Jean-Baptiste Gentil, *Mémoires sur l'Indoustan*, Paris, 1822, pp. 203–4.

52 Ghulam Hussain Khan, *Seir Mutaqherin*, vol. 2, p. 404.

53 Ibid., vol. 2, p. 403.

54 Ibid., vol. 2, pp. 401–3.

55 Caillaud, *A Narrative of What Happened in Bengal in the Year 1760*, p. 35.

56 Ghulam Hussain Khan, *Seir Mutaqherin*, vol. 2, pp. 371–2.

57 Ibid., vol. 2, p. 374.

58 Hastings to Vansittart, BL, OIOC, Add Mss 29132, f. 103–11.

59 Hastings to Vansittart, 10 July 1760, BL, OIOC, Add Mss 29132, f. 103–11.

60 Moon, *The British Conquest and Dominion of India*, p. 88; Moon, *Warren Hastings and British India*, p. 39; Nicholas B. Dirks, *The Scandal of Empire: India and the Creation of Imperial Britain*, Harvard, 2006, p. 50.

61 Ghulam Husain Salim, *Riyazu-s-salatin: A History of Bengal. Translated from the original Persian by Maulvi Abdus Salam*, Calcutta, 1902, pp. 385–6.

62 Caillaud, *A Narrative of What Happened in Bengal in the Year 1760*, p. 50.

63 Lushington to Clive, 3 December 1760, cited in John Malcolm, *Life of Robert, Lord Clive*, London, 1836, vol. II, p. 268.

64 *Tarikh-i Muzaffari* of Muhammad 'Ali Khan Ansari of

Panipat, p. 681.

65 Ibid., pp. 681–9.

66 P. J. Marshall, *Bengal: The British Bridgehead – Eastern India 1740–1828*, Cambridge, 1987, p. 86.

67 *Tarikh-i Muzaffari* of Muhammad 'Ali Khan Ansari of Panipat, pp. 683, 685.

68 All details on Sumru from *Voyage en Inde*, pp. 420–2.

69 Ghulam Hussain Khan, *Seir Mutaqherin*, vol. 2, pp. 500–3.

70 Ibid., vol. 2, pp. 421, 434.

71 Ibid., vol 2, pp. 427, 433.

72 Ibid., vol. 2, p. 427.

73 *Tarikh-i Muzaffari* of Muhammad 'Ali Khan Ansari of Panipat, pp. 683, 688.

74 Carnac's Letter to the Select Committee, 5 March 1761, Vansittart, *A Narrative of the Transactions in Bengal*, vol. 1, p. 185.

75 Dutta, *Shah Alam II & The East India Company*,p.18.

76 Ghulam Hussain Khan,*Seir Mutaqherin*,vol.2,pp.406–7.

77 Recently given by the Swinton family to the Royal Scottish Museum in Edinburgh.

78 Ghulam Hussain Khan, *Seir Mutaqherin*, vol. 2, p. 407.

79 Moon, *The British Conquest and Dominion of India*, pp. 92–3.

80 Dutta, *Shah Alam II & The East India Company*, p. 21.

81 G. J. Bryant, *The Emergence of British Power in India, 1600–1784: A Grand Strategic Interpretation*, Woodbridge, 2013, p. 161 n; Dutta, *Shah Alam II & The East India Company*, p. 47.

82 Nandalal Chatterji, *Mir Qasim, Nawab of Bengal, 1760–1763*, Allahabad, 1935.

83 Gentil, *Mémoires sur l'Indoustan*, p. 205.

84 Feiling, *Warren Hastings*, p. 42.

85 Moon, *Warren Hastings and British India*, p. 39.

86 Vansittart, *A Narrative of the Transactions in Bengal*, vol. 1, pp. 300–7, 322–3.

87 Ibid., vol. 2, pp. 97–102; Forrest, *The Life of Lord Clive*, vol. 2, pp. 227–8.

88 Vansittart, *A Narrative of the Transactions in Bengal*, vol. 2, pp. 97–102; Feiling, *Warren Hastings*, pp. 46–7; G. S. Cheema, *The Ascent of John Company: From Traders to Rulers (1756–1787)*, New Delhi, 2017, p. 66.
89 Moon, *The British Conquest and Dominion of India*, pp. 98–9.
90 Moon, *Warren Hastings and British India*, pp. 50–1.
91 Gentil, *Mémoires sur l'Indoustan*, p. 210.
92 Ghulam Husain Salim, *Riyazu-s-salatin*, pp. 387–8.
93 Vansittart, *A Narrative of the Transactions in Bengal*, vol.2, pp.164–8; also Rajat Kanta Ray, *The Felt Community: Commonality and Mentality before the Emergence of Indian Nationalism*, New Delhi, 2003, pp. 282–7.
94 Ghulam Hussain Khan, *Seir Mutaqherin*, vol. 2, pp. 465–6.
95 Ibid.
96 Moon, *The British Conquest and Dominion of India*, p. 100.
97 Firminger and Anderson, *The Diaries of Three Surgeons of Patna*, p. 38.

प्रकरण ५. रक्तपात आणि अनागोंदी

1 BL, Or. 466, *Tarikh-i Muzaffari* of Muhammad 'Ali Khan Ansari of Panipat, pp. 700–2.
2 Walter K. Firminger and William Anderson, *The Diaries of Three Surgeons of Patna*, Calcutta, 1909, p. 40.
3 Ibid., p. 24.
4 Syed Ghulam Hussain Khan Tabatabai, *Seir Mutaqherin*, Calcutta, 1790–94, vol. 2, pp. 473–4.
5 *Tarikh-i Muzaffari* of Muhammad 'Ali Khan Ansari of Panipat, p. 703.
6 Ibid., p. 704.
7 Rajat Kanta Ray, *The Felt Community: Commonality and Mentality before the Emergence of Indian Nationalism*, New Delhi, 2003, p. 277; Nicholas Shreeve,

Dark Legacy, Crossbush, 1996, pp. 11–12.

8 Jean-Baptiste Gentil, *Mémoires sur l'Indoustan*, Paris, 1822, pp. 216–18.

9 Luke Scrafton, *Observations on Vansittart's Narrative*, London, 1770, pp. 48–9.

10 *Tarikh-i Muzaffari* of Muhammad 'Ali Khan Ansari of Panipat, pp. 710–13.

11 Ghulam Hussain Khan, *Seir Mutaqherin*, vol. 2, p. 496.

12 *Tarikh-i Muzaffari* of Muhammad 'Ali Khan Ansari of Panipat, p. 710.

13 Ibid., p. 711.

14 Ibid.

15 Ibid., p. 715.

16 Gentil, *Mémoires sur l'Indoustan*, pp. 218–21.

17 *Tarikh-i Muzaffari* of Muhammad 'Ali Khan Ansari of Panipat, p. 708.

18 जेन्टील, मेमोआर्स स्यूर ल'इन्दुस्तान, पी.पी. २२६-७. मी माझ्या लेखनामध्ये जेन्टीलच्या नोंदींचा आधार घेतला आहे; कारण तो घडल्या प्रकाराचा प्रत्यक्षदर्शी साक्षीदार होता असं वाटतं. मात्र जगतसेठांच्या मृत्यूबद्दल अनेक परस्परविरोधी वृत्तान्त आहेत. उदाहरणार्थ, घोषाच्या मतानुसार नवाबानंच जगतसेठांची हत्या घडवून आणली. 'जगतसेठांबरोबर त्यांचा अत्यंत निष्ठावान खिदमतगार (सेवक) चुनीसुद्धा होता. जेव्हा कासिम अली (मीर कासिम) त्यांच्यावर बाणांचा वर्षाव करू लागला, तेव्हा चुनी समोर जाऊन उभा राहिला. परिणामी, आधी चुनीचं मरण ओढवलं आणि मग त्या दोन जगतसेठ बंधूंचं.' बघा : लोकनाथ घोषा-लिखित द मॉडर्न हिस्टरी ऑफ द इंडियन चीफ्स, राजाज, जमीनदार्स, ॲण्ड सी., कलकत्ता, १८८१, पृ. क्र. ३४६

19 Firminger and Anderson, *The Diaries of Three Surgeons of Patna*, p. 1.

20 Sir Penderel Moon, *Warren Hastings and British India*, London, 1947, p. 54.

21 Shreeve, *Dark Legacy*, p. 16.

22 Ibid.

23 Gentil, *Mémoires sur l'Indoustan*, pp. 227–34.

24 Shreeve, *Dark Legacy*, p. 18.

25 Julia Keay, *Farzana: The Woman Who Saved an Empire*, London, 2014, p. 48.

26 *Tarikh-i Muzaffari* of Muhammad 'Ali Khan Ansari of Panipat, p. 713.

27 Unlike the Black Hole, the Patna Massacre is almost forgotten. We hardly read about it in history books in Britain and it is completely absent from Indian history books.

28 Ghulam Hussain Khan, *Seir Mutaqherin*, vol. 2, p. 518.

29 Gentil, *Mémoires sur l'Indoustan*, p. 35.

30 Ghulam Hussain Khan, *Seir Mutaqherin*, vol. 2, p. 514.

31 Gentil, *Mémoires sur l'Indoustan*, p. 35.

32 Ghulam Hussain Khan, *Seir Mutaqherin*, vol. 2, p. 512.

33 The *Bhausahebanci Bhakar*, quoted in Velcheru Narayana Rao, David Shulman and Sanjay Subrahmanyam, *Textures of Time,* Delhi, 2003, pp. 232–3.

34 Quoted by Jadunath Sarkar, *Fall of the Mughal Empire*, 4 vols, New Delhi, 1991, vol. 2, p. 316.

35 Ghulam Hussain Khan, *Seir Mutaqherin*, vol. 2, pp. 528, 558.

36 Fakir Khair ud-Din Illahabadi, '*Ibrat Nama*, BL Or. 1932, 38v–39r.

37 Ibid., 39r.

38 Ibid., 40v–41r.

39 गुलाम हुसेन खाननं, १७५१मध्ये राजेंद्रगिरीनं अलाहबादच्या रक्षणासाठी केलेल्या युद्धाचं वर्णन करताना लिहिल्यानुसार- नागा गोसेनना संगिनीच्या बंदुकींनी लढाई करणं आधीपासून अवगत होतं. तसंच त्यापैकी काहींना उत्तम घोडेस्वारीही येत असे. अर्थात, जवळून प्रत्यक्षात लढत देण्यात तर त्यांचा हातखंडा होता; पण या इतर युद्धकलाही त्यांना चांगल्याच अवगत होत्या. वॉरियर ॲसेटिक्स ॲण्ड इंडियन एम्पायर्स, केम्ब्रिज, २००६ या पुस्तकाच्या दुसऱ्या प्रकरणामध्ये व्हिलियम पिंचने नागा गोसेन लढवय्यांच्या युद्धकलांमध्ये झालेले बदल खूप छान टिपले आहेत. सदर नागा योद्ध्यांमध्ये शस्त्रांच्या वाटण्या कोणत्या प्रकारे होत, याबद्दल फारशी माहिती उपलब्ध नाही; पण बंगालमध्ये संन्यासी/फकिरांनी बरीच वर्षं चालवलेल्या बंडाळींबद्दल माहिती मिळवण्यासाठी डेव्हिड एन. लोरेन्झेन यांनी जर्नल ऑफ द अमेरिकन ओरिएन्टल सोसायटी, खंड ९८, क्र. १ (जानेवारी-मार्च १९७८), पी.पी. ६१-७५ यात लिहिलेला 'वॉरियर असेटिक्स इन इंडियन हिस्टरी' हा लेख जरूर वाचावा.

40 *CPC* 1, items 2130–1, 2136; Ashirbadi Lal Srivastava, *Shuja ud-Daula*, vol. 1, *1754–1765*, Calcutta, 1939, p. 182; Rajat Kanta Ray, 'Indian Society and the Establishment of British Supremacy, 1765–1818', in Peter Marshall, *The Eighteenth Century,* Oxford, 1998, pp. 518–19.
41 Fakir Khair ud-Din Illahabadi, *'Ibrat Nama*, BL Or. 1932, 41v.
42 Ghulam Hussain Khan, *Seir Mutaqherin*, vol. 2, p. 530.
43 Ibid., vol. 2, p. 531.
44 Fakir Khair ud-Din Illahabadi, *'Ibrat Nama*, BL Or. 1932. 42v.
45 Ghulam Hussain Khan, *Seir Mutaqherin*, vol. 2, p. 530.
46 Fakir Khair ud-Din Illahabadi, *'Ibrat Nama*, BL Or. 1932. 42v.
47 Ibid., 43v.
48 Ibid., 43v–44r.
49 Ibid., 44r.
50 Ibid.
51 René-Marie Madec, *Mémoire*, ed. Jean Deloche, Pondicherry 1983, p. 71.
52 Ghulam Hussain Khan, *Seir Mutaqherin*, vol. 2, p. 565.
53 Fakir Khair ud-Din Illahabadi, *'Ibrat Nama*, BL Or. 1932, 44r.
54 Ibid., 45v.
55 Ibid.
56 Ibid., 45r.
57 Ashirbadi Lal Srivastava, *Shuja ud-Daula*, vol. 1, p. 232.
58 Sir Penderel Moon, *The British Conquest and Dominion of India*, London, 1989, p. 111.
59 Gentil, *Mémoires sur l'Indoustan*, p. 258–9.
60 Ibid.
61 Madec, *Mémoire*, p. 74.
62 Fakir Khairud-Din Illahabadi, *'Ibrat Nama*, BL Or. 1932, 45v.
63 Ghulam Hussain Khan, *Seir Mutaqherin*, vol. 2, p. 530.
64 Ibid.
65 The Late Reverend John Entick et al.,*The Present State*

of the British Empire, 4 vols, London, 1774, vol. IV, p. 533.

66 Philip J. Stern, *The Company State: Corporate Sovereignty & the Early Modern Foundations of the British Empire in India*, Cambridge, 2011, p. 3.

67 Thomas Twining, *Travels in India One Hundred Years Ago*, London, 1983, pp. 144–5.

68 For the domestic political background at this time, see James Vaughn, *The Politics of Empire at the Accession of George* III, Princeton, 2009.

69 Keay, *Farzana*, pp. 53, 89.

70 Ghulam Hussain Khan, *Seir Mutaqherin*, vol. 2, pp. 583–4.

71 Gentil, *Mémoires sur l'Indoustan*, p. 259.

72 Sadasukh Dihlavi, *Munkatab ut-Tawarikh*, trans. Sir H. M. Elliot and John Dowson*, The History of India Told By Its Own Historians,* London, 1867, vol. VIII, p. 408.

73 Richard B. Barnett, *North India Between Empires: Awadh, the Mughals, and the British 1720–1801*, Berkeley, 1980, p. 73.

74 Amar Farooqui, *Zafar, and the Raj: Anglo-Mughal Delhi, c. 1800–1850*, New Delhi, 2013, pp. 8–9.

75 Ghulam Hussain Khan, *Seir Mutaqherin*, vol. 2, p. 571.

76 Shah Alam II to the Council, n.d., received in Calcutta 6 Dec.1764, NAI, Foreign Department Secret Consultations, 1764, 2A, 738; *CPC* 1, lv, p. 353.

77 K. K. Dutta, *Shah Alam II & The East India Company*, Calcutta, 1965, pp. 28–9.

78 Bengal Despatches, February 1764, quoted in Mark Bence-Jones, *Clive of India*, London, 1974, p. 205.

79 Percival Spear, *Master of Bengal: Clive and his India*, London, 1975, pp. 130–1.

80 Clive to Carnac, 7 May 1762, quoted in Bence-Jones, *Clive of India*, p. 208.

81 Bence-Jones, *Clive of India*, p. 208.

82 H. V. Bowen, 'Lord Clive and speculation in East India Company stock, 1766', *Historical Journal*, 30 (1987), pp. 905–20. For two other excellent essays on Clive's loot

and its fallout back home: Bruce Lenman and Philip Lawson, 'Robert Clive, the "Black Jagir" and British Politics', in *Historical Journal*, vol. 26, no. 4 (December 1983), pp. 801–29, and C. H. Philips, 'Clive in the English Political World, 1761–64', in *Bulletin of the School of Oriental and African Studies*, University of London, vol. 12, no. 3/44, *Oriental and African Studies Presented to Lionel David Barnett by His Colleagues, Past and Present* (1948), pp. 695–702.

83 BL, OIOC, BL G37/4/1, f. 42; Barnett, *North India Between Empires*, p. 74.

84 Dutta, *Shah Alam II & The East India Company*, p. 38.

85 Clive and Carnac to Council, 14 July, quoted in Ashirbadi Lal Srivastava, *Shuja ud-Daula*, vol. 2, *1765–1775*, Calcutta, 1939, p. 10; Barnett, *North India Between Empires*, p. 75.

86 Quoted in Bence-Jones, *Clive of India*, p. 219.

87 Clive to Sykes, 3 August 1765, quoted in Barnett, *North India Between Empires*, p. 74.

88 गुलाम हुसेन खान, सेइर मुताखेरिन, खंड ३, पी.पी. ९-१०. आणखी एका लेखनिकासमवेत अलाहबादच्या तहाचा मजकूर लिहिण्याचं काम केलेल्या शेख इतेसामुद्दिनने नमूद केल्यानुसार-तहावर शिक्कामोर्तब झाल्यानंतर जायला निघालेल्या क्लाइव्ह आणि कार्नाकसमोर शहा आलमनं डोळ्यांत पाणी आणून गयावया केली होती, की त्यांनी त्याला शत्रूच्या तावडीत एकटं सोडून जाऊ नये (शिगुर्फनामा, १८२५:५). जेम्स एडवर्ड अलेक्झॅन्डरनं (लंडन,१८२७) पर्शियन भाषेतून इंग्रजीमध्ये अनुवाद केलेल्या 'शिगुर्फनामा-ए-वेलाएत' यामधील मिर्झा इतेसामुद्दिनचा भाग बघा. १७६७मध्ये, शहा आलमच्या विनंतीला मान देऊन, इतेसामुद्दिन किंग जॉर्ज-IIIची भेट घेण्यासाठी इंग्लंडला प्रवास करून गेला होता. त्या प्रवासानुभवाची वर्णनं वाचण्यासाठी बघा:जीना सारा जेकब-लिखित द ट्रॅव्हलर्स टेल्स : द ट्रॅव्हल राइटिंग्स ऑफ इतेसामुद्दिन आणि अबु तालेब खान; आणि व्हिलियम ए. पेटीयू व महेश गोपालन-लिखित द ईस्ट इंडिया कंपनी,१६००-१८५७ : एसेज ऑन ॲन्लो-इंडियन कनेक्शन,लंडन आणि न्यू यॉर्क, पृ. क्र. १४१

89 Ghulam Husain Salim, *Riyazu-s-salatin*, pp. 398, 413–14.

90 George Forrest, *The Life of Lord Clive*, New Delhi, 1986, vol. 2, p. 335.

91 बंगालच्या अर्थव्यवस्थेमध्ये इंग्रजांनी आयात केलेल्या सोन्या-चांदीची महती नेमकी किती होती, याबद्दल बरेच वाद झालेले आहेत. रजत दत्ता-लिखित सोसायटी, इकोनॉमी, ॲण्ड द मार्केट: कमर्शियलायझेशन इन रूरल बेंगॉल, स.१७६०-१८००, न्यू दिल्ली २००० हे पुस्तक बघा. त्याचप्रमाणे, कंपनीनं बंगालमधील साधनसंपत्तीची नेमकी किती लूट केली, याबद्दलही अनेक प्रश्न व शंका आहेत. पीटर मार्शलनं मला लिहिलेल्या एका पत्रात म्हटल्यानुसार,'तू कदाचित असं लिहू शकतोस, की 'त्यापुढे हिंदुस्थानकडे एखाद्या दुभत्या गाईप्रमाणे बघितलं गेलं; अशी गाय जिच्याकडून भरघोस दूध मिळवून, परराष्ट्राचा अफाट फायदा करता आला.' मात्र आपण हे अमान्य करू शकत नाही, की सतराव्या शतकाच्या आधीच्या काळातील कंपनीची राजवट बरीच न्यायी पद्धतीची होती, आणि १७५७ नंतर कंपनीच्या संचालकांनी तशीच राजवट पुन्हा प्रस्थापित करण्याचा प्रयत्न केला;पण त्यात त्यांना यश आलं नाही. त्यांच्या या अपयशामुळे अखेर सरकारला मध्यस्थी करावी लागली. लूटमारीचा अतिरेक होऊ न देणंही चालण्यासारखं नव्हतं. सोन्याची अंडी देणारी कोंबडी एका झटक्यात मारून टाकली तर कसं चालणार होतं बरं? म्हणूनच, संचालकांनी या कोंबडीचं व्यवस्थित पालनपोषण व्हावं, तिची निगा राखली जावी यासाठी बरेच प्रयत्न केले. त्यांनी हिंदुस्थानात पाठवलेल्या काही विशेष हुशार अधिकाऱ्यांना या वृत्तीची महती वेळीच समजली होती, असं म्हणायला हरकत नाही. हेस्टिंग्स हा अशाच काही अधिकाऱ्यांपैकी एक होता. भविष्यात उत्तम व्यवस्थापनापेक्षा त्याची हाव मोठी होत गेली आणि म्हणून सगळं गणित बिघडलं; पण म्हणून, कंपनीद्वारे कधी उत्तम व्यवस्थापन केलं गेलंच नाही असं नव्हे.'

92 Bowen, *Revenue and Reform*, pp. 111–12; Moon, *The British Conquest and Dominion of India*, p. 125.

93 Bence-Jones, *Clive of India*, p. 221.

94 Om Prakash, 'From Market-Determined to Coercion-based: Textile Manufacturing in Eighteenth-Century Bengal', in Giorgio Riello and Tirthankar Roy (eds), *How India Clothed the World: The World of South Asian Textiles, 1500–1800*, Leiden, 2013, pp. 224–41.

95 Dutta, *Shah Alam II & The East India Company*, p. 45; Moon, *The British Conquest and Dominion of India*, p. 125; Jon Wilson, *India Conquered: Britain's Raj and the Chaos of Empire*, London, 2016, p. 115.

96 Quoted in John R. McLane, *Land and Local Kingship in Eighteenth-Century Bengal*, Cambridge, 1993, p. 195.

97 Ghulam Hussain Khan, *Seir Mutaqherin*, vol. 3, pp. 3, 46, 192–3, 202–4. See also the brilliant analysis of Khan's observations in Rajat Kanta Ray, 'Indian Society and the Establishment of British Supremacy, 1765–1818', in Marshall, *The Eighteenth Century*, pp.514–15. Also P. J. Marshall, *The* Making and Unmaking of Empires: Britain, India and America c. 1750–*1783*, Oxford, 2007, p. 260.

98 Ghulam Hussain Khan, *Seir Mutaqherin*, vol. 3, pp. 158–213. Talking about the annual drain of wealth from Bengal, the Company's whistleblower Alexander Dow wrote: 'They [the Company] began to drain the reservoir without turning into it any stream to prevent it from being exhausted', quoted in Ranajit Guha, *A Rule of Property for Bengal: An Essay on the Idea of Permanent Settlement*, Durham, NC, 1983, p. 33.

99 Ghulam Hussain Khan, *Seir Mutaqherin*, vol. 3, pp. 158–213.

100 Ibid., vol. 3, pp. 32, 181, 194–5.

101 Moon, *The British Conquest and Dominion of India*, p. 224.

प्रकरण ६. दुष्काळाचं तांडव!

1 ओ.आय.ओ.सी., एस.सी.सी., पी/ए/९, २९ नोव्हेंबर १७६९. १७६९-७९ या काळात बंगालमध्ये झालेल्या भीषण दुष्काळाबद्दल भरपूर तार्किक व विश्लेषणात्मक लेखन केलं गेलेलं आहे. बंगालचा दुष्काळ व त्यामुळे ग्रामीण बंगालवर झालेला विपरीत परिणाम याबद्दल रजत दत्ता यांनी केलेलं लेखन जरूर वाचा (सोसायटी, इकॉनॉमी, ॲण्ड द मार्केट : कमर्शियलायझेशन ऑफ रूरल बेंगॉल, च १७६०-१८००, न्यू दिल्ली, २०००, प्रकरण ५, पी. पी. २३८-८४) रजत दत्तांचा युक्तिवाद असा आहे की लष्करी मोहिमा, राजकीय अस्थिरता आणि कंपनीचे जुलूम यामुळे बंगालच्या शेतकऱ्यांवर वाईट वेळ आली होती, हे जरी खरं असलं, तरी त्याहीपेक्षा मोठ्या पातळीवर जाऊन हे बघणं गरजेचं आहे, की त्याच काळामध्ये शेती आणि अर्थव्यवस्थेत घडत असलेले मोठे बदल यामुळेही दुष्काळाचा तडाखा अधिक जोरानं

जाणवला गेला. बंगालची संपत्ती असुरक्षित होती; पर्यावरणाच्या दृष्टीनेही तिथं मोठे बदल घडत होते. नद्यांचा प्रवाह पूर्वेकडे जाऊ लागला होता; परिणामी, पिकांची लागवडदेखील पूर्वेकडे अधिक होऊ लागली होती. बंगालच्या पश्चिमेकडचा प्रदेश सुकत चालला होता; पाऊस पडला नाही तर तिथं दुष्काळ येणार हे सत्य प्रखर होत चाललं होतं. त्याच वेळी पूर्वेला भरभराट होऊ लागली होती, म्हणून १७६९-७०च्या दुष्काळाची झळ त्या प्रांताला जाणवली नाही. पण दत्तांनी नमूद केल्यानुसार-कालांतरानं तिथं पुरानं थैमान घातलं.

नवाबांच्या अधिपत्याखाली असताना बंगालमध्ये ओल्या भातशेतीचं प्रमाण खूप वाढत गेलं होतं. या दीर्घकालीन प्रक्रियेअंतर्गत स्थानिक मुघल अधिकाऱ्यांनी जंगलं सपाट करून, पाण्याचे प्रवाह नियंत्रित करून आपापल्या प्रांतांमध्ये भातशेतीला शक्य होईल तितकं प्रोत्साहन दिलं होतं. सोळाव्या शतकापासून अठराव्या शतकाच्या मध्यापर्यंत चाललेल्या या प्रकारांमुळे बंगालचा पर्यावरणीय चेहरामोहरा पार बदलून गेला होता. बघा : जे. एफ. रिचर्ड्स-लिखित द अनेंडिंग फ्रॉन्टियर: ॲन एन्व्हरन्मेंटल हिस्टरी ऑफ द अर्ली मॉडर्न वर्ल्ड, बर्कले, २००३, पृ. क्र. ३३.

बंगालच्या सरहद्दीशी निगडित अनेक विषयांवर संशोधनपर लेखन केलेल्या रिचर्ड ईटनच्या मते, दिल्लीमध्ये मुघल सत्ता कमकुवत होत चाललेली पाहून, स्थानिक मुघल सत्ताधीश आपला बडगा कायम ठेवण्यासाठी आपल्या हाताखालच्या प्रांतांमध्ये ओल्या भातशेतीला भरभरून प्रोत्साहन देऊ लागले होते. नवाबांनी चालू केलेल्या या प्रणालीमुळे अन्नधान्यांची कोठारं दुथडी भरून वाहू लागली. अखेर, १७६०मध्ये, बंगालमध्ये ईस्ट इंडिया कंपनीचं वर्चस्व प्रस्थापित झाल्यानंतर सदर प्रकाराला आळा बसला. बघा : रिचर्ड एम. ईटन-लिखित द राइझ ऑफ इस्लाम ॲण्ड द बेंगॉल फ्रॉन्टियर १२०४-१७६०, बर्कले, १९९३, पृ. क्र. ५.

दत्तांच्या लेखनामध्ये धान्याची स्थानिक बाजारपेठ विस्तारल्यामुळे शेतकऱ्यांना किमतींच्या बाबतीत बसलेला झटका किती तीव्र असेल, याची कल्पना येते. तसंच दुष्काळाचा प्रादुर्भाव बिहार व पश्चिम बंगालमध्ये खूप होता; पूर्व बंगालला दुष्काळाची झळ जवळ जवळ बसलीच नाही, असं मत मांडणाऱ्या दत्तांनी, परिणामी आपण संपूर्ण बंगालमध्ये मृत्यूचं थैमान झालं आणि १० दशलक्षांच्या आसपास जीवितहानी झाली असं म्हणणं योग्य ठरणार नाही, असं म्हटलेलं आहे. कंपनीबद्दल सखोल ऐतिहासिक लेखन केलेले पीटर मार्शल, दत्तांच्या मतांशी सहमत आहेत. मला पाठवलेल्या एका पत्रामध्ये मार्शल म्हणाले : ‘अनेक शतकांपासून जनमानसात रुजलेल्या कल्पनांनुसार असं गृहीत धरलं गेलं आहे, की बंगालच्या अध:पतनासाठी इंग्रजांची राजवट

कारणीभूत होती. मात्र रजत दत्तांप्रमाणे, मीही त्या अल्पसंख्याक गटाचा एक प्रतिनिधी आहे,ज्यांच्या मतानुसार, कंपनी किंवा इंग्रज अधिकाऱ्यांकडे, बंगालसारख्या इतक्या मोठ्या प्रदेशाचं भवितव्य बदलण्याची ताकद वा अधिकार असतील हे तेवढंसं पटत नाही. अर्थात, मी हे मुळीच अमान्य करत नाही, की बंगाल हा एक अतिशय सुजलाम् सुफलम् प्रदेश होता. व्यापारीकरणाच्या बळावर तिथली अर्थव्यवस्था अतिशय सक्षम बनली होती. इंग्रजांनी तिथं निर्यात-व्यवसायाला चालना देऊन आणि कलकत्याचं नागरिकीकरण करून, त्या अर्थव्यवस्थेला अधिक चालना दिली होती. त्यांना राजकीय सत्ताधारकांशी साधलेली जवळीक बंगालवर विपरीत परिणाम करून गेली असेल का? कदाचित, हो. त्यांनी बंगालवर वाजवीपेक्षा अधिक कराचा बोजा लादला असावा; अगदी, त्यांना तिथल्या शेतकऱ्यांकडून थेट कर घेण्याचा हक्क नसला तरी. आपल्या फायद्यासाठी त्यांनी उच्च प्रतीचं कापड, मीठ इत्यादींच्या व्यापारावर आपलं नियंत्रण लादून, स्थानिक व्यापारी व कलाकारांवर अन्याय केला असेल, हे मी नाकारू शकत नाही; पण धान्यासारख्या अजस्र व्यापारामध्ये त्याच प्रकारचा हस्तक्षेप करण्याची ताकद त्यांच्याकडे असेल, असं मला वाटत नाही. एकूण काय, तर इंग्रजांमुळे बंगालवर दुष्काळाची कुऱ्हाड कोसळली, किंवा प्रकरण क्र. ८ मध्ये नमूद केल्यानुसार हेस्टिंग्स आणि कॉर्नवॉलिसच्या प्रयत्नांमुळे बंगाल पुन्हा उभं राहिलं... या सगळ्या गोष्टींवर माझा तरी फारसा विश्वास नाही... बंगाल्यांनी स्वतःच्या कल्पनांनुसार इतिहासाची पुनर्रचना केली आहे, असं मला वाटतं... हेस्टिंग्समुळे बंगालचा उद्धार झाला ह्यावर तर मी मुळीच विश्वास ठेवू शकत नाही... कारण हेस्टिंग्सच नव्हे, तर कुठल्याही एका माणसानं जमण्यासारखं ते काम नव्हतं.'

वाचकहो, तुम्हाला लक्षात आलं असेल, की एकूण हा विषय तसा क्लिष्ट आहे. त्यात पर्यावरण, राजकारण इत्यादींशी निगडित अनेक बाबींचा हातभार आहे. अजूनही त्यावर ठामपणे भाष्य करणं शक्य नाही. सगळ्या बाजूंनी सदर विषयाचा अभ्यास करून मी अखेर असं मत मांडलेलं आहे, की बंगालच्या दुष्काळासाठी इंग्रज कारणीभूत असो वा नसो... त्यामागे पर्यावर्णीय बदल कारणीभूत असो वा नसो... एक गोष्ट तितकीच खरी, की बंगालवर पडलेलं दुष्काळाचं सावट दूर करण्यासाठी ज्या उपाययोजना करायला पाहिजे होत्या त्या करण्यात निश्चितच उदासीनता दाखवली गेली. तसंच कराचा बोजा वाजवीपेक्षा अतिशय मोठा असल्यामुळे, दुष्काळामुळे मोडलेली जनतेची कंबर अधिकच झुकली गेली, यातही शंका नाही. सदर काळाबद्दल लेखन केलेल्या अनेक भारतीय व इंग्रज लेखकांचं हेच मत आहे.

2 OIOC, Bengal Public Consultations, 23 October 1769.

3 Datta, *Society, Economy and the Market*, p. 244.

4 Abdul Majed Khan, *The Transition in Bengal 1756–1775*, Cambridge, 1969, p. 218.

5 Datta, *Society, Economy and the Market*, p. 244.

6 Quoted in John R. McLane, *Land and Local Kingship in Eighteenth-Century Bengal*, Cambridge, 1993, p. 196.

7 For Richard Becher's Report on Cannibalism, see OIOC, SCC, P/A/10.

8 Datta, *Society, Economy and the Market*, p. 252; Robert Travers, *Ideology and Empire in Eighteenth-Century India*, Cambridge, 2007, p. 72.

9 I am going here with the figures of Datta, *Society, Economy and the Market*, p. 264, who has done the most intensive and detailed work on the famine. He rejects the widely quoted figure given by Warren Hastings (who was in London at the time) that 10 million, onethird of the population, died based on detailed village-by-village study of tax returns in the years before and after the famine. Data has shown that the famine was at its worst in West Bengal, and that large parts of Eastern Bengal were unaffected. See also Jon Wilson, *India Conquered: Britain's Raj and the Chaos of Empire*, London, 2016, p. 114, and Abdul Majed Khan, *The Transition in Bengal 1756–1775*, Cambridge, 1969, p. 219.

10 Joseph Price, *The Saddle Put on the Right Horse*, London, 1783, vol. 1, p. 33. See also Wilson, *India Conquered*, p. 114.

11 OIOC, HM, vol. 102, p. 94. Also Wilson, *India Conquered*, p. 113.

12 Khan, *The Transition in Bengal*, p. 219.

13 Datta, *Society, Economy and the Market*, p. 259.

14 Syed Ghulam Hussain Khan Tabatabai, *Seir Mutaqherin*, Calcutta, 1790–94, vol. 3, p. 56.

15 W. W. Hunter, *The Annals of Rural Bengal*, London, 1868, pp. 43–5.

16 Khan, *The Transition in Bengal*, p. 219; S. C. Mukhopadhyay, *British Residents at the Darbar of Bengal Nawabs at Murshidabad 1757–1772*, Delhi [n.d.], p. 388.

17 Jeremy Bernstein, *Dawning of the Raj: The Life & Trials of Warren Hastings*, Chicago, 2000, p. 11.
18 Datta, *Society, Economy and the Market*, p. 259.
19 Dean Mahomet, *The Travels of Dean Mahomet*, Berkeley, 1997, pp. 35–6.
20 Mukhopadhyay, *British Residents at the Darbar of Bengal Nawabs at Murshidabad*, p. 388.
21 Datta, *Society, Economy and the Market*, pp. 256–60; Nick Robins, *The* Corporation That Changed the World: How the East India Company Shaped *the Modern Multinational*, London, 2006, p. 90.
22 Romesh Chunder Dutt, *The Economic History of India under Early British Rule, 1757–1837*, London, 1908, p. 52.
23 P. J. Marshall, *Bengal: The British Bridgehead – Eastern India 1740–1828*, Cambridge, 1987, p. 134.
24 Mukhopadhyay, *British Residents at the Darbar of Bengal Nawabs at Murshidabad*, p. 378; Khan, *The Transition in Bengal*, p. 217.
25 Khan, *The Transition in Bengal*, p. 222.
26 *Gentleman's Magazine*, September 1771. The author signed himself merely as 'JC', but some passages closely mirror those in John Debrit's memoirs.
27 Robins, *The Corporation That Changed the World*, p. 94.
28 *Gentleman's Magazine*, September 1771.
29 Mukhopadhyay, *British Residents at the Darbar of Bengal Nawabs at Murshidabad*, p. 399.
30 Quoted in George Forrest, *The Life of Lord Clive*, New Delhi, 1986, vol. 2, p. 383.
31 Quoted in H. V. Bowen, *The Business of Empire: The East India Company and Imperial Britain, 1756–1833*, Cambridge, 2006, p. 16.
32 H. V. Bowen, *Revenue and Reform: The Indian Problem in British Politics, 1757–1773*, Cambridge, 1991, p. 95.
33 *Gentleman's Magazine*, April 1767, p. 152; Robins, *The Corporation That Changed the World*, p. 17.

34 P. J. Marshall, *The Making and Unmaking of Empires: Britain, India and America c. 1750–1783*, Oxford, 2007, p. 199.

35 John Micklethwait and Adrian Wooldridge, *The Company: A Short History of a Revolutionary Idea*, London, 2003, p. 42.

36 Quoted in Tillman W. Nechtman, *Nabobs: Empire and Identity in Eighteenth-Century Britain*, Cambridge, 2010, p. 87.

37 Jack Green, *Arenas of Asiatic Plunder*, London, 1767, Robins, *The Corporation That Changed the World*, p. 103.

38 Extract from Act II of *The Nabob*, a play by Samuel Foote, quoted in P. J. Marshall, *Problems of Empire: Britain and India, 1757–1813*, London, 1968.

39 Arthur Young, *Political Essays concerning the present state of the British Empire*, London, 1772, p. 518.

40 Alexander Dow, *History of Hindostan*, 3 vols, Dublin, 1792, vol. 3, p. v; Ranajit Guha points out that long before R. C. Dutt and Digby and later nationalists, the phrase 'drain of wealth' had come into common use through the Company officials such as Dow. Ranajit Guha, *A Rule of Property for Bengal: An Essay on the Idea of Permanent Settlement,* Durham, NC, 1983, pp. 33–4.

41 William Bolts, *Considerations on Indian Affairs; Particularly Respecting the Present State of Bengal and its Dependencies*, 3 vols, London, 1772–5.

42 N. L. Hallward, *William Bolts: A Dutch Adventurer Under John Company*, Cambridge, 1920; Willem G. J. Kuiters, *The British in* Bengal 1756–1773: A Society in Transition seen through the Biography of *a Rebel: William Bolts (1739–1808)*, Paris, 2002. Lucy Sutherland cites Bolts as being responsible for turning public opinion against Clive. Lucy S. Sutherland, *The East India Company in Eighteenth-Century Politics*, Oxford, 1952, p. 221.

43 This story is the origin of the later nationalist myth that the British themselves cut off the thumbs of workers in order to break Indian textile production and so assist the

import of Lancashire cotton.

44 There is a good analysis of Bolts' writings in Nicholas B. Dirks, *The Scandal of Empire: India and the Creation of Imperial Britain*, Harvard, 2006, pp. 250–4. See also Travers, *Ideology and Empire in Eighteenth-Century India*, pp. 61–2.

45 Ralph Leycester to Warren Hastings, March 1772, BL, Add Mss 29133, f. 72.

46 Quoted in Dirks, *The Scandal of Empire*, p. 15.

47 *The Monthly Review* (1772); see also Robins, *The Corporation That Changed the World*, pp. 78, 96.

48 Bowen, *Revenue and Reform*, p. 127; H. Hamilton, 'The Failure of the Ayr Bank, 1772', *Economic History Review*, 2nd series, VIII (1955–6), pp. 405–17.

49 *The Correspondence of Adam Smith*, ed. E. C. Mossner and I. S. Ross, 2nd edn, Oxford, 1987, p. 162, quoted by Emma Rothschild in her brilliant unpublished essay, 'The East India Company and the American Revolution'.

50 Marshall, *The Making and Unmaking of Empires*, p. 212.

51 Bowen, *Revenue and Reform*, p. 117.

52 BL, Add Mss, 29133, f. 534, quoted in Bowen, *Revenue and Reform*, pp. 119–21.

53 Bernstein, *Dawning of the Raj*, p. 81. Robins, *The Corporation That Changed the World*, pp. 90–5.

54 Bowen, *Revenue and Reform*, p. 127.

55 Quoted in Wilson, *India Conquered*, p. 129.

56 Anon, *The Present State of the British Interest in India,* quoted in *Monthly Review*, vol. XLVIII (1773), p. 99.

57 Thomas Pownall, *The Right, Interest and Duty of Government, as concerned in the affairs of the East India Company*, revised edn, 1781, p. 4. Quoted in Bowen, *The Business of Empires*, p. 17.

58 George III to Grafton, 9 Dec 1766, in J. Fortescue, *Correspondence of George III, 1760–1783*, 6 vols (1927–8), vol. I, pp. 423–4. Quoted in Marshall, *The Making and Unmaking of Empires*, p. 209.

59 Bowen, *Revenue and Reform*, p. 85.

60 Forrest, *The Life of Lord Clive*, vol. 2, pp. 404–5.

61 Ibid., vol. 2, pp. 408–9.
62 Nechtman, *Nabobs*, p. 84.
63 28 May 1773, BL, Egerton Mss, 249, ff. 84–6.
64 BL, Egerton Mss, 240, pp. 221, 225–6.
65 For the case in support of Francis as 'Junius', see *The Letters of Junius*, ed. John Cannon, Oxford, 1978.
66 See Linda Colley's brilliant article: 'Gendering the Globe: The Political and Imperial Thought of Philip Francis', *Past & Present*, no. 209 (November 2010), pp. 117–48. See also Sophia Weitzman, *Warren Hastings and Philip Francis*, Manchester, 1929; Keith Feiling, *Warren Hastings*, London, 1954, p. 138.
67 W. S. Lewis et al., *The Yale Edition of Horace Walpole's Correspondence*, 48 vols, New Haven, CT, 1937–83, vol. 32, pp. 61–2.
68 Quoted in Mark Bence-Jones, *Clive of India*, London, 1974, pp. 300, 356. Patty Ducarel was a sister of General Gustavus Ducarel (1745–1800).
69 Nechtman, *Nabobs*, p. 87; Bence-Jones, *Clive of India*, p. 299.
70 Travers, *Ideology and Empire in Eighteenth-Century India*, pp. 150–1.
71 Feiling, *Warren Hastings*, p. 133.
72 Ibid.
73 Sophia Weitzman, *Warren Hastings and Philip Francis*, Manchester, 1929, p. 227.
74 Ibid., pp. 221–2.
75 Ibid., p. 224.
76 Feiling, *Warren Hastings*, pp. 232–3.
77 Ghulam Hussain Khan, *Seir Mutaqherin*, vol. 3, p. 168.
78 Sir Penderel Moon, *The British Conquest and Dominion of India*, London, 1989, p. 148.
79 Travers, *Ideology and Empire in Eighteenth-Century India*, p. 139.
80 Sir Penderel Moon, *Warren Hastings and British India*, London, 1947, p. 113.
81 G. R. Gleig, *Memoirs of the Life of the Rt Hon Warren Hastings, First Governor General of Bengal*, 3 vols,

London, 1841, vol. 1, p. 317.

82 Hastings to J. Dupre, 11 November 1772, BL, Add Mss 29,127, f. 63v. Hastings to L. Sullivan, Kasimbazar, 7 September 1772, ibid., f. 38v.

83 Bernstein, *Dawning of the Raj*, pp. 89–90.

84 Quoted in ibid., p. 57.

85 Moon, *The British Conquest and Dominion of India*, p. 149.

86 Moon, *Warren Hastings and British India*, p. 87.

87 Quoted in Bernstein, *Dawning of the Raj,* p. 147. For Jones see S. N. Mukherjee, *Sir William Jones: A Study of Eighteeth-Century Attitudes to India*, Cambridge, 1968.

88 Feiling, *Warren Hastings*, p. 138.

89 *Bhagavad Gita*, 2, 47–51, translated for me by Sir James Mallinson. For Hastings' attachment to these verses, see Feiling, *Warren Hastings*, p. 238.

90 Colley, *Gendering the Globe*, p. 121; Moon, *Warren Hastings and British India*, p. 348.

91 रणजित गुहांसारख्या काही आधुनिक इतिहासकारांनी फ्रान्सिसबद्दल बरीच उदारमतवादी भूमिका घेतलेली दिसते. 'सबऑल्टर्न स्टडीज'च्या स्थापकांपैकी एक असलेल्या गुहांनी, फ्रान्सिसनं पुरोगामी फ्रेंच विचारवंतांच्या विचारांना आपल्या कार्यप्रणालीमध्ये समाविष्ट करून, बंगालमध्ये कृषि, प्रशासकीय आणि आर्थिक प्रगती कशी घडवून आणली, याबद्दल सविस्तर लेखन केलेलं आढळतं. बघा: गुहा, अ रूल ऑफ प्रॉपर्टी फॉर बेंगॉल, विशेषत: प्रकरण ३-४

92 Ghulam Hussain Khan, *Seir Mutaqherin*, vol. 3, pp. 184–6.

93 Feiling, *Warren Hastings*, p. 160.

94 Velcheru Narayana Rao, David Shulman and Sanjay Subrahmanyam, *Textures of Time: Writing History in South India 1600–1800*, New York, 2003, p. 230, quoting the *Bhausahebanci Bhakar.*

95 Ibid., p. 231. See also the always excellent Uday S. Kulkarni, 'Solstice at Panipat: An Authentic Account of the Panipat Campaign', Pune, 2012; Jadunath Sarkar, 'Events Leading up to Panipat and Panipat, 1761', in *India*

Historical Quarterly (June 1934), pp. 258–73 and pp. 547–58.

96 Irfan Habib (ed.), *Resistance and Modernisation under Haidar Ali & Tipu Sultan*, New Delhi, 1999, Introduction, p. xxii.

97 Letter from the Court of Directors to the Council in Bengal, 27 April 1765, in *Fort William-India House Correspondence*, London, 1949–58, vol. 4, p. 96.

98 For the bore of the Mysore artillery see Jean-Marie Lafont, *Indika: Essays in Indo-French Relations 1630–1976*, Delhi, 2000, p. 157. For the rockets see Linda Colley, 'Going Native, Telling Tales: Captivity, Collaborations and Empire', in *Past & Present*, no. 168 (August 2000), p. 190.

99 Captain Mathews, cited in Partha Chatterjee, *The Black Hole of Empire: History of a Global Practice of Power*, Princeton, 2012, p. 85.

100 John Carnac to the Bombay Council, 1 January 1779, BL, OIOC, P/D/63, f. 132.

101 Replies to Resolutions, 24/01/1782, BL, IOR, bscc P/D/68, ff. 617–18, 24, quoted in Mesrob Vartavarian, 'An Open Military Economy: The British Conquest of South India Reconsidered, 1780–1799', *Journal of the Economic and Social History of the Orient*, vol. 57, no. 4 (2014), pp. 486–510, p. 494.

102 Stewart Gordon, *The Marathas: 1600–1818*, Cambridge, 1993, p. 164.

103 For Nana Phadnavis and his celebrated intelligence network, see C. A. Bayly, *Empire & Information: Intelligence Gathering and Social Communication in India 1780–1870*, Cambridge, 1996, pp. 31–2.

104 Govind Sakharam Sardesai, *A New History of the Marathas*, 3 vols, Baroda, 1948, vol. 3, pp. 97–8.

105 Rajat Kanta Ray, 'Indian Society and the Establishment of British Supremacy, 1765–1818', in Peter Marshall, *The Eighteenth Century*, Oxford, 1998, p. 519.

106 Mark Wilks, *Historical sketches of the south of India*, vol. 2, 1820, pp. 261–2; Vartavarian, 'An Open Military Economy', pp. 486–510, p. 491.

107 Bernstein, *Dawning of the Raj*, p. 134.
108 Ibid.
109 Ibid., pp. 113–14.
110 BL, Add Mss 39, 878, f. 36; Moon, *Warren Hastings and British India*, p. 249.
111 Bernstein, *Dawning of the Raj*, p. 82.
112 Ghulam Hussain Khan, *Seir Mutaqherin*, vol. 3, p. 125.
113 Captain Muat's *Account of the Defeat at Pollilur*, BL, IOR, HM 223, p. 117.
114 Ibid.
115 John Baillie's *Account of Pollilur*, BL, IOR, HM 223, pp. 160–6.
116 Ibid.
117 Captain Wood's *Account of Pollilur*, BL, IOR, HM 211, f. 246.
118 Captain Muat's *Account of the Defeat at Pollilur*, BL, IOR, HM 223, pp. 83–5.
119 A lieutenant of the 73rd Highland Regiment, in Alan Tritton, *When the Tiger Fought the Thistle*, London, 2013, pp. 271–2.
120 Tritton, *When the Tiger Fought the Thistle*, pp. 243, 248–53, 262–3.
121 John Baillie's *Account of Pollilur*, BL, IOR, HM 223, pp. 160–6.
122 Tritton, *When the Tiger Fought the Thistle*, pp. 272–4.
123 Quoted by Mohibbul Hasan, *History of Tipu Sultan*, Calcutta, 1951, p. 15.
124 Ross to Macartney, 07/06/1781, IOR, HM 330, ff. 259–61; Davis to Coote, 02/07/1781, Add. Mss 22439, f. 9, quoted in Vartavarian, 'An Open Military Economy', p. 507.
125 It was actually the job of boys and young men from some hereditary drummer castes to dance as girls. From the Mysore perspective, this may not have been anywhere near as extraordinary or outrageous as it sounds, though of course the British would have found it hugely humiliating. Linda Colley, *Captives: Britain, Empire and the World, 1600–1850*, London, 2002, pp. 276–91; Colley,

'Going Native, Telling Tales: Captivity, Collaborations and Empire', in *Past & Present,* no. 168 (August 2000).

126 James Scurry, *The Captivity, Sufferings and Escape of James Scurry, who* was detained a prisoner during ten years, in the dominions of Haidar Ali *and Tippoo Saib*, London, 1824, pp. 252–3.

127 G. J. Bryant, *The Emergence of British Power in India, 1600–1784: A Grand Strategic Interpretation*, Woodbridge, 2013, p. 291.

128 BL, OIOC, HM 246, f. 335.

129 Feiling, *Warren Hastings*, p. 246.

130 Moon, *Warren Hastings and British India*, p. 5.

131 *Incomplete Draft (1785) of an account of the Mysore War (1780–84),* BL, OIOC, Mss Eur K 116, f. 84. Quoted in Maya Jasanoff, *Edge of Empire: Conquest and Collecting in the East, 1750–1850*, London, 2005, p. 158.

132 Marshall, *The Making and Unmaking of Empires*, pp. 330–2.

133 Quoted by Emma Rothschild in her unpublished essay, 'The East India Company and the American Revolution'.

134 *Narrative of all the Proceedings and Debates ... on East India Affairs* (1784), p. 89, quoted in Colley, *Captives*, p. 272.

135 Feiling, *Warren Hastings*, p. 230.

136 *Parliamentary History*, 21 (1780–81), pp. 1201–2, quoted in Colley, *Captives*, p. 275.

137 Lewis et al., *The Yale Edition of Horace Walpole's Correspondence*, 48 vols, vol. 29, p. 123.

प्रकरण ७. दिल्ली उद्ध्वस्त होते

1 Victoria & Albert Museum (V&A), IS.38–1957.

2 Even if the jewelled Peacock Throne of Shah Jahan had long been stolen and destroyed and what remained was only a wooden replica, sitting in a half-ruined palace.

3 NAI, Select Committee Proceedings, 2 Jan to 6 Dec, 1771, No. 18; Headquarters, Allahabad, 20 April 1771, pp. 177–81.

4 *CPC* 3, pp. 134–5, no. 504, 14 Dec 1770; *CPC* 3, p. 98, no. 329, 11 Aug, to the King; *CPC* 3, p. 194, no. 719, 22 April, to the King; K. K. Dutta, *Shah Alam II & The East India Company*, Calcutta, 1965, p. 57.

5 NAI, Select Committee Progs, 2 Jan to 6 Dec, 1771, No. 18; Fort William, 20 April 1771, pp. 177–81.

6 William Francklin, *The History of Shah Alam*, London, 1798, p. 36.

7 NAI, Select Committee Progs, 2 Jan to 6 Dec, 1771, No. 18; Fort William, 17 May, pp. 184–7.

8 Francklin, *The History of Shah Alam*, pp. 27–8.

9 NAI, Select Committee Progs, 2 Jan to 6 Dec, 1771, No. 18; Fort William, 17 May, pp. 184–7.

10 *CPC* 3, pp. 190–1, no. 702, 14 Dec 1770, General Barker to Nawab Shuja ud-Daula; *CPC* 3, p. 189, no. 698, General Barker to the King.

11 Jean-Baptiste Gentil, *Mémoires sur l'Indoustan*, pp. 257–9.

12 Michael H. Fisher, 'Diplomacy in India 1526–1858', in H. V. Bowen, Elizabeth Mancke and John G. Reid, *Britain's Oceanic Empire: Atlantic and Indian Ocean Worlds, c. 1550–1850*, Cambridge, 2012, pp. 276–7. I'tisam al-Din's book, *Shigrif-namah-i Vilayet* is at BL, Or. 200. For a full translation, via Bengali, see *The Wonders of Vilayet, being a memoir, originally in Persian, of a visit to France and Britain*, trans. Kaiser Haq, Leeds, 2001.

13 Nandalal Chatterji, *Verelst's Rule in India*, 1939, p. 129.

14 There is a fascinating popular ballad on the Battle of Panipat which gives a sense of the scale of the upheaval it caused. K. R. Qanungo, 'Fragment of a Bhao Ballad in Hindi', *Historical Essays*, Calcutta, 1968, pp. 81–113.

15 Percival Spear, *The Twilight of the Moghuls*, Cambridge, 1951, p. 16.

16 Jadunath Sarkar, *The Fall of the Mughal Empire*, 4 vols, New Delhi, 1991, vol. 2, p. 329.

17 Ganga Singh, *Ahmed Shah Durrani*, p. 326. See also Gulfishan Khan, Indian Muslim Perceptions of the West during the Eighteenth Century, Karachi, 1998, pp. 72–8, and

K. K. Dutta, *Shah Alam II & The East India Company*, pp. 49–50.

18 Ganga Singh, *Ahmad Shah Durrani*, Patiala, 1959, p. 326.

19 Jadunath Sarkar (ed.), *Persian Records of Maratha History*, 1: *Delhi Affairs (1761–1788)*, Bombay, 1953, p. 21.

20 Michael Edwardes, *King of the World: The Life of the Last Great Moghul Emperor*, London, 1970, p. 172.

21 Govind Sakharam Sardesai, *A New History of the Marathas*, 3 vols, Baroda, 1948, vol. 3, p. 138.

22 Iqbal Husain, *The Rise and Decline of the Ruhela Chieftaincies in 18th Century India*, Aligarh, 1994, p. 138.

23 Francklin, *The History of Shah Alam*, pp. 50, 70.

24 BL, Add 6585, Shakir Khan, *Tarikh-i Shakir Khani*, f. 91.

25 *CPC* 3, p. 216, no. 798, from Nawab Shuja ud-Daula, 22 June 1771.

26 Ibid.

27 *CPC* 3, p. 215, no. 795, General Barker to the King, 20 June 1771.

28 *CPC* 3, p. 225, no. 828, 22 May; from Raja Shitab Ray, 20 July; NAI, Select Committee Progs, 2 Jan to 6 Dec, 1771, No. 18; Fort William, 6 July 1771, pp. 266–9.

29 Dutta, *Shah Alam II & The East India Company*, pp. 58–9.

30 NAI, Select Committee Progs, 2 Jan to 6 Dec, 1771, No. 18; Allahabad, 17 July 1771, pp. 258–9.

31 Sarkar (ed.), *Persian Records of Maratha History*, 1, p. 36; Sarkar, *Fall of the Mughal Empire*, vol. 2, pp. 330–1.

32 Sarkar (ed.), *Persian Records of Maratha History*, 1, p. 47.

33 NAI, Foreign Select Committee Progs, 1772–3, vol. 20, 10 Jan 1772.

34 Dutta, *Shah Alam II & The East India Company*, p. 59.

35 *Voyage en Inde du Comte de Modave, 1773–1776*, ed. Jean Deloche, Pondicherry, 1971.

36 Sarkar (ed.), *Persian Records of Maratha History*, 1, p. 55; Sarkar, *Fall of the Mughal Empire*, vol 2, p. 331.

37 Sarkar (ed.), *Persian Records of Maratha History*, 1, p. 57.

38 Sarkar, *Fall of the Mughal Empire*, vol. 3, p. 32.

39 Sarkar (ed.), *Persian Records of Maratha History*, 1, p. 58.

40 Sarkar, *Fall of the Mughal Empire*, vol. 3, p. 34; Fakir Khair ud-Din Illahabadi, *'Ibrat Nama*, BL Or. 1932, f. 207–8.

41 Husain, *The Rise and Decline of the Ruhela Chieftaincies in 18th Century India*, p. 144.

42 Sardesai, *A New History of the Marathas*, vol. 2, p. 516.

43 Mirza 'Ali Bakht, *Waqi'at-i Azfari*, ed. T. Chandrasekharan and Syed Hamza Hussain Omari, Madras, 1957, p. 5.

44 Ibid.

45 Ibid., pp. 5–6.

46 This section is derived from a brilliant essay by Muzaffar Alam and Sanjay Subrahmanyam in *Writing the Mughal World*, New York, 2012, pp. 433–44.

47 Quoted in Dutta, *Shah Alam II & The East India Company*, p. 81.

48 *Voyage en Inde*, p. 231.

49 Stephen P. Blake, *Shahjahanabad: The Sovereign City in Mughal India, 1639–1739*, Cambridge, 1991, p. 167.

50 C. M. Naim (translated, annotated and introduced), *Zikr-I Mir: The* Autobiography of the Eighteeenth Century Mughal Poet, Mir Muhammad *Taqi 'Mir'*, New Delhi, 1998, pp. 83–5, 93–4.

51 Khurshidul Islam and Ralph Russell, *Three Mughal Poets: Mir, Sauda, Mir Hasan*, New Delhi, 1991, pp. 221–2, 247–8.

52 Sarkar (ed.), *Persian Records of Maratha History*, 1, p. 45.

53 Sarkar, *Fall of the Mughal Empire*, vol. 3, p. 35.

54 René-Marie Madec, *Mémoire*, ed. Jean Deloche, Pondicherry, 1983, p. 170.

55 Sarkar (ed.), *Persian Records of Maratha History*, 1, p. 61.

56 Sarkar, *Fall of the Mughal Empire*, vol. 3, p. 55.

57 These translations are taken from a beautiful essay by David Lunn and Katherine Butler Schofield, 'Delight, Devotion and the Music of the Monsoon at the Court of Emperor Shah 'Alam II', in Imke Rajamani, Margrit Pernau and Katherine Butler Schofield (eds), *Monsoon Feelings: A History of Emotions in the Rain*, New Delhi, 2018, pp. 219–54.

58 Lunn and Butler Schofield, 'Delight, Devotion and the Music of the Monsoon at the Court of Emperor Shah 'Alam II', pp. 219–54.

59 Modave writes well on this. See *Voyage en Inde*, pp. 427–8.

60 Ibid., pp. 420–2.

61 Ibid., p. 422.

62 Ibid., p. 103.

63 Sarkar (ed.), *Persian Records of Maratha History*, 1, pp. 68–9. 'This victory proved,' as Khair ud-Din writes, 'the title page of Mirza Najaf Khan's record of victories and the first rung in the ladder of his fortune.' Quoted in K. R. Qanungo, *History of the Jats*, Calcutta, 1925, pp. 145–6.

64 Sarkar (ed.), *Persian Records of Maratha History*, pp. 72–3. On the battle of Barsana see F. S. Growse, *Mathura: A District Memoir*, 1883.

65 The fort of Ballabhgarh was captured on 20 April 1774, and Farukhnagar 6 May 1774. See Sarkar, *Fall of the Mughal Empire*, vol. 3, p. 64.

66 Ibid., p. 83.

67 Emile Barbé, *Le Nabob René Madec*, Paris, 1894, Sec. 48.

68 व्होयेज एन इंदे, पृ. क्र. ४३८. मिर्झा नजाफ खानसोबत झालेल्या युद्धामध्ये जाटांनी दाखवलेल्या अफाट शौर्याबद्दल खैर उद्दिननं विस्तृत लेखन केलेलं आहे. तो म्हणतो की, 'एकाही योद्ध्यांनं त्याच्या जिवाची पर्वा केली नाही. त्यांनी केवळ एकात्मतेनं लढा दिला असता, तर कदाचित अजून शेकडो

शत्रूंना ठार करून किल्ल्यातून सुरक्षितपणे बाहेर पडू शकले असते.' या विधानाला क्वानुन्गो देत म्हणतो की, 'डीगमध्ये जोहर झालंच नाही बहुधा; सगळ्या स्त्रिया व मुलांना तलवारीला सामोरं जावं लागलं.' बघा : क्वानुन्गो, हिस्टरी ऑफ द जाट्स, पृ. क्र. १७४, फुटनोट १५

69 Sarkar (ed.), *Persian Records of Maratha History*, 1, p. 75.

70 Yuthika Sharma, 'From Miniatures to Monuments: Picturing Shah Alam's Delhi (1771–1806)', in Alka Patel and Karen Leonard (eds), *Indo-Muslim Cultures in Transition*, Leiden, 2002, pp. 126–30.

71 *Voyage en Inde*, pp. 434–5.

72 Antoine Polier, *Shah Alam II and his Court*, Calcutta, 1947, p. 99.

73 *Voyage en Inde*, pp. 432–4.

74 Ibid., pp. 217–18.

75 Polier, *Shah Alam II and his Court*, pp. 67–9.

76 *Voyage en Inde*, pp. 254–69.

77 *CPC* 4, p. 95, no. 506, 9 Sept 1773, from the King.

78 Sir Penderel Moon, *The British Conquest and Dominion of India*, London, 1989, p. 158.

79 Dutta, *Shah Alam II & The East India Company*, p. 69.

80 Sir Penderel Moon, *Warren Hastings and British India*, London, 1947, pp. 158–9.

81 Sir John Strachey, *Hastings and the Rohilla War*, Oxford, 1892, p. 97.

82 BL, IOR, HM/336, f. 1–8.

83 Fakir Khair ud-Din Illahabadi, '*Ibrat Nama*, BL Or. 1932, 116v.

84 Ibid., 117r–120v.

85 Quoted in Qanungo, *History of the Jats*, pp. 185–6.

86 Fakir Khair ud-Din Illahabadi, '*Ibrat Nama*, BL Or. 1932, 120v.

87 Sayid Athar Abbas Rizvi, *Shah 'Abd al'Aziz: Puritanism, Sectarianism and Jihad*, Canberra, 1982, p. 29.

88 *Urdu Letters of Mirza Asadu'llah Khan Ghalib*, New York, 1987, p. 435.

89 Sarkar (ed.), *Persian Records of Maratha History*, 1, pp.

105–6.
90 Ibid., p. 146.
91 Ibid., p. 124; Ganda Singh, 'Colonel Polier's Account of the Sikhs', *The Panjab Past and Present*, 4 (1970), pp. 239, 24.
92 Spear, *The Twilight of the Moghuls*, p. 21.
93 C. A. Bayly, *Rulers, Townsmen and Bazaars: North Indian Society in the Age of British Expansion*, Cambridge, 1983, p. 102.
94 Islam and Russell, *Three Mughal Poets*, pp. 62–3.
95 Dutta, *Shah Alam II & The East India Company*, p. 86.
96 Sayid Athar Abbas Rizvi, *Shah 'Abd al'Aziz: Puritanism, Sectarianism and Jihad*, p. 47.
97 Quoted in Jean-Marie Lafont, *Indika: Essays in Indo-French Relations 1630–1976*, Delhi, 2000, p. 179.
98 Ibid.
99 Herbert Compton, *The European Military Adventurers of Hindustan*, London, 1943, pp. 8–9; Lafont, *Indika*, p. 185.
100 Sayid Athar Abbas Rizvi, *Shah 'Abd al'Aziz: Puritanism, Sectarianism and Jihad*, pp. 29–30.
101 Sarkar (ed.), *Persian Records of Maratha History*, 1, p. 127.
102 Muzaffar Alam and Sanjay Subrahmanyam, in *Writing the Mughal World*, New York, 2012, pp. 416–23.
103 Mirza 'Ali Bakht, *Waqi'at-i Azfari*, ed. T. Chandrasekharan and Syed Hamza Hussain Omari, Madras, 1957, p. 6.
104 Ibid., p. 8.
105 Fakir Khair ud-Din Illahabadi, '*Ibrat Nama*, BL, Or. 1932, f. 212.
106 Ibid.
107 Sarkar (ed.), *Persian Records of Maratha History*, 1, p. 195.
108 Fakir Khair ud-Din Illahabadi, '*Ibrat Nama*, BL, Or. 1932, f. 214.
109 Ibid., f. 213. This section is translated in Sir H. M. Elliot and John Dowson, *A History of India as Told By Its Own*

Historians, 8 vols, London, 1867–77, vol. VIII, p. 246.

110 Fakir Khair ud-Din Illahabadi, '*Ibrat Nama*, BL, Or. 1932. f. 214. Also Sarkar, *Fall of the Mughal Empire*, vol. 3, p. 270.

111 Dutta, *Shah Alam II & The East India Company*, p. 101.

112 Fakir Khair ud-Din Illahabadi, '*Ibrat Nama*, BL, Or. 1932, v. This section is translated in Elliot and Dowson, *A History of India as Told By Its Own Historians*, vol. VIII, pp. 246–7.

113 Fakir Khair ud-Din Illahabadi, '*Ibrat Nama*, BL, Or. 1932, f. 214.

114 Sarkar (ed.), *Persian Records of Maratha History*, 1, p. 199.

115 'कादिरनं जामा मशिदीवर लावलेला सोन्याचा पत्रा उखडून काढून विकला, पण त्यानं अशा प्रकारे अजून काही मशिदींची विटंबना करण्याआधी, मणियार सिंगनं त्याला वेळीच थांबवलं. मणियारनं कादिरला सावध केलं, की त्यानं हे प्रकार थांबवले नाहीत तर लवकरच तो जनतेमधील धार्मिक लोकांच्या रोषाला बळी पडू शकेल.' सदर लेखन करताना, सरकारनं बहुधा चुकीच्या मशिदींचा उल्लेख केलेला आहे. बघा : सरकार, फॉल ऑफ द मुघल एम्पायर, खंड ३, पृ. क्र. २७३.

116 Fakir Khair ud-Din Illahabadi, '*Ibrat Nama*, BL, Or. 1932, f. 214.

117 Mirza 'Ali Bakht, *Waqi'at-I Azfari*, ed. Chandrasekharan and Syed Hamza Hussain Omari, p. 9.

118 Fakir Khair ud-Din Illahabadi, '*Ibrat Nama*, BL, Or. 1932, f. 214.

119 Ibid., f. 215.

120 Ibid., f. 216.

121 BL, Add Mss 29171, ff 319–20, Jonathan Scott to Warren Hastings.

122 Fakir Khairud-Din Illahabadi, '*Ibrat Nama*, BL, Or. 1932, ?v. This section is translated in Elliot and Dowson, *A History of India as Told By Its Own Historians*, vol. VIII, p. 248.

123 Francklin, *The History of Shah Alam*, p. 127.

124 Fakir Khair ud-Din Illahabadi, '*Ibrat Nama*, BL Or. 1932, f. 216. This section is translated in Elliot and Dowson, *A*

History of India as Told By Its Own Historians, vol. VIII, p. 249, but I have added a few details censored by those Victorians.

125 Fakir Khair ud-Din Illahabadi, '*Ibrat Nama*, BL, Or. 1932, f. 217r. Previously untranslated.

126 Ibid.

127 Ibid. This section was heavily bowdlerised by Elliot and Dowson. The Persian language is brutal: '*Mi-khwaham ke in-ha-ra dar zomra-ye* parastaran-e khod dakhel nemayam wa dad-e mobasherat deham! wa hama dokhtaran-e salatin be Afghana separam, ke az notfa-ye an-ha farzandan-e *jawan-mard be-ham-resad.*'

128 Mirza 'Ali Bakht, *Waqi'at-I Azfari,* ed. Chandrasekharan and Syed Hamza Hussain Omari, p. 8.

129 Ibid., p. 9.

130 Julia Keay, *Farzana: The Woman Who Saved an Empire*, London, 2014, pp. 183–4.

131 Ibid., p. 184.

132 Sarkar (ed.), *Persian Records of Maratha History*, 1, p. 200.

133 Francklin, *The History of Shah Alam*, p. 189.

134 Fakir Khair ud-Din Illahabadi, '*Ibrat Nama*, BL, Or. 1932, ?v. This section is translated in Elliot and Dowson, *A History of India as Told By Its Own Historians*, vol. VIII, p. 253.

135 Francklin, *The History of Shah Alam*, p. 190.

136 Fakir Khair ud-Din Illahabadi, '*Ibrat Nama*, BL, Or. 1932, ?v. This section is translated in Elliot and Dowson, *A History of India as Told By Its Own Historians*, vol. VIII, p. 254.

137 Francklin, *The History of Shah Alam*, p. 190.

प्रकरण ८. वॉरन हेस्टिंग्सचा महाभियोग

1 Quoted in Tillman W. Nechtman, *Nabobs: Empire and Identity in Eighteenth-Century Britain*, Cambridge, 2010, p. 104.

2 Edmund Burke, *The Writings and Speeches of Edmund*

Burke, ed. P. J. Marshall, 6 vols, Oxford, 1991, vol. 6, pp. 275–6, 457.

3 Edmund Burke, *Speeches on the Impeachment of Warren Hastings*, ed. George Bell, Calcutta, 1906, vol. 1, p. 361, vol. 6, pp. 275–6.

4 Keith Feiling, *Warren Hastings*, London, 1954, p. 355.

5 Burke, *Speeches on the Impeachment of Warren Hastings*, vol. 1, p. 361, vol. 6, pp. 285–7.

6 V. K. Saxena (ed.), *Speeches on the Impeachment of Warren Hastings*, 2 vols, Delhi, 1987, vol. 1, pp. 13–14.

7 Burke, *The Writings and Speeches of Edmund Burke*, 6 vols, vol. 5, pp. 401–2.

8 Burke, *Speeches on the Impeachment of Warren Hastings*, vol. 1, p. 79.

9 Thomas Babington Macaulay, 'Warren Hastings', in *The Historical Essays of Macaulay*, ed. Samuel Thurber, Boston, 1892, p. 362.

10 Quoted in Nick Robins, *The Corporation That Changed the World: How the East India Company Shaped the Modern Multinational*, London, 2006, p. 133.

11 Quoted in the *Oxford Dictionary of National Biography*, vol. XVIII, p. 81.

12 Feiling, *Warren Hastings*, p. 357.

13 Jennifer Pitts, 'Edmund Burke's peculiar Universalism', in Jennifer Pitts, *A Turn to Empire: The Rise of Imperial Liberalism in Britain and France*, Princeton, 2005.

14 Ibid., p. 285.

15 Ibid., p. 339.

16 The more despotic character of the final phase of Hastings' period as Governor General is well explored in Andrew Otis's fascinating study, *Hicky's Bengal Gazette: The Untold Story of India's First Newspaper*, Chennai, 2018.

17 Sir Penderel Moon, *The British Conquest and Dominion of India*, London, 1989, p. 222.

18 Feiling, *Warren Hastings*, p. 354.

19 Ibid., p. 111.

20 BL, Add Mss 39903, f. 34r.

21 Alexander Dalrymple, *A Retrospective View of the*

Antient System of the East India Company, with a Plan of Regulation, London, 1784, p. 73.

22 Denis Kincaid, *British Social Life in India up to 1938*, London, 1938, pp. 22, 95.

23 *Voyage en Inde du Comte de Modave, 1773–1776*, ed. Jean Deloche, Pondicherry, 1971, p. 77.

24 Rajat Datta, 'The Commercial Economy of Eastern India under British Rule', in H. V. Bowen, Elizabeth Mancke and John G. Reid, *Britain's Oceanic Empire: Atlantic and Indian Ocean Worlds, c. 1550–1850*, Cambridge, 2012, p. 361.

25 Moon, *The British Conquest and Dominion of India*, p. 245.

26 P. J. Marshall, *The Making and Unmaking of Empires: Britain, India and America c. 1750–1783*, Oxford, 2007, p. 243.

27 P. J. Marshall, *Bengal: The British Bridgehead – Eastern India 1740–1828*, Cambridge, 1987, p. 114; Datta, 'The Commercial Economy of Eastern India under British Rule', p. 346.

28 H. V. Bowen, 'British India, 1765–1813: The Metropolitan Context', in Peter Marshall, *The Eighteenth Century*, Oxford, 1998, p. 535; C. A. Bayly, *Indian Society and the Making of the British Empire*, Cambridge, 1988, p. 35; Datta, 'The Commerical Economy of Eastern India under British Rule', p. 358.

29 Quoted in H. V. Bowen, *The Business of Empire: The East India Company and Imperial Britain, 1756–1833*, Cambridge, 2006, pp. 241–2; Holden Furber, 'Rival Empires of Trade in the Orient, 1600–1800', in *Maritime India*, intro. Sanjay Subrahmanyam, New Delhi, 2004, p. 175.

30 Datta, 'The Commercial Economy of Eastern India under British Rule', p. 346.

31 Marshall, *The Making and Unmaking of Empires*, pp. 248–51.

32 Datta, 'The Commercial Economy of Eastern India under British Rule', p. 363.

33 Ibid., pp. 362–3; Bayly, *Indian Society and the Making of the British Empire*, p. 85. See also Seema Alavi, *The Sepoys and the Company: Tradition and Transition in Northern India 1770–1830*, Delhi, 1995.

34 Burton Stein, 'Eighteenth Century India: Another View', *Studies in History*, vol. 5, 1 n.s. (1989), p. 21.

35 Abdul Latif Shushtari*: Kitab Tuhfat al-'Alam*, written Hyderabad 1802 & lithographed Bombay 1847, p. 427.

36 Moon, *The British Conquest and Dominion of India*, p. 247.

37 Quoted in Denys Forrest, *Tiger of Mysore: The Life and Death of Tipu Sultan*, London, 1970, p. 205.

38 J. Michaud, *History of Mysore Under Haidar Ali and Tippoo Sultan*, trans. V. K. Raman Menon, Madras, 1924, pp. 47–8.

39 Burton Stein, 'State Formation and Economy Reconsidered', *Modern Asian Studies*, vol. 19, no. 3, Special Issue: Papers Presented at the Conference on Indian Economic and Social History, Cambridge University, April 1984 (1985), pp. 387–413, p. 403. See also Irfan Habib (ed.), *Resistance and Modernisation under Haidar Ali & Tipu Sultan*, New Delhi, 1999, Introduction, p. xxxi.

40 A. Subbaraya Chetty, 'Tipu's Endowments to Hindus and Hindu institutions', in Habib (ed.), *Resistance and Modernisation under Haidar Ali & Tipu Sultan*, pp. 101–11.

41 B. A. Saletore, 'Tipu Sultan as a Defender of Hindu Dharma', in Habib (ed.), *Resistance and Modernisation under Haidar Ali & Tipu Sultan*, p. 125.

42 Ibid., p. 126.

43 Habib (ed.), *Resistance and Modernisation under Haidar Ali & Tipu Sultan*, Introduction, p. xxvii. See also Mahmud Husain, *The Dreams of Tipu Sultan*, Karachi, n.d.

44 Habib (ed.), *Resistance and Modernisation under Haidar Ali & Tipu Sultan*, Introduction, p. xxvi.

45 Maya Jasanoff, *Edge of Empire: Conquest and*

Collecting in the East, 1750–1850, London, 2005, pp. 184–5; Habib (ed.), *Resistance and Modernisation under Haidar Ali & Tipu Sultan*, Introduction, p. xxxiv.

46 T. Venkatasami Row, *A Manual of the District of Tanjore in the Madras Presidency*, Madras, 1883, pp. 812–13. See also Stein, 'Eighteenth Century India: Another View', *Studies in History*, vol. 5, 1 n.s. (1989).

47 Moon, *The British Conquest and Dominion of India*, p. 248.

48 James Rennell, *The Marches of the British Armies in the Peninsula of India*, London, 1792, p. 33.

49 Moon, *The British Conquest and Dominion of India*, p. 251.

50 Quoted in Forrest, *Tiger of Mysore*, p. 149.

51 Cornwallis to Malet, 25 March 1791, BL IOR, MMC P/252/60, ff. 2005–6; Cornwallis to Oakeley, 30 April 1791, MMC P/252/61, ff. 2318–2319; Letter from Madras, 15 July 1791, BL IOR, HM 251, ff. 9–11; Cornwallis to Oakeley, 24 May 1791, BL IOR, MMC P/252/62, ff. 2827–9; Cockburn to Jackson, 12 July 1791, BL IOR, MMC P/252/63, ff. 3317, 3321; Torin to Cornwallis, 21 October 1791, National Archives, PRO 30/11/45, f. 5. Quoted in Mesrob Vartavarian, 'An Open Military Economy: The British Conquest of South India Reconsidered, 1780–1799', *Journal of the Economic and Social History of the Orient*, vol. 57, no. 4 (2014), pp. 486–510, p. 496.

52 Quoted in Govind Sakharam Sardesai, *A New History of the Marathas*, 3 vols, Baroda, 1948, vol. 3, p. 193.

53 Military Operations BL, IOR, HM251, ff. 746–7, quoted in Vartavarian, 'An Open Military Economy', p. 497.

54 BL, OIOC, Eur Mss F228/52 Dec.1791, f. 1.

55 Jean-Marie Lafont, *Indika: Essays in Indo-French Relations 1630–1976*, Delhi, 2000, p. 186.

56 BL, OIOC, Eur Mss F228/52 Dec. 1791, f. 2.

57 Ibid.

58 Forrest, *Tiger of Mysore*, p. 200.

59 Sardesai, *A New History of the Marathas*, vol. 3, p. 192.

60 Datta, 'The Commerical Economy of Eastern India under

British Rule', p. 342.

61 Durba Ghosh, *Sex and the Family in Colonial India: The Making of Empire*, Cambridge, 2006; William Dalrymple, *White Mughals: Love and Betrayal in Eighteenth-Century India*, London, 2002.

62 R. B. Saksena, *Indo-European Poets of Urdu and Persian*, Lucknow, 1941, p. 21; Christopher J. Hawes, *Poor Relations: The Making of a Eurasian Community in British India, 1773–1833*, London, 1996, ch. 4; William Dalrymple, *White Mughals: Love and Betrayal in Eighteenth-Century India*, London, 2002, pp. 50–2; Bayly, *Indian Society and the Making of the British Empire*, p. 70.

63 C. A. Bayly, *The Birth of the Modern World 1780–1914*, Oxford, 2004, p. 111.

64 Anderson Correspondence, BL, Add Mss 45, 427, Wm Palmer to David Anderson, 12 November 1786, f. 196.

65 Marshall, *Bengal: The British Bridgehead*, pp. 122–5.

66 Bayly, *The Birth of the Modern World*, p. 111; Marshall, *Bengal: The British Bridgehead,* pp. 122–5; C. A. Bayly, *Rulers, Townsmen and Bazaars: North Indian Society in the Age of British Expansion*, Cambridge, 1983, pp. 466–7, 474, 479; Bayly, *Indian Society and the Making of the British Empire*, pp. 108, 150.

67 Kumkum Chatterjee, 'Collaboration and Conflict: Bankers and Early Colonial Rule in India: 1757–1813', *Indian Economic and Social History Review*, 30, 3 (1993), pp. 296–7. This whole argument was first made in the 1980s by Christopher Bayly in *Rulers, Townsmen and Bazaars* and by Karen Leonard in her groundbreaking essay 'The Great Firm Theory of the Decline of the Mughal Empire', *Comparative Studies in Society and History*, 21, 2 (1979), and in 'Banking Firms in Nineteenth-Century Hyderabad Politics', *Modern Asian Studies*, 15, 2 (1981). See also the dissent of J. F. Richards in 'Mughal State Finance and the Premodern World Economy', *Comparative Studies in Society and History*, vol. 23, no. 2 (1981).

68 Rajat Kanta Ray, 'Indian Society and the Establishment of British Supremacy, 1765–1818', in Marshall, *The Eighteenth Century*, pp. 516–17.

69 'Chahar Gulzar Shuja' of Hari Charan Das in Sir H. M. Elliot and John Dowson, *A History of India as Told By Its Own Historians*, 8 vols, London, 1867–77, vol. VIII, p. 229.

70 At the cost, according to Washbrook, Bayly and more recently – in a different vein – Parthasarathi, of rendering the Indian economy relatively static, and unable to respond effectively to the new challenges of British industrialisation – though this is disputed: Tirthakar Roy offers a more optimistic account.

71 Ray, 'Indian Society and the Establishment of British Supremacy, 1765–1818', in Marshall, *The Eighteenth Century*, p. 517.

72 Jadunath Sarkar, *Fall of the Mughal Empire*, 4 vols, New Delhi, 1991, vol. 3, p. 254.

73 कंपनी केवळ स्थानिक उत्पन्नावर अवलंबून नव्हती; तिला लंडनमधील मुख्य कंपनीकडून, तसंच तेथील सरकारकडूनही भरपूर पैसा मिळत होता. इकोनॉमिक हिस्टरी रिव्ह्यू, खंड ४७,नं.१ (फेब्रुवारी १९९४), पी.पी. ४४-६५मध्ये चहाच्या व्यापारामध्ये स्थानिक ग्राहकांनी लावलेला वित्तीय हातभार, याबद्दल जे. आर. वॉर्ड-लिखित 'द इंडस्ट्रियल रिव्होल्यूशन ॲण्ड ब्रिटिश इम्पीरियलिझम', १७५०-१८५०' हा जुना लेख बघा.

74 Sayid Athar Abbas Rizvi, *Shah 'Abd al'Aziz: Puritanism, Sectarianism and Jihad*, Canberra, 1982, p. 44.

75 In the lovely words of Ferdinand Mount, *Tears of the Rajas: Mutiny, Money and Marriage in India 1805–1905*, London, 2016, p. 185.

76 *Voyage en Inde*, pp. 549–550.

77 नेपोलियननं टिपूला पाठवलेलं पत्र, ७ प्लूव्हियोझे VII (२६ जानेवारी, १७९९), ओआयसीओ, पी/३५४/३८. ॲन्ड्रयू रॉबर्ट्सनं नेपोलियन ॲण्ड वेलिंग्टन , लंडन, २००१, पी.पी. १६-१७मध्ये समाविष्ट केलेलं दुसरं विधान हे खरंतर १८१२च्या सुमारास केलेलं विधान होय. त्यावेळी नेपोलियन पूर्वेकडे दुसरी मोहिम आखण्याच्या तयारीत होता. त्याच्या बोलण्यात पहिल्या मोहिमेइतकीच सहजता आणि आत्मविश्वास हे गुण होते. माया जसानॉफनं 'एज ऑफ एम्पायर' या आपल्या उत्कृष्ट पुस्तकामध्ये नेपोलियनच्या इजिप्त

मोहिमेबद्दल खूप प्रभावी लेखन केलेलं आहे.

78 Quoted in Sir John Malcolm, *Political History of India*, 2 vols, London, 1826, vol. 1, p. 310.

प्रकरण ९. हिंदुस्थानचा अंत

1 Quoted in Iris Butler, *The Elder Brother: The Marquess Wellesley 1760–1842*, London, 1973, p. 134.

2 When he first arrived in India, Richard Wellesley was still known as the 2nd Earl of Mornington. For ease of comprehension I have called him Marquis Wellesley, his title after 1799, throughout.

3 Quoted by Sir Penderel Moon, *The British Conquest and Dominion of India*, London, 1989, p. 341.

4 Butler, *The Elder Brother*, p. 134.

5 Richard Wellesley, *Two Views of British India: The Private Correspondence of Mr Dundas and Lord Wellesley: 1798–1801*, ed. Edward Ingram, London, 1970, p. 16.

6 Quoted by Anne Buddle in *The Tiger and the Thistle: Tipu Sultan and the Scots in India*, Edinburgh, 1999, p. 33.

7 The ultimate source for this is the *Proceedings of a Jacobin Club formed at Seringapatam by the French soldiers in the Corps commanded by M Domport*. Paper C in *Official Documents Relating the Negotiations Carried on by Tippoo Sultan with the French Nation*, Calcutta, 1799; J. Michaud, *History of Mysore Under Hyder Ali and Tippoo Sultan*, trans. V. K. Raman Menon, Madras, 1924, pp. 108–9. See also Denys Forrest, *Tiger of Mysore: The Life and Death of Tipu Sultan*, London, 1970, pp. 250–2; Maya Jasanoff, *Edge of Empire: Conquest and Collecting in the East, 1750–1850*, London, 2005, pp. 150–1, 159–60.

8 Quoted in Herbert Compton, *The European Military Adventurers of Hindustan*, London, 1943, pp. 8–9.

9 Forrest, *Tiger of Mysore: The Life and Death of Tipu Sultan*, p. 254.

10 Ibid., p. 259.

11 Richard Wellesley, Marquess Wellesley, *The Despatches, Minutes and* Correspondence of the Marquess Wellesley KG during his Administration of *India*, ed. Montgomery Martin, 5 vols, London, 1840, vol. 1, p. 159.

12 Mark Wilks, *Historical Sketches of the South Indian History*, 2 vols, London, 1817, vol. 2, p. 689.

13 The full translations of Raymond's correspondence can be found in Jadunath Sarkar, 'General Raymond of the Nizam's Army', in Mohammed Taher, *Muslim Rule in Deccan*, Delhi, 1997, pp. 125–44.

14 Compton (ed.), *The European Military Adventurers of Hindustan*, pp. 382–6.

15 Wellesley, *The Despatches, Minutes and Correspondence of the Marquess Wellesley KG*, 5 vols, vol. 1, p. 209. See also Jac Weller, *Wellington in India*, London, 1972, pp. 24–5.

16 Rt Hon. S. R. Lushington, *The Life and Services of Lord George Harris GCB*, London, 1840, p. 235.

17 J. W. Kaye, *The Life and Correspondence of Sir John Malcolm GCB*, London, 1840, vol. 1, p. 78.

18 Ibid., vol. 1, p. 78n.

19 Quoted by Moon, *The British Conquest and Dominion of India*, p. 281.

20 Quoted in Butler, *The Elder Brother,* p. 166.

21 Quoted by Moon, *The British Conquest and Dominion of India*, p. 284.

22 Quoted in Butler, *The Elder Brother*, p. 167.

23 Quoted by Moon, *The British Conquest and Dominion of India*, p. 285.

24 Amales Tripathi, *Trade and Finance in the Bengal Presidency, 1793–1833*, Calcutta, 1979, pp. 4, 46–7, 72, 80–1; Rajat Kanta Ray, 'Indian Society and the Establishment of British Supremacy, 1765–1818', in Peter Marshall, *The Eighteenth Century*, Oxford, 1998, pp. 516–17.

25 Burton Stein, 'Eighteenth Century India: Another View', *Studies in History*, vol. 5, 1 n.s. (1989), p. 21. Also see D. Peers, 'State, Power and Colonialism', in *India and*

the British Empire, ed. Douglas Peers and Nandini Gooptu, Oxford, 2012, p. 33.

२६ प्रतुल सी. गुप्ता, बाजीराव-II ॲण्ड द ईस्ट इंडिया कंपनी, न्यू दिल्ली, १९३९, पृ. क्र. ५७. सदर पुस्तकात वर्णन केलेल्या काळातील राजकीय वातावरण अत्यंत क्लिष्ट म्हणावं असं बनलेलं होतं. अगदी मराठ्यांच्या दृष्टीनेही. ऑक्टोबर १७९५ मध्ये घडलेल्या मृत्यूमुळे (तो अपघात होता की आत्महत्या, याबद्दल अद्याप स्पष्ट निर्णय झालेला नाही) पेशवा घराण्यातील उत्तराधिकाऱ्याची जागा रिकामी झाली होती. घराण्याच्या नावाला बट्टा लावलेल्या रघुनाथरावची दोन्ही मुलं - बाजीराव आणि चिमाजी - हे तुरुंगात होते. तसंही, नाना फडणवीस आणि या दोघा भावंडांमधून विस्तव जात नव्हता. परिणामी, नाना फडणवीस आणि अजूनही पुण्यात असलेल्या दौलतराव यांच्यामध्ये पेशवाईच्या उत्तराधिकाऱ्याचा बोलविता धनी होण्याची चढाओढ सुरू झाली. दोघांच्या हातावर तुरी देत, वरकरणी मिठ्ठास बोलणाऱ्या पण आतून कपटीपणाचं मूर्तिमंत उदाहरण असणाऱ्या बाजीराव पेशव्यांनी शिंदेंना पैशाचं आमिष दाखवून, नानांची सहमती मिळवून, अवघ्या चौदा महिन्यांत स्वत:ला पेशवाईच्या मसनदीवर विराजमान केलं! मात्र या नव्या पेशव्यांकडे पैसा नव्हता आणि अनुभवही नव्हता. त्यामुळे ते शस्त्रास्त्रांसाठी शिंदेंवर अवलंबून होते आणि अनुभवी सल्ल्यासाठी नानांवर. मात्र त्या दोघांमधील परस्पर अविश्वास कमी होईना आणि त्यात, नाना व दौलत रावांमध्येही तिढा वाढत होता. शिंदेंना अधिक पैसा हवा होता आणि त्यांनी असा ग्रह करून घेतला होता, की तो पैसा नानांच्या हातात आहे. गोष्टी अशा थराला गेल्या, की एके दिवशी, दौलतरावांनी फिलोझे नावाच्या युरोपीय अधिकाऱ्याचं नाव वापरून नानांना चर्चेचं आमंत्रण दिलं, आणि नाना त्याच्या छावणीवर पोहोचल्यावर, त्यांना अटक करून कैदेत टाकलं! नानांना तीन महिन्यांसाठी शिंदेंनी बंदी करून ठेवलं; पण त्यांनी दौलतरावांना एकही दमडा दिला नाही. परिणामी, त्यांना (कैदी म्हणून) अहमदनगरला पाठवण्यात आलं. नानांच्या अनुपस्थितीमुळे प्रशासन कोलमडू लागल्यावर, अखेर नानांची सुटका करावी लागली. मात्र त्यानंतरही संशयाचं सत्र पूर्वीसारखं सुरू राहिलं आणि नाना देत असलेला प्रत्येक सल्ला धुडकवण्यात येऊ लागला. इंग्रजांनी टिपूवर केलेल्या हल्ल्यानंतर नानांनी अनेक वेळा सैन्य पाठवण्याची विनंती केली. अखेर, एप्रिल १७९९च्या अंताला त्यांनी इंग्रजांना लिहून कळवलं की ते स्वत:च एका सैन्यतुकडीचं नेतृत्व करतील. पण तोपर्यंत खूप उशीर झालेला होता. १७९९मध्ये इंग्रजांनी नानांसमोर असा प्रस्ताव ठेवला, की त्यांनी इंग्रजांच्या काही अटी मान्य केल्या, तर ते नानांना टिपूच्या राज्याचा काही भाग देऊन टाकतील. पण नानांनी त्या अपमानास्पद प्रस्तावाला धुडकावून

लावलं. १८००मध्ये नाना फडणविसांचा मृत्यू झाला.

27 Quoted in William Kirkpatrick, *Select Letters of Tipoo Sultan to Various Public Functionaries*, London, 1811. See also Kate Brittlebank, *Tipu Sultan's Search for Legitimacy*, New Delhi, 1997, p. 11.

28 Quoted in Butler, *The Elder Brother,* p. 162.

29 Quoted by Moon, *The British Conquest and Dominion of India*, p. 277.

30 Forrest, *Tiger of Mysore*, pp. 270–1.

31 Quoted in Butler, *The Elder Brother*, p. 166.

32 OIOC, India Office Library, Kirkpatrick letters, Mss Eur F228/11 f. 10.

33 Gupta, *Baji Rao II and the East India Company*, p. 58.

34 Michaud, *History of Mysore Under Hyder Ali and Tippoo Sultan*, pp. 100–3.

35 Ibid., p. 129.

36 Mahmud Husain, *The Dreams of Tipu Sultan*, Karachi, n.d.; Michaud, *History of Mysore Under Hyder Ali and Tippoo Sultan*, pp. 165–7.

37 Quoted by Moon, *The British Conquest and Dominion of India*, p. 285; C. A. Bayly, *Indian Society and the Making of the British Empire*, Cambridge, 1988, p. 97.

38 Butler, *The Elder Brother*, p. 170.

39 Organising the carriage bullocks and sheep for feeding the army was one of James Kirkpatrick's main concerns at this period. See OIOC, Kirkpatrick papers, Mss Eur F228/11, pp. 14, 15, 28, etc.

40 Wellesley's remark quoted by Moon, *The British Conquest and Dominion of India*, p. 286; the subsistence remark quoted by Buddle, *The Tiger and the Thistle*.

41 Quoted by Buddle, *The Tiger and the Thistle*, p. 15.

42 David Price, *Memoirs of the Early Life and Service of a Field Officer on the Retired List of the Indian Army*, London, 1839, p. 430.

43 Quoted by Buddle, *The Tiger and the Thistle*, p. 34.

44 Alexander Beatson, *A View of the Origin and Conduct of the War with Tippoo Sultan*, London, 1800, pp. 97, 139–40; Price, *Memoirs of the Early Life and Service*

of a Field Officer, pp. 434–5.

45 Price, pp. 418–21.

46 Captain G. R. P. Wheatley, 'The Final Campaign against Tipu', *Journal of the United Service Institution of India*, 41 (1912), p. 255.

47 Weller, *Wellington in India*, p. 73.

48 Michaud, *History of Mysore Under Hyder Ali and Tippoo Sultan*, p. 169; Forrest, *Tiger of Mysore*, p. 290.

49 Captain W. H. Wilkin, *The Life of Sir David Baird*, London, 1912, p. 68.

50 Price, *Memoirs of the Early Life and Service of a Field Officer*, p. 427.

51 Forrest, *Tiger of Mysore*, p. 291.

52 Beatson, *A View of the Origin and Conduct of the War with Tippoo Sultan*, p. civ.

53 Wilkin, *The Life of Sir David Baird*, p. 73.

54 Beatson, *A View of the Origin and Conduct of the War with Tippoo Sultan*, p. 123.

55 Edward Moor, *A Narrative of the Operations of Captain Little's Detachment*, London, 1874, pp. 24–32.

56 Quoted by Moon, *The British Conquest and Dominion of India*, p. 288.

57 Beatson, *A View of the Origin and Conduct of the War with Tippoo Sultan*, p. 148.

58 Price, *Memoirs of the Early Life and Service of a Field Officer*, p. 432.

59 Edward Moore, 1794, cited in A. Sen, 'A Pre-British Economic Formation in India of the Late Eighteenth Century', in Barun De (ed.), *Perspectives in Social Sciences*, Calcutta, 1977, I, *Historical Dimensions*, p. 46.

60 Price, *Memoirs of the Early Life and Service of a Field Officer*, pp. 434–5.

61 See Forrest, *Tiger of Mysore*, p. 299. Also Buddle, *The Tiger and the Thistle*, p. 37.

62 Anon, *Narrative Sketches of the Conquest of Mysore*, London, 1800, p. 102; Anne Buddle, *Tigers Around the Throne: The Court of Tipu Sultan (1750–1799)*, London, 1990, p. 36.

63 Arthur Wellesley to the Court of Directors, January 1800. Quoted in Buddle, *Tigers Around the Throne*, p. 38.
64 Wilkie Collins, *The Moonstone*, London, 1868.
65 Quoted by Butler, *The Elder Brother*, p. 188.
66 Quoted in Abdus Subhan, 'Tipu Sultan: India's Freedom-Fighter par Excellence', in Aniriddha Ray (ed.), *Tipu Sultan and his Age: A Collection of Seminar Papers*, Calcutta, 2002, p. 39.
67 For Nana Phadnavis see Grant Duff's *A History of the Mahrattas*, London, 1826, at A. L. Srivastava, *The Mughal Empire, 1526–1803 A.D.* (Agra, 1964); S. N. Sen, *Anglo-Maratha Relations during the Administration of Warren Hastings*, Madras, 1974.
68 Moon, *The British Conquest and Dominion of India*, p. 314.
69 Quoted by Moon, *The British Conquest and Dominion of India*, p. 314. See also Sir Jadunath Sarkar, ed. Raghubir Singh, *Mohan Singh's Waqai- Holkar*, Jaipur, 1998.
70 *Archives Departmentales de la Savoie, Chambery, De Boigne Archive, bundle AB IV*, Wm Palmer to de Boigne, Poona, 13 Dec 1799.
71 Ibid.
72 Govind Sakharam Sardesai, *A New History of the Marathas*, 3 vols, Baroda, 1948, vol. 3, p. 371.
73 Gupta, *Baji Rao II and the East India Company*, p. 23.
74 Munshi Munna Lal, *Shah Alam Nama*, Tonk Mss 3406, Oriental Research Library, p. 536.
75 Jadunath Sarkar, *Fall of the Mughal Empire*, 4 vols, New Delhi, 1991, vol. 3, pp. 173–5.
76 Sardesai, *A New History of the Marathas*, vol. 3, p. 371.
77 Sayid Athar Abbas Rizvi, *Shah 'Abd al'Aziz: Puritanism, Sectarianism and Jihad*, Canberra, 1982, p. 43.
78 Compton, *The European Military Adventurers of Hindustan*, pp. 346–7; Amar Farooqui, *Zafar and the Raj: Anglo-Mughal Delhi c1800–1850*, Delhi, 2013, p. 31.
79 *Roznamcha-i-Shah Alam,* BL, Islamic 3921. All examples are from the months of Sha'ban and Ramazan, November–

December 1791.

80 Lal, *Shah Alam Nama*, Tonk Mss 3406, p. 535.

81 *Roznamcha-i-Shah Alam,* BL, Islamic 3921. Both examples are from the months of Sha'ban and Ramazan, November–December 1791.

82 Governor General in Council to the Secret Committee of the Court of Directors, 13 July 1804, Wellesley, *The Despatches*, vol. IV, p. 153.

83 Wellesley, *The Despatches*, vol. III, pp. 230–3.

84 Ibid., vol. III, no. xxxv, 27 June 1803.

85 BL, IOR, H/492 ff. 251–2, Wellesley to Shah Alam, 27 June (Political Consultations, 2 March 1804).

86 BL, IOR, H/492 f. 241, Wellesley to Shah Alam, 27 June (Political Consultations, 2 March 1804). See also Percival Spear, *The Twilight of the Moghuls*, Cambridge, 1951, p. 35. Monghyr was the former capital of Mir Qasim.

87 Colonel Hugh Pearse, *Memoir of the Life and Military Services of Viscount Lake*, London, 1908, p. 150.

88 Major William Thorn, *Memoir of the War in India Conducted by Lord Lake and Major General Sir Arthur Wellesley on the Banks of the Hyphasis*, London, 1818, p. 80.

89 Bayly, *Indian Society and the Making of the British Empire*, p. 86.

90 James Welsh, *Military Reminiscences Extracted from a Journal of Nearly Forty Years Active Service in the East Indies*, 2 vols, London, 1830, vol. 1, p. 147. Also Sarkar, *Fall of the Mughal Empire*, vol. 4, p. 227.

91 Sardesai, *A New History of the Marathas*, vol. 3, pp. 398–9.

92 John Blakiston, *Twelve Years Military Adventure in Three Quarters of the Globe*, 2 vols, London, 1829, vol. 1, p. 145. Quoted in Randolph G. S. Cooper, *The Anglo-Maratha Campaigns and the Contest for India: The Struggle for the Control of the South Asian Military Economy*, Cambridge, 2003, p. 81.

93 Bayly, *Indian Society and the Making of the British Empire*, p. 85; Jon Wilson, *India Conquered: Britain's*

Raj and the Chaos of Empire, London, 2016, p. 187; H. V. Bowen, *The Business of Empire: The East India Company and Imperial Britain, 1756–1833*, Cambridge, 2006, p. 47; John Micklethwait and Adrian Wooldridge, *The Company: A Short History of a Revolutionary Idea*, London, 2003, p. 4.

94 Letters issued by Agent to Governor General. Extract from volumes (Registers) 1–21 Commissioner Banares pre-Mutiny Agency Records. See also the excellent discussion in Lakshmi Subramanian and Rajat K. Ray, 'Merchants and Politics: From the Great Mughals to the East India Company', in Dwijendra Tripathi, *Business and Politics in India*, New Delhi, 1991, pp. 19–85, esp. pp. 57–9.

95 Cited in Bayly, *Indian Society and the Making of the British Empire*, p. 102.

96 Ibid., pp. 102–3, 106, 108; Rajat Kanta Ray, 'Indian Society and the Establishment of British Supremacy, 1765–1818', in Marshall, *The Eighteenth Century*, pp. 516–17; C. A. Bayly, *Rulers, Townsmen and Bazaars: North Indian Society in the Age of British Expansion*, Cambridge, 1983, pp. 211–12.

97 Quoted in James Duff, *A History of the Mahrattas*, Calcutta, 1912, vol. 1, p. 431.

98 Compton, *The European Military Adventurers of Hindustan*, p. 328.

99 Sardesai, *A New History of the Marathas*, vol. 3, pp. 413–14.

100 William Pinch in *Warrior Ascetics and Indian Empires*, Cambridge, 2006, pp. 106–7, 114. Thomas Brooke to Major Shawe, Secretary to Lord Wellesley. BL, Add Mss 37, 281 ff. 228b–229f.

101 Sardesai, *A New History of the Marathas*, vol. 3, pp. 403–5.

102 Ibid., vol. 3, p. 397.

103 Memorandum of 8 July 1802, quoted by Michael H. Fisher, 'Diplomacy in India, 1526–1858', in H. V. Bowen, Elizabeth Mancke and John G. Reid, *Britain's Oceanic Empire: Atlantic and Indian Ocean Worlds, c. 1550–*

1850, Cambridge, 2012, p. 263.

104 For an excellent account of Wellesley's grandiose style, see Mark Bence-Jones, *Palaces of the Raj*, London, 1973, ch. 2.

105 Quoted in Philip Davies, *Splendours of the Raj: British Architecture in India 1660–1947*, London, 1985, p. 35.

106 Butler, *The Elder Brother*, p. 306.

107 Sarkar, *Fall of the Mughal Empire*, vol. 4, p. 229.

108 Sardesai, *A New History of the Marathas*, vol. 3, p. 402.

109 26 Sept AW to JM, *Supplementary Despatches of Arthur, Duke of Wellington, KG, 1797–1818*, vol. IV, p. 160. See also Major Burton, 'Wellesley's Campaigns in the Deccan', *Journal of the United Services Institution India*, 29 (1900), p. 61.

110 John Blakiston, *Twelve Years Military Adventure in Three Quarters of the Globe*, 2 vols, London, 1829, vol. 1, pp. 164–5. Quoted in Cooper, *The Anglo-Maratha Campaigns and the Contest for India*, p. 108.

111 Major William Thorn, *Memoir of the War in India*, p. 279.

112 कूपर, द ॲन्ग्लो-मराठा कॅम्पेन्स या पुस्तकामध्ये सदर युद्धाचं उत्तम वर्णन दिलेलं आढळतं. सद्यकालीन ड्यूक ऑफ वेलिंग्टनबरोबर हे युद्ध झालं होतं त्या जागेला भेट द्यायला मी गेलो होतो. तेव्हा मला कूपरनं त्याच्या पुस्तकात समाविष्ट केलेले नकाशे अमौलिक असल्याचं लक्षात आलं! हे परिच्छेद लिहीत असताना, पिंपळगाव येथील युद्धभूमीवर चालत असताना सापडलेला ईस्ट इंडिया कंपनीचा एक मस्केट बॉल, माझ्या टेबलावर विराजमान आहे!

113 Sir T. E. Colebrook, *The Life of Mountstuart Elphinstone*, 2 vols, London, 1884, vol. 1, pp. 63–9.

114 Quoted by Sarkar, *Fall of the Mughal Empire*, vol. 4, p. 276. Also Wilson, *India Conquered*, p. 173.

115 Thorn, *Memoir of the War in India*, pp. 276–7.

116 Cooper, *The Anglo-Maratha Campaigns*, p. 116.

117 Antony Brett-James (ed.), *Wellington at War, 1794–1815: A Selection of his Wartime Letters*, London, 3 October 1803, pp. 84–5.

118 Sir Thomas Munro, quoted in Moon, *The British Conquest and Dominion of India*, p. 321.

119 Compton, *The European Military Adventurers of*

Hindustan, p. 204; Ray, 'Indian Society and the Establishment of British Supremacy, 1765–1818', in Marshall, *The Eighteenth Century*, p. 522.

120 Pearse, *Memoir of the Life and Military Services of Viscount Lake*, p. 1; Moon, *The British Conquest and Dominion of India*, p. 323.

121 Thorn, *Memoir of the War in India*, pp. 87–9.

122 Compton, *The European Military Adventurers of Hindustan*, pp. 299–301.

123 James Baillie Fraser, *Military Memoirs of Lt. Col. James Skinner C.B.*, 2 vols, London, 1851, vol. 1, p. 265; Compton, *The European Military Adventurers of Hindustan,* pp. 302–3. Compton calls the letter 'a surely characteristic letter, with its vainglorious vauntings and its ineffable French vanity'.

124 Fraser, *Military Memoirs of Lt. Col. James Skinner C.B.*, vol. 1, pp. 253–4; Compton, *The European Military Adventurers of Hindustan*, p. 301.

125 Fraser, *Military Memoirs of Lt. Col. James Skinner C.B.*, vol. 1, p. 251.

126 Compton, *The European Military Adventurers of Hindustan,* pp. 303–4.

127 Ibid., p. 231.

128 Fraser, *Military Memoirs of Lt. Col. James Skinner C.B.*, vol. 1, p. 266.

129 Thorn, *Memoir of the War in India*, pp. 96–7.

130 Ibid.

131 The best modern account of the attack on Aligarh can again be found in Randolph G. S. Cooper's wonderful *Anglo-Maratha Campaigns*, pp. 161–3.

132 Fraser, *Military Memoirs of Lt. Col. James Skinner C.B.*, vol. 1, pp. 266–7.

133 John Pester, *War and Sport in India 1802–6*, London, 1806, pp. 156–7.

134 Lal, *Shah Alam Nama*, Tonk Mss 3406, 46th Year of the Auspicious Reign, p. 535; Maulvi Zafar Hasan, *Monuments of Delhi*, New Delhi, 1920, vol. 3, p. 7.

135 BL, OIOC, IOR/H/492 f. 301, f. 305, Proclamation by

Shah Alam.

136 BL, OIOC, IOR/H/492 f. 292, Proclamation by Shah Alam.

137 Sardesai, *A New History of the Marathas*, vol. 3, p. 419; Compton: *The European Military Adventurers of Hindustan*, pp. 340–1, Cooper *Anglo-Maratha Campaigns*, p. 188.

138 Pester, *War and Sport in India 1802–6*, p. 163.

139 This bravura passage by Randolph G. S. Cooper is taken from *Anglo-Maratha Campaigns*, p. 172, and is derived from the Journal of Captain George Call, vol. 1. p. 22, National Army Museum, Acc. No. 6807–150.

140 Pester, *War and Sport in India*, p. 166.

141 Ibid., p. 169.

142 Sarkar, *Fall of the Mughal Empire*, vol. 4, p. 246.

143 Pearse, *Memoir of the Life and Military Services of Viscount Lake*, p. 197.

144 Martin, *Despatches of Marquess Wellesley*, vol. III, p. 445. Commanderin-Chief General Lake's Secret Despatch to Governor General Richard Wellesley.

145 Fakir Khair ud-Din Illahabadi, '*Ibrat Nama*, BL Or. 1932, f. 1r.

146 Bowen, *Business of Empire*, p. 5.

147 Wilson, *India Conquered*, p. 176.

148 Ibid., pp. 122, 187. Lord Wellesley opened Fort William College to train a new generation of covenanted civil servants in July 1800.

149 Bowen, *Business of Empire*, p. 5.

150 Moon, *The British Conquest and Dominion of India*, pp. 328, 343.

151 Butler, *The Elder Brother*, p. 333.

152 Rajat Kanta Ray, *The Felt Community: Commonality and Mentality before the Emergence of Indian Nationalism*, New Delhi, 2003, p. 327; Ray, 'Indian Society and the Establishment of British Supremacy, 1765–1818', in Marshall, *The Eighteenth Century,* p. 526.

153 Moon, *The British Conquest and Dominion of India*, pp. 328, 343.

154 Pester, *War and Sport in India*, p. 174.

155 Lal, *Shah Alam Nama*, Tonk Mss 3406, 46th Year of the Auspicious Reign, p. 542.
156 Thorn, *Memoir of the War in India*, p. 125.
157 Ibid., pp. 125–6.
158 Lal, *Shah Alam Nama*, Tonk Mss 3406, 46th Year of the Auspicious Reign, p. 544.
159 K. K. Dutta, *Shah Alam II & The East India Company*, Calcutta, 1965, p. 115.
160 Lal, *Shah Alam Nama*, Tonk Mss 3406, 46th Year of the Auspicious Reign, p. 544.
161 BL, OIOC, IOR H/492, f. 349.
162 Dutta, *Shah Alam II & The East India Company*, pp. 114–15.
163 Fraser, *Military Memoirs of Lt. Col. James Skinner C.B.*, vol. 1, pp. 293–4.
164 K. N. Pannikar, *British Diplomacy in Northern India: A Study of the Delhi Residency 1803–1857*, New Delhi, 1968, p. 7.
165 Stephen P. Blake, *Shahjahanabad: The Sovereign City in Mughal India, 1639–1739*, Cambridge, 1991, pp. 170, 181; Spear, *The Twilight of the Moghuls*, p. 92.
166 Quoted in Frances W. Pritchett, *Nets of Awareness*, Berkeley and Los Angeles, 1994, p. 3.
167 Fraser of Reelig Archive, Inverness, vol. 29, Wm Fraser letterbook, 1 April 1806, to Edward S. Fraser.
168 See William Dalrymple, *The Last Mughal: The Fall of a Dynasty, Delhi, 1857,* London, 2006.
169 Ray, *The Felt Community*, pp. 301–3, 334.
170 Quoted in J. K. Majumdar, *Raja Rammohun Roy and the Last Moghuls: A Selection from Official Records (1803–1859)*, Calcutta, 1939, pp. 4, 319–20.
171 Bowen, *Business of Empire*, p. 277.
172 See Joseph Sramek, *Gender, Morality, and Race in Company India, 1765–1858*, New York, 2011, p. 17.
173 Ibid., p. 229.
174 P. J. Marshall, *Problems of Empire: Britain and India, 1757–1813*, London, 1968, pp. 142–4.
175 Quoted in Tillman W. Nechtman, *Nabobs: Empire and*

Identity in Eighteenth-Century Britain, Cambridge, 2010, p. 225.

176 Micklethwait and Wooldridge, *The Company*, p. 36.

177 Bowen, *Business of Empire*, pp. 16–17.

178 Ibid., p. 297.

179 Tirthankar Roy, *The East India Company: The World's Most Powerful Corporation*, New Delhi, 2012, p. xxiii.

180 Micklethwait and Wooldridge, *The Company*, p. 36.

उपसंहार

1 Fakir Khair ud-Din Illahabadi, '*Ibrat Nama*, BL, OIOC, Or. 1932, f. 1v.

◆

'HIDDEN HISTORY' या इंग्रजी पुस्तकाचा अनुवाद

दडलेला इतिहास

पहिल्या महायुद्धाचे गुप्त उगमस्थान

जेरी डॉशेर्टी आणि जिम मॅकग्रेगर

अनुवाद
स्नेहलता जोशी

पहिल्या महायुद्धाचा इतिहास
हे एक जाणूनबुजून रचलेले असत्य आहे.
अर्थात ती बलिदाने, ते शौर्य,
ती भयानक नरसंहारात व्यर्थ गेलेली जीविते किंवा
युद्धानंतरच्या यातना यातले काहीही खोटे नाही.
नव्हे, ते सर्व खरेच आहे;
परंतु हे सर्व सुरू कसे झाले आणि कारणाशिवाय
मुद्दाम १९१५ सालापलीकडे ते कसे
ताणत नेले गेले यामागचे सत्य, शतकभरासाठी
अगदी यशस्वीरीत्या दडवून ठेवलेले आहे.